The Sikh Holy Scripture

Teachings for

Mankind

ਬਾਣੀ ਵਿੱਚ ਕੇਵਲ ਅਕਾਲ ਪੁਰਖ ਦੀ ਮਹਿਮਾਂ ਕੀਤੀ ਗਈ ਹੈ । ਜਿਸ ਨੇ ਜਨਮ ਲਿਆ ਹੈ ਅਤੇ ਮਰ ਗਿਆ ਹੈ, ਉਸ ਦੀ ਮਹਿਮਾਂ ਨਹੀਂ ਕੀਤੀ ਗਈ॥

"ਜੇਸੀ ਮੈ ਆਵੇ ਖਸਮ ਕੀ ਬਾਣੀ, ਤੇਸਾ ਕਰੀ ਗਿਆਨ ਵੇ ਲਾਲੋ ।"

- ਗੁਰੂ ਗ੍ਰੰਥ ਸਾਹਿਬ ਜੀ ਨੂੰ 11th ਅਟੱਲ ਗੁਰੂ ਥਾਪਿਆ ਗਿਆ ।
- ਪ੍ਰਭ ਨੇ ਜੀਵਾਂ ਨੂੰ ਸੇਧ ਦੇਣ ਵਾਸਤੇ ਭਗਤਾਂ ਦੀ ਜੀਭ ਤੇ ਸ਼ਬਦ ਬਖਸ਼ੇ ।
- ਜਿਸ ਭਗਤ ਦੀ ਬਾਣੀ ਦਰਜ਼ ਹੋ ਗਈ, ਸਭ ਇੱਕ ਬਰਾਬਰ ਹੀ ਹਨ ।
- ਮਿਲਾਪ ਕੇਵਲ ਪ੍ਰਭ ਦੀ ਰਹਿਮਤ ਨਾਲ ਹੀ ਹੁੰਦਾ ਹੈ।

ਦਾਸ: ਭਾਗ ਸਿੰਘ

bhagbhullar@gmail.com

909-636-123

The Sikh Holy Scripture Teachings for Mankind

1603 Capitol Ave., Suite 310 Cheyenne, Wyoming USA 82001
1-888-980-6523 | admin@urlinkpublishing.com

URLink Print and Media is committed to excellence in the publishing industry.

Published in the United States of America

Library of Congress Control Number: 2020909409
ISBN 978-1-64753-368-7 (Paperback)
ISBN 978-1-64753-369-4 (Hardback)
ISBN 978-1-64753-370-0 (Digital)

03.09.20

About the book:

The author picked up some key dialogues from The Guru Granth sahib, The Sikh Holy Scripture. He then compared these teachings with the theme "Mool Mantar" of the Sikh Holy Scripture to convey spiritual meanings.

This book rises above the traditional religious rituals. This book highlights the path adopted by saints to conquer three virtues of worldly wealth to become worthy of His consideration.

Nobody can fully describe the true purpose and meanings of any word written in this Holy Scripture. Only The Omniscient Creator fully knows His creation. All universes are expansion oh His Holy Spirit and He remains embedded in each and ever creature, nature and events.

This book has compiled the life experience of 25 Prophets from various religions and time periods.

Structure / Layout of the book:

Each dialogue is structured for easy understands of non-Punjabi readers: as follow.

- Poetry dialogue written in Punjabi is a copy from The Guru Granth Sahib with ref. of page number and name of prophet.
- Then it is written in English for reader to recite the Punjabi poetry.
- Then the spiritual meanings based on the central theme of the Holy Scripture is written in Punjabi.
- Then the English translation of the spiritual meanings written in Punjabi for non-Punjabi readers.

Author's Name: Bhag Singh

Audience Level: Adult

Genre/ Category: Religious, Holy Spirit, His Throne

Keyword: The Word, Blessed Soul, Devotee, Ego

About the Author:

Bhag Singh is engineer who studied in India and in The Unites states of America. He has 40 years professional experience in field of Engineering. He belongs to a long list of Sikh devotees dating back to Lakhi Nakaya who honored 9th Sikh guru, Guru Tegh Bahadur ji by cremating his corpse by setting his own house on fire.

His journey started with his grandfather Tara Singh Bhullar who was very close to him. He was wll known for his struggle for independence of India. He was the president of then congress party of district Lahore. He was a keen devotee of Sikh teachings. He was my guide to insire me to accompany him in visit to sikh shrines like Golden Temple and others.

However, he took a different route in 1994 after the death of his wife Rajwant Kaur. He was disappointed from religious practice in USA. He studied and analyzed various religious Holy Scriptures like The Torah, The New Bible, Buddha, and Hindu Holy Scripture for 3 years. All scriptures were pointing to similar thoughts his great grandfather Arjan Singh instilled in him.

In 1997, he started reading and analyzing The Guru Granth Sahib to create spiritual meanings in Punjabi and English translation to share with new generation. By His grace! The spiritual meanings of The Sikh Holy Scripture were completed in 2017. Reading these spiritual meanings, he compiled key dialogues that brought new light to him, he would like to share with readers.

Purpose of Human life – Mankind!

ਚਾਰਿ ਪਦਾਰਥ ਲੈ ਜਗਿ ਜਨਮਿਆ, ਸਿਵ ਸਕਤੀ ਘਰਿ ਵਾਸੁ ਧਰੇ॥
ਲਾਗੀ ਭੂਖ ਮਾਇਆ ਮਗੁ ਜੋਹੈ, ਮੁਕਤਿ ਪਦਾਰਥੁ ਮੋਹਿ ਖਰੇ॥੩॥– P 1014
ਸਤਿਗੁਰ ਕੈ ਵਸਿ ਚਾਰਿ ਪਦਾਰਥ॥ ਤੀਨਿ ਸਮਾਏ ਏਕ ਕ੍ਰਿਤਾਰਥ॥੫॥– P 1345
ਧਰਮ, ਅਰਥ, ਕਾਮ, ਮੋਖ!
ਜੀਵ ਚਾਰ ਪਦਾਰਥ ਪਾਉਣ ਲਈ ਸੰਸਾਰ ਵਿਚ ਆਉਂਦਾ ਹੈ ।
ਸਬਦ ਦੀ ਸੋਝੀ; ਸੁਰਿਤ –ਧਿਆਨ; ਸਬਦ ਦੀ ਪਾਲਨਾ; ਮੁਕਤੀ ।

ਸੰਸਾਰ ਵਿਚ ਆ ਕੇ ਮਇਆ ਦੇ ਜਾਲ ਵਿਚ ਫਸ ਜਾਂਦਾ ਹੈ । ਮਇਆ ਦੀ ਭੁੱਖ ਨਾਲ ਸੰਸਾਰਕ ਧਨ ਨਾਲ ਮੋਹ ਵਧ ਜਾਂਦਾ ਹੈ । ਸੰਸਾਰਕ ਮੋਹ, ਹੈਸੀਅਤ, ਮੁਕਤੀ ਦੀ ਥਾਂ ਲੈ ਲੈਂਦੀ ਹੈ । ਜਦੋਂ ਜੀਵ ਤਿੰਨਾਂ ਤੇ ਕਾਬੂ ਪੱਕਾ ਕਰ ਲੈਂਦਾ ਹੈ ਤਾਂ ਹੀ ਪ੍ਰਭ ਮੁਕਤੀ ਬਖਸ਼ਦਾ ਹੈ ।

ਕਵਣੁ ਸੁ ਅਖਰੁ ਕਵਣੁ ਗੁਣੁ ਕਵਣੁ ਸੁ ਮਣੀਆ ਮੰਤੁ॥
ਕਵਣੁ ਸੁ ਵੇਸੋ ਹਉ ਕਰੀ ਜਿਤੁ ਵਸਿ ਆਵੈ ਕੰਤੁ॥੧੨੬॥– P 1384
ਨਿਵਣੁ ਸੁ ਅਖਰੁ ਖਵਣੁ ਗੁਣੁ ਜਿਹਬਾ ਮਣੀਆ ਮੰਤੁ॥
ਏ ਤ੍ਰੈ ਭੈਣੇ ਵੇਸ ਕਰਿ ਤਾਂ ਵਸਿ ਆਵੀ ਕੰਤੁ॥੧੨੭॥ – P 1384
ਨਿਮਨ ਸੋ ਅੱਖਰ– ਕਿਸ ਨੂੰ ਕੋੜਾ ਨਹੀਂ ਬੋਲਨਾ, ਕਰੋਧ ਤਿਆਗੋ ।
ਖਵਨ ਗੁਣ– ਕੋਈ ਵਧ ਘੱਟ ਬੋਲੇ, ਨਿਮਰਤਾ ਨਾਲ ਸਹਿਣ ਕਰੋ ।
ਜੀਭਾ ਮੰਨੀਆ ਮੰਤ – ਮਿੱਠਾ ਬੋਲਕੇ, ਨਿਮਰਤਾ ਨਾਲ ਸਤਿਕਾਰ ਕਰੋ ।
ਅਗਰ ਕੋਈ ਇਹ ਤਿੰਨੇਂ ਗੁਣ ਹਾਸਿਲ ਕਰ ਲਵੇ ਤਾਂ ਪ੍ਰਭ ਚੌਥਾ ਪਦਾਰਥ ਬਖਸ਼ਦਾ ਹੈ ।

ਤਿੰਨ ਪਦਾਰਥ – Three Virtues:

ਸ਼ਬਦ ਦੀ ਸੋਝੀ, ਸ਼ਬਦ ਵਿੱਚ ਧਿਆਨ, ਸ਼ਬਦ ਦੀ ਪਾਲਣਾ ਵਿੱਚ ਅਡੋਲ

Understanding of His Word, Concentrate and adopt His Word,

ਜਿਹੜਾ ਸੰਸਾਰਕ ਮਾਇਆ ਦੇ ਤਿੰਨੇਂ ਰੂਪ (ਰਾਜਸ, ਤਾਪਸ, ਸਾਕਤ) ਤਿਆਗ ਦੇਂਦਾ ਹੈ।
Raajas – Taamas – Satvas
Mind Concentration, Awareness, sanctification.

That is **The Master Key to** Open the door of His Holy castle!
The Salvation! 4th Virtue.

Whosoever may adopt His Word with steady and stable belief that the universe is an expansion of The Holy Spirit, he may be enlightened from within and he may be blessed with salvation.

☬ INDEX ☬

Chapter 1

- **How to define The Holy Spirit – God!**
- **Path of Salvation!**
- **How Meditation is Evaluated in His court!**
- **True Shrine!**

1. ਪ੍ਰਭ ਦੀ ਅਵਸਥਾ ! The Holy Spirit!

੧ੳ ਸਤਿਨਾਮੁ, ਕਰਤਾ, ਪੁਰਖੁ, ਨਿਰਭਉ, ਨਿਰਵੈਰੁ, ਅਕਾਲ, ਮੂਰਤਿ, ਅਜੂਨੀ, ਸੈਭੰ, ਗੁਰ ਪ੍ਰਸਾਦਿ॥	ik-oNkaar Satnaam, kartaa, purakh, nirbha-o, nirvair, akaal, moorat, ajoonee, saibhaN, gur parsaad!

ik-oNkaar	੧ੴ	One and Only One God, Beyond any shape, in Spirit
sat	ਸਤਿ	Unchangeable, Uncompromised, Axiom
naam	ਨਾਮੁ	WORD, Command, Decree
kartaa	ਕਰਤਾ	Creator – of whole universe
purakh	ਪੁਰਖੁ	Complete in all respects
nirbha-o	ਨਿਰਭਉ	No fear, Worry or excitements
nirvair	ਨਿਰਵੈਰ	No Jealousy, No revenge
akaal	ਅਕਾਲ	Un-change over time, Omni present.
moorat	ਮੂਰਤਿ	Beyond three recognitions, color, shape or size
ajoonee	ਅਜੂਨੀ	Evergreen, beyond birth and death
saibhaN	ਸੈਭੰ	Whole universe came out of His spirit.
gur parsaad	ਗੁਰ ਪ੍ਰਸਾਦਿ	Grace with His own free Will

ਪ੍ਰਭ, ਕੇਵਲ ਇੱਕੋ ਇੱਕ, ਅਕਾਰ ਰਹਿਤ, ਪਛਾਣ ਰਹਿਤ, ਸਾਰੀ ਸ੍ਰਿਸ਼ਟੀ ਨੂੰ ਪੈਦਾ ਕਰਨ, ਮੌਤ ਦੇਣ ਵਾਲੀ ਰੂਹਾਨੀ ਜੋਤ, ਅਸਲੀ ਮਾਲਕ ਹੈ । ਪ੍ਰਭ ਸਰਬ ਕਲਾ ਸਮਰਥ, ਅੰਤਰਜਾਮੀ, ਸਰਬ ਵਿਆਪਕ, ਸਦਾ ਖੇੜੇ ਵਿੱਚ ਰਹਿਣ ਵਾਲੀ ਅਟੱਲ ਜੋਤ ਹੈ । ਸਾਰੀ ਸ੍ਰਿਸ਼ਟੀ ਦਾ ਪ੍ਰਬੰਧ, ਸੰਭਾਲ ਪ੍ਰਭ ਦੇ ਸਦਾ ਅਟੱਲ ਰਹਿਣਵਾਲੇ ਸ਼ਬਦ ਅਨੁਸਾਰ, ਹੁਕਮ ਅੰਦਰ ਹੀ ਹੁੰਦਾ ਹੈ । ਕੇਵਲ ਪ੍ਰਭ ਦਾ ਸ਼ਬਦ ਸਦਾ ਹੀ ਅਟੱਲ, ਵਾਪਰ ਕੇ ਹੀ ਰਹਿੰਦਾ ਹੈ, ਕਦੇ ਰੋਕਿਆ ਨਹੀਂ ਜਾ ਸਕਦਾ । ਹਰਇੱਕ ਜੀਵ ਦੀ ਆਤਮ, ਉਸ ਦੀ ਰੂਹਾਨੀ ਜੋਤ ਵਿਚੋਂ ਹੀ ਪੈਦਾ ਹੁੰਦੀ, ਮਰਨ ਪਿਛੋਂ ਉਸ ਜੋਤ ਵਿੱਚ ਹੀ ਸਮਾ ਜਾਂਦੀ, ਜੋਤ ਦਾ ਹੀ ਅੰਗ ਹੈ । ਸਾਰੀ ਸ੍ਰਿਸ਼ਟੀ ਹੀ ਉਸ ਦੀ ਜੋਤ ਦਾ ਹੀ ਪਸਾਰਾ ਹੈ । ਉਸ ਦੀ ਰਹਿਮਤ ਕੇਵਲ ਉਸ ਦੀ ਆਪਣੀ ਰਜ਼ਾ ਨਾਲ ਹੀ ਬਖਸ਼ਿਸ਼ ਹੋ ਸਕਦੀ ਹੈ, ਹੋਰ ਕੋਈ ਵਿਧੀ, ਬੰਦਗੀ, ਸੰਸਾਰਕ ਗੁਰੂ, ਪੀਰ ਦੀ ਅਰਦਾਸ ਨਾਲ ਬਖਸ਼ਿਸ਼ ਨਹੀਂ ਹੋ ਸਕਦੀ । ਪ੍ਰਭ ਦੇ ਅਨੇਕਾਂ ਹੀ ਗੁਣ ਹਨ, ਮਾਨਸ ਨੂੰ ਪੂਰਨ ਸੋਝੀ ਨਹੀਂ ਹੋ ਸਕਦੀ । ਉਹ ਤਿੰਨਾਂ ਪਛਾਣਾਂ (ਰੂਪ, ਰੰਗ, ਅਕਾਰ) ਤੋਂ ਰਹਿਤ ਹੈ, ਜੀਵ ਨੂੰ ਪੈਦਾ ਕਰਨਵਾਲਾ, ਸਰਬ ਕਲਾ ਸਮਰਥ, ਸਰਬ ਵਿਆਪਕ, ਅੰਤਰਜਾਮੀ ਹੈ, ਜਨਮ, ਮਰਨ, ਡਰ, ਵੈਰ, ਵਿਰੋਧ, ਸਮੇਂ ਦੇ ਪ੍ਰਭਾਵ ਤੋਂ ਰਹਿਤ ਹੈ ।

God is One and Only One Holy spirit, The True Master of all universes. His WORD, commands are uncompromising, unavoidable and prevails forever. All universes had come out of and immerse into The His Spirit. All universes are only expansion of His Holy Spirit and in the end immersed into The Holy Spirit. His blessings are only by His own mercy and grace. His nature and limits of His power cannot be fully comprehended by His creation. The Creator of the universe is Omnipotent, Omniscient and Omnipresent. He is beyond fear, hatred, unchanged with time change, beyond birth and death, beyond three recognitions like color, shape and size. Whosoever may have a steady and stable belief that all creatures are expansion of His Holy Spirit and adopts this essence of His nature in day to day life, he may become worthy of His consideration. His cycle of birth and death may be eliminated and blessed with salvation.

1. Guru Arjan Dev Ji - Page 262

ਗੁਰਦੇਵ ਮਾਤਾ, ਗੁਰਦੇਵ ਪਿਤਾ,	gurdayv maataa gurdayv pitaa
ਗੁਰਦੇਵ ਸੁਆਮੀ ਪਰਮੇਸੁਰਾ॥	gurdayv su-aamee parmaysuraa.
ਗੁਰਦੇਵ ਸਖਾ, ਅਗਿਆਨ ਭੰਜਨੁ,	gurdayv sakhaa agi-aan bhanjan
ਗੁਰਦੇਵ ਬੰਧਿਪ ਸਹੋਦਰਾ॥	gurdayv banDhip sahodaraa.
ਗੁਰਦੇਵ ਦਾਤਾ, ਹਰਿ ਨਾਮੁ ਉਪਦੇਸੈ,	gurdayv daataa har naam updaysai
ਗੁਰਦੇਵ ਮੰਤੁ ਨਿਰੋਧਰਾ॥	gurdayv mant niroDharaa.
ਗੁਰਦੇਵ ਸਾਂਤਿ, ਸਤਿ, ਬੁਧਿ, ਮੂਰਤਿ,	gurdayv saaNt sat buDh moorat
ਗੁਰਦੇਵ, ਪਾਰਸ, ਪਰਸ ਪਰਾ॥	gurdayv paaras paras paraa.
ਗੁਰਦੇਵ ਤੀਰਥੁ, ਅੰਮ੍ਰਿਤ ਸਰੋਵਰੁ,	gurdayv tirath amrit sarovar gur
ਗੁਰ ਗਿਆਨ, ਮਜਨੁ ਅਪਰੰਪਰਾ॥	gi-aan majan apramparaa.
ਗੁਰਦੇਵ ਕਰਤਾ, ਸਭਿ ਪਾਪ ਹਰਤਾ,	gurdayv kartaa sabh paap hartaa
ਗੁਰਦੇਵ ਪਤਿਤ, ਪਵਿਤ, ਕਰਾ॥	gurdayv patit pavit karaa.
ਗੁਰਦੇਵ, ਆਦਿ, ਜੁਗਾਦਿ, ਜੁਗੁ ਜੁਗੁ,	gurdayv aad jugaad jug jug
ਗੁਰਦੇਵ ਮੰਤੁ ਹਰਿ ਜਪਿ ਉਧਰਾ॥	gurdayv mant har jap uDhraa.
ਗੁਰਦੇਵ ਸੰਗਤਿ ਪ੍ਰਭ ਮੇਲਿ, ਕਰਿ ਕਿਰਪਾ,	gurdayv sangat parabh mayl kar kirpaa
ਹਮ ਮੂੜ ਪਾਪੀ, ਜਿਤੁ ਲਗਿ ਤਰਾ॥	ham moorh paapee jit lag taraa.
ਗੁਰਦੇਵ ਸਤਿਗੁਰੁ, ਪਾਰਬ੍ਰਹਮੁ, ਪਰਮੇਸਰੁ,	gurdayv satgur paarbarahm parmaysar
ਗੁਰਦੇਵ ਨਾਨਕ, ਹਰਿ ਨਮਸਕਰਾ॥	gurdayv naanak har namaskaraa. ‖1‖
ਏਹੁ ਸਲੋਕੁ, ਆਦਿ, ਅੰਤਿ, ਪੜਣਾ॥	Ayhu salok aad ant parh-naa.

ਪ੍ਰਭ ਹੀ ਅਸਲੀ ਮਾਲਕ ਹੈ! ਸਭ ਤੋਂ ਪਹਿਲ ਮਾਤਾ ਦੇ ਰੂਪ ਵਿੱਚ ਆਉਂਦਾ ਹੈ, ਉਹ ਗਰਭ ਵਿੱਚ ਸੰਭਾਲਣਾ ਕਰਦੀ ਹੈ । ਮਾਤਾ ਹੀ ਜੀਵ ਦਾ ਪਹਿਲਾ ਗੁਰੂ, ਪ੍ਰਭ ਦਾ ਰੂਪ ਹੈ, ਉਸ ਦੀ ਅਰਦਾਸ, ਅਸੀਸ ਕਦੇ ਬਿਰਥੀ ਨਹੀਂ ਜਾਂਦੀ । ਜਨਮ ਲੈਣ ਤੇ ਪਿਤਾ ਦੇ ਰੂਪ ਵਿੱਚ ਪ੍ਰਗਟ ਹੁੰਦਾ ਹੈ! ਜੀਵਨ ਵਿੱਚ ਚੱਲਣ ਦੇ ਰਸਤੇ ਦੀ ਸਿਖਿਆ ਦੇਂਦਾ ਹੈ । ਪ੍ਰਭ ਹੀ ਸੁਖਾਂ ਦਾ ਦਾਤਾ, ਅਗਿਆਨਤਾ ਦਾ ਅੰਧੇਰਾ ਦੂਰ ਕਰਨ ਵਾਲਾ, ਅਸਲੀ ਮਿੱਤਰ, ਭਾਈ, ਸਬੰਧੀ ਹੈ । ਪ੍ਰਭ ਹੀ ਸਭ ਦਾਤਾਂ ਦਾ ਮਾਲਕ ਹੈ, ਉਹ ਹੀ ਸ਼ਬਦ ਦੀਆਂ ਦਾਤਾਂ ਬਖਸ਼ਦਾ ਹੈ । ਜਿਹੜਾ ਦਿਲੋਂ ਸਿਮਰਨ ਕਰਦਾ ਹੈ, ਉਸ ਦੀ ਕਮਾਈ ਕਦੇ ਬਿਰਥੀ ਨਹੀਂ ਜਾਂਦੀ

। ਪ੍ਰਭ ਸ਼ਾਂਤੀ, ਸੰਤੋਖ, ਧੀਰਜ ਦੀ ਮੂਰਤ ਹੈ, ਉਹ ਹੀ ਅਮੋਲਕ ਪੱਥਰ (ਪਾਰਸ) ਹੈ । ਜਿਸ ਨੂੰ ਛੋਹਿਆ ਜੀਵਨ ਬਦਲ ਜਾਂਦਾ ਹੈ, ਜੀਵ ਦੀ ਅਵਸਥਾ ਹੋਰ ਹੀ ਹੋ ਜਾਂਦੀ ਹੈ । ਪ੍ਰਭ ਦਾ ਸ਼ਬਦ ਹੀ ਗਿਆਨ ਦਾ ਭੰਡਾਰ, ਤੀਰਥ, ਪਵਿਤ੍ਰ ਸਰੋਵਰ ਹੈ । ਸ਼ਬਦ ਰੂਪੀ ਸਰੋਵਰ ਵਿੱਚ ਇਸ਼ਨਾਨ ਕਰਨ ਨਾਲ, ਸ਼ਬਦ ਵਿੱਚ ਲੀਨ ਹੋਇਆ, ਰੂਹਾਨੀ ਅਵਸਥਾ ਅਨੁਭਵ ਹੋਣ ਲਗ ਪੈਂਦੀਆਂ ਹਨ । ਪ੍ਰਭ, ਸ੍ਰਿਸ਼ਟੀ ਨੂੰ ਰਚਣ ਵਾਲਾ, ਪਾਪਾਂ ਦਾ ਨਾਸ਼, ਆਤਮਾ ਨੂੰ ਪੰਜਾਂ ਇੰਦ੍ਰੀਆਂ ਤੋਂ ਬਚਾਉਣ ਵਾਲਾ ਅਸਲੀ ਮਾਲਕ ਹੈ । ਪ੍ਰਭ ਸ੍ਰਿਸ਼ਟੀ ਤੋਂ ਪਹਿਲੇ ਵੀ, ਹੁਣ ਵੀ, ਪਿਛੋਂ ਵੀ ਅਜੇਹਾ ਹੀ ਰਹਿਣ ਵਾਲਾ, ਨਾ ਬਦਲਨ ਵਾਲਾ ਅਟੱਲ ਮਾਲਕ ਹੈ । ਅਗਰ ਪ੍ਰਭ ਆਪ ਕ੍ਰਿਪਾ ਕਰੇ ਤਾਂ ਹੀ ਬੰਦਗੀ ਕਰਨ ਵਾਲਿਆਂ ਦੀ ਸੰਗਤ ਬਖਸ਼ਿਸ਼ ਹੁੰਦੀ ਹੈ । ਸੰਗਤ ਵਿੱਚ ਟਿਕਣ ਨਾਲ, ਪਾਪ ਕਰਨ ਵਾਲੇ ਵੀ ਸਿਮਰਨ ਕਰਕੇ ਮੁਕਤੀ ਪਾ ਲੈਂਦੇ ਹਨ । ਕੇਵਲ ਅਟੱਲ ਪ੍ਰਭ ਨੂੰ ਆਪਾ ਮਿਟਾਕੇ, ਸੌਂਪਕੇ, ਸਿਮਰਨ ਕਰੋ! ਸੁਖ ਹੀ ਸੁਖ ਮਿਲੱਣਗੇ । ਇਹ ਸਲੋਕ, ਸ਼ਬਦ, ਕੋਈ ਕਾਰਜ ਕਰਨ ਦੇ ਆਰੰਭ ਵਿੱਚ ਅਤੇ ਕਾਰਜ ਖਤਮ ਕਰਨ ਤੇ ਪੜ੍ਹੋ! ਇਸ ਨਾਲ ਡੋਰੀ ਅਸਲੀ ਮਾਲਕ ਦੇ ਹੱਥ ਵਿੱਚ ਆ ਜਾਂਦੀ ਹੈ ।

The One and Only One True Master! First appears in mother to nourish and protects the soul in her womb. Mother is the first guru of the new born, her blessing, prayer is always fulfilled. At birth in the universe, He appears in father and teaches the way of life. He is the treasure of comforts and removes the ignorance and He is a true companion, brother, relative. He is the true owner of all virtues and He blesses His Word to soul. Whosoever, wholeheartedly obeys His Word, sings His glory, his hard work may never be wasted. He is the symbol of peace, contentment, philosopher's stone by touching iron becomes Gold. By following His teachings, life may be reformed and his soul may adopt the right path of salvation. He is the treasure of spiritual knowledge, His Word, true shrine, pool of The Holy water, nectar. By drenching his mind with the nectar of the teachings of His Word, His true devotee may realize the existence of the Holy spirit. He is The Creator of the universe and savior of soul from worldly desires, attachments. He was same before the creation of universe, in present and will remain unchanged in future. Only with His mercy and grace, His devotee may be blessed with the association of Holy soul. In staying focus in their association and even person with evil thoughts may be transformed and may adopt the right path of meditation and salvation. By conquering selfishness and with dedication to His Word, His devotee may be blessed with all pleasures in life. By reading, focusing on this essence at the beginning and in the end of each task, devotee may be blessed with His mercy and grace.

2. Kabeer Ji - Page 1349

ਅਵਲਿ ਅਲਹ ਨੂਰੁ ਉਪਾਇਆ,	Aval alah noor upaa-i-aa
ਕੁਦਰਤਿ ਕੇ ਸਭ ਬੰਦੇ॥	kudrat kay sabh banday.
ਏਕ ਨੂਰ ਤੇ ਸਭੁ ਜਗੁ ਉਪਜਿਆ,	Ayk noor tay sabh jag upji-aa
ਕਉਨ ਭਲੇ ਕੋ ਮੰਦੇ॥੧॥	ka-un bhalay ko manday. ||1||

ਪ੍ਰਭ ਦੀ ਰੂਹਾਨੀ ਹੋਂਦ, ਨੂਰ ਵਿਚੋਂ ਹੀ ਸਾਰੀ ਸ੍ਰਿਸ਼ਟੀ ਉਤਪਤੀ ਹੋਈ ਹੈ । ਸਾਰੀ ਸ੍ਰਿਸ਼ਟੀ ਹੀ ਉਸ ਦੀ ਬਣਾਈ ਹੋਈ ਹੈ । ਉਹ ਕਿਵੇਂ ਕਿਸੇ ਨੂੰ ਚੰਗਾ ਜਾ ਕਿਸੇ ਨੂੰ ਬੁਰਾ ਬਣਾ ਸਕਦਾ ਹੈ, ਚੰਗਾ ਮੰਦਾ

ਆਪਣੇ ਦਿਲ ਦਾ ਭਰਮ ਹੀ ਹੈ । ਪ੍ਰਭ ਕੋਈ ਮੂਰਤ ਬੁਰੀ ਨਹੀਂ ਬਣਾਉਂਦਾ । ਜੋ ਕੁਝ ਵੀ ਕਰਦਾ ਹੈ, ਇਸ ਦਾ ਖਾਸ ਕਾਰਨ ਹੁੰਦਾ ਹੈ ।

His Spiritual glory and His existence are an astonishing. All universes and all creatures are expansion of His Holy Spirit and part of The Holy spirit. How can He make someone good and other as bad? All good and bad are the suspicions, thoughts fabricated by greedy mind. He never makes any shape ugly. There is always a unique reason for each and every creation, creature

3. Guru Ram Das Ji – Page 168

ਜਿਸੁ ਮਿਲਿਐ ਮਨਿ ਹੋਇ ਅਨੰਦੁ,	jis mili-ai man ho-ay anand
ਸੋ ਸਤਿਗੁਰੁ ਕਹੀਐ॥	so satgur kahee-ai.
ਮਨ ਕੀ ਦੁਬਿਧਾ ਬਿਨਸਿ ਜਾਇ,	man kee dubiDhaa binas jaa-ay
ਹਰਿ ਪਰਮ ਪਦੁ ਲਹੀਐ॥੧॥	har param pad lahee-ai. ‖1‖

ਜਿਸ ਦਾ ਸੰਜੋਗ ਕਰਨ, ਮਿਲੱਣ ਨਾਲ ਮਨ ਵਿੱਚ ਅਨੰਦ ਆਉਂਦਾ ਹੈ । ਉਸ ਹੀ ਸਦਾ ਰਹਿਣ ਵਾਲਾ ਗੁਰੂ, ਪ੍ਰਭ ਦਾ ਰੂਪ ਹੁੰਦਾ ਹੈ । ਉਸ ਦੇ ਸੰਜੋਗ ਨਾਲ ਮਨ ਵਿਚੋਂ ਭਰਮ ਦੂਰ ਹੋ ਜਾਂਦੇ ਹਨ । ਮਨ ਵਿੱਚ ਉਤਮ ਅਵਸਥਾ ਅਨੁਭਵ ਹੋ ਜਾਂਦੀ ਹੈ ।

With the association of whom peace, harmony and blossom may prevail within mind, He is the evergreen True guru. By adopting His teachings, all suspicions may vanish from within his mind and His existence may be realized.

4. Guru Arjan Dev Ji - Page 507

ਰਾਜਨ ਮਹਿ ਤੂੰ ਰਾਜਾ ਕਹੀਅਹਿ	raajan meh tooN raajaa kahee-ahi
ਭੂਮਨ ਮਹਿ ਭੂਮਾ॥	bhooman meh bhoomaa.
ਠਾਕੁਰ ਮਹਿ ਠਕੁਰਾਈ ਤੇਰੀ	thaakur meh thakuraa-ee tayree
ਕੋਮਨ ਸਿਰਿ ਕੋਮਾ॥੧॥	koman sir komaa. ‖1‖

ਅਗਰ ਤੈਨੂੰ ਰਾਜਿਆਂ ਨਾਲ ਤੁਲਨਾ ਕਰਦਾ ਹਾ, ਤਾਂ ਤੂੰ ਸਭ ਤੋਂ ਮਹਾਨ, ਵੱਡਾ ਰਾਜ ਹੈ । ਅਗਰ ਜ਼ਮੀਨ ਦੇ ਮਾਲਕਾ ਨਾਲ ਤੁਲਨਾ ਕਰਦਾ ਹਾ, ਤਾਂ ਤੂੰ ਸਭ ਤੋਂ ਵੱਡਾ, ਜ਼ਮੀਨ ਦਾ ਮਾਲਕ ਹੈ । ਅਗਰ ਸਿਖਿਆ ਦੇਣ ਵਾਲਿਆ ਨਾਲ ਤੁਲਨਾ ਕਰਦਾ, ਤਾਂ ਤੂੰ ਸਭ ਤੋਂ ਵੱਡਾ ਸਿਖਿਆ ਦੇਣ ਵਾਲਾ ਹੈ । ਅਗਰ ਕਬੀਲੇ ਦੇ ਸਰਦਾਰਾਂ ਨਾਲ ਤੁਲਨਾ ਕਰਦਾ ਹਾ, ਤਾਂ ਤੂੰ ਸਭ ਤੋਂ ਵੱਡਾ ਮੁਖੀ ਹੈ ।

You are the greatest of All! If I compare You with, earthly rulers, landlords, worldly gurus You are the greatest of All. Worldly creatures are not comparable to Your greatness.

5. Guru Amar Das Ji - Page 797

ਆਪੇ ਗੁਰੁ ਚੇਲਾ ਹੈ,	aapay gur chaylaa hai aapay
ਆਪੇ ਆਪੇ ਗੁਣੀ ਨਿਧਾਨਾ॥	aapay gunee niDhaanaa.
ਜਿਉ ਆਪਿ ਚਲਾਏ ਤਿਵੈ ਕੋਈ ਚਾਲੈ,	ji-o aap chalaa-ay tivai ko-ee chaalai
ਜਿਉ ਹਰਿ ਭਾਵੈ ਭਗਵਾਨਾ॥੩॥	ji-o har bhaavai bhagvaanaa. ‖3‖

ਪ੍ਰਭ ਤੂੰ ਆਪ ਹੀ ਉਹ ਮਾਲਕ, ਆਪ ਹੀ ਸੇਵਾ ਕਰਨ ਵਾਲਾ ਨਿਮਾਣਾ ਦਾਸ, ਆਪ ਹੀ ਸ਼ਬਦ ਦੀ ਸੋਝੀ ਦਾ ਖਜ਼ਾਨਾ ਹੈ । ਜਿਸ ਕੰਮ ਤੇ ਤੂੰ ਕਿਸੇ ਜੀਵ ਨੂੰ ਲਾਉਂਦਾ ਹੈ, ਧੰਦਾ ਸੌਂਪਦਾ ਹੈ । ਤੇਰੇ ਭਾਣੇ ਨਾਲ ਉਹ ਹੀ ਕੰਮ ਕਰ ਸਕਦਾ ਹੈ ।

You are The Master of the universe and Your grace prevail in Your slave and You are the treasure of enlightenment of Your Word, of virtues. Whatsoever the task may be assigned to anyone with Your mercy and grace, he can only preform that task in the universe.

6. Guru Nanak Dev Ji - Page 25

ਆਪੇ ਨੇੜੈ ਦੂਰਿ ਆਪੇ ਹੀ,	aapay nayrhai door aapay hee
ਆਪੇ ਮੰਝਿ ਮਿਆਨੋੁ॥	aapay manjh mi-aano.
ਆਪੇ ਵੇਖੈ ਸੁਣੇ ਆਪੇ ਹੀ,	aapay vaykhai sunay aapay hee
ਕੁਦਰਤਿ ਕਰੇ ਜਹਾਨੋੁ॥	kudrat karay jahaano.
ਜੋ ਤਿਸੁ ਭਾਵੈ ਨਾਨਕਾ,	jo tis bhaavai naankaa
ਹੁਕਮੁ ਸੋਈ ਪਰਵਾਨੋੁ॥੪॥31॥	hukam so-ee parvaano. ||4||31||

ਆਪ ਹੀ ਕਿਸੇ ਦੇ ਨੇੜੇ ਆ ਜਾਂਦਾ ਹੈ ਅਤੇ ਆਪ ਹੀ ਆਪਣੇ ਤੋਂ ਦੂਰ ਕਰ ਦੇਂਦਾ ਹੈ । ਆਪ ਹੀ ਜੀਵ ਤੋਂ ਸਿਮਰਨ ਕਰਵਾਉਂਦਾ ਹੈ, ਆਪ ਹੀ ਸੁਣਦਾ ਹੈ । ਆਪ ਹੀ ਸ੍ਰਿਸ਼ਟੀ ਪੈਦਾ ਕਰਦਾ ਹੈ ਅਤੇ ਆਪ ਹੀ ਤਾਕਤ ਬਖਸ਼ਦਾ ਹੈ । ਆਪਣੇ ਜੀਵ ਤੇ ਰਹਿਮਤ ਬਖਸ਼ੋ! ਤੇਰੇ ਭਾਣੇ ਨੂੰ ਮੰਨਕੇ ਆਪਣਾ ਜੀਵਨ ਸ਼ਬਦ ਨਾਲ ਢਾਲ ਲਵਾ ।

God Himself brings someone near or push someone away from Him. With His mercy and grace may attach His devotee to obey and sing the glory of His Word. Himself listens to His own praise. He bestows the power in soul, body of His creation. His true devotee only begs for His mercy and grace to be blessed with a devotion to obey His Word.

7. Guru Nanak Dev Ji - Page 61

ਭੁਲਣ ਅੰਦਰਿ ਸਭੁ ਕੋ,	bhulan andar sabh ko
ਅਭੁਲੁ ਗੁਰੂ ਕਰਤਾਰੁ॥	abhul guroo kartaar.
ਗੁਰਮਤਿ ਮਨੁ ਸਮਝਾਇਆ,	gurmat man samjhaa-i-aa
ਲਾਗਾ ਤਿਸੈ ਪਿਆਰੁ॥	laagaa tisai pi-aar.
ਨਾਨਕ ਸਾਚੁ ਨ ਵੀਸਰੈ,	naanak saach na veesrai
ਮੇਲੇ ਸਬਦੁ ਅਪਾਰੁ॥ ੮॥12॥	maylay sabad apaar. ||8||12||

ਜੀਵ ਦਿਨ ਰਾਤ, ਕਈ ਜਾਣਕੇ ਅਤੇ ਕਈ ਅਣਜਾਣੇ ਵਿੱਚ ਗਲਤੀਆਂ ਕਰਦਾ ਹੈ । ਪ੍ਰਭ ਕਦੇ ਗਲਤੀ ਨਹੀਂ ਕਰਦਾ, ਕਿਸੇ ਦਾ ਕੀਤਾ ਕਰਮ ਭੁਲਦਾ ਨਹੀਂ, ਫਲ ਜਰੂਰ ਬਖਸ਼ਦਾ ਹੈ । ਜਿਹੜਾ ਆਪਣਾ ਧਿਆਨ ਸ਼ਬਦ ਵਿੱਚ ਲਾਉਂਦਾ, ਰਹਿਮਤ ਬਖਸ਼ਿਸ਼ ਹੋ ਜਾਂਦੀ ਹੈ । ਪ੍ਰਭ ਦੇ ਸ਼ਬਦ ਨੂੰ ਕਦੇ ਮਨੋ ਨਾ ਵਸਾਰੋ! ਅਡੋਲ ਭਰੋਸੇ ਨਾਲ ਸ਼ਬਦ ਦੀ ਪਾਲਣਾ ਕਰਨ ਨਾਲ ਦਰਬਾਰ ਵਿੱਚ ਥਾਂ ਬਖਸ਼ਿਸ਼ ਹੋ ਸਕਦੀ ਹੈ ।

All creatures make mistakes in their life, some knowingly and some in ignorance. God never makes mistake, never forgets to reward any good deed. Whosoever may keep his focus on His Word, purpose of life, he may be blessed by His mercy and grace. Whosoever may never forget the memory of separation from Him, he may be blessed a place and acceptance in His Court.

8. Guru Amar Das Ji - Page 119

ਸਭਨਾ ਉਪਰਿ ਨਦਰਿ ਪ੍ਰਭ ਤੇਰੀ॥	sabhnaa upar nadar parabh tayree.
ਕਿਸੈ ਥੋੜੀ ਕਿਸੈ ਹੈ ਘਣੇਰੀ॥	kisai thorhee kisai hai ghanayree.
ਤੁਝ ਤੇ ਬਾਹਰਿ ਕਿਛੁ ਨ ਹੋਵੈ,	tujh tay baahar kichh na hovai
ਗੁਰਮੁਖਿ ਸੋਝੀ ਪਾਵਣਿਆ॥੩॥	gurmukh sojhee paavni-aa. ||3||

ਪ੍ਰਭ ਤੇਰੀ ਰਖਵਾਲੀ, ਰਹਿਮਤ ਦੀ ਨਜ਼ਰ ਸਾਰੇ ਜੀਵਾਂ ਉਪਰ ਹੀ ਹੈ । ਕਿਸੇ ਤੇ ਥੋੜ੍ਹੀ ਘੱਟ ਅਤੇ ਕਿਸੇ ਤੇ ਥੋੜ੍ਹੀ ਵਧ ਹੈ । ਤੇਰੇ ਕੀਤੇ ਤੋਂ ਬਿਨਾਂ ਸ੍ਰਿਸ਼ਟੀ ਵਿੱਚ ਕੁਝ ਵੀ ਨਹੀਂ ਹੋ ਸਕਦਾ । ਗੁਰਮਖ ਜੀਵ ਨੂੰ ਇਸ ਦੀ ਆਪ ਹੀ ਸੋਝੀ ਬਖਸ਼ਦਾ ਹੈ ।

Your mercy remains on all of your creation, without Your mercy no one may be alive or may do anything. Some may have little more mercy and others have little less. Nothing can happen in the universe without Your blessings. Your true devotee may be enlightened with this virtue, essence of Your nature.

9. Guru Angand Dev Ji - Page 148

ਮੰਤ੍ਰੀ ਹੋਇ ਅਠੂਹਿਆ,	mantree ho-ay athoohi-aa
ਨਾਗੀ ਲਗੈ ਜਾਇ॥	naagee lagai jaa-ay.
ਆਪਣ ਹਥੀ ਆਪਣੈ	aapan hathee aapnai
ਦੇ ਕੂਚਾ ਆਪੇ ਲਾਇ॥	day koochaa aapay laa-ay.
ਹੁਕਮੁ ਪਇਆ ਧੁਰਿ ਖਸਮ ਕਾ,	hukam pa-i-aa Dhur khasam kaa
ਅਤੀ ਹੁ ਧਕਾ ਖਾਇ॥	atee hoo Dhakaa khaa-ay.
ਗੁਰਮੁਖ ਸਿਉ ਮਨਮੁਖੁ ਅੜੈ,	gurmukh si-o manmukh arhai
ਡੁਬੈ ਹਕਿ ਨਿਆਇ॥	dubai hak ni-aa-ay.
ਦੁਹਾ ਸਿਰਿਆ ਆਪੇ ਖਸਮੁ,	duhaa siri-aa aapay khasam
ਵੇਖੈ ਕਰਿ ਵਿਉਪਾਇ॥	vaykhai kar vi-upaa-ay.
ਨਾਨਕ ਏਵੈ ਜਾਣੀਐ,	naanak ayvai jaanee-ai
ਸਭ ਕਿਛੁ ਤਿਸਹਿ ਰਜਾਇ॥੧॥	sabh kichh tiseh rajaa-ay. ||1||

ਸੱਪਾਂ ਦਾ ਖੇਲ ਕਰਵਾਉਣ ਵਾਲੇ ਜੋਗੀ ਆਪਣੇ ਹੱਥ ਨਾਲ ਹੀ ਸੱਪ ਦਾ ਜ਼ਹਿਰ ਵਾਲਾ ਡੰਗ ਕੱਢ ਲੈਂਦੇ ਹਨ । ਇਹ ਸਭ ਕੁਝ ਪ੍ਰਭ ਦੀ ਰਜ਼ਾ ਨਾਲ ਹੁੰਦਾ, ਸੱਪ ਨੂੰ ਗੁਲਾਮ ਬਣਾਇਆ ਜਾਂਦਾ ਹੈ । ਅਗਰ ਕੋਈ ਮਨਮੁਖ, ਗੁਰਮਖ ਨਾਲ ਝਗੜਾ ਕਰੇ, ਪ੍ਰਭ ਆਪ ਹੀ ਉਸ ਨੂੰ ਸਜ਼ਾ ਦੇਂਦਾ ਹੈ । ਸੰਸਾਰ ਵਿੱਚ ਅਤੇ ਮੌਤ ਤੋਂ ਪਿਛੋਂ ਦੋਨਾਂ ਥਾਂ ਤੇ ਅੰਤਰਜਾਮੀ ਪ੍ਰਭ ਆਪ ਹੀ ਵਾਪਰਦਾ ਹੈ । ਜੀਵ ਇਹ ਧਿਆਨ ਵਿੱਚ ਰੱਖੋ! ਸਭ ਕੁਝ ਆਪ ਹੀ ਕਰਦਾ, ਉਸ ਦਾ ਹੁਕਮ ਹੀ ਚਲਦਾ ਹੈ ।

The Yogi, who may show the play of a snake, he removes his poison sting by his hand. With His mercy and grace, he makes snake as a salve. If self-minded quarrel with His true devotee, God may teach him lesson! The Command of The True Master prevails at both places in universe and after death. One should always remember! The Word of The Omniscient True Master prevails all time, everywhere.

10. Guru Arjan Dev Ji – Page 130

ਪਹਿਲੋ ਦੇ ਤੈਂ ਰਿਜਕੁ ਸਮਾਹਾ॥
ਪਿਛੋ ਦੇ ਤੈਂ ਜੰਤੁ ਉਪਾਹਾ॥
ਤੁਧੁ ਜੇਵਡੁ ਦਾਤਾ ਅਵਰੁ ਨ ਸੁਆਮੀ,
ਲਵੈ ਨ ਕੋਈ ਲਾਵਣਿਆ॥੬॥

pahilo day taiN rijak samaahaa.
pichho day taiN jant upaahaa.
tuDh jayvad daataa avar na su-aamee
lavai na ko-ee laavani-aa. ||6||

ਜੀਵ ਨੂੰ ਪੈਦਾ ਕਰਨ ਤੋਂ ਪਹਿਲੇ ਹੀ , ਸਾਰੇ ਜੀਵਨ ਦੇ ਭੋਜਨ ਦਾ ਪ੍ਰਬੰਧ ਕਰਦਾ ਹੈ। ਫਿਰ ਹੀ ਤੂੰ ਉਸ ਜੀਵ ਨੂੰ ਇਸ ਸ੍ਰਿਸ਼ਟੀ ਵਿੱਚ ਪੈਦਾ ਕਰਦਾ ਹੈ । ਪ੍ਰਭ ਤੇਰੇ ਤੋਂ ਵੱਡਾ ਜੀਵਾਂ ਨੂੰ ਦਾਤਾਂ, ਬਖਸ਼ਿਸ਼ਾਂ ਦੇਣ ਵਾਲ ਹੋਰ ਕੋਈ ਨਹੀਂ ਹੈ । ਕੋਈ ਸੰਸਾਰਕ ਦਾਤਾ, ਗੁਰੂ, ਪੀਰ ਤੇਰੇ ਤੁਲ ਨਹੀਂ ਹੈ ।

You arrange the nourishment and safety of Your creature before giving birth to a new born. No one else is equal or greater than You to give charity to others, without desire for any reward. No worldly guru, Holy saint may be comparable to Your greatness.

11. Guru Amar Das Ji – Page 162

ਇਸਤਰੀ ਪੁਰਖ ਹੋਇ ਕੈ,
ਕਿਆ ਓਇ ਕਰਮ ਕਮਾਹੀ॥
ਨਾਨਾ ਰੂਪ ਸਦਾ ਹਹਿ ਤੇਰੇ,
ਤੁਝ ਹੀ ਮਾਹਿ ਸਮਾਹੀ॥੨॥

istaree purakh ho-ay kai
ki-aa o-ay karam kamaahee.
naanaa roop sadaa heh tayray
tujh hee maahi samaahee. ||2||

ਕੋਈ ਨਾਰੀ ਜਾ ਪੁਰਖ ਆਪ ਕੀ ਕਰ ਸਕਦੇ ਹਨ? ਸਭ ਤੇਰੇ ਹੀ ਵੱਖਰੇ ਵੱਖਰੇ ਰੂਪ ਹਨ ਅਤੇ ਤੇਰੇ ਵਿੱਚ ਹੀ ਸਮਾ ਜਾਂਦੇ ਹਨ ।

What may any man or woman accomplish or under his/her control? All are Your forms, creations and born out of Your spirit and may be absorbed in The Holy Spirit after death.

12. Guru Amar Das Ji – Page 162

ਇਸਤਰੀ ਪੁਰਖ ਹੋਇ ਕੈ,
ਕਿਆ ਓਇ ਕਰਮ ਕਮਾਹੀ॥
ਨਾਨਾ ਰੂਪ ਸਦਾ ਹਹਿ ਤੇਰੇ,
ਤੁਝ ਹੀ ਮਾਹਿ ਸਮਾਹੀ॥੨॥

istaree purakh ho-ay kai
ki-aa o-ay karam kamaahee.
naanaa roop sadaa heh tayray
tujh hee maahi samaahee. ||2||

ਕੋਈ ਨਾਰੀ ਜਾ ਪੁਰਖ ਆਪ ਕੀ ਕਰ ਸਕਦੇ ਹਨ? ਸਭ ਤੇਰੇ ਹੀ ਵੱਖਰੇ ਵੱਖਰੇ ਰੂਪ ਹਨ ਅਤੇ ਤੇਰੇ ਵਿੱਚ ਹੀ ਸਮਾ ਜਾਂਦੇ ਹਨ ।

What may any man or woman accomplish or under his/her control? All are Your forms, creations and born out of Your spirit and may be absorbed in The Holy Spirit after death.

13. Guru Arjan Dev Ji - Page 211

ਬਾਰਨੈ ਬਲਿਹਾਰਨੈ ਲਖ ਬਰੀਆ॥	baarnai balihaarnai lakh baree-aa.
ਨਾਮੋ ਹੋ ਨਾਮੁ ਸਾਹਿਬ ਕੋ	naamo ho naam saahib ko
ਪ੍ਰਾਨ ਅਧਰੀਆ॥੧॥ ਰਹਾਉ॥	paraan aDhree-aa. ‖1‖ rahaa-o.

ਪ੍ਰਭ ਤੋਂ ਲਖ ਵਾਰੀ ਕੁਰਬਾਨ ਜਾਵਾਂ । ਕੇਵਲ ਪ੍ਰਭ ਦਾ ਸ਼ਬਦ ਹੀ ਸਵਾਸਾਂ ਦਾ ਅਸਲੀ ਆਸਰਾ, ਓਟ ਹੈ ।

I remain fascinated from His nature! His Word is the sole support of breath of His creation.

14. Guru Arjan Dev Ji - Page 211

ਕਰਨ ਕਰਾਵਨ ਤੁਹੀ ਏਕ॥	karan karaavan tuhee ayk.
ਜੀਅ ਜੰਤ ਕੀ ਤੁਹੀ ਟੇਕ॥੧॥	jee-a jant kee tuhee tayk. ‖1‖

ਪ੍ਰਭ ਸਭ ਕੁਝ ਕਰਨ ਕਰਾਉਣ ਵਾਲਾ ਕੇਵਲ ਇੱਕੋ ਇੱਕ ਤੂੰ ਹੀ ਹੈ । ਸਾਰੀ ਸ੍ਰਿਸ਼ਟੀ ਦੇ ਜੀਵ ਹੀ ਤੇਰੇ ਆਸਰੇ ਤੇ ਸ੍ਰਿਸ਼ਟੀਆਂ ਵਿੱਚ ਜੀਵਨ ਬਤੀਤ ਕਰਦੇ ਹਨ ।

The One and Only One, Omnipotent capable to do everything. All creatures of the universe live their life by Your support.

15. Guru Arjan Dev Ji - Page 211

ਰਾਜ ਜੋਬਨ ਪ੍ਰਭ ਤੂੰ ਧਨੀ॥	raaj joban parabh tooN Dhanee.
ਤੂੰ ਨਿਰਗੁਨ ਤੂੰ ਸਰਗੁਨੀ॥੨॥	tooN nirgun tooN sargunee. ‖2‖

ਪ੍ਰਭ ਤੂੰ ਹੀ ਮੇਰੀ ਜਵਾਨੀ, ਸੁੰਦਰਤਾ, ਸ਼ਕਤੀ, ਤਾਕਤ, ਬਲ ਹੈ । ਤੇਰੇ ਵਿੱਚ ਕੋਈ ਦਾਗ਼, ਕਮੀ ਨਹੀਂ, ਤੂੰ ਪੂਰਨ ਪਵਿਤ੍ਰ ਹੈ । ਕੋਈ ਮੋਹ ਨਹੀਂ, ਕੁਝ ਪਾਉਣ ਦੀ ਇੱਛਾ ਨਹੀਂ, ਪੂਰਨ ਇੱਛਾਂ ਰਹਿਤ ਹੈ ।

You bless Your creation with beauty, color, power, wisdom, and capability to do some deeds. You have no blemish, deficiency, attachment, bond, desire to be paid back. You are absolutely desireless.

16. Guru Arjan Dev Ji - Page 211

ਈਹਾ ਊਹਾ ਤੁਮ ਰਖੇ॥	eehaa oohaa tum rakhay.
ਗੁਰ ਕਿਰਪਾ ਤੇ ਕੋ ਲਖੇ॥੩॥	gur kirpaa tay ko lakhay. ‖3‖

ਜੀਵ ਦੀ ਰਖਿਆ ਸੰਸਾਰ ਵਿੱਚ ਅਤੇ ਮੌਤ ਪਿਛੇ ਵੀ ਤੂੰ ਹੀ ਕਰਦਾ ਹੈ, ਤੇਰੀ ਰਹਿਮਤ ਨਾਲ ਹੀ ਜੀਵ ਨੂੰ ਇਸ ਦੀ ਸੋਝੀ ਹੁੰਦੀ ਹੈ ।

You are the protector of Your creation, in universe and also after death. With Your mercy and grace; Your devotee may be enlightened with the essence of Your nature.

17. Guru Arjan Dev Ji- Page 211

ਅੰਤਰਜਾਮੀ ਪ੍ਰਭ ਸੁਜਾਨੁ॥	antarjaamee parabh sujaan.
ਨਾਨਕ ਤਕੀਆ ਤੁਹੀ ਤਾਣੁ॥	naanak takee-aa tuhee taan.
੪॥੫॥੧੪੩॥	‖4‖5‖143‖

ਪ੍ਰਭ ਸਾਰੇ ਦਿਲਾ ਦੀ ਅਵਸਥਾ ਦਾ ਅੰਤਰਜਾਮੀ ਹੈ । ਬੰਦਗੀ ਕਰਨ ਵਾਲਿਆਂ ਦੇ ਸਵਾਸਾਂ ਦਾ ਆਸਰਾ, ਤਾਕਤ ਬਣਿਆ ਰਹਿੰਦਾ ਹੈ ।

The Omniscient God knows the state of mind of all His creation all time. He is the support of breath, strength and purpose of life of His devotee.

18. Guru Arjan Dev Ji - Page 258

ਮਮਾ ਮਾਗਨਹਾਰ ਇਆਨਾ॥	mamaa maaganhaar i-aanaa.
ਦੇਨਹਾਰ ਦੇ ਰਹਿਓ ਸੁਜਾਨਾ॥	daynhaar day rahi-o sujaanaa.
ਜੋ ਦੀਨੋ ਸੋ ਏਕਹਿ ਬਾਰ॥	jo deeno so aykeh baar.
ਮਨ ਮੂਰਖ ਕਹ ਕਰਹਿ ਪੁਕਾਰ॥	man moorakh kah karahi pukaar.
ਜਉ ਮਾਗਹਿ ਤਉ ਮਾਗਹਿ ਬੀਆ॥	ja-o maageh ta-o maageh bee-aa.
ਜਾ ਤੇ ਕੁਸਲ ਨ ਕਾਹੂ ਥੀਆ॥	jaa tay kusal na kaahoo thee-aa.
ਮਾਗਨਿ ਮਾਗ ਤ ਏਕਹਿ ਮਾਗ॥	maagan maag ta aykeh maag.
ਨਾਨਕ ਜਾ ਤੇ ਪਰਹਿ ਪਰਾਗ॥੪੧॥	naanak jaa tay pareh paraag. ‖41‖

ਮੰਗਣਵਾਲਾ ਮਾਨਸ ਅਗਿਆਨੀ, ਅਣਜਾਣ ਹੈ । ਉਹ ਨਹੀਂ ਜਾਣਦਾ, ਕਿ ਪ੍ਰਭ ਜੀਵ ਦੀਆਂ ਸਭ ਇੱਛਾਂ ਜਾਣਦਾ, ਸਦਾ ਹੀ ਦਾਤਾਂ ਬਖਸ਼ਦਾ ਰਹਿੰਦਾ ਹੈ । ਜੀਵ ਨੂੰ ਇੱਕ ਬਾਰ ਜਨਮ ਲੈਣ ਤੇ ਹੀ ਸਭ ਦਾਤਾਂ ਬਖਸ਼ ਦੇਂਦਾ ਹੈ । ਮੂਰਖ, ਅਗਿਆਨੀ ਮਨ, ਤੂੰ ਕਿਉਂ ਰੋਸ ਕਰਦਾ ਹੈ? ਹਮੇਸ਼ਾ ਸੰਸਾਰਕ ਮਾਇਆ, ਸੁਖ ਹੀ ਮੰਗਦਾ, ਅਰਦਾਸ ਕਰਦਾ ਹੈ । ਸੰਸਾਰਕ ਮਾਇਆ ਨਾਲ ਥੋੜ੍ਹਾ ਸਮਾਂ ਰਹਿਣ ਵਾਲਾ ਅਨੰਦ ਮਿਲਦਾ, ਸਦਾ ਰਹਿਣ ਵਾਲਾ ਸੰਤੋਖ, ਨਹੀਂ ਮਿਲਦਾ । ਪ੍ਰਭ ਦੀ ਪ੍ਰਵਾਨਗੀ ਦੇ ਰਸਤੇ ਤੇ ਅਡੋਲ ਨਹੀਂ ਹੋਇਆ ਜਾ ਸਕਦਾ । ਅਗਰ ਤੇਰੇ ਮਨ ਵਿੱਚ ਕੁਝ ਮੰਗਣ ਦੀ ਇੱਛਾਂ ਹੈ, ਤਾਂ ਪ੍ਰਭ ਦੀ ਸ਼ਰਣ ਵਿੱਚ ਪਨਾਹ ਮੰਗੋ, ਰਹਿਮਤ ਮੰਗੋ ! ਉਹ ਜੂੰਨਾਂ ਦਾ ਚੱਕਰ ਖਤਮ ਕਰ ਦੇਵੇ !

All worldly creatures are ignorant beggars! They are not enlightened to know that The Omniscient True Master already knows all their desires and needs. He blesses His creature once for all at the time of birth. Ignorant human, why are you displeased, disappointed with His blessings? You always beg for worldly wealth that may provide comfort for a short period of time and may not provide you with everlasting contentment. The wealth of His Word may provide a comfort forever. If you have a desire to beg! You should only beg for His sanctuary that may eliminate your cycle of birth and death.

19. Guru Arjan Dev Ji - Page 279

ਆਪਿ ਉਪਦੇਸੈ, ਸਮਝੈ ਆਪਿ॥	aap updaysai samjhai aap.
ਆਪੇ ਰਚਿਆ, ਸਭ ਕੈ ਸਾਥਿ॥	aapay rachi-aa sabh kai saath.
ਆਪਿ ਕੀਨੋ, ਆਪਨ ਬਿਸਥਾਰੁ॥	aap keeno aapan bisthaar.
ਸਭੁ ਕਛੁ ਉਸ ਕਾ, ਓਹੁ ਕਰਨੈਹਾਰੁ॥	sabh kachh us kaa oh karnaihaar.
ਉਸ ਤੇ ਭਿੰਨ, ਕਹਹੁ ਕਿਛੁ ਹੋਇ॥	us tay bhinn kahhu kichh ho-ay.
ਥਾਨ ਥਨਤਰਿ, ਏਕੈ ਸੋਇ॥	thaan thanantar aykai so-ay.
ਅਪੁਨੇ ਚਲਿਤ, ਆਪਿ ਕਰਣੈਹਾਰ॥	apunay chalit aap karnaihaar.
ਕਉਤਕ ਕਰੈ, ਰੰਗ ਆਪਾਰ॥	ka-utak karai rang aapaar.
ਮਨ ਮਹਿ ਆਪਿ, ਮਨ ਅਪੁਨੇ ਮਾਹਿ॥	man meh aap man apunay maahi.
ਨਾਨਕ ਕੀਮਤਿ, ਕਹਨੁ ਨ ਜਾਇ॥੭॥	naanak keemat kahan na jaa-ay. ‖7‖

ਪ੍ਰਭ ਆਪ ਹੀ ਉਪਦੇਸ਼ ਦੇਂਦਾ ਹੈ ਅਤੇ ਆਪ ਹੀ ਜੀਵ ਵਿੱਚ ਵਸਦਾ ਹੈ । ਆਪ ਹੀ ਉਪਦੇਸ਼ ਸਮਝਦਾ ਹੈ, ਉਹ ਜੀਵ ਨਾਲ ਮਿਲਕੇ ਚਲਦਾ ਹੈ, ਰਚਿਆ ਹੋਇਆ ਹੈ । ਉਸ ਨੇ ਆਪਣੇ ਆਪ ਨੂੰ ਹੀ ਪਸਾਰੀਆ ਹੈ, ਉਹ ਸਭ ਵਿੱਚ ਵਸਦਾ ਹੈ । ਸਭ ਕੁਝ ਆਪ ਹੀ ਕਰਦਾ ਹੈ, ਸਿਰਜਨਹਾਰਾ ਹੈ । ਉਹ ਵੱਖਰੇ ਵੱਖਰੇ ਕਰਤਬ ਆਪ ਕਰਦਾ ਹੈ, ਉਸ ਤੋਂ ਬਿਨਾਂ ਕੋਈ ਕਰਤਬ ਨਹੀਂ ਹੋ ਸਕਦਾ । ਸਭ ਕੁਝ ਆਪ ਹੀ ਕਰਦਾ ਹੈ, ਹਰ ਥਾਂ ਤੇ ਆਪ ਹੀ ਹਾਜ਼ਰਾ ਹਜ਼ੂਰ ਹੈ । ਆਪਣੇ ਕਰਤਬ, ਕਰਾਮਾਤਾਂ ਆਪ ਹੀ ਕਰਦਾ ਹੈ, ਕਰਮਾਤਾਂ ਦਾ ਕੋਈ ਅੰਤ ਨਹੀਂ ਆਉਂਦਾ, ਨਹੀਂ ਹੁੰਦਾ । ਉਹ ਜੀਵ ਦੇ ਮਨ ਵਿੱਚ ਆਪ ਵਸਦਾ ਹੈ ਅਤੇ ਆਪ ਹੀ ਉਸ ਜੀਵ ਦਾ ਮਨ ਵੀ ਹੈ । ਉਸ ਦੀ ਅਣਮੋਲ ਦਾਤ ਦੀ ਕੀਮਤ ਦਾ ਅੰਦਾਜ਼ਾ ਨਹੀਂ ਲਾਇਆ ਜਾ ਸਕਦਾ ।

He blesses His Word, sermon and dwells within body and heart of creature. Only He may comprehend the essence of His Word and remains a true companion of the soul in all functions. His creation is an expansion of His Holy Spirit and embedded in each and every mind and body. The True Creator prevails in each and every event. The Omnipresent True Master performs various tasks, miracles, no one else may be able to do anything. Only He knows His miracles and there are no limits of any of His actions. He remains embedded in the minds of His creation and Himself is the mind. The true value of His blessings remains beyond the imagination of His creation.

20. Guru Arjan Dev Ji – Page 250

ਨਿਰੰਕਾਰ ਆਕਾਰ ਆਪਿ	nirankaar aakaar aap
ਨਿਰਗੁਨ ਸਰਗੁਨ ਏਕ॥	nirgun sargun ayk.
ਏਕਹਿ ਏਕ ਬਖਾਨਨੋ	aykeh ayk bakhaanano
ਨਾਨਕ ਏਕ ਅਨੇਕ॥੧॥	naanak ayk anayk. ||1||

ਅਕਾਰ ਰਹਿਤ ਪ੍ਰਭ ਕਿਸੇ ਵੀ ਅਕਾਰ ਵਿੱਚ ਪ੍ਰਗਟ ਹੋ ਸਕਦਾ ਹੈ । ਤੇਰੇ ਵਿੱਚ ਕੋਈ ਅਉਗੁਣ ਨਹੀਂ, ਮੈਲ ਨਹੀਂ, ਪਵਿਤ੍ਰ ਹੈ । ਪ੍ਰਭ ਨੂੰ ਇੱਕੋ ਇੱਕ ਦੇ ਨਾਮ ਨਾਲ ਹੀ ਸੰਬੋਧਨ ਕਰੋ! ਵਖਿਆਣ ਕਰੋ! ਉਹ ਕੇਵਲ ਇੱਕੋ ਇੱਕ ਹੈ, ਅਨੇਕਾਂ ਅਕਾਰਾਂ ਵਿੱਚ ਪ੍ਰਗਟ ਹੋ ਸਕਦਾ ਹੈ । ਅਨੇਕਾਂ ਹੀ ਨਾਮਾਂ ਨਾਲ ਜਾਣਿਆ ਜਾਂਦਾ ਹੈ, ਜਾ ਸਕਦਾ ਹੈ ।

Formless God may appear in anything, any creature by His own mercy and grace. He has no blemish and perfectly sanctified. He may be addressed as The One and Only One, True Master. The One and Only One may appear in various forms. He may be known with many names with love and devotion by worldly creatures.

21. Guru Arjan Dev Ji - Page 285

ਆਦਿ ਸਚੁ, ਜੁਗਾਦਿ ਸਚੁ॥	aad sach jugaad sach.
ਹੈ ਭਿ ਸਚੁ, ਨਾਨਕ, ਹੋਸੀ ਭਿ, ਸਚੁ॥੧॥	hai bhe sach naanak hosee bhe sach.

ਉਹ ਅਟੱਲ (ਸਚੁ) ਪ੍ਰਮਾਤਮਾ, ਰੱਬ, ਜਿਹੜਾ ਸ੍ਰਿਸ਼ਟੀ ਦੀ ਉਤਪਤੀ ਤੋਂ ਪਹਿਲੇ ਵੀ ਮੌਜੂਦ ਸੀ । ਸ੍ਰਿਸ਼ਟੀ ਦੀ ਉਤਪਤੀ, ਸਿਰਜਨ ਤੇ ਵੀ ਮੌਜੂਦ ਹੈ ਅਤੇ ਹੁਣ ਵੀ ਮੌਜੂਦ ਹੈ । ਸ੍ਰਿਸ਼ਟੀ ਤੋਂ ਪਿਛੋਂ ਵੀ ਉਹ ਅਟੱਲ ਮੌਜੂਦ ਰਹੇਗਾ ।

God was axiom before the creation of universes and is axiom now in present and will remain same after the universe may be vanished. God is, was and will be unchanged stable unaffected by anything.

22. Guru Arjan Dev Ji – Page 276

ਕਰਣ ਕਾਰਣ ਪ੍ਰਭੁ ਏਕੁ ਹੈ, karan kaaran parabh ayk hai
ਦੂਸਰ ਨਾਹੀ ਕੋਇ॥ doosar naahee ko-ay.
ਨਾਨਕ ਤਿਸੁ ਬਲਿਹਾਰਣੈ, naanak tis balihaarnai
ਜਲਿ ਥਲਿ ਮਹੀਅਲਿ ਸੋਇ॥੧॥ jal thal mahee-al so-ay. ||1||

ਇੱਕੋ ਇੱਕ ਅਟੱਲ ਹੌਂਦ, ਪ੍ਰਭ ਹੀ ਸਭ ਕੁਝ ਕਰਨ ਵਾਲਾ ਹੈ । ਉਹ ਆਪ ਹੀ ਕਰਤਾ ਹੈ ਆਪ ਹੀ ਕਾਰਨ ਹੈ, ਹੋਰ ਦੂਸਰਾ ਕੋਈ ਨਹੀਂ ਹੈ । ਉਸ ਨੂੰ ਆਪਣਾ ਧੰਦਾ ਸੰਭਾਲਣ ਲਈ ਕਿਸੇ ਦੀ ਮਦਦ ਦੀ ਲੋੜ ਨਹੀਂ ਹੁੰਦੀ । ਅਟੱਲ ਹੌਂਦ, ਪ੍ਰਭ ਜਲ, ਥਲ, ਅਕਾਸ਼, ਪਤਾਲ ਵਿੱਚ ਆਪ ਹੀ ਵਾਪਰਦਾ ਹੈ । ਉਸ ਤੋਂ ਆਪਣੇ ਆਪ ਨੂੰ ਕੁਰਬਾਨ ਕਰੋ! ਉਸ ਦੇ ਅਚੰਭੇ ਕਰਤਬਾਂ ਨੂੰ ਜਾਣਕੇ, ' ਹਿਰਦੇ ਵਿੱਚ ਸਿਮਰਨ ਕਰੋ ।

The One and Only One, Omnipotent God has the power to do everything. No one else can do anything. He does not need any help, support to perform His functions, blessings. He is omnipresent in water, on earth, under earth and on sky and Himself performs all actions. One should remember His astonishing nature and worship with steady and stable belief on His blessings.

23. Guru Nanak Dev Ji - Page 412

ਜਿਨਿ ਧਰ ਸਾਜੀ ਗਗਨੁ ਅਕਾਸੁ॥ jin Dhar saajee gagan akaas.
ਜਿਨਿ ਸਭ ਥਾਪੀ ਥਾਪਿ ਉਥਾਪਿ॥ jin sabh thaapee thaap uthaap.
ਸਰਬ ਨਿਰੰਤਰਿ ਆਪੇ ਆਪਿ॥ sarab nirantar aapay aap.
ਕਿਸੈ ਨ ਪੂਛੇ ਬਖਸੇ ਆਪਿ॥੪॥ kisai na poochhay bakhsay aap. ||4||

ਜਿਹੜੇ ਪ੍ਰਭ ਨੇ ਤਿੰਨਾਂ ਸ੍ਰਿਸ਼ਟੀਆਂ ਬਣਾਈਆਂ ਹਨ, ਉਹ ਹੀ ਜੀਵਾਂ ਨੂੰ ਜਨਮ ਅਤੇ ਮੌਤ ਦੇਂਦਾ ਹੈ । ਹਰਇੱਕ ਜੀਵ ਦੇ ਅੰਦਰ ਵਸਦਾ, ਵਾਪਰਦਾ, ਰਹਿਮਤਾਂ ਬਖਸ਼ਦਾ ਹੈ । ਉਹ ਆਪਣਾ ਭਾਉਦਾ ਹੀ ਕਰਦਾ ਹੈ, ਕਿਸੇ ਦੀ ਸਲਾਹ ਨਹੀਂ ਲੈਂਦਾ ।

The true Creator of all three universes, also gives birth and death to all creatures? He dwells in each and every heart. He blesses all His creations. Everything happens with His mercy and grace and He does not seek any counselling from anyone.

24. Guru Arjan Dev Ji - Page 496

ਮਤਾ ਕਰੈ ਪਛਮ ਕੈ ਤਾਈ, mataa karai pachham kai taa-ee
ਪੂਰਬ ਹੀ ਲੈ ਜਾਤ॥ poorab hee lai jaat.
ਖਿਨ ਮਹਿ ਥਾਪਿ ਉਥਾਪਨਹਾਰਾ, khin meh thaap uthaapanhaaraa
ਆਪਨ ਹਾਥਿ ਮਤਾਤ॥੧॥ aapan haath mataat. ||1||

ਜੀਵ ਦਾ ਮਨ ਕੁਝ ਹੋਰ ਕੰਮ ਕਰਨ ਦੀ ਸੋਚਦਾ ਹੈ । ਪਰ ਮਨ ਉਸ ਦੇ ਧਿਆਨ ਨੂੰ ਹੋਰ ਪਾਸੇ ਲਾ ਦੈਂਦਾ ਹੈ । ਪ੍ਰਭ ਇੱਕ ਪਲ ਵਿੱਚ ਹੀ ਜੀਵ ਨੂੰ ਪੈਦਾ ਕਰਦਾ, ਪਲ ਵਿੱਚ ਹੀ ਮੌਤ ਬਖਸ਼ਦਾ ਹੈ । ਸਾਰਾ ਖੇਲ ਉਸ ਦੇ ਹੁਕਮ ਅੰਦਰ ਹੀ ਹੁੰਦਾ ਹੈ ।

Creature may think to do something good for soul, however, his mind may divert the attention to different task. In a twinkle of eyes, God may give birth or death to any creature. The whole play or the universe has been created with His own blessings.

25. Guru Amar Das Ji – Page 548

ਸਿਫਤਿ ਖਜਾਨਾ ਬਖਸ ਹੈ,	sifat khajaanaa bakhas hai
ਜਿਸੁ ਬਖਸੈ ਸੋ ਖਰਚੈ ਖਾਇ॥	jis bakhsai so kharchai khaa-ay.
ਸਤਿਗੁਰ ਬਿਨੁ ਹਥਿ ਨ ਆਵਈ,	satgur bin hath na aavee
ਸਭ ਥਕੇ ਕਰਮ ਕਮਾਇ॥	sabh thakay karam kamaa-ay.
ਨਾਨਕ ਮਨਮੁਖੁ ਜਗਤੁ ਧਨਹੀਣੁ ਹੈ,	naanak manmukh jagat Dhanheen hai
ਅਗੈ ਭੁਖਾ ਕਿ ਖਾਇ॥੨॥	agai bhukhaa ke khaa-ay. ‖2‖

ਪ੍ਰਭ ਦੇ ਸ਼ਬਦ ਦੀ ਸੋਝੀ, ਗਿਆਨ ਦਾ ਖਜ਼ਾਨਾ ਅਮੋਲਕ, ਬੇਅੰਤ ਹੈ । ਜਿਸ ਤੇ ਪ੍ਰਭ ਆਪ ਰਹਿਮਤ ਬਖਸ਼ਦਾ ਹੈ, ਕੇਵਲ ਉਹ ਹੀ ਇਸ ਗਿਆਨ ਨੂੰ ਵਰਤ ਸਕਦਾ ਹੈ । ਪ੍ਰਭ ਦੀ ਰਹਿਮਤ ਤੋਂ ਬਿਨਾਂ ਸ਼ਬਦ ਦੀ ਸੋਝੀ ਨਹੀਂ ਹੁੰਦੀ । ਸੰਸਾਰਕ ਜੀਵ ਧਰਮ ਦੇ ਰੀਤ ਰੀਵਾਜ ਕਰਦੇ ਬੇਚਾਰ ਹੋ ਜਾਂਦੇ ਹਨ । ਮਨਮੁਖ ਜੀਵ ਕੋਲ ਸ਼ਬਦ ਦੀ ਕਮਾਈ ਨਹੀਂ ਹੁੰਦੀ । ਮੌਤ ਤੋਂ ਪਿਛੋਂ ਉਸ ਦੇ ਪਲੇ ਕੁਝ ਵੀ ਨਹੀਂ ਹੁੰਦਾ । ਉਹ ਆਪਣੀ ਇੱਛਾਂ ਦੀ ਭੁੱਖ ਕਿਵੇਂ ਮਿਟਾ ਸਕਦਾ ਹੈ?

The treasure of the teachings of His Word is never ending, without any limits. Only with His mercy and grace! Anyone may utilize the wealth of His treasure. Without His mercy and grace, no one may be enlightened, fully comprehends the teachings of His Word. Worldly human becomes desperate by following religious rituals. Self-minded does not collect the wealth of His Word and have no virtue after death. How may he quench his hunger of desires?

26. Guru Nanak Dev Ji - Page 765

ਆਪਿ ਕਰੇ ਕਿਸੁ ਆਖੀਐ,	aap karay kis aakhee-ai
ਹੋਰੁ ਕਰੇ ਨ ਕੋਈ॥	hor karay na ko-ee.
ਆਖਣ ਤਾ ਕਉ ਜਾਈਐ,	aakhan taa ka-o jaa-ee-ai
ਜੇ ਭੂਲੜਾ ਹੋਈ॥	jay bhoolrhaa ho-ee.
ਜੇ ਹੋਇ ਭੂਲਾ ਜਾਇ ਕਹੀਐ,	jay ho-ay bhoolaa jaa-ay kahee-ai
ਆਪਿ ਕਰਤਾ ਕਿਉ ਭੁਲੈ॥	aap kartaa ki-o bhulai.
ਸੁਣੇ ਦੇਖੇ ਬਾਝੁ ਕਹਿਐ,	sunay daykhay baajh kahi-ai
ਦਾਨੁ ਅਣਮੰਗਿਆ ਦਿਵੈ॥	daan anmangi-aa divai.
ਦਾਨੁ ਦੇਇ ਦਾਤਾ ਜਗਿ ਬਿਧਾਤਾ,	daan day-ay daataa jag biDhaataa
ਨਾਨਕਾ ਸਚੁ ਸੋਈ॥	naankaa sach so-ee.
ਆਪਿ ਕਰੇ ਕਿਸੁ ਆਖੀਐ,	aap karay kis aakhee-ai
ਹੋਰੁ ਕਰੇ ਨ ਕੋਈ॥੪॥੧ ॥੪॥	hor karay na ko-ee. ‖4‖1‖4‖

ਪ੍ਰਭ ਆਪ ਹੀ ਸਾਰੇ ਕੰਮ ਕਰਦਾ, ਸਭ ਚੰਗਾ, ਮੰਦਾ ਉਸ ਦਾ ਕੀਤਾ ਹੀ ਹੁੰਦਾ, ਹੋਰ ਕੋਈ ਕਰਨ ਵਾਲਾ ਨਹੀਂ ਹੈ । ਉਸ ਦੇ ਕੀਤੇ ਤੇ ਕਦੇ ਨਿਰਾਸ ਨਾ ਹੋਵੋ! ਉਹ ਕਦੇ ਗਲਤੀ ਨਹੀਂ ਕਰਦਾ, ਸਭ ਚੰਗਾ ਹੀ ਕਰਦਾ ਹੈ । ਅਗਰ ਕੋਈ ਸੰਸਾਰੀ ਕੁਝ ਕਰਨ ਵਾਲਾ ਹੋਵੇ ਤਾਂ ਉਸ ਨੂੰ ਕੋਈ ਸਿਆਣਾ ਸਮਝਾ ਸਕਦਾ ਹੈ । ਪ੍ਰਭ ਦੇ ਭਾਣੇ ਨੂੰ ਸਦਾ ਸਤਿ ਹੀ ਕਹਿਣ ਵਿੱਚ ਭਲਾ ਹੈ । ਉਹ ਜੀਵ ਦੀ ਅਰਦਾਸ ਸੁਣਦਾ ਹੈ, ਕੀਤੇ ਕੰਮਾਂ ਨੂੰ ਦੇਖਦਾ, ਜਾਣਦਾ ਹੈ । ਲੋੜ ਅਨੁਸਾਰ ਬਿਨਾਂ ਮੰਗਿਆ ਹੀ ਦਾਤਾਂ ਬਖਸ਼ਦਾ, ਡੋਲਣ ਨਹੀਂ ਦੇਂਦਾ । ਜਿਹੜਾ ਸਾਰੀ ਸ੍ਰਿਸ਼ਟੀ ਨੂੰ ਬਖਸ਼ਿਸ਼ਾਂ ਨਾਲ ਭਰਪੂਰ ਕਰਦਾ ਹੈ, ਉਹ ਹੀ ਅਸਲੀ ਮਾਲਕ ਹੈ । ਪ੍ਰਭ ਆਪ ਹੀ ਸਭ ਕੁਝ ਕਰਦਾ ਹੈ, ਹੋਰ ਕਿਸੇ ਦੇ ਹੁਕਮ ਵਿੱਚ ਨਹੀਂ ਹੈ ।

All deeds are only performed by His mercy and grace, all good and evil deeds are His activities. No one is capable to do anything at his own power. You should not be disappointed by His blessings! He never makes any mistake. If there is any human, worldly creature is capable of doing anything, wise person may counsel him. Everything happens with His blessings and must be accepted as a great fortune. He hears and listens to the prayer of all worldly creatures, evaluates his deeds and blesses whatsoever may be good for him. The True Master blesses the whole creation with good fortune in abundance. He performs all actions and does not report to anyone else.

27. Guru Arjan Dev Ji – Page 717

ਸੁੰਦਰੁ ਸੁਘੜੁ ਚਤੁਰੁ ਸਭ ਬੇਤਾ,	sundar sugharh chatur sabh baytaa
ਰਿਦ ਦਾਸ ਨਿਵਾਸ ਭਗਤ ਗੁਨ ਗਾਵਨ॥	rid daas nivaas bhagat gun gaavan.
ਨਿਰਮਲ ਰੂਪ ਅਨੂਪ ਸੁਆਮੀ,	nirmal roop anoop su-aamee
ਕਰਮ ਭੂਮਿ ਬੀਜਨ ਸੋ ਖਾਵਨ॥੧॥	karam bhoom beejan so khaavan. ‖1‖

ਪ੍ਰਭ ਬਹੁਤ ਸ਼ਾਨ ਵਾਲਾ, ਸੋਝੀ ਵਾਲਾ, ਚਲਾਕ ਸਭ ਕੁਝ ਜਾਣਨ ਵਾਲਾ ਹੈ । ਉਹ ਬੰਦਗੀ ਕਰਨ ਵਾਲੇ ਦੇ ਤਨ ਵਿੱਚ ਵਸਦਾ, ਮਨ ਵਿੱਚ ਜਾਗਰਤ ਹੋ ਜਾਂਦਾ ਹੈ । ਉਸ ਦਾ ਦਾਸ ਸਦਾ ਹੀ ਸ਼ਬਦ ਦੇ ਗੁਣ ਗਾਉਂਦਾ ਹੈ । ਪਵਿੱਤਰ ਪ੍ਰਭ ਦੀ ਕਿਸੇ ਨਾਲ ਤੁਲਨਾ ਨਹੀਂ ਕੀਤੀ ਜਾ ਸਕਦੀ । ਸਾਰੇ ਜੀਵਾਂ ਨੂੰ ਕੰਮਾਂ ਤੇ ਲਾਉਂਦਾ, ਸਾਰੇ ਧੰਦੇ ਉਸ ਦੇ ਹੀ ਬਣਾਏ ਹਨ । ਉਹ ਹੀ ਜੀਵਾਂ ਦੇ ਖਾਣ ਲਈ ਸਾਰੇ ਪੌਦੇ ਪੈਦਾ ਕਰਦਾ ਹੈ ।

The True Master is the wisest, enlightened, cleverest and Omniscient of everything. He remains awake and alert in the mind and body of His devotee. His devotee always obeys His Word and sings His glory. The Holy Master cannot be compared with anyone else. He assigns everyone a unique task and all worldly tasks are Holy and with His blessings. He had created all plants for nourishing His creation.

28. Guru Nanak Dev Ji - Page 789

ਸਚਾ ਅਮਰੁ ਚਲਾਇਓਨੁ,	sachaa amar chalaa-i-on
ਕਰਿ ਸਚੁ ਫੁਰਮਾਣੁ॥	kar sach furmaan.
ਸਦਾ ਨਿਹਚਲੁ ਰਵਿ ਰਹਿਆ,	sadaa nihchal rav rahi-aa
ਸੋ ਪੁਰਖੁ ਸੁਜਾਣੁ॥	so purakh sujaan.
ਗੁਰ ਪਰਸਾਦੀ ਸੇਵੀਐ,	gur parsaadee sayvee-ai
ਸਚੁ ਸਬਦਿ ਨੀਸਾਣੁ॥	sach sabad neesaan.
ਪੂਰਾ ਥਾਟੁ ਬਣਾਇਆ,	pooraa thaat banaa-i-aa
ਰੰਗੁ ਗੁਰਮਤਿ ਮਾਣੁ॥	rang gurmat maan.
ਅਗਮ ਅਗੋਚਰੁ ਅਲਖੁ ਹੈ,	agam agochar alakh hai
ਗੁਰਮੁਖਿ ਹਰਿ ਜਾਣੁ॥੧੧॥	gurmukh har jaan. ‖11‖

ਹਰਾ ਥਾਂ, ਹਰ ਵੇਲੇ ਹਾਜ਼ਰਾ ਹਜ਼ੂਰ, ਆਪ ਹੀ ਵਾਪਰਦਾ, ਸਭ ਕੁਝ ਕਰਦਾ ਹੈ । ਉਸ ਦਾ ਹੁਕਮ ਅਟੱਲ ਅਤੇ ਸ੍ਰਿਸ਼ਟੀ ਦੀ ਭਲਾਈ ਦਾ ਹੀ ਹੁੰਦਾ ਹੈ । ਉਸ ਦੀ ਰਹਿਮਤ ਨਾਲ ਹੀ ਜੀਵ ਸ਼ਬਦ ਦੀ ਪਾਲਣਾ ਵਿੱਚ ਲਗਦਾ ਹੈ । ਇਸ ਨਾਲ ਉਸ ਤੇ ਰੂਹਾਨੀ ਨੂਰ ਬਖਸ਼ਿਸ਼ ਹੁੰਦਾ ਹੈ । ਸ਼ਬਦ ਦੀ ਪਾਲਣਾ ਕਰਦਾ ਕਰਦਾ ਜੀਵ ਅਡੋਲ ਹੋ ਜਾਂਦਾ ਹੈ, ਆਪਣੀ ਸੇਵਾ ਪ੍ਰਭ ਦੇ ਪ੍ਰਵਾਨਗੀ ਦੇ ਯੋਗ ਕਰ ਲੈਂਦਾ ਹੈ। ਪ੍ਰਭ

ਜੀਵ ਦੀ ਜਾਣਕਾਰੀ, ਪਹੁੰਚ ਤੋਂ ਬਾਹਰ ਹੈ! ਜਿਸ ਤੇ ਰਹਿਮਤ ਬਖਸ਼ਦਾ ਹੈ । ਉਸ ਨੂੰ ਗੁਰਮਖ ਅਵਸਥਾ, ਇਸ ਦਾ ਗਿਆਨ ਬਖਸ਼ਦਾ ਹੈ।

The Omnipresent God performs and monitors all activities. His Word, command is only for the welfare of His creation. With His mercy and grace! Devotee may dedicate his mind to following the teachings of His Word in life and, the spiritual glow of His Holy Spirit may shine on his forehead. By meditating with steady and stable belief on His Word, his soul may become worthy of His consideration. God is beyond comprehension and understanding of His creation. His true devotee may be enlightened by His mercy and grace.

29. Guru Amar Das Ji – Page 797

ਅਤੁਲੁ ਕਿਉ ਤੋਲਿਆ ਜਾਇ॥	atul ki-o toli-aa jaa-ay.
ਦੂਜਾ ਹੋਇ ਤ ਸੋਝੀ ਪਾਇ॥	doojaa ho-ay ta sojhee paa-ay.
ਤਿਸ ਤੇ ਦੂਜਾ ਨਾਹੀ ਕੋਇ॥	tis tay doojaa naahee ko-ay.
ਤਿਸ ਦੀ ਕੀਮਤਿ ਕਿਕੂ ਹੋਇ॥੧॥	tis dee keemat kikoo ho-ay. ||1||

ਪ੍ਰਭ ਦੇ ਕਿਸੇ ਕਰਤਬ ਦਾ ਕੋਈ ਅੰਤ ਨਹੀਂ ਹੈ । ਉਸ ਦਾ ਅੰਤ, ਪੂਰਨ ਜਾਣਕਾਰੀ ਕਿਵੇਂ ਜਾਣੀ ਜਾ ਸਕਦੀ ਹੈ? ਅਗਰ ਕੋਈ ਪ੍ਰਭ ਦੇ ਬਰਾਬਰ ਦਾ ਜਾ ਵੱਡਾ ਹੋਵੇ, ਤਾਂ ਹੀ ਪ੍ਰਭ ਦੀ ਪੂਰਨ ਜਾਣ ਕਾਰੀ ਪਾ ਸਕਦਾ ਹੈ । ਉਸ ਤੋਂ ਵੱਡਾ ਜਾ ਬਰਾਬਰ ਦਾ ਹੋਰ ਕੋਈ ਨਹੀਂ ਹੈ । ਉਸ ਦੀਆਂ ਰਹਿਮਤਾਂ ਦੀ ਕੀਮਤ ਕਿਵੇਂ ਜਾਣੀ ਜਾਵੇ?

There are no limits of any of His actions, miracles! How can His nature be fully understood? Only if someone is equal or greater than Him, he may fully understand Him. No one is equal or greater than Him! How can worldly creature know His nature fully?

30. Guru Amar Das Ji – Page 842

ਸ੍ਰਿਸਟਿ ਉਪਾਇ ਆਪੇ ਸਭੁ ਵੇਖੈ॥	sarisat upaa-ay aapay sabh vaykhai.
ਕੋਇ ਨ ਮੇਟੈ ਤੇਰੈ ਲੇਖੈ॥	ko-ay na maytai tayrai laykhai.
ਸਿਧ ਸਾਧਿਕ ਜੇ ਕੋ ਕਹੈ ਕਹਾਏ॥	siDh saaDhik jay ko kahai kahaa-ay.
ਭਰਮੇ ਭੂਲਾ ਆਵੈ ਜਾਏ॥	bharmay bhoolaa aavai jaa-ay.
ਸਤਿਗੁਰੁ ਸੇਵੈ ਸੋ ਜਨੁ ਬੂਝੈ॥	satgur sayvai so jan boojhai.
ਹਉਮੈ ਮਾਰੇ ਤਾ ਦਰੁ ਸੂਝੈ॥੨॥	ha-umai maaray taa dar soojhai. ||2||

ਸ੍ਰਿਸ਼ਟੀ ਦਾ ਸ੍ਰਿਜਨਹਾਰਾ ਸੰਸਾਰ ਵਿੱਚ ਸਭ ਕੁਝ ਵਾਪਰਦਾ ਆਪ ਹੀ ਦੇਖਦਾ ਹੈ । ਉਸ ਦਾ ਲਿਖਿਆ ਕੋਈ ਮਿਟਾ ਨਹੀਂ ਸਕਦਾ, ਉਸ ਦਾ ਭਾਣਾ ਕੋਈ ਟਾਲ ਨਹੀਂ ਸਕਦਾ । ਜਿਹੜਾ ਆਪਣੇ ਆਪ ਨੂੰ ਗਿਆਨਵਾਨ, ਸਿਧ ਸਮਝਦਾ ਹੈ । ਉਹ ਭਰਮਾਂ ਵਿੱਚ ਹੀ ਰਹਿੰਦਾ ਹੈ, ਉਹ ਜੂੰਨਾਂ ਦੇ ਚੱਕਰ ਵਿੱਚ ਹੀ ਰਹਿੰਦਾ ਹੈ । ਜਿਹੜਾ ਪ੍ਰਭ ਦੇ ਸ਼ਬਦ ਦੀ ਪਾਲਣਾ ਕਰਦਾ ਹੈ, ਭਰੋਸਾ ਅਡੋਲ ਰੱਖਦਾ ਹੈ, ਅੰਤਰਜਾਮੀ ਆਪ ਹੀ ਜਾਣਦਾ ਹੈ! ਕੇਵਲ ਸ਼ਬਦ ਦੀ ਪਾਲਣਾ ਕਰਨ ਵਾਲਾ ਹੀ ਅਸਲੀ ਦਾਸ ਹੁੰਦਾ ਹੈ । ਜਿਹੜਾ ਆਪਣੇ ਮਨ ਦੇ ਅਹੰਕਾਰ ਤੇ ਜਿੱਤ ਪਾ ਲੈਂਦਾ ਹੈ । ਉਸ ਨੂੰ ਪ੍ਰਭ ਦੇ ਦਰਬਾਰ ਦੀ ਸੋਝੀ ਹੋ ਜਾਂਦੀ, ਬਖਸ਼ਦਾ ਹੈ ।

Whatsoever may happen in the universe, The Creator monitors everything. No one can alter or avoid His command. Worldly scholars, so called enlightened, remain entangled in religious rituals, suspicions. The Omniscient always knows, whosoever may meditate with steady and stable belief on His Word. Only by adopting the teachings of His Word in life, his soul may be blessed with state of mind as His true devotee with His mercy and grace. Whosoever may conquer his ego and pride may realize His Holy throne.

31. Guru Arjan Dev Ji - Page 864

ਗੁਰੁ ਪਰਮੇਸਰੁ ਏਕੋ ਜਾਣੁ॥ gur parmaysar ayko jaan.
ਜੋ ਤਿਸੁ ਭਾਵੈ ਸੋ ਪਰਵਾਣੁ॥੧॥ ਰਹਾਉ॥ jo tis bhaavai so parvaan. ||1|| rahaa-o.

ਜੀਵ ਪ੍ਰਭ ਦੇ ਸ਼ਬਦ (ਗੁਰੂ) ਨੂੰ ਪ੍ਰਭ ਦਾ ਰੂਪ ਹੀ ਸਮਝੇ! ਜਿਹੜਾ ਗੁਰੂ ਦੀ ਸਿਖਿਆ, ਸ਼ਬਦ ਨਾਲ ਜੀਵਨ ਢਾਲ ਲੈਂਦਾ ਹੈ, ਉਸ ਤੇ ਪ੍ਰਭ ਰਹਿਮਤ ਦੀ ਨਜ਼ਰ ਬਖਸ਼ਦਾ ਹੈ ।

One should consider, believe, His Word as the message of God and His existence. Whosoever may adopt the teachings of His Word in life, he may be blessed with His mercy and grace.

32. Kabeer Ji - Page 871

ਨਾ ਇਹੁ ਮਾਨਸੁ ਨਾ ਇਹੁ ਦੇਉ॥ naa ih maanas naa ih day-o.
ਨਾ ਇਹੁ ਜਤੀ ਕਹਾਵੈ ਸੇਉ॥ naa ih jatee kahaavai say-o.
ਨਾ ਇਹੁ ਜੋਗੀ ਨਾ ਅਵਧੂਤਾ॥ naa ih jogee naa avDhootaa.
ਨਾ ਇਸੁ ਮਾਇ ਨ ਕਾਹੂ ਪੂਤਾ॥੧॥ naa is maa-ay na kaahoo pootaa. ||1||

ਪ੍ਰਭ ਨਾ ਤਾਂ ਮਾਨਸ, ਨਾ ਹੀ ਕੋਈ ਦੇਵਤਾ, ਨਾ ਜਤੀ ਹੈ । ਨਾ ਹੀ ਸ਼ਿਵਾਂ ਦਾ ਪੁਜਾਰੀ ਹੈ, ਨਾ ਹੀ ਇਹ ਜੋਗੀ, ਨਾ ਹੀ ਅਦੁੱਤੀ ਹੈ । ਨਾ ਹੀ ਕਿਸੇ ਦੀ ਮਾਂ, ਨਾ ਹੀ ਕਿਸੇ ਦਾ ਪੁਤਰ ਹੀ ਹੈ ।

God is not a male or female, any prophet, a celibate or worshipper of Shiva, a Yogi or hermit or born from the womb of a mother either.

33. Guru Arjan Dev Ji - Page 964

ਤੈਡੀ ਬੰਦਸਿ ਮੈ ਕੋਇ ਨ ਡਿਠਾ, taidee bandas mai ko-ay na dithaa
ਤੂ ਨਾਨਕ ਮਨਿ ਭਾਣਾ॥ too naanak man bhaanaa.
ਘੋਲਿ ਘੁਮਾਈ ਤਿਸੁ ਮਿਤ੍ਰ ਵਿਚੋਲੇ, ghol ghumaa-ee tis mitar vicholay
ਜੈ ਮਿਲਿ ਕੰਤੁ ਪਛਾਣਾ॥੧॥ jai mil kant pachhaanaa. ||1||

ਪ੍ਰਭ ਤੇਰੇ ਵਰਗਾ ਹੋਰ ਕੋਈ ਨਜ਼ਰ ਨਹੀਂ ਆਉਂਦਾ । ਕੇਵਲ ਤੂੰ ਹੀ ਬੰਦਗੀ ਕਰਨ ਵਾਲੇ ਦੇ ਮਨ ਨੂੰ ਭਾਉਦਾ ਹੈ । ਉਹ ਤੇਰੇ ਤੇ ਹੀ ਸਭ ਆਸਾਂ ਰੱਖਦੇ ਹਨ । ਜਿਹੜਾ ਪ੍ਰਵਾਨਗੀ ਦੇ ਰਸਤੇ ਦੀ ਸੋਝੀ ਪਾਵੇ, ਉਸ ਤੇ ਅਡੋਲ ਰਹਿਣ ਦੀ ਵਿਧੀ ਸਮਝਾਵੇ । ਆਪਣਾ ਮਨ ਤਨ ਉਸ ਬੰਦਗੀ ਕਰਨ ਵਾਲੇ ਸੰਤ ਦੇ ਹਵਾਲੇ ਕਰ ਦੇਵਾ ।

Your true devotee cannot see any one other equal to Your grace! You are the only one who comforts his mind. He places all hope on the meditation of Your Word. Whosoever teaches me the right path of meditation and how to remains steady on the path. I offer my body and mind in his service.

34. Guru Ram Das Ji – Page 977

ਹਰਿ ਕਾ ਗ੍ਰਿਹੁ ਹਰਿ ਆਪਿ ਸਵਾਰਿਓ,	har kaa garihu har aap savaari-o
ਹਰਿ ਰੰਗ ਰੰਗ ਮਹਲ	har rang rang mahal
ਬੇਅੰਤ ਲਾਲ ਲਾਲ ਹਰਿ ਲਾਲ॥	bay-ant laal laal har laal.
ਹਰਿ ਆਪਨੀ ਕ੍ਰਿਪਾ ਕਰੀ	har aapnee kirpaa karee
ਆਪਿ ਗ੍ਰਿਹਿ ਆਇਓ,	aap garihi aa-i-o
ਹਮ ਹਰਿ ਕੀ ਗੁਰ ਕੀਈ ਹੈ ਬਸੀਠੀ,	ham har kee gur kee-ee hai baseethee
ਹਮ ਹਰਿ ਦੇਖੇ ਭਈ	ham har daykhay bha-ee
ਨਿਹਾਲ ਨਿਹਾਲ ਨਿਹਾਲ ਨਿਹਾਲ॥੧॥	nihaal nihaal nihaal nihaal. ||1||

ਪ੍ਰਭ, ਆਪਣਾ ਬੰਦਗੀ ਦਾ ਤਖਤ ਆਪ ਹੀ ਸੰਵਾਰਦਾ, ਸ਼ਿੰਗਾਰਦਾ ਹੈ । ਇਸ ਵਿੱਚ ਸ਼ਬਦ ਦੀ ਸੋਝੀ ਰੂਪੀ ਰਤਨ ਜੜੇ ਹੋਏ ਹੁੰਦੇ ਹਨ । ਪ੍ਰਭ ਆਪ ਹੀ ਰਹਿਮਤ ਦੀ ਨਜ਼ਰ ਬਖਸ਼ਦਾ ਹੈ, ਜੀਵ ਦੇ ਮਨ ਵਿੱਚ ਪ੍ਰਗਟ ਹੁੰਦਾ ਹੈ, ਮਨ ਜਾਗਰਤ ਕਰਦਾ ਹੈ । ਮਨ ਦਸਵੇਂ ਘਰ ਵੱਲ ਦੇਖਕੇ ਖੇੜੇ ਵਿੱਚ ਵਸਣ ਲਗ ਪੈਂਦਾ ਹੈ ।

The True Master decorates His meditation throne with the wisdom of His Word, jewels and pearls. Only with His mercy and grace, His Word may be enlightened within heart. His true devotee may search the 10th gate within and dwells within His castle, in blossom.

35. Guru Ram Das Ji – Page 981

ਰਾਮ ਹਮ ਪਾਥਰ ਨਿਰਗੁਨੀਆਰ॥	raam ham paathar nirgunee-aaray.
ਕ੍ਰਿਪਾ ਕ੍ਰਿਪਾ ਕਰਿ ਗੁਰੂ ਮਿਲਾਏ,	kirpaa kirpaa kar guroo milaa-ay
ਹਮ ਪਾਹਨ ਸਬਦਿ ਗੁਰ ਤਾਰ॥੧॥	ham paahan sabad gur taaray. ||1||
ਰਹਾਉ॥	rahaa-o

ਮੈਂ ਗੁਣਾਂ ਤੋਂ ਰਹਿਤ, ਇੱਕ ਪੱਥਰ ਦੀ ਤਰ੍ਹਾਂ ਹੀ ਹਾ । ਰਹਿਮਤ ਬਖਸ਼ਕੇ ਸ਼ਬਦ ਦੇ ਲੜ ਲਾਵੋ! ਸ਼ਬਦ ਦੀ ਪਾਲਣਾ ਕਰਕੇ ਤੇਰੇ ਦਰਬਾਰ ਵਿੱਚ ਪਹੁੰਚ ਜਾਵਾ । ਸੰਸਾਰਕ ਸਾਗਰ ਪਾਰ ਕਰ ਜਾਵਾ ।

I am like a stone, without any virtue! Have a mercy and grace to attach me to a devotion to obey Your Word. By adopting the teachings of Your Word, I may be accepted in Your court.

36. Guru Ram Das Ji – Page 981

ਹਰਿ ਹਰਿ ਰੂਪ ਰੰਗਿ ਸਭਿ ਤੇਰੇ,	har har roop rang sabh tayray
ਮੇਰੇ ਲਾਲਨ ਲਾਲ ਗੁਲਾਰ॥	mayray laalan laal gulaaray.
ਜੈਸਾ ਰੰਗੁ ਦੇਹਿ ਸੋ ਹੋਵੈ,	jaisaa rang deh so hovai
ਕਿਆ ਨਾਨਕ ਜੰਤ ਵਿਚਾਰ॥੮॥੩॥	ki-aa naanak jant vichaaray. ||8||3||

ਪ੍ਰਭ ਸਾਰੇ ਹੀ ਰੂਪ, ਰੰਗ ਤੇਰੇ ਹੀ ਬਣਾਏ ਹੋਏ ਹਨ । ਸਾਰਿਆਂ ਵਿੱਚ ਹੀ ਤੇਰੀ ਢਾਲ, ਚਮਕ, ਹੈ । ਜਿਸਤਰ੍ਹਾਂ ਦਾ ਰੰਗ ਤੂੰ ਜੀਵ ਨੂੰ ਦੇਂਦਾ ਹੈ, ਉਹ ਹੀ ਰੰਗ ਪਾਉਂਦਾ ਹੈ । ਸੰਸਾਰਕ ਜੀਵ ਦੇ ਵੱਸ ਵਿੱਚ ਕੁਝ ਨਹੀਂ, ਉਹ ਆਪ ਕੀ ਕਰ ਸਕਦਾ ਹੈ?

All creatures, forms, shapes and colors are created by You. Your glory, light is glowing in all creatures. Whatsoever skin color creature may be blessed with, only that color he can have. What may be under his control of worldly creatures?

37. Guru Ram Das Ji – Page 985

ਕਲਜੁਗਿ ਗੁਰੁ ਪੂਰਾ ਤਿਨ ਪਾਇਆ,	Kaljug gur pooraa tin paa-i-aa
ਜਿਨ ਧੁਰਿ ਮਸਤਕਿ ਲਿਖੇ ਲਿਲਾਟ॥	jin Dhur mastak likhay lilaat.
ਜਨ ਨਾਨਕ ਰਸੁ ਅੰਮ੍ਰਿਤੁ ਪੀਆ,	Jan naanak ras amrit pee-aa
ਸਭ ਲਾਥੀ ਭੂਖ ਤਿਖਾਟ॥੪॥੬॥ ਛਕਾ ੧ ॥	sabh laathee bhookh tikhaat. ‖4‖6‖

ਕੱਲਯੁਗ ਵਿੱਚ ਪੂਰਨ ਗੁਰੂ (ਸ਼ਬਦ) ਹੀ, ਸ਼ਬਦ ਦੀ ਪਾਲਣਾ ਨੂੰ ਮਨ ਵਿੱਚ ਵਸਾਉਂਦਾ, ਵਸਾਉਣ ਦੀ ਸੋਝੀ ਬਖਸ਼ਦਾ ਹੈ । ਜਿਸ ਦੇ ਭਾਗਾਂ ਵਿੱਚ ਇਹ ਪਹਿਲੇ ਹੀ ਲਿਖਿਆ ਹੁੰਦਾ ਹੈ । ਉਹ ਬੰਦਗੀ ਕਰਨ ਵਾਲੇ ਸ਼ਬਦ ਦੀ ਸੋਝੀ ਰੂਪੀ ਅੰਮ੍ਰਿਤ ਪਾਣ ਕਰਦਾ ਹੈ । ਉਸ ਦੇ ਮਨ ਦੀ ਭੁੱਖ ਪਿਆਸ ਖਤਮ ਹੋ ਜਾਂਦੀ ਹੈ ।

In Kali Yuga, only The True Guru, God can bless and enlighten His Word in the heart of any worldly creature. Only with great prewritten destiny, the creature may be enlightened His Word within. He may conquer the hunger of greed, worldly desires.

38. Guru Nanak Dev Ji - Page 992

ਨਿਧਨਿਆ ਧਨੁ ਨਿਗੁਰਿਆ ਗੁਰੁ,	niDhni-aa Dhan niguri-aa gur
ਨਿੰਮਾਣਿਆ ਤੂ ਮਾਣੁ॥	nimaaniaa too maan.
ਅੰਧੁਲੈ ਮਾਣਕੁ ਗੁਰੁ ਪਕੜਿਆ,	anDhulai maanak gur pakrhi-aa
ਨਿਤਾਣਿਆ ਤੂ ਤਾਣੁ॥	nitaani-aa too taan.
ਹੋਮ ਜਪਾ ਨਹੀ ਜਾਣਿਆ,	hom japaa nahee jaani-aa
ਗੁਰਮਤੀ ਸਾਚੁ ਪਛਾਣੁ॥	gurmatee saach pachhaan.
ਨਾਮ ਬਿਨਾ ਨਾਹੀ ਦਰਿ ਢੋਈ,	naam binaa naahee dar dho-ee
ਝੂਠਾ ਆਵਣ ਜਾਣੁ॥੩॥	jhoothaa aavan jaan. ‖3‖

ਪ੍ਰਭ ਤੂੰ ਗਰੀਬਾ ਦਾ ਧਨ, ਜਿਸ ਦਾ ਕੋਈ ਸੰਸਾਰਕ ਗੁਰੂ ਨਹੀਂ ਉਸ ਦਾ ਗੁਰੂ, ਨਿਮਾਣਿਆ ਦਾ ਮਾਣ ਦੇਣ ਵਾਲਾ ਹੈ । ਮੈਂ ਅਗਿਆਨੀ ਹਾ, ਤੇਰੇ ਸ਼ਬਦ ਦਾ ਹੀ ਆਸਰਾ ਲਿਆ ਹੈ । ਤੂੰ ਹੀ ਮੇਰੀ ਤਾਕਤ, ਭਰੋਸਾ ਅਡੋਲ ਰੱਖਣ ਵਾਲਾ ਮਾਲਕ ਹੈ । ਬਲੀ ਦੇਣ ਨਾਲ, ਧਰਮ ਦੇ ਰੀਤੋ ਰੀਵਾਜ ਨਾਲ ਰਹਿਮਤ ਨਹੀਂ ਪਾਈ ਜਾ ਸਕਦੀ । ਕੇਵਲ ਸ਼ਬਦ ਦੀ ਪਾਲਣਾ ਕਰਨ ਨਾਲ ਹੀ ਪਾਈ ਜਾ ਸਕਦੀ ਹੈ । ਜਿਹੜੇ ਸ਼ਬਦ ਨੂੰ ਜੀਵਨ ਦਾ ਆਸਰਾ ਬਣਾਉਂਦੇ ਹਨ, ਉਹ ਰਹਿਮਤ ਪਾ ਲੈਂਦੇ ਹਨ । ਫਰੇਬ ਕਰਨ ਵਾਲੇ ਜੂੰਨਾਂ ਵਿੱਚ ਹੀ ਭਉਂਦੇ ਰਹਿੰਦੇ ਹਨ ।

You are the wealth of the poor, guru and guide of ignorant, protector of honor of helpless. I am ignorant, obeying Your Word is my only support of life. You are my strength and keep my mind steady and stable on Your Word. By sacrificing life of any creature, by religious rituals, no one can ever be blessed with Your mercy and grace. Only by adopting Your Word in life; You may bestow his soul. Whosoever may adopt the teachings of Your Word as the support of life, only he may be saved. Pretenders remain in the cycle of birth and death.

39. Guru Nanak Dev Ji - Page 1020

ਆਪੇ ਧਨਖੁ ਆਪੇ ਸਰਬਾਣਾ॥	aapay Dhanakh aapay sarbaanaa.
ਆਪੇ ਸੁਘੜੁ ਸਰੂਪੁ ਸਿਆਣਾ॥	aapay sugharh saroop si-aanaa.
ਕਹਤਾ ਬਕਤਾ ਸੁਣਤਾ ਸੋਈ,	kahtaa baktaa suntaa so-ee
ਆਪੇ ਬਣਤ ਬਣਾਈ ਹੇ ॥੯॥	aapay banat banaa-ee hay. ‖9‖

ਪ੍ਰਭ ਤੂੰ ਆਪ ਹੀ ਤੀਰ ਹੈ, ਆਪੇ ਹੀ ਕਮਾਨ ਹੈ । ਆਪੇ ਸਾਰੀਆਂ ਸਿਆਣਪਾਂ ਦਾ ਮਾਲਕ ਹੈ, ਆਪ ਹੀ ਸਭ ਕੁਝ ਜਾਣਦਾ ਹੈ । ਤੂੰ ਆਪ ਹੀ ਸ਼ਬਦ ਉਚਰਦਾ, ਸੁਣਦਾ ਹੈ, ਵਿਚਾਰਦਾ, ਪ੍ਰਵਾਨ ਕਰਦਾ ਹੈ । ਇਹ ਸਭ ਕੁਝ ਤੇਰਾ ਕੀਤਾ ਹੀ ਹੁੰਦਾ ਹੈ ।

God Himself is an arrow and Himself an archer. He is The True Master of all wisdom. You speak Your Word and listen, hear Your Word. Only You may explain Your Word and may accept meditation of Your devotee.

40. Guru Nanak Dev Ji - Page 1023

ਆਦਿ ਜੁਗਾਦੀ ਅਪਰ ਅਪਾਰ॥	aad jugaadee apar apaaray.
ਆਦਿ ਨਿਰੰਜਨ ਖਸਮ ਹਮਾਰ॥	aad niranjan khasam hamaaray.
ਸਾਚੇ ਜੋਗ ਜੁਗਤਿ ਵੀਚਾਰੀ,	saachay jog jugat veechaaree
ਸਾਚੇ ਤਾੜੀ ਲਾਈ ਹੇ ॥੧॥	saachay taarhee laa-ee hay. ‖1‖

ਪ੍ਰਭ ਤੂੰ ਜੁਗਾਂ ਜੁਗਾਂ ਤੋਂ ਕਿਸੇ ਅੰਤ ਤੋਂ, ਕਿਸੇ ਨਾਲ ਤੁਲਨਾ ਤੋਂ ਰਹਿਤ ਹੈ । ਤੈਨੂੰ ਕਿਸੇ ਕਸਵਟੀ ਨਾਲ ਪਰਖਿਆ ਨਹੀਂ ਜਾ ਸਕਦਾ । ਤੇਰੇ ਸ਼ਬਦ ਦੀ ਪਾਲਣਾ ਵਿੱਚ, ਉਸਤਤ ਵਿੱਚ ਅਡੋਲ ਸਮਾਧੀ ਵਿੱਚ ਹਾ । ਤੂੰ ਹੀ ਅਸਲੀ ਮਾਲਕ ਹੈ ।

You are beyond any limit or beyond any comparison with others, no one is equal to you from ancient Ages. No one can test or evaluate or fully comprehend Your nature. Your true devotee remains in deep meditation in the void of Your Word. Only You are The True Master.

41. Guru Nanak Dev Ji - Page 1026

ਕੇਤੇ ਜੁਗ ਵਰਤੇ ਗੁਬਾਰ॥	kaytay jug vartay gubaarai.
ਤਾੜੀ ਲਾਈ ਅਪਰ ਅਪਾਰ॥	taarhee laa-ee apar apaarai.
ਧੁੰਧੂਕਾਰਿ ਨਿਰਾਲਮੁ ਬੈਠਾ,	dhunDhookaar niraalam baithaa
ਨਾ ਤਦਿ ਧੰਧੁ ਪਸਾਰਾ ਹੇ ॥੧॥	naa tad DhanDh pasaaraa hay. ‖1‖

ਕਈ ਜੁਗ ਚਾਰੇ ਪਾਸੇ ਅੰਧੇਰਾ (ਅਗਿਆਨਤਾ) ਹੀ ਛਾਇਆ ਹੋਇਆ ਸੀ । ਬੇਅੰਤ ਪ੍ਰਭ, ਆਪਣੀ ਸਮਾਧੀ ਵਿੱਚ ਹੀ ਲੀਨ ਹੋਇਆ ਸੀ । ਉਸ ਤੇ ਅਗਿਆਨਤਾ ਦਾ ਕੋਈ ਪ੍ਰਭਾਵ ਨਹੀਂ, ਨਾ ਹੀ ਕਿਸੇ ਨਾਲ ਝਗੜਾ ਹੀ ਸੀ ।

Many Ages passed in darkness; darkness was in all directions. God of unlimited power was in deep voids, in meditation. This darkness was not having any effects on Him and there was no quarrel either.

42. Guru Nanak Dev Ji - Page 1026

ਜੁਗ ਛਤੀਹ ਤਿਨੈ ਵਰਤਾਏ॥	jug chhateeh tinai vartaa-ay.
ਜਿਉ ਤਿਸੁ ਭਾਣਾ ਤਿਵੈ ਚਲਾਏ॥	ji-o tis bhaanaa tivai chalaa-ay.
ਤਿਸਹਿ ਸ਼ਰੀਕੁ ਨ ਦੀਸੈ ਕੋਈ,	tiseh sareek na deesai ko-ee
ਆਪੇ ਅਪਰ ਅਪਾਰਾ ਹੇ ॥੨॥	aapay apar apaaraa hay. ‖2‖

ਲੰਮਾ ਸਮਾਂ 36 ਜੁਗ ਇਸਤਰ੍ਹਾਂ ਹੀ ਬੀਤ ਗਏ । ਇਹ ਸਭ ਕੁਝ ਉਸ ਦੇ ਭਾਣੇ ਅੰਦਰ ਹੀ ਹੋਇਆ । ਉਸ ਦਾ ਸ਼ਰੀਕ, ਬਰਾਬਰ ਦਾ ਕੋਈ ਨਹੀਂ, ਉਹ ਬੇਅੰਤ ਵਿਸ਼ਾਲ, ਅੰਤ ਤੋਂ ਰਹਿਤ ਹੈ ।

Long 36 Ages passed like that, everything was happening under His command. No one equal to Him! He is limitless and without any end.

43. Guru Nanak Dev Ji - Page 1035

ਭਾਉ ਨ ਭਗਤੀ ਨਾ ਸਿਵ ਸਕਤੀ॥	bhaa-o na bhagtee naa siv saktee.
ਸਾਜਨੁ ਮੀਤੁ ਬਿੰਦੁ ਨਹੀ ਰਕਤੀ॥	saajan meet bind nahee raktee.
ਆਪੇ ਸਾਹੁ ਆਪੇ ਵਣਜਾਰਾ,	aapay saahu aapay vanjaaraa
ਸਾਚੇ ਏਹੋ ਭਾਇਦਾ॥੧੨॥	saachay ayho bhaa-idaa. ||12||

ਉਸ ਸਮੇਂ ਕੋਈ ਪਿਆਰ, ਭਾਵਨਾ, ਸ਼ਕਤੀ, ਧਾਂਤ, ਮਿੱਤਰ , ਸਾਥੀ, ਖੂਨ, ਜੀਨ, ਜਾਂ ਖਾਨਦਾਨੀ ਹੀ ਨਹੀਂ ਸੀ । ਕੇਵਲ ਇੱਕੋ ਇੱਕ ਪ੍ਰਭ ਹੀ ਸੀ, ਉਹ ਆਪ ਹੀ ਖਜ਼ਾਨਾ, ਖਜ਼ਾਨੇਂ ਦਾ ਮਾਲਕ ਸੀ । ਉਹ ਕੁਝ ਕਰਦਾ ਸੀ ਜੋ ਉਸ ਨੂੰ ਭਾਉਦਾ ਸੀ ।

At that time there was no love, attachment, power, semen, friend, companion, family status. There was only God, He was His Word and He was The Master, owner. He only does whatsoever may please Him.

44. Ravi Das Ji - Page 1106

ਐਸੀ ਲਾਲ ਤੁਝ ਬਿਨੁ ਕਉਨੁ ਕਰੈ॥	aisee laal tujh bin ka-un karai.
ਗਰੀਬ ਨਿਵਾਜੁ ਗੁਸਈਆ ਮੇਰਾ,	gareeb nivaaj gus-ee-aa mayraa
ਮਾਥੈ ਛਤ੍ਰੁ ਧਰੈ॥੧॥ ਰਹਾਉ॥	maathai chhatar Dharai. ||1|| rahaa-o.

ਗਰੀਬ ਨਿਵਾਜ, ਨਿਮਾਣੇ ਦੇ ਮਾਣ ਰੱਖਣ ਵਾਲੇ ਪ੍ਰਭ ਨੇ ਰਹਿਮਤ ਦੀ ਨਜ਼ਰ ਬਖਸ਼ੀ ਹੈ । ਹੋਰ ਕਿਹੜਾ ਇਸਤਰ੍ਹਾਂ ਦਾ ਹੈ, ਜਿਹੜਾ ਇਹ ਸਭ ਕੁਝ ਕਰ ਸਕਦਾ ਹੈ?

The True Master, owner of all virtues, has blessed His mercy and grace on helpless and saved my honor! Who else can do all that and helps the helpless?

45. Ravi Das Ji - Page 1106

ਜਾ ਕੀ ਛੋਤਿ ਜਗਤ ਕਉ ਲਾਗੈ,	jaa kee chhot jagat ka-o laagai
ਤਾ ਪਰ ਤੁਹੀਂ ਢਰੈ॥	taa par tuheeN dharai.
ਨੀਚਹ ਊਚ ਕਰੈ ਮੇਰਾ ਗੋਬਿੰਦੁ,	neechah ooch karai mayraa gobind
ਕਾਹੂ ਤੇ ਨ ਡਰੈ॥੧॥	kaahoo tay na darai. ||1||

ਜਿਸ ਜੀਵ ਦੇ ਛੋਹਨ ਨਾਲ ਸਾਰੇ ਸੰਸਾਰਕ ਜੀਵ ਮੈਲੇ ਦਾਗ਼ੀ ਹੋ ਜਾਂਦੇ ਹਨ । ਕੇਵਲ ਤੂੰ ਹੀ ਉਸ ਨਿਮਾਣੇ ਜੀਵ ਤੇ ਤਰਸ ਕਰਦਾ, ਰਹਿਮਤ ਬਖਸ਼ ਸਕਦਾ ਹੈ । ਤੂੰ ਹੀ ਉਸ ਨਿਮਾਣੇ ਨੂੰ ਉਤਮ ਅਵਸਥਾ, ਮੁਕਤੀ ਬਖਸ਼ ਦੇਂਦਾ ਹੈ । ਤੂੰ ਹੀ ਸਾਰੀ ਸ੍ਰਿਸ਼ਟੀ ਦਾ ਅਸਲੀ ਮਾਲਕ ਹੈ, ਕਿਸੇ ਤੋਂ ਕਦੇ ਡਰਦਾ ਨਹੀਂ, ਨਿਡਰ ਹੈ ।

The worldly creature becomes blemish by touching someone! You are One and Only One, who showers mercy, protects and helps him. You had blessed Your humble, helpless devotee with a salvation. You are The True Master of the universe.

46. Ravi Das Ji - Page 1106

ਸੁਖ ਸਾਗਰ ਸੁਰਿਤਰੁ ਚਿੰਤਾਮਨਿ,	sukh saagar suritar chintaaman
ਕਾਮਧੇਨ ਬਸਿ ਜਾ ਕੇ ਰੇ॥	kaamDhayn bas jaa kay ray.
ਚਾਰਿ ਪਦਾਰਥ ਅਸਟ ਮਹਾ ਸਿਧਿ,	chaar padaarath asat mahaa siDh
ਨਵ ਨਿਧਿ ਕਰ, ਤਲ ਤਾ ਖੇ॥੧॥	nav niDh kar tal taa kai. ‖1‖

ਪ੍ਰਭ ਹੀ ਸੰਤੋਖ ਦਾ ਸਮੁੰਦਰ, ਚਮਤਕਾਰਾਂ ਦਾ ਬ੍ਰਿਛ, ਜਵਾਹਰ, ਇੱਛਾਂ ਪੂਰਨ ਕਰਨ ਵਾਲੀ ਗਊ ਹੈ । ਇਹ ਸਾਰੀਆਂ ਕਰਾਮਾਤਾਂ ਉਸ ਦੇ ਵੱਸ ਵਿੱਚ ਹੀ ਹਨ । ਚਾਰ ਪਦਾਰਥ, 8 ਅੱਠ ਰੁਹਾਨੀ ਚਮਤਕਾਰ, ਸੰਸਾਰਕ ਨੌਂ ਖਜ਼ਾਨੇਂ ਸਾਰੇ ਹੀ ਉਸ ਦੇ ਹੱਥ ਵਿੱਚ, ਇਸ਼ਾਰੇ ਤੇ ਨੱਚਦੇ ਹਨ । (ਚਾਰ ਪਦਾਰਥ- ਸ਼ਬਦ, ਸ਼ਬਦ ਦੀ ਲਗਨ, ਸ਼ਬਦ ਦੀ ਸੋਝੀ, ਸੁਚੇਤਨਾ ਅਤੇ ਮੁਕਤੀ)

God is the ocean of virtues, fruit tree of jewels and cow that fulfills wishes. All miracles are under His command, in His Word. Four Holy virtues, eight miracle powers, nine treasures of enlightenment all dances at His signal.

47. Guru Arjan Dev Ji - Page 1142

ਸਤਿਗੁਰ ਮੇਰਾ ਬੇਮੁਹਤਾਜੁ॥	satgur mayraa baymuhtaaj.
ਸਤਿਗੁਰ ਮੇਰੇ ਸਚਾ ਸਾਜੁ॥	satgur mayray sachaa saaj.
ਸਤਿਗੁਰੁ ਮੇਰਾ ਸਭਸ ਕਾ ਦਾਤਾ॥	satgur mayraa sabhas kaa daataa.
ਸਤਿਗੁਰੁ ਮੇਰਾ ਪੁਰਖੁ ਬਿਧਾਤਾ॥੧॥	satgur mayraa purakh biDhaataa. ‖1‖

ਪ੍ਰਭ ਕਿਸੇ ਤੇ ਨਿਰਭਰ ਨਹੀਂ ਹੁੰਦਾ, ਕਿਸੇ ਦਾ ਗੁਲਾਮ, ਮੁਹਤਾਜ ਨਹੀਂ ਹੈ । ਉਹ ਸਦਾ ਹੀ ਇਨਸਾਫ ਦਾ ਸਾਥ ਦੇਂਦਾ ਹੈ । ਸਦਾ ਹੀ ਰਹਿਮਤਾਂ ਦੀ ਵਰਖਾ ਸਦਾ ਹੀ ਹੁੰਦੀ ਹੈ । ਰੁਹਾਨੀ ਪ੍ਰਭ ਹੀ ਜੀਵ ਦੇ ਭਾਗ ਲਿਖਣ ਵਾਲਾ ਮਾਲਕ ਹੈ ।

God does not depend on anyone! Always independent! Does not report to anyone! He always does justice; His Word is justice. He showers the universe with blessings, virtues like a heavy rain all time. He is the One and Only One spiritual Master, he engraves destiny, His Word on every heart.

48. Guru Nanak Dev Ji - Page 1242

ਜਾਂ ਨ ਸਿਆ ਕਿਆ ਚਾਕਰੀ,	jaaN na si-aa ki-aa chaakree
ਜਾਂ ਜੰਮੇ ਕਿਆ ਕਾਰ॥	jaaN jammay ki-aa kaar.
ਸਭਿ ਕਾਰਣ ਕਰਤਾ ਕਰੇ,	sabh kaaran kartaa karay
ਦੇਖੈ ਵਾਰੋ ਵਾਰ॥	daykhai vaaro vaar.
ਜੇ ਚੁਪੈ ਜੇ ਮੰਗਿਐ,	jay chupai jay mangi-ai
ਦਾਤਿ ਕਰੇ ਦਾਤਾਰੁ॥	daat karay daataar.
ਇਕੁ ਦਾਤਾ ਸਭਿ ਮੰਗਤੇ,	ik daataa sabh mangtay
ਫਿਰਿ ਦੇਖਹਿ ਆਕਾਰੁ॥	fir daykheh aakaar.
ਨਾਨਕ ਏਵੈ ਜਾਣੀਐ,	naanak ayvai jaanee-ai
ਜੀਵੈ ਦੇਵਣਹਾਰੁ॥੨॥	jeevai dayvanhaar. ‖2‖

ਜਦੋਂ ਸ੍ਰਿਸ਼ਟੀ ਵਿੱਚ ਕੋਈ ਨਹੀਂ ਸੀ, ਉਸ ਵੇਲੇ ਸ੍ਰਿਸ਼ਟੀ ਵਿੱਚ ਕੀ ਹੁੰਦਾ ਸੀ? ਜਦੋਂ ਪਹਿਲਾ ਜੀਵ ਪੈਦਾ ਹੋਇਆ ਫਿਰ ਸ੍ਰਿਸ਼ਟੀ ਵਿੱਚ ਕੀ ਹੋਇਆ? ਪ੍ਰਭ ਆਪ ਹੀ ਸਭ ਕੁਝ ਕਰਦਾ, ਆਪ ਹੀ ਜੀਵ ਨੂੰ ਪੈਦਾ ਕਰਦਾ, ਦੇਖ ਭਾਲ ਕਰਦਾ ਹੈ, ਇਹ ਬਾਰ ਬਾਰ ਹੁੰਦਾ ਹੈ । ਜੀਵ ਭਾਵੇਂ, ਕੁਝ ਨਾ ਮੰਗੇ, ਜਾ ਉੱਚੀ ਉੱਚੀ ਪੁਕਾਰ ਕਰੇ, ਪ੍ਰਭ ਸਭਨਾਂ ਨੂੰ ਦਾਤਾਂ ਬਖਸ਼ਦਾ ਰਹਿੰਦਾ ਹੈ । ਕੇਵਲ ਇੱਕੋ ਇੱਕ ਪ੍ਰਭ ਹੀ ਦਾਤਾਂ ਦੇਣ ਵਾਲਾ ਹੈ, ਬਾਕੀ ਸਾਰੀ ਸ੍ਰਿਸ਼ਟੀ ਦੇ ਜੀਵ ਹੀ ਉਸ ਦੇ ਦਰ ਤੇ ਮੰਗਤੇ ਹੀ ਹਨ । ਇਹ ਸਾਰੀਆਂ ਸ੍ਰਿਸ਼ਟੀਆਂ ਵਿੱਚ ਹੀ ਦੇਖਣ ਨੂੰ ਨਜ਼ਰ ਆਉਂਦਾ ਹੈ । ਦਾਤਾਂ ਦਾ ਮਾਲਕ ਸਦਾ ਹੀ ਅਟੱਲ ਰਹਿੰਦਾ, ਦਾਤਾਂ ਬਖਸ਼ਦਾ ਰਹਿੰਦਾ ਹੈ।

When there was no creature alive in universe! What was in the universe? What happened, when first creature was born? God Himself created the creature, nourishes, protects and repeat this process continuously, His creature may not beg anything or cries loud, He blesses them as He desires. He is One and Only One giver of blessings! All others are beggars at His door. The whole universe realizes that Only One God blesses every one and remain unchanged.

49. Guru Angand Dev Ji - Page 1279

ਬ੍ਰਹਮਾ ਬਿਸਨੁ ਮਹੇਸੁ ਦੇਵ ਉਪਾਇਆ॥	barahmaa bisan mahays dayv upaa-i-aa.
ਬ੍ਰਹਮੇ ਦਿਤੇ ਬੇਦ ਪੂਜਾ ਲਾਇਆ॥	barahmay ditay bayd poojaa laa-i-aa.
ਦਸ ਅਵਤਾਰੀ ਰਾਮੁ ਰਾਜਾ ਆਇਆ॥	das avtaaree raam raajaa aa-i-aa.
ਦੈਤਾ ਮਾਰੇ ਧਾਇ	daitaa maaray Dhaa-ay
ਹੁਕਮਿ ਸਬਾਇਆ॥	hukam sabaa-i-aa.
ਈਸ ਮਹੇਸੁਰੁ ਸੇਵ ਤਿਨ੍ਹੀ	ees mahaysur sayv tinHee
ਅੰਤੁ ਨ ਪਾਇਆ॥	ant na paa-i-aa.
ਸਚੀ ਕੀਮਤਿ ਪਾਇ ਤਖਤੁ ਰਚਾਇਆ॥	sachee keemat paa-ay takhat rachaa-i-aa.
ਦੁਨੀਆ ਧੰਧੈ ਲਾਇ	dunee-aa DhanDhai laa-ay
ਆਪੁ ਛਪਾਇਆ॥	aap chhapaa-i-aa.
ਧਰਮੁ ਕਰਾਏ ਕਰਮ	dharam karaa-ay karam
ਧੁਰਹੁ ਫੁਰਮਾਇਆ॥੩॥	Dharahu furmaa-i-aa. ‖3‖

ਪ੍ਰਭ ਤੂੰ ਬ੍ਰਹਮਾ, ਵਿਸ਼ਨੂੰ, ਮਹੇਸ ਵਰਗੇ ਦੇਵਤੇ ਪੈਦਾ ਕੀਤੇ ਹਨ । ਬ੍ਰਹਮਾ ਨੂੰ ਚਾਰ ਵੇਦਾਂ ਦੀ ਸੋਝੀ ਬਖਸ਼ੀ, ਉਸ ਨੇ ਜੀਵਾਂ ਨੂੰ ਪ੍ਰਭ ਦੀ ਬੰਦਗੀ ਤੇ ਲਾਇਆ । ਦਸਵੇਂ ਅਵਤਾਰ ਰਾਮ ਚੰਦਰ ਰਾਜੇ ਨੂੰ ਪੈਦਾ ਕੀਤਾ । ਤੇਰੇ ਭਾਣੇ ਨਾਲ ਸਾਰੇ ਜਮਦੂਤਾਂ ਦਾ ਨਾਸ਼ ਹੋ ਗਿਆ । ਈਸਾਂ, ਮਹੇਸ ਅਤੇ ਸ਼ਿਵਾਂ ਦੇਵਤੇ ਪੈਦਾ ਕੀਤੇ । ਉਹਨਾਂ ਨੂੰ ਤੇਰਾ ਅੰਤ ਨਹੀਂ ਹੋ ਸਕਿਆ । ਤੂੰ ਜੀਵ ਦੇ ਮਨ ਵਿੱਚ ਆਪਣਾ ਤਖਤ ਸਥਾਪਤ ਕਰਕੇ ਇਨਸਾਫ ਕਰਦਾ ਹੈ । ਸਾਰੇ ਸੰਸਾਰ ਨੂੰ ਧੰਦੇ ਤੇ ਲਾ ਕੇ ਤੂੰ ਆਪ ਗੁਪਤ ਹੀ ਹਰਇੱਕ ਜੀਵ ਵਿੱਚ ਵਾਪਰਦਾ ਹੈ । ਤੇਰਾ ਭਾਣਾ ਹੈ! ਕਿ ਜੀਵ ਬਾਕੀ ਜੀਵਾਂ ਦੀ ਭਲਾਈ ਦੇ ਕੰਮ ਕਰਨ ।

You have given birth to many prophets like Brahma, Vishnu, Shiva! You had blessed Brahma with understanding of four Vedas. He preached all human to meditates on Your scripture. You have given birth to Rama, who conquered the evil, devils. You had given birth to Jesus, Shiva, Mahesh, however they could not find any of Your limits. You have created a throne of justice in the heart of each and every creature. You assigned every creature one specific task to serve and nourish himself. You remain hidden and beyond their desires and reaches. Your Word is for the welfare of all creatures!

50. Guru Nanak Dev Ji - Page 1328

ਜੈ ਕਾਰਣਿ, ਬੇਦ ਬ੍ਰਹਮੈ ਉਚਰੇ,	jai kaaran bayd barahmai uchray
ਸੰਕਰਿ ਛੋਡੀ ਮਾਇਆ॥	sankar chhodee maa-i-aa.
ਜੈ ਕਾਰਣਿ, ਸਿਧ ਭਏ ਉਦਾਸੀ,	jai kaaran siDh bha-ay udaasee
ਦੇਵੀ ਮਰਮੁ ਨ ਪਾਇਆ॥ ੧॥	dayvee maram na paa-i-aa. ||1||

ਜਿਸ ਕਾਰਨ ਕਰਕੇ, ਰਹਿਮਤ ਨਾਲ ਤੂੰ ਬ੍ਰਹਮਾ ਦੇ ਮੁੱਖ ਤੋਂ ਬਾਣੀ, ਵੇਦਾਂ, ਜੀਵਾਂ ਨੂੰ ਬਖਸ਼ੀ ਹੈ । ਸ਼ੰਕਰ ਨੇ ਸੰਸਾਰਕ ਮਾਇਆ ਤਿਆਗੀ ਹੈ । ਸਿਧ ਜੀਵਾਂ ਨੇ ਤੇਰੇ ਵਿਛੋੜੇ ਦੇ ਵਿਰਾਗ ਵਿੱਚ ਉਦਾਸੀ ਧਾਰਨ ਕੀਤੀ ਹੈ । ਸਾਰੀਆਂ ਕਰਾਮਾਤਾਂ ਦੀ ਜਾਣਕਾਰੀ, ਗਿਆਨ ਦੇਵੀਆਂ ਦੇਵਤਿਆਂ ਨੂੰ ਵੀ ਨਹੀਂ ਹੁੰਦਾ ।

The reason, purpose of your blessings of Vedas to Brahma. Sankar abandoned worldly wealth! Sidh remains steady, in state of shock, remembering Your separation. Even the prophets, your angels do not understand, know the real purpose.

51. Guru Nanak Dev Ji - Page 1329

ਤਾ ਕਉ ਸਮਝਾਵਣ ਜਾਈਐ,	taa ka-o samjhaavan jaa-ee-ai
ਜੇ ਕੋ ਭੂਲਾ ਹੋਈ॥	jay ko bhoolaa ho-ee.
ਆਪੇ ਖੇਲ ਕਰੇ ਸਭ ਕਰਤਾ,	aapay khayl karay sabh kartaa
ਐਸਾ ਬੂਝੈ ਕੋਈ॥ ੩॥	aisaa boojhai ko-ee. ||3||

ਪ੍ਰਭ ਦੀ ਰਜ਼ਾ ਨੂੰ ਸਤਿ ਕਰਕੇ ਮੰਨੋ, ਹਿਰਖ ਨਾ ਕਰੋ! ਉਹ ਕੋਈ ਗਲਤੀ ਨਹੀਂ ਕਰਦਾ । ਅਗਰ ਜੇ ਕੋਈ ਅਣਜਾਣ ਹੋਵੇ ਤਾਂ ਉਸ ਨੂੰ ਕੋਈ ਸੋਝੀਵਾਲਾ ਕਥਨ ਕਰ ਸਕਦਾ ਹੈ । ਇਹ ਸਾਰਾ ਖੇਲ ਪ੍ਰਭ ਆਪਣੀ ਮਰਜ਼ੀ ਨਾਲ ਹੀ ਕਰਦਾ ਹੈ । ਇਸ ਦੀ ਸੋਝੀ ਕਿਸੇ ਵਿਰਲੇ ਜੀਵ ਨੂੰ ਹੀ ਹੁੰਦੀ ਹੈ ।

You should be contented with His blessings and should not be displeased with His blessings. He never makes any mistake! If there is anyone ignorant, then some wiseman may enlighten him. Everything happens with His own mercy and grace! However, very rare devotee may realize, understand this essence of His Nature.

52. Guru Amar Das Ji – Page 1333

ਸਤਿਗੁਰੁ ਮੇਰਾ ਸਦਾ ਹੈ ਦਾਤਾ,	satgur mayraa sadaa hai daataa
ਜੋ ਇਛੈ ਸੋ ਫਲੁ ਪਾਏ॥	jo ichhai so fal paa-ay.
ਨਾਨਕ ਨਾਮੁ ਮਿਲੈ ਵਡਿਆਈ,	naanak naam milai vadi-aa-ee
ਗੁਰ ਸਬਦੀ ਸਚੁ ਪਾਏ॥੪॥੩॥	gur sabdee sach paa-ay. ||4||3||

ਪ੍ਰਭ ਸਦਾ ਹੀ ਦਾਤਾਂ ਬਖਸ਼ਦਾ ਰਹਿੰਦਾ ਹੈ । ਜਿਹੜਾ ਉਸ ਤੇ ਭਰੋਸਾ ਅਡੋਲ ਰੱਖ ਕੇ ਜੋ ਵੀ ਇੱਛਾਂ ਕਰਦਾ ਹੈ । ਪ੍ਰਭ ਆਪਣੇ ਸੇਵਕ ਦੀ ਹਰ ਇੱਛਾਂ ਪੂਰੀ ਕਰਦਾ ਹੈ । ਜਿਹੜਾ ਸ਼ਬਦਾ ਦਾ ਸਿਮਰਨ ਕਰਦਾ ਹੈ, ਉਸ ਦੇ ਮਨ ਦੀ ਇੱਛਾ ਪ੍ਰਭ ਦੇ ਭਾਣੇ ਅਨੁਸਾਰ ਹੀ ਹੁੰਦੀ ਹੈ । ਇਹ ਹੀ ਵਡਿਆਈ ਮੇਰੇ ਅਸਲੀ ਮਾਲਕ ਦੀ ਹੈ ।

His blessings are always pouring like a heavy rain. Whosoever may firm his belief and wholeheartedly prays, begs anything, his desires are always fulfilled. Whosoever may adopt His Word, his desires become as per His Word. This is a uniqueness of my Holy master, His Word!

53. Guru Nanak Dev Ji - Page 1345

ਸਤਿਗੁਰ ਕੈ ਵਸਿ ਚਾਰਿ ਪਦਾਰਥ॥	satgur kai vas chaar padaarath.
ਤੀਨਿ ਸਮਾਏ ਏਕ ਕ੍ਰਿਤਾਰਥ॥੫॥	teen samaa-ay ayk kirtaarath. ‖5‖

ਜੀਵ ਨੂੰ ਆਪਣੀ ਆਤਮਾ ਨੂੰ ਪਵਿੱਤਰ ਕਰਨ ਲਈ ਚਾਰ ਪਦਾਰਥਾਂ ਦੀ ਲੋੜ ਹੁੰਦੀ ਹੈ । ਪ੍ਰਭ ਦੇ ਵੱਸ ਵਿੱਚ ਆਤਮਾ ਨੂੰ ਪਵਿੱਤਰ ਕਰਨ ਵਾਲੇ ਚਾਰੇ ਹੀ ਪਦਾਰਥ, ਧਰਮ, ਅਰਥ, ਕਾਮ, ਮੋਖ ਹਨ । ਜਦੋਂ ਜੀਵ ਆਪਣੇ ਨਿਸ਼ਚੇ ਨਾਲ ਪਹਿਲੇ ਤਿੰਨਾਂ ਤੇ ਕਾਬੂ ਪੱਕਾ ਕਰ ਲੈਂਦਾ ਹੈ । ਤਾਂ ਪ੍ਰਭ ਆਪ ਹੀ ਰਹਿਮਤ ਬਖਸ਼ਦਾ, ਮੁਕਤੀ ਦਾ ਰਸਤਾ ਬਖਸ਼ਦਾ ਹੈ । ਜਿਸ ਨਾਲ ਉਹ ਮੁਕਤੀ ਦੇ ਰਸਤੇ ਤੇ ਚਲ ਪੈਂਦਾ ਹੈ ।

The soul needs four virtues to purify, sanctify for the true purpose of human life. All four virtues are under His command, in adopting the teachings of His Word. Dharma- self-discipline; Adopt His Word in Life; Conquer sexual desire; salvation from birth and death cycle. Whosoever may conquer first three and adopts these virtues in life! God blesses him with fourth, Fourth Virtue, salvation can only be blessed by His mercy and grace!

54. Guru Nanak Dev Ji – Page 150

ਆਪਿ ਬੁਝਾਏ ਸੋਈ ਬੂਝੈ॥	aap bujhaa-ay so-ee boojhai.
ਜਿਸੁ ਆਪਿ ਸੁਝਾਏ ਤਿਸੁ ਸਭੁ ਕਿਛੁ ਸੂਝੈ॥	jis aap sujhaa-ay tis sabh kichh soojhai.
ਕਹਿ ਕਹਿ ਕਥਨਾ ਮਾਇਆ ਲੂਝੈ॥	kahi kahi kathnaa maa-i-aa loojhai.
ਹੁਕਮੀ ਸਗਲ ਕਰੇ ਆਕਾਰ॥	hukmee sagal karay aakaar.
ਆਪੇ ਜਾਣੈ ਸਰਬ ਵੀਚਾਰ॥	aapay jaanai sarab veechaar.
ਅਖਰ ਨਾਨਕ ਅਖਿਓ ਆਪਿ॥	akhar naanak akhi-o aap.
ਲਹੈ ਭਰਾਤਿ, ਹੋਵੈ ਜਿਸੁ ਦਾਤਿ॥੨॥	lahai bharaat hovai jis daat. ‖2‖

ਜਿਸ ਨੂੰ ਆਪ ਹੀ ਬੰਦਗੀ ਤੇ ਲਾਉਂਦਾ, ਉਹ ਹੀ ਬੰਦਗੀ ਕਰ ਸਕਦਾ, ਰਸਤੇ ਤੇ ਚਲਦਾ ਹੈ । ਜਿਸ ਤੇ ਆਪ ਰਹਿਮਤ ਬਖਸ਼ਦਾ, ਉਸ ਨੂੰ ਹੀ ਸ਼ਬਦ ਦੀ ਸੋਝੀ ਬਖਸ਼ਿਸ਼ ਹੁੰਦੀ ਹੈ । ਕਈ ਜੀਵ ਸ਼ਬਦ ਦਾ ਪ੍ਰਚਾਰ ਕਰਦੇ ਹਨ, ਕਥਾ, ਵਿਖਿਆਣ ਕਰਦੇ ਹਨ । ਪਰ ਮਨ ਵਿੱਚ ਮਾਇਆ ਇਕੱਠੀ ਕਰਨ ਦਾ ਲਾਲਚ ਰੱਖਦੇ ਹਨ । ਪ੍ਰਭ ਦੇ ਹੁਕਮ ਨਾਲ ਹੀ ਜੀਵ ਦੀ ਰਚਨਾ ਹੁੰਦੀ ਹੈ, ਆਪ ਹੀ ਸਭ ਕੁਝ ਕਰਦਾ, ਵਾਪਰਦਾ ਹੈ । ਉਹ ਆਪ ਹੀ ਸ਼ਬਦ ਬਖਸ਼ਦਾ ਹੈ, ਭਰੋਸੇ ਵਾਲੇ ਸੋਝੀ ਪਾ ਲੈਂਦੇ ਹਨ । ਨਾ ਭਰੋਸੇ ਵਾਲੇ ਵਾਂਝੇ ਰਹਿੰਦੇ ਹਨ । ਇਹ ਹੀ ਇੱਕੋ ਇੱਕ ਫਰਕ ਹੈ ।

Whosoever may be blessed with Your mercy and grace, devotion to obey and meditate, only he can meditate. Whosoever may be blessed with understanding, he may obey Your Word and enlightens Your Word from within. Some preaches sing Your glory, explains Your Word, but are trapped into worldly greed! By His mercy and grace, soul may be blessed with human body. Everything can happen with His mercy and grace only. He blesses the soul, His Word and understanding and enlightens His Word within. Who does not believe on His Word, His existence remains without His blessings of Word? This is the only distinction.

55. Kabeer Ji - Page 1364

ਕਬੀਰ ਦਾਤਾ ਤਰਵਰੁ ਦਯਾ ਫਲੁ, ਉਪਕਾਰੀ ਜੀਵੰਤ॥ ਪੰਖੀ ਚਲੇ ਦਿਸਾਵਰੀ, ਬਿਰਖਾ ਸੁਫਲ ਫਲੰਤ॥੨੩੦॥	kabeer daataa tarvar da-yaa fal upkaaree jeevant. pankhee chalay disaavaree birkhaa sufal falant. ||230||

ਪ੍ਰਭ ਇਸਤਰ੍ਹਾਂ ਦਾ ਬ੍ਰਿਛ ਹੈ ਜੋ ਹਰ ਇੱਕ ਨੂੰ ਦਾਤਾਂ, ਫਲ ਦੇਂਦਾ ਰਹਿੰਦਾ ਹੈ । ਜਦੋਂ ਜੀਵ ਉਸ ਤੋਂ ਵਿਛੜ ਜਾਂਦੇ ਹਨ ਤਾਂ ਉਸ ਫਲ ਨੂੰ ਯਾਦ ਕਰਦਾ ਹੈ । ਇਸਤਰ੍ਹਾਂ ਜਦੋਂ ਜੀਵ ਮਰ ਜਾਂਦਾ ਹੈ, ਸਕੇ ਸਬੰਧੀ ਉਸ ਦੇ ਭਾਲਾਈ ਦੇ ਕੰਮਾਂ ਨੂੰ ਸਿਆਣਪ, ਸਿਖਿਆ ਨੂੰ ਯਾਦ ਕਰਦੇ ਹਨ ।

God is like a unique fruit tree; He blesses each soul with unique fruit. When the soul is separated from Him, the soul always remembers the taste of that fruit. Same way when creature dies, his family, friends remember his teachings, wisdom.

56. Guru Nanak Dev Ji - Page 663

ਸਭ ਮਹਿ ਜੋਤਿ ਜੋਤਿ ਹੈ ਸੋਇ॥ ਤਿਸ ਕੈ ਚਾਨਣਿ ਸਭ ਮਹਿ ਚਾਨਣੁ ਹੋਇ॥ ਗੁਰ ਸਾਖੀ ਜੋਤਿ ਪਰਗਟੁ ਹੋਇ॥ ਜੋ ਤਿਸੁ ਭਾਵੈ ਸੁ ਆਰਤੀ ਹੋਇ॥੩॥	Sabh meh jot jot hai so-ay. Tis kai chaanan sabh meh chaanan ho-ay. Gur saakhee jot pargat ho-ay. Jo tis bhaavai so aartee ho-ay. ||3||

ਪ੍ਰਭ ਤੂੰ ਹੀ ਸਭ ਵਿੱਚ ਸਵਾਸ (ਜੋਤ) ਪਾਇਆ ਹੈ, ਗਿਆਨ ਬਖਸ਼ਿਆ ਹੈ । ਉਸ ਨਾਲ ਹੀ ਸਾਰੀ ਸ੍ਰਿਸ਼ਟੀ ਵਿੱਚ ਗਿਆਨ, ਚਾਨਣ ਹੋ ਰਿਹਾ ਹੈ । ਤੇਰੇ ਸ਼ਬਦ ਨਾਲ ਸਾਰੀ ਸ੍ਰਿਸ਼ਟੀ ਵਿਚੋਂ ਅਗਿਆਨਤਾਂ, ਅੰਧੇਰਾ ਦੂਰ ਹੋ ਗਿਆ, ਚਾਨਣ ਹੋ ਰਿਹਾ ਹੈ । ਪ੍ਰਭ ਜੋ ਵੀ ਤੈਨੂੰ ਚੰਗਾ ਲਗਦਾ, ਭਾਉਂਦਾ ਹੈ, ਉਹ ਹੀ ਤੇਰੀ ਪੂਜਾ, ਆਰਤੀ ਹੈ ।

Your spirit remains embedded within each and every soul; Your light has illuminated the universe. With Your mercy and grace, with Your ray of light, the ignorance from Your Word has been eliminated from the universe. Whatsoever may be acceptable in Your court, only that is Your true worship, charity.

57. Ravi Das Ji - Page 487

ਹਰਿ ਕੇ ਨਾਮ ਕਬੀਰ ਉਜਾਗਰ॥ ਜਨਮ ਜਨਮ ਕੇ ਕਾਟੇ ਕਾਗਰ॥੧॥	har kay naam kabeer ujaagar. janam janam kay kaatay kaagar. ||1||

ਪ੍ਰਭ ਦੇ ਨਾਮ ਦਾ ਸਿਮਰਨ ਕਰਦਾ ਹੋਇਆ ਕਬੀਰ ਪ੍ਰਵਾਨ ਹੋ ਗਿਆ । ਬੰਦਗੀ ਕਰਨ ਵਾਲਾ ਜੀਵ ਪ੍ਰਵਾਨ ਹੋ ਗਿਆ, ਸੰਸਾਰ ਵਿੱਚ ਸਦਾ ਜਾਣਿਆ ਗਿਆ, ਅਮਰ ਹੋ ਗਿਆ । ਉਸ ਦਾ ਜੂੰਨਾਂ ਦੇ ਲੇਖਾ ਖਤਮ ਹੋ ਗਿਆ ।

His true devotee may be accepted in His court by meditating on the teachings of His Word. He may be recognized and honored in world. His account of previous life deeds may be forgiven by The Holy master.

58. Guru Nanak Dev Ji - Page 12

ਵਿਸੁਏ ਚਸਿਆ ਘੜੀਆ ਪਹਰਾ	visu-ay chasi-aa gharhee-aa pahraa
ਥਿਤੀ ਵਾਰੀ ਮਾਹੁ ਹੋਆ॥	thitee vaaree maahu ho-aa.
ਸੂਰਜੁ ਏਕੋ ਰੁਤਿ ਅਨੇਕ॥	sooraj ayko rut anayk.
ਨਾਨਕ ਕਰਤੇ ਕੇ ਕੇਤੇ ਵੇਸ॥੨॥੨॥	naanak kartay kay kaytay vays. ||2||2||

ਦਿਨ ਰਾਤ, ਮਹੀਨੇ, ਥਿਤੀ, ਵਾਰ, ਪਲ ਕੁਦਰਤ, ਰੱਬ ਦੇ ਹੀ ਰੂਪ, ਅੰਗ, ਭਾਗ ਹਨ । ਜਿਵੇਂ ਇੱਕ ਸੂਰਜ ਹੈ, ਪਰ ਵੱਖਰੀਆਂ ਰੁਤਾਂ, ਮੌਸਮ ਹੁੰਦਾ ਹੈ । ਇਸਤਰ੍ਹਾਂ ਹੀ ਅਸਲੀ ਮਾਲਕ ਦੇ ਅਨੇਕਾਂ ਰੂਪ, ਰੰਗ ਹਨ । ਜਿਸਤਰ੍ਹਾਂ ਦੀ ਭਾਵਨਾ ਨਾਲ ਉਸ ਤੇ ਭਰੋਸਾ ਰੱਖਕੇ ਯਾਦ ਕਰੋ, ਉਸ ਹੀ ਰੂਪ ਵਿੱਚ ਆਪਣੀ ਇੱਛਾ ਨਾਲ ਪ੍ਰਗਟ ਹੋ ਜਾਂਦਾ ਹੈ ।

All days, months, seasons are created by Him, all are part of His nature. As there is only one Sun, however there are several seasons, temperature variations. Whatsoever may be the imagination in the mind of His true devotee, The True Master may appear in same form.

59. Guru Tegh Bahadur Ji - Page 632

ਸੁਖੁ ਦੁਖੁ ਰਹਤ ਸਦਾ ਨਿਰਲੇਪੀ,	sukh dukh rahat sadaa nirlaypee
ਜਾ ਕਉ ਕਹਤ ਗੁਸਾਈ॥	jaa ka-o kahat gusaa-ee.
ਸੋ ਤੁਮ ਹੀ ਮਹਿ ਬਸੈ ਨਿਰੰਤਰਿ,	so tum hee meh basai nirantar
ਨਾਨਕ ਦਰਪਨਿ ਨਿਆਈ॥੩॥੫॥	naanak darpan ni-aa-ee. ||3||5||

ਪ੍ਰਭ ਦੁਖ, ਸੁਖ, ਤੋਂ ਸਦਾ ਰਹਿਤ ਹੈ! ਉਸ ਨੂੰ ਹੀ ਅਸਲੀ ਮਾਲਕ ਕਹਿੰਦੇ ਹਨ । ਉਹ ਜੀਵ ਦੇ ਅੰਦਰ ਵਸਦਾ ਹੈ, ਜੀਵ ਹੀ ਉਸ ਦਾ ਹੀ ਰੂਪ ਹੈ ।

God remains beyond the reach of worldly sufferings and pains. To whom the worldly happiness, misery may not affect his state of mind, he may become His true devotee. He remains embedded within each and every soul and body. Whosoever may be enlightened from within, he may become His true devotee. He may be accepted in His sanctuary, under His protection.

60. Guru Arjan Dev Ji - Page 705

ਆਦਿ ਪੂਰਨ, ਮਧਿ ਪੂਰਨ,	aad pooran maDh pooran
ਅੰਤਿ ਪੂਰਨ ਪਰਮੇਸੁਰਹ॥	ant pooran parmaysureh.
ਸਿਮਰੰਤਿ ਸੰਤ ਸਰਬਤ੍ਰ ਰਮਣੰ	simrant sant sarbatar ramnaN
ਨਾਨਕ ਅਘਨਾਸਨ, ਜਗਦੀਸੁਰਹ॥੧॥	naanak aghnaasan jagdeesureh. ||1||

ਜੀਵ ਦੇ ਜਨਮ ਤੇ, ਸੰਸਾਰਕ ਜੀਵਨ ਵਿੱਚ ਅਤੇ ਮੌਤ ਪਿਛੋਂ ਵੀ ਪ੍ਰਭ ਪੂਰਨ ਤਰ੍ਹਾਂ ਵਾਪਰਦਾ, ਹੁਕਮ ਹੀ ਚਲਦਾ ਹੈ । ਸਭ ਕੁਝ ਪ੍ਰਭ ਦੇ ਹੁਕਮ ਅੰਦਰ ਹੀ ਵਾਪਰਦਾ ਹੈ, ਹੁੰਦਾ ਹੈ । ਮੌਤ ਪਿਛੋਂ ਵੀ ਸਭ ਕੁਝ ਪ੍ਰਭ ਦੇ ਹੁਕਮ ਅੰਦਰ ਹੀ ਹੁੰਦਾ ਹੈ । ਸ੍ਰਿਸ਼ਟੀ ਦਾ ਅੰਤ ਵੀ ਪ੍ਰਭ ਦੇ ਹੁਕਮ ਨਾਲ ਹੀ ਹੁੰਦਾ ਹੈ । ਬੰਦਗੀ ਕਰਨ ਵਾਲੇ ਹਰ ਵੇਲੇ ਪ੍ਰਭ ਦੇ ਸ਼ਬਦ ਦੀ ਪਾਲਣਾ ਕਰਦੇ ਸਿਮਰਨ ਕਰਦੇ ਹਨ । ਜਿਹੜਾ ਜੀਵਾਂ ਦੇ ਕੀਤੇ ਪਾਪ ਬਖਸ਼ਣ ਵਾਲਾ ਮਾਲਕ, ਉਹ ਹੀ ਸਿੱਧੇ ਰਸਤੇ ਤੇ ਪਾਉਂਦਾ, ਅਡੋਲ ਰੱਖਦਾ ਹੈ । ਕੇਵਲ ਉਹ ਹੀ ਪਵਿੱਤਰ, ਦਾਗ਼ ਤੋਂ ਬਿਨਾਂ ਰਹਿੰਦਾ ਹੈ । (ਆਦਿ- ਸ੍ਰਿਸ਼ਟੀ ਦੇ ਅਰੰਭ, ਮੱਧ-ਜੀਵਨ ਬਤੀਤ ਕਰਦੇ, ਅੰਤਿ-ਮੌਤ ਪਿਛੋਂ)

He was axiom before the creation of universe and will be same after the destruction of the universe! God exists before the universe was created; soul comes to the universe to repent. While spending time in the universe and also after the death captures the soul. His command prevails before, at birth, while living and after death. Nothing moves without His mercy and grace, command, Word. His true devotee maintains unshakable belief and obeys His Word and sings His glory! The One and Only One True Master may forgive sinful deeds and blesses his soul with right path. One and Only One, Holy spirit is pure, all other souls have some stigma!

61. Guru Arjan Dev Ji - Page 894

ਮਹਿਮਾ ਨ ਜਾਨਹਿ ਬਦੇ॥ mahimaa na jaaneh bayd.
ਬ੍ਰਹਮੇ ਨਹੀ ਜਾਨਹਿ ਭੇਦ॥ barahmay nahee jaaneh bhayd.
ਅਵਤਾਰ ਨ ਜਾਨਹਿ ਅੰਤੁ॥ avtaar na jaaneh ant.
ਪਰਮੇਸਰੁ ਪਾਰਬ੍ਰਹਮ ਬੇਅੰਤੁ॥੧॥ parmaysar paarbarahm bay-ant. ||1||

ਪ੍ਰਭ ਦੀ ਮਹਿਮਾਂ, ਵਡਿਆਈ ਦੀ ਪੂਰਨ ਤਰ੍ਹਾਂ ਵਿਆਖਿਆ ਸੰਸਾਰਕ ਧਰਮ ਦੇ ਗ੍ਰੰਥਾਂ ਵਿੱਚ ਨਹੀਂ ਕੀਤੀ ਜਾ ਸਕਦੀ । ਜਿਹਨਾਂ ਜੀਵਾਂ ਦੀ ਜੀਭ ਤੋਂ ਪ੍ਰਭ ਸ਼ਬਦ ਉਚਾਰਨ ਕਰਵਾਉਂਦਾ ਹੈ । ਉਹ ਵੀ ਇਸ ਦਾ ਭੇਦ ਪੂਰਨ ਤਰ੍ਹਾਂ ਨਹੀਂ ਜਾਣ ਸਕਦੇ । ਸੰਸਾਰਕ ਅਵਤਾਰ, ਦੇਵਤੇ, ਸੰਤ ਵੀ ਇਸ ਦੀ ਹੱਦ ਦਾ ਅੰਤ ਨਹੀਂ ਜਾਣ ਸਕਦੇ । ਆਪਣੇ ਆਪ ਵਿੱਚ ਪੂਰਨ ਪ੍ਰਭ, ਕਿਸੇ ਵੀ ਅੰਤ, ਜਾਣਕਾਰੀ ਤੋਂ ਰਹਿਤ ਹੀ ਹੈ ।

Worldly Holy scriptures do not know the secret of His creation and function. Composers of the Holy scripture may not know His true limits or secret either. There is absolutely no limit of any of His virtue. He remains beyond any comprehension of His creation.

62. Guru Arjan Dev Ji - Page 894

ਅਪਨੀ ਗਤਿ ਆਪਿ ਜਾਨੈ॥ apnee gat aap jaanai.
ਸੁਣਿ ਸੁਣਿ ਅਵਰ ਵਖਾਨੈ॥੧॥ ਰਹਾਉ॥ sun sun avar vakhaanai. ||1|| rahaa-o.

ਸੰਸਾਰਕ ਜੀਵ ਇੱਕ ਦੂਸਰੇ ਤੋਂ ਸੁਣਕੇ, ਲਿਖਤਾਂ ਪੜ੍ਹਕੇ ਕਥਾ ਕਰਦੇ ਰਹਿੰਦੇ ਹਨ । ਪ੍ਰਭ ਆਪਣੀ ਅਵਸਥਾ ਕੇਵਲ ਆਪ ਹੀ ਜਾਣਦਾ ਹੈ ।

Only God knows the true purpose of His creation and limits of their actions. However, human may listen from someone or read scriptures and explain and preach His glory.

63. Guru Arjan Dev Ji - Page 894

ਸੰਕਰਾ ਨਹੀ ਜਾਨਹਿ ਭੇਵ॥ sankraa nahee jaaneh bhayv.
ਖੋਜਤ ਹਾਰੇ ਦੇਵ॥ khojat haaray dayv.
ਦੇਵੀਆ ਨਹੀ ਜਾਨੈ ਮਰਮ॥ dayvee-aa nahee jaanai maram.
ਸਭ ਊਪਰਿ ਅਲਖ ਪਾਰਬ੍ਰਹਮ॥੨॥ sabh oopar alakh paarbarahm. ||2||

ਸੰਸਾਰ ਵਿੱਚ ਮੰਨੇ ਦੇਵਤੇ, ਸ਼ੰਕਰ, ਜੀਸ਼ਸ਼, ਨਾਨਕ ਵੀ ਪੂਰਨ ਤਰ੍ਹਾਂ ਭੇਦ ਨਹੀਂ ਜਾਣ ਸਕੇ । ਸੰਸਾਰਕ ਦੇਵਤੇ, ਬੰਦਗੀ ਕਰਨ ਵਾਲੇ, ਵਿਦਵਾਨ ਸਭ ਖੋਜ ਕਰਦੇ ਬੇਚਾਰ ਹੋ ਜਾਂਦੇ ਹਨ । ਕੋਈ ਦੇਵੀ, ਫਰਿਸ਼ਤਾ ਵੀ ਉਸ ਦਾ ਭੇਦ ਨਹੀ ਜਾਣ ਸਕਦਾ । ਪ੍ਰਭ ਦੇਖਣ ਵਿੱਚ, ਮਾਨਸ ਦੀ ਪਹੁੰਚ ਵਿੱਚ ਨਹੀਂ ਆਉਂਦਾ । ਆਪਣੇ ਆਪ ਵਿੱਚ ਪੂਰਨ, ਬੇਅੰਤ, ਕਿਸੇ ਵੀ ਹੱਦ ਤੋਂ ਰਹਿਤ ਹੈ ।

No prophet knows the secret of His nature. Many worldly scholars, gurus become helpless and frustrated trying to understand the secret. God is above all comprehension of His creation.

64. Guru Arjan Dev Ji- Page 1146

ਨਿਰਧਨ ਕਉ ਤੁਮ ਦੇਵਹੁ ਧਨਾ॥	nirDhan ka-o tum dayvhu Dhanaa.
ਅਨਿਕ ਪਾਪ ਜਾਹਿ ਨਿਰਮਲ ਮਨਾ॥	anik paap jaahi nirmal manaa.
ਸਗਲ ਮਨੋਰਥ ਪੂਰਨ ਕਾਮ॥	sagal manorath pooran kaam.
ਭਗਤ ਅਪੁਨੇ ਕਉ ਦੇਵਹੁ ਨਾਮ॥੧॥	bhagat apunay ka-o dayvhu naam. ‖1‖

ਪ੍ਰਭ ਤੇਰੀ ਰਹਿਮਤ ਦੀ ਨਜ਼ਰ ਨਾਲ ਗਰੀਬ ਨੂੰ ਤੂੰ ਸੰਸਾਰਕ ਲੋੜ ਪੂਰੀ ਕਰਨ ਲਈ ਧਨ ਬਖਸ਼ਦਾ ਹੈ । ਉਹਨਾਂ ਦੇ ਅਨੇਕਾਂ ਜਨਮਾਂ ਦੇ ਕੀਤੇ ਪਾਪ ਬਖਸ਼ੇ ਜਾਂਦੇ ਹਨ, ਮਨ ਪਵਿੱਤਰ ਹੋ ਜਾਂਦਾ ਹੈ । ਉਸ ਜੀਵ ਦੇ ਮਨ ਦੀ ਮੁਰਾਦ ਪੂਰੀ ਹੋ ਜਾਂਦੀ ਹੈ । ਉਸ ਦਾ ਮਾਨਸ ਜਨਮ ਦਾ ਸਫਰ ਸਫਲ ਹੋ ਜਾਂਦਾ ਹੈ ।

God provides His creatures with necessity of life. He forgives many evil deeds of the ignorant souls. He fulfills many desires of His true devotee. He blesses His devotee with devotion and dedication to obey and adopt His Word.

65. Guru Arjan Dev Ji - Page 499

ਖਿਨ ਮਹਿ ਥਾਪਿ ਉਥਾਪਨਹਾਰਾ,	Khin meh thaap uthaapanhaaraa
ਕੀਮਤਿ ਜਾਇ ਨ ਕਰੀ॥	keemat jaa-ay na karee.
ਰਾਜਾ ਰੰਕੁ ਕਰੈ ਖਿਨ ਭੀਤਰਿ,	raajaa rank karai khin bheetar
ਨੀਚਹ ਜੋਤਿ ਧਰੀ॥੧॥	neechah jot Dharee. ‖1‖

ਪ੍ਰਭ ਹੀ ਸ੍ਰਿਸ਼ਟੀ ਦੀ ਸਾਜਨਾ ਕਰਨ ਵਾਲਾ ਮਾਲਕ ਹੈ! ਇੱਕ ਪਲ ਵਿੱਚ ਹੀ ਜੀਵ ਨੂੰ, ਕਿਸੇ ਪਦਾਰਥ ਨੂੰ ਪੈਦਾ ਕਰਦਾ, ਨਾਸ਼ ਕਰ ਸਕਦਾ ਹੈ । ਪ੍ਰਭ ਇੱਕ ਪਲ ਵਿੱਚ ਅਹੰਕਾਰੀ ਰਾਜੇ ਨੂੰ ਭਿਖਾਰੀ, ਮੰਗਤਾ ਬਣਾ ਸਕਦਾ ਹੈ । ਮੰਗਤਾ ਵੀ ਉਹ ਜਿਸ ਨੂੰ ਕੋਈ ਖੈਰ ਵੀ ਨਾ ਪਾਵੇ ।

God is the One and Only One creator of the universe. In a moment can give birth or death to any creature, He may establish or destroy any item. No one knows His true virtue. In a moment he may convert a mighty king as a worse beggar, no one will give him even alms.

66. Guru Nanak Dev Ji - Page 503

ਗਿਆਨੁ ਧਿਆਨੁ ਸਭ ਦਾਤਿ ਕਥੀਅਲੇ,	gi-aan Dhi-aan sabh daat kathee-alay
ਸੇਤ ਬਰਨ ਸਭਿ ਦੂਤਾ॥	sayt baran sabh dootaa.
ਬ੍ਰਹਮ ਕਮਲ ਮਧੁ ਤਾਸੁ ਰਸਾਦੰ,	barahm kamal maDh taas rasaadaN
ਜਾਗਤ ਨਾਹੀ ਸੂਤਾ॥ ੭॥	jaagat naahee sootaa. ‖7‖

ਸੁਰਤ, ਗਿਆਨ, ਸ਼ਬਦ ਦੀ ਸੋਝੀ ਸਭ ਪ੍ਰਭ ਦੀਆਂ ਦਾਤਾਂ ਹੀ ਹਨ । ਮਨਮਰਜ਼ੀ ਕਰਨ ਵਾਲੇ ਇਹਨਾ ਤੋਂ ਵਾਂਝੇ ਹੀ ਰਹਿੰਦੇ ਹਨ । ਜਿਸ ਨੂੰ ਸ਼ਬਦ ਦਾ ਮਿੱਠੇ ਰਸ ਦਾ ਸਵਾਦ ਲਗ ਜਾਂਦਾ ਹੈ । ਉਸ ਦੀ ਲਗਨ ਸ਼ਬਦ ਵਿਚੋਂ ਕਦੇ ਟੁੱਟਦੀ ਨਹੀਂ ।

Awareness, knowledge, enlightenment of His Word are all His virtue and blessings. Self-minded remains without these. Who may find peace and harmony in singing His glory, his devotion to meditate on His Word may never break?

67. Guru Ram Das Ji – Page 449

ਸਚੁ ਸਾਹੁ ਹਮਾਰਾ ਤੂੰ ਧਣੀ,	Sach saahu hamaaraa tooN Dhanee
ਸਭੁ ਜਗਤੁ ਵਣਜਾਰਾ ਰਾਮ ਰਾਜੇ॥	sabh jagat vanjaaraa raam raajay.
ਸਭ ਭਾਂਡੇ ਤੁਧੈ ਸਾਜਿਆ,	Sabh bhaaNday tuDhai saaji-aa
ਵਿਚਿ ਵਸਤੁ ਹਰਿ ਥਾਰਾ॥	vich vasat har thaaraa.
ਜੋ ਪਾਵਹਿ ਭਾਂਡੇ ਵਿਚਿ ਵਸਤੁ,	Jo paavahi bhaaNday vich vasat
ਸਾ ਨਿਕਲੈ ਕਿਆ ਕੋਈ ਕਰੇ ਵੇਚਾਰਾ॥	saa niklai ki-aa ko-ee karay vaychaaraa.
ਜਨ ਨਾਨਕ ਕਉ ਹਰਿ ਬਖਸਿਆ,	Jan naanak ka-o har bakhsi-aa
ਹਰਿ ਭਗਤਿ ਭੰਡਾਰਾ॥ ੨॥	har bhagat bhandaaraa. ||2||

ਪ੍ਰਭ ਤੂੰ ਹੀ ਅਸਲੀ ਸੌਦੇ ਦਾ, ਸ਼ਬਦ ਦਾ ਮਾਲਕ ਹੈ, ਸਾਰੀ ਸ੍ਰਿਸ਼ਟੀ ਦੇ ਜੀਵ ਹੀ ਇਸ ਦੇ ਵਪਾਰੀ ਹਨ । ਪ੍ਰਭ ਤੂੰ ਆਪ ਹੀ ਸ੍ਰਿਸ਼ਟੀ ਦੇ ਸਾਰੇ ਅਕਾਰ ਇਸਤਰ੍ਹਾਂ ਦੇ ਬਣਾਉਂਦਾ ਹੈ । ਜਿਹਨਾਂ ਨੂੰ ਤੂੰ ਆਪਣੇ ਵਸਣ ਦੇ ਯੋਗ ਸਮਝਦਾ ਹੈ । ਪ੍ਰਭ ਜੋ ਵੀ ਤੂੰ ਹਰਇੱਕ ਅਕਾਰ ਵਿੱਚ ਜੀਵ, ਆਤਮਾ ਨੂੰ ਪਾਉਂਦਾ ਹੈ । ਉਸ ਵਿਚੋਂ ਉਹ ਹੀ ਨਿਕਲਦੀ, ਪੈਦਾ ਹੁੰਦੀ ਹੈ । ਸੰਸਾਰਕ ਜੀਵ ਦੇ ਵੱਸ ਵਿੱਚ ਕੀ ਹੈ? ਪ੍ਰਭ ਆਪ ਹੀ ਆਪਣੀ ਬੰਦਗੀ ਕਰਨ ਵਾਲੇ ਦਾਸ ਨੂੰ ਸ਼ਬਦ ਦੀ ਸੋਝੀ ਬਖਸ਼ਦਾ ਹੈ ।

You are the One and Only One true owner of the treasure of Word, all creatures are trying to buy this. You had made all bodies such a way, these are worthy of Your living. Whichever vessel, body is assigned to the soul, she can only go in and comes out of that body. What may be under control of any other creature? You enlighten the teachings of Your Word to Your devotee.

68. Guru Nanak Dev Ji - Page 13

ਸਹਸ ਤਵ ਨੈਨ ਨਨ, ਨੈਨ ਹਹਿ ਤੋਹਿ ਕਉ,	sahas tav nain nan nain heh tohi ka-o
ਸਹਸ ਮੂਰਤਿ ਨਨਾ ਏਕ ਤੁੋਹੀ॥	sahas moorat nanaa ayk tohee.
ਸਹਸ ਪਦ ਬਿਮਲ ਨਨ,	sahas pad bimal nan
ਏਕ ਪਦ ਗੰਧ ਬਿਨੁ,	ayk pad ganDh bin
ਸਹਸ ਤਵ ਗੰਧ ਇਵ ਚਲਤ ਮੋਹੀ॥੨॥	sahas tav ganDh iv chalat mohee. ||2||

ਪ੍ਰਭ ਤੇਰੀਆਂ ਅਨੇਕਾਂ ਵੇਖਣ ਵਾਲੀਆਂ ਅੱਖਾ, ਅਨੇਕਾਂ ਹੀ ਰੂਪ, ਅਨੇਕਾਂ ਹੀ ਪੈਰ, ਅਨੇਕਾਂ ਹੀ ਸੁੰਘਣ ਵਾਲੇ ਨੱਕ ਹਨ । ਇਹ ਵੀ ਦੇਖਦਾ ਹਾਂ! ਕਿ ਤੇਰੀ ਕੋਈ ਅੱਖ, ਪੈਰ, ਨੱਕ ਨਹੀਂ ਕੋਈ ਇੱਕ ਸਥਿਤ ਰੂਪ (ਅਕਾਰ) ਨਹੀਂ ਹੈ । ਮੈ ਇਸ ਤੇ ਬੁਹਤ ਅਚੰਭਾ ਹੋ ਗਿਆ ਹਾ। ਇਸ ਹੀ ਵੱਖਰੇ ਪਨ ਨੇ ਬੁਹਤ ਪ੍ਰਭਾਵਤ ਕੀਤਾ ਹੈ ।

One moment, I see You have many eyes, ears, noses and astonishing beauty. Other moment, I see no eyes, no ears or no noses and no visible shape either. I am astonished from Your unique existence.

69. Naam Dev Ji - Page 1253

ਮੇਰੀ ਬਾਂਧੀ ਭਗਤੁ ਛਡਾਵੈ,	Mayree baaNDhee bhagat chhadaavai
ਬਾਂਧੈ ਭਗਤੁ ਨ ਛੂਟੈ ਮੋਹਿ॥	baaNDhai bhagat na chhootai mohi.
ਏਕ ਸਮੈ ਮੋ ਕਉ ਗਹਿ ਬਾਂਧੈ	Ayk samai mo ka-o geh baaNDhai
ਤਉ ਫੁਨਿ ਮੋ ਪੈ ਜਬਾਬੁ ਨ ਹੋਇ॥੧॥	ta-o fun mo pai jabaab na ho-ay. ‖1‖

ਪ੍ਰਭ ਨੇ ਆਪਣੇ ਅਸਲੀ ਸੇਵਕ ਨੂੰ ਇੱਕ ਬਖਸ਼ਿਸ਼ ਕੀਤੀ ਹੈ । ਉਸ ਦੇ ਬੋਲੇ ਬਚਨ ਪ੍ਰਭ ਪੂਰੇ ਕਰਦਾ ਹੈ । ਜੋ ਉਸ ਦੇ ਭਾਗਾਂ ਵਿੱਚ ਲਿਖਿਆ ਹੁੰਦਾ ਹੈ ਉਹ ਮਿਟਾ ਦੇਂਦਾ ਹੈ । ਅਗਰ ਕੋਈ ਦਾਸ ਕਿਸੇ ਤੇ ਕਰੋਪੀ ਕਰ ਦੇਵੇ, ਪ੍ਰਭ ਉਸ ਨੂੰ ਬਦਲਦਾ ਨਹੀਂ ।

His true devotee is blessed with a unique power, his spoken words may become His command and are fulfilled. He erases his misfortune. His true devotee may curse someone, God does not alter his request.

70. Guru Nanak Dev Ji - Page 350

ਪਉਣੁ ਉਪਾਇ ਧਰੀ ਸਭ ਧਰਤੀ,	pa-un upaa-ay Dharee sabh Dhartee
ਜਲ ਅਗਨੀ ਕਾ ਬੰਧੁ ਕੀਆ॥	jal agnee kaa banDh kee-aa.
ਅੰਧੁਲੈ ਦਹਸਿਰਿ ਮੂੰਡੁ ਕਟਾਇਆ,	anDhulai dehsir moond kataa-i-aa
ਰਾਵਣੁ ਮਾਰਿ ਕਿਆ ਵਡਾ ਭਇਆ॥੧॥	raavan maar ki-aa vadaa bha-i-aa. ‖1‖

ਪ੍ਰਭ ਨੇ ਹਵਾ ਪੈਦਾ ਕੀਤੀ, ਧਰਤੀ ਤੇ ਸ੍ਰਿਸ਼ਟੀ ਨੂੰ ਪੈਦਾ ਕੀਤਾ । ਪਾਣੀ ਅਤੇ ਅੱਗ ਵਿੱਚ ਇਸ ਸ੍ਰਿਸ਼ਟੀ ਦੀ ਭਲਾਈ ਦੇ ਗੁਣ ਪੈਦਾ ਕੀਤੇ । ਮੂਰਖ ਰਾਵਨ ਨੇ ਆਪਣੀ ਮਨਮਰਜ਼ੀ ਕਰਕੇ ਆਪਣੀ ਜਾਨ ਗਵਾਈ, ਸਿਰ ਕੱਟਵਾਈਆ । ਪਰ ਉਹ ਨੂੰ ਮਾਰਨ ਵਾਲੇ ਨੇ ਵੀ ਕੀ ਮਹਾਨਤਾ ਹਾਸਿਲ ਕੀਤੀ?

God has created air and earth then created creature to live on earth. He induced good virtue in water and fire for the welfare of His creation. Foolish Raven lost his life with his own ego, ignorance. However, who killed him, what was he rewarded? He also abandoned Word of God.

71. Kabeer Ji - Page 1376

ਹਰਿ ਹੈ ਖਾਂਡੁ ਰੇਤੁ ਮਹਿ,	har hai khaaNd rayt meh
ਬਿਖਰੀ ਹਾਥੀ ਚੁਨੀ ਨ ਜਾਇ॥	bikhree haathee chunee na jaa-ay.
ਕਹਿ ਕਬੀਰ ਗੁਰਿ ਭਲੀ ਬੁਝਾਈ,	kahi kabeer gur bhalee bujhaa-ee
ਕੀਟੀ ਹੋਇ ਕੈ ਖਾਇ॥੨੩੮॥	keetee ho-ay kai khaa-ay. ‖238‖

ਜਿਵੇਂ ਖੰਡ ਰੇਤ ਤੇ ਡੁਲ ਜਾਵੇ ਤਾਂ ਹਾਥੀ ਉਸ ਨੂੰ ਚੁਣ ਕੇ ਖਾ ਨਹੀਂ ਸਕਦਾ । ਇਸਤਰ੍ਹਾਂ ਪ੍ਰਭ ਦੀ ਰਹਿਮਤ ਨਿਮ੍ਰਤਾ ਵਿੱਚ, ਨੀਵੇਂ ਬਣਨ ਵਿੱਚ ਹੀ ਹੈ । ਅਹੰਕਾਰੀ ਜੀਵ ਉਸ ਨੂੰ ਪਾ ਨਹੀਂ ਸਕਦਾ । ਜਿਸ ਨੂੰ ਪ੍ਰਭ ਆਪ ਸੋਝੀ ਬਖਸ਼ਦਾ ਹੈ । ਉਹ ਕੀੜੀ ਦੀ ਤਰ੍ਹਾਂ ਨਿਮ੍ਰਤਾ ਵਾਲਾ ਬਣ ਕੇ ਉਸ ਦਾ ਅਨੰਦ ਮਾਨਦਾ ਹੈ ।

Consider the enlightenment of His Word as sugar spreads in sand. Someone with big ego like elephant, how can he gather some? Whom, God blesses with humility, he may become humble like ant and he may enjoy His blessings.

2. ਪ੍ਰਭ ਦੀ ਰਹਿਮਤ ਦਾ ਰਸਤਾ! Path of Salvation!

72. Faared Ji - Page 1377

ਕਵਣੁ ਸੁ ਅਖਰੁ, ਕਵਣੁ ਗੁਣੁ,	kavan so akhar kavan gun
ਕਵਣੁ ਸੁ ਮਣੀਆ ਮੰਤੁ॥	kavan so manee-aa mant.
ਕਵਣੁ ਸੁ ਵੇਸੋ ਹਉ ਕਰੀ,	kavan so vayso ha-o karee
ਜਿਤੁ ਵਸਿ ਆਵੈ ਕੰਤੁ॥੧੨੬॥	jit vas aavai kant. ||126||
ਨਿਵਣੁ ਸੁ ਅਖਰੁ ਖਵਣੁ ਗੁਣੁ,	nivan so akhar khavan gun
ਜਿਹਬਾ ਮਣੀਆ ਮੰਤੁ॥	jihbaa manee-aa mant.
ਏ ਤ੍ਰੈ ਭੈਣੇ ਵੇਸ ਕਰਿ,	ay tarai bhainay vays kar
ਤਾਂ ਵਸਿ ਆਵੀ ਕੰਤੁ॥੧੨੭॥	taaN vas aavee kant. ||127||

ਪ੍ਰਭ, ਉਹ ਕਿਹੜਾ ਸ਼ਬਦ, ਕੰਮ, ਮੰਤਰ, ਬਾਣਾ, ਜਿਸ ਨਾਲ ਤੇਰੀ ਰਹਿਮਤ ਹੋ ਸਕਦੀ ਹੈ? ਜੀਵ, ਨਿਮਰਤਾ ਉਹ ਸ਼ਬਦ ਹੈ? ਕਿਸੇ ਦੀ ਗਲਤੀ ਨੂੰ ਭੁਲ ਜਾਣਾ ਹੀ ਉਹ ਕਰਮ ਹੈ? ਮਿੱਠਾ ਬੋਲਨਾ ਹੀ ਉਹ ਮੰਤਰ ਹੈ? ਉਹ ਹੀ ਅਸਲੀ ਬਾਣਾ ਹੈ? ਜਿਸ ਨੂੰ ਪਾ ਕੇ ਤੂੰ ਰਹਿਮਤ ਪਾ ਸਕਦਾ ਹੈ ।

Which is His Word, Virtue, robe that may hold the mind steady and stable on the path of salvation? Humility in Word; Forgiveness in virtues; soft and polite in speaking is the mantra. These are three virtues that may leads to the right path of salvation, His blessings.

73. Guru Nanak Dev Ji - Page 62

ਮਨਹਠ ਬੁਧੀ ਕੇਤੀਆ,	manhath buDhee kaytee-aa
ਕੇਤੇ ਬੇਦ ਬੀਚਾਰ॥	kaytay bayd beechaar.
ਕੇਤੇ ਬੰਧਨ ਜੀਅ ਕੇ,	kaytay banDhan jee-a kay
ਗੁਰਮੁਖਿ ਮੋਖ ਦੁਆਰ॥	gurmukh mokh du-aar.
ਸਚਹੁ ਓਰੈ ਸਭੁ ਕੋ,	sachahu orai sabh ko
ਉਪਰਿ ਸਚੁ ਆਚਾਰੁ॥੫॥	upar sach aachaar. ||5||

ਸੰਸਾਰ ਵਿੱਚ ਅਨੇਕਾਂ ਹੀ ਦ੍ਰਿੜ੍ਹਤਾ ਵਾਲੇ, ਵਿਦਵਾਨ, ਧਾਰਮਕ ਲਿਖਤਾਂ ਨੂੰ ਘੋਖਦੇ ਹਨ । ਪਰ ਉਹਨਾਂ ਦੀ ਆਤਮਾ ਅਨੇਕਾਂ ਹੀ ਜਾਲਾਂ ਵਿੱਚ ਫਸੀ ਰਹਿੰਦੀ ਹੈ । ਕੇਵਲ ਗੁਰਮਖ ਅਵਸਥਾ ਬਖਸ਼ਿਸ਼ ਹੋਣ ਨਾਲ ਹੀ ਮੁਕਤੀ ਦਾ ਰਸਤਾ ਲੱਭਦਾ ਹੈ । ਪ੍ਰਭ ਦਾ ਸ਼ਬਦ ਸਭ ਤੋਂ ਉਚਾ ਹੈ । ਪਰ ਇਸ ਤੋਂ ਵੀ ਵੱਡਾ ਇਸ ਅਨੁਸਾਰ ਜੀਵਨ ਨੂੰ ਢਾਲਣਾ ਹੈ ।

In the universe several scholars search the Holy scriptures to find the right path of salvation. However, the soul remains entangled in various traps of worldly wealth. Only with His mercy and grace, he may be blessed with state of mind as His true devotee. He may be enlightened with the right path of salvation from within. His Word is supreme, however adopting the teachings of His Word in day to day life is even greater than His Word.

74. Guru Nanak Dev Ji – Page 62

ਭਾਈ ਰੇ, ਤਨੁ ਧਨੁ ਸਾਥਿ ਨ ਹੋਇ॥	bhaa-ee ray tan Dhan saath na ho-ay.
ਰਾਮ ਨਾਮੁ ਧਨੁ ਨਿਰਮਲੋ,	raam naam Dhan nirmalo
ਗੁਰੁ ਦਾਤਿ ਕਰੇ ਪ੍ਰਭੁ ਸੋਇ॥੧॥ ਰਹਾਉ॥	gur daat karay parabh so-ay. ||1|| rahaa-o.

ਜੀਵ ਦਾ ਤਨ, ਸੰਸਾਰਕ ਧਨ, ਹੈਸੀਅਤ ਮਰਨ ਤੋਂ ਪਿਛੋਂ ਸਾਥ ਨਹੀਂ ਜਾਂਦੀ । ਇੱਕੋ ਪ੍ਰਭ ਦੇ ਸ਼ਬਦ ਦੀ ਕਮਾਈ ਹੀ ਸਾਥ ਦੇਂਦੀ ਹੈ । ਪ੍ਰਭ ਦੀ ਰਹਿਮਤ ਪਾਉਣ ਲਈ ਕੇਵਲ ਇਹ ਹੀ ਅਸਲੀ ਕੀਮਤੀ ਕਮਾਈ, ਸਾਥ ਦੇ ਸਕਦੀ ਹੈ ।

Worldly wealth, attachments do not go along and support the soul after death. Only the wealth of meditation of His Word may go along to support in His court. True valuable earning is obeying and adopting His Word in life that may support after death.

75. Guru Nanak Dev Ji – Page 62

ਸਾਕਤ ਨਿਰਗੁਣਿਆਰਿਆ,	saakat nirguni-aari-aa
ਆਪਣਾ ਮੂਲੁ ਪਛਾਣੁ॥	aapnaa mool pachhaan.
ਰਕਤੁ ਬਿੰਦੁ ਕਾ ਇਹੁ ਤਨੋ,	rakat bind kaa ih tano
ਅਗਨੀ ਪਾਸਿ ਪਿਰਾਣੁ॥	agnee paas piraan.
ਪਵਣੈ ਕੈ ਵਸਿ ਦੇਹੁਰੀ,	pavnai kai vas dayhuree
ਮਸਤਕਿ ਸਚੁ ਨੀਸਾਣੁ॥੫॥	mastak sach neesaan. ||5||

ਅਣਜਾਣ ਜੀਵ ਮਨ ਮੱਤ ਛੱਡਕੇ ਆਪਣੇ ਆਪ ਨੂੰ ਪਛਾਣੋ । ਤੇਰਾ ਤਨ, ਰੱਤ ਅਤੇ ਧਾਂਤ ਦਾ ਬਣਇਆ ਹੋਇਆ ਹੈ, ਇੱਕ ਦਿਨ ਅੱਗ ਵਿੱਚ ਹੀ ਭਸਮ ਹੋ ਜਾਣਾ ਹੈ । ਤੇਰਾ ਤਨ ਸਵਾਸਾਂ ਦਾ ਗੁਲਾਮ ਹੈ, ਤੇਰੇ ਮੱਥੇ ਤੇ ਇਸ ਦਾ ਹਿਸਾਬ ਲਿਖਿਆ ਹੈ ।

Ignorant human recognizes the purpose of your human life. Your body is made of blood and semen and one day is going to be burned to be ashes. Your body is salve of breaths, blessed by Him, her account is engraved on your forehead.

76. Guru Arjan Dev Ji – Page 295

ਪੂਰੇ ਗੁਰ ਕਾ, ਸੁਨਿ ਉਪਦੇਸੁ॥	pooray gur kaa sun updays.
ਪਾਰਬ੍ਰਹਮੁ, ਨਿਕਟਿ ਕਰਿ ਪੇਖੁ ॥	paarbarahm nikat kar paykh.
ਸਾਸਿ ਸਾਸਿ, ਸਿਮਰਹੁ ਗੋਬਿੰਦ॥	saas saas simrahu gobind.
ਮਨ ਅੰਤਰ ਕੀ, ਉਤਰੈ ਚਿੰਦ॥	man antar kee utrai chind.
ਆਸ ਅਨਿਤ, ਤਿਆਗਹੁ ਤਰੰਗ॥	aas anit ti-aagahu tarang.
ਸੰਤ ਜਨਾ ਕੀ, ਧੂਰਿ ਮਨ ਮੰਗ॥	sant janaa kee Dhoor man mang.
ਆਪੁ ਛੋਡਿ, ਬੇਨਤੀ ਕਰਹੁ ॥	aap chhod bayntee karahu.
ਸਾਧਸੰਗਿ ਅਗਨਿ, ਸਾਗਰੁ ਤਰਹੁ ॥	saaDhsang agan saagar tarahu.
ਹਰਿ ਧਨ ਕੇ, ਭਰਿ ਲੇਹੁ ਭੰਡਾਰ॥	har Dhan kay bhar layho bhandaar.
ਨਾਨਕ ਗੁਰ ਪੂਰੇ, ਨਮਸਕਾਰ॥੧॥	naanak gur pooray namaskaar. ||1||

ਸੰਪੂਰਨ ਪ੍ਰਭ ਦੇ ਉਪਦੇਸ਼ ਨੂੰ ਧਿਆਨ ਨਾਲ ਸੁਣੋ! ਉਸ ਨੂੰ ਹਾਜ਼ਰ ਹਜ਼ੂਰ ਸਮਝ ਕੇ ਸਭ ਕੰਮ ਕਰੋ । ਸਵਾਸ ਸਵਾਸ ਪ੍ਰਭ ਦੇ ਸ਼ਬਦ ਦਾ ਸਿਮਰਨ ਕਰਨ ਨਾਲ ਮਨ ਦੀਆਂ ਚਿੰਤਆਂ, ਭਟਕਣਾਂ ਦੂਰ ਹੋ ਜਾਂਦੀਆਂ ਹਨ । ਸੰਤ ਸਰੂਪ ਦੇ ਲੜ ਲੱਗਣ, ਸਿਖਿਆ ਨਾਲ ਮਨ ਦੀਆਂ ਚਾਰੇ ਪਾਸੇ ਘੁੰਮਣ ਵਾਲੀਆਂ ਇੱਛਾਂ ਦੂਰ ਹੋ ਜਾਂਦੀਆਂ ਹਨ । ਆਪਣੇ ਮਨ ਦਾ ਲਾਲਚ, ਲੋਭ ਤਿਆਗ ਕੇ ਅਰਾਧਨਾ ਕਰੋ! ਜਿਸ ਨਾਲ ਸੰਤ ਸਰੂਪ ਜੀਵਾਂ ਵਰਗਾ ਜੀਵਨ ਬਤੀਤ ਕਰਨ ਦਾ ਢੰਗ ਮਿਲ ਜਾਵੇ । ਪ੍ਰਭ ਦੇ ਸ਼ਬਦ ਦਾ ਸਿਮਰਨ

ਕਰਕੇ ਆਪਣੇ ਮਨ ਨੂੰ ਰਹਿਮਤ ਨਾਲ ਭਰਪੂਰ ਕਰੋ! ਆਪਣੇ ਮਨ ਵਿੱਚ ਨਿਮ੍ਰਤਾ, ਧੀਰਜ ਧਾਰਨ ਕਰਕੇ, ਪ੍ਰਭ ਅੱਗੇ ਆਪਣਾ ਸਿਰ ਝੁਕਾਵੋ ।

The Omnipotent True Master is complete in all aspects. His Word is the right path, always realizes Him Omnipresent and prays for His mercy and grace. By singing His glory with each and every breath, his mind may subdue worldly worries. By controlling, subduing your selfishness obeys His Word and sings His glory! By this way of life, the state of mind may become like a saint. With patience and humility, meditates on His Word and becomes worthy of His consideration.

77. Kabeer Ji – Page 330

ਸੁਖੁ ਮਾਂਗਤ ਦੁਖੁ ਆਗੈ ਆਵੈ॥	sukh maaNgat dukh aagai aavai.
ਸੋ ਸੁਖੁ ਹਮਹੁ ਨ ਮਾਂਗਿਆ ਭਾਵੈ॥੧॥	so sukh hamhu na maaNgi-aa bhaavai. ‖1‖

ਜੀਵ ਪ੍ਰਭ ਅੱਗੇ ਸੁਖਾ ਦੀ ਅਰਦਾਸ ਕਰਦੇ ਹਨ! ਪਰ ਉਹਨਾਂ ਨੂੰ ਆਪਣੇ ਪਿਛਲੇ ਕੀਤੇ ਕਰਮਾਂ ਦਾ ਫਲ ਹੀ ਮਿਲਦਾ ਹੈ । ਅਗਰ ਉਹਨਾਂ ਦੇ ਚੰਗੇ ਭਾਗ ਹੋਣ ਤਾਂ ਹੀ ਉਹਨਾਂ ਨੂੰ ਸੁਖ ਮਿਲ ਸਕਦੇ ਹਨ । ਜੀਵਨ ਵਿੱਚ ਸੁਖ ਕੇਵਲ ਮੰਗਣ ਨਾਲ ਹੀ ਨਹੀਂ ਮਿਲਦਾ । ਇਹ ਸ਼ਬਦ ਨਾਲ ਜੀਵਨ ਢਾਲਣ ਨਾਲ ਹੀ ਮਹਿਸੂਸ ਹੁੰਦੇ ਹਨ ।

Everyone prays and begs for comfort and pleasures in worldly life. However, he may be rewarded the fruit of the deeds of his previous life. Whosoever might has performed good deeds, in past life, he may be blessed comforts in life. Pleasures and comforts are not blessed by only praying and begging. It may be blessed by adopting His Word in life with steady and stable belief.

78. Guru Amar Das Ji – Page 850

ਸਤਿਗੁਰ ਤੇ ਖਾਲੀ ਕੋ ਨਹੀ,	satgur tay khaalee ko nahee
ਮੇਰੈ ਪ੍ਰਭਿ ਮੇਲਿ ਮਿਲਾਏ॥	mayrai parabh mayl milaa-ay.
ਸਤਿਗੁਰ ਕਾ ਦਰਸਨੁ ਸਫਲੁ ਹੈ,	satgur kaa darsan safal hai
ਜੇਹਾ ਕੋ ਇਛੇ ਤੇਹਾ ਫਲੁ ਪਾਏ॥	jayhaa ko ichhay tayhaa fal paa-ay.
ਗੁਰ ਕਾ ਸ਼ਬਦੁ ਅੰਮ੍ਰਿਤੁ ਹੈ,	gur kaa sabad amrit hai
ਸਭ ਤ੍ਰਿਸਨਾ ਭੁਖ ਗਵਾਏ॥	sabh tarisnaa bhukh gavaa-ay.
ਹਰਿ ਰਸੁ ਪੀ ਸੰਤੋਖੁ ਹੋਆ,	har ras pee santokh ho-aa
ਸਚੁ ਵਸਿਆ ਮਨਿ ਆਏ॥	sach vasi-aa man aa-ay.
ਸਚੁ ਧਿਆਇ ਅਮਰਾ ਪਦੁ ਪਾਇਆ,	sach Dhi-aa-ay amraa pad paa-i-aa
ਅਨਹਦ ਸ਼ਬਦ ਵਜਾਏ॥	anhad sabad vajaa-ay.
ਸਚੋ ਦਹ ਦਿਸਿ ਪਸਰਿਆ,	sacho dah dis pasri-aa
ਗੁਰ ਕੈ ਸਹਜਿ ਸੁਭਾਏ॥	gur kai sahj subhaa-ay.
ਨਾਨਕ ਜਿਨ ਅੰਦਰਿ ਸਚੁ ਹੈ, ਸੇ ਜਨ	naanak jin andar sach hai say jan
ਛਪਹਿ ਨ ਕਿਸੈ ਦੇ ਛਪਾਏ॥੧॥	chhapeh na kisai day chhapaa-ay. ‖1‖

ਪ੍ਰਭ ਸਦਾ ਹੀ ਰਹਿਮਤ ਬਖਸ਼ਦਾ ਹੈ, ਉਸ ਦੇ ਦਰ ਤੋਂ ਕੋਈ ਨਿਮਾਣਾ ਮੰਗਤਾ ਖਾਲੀ ਨਹੀਂ ਵਾਪਸ ਜਾਂਦਾ । ਜਦੋਂ ਜੀਵ ਮਨ ਦਾ ਅਹੰਕਾਰ ਗਵਾ ਕੇ ਚਰਨਾਂ ਵਿੱਚ ਆ ਜਾਂਦਾ ਹੈ । ਜੀਵ ਦਾ ਮਾਨਸ ਜਨਮ

ਸਫਲ ਹੋ ਜਾਂਦਾ, ਮਨ ਦੀਆਂ ਆਸਾਂ ਪੂਰੀਆਂ ਹੋ ਜਾਂਦੀਆਂ ਹਨ । ਪ੍ਰਭ ਦੇ ਸ਼ਬਦ ਦੀ ਪਾਲਣਾ ਹੀ ਇਹ ਅਮੋਲਕ ਅੰਮ੍ਰਿਤ ਹੈ । ਜਿਸ ਨਾਲ ਮਨ ਦੀਆਂ ਇੱਛਾਂ ਦੀ ਪਿਆਸ ਖਤਮ ਹੋ ਜਾਂਦੀ ਹੈ । ਸ਼ਬਦ ਦੀ ਪਾਲਣਾ, ਉਸਤਤ ਕਰਨ ਨਾਲ ਮਨ ਵਿੱਚ ਧੀਰਜ ਆ ਜਾਂਦਾ ਹੈ । ਪ੍ਰਭ ਦਾ ਸ਼ਬਦ ਮਨ ਵਿੱਚ ਘਰ ਕਰ ਜਾਂਦਾ ਹੈ । ਪ੍ਰਭ ਦੇ ਸ਼ਬਦ ਨਾਲ ਜੀਵਨ ਢਾਲਣ ਨਾਲ ਅਮਰ ਅਵਸਥਾ ਬਖਸ਼ਿਸ਼ ਹੋ ਜਾਂਦੀ ਹੈ । ਮਨ ਵਿੱਚ ਸਦਾ ਚੱਲਣ ਵਾਲੀ ਧੁਨ ਚਲ ਪੈਂਦੀ ਹੈ । ਅਟੱਲ ਪ੍ਰਭ ਹਰ ਥਾਂ ਤੇ ਆਪ ਹੀ ਵਾਪਰਦਾ ਹੈ । ਸ਼ਬਦ ਦੀ ਪਾਲਣਾ ਕਰਨ ਨਾਲ ਇਸ ਦੀ ਜਾਣਕਾਰੀ, ਮਹਿਸੂਸ ਹੋ ਜਾਂਦੀ ਹੈ । ਜਿਸ ਦੇ ਅੰਦਰ ਪ੍ਰਭ ਦੇ ਸ਼ਬਦ ਦਾ ਨੂਰ ਆ ਜਾਂਦਾ ਹੈ । ਇਹ ਕਿਸੇ ਤਰੀਕੇ ਨਾਲ ਛਿਪਾਇਆ ਨਹੀਂ ਜਾ ਸਕਦਾ, ਭਾਵੇਂ ਕੋਈ ਕਿਤਨਾ ਵੀ ਯਤਨ ਕਰ ਲਵੇ ।

He blesses His mercy all time on His creation. No soul can be blessed with human body without His mercy, blessings. Whosoever wholeheartedly begs for His mercy, no humble devotee had ever come out empty handed from His door. Whosoever conquers his ego and begs for His mercy may be rewarded. By adopting the priceless virtue of His Word, all desires may vanish from his mind. By adopting and singing the glory of His Word, his mind may be blessed with patience. His Word may be enlightened within. God prevails each and every place, by adopting His Word, one may realize His existence. Whosoever may be enlightened with His Word, no one can hide His blessings. No matter, how much he may try to conceal from others.

79. Guru Amar Das Ji – Page 509

ਕਬੀਰ ਮੁਕਤਿ ਦੁਆਰਾ ਸੰਕੁੜਾ,	kabeer mukat du-aaraa sankurhaa
ਰਾਈ ਦਸਵੈ ਭਾਇ॥	raa-ee dasvai bhaa-ay.
ਮਨੁ ਤਉ ਮੈਗਲੁ ਹੋਇ ਰਹਾ,	man ta-o maigal ho-ay rahaa
ਨਿਕਸਿਆ ਕਿਉ ਕਰਿ ਜਾਇ॥	niksi-aa ki-o kar jaa-ay.
ਐਸਾ ਸਤਿਗੁਰੁ ਜੇ ਮਿਲੈ	aisaa satgur jay milai
ਤੁਠਾ ਕਰੇ ਪਸਾਉ॥	tuthaa karay pasaa-o.
ਮੁਕਤਿ ਦੁਆਰਾ ਮੋਕਲਾ,	mukat du-aaraa moklaa
ਸਹਜੇ ਆਵਉ ਜਾਉ॥੧॥	sehjay aava-o jaa-o. ||1||

ਪ੍ਰਭ ਦੀ ਪ੍ਰਵਾਨਗੀ, ਮੁਕਤੀ ਦਾ ਰਸਤਾ, ਦਰਵਾਜ਼ਾ ਬਹੁਤ ਭੀੜਾ ਹੈ । ਸਰ੍ਹੋਂ ਦੇ ਦਾਣੇ ਦੇ ਦਸਵੇਂ ਹੀਸੇ ਨਾਲੋ ਵੀ ਛੋਟਾ ਹੈ । ਜੀਵ ਦਾ ਮਨ ਤਾਂ ਸੰਸਾਰਕ ਮੋਹ ਨਾਲ ਹਾਥੀ ਨਾਲੋ ਵੀ ਵੱਡਾ ਹੋ ਜਾਂਦਾ ਹੈ । ਇਹ ਆਤਮਾ ਉਸ ਦਰਵਾਜ਼ੇ ਵਿਚੋਂ ਕਿਵੇਂ ਪਾਰ ਹੋ ਸਕਦੀ ਹੈ? ਅਗਰ ਕੋਈ ਪੂਰਨ ਗੁਰੂ (ਸ਼ਬਦ ਦੀ ਸੋਝੀ) ਮਿਲੇ, ਤਾਂ ਹੀ ਪ੍ਰਭ ਦਾ ਤਰਸ ਆਉਂਦਾ ਹੈ । ਪ੍ਰਭ ਆਪ ਹੀ ਜੀਵ ਲਈ ਮੁਕਤੀ ਦਾ ਦਰਵਾਜ਼ਾ ਮੋਕਲਾ ਕਰ ਦਿੰਦਾ ਹੈ । ਸ਼ਬਦ ਦੀ ਪਾਲਣਾ ਤੇ ਅਡੋਲ ਆਤਮਾ ਅਸਾਨੀ ਨਾਲ ਇਸ ਵਿਚੋਂ ਪਾਰ ਲੰਘ ਜਾਂਦੀ ਹੈ ।

The door, path of salvation is very narrow, one tenth the size of mustard seed. The ego of mind is as big as an elephant! How can he pass through this narrow door? Whosoever may be blessed with association of His true devotee and follow his teachings in life. With His mercy and grace this door may become wide open. Meditating soul may pass through with ease.

80. Guru Arjan Dev Ji – Page 966

ਫਰੀਦਾ ਭੂਮਿ ਰੰਗਾਵਲੀ,	fareedaa bhoom rangaavalee
ਮੰਝਿ ਵਿਸੂਲਾ ਬਾਗੁ॥	manjh visoolaa baag.
ਜੋ ਨਰ ਪੀਰਿ ਨਿਵਾਜਿਆ,	jo nar peer nivaaji-aa
ਤਿਨ੍ਹਾ ਅੰਚ ਨ ਲਾਗ॥੧॥	tinHaa anch na laag. ||1||

ਸੰਸਾਰ ਇੱਕ ਬਹੁਤ ਸੁੰਦਰ ਬਗੀਚਾ ਹੈ । ਪਰ ਇਸ ਵਿੱਚ ਅਨੇਕ ਹੀ ਕੰਡਿਆਂ ਵਾਲੇ ਫੁੱਲ ਵੀ ਹਨ । ਜਿਹੜੇ ਪ੍ਰਭ ਦੇ ਸ਼ਬਦ ਦੀ ਪਾਲਣਾ ਕਰਕੇ, ਪ੍ਰਭ ਦੀ ਰਹਿਮਤ ਪਾ ਲੈਂਦੇ ਹਨ । ਉਹਨਾਂ ਨੂੰ ਕੋਈ ਕੰਡਾ ਵੀ ਨਹੀਂ ਚੁੱਭਦਾ ।

The world is a wonderful garden of flowers. Many flowers are guarded by thorns. Whosoever may adopt His Word in life! He may be blessed with His protection and may not feel any pain.

81. Jay Dev Ji – Page 1106

ਚੰਦ ਸਤ ਭੇਦਿਆ, ਨਾਦ ਸਤ ਪੂਰਿਆ,	chand sat bhaydi-aa naad sat poori-aa
ਸੂਰ ਸਤ ਖੋੜਸਾ ਦਤੁ ਕੀਆ॥	soor sat khorhsaa dat kee-aa.
ਅਬਲ ਬਲੁ ਤੋੜਿਆ, ਅਚਲ ਚਲੁ ਥਪਿਆ,	abal bal torhi-aa achal chal thapi-aa
ਅਘੜੁ ਘੜਿਆ ਤਹ ਅਪਿਉ ਪੀਆ॥੧॥	agharh gharhi-aa tahaa api-o pee-aa. ||1||

ਪ੍ਰਭ ਦੇ ਬਖਸ਼ੇ ਸਵਾਸ ਨੂੰ ਖੱਬੀ ਨਾਸ ਵਿਚੋਂ ਅੰਦਰ ਲੈ ਜਾਣਾ । ਉਸ ਨੂੰ ਆਪਣੇ ਅੰਦਰ ਫੇਫੜੇ (ਸੁਖਮਨ) ਵਿੱਚ ਰੱਖਣਾ । ਇਸ ਵਿਚੋਂ ਲੋੜਵੰਦ ਤੱਤ ਹਵਾ (ਓਕਸੀਜਨ) ਰੱਖਕੇ ਬਾਕੀ ਨੂੰ ਸੱਜੀ ਨਾਸ ਵਿਚੋਂ ਕੱਢਣਾ । ਇਸਤਰ੍ਹਾਂ ਸਵਾਸ ਸਵਾਸ ਪ੍ਰਭ ਦੇ ਸ਼ਬਦ ਨੂੰ ਯਾਦ ਰੱਖੋ । ਇਸ ਨੂੰ ਬਾਰ ਬਾਰ ਕਰਨ ਨਾਲ ਮਨ ਦਾ ਕਾਬੂ ਢਿੱਲਾ ਪੈ ਜਾਂਦਾ ਹੈ, ਡੋਲਦਾ ਮਨ ਅਡੋਲ ਹੋ ਜਾਂਦਾ ਹੈ । ਇਸ ਨਾਲ ਡੋਲਦੀ ਹੋਈ ਆਤਮਾ ਅਡੋਲ ਹੋ ਜਾਂਦੀ ਹੈ ।

Take the breath in through left nasal and place on the filter of lung. Keep the needed element in and release the rest through right nasal. With each breath, remembers the separation from Holy Master. Repeating continuously the grip of mind may be loosen up and wandering mind becomes steady and stable in mediation on His Word. Enter into renunciation of the memory of his separation from The True Master.

82. Guru Amar Das Ji – Page

ਗੁਰਿ ਮਿਲਿਐ, ਸਭ ਮਤਿ ਬੁਧਿ ਹੋਇ॥	gur mili-ai sabh mat buDh ho-ay.
ਮਨਿ ਨਿਰਮਲਿ ਵਸੈ ਸਚੁ ਸੋਇ॥	man nirmal vasai sach so-ay.
ਸਾਚਿ ਵਸਿਐ ਸਾਚੀ ਸਭ ਕਾਰ॥	saach vasi-ai saachee sabh kaar.
ਊਤਮ ਕਰਣੀ ਸਬਦ ਬੀਚਾਰ॥੩॥	ootam karnee sabad beechaar. ||3||

ਪ੍ਰਭ ਦੀ ਰਹਿਮਤ ਦੀ ਨਜ਼ਰ ਆਉਣ ਨਾਲ, ਸ਼ਬਦ ਦੀ ਸਾਰੀ (ਪੂਰਨ) ਸੋਝੀ ਹੋ ਜਾਂਦੀ ਹੈ । ਪ੍ਰਭ ਦਾ ਸ਼ਬਦ ਮਨ ਵਿੱਚ ਜਾਗਰਤ ਹੋ ਜਾਂਦਾ ਹੈ, ਮਨ ਪਵਿਤ੍ਰ ਹੋ ਜਾਂਦਾ ਹੈ । ਪ੍ਰਭ ਦਾ ਸ਼ਬਦ ਮਨ ਵਿੱਚ ਵਸਣ ਨਾਲ ਸਾਰੇ ਧੰਦੇ ਹੀ ਸ਼ਬਦ ਅਨੁਸਾਰ ਬਣ ਜਾਂਦੇ ਹਨ । ਸਭ ਤੋਂ ਉਤਮ ਕੰਮ ਹੀ ਪ੍ਰਭ ਦੇ ਸ਼ਬਦ ਨਾਲ ਜੀਵਨ ਢਾਲਣਾ ਹੈ ।

With His mercy and grace! His Word may be enlightened within mind. By adopting the teachings of His Word, his soul may be sanctified, purified. By adopting His Word in life all deeds become as per His Word. The most superb task, profession is to adopt the teachings of His Word in day to day life.

83. Guru Ram Das Ji – Page 368

ਕਬ ਕੋਊ ਮੇਲੈ ਪੰਚ ਸਤ ਗਾਇਣ,	kab ko-oo maylai panch sat gaa-in
ਕਬ ਕੋ ਰਾਗ ਧੁਨਿ ਉਠਾਵੈ॥	kab ko raag Dhun uthaavai.
ਮੇਲਤ ਚੁਨਤ ਖਿਨੁ ਪਲੁ ਚਸਾ ਲਾਗੈ,	maylat chunat khin pal chasaa laagai
ਤਬ ਲਗੁ ਮੇਰਾ ਮਨੁ ਰਾਮ ਗੁਨ ਗਾਵੈ॥੨॥	tab lag mayraa man raam gun gaavai. ||2||

ਜੋਗੀ ਕਿਤਨਾ ਚਿਰ ਕੋਈ ਸਤਾਰ ਦੀਆਂ ਪੰਜਾਂ ਤਾਰਾਂ ਦੀ ਧੁਨ ਕੱਢੇ, ਸਤੇ ਸੁਰਾ ਇਕੱਠੀਆਂ ਕਰੇ ਤਾਲ ਮੇਲ ਕਰੇ । ਕਿਤਨੀ ਉੱਚੀ ਅਵਾਜ ਨਾਲ ਸ਼ਬਦ ਦਾ ਕੀਰਤਨ ਗਇਆ ਜਾਵੇ? ਜੀਵ, ਜਿਤਨਾ ਚਿਰ ਇਹ ਸਾਜ ਇਕੱਠੇ ਕਰਨ ਵਿੱਚ ਲਗਦਾ ਹੈ, ਮਨ ਦੀ ਲਿਵ ਟੁਟ ਜਾਂਦੀ, ਮੌਕਾ ਲੰਘ ਜਾਂਦਾ ਹੈ । ਮੇਰੇ ਮਨ ਸਦਾ ਹੀ ਪ੍ਰਭ ਦੇ ਸ਼ਬਦ ਦੇ ਗੁਣ ਗਾਵੋ! ਸਾਜ ਦੀ ਉਡੀਕ ਨਾ ਕਰੋ!

Religious singer, how long, one should try to sync five nodes of music and seven sounds? How high pitch, tone one should sing His glory? The time takes to sync in those five music nodes, the concentration of mind may be disturbed! The opportunity may be lost! You should sing the glory of His Word with each and every breath and do not wait for the music nodes to sync in.

84. Jay Dev Ji – Page 1106

ਅਰਧਿ ਕਉ ਅਰਧਿਆ	araDh ka-o arDhi-aa
ਸਰਧਿ ਕਉ ਸਰਧਿਆ	saraDh ka-o sarDhi-aa
ਸਲਲ ਕਉ ਸਲਲਿ ਸੰਮਾਨਿ ਆਇਆ॥	salal ka-o salal sammaan aa-i-aa.
ਬਦਤਿ ਜੈਦੇਉ,	badat jaiday-o
ਜੈਦੇਵ ਕਉ ਰੰਮਿਆ,	jaidayv ka-o rammi-aa
ਬ੍ਰਹਮੁ ਨਿਰਬਾਣੁ ਲਿਵ ਲੀਣੁ ਪਾਇਆ॥	barahm nirbaan liv leen paa-i-aa.
੨॥੧॥	||2||1||

ਜਦੋਂ ਜੀਵ ਦਾ ਮਨ ਇੱਕੋ ਇੱਕ, ੧ੳ, ਜਿਹੜਾ ਪੂਜਾ ਕਰਨ ਦੇ ਯੋਗ ਹੈ, ਉਸ ਦੀ ਪੂਜਾ, ਬੰਦਗੀ ਕਰਦਾ ਹੈ । ਉਸ ਭਰੋਸਾ ਅਡੋਲ ਕਰਨ ਦੇ ਯੋਗ ਤੇ ਭਰੋਸਾ ਅਡੋਲ ਕਰਦਾ ਹੈ । ਤਾਂ ਜਿਵੇਂ ਪਾਣੀ ਵਿੱਚ ਪਾਣੀ ਮਿਲਕੇ ਅਭੇਦ ਹੋ ਜਾਂਦਾ ਹੈ, ਇਸਤਰ੍ਹਾਂ ਹੀ ਜੀਵ ਦੀ ਆਤਮ ਪ੍ਰਭ ਦੀ ਜੋਤ ਵਿੱਚ ਅਭੇਦ ਹੋ ਜਾਂਦੀ ਹੈ ।

Whosoever may worship with steady and stable belief on The Word of One and Only One, True Master. Who is worthy worshipping? As a drop of water immerses in ocean and becomes an inseparable part of ocean. Same way his soul may immerse in The Holy spirit and becomes inseparable of the Holy spirit.

85. Guru Nanak Dev Ji – Page 1287

ਸਰਮੁ ਧਰਮੁ ਦੁਇ ਨਾਨਕਾ,	saram Dharam du-ay naankaa
ਜੇ ਧਨੁ ਪਲੈ ਪਾਇ॥	jay Dhan palai paa-ay.
ਸੋ ਧਨੁ ਮਿਤ੍ਰੁ ਨ ਕਾਂਢੀਐ,	so Dhan mitar na kaaNdhee-ai
ਜਿਤੁ ਸਿਰਿ ਚੋਟਾਂ ਖਾਇ॥	jit sir chotaaN khaa-ay.
ਜਿਨ ਕੈ ਪਲੈ ਧਨੁ ਵਸੈ,	jin kai palai Dhan vasai
ਤਿਨ ਕਾ ਨਾਉ ਫਕੀਰ॥	tin kaa naa-o fakeer.
ਜਿਨ੍ਹ ਕੈ ਹਿਰਦੈ ਤੂ ਵਸਹਿ,	jinH kai hirdai too vaseh
ਤੇ ਨਰ ਗੁਣੀ ਗਹੀਰ॥੧॥	tay nar gunee gaheer. ||1||

ਜਿਸ ਵਿੱਚ ਸਾਦਗੀ ਅਤੇ ਸ੍ਰਿਸ਼ਟੀ ਦੇ ਭਲਾਈ ਦੇ ਕੰਮ, ਦੋਂ ਗੁਣ ਹੁੰਦੇ ਹਨ । ਉਸ ਤੇ ਪ੍ਰਭ ਦੀ ਰਹਿਮਤ ਦੀ ਨਜ਼ਰ ਹੁੰਦੀ ਹੈ । ਜੀਵ ਇਸ ਸੰਸਾਰਕ ਧਨ ਨਾਲ ਮੌਤ ਤੋਂ ਪਿਛੋਂ ਸਜ਼ਾ ਮਿਲਦੀ ਹੈ । ਇਹ ਸਾਥ ਜਾਣਵਾਲਾ ਧਨ ਨਹੀਂ ਹੈ । ਜਿਸ ਦੇ ਕੋਲ ਕੇਵਲ ਸੰਸਾਰਕ ਧਨ ਹੁੰਦਾ ਹੈ, ਉਹ ਮੰਗਤੇ ਹੀ ਹੁੰਦਾ ਹੈ । ਜਿਹਨਾਂ ਦੇ ਅੰਦਰ ਪ੍ਰਭ ਦਾ ਸ਼ਬਦ ਘਰ ਕਰ ਜਾਂਦਾ ਹੈ । ਉਹ ਹੀ ਅਸਲੀ ਅਮੀਰ ਹੁੰਦੇ ਹਨ, ਸੰਸਾਰਕ ਸਾਗਰ ਪਾਰ ਕਰ ਜਾਂਦੇ ਹਨ ।

Modesty, Humility, simple living and good deeds, righteousness are two virtues in life! Whosoever may collect these two virtues, his soul may become worthy of His consideration. Whosoever may collect worldly wealth, honor and attachments remains as a beggar in His court. He may be punished, rewarded the fruit of His own deeds and remains in the cycle of birth and death. Whosoever may earn the wealth of His Word, enlightened within, he is considered rich in His court and may be honored with salvation.

86. Kabeer Ji – Page 1123

ਨਗਰੀ ਏਕੈ ਨਉ ਦਰਵਾਜੇ,	nagree aykai na-o darvaajay
ਧਾਵਤੁ ਬਰਜਿ ਰਹਾਈ॥	Dhaavat baraj rahaa-ee.
ਤ੍ਰਿਕੁਟੀ ਛੂਟੈ ਦਸਵਾ ਦਰੁ ਖੂਲ੍ਹੈ,	tarikutee chhootai dasvaa dar khoolHai
ਤਾ ਮਨੁ ਖੀਵਾ ਭਾਈ॥੩॥	taa man kheevaa bhaa-ee. ||3||

ਜੀਵ ਦੇ ਤਨ ਦੇ ਨੌਂ ਦਰਵਾਜੇ ਹਨ! ਆਪਣੇ ਮਨ ਨੂੰ ਕਾਬੂ ਵਿੱਚ ਰੱਖੋ ! ਕਿ ਇਹ ਇਹਨਾਂ ਵਿਚੋਂ ਦੀ ਬਾਹਰ ਨਾ ਚਲੇ ਜਾਵੇ, ਸੰਸਾਰ ਦੀਆਂ ਭਟਕਣਾਂ ਵਿੱਚ ਨਾ ਪਵੇ । ਜਦੋਂ ਮਨ ਵਿਚੋਂ ਤਿੰਨਾਂ ਗੁਣਾਂ (ਰਾਜ, ਤਪ, ਸਤ) ਦੀ ਗੰਢ ਖੁੱਲ੍ਹ ਜਾਂਦੀ ਹੈ । ਤਾਂ ਹੀ ਦਸਵਾਂ ਦਰ ਖੁੱਲ੍ਹਦਾ ਹੈ । ਮਨ ਇਸ ਵਿੱਚ ਅਮੋਲਕ ਰਸ ਦਾ ਅਨੰਦ ਮਾਨਦਾ ਹੈ, ਮਸਤੀ ਵਿੱਚ ਆਉਂਦਾ ਹੈ ।

Human body has 9 doors, control your mind, so your mind may not wander into worldly desires. Whosoever may subdue, conquer three virtue- Rajaas, Tamaas, Sataas, with His mercy and grace the 10th tenth gate opens for him. His mind enjoys the enlightenment of His Word and remains in deep meditation in the void of His Word.

87. Guru Nanak Dev Ji – Page 1287

ਸਰਮੁ ਧਰਮੁ ਦੁਇ ਨਾਨਕਾ,	saram Dharam du-ay naankaa
ਜੇ ਧਨੁ ਪਲੈ ਪਾਇ॥	jay Dhan palai paa-ay.
ਸੋ ਧਨੁ ਮਿਤ੍ਰੁ ਨ ਕਾਂਢੀਐ,	so Dhan mitar na kaaNdhee-ai
ਜਿਤੁ ਸਿਰਿ ਚੋਟਾਂ ਖਾਇ॥	jit sir chotaaN khaa-ay.
ਜਿਨ ਕੈ ਪਲੈ ਧਨੁ ਵਸੈ,	jin kai palai Dhan vasai
ਤਿਨ ਕਾ ਨਾਉ ਫਕੀਰ॥	tin kaa naa-o fakeer.
ਜਿਨ੍ ਕੈ ਹਿਰਦੈ ਤੂ ਵਸਹਿ,	jinH kai hirdai too vaseh
ਤੇ ਨਰ ਗੁਣੀ ਗਹੀਰ॥੧॥	tay nar gunee gaheer. ||1||

ਜਿਸ ਵਿੱਚ ਸਾਦਗੀ ਅਤੇ ਸ੍ਰਿਸ਼ਟੀ ਦੇ ਭਲਾਈ ਦੇ ਕੰਮ, ਦੋਂ ਗੁਣ ਹੁੰਦੇ ਹਨ । ਉਸ ਤੇ ਪ੍ਰਭ ਦੀ ਰਹਿਮਤ ਦੀ ਨਜ਼ਰ ਹੁੰਦੀ ਹੈ । ਜੀਵ ਇਸ ਸੰਸਾਰਕ ਧਨ ਨਾਲ ਮੌਤ ਤੋਂ ਪਿਛੋਂ ਸਜ਼ਾ ਮਿਲਦੀ ਹੈ । ਇਹ ਸਾਥ ਜਾਣਵਾਲਾ ਧਨ ਨਹੀਂ ਹੈ । ਜਿਸ ਦੇ ਕੋਲ ਕੇਵਲ ਸੰਸਾਰਕ ਧਨ ਹੁੰਦਾ ਹੈ, ਉਹ ਮੰਗਤੇ ਹੀ ਹੁੰਦਾ ਹੈ । ਜਿਹਨਾਂ ਦੇ ਅੰਦਰ ਪ੍ਰਭ ਦਾ ਸ਼ਬਦ ਘਰ ਕਰ ਜਾਂਦਾ ਹੈ । ਉਹ ਹੀ ਅਸਲੀ ਅਮੀਰ ਹੁੰਦੇ ਹਨ, ਸੰਸਾਰਕ ਸਾਗਰ ਪਾਰ ਕਰ ਜਾਂਦੇ ਹਨ ।

Modesty, Humility, simple living and good deeds, righteousness are two virtues in life! Whosoever may collect these two virtues, his soul may become worthy of His consideration. Whosoever may collect worldly wealth, honor and attachments remains as a beggar in His court. He may be punished, rewarded the fruit of His own deeds and remains in the cycle of birth and death. Whosoever may earn the wealth of His Word, enlightened within, he is considered rich in His court and may be honored with salvation.

88. Guru Nanak Dev Ji – Page 1290

ਨਾਨਕ ਮਾਇਆ ਕਰਮ ਬਿਰਖੁ,	naanak maa-i-aa karam birakh
ਫਲ ਅੰਮ੍ਰਿਤ ਫਲ ਵਿਸੁ॥	fal amrit fal vis.
ਸਭ ਕਾਰਣ ਕਰਤਾ ਕਰੇ	sabh kaaran kartaa karay
ਜਿਸੁ ਖਵਾਲੇ ਤਿਸੁ॥੧॥	jis khavaalay tis. ||1||

ਸੰਸਾਰਕ ਮਾਇਆ ਦੇ ਕਰਮਾਂ ਦੇ ਬ੍ਰਿਛ ਵਿਚੋਂ ਦੋਂ ਫਲ ਮਿਲਦੇ ਹਨ । ਇੱਕ ਅਮੋਲਕ ਅਮ੍ਰਿੰਤ ਪ੍ਰਭ ਦਾ ਸ਼ਬਦ, ਦੂਸਰਾ ਅਹੰਕਾਰ ਦਾ ਜ਼ਹਿਰੀਲਾ ਫਲ ਹੁੰਦਾ ਹੈ । ਆਪ ਹੀ ਸਭ ਕੰਮ ਕਰਦਾ, ਕਰਾਉਂਦਾ ਹੈ, ਜੀਵ ਆਪਣੇ ਭਾਗਾਂ ਵਿੱਚ ਲਿਖਿਆ ਹੀ ਫਲ ਖਾਂਦਾ ਹੈ ।

From the tree of worldly actions of worldly wealth, renders two unique kind of fruits. The enlightenment of His Word, His blessings and other is ego. God prevails in all his deeds, actions. Whatsoever may be prewritten in his destiny, he may only be blessed with unique fruit.

89. Kabeer Ji – Page 1194

ਨਾਇਕੁ ਏਕੁ ਬਨਜਾਰੇ ਪਾਚ॥	naa-ik ayk banjaaray paach.
ਬਰਧ ਪਚੀਸਕ ਸੰਗੁ ਕਾਚ॥	baraDh pacheesak sang kaach.
ਨਉ ਬਹੀਆਂ ਦਸ ਗੋਨਿ ਆਹਿ॥	na-o bahee-aaN das gon aahi.
ਕਸਨਿ ਬਹਤਰਿ ਲਾਗੀ ਤਾਹਿ॥੧॥	kasan bahtar laagee taahi. ||1||

ਆਤਮਾ ਇੱਕ ਹੀ ਵਸਤੂੰ ਹੈ ਅਤੇ ਇਸ ਦੇ ਖਰੀਦਦਾਰ ਪੰਜ ਹਨ । 25 ਵਪਾਰ ਕਰਨ ਵਾਲੇ ਵਿਪਾਰੀ ਖੋਟਾ ਹੀ ਮਾਲ ਵੇਚਦੇ ਹਨ । ਇਥੇ ਨੌਂ ਥੰਮੇ ਹਨ ਜਿਹੜੇ ਦਸਵੇਂ ਸਮਾਨ ਦੇ ਥੱਲੇ ਹਨ । ਜੀਵ ਦਾ ਤਨ 72 ਡੋਰੀਆ ਨਾਲ ਬੰਧ ਹੋਇਆ ਹੈ ।

Soul is one and five worldly desires want to trap this, are purchasers of the control of the soul. In universe there are many (25) merchants are selling fake merchandises. There are nine pillars to hold, to support the tenth gate, His throne. The body is tied up with 72 ropes, strings.

90. Guru Ram Das Ji – Page 1324

ਚੰਦਨ ਵਾਸੁ ਭੁਇਅੰਗਮ ਵੇੜੀ,	chandan vaas bhu-i-angam vayrhee
ਕਿਵ ਮਿਲੀਐ ਚੰਦਨੁ ਲੀਜੈ॥	kiv milee-ai chandan leejai.
ਕਾਢਿ ਖੜਗੁ ਗੁਰ ਗਿਆਨੁ ਕਰਾਰਾ,	kaadh kharhag gur gi-aan karaaraa
ਬਿਖੁ ਛੇਦਿ ਛੇਦਿ ਰਸੁ ਪੀਜੈ॥੩॥	bikh chhayd chhayd ras peejai. ||3||

ਸੱਪ ਚੰਦਨ ਦੀ ਸੁੰਗਧ ਤੇ ਮੋਹਿਤ ਹੁੰਦਾ ਹੈ, ਉਸ ਦੇ ਨੇੜੇ ਹੀ ਰਹਿੰਦਾ ਹੈ । ਚੰਦਨ ਦੀ ਲੱਕੜ ਨੂੰ ਕਿਵੇਂ ਪਾਇਆ ਜਾ ਸਕਦਾ ਹੈ? ਪ੍ਰਭ ਦੇ ਸ਼ਬਦ ਦੀ ਸੋਝੀ ਦੀ ਤਲਵਾਰ ਹੀ ਉਸ ਸੱਪ ਨੂੰ ਮਾਰ ਦੇਂਦੀ ਹੈ । ਇਸਤਰ੍ਹਾਂ ਹੀ ਚੰਦਨ ਨੂੰ ਪਾਇਆ ਜਾ ਸਕਦਾ ਹੈ ।

Snake always stay around Sandalwood tree. How can Sandalwood be obtained? Only sword of enlightenment of His Word may subdue the snake of worldly desires and ego. The enlightenment may be blessed by His mercy and grace to obtain sandalwood.

91. Guru Arjan Dev Ji – Page 962

ਨਾ ਤੂ ਆਵਹਿ ਵਸਿ ਬਹੁਤੁ ਘਿਣਾਵਣੇ ॥	naa too aavahi vas bahut ghinaavanay.
ਨਾ ਤੂ ਆਵਹਿ ਵਸਿ ਬੇਦ ਪੜਾਵਣੇ ॥	naa too aavahi vas bayd parhaavanay.
ਨਾ ਤੂ ਆਵਹਿ ਵਸਿ ਤੀਰਥਿ ਨਾਈਐ॥	naa too aavahi vas tirath naa-ee-ai.
ਨਾ ਤੂ ਆਵਹਿ ਵਸਿ ਧਰਤੀ ਧਾਈਐ॥	naa too aavahi vas Dhartee Dhaa-ee-ai.
ਨਾ ਤੂ ਆਵਹਿ ਵਸਿ ਕਿਤੈ ਸਿਆਣਪੈ ॥	naa too aavahi vas kitai si-aanpai.
ਨਾ ਤੂ ਆਵਹਿ ਵਸਿ ਬਹੁਤਾ ਦਾਨੁ ਦੇ॥	naa too aavahi vas bahutaa daan day.
ਸਭੁ ਕੋ ਤੇਰੈ ਵਸਿ ਅਗਮ ਅਗੋਚਰਾ॥	sabh ko tayrai vas agam agocharaa.
ਤੂ ਭਗਤਾ ਕੈ ਵਸਿ ਭਗਤਾ ਤਾਣੁ ਤੇਰਾ॥ ੧੦॥	too bhagtaa kai vas bhagtaa taan tayraa. ||10||

ਘਿਣਾਵਣੇ (Contempt-open disrespect-bitter Scorn)

ਪ੍ਰਭ ਕੋਈ ਤੇਰੇ ਤੇ ਜ਼ੋਰ ਪਾ ਕੇ, ਧਰਮ ਦੇ ਗ੍ਰੰਥ ਪੜ੍ਹਕੇ, ਘੋਖਕੇ ਤੈਨੂੰ ਆਪਣੇ ਵੱਸ ਵਿੱਚ ਨਹੀਂ ਕਰ ਸਕਦਾ । ਕੋਈ ਵੀ ਜਗਲਾਂ ਵਿੱਚ ਚਾਰੇ ਪਾਸੇ ਘੁੰਮਕੇ, ਪਵਿੱਤਰ ਤੀਰਥਾਂ ਤੇ ਇਸ਼ਨਾਨ, ਯਾਤਰਾ ਕਰਕੇ ਤੇਰੀ ਰਹਿਮਤ ਨਹੀਂ ਪਾ ਸਕਦਾ । ਕੋਈ ਵੀ ਆਪਣੀ ਸਿਆਣਪ, ਚਲਾਕੀਆਂ, ਗਿਆਨ ਨਾਲ, ਜਾ ਬਹੁਤ ਪੁੰਨ ਦਾਨ ਕਰਕੇ ਵੀ, ਤੇਰੀ ਰਹਿਮਤ ਨਹੀਂ ਪਾ ਸਕਦਾ । ਪਹੁੰਚ ਤੋਂ ਉਪਰ, ਨਾ ਜਾਣੇ ਜਾਣ ਵਾਲੇ ਪ੍ਰਭ, ਸਭ ਕੁਝ ਤੇਰੇ ਵੱਸ ਵਿੱਚ ਹੀ ਹੈ । ਤੂੰ ਆਪਣੇ ਬੰਦਗੀ ਕਰਨ ਵਾਲੇ ਦਾਸ ਦੀ ਪ੍ਰੀਤ ਵਿੱਚ ਬੰਧਾ ਹੈ । ਉਸ ਦੇ ਅੰਗ ਸੰਗ ਸਹਾਈ ਰਹਿੰਦਾ ਹੈ । ਉਸ ਦੀ ਅਰਦਾਸ ਸਦਾ ਹੀ ਸੁਣਦਾ, ਸਦਾ ਹੀ ਰਹਿਮਤਾਂ ਬਖਸ਼ਦਾ ਹੈ ।

By reading, searching Holy scripture, no one can control You or be blessed. No one can be blessed by wandering in forest, in isolation or Holy shrine bath. No one can be blessed by his own wisdom, knowledge of scripture, by charity or good deeds. You are beyond the reach of Your creation and everything remains only under Your control. You are bonded by the devotion of Your true devotee. You remain His protector and reward his prayer.

92. Guru Nanak Dev Ji – Page 752

ਹਉ ਨਾਹੀ ਤੂ ਹੋਵਹਿ,	ha-o naahee too hoveh
ਤੁਧ ਹੀ ਸਾਜਿਆ॥	tuDh hee saaji-aa.
ਆਪੇ ਥਾਪਿ ਉਥਾਪਿ,	aapay thaap uthaap
ਸਬਦਿ ਨਿਵਾਜਿਆ॥੫॥	sabad nivaaji-aa. ||5||

ਪ੍ਰਭ ਤੂੰ ਸਾਰੇ ਜੀਵ ਇਸ ਅਧਾਰ ਤੇ ਬਣਾਏ ਹਨ ਜਦੋਂ ਮਨ ਵਿਚੋਂ ਅਹੰਕਾਰ ਦੂਰ ਹੋ ਜਾਂਦਾ, ਆਪ ਹੀ ਪ੍ਰਗਟ ਹੋ ਜਾਂਦਾ ਹੈ । ਤੂੰ ਆਪੇ ਹੀ ਜੀਵ ਨੂੰ ਪੈਦਾ ਕਰਦਾ, ਮੌਤ ਦੇਂਦਾ ਹੈ । ਤੂੰ ਪ੍ਰਵਾਨਗੀ ਦਾ ਰਸਤਾ ਵੀ ਸ਼ਬਦ ਦੀ ਸੋਝੀ ਵਿੱਚ ਬਖਸ਼ਿਆ ਹੈ ।

You have created the whole universe on one essence! Whosoever conquers his ego, he may be blessed with the enlightenment of Your Word. Birth and death are only under Your command and the right path of salvation may be blessed the enlightenment of Your Word.

93. Guru Nanak Dev Ji – Page 946

ਸਬਦੈ ਕਾ ਨਿਬੇੜਾ ਸੁਣਿ ਤੂ,	sabdai kaa nibayrhaa sun too
ਅਉਧੂ ਬਿਨੁ ਨਾਵੈ ਜੋਗੁ ਨ ਹੋਈ॥	a-oDhoo bin naavai jog na ho-ee.
ਨਾਮੇ ਰਾਤੇ ਅਨਦਿਨੁ ਮਾਤੇ,	naamay raatay an-din maatay
ਨਾਮੈ ਤੇ ਸੁਖੁ ਹੋਈ॥	naamai tay sukh ho-ee.
ਨਾਮੈ ਹੀ ਤੇ ਸਭੁ ਪਰਗਟੁ ਹੋਵੈ,	naamai hee tay sabh pargat hovai
ਨਾਮੇ ਸੋਝੀ ਪਾਈ॥	naamay sojhee paa-ee.
ਬਿਨੁ ਨਾਵੈ ਭੇਖ ਕਰਹਿ ਬਹੁਤੇਰੇ,	bin naavai bhaykh karahi bahutayray
ਸਚੈ ਆਪਿ ਖੁਆਈ॥	sachai aap khu-aa-ee.
ਸਤਿਗੁਰ ਤੇ ਨਾਮੁ ਪਾਈਐ,	satgur tay naam paa-ee-ai
ਅਉਧੂ ਜੋਗ ਜੁਗਤਿ ਤਾ ਹੋਈ॥	a-oDhoo jog jugat taa ho-ee.
ਕਰਿ ਬੀਚਾਰੁ ਮਨਿ ਦੇਖਹੁ,	kar beechaar man daykhhu
ਨਾਨਕ ਬਿਨੁ ਨਾਵੈ ਮੁਕਤਿ ਨ ਹੋਈ॥੭੨॥	naanak bin naavai mukat na ho-ee. ||72||

ਸਾਰੀ ਕਥਾ ਦਾ ਇਹ ਹੀ ਨਤੀਜਾ ਹੈ । ਸ਼ਬਦ ਨੂੰ ਜੀਵਨ ਵਿੱਚ ਢਾਲਣ ਤੋਂ ਬਿਨਾਂ, ਜੋਗੀ ਅਵਸਥਾ ਹਾਸਿਲ ਨਹੀਂ ਹੁੰਦੀ । ਸ਼ਬਦ ਦੀ ਧੁਨ ਅੰਦਰ ਚੱਲਣ ਨਾਲ, ਰਾਤ ਦਿਨ, ਸਵਾਸ ਗਰਾਸ ਮਨ ਨੂੰ ਪੂਰਨ ਸ਼ਾਂਤੀ ਪ੍ਰਾਪਤ ਹੋ ਸਕਦੀ ਹੈ । ਸ਼ਬਦ ਦੀ ਸੋਝੀ ਨਾਲ ਹੀ ਤਿੰਨਾਂ ਸ੍ਰਿਸ਼ਟੀਆਂ ਦਾ ਭੇਦ ਖੁਲ੍ਹਦਾ ਹੈ, ਦਰਬਾਰ ਵਿੱਚ ਢੋਈ ਮਿਲ ਸਕਦੀ ਹੈ । ਜਿਹੜੇ ਪ੍ਰਭ ਦੇ ਸ਼ਬਦ ਤੋਂ ਬਿਨਾਂ ਹੀ ਵੱਖਰੇ, ਵੱਖਰੇ ਪਹਿਰਾਵੇ ਪਾਉਂਦੇ, ਧਾਰਮਕ ਰੀਤ ਰੀਵਾਜ ਵਿੱਚ ਭਰੋਸਾ ਰੱਖਦੇ ਹਨ । ਪ੍ਰਭ ਆਪ ਹੀ ਉਹਨਾਂ ਨੂੰ ਹੋਰ ਭਰਮ ਭੁਲੇਖਿਆਂ

ਵਿੱਚ ਪਾਈ ਰੱਖਦਾ, ਸ਼ਬਦ ਵਿੱਚ ਲਗਨ ਨਹੀਂ ਲਗਦੀ । ਸ਼ਬਦ ਕੇਵਲ ਪ੍ਰਭ ਤੋਂ ਹੀ ਪਾਇਆ ਜਾ ਸਕਦਾ ਹੈ । ਸ਼ਬਦ ਨਾਲ ਜੀਵਨ ਢਾਲਣ ਤੋਂ ਬਿਨਾਂ ਅਸਲੀ ਜੋਗੀ ਅਵਸਥਾ ਹਾਸਿਲ ਨਹੀਂ ਹੁੰਦੀ । ਇਹ ਵਿਚਾਰ ਆਪਣੇ ਮਨ ਵਿੱਚ ਪੱਕੇ ਕਰ ਲਵੋ । ਪ੍ਰਭ ਦੇ ਸ਼ਬਦ ਤੇ ਚੱਲਣ ਤੋਂ ਬਿਨਾਂ ਹੋਰ ਕੋਈ ਮੁਕਤੀ ਦਾ ਰਸਤਾ ਨਹੀਂ ਹੈ ।

What is the true essence of the Holy scripture? Without adopting His Word in day to day life, no one may be blessed with the right path or blessed with saintly state of mind. By meditating with every breath, the echo of His Word resonates within and complete peace may prevail. Enlightening His Word within, his mind may become aware of three universe and his soul may be accepted in His court. Remember! Obeying His Word is the only right path of salvation.

94. Guru Arjan Dev Ji – Page 777

ਹਰਿ ਆਪੇ ਲਏ ਮਿਲਾਇ,	har aapay la-ay milaa-ay
ਕਿਉ ਵੇਛੋੜਾ ਥੀਵਈ,	ki-o vaychhorhaa theev-ee
ਬਲਿ ਰਾਮ ਜੀਉ॥	bal raam jee-o.
ਜਿਸ ਨੋ ਤੇਰੀ ਟੇਕ, ਸੋ ਸਦਾ ਸਦ ਜੀਵਈ,	jis no tayree tayk so sadaa sad jeev-ee
ਬਲਿ ਰਾਮ ਜੀਉ॥	bal raam jee-o.
ਤੇਰੀ ਟੇਕ ਤੁਝੈ ਤੇ ਪਾਈ,	tayree tayk tujhai tay paa-ee
ਸਾਚੇ ਸਿਰਜਣਹਾਰਾ॥	saachay sirjanhaaraa.
ਜਿਸ ਤੇ ਖਾਲੀ ਕੋਈ ਨਾਹੀ,	jis tay khaalee ko-ee naahee
ਐਸਾ ਪ੍ਰਭੂ ਹਮਾਰਾ॥	aisaa parabhoo hamaaraa.
ਸੰਤ ਜਨਾ ਮਿਲਿ ਮੰਗਲੁ ਗਾਇਆ,	sant janaa mil mangal gaa-i-aa
ਦਿਨੁ ਰੈਨਿ ਆਸ ਤੁਮ੍ਾਰੀ॥	din rain aas tumHaaree.
ਸਫਲੁ ਦਰਸੁ ਭੇਟਿਆ ਗੁਰੁ ਪੂਰਾ,	safal daras bhayti-aa gur pooraa
ਨਾਨਕ ਸਦ ਬਲਿਹਾਰੀ॥੨॥	naanak sad balihaaree. ‖2‖

ਜਿਸ ਨੂੰ ਪ੍ਰਭ ਆਪ ਹੀ ਆਪਣੇ ਨਾਲ ਸੰਜੋਗ ਬਣਾਉਂਦਾ, ਉਸ ਨੂੰ ਵਿਛੋੜਾ ਕਿਵੇਂ ਹੋ ਸਕਦਾ ਹੈ? ਉਹ ਸਦਾ ਹੀ ਸ਼ਬਦ ਦੇ ਧੰਨਵਾਦ ਹੀ ਗਾਉਂਦਾ ਰਹਿੰਦਾ ਹੈ । ਜਿਸ ਨੂੰ ਤੇਰੀ ਸ਼ਰਣ ਬਖਸ਼ਿਸ਼ ਹੋ ਜਾਂਦੀ, ਉਹ ਸਦਾ ਹੀ ਤੇਰੇ ਸ਼ਬਦ ਦੀ ਪਾਲਣਾ ਵਿੱਚ ਅਡੋਲ ਰਹਿੰਦਾ ਹੈ । ਉਹ ਕੇਵਲ ਇੱਕੋ ਇੱਕ ਪ੍ਰਭ ਦਾ ਆਸਰਾ ਲੈਂਦਾ, ਸ਼ਬਦ ਅਨੁਸਾਰ ਹੀ ਜੀਵਨ ਬਤੀਤ ਕਰਦਾ ਹੈ । ਜਿਹੜੇ ਜੀਵ ਵੀ ਪ੍ਰਭ ਪੈਦਾ ਕਰਦਾ, ਸਾਰਿਆਂ ਦੀ ਹੀ ਪਾਲਣਾ ਪੋਸਨਾ, ਰੱਖਿਆ ਕਰਦਾ ਹੈ । ਉਸ ਦੀ ਰਹਿਮਤ ਤੋਂ ਬਿਨਾਂ ਕੋਈ ਜੀਵ ਸ੍ਰਿਸ਼ਟੀ ਵਿੱਚ ਪੈਦਾ ਨਹੀਂ ਹੋ ਸਕਦਾ । ਬੰਦਗੀ ਕਰਨ ਵਾਲੇ ਸੰਤਾਂ ਦੀ ਸੰਗਤ ਵਿੱਚ ਸ਼ਬਦ ਦੇ ਗੁਣ ਗਾਉਂਦੇ, ਦਿਨ ਰਾਤ ਬਖਸ਼ੇ ਤੇ ਭਰੋਸਾ ਅਡੋਲ ਰੱਖਦੇ ਹਨ । ਬੰਦਗੀ ਕਰਨ ਵਾਲੇ ਤੇ ਸਦਾ ਹੀ ਪ੍ਰਭ ਦੀ ਰਹਿਮਤ ਭਰਪੂਰ ਰਹਿੰਦੀ ਹੈ । ਉਹ ਸਦਾ ਹੀ ਪ੍ਰਭ ਦੀ ਕੁਦਰਤ ਤੋਂ ਹੈਰਾਨ ਹੀ ਰਹਿੰਦਾ ਹੈ ।

Whosoever may be united with Your Word! How can he be separated from You? He always sings Your glory, praises and thanks You for Your blessings. Whosoever may be accepted in Your protection, he always adopts Your Word in His life. He only seeks Your support in each and every task and his life remain as per Your Word. Whosoever is born in the universe, He nourishes and protects him. Without His blessings no one can born in the universe. His true devotee sings His glory day and night in the association of other devotees. He remains overwhelmed with Your mercy and grace. He remains fascinated, astonished from His nature.

95. Guru Arjan Dev Ji – Page 830

ਸੁਨਹੁ ਸਹੇਰੀ ਮਿਲਨ ਬਾਤ ਕਹਉ,	sunhu sahayree milan baat kaha-o
ਸਗਰੋ ਅਹੰ ਮਿਟਾਵਹੁ,	sagro ahaN mitaavhu
ਤਉ ਘਰ ਹੀ ਲਾਲਨੁ ਪਾਵਹੁ॥	ta-o ghar hee laalan paavhu.
ਤਬ ਰਸ ਮੰਗਲ ਗੁਨ ਗਾਵਹੁ ॥	tab ras mangal gun gaavhu.
ਆਨਦ ਰੂਪ ਧਿਆਵਹੁ ॥	aanad roop Dhi-aavahu.
ਨਾਨਕੁ ਦੁਆਰੈ ਆਇਓ॥	naanak du-aarai aa-i-o.
ਤਉ ਮੈ ਲਾਲਨੁ ਪਾਇਓ ਰੀ॥੨॥	ta-o mai laalan paa-i-o ree. ||2||

ਮੇਰੇ ਬੰਦਗੀ ਕਰਨ ਵਾਲੇ ਸਾਥੀ, ਸੰਤ ਸਰੂਪ। ਸੋਝੀ ਪਾਵੋ! ਪ੍ਰਭ ਦੀ ਰਹਿਮਤ ਕਿਸਤਰ੍ਹਾਂ ਪਾਈ ਜਾ ਸਕਦੀ ਹੈ? ਆਪਣੇ ਮਨ ਵਿਚੋਂ ਆਪਾ, ਖੁਦਗ਼ਰਜ਼ੀ ਨਾਸ਼ ਕਰੋ! ਅਹੰਕਾਰ ਨੂੰ ਤਿਆਗੋ! ਤਾਂ ਪ੍ਰਭ ਆਪਣੇ ਆਪ ਹੀ ਮਨ ਵਿੱਚ ਪ੍ਰਗਟ ਹੋ ਜਾਂਦਾ ਹੈ । ਉਸ ਦਾ ਸ਼ਬਦ ਜਾਗਰਤ ਹੋ ਜਾਂਦਾ, ਤਾਂ ਮਨ ਖੇੜੇ ਵਿੱਚ ਆ ਜਾਂਦਾ ਹੈ । ਮਨ ਅਨੰਦ ਵਿੱਚ ਹੀ ਪ੍ਰਭ ਦੇ ਸ਼ਬਦ ਦੇ ਗੁਣ ਗਾਉਂਦਾ ਹੈ । ਬੰਦਗੀ ਕਰਨ ਵਾਲੇ ਰਹਿਮਤਾਂ ਦੇ, ਖੇੜੇ ਦੇ ਮਾਲਕ ਦੇ ਸ਼ਬਦ ਦੀ ਪਾਲਣਾ ਕਰਦੇ ਹਨ । ਆਪਾ ਤਿਆਗ ਕੇ ਉਸ ਦੇ ਦਰ ਤੇ ਆਉਂਦੇ ਹਨ । ਤਾਂ ਹੀ ਪ੍ਰਭ ਆਪਣੇ ਆਪ ਹੀ ਮਨ ਵਿੱਚ ਪ੍ਰਗਟ ਹੋ ਜਾਂਦਾ ਹੈ, ਸ਼ਬਦ ਮਨ ਵਿੱਚ ਜਾਗਰਤ ਹੋ ਜਾਂਦਾ ਹੈ ।

Holy saint blesses me with understanding! How to be blessed with the right path of salvation, His blessings? Whosoever may abandon selfishness and conquers ego, swallows his pride, His Word may be enlightened within by His mercy and grace. He may enjoy the blossom and may enter into deep meditation in the void of His Word. He may conquer his ego and selfishness. With His mercy and grace His Word may be enlightened within

96. Guru Arjan Dev Ji – Page 532

ਮਾਈ ਗੁਰ ਬਿਨੁ ਗਿਆਨੁ ਨ ਪਾਈਐ॥	maa-ee gur bin gi-aan na paa-ee-ai.
ਅਨਿਕ ਪ੍ਰਕਾਰ ਫਿਰਤ ਬਿਲਲਾਤੇ,	anik parkaar firat billaatay
ਮਿਲਤ ਨਹੀ ਗੋਸਾਈਐ॥੧॥ ਰਹਾਉ॥	milat nahee gosaa-ee-ai. ||1|| rahaa-o.

ਸ਼ਬਦ ਦੀ ਪਾਲਣਾ, ਗੁਰੂ ਦੀ ਸਿਖਿਆ ਨਾਲ ਜੀਵਨ ਢਾਲਣ ਤੋਂ ਬਿਨਾਂ ਸੋਝੀ ਨਹੀਂ ਪਾਈ ਜਾ ਸਕਦੀ। ਵੱਖਰੇ ਧਰਮਾਂ ਦੇ ਬਾਣੇ ਪਾਉਣ, ਚਾਰੇ ਪਾਸੇ ਘੁੰਮਣ ਨਾਲ ਪ੍ਰਭ ਦੀ ਰਹਿਮਤ ਦੀ ਨਜ਼ਰ ਪਾਈ ਨਹੀਂ ਜਾ ਸਕਦੀ, ਬਖਸ਼ਿਸ਼ ਨਹੀਂ ਹੁੰਦੀ ।

Without adopting His Word in day to day life, he may not be enlightened from within, his ignorance may not be eliminated. By adopting various religions, wandering in various shrines, no one ever been blessed with His mercy and grace.

97. Guru Arjan Dev Ji – Page 1120

ਕਉਨੁ ਸੁ ਜਤਨੁ ਉਪਾਉ ਕਿਨੇਹਾ,	ka-un so jatan upaa-o kinayhaa
ਸੇਵਾ ਕਉਨ ਬੀਚਾਰੀ॥	sayvaa ka-un beechaaree.
ਮਾਨੁ ਅਭਿਮਾਨੁ ਮੋਹੁ ਤਜਿ ਨਾਨਕ,	maan abhimaan moh taj naanak
ਸੰਤਹ ਸੰਗਿ ਉਧਾਰੀ॥੨॥੩॥੫॥	santeh sang uDhaaree. ||2||3||5||

ਪ੍ਰਭ ਉਹ ਕਿਹੜੀ ਸੇਵਾ, ਬੰਦਗੀ, ਵਿਧੀ ਹੈ, ਜਿਸ ਨਾਲ ਤੇਰੀ ਰਹਿਮਤ ਦੀ ਨਜ਼ਰ ਬਖਸ਼ਿਸ਼ ਹੋ ਜਾਵੇਗੀ? ਜਿਹੜੇ ਮਨ ਦਾ ਅਹੰਕਾਰ, ਸੰਸਾਰਕ ਮੋਹ ਤਿਆਗ ਕੇ ਸੰਤਾਂ ਦੀ ਸਿਖਿਆ ਨਾਲ ਜੀਵਨ ਬਤੀਤ ਕਰਦੇ ਹਨ । ਉਹ ਸੰਤਾਂ ਦੀ ਰਹਿਮਤ ਨਾਲ ਪ੍ਰਵਾਨ ਹੋ ਜਾਂਦੇ ਹਨ ।

Whatsoever may be the service, deed or meditation that may lead to Your blessings? Whosoever may conquer his ego and adopts the teachings of His Word in life. He is on the right path of salvation and may be blessed with His mercy and grace!

98. Guru Angand Dev Ji – Page 1279

ਵੈਦਾ ਵੈਦੁ ਸੁਵੈਦੁ ਤੂ	vaidaa vaid suvaid too
ਪਹਿਲਾਂ ਰੋਗੁ ਪਛਾਣੁ॥	pahilaaN rog pachhaan.
ਐਸਾ ਦਾਰੂ ਲੋੜਿ ਲਹੁ	aisaa daaroo lorh lahu
ਜਿਤੁ ਵੰਞੈ ਰੋਗਾ ਘਾਣਿ॥	jit vanjai rogaa ghaan.
ਜਿਤੁ ਦਾਰੂ ਰੋਗ ਉਠਿਅਹਿ	jit daaroo rog uthi-ah
ਤਨਿ ਸੁਖੁ ਵਸੈ ਆਇ॥	tan sukh vasai aa-ay.
ਰੋਗੁ ਗਵਾਇਹਿ ਆਪਣਾ ਤ	rog gavaa-ihi aapnaa ta
ਨਾਨਕ ਵੈਦੁ ਸਦਾਇ॥੨॥	naanak vaid sadaa-ay. ||2||

ਸੰਸਾਰਕ ਵੈਦ ਤੂੰ ਅਸਲੀ ਵੈਦ ਤਾਂ ਹੀ ਬਣ ਸਕਦਾ ਹੈ । ਅਗਰ ਪਹਿਲੇ ਰੋਗ ਦੀ ਜਾਣਕਾਰੀ ਕਰੋ । ਫਿਰ ਉਹ ਦਵਾਈ ਦੇਵੋ ਜਿਸ ਨਾਲ ਤਨ, ਮਨ ਦੇ ਸਾਰੇ ਰੋਗ ਖਤਮ ਹੋ ਜਾਣ । ਉਹ ਦਵਾਈ ਦੇਵੋ ਜਿਸ ਨਾਲ ਮੇਰੇ ਸਾਰੇ ਰੋਗ ਦਾ ਇਲਾਜ ਹੋ ਜਾਵੇ । ਮਨ ਨੂੰ ਸੰਤੋਖ ਆ ਜਾਵੇ, ਮਨ ਦੀਆਂ ਭਟਕਣਾਂ ਦੂਰ ਹੋ ਜਾਣ । ਜਦੋਂ ਤੂੰ ਆਪਣਾ ਰੋਗ ਖਤਮ ਕਰ ਲਵੇਗਾ, ਤਾਂ ਹੀ ਅਸਲੀ ਵੈਦ ਬਣ ਸਕਦਾ ਹੈ ।

Who may adopt His Word in his own life, before preaching others? If he makes himself desireless then and only then he may be called as His true devotee. One can become a true doctor, only if he diagnoses the root cause of the sickness and then prescribes the medicine to cure both sickness of mind and body. God prescribes that medicine that cure all sickness and all my worries may vanish. Whosoever may cure his own sickness of body and mind, he may worthy to be called true doctor, His devotee.

99. Naam Dev Ji – Page 1105

ਚਾਰਿ ਮੁਕਤਿ ਚਾਰੈ ਸਿਧਿ ਮਿਲਿ ਕੈ,	chaar mukat chaarai siDh mil kai
ਦੂਲਹ ਪ੍ਰਭ ਕੀ ਸਰਨਿ ਪਰਿਓ॥	doolah parabh kee saran pari-o.
ਮੁਕਤਿ ਭਇਓ ਚਉਹੂੰ ਜੁਗ ਜਾਨਿਓ,	mukat bha-i-o cha-uhoo-aN jug jaani-o
ਜਸੁ ਕੀਰਤਿ ਮਾਥੈ ਛਤ੍ਰੁ ਧਰਿਓ॥੧॥	jas keerat maathai chhatar Dhari-o. ||1||

ਚਾਰੇ ਜੁੱਗਾਂ ਵਿੱਚ ਸ਼ਬਦ ਦੀ ਸੋਝੀ, ਮੁਕਤੀ ਤੇਰੀ ਸ਼ਰਣ ਵਿੱਚ ਆਇਆ ਹੀ ਬਖਸ਼ਿਸ਼ ਹੁੰਦੀ ਹੈ । ਚਾਰੇ ਜੁੱਗਾਂ ਵਿੱਚ ਹੀ ਜੀਵ ਇਸਤਰ੍ਹਾਂ ਤੇਰੀ ਸ਼ਰਣ ਆ ਕੇ ਮੁਕਤੀ ਪਾਉਂਦੇ ਹਨ । ਸ਼ਬਦ ਦੇ ਗੁਣ ਗਾਉਂਦੇ ਤੇ ਤੇਰੇ ਨੂਰ ਦਾ ਤਾਜ, ਨਿਸ਼ਾਨਾ, ਚੱਕਰ ਚਮਕਦਾ ਹੈ ।

In four Ages, only by adopting His Word in life, his mind may be enlightened from within. His soul may be accepted under His protection and may leads to His consideration. Only with Your mercy and grace, the soul may be blessed with salvation. Whosoever may wholeheartedly believe and sing the glory of His Word. Eternal glory of His Word may shine on his forehead.

100.Peepaa Ji – Page 695

ਜੋ ਬ੍ਰਹਮੰਡੇ ਸੋਈ ਪਿੰਡੇ,	jo barahmanday so-ee pinday
ਜੋ ਖੋਜੈ ਸੋ ਪਾਵੈ॥	jo khojai so paavai.
ਪੀਪਾ ਪ੍ਰਣਵੈ ਪਰਮ ਤਤੁ ਹੈ,	peepaa paranvai param tat hai
ਸਤਿਗੁਰੁ ਹੋਇ ਲਖਾਵੈ॥੨॥੩॥	satgur ho-ay lakhaavai. ||2||3||

ਜਿਹੜਾ ਪ੍ਰਭ ਸ੍ਰਿਸ਼ਟੀ ਨੂੰ ਸਾਜਦਾ ਹੈ, ਉਹ ਹੀ ਹਰਇੱਕ ਜੀਵ ਦੇ ਮਨ ਵਿੱਚ ਵਸਦਾ ਹੈ । ਜਿਹੜਾ ਵੀ ਭਰੋਸਾ ਅਡੋਲ ਕਰਕੇ ਮਨ ਵਿਚੋਂ ਖੋਜਦਾ ਹੈ । ਪ੍ਰਭ ਨੂੰ ਉਥੇ ਹੀ ਲੱਭ ਲੈਂਦਾ ਹੈ । ਉਸ ਸ੍ਰਿਸ਼ਟੀ ਦੇ ਅਸਲੀ ਮਾਲਕ ਅੱਗੇ ਅਰਦਾਸ ਕਰੋ । ਹੋਰ ਕੋਈ ਅਰਦਾਸ ਕਰਨ, ਪੂਜਣ ਯੋਗ ਨਹੀਂ ਹੈ । ਇਹ ਹੀ ਸ਼ਬਦ ਦੀ ਪਾਲਣਾ ਤੋਂ ਸੋਝੀ ਬਖਸ਼ਿਸ਼ ਹੁੰਦੀ ਹੈ ।

The creator remains embedded in the soul of each and every creature. Whosoever may wholeheartedly believe and search His Word within his own mind and body, he may find from within. One should always pray for His mercy, no one other is worthy worshipping.

101.Guru Amar Das Ji – Page 918

ਬਾਬਾ ਜਿਸੁ ਤੂ ਦੇਹਿ, ਸੋਈ ਜਨੁ ਪਾਵੈ॥	baabaa jis too deh so-ee jan paavai.
ਪਾਵੈ ਤ ਸੋ ਜਨੁ, ਦੇਹਿ ਜਿਸ ਨੋ,	paavai ta so jan deh jis no
ਹੋਰਿ ਕਿਆ ਕਰਹਿ ਵੇਚਾਰਿਆ॥	hor ki-aa karahi vaychaari-aa.
ਇਕਿ ਭਰਮਿ ਭੂਲੇ, ਫਿਰਹਿ ਦਹ ਦਿਸਿ,	ik bharam bhoolay fireh dah dis
ਇਕਿ ਨਾਮਿ ਲਾਗਿ ਸਵਾਰਿਆ॥	ik naam laag savaari-aa.
ਗੁਰ ਪਰਸਾਦੀ ਮਨੁ ਭਇਆ ਨਿਰਮਲੁ,	gur parsaadee man bha-i-aa nirmal
ਜਿਨਾ ਭਾਣਾ ਭਾਵਏ॥	jinaa bhaanaa bhaav-ay.
ਕਹੈ ਨਾਨਕੁ ਜਿਸੁ ਦੇਹਿ ਪਿਆਰੇ,	kahai naanak jis deh pi-aaray
ਸੋਈ ਜਨੁ ਪਾਵਏ॥੮॥	so-ee jan paav-ay. ||8||

ਜਿਹਨਾਂ ਤੇ ਆਪ ਹੀ ਰਹਿਮਤ ਬਖਸ਼ਦਾ ਹੈ, ਕੇਵਲ ਉਹ ਹੀ ਰਹਿਮਤ ਪਾ ਸਕਦੇ ਹਨ । ਉਹ ਤੇਰੇ ਸ਼ਬਦ, ਬਾਣੀ ਦੇ ਸਿਮਰਨ ਵਿੱਚ ਲਗ ਜਾਂਦੇ , ਬਾਕੀ ਜੀਵ ਤਰਸਦੇ ਹੀ ਰਹਿੰਦੇ ਹਨ । ਕਈ ਜੀਵ ਭਰਮ ਭੁਲੇਖੇ ਵਿੱਚ ਹੀ ਫਿਰਦੇ ਰਹਿੰਦੇ ਹਨ । ਜਿਸ ਤੇ ਰਹਿਮਤ ਬਖਸ਼ਦਾ ਹੈ, ਉਸ ਦਾ ਹੀ ਮਨ ਬੰਦਗੀ ਵਿੱਚ ਲਗਦਾ ਹੈ । ਜਿਹੜੇ ਭਾਣੇ ਤੇ ਚਲਦੇ, ਆਪਣੇ ਜੀਵਨ ਦਾ ਅਧਾਰ ਬਣਾਉਂਦੇ ਹਨ । ਉਹਨਾਂ ਦਾ ਮਨ, ਆਤਮਾ ਪਵਿੱਤਰ ਹੋ ਜਾਂਦੀ ਹੈ । ਜਿਸ ਦੀ ਕਮਾਈ ਤੇ ਪ੍ਰਭ ਪ੍ਰਸੰਨ ਹੋਵੇ, ਆਪ ਹੀ ਕ੍ਰਿਪਾ ਦੀ ਨਜ਼ਰ ਬਖਸ਼ਦਾ ਹੈ । ਇਹ ਕੇਵਲ ਪ੍ਰਭ ਦੇ ਵੱਸ ਵਿੱਚ ਹੀ ਹੈ ।

Whosoever may be blessed by Your mercy and grace, only he may dedicate his life in obeying Your Word and singing your glory, others wander around uselessly. Many wanders around in suspicions, only blessed devotee may obey and adopt Your Word in day to day life. Whosoever may adopt His Word in day to day life, his soul may be sanctified and free from all worldly worries? Whose meditation may appease The True Master, may be blessed with his protection. Acceptance in His court is only under His command!

102.Guru Ram Das Ji – Page 171

ਕਰਿ ਸਾਧੂ ਅੰਜੁਲੀ ਪੁੰਨੁ ਵਡਾ ਹੇ ॥	kar saaDhoo anjulee punn vadaa hay.
ਕਰਿ ਡੰਡਉਤ ਪੁਨੁ ਵਡਾ ਹੇ ॥੧॥ ਰਹਾਉ॥	kar dand-ut pun vadaa hay. ||1|| rahaa-o.

ਸੰਤ ਸਰੂਪ ਨੂੰ ਮਨੋ ਸਤਿਕਾਰ, ਪ੍ਰਣਾਮ ਕਰਨਾ, ਸਿਰ ਛਕਾਉਣਾ, ਸੇਵਾ ਕਰਨੀ ਹੀ ਸਭ ਤੋਂ ਵੱਡਾ ਪੁੰਨ, ਪੂਜਾ ਹੁੰਦੀ ਹੈ । ਉਸ ਦੇ ਜੀਵਨ ਦੇ ਅਧਾਰ ਤੇ ਆਪਣਾ ਜੀਵਨ ਢਾਲਣਾ ਹੀ ਸਭ ਤੋਂ ਵੱਡੀ ਬੰਦਗੀ ਹੈ ।

Honoring His true devotee and providing him comfort is the super worship and charity. Welcoming, honoring him in your heart and following his teachings is even greater charity.

103.Guru Arjan Dev Ji – Page 824

ਧੀਰਉ ਦੇਖਿ ਤੁਮ੍ਹਾਰੈ ਰੰਗਾ॥	dheera-o daykh tumHaarai rangaa.
ਤੁਹੀ ਸੁਆਮੀ ਅੰਤਰਜਾਮੀ,	tuhee su-aamee antarjaamee
ਤੂਹੀ ਵਸਹਿ ਸਾਧ ਕੈ ਸੰਗਾ॥੧॥ਰਹਾਉ॥	toohee vaseh saaDh kai sangaa. ||1|| rahaa-o.

ਤੇਰੀ ਕੁਦਰਤ ਦਾ ਅਨੋਖਾ ਖੇਲ ਦੇਖ ਕੇ ਮੇਰੇ ਮਨ ਵਿੱਚ ਧੀਰਜ ਵਸ ਜਾਂਦਾ ਹੈ । ਅੰਤਰਜਾਮੀ ਮਾਲਕ, ਬੰਦਗੀ ਕਰਨ ਵਾਲੇ ਦੇ ਸਦਾ ਹੀ ਅੰਗ ਸੰਗ ਸਹਾਈ ਰਹਿੰਦਾ ਹੈ ।

By witnessing Your nature, may mind has developed patience and satisfaction with Your blessings. Almighty always protects and guides His devotee on the right path of salvation.

104.Mardana Ji – Page 533

ਕਲਿ ਕਲਵਾਲੀ ਕਾਮੁ ਮਦੁ,	kal kalvaalee kaam mad
ਮਨੂਆ ਪੀਵਣਹਾਰੁ॥	manoo-aa peevanhaar.
ਕ੍ਰੋਧ ਕਟੋਰੀ ਮੋਹਿ ਭਰੀ,	kroDh katoree mohi bharee
ਪੀਲਾਵਾ ਅਹੰਕਾਰੁ॥	peelaavaa ahaNkaar.
ਮਜਲਸ ਕੂੜੇ ਲਬ ਕੀ,	majlas koorhay lab kee
ਪੀ ਪੀ ਹੋਇ ਖੁਆਰੁ॥	pee pee ho-ay khu-aar.
ਕਰਣੀ ਲਾਹਣਿ ਸਤੁ ਗੁੜੁ,	karnee laahan sat gurh
ਸਚੁ ਸਰਾ ਕਰਿ ਸਾਰੁ॥	sach saraa kar saar.
ਗੁਣ ਮੰਡੇ ਕਰਿ ਸੀਲੁ ਘਿਉ,	gun manday kar seel ghi-o
ਸਰਮੁ ਮਾਸੁ ਆਹਾਰੁ॥	saram maas aahaar.
ਗੁਰਮੁਖਿ ਪਾਈਐ ਨਾਨਕਾ,	gurmukh paa-ee-ai naankaa
ਖਾਧੈ ਜਾਹਿ ਬਿਕਾਰ॥੧॥	khaaDhai jaahi bikaar. ||1||

ਕੱਲਯੁਗ ਦਾ ਜੁਗ ਇੱਕ ਕਾਮ ਵਾਸਨਾ ਦੇ ਨਸ਼ੇ ਨਾਲ ਭਰਿਆ ਹੋਇਆ ਭਾਂਡਾ ਹੈ । ਮਾਨਸ ਜੀਵ ਦਾ ਮਨ ਇਸ ਨਸ਼ੇ ਵਿੱਚ ਦਿਵਾਨਾ ਹੋਇਆ ਹੈ । ਜੀਵ ਦੇ ਮਨ ਦਾ ਕਰੋਧ ਇੱਕ ਮੋਹ ਨਾਲ ਭਰਿਆ ਭਾਂਡਾ ਹੈ । ਮਨ ਦਾ ਅਹੰਕਾਰ ਇਸ ਨੂੰ ਵਰਤਾਉਣ ਵਾਲਾ ਨੌਕਰ (ਸੇਵਾਦਾਰ) ਹੈ । ਜੀਵ ਧੋਖੇ ਅਤੇ ਫਰੇਬ ਵਿੱਚ ਮਸਤ ਹੋ ਕਿ ਇਸ ਨੂੰ ਪੀਤੀ ਜਾਂਦਾ, ਨਸ਼ਾਈ ਹੋ ਜਾਂਦਾ ਹੈ । ਆਪਣੇ ਚੰਗੇ, ਸ੍ਰਿਸ਼ਟੀ ਦੀ ਭਲਾਈ ਦੇ ਕੰਮਾਂ ਨੂੰ , ਸ਼ਬਦ ਦਾ ਅੰਮ੍ਰਿਤ ਕੱਢਣ ਵਾਲੀ ਵਿਧੀ ਬਣਾਵੋ । ਇਸ ਨੂੰ ਸੱਚ, ਆਪਣੇ ਭਰੋਸੇ ਦੀ ਜਾਗ ਲਾਵੇ, ਤਾਂ ਹੀ ਇਸ ਵਿਚੋਂ ਸ਼ਬਦ ਦਾ ਅੰਮ੍ਰਿਤ ਨਿਕਲਦਾ ਹੈ । ਆਪਣੇ ਗੁਣਾਂ ਨੂੰ ਰੋਟੀ ਦਾ ਰੂਪ, ਚੰਗੇ ਕੰਮਾਂ ਦਾ ਇਸ ਤੇ ਘਿਉ ਲਾਵੋ । ਆਪਣੇ ਜੀਵਨ ਦੀ ਸਾਦਗੀ ਨੂੰ ਖਾਣ ਵਾਲੀ ਭਾਜੀ, ਮਾਸ ਬਣਵੋ । ਗੁਰਮਖ ਅਵਸਥਾ ਇਸਤਰ੍ਹਾਂ ਬਖਸ਼ਿਸ਼ ਹੋ ਸਕਦੀ, ਜਾਂਦੀ ਹੈ । ਇਸ ਨਾਲ ਜੀਵਨ ਢਾਲਣ ਨਾਲ ਜੀਵ ਦੇ ਪਿਛਲੇ ਕੀਤੇ ਪਾਪ ਧੋਤੇ ਜਾਂਦੇ ਹਨ ।

The Kali Yuga–Age, the world is an ocean full of sexual desires. All creatures are intoxicated with that and are in mad rush. Their mind remains overwhelmed with anger and worldly attachments, possessions. The pride, ego of mind is the bar attendant, distributor. Humans are intoxicated with falsehood and deceit and remain indulged in. You should make your good deeds as the sources of adopting His Word in life. To enjoy the essence of His Word in life. If you apply, add yeast of your belief then you may realize the essence of His Word. Make your good virtues as food and good deeds as good oil- ghee! Humility of your life as a sauce, dressing and main course. By this way of life, your soul may become worthy of His consideration. By adopting His Word in life with steady and stable belief, all sins of past life may be forgiven.

105.Guru Arjan Dev Ji – Page 499

ਕਰਤ ਕਰਤ ਅਨਿਕ ਬਹੁ ਭਾਤੀ,	kKarat karat anik baho bhaatee
ਨੀਕੀ ਇਹ ਠਹਰਾਈ॥	neekee ih thahraa-ee.
ਮਿਲਿ ਸਾਧੂ ਹਰਿ ਜਸੁ ਗਾਵੈ,	mil saaDhoo har jas gaavai
ਨਾਨਕ ਭਵਜਲੁ ਪਾਰਿ ਪਰਾਈ॥	naanak bhavjal paar paraa-ee.
੨॥੮॥੧੭॥	||2||8||17||

ਅਨੇਕਾਂ ਵਿਧੀਆਂ ਨਾਲ ਬੰਦਗੀ ਕਰਦੇ ਕਰਦੇ, ਮਨ ਵਿੱਚ ਹੁਣ ਸੋਝੀ ਹੋਈ ਹੈ । ਕਿ ਬੰਦਗੀ ਕਰਨ ਵਾਲੇ ਦੀ ਸੰਗਤ ਵਿੱਚ ਸ਼ਬਦ ਦੀ ਪਾਲਣਾ ਕਰਨਾ ਹੀ ਸਭ ਤੋਂ ਅਨੋਖਾ, ਉਤਮ ਤਰੀਕਾ ਹੈ । ਉਸ ਦੀ ਸੰਗਤ ਵਿੱਚ ਬੰਦਗੀ ਕਰਦਾ ਮਨ ਭਿਆਨਕ ਸਾਗਰ ਪਾਰ ਕਰ ਜਾਂਦਾ ਹੈ ।

Meditation by various methods, now realized true, new method of worship. In association of a true devotee is an astonishing and superb method of meditation. Meditating in his association, terrible worldly ocean can be crossed.

106.Guru Amar Das Ji – Page 233

ਹਰਿ ਦਾਸਨ ਕੋ ਦਾਸੁ, ਸੁਖੁ ਪਾਏ॥	har daasan ko daas sukh paa-ay.
ਮੇਰਾ ਹਰਿ ਪ੍ਰਭੁ, ਇਨ ਬਿਧਿ ਪਾਇਆ ਜਾਏ॥	mayraa har parabh in bidh paa-i-aa jaa-ay.
ਹਰਿ ਕਿਰਪਾ ਤੇ, ਰਾਮ ਗੁਣ ਗਾਏ॥੩॥	har kirpaa tay raam gun gaa-ay. ||3||

ਦਾਸਾਂ ਦੇ ਦਾਸ ਦੇ ਮਨ ਵਿੱਚ, ਪ੍ਰਭ ਦੀ ਰਹਿਮਤ ਨਾਲ ਸ਼ਾਂਤੀ, ਸੰਤੋਖ ਆ ਜਾਂਦਾ ਹੈ । ਇਸ ਤਰੀਕੇ ਨਾਲ ਹੀ ਪ੍ਰਭ ਦੀ ਰਹਿਮਤ ਪਾਈ ਜਾ ਸਕਦੀ ਹੈ । ਪ੍ਰਭ ਦੀ ਰਹਿਮਤ ਨਾਲ ਹੀ ਕੋਈ ਜੀਵ ਪ੍ਰਭ ਦੇ ਸ਼ਬਦ ਦਾ ਕੀਰਤਨ ਕਰ ਸਕਦਾ ਹੈ ।

The follower of His true devotee may be blessed with pleasures and comforts. This is the only right path of His blessings. Only with His mercy and grace, His true devotee may obey and sing the glory of His Word.

3. ਪ੍ਰਭ ਦੀ ਬੰਦਗੀ ਪਰਖਣ ਦੀ ਕਸਵਟੀ! ਰਹਿਮਤ ਬਖਸ਼ਣ ਦੀ ਵਿਧੀ! How Meditation is Evaluated in His court!

107.Guru Nanak Dev Ji – Page 1 – Japji - 1

ਸੋਚੈ ਸੋਚਿ ਨ ਹੋਵਈ	sochai soch na hova-ee
ਜੇ ਸੋਚੀ ਲਖ ਵਾਰ॥	jay sochee lakh vaar.
ਚੁਪੈ ਚੁਪ ਨ ਹੋਵਈ	chupai chup na hova-ee
ਜੇ ਲਾਇ ਰਹਾ ਲਿਵ ਤਾਰ॥	jay laa-ay rahaa liv taar.
ਭੁਖਿਆ ਭੁਖ ਨ ਉਤਰੀ	bhukhi-aa bhukh na utree
ਜੇ ਬੰਨਾ ਪੁਰੀਆ ਭਾਰ॥	jay bannaa puree-aa bhaar.
ਸਹਸ ਸਿਆਣਪਾ ਲਖ ਹੋਹਿ	sahas si-aanpaa lakh hohi
ਤ ਇਕ ਨ ਚਲੈ ਨਾਲਿ॥	ta ik na chalai naal.
ਕਿਵ ਸਚਿਆਰਾ ਹੋਈਐ	kiv sachi-aaraa ho-ee-ai
ਕਿਵ ਕੂੜੈ ਤੁਟੈ ਪਾਲਿ॥	kiv koorhai tutai paal.
ਹੁਕਮਿ ਰਜਾਈ ਚਲਣਾ	kukam rajaa-ee chalnaa
ਨਾਨਕ ਲਿਖਿਆ ਨਾਲਿ॥੧॥	naanak likhi-aa naal. ‖1‖

(ਸੋਚੇ-ਵਿਚਾਰ ਤੋਂ ਹੈ, ਪਰ ਸੋਚੈ-ਸੋਚੈਇਆਲ ਤੋਂ ਹੈ - ਪਵਿੱਤਰਤਾ)

ਬਾਰ ਬਾਰ, ਅਨੇਕ ਵਾਰ ਸੋਚਣ ਨਾਲ ਵੀ ਮਨ ਵਿਚੋਂ ਬੁਰੇ ਖਿਆਲਾਂ ਰੂਪੀ ਮੈਲ ਧੋਤੀ ਨਹੀਂ ਜਾਂਦੀ । ਆਤਮਾ ਦੀ ਪਵਿੱਤਰਤਾ, ਮਨ ਦੀ ਭਟਕਣ ਦੂਰ ਨਹੀਂ ਹੁੰਦੀ । ਤਨ ਦੇ ਇਸ਼ਨਾਨ ਕਰਨ ਨਾਲ ਮਨ ਦੀ ਮੈਲ ਧੋਤੀ ਨਹੀਂ ਜਾ ਸਕਦੀ । ਲੰਮਾ ਸਮਾਂ ਮੌਨ ਧਾਰਨ ਨਾਲ (ਚੁੱਪੇ- ਚੁੱਪ ਰਹਿਣ ਨਾਲ), ਆਤਮਾ ਦੀ ਮੌਨਤਾ, ਸ਼ਾਂਤੀ ਨਹੀਂ ਹੁੰਦੀ, ਅਸਲੀ ਮੌਨ ਨਾਲ ਪ੍ਰਭ ਨਾਲ ਬਿਰਤੀ ਲੱਗ ਜਾਂਦੀ ਹੈ, ਅਸਲੀ ਮੌਨ ਤਾਂ ਨਿੰਦਿਆਂ, ਤੋਂ ਰਹਿਤ ਹੋਣ ਨਾਲ ਹੀ ਹੁੰਦਾ ਹੈ । ਭੁੱਖੇ ਰਹਿਣ, ਵਰਤ ਰੱਖਣ ਨਾਲ, ਮਨ ਵਿਚੋਂ ਇੱਛਾਂ, ਲਾਲਚ ਉਪਰ ਕਾਬੂ ਨਹੀਂ ਪੈਂਦਾ । ਅਸਲੀ ਵਰਤ ਤਾਂ ਮਨ ਦਾ ਸੰਤੋਖ ਹਾਸਿਲ ਕਰਨਾ, ਪ੍ਰਭ ਦੇ ਬਖਸ਼ੇ ਤੇ ਅਡੋਲ ਭਰੋਸਾ ਹੀ ਹੁੰਦਾ ਹੈ । ਭਾਵੇਂ ਜੀਵ ਪੜ੍ਹ ਕੇ ਕਿਤਨਾ ਵੀ ਗਿਆਨਵਾਨ, ਸੂਝਵਾਨ, ਸਿਆਣਾ ਹੋ ਜਾਵੇ । ਅਨੇਕ ਵਾਰ ਸੋਚ ਕੇ ਕੰਮ ਕਰੇ, ਫਿਰ ਵੀ ਉਹਨਾਂ ਸਿਆਣਪਾਂ ਦਾ ਪ੍ਰਭ ਦੀ ਮਰਜ਼ੀ ਅੱਗੇ ਕੋਈ ਚਾਰਾ ਨਹੀਂ ਹੈ । ਅਗਰ ਅਨੇਕ ਵਾਰ ਸੋਚਣ, ਇਸ਼ਨਾਨ ਕਰਨ, ਲੰਮਾ ਮੌਨ ਰੱਖਣ, ਲੰਮਾ ਸਮਾਂ ਭੁੱਖੇ ਰਹਿਣ, ਕਿਸੇ ਗਿਆਨ, ਜਾਂ ਸਿਆਣਪ ਨੂੰ ਘੋਖਨ ਨਾਲ ਵੀ ਆਤਮਾ ਦੀ ਮੈਲ ਧੋਤੀ ਨਹੀਂ ਜਾ ਸਕਦੀ। ਕਿਸਤਰ੍ਹਾਂ ਆਤਮਾ ਨੂੰ ਪਵਿੱਤਰ ਕੀਤਾ ਜਾਵੇ? ਕਿਸਤਰ੍ਹਾਂ ਇਹ ਅਗਿਆਨਤਾ ਦਾ ਪਰਦਾ, ਭੇਦ ਦੂਰ ਹੋ ਜਾਵੇ?

ਪ੍ਰਭ ਦੀ ਰਹਿਮਤ ਕਿਸੇ ਵਿਧੀ, ਚਲਾਕੀ, ਰੀਤੀ ਰੀਵਾਜ ਕਰਨ ਨਾਲ ਬਖਸ਼ਿਸ਼ ਨਹੀਂ ਹੁੰਦੀ । ਕੇਵਲ ਪ੍ਰਭ ਦੀ ਆਪਣੀ ਰਜ਼ਾ ਨਾਲ ਹੀ ਬਖਸ਼ਿਸ਼ ਹੋ ਸਕਦੀ ਹੈ । ਆਪਣੇ ਮਨ ਦੇ ਅਹੰਕਾਰ ਨੂੰ ਤਿਆਗਣ, ਸ਼ਬਦ ਅਨੁਸਾਰ ਨਾਲ ਜੀਵਨ ਢਾਲਣ ਨਾਲ, ਸੁਖ, ਦੁਖ ਨੂੰ ਬਖਸ਼ਿਸ਼ ਸਮਝਕੇ ਕਬੂਲ ਕਰਨ ਨਾਲ ਪ੍ਰਭ ਰਹਿਮਤ ਬਖਸ਼ਦਾ ਹੈ ।

Even thinking over and over again, mind may not control the evil thoughts by himself. Soul may not become purified, sanctified. Same way by keeping quiet, staying away from conversations or living in forest, his mind may not concentrate on His Word and worldly conversations remain within. Same way staying away and starving stomach may keep worldly comforts out of reach, his mind may not be able to control the worldly greed, desires. By reading Holy scriptures, he may become very knowledgeable. However, his wisdom may not prepare him for the true purpose of human life. How may one conquer his worldly desires? How may his soul be sanctified? How may the separation of soul from the Holy spirit be eliminated?

Only by accepting His Word as His ultimate, unchangeable, unavoidable command. By adopting the teachings of Word in day to day life, his mind may subdue worldly desires and may become worthy of His consideration. Only with His mercy and grace, the curtain of secrecy between his soul and The Holy Spirit may be eliminated.

108.Guru Nanak Dev Ji – Page 7 – Japji-31

ਆਸਣੁ ਲੋਇ ਲੋਇ ਭੰਡਾਰ॥	aasan lo-ay lo-ay bhandaar.
ਜੋ ਕਿਛੁ ਪਾਇਆ ਸੁ ਏਕਾ ਵਾਰ॥	jo kichh paa-i-aa so aykaa vaar.
ਕਰਿ ਕਰਿ ਵੇਖੈ ਸਿਰਜਣਹਾਰੁ॥	kar kar vaykhai sirjanhaar.
ਨਾਨਕ ਸਚੇ ਕੀ ਸਾਚੀ ਕਾਰ॥	naanak sachay kee saachee kaar.
ਆਦੇਸੁ ਤਿਸੈ ਆਦੇਸੁ॥	aadays tisai aadays.
ਆਦਿ ਅਨੀਲੁ ਅਨਾਦਿ ਅਨਾਹਤਿ,	aad aneel anaad anaahat
ਜੁਗੁ ਜੁਗੁ ਏਕੋ ਵੇਸੁ॥੩੧॥	jug jug ayko vays. ‖31‖

ਸ਼ਬਦ ਦਾ ਗਿਆਨ ਪ੍ਰਾਪਤ ਕਰਨ ਲਈ ਪ੍ਰਭ ਦੀ ਸਾਜੀ ਸ੍ਰਿਸ਼ਟੀ ਵਿੱਚ ਆਸਣ ਲਾਉਣਾ ਚਾਹੀਦਾ ਹੈ । ਇਸ ਵਿੱਚ ਜੀਵਨ ਬਤੀਤ ਕਰਦੇ ਸਿਮਰਨ ਕਰਨਾ ਚਾਹੀਦਾ ਹੈ । ਜੀਵ ਨੂੰ ਵੱਖਰਾ ਆਸਣ ਲਾਉਣ ਦੀ ਕੋਈ ਲੋੜ ਨਹੀਂ ਹੈ । ਸਾਰਿਆਂ ਜੀਵਾਂ ਨੂੰ ਜਿਹੜੀ ਰੋਜ਼ੀ ਦੇਂਦਾ ਹੈ, ਇਹ ਹੀ ਉਸ ਦਾ ਸ੍ਰਿਸ਼ਟੀ ਵਿੱਚ ਭੰਡਾਰ ਹੈ । ਪ੍ਰਭ ਨੇ ਇੱਕੋ ਵਾਰ ਹੀ ਜਨਮ ਤੋਂ ਪਹਿਲੇ ਹੀ ਹਰ ਜੀਵ ਦੇ ਭਾਗਾਂ ਵਿੱਚ ਸਭ ਕੁਝ ਲਿਖਿਆ ਹੈ । ਪ੍ਰਭ ਸਾਰਿਆਂ ਦੀ ਉਤਪਤੀ ਕਰਦਾ, ਪਾਲਣਾ ਕਰਦਾ ਹੈ । ਸਾਰੀਆਂ ਦੇ ਕੰਮਾਂ, ਪਾਪਾਂ ਪੁੰਨਾਂ ਨੂੰ ਜੋਗੀਆਂ ਭੋਗੀਆਂ ਨੂੰ ਦੇਖਦਾ ਹੈ । ਪ੍ਰਭ ਅਟੱਲ, ਨਾ ਬਦਲਨ ਵਾਲਾ ਹੈ, ਸ੍ਰਿਸ਼ਟੀ ਨੂੰ ਚਲਾਉਣ ਦੇ ਕਰਤਬ ਵੀ ਅਨੋਖੇ ਹਨ । ਅਸਲੀ ਪੂਜਾ ਹੀ ਸ਼ਬਦ ਦੀ ਪਾਲਣਾ ਕਰਨਾ, ਜੀਵਨ ਢਾਲਣਾ, ਗੁਣ ਗਾਉਣਾ ਹੈ । ਰਜ਼ਾ ਨੂੰ ਪ੍ਰਵਾਨ ਕਰਨਾ ਹੀ ਹੁਕਮ ਹੈ ।

All His blessings, treasures are absorbed in the enlightenment of His Word. He blesses the soul all treasures once for all at the birth to make life journey a success. He prevails in all events and enjoys His creation. His Word is always for the welfare of His creation. One should always bow to the ever existing, evergreen God, who was, is and will be prevailing. One should be contented with His blessings, his body (robe) and focus on the purpose of life.

109.Guru Nanak Dev Ji – Page 20

ਲਖ ਸਿਆਣਪ ਜੇ ਕਰੀ,	lakh si-aanap jay karee
ਲਖ ਸਿਉ ਪ੍ਰੀਤਿ ਮਿਲਾਪੁ॥	lakh si-o pareet milaap.
ਬਿਨੁ ਸੰਗਤਿ ਸਾਧ ਨ ਧ੍ਰਾਪੀਆ,	bin sangat saaDh na Dharaapee-aa
ਬਿਨੁ ਨਾਵੈ ਦੂਖ ਸੰਤਾਪੁ॥	bin naavai dookh santaap.
ਹਰਿ ਜਪਿ ਜੀਅਰੇ ਛੁਟੀਐ,	har jap jee-aray chhutee-ai
ਗੁਰਮੁਖਿ ਚੀਨੈ ਆਪੁ॥੩॥	gurmukh cheenai aap. ‖3‖

ਜੀਵ ਭਾਵੇਂ ਕਿਤਨੀਆਂ ਹੀ ਸਿਆਣਪਾਂ ਹਾਸਿਲ ਕਰ ਲਵੇ, ਕਿਤਨੇ ਹੀ ਸ਼ਰਧਾਲੂ ਬਣ ਜਾਣ । ਪਰ ਅਸਲੀ ਸੰਤ ਸਰੂਪ ਦੀ ਸੰਗਤ, ਸਿਖਿਆ ਤੋਂ ਬਿਨਾਂ ਤ੍ਰਿਸ਼ਨਾ ਦੀ ਅੱਗ ਵਿੱਚ ਦੁਖ ਹੀ ਮਹਿਸੂਸ ਕਰਦਾ ਹੈ । ਜਿਹੜਾ ਗੁਰਮਤ ਦੇ ਮਾਰਗ ਤੇ ਚਲਕੇ, ਭਾਣੇ ਤੇ ਭਰੋਸਾ ਪੱਕਾ ਕਰਕੇ ਬੰਦਗੀ ਕਰਦਾ ਹੈ । ਪ੍ਰਭ ਆਪ ਹੀ ਉਹਨਾਂ ਨੂੰ ਮੁਕਤੀ ਦੇ ਮਾਰਗ ਤੇ ਪਾ ਦੇਂਦਾ ਹੈ ।

Human may become very knowledgeable, wise and have many followers of his own. Even then without adopting the teachings of His true devotee, saint, he may still suffer the agony of greed. Whosoever may adopt the way of life of His true devotee, he may be blessed with right path of salvation.

110.Guru Nanak Dev Ji – Page 730

ਭਾਂਡਾ ਹਛਾ ਸੋਇ,	bhaaNdaa hachhaa so-ay
ਜੋ ਤਿਸੁ ਭਾਵਸੀ॥	jo tis bhaavsee.
ਭਾਂਡਾ ਅਤਿ ਮਲੀਣੁ,	bhaaNdaa at maleen
ਧੋਤਾ ਹਛਾ ਨ ਹੋਇਸੀ॥	Dhotaa hachhaa na ho-isee.
ਗੁਰੂ ਦੁਆਰੈ ਹੋਇ, ਸੋਝੀ ਪਾਇਸੀ॥	guroo du-aarai ho-ay sojhee paa-isee.
ਏਤੁ ਦੁਆਰੈ ਧੋਇ, ਹਛਾ ਹੋਇਸੀ॥	ayt du-aarai Dho-ay hachhaa ho-isee.
ਮੈਲੇ ਹਛੇ ਕਾ ਵੀਚਾਰੁ,	mailay hachhay kaa veechaar
ਆਪਿ ਵਰਤਾਇਸੀ॥	aap vartaa-isee.
ਮਤੁ ਕੋ ਜਾਣੈ ਜਾਇ, ਅਗੈ ਪਾਇਸੀ॥	mat ko jaanai jaa-ay agai paa-isee.
ਜੇਹੇ ਕਰਮ ਕਮਾਇ, ਤੇਹਾ ਹੋਇਸੀ॥	jayhay karam kamaa-ay tayhaa ho-isee.
ਅੰਮ੍ਰਿਤੁ ਹਰਿ ਕਾ ਨਾਉ,	amrit har kaa naa-o aap vartaa-isee.
ਆਪਿ ਵਰਤਾਇਸੀ॥	
ਚਲਿਆ ਪਤਿ ਸਿਉ ਜਨਮੁ ਸਵਾਰਿ,	chali-aa pat si-o janam savaar
ਵਾਜਾ ਵਾਇਸੀ॥	vaajaa vaa-isee.
ਮਾਣਸੁ ਕਿਆ ਵੇਚਾਰਾ,	maanas ki-aa vaychaaraa
ਤਿਹੁ ਲੋਕ ਸੁਣਾਇਸੀ॥	tihu lok sunaa-isee.
ਨਾਨਕ ਆਪਿ ਨਿਹਾਲ,	naanak aap nihaal
ਸਭਿ ਕੁਲ ਤਾਰਸੀ॥੧॥੪॥ ੬॥	sabh kul taarsee. ‖1‖4‖6‖

ਜਿਹੜਾ ਭਾਂਡਾ, ਜੀਵ, ਪ੍ਰਭ ਨੂੰ ਭਾਉਂਦਾ ਹੈ ਕੇਵਲ ਉਹ ਹੀ ਪਵਿੱਤਰ ਹੁੰਦਾ ਹੈ । ਕੋਈ ਤੀਰਥ ਇਸ਼ਨਾਨ ਕਰਕੇ ਆਪਣੇ ਆਪ ਨੂੰ ਪਵਿੱਤਰ ਨਹੀਂ ਕਰ ਸਕਦਾ । ਪ੍ਰਭ ਦੇ ਸ਼ਬਦ ਦੀ ਪਾਲਣਾ ਨਾਲ ਸ਼ਬਦ ਦੀ ਸੋਝੀ ਹੁੰਦੀ , ਜੀਵਨ ਢਾਲਣ ਨਾਲ ਆਪਣੇ ਮਨ ਨੂੰ ਪਵਿੱਤਰ ਕਰ ਸਕਦਾ ਹੈ । ਜਿਹੜਾ ਸ਼ਬਦ ਦੀ ਪਾਲਣਾ ਤੇ ਅਡੋਲ ਰਹਿੰਦਾ ਹੈ, ਉਹ ਪ੍ਰਵਾਨ ਹੋ ਜਾਂਦਾ ਹੈ । ਉਸ ਦੇ ਮੈਲੇ ਹਛੇ ਦਾ ਕੋਈ ਅੰਤਰ ਨਹੀਂ ਹੁੰਦਾ, ਉਹ ਇੱਕ ਬਰਾਬਰ ਹੋ ਜਾਂਦੇ ਹਨ । ਕੋਈ ਜੀਵ ਆਪਣੀ ਸੰਸਾਰਕ ਹੈਸੀਅਤ ਨਾਲ ਦਰਬਾਰ ਵਿੱਚ ਪ੍ਰਵਾਨ ਨਹੀਂ ਹੋ ਸਕਦਾ । ਉਸ ਨੂੰ ਆਪਣੀ ਕਮਾਈ ਦਾ ਹੀ ਫਲ ਬਖਸ਼ਿਸ਼ ਹੁੰਦਾ ਹੈ । ਪ੍ਰਭ ਦੀ ਰਹਿਮਤ ਨਾਲ ਹੀ ਜੀਵ ਅਮੋਲਕ ਸ਼ਬਦ ਦੀ ਪਾਲਣਾ ਕਰ ਸਕਦਾ ਹੈ । ਜਿਹੜੇ ਸੰਸਾਰ ਵਿੱਚ ਸ਼ਬਦ ਦੀ ਕਮਾਈ ਕਰਕੇ ਮਰਨ ਤੇ ਨਾਲ ਲੈ ਜਾਂਦੇ ਹਨ । ਉਹਨਾਂ ਨੂੰ ਦਰਬਾਰ ਵਿੱਚ ਮਾਣ ਬਖਸ਼ਿਸ਼ ਹੁੰਦਾ ਹੈ । ਜਿਸ ਤੇ ਰਹਿਮਤ ਬਖਸ਼ਦਾ ਹੈ, ਉਸ ਦੀਆਂ ਕੁਲਾਂ ਵੀ ਬੰਦਗੀ ਕਰਕੇ ਤਰ ਜਾਂਦੀਆਂ ਹਨ ।

Whosoever may adopt His Word, his soul may be sanctified and may become worthy of His consideration. No one can purify, sanctify His soul by Holy bath or serving at Holy shrine. By obeying and adopting His Word, he may be enlightened from within and his soul may become sanctified. Whosoever may remain steady and stable on obeying His Word, he may be accepted in His court. Whosoever may be accepted in His court, no distinction of good and evil soul, both are sanctified. No one can be accepted in His court by his worldly status. Every soul may be rewarded for her deeds in worldly life. Only with His mercy and grace, His true devotee may meditate on His Word. Whosoever may earn the wealth of His Word, his earnings go along with him after death and may be honored in His court. His several generations may be blessed with attachment to His Word and be saved by His mercy and grace.

111.Guru Nanak Dev Ji – Page 60

ਕਰਮਿ ਮਿਲੈ ਤਾ ਪਾਈਐ,	karam milai taa paa-ee-ai
ਆਪਿ ਨ ਲਇਆ ਜਾਇ॥	aap na la-i-aa jaa-ay.
ਗੁਰ ਕੀ ਚਰਣੀ ਲਗਿ ਰਹੁ,	gur kee charnee lag rahu
ਵਿਚਹੁ ਆਪੁ ਗਵਾਇ॥	vichahu aap gavaa-ay.
ਸਚੇ ਸੇਤੀ ਰਤਿਆ, ਸਚੋ ਪਲੈ ਪਾਇ॥੭॥	sachay saytee rati-aa
	sacho palai paa-ay. ‖7‖

ਅਗਰ ਕਰਮਾਂ ਵਿੱਚ ਪ੍ਰਭ ਦੀ ਰਹਿਮਤ ਲਿਖੀ ਹੋਵੇ, ਤਾਂ ਹੀ ਮਿਲਦੀ ਹੈ ਹੋਰ ਕੋਈ ਚਾਰਾ ਨਹੀਂ ਹੈ । ਆਪਾ ਮਿਟਾ ਕੇ, ਅਡੋਲ ਮਨ ਨਾਲ, ਸ਼ਬਦ ਦੀ ਪਾਲਣਾ ਕਰਨ ਨਾਲ ਮਨ ਪ੍ਰਭ ਦੇ ਸ਼ਬਦ ਦੇ ਰੰਗ ਵਿੱਚ ਰੰਗਿਆ ਜਾਂਦਾ ਹੈ । ਪ੍ਰਭ ਦਾ ਸ਼ਬਦ ਹੀ ਉਸ ਦੇ ਜੀਵਨ ਦਾ ਅਧਾਰ ਬਣ ਜਾਂਦਾ ਹੈ ।

Whosoever has a great prewritten destiny to obey His Word, he may be blessed with His mercy and grace. By conquering selfishness and obeying His Word, his mind may enter into deep meditation in the void of His Word. Obeying His Word becomes the purpose of His life.

112.Kabeer Ji – Page 92

ਭਾਠੀ ਗਗਨੁ ਸਿੰਙਿਆ ਅਰੁ ਚੁੰਙਿਆ,	bhaathee gagan sinyi-aa ar chunyi-aa
ਕਨਕ ਕਲਸ ਇਕੁ ਪਾਇਆ॥	kanak kalas ik paa-i-aa.
ਤਿਸੁ ਮਹਿ ਧਾਰ ਚੁਐ ਅਤਿ ਨਿਰਮਲ,	tis meh Dhaar chu-ai at nirmal
ਰਸ ਮਹਿ ਰਸਨ ਚੁਆਇਆ॥੨॥	ras meh rasan chu-aa-i-aa. ‖2‖

ਬੰਦਗੀ ਪਰਖਣ ਵਾਲੀ ਭੱਠੀ ਵਿੱਚ ਸੇਵਕ ਦੀ ਲਗਨ ਨੂੰ ਪਾ ਕੇ ਪਵਿਤ੍ਰ ਕੀਤਾ ਜਾਂਦਾ ਹੈ । ਜਿਹੜੀ ਆਤਮਾ ਉਸ ਵਿਚੋਂ ਪਾਰ ਲੰਘਦੀ, ਉਹ ਆਤਮਾ ਪ੍ਰਭ ਦੀ ਜੋਤ ਵਿੱਚ ਅਲੋਪ ਹੋਣ ਦੇ ਯੋਗ ਹੋ ਜਾਂਦੀ ਹੈ ।

In His court, devotion of a devotee is placed in His oven to purify and to be sanctified. Only sanctified soul may be accepted in His court.

113.Guru Arjan Dev Ji – Page 1099

ਅਕਲ ਕਲਾ ਨਹ ਪਾਈਐ,	akal kalaa nah paa-ee-ai
ਪ੍ਰਭੁ ਅਲਖ ਅਲੇਖੰ॥	parabh alakh alaykhaN.
ਖਟੁ ਦਰਸਨੁ ਭ੍ਰਮਤੇ ਫਿਰਹਿ,	khat darsan bharamtay fireh
ਨਹ ਮਿਲੀਐ ਭੇਖੰ॥	nah milee-ai bhaykhaN.
ਵਰਤ ਕਰਹਿ ਚੰਦ੍ਰਾਇਣਾ,	varat karahi chandraa-inaa
ਸੇ ਕਿਤੈ ਨ ਲੇਖੰ॥	say kitai na laykhaN.
ਬੇਦ ਪੜਹਿ ਸੰਪੂਰਨਾ,	bayd parheh sampoornaa
ਤਤੁ ਸਾਰ ਨ ਪੇਖੰ॥	tat saar na paykhaN.
ਤਿਲਕੁ ਕਢਹਿ ਇਸਨਾਨੁ ਕਰਿ,	tilak kadheh isnaan kar
ਅੰਤਰਿ ਕਾਲੇਖੰ॥	antar kaalaykhaN.
ਭੇਖੀ ਪ੍ਰਭੂ ਨ ਲਭਈ,	bhaykhee parabhoo na labh-ee
ਵਿਣੁ ਸਚੀ ਸਿਖੰ॥	vin sachee sikhaN.
ਭੂਲਾ ਮਾਰਗਿ ਸੋ ਪਵੈ,	bhoolaa maarag so pavai
ਜਿਸੁ ਧੁਰਿ ਮਸਤਕਿ ਲੇਖੰ॥	jis Dhur mastak laykhaN.
ਤਿਨਿ ਜਨਮੁ ਸਵਾਰਿਆ ਆਪਣਾ,	tin janam savaari-aa aapnaa
ਜਿਨਿ ਗੁਰੁ ਅਖੀ ਦੇਖੰ॥੧੩॥	jin gur akhee daykhaN. ‖13‖

ਪ੍ਰਭ ਦੀ ਰਹਿਮਤ, ਜੀਵ ਦੀ ਆਪਣੀ ਸਿਆਣਪ, ਕੋਸ਼ਿਸ਼ ਨਾਲ ਬਖਸ਼ਿਸ਼ ਨਹੀਂ ਹੁੰਦੀ । ਉਹ ਜਾਣਕਾਰੀ, ਦੇਖਣ ਵਿੱਚ ਨਹੀਂ ਆਉਂਦਾ । 6 ਸਾਸਤ੍ਰ, ਧਰਮ ਦੇ ਪੁਜਾਰੀ, ਧਰਮ ਦਾ ਬਣਾ ਪਾ ਕੇ ਥਾਂ ਥਾਂ ਤੇ ਭਉਂਦੇ ਫਿਰਦੇ ਹਨ । ਉਹਨਾਂ ਦੇ ਮਨ ਵਿੱਚ ਪ੍ਰਭ ਦੀ ਜੋਤ, ਸ਼ਬਦ ਜਾਗਰਤ ਨਹੀਂ ਹੁੰਦਾ, ਰਹਿਮਤ ਦੀ ਨਜ਼ਰ ਬਖਸ਼ਿਸ਼ ਨਹੀਂ ਹੁੰਦੀ । ਉਹ ਚੰਦ ਦਾ ਵਰਤ ਰੱਖਦੇ ਹਨ । ਉਹਨਾਂ ਦਾ ਵਰਤ ਦਰਬਾਰ ਵਿੱਚ, ਉਹਨਾਂ ਦੇ ਲੇਖੇ ਵਿੱਚ ਪ੍ਰਵਾਨ ਨਹੀਂ ਹੁੰਦਾ । ਉਹ ਧਾਰਮਕ ਗ੍ਰੰਥ ਦਾ ਅਖੰਡ ਪਾਠ ਕਰਦੇ, ਕਰਵਾਉਂਦੇ ਹਨ । ਉਹਨਾਂ ਨੂੰ ਫਿਰ ਵੀ ਕੋਈ ਪ੍ਰਭ ਦੇ ਸ਼ਬਦ ਦੀ ਜਾਗਰਤੀ ਸੋਝੀ ਨਹੀਂ ਹੁੰਦੀ, ਰਹਿਮਤ ਬਖਸ਼ਿਸ਼ ਨਹੀਂ ਹੁੰਦੀ । ਧਰਮ ਦਾ ਪੁਜਾਰੀ ਇਸ਼ਨਾਨ ਕਰਦਾ, ਪਵਿੱਤਰਤਾ ਦਾ ਤਿਲਕ ਲਾਉਂਦਾ, ਧਰਮ ਦਾ ਬਣਾ ਪਾਉਂਦਾ ਹੈ । ਪਰ ਉਸ ਦੇ ਮਨ ਵਿੱਚ ਮੈਲ, ਲੋਭ, ਲਾਲਚ ਭਰਿਆਂ ਰਹਿੰਦਾ ਹੈ । ਪ੍ਰਭ ਦੇ ਸ਼ਬਦ ਨਾਲ ਜੀਵਨ ਢਾਲਣ ਤੋਂ ਬਿਨਾਂ ਪ੍ਰਭ ਦੀ ਰਹਿਮਤ ਬਖਸ਼ਿਸ਼ ਨਹੀਂ ਹੁੰਦੀ, ਸ਼ਬਦ ਮਨ ਵਿੱਚ ਜਾਗਰਤ ਨਹੀਂ ਹੁੰਦਾ । ਜਿਸ ਦੇ ਭਾਗਾਂ ਵਿੱਚ ਪਹਿਲੇ ਹੀ ਲਿਖਿਆ ਹੁੰਦਾ ਹੈ । ਉਹ ਭੁੱਲਾਂ ਕਰਨ ਵਾਲਾ ਜੀਵ ਵੀ ਸਿੱਧੇ ਰਸਤੇ ਦੀ ਭਾਲ ਕਰ ਲੈਂਦਾ, ਸਕਦਾ ਹੈ । ਜਿਹੜਾ ਪ੍ਰਭ ਨੂੰ ਆਪਣੇ ਮਨ ਦੀਆਂ ਅੱਖਾਂ ਨਾਲ ਦੇਖਦਾ, ਉਸ ਦੇ ਸ਼ਬਦ ਨਾਲ ਜੀਵਨ ਢਾਲ ਲੈਂਦਾ ਹੈ । ਉਹ ਮਾਨਸ ਜਨਮ ਸਫਲ ਕਰ ਜਾਂਦਾ, ਅਮਰ ਅਵਸਥਾ ਬਖਸ਼ਿਸ਼ ਹੋ ਜਾਂਦੀ ਹੈ ।

His blessings cannot be granted by own wisdom or efforts. God remains beyond visibility or comprehension of His creation. Religious preachers may carry the Holy scripture and wander place to place to preach. However, His Word may not be enlightened within. He does not believe nor practice the teachings of His Word in day to day life. He keeps various Rojaas, abstain from eating food, However, his sacrifice may not be accepted in His court. Some may read Holy Scripture - Akhund Paath, however, His Word may not be enlightened within, he may not realize peace or contentment. Some may wear religious Holy robe, symbol of purity on his forehead, however, his mind may remain overwhelmed with greed. Without adopting His Word in day to day life, His Word may not be enlightened within and may not be blessed with His mercy and grace. Whosoever has engraved prewritten destiny, even the evil thinking soul may be blessed with the right path. Whosoever may realize His existence with the eyes of his mind, he may adopt His Word in his life. His human life may become worthwhile and may be blessed with salvation.

114.Naam Dev Ji – Page 1105

ਰਾਜਾ ਰਾਮ ਜਪਤ ਕੋ ਕੋ ਨ ਤਰਿਓ॥	raajaa raam japat ko ko na tari-o.
ਗੁਰ ਉਪਦੇਸਿ ਸਾਧ ਕੀ ਸੰਗਤਿ,	gur updays saadh kee sangat
ਭਗਤੁ ਭਗਤੁ ਤਾ ਕੋ ਨਾਮੁ ਪਰਿਓ॥੧॥ਰਹਾਉ॥	bhagat bhagat taa ko naam pari-o. ||1|| rahaa-o.

ਪ੍ਰਭ ਨੂੰ ਮਿਲਕੇ, ਸ਼ਬਦ ਨਾਲ ਜੀਵਨ ਢਾਲਕੇ ਕੌਣ, ਪ੍ਰਵਾਨ ਨਹੀਂ ਹੋਇਆ? ਜਿਹੜਾ ਸ਼ਬਦ ਦੀ ਪਾਲਣਾ ਕਰਦਾ ਹੈ, ਬੰਦਗੀ ਕਰਨ ਵਾਲੇ ਦੀ ਸੰਗਤ ਕਰਦਾ ਹੈ । ਸੰਸਾਰ ਦੇ ਜੀਵ ਉਸ ਨੂੰ ਭਗਤ ਕਹਿੰਦੇ ਹਨ, ਪ੍ਰਭ ਦਾ ਦਾਸ ਕਹਿੰਦੇ ਹਨ ।

Who has not been blessed with His mercy and grace, by adopting His Word with steady and stable belief in his day to day life? Whosoever may adopt His Word in his day to day life and associates with His true devotee, he may be known as His bhagat, His true devotee by His creation.

115.Kabeer Ji – Page 1364

ਕਬੀਰ ਐਸਾ ਸਤਿਗੁਰੁ ਜੇ ਮਿਲੈ,	kabeer aisaa satgur jay milai
ਤੁਠਾ ਕਰੇ ਪਸਾਉ॥	tuthaa karay pasaa-o.
ਮੁਕਤਿ ਦੁਆਰਾ ਮੋਕਲਾ,	mukat du-aaraa moklaa
ਸਹਜੇ ਆਵਉ ਜਾਉ॥੫੯॥	sehjay aava-o jaa-o. ||59||

ਅਗਰ ਤੈਨੂੰ ਕੋਈ ਸੰਤ ਸਰੂਪ ਮਿਲ ਜਾਵੇ, ਜਿਸ ਦੇ ਗੁਣ ਤੂੰ ਅਪਣਾ ਲਵੇ । ਤਾਂ ਪ੍ਰਭ ਦੇ ਦਰਬਾਰ ਦਾ ਦਰਵਾਜ਼ਾ ਇਤਨਾ ਖੁਲ੍ਹਾ ਹੋ ਜਾਂਦਾ ਹੈ । ਤੂੰ ਅਸਾਨੀ ਨਾਲ ਹੀ ਇਸ ਵਿਚੋਂ ਪਾਰ ਲਗ ਸਕਦਾ ਹੈ ।

If you may be blessed with association of His true devotee, saint, who has adopted His Word in his day to day life. By adopting the teachings of His life in your day to day life, His door may become wide open for your soul to enter with ease.

116.Kabeer Ji – Page 948

ਕਬੀਰ ਕਸਉਟੀ ਰਾਮ ਕੀ,	kabeer kasa-utee raam kee
ਝੂਠਾ ਟਿਕੈ ਨ ਕੋਇ॥	jhoothaa tikai na ko-ay.
ਰਾਮ ਕਸਉਟੀ ਸੋ ਸਹੈ,	raam kasa-utee so sahai
ਜੋ ਮਰਜੀਵਾ ਹੋਇ॥੧॥	jo marjeevaa ho-ay. ||1||

ਪ੍ਰਭ ਦੀ ਪਰਖ ਅਟੱਲ ਹੈ, ਕੋਈ ਧੋਖੇ, ਚਲਾਕੀ ਨਾਲ ਪਾਰ ਨਹੀਂ ਹੋ ਸਕਦਾ । ਜਿਹੜਾ ਮੁਰਦੇ ਦੀ ਤਰ੍ਹਾਂ ਨਿਮਾਣਾ ਬਣ ਕੇ ਜੀਵਨ ਬਤੀਤ ਕਰਦਾ, ਜਿਸ ਤੇ ਸੰਸਾਰਕ ਇੱਛਾਂ ਦਾ ਕੋਈ ਪ੍ਰਭਾਵ ਨਾ ਹੋਵੇ । ਉਹ ਹੀ ਪਰਖ ਵਿਚੋਂ ਪ੍ਰਵਾਨ ਹੋ ਸਕਦਾ ਹੈ ।

His process of evaluation of meditation is perfect. No one can pass through with any clever schemes. Whosoever may become humble, just as dead while still alive and remains above the reach of worldly desires. Only he may pass and he may become Israel, His true devotee.

4. ਅਸਲੀ ਤੀਰਥ ! True Holy Shrine!

117.Guru Nanak Dev Ji – Page 953

ਹਰਿ ਮੰਦਰੁ ਸੋਈ ਆਖੀਐ,	har mandar so-ee aakhee-ai
ਜਿਥਹੁ ਹਰਿ ਜਾਤਾ॥	jithahu har jaataa.
ਮਾਨਸ ਦੇਹ ਗੁਰ ਬਚਨੀ ਪਾਇਆ,	maanas dayh gur bachnee paa-i-aa
ਸਭੁ ਆਤਮ ਰਾਮੁ ਪਛਾਤਾ॥	sabh aatam raam pachhaataa.
ਬਾਹਰਿ ਮੂਲਿ ਨ ਖੋਜੀਐ,	haahar mool na khojee-ai
ਘਰ ਮਾਹਿ ਬਿਧਾਤਾ॥	ghar maahi biDhaataa.
ਮਨਮੁਖ ਹਰਿ ਮੰਦਰ ਕੀ	manmukh har mandar
ਸਾਰ ਨ ਜਾਣਨੀ,	kee saar na jaannee
ਤਿਨੀ ਜਨਮੁ ਗਵਾਤਾ॥	tinee janam gavaataa.
ਸਭ ਮਹਿ ਇਕੁ ਵਰਤਦਾ,	sabh meh ik varatdaa
ਗੁਰ ਸਬਦੀ ਪਾਇਆ ਜਾਈ॥੧੨॥	gur sabdee paa-i-aa jaa-ee. ||12||

ਜਿੱਥੇ ਪ੍ਰਭ ਦੇ ਸ਼ਬਦ ਦੀ ਸੋਝੀ ਪਾਈ ਜਾ ਸਕਦੀ ਹੈ, ਉਸ ਥਾਂ ਨੂੰ ਪ੍ਰਭ ਦਾ ਮੰਦਰ, ਘਰ ਕਿਹਾ ਜਾ ਸਕਦਾ ਹੈ । ਜਿਹੜਾ ਜੀਵ ਇਸ ਤੇ ਭਰੋਸਾ ਅਡੋਲ ਰੱਖਦਾ ਹੈ! ਜੀਵ ਦੇ ਤਨ ਵਿਚੋਂ ਹੀ ਪ੍ਰਭ ਦੇ ਸ਼ਬਦ ਦੀ ਸੋਝੀ ਬਖਸ਼ਿਸ਼ ਹੋ ਜਾਂਦੀ ਹੈ । ਕਿ ਪ੍ਰਭ ਹਰਇੱਕ ਆਤਮਾ ਵਿੱਚ ਆਪ ਵਸਦਾ ਹੈ, ਵਾਪਰਦਾ ਹੈ । ਉਹ ਜੀਵ ਪ੍ਰਭ ਨੂੰ ਬਾਹਰ ਨਹੀਂ ਲੱਭਦਾ ਫਿਰਦਾ । ਸ੍ਰਿਸ਼ਟੀ ਨੂੰ ਪੈਦਾ ਕਰਨ ਵਾਲਾ, ਭਾਗ ਲਿਖਣ ਵਾਲਾ ਜੀਵ ਦੇ ਅੰਦਰ ਹੀ ਵਸਦਾ ਹੈ । ਮਨਮੁਖ ਪ੍ਰਭ ਦੇ ਮੰਦਰ ਦੀ ਕੀਮਤ ਨਹੀਂ ਜਾਣਦਾ । ਆਪਣਾ ਜਨਮ ਬਿਰਥਾ ਹੀ ਗਵਾ ਲੈਂਦਾ ਹੈ । ਪ੍ਰਭ ਹਰਇੱਕ ਦੇ ਅੰਦਰ ਹੀ ਵਾਪਰਦਾ ਹੈ! ਕੇਵਲ ਸ਼ਬਦ ਦੀ ਪਾਲਣਾ, ਜੀਵਨ ਢਾਲਣ ਨਾਲ ਹੀ ਸੋਝੀ, ਰਹਿਮਤ ਬਖਸ਼ਿਸ਼ ਹੋ ਸਕਦੀ ਹੈ ।

Where one may be enlightened with the teachings of His Word, that place may become a true Temple of God. Whosoever may firm up his belief on His Word, he may conquer his worldly desires and may discover Holy shrine within his body. His Holy Word dwells within the body of each and every creature and embedded within His soul, no need to search Him outside. Self-minded, non-believer may not realize and he wastes his priceless human life. The One and Only One God resides and prevails within each and every soul. Only by adopting His Word, his soul may be blessed with His mercy and grace.

118.Guru Nanak Dev Ji – Page 12

ਬਾਬਾ ਜੈ ਘਰਿ ਕਰਤੇ ਕੀਰਤਿ ਹੋਇ॥	baabaa jai ghar kartay keerat ho-ay.
ਸੋ ਘਰੁ ਰਾਖੁ ਵਡਾਈ ਤੋਇ॥੧॥ ਰਹਾਉ॥	so ghar raakh vadaa-ee to-ay. ||1|| rahaa-o.

ਜਿਸ ਅਸਥਾਨ ਤੇ ਪ੍ਰਭ ਦਾ ਕੀਰਤਨ ਹੁੰਦਾ, ਜਿਹੜੀ ਆਤਮਾ ਅਟੱਲ ਸ੍ਰਿਜਨਹਾਰ ਦਾ ਜਸ ਸਿਮਰਨ ਕਰਦੀ ਹੈ । ਉਸ ਦੇ ਮਨ, ਹਿਰਦੇ ਵਿੱਚ ਪ੍ਰਭ ਦਾ ਖੇੜਾ ਵਸ ਜਾਂਦਾ, ਉਸ ਆਤਮਾ ਦੀ ਮਹਿਮਾਂ ਬਹੁਤ ਉੱਚੀ ਹੋ ਜਾਂਦੀ ਹੈ ।

Wherever His true devotee may sing His glory, his soul meditates on His Word. His mind and heart enjoy the blossom of His blessings. The state of mind of his soul may become superb.

119.Guru Nanak Dev Ji – Page 687

ਤੀਰਥਿ ਨਾਵਣ ਜਾਉ, ਤੀਰਥੁ ਨਾਮੁ ਹੈ ॥	tirath naavan jaa-o tirath naam hai.
ਤੀਰਥੁ ਸਬਦ ਬੀਚਾਰੁ, ਅੰਤਰਿ ਗਿਆਨੁ ਹੈ ॥	tirath sabad beechaar antar gi-aan hai.
ਗੁਰ ਗਿਆਨੁ ਸਾਚਾ ਥਾਨੁ ਤੀਰਥੁ,	gur gi-aan saachaa thaan tirath
ਦਸ ਪੁਰਬ ਸਦਾ ਦਸਾਹਰਾ॥	das purab sadaa dasaahraa.
ਹਉ ਨਾਮੁ ਹਰਿ ਕਾ ਸਦਾ ਜਾਚਉ,	ha-o naam har kaa sadaa jaacha-o
ਦੇਹੁ ਪ੍ਰਭ ਧਰਣੀਧਰਾ॥	dayh parabh DharneeDharaa.
ਸੰਸਾਰੁ ਰੋਗੀ ਨਾਮੁ ਦਾਰੂ,	sansaar rogee naam daaroo
ਮੈਲੁ ਲਾਗੈ ਸਚ ਬਿਨਾ॥	mail laagai sach binaa.
ਗੁਰ ਵਾਕੁ ਨਿਰਮਲੁ ਸਦਾ ਚਾਨਣੁ,	gur vaak nirmal sadaa chaanan
ਨਿਤ ਸਾਚੁ ਤੀਰਥੁ ਮਜਨਾ॥੧॥	nit saach tirath majnaa. ||1||

ਜੀਵ ਤੀਰਥ ਇਸ਼ਨਾਨ ਕਿਸ ਵਾਸਤੇ ਕਰਨ ਜਾਂਦਾ ਹੈ? ਅਸਲੀ ਤੀਰਥ ਤਾਂ ਪ੍ਰਭ ਦਾ ਸ਼ਬਦ ਹੈ! ਇਸ ਦੀ ਪਾਲਣਾ ਕਰਨ ਨਾਲ ਸਾਰੀ ਸੋਝੀ ਹੋ ਜਾਂਦੀ, ਰਹਿਮਤ ਦੀ ਨਜ਼ਰ ਬਖਸ਼ਿਸ਼ ਹੋ ਜਾਂਦੀ ਹੈ । ਪ੍ਰਭ ਦੇ ਸ਼ਬਦ ਦੀ ਸੋਝੀ ਹੀ ਉਹ ਰੱਬੀ ਗਿਆਨ ਹੈ, ਜਿੱਥੇ ਹਰ ਵੇਲੇ ਖੇੜਾ ਰਹਿੰਦਾ ਹੈ । ਜੀਵ ਹਮੇਸ਼ਾਂ ਪ੍ਰਭ ਪਾਸ ਅਰਦਾਸ ਕਰੋ ! ਉਹ ਸ਼ਬਦ ਦੀ ਸੋਝੀ, ਪਾਲਣਾ ਕਰਨ ਦੀ ਰਹਿਮਤ ਬਖਸ਼ਦਾ ਹੈ । ਉਹ ਹੀ ਸਭ ਦਾ ਰੱਖਵਾਲਾ ਹੈ । ਸਾਰੀ ਸ੍ਰਿਸ਼ਟੀ ਹੀ ਮੋਹ ਰੂਪੀ ਰੋਗੀ ਹੈ । ਪ੍ਰਭ ਦੇ ਸ਼ਬਦ ਦੀ ਪਾਲਣਾ ਹੀ ਇਸ ਦਾ ਇਲਾਜ ਹੈ । ਜੀਵ ਮਨ ਲਾ ਕੇ ਉਸ ਦੇ ਸ਼ਬਦ ਦੀ ਪਾਲਣਾ ਕਰੋ, ਫਿਰ ਹੀ ਉਸ ਦੀ ਰੌਸ਼ਨੀ ਮਨ ਵਿੱਚ ਬਖਸ਼ਿਸ਼ ਹੁੰਦੀ ਹੈ ।

Why human goes for The Holy shrine to take a sanctifying bath? His Word is the true Holy shrine. Obeying and adopting His Word in day to day life, his mind may be enlightened. One should always meditate on His Word with devotion. God has established His Holy Word in his body. Everyone may be impure, without adopting His Word and his soul may become blemish and impure. Singing the glory of His Word, his human life journey may be rewarded with salvation.

120.Peepaa Ji – Page 695

ਕਾਯਉ ਦੇਵਾ ਕਾਇਅਉ,	kaa-ya-o dayvaa kaa-i-a-o
ਦੇਵਲ ਕਾਇਅਉ ਜੰਗਮ ਜਾਤੀ॥	dayval kaa-i-a-o jangam jaatee.
ਕਾਇਅਉ ਧੂਪ ਦੀਪ ਨਈਬੇਦਾ,	kaa-i-a-o Dhoop deep na-eebaydaa
ਕਾਇਅਉ ਪੂਜਉ ਪਾਤੀ ॥੧॥	kaa-i-a-o pooja-o paatee. ||1||

ਜੀਵ ਦੇ ਤਨ ਅੰਦਰ ਹੀ ਉਹ ਪ੍ਰਭ ਦੀ ਜੋਤ ਜਾਗਰਤ ਰਹਿੰਦੀ ਹੈ । ਮਨ ਹੀ ਉਹ ਪਵਿੱਤਰ ਮੰਦਰ ਹੈ, ਉਹ ਤੀਰਥ ਯਾਤਰਾ, ਤੀਰਥ ਇਸ਼ਨਾਨ ਹੈ । ਜੀਵ ਦੇ ਮਨ ਅੰਦਰ ਹੀ ਉਹ ਜੋਤ, ਰੌਸ਼ਨੀ ਦਾ ਦੀਵਾ ਹੈ, ਪੂਜਾ ਕਰਨ ਵਾਲੀ ਭੇਟਾ ਹੈ, ਉਹ ਭੇਟਾ ਕਰਨ ਵਾਲੇ ਫੁੱਲ ਹਨ ।

Within the body of all creatures, His Holy spirit remains glowing. His mind is The Holy Shrine, and purifying ocean. The enlightenment of Holy spirit and offering flowers are in his body and mind.

121.Guru Arjan Dev Ji – Page 180

ਮਨੁ ਮੰਦਰੁ ਤਨੁ ਸਾਜੀ ਬਾਰਿ॥	man mandar tan saajee baar.
ਇਸ ਹੀ ਮਧੇ ਬਸਤੁ ਅਪਾਰ॥	is hee maDhay basat apaar.
ਇਸ ਹੀ ਭੀਤਰਿ ਸੁਨੀਅਤ ਸਾਹੁ ॥	is hee bheetar sunee-at saahu.
ਕਵਨੁ ਬਾਪਾਰੀ ਜਾ ਕਾ ਊਹਾ ਵਿਸਾਹੁ ॥੧॥	kavan baapaaree jaa kaa oohaa visaahu.

ਜੀਵ ਦਾ ਮਨ ਮੰਦਰ ਹੈ, ਪ੍ਰਭ ਦਾ ਆਸਣ, ਤਖਤ ਹੈ, ਇਸ ਵਿੱਚ ਅਨੇਕਾਂ, ਬੇਅੰਤ ਹੀ ਭੰਡਾਰ ਹਨ । ਤਨ ਇਸ ਮੰਦਰ ਦੀ ਦੀਵਾਰ, ਵਾੜ ਹੈ । ਇਸ ਵਿੱਚ ਹੀ ਉਹ ਮਹਾਨ ਵਪਾਰੀ ਦਾ ਆਸਣ ਹੈ, ਵਸਦਾ ਹੈ । ਉਹ ਕਿਹੜਾ ਵਪਾਰੀ ਹੈ, ਜਿਹੜਾ ਇਸ ਵਿੱਚ ਵਪਾਰ ਕਰਦਾ ਹੈ?

The mind of a creature is the true temple, shrine and His throne. His mind remains overwhelmed with unlimited treasures and his body is the protection, walls of His castle. The greatest merchant lives in the body, in His court. Who purchases that merchandizes is the real crusader, business man?

Chapter 2

- Holy Throne and His existence!
- Who can Bless Word !
- Blessings of Obeying His Word!
- Blessings of - Charity-Worship-Paath-Recite-Listen?
- Significance of His Protection!

5. ਪ੍ਰਭ ਦੀ ਹੋਂਦ, ਗੱਦੀ, ਆਸਣ ! Holy Throne and Existence!

1. Guru Nanak Dev Ji – Page 2 – Japji 5

ਥਾਪਿਆ ਨ ਜਾਇ ਕੀਤਾ ਨ ਹੋਇ॥	thaapi-aa na jaa-ay keetaa na ho-ay.
ਆਪੇ ਆਪਿ ਨਿਰੰਜਨੁ ਸੋਇ॥	aapay aap Niranjan so-ay.
ਜਿਨਿ ਸੇਵਿਆ ਤਿਨਿ ਪਾਇਆ ਮਾਨੁ॥	jin sayvi-aa tin paa-i-aa maan.
ਨਾਨਕ ਗਾਵੀਐ ਗੁਣੀ ਨਿਧਾਨੁ॥	naanak gaavee-ai gunee niDhaan.
ਗਾਵੀਐ ਸੁਣੀਐ ਮਨਿ ਰਖੀਐ ਭਾਉ॥	gaavee-ai sunee-ai man rakhee-ai bhaa-o.
ਦੁਖੁ ਪਰਹਰਿ ਸੁਖੁ ਘਰਿ ਲੈ ਜਾਇ॥	dukh parhar sukh ghar lai jaa-ay.
ਗੁਰਮੁਖਿ ਨਾਦੰ ਗੁਰਮੁਖਿ ਵੇਦੰ,	gurmukh naadaN gurmukh vaydaN
ਗੁਰਮੁਖਿ ਰਹਿਆ ਸਮਾਈ॥	gurmukh rahi-aa samaa-ee.
ਗੁਰੁ ਈਸਰੁ ਗੁਰੁ ਗੋਰਖੁ ਬਰਮਾ,	gur eesar gur gorakh barmaa
ਗੁਰੁ ਪਾਰਬਤੀ ਮਾਈ॥	gur paarbatee maa-ee.
ਜੇ ਹਉ ਜਾਣਾ ਆਖਾ ਨਾਹੀ ਕਹਣਾ	jay ha-o jaanaa aakhaa naahee kahnaa
ਕਥਨੁ ਨ ਜਾਈ॥	kathan na jaa-ee.
ਗੁਰਾ ਇਕ ਦੇਹਿ ਬੁਝਾਈ॥	guraa ik dayhi bujhaa-ee.
ਸਭਨਾ ਜੀਆ ਕਾ ਇਕੁ ਦਾਤਾ,	sabhnaa jee-aa kaa ik daataa
ਸੋ ਮੈ ਵਿਸਰਿ ਨ ਜਾਈ॥੫॥	so mai visar na jaa-ee. ‖5‖

ਪ੍ਰਭ ਕਿਸੇ ਮਾਂ ਜਾਂ ਬਾਪ ਤੋਂ ਪੈਦਾ ਨਹੀਂ ਹੋਇਆ, ਕੋਈ ਉਸ ਨੂੰ ਗੱਦੀ ਤੇ ਥਾਪ ਨਹੀਂ ਸਕਦਾ ਹੈ । ਪ੍ਰਭ ਪੂਰਨ ਸੁਤੰਤਰ ਹੈ, ਆਪਣੀ ਮਰਜ਼ੀ ਅਨੁਸਾਰ ਹਰ ਥਾਂ ਤੇ ਮੌਜੂਦ ਹੈ, ਪ੍ਰਭ ਦੀ ਗੱਦੀ ਨਹੀਂ ਚਲਦੀ । ਜਿਹੜਾ ਮਾਂ ਤੋਂ ਜਨਮ ਲੈਂਦਾ ਹੈ, ਪ੍ਰਭ ਨਹੀਂ ਬਣ ਸਕਦਾ । ਸਿਮਰਨ ਕਰਨ ਨਾਲ ਗੁਣਾਂ ਦਾ ਖਜ਼ਾਨਾ ਅਨੁਭਵ ਹੋ ਜਾਂਦਾ ਹੈ, ਪ੍ਰਭ ਦੀ ਹੋਂਦ ਅਨੁਭਵ ਕਰਨ ਦਾ ਮਾਣ ਬਖਸ਼ਿਸ਼ ਹੋ ਸਕਦਾ ਹੈ । ਉਸ ਗੁਣਾਂ ਨਾਲ ਭਰਪੂਰ ਦੀ ਬੰਦਗੀ ਕਰੋ! ਪ੍ਰਭ ਦਾ ਸਿਮਰਨ ਜਾ ਸਰਵਣ ਕਰਨ ਸਮੇਂ, ਪ੍ਰਭ ਨੂੰ ਪਰਤਖ ਰੂਪ (ਹਾਜ਼ਰ) ਸਮਝਣ ਨਾਲ ਮਨ ਅੰਦਰੋਂ ਸਭ ਤੋਂ ਵੱਡਾ ਅਹੰਕਾਰ ਰੂਪੀ ਰੋਗ ਖਤਮ ਹੋ ਜਾਂਦਾ ਹੈ , ਆਤਮਾ ਸੰਤੋਖ ਨਿਮ੍ਰਤਾ ਨਾਲ ਭਰਪੂਰ ਹੋ ਜਾਂਦੀ ਹੈ । ਜਿਸ ਤੇ ਪ੍ਰਭ ਦੀ ਰਹਿਮਤ ਹੋ ਜਾਂਦੀ ਹੈ, ਉਹ ਹਮੇਸ਼ਾਂ ਹੀ ਪ੍ਰਭ ਦੀ ਜੋਤ ਵਿੱਚ ਮਸਤ ਹੋ ਜਾਂਦਾ ਹੈ । ਕਦੀ ਨਾਮ (ਨਾਦੰ) ਦਾ ਸਿਮਰਨ, ਕਦੀ ਗਿਆਨ ਦਾ ਵਿਚਾਰ ਕਰਦਾ ਹੈ । ਉਹ ਪ੍ਰਮਾਤਮਾ ਸਾਰਿਆਂ ਦਾ ਹੀ ਪਰਤਖ ਗੁਰੂ ਹੈ । ਈਸਰ, ਬ੍ਰਹਮਾ, ਗੋਰਖੁ, ਪਾਰਬਤੀ, ਨਾਨਕ ਸਾਰੇ ਹੀ ਉਸ ਦੀ ਪੂਜਾ ਕਰਦੇ ਹਨ । ਜਿਤਨਾ ਗਿਆਨ, ਸੋਝੀ ਬਖਸ਼ਦਾ ਹੈ, ਜੀਵ ਉਤਨੀ ਹੀ ਵਿਆਖਿਆ ਕਰ ਸਕਦਾ ਹੈ, ਬਾਕੀ ਸੁਣੀ ਸੁਣਾਈ ਗੱਲ ਨਾਲ ਵਖਿਆਣ ਨਹੀਂ ਕੀਤਾ ਜਾ ਸਕਦਾ । ਭੇਦ ਦੀ ਗੱਲ ਸਮਝ ਲਵੋ! ਸ੍ਰਿਸ਼ਟੀ ਦੇ ਪੈਦਾ ਕਰਨ ਵਾਲੇ ਨੂੰ ਮਨ ਵਿਚੋਂ ਕਦੇ ਵੀ ਭੁਲਾਉਣਾ ਨਹੀਂ ਚਾਹੀਦਾ । (ਜਿਵੇਂ ਗੁਰਾਂ, ਪੀਰਾਂ, ਫਕੀਰਾਂ, ਸਿਧਾਂ ਦੀਆਂ ਗੱਦੀਆਂ ਹਨ)

God does not come out of the womb of a mother nor anyone can incarnate Him on throne. No one can establish Him on throne. He is completely independent and omnipresent by His own good Will. He may appear in any item, creature at His own free Will. Whosoever may obey His Word and sing His glory, he may be blessed with vision to realize His existence, treasure of virtues. One should worship, sing the glory of The Master of all virtues. While singing His glory, one should have steady and stable belief that The Omnipresent is watching and listening. Whosoever may conquer his own ego, his mind may remain contented with His blessings. With His mercy and grace, he may remain attuned to His Word. He may sing, sermons His Word or preaches His Word. The One and Only One Go is The True Master of all worldly gurus. His devotee may only explain as much enlightenment has been blessed. His Word may not be fully comprehended by reciting and listening to the Holy Scripture. One should never forget or abandon His Word from his day to day life.

2. Guru Arjan Dev Ji – Page 894

ਸੰਤਨ ਕੀ ਸੁਣਿ ਸਾਚੀ ਸਾਖੀ ॥	santan kee sun saachee saakhee.
ਸੋ ਬੋਲਹਿ ਜੋ ਪੇਖਹਿ ਆਖੀ ॥	so boleh jo paykheh aakhee.
ਨਹੀ ਲੇਪੁ ਤਿਸੁ ਪੁੰਨਿ ਨ ਪਾਪਿ॥	nahee layp tis punn na paap.
ਨਾਨਕ ਕਾ ਪ੍ਰਭੁ ਆਪੇ ਆਪਿ॥	naanak kaa parabh aapay aap.
੪॥੨੫॥੩੬॥	||4||25||36||

ਬੰਦਗੀ ਕਰਨ ਵਾਲੇ ਦਾਸ, ਸੰਤ ਕੇਵਲ ਉਹ ਹੀ ਵਿਆਖਿਆ ਕਰਦੇ ਹਨ । ਜਿਹੜਾ ਕੁਝ ਆਪ ਹੀ ਉਹਨਾਂ ਨੂੰ ਅਨੁਭਵ ਕਰਵਾਉਂਦਾ, ਸੋਝੀ ਬਖਸ਼ਦਾ, ਆਪਣੇ ਜੀਵਨ ਵਿੱਚ ਮਹਿਸੂਸ ਕਰਦੇ ਹਨ । ਬੰਦਗੀ ਕਰਨ ਵਾਲਾ ਕਿਸੇ ਪੁੰਨ ਜਾ ਪਾਪ ਦੇ ਭਰਮ ਵਿੱਚ ਨਹੀਂ ਪੈਂਦਾ, ਉਹ ਪ੍ਰਭ ਦੀ ਰਜ਼ਾ ਨੂੰ ਅਟੱਲ ਮੰਨਕੇ ਕਬੂਲ ਕਰਦਾ ਹੈ । ਬੰਦਗੀ ਕਰਨ ਵਾਲੇ ਦਾ ਭਰੋਸਾ ਅਡੋਲ ਰਹਿੰਦਾ ਹੈ, ਪ੍ਰਭ ਹੀ ਸਭ ਸਮਰਥਾ ਦਾ ਅਸਲੀ, ਪੂਰਨ ਮਾਲਕ ਹੈ ।

His true devotee may reveal only, whatsoever he may realize about His Nature and realizes in his own life, by His blessings. He may not fall into the trap of suspicions of good and sinful spirit, curse. He accepts His Word as an ultimate blessings. His belief remains steady and stable, that The Omnipotent True Master remains beyond any deficiencies or blemish.

3. Guru Arjan Dev Ji – Page 894

ਅਪਨੈ ਰੰਗਿ ਕਰਤਾ ਕੇਲ॥	apnai rang kartaa kayl.
ਆਪਿ ਬਿਛੋਰੈ ਆਪੇ ਮੇਲ॥	aap bichhorai aapay mayl.
ਇਕਿ ਭਰਮੇ ਇਕਿ ਭਗਤੀ ਲਾਏ॥	ik bharmay ik bhagtee laa-ay.
ਅਪਣਾ ਕੀਆ ਆਪਿ ਜਣਾਏ॥੩॥	apnaa kee-aa aap janaa-ay. ||3||

ਪ੍ਰਭ ਸ੍ਰਿਸ਼ਟੀ ਦੇ ਖੇਲ ਆਪਣੀ ਰਜ਼ਾ ਨਾਲ ਹੀ ਕਰਦਾ ਹੈ । ਆਪ ਹੀ ਆਤਮਾ ਦੀ ਜੋਤ ਨੂੰ ਆਪਣੀ ਜੋਤ ਤੋਂ ਵਿਛੋੜਾ ਦੇਂਦਾ ਹੈ, ਆਪ ਹੀ ਮਿਲਾਪ ਕਰਵਾਉਂਦਾ, ਆਪਣੇ ਵਿੱਚ ਅਲੋਪ ਕਰਦਾ ਹੈ । ਆਪ ਹੀ ਕਿਸੇ ਨੂੰ ਬੰਦਗੀ ਤੇ, ਸ਼ਬਦ ਦੇ ਲੜ ਲਾਉਂਦਾ ਹੈ, ਕਿਸੇ ਨੂੰ ਭਰਮਾਂ ਵਿੱਚ, ਸੰਸਾਰਕ ਮਾਇਆ ਦੇ ਜਾਲ ਵਿੱਚ ਪਾਉਂਦਾ ਹੈ । ਆਪਣੇ ਕਰਤਬ ਕੇਵਲ ਆਪ ਹੀ ਜਾਣਦਾ ਹੈ ।

He performs all function of universe as per His Word! He separates the soul from the Holy spirit and Himself blesses to unite the soul with Holy spirit. With His own mercy and grace, He may attach some souls to meditate on His Word and others to wander in suspicions. Only He can fully comprehend all His miracles.

4. Guru Arjan Dev Ji – Page 885

ਕੋਈ ਬੋਲੈ ਰਾਮ ਰਾਮ ਕੋਈ ਖੁਦਾਇ॥	ko-ee bolai raam raam ko-ee khudaa-ay.
ਕੋਈ ਸੇਵੈ ਗੁਸਈਆ ਕੋਈ ਅਲਾਹਿ॥੧॥	ko-ee sayvai gus-ee-aa ko-ee alaahi. ||1||

ਬੰਦਗੀ ਕਰਨ ਵਾਲੇ ਇੱਕੋ ਇੱਕ ਪ੍ਰਭ ਨੂੰ ਅਨੇਕ ਹੀ ਨਾਮਾਂ ਨਾਲ ਪੁਕਾਰਦੇ, ਗਾਉਂਦੇ ਹਨ । ਕਈ ਉਸ ਨੂੰ ਰਾਮ, ਖੁਦਾ, ਸਤਗੁਰੂ, ਕੋਈ ਅੱਲ੍ਹਾ ਦੇ ਨਾਲ ਨਾਲ ਪੂਜਦੇ ਹਨ ।

Various devotees pray and beg from same God and address Him with various names! However, He is The One and Only One, Holy spirit, The True Master!

5. Guru Arjan Dev Ji – Page 1221

ਸਾਚੇ ਸਤਿਗੁਰੂ ਦਾਤਾਰਾ॥	saachay satguroo daataaraa.
ਦਰਸਨੁ ਦੇਖਿ ਸਗਲ ਦੁਖ ਨਾਸਹਿ,	darsan daykh sagal dukh naaseh
ਚਰਨ ਕਮਲ ਬਲਿਹਾਰਾ॥੧॥ਰਹਾਉ॥	charan kamal balihaaraa. ||1|| rahaa-o.

ਪ੍ਰਭ ਦੇ ਸ਼ਬਦ ਦੀ ਸੋਝੀ, ਜਾਗਰਤੀ ਹੀ ਪ੍ਰਭ ਦਾ ਰੂਪ ਹੈ, ਇਹ ਹੀ ਪ੍ਰਭ ਦੇ ਦਰਸ਼ਨ ਹਨ! ਇਸ ਨਾਲ ਮਨ ਵਿਚੋਂ ਸੰਸਾਰਕ ਇੱਛਾਂ ਦੇ ਦੁਖ ਦੂਰ ਹੋ ਜਾਂਦੇ, ਭਰਮ ਨਾਸ਼ ਹੋ ਜਾਂਦੇ ਹਨ । ਬੰਦਗੀ ਕਰਨ ਵਾਲੇ ਉਹਨਾਂ ਸੰਤਾਂ ਦੇ ਜੀਵਨ ਦੀ ਅਵਸਥਾ ਤੋਂ ਹੈਰਾਨ ਹੀ ਰਹਿੰਦੇ ਹਨ ।

The enlightenment of His Word is the symbol, existence of His Holy spirit, His blessings and His blessed vision, realization of existence. Whosoever may be enlightened with His Word, he may remain attached to a devotional meditation on the teachings of His Word, attached to His spiritual feet. All sorrows, worries, fear of death and suspicions of his mind may be eliminated. His devotees remain fascinated and astonished from of the state of mind of His true devotee.

6. Guru Nanak Dev Ji – Page 13

ਗਗਨ ਮੈ ਥਾਲੁ ਰਵਿ ਚੰਦੁ ਦੀਪਕ ਬਨੇ,	gagan mai thaal rav chand deepak
ਤਾਰਿਕਾ ਮੰਡਲ ਜਨਕ ਮੋਤੀ ॥	banay taarikaa mandal janak motee.
ਧੂਪੁ ਮਲਆਨਲੋ ਪਵਣੁ ਚਵਰੋ,	dhoop mal-aanlo pavan chavro
ਕਰੇ ਸਗਲ ਬਨਰਾਇ ਫੂਲੱਤ ਜੋਤੀ॥੧॥	karay sagal banraa-ay foolant jotee. ||1||

ਪ੍ਰਭ, ਅਕਾਸ਼ ਤੇਰੇ ਗੁਣ ਗਾਉਣ, ਧੰਨਵਾਦ ਕਰਨ ਵਾਲਾ ਪੰਡਾਲ ਹੈ । ਅਨੇਕਾਂ ਹੀ ਚੰਦ ਅਤੇ ਤਾਰੇ ਇਸ ਪੰਡਾਲ ਦੀ ਸ਼ਾਨ ਵਧਾਉਂਦੇ ਹਨ । ਅਨੇਕਾਂ ਹੀ ਕਿਸਮਾਂ ਦੇ ਪੌਦੇ, (ਫੁੱਲ, ਬੂਟੇ,) ਸੁਗੰਧ ਦੇਂਦੇ ਹਨ । ਇਹ ਹਵਾ ਸਾਰੇ ਮੰਡਲ ਵਿੱਚ ਮਾਹਿਕ ਵਰਸਾਉਂਦੀ ਹੈ, ਇਹ ਸ੍ਰਿਸ਼ਟੀ ਹੀ ਤੇਰੀ ਭੇਟਾ ਹੈ ।

Sky is the stage to sing Your glory. Many moons and stars are to enhance Your decoration and glory. Unlimited flowers and plants to spread the aroma all over. Air spreads the fragrance and the whole universe is Your offering.

7. Naam Dev Ji – Page 1318

ਬਸੈ ਘਟਾ ਘਟ ਲੀਪ ਨ ਛੀਪੈ ॥	basai ghataa ghat leep na chheepai.
ਬੰਧਨ ਮੁਕਤਾ ਜਾਤੁ ਨ ਦੀਸੈ॥੧॥	banDhan muktaa jaat na deesai. ‖1‖

ਉਹ ਪ੍ਰਭ ਹਰਇੱਕ ਜੀਵ ਦੇ ਮਨ ਵਿੱਚ ਵਸਦਾ ਹੈ । ਪ੍ਰਭ ਨੂੰ ਕੋਈ ਦਾਗ਼ ਨਹੀਂ ਲਗ ਸਕਦਾ । ਉਹ ਜੀਵ ਦੇ ਅੰਦਰ ਰਹਿੰਦਾ ਹੋਇਆ ਵੀ ਕਿਸੇ ਕਿਸਮ ਦੇ ਮੋਹ ਤੋਂ ਰਹਿਤ ਰਹਿੰਦਾ ਹੈ । ਉਸ ਦੀ ਕੋਈ ਜਾਤ ਨਹੀਂ ਹੈ ।

He resides within the body of a creature along with his soul and always remains aloof from feelings and emotional attachments of soul. He cannot be blemished. He does not have any caste or creed (men, woman or other creature).

8. Naam Dev Ji – Page 1318

ਪਾਨੀ ਮਾਹਿ ਦੇਖੁ ਮੁਖੁ ਜੈਸਾ ॥	paanee maahi daykh mukh jaisaa.
ਨਾਮੇ ਕੋ ਸੁਆਮੀ ਬੀਠਲੁ ਐਸਾ ॥੨॥੧॥	naamay ko su-aamee beethal aisaa. ‖2‖1‖

ਸ੍ਰਿਸ਼ਟੀ ਦੇ ਮਾਲਕ ਦੀ ਸ਼ਕਲ, ਅਕਾਰ ਉਸ ਤਰ੍ਹਾਂ ਦੀ ਹੀ ਹੁੰਦੀ ਹੈ, ਜਿਵੇਂ ਕੋਈ ਜੀਵ ਪਾਣੀ ਵਿੱਚ ਆਪਣੀ ਸ਼ਕਲ ਦੇਖਦਾ ਹੈ ।

When you see your face in mirror or in water, you see His picture.

9. Guru Nanak Dev Ji – Page 13

ਕੈਸੀ ਆਰਤੀ ਹੋਇ॥	kaisee aartee ho-ay.
ਭਵ ਖੰਡਨਾ ਤੇਰੀ ਆਰਤੀ ॥	bhav khandnaa tayree aartee.
ਅਨਹਤਾ ਸਬਦ ਵਾਜੰਤ ਭੇਰੀ॥੧॥ ਰਹਾਉ॥	anhataa sabad vaajant bhayree. ‖1‖ rahaa-o.

ਅਟੱਲ ਪ੍ਰਭ, ਤੇਰੀ ਕਿਸਤਰ੍ਹਾਂ ਦੀ ਆਰਤੀ, ਪੂਜਾ ਕਰਾ, ਤੇਰਾ ਕਿਸਤਰ੍ਹਾਂ ਧੰਨਵਾਦ ਕਰਾ । ਮੇਰੇ ਕੋਲ ਕੇਵਲ ਤੇਰਾ ਬਖਸ਼ਿਆ ਹੋਇਆ ਸ਼ਬਦ, ਬਾਣੀ ਹੀ ਹੈ, ਸਵਾਸ ਸਵਾਸ ਨਾਲ ਸਿਮਰਨ ਕਰਦਾ ਹਾ ।

How may I worship, offering to You? How may I sing Your glory? I knows only Your blessed Word and I sing with each and every breath.

10. Guru Nanak Dev Ji – Page 13

ਸਭ ਮਹਿ ਜੋਤਿ ਜੋਤਿ ਹੈ ਸੋਇ॥	sabh meh jot jot hai so-ay.
ਤਿਸ ਦੈ ਚਾਨਣਿ ਸਭ ਮਹਿ ਚਾਨਣੁ ਹੋਇ॥	tis dai chaanan sabh meh chaanan ho-ay.
ਗੁਰ ਸਾਖੀ ਜੋਤਿ ਪਰਗਟੁ ਹੋਇ॥	gur saakhee jot pargat ho-ay.
ਜੋ ਤਿਸੁ ਭਾਵੈ ਸੁ ਆਰਤੀ ਹੋਇ॥੩॥	jo tis bhaavai so aartee ho-ay. ‖3‖

ਪ੍ਰਭ ਤੂੰ ਹੀ ਸਭ ਵਿੱਚ ਸਵਾਸ (ਜੋਤ) ਪਾਇਆ ਹੈ ਅਤੇ ਗਿਆਨ ਬਖਸ਼ਿਆ ਹੈ । ਇਸ ਨਾਲ ਹੀ ਸਾਰੀ ਸ੍ਰਿਸ਼ਟੀ ਵਿੱਚ ਗਿਆਨ, ਚਾਨਣ ਹੋਇਆ ਹੈ । ਤੇਰੇ ਸ਼ਬਦ ਨਾਲ ਸ੍ਰਿਸ਼ਟੀ ਵਿਚੋਂ ਅਗਿਆਨਤਾ ਦਾ ਅੰਧੇਰਾ ਦੂਰ, ਚਾਨਣ ਹੋ ਗਿਆ ਹੈ । ਜਿਹੜੀ ਬੰਦਗੀ ਤੈਨੂੰ ਭਾਉਦੀ, ਉਹ ਹੀ ਤੇਰੀ ਪੂਜਾ, ਆਰਤੀ ਹੈ ।

You have blessed each and every soul with breath, knowledge and sensation of Your Word. With Your mercy and grace, the whole universe is enlightened. By adopting, singing the glory of Your Word, ignorance of whole universe may be eliminated. Whatsoever may be acceptable in Your court, only that may be true meditation and offerings.

11. Ravi Das Ji – Page

ਬੇਗਮ ਪੁਰਾ ਸਹਰ ਕੋ ਨਾਉ॥	baygam puraa sahar ko naa-o.
ਦੂਖੁ ਅੰਦੋਹੁ ਨਹੀ ਤਿਹਿ ਠਾਉ॥	dookh andohu nahee tihi thaa-o.
ਨਾਂ ਤਸਵੀਸ ਖਿਰਾਜੁ ਨ ਮਾਲੁ॥	naaN tasvees khiraaj na maal.
ਖਉਫੁ ਨ ਖਤਾ ਨ ਤਰਸੁ ਜਵਾਲੁ॥੧॥	kha-uf na khataa na taras javaal. ||1||

ਪ੍ਰਭ ਤੇਰੇ ਘਰ ਦਾ ਨਾਮ ਹੀ ਬੇਗਮਪੁਰਾ ਹੈ, ਜਿਥੇ ਕੋਈ ਦੁਖ, ਚਿੰਤਾ ਨਹੀਂ ਹੁੰਦੀ । ਨਾ ਹੀ ਕੋਈ ਸੰਸਾਰਕ ਇੱਛਾ, ਜਾ ਕੁਝ ਪਾਉਣ ਜਾ ਖੋਹਣ ਦਾ ਕੋਈ ਲਾਲਚ ਨਹੀਂ ਹੁੰਦਾ । ਉਥੇ ਕਿਸੇ ਕਿਸਮ ਦਾ ਡਰ ਜਾ ਦਾਗ਼ ਲੱਗਣ ਦਾ ਡਰ ਨਹੀਂ ਹੁੰਦਾ ।

Your throne is in Baygmpura and remains beyond the reach of any worry or misery. There is no worldly desire, greed or worry about getting or losing anything and no fear of death or getting soul blemish.

12. Guru Arjan Dev Ji – Page 256

ਢਢਾ ਢੂਢਤ ਕਹ ਫਿਰਹੁ,	dhadhaa dhoodhat kah firahu
ਢੂਢਨੁ ਇਆ ਮਨ ਮਾਹਿ॥	dhoodhan i-aa man maahi.
ਸੰਗਿ ਤੁਹਾਰੈ ਪ੍ਰਭੁ ਬਸੈ,	sang tuhaarai parabh basai
ਬਨੁ ਬਨੁ ਕਹਾ ਫਿਰਾਹਿ॥	ban ban kahaa firaahi.
ਢੇਰੀ ਢਾਹਹੁ ਸਾਧਸੰਗਿ,	dhayree Dhahhu saaDhsang
ਅਹੰਬੁਧਿ ਬਿਕਰਾਲ॥	ahaN-buDh bikraal.
ਸੁਖੁ ਪਾਵਹੁ ਸਹਜੇ ਬਸਹੁ,	sukh paavhu sehjay bashu
ਦਰਸਨੁ ਦੇਖਿ ਨਿਹਾਲ॥	darsan daykh nihaal.
ਢੇਰੀ ਜਾਮੈ ਜਮਿ ਮਰੈ,	dhayree jaamai jam marai
ਗਰਭ ਜੋਨਿ ਦੁਖ ਪਾਇ॥	garabh jon dukh paa-ay.
ਮੋਹ ਮਗਨ ਲਪਟਤ ਰਹੈ,	moh magan laptat rahai
ਹਉ ਹਉ ਆਵੈ ਜਾਇ॥	ha-o ha-o aavai jaa-ay.
ਢਹਤ ਢਹਤ ਅਬ ਢਹਿ ਪਰੇ,	dhahat dhahat ab dheh paray
ਸਾਧ ਜਨਾ ਸਰਨਾਇ॥	saaDh janaa sarnaa-ay.
ਦੁਖ ਕੇ ਫਾਹੇ ਕਾਟਿਆ,	dukh kay faahay kaati-aa
ਨਾਨਕ ਲੀਏ ਸਮਾਇ॥੩੦॥	naanak lee-ay samaa-ay. ||30||

ਜੀਵ ਤੂੰ ਕਿਥੇ ਕਿਥੇ, ਕਿਹੜੇ ਕਿਹੜੇ ਧਰਮ ਦੇ ਗ੍ਰੰਥ ਵਿੱਚ ਉਸ ਰਸਤੇ ਦੀ ਖੋਜ ਕਰਦਾ ਹੈ? ਆਪਣੇ ਮਨ ਵਿੱਚ ਉਸ ਦੀ ਖੋਜ ਕਰੋ! ਸ਼ਬਦ ਨੂੰ ਮਨ ਵਿੱਚ ਜਾਗਰਤ ਕਰੋ, ਪ੍ਰਭ ਤੇਰੇ ਤਨ ਵਿੱਚ ਹੀ ਵਸਦਾ ਹੈ । ਰਹਿਮਤ ਪਾਉਣ ਲਈ ਜੰਗਲਾਂ, ਮੰਦਰਾਂ, ਮਸੀਤਾਂ ਵਿੱਚ ਜਾਣ ਦੀ ਕੋਈ ਲੋੜ ਨਹੀਂ ਹੈ । ਬੰਦਗੀ ਕਰਨ ਵਾਲੇ ਦੀ ਸੰਗਤ ਨਾਲ ਮਨ ਵਿਚੋਂ ਅਹੰਕਾਰ ਦੀ ਜੜ੍ਹ ਨਾਸ਼ ਕਰਨ ਦੀ ਵਿਧੀ ਦਾ ਗਿਆਨ ਹੁੰਦਾ ਹੈ । ਪ੍ਰਭ ਦੀ ਰਹਿਮਤ ਦੀ ਨਜ਼ਰ ਨਾਲ ਮਨ ਵਿੱਚ ਖੇੜਾ, ਸੰਤੋਖ ਅਤੇ ਅਨੰਦ ਵਸ ਜਾਂਦਾ ਹੈ । ਜਿਹਨਾਂ ਜੀਵਾਂ ਦੇ ਮਨ ਵਿੱਚ ਅਹੰਕਾਰ ਰੂਪੀ ਮੈਲ ਭਰੀ ਰਹਿੰਦੀ ਹੈ, ਉਹ ਬਾਰ ਬਾਰ ਜੂੰਨਾਂ ਵਿੱਚ ਭਉਂਦੇ, ਮਾਤਾ ਦੇ ਗਰਭ ਵਿੱਚ ਦੁਖ ਪਾਉਂਦੇ ਹਨ । ਜਿਹੜੇ ਸੰਸਾਰਕ ਮੋਹ ਵਿੱਚ ਅਹੰਕਾਰ ਵਿੱਚ, ਖੁਦਗ਼ਰਜ਼ੀ

ਵਿੱਚ ਫਸੇ ਰਹਿੰਦੇ ਹਨ, ਉਹ ਬਾਰ ਬਾਰ ਜੂੰਨਾਂ ਵਿੱਚ ਭਉਂਦੇ ਹਨ । ਪ੍ਰਭ ਦੇ ਸ਼ਬਦ ਦਾ ਬਾਰ ਬਾਰ ਸਿਮਰਨ, ਸ਼ਬਦ ਦੀ ਪਾਲਣਾ ਨਾਲ ਮਨ ਪ੍ਰਭ ਦੀ ਸ਼ਰਣ ਵਿੱਚ ਵਸਣ ਲਗ ਪੈਂਦਾ ਹੈ । ਉਸ ਦੇ ਮਨ ਵਿਚੋਂ ਇੱਛਾਂ ਦੇ ਬੰਧਨ ਕੱਟੇ ਜਾਂਦੇ ਹਨ ।

Where and from which Holy scripture are you reading and searching? He dwells within your body and embedded with your soul. One should search within his body and soul to be enlightened. No need to go to any religious temple or church to be blessed. In the company of His true devotee, one may learn the right path to conquer his own ego. With His mercy and grace, he may be blessed with peace, contentment and harmony from within. Whosoever may remain in ego and greed, he had to endure the misery of womb of mother over and over again. Whosoever may remain entangled in ego and worldly attachments, he may remain in the cycle of birth and death. By singing His glory over and over, his soul may be accepted under His protection.

13. Guru Ram Das Ji – Page 733

ਜਿਥੈ ਹਰਿ ਆਰਾਧੀਐ,	jithai har aaraaDhee-ai
ਤਿਥੈ ਹਰਿ ਮਿਤੁ ਸਹਾਈ॥	tithai har mit sahaa-ee.
ਗੁਰ ਕਿਰਪਾ ਤੇ ਹਰਿ ਮਨਿ ਵਸੈ,	gur kirpaa tay har man vasai
ਹੋਰਤੁ ਬਿਧਿ ਲਇਆ ਨ ਜਾਈ॥੧॥	horat biDh la-i-aa na jaa-ee. ||1||

ਜਿਥੇ ਵੀ ਕੋਈ ਪ੍ਰਭ ਦੇ ਸ਼ਬਦ ਦੀ ਪਾਲਣਾ ਕਰਦਾ, ਸਿਮਰਨ ਕਰਦਾ ਹੈ । ਪ੍ਰਭ ਉਥੇ ਹੀ ਉਸ ਦਾ ਸਹਾਈ ਹੁੰਦਾ ਹੈ, ਸਾਥੀ ਬਣ ਕੇ ਸਹਾਇਤਾ ਕਰਦਾ ਹੈ । ਪ੍ਰਭ ਆਪਣੀ ਰਹਿਮਤ ਨਾਲ ਆਪ ਹੀ ਜੀਵ ਦੇ ਮਨ ਵਿੱਚ ਜਾਗਰਤ ਹੁੰਦਾ, ਵਸਦਾ ਹੈ । ਪ੍ਰਭ ਦੀ ਰਹਿਮਤ ਹੋਰ ਕਿਸੇ ਵਿਧੀ, ਰੀਤ ਰੀਵਾਜ ਨਾਲ ਨਹੀਂ ਪਾਈ ਜਾ ਸਕਦੀ ।

Whenever His devotee may wholeheartedly meditate on His Word, He becomes as a protector and guide. Whose meditation may accept in His court, he may be blessed with the enlightenment of His Word. His mercy and grace may not be bestowed by any other religious rituals.

14. Guru Nanak Dev Ji – Page 436

ਹਉ ਬਨੁ ਬਨੋ ਦੇਖਿ ਰਹੀ,	ha-o ban bano daykh rahee
ਤ੍ਰਿਣੁ ਦੇਖਿ ਸਬਾਇਆ ਰਾਮ	tarin daykh sabaa-i-aa raam.
ਤ੍ਰਿਭਵਣੋ ਤੁਝਹਿ ਕੀਆ,	taribhavno tujheh kee-aa
ਸਭੁ ਜਗਤੁ ਸਬਾਇਆ ਰਾਮ॥	sabh jagat sabaa-i-aa raam.
ਤੇਰਾ ਸਭੁ ਕੀਆ ਤੂੰ ਥਿਰੁ ਥੀਆ,	tayraa sabh kee-aa tooN thir thee-aa
ਤੁਧੁ ਸਮਾਨਿ ਕੋ ਨਾਹੀ॥	tuDh samaan ko naahee.
ਤੂੰ ਦਾਤਾ ਸਭ ਜਾਚਿਕ ਤੇਰੇ,	tooN daataa sabh jaachik tayray
ਤੁਧੁ ਬਿਨੁ ਕਿਸੁ ਸਾਲਾਹੀ॥	tuDh bin kis saalaahee.
ਅਣਮੰਗਿਆ ਦਾਨੁ ਦੀਜੈ ਦਾਤੇ,	anmangi-aa daan deejai daatay
ਤੇਰੀ ਭਗਤਿ ਭਰੇ ਭੰਡਾਰਾ॥	tayree bhagat bharay bhandaaraa.
ਰਾਮ ਨਾਮ ਬਿਨੁ ਮੁਕਤਿ ਨ ਹੋਈ,	raam naam bin mukat na ho-ee
ਨਾਨਕੁ ਕਹੈ ਵੀਚਾਰਾ॥੪॥੨॥	naanak kahai veechaaraa. ||4||2||

ਪ੍ਰਭ ਤੂੰ ਹੀ ਤਿੰਨੇਂ ਸ੍ਰਿਸ਼ਟੀਆਂ ਵਿੱਚ ਵਿਆਪਕ ਹੈ । ਇਹਨਾਂ ਵਿੱਚ ਹਰਇੱਕ ਚੀਜ ਤੇਰੀ ਬਖਸ਼ੀ ਹੋਈ ਹੈ । ਜੰਗਲਾਂ, ਉਜਾੜਾਂ, ਵਸਣ ਵਾਲੀਆਂ ਥਾਂ ਅਤੇ ਖੇਤਾ ਵਿੱਚ ਤੂੰ ਹੀ ਸਮਾਇਆ, ਵਾਪਰਦਾ ਹੈ । ਇਹ ਸਭ ਕੁਝ ਤੇਰਾ ਹੀ ਕੀਤਾ ਹੈ, ਤੇਰੇ ਬਰਾਬਰ ਹੋਰ ਦੂਜਾ ਕੋਈ ਨਹੀਂ ਹੈ । ਕੇਵਲ ਤੂੰ ਹੀ ਦਾਤਾ ਦੇਣਵਾਲਾ ਹੈ, ਬਾਕੀ ਸਾਰੇ ਹੀ ਤੇਰੇ ਤੋਂ ਮੰਗਦੇ ਹਨ । ਮੈ ਹੋਰ ਕਿਸ ਦੀ ਪੂਜਾ, ਉਸਤਤ ਕਿਉਂ ਕਰਾ? ਪ੍ਰਭ ਤੂੰ ਬਿਨਾਂ ਮੰਗੇ ਹੀ ਲੋੜ ਅਨੁਸਾਰ ਦਾਤਾਂ ਬਖਸ਼ਦਾ ਰਹਿੰਦਾ ਹੈ । ਤੇਰੀ ਬੰਦਗੀ ਦੇ ਅਤੱਟ ਭੰਡਾਰ ਹਨ । ਸ਼ਬਦ ਦੀ ਪਾਲਣਾ, ਬੰਦਗੀ ਤੋਂ ਬਿਨਾਂ ਕੋਈ ਹੋਰ ਪ੍ਰਵਾਨਗੀ ਦਾ ਰਸਤਾ ਨਹੀਂ ਹੈ ।

God! You remain Omnipresent in all three universes, every creature and everything is Your creation. You are absorbed in water, earth, under earth and sky. No one is equal or greater or comparable to Your greatness. The One and Only One True Master may bless all virtues to His creation. Everyone else is beggar at Your door. Why should I worship or beg from anyone else? You bless everyone without even begging and Your treasure is unlimited. Without adopting Your Word in life, there is no other right path of salvation.

15. Guru Ram Das Ji – Page 450

ਜਿਥੈ ਜਾਇ ਬਹੈ ਮੇਰਾ ਸਤਿਗੁਰੂ,	jithai jaa-ay bahai mayraa satguroo
ਸੋ ਥਾਨੁ ਸੁਹਾਵਾ ਰਾਮ ਰਾਜੇ॥	so thaan suhaavaa raam raajay.
ਗੁਰਸਿਖੀ ਸੋ ਥਾਨੁ ਭਾਲਿਆ,	gusikheeN so thaan bhaali-aa
ਲੈ ਧੂਰਿ ਮੁਖਿ ਲਾਵਾ॥	lai Dhoor mukh laavaa.
ਗੁਰਸਿਖਾ ਕੀ ਘਾਲ ਥਾਇ ਪਈ,	gursikhaa kee ghaal thaa-ay pa-ee
ਜਿਨ ਹਰਿ ਨਾਮੁ ਧਿਆਵਾ॥	jin har naam Dhi-aavaa.
ਜਿਨ੍ ਨਾਨਕੁ ਸਤਿਗੁਰੁ ਪੂਜਿਆ,	jinH naanak satgur pooji-aa
ਤਿਨ ਹਰਿ ਪੂਜ ਕਰਾਵਾ॥੨॥	tin har pooj karaavaa. ||2||

ਜਿਥੇ ਵੀ ਕੋਈ ਬੰਦਗੀ ਕਰਨ ਵਾਲਾ ਪ੍ਰਭ ਦੇ ਸ਼ਬਦ ਦੀ ਪਾਲਣਾ ਕਰਦਾ, ਸਿਮਰਨ ਕਰਦਾ ਹੈ । ਉਹ ਥਾਂ ਹੀ ਪਵਿੱਤਰ ਹੋ ਜਾਂਦਾ ਹੈ । ਬੰਦਗੀ ਕਰਨ ਵਾਲੇ ਉਸ ਥਾਂ ਦੀ ਭਸਮ, ਮਿਟੀ ਨੂੰ ਪ੍ਰਭ ਦੀ ਰਹਿਮਤ ਦਾ ਨੂਰ ਮੰਨਦੇ ਹਨ । ਆਪਣੇ ਮੱਥੇ ਤੇ ਸੰਧੂਰ ਲਾਉਂਦੇ ਹਨ । ਬੰਦਗੀ ਕਰਨ ਵਾਲੇ ਦਾਸ ਦੀ ਸ਼ਬਦ ਦੀ ਕਮਾਈ ਪ੍ਰਭ ਦੇ ਦਰਬਾਰ ਵਿੱਚ ਪ੍ਰਵਾਨ ਹੋ ਜਾਂਦੀ ਹੈ । ਜਿਹੜੇ ਪ੍ਰਭ ਦੇ ਸ਼ਬਦ ਦੀ ਪਾਲਣਾ ਕਰਦੇ ਹਨ । ਪ੍ਰਭ ਆਪ ਹੀ ਉਹਨਾਂ ਦੀ ਸੋਭਾ ਬਣਾਉਂਦਾ ਹੈ । ਬਾਕੀ ਸੰਸਾਰਕ ਜੀਵ ਉਸ ਦੀ ਸਿਖਿਆ ਤੇ ਚਲਦੇ ਹਨ । ਉਸ ਨਾਲ ਆਪਣਾ ਜੀਵਨ ਢਾਲਦੇ ਹਨ ।

Wherever His true devotee may sing the glory of Your Word that place become fortunate, His Holy shrine. Your devotees consider the dust of that place as holy and symbolize on their forehead. Meditation of His true devotee may be accepted in Yours court. Whosoever may wholeheartedly meditate on the His Word, he may be blessed with honor with Your mercy and grace. Other human may follow and adopt the teachings of his life as His Word in his own life.

16. Guru Amar Das Ji – Page 510

ਸਭਨਾ ਕਾ ਸਹੁ ਏਕੁ ਹੈ,	sabhnaa kaa saho ayk hai
ਸਦ ਹੀ ਰਹੈ ਹਜੂਰਿ॥	sad hee rahai hajoor.
ਨਾਨਕ ਹੁਕਮੁ ਨ ਮੰਨਈ,	naanak hukam na mann-ee
ਤਾ ਘਰ ਹੀ ਅੰਦਰਿ ਦੂਰਿ॥	taa ghar hee andar door.
ਹੁਕਮੁ ਭੀ ਤਿਨ੍ਾ ਮਨਾਇਸੀ,	hukam bhee tinHaa manaa-isee
ਜਿਨ੍ ਕਉ ਨਦਰਿ ਕਰੇਇ॥	jinH ka-o nadar karay-i.
ਹੁਕਮੁ ਮੰਨਿ ਸੁਖੁ ਪਾਇਆ,	hukam man sukh paa-i-aa
ਪ੍ਰੇਮ ਸੁਹਾਗਣਿ ਹੋਇ॥੧॥	paraym suhaagan ho-ay. ‖1‖

ਸ੍ਰਿਸ਼ਟੀ ਦਾ ਮਾਲਕ, ਇੱਕੋ ਇੱਕ ਪ੍ਰਭ ਹੀ ਹਰਇੱਕ ਦੇ ਅੰਦਰ ਹਾਜ਼ਰਾ ਹਜ਼ੂਰ ਰਹਿੰਦਾ ਹੈ । ਜਿਹੜੇ ਸ਼ਬਦ ਦੀ ਪਾਲਣਾ ਨਹੀਂ ਕਰਦੇ, ਉਹ ਆਪਣੇ ਅੰਦਰ ਵਸਦੇ ਪ੍ਰਭ ਨੂੰ ਬਹੁਤ ਦੂਰ ਮਹਿਸੂਸ ਕਰਦੇ ਹਨ । ਜਿਸ ਤੇ ਪ੍ਰਭ ਆਪ ਹੀ ਰਹਿਮਤ ਬਖਸ਼ਦਾ ਹੈ । ਕੇਵਲ ਉਹ ਹੀ ਸ਼ਬਦ ਦੀ ਪਾਲਣਾ ਕਰ ਸਕਦਾ ਹੈ । ਸ਼ਬਦ ਨਾਲ ਜੀਵਨ ਢਾਲਣ ਨਾਲ ਜੀਵ ਦੇ ਮਨ ਵਿੱਚ ਸ਼ਾਂਤੀ, ਸੰਤੋਖ ਘਰ ਕਰ ਜਾਂਦਾ ਹੈ । ਉਸ ਤੇ ਪ੍ਰਭ ਦੀ ਰਹਿਮਤ ਭਰਪੂਰ ਹੋ ਜਾਂਦੀ ਹੈ ।

The One and Only One Holy spirit resides in each and every heart and body. Whosoever does not obey His Word, he may realize Him for away. Only with His mercy and grace, His devotee may obey His Word and sing His glory. By adopting His Word in life, His true devotee may be blessed with patience, satisfaction and harmony. He may realize His presence, existence in everywhere and each action.

17. Guru Ram Das Ji – Page 775

ਸਭ ਮਹਿ ਰਵਿ ਰਹਿਆ,	sabh meh rav rahi-aa
ਸੋ ਪ੍ਰਭੁ ਅੰਤਰਜਾਮੀ ਰਾਮ॥	so parabh antarjaamee raam.
ਗੁਰ ਸਬਦਿ ਰਵੈ ਰਵਿ ਰਹਿਆ,	gur sabad ravai rav rahi-aa
ਸੋ ਪ੍ਰਭੁ ਮੇਰਾ ਸੁਆਮੀ ਰਾਮ॥	so parabh mayraa su-aamee raam.
ਪ੍ਰਭੁ ਮੇਰਾ ਸੁਆਮੀ ਅੰਤਰਜਾਮੀ,	parabh mayraa su-aamee antarjaamee
ਘਟਿ ਘਟਿ ਰਵਿਆ ਸੋਈ॥	ghat ghat ravi-aa so-ee.
ਗੁਰਮਤਿ ਸਚੁ ਪਾਈਐ ਸਹਜਿ ਸਮਾਈਐ,	gurmat sach paa-ee-ai sahj samaa-ee-ai
ਤਿਸੁ ਬਿਨੁ ਅਵਰੁ ਨ ਕੋਈ॥	tis bin avar na ko-ee.
ਸਹਜੇ ਗੁਣ ਗਾਵਾ ਜੇ ਪ੍ਰਭ ਭਾਵਾ,	sehjay gun gaavaa jay parabh bhaavaa
ਆਪੇ ਲਏ ਮਿਲਾਏ॥	aapay la-ay milaa-ay.
ਨਾਨਕ ਸੋ ਪ੍ਰਭੁ ਸਬਦੇ ਜਾਪੈ,	naanak so parabh sabday jaapai
ਅਹਿਨਿਸਿ ਨਾਮੁ ਧਿਆਏ॥੨॥	ahinis naam Dhi-aa-ay. ‖2‖

ਅੰਤਰਜਾਮੀ ਪ੍ਰਭ, ਮਨ ਵਿੱਚ ਦਸਵੇਂ ਘਰ ਵਸਦਾ, ਪ੍ਰਭ ਹਰ ਥਾਂ ਤੇ ਹਰਇੱਕ ਕਰਤਬ ਵਿੱਚ ਆਪ ਹੀ ਵਾਪਰਦਾ ਹੈ । ਪ੍ਰਭ ਦੇ ਸ਼ਬਦ ਦੀ ਪਾਲਣਾ ਕਰਨਾ ਹੀ ਦਸਵੇਂ ਘਰ ਵਿੱਚ ਵਸਣਾ ਹੈ । ਪ੍ਰਭ ਹੀ ਅਸਲੀ ਮਾਲਕ ਹੈ, ਉਹ ਹੀ ਹਰਇੱਕ ਮਨ ਵਿੱਚ ਵਸਦਾ, ਵਾਪਰਦਾ ਹੈ । ਮਨ ਵਿੱਚ ਸ਼ਬਦ ਦੇ ਗੁਣ ਵਸਾਉਣ ਨਾਲ, ਮਨ ਪ੍ਰਵਾਨਗੀ ਦੇ ਰਸਤੇ ਤੇ ਅਡੋਲ ਰਹਿੰਦਾ ਹੈ । ਇਸ ਤੋਂ ਬਿਨਾਂ ਹੋਰ ਕੋਈ ਪ੍ਰਵਾਨਗੀ ਦਾ ਰਸਤਾ ਨਹੀਂ ਹੈ । ਸ਼ਬਦ ਦੀ ਪਾਲਣਾ, ਸਿਮਰਨ ਕਰਨ ਨਾਲ ਪ੍ਰਭ ਦੀ ਰਹਿਮਤ ਦੀ ਨਜ਼ਰ ਬਖਸ਼ਿਸ਼ ਹੋ ਸਕਦੀ ਹੈ । ਪ੍ਰਭ, ਸ਼ਬਦ ਦੀ ਕੀਤੀ ਕਮਾਈ ਪ੍ਰਵਾਨ ਕਰ ਲੈਂਦਾ ਹੈ । ਸ਼ਬਦ ਦੀ ਪਾਲਣਾ ਕਰਨ

ਨਾਲ ਹੀ ਸ਼ਬਦ ਦੀ ਸੋਝੀ, ਪ੍ਰਭ ਦੀ ਜਾਣਕਾਰੀ ਹੁੰਦੀ ਹੈ । ਜੀਵ ਦਿਨ ਰਾਤ ਪ੍ਰਭ ਦੇ ਸ਼ਬਦ ਦੀ ਪਾਲਣਾ ਕਰੋ!

The omniscient God resides in the center, focus point of body. He prevails in each deed as per the direction of mind and monitors all his deeds. Obeying His Word is living in His temple, tenth castle. He resides and acts in each and every creature. Without adopting His three virtues in life, no one can dedicate in singing His glory. Without adopting His Word in life, his meditation may not be accepted in His court. Only by meditating wholeheartedly on His Word, his soul may be blessed with His mercy and grace. His meditation may be accepted in His court. By adopting His Word in day and night in life, His Word may be enlightened within. His mind remains intoxicated and drenched with the teachings of His Word.

18. Guru Nanak Dev Ji – Page 937

ਲੇਖੁ ਨ ਮਿਟਈ ਹੇ ਸਖੀ,	laykh na mit-ee hay sakhee
ਜੋ ਲਿਖਿਆ ਕਰਤਾਰਿ॥	jo likhi-aa kartaar.
ਆਪੇ ਕਾਰਣੁ ਜਿਨਿ ਕੀਆ,	aapay kaaran jin kee-aa
ਕਰਿ ਕਿਰਪਾ ਪਗੁ ਧਾਰਿ॥	kar kirpaa pag Dhaar.
ਕਰਤੇ ਹਥਿ ਵਡਿਆਈਆ,	kartay hath vadi-aa-ee-aa
ਬੂਝਹੁ ਗੁਰ ਬੀਚਾਰਿ॥	boojhhu gur beechaar.
ਲਿਖਿਆ ਫੇਰਿ ਨ ਸਕੀਐ,	likhi-aa fayr na sakee-ai
ਜਿਉ ਭਾਵੀ ਤਿਉ ਸਾਰਿ॥	ji-o bhaavee ti-o saar.
ਨਦਰਿ ਤੇਰੀ ਸੁਖੁ ਪਾਇਆ,	nadar tayree sukh paa-i-aa
ਨਾਨਕ ਸਬਦੁ ਵੀਚਾਰਿ॥	naanak sabad veechaar.
ਮਨਮੁਖ ਭੂਲੇ ਪਚਿ ਮੁਏ,	manmukh bhoolay pach mu-ay
ਉਬਰੇ ਗੁਰ ਬੀਚਾਰਿ॥	ubray gur beechaar.
ਜਿ ਪੁਰਖੁ ਨਦਰਿ ਨ ਆਵਈ,	je purakh nadar na aavee
ਤਿਸ ਕਾ ਕਿਆ ਕਰਿ ਕਹਿਆ ਜਾਇ॥	tis kaa ki-aa kar kahi-aa jaa-ay.
ਬਲਿਹਾਰੀ ਗੁਰ ਆਪਣੇ,	balihaaree gur aapnay
ਜਿਨਿ ਹਿਰਦੈ ਦਿਤਾ ਦਿਖਾਇ॥੫੨॥	jin hirdai ditaa dikhaa-ay. ||52||

ਜੀਵ ਦੇ ਭਾਗਾਂ ਵਿੱਚ ਲਿਖਿਆ ਹੋਇਆ, ਕੋਈ ਬਦਲ ਨਹੀਂ ਸਕਦਾ । ਜਿਸ ਨੇ ਜੀਵ ਨੂੰ ਜਨਮ ਦਿੱਤਾ, ਉਸ ਨੇ ਆਪਣਾ ਡੇਰਾ ਮਨ ਵਿੱਚ ਧਾਰਨ ਕੀਤਾ ਹੈ । ਪ੍ਰਭ ਦੇ ਹੱਥ ਵਿੱਚ ਹੀ ਸਾਰੀਆਂ ਦਾਤਾਂ ਹਨ । ਇਸ ਦੀ ਸੋਝੀ ਸ਼ਬਦ ਦੀ ਪਾਲਣਾ ਕਰਨ ਨਾਲ ਹੀ ਬਖਸ਼ਿਸ਼ ਹੁੰਦੀ ਹੈ । ਪ੍ਰਭ ਤੇਰੇ ਲਿਖੇ ਨੂੰ ਕੋਈ ਟਾਲ ਨਹੀਂ ਸਕਦਾ । ਜਿਸਤਰ੍ਹਾਂ ਤੈਨੂੰ ਭਾਉਂਦਾ ਹੈ, ਉਸ ਤਰ੍ਹਾਂ ਹੀ ਆਪਣੇ ਸੇਵਕ ਨੂੰ ਰੱਖੋ । ਤੇਰੀ ਰਹਿਮਤ ਨਾਲ ਹੀ ਜੀਵ ਦਾ ਮਨ ਸ਼ਬਦ ਦੀ ਪਾਲਣਾ ਵਿੱਚ ਲਗਦਾ ਹੈ । ਤੇਰੀ ਰਹਿਮਤ ਨਾਲ ਹੀ ਸੁਖ ਮਿਲਦੇ ਹਨ । ਮਨਮੁਖ ਆਪਣੀ ਮਰਜ਼ੀ ਨਾਲ ਕੰਮ ਕਰਨ ਨਾਲ ਮਾਨਸ ਜਨਮ ਗਵਾ ਲੈਂਦੇ ਹਨ । ਕੇਵਲ ਸ਼ਬਦ ਦੀ ਪਾਲਣਾ ਨਾਲ ਹੀ ਰਹਿਮਤ ਪਾ ਸਕਦੇ ਹਨ । ਜਿਹੜਾ ਜੀਵ ਦੇ ਦੇਖਣ ਵਿੱਚ ਨਹੀਂ, ਜੀਵ ਦੇਖ ਨਹੀਂ ਸਕਦਾ, ਕੋਈ ਉਸ ਪ੍ਰਭ ਬਾਬਤ ਕੀ ਵਖਿਆਣ ਸਕਦਾ ਹੈ? ਉਸ ਤੋਂ ਕੁਰਬਾਨ ਜਾਵਾਂ, ਜਿਸ ਨੇ ਆਪ ਰਹਿਮਤ ਬਖਸ਼ੀ! ਮੇਰੇ ਅੰਦਰੋਂ ਹੀ ਮੈਨੂੰ ਸ਼ਬਦ ਦੀ ਸੋਝੀ ਬਖਸ਼ੀ ਹੈ ।

No one can alter the prewritten destiny of anyone. Who has created the life, He Himself lives in the body along with his soul? All blessings are under His command. The comprehension of His nature may only be blessed by adopting His Word in life. No one can alter, change any of His actions and everything happens as He plans, as desires. With His mercy and grace, His true devotee may be able to think about His Word and remembers the separation from Holy spirit. He may enjoy pleasures and harmony with His blessings. Self-minded by his own deeds, wastes the opportunity to make his life a success. Only by adopting His Word in life, his soul may be blessed. God is beyond the visibility of anyone, how can anyone may explain His virtue, limits of blessings? I am fascinated from His nature; He may enlighten the teachings of His Word from within.

19. Guru Nanak Dev Ji – Page 831

ਨਿਕਟਿ ਵਸੈ ਦੇਖੈ ਸਭੁ ਸੋਈ॥ nikat vasai daykhai sabh so-ee.
ਗੁਰਮੁਖਿ ਵਿਰਲਾ ਬੂਝੈ ਕੋਈ॥ gurmukh virlaa boojhai ko-ee.
ਵਿਣੁ ਭੈ ਪਇਐ ਭਗਤਿ ਨ ਹੋਈ॥ vin bhai pa-i-ai bhagat na ho-ee.
ਸਬਦਿ ਰਤੇ ਸਦਾ ਸੁਖੁ ਹੋਈ॥੧॥ sabad ratay sadaa sukh ho-ee. ||1||

ਪ੍ਰਭ ਜੀਵ ਦੇ ਨੇੜੇ ਹੀ ਵਸਦਾ ਹੈ ਅਤੇ ਸਾਰੇ ਕੰਮ ਆਪ ਵੇਖਦਾ ਹੈ । ਕਿਸੇ ਵਿਰਲੇ ਹੀ ਗੁਰਮਖ ਨੂੰ ਇਸ ਦੀ ਸੋਝੀ ਹੁੰਦੀ ਹੈ । ਵਿਛੋੜੇ ਦੇ ਵਿਰਾਗ ਤੋਂ ਬਿਨਾਂ ਸ਼ਬਦ ਦੀ ਪਾਲਣਾ ਵਿੱਚ ਮਨ ਨਹੀਂ ਲਗਦਾ । ਸ਼ਬਦ ਦੀ ਭਰੋਸੇ ਨਾਲ ਪਾਲਣਾ ਕਰਨ ਨਾਲ ਹੀ ਸ਼ਾਂਤੀ ਬਖਸ਼ਿਸ਼ ਹੋ ਸਕਦੀ ਹੈ ।

God stays close to the soul and monitor all action of her mind and body. However, very rare devotee may realize that understanding of His nature. Without repenting the cause of separation, no one can meditate on His Word. Only by adopting His Word wholeheartedly in life, patience and harmony may be blessed.

20. Naam Dev Ji – Page 988

ਸਭੈ ਘਟ ਰਾਮੁ ਬੋਲੈ ਰਾਮਾ ਬੋਲੇ॥ Sabhai ghat raam bolai raamaa bolai.
ਰਾਮ ਬਿਨਾ ਕੋ ਬੋਲੈ ਰ॥੧॥ ਰਹਾਉ॥ Raam binaa ko bolai ray. ||1|| rahaa-o.
ਏਕਲ ਮਾਟੀ ਕੁੰਜਰ ਚੀਟੀ, Aykal maatee kunjar cheetee
ਭਾਜਨ ਹੈਂ ਬਹੁ ਨਾਨਾ ਰੇ॥ bhaajan haiN baho naanaa ray.
ਅਸਥਾਵਰ ਜੰਗਮ ਕੀਟ ਪਤੰਗਮ, Asthaavar jangam keet patangam
ਘਟਿ ਘਟਿ ਰਾਮੁ ਸਮਾਨਾ ਰੇ॥੧॥ ghat ghat raam samaanaa ray. ||1||
ਏਕਲ ਚਿੰਤਾ ਰਾਖੁ ਅਨੰਤਾ, Aykal chintaa raakh anantaa
ਅਉਰ ਤਜਹੁ ਸਭ ਆਸਾ ਰੇ॥ a-or tajahu sabh aasaa ray.
ਪ੍ਰਣਵੈ ਨਾਮਾ ਭਏ ਨਿਹਕਾਮਾ, Paranvai naamaa bha-ay nihkaamaa
ਕੋ ਠਾਕੁਰੁ ਕੋ ਦਾਸਾ ਰ॥੨॥੩॥ ko thaakur ko daasaa ray. ||2||3||

ਹਰਇੱਕ ਜੀਵ ਦੇ ਮਨ, ਆਤਮਾ ਵਿੱਚ ਪ੍ਰਭ ਆਪ ਵਸਦਾ, ਬੋਲਦਾ, ਵਾਪਰਦਾ ਹੈ । ਪ੍ਰਭ ਤੋਂ ਬਿਨਾਂ ਹੋਰ ਕੌਣ ਹੈ ਜੋ ਜੀਵ ਦੇ ਮਨ ਵਿੱਚ ਵਸਦਾ ਹੈ? ਇੱਕੋ ਹੀ ਮੱਟੀ ਵਿਚੋਂ, ਤੂੰ ਛੋਟੇ ਤੋਂ ਛੋਟੇ ਕੀੜੇ ਅਤੇ ਵੱਡੇ ਤੋਂ ਵੱਡੇ ਹਾਥੀ ਪੈਦਾ ਕੀਤੇ ਹਨ । ਕਈ ਨਾ ਚੱਲਣ ਵਾਲੇ, ਸਵਾਸਾਂ ਤੋਂ ਬਿਨਾਂ ਅਤੇ ਕਈ ਚੱਲਣ ਵਾਲੇ ਜੀਵ ਪੈਦਾ ਕੀਤੇ ਹਨ । ਹਰਇੱਕ ਦੇ ਹਿਰਦੇ ਵਿੱਚ ਤੂੰ ਹਰ ਸਮੇਂ ਹੀ ਵਸਦਾ, ਵਾਪਰਦਾ ਹੈ । ਜੀਵ ਆਪਣੇ ਮਨ ਵਿੱਚ ਇੱਕ ਪ੍ਰਭ ਦੇ ਸ਼ਬਦ ਦਾ ਹੀ ਖਿਆਲ ਰੱਖੋ । ਬਾਕੀ ਸਾਰੇ ਖਿਆਲ ਤਿਆਗ ਕੇ, ਉਸ ਦੀ ਓਟ ਰੱਖੋ । ਬੰਦਗੀ ਕਰਨ ਵਾਲਾ ਨਾਮਾ ਹੁਣ ਸੰਸਾਰਕ ਇੱਛਾਂ, ਮੌਤ ਤੋਂ ਰਹਿਤ ਹੋ ਗਿਆ ਹੈ । ਹੁਣ ਕੌਣ ਦਾਸ ਹੈ ਅਤੇ ਕੌਣ ਮਾਲਕ ਹੈ? ਕੇਵਲ ਇੱਕੋ ਇੱਕ ਪ੍ਰਭ ਹੀ ਹੈ ।

God resides and prevails in each and every mind. Who else can reside and who else can prevail in each and every mind? From same clay, He has created smallest and biggest creatures. Many creatures cannot move, many can move around. He resides in each body all time. One should always keep thoughts, hopes on The One and Only One in his mind and abandoned all other hopes. His true devotee may conquer the worldly attachments and death with this one thought. With His mercy and grace, humble Nama has become beyond the reach of worldly temptations. Now who may be devotee and who may be master? Only One God, Holy Spirt exist, left in this body.

21. Guru Nanak Dev Ji – Page 1190

ਨਉ ਸਤ ਚਉਦਹ ਤੀਨਿ ਚਾਰਿ ਕਰਿ,	na-o sat cha-odah teen chaar kar
ਮਹਲਤਿ ਚਾਰਿ ਬਹਾਲੀ ॥	mahlat chaar bahaalee.
ਚਾਰੇ ਦੀਵੇ ਚਹੁ ਹਥਿ ਦੀਏ,	chaaray deevay chahu hath dee-ay
ਏਕਾ ਏਕਾ ਵਾਰੀ॥੧॥	aykaa aykaa vaaree. ||1||

ਪ੍ਰਭ ਤੂੰ 9 ਖੰਡ, 7 ਦੀਪ, 14 ਸ੍ਰਿਸ਼ਟੀਆਂ, ਤਿੰਨੇਂ ਗੁਣ, ਚਾਰੇ ਜੁਗ, ਸਾਰੇ ਚਾਰਾਂ ਤਰੀਕਿਆਂ ਨਾਲ ਪੈਦਾ ਕੀਤੇ ਹਨ । ਸਾਰਿਆਂ ਜੀਵਾਂ ਵਿੱਚ ਹੀ ਆਪਣਾ ਤਖਤ, ਸਥਾਪਤ ਕੀਤਾ ਹੈ । ਤੂੰ ਇਹਨਾਂ ਚਾਰ ਜੁੱਗਾਂ ਵਿੱਚ ਇੱਕ ਇੱਕ ਕਰਕੇ ਚਾਰ ਦੀਵੇ, ਜੀਵ ਨੂੰ ਸੇਧ ਦੇਣ ਵਾਲੇ ਬਣਾਏ, ਭੇਜੇ ਹਨ ।

God had created all regions, 14 universes, four Ages with four sources of creation. You had established Your throne in each and every heart. You had established four pillars of light one by one to guides Your creation.

22. Raamaanand Ji – Page 1195

ਏਕ ਦਿਵਸ ਮਨ ਭਈ ਉਮੰਗ॥	ayk divas man bha-ee umang.
ਘਸਿ ਚੰਦਨ ਚੋਆ ਬਹੁ ਸੁਗੰਧ॥	ghas chandan cho-aa baho suganDh.
ਪੂਜਨ ਚਾਲੀ ਬ੍ਰਹਮ ਠਾਇ॥	poojan chaalee barahm thaa-ay.
ਸੋ ਬ੍ਰਹਮੁ ਬਤਾਇਓ	so barahm bataa-i-o
ਗੁਰ ਮਨ ਹੀ ਮਾਹਿ॥੧॥	gur man hee maahi. ||1||

ਇੱਕ ਦਿਨ ਮੇਰੇ ਮਨ ਵਿੱਚ ਖਾਹਿਸ਼ ਆਈ! ਚੰਦਨ ਦੀ ਲੱਕੜ ਅਤੇ ਹੋਰ ਪੂਜਣ ਵਾਲੀ ਸਮਗਰੀ ਲੈ ਕੇ, ਪੂਜਣ ਲਈ ਮੰਦਰ ਗਿਆ । ਪ੍ਰਭ ਨੇ ਮੇਰੀ ਸ਼ਰਧਾ ਤੇ ਖੁਸ਼ ਹੋ ਕੇ ਮੈਨੂੰ ਕਿਰਪਾ ਕੀਤੀ, ਸੋਝੀ ਬਖਸ਼ੀ । ਅੰਦਰੋਂ ਅਵਾਜ ਆਈ, ਰਾਮਾ ਨੰਦ ਇਥੇ ਕੀ ਕਰਦਾ ਹੈ? ਮੈ ਤਾਂ ਤੇਰੇ ਅੰਦਰ ਹੀ ਹਾਂ, ਤੈਨੂੰ ਹੋਰ ਕਿਤੇ ਜਾਣ ਦੀ ਲੋੜ ਨਹੀਂ ਹੈ ।

One day my mind with deep devotion, gathered precious offerings and went to the temple. God became merciful with my devotion and enlightened me! I heard from inside of mind! What are you doing here? What are you searching here? I am residing within your mind and body. You do not have to search me any other place.

23. Guru Arjan Dev Ji – Page 1361

ਜਿਥੈ ਜਾਏ ਭਗਤੁ ਸੁ ਥਾਨੁ ਸੁਹਾਵਣਾ॥	jithai jaa-ay bhagat so thaan suhaavanaa.
ਸਗਲੇ ਹੋਏ ਸੁਖ ਹਰਿ ਨਾਮੁ ਧਿਆਵਣਾ॥	saglay ho-ay sukh har naam Dhi-aavanaa.
ਜੀਅ ਕਰਨਿ ਜੈਕਾਰੁ ਨਿੰਦਕ ਮੁਏ ਪਚਿ॥	jee-a karan jaikaar nindak mu-ay pach.
ਸਾਜਨ ਮਨਿ ਆਨੰਦੁ	saajan man aanand
ਨਾਨਕ ਨਾਮੁ ਜਪਿ॥੧੮॥	naanak naam jap. ‖18‖

ਜਿੱਥੇ ਵੀ ਪ੍ਰਭ ਦੇ ਸ਼ਬਦ ਦੀ ਬੰਦਗੀ ਕਰਨ ਵਾਲੇ ਇਕੱਠੇ ਹੁੰਦੇ, ਸ਼ਬਦ ਦੇ ਗੁਣ ਗਾਉਂਦੇ ਹਨ । ਉਹ ਥਾਂ ਹੀ ਸੁਹਾਵਾਨਾ, ਪਵਿੱਤਰ, ਬਖਸ਼ਿਸ਼ ਵਾਲਾ ਬਣ ਜਾਂਦਾ ਹੈ । ਸ਼ਬਦ ਦੀ ਪਾਲਣਾ ਕਰਦੇ ਮਨ ਨੂੰ ਸਭ ਅਨੰਦ, ਖੇੜੇ, ਸੁਖ ਬਖਸ਼ਿਸ਼ ਹੋ ਜਾਂਦੇ ਹਨ । ਸੰਸਾਰਕ ਜੀਵ ਬੰਦਗੀ ਕਰਨ ਵਾਲੇ ਦੀ ਸੋਭਾ ਗਾਉਂਦੇ ਹਨ । ਨਿੰਦਿਆਂ ਕਰਨ ਵਾਲੇ ਨੂੰ ਸ਼ਰਮਿੰਦਗੀ, ਲਨ੍ਹਤਾਂ ਹੀ ਪੈਂਦੀਆਂ ਹਨ । ਪ੍ਰਭ ਦੇ ਸ਼ਬਦ ਦੇ ਗੁਣ ਗਾਉਣ ਨਾਲ ਮਨ ਵਿੱਚ ਸੰਤੋਖ, ਖੁਸ਼ੀ, ਅਨੰਦ, ਖੇੜਾ ਭਰਪੂਰ ਹੋ ਜਾਂਦਾ ਹੈ ।

Wherever His devotees assemble and sing His glory that place becomes fortunate, Holy shrine. His blessings prevail at that place, that place becomes His throne. Who sings His glory and adopts His Word, he may be blessed with all happiness and blossom? All universes sing the glory of His true devotee and honor him. Whosoever may perform evil deeds and back-biting, he may always be rebuked. By singing His glory, He may bestow His mercy and blessings.

24. Baynee Ji – Page 974

ਇੜਾ ਪਿੰਗੁਲਾ ਅਉਰ ਸੁਖਮਨਾ,	irhaa pingulaa a-or sukhmanaa
ਤੀਨਿ ਬਸਹਿ ਇਕ ਠਾਈ॥	teen baseh ik thaa-ee.
ਬੇਣੀ ਸੰਗਮੁ ਤਹ ਪਿਰਾਗੁ,	baynee sangam tah piraag
ਮਨੁ ਮਜਨੁ ਕਰੇ ਤਿਥਾਈ॥੧॥	man majan karay tithaa-ee. ‖1‖

ਮਨ ਦੀ ਤਾਕਤ ਦੇ ਤਿੰਨੋਂ ਸੋਮੇ ਇੜਾ, ਪਿੰਗਲਾ, ਸੁਖਮਨਾ ਇਕੱਠੇ ਹੀ ਰਹਿੰਦੇ ਹਨ । ਮਨ ਵਿੱਚ ਇਹ ਉਹ ਹੀ ਘਰ ਹੈ ਜਿੱਥੇ ਤਿੰਨੋਂ ਪਵਿੱਤਰ ਸਾਗਰਾਂ ਦਾ ਸੰਗਮ ਹੁੰਦਾ ਹੈ । ਇਹ ਹੀ ਦਸਵਾਂ ਘਰ ਹੈ!

All three sources of power of mind lives at one place. Left nasal takes breath in, right nasal brings out breath. Filter acquires needed breath in the body and all remains together and work in harmony. This is the Holy place where three Holy rivers meet. This may be 10th gate, throne of The Almighty!

25. Guru Amar Das Ji – Page 29

ਘਰ ਹੀ ਸਉਦਾ ਪਾਈਐ,	ghar hee sa-udaa paa-ee-ai
ਅੰਤਰਿ ਸਭ ਵਥੁ ਹੋਇ॥	antar sabh vath ho-ay.
ਖਿਨੁ ਖਿਨੁ ਨਾਮੁ ਸਮਾਲੀਐ,	khin khin naam samaalee-ai
ਗੁਰਮੁਖਿ ਪਾਵੈ ਕੋਇ॥	gurmukh paavai ko-ay.
ਨਾਮੁ ਨਿਧਾਨੁ ਅਖੁਟੁ ਹੈ,	naam niDhaan akhut hai
ਵਡਭਾਗਿ ਪਰਾਪਤਿ ਹੋਇ॥੧॥	vadbhaag paraapat ho-ay. ||1||

ਜੀਵ ਦੇ ਮਨ ਅੰਦਰ ਹੀ ਪ੍ਰਭ ਦੀ ਜੋਤ, ਸ਼ਬਦ, ਸ਼ਬਦ ਦੀ ਸੋਝੀ ਹੈ । ਆਪਣੇ ਅੰਦਰ ਵੱਲ ਧਿਆਨ ਲਾਉਣ ਨਾਲ ਹੀ ਪ੍ਰਾਪਤ ਹੋ ਸਕਦੀ ਹੈ । ਕੋਈ ਵਿਰਲਾ ਹੀ ਪਲ ਪਲ ਸ਼ਬਦ ਵਿੱਚ ਧਿਆਨ ਲਾ ਕੇ ਜੀਵਨ ਬਤੀਤ ਕਰਦਾ ਹੈ । ਸ਼ਬਦ ਦਾ ਖਜ਼ਾਨਾਂ ਨਾ ਖਤਮ ਹੋਣ ਵਾਲਾ, ਵੱਡੇ ਭਾਗਾ ਨਾਲ ਹੀ ਬਖਸ਼ਿਸ਼ ਹੁੰਦਾ ਹੈ ।

Within the body of all creatures His Holy spirit prevails and enlightenment may be overwhelmed. Who may search wholeheartedly within his body and mind may be enlightened with the teachings of His Word from within? However, very rare creature may adopt His Word in life and sings His glory with each and every breath. Treasure of enlightenment of Word is unlimited. His mercy and grace may only be blessed with good fortune only.

26. Kabeer Ji – Page 338

ਸੰਕਟਿ ਨਹੀ ਪਰੈ ਜੋਨਿ ਨਹੀ ਆਵੈ,	sankat nahee parai jon nahee aavai
ਨਾਮੁ ਨਿਰੰਜਨ ਜਾ ਕੋ ਰੇ॥	naam niranjan jaa ko ray.
ਕਬੀਰ ਕੋ ਸੁਆਮੀ ਐਸੋ ਠਾਕੁਰੁ,	kabeer ko su-aamee aiso thaakur
ਜਾ ਕੈ ਮਾਈ ਨ ਬਾਪੋ ਰੇ॥੨॥੧੯॥੭੦॥	jaa kai maa-ee na baapo ray. ||2||19||70||

ਜਿਸ ਦੇ ਮੰਦੇ ਭਾਗ ਨਹੀਂ ਹੁੰਦੇ, ਜਨਮ ਨਹੀਂ ਲੈਂਦਾ, ਉਹ ਹੀ ਸਦਾ ਰਹਿਣ ਵਾਲਾ ਮਾਲਕ ਪ੍ਰਭ ਹੈ । ਜਿਸ ਦਾ ਕੋਈ ਮਾਂ ਜਾ ਬਾਪ ਨਹੀਂ ਹੈ, ਆਪਣੇ ਆਪ ਵਿਚੋਂ ਹੀ ਉਤਪੰਨ ਹੋਇਆ ਹੈ, ਉਹ ਹੀ ਅਸਲੀ ਮਾਲਕ, ਪ੍ਰਭ ਹੈ !

Who does not take birth, has no misfortune and may be called ever living, lasting The God! God is The True Master of all creatures. He does not take birth from the womb of mother, has no father.

6. ਸ਼ਬਦ, ਅੰਮ੍ਰਿਤ, ਕੌਣ ਬਖਸ਼ਦਾ ਹੈ! Who can Bless His Word!

27. Guru Angand Dev Ji – Page 1237

ਗੁਰੁ ਕੁੰਜੀ ਪਾਹੂ ਨਿਵਲੁ ,	gur kunjee paahoo nival
ਮਨੁ ਕੋਠਾ ਤਨੁ ਛਤਿ॥	man kothaa tan chhat.
ਨਾਨਕ ਗੁਰ ਬਿਨੁ ਮਨ ਕਾ ਤਾਕੁ	naanak gur bin man kaa taak
ਨ ਉਘੜੈ, ਅਵਰ ਨ ਕੁੰਜੀ ਹਥਿ॥੧॥	na ugh-rhai avar na kunjee hath. ‖1‖

ਪ੍ਰਭ ਦਾ ਸ਼ਬਦ ਉਹ ਕੁੰਜੀ ਹੈ! ਜਿਸ ਨਾਲ ਮਨ ਦਾ ਦਸਵਾਂ ਦਰਵਾਜ਼ਾ ਖੋਲ੍ਹਿਆ ਜਾ ਸਕਦਾ ਹੈ । ਜਿਸ ਨਾਲ ਮਨ ਦੀਆਂ ਇੱਛਾਂ ਤੇ ਕਾਬੂ ਪਾਉਣ ਦੀ ਸੋਝੀ ਬਖਸ਼ਿਸ਼ ਹੋ ਸਕਦੀ ਹੈ । ਸ਼ਬਦ ਦੀ ਪਾਲਣਾ ਤੋਂ ਬਿਨਾਂ ਮਨ ਨੂੰ ਸੋਝੀ ਨਹੀਂ ਹੁੰਦੀ, ਰਸਤੇ ਤੇ ਨਹੀਂ ਚਲ ਸਕਦਾ । ਹੋਰ ਕੋਈ ਮਨ ਦੀਆਂ ਇੱਛਾਂ ਤੇ ਕਾਬੂ ਪਾਉਣ ਦਾ ਰਸਤਾ ਨਹੀਂ ਜਾਣਦਾ ।

His Word is the key that may open the 10th gate of mind, His Holy castle. Opening that door enable mind to conquer his worldly desires. Without adopting His Word in life, the mind cannot enlighten to find the right path. No other meditation can guide the mind to the right path.

28. Guru Amar Das Ji – Page 84

ਕਲਉ ਮਸਾਜਨੀ ਕਿਆ ਸਦਾਈਐ,	kala-o masaajnee ki-aa sadaa-ee-ai
ਹਿਰਦੈ ਹੀ ਲਿਖਿ ਲੇਹੁ॥	hirdai hee likh layho.
ਸਦਾ ਸਾਹਿਬ ਕੈ ਰੰਗਿ ਰਹੈ,	sadaa saahib kai rang rahai
ਕਬਹੂੰ ਨ ਤੂਟਸਿ ਨੇਹੁ॥	kabahooN na tootas nayhu.
ਕਲਉ ਮਸਾਜਨੀ ਜਾਇਸੀ,	kala-o masaajnee jaa-isee
ਲਿਖਿਆ ਭੀ ਨਾਲੇ ਜਾਇ॥	likhi-aa bhee naalay jaa-ay.
ਨਾਨਕ ਸਹ ਪ੍ਰੀਤਿ ਨ ਜਾਇਸੀ,	naanak sah pareet na jaa-isee
ਜੋ ਧੁਰਿ ਛੋਡੀ ਸਚੈ ਪਾਇ॥੧॥	jo Dhur chhodee sachai paa-ay. ‖1‖

ਪ੍ਰਭ ਦੇ ਸ਼ਬਦ ਨੂੰ ਲਿਖਣ ਲਈ ਕਿਉਂ ਕਲਮ, ਸਿਆਹੀ ਮੰਗਦਾ, ਲੱਭਦਾ ਹੈ? ਇਸ ਨੂੰ ਆਪਣੇ ਹਿਰਦੇ ਵਿੱਚ ਲਿਖੋ, ਜਾਗਰਤ ਕਰੋ! ਪ੍ਰਭ ਦਾ ਸ਼ਬਦ ਸਦਾ ਹੀ ਮਨ ਵਿੱਚ ਜਾਗਰਤ ਰੱਖੋ! ਆਪਣਾ ਭਰੋਸਾ ਪ੍ਰਭ ਦੇ ਬਖਸ਼ੇ ਤੇ ਕਦੇ ਟੁੱਟ ਨਾ ਜਾਵੇ, ਸਦਾ ਅਡੋਲ ਰਹੋ! ਕਲਮ ਅਤੇ ਸਿਆਹੀ ਸਮਾਂ ਪਾ ਕੇ ਨਾਸ਼ ਹੋ ਜਾਂਦੀ ਹੈ! ਇਸ ਦੇ ਨਾਲ ਲਿਖਿਆ ਵੀ ਮਿਟ ਜਾਂਦਾ ਹੈ, ਪ੍ਰਭਾਵ ਖਤਮ ਹੋ ਜਾਂਦਾ ਹੈ, ਘੱਟ ਜਾਂਦਾ ਹੈ । ਪ੍ਰਭ ਨਾਲ ਪ੍ਰੀਤ, ਸ਼ਬਦ ਦੀ ਕਮਾਈ ਸਦਾ ਹੀ ਸਾਥ ਰਹਿੰਦੀ ਹੈ, ਕਦੇ ਨਾਸ਼ ਨਹੀਂ ਹੁੰਦੀ । ਜਿਸ ਦੇ ਭਾਗਾਂ ਵਿੱਚ ਪਹਿਲੇ ਹੀ ਲਿਖਿਆ ਹੁੰਦਾ ਹੈ, ਕੇਵਲ ਉਸ ਨੂੰ ਹੀ ਇਹ ਬਖਸ਼ਿਸ਼ ਹੁੰਦੀ ।

Why are you searching for ink and pen to write His Word? Write His Word in your heart, enlighten the heart by adopting His Word in day to day life. You should always keep the memory of separation fresh in your heart. Never forget to praise, singing His glory! Anything written with pen and ink may faint over a period of time. The effect of the written word goes away from mind, by worldly desires. The meditation of His Word and good deeds performed by following His Word always support the soul, even in His court and never abandon you. Only with prewritten destiny his mind may be blessed with devotion to meditates on His Word.

29. Guru Amar Das Ji – Page 560

ਪੂਰੇ ਗੁਰ ਤੇ ਨਾਮੁ ਪਾਇਆ ਜਾਇ॥	pooray gur tay naam paa-i-aa jaa-ay.
ਸਚੈ ਸਬਦਿ ਸਚਿ ਸਮਾਇ॥੧॥	sachai sabad sach samaa-ay. ‖1‖

ਸ਼ਬਦ ਦੀ ਪਾਲਣਾ ਕਰਨ ਨਾਲ ਹੀ ਜੀਵ ਪ੍ਰਵਾਨਗੀ ਦੇ ਰਸਤੇ ਤੇ ਅਡੋਲ ਰਹਿੰਦਾ ਹੈ । ਕੇਵਲ ਪ੍ਰਭ (ਪੂਰਨ ਗੁਰੂ) ਤੋਂ ਹੀ ਸ਼ਬਦ ਬਖਸ਼ਿਸ਼ ਹੁੰਦਾ ਹੈ ।

Only by obeying His Word, his mind may stay focus on the right path of salvation. The One and Only One, God may bless His Word! No one else can bless any one with His Word.

30. Guru Arjan Dev Ji – Page 1097

ਹਉ ਢਾਢੀ ਦਰਿ ਗੁਣ ਗਾਵਦਾ,	ha-o dhaadhee dar gun gaavdaa
ਜੇ ਹਰਿ ਪ੍ਰਭ ਭਾਵੈ॥	jay har parabh bhaavai.
ਪ੍ਰਭੁ ਮੇਰਾ ਥਿਰ ਥਾਵਰੀ,	parabh mayraa thir thaavree
ਹੋਰ ਆਵੈ ਜਾਵੈ॥	hor aavai jaavai.
ਸੋ ਮੰਗਾ ਦਾਨੁ ਗੋੁਸਾਈਆ,	so mangaadaan gosaa-ee-aa
ਜਿਤੁ ਭੁਖ ਲਹਿ ਜਾਵੈ॥	jit bhukh leh jaavai.
ਪ੍ਰਭ ਜੀਉ ਦੇਵਹੁ ਦਰਸਨੁ ਆਪਣਾ,	parabh jee-o dayvhu darsan aapnaa
ਜਿਤੁ ਢਾਢੀ ਤ੍ਰਿਪਤਾਵੈ॥	jit dhaadhee tariptaavai.
ਅਰਦਾਸਿ ਸੁਣੀ ਦਾਤਾਰਿ ਪ੍ਰਭਿ,	ardaassunee daataar parabh
ਢਾਢੀ ਕਉ ਮਹਲਿ ਬੁਲਾਵੈ॥	dhaadhee ka-o mahal bulaavai.
ਪ੍ਰਭ ਦੇਖਦਿਆ ਦੁਖ ਭੁਖ ਗਈ,	parabh daykh-di-aa dukh bhukh ga-ee
ਢਾਢੀ ਕਉ ਮੰਗਣੁ ਚਿਤਿ ਨ ਆਵੈ॥	dhaadhee ka-o mangan chit na aavai.
ਸਭੇ ਇਛਾ ਪੂਰੀਆ,	sabhay ichhaa pooree-aa
ਲਗਿ ਪ੍ਰਭ ਕੈ ਪਾਵੈ॥	lag parabh kai paavai.
ਹਉ ਨਿਰਗੁਣੁ ਢਾਢੀ ਬਖਸਿਓਨੁ,	ha-o nirgun dhaadhee bakhsi-on
ਪ੍ਰਭਿ ਪੁਰਖਿ ਵੇਦਾਵੈ॥੯॥	parabh purakh vaidaavai. ‖9‖

ਜਿਸ ਦਾ ਕੀਰਤਨ, ਸ਼ਬਦ ਦੀ ਕਮਾਈ ਪ੍ਰਭ ਪਰਵਾਨ ਕਰ ਲੈਂਦਾ, ਪ੍ਰਭ ਰਹਿਮਤ ਦੀ ਨਜ਼ਰ ਬਖਸ਼ਦਾ ਹੈ । ਉਹ ਹੀ ਅਸਲੀ ਕੀਰਤਨ ਕਰਨ ਵਾਲਾ, ਢਾਡੀ ਬਣ ਜਾਂਦਾ ਹੈ । ਕੇਵਲ ਪ੍ਰਭ ਹੀ ਸਦਾ ਅਟੱਲ ਰਹਿਣ ਵਾਲਾ ਮਾਲਕ ਹੈ । ਬਾਕੀ ਸਾਰੇ ਗੁਰੂ ਪੀਰ, ਜਨਮ ਲੈਂਦੇ, ਮਰ ਜਾਂਦੇ ਹਨ । ਬੰਦਗੀ ਕਰਨ ਵਾਲੇ ਪ੍ਰਭ ਅੱਗੇ ਕੇਵਲ ਰਹਿਮਤ ਦੀ ਹੀ ਅਰਦਾਸ ਕਰਦੇ ਹਨ । ਜਿਸ ਨਾਲ ਉਹਨਾਂ ਦੇ ਮਨ ਵਿੱਚ ਸੰਤੋਖ ਭਰ ਜਾਵੇ ਫਿਰ ਹੋਰ ਕੁਝ ਮੰਗਣ ਦੀ ਭੁੱਖ ਨਾ ਰਹੇ । ਪ੍ਰਭ ਆਪਣੇ ਨਿਮਾਣੇ ਦਾਸ ਨੂੰ ਰਹਿਮਤ ਦੀ ਨਜ਼ਰ ਬਖਸ਼ੋ! ਜਿਸ ਨਾਲ ਮਨ ਵਿੱਚ ਸੰਤੋਖ ਭਰ ਜਾਵੇਂ ਮਨ ਦੀ ਮੁਰਾਦ ਪੂਰੀ ਹੋ ਜਾਵੇ । ਰਹਿਮਤਾਂ ਦਾ ਮਾਲਕ ਆਪ ਹੀ ਨਿਮਾਣੇ ਬੰਦਗੀ ਕਰਨ ਵਾਲੇ ਦੀ ਅਰਦਾਸ ਸੁਣਦਾ ਹੈ । ਆਪਣੇ ਦਰਬਾਰ ਵਿੱਚ ਸੱਦਾ ਦੇਂਦਾ ਹੈ । ਪ੍ਰਭ ਦੇ ਦਰਸ਼ਨ ਕਰਕੇ, ਸ਼ਬਦ ਮਨ ਵਿੱਚ ਜਾਗਰਤ ਹੋ ਜਾਂਦਾ ਹੈ । ਉਸ ਦੇ ਮਨ ਵਿਚੋਂ ਇੱਛਾ ਦੇ ਸਾਰੇ ਦੁਖ ਦੂਰ ਹੋ ਜਾਦੇ ਹਨ । ਸ਼ਬਦ ਨਾਲ ਜੀਵਨ ਢਾਲਕੇ ਪ੍ਰਭ ਦੀ ਰਹਿਮਤ ਬਖਸ਼ਿਸ਼ ਹੋ ਜਾਂਦੀ ਹੈ । ਮਨ ਦੀਆਂ ਸਾਰੀਆਂ ਮੁਰਾਦਾਂ ਪੂਰੀਆਂ ਹੋ ਜਾਂਦੀਆਂ ਹਨ । ਉਸ ਦੀ ਇੱਕੋ ਇੱਕ ਹੀ ਅਰਦਾਸ ਹੁੰਦੀ ਹੈ । ਪ੍ਰਭ, ਮੈਂ ਅਉਗੁਣਾਂ ਭਰਿਆਂ ਮਾਨਸ ਹਾ! ਰਹਿਮਤ ਦੀ ਨਜ਼ਰ ਬਖਸ਼ੋ! ਮੇਰੇ ਅਉਗੁਣ ਬਖਸ਼ੋ !

Whose meditation may be accepted in His court, only he may be blessed with state of mind as His true devotee. He may become a true singer of His glory. Only His Axiom Word prevails for forever! All others, worldly gurus born and die after a short period of time. His true devotee begs for One and Only One, His mercy and grace! That comforts his heart, mind and body, no other desire exists in his mind. God blesses His humble servant; devotee and all his spoken and unspoken desires may be fulfilled. God hears prayers of His true devotee and blesses him with salvation, honor in His court. By realizing His existence, his mind may be overwhelmed with His grace and all worries and fear of death may vanished. By adopting His Word in life, often God showers mercy! His true devotee conquers his death. He only begs for His mercy to forgive his misdeeds and blesses him with the right path

31. Guru Amar Das Ji – Page 854

ਹਰਿ ਪ੍ਰਭੁ ਸਚਾ ਸੋਹਿਲਾ,	har parabh sachaa sohilaa
ਗੁਰਮੁਖਿ ਨਾਮੁ ਗੋਵਿੰਦੁ॥	gurmukh naam govind.
ਅਨਦਿਨੁ ਨਾਮੁ ਸਲਾਹਣਾ,	an-din naam salaahnaa
ਹਰਿ ਜਪਿਆ ਮਨਿ ਆਨੰਦੁ॥	har japi-aa man aanand.
ਵਡਭਾਗੀ ਹਰਿ ਪਾਇਆ,	vadbhaagee har paa-i-aa
ਪੂਰਨੁ ਪਰਮਾਨੰਦੁ॥	pooran parmaanand.
ਜਨ ਨਾਨਕ ਨਾਮੁ ਸਲਾਹਿਆ,	jan naanak naam sahaali-aa
ਬਹੁੜਿ ਨ ਮਨਿ ਤਨਿ ਭੰਗੁ॥੨॥	bahurh na man tan bhang. ||2||

ਪ੍ਰਭ ਦਾ ਸ਼ਬਦ ਹੀ ਪ੍ਰਭ ਦਾ ਬੋਲ ਹੈ । ਗੁਰਮਖ ਜੀਵ ਹਰ ਵੇਲੇ ਉਸ ਦੇ ਸ਼ਬਦ ਦੀ ਉਸਤਤ ਹੀ ਗਾਉਂਦੇ ਹਨ । ਉਹ ਦਿਨ ਰਾਤ ਉਸ ਦੇ ਸ਼ਬਦ ਦੀ ਪਾਲਣਾ, ਸਿਮਰਨ ਕਰਦੇ, ਉਹਨਾਂ ਦੇ ਮਨ ਤੇ ਸਦਾ ਹੀ ਖੇੜਾ ਰਹਿੰਦਾ ਹੈ । ਪ੍ਰਭ ਦੀ ਰਹਿਮਤ ਨਾਲ ਹੀ ਸ਼ਬਦ ਦੀ ਪਾਲਣਾ, ਸ਼ਬਦ ਮਨ ਵਿੱਚ ਘਰ ਕਰ ਜਾਂਦਾ ਹੈ । ਉਹ ਪ੍ਰਭ ਦੇ ਸ਼ਬਦ ਦੀ ਜੋਤ ਦੀ ਸਮਾਧੀ ਵਿੱਚ ਵਸਦਾ ਹੈ । ਜਿਹੜੇ ਪ੍ਰਭ ਦੇ ਸ਼ਬਦ ਦੀ ਸਮਾਧੀ ਵਿੱਚ ਚਲੇ ਜਾਂਦੇ, ਵਸਦੇ ਹਨ । ਉਹਨਾਂ ਦੀ ਸਮਾਧੀ ਕਦੇ ਭੰਗ ਨਹੀਂ ਹੁੰਦੀ ।

The Word of God is His command! His true devotee always obeys His Word and sings His glory. Day and night, he remains focused on His Word and remains calm, humble and live in harmony. With His mercy and grace, he may be drenched with the teachings of His Word and he remains in deep meditation in the void of His Word. Who remains in the void of His Word, his state of mind may never be disturbed?

32. Guru Arjan Dev Ji – Page 1226

ਪੋਥੀ ਪਰਮੇਸਰ ਕਾ ਥਾਨੁ॥	pothee parmaysar kaa thaan.
ਸਾਧਸੰਗਿ ਗਾਵਹਿ ਗੁਣ ਗੋਬਿੰਦ,	saaDhsang gaavahi gun gobind
ਪੂਰਨ ਬ੍ਰਹਮ ਗਿਆਨੁ॥੧॥ ਰਹਾਉ॥	pooran barahm gi-aan. ||1|| rahaa-o.

ਧਰਮ ਦੇ ਗ੍ਰੰਥ ਪ੍ਰਭ ਦੇ ਸ਼ਬਦ ਦੀ ਕੁੰਜੀ ਹੀ ਹਨ । ਇਹਨਾਂ ਵਿਚੋਂ ਗਿਆਨ, ਸ਼ਬਦ ਦੀ ਸੋਝੀ ਦੀ ਵਿਧੀ ਦੀ ਜਾਣਕਾਰੀ ਹੁੰਦੀ ਹੈ । ਜਿਹੜੇ ਬੰਦਗੀ ਕਰਨ ਵਾਲੇ ਦੀ ਸੰਗਤ ਵਿੱਚ ਬਾਣੀ ਦਾ ਕੀਰਤਨ, ਕਥਾ ਕਰਦੇ ਹਨ । ਪ੍ਰਭ ਆਪ ਹੀ ਰਹਿਮਤ ਬਖਸ਼ਕੇ ਸ਼ਬਦ ਦੀ, ਪ੍ਰਭ ਦੀ ਹੋਂਦ ਦੀ ਸੋਝੀ ਬਖਸ਼ਦਾ ਹੈ ।

Worldly Holy scriptures are the key of the tenth gate, His Word. All Holy scriptures describes the life history of saintly devotees, their way of life is the right path of salvation. Whosoever may join the conjugation of holy saints and follows their teachings to sanctify his soul. God may bless him with the right path of salvation.

33. Guru Amar Das Ji – Page 1261

ਇਹੁ ਮਨੁ ਗਿਰਹੀ ਕਿ ਇਹੁ ਮਨੁ ਉਦਾਸੀ॥ ih man girhee ke ih man udaasee.
ਕਿ ਇਹੁ ਮਨੁ ਅਵਰਨੁ ਸਦਾ ਅਵਿਨਾਸੀ॥ ke ih man avran sadaa avinaasee.
ਕਿ ਇਹੁ ਮਨੁ ਚੰਚਲੁ, ke ih man chanchal
ਕਿ ਇਹੁ ਮਨੁ ਬੈਰਾਗੀ॥ ke ih man bairaagee.
ਇਸੁ ਮਨ ਕਉ ਮਮਤਾ is man ka-o mamtaa
ਕਿਥਹੁ ਲਾਗੀ॥੧॥ kithhu laagee. ||1||
ਪੰਡਿਤ ਇਸੁ ਮਨ ਕਾ ਕਰਹੁ ਬੀਚਾਰੁ॥ pandit is man kaa karahu beechaar.
ਅਵਰੁ ਕਿ ਬਹੁਤਾ ਪੜਹਿ avar ke bahutaa parheh
ਉਠਾਵਹਿ ਭਾਰੁ॥੧॥ ਰਹਾਉ॥ uthaaveh bhaar. ||1|| rahaa-o.

ਕੀ ਮਨ ਦੀ ਅਵਸਥਾ, ਗ੍ਰਿਸਤੀ ਵਾਲੀ ਹੈ, ਜਾ ਮਨ ਦੀ ਅਵਸਥਾ ਉਦਾਸੀ ਵਾਲੀ ਹੈ? ਕੀ ਇਹ ਮਨ ਸੰਸਾਰ ਵਿੱਚ ਕਿਸੇ ਵਿਸ਼ੇਸ਼ ਵਰਣ ਵਾਲਾ ਹੈ? ਜਾ ਇਹ ਅਟੱਲ ਪ੍ਰਭ ਵਾਲੀ ਅਟੱਲ ਅਵਸਥਾ ਵਾਲਾ ਹੈ? ਕੀ ਮਨ ਚਾਰੇ ਪਾਸੇ ਘੁੰਮਣ ਵਾਲਾ ਹੈ, ਕਿ ਮਨ ਸੰਸਾਰਕ ਇੱਛਾਂ ਤੋਂ ਰਹਿਤ ਹੈ? ਇਹ ਮਨ ਮੋਹ ਦੇ ਜਾਲ ਵਿੱਚ ਕਿਵੇਂ ਫਸ ਗਿਆ ਹੈ? ਸੰਸਾਰਕ ਸੂਝਵਾਨ, ਪੰਡਿਤ, ਗਿਆਨੀ ਇਸ ਦਾ ਆਪਣੇ ਮਨ ਵਿੱਚ ਵਿਚਾਰ, ਖੋਜ ਕਰੋ! ਅਗਰ ਤੂੰ ਇਹ ਨਹੀਂ ਸਮਝਦਾ ਤਾਂ ਹੋਰ ਇਤਨੀਆਂ ਲਿਖਤਾਂ, ਗ੍ਰੰਥ ਕਿਉਂ ਪੜ੍ਹਦਾ ਹੈ? ਇਤਨਾ ਭਾਰ ਕਿਉਂ ਚੁੱਕੀ ਫਿਰਦਾ, ਮਨ ਤੇ ਬੋਜ ਕਿਉਂ ਪਾਉਂਦਾ ਹੈ?

Is the state of mind as a worldly family man? Is he a monk? Is he belong to special caste? Is he a true worshipper of His Word? Is his mind is wandering in all directions or beyond all worldly desires. How is he tapped into the worldly attachments? Worldly scholar, preacher, guru, you should think about that in your mind! If you do not understand this fact of His creation. Why you are reading, searching all other worldly scriptures?

34. Ravi Das Ji – Page 1106

ਨਾਮਦੇਵ ਕਬੀਰੁ ਤਿਲੋਚਨੁ naamdayv kabeer tilochan
ਸਧਨਾ ਸੈਨੁ ਤਰੈ॥ saDhnaa sain tarai.
ਕਹਿ ਰਵਿਦਾਸੁ ਸੁਨਹੁ ਰੇ ਸੰਤਹੁ, kahi ravidaas sunhu ray santahu
ਹਰਿ ਜੀਉ ਤੇ ਸਭੈ ਸਰੈ॥੨॥੧॥ har jee-o tay sabhai sarai. ||2||1||

ਤੇਰੀ ਰਹਿਮਤ ਨਾਲ, ਨਾਮਦੇਵ, ਤ੍ਰਿਲੋਚਨ, ਸਧਨਾ, ਸੈਣ ਪ੍ਰਵਾਨ ਹੋ ਗਏ । ਦਿਆਲੂ ਪ੍ਰਭ ਦੇ ਸ਼ਬਦ ਦੀ ਪਾਲਣਾ ਨਾਲ ਸਭ ਨੇ ਹੀ ਰਹਿਮਤ ਪਾਈ ਹੈ । ਆਪਣੇ ਨਿਮਾਣੇ ਰਵੀਦਾਸ ਤੇ ਵੀ ਰਹਿਮਤ ਬਖਸ਼ੋ ।

God with Your mercy, blessings, human born in low caste, like Naam dev, Kabir, Trilochan, Sadhana, Sain all were blessed by adopting Your Word in life. Please have your mercy and grace on humble, helpless Ravi das.

35. Guru Amar Das Ji – Page 947

ਸਤਿਗੁਰੁ ਸਹਜੈ ਦਾ ਖੇਤੁ ਹੈ,	satgur sahjai daa khayt hai
ਜਿਸ ਨੋ ਲਾਏ ਭਾਉ॥	jis no laa-ay bhaa-o.
ਨਾਉ ਬੀਜੇ ਨਾਉ ਉਗਵੈ,	naa-o beejay naa-o ugvai
ਨਾਮੇ ਰਹੈ ਸਮਾਇ॥	naamay rahai samaa-ay.
ਹਉਮੈ ਏਹੋ ਬੀਜੁ ਹੈ,	ha-umai ayho beej hai
ਸਹਸਾ ਗਇਆ ਵਿਲਾਇ॥	sahsaa ga-i-aa vilaa-ay.
ਨਾ ਕਿਛੁ ਬੀਜੇ ਨ ਉਗਵੈ,	naa kichh beejay na ugvai
ਜੋ ਬਖਸੇ ਸੋ ਖਾਇ॥	jo bakhsay so khaa-ay.
ਅੰਭੈ ਸੇਤੀ ਅੰਭੁ ਰਲਿਆ,	ambhai saytee ambh rali-aa
ਬਹੁੜਿ ਨ ਨਿਕਸਿਆ ਜਾਇ॥	bahurh na niksi-aa jaa-ay.
ਨਾਨਕ ਗੁਰਮੁਖਿ ਚਲਤੁ ਹੈ,	naanak gurmukh chalat hai
ਵੇਖਹੁ ਲੋਕਾ ਆਇ॥	vaykhhu lokaa aa-ay.
ਲੋਕੁ ਕਿ ਵੇਖੈ ਬਪੁੜਾ,	lok ke vaykhai bapurhaa
ਜਿਸ ਨੋ ਸੋਝੀ ਨਾਹਿ॥	jis no sojhee naahi.
ਜਿਸੁ ਵੇਖਾਲੇ ਸੋ ਵੇਖੈ,	jis vaykhaalay so vaykhai
ਜਿਸੁ ਵਸਿਆ ਮਨ ਮਾਹਿ॥੧॥	jis vasi-aa man maahi. ||1||

ਪ੍ਰਭ ਦਾ ਸ਼ਬਦ, ਮਾਨਸ ਜਨਮ ਦੇ ਮੰਤਵ ਦੀ ਸੋਝੀ ਦਾ ਖੇਤ, ਸ਼ਬਦ ਦੀ ਸੋਝੀ ਦਾ ਖਜ਼ਾਨਾਂ ਹੈ । ਜਿਸ ਨੂੰ ਸ਼ਬਦ ਦੇ ਲੜ ਲਾਉਂਦਾ ਹੈ, ਕੇਵਲ ਉਹ ਹੀ ਇਸ ਦੀ ਪਾਲਣਾ ਕਰਦਾ ਹੈ । ਉਹ ਪ੍ਰਭ ਦੇ ਸ਼ਬਦ ਦਾ ਬੀਜ ਬੀਜਦਾ ਹੈ, ਇਸ ਵਿਚੋਂ ਸ਼ਬਦ ਹੀ ਪੈਦਾ ਹੁੰਦਾ ਹੈ । ਜੀਵ ਇਸ ਵਿੱਚ ਹੀ ਸਮਾ ਜਾਂਦਾ ਹੈ, ਅਭੇਦ ਹੋ ਜਾਂਦਾ ਹੈ । ਅਹੰਕਾਰ ਭਰਮ ਦਾ ਖਜ਼ਾਨਾਂ ਹੈ, ਸ਼ਬਦ ਦੀ ਪਾਲਣਾ ਕਰਨ ਨਾਲ ਹੀ ਖਤਮ ਹੋ ਸਕਦਾ ਹੈ । ਜਿਹੜਾ ਅਹੰਕਾਰ ਦਾ ਬੀਜ ਨਹੀਂ ਬੀਜਦਾ ਇਸ ਵਿਚੋਂ ਅਹੰਕਾਰ ਪੈਦਾ ਨਹੀਂ ਹੁੰਦਾ, ਤਾਂ ਉਹ ਪ੍ਰਭ ਦੇ ਭਾਣੇ, ਸ਼ਬਦ ਦੀ ਪਾਲਣਾ ਦਾ ਹੀ ਫਲ ਪਾਉਂਦਾ ਹੈ । ਜਿਵੇਂ ਪਾਣੀ ਵਿੱਚ ਪਾਣੀ ਮਿਲ ਜਾਵੇ ਤਾਂ ਫਿਰ ਵੱਖਰਾ ਨਹੀਂ ਕੀਤਾ ਜਾ ਸਕਦਾ । ਇਸਤਰ੍ਹਾਂ ਗੁਰਮਖ ਅਵਸਥਾ ਵੀ ਅਨੋਖਾ ਖੇਲ ਹੈ । ਸੰਸਰਕ ਜੀਵਾਂ ਨੂੰ ਪ੍ਰਭ ਦੇ ਸ਼ਬਦ ਦੀ ਕੋਈ ਸੋਝੀ ਨਹੀਂ, ਓਹ ਕੀ ਵੇਖ ਸਕਦੇ ਹਨ? ਇਸ ਖੇਲ ਨੂੰ ਕੇਵਲ ਉਹ ਹੀ ਦੇਖ ਸਕਦਾ ਹੈ, ਜਿਸ ਦੇ ਮਨ ਵਿੱਚ ਸ਼ਬਦ ਘਰ ਕਰ ਜਾਂਦਾ ਹੈ । ਜਿਸ ਤੇ ਆਪ ਹੀ ਰਹਿਮਤ ਬਖਸ਼ਕੇ ਇਸ ਯੋਗ ਬਣਾਉਂਦਾ ਹੈ ।

His Holy Word is the treasure of enlightenment and knowledge of purpose of life. Whosoever may be blessed with devotion, only he may adopt and sing the glory of His Word. He may sow His Word into his day to day life and reaps the fruit of His Word and he may immerse into His Word, Holy spirit. Who does not sow the seed of ego in the field, does not reap the ego, he may reap the fruit of His Word? As when water drop is mixed with another drop, it cannot be separated. Same way when sanctified soul may be absorbed in Holy spirit, his soul cannot be separated from Holy spirit. Worldly human does not have any enlightenment of His Word. What can he see or know? Whosoever may be drenched with the teachings of His Word, only he may visualize Him prevailing everywhere. Whosoever may be blessed, only he may become worthy of His consideration.

36. Guru Arjan Dev Ji – Page 52

ਗੁਰੁ ਪਰਮੇਸਰੁ ਏਕੁ ਹੈ,	gur parmaysar ayk hai
ਸਭ ਮਹਿ ਰਹਿਆ ਸਮਾਇ॥	sabh meh rahi-aa samaa-ay.
ਜਿਨ ਕਉ ਪੂਰਬਿ ਲਿਖਿਆ,	jin ka-o poorab likhi-aa
ਸੇਈ ਨਾਮੁ ਧਿਆਇ॥	say-ee naam Dhi-aa-ay.
ਨਾਨਕ ਗੁਰ ਸਰਣਾਗਤੀ,	naanak gur sarnaagatee
ਮਰੈ ਨ ਆਵੈ ਜਾਇ॥੪॥੩੦॥100॥	marai na aavai jaa-ay. ‖4‖30‖100‖

ਪ੍ਰਭ ਦਾ ਸ਼ਬਦ (ਗੁਰੂ) ਪ੍ਰਭ ਦਾ ਹੀ ਰੂਪ ਹੈ । ਇਹ ਸ਼ਬਦ ਹਰਇੱਕ ਮਨ ਵਿੱਚ ਹੀ ਸਮਾਇਆ ਰਹਿੰਦਾ ਹੈ । ਜਿਹਨਾਂ ਜੀਵਾਂ ਦੇ ਭਾਗਾਂ ਵਿੱਚ ਪਹਿਲੇ ਹੀ ਲਿਖਿਆ ਹੁੰਦਾ ਹੈ । ਕੇਵਲ ਉਹ ਹੀ ਪ੍ਰਭ ਦੇ ਸ਼ਬਦ ਦਾ ਸਿਮਰਨ, ਪਾਲਣਾ ਕਰਦੇ ਹਨ । ਉਹਨਾਂ ਜੀਵਾਂ ਤੋਂ ਸਦਾ ਹੀ ਕੁਰਬਾਨ ਜਾਂਦਾ ਹਾ, ਧੁਨ ਧੁਨ ਕਹਿੰਦਾ ਹਾ । ਜਿਹੜੇ ਸ਼ਬਦ ਦੀ ਪਾਲਣਾ ਕਰਕੇ ਪ੍ਰਭ ਦੇ ਦਰਬਾਰ ਵਿੱਚ ਪ੍ਰਵਾਨ ਹੋ ਜਾਂਦੇ ਹਨ । ਫਿਰ ਕਦੇ ਜੂੰਨਾਂ ਦੇ ਚੱਕਰ ਵਿੱਚ ਨਹੀਂ ਜਾਂਦੇ ।

The Word of God is The True Guru, God, The Holy Spirit. His Word is absorbed in each and every mind. Only with prewritten destiny His devotee may obey and sing His glory. Whosoever may adopt His Word in his life, he may be accepted in His court. He becomes worthy of worshipping and may never enter into birth and death cycle again.

37. Guru Ram Das Ji – Page 882

ਸਤਗੁਰੁ ਦਾਤਾ ਵਡਾ ਵਡ ਪੁਰਖੁ ਹੈ,	satgur daataa vadaa vad purakh hai
ਜਿਤੁ ਮਿਲਿਐ ਹਰਿ ਉਰ ਧਾਰ॥	jit mili-ai har ur Dhaaray.
ਜੀਅ ਦਾਨੁ ਗੁਰਿ ਪੂਰੈ ਦੀਆ,	jee-a daan gur poorai dee-aa
ਹਰਿ ਅੰਮ੍ਰਿਤ ਨਾਮੁ ਸਮਾਰ॥੧॥	har amrit naam samaaray. ‖1‖

ਪ੍ਰਭ ਦਾ ਸ਼ਬਦ ਹੀ ਪੂਰਨ ਗੁਰੂ ਹੈ । ਅਡੋਲ ਭਰੋਸਾ ਰੱਖਕੇ ਸ਼ਬਦ ਦੀ ਪਾਲਣਾ ਨਾਲ ਸ਼ਬਦ ਮਨ ਵਿੱਚ ਘਰ ਕਰ ਜਾਂਦਾ ਹੈ । ਮਨ ਜਾਗਰਤ ਹੋ ਜਾਂਦਾ ਹੈ, ਦਸਵੇਂ ਘਰ ਦਾ ਦਰ ਖੁੱਲ੍ਹ ਜਾਂਦਾ ਹੈ । ਪ੍ਰਭ ਨੇ ਹੀ ਮੇਰੀ ਆਤਮਾ ਨੂੰ ਸਵਾਸ ਬਖਸ਼ੇ ਹਨ । ਪ੍ਰਭ ਦੀ ਯਾਦ ਵਿੱਚ ਹੀ ਅਮੋਲਕ ਸ਼ਬਦ ਦਾ ਸਿਮਰਨ ਕਰਦਾ, ਗੁਣ ਗਾਉਂਦਾ ਹਾ।

The Word of God is the true guru, guide. By maintaining unshakable belief on His Word, God has blessed the soul with enlightenment. Tenth gate of enlightened of my mind opens up. He realizes, One and Only One God can only bless the soul with His Word. In the memory of separation from Him, he repents and sings His glory.

38. Guru Arjan Dev Ji – Page 1204

ਅੰਡ ਬਿਨਾਸੀ ਜੇਰ ਬਿਨਾਸੀ,	and binaasee jayr binaasee
ਉਤਭੁਜ ਸੇਤ ਬਿਨਾਧਾ॥	ut-bhuj sayt binaaDhaa.
ਚਾਰਿ ਬਿਨਾਸੀ ਖਟਹਿ ਬਿਨਾਸੀ,	chaar binaasee khateh binaasee
ਇਕਿ ਸਾਧ ਬਚਨ ਨਿਹਚਲਾਧਾ॥੨॥	ik saaDh bachan nihchalaaDhaa. ||2||

ਜਿਹੜੇ ਵੀ ਗਰਭ, ਅੰਡੇ, ਪਸੀਨੇ ਅਤੇ ਧਰਤੀ (ਸੋਮਿਆ) ਵਿਚੋਂ ਪੈਦਾ ਹੁੰਦੇ ਹਨ । ਸਰੇ ਹੀ ਸਮਾਂ ਪਾ ਕੇ ਮਰ ਜਾਂਦੇ, ਨਾਸ਼ ਹੋ ਜਾਂਦੇ ਹਨ । ਚਾਰੇ ਵੇਦਾਂ, ਸ਼ਾਸਤ੍ਰ, ਧਰਮ ਦੇ ਸਾਰੇ ਗ੍ਰੰਥ ਸਮਾਂ ਪਾ ਕੇ ਬੀਤ ਜਾਂਦੇ ਹਨ । ਕੇਵਲ ਪ੍ਰਭ ਦਾ ਸ਼ਬਦ, ਸੰਤ ਦੇ ਬੋਲ ਹੀ ਸਦਾ ਅਟੱਲ, ਨਾ ਨਾਸ਼ ਹੋਣ ਵਾਲੇ ਹਨ ।

Any creature created from four sources of birth, dies over a period of time. All spiritual writings, scriptures faint away over a period of time, effect goes away. Only His Word and the Word of His true devotee may remain axiom forever with His mercy and grace.

39. Guru Arjan Dev Ji – Page 1204

ਰਾਜ ਬਿਨਾਸੀ ਤਾਮ ਬਿਨਾਸੀ,	raaj binaasee taam binaasee
ਸਾਤਕੁ ਭੀ ਬੇਨਾਧਾ॥	saatak bhee baynaaDhaa.
ਦ੍ਰਿਸਟਿਮਾਨ ਹੈ ਸਗਲ ਬਿਨਾਸੀ,	daristimaan hai sagal binaasee
ਇਕਿ ਸਾਧ ਬਚਨ ਆਗਾਧਾ॥੩॥	ik saaDh bachan aagaaDhaa. ||3||

ਰਜ, ਤਮ, ਸਤ ਗੁਣ ਸਾਰੇ ਹੀ ਬੀਤ ਜਾਂਦੇ ਹਨ । ਜੋ ਵੀ ਕੁਝ ਸ੍ਰਿਸ਼ਟੀ ਵਿੱਚ ਦਿਖਾਈ ਦੇਂਦਾ ਹੈ। ਸਭ ਬੀਤ ਜਾਂਦਾ ਹੈ । ਕੇਵਲ ਪ੍ਰਭ ਦਾ ਸ਼ਬਦ, ਸੰਤਾਂ ਦਾ ਬੋਲਿਆਂ ਕਦੇ ਬਿਰਥਾ ਨਹੀਂ, ਨਾਸ਼ ਨਹੀਂ ਹੁੰਦਾ ।

Raajas, the quality of energetic activity shall pass away.

Taamas, the quality of lethargic darkness shall pass away.

Saatvas, the quality of peaceful light shall pass away as well.

All three virtues of worldly wealth may vanish away over a period of time. Anything that can be seen in the universe has a beginning and end, nothing lives forever. Only His Word and the word of His true devotee may remain axiom forever with His mercy and grace.

7. ਸ਼ਬਦ ਦੀ ਪਾਲਣਾ ਦੀ ਬਖਸ਼ਿਸ਼ ! Blessings Of Obeying His Word!

40. Guru Arjan Dev Ji – Page 44

ਸਭੇ ਥੋਕ ਪਰਾਪਤੇ,	sabhay thok paraapatay
ਜੇ ਆਵੈ ਇਕੁ ਹਥਿ॥	jay aavai ik hath.
ਜਨਮੁ ਪਦਾਰਥੁ ਸਫਲੁ ਹੈ,	janam padaarath safal hai
ਜੇ ਸਚਾ ਸਬਦੁ ਕਥਿ॥	jay sachaa sabad kath.
ਗੁਰ ਤੇ ਮਹਲੁ ਪਰਾਪਤੇ,	gur tay mahal paraapatay
ਜਿਸੁ ਲਿਖਿਆ ਹੋਵੈ ਮਥਿ॥੧॥	jis likhi-aa hovai math. ‖1‖

ਅਗਰ ਪ੍ਰਭ ਦੀ ਰਹਿਮਤ ਦੀ ਨਜ਼ਰ ਪੈ ਜਾਵੇ, ਸ਼ਬਦ ਮਨ ਵਿੱਚ ਜਾਗਰਤ ਹੋ ਜਾਵੇ, ਤਾਂ ਸਾਰੇ ਕਾਰਜ ਸਫਲ ਹੋ ਜਾਂਦੇ, ਮਨੋਰਥ ਪੂਰੇ ਹੋ ਜਾਂਦੇ, ਮਾਨਸ ਦਾ ਜਨਮ ਸਫਲ ਹੋ ਜਾਂਦਾ ਹੈ । ਜਿਸ ਦੇ ਭਾਗਾ ਵਿੱਚ ਪਹਿਲੇ ਹੀ ਲਿਖਿਆ ਹੁੰਦਾ ਹੈ! ਪ੍ਰਭ ਦੀ ਰਹਿਮਤ ਦੀ ਨਜ਼ਰ ਕੇਵਲ ਉਸ ਨੂੰ ਬਖਸ਼ਿਸ਼ ਹੋ ਸਕਦੀ ਹੈ । ਉਸ ਨੂੰ ਸ਼ਬਦ ਦੀ ਪਾਲਣਾ ਕਰਨ ਨਾਲ ਸ਼ਬਦ ਦੀ ਸੋਝੀ ਹੋ ਜਾਂਦੀ ਹੈ, ਪ੍ਰਭ ਦੇ ਦਰਬਾਰ ਵਿੱਚ ਪ੍ਰਵਾਨਗੀ ਬਖਸ਼ਿਸ਼ ਹੋ ਜਾਂਦੀ ਹੈ ।

Whosoever may be blesses with His mercy and grace, His Word may be enlightened within his heart. All his worldly worries may be vanished and his purpose of human life may be fulfilled. Whosoever may be enlightened within, he may be blessed with fourth virtue, the salvation. Only with prewritten destiny his soul may be blessed with His mercy and grace! He remains in deep meditation in the void of His Word and may enlighten the teachings of His Word within. He may be blessed with salvation.

41. Guru Arjan Dev Ji – Page 44

ਥਾਨੁ ਸੁਹਾਵਾ ਪਵਿਤੁ ਹੈ,	thaan suhaavaa pavit hai
ਜਿਥੈ ਸੰਤ ਸਭਾ ॥	jithai sant sabhaa.
ਢੋਈ ਤਿਸ ਹੀ ਨੋ ਮਿਲੈ,	dho-ee tis hee no milai
ਜਿਨਿ ਪੂਰਾ ਗੁਰੂ ਲਭਾ ॥	jin pooraa guroo labhaa.
ਨਾਨਕ ਬਧਾ ਘਰੁ ਤਹਾਂ,	naanak badhaa ghar tahaaN
ਜਿਥੈ ਮਿਰਤੁ ਨ ਜਨਮੁ ਜਰਾ॥੪॥੬॥76 ॥	jithai mirat na janam jaraa. ‖4‖6‖76‖

ਜਿੱਥੇ ਬੰਦਗੀ ਕਰਨ ਵਾਲੇ ਇੱਕਠੇ ਹੋ ਕੇ ਪ੍ਰਭ ਦੇ ਸ਼ਬਦ ਦੇ ਗੁਣ ਗਾਉਂਦੇ ਹਨ, ਉਹ ਥਾਂ, ਸੰਗਤ ਪਵਿਤ੍ਰ ਹੋ ਜਾਂਦੀ ਹੈ । ਜਿਹੜਾ ਸ਼ਬਦ ਦੀ ਸੋਝੀ ਪਾ ਕੇ ਆਪਣਾ ਜੀਵਨ ਸ਼ਬਦ ਨਾਲ ਢਾਲ ਲੈਂਦਾ ਹੈ । ਕੇਵਲ ਉਹ ਹੀ ਪ੍ਰਭ ਦੇ ਦਰਬਾਰ ਵਿੱਚ ਪ੍ਰਵਾਨ ਹੋ ਸਕਦਾ ਹੈ! ਜਿੱਥੇ ਕਦੇ ਮੌਤ ਨਹੀਂ, ਜਨਮ ਨਹੀਂ, ਬੁਢੇਪਾ ਨਹੀਂ ਹੁੰਦਾ, ਕੋਈ ਜੂੰਨਾਂ ਬਦਲਨ ਵਾਲ ਆਸਣ ਨਹੀਂ ਹੁੰਦਾ । ਉਹ ਥਾਂ ਹੀ ਪ੍ਰਭ ਦਾ ਦਰਬਾਰ ਹੁੰਦਾ ਹੈ!

Wherever His true devotees assemble and sing His glory, that place, home, temple becomes sanctified, becomes His throne. Whosoever may adopt His Word in his own life and His mind remains awake and alert all time! Only he may be accepted in His court, under His protection. Where there is no fear of death, birth or old age and that place is not a place for soul to change body. Only that place may be called His throne, court.

42. Guru Arjan Dev Ji – Page 44

ਨਾਮੁ ਧਿਆਏ ਸੋ ਸੁਖੀ,	naam dhi-aa-ay so sukhee
ਤਿਸੁ ਮੁਖੁ ਊਜਲੁ ਹੋਇ॥	tis mukh oojal ho-ay.
ਪੂਰੇ ਗੁਰ ਤੇ ਪਾਈਐ,	pooray gur tay paa-ee-ai
ਪਰਗਟੁ ਸਭਨੀ ਲੋਇ॥	pargat sabhnee lo-ay.
ਸਾਧਸੰਗਤਿ ਕੈ ਘਰਿ ਵਸੈ,	saadhsangat kai ghar vasai
ਏਕੋ ਸਚਾ ਸੋਇ॥੧॥	ayko sachaa so-ay. ||1||

ਜਿਹੜੇ ਪ੍ਰਭ ਦੇ ਸ਼ਬਦ ਦਾ ਸਿਮਰਨ ਕਰਦੇ ਹਨ। ਉਹਨਾਂ ਦੇ ਮਨ ਵਿੱਚ ਸੰਤੋਖ ਭਰ ਜਾਂਦਾ, ਮੂੰਹ ਤੇ, ਚੇਹਰੇ ਤੇ ਅਨੋਖਾ ਨੂਰ ਚਮਕਦਾ ਹੈ । ਇਹ ਸ਼ਬਦ ਕੇਵਲ ਪੂਰਨ ਗੁਰੂ, ਪ੍ਰਭ ਤੋਂ ਹੀ ਪਾਇਆ ਜਾ ਸਕਦਾ ਹੈ । ਜਿਹੜਾ ਸ਼ਬਦ ਮਨ ਵਿੱਚ ਵਸਾ ਲੈਂਦਾ ਹੈ, ਉਸ ਦੀ ਸੋਭਾ ਚਾਰੇ ਯੁਗਾਂ ਵਿੱਚ ਹੀ ਹੁੰਦੀ ਹੈ । ਸ਼ਬਦ ਨਾਲ ਜੀਵਨ ਬਤੀਤ ਕਰਨ ਵਾਲੇ ਦੇ ਮਨ ਅੰਦਰ ਪ੍ਰਭ ਜਾਗਰਤ ਹੋ ਜਾਂਦਾ ਹੈ । ਬੰਦਗੀ ਕਰਨ ਵਾਲੇ ਦੀ ਸੰਗਤ ਵਿੱਚ ਪ੍ਰਭ ਵਸਦਾ, ਜਾਗਰਤ ਰਹਿੰਦਾ ਹੈ ।

Whosoever obeys His Word and sings His glory. He may be blessed with peace and contentment, an astonishing spiritual glow shines on his forehead. His Word may only be blessed from God, no one other is worthy of that greatness. Whosoever may adopt and enlightens His Word within, he may be honored in the universe. His Word remains awake and alert in the heart of His true devotee. God resides and visibly present in the company of His true devotee.

43. Guru Arjan Dev Ji – Page 58

ਬਿਨੁ ਪਿਰ ਧਨ ਸੀਗਾਰੀਐ,	bin pir Dhan seegaaree-ai
ਜੋਬਨੁ ਬਾਦਿ ਖੁਆਰੁ॥	joban baad khu-aar.
ਨਾ ਮਾਣੇ ਸੁਖਿ ਸੇਜੜੀ,	naa maanay sukh sayjrhee
ਬਿਨੁ ਪਿਰ ਬਾਦਿ ਸੀਗਾਰੁ॥	bin pir baad seegaar.
ਦੂਖੁ ਘਣੋ ਦੋਹਾਗਣੀ,	dookh ghano duhaaganee
ਨਾ ਘਰਿ ਸੇਜ ਭਤਾਰੁ॥੧॥	naa ghar sayj bhataar. ||1||

ਸ਼ਬਦ ਨਾਲ ਜੀਵਨ ਢਾਲਣ ਤੋਂ ਬਿਨਾਂ ਧਾਰਮਕ ਬਾਣਾ ਪਾਉਣਾ, ਨਿੱਤਨੇਮ ਕਰਨਾ, ਬਾਣੀ ਪੜ੍ਹਨ ਦਾ ਕੋਈ ਲਾਭ ਨਹੀਂ ਹੁੰਦਾ, ਆਪਣੀ ਮਾਨਸ ਜਵਾਨੀ ਬਿਰਥੀ ਹੀ ਬੀਤ ਜਾਂਦੀ ਹੈ । ਇਸ ਨਾਲ ਪ੍ਰਭ ਦੀ ਰਹਿਮਤ ਬਖਸ਼ਿਸ਼ ਨਹੀਂ ਹੁੰਦੀ । ਸੰਸਾਰਕ ਧਾਰਮਕ ਰਸਤੇ ਸਾਰੇ ਫਰੇਬ ਹੀ ਹਨ, ਇਸ ਨਾਲ ਪ੍ਰਭ ਦੇ ਘਰ ਥਾਂ ਬਖਸ਼ਿਸ਼ ਨਹੀਂ ਹੁੰਦੀ, ਜਨਮ ਮਰਨ ਦਾ ਚੱਕਰ ਖਤਮ ਨਹੀਂ ਹੁੰਦਾ ।

Only wearing religious robe, religious baptizing without adopting His Word in life may be useless for the purpose of human life journey. Priceless, golden opportunity of human life blessings may be wasted without any mercy of The True Master. All religious rituals are false and may not accepted in His court. The cycle of birth and death may not be eliminated.

44. Guru Arjan Dev Ji – Page 194

ਹਰਿ ਸਿਮਰਤ ਸਭਿ ਮਿਟਹਿ ਕਲੇਸ॥	har simrat sabh miteh kalays.
ਚਰਣ ਕਮਲ ਮਨ ਮਹਿ ਪਰਵੇਸ॥੧॥	charan kamal man meh parvays. ||1||

ਪ੍ਰਭ ਦੇ ਸ਼ਬਦ ਦਾ ਸਿਮਰਨ ਕਰਨ ਨਾਲ ਮਨ ਦੇ ਸਾਰੇ ਕਲੇਸ ਨਾਸ਼ ਹੋ ਜਾਂਦੇ ਹਨ । ਮਨ ਸ਼ਬਦ ਵਿੱਚ ਲੀਨ ਹੋ ਜਾਂਦਾ ਹੈ ।

By obeying and singing His Word wholeheartedly, all worries of worldly desires may be eliminated from his mind. His Word may be enlightened and he may enter into deep meditation in the void of His Word.

45. Guru Amar Das Ji – Page 231

ਸਤਿਗੁਰੁ ਸੇਵੇ ਸੋ ਫਲੁ ਪਾਏ॥	satguroo sayvay so fal paa-ay.
ਹਿਰਦੈ ਨਾਮੁ ਵਿਚਹੁ ਆਪੁ ਗਵਾਏ॥	hirdai naam vichahu aap gavaa-ay.
ਅਨਹਦ ਬਾਣੀ ਸਬਦੁ ਵਜਾਏ॥੭॥	anhad banee sabad vajaa-ay. ‖7‖

ਜਿਹੜੇ ਪ੍ਰਭ ਦੇ ਸ਼ਬਦ ਦਾ ਸਿਮਰਨ ਕਰਦੇ, ਸ਼ਬਦ ਮਨ ਵਿੱਚ ਜਾਗਰਤ ਕਰ ਲੈਂਦੇ, ਉਹ ਪ੍ਰਭ ਦੀ ਰਹਿਮਤ ਪਾ ਲੈਂਦੇ ਹਨ । ਉਹਨਾਂ ਦੇ ਮਨ ਵਿੱਚ ਪ੍ਰਭ ਦੇ ਸ਼ਬਦ ਦੀ ਗੂੰਜ ਚੱਲ ਪੈਂਦੀ ਹੈ । ਸ਼ਬਦ ਦੀ ਪਾਲਣਾ ਕਰਨ ਨਾਲ ਮਨ ਵਿਚੋਂ ਖੁਦਗ਼ਰਜ਼ੀ ਖਤਮ ਹੋ ਜਾਂਦੀ ਹੈ । ਇਹ ਹੀ ਆਪਾ ਹੈ, ਜੋ ਖਤਮ ਹੋ ਜਾਂਦਾ ਹੈ ।

Whosoever may obey and sing the glory of His Word, he may be enlightened within. The echo of His Word may resonate in his heart. His mind may conquer his selfishness, ego and worldly desires.

46. Guru Arjan Dev Ji – Page

ਤਿਨ ਘੋਲਿ ਘੁਮਾਈ,	tin ghol ghumaa-ee
ਜਿਨ ਪ੍ਰਭੁ ਸ੍ਰਵਣੀ ਸੁਣਿਆ ਰਾਮ॥	jin parabh sarvanee suni-aa raam.
ਸੇ ਸਹਜਿ ਸੁਹੇਲੇ,	say sahj suhaylay
ਜਿਨ ਹਰਿ ਹਰਿ ਰਸਨਾ ਭਣਿਆ ਰਾਮ॥	jin har har rasnaa bhani-aa raam.
ਸੇ ਸਹਜਿ ਸੁਹੇਲੇ ਗੁਣਹ ਅਮੋਲੇ,	say sahj suhaylay gunah amolay
ਜਗਤ ਉਧਾਰਣ ਆਏ॥	jagat uDhaaran aa-ay.
ਭੈ ਬੋਹਿਥ ਸਾਗਰ,	bhai bohith saagar
ਪ੍ਰਭ ਚਰਣਾ ਕੇਤੇ ਪਾਰਿ ਲਘਾਏ॥	parabh charnaa kaytay paar laghaa-ay.
ਜਿਨ ਕੰਉ ਕ੍ਰਿਪਾ ਕਰੀ ਮੇਰੈ ਠਾਕੁਰਿ,	jin kaN-u kirpaa karee mayrai thaakur
ਤਿਨ ਕਾ ਲੇਖਾ ਨ ਗਣਿਆ॥	tin kaa laykhaa na gani-aa.
ਕਹੁ ਨਾਨਕ ਤਿਸੁ ਘੋਲਿ ਘੁਮਾਈ,	kaho naanak tis ghol ghumaa-ee
ਜਿਨਿ ਪ੍ਰਭੁ ਸ੍ਰਵਣੀ ਸੁਣਿਆ॥੧॥	jin parabh sarvanee suni-aa. ‖1‖

ਜਿਹੜੇ ਕੰਨ ਪ੍ਰਭ ਦੇ ਸ਼ਬਦ ਨੂੰ ਸੁਣਦੇ ਹਨ, ਉਹ ਕੰਨ ਵੱਡੇ ਭਾਗਾਂ ਵਾਲੇ ਹੋ ਜਾਂਦੇ ਹਨ । ਉਹ ਜੀਵ ਦੇ ਮਨ ਵਿੱਚ ਸੰਤੋਖ ਭਰ ਜਾਂਦਾ, ਖੇੜਾ ਵਸ ਜਾਂਦਾ ਹੈ । ਜਿਹੜੇ ਆਪਣੀ ਜੀਭ ਨਾਲ ਪ੍ਰਭ ਦਾ ਸ਼ਬਦ ਬੋਲਦੇ, ਪੜ੍ਹਦੇ, ਗੁਣ ਗਾਉਂਦੇ ਹਨ । ਉਹ ਜੀਵ ਜਨਮ ਤੇ ਹੀ ਪ੍ਰਭ ਦੀ ਰਹਿਮਤ ਨਾਲ ਭਰਪੂਰ ਹੁੰਦੇ ਹਨ । ਉਹ ਮਾਨਸ ਦੇ ਉਧਾਰ ਕਰਨ ਲਈ ਹੀ ਸੰਸਾਰਕ ਵਿੱਚ ਜਨਮ ਲੈਂਦੇ ਹਨ । ਪ੍ਰਭ ਦੇ ਸ਼ਬਦ ਰੂਪੀ ਚਰਨ ਹੀ ਸੰਸਾਰਕ ਸਾਗਰ ਵਿਚੋਂ ਪਾਰ ਲੈ ਜਾਣ ਵਾਲੀ ਬੇੜੀ ਹੈ । ਜਿਹਨਾਂ ਤੇ ਪ੍ਰਭ ਦੀ ਰਹਿਮਤ ਦੀ ਨਜ਼ਰ ਬਖਸ਼ਿਸ਼ ਹੋ ਜਾਂਦੀ ਹੈ । ਉਹਨਾਂ ਦਾ ਅਨੇਕਾਂ ਜਨਮਾਂ ਦਾ ਲੇਖਾ ਖਤਮ ਹੋ ਜਾਂਦਾ ਹੈ । ਸੰਸਾਰ ਵਿੱਚ ਕੀਤੇ ਕੰਮਾਂ ਦਾ ਲੇਖਾ ਨਹੀਂ ਪੁਛਿਆ ਜਾਂਦਾ। ਸਾਰੇ ਕੰਮ ਹੀ ਪ੍ਰਭ ਦੇ ਸ਼ਬਦ ਅਨੁਸਾਰ ਹੋ ਜਾਂਦੇ ਹਨ । ਜਿਹੜੇ ਪ੍ਰਭ ਦੇ ਸ਼ਬਦ ਨੂੰ ਸੁਣਦੇ ਹਨ । ਬੰਦਗੀ ਕਰਨ ਵਾਲੇ ਸਦਾ ਹੀ ਉਹਨਾਂ ਦਾਸਾਂ ਨੂੰ ਪ੍ਰਨਾਮ ਕਰਦੇ ਹਨ ।

Those ears hear His sermon may be blessed with peace, harmony and contentment. Whosoever may sing His glory with his own tongue and adopts His Word in life, he has been blessed with His mercy and grace before birth. He may be sent in the world to guide others to the right path. The Holy feet of a saint, the teachings of His Word are the boat to cross the worldly ocean. With His mercy and grace, his past accounts may be satisfied. No one may question his worldly deeds in His court, all become as per His Word. His true devotee always remains fascinated and worships those who listen His sermon.

47. Guru Nanak Dev Ji – Page 415

ਮਨੁ ਬੈਰਾਗੀ ਹਉਮੈ ਤਿਆਗੀ॥	man bairaagee ha-umai ti-aagee.
ਘਟਿ ਘਟਿ ਮਨਸਾ ਦੁਬਿਧਾ ਲਾਗੀ॥	ghat ghat mansaa dubiDhaa laagee.
ਰਾਮ ਰਸਾਇਣੁ ਗੁਰਮੁਖਿ ਚਾਖੈ॥	raam rasaa-in gurmukh chaakhai.
ਦਰਿ ਘਰਿ ਮਹਲੀ ਹਰਿ ਪਤਿ ਰਾਖੈ॥੫॥	dar ghar mahlee har pat raakhai. ||5||

ਵਿਰਾਗੀ ਦਾ ਮਨ ਆਪਣੇ ਆਪ ਨੂੰ ਸੰਸਾਰਕ ਮੋਹ ਤੋਂ ਦੂਰ ਕਰ ਸਕਦਾ ਹੈ । ਫਿਰ ਵੀ ਆਪਣੇ ਅਹੰਕਾਰ ਨੂੰ ਖਤਮ ਨਹੀਂ ਕਰ ਸਕਦਾ ਹੈ । ਜਿਹੜੇ ਭਰਮ, ਭੁਲੇਖੇ ਹਰਇੱਕ ਦੇ ਹੀ ਹਿਰਦੇ ਵਿੱਚ ਹਨ, ਇਹਨਾਂ ਦੇ ਜਾਲ ਤੋਂ ਬਚ ਨਹੀਂ ਸਕਦਾ । ਗੁਰਮਖ ਜੀਵ ਭਰੋਸੇ ਨਾਲ ਸ਼ਬਦ ਦੀ ਬੰਦਗੀ ਵਿੱਚ ਲੀਨ ਰਹਿੰਦਾ ਹੈ । ਪ੍ਰਭ ਆਪ ਹੀ ਉਸ ਨੂੰ ਦਰਬਾਰ ਵਿੱਚ ਮਾਣ ਬਖਸ਼ਦਾ ਹੈ ।

By renunciation, one may make his mind free from worldly desires, even then he may not conquer his own ego. He may not be free from suspicions of mind. His true devotee with firm belief on His blessings may remain in deep meditation. God may bless him with the right path and honor in His court.

48. Guru Arjan Dev Ji – Page 499

ਆਲ ਜਾਲ ਭ੍ਰਮ ਮੋਹ ਤਜਾਵੈ,	aal jaal bharam moh tajaavai
ਪ੍ਰਭ ਸੇਤੀ ਰੰਗੁ ਲਾਈ॥	parabh saytee rang laa-ee.
ਮਨ ਕਉ ਇਹ ਉਪਦੇਸੁ ਦ੍ਰਿੜਾਵੈ,	man ka-o ih updays darirh-aavai
ਸਹਜਿ ਸਹਜਿ ਗੁਣ ਗਾਈ॥੧॥	sahj sahj gun gaa-ee. ||1||

ਸ਼ਬਦ ਦੀ ਪਾਲਣਾ ਨਾਲ ਹੀ ਮਨ ਵਿਚੋਂ ਭਰਮ, ਸੰਸਾਰਕ ਮੋਹ ਤੋਂ ਛੁਟਕਾਰਾ ਹੁੰਦਾ ਹੈ । ਮਨ ਦਾ ਭਰੋਸਾ, ਸ਼ਬਦ ਵਿੱਚ ਅਡੋਲ ਹੋ ਜਾਂਦਾ ਹੈ । ਪ੍ਰਭ ਆਪ ਹੀ ਮਨ ਵਿੱਚ ਸ਼ਬਦ ਨਾਲ ਲਗਨ, ਸ਼ਬਦ ਦਾ ਬੀਜ ਬੀਜਦਾ ਹੈ । ਮਨ ਨੂੰ ਸ਼ਬਦ ਦੇ ਗੁਣ ਗਾਉਣ ਦੀ ਪ੍ਰੇਰਨਾ ਕਰਦਾ, ਮਨ ਵਿੱਚ ਸੰਤੋਖ, ਖੇੜਾ ਵਸ ਜਾਂਦਾ ਹੈ ।

By obeying His Word, all suspicions and worldly attachments are eliminated. Mind becomes stable and develops unshakable belief on His blessings. By His grace! He sows the seed of devotion to obey His Word and sings His glory. He inspires the mind to sing His glory; peace and contentment blossoms in his mind.

49. Guru Arjan Dev Ji – Page 617

ਜਾ ਕੈ ਸਿਮਰਣਿ ਹੋਇ ਅਨੰਦਾ,	jaa kai simran ho-ay anandaa
ਬਿਨਸੈ ਜਨਮ ਮਰਣ ਭੈ ਦੁਖੀ॥	binsai janam maran bhai dukhee.
ਚਾਰਿ ਪਦਾਰਥ ਨਵ ਨਿਧਿ ਪਾਵਹਿ,	chaar padaarath nav niDh paavahi
ਬਹੁਰਿ ਨ ਤ੍ਰਿਸਨਾ ਭੁਖੀ॥੧॥	bahur na tarisnaa bhukhee. ||1||

ਜਿਹੜੇ ਸ਼ਬਦ ਦੀ ਪਾਲਣਾ ਕਰਦੇ ਹਨ, ਉਹ ਸ਼ਬਦ ਦੀ ਸੋਝੀ ਦੇ ਨੌਂ ਖਜ਼ਾਨੇਂ ਹਾਸਿਲ ਕਰ ਲੈਂਦਾ ਹੈ । ਉਸ ਨੂੰ ਚੌਥਾ ਪਦਾਰਥ, ਮੁਕਤੀ ਦੀ ਅਵਸਥਾ ਬਖਸ਼ਿਸ਼ ਹੋ ਜਾਂਦੀ ਹੈ । ਸ਼ਬਦ ਦੇ ਸਿਮਰਨ, ਪਾਲਣਾ ਕਰਨ ਨਾਲ ਜੂੰਨਾਂ ਦਾ ਚੱਕਰ ਖਤਮ ਹੋ ਜਾਂਦਾ ਹੈ । ਉਸ ਨੂੰ ਫਿਰ ਕਦੇ ਸੰਸਾਰਕ ਇੱਛਾਂ ਦੀ ਭੁੱਖ ਨਹੀਂ ਲਗਦੀ ।

By singing and adopting His Word in life, His devotee may be blessed with nine treasures of virtue of His Word. He may be blessed with fourth virtue, the salvation from birth and death cycle. His mind may become beyond the reach of worldly desires.

50. Guru Amar Das Ji – Page 649

ਧੰਨੁ ਧਨੁ ਭਾਗ ਤਿਨਾ ਭਗਤ ਜਨਾ,	dhan dhan bhaag tinaa bhagat janaa
ਜੋ ਹਰਿ ਨਾਮਾ ਹਰਿ ਮੁਖਿ ਕਹਤਿਆ॥	jo har naamaa har mukh kehti-aa.
ਧਨੁ ਧਨੁ ਭਾਗ ਤਿਨਾ ਸੰਤ ਜਨਾ,	dhan dhan bhaag tinaa sant janaa
ਜੋ ਹਰਿ ਜਸੁ ਸ੍ਰਵਣੀ ਸੁਣਤਿਆ॥	jo har jas sarvanee sunti-aa.
ਧਨੁ ਧਨੁ ਭਾਗ ਤਿਨਾ ਸਾਧ ਜਨਾ,	dhan dhan bhaag tinaa saadh janaa
ਹਰਿ ਕੀਰਤਨੁ ਗਾਇ ਗੁਣੀ ਜਨ ਬਣਤਿਆ॥	har keertan gaa-ay gunee jan banti-aa.
ਧਨੁ ਧਨੁ ਭਾਗ ਤਿਨਾ ਗੁਰਮੁਖਾ,	dhan dhan bhaag tinaa gurmukhaa
ਜੋ ਗੁਰਸਿਖ ਲੈ ਮਨੁ ਜਿਣਤਿਆ॥	jo gursikh lai man jinti-aa.
ਸਭ ਦੂ ਵਡੇ ਭਾਗ ਗੁਰਸਿਖਾ ਕੇ,	sabh doo vaday bhaag gursikhaa kay
ਜੋ ਗੁਰ ਚਰਣੀ ਸਿਖ ਪੜਤਿਆ॥੧੮॥	jo gur charnee sikh parh-ti-aa. ||18||

ਉਹਨਾਂ ਬੰਦਗੀ ਕਰਨ ਵਾਲਿਆਂ ਦੇ ਵੱਡੇ ਭਾਗ ਹੁੰਦੇ ਹਨ, ਹੋ ਜਾਂਦੇ ਹਨ । ਜਿਹੜੇ ਆਪਣੀ ਜੀਭ ਤੋਂ ਪ੍ਰਭ ਦੇ ਸ਼ਬਦ ਦੀ ਉਸਤਤ ਗਾਉਂਦੇ ਹਨ । ਉਹਨਾਂ ਸੰਤ ਜਨਾ ਦੇ ਵੱਡੇ ਭਾਗ ਹੋ ਜਾਂਦੇ ਹਨ, ਜਿਹੜੇ ਸ਼ਬਦ ਦਾ ਕੀਰਤਨ ਆਪਣੇ ਕੰਨਾਂ ਨਾਲ ਸੁਣਦੇ ਹਨ । ਉਹਨਾਂ ਸਾਧ ਜਾਨੇ ਦੇ ਵੱਡੇ ਭਾਗ ਹੁੰਦੇ ਹਨ, ਜਿਹੜੇ ਸ਼ਬਦ ਦੇ ਗੁਣ ਗਾਉਂਦੇ, ਗੁਣ ਆਪਣੇ ਜੀਵਨ ਵਿੱਚ ਧਾਰਨ ਕਰ ਲੈਂਦੇ ਹਨ । ਉਹ ਗੁਰਮਖ ਵੱਡਭਾਗੀ ਹੋ ਜਾਂਦੇ ਹਨ, ਜਿਹੜੇ ਆਪਣੇ ਮਨ ਤੇ ਜਿੱਤ ਪਾ ਲੈਂਦੇ ਹਨ । ਸਭ ਤੋਂ ਵੱਡੇ ਭਾਗ ਉਹਨਾਂ ਦਾਸਾਂ ਦੇ, ਸੇਵਕਾਂ ਦੇ ਹੁੰਦੇ ਹਨ, ਜਿਹੜੇ ਆਪਣੇ ਗੁਰੂ ਦੇ ਚਰਨਾਂ ਵਿੱਚ ਢਹਿ ਪੈਂਦੇ, ਸ਼ਬਦ ਦੀ ਪਾਲਣਾ ਵਿੱਚ ਆਪਾ ਵਾਰ ਦੇਂਦੇ ਹਨ ।

Whosoever may wholeheartedly sing His glory with his own tongue, he may become very fortunate. Whosoever may hear the sermons in his ears, sings and adopts those virtues in his own life, he may become very fortunate. Whosoever may conquer his own mind, he may be blessed with great fortune. Those devotees abandon their selfishness, adopt His Word and seek His refuge becomes superb of all.

51. Bhekhan Ji – Page 659

ਐਸਾ ਨਾਮੁ ਰਤਨੁ ਨਿਰਮੋਲਕੁ,	aisaa naam ratan nirmolak
ਪੁੰਨਿ ਪਦਾਰਥੁ ਪਾਇਆ॥	punn padaarath paa-i-aa.
ਅਨਿਕ ਜਤਨ ਕਰਿ ਹਿਰਦੈ ਰਾਖਿਆ,	anik jatan kar hirdai raakhi-aa
ਰਤਨੁ ਨ ਛਪੈ ਛਪਾਇਆ॥੧॥	ratan na chhapai chhapaa-i-aa. ||1||

ਚੰਗੇ ਕੰਮ ਕਰਕੇ ਮੇਰੇ ਮਨ ਨੇ ਅਮੋਲਕ ਸ਼ਬਦ ਦੀ ਸੋਝੀ ਪਾ ਲਈ ਹੈ । ਇਸ ਸ਼ਬਦ ਦੀ ਕੀਮਤ ਜਾਣੀ ਨਹੀਂ ਜਾ ਸਕਦੀ । ਇਸ ਨਾਲ ਮੇਰਾ ਮਨ ਭਰਪੂਰ ਹੈ ਇਹ ਲੁਕਿਆ ਵੀ ਲੁਕਦਾ ਨਹੀਂ ।

By performing good deeds as per His Word, I have been enlightened His Word within. The virtue of His blessings cannot be imagined. The glory of His Word is overwhelming within and I cannot hide by all my efforts.

52. Guru Arjan Dev Ji – Page 681

ਸਿਮਰਿ ਸਿਮਰਿ ਸੁਆਮੀ ਪ੍ਰਭੁ ਅਪਨਾ,	simar simar su-aamee parabh apnaa
ਸੀਤਲ ਤਨੁ ਮਨੁ ਛਾਤੀ॥	seetal tan man chhaatee.
ਰੂਪ ਰੰਗ ਸੂਖ ਧਨੁ ਜੀਆ ਕਾ,	roop rang sookh Dhan jee-a kaa
ਪਾਰਬ੍ਰਹਮ ਮੋਰੈ ਜਾਤੀ॥੧॥	paarbarahm morai jaatee. ||1||

ਬਾਰ ਬਾਰ ਸ਼ਬਦ ਨੂੰ ਯਾਦ ਰੱਖਣ ਨਾਲ ਮਨ, ਤਨ ਵਿੱਚ ਸੰਤੋਖ, ਸ਼ਾਤੀ ਭਰ ਜਾਂਦੀ ਹੈ । ਬੰਦਗੀ ਕਰਨ ਵਾਲੇ ਦਾ ਰੂਪ ਰੰਗ, ਹੈਸੀਅਤ, ਆਤਮਾ ਜਾਤ ਸਭ ਸ਼ਬਦ ਦੀ ਪਾਲਣਾ ਹੀ ਬਣ ਜਾਂਦਾ ਹੈ ।

By singing the glory of The True Master peace and contentment remain overwhelming within my mind. The worldly status, caste, color shape of soul becomes obeying His Word.

53. Guru Arjan Dev Ji – Page 683

ਹਲਤਿ ਸੁਖੁ ਪਲਤਿ ਸੁਖੁ, ਨਿਤ ਸੁਖੁ ਸਿਮਰਨੋ	halat sukh palat sukh nit sukh simrano
ਨਾਮੁ ਗੋਬਿੰਦ ਕਾ ਸਦਾ ਲੀਝੈ॥	naam gobind kaa sadaa leejai.
ਮਿਟਹਿ ਕਮਾਣੇ ਪਾਪ ਚਿਰਾਣੇ,	miteh kamaanay paap chiraanay
ਸਾਧਸੰਗਤਿ ਮਿਲਿ ਮੁਆ ਜੀਝੈ॥੧॥	saaDhsangat mil mu-aa jeejai. ||1||
ਰਹਾਉ॥	rahaa-o

ਪ੍ਰਭ ਦੇ ਸ਼ਬਦ ਦਾ ਸਿਮਰਨ ਕਰੋ, ਸ਼ਬਦ ਦੇ ਗੁਣ ਗਾਵੋ! ਇਸ ਨਾਲ ਸੰਸਾਰ ਵਿੱਚ, ਮੌਤ ਪਿਛੋਂ ਵੀ ਸਦਾ ਹੀ ਮਨ ਵਿੱਚ ਸੰਤੋਖ ਵਸਦਾ ਹੈ । ਪ੍ਰਭ ਦੀ ਰਹਿਮਤ ਦੀ ਨਜ਼ਰ ਰਹਿੰਦੀ ਹੈ । ਸੰਤਾਂ ਦੀ ਸੰਗਤ, ਜੀਵਨ ਦੇ ਅਧਾਰ ਤੇ ਜੀਵਨ ਢਾਲਣ ਨਾਲ ਅਨੇਕਾਂ ਜਨਮਾਂ ਦੇ ਕੀਤੇ ਪਾਪ ਬਖਸ਼ੇ ਜਾਂਦੇ ਹਨ । ਬੰਦਗੀ ਕਰਨ ਵਾਲੇ ਦੀ ਸੰਗਤ ਵਿੱਚ ਨਵਾਂ ਜੀਵਨ ਅਰੰਭ ਹੋ ਜਾਂਦਾ ਹੈ ।

You should meditate and sing His glory, the soul may be blessed with His protection, in this world and also after death. His mind remains in peace and contented. Association of His true devotee and adopting his teachings, evil deeds of many life may be forgiven. New life starts with a sanctified soul.

54. Guru Arjan Dev Ji – Page 706

ਈਧਣੁ ਕੀਤੋਮੂ ਘਣਾ ਭੋਰੀ,	eeDhan keetomoo ghanaa bhoree diteem
ਦਿਤੀਮੁ ਭਾਹਿ॥	bhaahi.
ਮਨਿ ਵਸੰਦੜੋ ਸਚੁ ਸਹੁ,	man vasand-rho sach saho
ਨਾਨਕ ਹਭੇ ਡੁਖੜੇ ਉਲਾਹਿ॥੨॥	naanak habhay dukh-rhay ulaahi. ||2||

ਜਿਵੇਂ ਬਹੁਤ ਲੱਕੜ ਨੂੰ ਇੱਕ ਛੋਟੀ ਅੱਗ ਦੀ ਚੰਗਿਆੜੀ ਭਸਮ ਕਰ ਦੇਂਦੀ ਹੈ । ਇਸਤਰ੍ਹਾਂ ਜਦੋਂ ਮਨ ਵਿੱਚ ਪ੍ਰਭ ਦੇ ਸ਼ਬਦ ਦੀ ਰੌਸ਼ਨੀ, ਕਿਰਨ, ਜਾਗਰਤੀ ਆਉਂਦੀ ਹੈ । ਉਸ ਦੇ ਮਨ ਦੇ ਸਾਰੇ ਬੁਰੇ ਖਿਆਲਾਂ, ਪਾਪਾਂ ਦਾ ਨਾਸ਼ ਕਰ ਦੇਂਦੀ ਹੈ ।

As a small, little spark burn a big heap of wood. Same way a ray of the light of His Word may vanish all evil thoughts from mind and sanctifies the soul.

55. Guru Arjan Dev Ji – Page 709

ਸਦ ਬਲਿਹਾਰੀ ਤਿਨਾ,	sad balihaaree tinaa
ਜਿ ਸੁਨਤੇ ਹਰਿ ਕਥਾ॥	je suntay har kathaa.
ਪੂਰੇ ਤੇ ਪਰਧਾਨ,	pooray tay parDhaan
ਨਿਵਾਵਹਿ ਪ੍ਰਭ ਮਥਾ॥	nivaaveh parabh mathaa.
ਹਰਿ ਜਸੁ ਲਿਖਹਿ ਬੇਅੰਤ,	har jas likheh bay-ant
ਸੋਹਹਿ ਸੇ ਹਥਾ॥	soheh say hathaa.
ਚਰਨ ਪੁਨੀਤ ਪਵਿਤ੍ਰ,	charan puneet pavitar
ਚਾਲਹਿ ਪ੍ਰਭ ਪਥਾ॥	chaaleh parabh pathaa.
ਸੰਤਾਂ ਸੰਗਿ ਉਧਾਰੁ,	santaaN sang uDhaar
ਸਗਲਾ ਦੁਖੁ ਲਥਾ॥੧੪॥	saglaa dukh lathaa. ||14||

ਜਿਹੜੇ ਪ੍ਰਭ ਦੇ ਸ਼ਬਦ ਨੂੰ ਸੁਣਦੇ, ਪ੍ਰਭ ਦੇ ਸ਼ਬਦ ਵਿੱਚ ਭਰੋਸਾ ਅਡੋਲ ਰੱਖਦੇ, ਪੂਜਾ ਕਰਦੇ, ਸਿਰ ਝੁਕਾਉਂਦੇ ਹਨ । ਉਹ ਸੋਭਾ ਵਾਲੇ, ਮੁਖੀ ਬਣ ਜਾਦੇ ਹਨ । ਉਹਨਾਂ ਤੋਂ ਸਦਾ ਹੀ ਕੁਰਬਾਨ ਜਾਵਾਂ! ਜਿਹੜੇ ਹੱਥ ਪ੍ਰਭ ਦੇ ਅਮੋਲਕ ਸ਼ਬਦ ਦੀ ਉਸਤਤ ਲਿਖਦੇ ਹਨ, ਉਹ ਬਹੁਤ ਸੁੰਦਰ, ਮਹਾਨ ਬਣ ਜਾਂਦੇ ਹਨ । ਜਿਹੜੇ ਪੈਰ ਪ੍ਰਭ ਦੀ ਪ੍ਰਵਾਨਗੀ ਤੇ ਚਲਦੇ ਹਨ, ਉਹ ਪਵਿੱਤਰ ਅਤੇ ਰੁਹਾਨੀ ਬਣ ਜਾਂਦੇ ਹਨ । ਬੰਦਗੀ ਕਰਨ ਵਾਲੇ ਸੰਤਾਂ ਦੀ ਸੰਗਤ, ਸ਼ਬਦ ਨਾਲ ਜੀਵਨ ਢਾਲਣ ਨਾਲ ਅਮਰ ਅਵਸਥਾ ਪਾ ਲੈਂਦੇ ਹਨ । ਉਹਨਾਂ ਦੇ ਮਨ ਦੇ ਸਾਰੇ ਦੁਖ ਦੂਰ ਹੋ ਜਾਂਦੇ, ਪਾਪ ਬਖਸ਼ੇ ਜਾਦੇ ਹਨ ।

Whosoever may hear His sermons, adopts His Word in life and wholeheartedly worship His Word, his soul may be sanctified. He may be blessed with honor in worldly life also. Whose hands may write His praises, may be blessed with greatness. Those feet wake on the path of His Word may become Holy. By association of His true devotee and following his teachings, his mind may be blessed with superb state of mind. All worries may be eliminated.

56. Guru Arjan Dev Ji – Page 709

ਦਇਆ ਕਰਣੰ ਦੁਖ ਹਰਣੰ,	da-i-aa karnaN dukh harnaN
ਉਚਰਣੰ ਨਾਮ ਕੀਰਤਨਹ॥	ucharnaN naam keeratneh.
ਦਇਆਲ ਪੁਰਖ ਭਗਵਾਨਹ,	da-i-aal purakh bhagvaaneh
ਨਾਨਕ ਲਿਪਤ ਨ ਮਾਇਆ॥੧॥	naanak lipat na maa-i-aa. ||1||

ਜਿਹੜਾ ਸ਼ਬਦ ਦੀ ਉਸਤਤ ਗਾਉਂਦਾ ਹੈ,। ਪ੍ਰਭ ਉਸ ਤੇ ਰਹਿਮਤ ਦੀ ਨਜ਼ਰ ਬਖਸ਼ਦਾ, ਸੰਸਾਰਕ ਚਿੰਤਾਂ ਦੇ ਦੁਖ ਦੂਰ ਕਰਦਾ ਹੈ । ਜਿਸ ਤੇ ਪ੍ਰਭ ਆਪ ਹੀ ਰਹਿਮਤ ਦੀ ਨਜ਼ਰ ਬਖਸ਼ਦਾ ਹੈ, ਉਸ ਤੇ ਸੰਸਾਰਕ ਮਾਇਆ ਦਾ ਕੋਈ ਪ੍ਰਭਾਵ ਨਹੀਂ ਰਹਿੰਦਾ ।

Whosoever may obey and sing His glory, with His blessings all of his worldly worries may be eliminated. He may conquer his mind and worldly desires.

57. Guru Arjan Dev Ji – Page 715

ਹਉ ਢੂਢੇਦੀ ਦਰਸਨ ਕਾਰਣਿ,	ha-o dhoodhaydee darsan kaaran
ਬੀਥੀ ਬੀਥੀ ਪੇਖਾ ॥	beethee beethee paykhaa.
ਗੁਰ ਮਿਲਿ ਭਰਮੁ ਗਵਾਇਆ ਹੇ ॥੧॥	gur mil bharam gavaa-i-aa hay. ||1||

ਪ੍ਰਭ ਦੇ ਦਰਸ਼ਨ, ਸ਼ਬਦ ਦੀ ਸੋਝੀ ਪਾਉਣ ਲਈ ਚਾਰੇ ਪਾਸੇ ਹੀ ਢੂੰਡਦਾ ਹਾ । ਸ਼ਬਦ ਦੀ ਸੋਝੀ ਹੋਣ, ਅਸਲੀ ਗੁਰੂ ਨਾਲ ਮਿਲਾਪ ਹੋਣ ਨਾਲ ਮਨ ਦੇ ਸਾਰੇ ਭਰਮ ਦੂਰ ਹੋ ਗਏ ਹਨ ।

My mind was wandering around in search of The Holy spirit, True Guru. By adopting His Word, I have been enlightened from within and all my suspicions have been eliminated.

58. Guru Arjan Dev Ji – Page 625

ਰਾਮਦਾਸ ਸਰੋਵਰਿ ਨਾਤੇ॥	raamdaas sarovar naatay.
ਸਭਿ ਉਤਰੇ ਪਾਪ ਕਮਾਤੇ॥	sabh utray paap kamaatay.
ਨਿਰਮਲ ਹੋਏ ਕਰਿ ਇਸਨਾਨਾ॥	nirmal ho-ay kar isnaanaa.
ਗੁਰਿ ਪੂਰੈ ਕੀਨੇ ਦਾਨਾ॥੧॥	gur poorai keenay daanaa. ‖1‖

ਜਿਹੜੇ ਪ੍ਰਭ ਦੇ ਸ਼ਬਦ ਰੂਪੀ ਸਰੋਵਰ ਵਿੱਚ ਇਸ਼ਨਾਨ ਕਰ ਲੈਂਦੇ, ਸ਼ਬਦ ਨਾਲ ਜੀਵਨ ਢਾਲ ਲੈਂਦੇ ਹਨ । ਉਹਨਾਂ ਦੇ ਮਨ ਵਿਚੋਂ ਬੁਰੇ ਖਿਆਲ ਨਾਸ਼ ਹੋ ਜਾਂਦੇ, ਪਾਪ ਧੋਤੇ ਜਾਂਦੇ ਹਨ । ਜਿਹੜੇ ਮਨ ਨੂੰ ਪਵਿੱਤਰ ਕਰਕੇ, ਇੱਛਾਂ ਤੇ ਜਿੱਤ ਪਾ ਕੇ ਸ਼ਰਣ ਵਿੱਚ ਆਉਂਦੇ ਹਨ । ਪ੍ਰਭ ਆਪ ਹੀ ਰਹਿਮਤਾਂ ਬਖਸ਼ਦਾ ਹੈ ।

Whosoever may adopt the teachings of His Word in day to day life, he baths in the Holy ocean of His Word. His misfortunes, evil deeds may be forgiven, washed away. Whosoever may sanctify his soul, conquers his mind and seeks His refuge, he may be blessed, accepted in His sanctuary.

59. Guru Ram Das Ji – Page 773

ਸਤਿਗੁਰੁ ਪੁਰਖੁ ਮਿਲਾਇ ਅਵਗਣ ਵਿਕਣਾ,	satgur purakh milaa-ay avgan viknaa
ਗੁਣ ਰਵਾ ਬਲਿ ਰਾਮ ਜੀਉ॥	gun ravaa bal raam jee-o.
ਹਰਿ ਹਰਿ ਨਾਮੁ ਧਿਆਇ ਗੁਰਬਾਣੀ ਨਿਤ,	har har naam Dhi-aa-ay gurbaanee nit
ਨਿਤ ਚਵਾ ਬਲਿ ਰਾਮ ਜੀਉ॥	nit chavaa bal raam jee-o.
ਗੁਰਬਾਣੀ ਸਦ ਮੀਠੀ ਲਾਗੀ,	gurbaanee sad meethee laagee
ਪਾਪ ਵਿਕਾਰ ਗਵਾਇਆ॥	paap vikaar gavaa-i-aa.
ਹਉਮੈ ਰੋਗੁ ਗਇਆ ਭਉ ਭਾਗਾ,	ha-umai rog ga-i-aa bha-o bhaagaa
ਸਹਜੇ ਸਹਜਿ ਮਿਲਾਇਆ॥	sehjay sahj milaa-i-aa.
ਕਾਇਆ ਸੇਜ ਗੁਰ ਸਬਦਿ ਸੁਖਾਲੀ,	kaa-i-aa sayj gur sabad sukhaalee
ਗਿਆਨ ਤਤਿ ਕਰਿ ਭੋਗੋ॥	gi-aan tat kar bhogo.
ਅਨਦਿਨੁ ਸੁਖਿ ਮਾਣੇ ਨਿਤ ਰਲੀਆ,	an-din sukh maanay nit ralee-aa
ਨਾਨਕ ਧੁਰਿ ਸੰਜੋਗੋ॥੧॥	naanak Dhur sanjogo. ‖1‖

ਸਦਾ ਅਟੱਲ ਰਹਿਣ ਵਾਲੇ ਗੁਰੂ ਮਿਲੱਣ ਨਾਲ ਮਨ ਦੇ ਬੁਰੇ ਖਿਆਲ ਦੂਰ ਹੋ ਜਾਂਦੇ ਹਨ । ਜਿਹੜਾ ਪ੍ਰਭ ਦੇ ਸ਼ਬਦ ਦੇ ਗੁਣ ਆਪਣੇ ਜੀਵਨ ਵਿੱਚ ਢਾਲ ਲੈਂਦਾ, ਸ਼ਬਦ ਦੀ ਪਾਲਣਾ ਕਰਦੇ ਮਨ ਵਿੱਚ ਸ਼ਬਦ ਵਸ ਜਾਂਦਾ ਹੈ । ਪ੍ਰਭ ਦਾ ਸ਼ਬਦ ਮਨ ਨੂੰ ਮਿੱਠਾ ਲਗਨ ਲਗ ਪੈਂਦਾ, ਪ੍ਰਭ ਦਾ ਸ਼ਬਦ ਜੀਵਨ ਦਾ ਅਧਾਰ ਬਣ ਜਾਂਦਾ ਹੈ । ਪ੍ਰਭ ਦੇ ਸ਼ਬਦ ਵਿੱਚ ਲੀਨ ਹੋਣ ਨਾਲ ਮਨ ਵਿਚੋਂ ਅਹੰਕਾਰ ਖਤਮ ਹੋ ਜਾਂਦਾ ਹੈ । ਮਨ ਸ਼ਬਦ ਦੀ ਸਮਾਧੀ ਵਿੱਚ ਵਸਣ ਲਗ ਪੈਂਦਾ ਹੈ । ਪ੍ਰਭ ਦੇ ਸ਼ਬਦ ਦੀ ਸੋਝੀ ਹੋਣ ਨਾਲ, ਸ਼ਬਦ ਮਨ ਵਿੱਚ ਵਸ ਜਾਂਦਾ ਹੈ, ਮਨ ਵਿੱਚ ਜਾਗਰਤੀ ਆ ਜਾਂਦੀ, ਤਨ, ਮਨ ਆਪਣੇ ਆਪ ਨੂੰ ਚੰਗਾ ਲਗਨ ਲਗ ਪੈਂਦਾ ਹੈ । ਮਨ ਸ਼ਬਦ ਦੀ ਸੋਝੀ ਦਾ ਅਨੰਦ ਮਾਨਦਾ, ਦਿਨ ਰਾਤ ਸੰਤੋਖ ਅਤੇ ਖੇੜੇ ਵਿੱਚ ਵਸਣ ਲਗ ਪੈਂਦਾ ਹੈ । ਇਹ ਹੀ ਉਸ ਦੇ ਭਾਗ ਬਣ ਜਾਂਦੇ ਹਨ । (ਸ਼ਬਦ ਦੀ ਪਾਲਣਾ ਕਰਨਾ, ਸੋਝੀ ਹੀ ਗੁਰੂ, ਪ੍ਰਭ ਦੇ ਦਰਸ਼ਨ ਹਨ)

Understanding and adopting the everlasting Word, evil thoughts may be vanished. His Word may become soothing to his mind and His Word may become bases of his life. His ego may be vanished and he may enter into deep meditation in the void of His Word. He may recognize his own mind and peace and harmony prevail within. He enjoys the enlightenment of His Word day and night, singing His glory becomes his way of life.

60. Guru Nanak Dev Ji – Page 791

ਦੀਵਾ ਬਲੈ ਅੰਧੇਰਾ ਜਾਇ॥	deevaa balai anDhayraa jaa-ay.
ਬੇਦ ਪਾਠ ਮਤਿ ਪਾਪਾ ਖਾਇ॥	bayd paath mat paapaa khaa-ay.
ਉਗਵੈ ਸੂਰੁ ਨ ਜਾਪੈ ਚੰਦੁ ॥	ugvai soor na jaapai chand.
ਜਹ ਗਿਆਨ ਪ੍ਰਗਾਸੁ ਅਗਿਆਨੁ ਮਿਟੰਤੁ॥	jah gi-aan pargaas agi-aan mitant.
ਬੇਦ ਪਾਠ ਸੰਸਾਰ ਕੀ ਕਾਰ॥	bayd paath sansaar kee kaar.
ਪੜ੍ਹਿ ਪੜ੍ਹਿ ਪੰਡਿਤ ਕਰਹਿ ਬੀਚਾਰ॥	parhH parhH pandit karahi beechaar.
ਬਿਨੁ ਬੂਝੇ ਸਭ ਹੋਇ ਖੁਆਰ॥	bin boojhay sabh ho-ay khu-aar.
ਨਾਨਕ ਗੁਰਮੁਖਿ ਉਤਰਸਿ ਪਾਰਿ॥੧॥	naanak gurmukh utras paar. ||1||

ਜਿਵੇਂ ਦੀਵੇ ਦੀ ਰੌਸ਼ਨੀ ਹੋਣ ਨਾਲ ਅੰਧੇਰਾ ਦੂਰ ਹੋ ਜਾਂਦਾ ਹੈ, ਇਸਤਰ੍ਹਾਂ ਬਾਣੀ ਪੜ੍ਹਿਆ, ਸ਼ਬਦ ਦੀ ਪਾਲਣਾ ਨਾਲ, ਮਨ ਬੁਰੇ ਕੰਮਾਂ ਤੋਂ ਬਦਲ ਜਾਂਦਾ, ਰੁਕ ਜਾਂਦਾ ਹੈ । ਜਿਵੇਂ ਸੂਰਜ ਚੜ੍ਹਨ ਤੇ ਚੰਦ ਦਖਾਈ ਨਹੀਂ ਦੇਂਦਾ, ਇਸਤਰ੍ਹਾਂ ਸ਼ਬਦ ਦੀ ਸੋਝੀ ਹੋਣ ਨਾਲ ਮਨ ਬੁਰੇ ਕੰਮਾਂ ਵੱਲ ਨਹੀਂ ਜਾਂਦਾ । ਇਸਤਰ੍ਹਾਂ ਪਾਠ ਪੂਜਾ ਕਰਨਾ ਸੰਸਾਰਕ ਧੰਦਾ ਬਣ ਗਿਆ, ਗਿਆਨੀ ਪਾਠ ਪੜ੍ਹਕੇ, ਕਥਾ ਕਰਦਾ ਹੈ, ਵਿਚਾਰ ਕਰਦਾ ਹੈ । ਪਰ ਜਿਤਨਾ ਚਿਰ ਸ਼ਬਦ ਦੀ ਪਾਲਣਾ ਨਾ ਕੀਤੀ ਜਾਵੇ! ਕੋਈ ਲਾਹਾ ਨਹੀਂ ਮਿਲਦਾ । ਜਿਹੜੇ ਜੀਵ ਸ਼ਬਦ ਦੀ ਸੋਝੀ ਪਾ ਕੇ ਉਸ ਨਾਲ ਆਪਣਾ ਜੀਵਨ ਢਾਲਦੇ ਹਨ । ਉਹ ਪ੍ਰਭ ਦੇ ਦਰਬਾਰ ਵਿੱਚ ਪ੍ਰਵਾਨ ਹੋ ਜਾਂਦੇ ਹਨ ।

As by lighting the lamp darkness disappears, same way by adopting His Word in own day to day life, all evil thoughts may vanish. When Sun rises, no one can see moon! Same way obeying His Word, his mind does not think about evil thoughts. Reading the Holy book, nit name, paath, preaching has become a worldly religious ritual. Without adopting His Word in day to day life, nothing may be blessed and human life may be wasted uselessly. Whosoever may understand and adopt His Word in his life, he may be blessed with salvation.

61. Guru Nanak Dev Ji – Page 791

ਪਹਿਲ ਬਸੰਤੈ ਆਗਮਨਿ,	pahil basantai aagman
ਪਹਿਲਾ ਮਉਲਿਓ ਸੋਇ॥	pahilaa ma-uli-o so-ay.
ਜਿਤੁ ਮਉਲਿਐ ਸਭ ਮਉਲੀਐ,	jit ma-uli-ai sabh ma-ulee-ai
ਤਿਸਹਿ ਨ ਮਉਲਿਹੁ ਕੋਇ॥ ੧॥	tiseh na ma-ulihu ko-ay. ||1||

ਬਸੰਤ ਦੀ ਰੁੱਤ ਵਿੱਚ ਪਹਿਲਾ ਖੇੜਾ ਆਉਂਦਾ ਹੈ । ਪਰ ਸ਼ਬਦ ਦਾ ਖੇੜਾ ਇਸ ਤੋਂ ਵੀ ਪਹਿਲੇ ਆਉਂਦਾ ਹੈ । ਜਿਸ ਦੀ ਕੁਦਰਤ ਨਾਲ ਸਾਰੇ ਸੰਸਾਰ ਵਿੱਚ ਖੇੜਾ ਆਉਂਦਾ ਹੈ । ਉਸ ਸ਼ਬਦ ਨੂੰ ਮਨ ਵਿੱਚ ਜਾਗਰਤ ਕਰਨ, ਖੇੜੇ ਵਿੱਚ ਲਿਆਉਣ ਵਾਲਾ ਕੋਈ ਹੋਰ ਨਹੀਂ, ਪ੍ਰਭ ਆਪ ਹੀ ਹੈ।

In universe, the first blossom comes in spring (Basant season) but the blossom of His Word comes before that season. By whose nature blossom may come in the universe, to enlighten and blossom His Word is also One and Only One, Holy spirit.

62. Guru Ram Das Ji – Page 800

ਗੁਰਮੁਖਿ ਸੇਵ ਲਗੇ ਸੇ ਉਧਰੇ,	gurmukh sayv lagay say uDhray
ਵਡਭਾਗੀ ਸੇਵ ਕਰੰਦੇ॥	vadbhaagee sayv karanday.
ਜਿਨ ਹਰਿ ਜਪਿਆ ਤਿਨ ਫਲੁ ਪਾਇਆ,	jin har japi-aa tin fal paa-i-aa
ਸਭਿ ਤੂਟੇ ਮਾਇਆ ਫੰਦੇ॥੩॥	sabh tootay maa-i-aa fanday. ||3||

ਜਿਹੜੇ ਗੁਰਮਖ ਆਪਣਾ ਧਿਆਨ ਸ਼ਬਦ ਦੀ ਪਾਲਣਾ ਵਿੱਚ ਹੀ ਰੱਖਦੇ, ਬਚ ਜਾਂਦੇ ਹਨ । ਉਹਨਾਂ ਦੇ ਵੱਡੇ ਭਾਗ ਹੁੰਦੇ ਹਨ, ਉਹ ਸ਼ਬਦ ਦੀ ਸੇਵਾ, ਪਾਲਣਾ ਕਰਦੇ ਹਨ । ਜਿਹੜੇ ਪ੍ਰਭ ਦੇ ਸ਼ਬਦ ਦੀ ਕਮਾਈ ਕਰਦੇ ਹਨ, ਉਹਨਾਂ ਦਾ ਜਨਮ ਸਫਲ ਹੋ ਜਾਂਦਾ ਹੈ । ਸੰਸਾਰਕ ਮਾਇਆ ਦਾ ਜਾਲ ਟੁੱਟ ਜਾਂਦਾ ਹੈ, ਇੱਛਾਂ ਰਹਿਤ ਹੋ ਜਾਂਦੇ ਹਨ ।

Whosoever may adopt His Word in life, he may become fortune and may be saved from devil of death. His human life may become successful and all his worldly traps may be vanished. He becomes desire free, beyond the reach of worldly desires.

63. Guru Arjan Dev Ji – Page 814

ਸੋਵਤ ਹਰਿ ਜਪਿ ਜਾਗਿਆ,	sovat har jap jaagi-aa
ਪੇਖਿਆ ਬਿਸਮਾਦੁ॥	paykhi-aa bismaad.
ਪੀ ਅੰਮ੍ਰਿਤੁ ਤ੍ਰਿਪਤਾਸਿਆ,	pee amrit tariptaasi-aa
ਤਾ ਕਾ ਅਚਰਜ ਸੁਆਦੁ॥੨॥	taa kaa achraj su-aad. ||2||

ਜਿਹੜੇ ਸ਼ਬਦ ਦੀ ਪਾਲਣਾ ਕਰਦੇ ਹਨ, ਅਗਿਆਨਤਾ ਵਿਚੋਂ ਜਾਗਰਤ ਹੋ ਜਾਂਦੇ ਹਨ । ਮਨ ਪ੍ਰਭ ਦੀ ਹੋਂਦ ਮਹਿਸੂਸ ਕਰਕੇ ਹੈਰਾਨ ਹੋ ਜਾਂਦਾ, ਸ਼ਰਧਾ ਭਰ ਜਾਂਦੀ ਹੈ । ਉਹਨਾਂ ਦਾ ਮਨ ਸ਼ਬਦ ਦੀ ਸੋਝੀ ਰੂਪੀ ਅੰਮ੍ਰਿਤ ਨਾਲ ਭਰ ਜਾਂਦਾ ਹੈ । ਹੈਰਾਨ ਹੋ ਜਾਂਦੇ ਹਨ, ਸ਼ਬਦ ਵਿੱਚ ਇਹ ਹੀ ਰਹਿਮਤਾਂ ਹਨ ।

Whosoever may overcome his ignorance by obeying His Word. He may be astonished by realizing His existence. His mind may be overwhelmed with dedication and devotion to sing His glory. This is the unique greatness of adopting His Word in day to day life.

64. Kabeer Ji – Page 727

ਬੇਦ ਕਤੇਬ ਇਫਤਰਾ ਭਾਈ,	bayd katayb iftaraa bhaa-ee
ਦਿਲ ਕਾ ਫਿਕਰੁ ਨ ਜਾਇ॥	dil kaa fikar na jaa-ay.
ਟੁਕੁ ਦਮੁ ਕਰਾਰੀ ਜਉ ਕਰਹੁ,	tuk dam karaaree ja-o karahu
ਹਾਜਿਰ ਹਜੂਰਿ ਖੁਦਾਇ॥੧॥	haajir hajoor khudaa-ay. ||1||

ਧਾਰਮਕ ਗ੍ਰੰਥ ਪੜ੍ਹਨ, ਨਿਯਮਾਂ ਤੇ ਚੱਲਣ ਨਾਲ ਮਨ ਦੇ ਭਰਮ, ਮਨ ਦੀਆਂ ਚਿੰਤਾ ਦੂਰ ਨਹੀਂ ਹੁੰਦੀਆਂ । ਅਗਰ ਜੀਵ ਇੱਕ ਪਲ ਵੀ ਆਪਣਾ ਧਿਆਨ ਪ੍ਰਭ ਦੇ ਸ਼ਬਦ ਵਿੱਚ ਲਾਵੇ! ਤਾਂ ਰਹਿਮਤ ਮਹਿਸੂਸ ਹੋ ਜਾਂਦੀ ਹੈ, ਜਿਵੇਂ ਪ੍ਰਭ ਜੀਵ ਦੇ ਸਾਮ੍ਹਣੇ ਹੀ ਹੈ।

By reading and following the teachings of worldly Holy scriptures, suspicions of mind may not be eliminated. Paying attention to His Word even for a moment, His existence may be realized as if He is in front of him.

65. Guru Arjan Dev Ji – Page 819

ਬਿਰਥੀ ਕਦੇ ਨ ਹੋਵਈ,	birthee kaday na hova-ee
ਜਨ ਕੀ ਅਰਦਾਸਿ॥	jan kee ardaas.
ਨਾਨਕ ਜੋਰੁ ਗੋਵਿੰਦ ਕਾ,	naanak jor govind kaa
ਪੂਰਨ ਗੁਣਤਾਸਿ॥੨॥੧੩॥੭੭॥	pooran guntaas. ‖2‖13‖77‖

ਜਿਸ ਦਾਸ ਦੇ ਮਨ ਵਿੱਚ ਸ਼ਬਦ ਜਾਗਰਤ ਅਤੇ ਸੁਚੇਤ ਹੁੰਦਾ ਹੈ । ਉਸ ਦੇ ਮਨ ਦੀ ਭਾਵਨਾ ਕਦੇ ਬਿਰਥੀ ਨਹੀਂ ਜਾਂਦੀ । ਉਸ ਦੇ ਮਨ ਵਿੱਚ ਇੱਕੋ ਇੱਕ ਪ੍ਰਭ ਦੀ ਰਹਿਮਤ, ਧੰਨਵਾਦ ਦੀ ਹੀ ਇੱਛਾਂ ਹੁੰਦੀ ਹੈ । ਉਹ ਪ੍ਰਭ ਦੇ ਸ਼ਬਦ ਦੀ ਸਮਾਧੀ ਵਿੱਚ ਹੀ ਵਸਦਾ ਹੈ । ਪ੍ਰਭ ਹੀ ਉਸ ਦੀ ਹੈਸੀਅਤ ਅਤੇ ਬਲ ਬਣ ਜਾਂਦਾ ਹੈ ।

Whosoever may sanctify his soul, all his spoken and unspoken wishes may be fulfilled. He has One and Only One desire to sing His glory. He enters into deep meditation in the void of His Word. Obeying His Word becomes his power and his worldly status.

66. Guru Ram Das Ji – Page 835

ਅੰਡਜ ਜੇਰਜ ਸੇਤਜ ਉਤਭੁਜ,	andaj jayraj saytaj ut-bhuj
ਸਭਿ ਵਰਨ ਰੂਪ ਜੀਅ ਜੰਤ ਉਪਈਆ॥	sabh varan roop jee-a jant upa-ee-aa.
ਸਾਧੂ ਸਰਣਿ ਪਰੈ ਸੋ ਉਬਰੈ,	saaDhoo saran parai so ubrai
ਖਤ੍ਰੀ ਬ੍ਰਾਹਮਣੁ ਸੂਦੁ ਵੈਸੁ	khatree baraahman sood vais
ਚੰਡਾਲੁ ਚੰਡਈਆ॥ ੬॥	chandaal chand-ee-aa. ‖6‖

ਜੀਵ ਦਾ ਜਨਮ, ਅੰਡੇ, ਮਾਂ ਦੀ ਕੁੱਖ, ਪਸੀਨੇ ਅਤੇ ਧਰਤੀ ਵਿਚੋਂ ਹੋ ਸਕਦਾ, ਹੁੰਦਾ ਹੈ । ਪ੍ਰਭ ਨੇ ਅਨੇਕਾਂ ਕਿਸਮਾਂ ਦੇ ਉਕਾਰ ਅਤੇ ਰੰਗ ਬਣਾਏ ਹਨ । ਜਿਹੜਾ ਪ੍ਰਭ ਦੀ ਸ਼ਰਣ ਵਿੱਚ ਪਨਾਹ ਲੈਂਦਾ ਹੈ, ਉਹ ਪ੍ਰਵਾਨ ਹੋ ਜਾਂਦਾ ਹੈ । ਭਾਵੇਂ ਉਸ ਕਿਸੇ ਜਾਤ ਵਾਲਾ ਧਰਮ ਨੂੰ ਮੰਨਣ ਵਾਲਾ ਵੀ ਹੋਵੇ ।

Creatures are all born by one of the four source of creation and are of many color and shapes. Whosoever may seek His refuge, he may be accepted in His court, no matter he may be from any religion or caste.

67. Guru Ram Das Ji – Page 1309

ਜਿਨ ਤੂ ਜਪਿਓ ਤੇਈ ਜਨ ਨੀਕੇ,	jin too japi-o tay-ee jan neekay
ਹਰਿ ਜਪਤਿਅਹੁ ਕਉ ਸੁਖੁ ਪਾਵੈਗੋ ॥	har japti-ahu ka-o sukh paavaigo.
ਬਿਦਰ ਦਾਸੀ ਸੁਤੁ ਛੋਕ ਛੋਹਰਾ,	bidar daasee sut chhok chhohraa
ਕ੍ਰਿਸਨੁ ਅੰਕਿ ਗਲਿ ਲਾਵੈਗੋ ॥੨॥	krisan ank gal laavaigo. ‖2‖

ਜਿਹੜੇ ਤੇਰਾ ਨਾਮ ਜਪਦੇ, ਸ਼ਬਦ ਦੀ ਪਾਲਣਾ ਕਰਦੇ, ਉਤਮ ਅਵਸਥਾ ਪਾ ਲੈਂਦੇ ਹਨ । ਤੇਰੇ ਸ਼ਬਦ ਦੀ ਪਾਲਣਾ ਕਰਨ ਨਾਲ ਮਨ ਵਿੱਚ ਸੰਤੋਖ ਵਸ ਜਾਂਦਾ ਹੈ । ਬਿਦਰ ਇੱਕ ਗੁਲਾਮ ਲੜਕੀ ਦਾ ਬੱਚਾ ਸੀ । ਫਿਰ ਵੀ ਕ੍ਰਿਸ਼ਨ ਨੇ ਉਸ ਨੂੰ ਆਪਣੇ ਗੱਲੇ ਲਾਇਆ।

Whosoever follows Your teachings, obeys Your Word may be blessed with superb state of mind. By adopting Your Word, mind may be blessed with peace and harmony. As prophet Krishna came to meet, Bider a son of salve woman.

68. Guru Ram Das Ji – Page 733

ਨੀਚ ਜਾਤਿ, ਹਰਿ ਜਪਤਿਆ,	neech jaat har japti-aa
ਉਤਮ ਪਦਵੀ ਪਾਇ॥	utam padvee paa-ay.
ਪੂਛਹੁ ਬਿਦਰ ਦਾਸੀ ਸੁਤੈ,	poochhahu bidar daasee sutai
ਕਿਸਨੁ ਉਤਰਿਆ ਘਰਿ ਜਿਸੁ ਜਾਇ॥੧॥	kisan utri-aa ghar jis jaa-ay. ‖1‖

ਜਦੋਂ ਕੋਈ ਸੰਸਾਰ ਵਿੱਚ ਨੀਵੀਂ ਜਾਤ ਵਾਲਾ ਵੀ ਸ਼ਬਦ ਵਿੱਚ ਭਰੋਸਾ ਰੱਖਦਾ ਹੋਇਆ, ਸਿਮਰਨ ਕਰਦਾ ਹੈ! ਤਾਂ ਉਹ ਸੰਸਾਰ ਵਿੱਚ ਵੀ ਉਤਮ ਹੈਸੀਅਤ ਪਾ ਲੈਂਦਾ ਹੈ । ਬਿਦਰ ਭਗਤ ਇੱਕ ਨੌਕਰਾਨੀ ਦਾ ਬੱਚਾ ਸੀ, ਗੁਲਾਮ ਦਾ ਬੱਚਾ ਸੀ । ਭਗਤ ਕ੍ਰਿਸ਼ਨ ਜੀ ਉਸ ਦੇ ਘਰ ਵਿੱਚ ਆਪ ਆਏ ਸਨ ।

When a human of even a low caste wholeheartedly meditates on His Word. He may be blessed with superb worldly status. Prophet Krishna came to meet Bider, the son of a salve lady.

69. Ravi Das Ji – Page 1124

ਰੇ ਚਿਤ ਚੇਤਿ ਚੇਤ ਅਚੇਤ॥	ray chit chayt chayt achayt.
ਕਾਹੇ ਨ ਬਾਲਮੀਕਹਿ ਦੇਖ॥	kaahay na baalmeekahi daykh.
ਕਿਸੁ ਜਾਤਿ ਤੇ ਕਿਹ ਪਦਹਿ ਅਮਰਿਓ,	kis jaat tay kih padeh amri-o
ਰਾਮ ਭਗਤਿ ਬਿਸੇਖ॥੧॥ ਰਹਾਉ॥	raam bhagat bisaykh. ‖1‖ rahaa-o.

ਮੋਟੀ ਮੱਤ ਵਾਲੇ ਜੀਵ ਆਪਣੇ ਮਨ ਨੂੰ ਸੁਚੇਤ ਕਰੋ! ਤੂੰ ਕਿਉਂ ਨਹੀਂ ਬਾਲਮੀਕ ਵੱਲ ਵੇਖਦਾ? ਉਹ ਕਿਤਨੀ ਛੋਟੀ ਜਾਤ ਵਿੱਚ ਪੈਦਾ ਹੋਇਆ, ਪਾਲਣਾ ਹੋਈ । ਪਰ ਉਸ ਨੇ ਕਿਤਨੀ ਉਤਮ ਅਵਸਥਾ ਹਾਸਿਲ ਕੀਤੀ । ਪ੍ਰਭ ਦੇ ਸ਼ਬਦ ਦੀ ਪਾਲਣਾ, ਸਿਮਰਨ, ਜੀਵਨ ਢਾਲਣਾ, ਕਿਤਨਾ ਉਤਮ ਕੰਮ ਹੈ?

Stubborn human, why are you not thinking about Balmeek? He was from such a lower caste, still he was blessed with superb state of mind, His blessings. How superb work is to adopt His Word in own life?

70. Guru Ram Das Ji – Page 835

ਨਾਮਾ ਜੈਦੇਉ ਕੰਬੀਰੁ ਤ੍ਰਿਲੋਚਨੁ,	naamaa jaiday-o kambeer tarilochan
ਅਉਜਾਤਿ ਰਵਿਦਾਸੁ ਚਮਿਆਰੁ ਚਮਈਆ॥	a-ujaat ravidaas chami-aar chama-eeaa.
ਜੋ ਜੋ ਮਿਲੈ ਸਾਧੂ ਜਨ ਸੰਗਤਿ ਧਨੁ	jo jo milai saaDhoo jan sangat dhan
ਧੰਨਾ ਜਟੁ ਸੈਣੁ ਮਿਲਿਆ ਹਰਿ ਦਈਆ॥੭॥	Dhannaa jat sain mili-aa har da-ee-aa. ‖7‖

ਨਾਮਾ, ਜੈ ਦੇਵ, ਕਬਰਿ, ਤ੍ਰਿਲੋਚਨ, ਰਵੀਦਾਸ ਸੈਨ ਨਾਈ, ਧੰਨਾ, ਸਾਰੇ ਛੋਟੀ ਜਾਤ ਦੇ ਹੀ ਸਨ । ਉਹਨਾਂ ਨੇ ਸੰਤ ਸਰੂਪ ਦੀ ਸੰਗਤ ਕਰਕੇ ਹੀ ਪ੍ਰਭ ਦੀ ਰਹਿਮਤ ਪਾਈ, ਦਰਬਾਰ ਵਿੱਚ ਪ੍ਰਵਾਨ ਹੋ ਗਏ ।

Many humans from low caste like Kabeer, Naam dev, Trlochan, Ravi das and Sain were blessed with association of His true devotee and were blessed with salvation.

71. Guru Arjan Dev Ji – Page 1192

ਸੁਣਿ ਸਾਖੀ ਮਨ ਜਪਿ ਪਿਆਰ॥	sun saakhee man jap pi-aar.
ਅਜਾਮਲੁ ਉਧਰਿਆ ਕਹਿ ਏਕ ਬਾਰ॥	ajaamal Udhri-aa kahi ayk baar.
ਬਾਲਮੀਕੈ ਹੋਆ ਸਾਧਸੰਗੁ॥	baalmeekai ho-aa saaShsang.
ਧ੍ਰੂ ਕਉ ਮਿਲਿਆ ਹਰਿ ਨਿਸੰਗ॥੧॥	Dharoo ka-o mili-aa har nisang. ‖1‖

ਮਾਨਸ ਜੀਵ ਬੰਦਗੀ ਕਰਨ ਵਾਲੇ ਦੀ ਕਥਾ ਨੂੰ ਧਿਆਨ ਨਾਲ ਸੁਣੋ! ਸ਼ਬਦ ਦੀ ਪਾਲਣਾ ਸਿਮਰਨ ਕਰੋ! ਅਜਾਮਲ ਡਾਕੂ ਆਪਣੇ ਬੱਚੇ ਨਰਾਇਣ ਨੂੰ ਪੁਕਾਰਦਾ, ਦਰਬਾਰ ਵਿੱਚ ਪ੍ਰਵਾਨ ਹੋ ਗਿਆ । ਬਾਲਮੀਕ ਨੂੰ ਸ਼ਬਦ ਦੀ ਪਾਲਣਾ ਕਰਦੇ ਨੂੰ ਬੰਦਗੀ ਕਰਨ ਵਾਲੇ ਸੰਤਾਂ ਦੀ ਸੰਗਤ ਬਖਸ਼ਿਸ਼ ਹੋ ਗਈ । ਧ੍ਰੂ ਨੂੰ ਪ੍ਰਭ ਦੀ ਰਹਿਮਤ ਬਖਸ਼ਿਸ਼ ਹੋ ਗਈ । ਪ੍ਰਭ ਦੇ ਸ਼ਬਦ ਤੇ ਅਡੋਲ ਭਰੋਸੇ ਵਾਲੇ ਨੂੰ ਅਮਰ ਅਵਸਥਾ ਬਖਸ਼ਿਸ਼ ਹੋ ਗਈ ।

One should listen to the sermon of His true devotee and obeys His Word, teachings. Even tyrant like Ajamel was accepted in His court, calling his own son name, Narian. Balmeek adopted His Word in life and he was blessed with the association of His true devotee. Dharoo was accepted with His steady and stable belief on His existence. True believer is often blessed with supreme state of mind.

72. Guru Ram Das Ji – Page 860

ਸਬਦੁ ਪਛਾਣਿ ਰਾਮ ਰਸੁ ਪਾਵਹੁ,	sabad pachhaan raam ras paavhu
ਓਹੁ ਊਤਮੁ ਸੰਤੁ ਭਇਓ ਬਡ ਬਡਨਾ॥	oh ootam sant bha-i-o bad badnaa.
ਤਿਸੁ ਜਨ ਕੀ ਵਡਿਆਈ	tis jan kee vadi-aa-ee
ਹਰਿ ਆਪਿ ਵਧਾਈ,	har aap vaDhaa-ee
ਓਹੁ ਘਟੈ ਨ ਕਿਸੈ ਕੀ ਘਟਾਈ,	oh ghatai na kisai kee ghataa-ee
ਇਕੁ ਤਿਲੁ ਤਿਲੁ ਤਿਲਨਾ॥੩॥	ik til til tilnaa. ||3||

ਜਿਹੜੇ ਪ੍ਰਭ ਦੇ ਸ਼ਬਦ ਦੀ ਪਾਲਣਾ ਕਰਦੇ ਹਨ, ਸ਼ਬਦ ਦੀ ਸੋਝੀ ਪਾ ਲੈਂਦੇ ਹਨ । ਉਸ ਜੀਵ ਦੀ ਅਵਸਥਾ ਉਤਮ ਹੋ ਜਾਂਦੀ ਹੈ, ਉਹ ਸੰਤ ਸਰੂਪ ਬਣ ਜਾਂਦੇ ਹਨ । ਪ੍ਰਭ ਆਪ ਹੀ ਉਸ ਜੀਵ ਦੀ ਸੋਭਾ ਬਣਾਉਂਦਾ ਹੈ । ਜਿਹੜੀ ਕਿਸੇ ਦੇ ਕੁਝ ਕੀਤੇ ਘੱਟਦੀ ਨਹੀਂ, ਸੋਭਾ ਵਧਦੀ ਜਾਂਦੀ ਹੈ ।

Who may recognize His Word, he may be enlightened with the teachings of His Word? He may be blessed with spiritual state of mind and may become His true devotee. God blesses him with honor, no one can reduce his honor and glory.

73. Naam Dev Ji – Page 874

ਹਰਿ ਹਰਿ ਕਰਤ ਮਿਟੇ ਸਭਿ ਭਰਮਾ॥	har har karat mitay sabh bharmaa.
ਹਰਿ ਕੋ ਨਾਮੁ ਲੈ ਊਤਮ ਧਰਮਾ॥	har ko naam lai ootam Dharmaa.
ਹਰਿ ਹਰਿ ਕਰਤ ਜਾਤਿ ਕੁਲ ਹਰੀ॥	har har karat jaat kul haree.
ਸੋ ਹਰਿ ਅੰਧੁਲੇ ਕੀ ਲਾਕਰੀ॥੧॥	so har anDhulay kee laakree. ||1||

ਪ੍ਰਭ ਦੇ ਸ਼ਬਦ ਦਾ ਸਿਮਰਨ ਕਰਨ ਨਾਲ ਮਨ ਦੇ ਸਾਰੇ ਭਰਮ ਦੂਰ ਹੋ ਜਾਂਦੇ ਹਨ । ਪ੍ਰਭ ਦੇ ਸ਼ਬਦ ਦੀ ਪਾਲਣਾ ਕਰਨਾ ਹੀ ਸਭ ਤੋਂ ਉਤਮ ਧਰਮ ਹੈ । ਪ੍ਰਭ ਦੇ ਸ਼ਬਦ ਨਾਲ ਜੀਵਨ ਢਾਲੋ! ਇਸ ਨਾਲ ਸੰਸਾਰਕ ਹੈਸੀਅਤ, ਖਾਨਦਾਨੀ ਦਾ ਫਰਕ ਖਤਮ ਹੋ ਜਾਂਦਾ ਹੈ । ਪ੍ਰਭ ਦਾ ਸ਼ਬਦ ਹੀ ਰਸਤੇ ਤੋਂ ਭੁਲੇ ਜੀਵਨ ਨੂੰ ਆਸਰਾ, ਰਸਤਾ ਦੇਣ ਵਾਲਾ ਸਾਥੀ ਹੈ ।

By obeying and singing His glory all suspicions may be eliminated. Obeying His Word is the supreme task. One should adopt His Word in own life that may eliminate the distinction of the worldly birth class, caste. His Word may guide the misguided soul on the right path.

74. Guru Arjan Dev Ji – Page 928

ਜਲਨਿ ਬੁਝੀ ਸੀਤਲ ਭਏ,	jalan bujhee seetal bha-ay
ਮਨਿ ਤਨਿ ਉਪਜੀ ਸਾਂਤਿ॥	man tan upjee saaNt.
ਨਾਨਕ ਪ੍ਰਭ ਪੂਰਨ ਮਿਲੇ	naanak parabh pooran milay
ਦੁਤੀਆ ਬਿਨਸੀ ਭ੍ਰਾਂਤਿ॥੧॥	dutee-aa binsee bharaaNt. ||1||

ਜਦੋਂ ਮਨ ਵਿੱਚ ਪ੍ਰਭ ਦਾ ਸ਼ਬਦ ਜਾਗਰਤ ਹੋ ਜਾਂਦਾ ਹੈ, ਮਨ ਵਿੱਚ ਸੰਤੋਖ, ਚੈਨ, ਖੇੜਾ ਵਸ ਜਾਂਦਾ ਹੈ । ਪ੍ਰਭ ਨਾਲ ਸੰਜੋਗ ਹੋ ਜਾਂਦਾ, ਸ਼ਬਦ ਮਨ ਵਿੱਚ ਜਾਗਰਤ ਹੋ ਜਾਂਦਾ ਹੈ । ਇਸ ਨਾਲ ਮਨ ਵਿਚੋਂ ਸਾਰੇ ਭਰਮ, ਭੁਲੇਖੇ ਦੂਰ ਹੋ ਜਾਂਦੇ ਹਨ ।

When Word is enlightened within, all suspicions may be vanished. Soul may be united with The Holy spirit and his mind may be blessed with peace, contentment and blossom.

75. Guru Arjan Dev Ji – Page 928

ਸਾਧ ਪਠਾਏ ਆਪਿ ਹਰਿ,	saadh pathaa-ay aap har
ਹਮ ਤੁਮ ਤੇ ਨਾਹੀ ਦੂਰਿ॥	ham tum tay naahee door.
ਨਾਨਕ ਭ੍ਰਮ ਭੈ ਮਿਟਿ ਗਏ,	naanak bharam bhai mit ga-ay
ਰਮਣ ਰਾਮ ਭਰਪੂਰਿ॥੨॥	raman raam bharpoor. ||2||

ਪ੍ਰਭ ਆਪ ਹੀ ਬੰਦਗੀ ਕਰਨ ਵਾਲੇ ਨਾਲ ਸੰਜੋਗ ਬਣਾਉਂਦਾ ਹੈ । ਮਨ ਵਿਚੋਂ ਹੀ ਸਿਖਿਆ, ਸੋਝੀ ਹੁੰਦੀ ਹੈ ਕਿ ਪ੍ਰਭ ਦੂਰ ਨਹੀਂ ਨੇੜੇ ਹੀ ਤਨ ਅੰਦਰ ਹੀ ਵਸਦਾ ਹੈ । ਬੰਦਗੀ ਕਰਨ ਵਾਲੇ ਦੇ ਮਨ ਦੇ ਸਾਰੇ ਭਰਮ ਦੂਰ ਹੋ ਜਾਂਦੇ ਹਨ । ਉਹ ਸਦਾ ਹਾਜ਼ਰਾ ਹਜ਼ੂਰ ਵਾਪਰਨ ਵਾਲੇ ਪ੍ਰਭ ਦੇ ਸ਼ਬਦ ਦੇ ਗੁਣ ਗਾਉਂਦੇ ਹਨ ।

With His mercy and grace, He inspires His true devotee with devotional meditation on the teachings of His Word. His true devotee may realize that God dwells within his own body and mind. All his suspicions may be eliminated and he sings His glory in His presence.

76. Guru Nanak Dev Ji – Page 944

ਸੁ ਸਬਦ ਕਉ ਨਿਰੰਤਰਿ ਵਾਸੁ ਅਲਖੰ,	so sabad ka-o nirantar vaas alkhaN
ਜਹ ਦੇਖਾ ਤਹ ਸੋਈ॥	jah daykhaa tah so-ee.
ਪਵਨ ਕਾ ਵਾਸਾ ਸੁੰਨ ਨਿਵਾਸਾ,	pavan kaa vaasaa sunn nivaasaa
ਅਕਲ ਕਲਾ ਧਰ ਸੋਈ॥	akal kalaa Dhar so-ee.
ਨਦਰਿ ਕਰੇ ਸਬਦੁ ਘਟ ਮਹਿ ਵਸੈ,	nadar karay sabad ghat meh vasai
ਵਿਚਹੁ ਭਰਮੁ ਗਵਾਏ॥	vichahu bharam gavaa-ay.
ਤਨੁ ਮਨੁ ਨਿਰਮਲੁ ਨਿਰਮਲ ਬਾਣੀ,	tan man nirmal nirmal banee
ਨਾਮੋੁ ਮੰਨਿ ਵਸਾਏ॥	naamo man vasaa-ay.
ਸਬਦਿ ਗੁਰੂ ਭਵਸਾਗਰੁ ਤਰੀਐ,	sabad guroo bhavsaagar taree-ai
ਇਤ ਉਤ ਏਕੋ ਜਾਣੈ ॥	it ut ayko jaanai.
ਚਿਹਨੁ ਵਰਨੁ ਨਹੀ ਛਾਇਆ ਮਾਇਆ,	chihan varan nahee chhaa-i-aa maa-i-aa
ਨਾਨਕ ਸਬਦੁ ਪਛਾਣੈ ॥੫੯॥	naanak sabad pachhaanai. ||59||

ਜਿਸ ਜੀਵ ਦੇ ਹਿਰਦੇ ਵਿੱਚ ਪ੍ਰਭ ਦਾ ਸ਼ਬਦ ਘਰ ਕਰ ਜਾਂਦਾ ਹੈ । ਉਸ ਨੂੰ ਗੁਪਤ ਪ੍ਰਭ ਹਰ ਥਾਂ, ਹਰ ਵੇਲੇ ਨਜ਼ਰ ਆਉਂਦਾ, ਦਿਖਾਈ ਦਿੰਦਾ ਹੈ । ਜਿਵੇਂ ਹਵਾ ਦਾ ਕੋਈ ਸਥਿਤ ਥਾਂ ਨਹੀਂ ਹੁੰਦਾ ਪਰ ਹਰਇੱਕ ਥਾਂ ਤੇ ਮੌਜੂਦ ਹੰਦੀ, ਸੁੰਨੇ ਥਾਂ ਤੇ ਵੀ ਜਿੱਥੇ ਕੋਈ ਨਾ ਵਸਦਾ ਹੋਵੇ । ਇਸਤਰ੍ਹਾਂ ਪ੍ਰਭ ਵੀ ਹਰ ਥਾਂ ਮੌਜੂਦ ਹੈ, ਵਾਪਰਦਾ ਹੈ । ਜਿਸ ਤੇ ਪ੍ਰਭ ਦੀ ਕ੍ਰਿਪਾ ਦੀ ਨਜ਼ਰ ਪੈ ਜਾਂਦੀ ਹੈ, ਉਸ ਦੇ ਭਰਮ ਭੁਲੇਖੇ ਦੂਰ ਹੋ ਜਾਂਦੇ ਹਨ । ਉਸ ਦਾ ਮਨ ਸ਼ਬਦ ਵਿੱਚ ਲੀਨ ਹੋ ਜਾਂਦਾ ਹੈ, ਅਡੋਲ ਹੋ ਜਾਂਦਾ ਹੈ । ਉਸ ਜੀਵ ਦਾ ਤਨ, ਮਨ ਪਵਿੱਤਰ ਬਾਣੀ ਨਾਲ ਪਵਿੱਤਰ ਹੋ ਜਾਂਦਾ ਹੈ । ਸ਼ਬਦ ਹਿਰਦੇ ਵਿੱਚ ਘਰ ਕਰ ਜਾਂਦਾ ਹੈ, ਸਵਾਸ ਗਰਾਸ ਨਾਮ ਦੀ ਧੁਨ ਚਲਦੀ ਹੈ । ਸ਼ਬਦ ਨੂੰ ਅਪਣਾਉਣ ਨਾਲ ਇਸ ਭਿਆਨਕ ਸਾਗਰ ਨੂੰ ਪਾਰ ਕੀਤਾ ਜਾ ਸਕਦਾ ਹੈ । ਇਥੇ, ਉਥੇ ਪ੍ਰਭ ਆਪ ਹੀ ਰੱਖਵਾਲਾ ਹੈ । ਜਿਸ ਨੂੰ ਸ਼ਬਦ ਦੀ ਸੋਝੀ ਹੋ ਜਾਂਦੀ ਹੈ । ਉਸ ਨੂੰ ਰੂਪ ਰੰਗ, ਗ਼ਰੀਬ ਅਮੀਰ, ਨਿਮਾਣੇ ਵਿੱਚ ਕੋਈ ਫਰਕ ਨਜ਼ਰ ਨਹੀਂ ਆਉਂਦਾ ।

When His Word may be enlightened within, one may realize and sees, Him everywhere happening. As air exists everywhere, not at only fixed space, same is God, His Word prevails everywhere. With His mercy and grace, all his suspicions may be eliminated from his mind? His mind remains absorbed in His Word, his belief becomes stable, unshakable. His mind, body and soul may be sanctified and become blemish less. His Word may resonate in his each and every breath. By adopting His Word in day to day life, he may cross the terrible worldly ocean of desires. God becomes his protector. Whosoever may be enlightened with the teachings of His Word. He may not distinguish the difference between, rich, poor and high or lower caste.

77. Guru Arjan Dev Ji – Page 965

ਜਾਂ ਪਿਰੁ ਅੰਦਰਿ ਤਾਂ ਧਨ ਬਾਹਰਿ॥	jaaN pir andar taaN dhan baahar.
ਜਾਂ ਪਿਰੁ ਬਾਹਰਿ ਤਾਂ ਧਨ ਮਾਹਰਿ॥	jaaN pir baahar taaN dhan maahar.
ਬਿਨੁ ਨਾਵੈ ਬਹੁ ਫੇਰੁ ਫਿਰਾਹਰਿ॥	bin naavai baho fayr firaahar.
ਸਤਿਗੁਰ ਸੰਗਿ ਦਿਖਾਇਆ ਜਾਹਰਿ॥	satgur sang dikhaa-i-aa jaahar.
ਜਨ ਨਾਨਕ ਸਚੇ ਸਚਿ ਸਮਾਹਰਿ॥੧॥	jan naanak sachay sach samaahar. ||1||

ਜਿਸ ਜੀਵ ਦੇ ਮਨ ਅੰਦਰ ਪ੍ਰਭ ਦਾ ਸ਼ਬਦ ਜਾਗਰਤ ਹੋ ਜਾਂਦਾ ਹੈ । ਉਸ ਦੇ ਅੰਦਰੋਂ ਸੰਸਾਰਕ ਮਾਇਆ ਦੀ ਇੱਛਾ ਦਾ ਨਾਸ਼ ਹੋ ਜਾਂਦਾ ਹੈ । ਜਿਸ ਦੇ ਮਨ ਵਿੱਚ ਸ਼ਬਦ ਦੀ ਸੋਝੀ ਨਹੀਂ ਹੁੰਦੀ, ਜਿਹੜਾ ਮਨ ਵਿਚੋਂ ਪ੍ਰਭ ਦਾ ਸ਼ਬਦ ਵਿਸਾਰ ਦੇਂਦਾ ਹੈ । ਉਸ ਦੇ ਮਨ ਵਿੱਚ ਸੰਸਾਰਕ ਮਾਇਆ ਦਾ ਜ਼ੋਰ ਘਰ ਕਰ ਜਾਂਦਾ ਹੈ । ਸ਼ਬਦ ਦੀ ਸੋਝੀ ਤੋਂ ਬਿਨਾਂ ਸਾਰੇ ਹੀ ਬੇਵਸ ਹੋਏ ਚਾਰੇ ਪਾਸੇ ਘੁੰਮਦੇ ਫਿਰਦੇ ਹਨ । ਸ਼ਬਦ ਮਨ ਵਿੱਚ ਜਾਗਰਤ ਹੋਣ ਨਾਲ ਇਹ ਸੋਝੀ ਬਖਸ਼ਿਸ਼ ਹੁੰਦੀ ਹੈ । ਪ੍ਰਭ ਜੀਵ ਦੀ ਆਤਮਾ ਦਾ ਹੀ ਭਾਗ ਹੈ, ਉਸ ਦੇ ਨਾਲ ਹੀ ਤਨ, ਮਨ ਦੇ ਅੰਦਰ ਹੀ ਵਸਦਾ ਹੈ । ਬੰਦਗੀ ਕਰਨ ਵਾਲੇ ਸ਼ਬਦ ਦੀ ਸਮਾਧੀ ਵਿੱਚ ਵਸਦੇ ਹੀ ਪ੍ਰਭ ਦੀ ਜੋਤ ਵਿੱਚ ਅਲੋਪ ਹੋ ਜਾਂਦੇ ਹਨ।

Whosoever may be enlightened with the teachings of His Word, all his worldly desires may be eliminated from his mind. Who may abandon the teachings of His Word, worldly desires may dominate his mind? Without the enlightenment of His Word, everyone may be wandering helplessly. By adopting His Word, he may be enlightened and may realize the purpose of his human life that his soul is a part of The Holy spirit and resides along with Holy spirit. His true devotee may enter into the void of His Word and may immerse into the Holy spirit.

78. Guru Ram Das Ji – Page 976

ਮਾਇਆ ਫਾਸ ਬੰਧ ਬਹੁ ਬੰਧੇ,	maa-i-aa faas banDh baho banDhay
ਹਰਿ ਜਪਿਓ ਖੁਲ ਖੁਲਨੈ॥	har japi-o khul khulnay.
ਜਿਉ ਜਲ ਕੁੰਚਰੁ ਤਦੂਐ ਬਾਂਧਿਓ,	ji-o jal kunchar tadoo-ai baaNDhi-o
ਹਰਿ ਚੇਤਿਓ ਮੋਖ ਮੁਖਨੈ॥੩॥	har chayti-o mokh mukhnay. ||3||

ਮਾਨਸ, ਸੰਸਾਰ ਦੇ ਕਈ ਕਿਸਮਾਂ ਦੇ ਬੰਧਨਾਂ ਦੇ ਜਾਲ ਵਿੱਚ ਫਸਿਆ ਰਹਿੰਦਾ ਹੈ । ਤੇਰੇ ਸ਼ਬਦ ਦੀ ਪਾਲਣਾ ਨਾਲ ਬੰਧਨਾਂ ਦੀ ਗੰਢ ਖੁੱਲ੍ਹਦੀ ਹੈ, ਮਨ ਦੀ ਉਹਨਾਂ ਤੇ ਜਿੱਤ ਪੈਂਦੀ ਹੈ । ਜਿਵੇਂ ਹਾਥੀ ਪਾਣੀ ਵਿੱਚ ਮਗਰ ਮੱਛ ਦੇ ਕਾਬੂ ਵਿੱਚ ਆ ਗਿਆ ਸੀ । ਉਸ ਨੇ ਪ੍ਰਭ ਦੇ ਸ਼ਬਦ ਨੂੰ ਮਨ ਵਿੱਚ ਖਿਆਲ ਕੀਤਾ, ਧਿਆਨ ਲਾਇਆ, ਤਾਂ ਉਹ ਮਗਰਮੱਛ ਦੇ ਕਾਬੂ ਵਿਚੋਂ ਨਿਕਲ ਗਿਆ ।

Human are entangled into various worldly traps. By adopting Your Word, the knot of these traps loosens up and mind may conquer and subdue those desires. In water elephant got into the trap of killer whale, by remembering Him, he was free from the trap.

79. Guru Arjan Dev Ji – Page 984

ਧਨੁ ਧਨੁ ਸਾਧੁ ਜਿਨ੍ਹੀ ਹਰਿ ਪ੍ਰਭੁ	dhan dhan saadh jinHee har parabh
ਪਾਇਆ, ਤਿਨ੍ਹ ਪੂਛਉ ਹਰਿ ਕੀ ਬਾਤਾ॥	paa-i-aa tinH poochha-o har kee baataa.
ਪਾਇ ਲਗਉ ਨਿਤ ਕਰਉ ਜੁਦਰੀਆ,	paa-ay laga-o nit kara-o judree-aa
ਹਰਿ ਮੇਲਹੁ ਕਰਮਿ ਬਿਧਾਤਾ॥੨॥	har maylhu karam biDhaataa. ||2||

ਜਿਹੜੇ ਪ੍ਰਭ ਦੇ ਸ਼ਬਦ ਦੀ ਸੋਝੀ ਪਾ ਲੈਂਦੇ ਹਨ । ਉਹ ਬੰਦਗੀ ਕਰਨ ਵਾਲੇ ਵੱਡੇ ਭਾਗਾਂ ਵੇਲੇ ਹੁੰਦੇ ਹਨ । ਮੈਂ ਉਹਨਾਂ ਅੱਗੇ ਹੀ ਅਰਜ, ਅਰਦਾਸ ਕਰਦਾ ਹਾ। ਮੈਨੂੰ ਪ੍ਰਭ ਦੀ ਕਥਾ ਸੁਣਾਵੋ! ਮੇਰੇ ਤੇ ਗੁਣ ਕਰੋ! ਮੈਨੂੰ ਪ੍ਰਵਾਨਗੀ ਦੇ ਰਸਤੇ ਦੀ ਸੋਝੀ ਪਾਵੋ! ਜਿਸ ਨਾਲ ਮੈਂ ਭਾਗ ਲਿਖਣ ਵਾਲੇ ਦਾ ਦਾਸ ਬਣ ਜਾਵਾ!

Those devotees are fortunate, who may enlighten His Word in their mind. I beg them to sermon His story, guides me on the right path of His court. I may become His true savant, slave.

80. Guru Arjan Dev Ji – Page 986

ਜਾ ਕੈ ਸਿਮਰਨਿ ਭਉ ਦੁਖ ਹਰ॥	jaa kai simran bha-o dukh harai.
ਜਾ ਕੈ ਸਿਮਰਨਿ ਅਪਦਾ ਟਰ॥	jaa kai simran apdaa tarai.
ਜਾ ਕੈ ਸਿਮਰਨਿ ਮੁਚਤ ਪਾਪ॥	jaa kai simran muchat paap.
ਜਾ ਕੈ ਸਿਮਰਨਿ ਨਹੀ ਸੰਤਾਪ॥੨॥	jaa kai simran nahee santaap. ||2||

ਪ੍ਰਭ ਦੇ ਸ਼ਬਦ ਦੀ ਪਾਲਣਾ ਕਰੋ! ਜਿਸ ਨਾਲ ਮੌਤ ਦਾ ਡਰ, ਸੰਸਾਰਕ ਇੱਛਾ ਦੇ ਦੁਖ ਖਤਮ ਹੋ ਜਾਂਦੇ ਹਨ । ਉਸ ਦੇ ਸ਼ਬਦ ਦੀ ਪਾਲਣਾ ਕਰਨ ਨਾਲ ਮੰਦੇ ਭਾਗ ਦੂਰ ਹੋ ਜਾਂਦੇ ਹਨ । ਜੀਵ ਦੇ ਪਾਪ ਬਖਸ਼ੇ ਜਾਂਦੇ ਹਨ । ਸ਼ਬਦ ਦੀ ਪਾਲਣਾ ਕਰਨ ਨਾਲ ਮਨ ਵਿੱਚ ਉਦਾਸੀ, ਸੋਗ ਨਹੀਂ ਹੁੰਦਾ ।

One should obey His Word! His worldly miseries and fear of death may be eliminated. By singing His glory, he does not experience any bad luck, evil deeds are forgiven. By singing His glory, mind does not go into depression.

81. Guru Ram Das Ji – Page 995

ਜੋ ਜੋ ਨਾਮੁ ਜਪੈ ਅਪਰਾਧੀ,	jo jo naam japai apraaDhee
ਸਭਿ ਤਿਨ ਕੇ ਦੋਖ ਪਰਹਰੇ॥	sabh tin kay dokh parharay.
ਬੇਸੁਆ ਰਵਤ ਅਜਾਮਲੁ ਉਧਰਿਓ,	baysu-aa ravat ajaamal uDhaari-o
ਮੁਖਿ ਬੋਲੈ ਨਾਰਾਇਣੁ ਨਰਹਰੇ॥	mukh bolai naaraa-in narharay.
ਨਾਮੁ ਜਪਤ ਉਗ੍ਰਸੈਣਿ ਗਤਿ ਪਾਈ,	naam japat ugarsain gat paa-ee
ਤੋੜਿ ਬੰਧਨ ਮੁਕਤਿ ਕਰੇ॥੩॥	torh banDhan mukat karay. ||3||

ਜਿਹੜੇ ਜੀਵ ਵੀ ਸ਼ਬਦ ਦਾ ਸਿਮਰਨ ਕਰਦੇ, ਪ੍ਰਭ ਉਹਨਾਂ ਦੀਆਂ ਗਲਤੀਆਂ ਬਖਸ਼ ਦੇਂਦਾ, ਪਾਪ ਧੋਤੇ ਜਾਂਦੇ ਹਨ । ਅਜਾਮਲ ਜਿਹੜਾ ਵੇਸਵਾ ਨਾਲ ਸਬੰਧ ਰੱਖਦਾ ਸੀ, ਆਪਣੇ ਬੱਚੇ ਨਰਾਇਣ ਨੂੰ ਪੁਕਾਰਦਾ ਤਰ ਗਿਆ । ਉਗ੍ਰਸੈਣਿ ਪ੍ਰਭ ਦੇ ਸ਼ਬਦ ਦਾ ਸਿਮਰਨ ਕਰਦਾ, ਮੁਕਤ ਹੋ ਗਿਆ । ਉਸ ਦੇ ਸੰਸਰਕ ਬੰਧਨ ਖਤਮ ਹੋ ਗਏ ।

Even the evil doer, singing wholeheartedly may be forgiven in His court. Look at Ajeaml, he was blessed by calling his own son Narian. His true devotee Augrasain was blessed with salvation

82. Guru Arjan Dev Ji – Page 999

ਪਾਂਚ ਬਰਖ ਕੋ ਅਨਾਥੁ ਧ੍ਰੂ ਬਾਰਿਕੁ,	paaNch barakh ko anaath Dharoo baarik
ਹਰਿ ਸਿਮਰਤ ਅਮਰ ਅਟਾਰੇ॥	har simrat amar ataaray.
ਪੁਤ੍ਰ ਹੇਤਿ ਨਾਰਾਇਣੁ ਕਹਿਓ,	putar hayt naaraa-in kahi-o
ਜਮਕੰਕਰ ਮਾਰਿ ਬਿਦਾਰੇ॥੧॥	jamkankar maar bidaaray. ||1||

ਪ੍ਰਭ ਦੇ ਵਿਰਾਗ ਕਰਦੇ ੫ ਸਾਲ ਦੇ ਅਨਾਥ ਧ੍ਰੂ ਨੂੰ ਦਰਬਾਰ ਵਿੱਚ ਸਦਾ ਰਹਿਣ ਵਾਲਾ ਆਸਣ ਬਖਸ਼ਿਸ਼ ਹੋ ਗਿਆ । ਅਜਾਮਲ ਡਾਕੂ ਨੂੰ ਆਪਣੇ ਬੱਚ ਦੇ ਵਿਛੋੜੇ ਵਿੱਚ ਨਾਰਾਇਣ ਪੁਕਾਦੇ ਨੂੰ ਪ੍ਰਭ ਦੀ ਰਹਿਮਤ ਬਖਸ਼ਿਸ਼ ਹੋ ਗਈ ।

Even 5 years old Dhroo, in meditation in memory of His separation was blessed in His court. Even tyrant Ajeaml was blessed by calling his own son Narian.

83. Guru Tegh Bahadur Ji – Page 1008

ਹਰਿ ਕੋ ਨਾਮੁ ਸਦਾ ਸੁਖਦਾਈ॥	har ko naam sadaa sukh-daa-ee.
ਜਾ ਕਉ ਸਿਮਰਿ ਅਜਾਮਲੁ ਉਧਰਿਓ,	jaa ka-o simar ajaamal udhaari-o
ਗਨਿਕਾ ਹੂ ਗਤਿ ਪਾਈ॥੧॥ ਰਹਾਉ॥	ganikaa hoo gat paa-ee. ||1|| rahaa-o.

ਪ੍ਰਭ ਦਾ ਸ਼ਬਦ ਸਦਾ ਹੀ ਸ਼ਾਂਤੀ, ਸੰਤੋਖ ਬਖਸ਼ਣ ਵਾਲਾ ਹੈ । ਪ੍ਰਭ ਦੇ ਨਾਮ ਨੂੰ ਯਾਦ ਕਰਨ ਨਾਲ ਅਜਾਮਲ ਡਾਕੂ, ਗਨਿਕਾ ਵੇਸਵਾ ਨੂੰ ਪ੍ਰਭ ਦੀ ਰਹਿਮਤ ਬਖਸ਼ਿਸ਼ ਹੋ ਗਈ । ਦਰਬਾਰ ਵਿੱਚ ਪ੍ਰਵਾਨਗੀ ਮਿਲ ਗਈ ।

Adopting His Word in life may yield peace and comfort in life. Even evil doer like Ajameal, Ganika were blessed and accepted in His court.

84. Guru Tegh Bahadur Ji – Page 1008

ਪੰਚਾਲੀ ਕਉ ਰਾਜ ਸਭਾ ਮਹਿ,	panchaalee ka-o raaj sabhaa meh
ਰਾਮ ਨਾਮ ਸੁਧਿ ਆਈ॥	raam naam suDh aa-ee.
ਤਾ ਕੋ ਦੂਖੁ ਹਰਿਓ ਕਰੁਣਾ ਮੈ,	taa ko dookh hari-o karunaa mai
ਅਪਨੀ ਪੈਜ ਬਢਾਈ॥੧॥	apnee paij badhaa-ee. ||1||

ਜਦੋਂ ਦਰੋਪਤੀ, ਪੰਚਾਲੀ ਦੀ ਸ਼ਹਿਜ਼ਾਦੀ ਨੂੰ ਰਾਜੇ ਦੇ ਦਰਬਾਰ ਵਿੱਚ ਸਜ਼ਾ ਦੇਣ ਲਈ ਨੰਗਾ ਕਰਨ ਲਈ ਪੇਸ ਕੀਤਾ! ਪ੍ਰਭ ਨੇ ਮਨ ਦੀ ਪੁਕਾਰ ਸੁਣਕੇ, ਦੁਖ ਦੂਰ ਕਰ ਦਿੱਤਾ, ਉਸ ਦੀ ਲਾਜ ਰੱਖੀ । ਇਸ ਨਾਲ ਪ੍ਰਭ ਦੀ ਸ਼ਾਨ ਹੀ ਵਧੀ ।

Even if one remembers Him wholeheartedly at the time of terrible misery, He heeds prayer, cry. He heeds prayer and lends His support to protect His Own honor and reaffirm his belief.

85. Guru Tegh Bahadur Ji – Page 1008

ਜਿਹ ਨਰ ਜਸੁ ਕਿਰਪਾ ਨਿਧਿ ਗਾਇਓ,	jih nar jas kirpaa niDh gaa-i-o
ਤਾ ਕਉ ਭਇਓ ਸਹਾਈ॥	taa ka-o bha-i-o sahaa-ee.
ਕਹੁ ਨਾਨਕ ਮੈ ਇਹੀ ਭਰੋਸੈ,	kaho naanak mai ihee bharosai
ਗਹੀ ਆਨਿ ਸਰਨਾਈ॥੨॥੧॥	gahee aan sarnaa-ee. ||2||1||

ਜਿਸ ਨੇ ਵੀ ਭਰੋਸਾ ਅਡੋਲ ਕਰਕੇ ਪ੍ਰਭ ਦੇ ਸ਼ਬਦ, ਨਾਮ ਦਾ ਸਿਮਰਨ ਕੀਤਾ ਹੈ, ਉਸ ਤੇ ਹੀ ਰਹਿਮਤ ਦੀ ਨਜ਼ਰ ਬਖਸ਼ਦਾ, ਰੱਖਿਆ ਕਰਦਾ ਹੈ । ਆਪਣਾ ਭਰੋਸਾ ਅਡੋਲ ਕਰਕੇ ਉਸ ਦੀ ਸ਼ਰਣ ਵਿੱਚ ਆਉਣ ਨਾਲ ਆਪ ਹੀ ਰੱਖਵਾਲਾ ਬਣ ਜਾਂਦਾ ਹੈ ।

Whosoever may wholeheartedly sing His glory, adopt His Word in life, he may be blessed with His protection. Whosoever may wholeheartedly seek His refuge, he may be blessed with protection.

86. Guru Nanak Dev Ji – Page 1021

ਗੰਗਾ ਜਮੁਨਾ ਕੇਲ ਕੇਦਾਰਾ॥	gangaa jamunaa kayl kaydaaraa.
ਕਾਸੀ ਕਾਂਤੀ ਪੁਰੀ ਦੁਆਰਾ॥	kaasee kaaNtee puree du-aaraa.
ਗੰਗਾ ਸਾਗਰੁ ਬੇਣੀ ਸੰਗਮੁ,	gangaa saagar baynee sangam
ਅਠਸਠਿ ਅੰਕਿ ਸਮਾਈ ਹੇ॥੯॥	athsath ank samaa-ee hay. ||9||

ਪ੍ਰਭ ਸੰਸਾਰ ਵਿੱਚ 68 ਪਵਿੱਤਰ ਤੀਰਥ, ਇਹ ਸਭ ਪੂਜਣ ਵਾਲੇ ਥਾਂ ਸਮਝੇ ਜਾਂਦੇ ਹਨ । ਗੰਗਾ, ਜਮਨਾ ਦਾ ਕਿਨਾਰਾ ਜਿੱਥੇ ਕ੍ਰਿਸ਼ਨ ਗੋਪੀਆਂ ਨਾਲ ਖੇਲ ਕਰਦਾ ਸੀ । ਬਨਾਰਸ, ਕੰਨਚੀਵਰਮ (ਕਾਸੀ, ਕਾਤੀ), ਪੁਰੀ, ਦੁਆਰਾ, ਜਿੱਥੇ ਗੰਗਾ ਸਮੁੰਦਰ ਵਿੱਚ ਪੈਂਦੀ ਹੈ (ਸੰਗਮ ਹੁੰਦਾ ਹੈ)। ਤ੍ਰਿਵਾਨੀ ਜਿੱਥੇ ਤਿੰਨਾਂ ਦਰਿਆਵਾਂ ਦਾ ਮੇਲ ਹੁੰਦਾ ਹੈ । ਜੀਵ ਸਾਰੀਆਂ ਯਾਤਰ ਇਸ ਕਰਕੇ ਕਰਦੇ ਹਨ, ਕਿ ਉਹ ਤੇਰੇ ਦਰਬਾਰ ਵਿੱਚ ਪ੍ਰਵਾਨ ਹੋ ਜਾਣ । ਇਹਨਾਂ ਦਾ ਫਲ ਤੇਰੇ ਸ਼ਬਦ ਨੂੰ ਪਾਲਣ ਵਿੱਚ ਹੀ ਬਖਸ਼ਿਸ਼ ਹੋ ਜਾਂਦਾ ਹੈ ।

In world every one considers 68 Holy shrines. Bank of Ganges, where prophet Krishna graze cows, Banars, Kashi, where Ganges enters into ocean, and Trivanti, where 3 rivers meet to become one. Human desires to go to these Holy shrines to be blessed in Your court. By adopting Your Word in day to day life, the true fruit may be rewarded.

87. Guru Nanak Dev Ji – Page 1031

ਚਾਰਿ ਨਦੀ ਅਗਨੀ ਅਸਰਾਲਾ ॥	chaar nadee agnee asraalaa.
ਕੋਈ ਗੁਰਮੁਖਿ ਬੂਝੈ ਸਬਦਿ ਨਿਰਾਲਾ ॥	ko-ee gurmukh boojhai sabad niraalaa.
ਸਾਕਤ ਦੁਰਮਤਿ ਡੂਬਹਿ ਦਾਝਹਿ,	saakat durmat doobeh daajheh
ਗੁਰਿ ਰਾਖੇ ਹਰਿ ਲਿਵ ਰਾਤਾ ਹੇ ॥੫॥	gur raakhay har liv raataa hay. ‖5‖

ਇਸ ਸ੍ਰਿਸ਼ਟੀ ਵਿੱਚ ਚਾਰ ਅੱਗ ਦੀਆਂ ਨਦੀਆਂ ਹਨ । ਕਿਸੇ ਵਿਰਲਾ ਹੀ ਗੁਰਮਖ ਨੂੰ ਇਸ ਦੀ ਸੋਝੀ ਹੁੰਦੀ ਹੈ । ਕੋਈ ਵਿਰਲਾ ਹੀ ਇਸ ਅਨੁਸਾਰ ਜੀਵਨ ਬਤੀਤ ਕਰਦਾ, ਆਪਣੇ ਆਪ ਨੂੰ ਸੰਸਾਰਕ ਇੱਛਾਂ ਤੋਂ ਅਲੱਗ ਰੱਖਦਾ ਹੈ । ਸਾਕਤ (ਭਰੋਸਾ ਨਾ ਕਰਨ ਵਾਲੇ) ਮਨ ਦੇ ਬੁਰੇ ਵਿਚਰਾਂ ਕਰਕੇ ਸੰਸਾਰਕ ਇੱਛਾਂ ਦੀ ਅੱਗ ਵਿੱਚ ਜਲ ਜਾਂਦੇ ਹਨ । ਜਿਹੜੇ ਜੀਵ ਪ੍ਰਭ ਦੇ ਸ਼ਬਦ ਦੇ ਸਿਮਰਨ ਵਿੱਚ ਲੀਨ ਰਹਿੰਦੇ ਹਨ । ਪ੍ਰਭ ਆਪ ਹੀ ਉਹਨਾਂ ਦੀ ਰੱਖਿਆ ਕਰਦਾ ਹੈ ।

In the universe, there are four rivers of fire of worldly desires. However, very rare true devotee may realize this essence of His nature. Very rare devotee may adopt His Word in day to day life and remains beyond and above worldly desires. Non-believer with evil thoughts in mind, burn in this fire. Whosoever may obey and sing the glory of His Word, he may be protected by His grace.

88. Kabeer Ji – Page 1124

ਬਲੂਆ ਕੇ ਘਰੂਆ ਮਹਿ ਬਸਤੇ,	baloo-aa kay gharoo-aa meh bastay
ਫੁਲਵਤ ਦੇਹ ਅਇਆਨੈ॥	fulvat dayh a-i-aanay.
ਕਹੁ ਕਬੀਰ ਜਿਹ ਰਾਮੁ ਨ ਚੇਤਿਓ,	kaho kabeer jih raam na chayti-o
ਬੂਡੇ ਬਹੁਤੁ ਸਿਆਨੈ॥੪॥੪॥	booday bahut si-aanay. ‖4‖4‖

ਜੀਵ ਤੂੰ ਰੇਤ ਦੇ ਮਕਾਨ ਵਿੱਚ ਰਹਿੰਦਾ ਹੈ । ਤਨ ਮਿੱਟੀ ਦਾ ਬਣਿਆ, ਨਾਸ਼ ਹੋ ਜਾਣ ਵਾਲਾ ਹੈ । ਅਣਜਾਣ ਇਸ ਦਾ ਬਿਰਥਾ ਹੀ ਘਮੰਡ ਕਰਦਾ ਹੈ । ਜਿਹੜੇ ਜੀਵ ਪ੍ਰਭ ਦੇ ਸ਼ਬਦ ਦੀ ਪਾਲਣਾ, ਸਿਮਰਨ ਨਹੀਂ ਕਰਦੇ । ਭਾਵੇਂ ਬਹੁਤ ਗਿਆਨਵਾਨ, ਸੋਝੀਵਾਨ ਹੋਣ! ਫਿਰ ਵੀ ਜੂੰਨਾਂ ਦੇ ਚੱਕਰ ਵਿਚੋਂ ਨਹੀਂ ਨਿਕਲ ਸਕਦੇ ।

Human resides in a castle made of sand; his body is made of clay that is going to be vanished. You, ignorant feels false pride of his existence. Whosoever does not obey His Word, he may become very knowledgeable! Still his cycle of birth and death cannot be eliminated.

89. Guru Arjan Dev Ji – Page 1139

ਜਿਨਿ ਸੇਵਿਆ ਨਿਰਭਉ ਸੁਖਦਾਤਾ॥	jin sayvi-aa nirbha-o sukh-daata.
ਤਿਨਿ ਭਉ ਦੂਰਿ ਕੀਆ ਏਕੁ ਪਰਾਤਾ॥	tin bha-o door kee-aa ayk paraataa.
ਜੋ ਤੂ ਕਰਹਿ ਸੋਈ ਫੁਨਿ ਹੋਇ॥	jo too karahi so-ee fun ho-ay.
ਮਾਰੈ ਨ ਰਾਖੈ ਦੂਜਾ ਕੋਇ॥੨॥	maarai na raakhai doojaa ko-ay. ‖2‖

ਜਿਹੜੇ ਨਿਡਰ ਪ੍ਰਭ ਦੀ ਸ਼ਰਣ ਵਿੱਚ ਵਸਦੇ ਹਨ! ਸੁਖਾਂ ਦੇ ਦਾਤੇ ਦੇ ਸ਼ਬਦ ਨਾਲ ਜੀਵਨ ਬਤੀਤ ਕਰਦੇ ਹਨ । ਪ੍ਰਭ ਆਪ ਹੀ ਉਹਨਾਂ ਦੇ ਸਾਰੇ ਡਰ ਦੂਰ ਕਰ ਦੇਂਦਾ ਹੈ । ਉਹ ਪ੍ਰਭ ਦੀ ਹੋਂਦ ਮਹਿਸੂਸ ਕਰ ਲੈਂਦੇ ਹਨ । ਤੇਰਾ ਭਾਣਾ ਵਾਪਰਕੇ ਹੀ ਰਹਿੰਦਾ ਹੈ, ਟਾਲਿਆ ਨਹੀਂ ਜਾ ਸਕਦਾ, ਅੰਤ ਵਿੱਚ ਬੀਤ ਜਾਂਦਾ ਹੈ । ਤੇਰੇ ਹੁਕਮ ਤੋਂ ਬਿਨਾਂ ਕੋਈ ਹੋਰ ਕਿਸੇ ਦੀ ਰੱਖਿਆ ਨਹੀਂ ਕਰ ਸਕਦਾ, ਨਾ ਹੀ ਮੌਤ ਦੇ ਸਕਦਾ ਹੈ ।

Whosoever may seek the refuge of fearless God and adopts His Word, all his fears may be vanished. He may realize the existence of the Holy spirit everywhere. Your command always prevails and cannot be avoided, it passes away with time. Without Your blessings, no one can protect or destroy anyone. Protection and death are only under Your command.

90. Guru Arjan Dev Ji – Page 1206

ਦੂਖ ਰੋਗ ਭੈ ਸਗਲ ਬਿਨਾਸੇ,	dookh rog bhai sagal binaasay
ਜੋ ਆਵੈ ਹਰਿ ਸੰਤ ਸਰਨ॥	jo aavai har sant saran.
ਆਪਿ ਜਪੈ ਅਵਰਹ ਨਾਮੁ ਜਪਾਵੈ,	aap japai avrah naam japaavai
ਵਡ ਸਮਰਥ ਤਾਰਨ ਤਰਨ॥੧॥	vad samrath taaran taran. ‖1‖

ਜਿਹੜੇ ਪ੍ਰਭ ਦੇ ਸ਼ਬਦ ਨਾਲ ਜੀਵਨ ਢਾਲਕੇ ਪ੍ਰਭ ਦੀ ਸ਼ਰਣ ਵਿੱਚ ਆ ਜਾਂਦੇ ਹਨ । ਉਹਨਾਂ ਦੇ ਸੰਸਾਰਕ ਇੱਛਾਂ ਦੇ ਸਾਰੇ ਰੋਗ, ਮੌਤ ਦਾ ਡਰ ਦੂਰ ਹੋ ਜਾਂਦਾ ਹੈ । ਆਪ ਹੀ ਜੀਵ ਦੇ ਵਿੱਚ ਆਪਣਾ ਸ਼ਬਦ ਬੋਲਦਾ, ਬੋਲਨ ਦੀ ਇੱਛਾ ਪੈਦਾ ਕਰਦਾ ਹੈ । ਸਰਬ ਕਲਾ ਸਮਰਥ ਆਪ ਹੀ ਦਾਸ ਨੂੰ ਦਰਬਾਰ ਵਿੱਚ ਪ੍ਰਵਾਨ ਕਰਦਾ ਹੈ ।

Whosoever may adopt His Word and comes to His refuge, his worries and fear of death may be eliminated. He Himself speaks within his mind and also creates desire to speak. He Himself accepts the meditation of His devotee.

91. Guru Arjan Dev Ji – Page 1216

ਗੁਰ ਜੀਉ ਸੰਗਿ ਤੁਹਾਰੈ ਜਾਨਿਓ॥	gur jee-o sang tuhaarai jaani-o.
ਕੋਟਿ ਜੋਧ ਉਆ ਕੀ ਬਾਤ ਨ ਪੁਛੀਐ,	kot joDh u-aa kee baat na puchhee-ai
ਤਾਂ ਦਰਗਹ ਭੀ ਮਾਨਿਓ॥੧॥ਰਹਾਉ॥	taaN dargeh bhee maani-o. ‖1‖ rahaa-o.

ਪ੍ਰਭ ਦੇ ਸ਼ਬਦ ਦੀ ਪਾਲਣਾ, ਜੀਵਨ ਢਾਲਣ ਨਾਲ ਸ਼ਬਦ ਦੀ ਸੋਝੀ ਹੋ ਗਈ, ਪ੍ਰਭ ਦੀ ਹੋਂਦ ਮਹਿਸੂਸ ਹੋ ਗਈ ਹੈ । ਸੰਸਾਰ ਵਿੱਚ ਅਨੇਕਾਂ ਹੀ ਜੋਧੇ ਹੋਏ ਹਨ । ਉਹਨਾਂ ਦੀ ਦਰਬਾਰ ਵਿੱਚ ਕੋਈ ਕੀਮਤ ਨਹੀਂ ਪੈਂਦੀ । ਸ਼ਬਦ ਦੀ ਕਮਾਈ ਨਾਲ ਦਰਬਾਰ ਵਿੱਚ ਸੋਭਾ ਬਖਸ਼ਿਸ਼ ਹੋਈ ਹੈ ।

Adopting His Word in life, His Word has been enlightened from within, I have realized His existence. Several warriors are born and died in the universe; their sacrifices have no value in His court. Only earning of His Word, meditation may be rewarded in His court.

92. Guru Nanak Dev Ji – Page 1256

ਦੁਖ ਮਹੁਰਾ ਮਾਰਣ ਹਰਿ ਨਾਮੁ॥	dukh mahuraa maaran har naam.
ਸਿਲਾ ਸੰਤੋਖ ਪੀਸਣੁ ਹਥਿ ਦਾਨੁ॥	silaa santokh peesan hath daan.
ਨਿਤ ਨਿਤ ਲੇਹੁ ਨ ਛੀਜੈ ਦੇਹ॥	nit nit layho na chheejai dayh.
ਅੰਤ ਕਾਲਿ ਜਮੁ ਮਾਰੈ ਠੇਹ॥੧॥	ant kaal jam maarai thayh. ‖1‖

ਸੰਸਾਰਕ ਇੱਛਾਂ ਦਾ ਦੁਖ ਜ਼ਹਿਰ ਦੀ ਤਰ੍ਹਾਂ ਹੈ, ਸ਼ਬਦ ਦੀ ਪਾਲਣਾ ਕਰਨਾ ਹੀ ਇਸ ਰੋਗ ਦਾ ਇਲਾਜ ਹੈ । ਪ੍ਰਭ ਦੇ ਬਖਸ਼ੇ ਤੇ ਸੰਤੋਖ ਕਰਨਾ ਹੀ ਬੰਦਗੀ ਹੈ, ਲੋੜਵੰਦ ਦੀ ਮਦਦ ਕਰਨਾ ਹੀ ਅਸਲੀ ਪੂਜਾ, ਦਾਨ ਹੈ । ਇਹ ਹਰ ਰੋਜ਼ ਕਰਨਾ ਚਾਹੀਦਾ ਹੈ ! ਮਾਨਸ ਸਰੀਰ ਦਾ ਇੱਕ ਪਲ ਵੀ ਬਿਰਥਾ ਨਹੀਂ ਗਵਾਉਣਾ ਚਾਹੀਦਾ । ਅੰਤ ਸਮੇਂ ਮੌਤ ਤੇ ਜਿੱਤ ਬਖਸ਼ਿਸ਼ ਹੋ ਜਾਂਦੀ ਹੈ ।

Worldly desires are like a poison and obeying His Word is like anti-dose of that disease. Being contented on His blessings is the meditation and helping the helpless is the worship and charity. You should perform this day and night and should not waste any moment of life. In the end, you may be blessed, may conquer your death.

93. Guru Amar Das Ji – Page 1258

ਸਤਿਗੁਰ ਦਾਤਾ ਰਾਮ ਨਾਮ ਕਾ,	satgur daataa raam naam kaa
ਹੋਰੁ ਦਾਤਾ ਕੋਈ ਨਾਹੀ॥	hor daataa ko-ee naahee.
ਜੀਅ ਦਾਨੁ ਦੇਇ ਤ੍ਰਿਪਤਾਸੇ,	jee-a daan day-ay tariptaasay
ਸਚੈ ਨਾਮਿ ਸਮਾਹੀ॥	sachai naam samaahee.
ਅਨਦਿਨੁ ਹਰਿ ਰਵਿਆ ਰਿਦ ਅੰਤਰਿ,	an-din har ravi-aa rid antar
ਸਹਜਿ ਸਮਾਧਿ ਲਗਾਹੀ॥੨॥	sahj samaaDh lagaahee. ||2||

ਪ੍ਰਭ ਤੋਂ ਬਿਨਾਂ ਹੋਰ ਕਿਸੇ ਤੋਂ ਸ਼ਬਦ ਪਾਇਆ ਨਹੀਂ ਜਾ ਸਕਦਾ । ਕੇਵਲ ਪ੍ਰਭ ਹੀ ਸ਼ਬਦ ਦੀ ਦਾਤ, ਲਗਨ, ਸੋਝੀ ਪਾਉਣ ਵਾਲਾ ਮਾਲਕ ਹੈ । ਮਨ ਵਿੱਚ ਸ਼ਬਦ ਦਾ ਦਾਨ, ਸ਼ਬਦ ਨੂੰ ਸੁਚੇਤ ਕਰਕੇ, ਮਨ ਵਿੱਚ ਸੰਤੋਖ ਬਖਸ਼ਦਾ ਹੈ । ਸ਼ਬਦ ਦੀ ਪਾਲਣਾ ਕਰਦਾ ਜੀਵ ਸ਼ਬਦ ਦੀ ਸਮਾਧੀ ਵਿੱਚ ਵਸਣ ਲਗ ਪੈਂਦਾ ਹੈ । ਉਹ ਦਿਨ ਰਾਤ ਸ਼ਬਦ ਦਾ ਸਿਮਰਨ ਕਰਦਾ ਹੈ, ਮਨ ਵਿੱਚ ਸ਼ਬਦ ਦਾ ਰਸ ਮਾਨਦਾ ਹੈ । ਉਸ ਦੀ ਸਮਾਧੀ ਵਿੱਚ ਹੀ ਲੀਨ ਹੋ ਜਾਂਦਾ ਹੈ ।

Without God, no one can bless His Word to anyone. The One and Only One, God may bless His Word, devotion to meditate and enlightens His Word. He may bless and awakes His Word within. Peace and harmony may blossom in mind. Whosoever may adopt His Word, he may enter into deep meditation in the void of His Word. He meditates and sings the glory of His Word and remains focused and contented.

94. Guru Arjan Dev Ji – Page 1354

ਜਨਮੰ ਤ ਮਰਣੰ ਹਰਖੰ ਤ ਸੋਗੰ, ਭੋਗੰ ਤ ਰੋਗੰ॥	janmaN ta marnaN harkhaN ta sogaN bhogaN ta rogaN.
ਊਚੰ ਤ ਨੀਚੰ ਨਾਨ੍ਹਾ ਸੁ ਮੂਚੰ॥	oonchaN ta neechaN naanHaa so moochaN.
ਰਾਜੰ ਤ ਮਾਨੰ ਅਭਿਮਾਨੰ ਤ ਹੀਨੰ॥	raajaN ta maanaN abhimaanaN ta heenaN.
ਪ੍ਰਵਿਰਤਿ ਮਾਰਗੰ ਵਰਤੰਤਿ ਬਿਨਾਸਨੰ॥	parvirat maargaN vartant binaasanaN.
ਗੋਬਿੰਦ ਭਜਨ ਸਾਧ ਸੰਗੇਣ,	gobind bhajan saaDh sangayn
ਅਸਥਿਰੰ ਨਾਨਕ ਭਗਵੰਤ ਭਜਨਾਸਨੰ ॥੧੨॥	asthiraN naanak bhagvant bhajnaasnaN. ||12||

ਅਗਰ ਜੀਵ ਜਨਮ ਲੈਂਦਾ, ਮੌਤ ਵੀ ਆਉਂਦੀ, ਸੁਖ ਆਉਂਦਾ, ਦੁਖ ਵੀ ਆਉਂਦਾ ਹੈ । ਅਗਰ ਜੀਵਨ ਵਿੱਚ ਖੇੜਾ ਹੈ, ਰੋਗ ਵੀ ਆਉਂਦਾ ਹੈ । ਅਗਰ ਜੀਵਨ ਵਿੱਚ ਚੰਗਾ ਸਮਾਂ ਆਉਂਦਾ ਹੈ, ਮੰਦਾ ਵੀ ਆਉਂਦਾ ਹੈ । ਅਗਰ ਕਿਸੇ ਨੂੰ ਕੋਈ ਤਾਕਤ ਬਖਸ਼ਿਸ਼ ਹੁੰਦੀ, ਉਸ ਨੂੰ ਅਹੰਕਾਰ ਦਾ ਜ਼ੋਰ ਹੋ ਜਾਂਦਾ ਹੈ । ਕੋਈ ਛੋਟਾ ਹੈ, ਕੋਈ ਵੱਡਾ, ਤਾਕਤਵਾਰ ਵੀ ਹੈ । ਜਿਸ ਵਿੱਚ ਅਹੰਕਾਰ ਆ ਜਾਂਦਾ ਹੈ । ਇਸ ਰਸਤੇ ਤੇ ਚਲਦਾ ਜੀਵ ਜੂੰਨਾਂ ਦੇ ਚੱਕਰ ਵਿੱਚ ਪੈਂਦਾ, ਨਾਸ਼ ਹੋ ਜਾਂਦਾ, ਨਰਕ ਵਿੱਚ ਜਾਂਦਾ ਹੈ । ਪ੍ਰਭ ਦੇ ਸ਼ਬਦ ਦੀ ਬੰਦਗੀ ਕਰਦੇ ਜੀਵ ਦੇ ਮਨ ਵਿੱਚ ਸੰਤੋਖ ਧੀਰਜ ਵਸ ਜਾਂਦਾ ਹੈ । ਬੰਦਗੀ ਕਰਨ ਵਾਲੇ ਪ੍ਰਭ ਦੇ ਸ਼ਬਦ ਦੀ ਧੁਨ ਮਨ ਵਿੱਚ ਜਾਗਰਤ ਕਰ ਲੈਂਦੇ ਹਨ ।

If one is born, he is going to die, if pleasures come, sorrows will follow. If there is blossom in life, there is going to be worries. If there is good time in life, there is going to be miseries also. If there is power in life, misery can come too. There is always someone is little, other is big, powerful other is helpless. Whosoever falls into the trap of worldly ego, he remains on the path of hell, destruction. He remains trapped into cycle of birth and death. His true devotee remains patience and contented. His Word remains awake and alert in His mind.

95. Guru Arjan Dev Ji – Page 1363

ਪ੍ਰੀਤਿ ਪ੍ਰੇਮ ਤਨੁ ਖਚਿ ਰਹਿਆ	pareet paraym tan khach rahi-aa
ਬੀਚੁ ਨ ਰਾਈ ਹੋਤ॥	beech na raa-ee hot.
ਚਰਨ ਕਮਲ ਮਨੁ ਬੇਧਿਓ	charan kamal man bayDhi-o
ਬੂਝਨੁ ਸੁਰਤਿ ਸੰਜੋਗ॥੨॥	boojhan surat sanjog. ||2||

ਜਦੋਂ ਜੀਵ ਦੇ ਰੋਮ ਰੋਮ ਵਿੱਚ ਪ੍ਰਭ ਦਾ ਸ਼ਬਦ ਰਚ ਜਾਂਦਾ ਹੈ! ਪ੍ਰਭ ਨਾਲ ਪ੍ਰੀਤ ਅਡੋਲ ਹੋ ਜਾਂਦੀ ਹੈ, ਤਾਂ ਪ੍ਰਭ ਵਿੱਚ ਅਤੇ ਆਤਮਾ ਵਿੱਚ ਕੋਈ ਦੂਰੀ ਨਹੀਂ ਰਹਿੰਦੀ । ਜਦੋਂ ਮਨ ਪ੍ਰਭ ਦੇ ਸ਼ਬਦ ਦੀ ਪਾਲਣਾ ਤੇ ਅਡੋਲ ਹੋ ਜਾਂਦਾ, ਸ਼ਬਦ ਦੀ ਸਮਾਧੀ ਵਿੱਚ ਲੀਨ ਹੋ ਜਾਂਦਾ ਹੈ, ਤਾਂ ਪ੍ਰਭ ਦੇ ਸ਼ਬਦ ਰੂਪੀ ਚਰਨਾਂ ਦਾ ਕਮਲ ਦਾ ਫੁੱਲ ਦਿਲ ਨੂੰ ਚੀਰ ਜਾਂਦਾ ਹੈ ।

When His Word may be drenched, absorbed in each and every fiber of the body! There is no separation between soul and Holy spirit. When His Word may be fully drenched within, he may enter into deep meditation in the void of His Word and His Word pierces through his soul.

96. Kabeer Ji – Page 1364

ਕਬੀਰਾ ਤੁਹੀ ਕਬੀਰੁ ਤੂ,	kabeeraa tuhee kabeer too
ਤੇਰੋ ਨਾਉ ਕਬੀਰੁ॥	tayro naa-o kabeer.
ਰਾਮ ਰਤਨੁ ਤਬ ਪਾਈਐ,	raam ratan tab paa-ee-ai
ਜਉ ਪਹਿਲੇ ਤਜਹਿ ਸਰੀਰੁ॥੩੧॥	ja-o pahilay tajeh sareer. ||31||

ਜਿਹੜਾ ਤੇਰਾ ਸੰਸਾਰਕ ਨਾਮ ਹੈ, ਇਹ ਪ੍ਰਭ ਨੇ ਆਪ ਹੀ ਬਖਸ਼ਿਆ ਹੈ । ਜਦੋਂ ਤੂੰ ਆਪਣਾ ਆਪਾ ਤਿਆਗ ਦੇਵੇਗਾ, ਤਾਂ ਹੀ ਤੂੰ ਉਸ ਅਮੋਲਕ ਪ੍ਰਭ ਨੂੰ ਮਿਲੱਣ ਲਈ ਤਿਆਰ ਹੋਵੇਗਾ । ਪ੍ਰਭ ਨੂੰ ਪਾਉਣ ਤੋਂ ਪਿਛੋਂ ਫਿਰ ਜਨਮ ਨਹੀਂ ਲੈਣਾ ਪੈਂਦਾ, ਤਨ ਦੀ ਲੋੜ ਨਹੀਂ ਹੁੰਦੀ ।

With whatsoever name you may be recognizes in the universe, The True Master had blessed you. When you conquer your mind and you soul may become worthy of His consideration. Once soul is immersed in Holy spirit, birth and death cycle may be eliminated. You do not need body anymore.

97. Guru Tegh Bahadur Ji – Page 1426

ਭੈ ਨਾਸਨ ਦੁਰਮਤਿ ਹਰਨ,	bhai naasan durmat haran
ਕਲਿ ਮੈ ਹਰਿ ਕੋ ਨਾਮੁ॥	kal mai har ko naam.
ਨਿਸਿ ਦਿਨੁ ਜੋ ਨਾਨਕ ਭਜੈ,	nis din jo naanak bhajai
ਸਫਲ ਹੋਹਿ ਤਿਹ ਕਾਮ॥੨੦॥	safal hohi tih kaam. ||20||

ਚਾਰੇਂ ਜੁਗਾਂ ਵਿੱਚ ਕੱਲਯੁਗ ਉਤਮ ਜੁਗ (P-406) ਹੈ! ਇਸ ਵਿੱਚ ਪ੍ਰਭ ਦੇ ਸਿਮਰਨ ਕਰਨ ਨਾਲ ਦੁਖਾਂ ਦਾ ਨਾਸ਼ ਹੋ ਜਾਂਦਾ ਹੈ, ਮੁਸ਼ਕਲਾਂ ਦੂਰ ਭਜ ਜਾਂਦੀਆਂ ਹਨ, ਅਸਾਨ ਹੋ ਜਾਂਦੀਆਂ ਹਨ । ਜਿਹੜੇ ਸ਼ਬਦ ਵਿੱਚ ਲੀਨ ਹੋ ਜਾਂਦੇ ਹਨ, ਰਹਿਮਤ ਦਾ ਫਲ ਪ੍ਰਾਪਤ ਕਰ ਲੈਂਦੇ ਹਨ ।

Kali Yuga is the supreme in all four Ages. In this Age, by obeying and singing the glory of His Word, all worldly desires may be eliminated by His mercy and grace. All difficult situations become easy, smooth. Whosoever may remain dedicated in obeying His Word, he may be rewarded with His mercy and grace.

98. Guru Arjan Dev Ji – Page 1429

ਥਾਲ ਵਿਚਿ ਤਿੰਨਿ ਵਸਤੂ ਪਈਓ,	thaal vich tinn vastoo pa-ee-o
ਸਤੁ ਸੰਤੋਖੁ ਵੀਚਾਰੋ॥	sat santokh veechaaro.
ਅੰਮ੍ਰਿਤ ਨਾਮੁ ਠਾਕੁਰ ਕਾ ਪਇਓ,	amrit naam thaakur kaa pa-i-o
ਜਿਸ ਕਾ ਸਭਸੁ ਅਧਾਰੋ॥	jis kaa sabhas aDhaaro.
ਜੇ ਕੋ ਖਾਵੈ, ਜੇ ਕੋ ਭੁੰਚੈ,	jay ko khaavai jay ko bhunchai
ਤਿਸ ਕਾ ਹੋਇ ਉਧਾਰੋ॥	tis kaa ho-ay uDhaaro.
ਏਹ ਵਸਤੁ ਤਜੀ ਨਹ ਜਾਈ,	ayh vasat tajee nah jaa-ee
ਨਿਤ ਨਿਤ ਰਖੁ ਉਰਿ ਧਾਰੋ॥	nit nit rakh ur Dhaaro.
ਤਮ ਸੰਸਾਰੁ ਚਰਨ ਲਗਿ ਤਰੀਐ,	tam sansaar charan lag taree-ai
ਸਭੁ ਨਾਨਕ ਬ੍ਰਹਮ ਪਸਾਰੋ॥੧॥	sabh naanak barahm pasaaro. ||1||

ਪ੍ਰਭ ਨੇ ਸ੍ਰਿਸ਼ਟੀ ਵਿੱਚ ਤਿੰਨ ਪਦਾਰਥ ਸ੍ਰਿਸ਼ਟੀ ਦੇ ਵਿਚਾਰ ਕਰਨ ਲਈ ਰੱਖੇ ਹਨ । ਸਤ, ਸੰਤੋਖ ਅਤੇ ਪ੍ਰਭ ਦੇ ਸ਼ਬਦ ਵੱਲ ਧਿਆਨ ਰੱਖਿਆ ਹੈ । ਇਸ ਸਭ ਕੁਝ ਦਾ ਅਧਾਰ, ਪ੍ਰਭ ਦੀ ਬਾਣੀ ਹੈ । ਜਿਹੜਾ ਵੀ ਵਿਚਾਰਦਾ ਹੈ, ਸਮਝ ਕੇ ਆਪਣਾ ਜੀਵਨ ਸ਼ਬਦ ਨਾਲ ਢਾਲਦਾ ਹੈ । ਉਸ ਦਾ ਅਸਲੀ ਮਨੋਰਥ ਪੂਰਾ ਹੋ ਜਾਂਦਾ ਹੈ, ਉਸ ਨੂੰ ਮੁਕਤੀ ਬਖਸ਼ਿਸ਼ ਹੋ ਸਕਦੀ ਹੈ । ਇਹ ਚੀਜ ਜੀਵ ਤੋਂ ਕੋਈ ਚੋਰੀ ਨਹੀਂ ਕਰ ਸਕਦਾ, ਖੋਂਅ ਨਹੀਂ ਸਕਦਾ । ਜਿਹੜੇ ਜੀਵ ਤੇਰੇ ਸ਼ਬਦ ਦਾ ਆਸਰਾ ਲੇ ਕੇ ਦਿਲੋ ਸਿਮਰਨ ਕਰਦੇ ਹਨ । ਉਹਨਾਂ ਨੂੰ ਪ੍ਰਭ ਸਿਮਰਨ ਤੇ ਅਡੋਲ ਰੱਖਦਾ ਹੈ, ਸਿਮਰਨ ਪ੍ਰਵਾਨ ਹੋ ਜਾਂਦੇ ਹਨ ।

God had placed three priceless virtues to think about in the universe for His creation! Contentment, patience and think about separation from Him. The enlightenment of all these has been described in Holy scripture. Whosoever think about it, understand and adopts in his life, he may be blessed with true substance, the right path of salvation. This priceless virtue, no one can rob or steal from him. Whosoever wholeheartedly obeys His Word, He keeps him stable and dedicated on the right path and may accept his prayer.

99. Guru Arjan Dev Ji – Page 1080

ਸੋਲਹ ਕਲਾ ਸੰਪੂਰਨ ਫਲਿਆ॥	solah kalaa sampooran fali-aa.
ਅਨਤ ਕਲਾ ਹੋਇ ਠਾਕੁਰੁ ਚੜਿਆ॥	anat kalaa ho-ay thaakur charhi-aa.
ਅਨਦ ਬਿਨੋਦ ਹਰਿ ਨਾਮਿ ਸੁਖ,	anad binod har naam sukh
ਨਾਨਕ ਅੰਮ੍ਰਿਤ ਰਸੁ ਹਰਿ ਭੁੰਚਨਾ॥	naanak amrit ras har bhunchanaa.
੧੬॥੨॥੯॥	||16||2||9||

ਸ੍ਰਿਸ਼ਟੀ ਦੇ ਜੀਵ ਮੰਨਦੇ ਹਨ, ਜਿਸ ਜੀਵ ਨੂੰ 16 ਕਲਾਂ ਬਖਸ਼ਿਸ਼ ਹੋ ਜਾਂਦੀਆਂ ਹਨ । ਉਸ ਦਾ ਮਾਨਸ ਜਨਮ ਸਫਲ ਹੋ ਜਾਂਦਾ ਹੈ । ਜਿਸ ਦੇ ਮਨ ਵਿੱਚ ਪ੍ਰਭ ਦਾ ਸ਼ਬਦ ਜਾਗਰਤ ਹੋ ਜਾਂਦਾ, ਉਸ ਨੂੰ ਅਣਗਿਣਤ ਹੀ ਕਲਾਂ ਦੀ ਸੋਝੀ ਬਖਸ਼ਿਸ਼ ਹੋ ਜਾਂਦੀ ਹੈ । ਬੰਦਗੀ ਕਰਨ ਵਾਲੇ ਦੇ ਮਨ ਵਿੱਚ ਅਨੰਦ, ਖੇੜਾ ਵਸਦਾ ਹੈ, ਉਸ ਨੂੰ ਪ੍ਰਭ ਦੇ ਸ਼ਬਦ ਰੂਪੀ ਅੰਮ੍ਰਿਤ ਬਖਸ਼ਿਸ਼ ਹੋ ਜਾਂਦਾ ਹੈ ।

It is universal belief, whosoever may be blessed with 16 miracles power, his human life journey becomes successful. Whosoever may be enlightened with the teachings of His Word, he may be blessed with unlimited miracles power. His mind always remains contented and in blossom and he may be blessed with the nectar, His Word.

100.Guru Amar Das Ji – Page 645

ਥਾਲੈ ਵਿਚਿ ਤੈ ਵਸਤੂ ਪਈਓ	thaalai vich tai vastoo pa-ee-o
ਹਰਿ ਭੋਜਨੁ ਅੰਮ੍ਰਿਤੁ ਸਾਰੁ॥	har bhojan amrit saar.
ਜਿਤੁ ਖਾਧੈ ਮਨੁ ਤ੍ਰਿਪਤੀਐ	jit khaaDhai man taripat-ee-ai
ਪਾਈਐ ਮੋਖ ਦੁਆਰੁ॥	paa-ee-ai mokh du-aar.
ਇਹੁ ਭੋਜਨੁ ਅਲਭੁ ਹੈ	ih bhojan alabh hai
ਸੰਤਹੁ ਲਭੈ ਗੁਰ ਵੀਚਾਰਿ॥	santahu labhai gur veechaar.
ਏਹ ਮੁਦਾਵਣੀ ਕਿਉ ਵਿਚਹੁ	ayh mudaavanee ki-o vichahu
ਕਢੀਐ ਸਦਾ ਰਖੀਐ ਉਰਿ ਧਾਰਿ॥	kadhee-ai sadaa rakhee-ai ur Dhaar.
ਏਹ ਮੁਦਾਵਣੀ ਸਤਿਗੁਰੂ ਪਾਈ	ayh mudaavanee satguroo paa-ee
ਗੁਰਸਿਖਾ ਲਧੀ ਭਾਲਿ॥	gursikhaa laDhee bhaal.
ਨਾਨਕ ਜਿਸੁ ਬੁਝਾਏ ਸੁ ਬੁਝਸੀ,	naanak jis bujhaa-ay so bujhsee
ਹਰਿ ਪਾਇਆ ਗੁਰਮੁਖਿ ਘਾਲਿ॥੧॥	har paa-i-aa gurmukh ghaal. ||1||

ਪ੍ਰਭ ਨੇ ਸੰਸਾਰਕ ਥਾਲ ਵਿੱਚ ਸ਼ਬਦ ਰੂਪੀ ਅਮੋਲਕ ਭੋਜਨ ਜੀਵਾਂ ਨੂੰ ਬਖਸ਼ਿਆ ਹੈ । ਜਿਸ ਦੇ ਖਾਣ, ਸ਼ਬਦ ਦੀ ਪਾਲਣਾ ਕਰਨ ਨਾਲ ਮਨ ਵਿੱਚ ਸੰਤੋਖ ਘਰ ਕਰ ਜਾਂਦਾ ਹੈ, ਮੁਕਤੀ ਦਾ ਰਸਤਾ ਬਖਸ਼ਿਸ਼ ਹੋ ਸਕਦਾ ਜਾਂਦਾ ਹੈ । ਮੁਕਤੀ ਦੇਣ ਵਾਲਾ ਭੋਜਨ, ਸ਼ਬਦ, ਸ਼ਬਦ ਦੀ ਸੋਝੀ ਦੁਰਲੱਭ ਹੈ । ਬੰਦਗੀ ਕਰਨ ਵਾਲੇ ਸੰਤ, ਸ਼ਬਦ ਨਾਲ ਜੀਵਨ ਢਾਲਕੇ ਪਾ ਲੈਂਦੇ ਹਨ । ਜੀਵ ਇਸ ਸ਼ਬਦ ਦੀ ਪਾਲਣਾ ਵਿਚੋਂ ਮਨ ਨੂੰ ਕਿਉਂ ਕੱਢਦਾ ਹੈ? ਸਗੋਂ ਸਦਾ ਹੀ ਚਿਤ ਲਾ ਕੇ ਇਸ ਦੀ ਪਾਲਣਾ ਕਰੋ । ਜਿਸ ਤੇ ਆਪ ਹੀ ਰਹਿਮਤ ਬਖਸ਼ਦਾ ਹੈ, ਇਸ ਦੀ ਸੋਝੀ ਕੇਵਲ ਉਸ ਨੂੰ ਹੀ ਹੁੰਦੀ ਹੈ । ਗੁਰਮਖ ਆਪਣੇ ਮਨ ਨੂੰ ਅਡੋਲ ਰੱਖ ਕੇ ਪਾ ਲੈਂਦਾ ਹੈ । God has blessed a priceless food, His Word for His creation. Whosoever may adopt His Word in his own life, he may be blessed with peace and contentment. He may find the right path of salvation. This food for salvation is priceless, His true devotee may be blessed by adopting His Word in his life. Why anyone would abandon that path of salvation? Rather he should wholeheartedly remain steady and stable on the right path. Only with His mercy and grace, one may recognize this essence of His nature. His true devotee may be blessed with reward by keeping firm and dedicated.

101.Guru Nanak Dev Ji – Page 722

ਆਪੁ ਗਵਾਈਐ ਤਾ ਸਹੁ ਪਾਈਐ, ਅਉਰੁ ਕੈਸੀ ਚਤੁਰਾਈ॥	aap gavaa-ee-ai taa saho paa-ee-ai a-or kaisee chaturaa-ee.
ਸਹੁ ਨਦਰਿ ਕਰਿ ਦੇਖੈ ਸੋ ਦਿਨੁ ਲੇਖੈ, ਕਾਮਣਿ ਨਉ ਨਿਧਿ ਪਾਈ॥	saho nadar kar daykhai so din laykhai kaaman na-o niDh paa-ee.
ਆਪਣੇ ਕੰਤ ਪਿਆਰੀ ਸਾ ਸੋਹਾਗਣਿ, ਨਾਨਕ ਸਾ ਸਭਰਾਈ॥	aapnay kant pi-aaree saa sohagan naanak saa sabhraa-ee.
ਐਸੇ ਰੰਗਿ ਰਾਤੀ ਸਹਜ ਕੀ ਮਾਤੀ, ਅਹਿਨਿਸਿ ਭਾਇ ਸਮਾਣੀ॥	aisay rang raatee sahj kee maatee ahinis bhaa-ay samaanee.
ਸੁੰਦਰਿ ਸਾਇ ਸਰੂਪ ਬਿਚਖਣਿ, ਕਹੀਐ ਸਾ ਸਿਆਣੀ॥੪॥੨॥੪॥	sundar saa-ay saroop bichkhan kahee-ai saa si-aanee. ‖4‖2‖4‖

ਆਪਣੇ ਆਪ ਨੂੰ ਮਿਟਾ ਦੇਣ ਨਾਲ ਹੀ ਰਹਿਮਤ ਦੀ ਨਜ਼ਰ ਬਖਸ਼ਿਸ਼ ਹੋ ਸਕਦੀ ਹੈ । ਹੋਰ ਕੋਈ ਚਲਾਕੀ, ਜਾ ਸਿਆਣਪ ਕੰਮ ਨਹੀਂ ਆਉਂਦੀ । ਜਦੋਂ ਰਹਿਮਤ, ਸ਼ਬਦ ਦੀ ਸੋਝੀ ਦੇ ਨੌਂ ਖਜ਼ਾਨੇਂ ਹਾਸਿਲ ਹੋ ਜਾਂਦੇ ਹਨ, ਉਹ ਸਮਾਂ ਵੱਡਭਾਗਾਂ ਬਣ ਜਾਂਦਾ ਹੈ! ਜਿਸ ਦੀ ਬੰਦਗੀ ਪ੍ਰਵਾਨ ਕਰ ਲੈਂਦਾ, ਉਹ ਜੀਵ ਪ੍ਰਭ ਦਾ ਸੇਵਕ ਬਣ ਜਾਂਦਾ ਹੈ । ਉਹ ਦਿਨ ਰਾਤ ਸ਼ਬਦ ਦੀ ਪਾਲਣਾ ਵਿੱਚ ਮਸਤ ਰਹਿੰਦਾ, ਮਨ ਤੇ ਪ੍ਰਭ ਦਾ ਨੂਰ ਚੜ੍ਹ ਜਾਂਦਾ ਹੈ । ਉਹ ਜੀਵ ਸੰਤ ਸਰੂਪ ਬਣ ਜਾਂਦਾ ਹੈ । ਸੰਸਾਰਕ ਜੀਵ ਵੀ ਉਸ ਨੂੰ ਸਿਆਣਾ, ਦਾਸ, ਭਗਤ ਕਹਿੰਦੇ ਹਨ ।

Only by conquering selfishness, His vision of mercy may be blessed. No other worldly wisdom or religious ritual can help. With His mercy and grace, his mind may be enlightened with nine treasures of Word and that day becomes auspicious. Whose meditation may be accepted, he may be blessed with a state of mind as His true devotee. He may remain dedicated in obeying His Word day and night. In his mind eternal glow may be shining. He becomes true saint, His devotee and may be known as wiseman in the world also.

102.Guru Arjan Dev Ji – Page 228

ਹਰਿ ਰਾਮ ਰਾਮ ਰਾਮ ਰਾਮਾ॥	har raam raam raam raamaa.
ਜਪਿ ਪੂਰਨ ਹੋਏ ਕਾਮਾ॥੧॥ ਰਹਾਉ॥	jap pooran ho-ay kaamaa. ‖1‖ rahaa-o.

ਪ੍ਰਭ ਦਾ ਸ਼ਬਦ ਹੀ ਪ੍ਰਭ ਦਾ ਰੂਪ ਹੈ । ਸ਼ਬਦ ਦੀ ਪਾਲਣਾ, ਸਿਮਰਨ ਨਾਲ ਮਨ ਦੀਆ ਮੁਰਾਦਾਂ ਪੂਰੀਆਂ ਹੋ ਸਕਦੀਆਂ ਹਨ।

The enlightenment of His World is the symbol, existence of The True Master. Whosoever may adopt His Word with steady and stable belief in his own life, his human life journey may become profitable and he may succeed in each and every deed.

103.Guru Arjan Dev Ji – Page 717

ਜਨਮ ਮਰਨ ਕਾਟੇ ਗੁਰ ਬਚਨੀ,	janam maran kaatay gur bachnee
ਬਹੁੜਿ ਨ ਸੰਕਟ ਦੁਆਰਾ॥	bahurh na sankat du-aaraa.
ਨਾਨਕ ਸਰਨਿ ਗਹੀ ਸੁਆਮੀ ਕੀ,	naanak saran gahee su-aamee kee
ਪੁਨਹ ਪੁਨਹ ਨਮਸਕਾਰਾ॥੨॥੯॥੨੮॥	punah punah namaskaaraa. ||2||9||28||

ਪ੍ਰਭ ਦੇ ਸ਼ਬਦ ਦੀ ਪਾਲਣਾ ਕਰਨ ਨਾਲ ਪ੍ਰਭ ਦੀ ਰਹਿਮਤ ਬਖਸ਼ਿਸ਼ ਹੋ ਜਾਂਦੀ ਹੈ । ਜਨਮ ਮਰਨ ਦਾ ਚੱਕਰ ਖਤਮ ਹੋ ਜਾਂਦਾ ਹੈ । ਉਸ ਆਤਮਾ ਨੂੰ ਮਾਤਾ ਦੇ ਗਰਭ ਵਿੱਚ ਨਹੀਂ ਜਾਣਾ ਪੈਂਦਾ । ਬੰਦਗੀ ਕਰਨ ਵਾਲੇ ਸਦਾ ਹੀ ਪ੍ਰਭ ਦੀ ਸ਼ਰਣ, ਸ਼ਬਦ ਦੀ ਸਮਾਧੀ ਵਿੱਚ ਵਸਦੇ ਹਨ । ਉਹ ਬਾਰ ਬਾਰ ਪ੍ਰਭ ਦੇ ਸ਼ਬਦ ਦੇ ਗੁਣ ਗਾਉਂਦੇ ਧੰਨਵਾਦ ਹੀ ਕਰਦੇ ਹਨ ।

By adopting the teachings of His Word in life, his cycle of birth and death may be eliminated. His soul may not endure the pain, suffering in the womb of mother again. He always remains in deep meditation and under His protection.

104.Guru Amar Das Ji – Page 951

ਬਾਬਾਣੀਆ ਕਹਾਣੀਆ	baabaanee-aa kahaanee-aa
ਪੁਤ ਸਪੁਤ ਕਰੇਨਿ॥	put saput karayn.
ਜਿ ਸਤਿਗੁਰ ਭਾਵੈ ਸੁ ਮੰਨਿ ਲੈਨਿ,	je satgur bhaavai so man lain
ਸੇਈ ਕਰਮ ਕਰੇਨਿ॥	say-ee karam karayn.
ਜਾਇ ਪੁਛਹੁ ਸਿਮ੍ਰਿਤਿ ਸਾਸਤ,	jaa-ay puchhahu simrit saasat
ਬਿਆਸ ਸੁਕ ਨਾਰਦ,	bi-aas suk naarad
ਬਚਨ ਸਭ ਸ੍ਰਿਸਟਿ ਕਰੇਨਿ॥	bachan sabh sarisat karayn.
ਸਚੈ ਲਾਏ ਸਚਿ ਲਗੇ,	sachai laa-ay sach lagay
ਸਦਾ ਸਚੁ ਸਮਾਲੇਨਿ॥	sadaa sach samaalayn.
ਨਾਨਕ ਆਏ ਸੇ ਪਰਵਾਣੁ ਭਏ,	naanak aa-ay say parvaan bha-ay
ਜਿ ਸਗਲੇ ਕੁਲ ਤਾਰੇਨਿ॥੧॥	je saglay kul taarayn. ||1||

ਬਜ਼ੁਰਗਾਂ ਦੀਆਂ ਚੰਗੇ ਕੰਮਾਂ ਦੀਆਂ ਕਹਾਣੀਆਂ, ਬੱਚਿਆਂ ਨੂੰ ਸੁਣਾਉਣ ਨਾਲ ਉਹ ਚੰਗੇ ਇਖਲਾਕ ਵਾਲੇ ਬੱਚੇ ਬਣਦੇ ਹਨ । ਉਹ ਹੀ ਕੰਮ ਕਰਦੇ ਹਨ, ਜਿਹੜੇ ਪ੍ਰਭ ਨੂੰ ਭਾਉਂਦੇ ਹਨ, ਉਸ ਦੀ ਰਹਿਮਤ ਪਾ ਲੈਂਦੇ ਹਨ । ਧਰਮ ਦੇ ਗ੍ਰੰਥਾਂ, ਭਗਤਾਂ ਦੀਆਂ ਲਿਖਤਾਂ ਪੜ੍ਹ ਕੇ ਦੇਖੋ । ਗ੍ਰੰਥ-(ਸਿਮ੍ਰਿਤਿ, ਸਾਸਤਰ੍ਰਾਂ,) ਭਗਤਾਂ-(ਬਿਆਸ, ਸੁਖਦੇਵ, ਨਾਰਦ) ਇਹ ਹੀ ਸੰਸਾਰ ਵਿੱਚ ਪ੍ਰੇਰਨਾ ਕਰਦੇ ਸਨ । ਜਿਹਨਾਂ ਤੇ ਪ੍ਰਭ ਰਹਿਮਤ ਬਖਸ਼ਕੇ ਸ਼ਬਦ ਦੇ ਲੜ ਲਾਉਂਦਾ ਹੈ, ਉਹ ਸ਼ਬਦ ਨਾਲ ਜੀਵਨ ਢਾਲਕੇ, ਸ਼ਬਦ ਦੀ ਸਮਾਧੀ ਵਿੱਚ ਅਡੋਲ ਹੋ ਜਾਂਦੇ ਹਨ । ਉਹਨਾਂ ਦਾ ਮਾਨਸ ਜਨਮ ਸਫਲ ਹੋ ਜਾਂਦਾ ਹੈ, ਬਜ਼ੁਰਗਾਂ ਨੂੰ ਵੀ ਤਾਰ ਜਾਂਦੇ ਹਨ ।

By telling the good deeds of grand parents, children develop good thinking. They only perform deed that may please Him and are per His Word. They may be blessed with His mercy and grace. If you read religious scriptures and life story of any Holy saint, His true devotee, all inspire the same teachings. Whosoever may be blessed with His mercy and grace to meditates and obey His Word in life, he remains attuned to His Word, purpose of life. His human life becomes successful and may save his great parents and next generations.

105.Guru Nanak Dev Ji – Page 1291

ਧੰਨੁ ਸੋ ਕਾਗਦੁ ਕਲਮ ਧੰਨੁ	dhan so kaagad kalam Dhan
ਧਨੁ ਭਾਂਡਾ ਧਨੁ ਮਸੁ॥	Dhan bhaaNdaa Dhan mas.
ਧਨੁ ਲੇਖਾਰੀ ਨਾਨਕਾ	dhan laykhaaree naankaa
ਜਿਨਿ ਨਾਮੁ ਲਿਖਾਇਆ ਸਚੁ॥੧॥	jin naam likhaa-i-aa sach. ||1||

ਜਿਹਨਾਂ ਨੇ ਪ੍ਰਭ ਦਾ ਸ਼ਬਦ ਲਿਖਿਆ ਹੈ । ਉਹ ਕਾਗਜ, ਕਲਮ, ਸਿਆਰੀ, ਲਿਖਣ ਵਾਲੇ ਧਨ, ਵੱਡੇ ਭਾਗਾਂ ਵਾਲੇ ਹਨ ।

Whosoever may write the spiritual meanings of Holy scripture, Your Word. The writer, ink, paper all becomes fortunate?

106.Kabeer Ji – Page 340

ਅਲਹ ਲਹੰਤਾ ਭੇਦ ਛੈ,	alah lahantaa bhayd chhai
ਕਛੁ ਕਛੁ ਪਾਇਓ ਭੇ ਉਲਟਿ ਭੇਦ॥	kachh kachh paa-i-o bhay ulat bhayd
ਮਨੁ ਬੇਧਿਓ, ਪਾਇਓ ਅਭੰਗ ਅਛੇ॥੪॥	man bayDhi-o paa-i-o abhang achhayd. ||4||

ਜਿਹੜਾ ਅਡੋਲ ਹੋ ਕੇ ਪ੍ਰਭ ਦੇ ਸ਼ਬਦ ਦੀ ਪਾਲਣਾ ਕਰਦਾ ਹੈ! ਉਹ ਪ੍ਰਭ ਦੀ ਕੁਦਰਤ ਦਾ ਕੁਝ ਭੇਦ ਪਾ ਲੈਂਦਾ ਹੈ, ਉਹ ਭੇਦ ਧੀਰੇ ਧੀਰੇ ਫਿਰ ਦੂਰ ਹੋ ਜਾਂਦਾ ਹੈ । ਜਿਹੜਾ ਸੰਸਾਰਕ ਇੱਛਾਂ ਤੋਂ ਆਪਣੇ ਮਨ ਨੂੰ ਰਹਿਤ ਕਰ ਲੈਂਦਾ ਹੈ! ਉਸ ਦੇ ਮਨ ਵਿੱਚ ਇਹ ਭੇਦ ਘਰ ਕਰ ਜਾਂਦਾ ਹੈ, ਉਸ ਦੀ ਜੋਤ ਜਾਗਰਤ ਹੋ ਜਾਂਦੀ ਹੈ । ਉਸ ਦੀ ਰਹਿਮਤ ਪਾ ਲੈਂਦੇ ਹਨ, ਉਸ ਦੀ ਜੋਤ ਵਿੱਚ ਅਲੋਪ ਹੋ ਜਾਂਦੇ ਹਨ ।

Whosoever may wholeheartedly obey His Word, he may understand few secrets of His nature. Slowly and slowly his understandings, light faints away. Whosoever may raise above worldly desires, becomes desireless. His Word may be enlightened and drenched within, he remains awake and alert. His soul may be blessed with His grace and absorbed within Holy spirit.

107.Kabeer Ji – Page 331

ਇਹੁ ਮਨੁ ਬਡਾ,	ih man badaa
ਕਿ ਜਾ ਸਉ, ਮਨੁ ਮਾਨਿਆ॥	ke jaa sa-o man maani-aa.
ਰਾਮੁ ਬਡਾ ਕੈ, ਰਾਮਹਿ ਜਾਨਿਆ॥੧॥	raam badaa kai raameh jaani-aa. ||1||

ਕੀ ਜੀਵ ਦਾ ਮਨ, ਆਤਮਾ ਵੱਡੀ, ਉਤਮ ਹੈ, ਕਿ ਜਿਸ ਨੂੰ ਮਨ ਮਾਲਕ ਮੰਨਦਾ ਹੈ ਉਹ ਵੱਡਾ ਹੈ? ਕੀ ਪ੍ਰਭ ਵੱਡਾ ਹੈ, ਕਿ ਉਹ ਜੀਵ ਜਿਹੜਾ ਪ੍ਰਭ ਨੂੰ ਪਛਾਣ ਜਾਂਦਾ ਹੈ, ਉਹ ਵੱਡਾ ਹੈ?

Is human soul being greatest or The Creator who assigns human body is the greatest.? Is God the greatest or His devotee who recognizes Him is the greatest?

8. ਪੂਜਾ, ਪੁੰਨ, ਚੰਗੇ ਕਰਮ, ਪਾਠ ਕਰਨ, ਸੁਣਨ ਦਾ ਫਲ! Blessings of Charity-Worship-Paath Recite- Listen?

108.Guru Arjan Dev Ji – Page 261

ਲੇਖੈ ਕਤਹਿ ਨ ਛੂਟੀਐ,	laykhai kateh na chhootee-ai
ਖਿਨੁ ਖਿਨੁ ਭੂਲਨਹਾਰ॥	khin khin bhoolanhaar.
ਬਖਸਨਹਾਰ ਬਖਸਿ ਲੈ ,	bakhsanhaar bakhas lai
ਨਾਨਕ ਪਾਰਿ ਉਤਾਰ॥੧॥	naanak paar utaar. ||1||

ਅਣਜਾਣ ਮਾਨਸ ਸਵਾਸ ਸਵਾਸ ਗਲਤੀਆਂ ਕਰਦਾ ਰਹਿੰਦਾ ਹੈ । ਉਸ ਦੀਆ ਗਲਤੀਆਂ ਦੀ ਗਿਣਤੀ ਇਤਨੀ ਜ਼ਿਆਦਾ ਹੈ । ਆਪਣੇ ਕੀਤੇ ਚੰਗੇ ਕੰਮਾਂ ਨਾਲ ਜੂੰਨਾਂ ਦੇ ਚੱਕਰ ਤੋਂ ਕਦੇ ਵੀ ਛੁਟਕਾਰਾ ਨਹੀਂ ਹੋ ਸਕਦਾ । ਪ੍ਰਭ ਤੂੰ ਹੀ ਰਹਿਮਤਾ ਦਾ ਮਾਲਕ, ਬਖਸ਼ਣ ਹਾਰਾ ਹੈ, ਆਪ ਹੀ ਆਪਣੇ ਦਾਸ ਦੀਆ ਭੁੱਲਾਂ ਬਖਸ਼ ਲਵੋ! ਆਪਣੀ ਸ਼ਰਣ ਵਿੱਚ ਪ੍ਰਵਾਨ ਕਰ ਲਵੋ!

I am ignorant, fool with each and every breath does evil deeds, mistakes, some knowingly and some in ignorance. My mistakes are beyond count! By my own efforts, meditation, good deeds, my cycle of birth and death may never be eliminated. Only You are The True Master of forgiveness! You may ignore my foolishness, mistakes and blessed me with devotion to obey Your Word. Makes me Your own slave and accepts me under Your protection.

109.Guru Amar Das Ji – Page 590

ਸੁਣਿ ਸਿਖਿਐ ਸਾਦੁ ਨ ਆਇਓ,	sun sikhi-ai saad na aa-i-o
ਜਿਚਰੁ ਗੁਰਮੁਖਿ ਸਬਦਿ ਨ ਲਾਗੈ॥	jichar gurmukh sabad na laagai.
ਸਤਿਗੁਰਿ ਸੇਵਿਐ ਨਾਮੁ ਮਨਿ ਵਸੈ,	satgur sayvi-ai naam man vasai
ਵਿਚਹੁ ਭ੍ਰਮੁ ਭਉ ਭਾਗੈ॥	vichahu bharam bha-o bhaagai.
ਜੇਹਾ ਸਤਿਗੁਰ ਨੋ ਜਾਣੈ ਤੇਹੋ ਹੋਵੈ,	jayhaa satgur no jaanai tayho hovai
ਤਾ ਸਚਿ ਨਾਮਿ ਲਿਵ ਲਾਗੈ ॥	taa sach naam liv laagai.
ਨਾਨਕ ਨਾਮਿ ਮਿਲੈ ਵਡਿਆਈ,	naanak naam milai vadi-aa-ee
ਹਰਿ ਦਰਿ ਸੋਹਨਿ ਆਗੈ ॥੨॥	har dar sohan aagai. ||2||

ਜੀਵ ਨੂੰ ਸ਼ਬਦ ਦੀ ਸਿਖਿਆ ਸੁਣਨ ਨਾਲ, ਉਸ ਦੀ ਮਹੱਤਤਾ ਦਾ ਗਿਆਨ ਨਹੀਂ ਹੁੰਦਾ । ਜਿਤਨਾ ਚਿਰ ਉਹ ਆਪਣੇ ਜੀਵਨ ਵਿੱਚ ਗੁਰਮਖ ਅਵਸਥਾ ਧਾਰਨ ਨਹੀਂ ਕਰਦਾ । ਸ਼ਬਦ ਦੀ ਪਾਲਣਾ, ਸ਼ਬਦ ਵਿੱਚ ਲਗਨ ਨਹੀਂ ਲਾਉਂਦਾ । ਪ੍ਰਭ ਦੇ ਸ਼ਬਦ ਦੀ ਪਾਲਣਾ ਕਰਨ ਨਾਲ ਸ਼ਬਦ ਦਾ ਤੱਤ, ਗਿਆਨ ਮਨ ਵਿੱਚ ਘਰ ਕਰ ਜਾਂਦਾ ਹੈ । ਮਨ ਵਿਚੋਂ ਭਰਮ ਖਤਮ ਹੋ ਜਾਂਦੇ ਹਨ । ਜਿਸਤਰ੍ਹਾਂ ਦਾ ਸ਼ਬਦ ਦਾ ਗਿਆਨ ਹੁੰਦਾ ਜਾਂਦਾ, ਉਹ ਆਪਣਾ ਜੀਵਨ ਢਾਲਦਾ ਜਾਂਦਾ ਹੈ । ਫਿਰ ਉਸ ਦੀ ਲਗਨ, ਭਰੋਸਾ ਸ਼ਬਦ ਤੇ ਅਡੋਲ ਹੁੰਦਾ ਜਾਂਦਾ ਹੈ । ਪ੍ਰਭ ਦੇ ਸ਼ਬਦ ਦੀ ਪਾਲਣਾ ਕਰਨ ਨਾਲ ਸੰਸਾਰਕ ਜੀਵ ਵੀ ਉਸ ਦੀ ਸੋਭਾ ਕਰਦੇ ਹਨ । ਜਿਹੜਾ ਉਸ ਦੇ ਜੀਵਨ ਤੋਂ ਸਿਖਿਆ ਲੈਂਦਾ ਹੈ, ਦਰਬਾਰ ਵਿੱਚ ਪ੍ਰਵਾਨ ਹੋ ਜਾਂਦੇ ਹਨ ।

Human does not understand the essence of Holy sermons, scriptures only by listening. Unless he does not adopt the teachings of His Word in his day to day life. By adopting the teachings of His Word in own life, the essences of His Word may drench within. All suspicions created by religious rituals may be eliminated from his mind. As much as his mind may understand the teachings of His Word and implements in his life, his dedication and devotion on His Word may become stronger and stronger day by day. By adopting wholeheartedly His Word and singing His virtues, he may be enlightened with the right path of salvation.

110.Guru Arjan Dev Ji – Page 216

ਬਰਤ ਨੇਮ ਸੰਜਮ ਮਹਿ ਰਹਤਾ,	barat naym sanjam meh rahtaa
ਤਿਨ ਕਾ ਆਢੁ ਨ ਪਾਇਆ॥	tin kaa aadh na paa-i-aa.
ਆਗੈ ਚਲਣੁ ਅਉਰੁ ਹੈ ਭਾਈ,	aagai chalan a-or hai bhaa-ee
ਊਂਹਾ ਕਾਮਿ ਨ ਆਇਆ॥੧॥	ooNhaa kaam na aa-i-aa. ‖1‖

ਧਰਮਾਕ ਨਿੱਤਨੇਮ, ਬੰਦਗੀ ਕਰਨ ਦੇ ਸਾਰੇ ਪਾਠ ਪੂਜਾ ਦੇ ਫਲ ਨਾਲ ਕੇਵਲ ਮਾਨਸ ਤਨ ਹੀ ਬਾਰ ਬਾਰ ਪਇਆ ਜਾ ਸਕਦਾ ਹੈ । ਮੌਤ ਪਿਛੋਂ ਦੀ ਅਮਰ ਅਵਸਥਾ ਪਾਉਣ ਲਈ ਹੋਰ ਹੀ ਧਨ ਇਕੱਠਾ ਕਰਨਾ ਪੈਂਦਾ ਹੈ । ਇਹ ਸੰਸਾਰਕ ਧਰਮ ਦੇ ਪਾਏ ਸਾਰੇ ਰੀਤ ਰੀਵਾਜ ਬਿਰਥੇ ਹੀ ਹਨ ।

By doing the rituals like daily prayers, good deeds, human body may be blessed again and again. To be blessed with salvation, totally different wealth, only earnings of Word may be needed. All religious rituals are useless, waste of time for the true purpose of life.

111.Guru Nanak Dev Ji – Page 594

ਨਾਨਕ ਗਾਲੀ ਕੂੜੀਆ	naanak gaalee koorhee-aa
ਬਾਝੁ ਪਰੀਤਿ ਕਰੇਇ॥	baajh pareet karay-i.
ਤਿਚਰੁ ਜਾਣੈ ਭਲਾ ਕਰਿ	tichar jaanai bhalaa kar
ਜਿਚਰੁ ਲੇਵੈ ਦੇਇ॥੨॥	jichar layvai day-ay. ‖2‖

ਜਿਹੜੇ ਸ਼ਬਦ ਦੀ ਸਿਖਿਆ ਨੂੰ ਆਪਣੇ ਜੀਵਨ ਵਿੱਚ ਨਹੀਂ ਢਾਲਦੇ । ਕੇਵਲ ਸ਼ਬਦ ਦਾ ਪ੍ਰਚਾਰ ਹੀ ਕਰਦੇ ਹਨ, ਉਹਨਾਂ ਦੀ ਬੰਦਗੀ ਬਿਰਥੀ ਹੀ ਹੈ । ਉਹ ਕੇਵਲ ਉਸ ਨੂੰ ਹੀ ਚੰਗਾ ਕੰਮ ਕਰਾਰ ਦਿੰਦੇ ਹਨ, ਜਿਸ ਕੰਮ ਨਾਲ ਕੁਝ ਸੰਸਾਰਕ ਧਨ ਪਾਉਂਦੇ ਹਨ । ਕੇਵਲ ਉਹਨਾਂ ਦੇ ਮਨ ਦਾ ਲਾਲਚ ਪੂਰਾ ਹੁੰਦਾ ਹੈ ।

Whosoever may not adopt the teachings of His Word in his life! Only preaching the Holy scripture, his meditation, good deeds are useless and may not be rewarded. Some human may consider only those deeds are good deeds for humanity! By which he may be rewarded with worldly visible gain and worldly honors. His greedy desires may be fulfilled.

112.Guru Arjan Dev Ji – Page 641

ਪਾਠੁ ਪੜਿਓ ਅਰੁ ਬੇਦੁ ਬੀਚਾਰਿਓ,	paath parhi-o ar bayd beechaari-o
ਨਿਵਲਿ ਭੁਅੰਗਮ ਸਾਧੇ॥	nival bhu-angam saaDhay.
ਪੰਚ ਜਨਾ ਸਿਉ ਸੰਗੁ ਨ ਛੁਟਕਿਓ,	panch janaa si-o sang na chhutki-o
ਅਧਿਕ ਅਹੰਬੁਧਿ ਬਾਧੇ॥੧॥	aDhik ahaN-buDh baaDhay. ‖1‖

ਜਿਹੜੇ ਬੰਦਗੀ ਕਰਨ ਵਾਲੇ ਪਵਿੱਤਰ ਗ੍ਰੰਥਾਂ ਦਾ ਪਾਠ ਕਰਦੇ ਹਨ, ਵਿਚਾਰ ਕਰਦੇ ਹਨ । ਜੋਗਾਂ ਦੇ ਤਪ ਨਾਲ ਮਨ ਨੂੰ ਪਵਿੱਤਰ ਕਰਨ ਦੀ ਕੋਸ਼ਿਸ਼ ਕਰਦੇ ਹਨ । ਅਗਰ ਮਨ ਵਿਚੋਂ ਪੰਜਾਂ ਇੱਛਾਂ ਦੇ ਜਮਦੂਤਾਂ ਤੇ ਜਿੱਤ ਨਹੀਂ ਪਾਉਂਦੇ, ਤਾਂ ਉਹਨਾਂ ਦੇ ਮਨ ਦਾ ਅਹੰਕਾਰ ਵਧਦਾ ਜਾਂਦਾ ਹੈ, ਅਹੰਕਾਰੀ ਹੋ ਜਾਂਦੇ ਹਨ ।

Whosoever may recite Holy scripture, deep meditation and with his determination, meditation tries to sanctifies his soul. If he does not conquer the demons of worldly wealth, his worldly desires, his ego blossoms within.

113.Ravi Das Ji – Page 875

ਜੇ ਓਹੁ ਅਠਸਿਠ ਤੀਰਥ ਨ੍ਹਾਵੈ॥ jay oh athsath tirath nHaavai.
ਜੇ ਓਹੁ ਦੁਆਦਸ ਸਿਲਾ ਪੂਜਾਵੈ॥ jay oh du-aadas silaa poojaavai.
ਜੇ ਓਹੁ ਕੂਪ ਤਟਾ ਦੇਵਾਵੈ॥ jay oh koop tataa dayvaavai.
ਕਰੈ ਨਿੰਦ ਸਭ ਬਿਰਥਾ ਜਾਵੈ॥੧॥ karai nind sabh birthaa jaavai. ||1||

ਅਗਰ ਕੋਈ ਜੀਵ 68 ਪਵਿੱਤਰ ਅਸਥਾਨਾਂ ਤੇ ਇਸ਼ਨਾਨ ਕਰੇ, ਸ਼ਿਵਾਂ ਦੇ 12 ਪੱਥਰਾਂ ਦੀ ਪੂਜਾ ਕਰੇ । ਸ੍ਰਿਸ਼ਟੀ ਦੀ ਭਲਾਈ ਲਈ ਖੂਹ ਬਣਾਵੇ, ਜਾਨਵਰਾਂ ਲਈ ਤਲਾਬ ਬਣਵਾਏ । ਫਿਰ ਵੀ ਅਗਰ ਉਹ ਕਿਸੇ ਦੀ ਨਿੰਦਿਆ ਕਰੇ, ਤਾਂ ਇਹ ਪੁੰਨ ਸਭ ਬਿਰਥਾ ਹੀ ਜਾਂਦਾ ਹੈ, ਪ੍ਰਭ ਨੂੰ ਪ੍ਰਵਾਨ ਨਹੀਂ ਹੁੰਦਾ ।

If one takes Holy bath at 68 holy shrines, worships 12 idols of prophet Shiva! Performs good deeds for humanity to dig wells, ponds for animal drinking water. Even then, if he criticizes and back biting anyone! His meditation, charities are not accepted in His court.

114.Guru Arjan Dev Ji – Page 890

ਤੀਰਥ ਨਾਇ ਨ ਉਤਰਸਿ ਮੈਲੁ॥ tirath naa-ay na utras mail.
ਕਰਮ ਧਰਮ ਸਭਿ ਹਉਮੈ ਫੈਲੁ॥ karam Dharam sabh ha-umai fail.
ਲੋਕ ਪਚਾਰੈ ਗਤਿ ਨਹੀ ਹੋਇ॥ lok pachaarai gat nahee ho-ay.
ਨਾਮ ਬਿਹੂਣੇ ਚਲਸਹਿ ਰੋਇ॥੨॥ naam bihoonay chalsahi ro-ay. ||2||

ਪਵਿੱਤਰ ਤੀਰਥਾਂ ਤੇ ਇਸ਼ਨਾਨ ਕਰਨ ਨਾਲ ਮਨ ਦੀ ਮੈਲ ਦੂਰ ਨਹੀਂ ਹੁੰਦੀ । ਸੰਸਾਰਕ ਧਰਮ ਦੇ ਰੀਤੀ ਰੀਵਾਜ ਮਨ ਦੇ ਅਹੰਕਾਰ ਦੇ ਹੀ ਦਿਖਾਵੇ ਹਨ । ਸੰਸਾਰਕ ਗੁਰੂ ਨੂੰ ਖੁਸ਼ ਕਰਨ ਨਾਲ ਦਰਬਾਰ ਵਿੱਚ ਪ੍ਰਵਾਨਗੀ ਬਖਸ਼ਿਸ਼ ਨਹੀਂ ਹੁੰਦੀ, ਮੁਕਤੀ, ਗਤੀ ਨਹੀਂ ਹੁੰਦੀ । ਸ਼ਬਦ ਦੀ ਕਮਾਈ ਤੋਂ ਬਿਨਾਂ ਸਾਰੇ ਹੀ ਰੋਂਦੇ ਕਰਲਾਉਂਦੇ ਹੀ ਮਰ ਜਾਂਦੇ ਹਨ ।.

The Holy water of religious shrine may not eliminate the blemish, evil thoughts of mind. These are all religious rituals, promote ego and self-pride of an ignorant human. By pleasing the worldly guru, does not guarantee the understanding of the right path, His blessings. Without adopting the teachings of His Word, the right path of salvation may not be blessed. He may die in agony and frustration of worldly desires.

115.Kabeer Ji – Page 1102

ਬੇਦ ਪੁਰਾਨ ਪੜੇ ਕਾ ਕਿਆ bayd puraan parhay kaa ki-aa
ਗੁਨੁ ਖਰ ਚੰਦਨ ਜਸ ਭਾਰਾ॥ gun khar chandan jas bhaaraa.
ਰਾਮ ਨਾਮ ਕੀ ਗਤਿ ਨਹੀ raam naam kee gat nahee
ਜਾਨੀ ਕੈਸੇ ਉਤਰਸਿ ਪਾਰਾ॥੧॥ jaanee kaisay utras paaraa. ||1||

ਅਗਰ ਤੂੰ ਪ੍ਰਭ ਦੇ ਸ਼ਬਦ ਦੀ ਸੋਝੀ ਪਾ ਕੇ ਆਪਣੇ ਜੀਵਨ ਵਿੱਚ ਨਾ ਢਾਲਿਆ । ਧਾਰਮਕ ਗ੍ਰੰਥ ਵੇਦਾਂ, ਪਰਾਨ ਪੜ੍ਹਨ ਦਾ ਕੀ ਲਾਭ ਹੈ? ਇਹ ਤਾਂ ਇਵੇਂ ਹੈ, ਜਿਵੇਂ ਗੰਧੇ ਉਪਰ ਚੰਦਨ ਦੀ ਲੱਕੜੀ ਲੱਦੀ ਜਾਵੇ । ਤੂੰ ਸੰਸਾਰਕ ਸਾਗਰ ਕਿਵੇਂ ਪਾਰ ਕਰੇਗਾ? ਜੂੰਨਾਂ ਦਾ ਚੱਕਰ ਕਿਵੇਂ ਖਤਮ ਕਰੇਗਾ?

If one understands the essence of His Word, but he does not adopt in his life. What are the benefits of reading Holy scriptures? This is like, donkey is loaded with sandalwood, donkey does not gain anything out of it. How are you going to cross the worldly ocean? How can You eliminate the cycle of birth and death?

116.Guru Nanak Dev Ji – Page 1242

ਸਾਸਤ੍ਰ ਬੇਦ ਪੁਰਾਣ ਪੜ੍ਹੰਤਾ॥	saastar bayd puraan parhHaNtaa.
ਪੂਕਾਰੰਤਾ ਅਜਾਣੰਤਾ॥	pookaarantaa ajaanantaa.
ਜਾਂ ਬੂਝੈ ਤਾਂ ਸੂਝੈ ਸੋਈ॥	jaaN boojhai taaN soojhai so-ee.
ਨਾਨਕੁ ਆਖੈ ਕੂਕ ਨ ਹੋਈ॥੧॥	naanak aakhai kook na ho-ee. ‖1‖

ਕਈ ਜੀਵ ਧਰਮ ਦੇ ਗ੍ਰੰਥ (ਸਾਸਤਰ, ਵੇਦ, ਪੁਰਾਨ) ਪੜ੍ਹਦੇ ਹਨ । ਉਹ ਅਗਿਆਨਤਾ ਵਿੱਚ ਉੱਚੀ ਉੱਚੀ ਗਾਉਂਦੇ ਹਨ । ਅਗਰ ਸ਼ਬਦ ਦੀ ਸੋਝੀ ਹੋ ਜਾਵੇ ਤਾਂ ਉਹ ਪ੍ਰਭ ਨੂੰ ਜਾਣ ਲੈਣ । ਸ਼ਬਦ ਨੂੰ ਉੱਚੀ ਉੱਚੀ ਬੋਲਨ ਦੀ ਕੋਈ ਮਹੱਤਤਾ ਨਹੀਂ ।

Some in ignorance recites the Holy scripture very loud. If he understands the essence of His Word, he may realize that reciting loud has no significance.

117.Guru Nanak Dev Ji – Page 1245

ਗਿਆਨ ਵਿਹੂਣਾ ਗਾਵੈ ਗੀਤ॥	gi-aan vihoonaa gaavai geet.
ਭੁਖੇ ਮੁਲਾਂ ਘਰੇ ਮਸੀਤਿ॥	bhukhay mulaaN gharay maseet.
ਮਖਟੂ ਹੋਇ ਕੈ ਕੰਨ ਪੜਾਏ॥	makhtoo ho-ay kai kann parhaa-ay.
ਫਕਰੁ ਕਰੇ ਹੋਰੁ ਜਾਤਿ ਗਵਾਏ॥	fakar karay hor jaat gavaa-ay.
ਗੁਰੁ ਪੀਰੁ ਸਦਾਏ ਮੰਗਣ ਜਾਇ॥	gur peer sadaa-ay mangan jaa-ay.
ਤਾ ਕੈ ਮੂਲਿ ਨ ਲਗੀਐ ਪਾਇ॥	taa kai mool na lagee-ai paa-ay.
ਘਾਲਿ ਖਾਇ ਕਿਛੁ ਹਥਹੁ ਦੇਇ॥	ghaal khaa-ay kichh hathahu day-ay.
ਨਾਨਕ ਰਾਹੁ ਪਛਾਣਹਿ ਸੇਇ॥੧॥	naanak raahu pachhaaneh say-ay. ‖1‖

ਜਿਹਨਾਂ ਨੂੰ ਸ਼ਬਦ ਦਾ ਗਿਆਨ ਨਹੀਂ ਹੁੰਦਾ, ਉਹ ਸ਼ਬਦ, ਧਾਰਮਕ ਗੀਤ ਗਾਉਂਦੇ ਹਨ । ਸੰਸਾਰਕ ਮਾਇਆ ਇਕੱਠੀ ਕਰਨ ਲਈ, ਘਰ ਨੂੰ ਪੂਜਣ ਵਾਲਾ ਮੰਦਰ ਬਣਾ ਲੈਂਦੇ ਹਨ । ਜਿਹੜੇ ਜੀਵ ਕੰਮ ਚੋਰ ਹੁੰਦੇ ਹਨ! ਕੰਨਾਂ ਵਿੱਚ ਮੰਦ੍ਰਾਂ ਪਾ ਲੈਂਦੇ, ਧਰਮ ਦਾ ਬਾਣਾ ਪਾ ਕੇ ਮੰਗਣ ਲਗ ਪੈਂਦੇ ਹਨ । ਇਸਤਰ੍ਹਾਂ ਜੀਵਨ ਢਾਲਕੇ ਇਸ ਸੰਸਾਰ ਵਿੱਚ ਵੀ ਆਪਣਾ ਮਾਣ ਗਵਾ ਲੈਂਦੇ ਹਨ । ਜਿਹੜਾ ਆਪਣੇ ਆਪ ਨੂੰ ਗੁਰੂ ਪੀਰ ਸਦਾਉਂਦਾ ਅਤੇ ਮੰਗਣ ਜਾਂਦਾ ਹੈ, ਉਸ ਦੇ ਨੇੜੇ ਨਾ ਜਾਵੋ! ਜਿਹੜਾ ਜੀਵ ਆਪ ਕੰਮ ਕਰਕੇ ਖਾਂਦਾ ਹੈ! ਉਸ ਵਿਚੋਂ ਕੁਝ ਬਚਾ ਕੇ ਲੋੜ ਵੰਦ ਨੂੰ ਦੇਂਦਾ ਹੈ, ਉਹ ਹੀ ਪ੍ਰਭ ਦੀ ਪ੍ਰਵਾਨਗੀ ਦੇ ਰਸਤੇ ਤੇ ਚਲਦਾ ਹੈ ।

Whosoever may not understand the teachings of His Word, he sings religious songs without understandings the essence of Word to collect worldly wealth. He may establish new temple, make his home as a temple to worship. Whosoever may be lazy, he may adopt religious robe and begs on the name of religion from door to door. By adopting this life style, he loses his honor in His court. Whosoever may claims himself as guru and goes place to place delivers sermons for charity. You should stay away from him. Whosoever works and earns his living with honest day of work and save some to help others, he is on the right path of salvation and may be honored in His court.

118.Guru Arjan Dev Ji – Page 1299

ਪੇਖੇ ਬਿੰਜਨ ਪਰੋਸਨਹਾਰੈ॥	paykhay binjan parosanhaarai.
ਜਿਹ ਭੋਜਨੁ ਕੀਨੋ ਤੇ ਤ੍ਰਿਪਤਾਰੈ॥੨॥	jih bhojan keeno tay tariptaarai. ‖2‖

ਜਿਵੇਂ ਜਿਹੜਾ ਭੋਜਨ ਪਰੋਸਦਾ ਹੈ! ਉਹ ਭੋਜਨ ਨੂੰ ਕੇਵਲ ਦੇਖਦਾ ਹੀ ਹੈ । ਭੁੱਖ ਕੇਵਲ ਭੋਜਨ ਖਾਣ ਵਾਲੇ ਦੀ ਹੀ ਮਿਟਦੀ ਹੈ । ਜਿਹੜਾ ਗੁਰੂ ਗ੍ਰੰਥ ਦਾ ਪ੍ਰਕਾਸ਼ ਕਰਦਾ, ਉਹ ਅੱਖਰਾ ਦੇ ਦਰਸ਼ਨ ਕਰਦਾ ਹੈ । ਜਿਹੜਾ ਉਹਨਾਂ ਅੱਖਰਾ ਤੋਂ ਸਿਖਿਆ ਲੈ ਕੇ ਜੀਵਨ ਢਾਲਦਾ ਹੈ। ਉਹ ਪ੍ਰਭ ਦੀ ਸ਼ਰਣ ਵਿੱਚ ਪ੍ਰਵਾਨ ਹੋ ਜਾਂਦਾ ਹੈ ।

Whosoever may set the food on the table, he can only see how food is presented, how it looks. Who actually eats the food, his stomach may be satisfied? Same way who opens the Holy scripture in morning as a religious ritual, he only sees letters. Whosoever adopts the teachings in his life, he may be graced with protection in His court.

119.Guru Nanak Dev Ji – Page 1286

ਕੁਲਹਾਂ ਦੇਂਦੇ ਬਾਵਲੇ	kulhaaN dayNday baavlay
ਲੈਂਦੇ ਵਡੇ ਨਿਲਜ ॥	laiNday vaday nilaj.
ਚੂਹਾ ਖਡ ਨ ਮਾਵਈ,	choohaa khad na maav-ee
ਤਿਕਲਿ ਬੰਨ੍ਹੈ ਛਜ ॥	tikal banHai chhaj.
ਦੇਨ੍ਹਿ ਦੁਆਈ ਸੇ ਮਰਹਿ,	dayniH du-aa-ee say mareh
ਜਿਨ ਕਉ ਦੇਨਿ ਸਿ ਜਾਹਿ॥	jin ka-o dayn se jaahi.
ਨਾਨਕ ਹੁਕਮੁ ਨ ਜਾਪਈ,	naanak hukam na jaap-ee
ਕਿਥੈ ਜਾਇ ਸਮਾਹਿ॥	kithai jaa-ay samaahi.
ਫਸਲਿ ਅਹਾੜੀ ਏਕੁ ਨਾਮੁ,	fasal ahaarhee ayk naam
ਸਾਵਣੀ ਸਚੁ ਨਾਉ॥	saavnee sach naa-o.
ਮੈ ਮਹਦੂਦੁ ਲਿਖਾਇਆ,	mai mehdood likhaa-i-aa
ਖਸਮੈ ਕੈ ਦਰਿ ਜਾਇ॥	khasmai kai dar jaa-ay.
ਦੁਨੀਆ ਕੇ ਦਰ ਕੇਤੜੇ,	dunee-aa kay dar kayt-rhay
ਕੇਤੇ ਆਵਹਿ ਜਾਂਹਿ॥	kaytay aavahi jaaNhi.
ਕੇਤੇ ਮੰਗਹਿ ਮੰਗਤੇ	kaytay mangeh mangtay
ਕੇਤੇ ਮੰਗਿ ਮੰਗਿ ਜਾਹਿ॥੧॥	kaytay mang mang jaahi. ‖1‖

ਜਿਹੜੇ ਪ੍ਰਭ ਦੇ ਨਾਮ ਤੇ ਕਿਸੇ ਨੂੰ ਸਤਿਕਾਰਦੇ ਹਨ, ਸਰੋਪਾ ਦੇਂਦੇ ਹਨ, ਉਹ ਮੂਰਖ, ਅਣਜਾਣ, ਅਗਿਆਨੀ ਹਨ । ਜਿਹੜੇ ਸਰੋਪਾ ਲੈਂਦੇ ਹਨ, ਉਹਨਾਂ ਨੂੰ ਦਰਬਾਰ ਵਿੱਚ ਸ਼ਰਮਿੰਦਗੀ ਹੀ ਮਿਲਦੀ ਹੈ । ਜਿਵੇਂ ਚੋਹਾ ਖੁਡ ਵਿੱਚ ਨਹੀਂ ਜਾ ਸਕਦਾ ਅਗਰ ਗਲ ਵਿੱਚ ਭੋਜਨ ਦੀ ਟੋਕਰੀ ਬੰਧੀ ਹੋਵੇ । ਜਿਹੜੇ ਉਹ ਸਤਿਕਾਰ ਦੇਂਦੇ ਹਨ ਅਤੇ ਜਿਹੜੇ ਉਹ ਸਰੋਪਾ ਲੈਂਦੇ ਹਨ, ਦੋਨੇਂ ਹੀ ਮੌਤ ਦੇ ਜਮਦੂਤ ਦੇ ਹਵਾਲੇ ਹੀ ਹੋ ਜਾਂਦੇ ਹਨ । ਕੋਈ ਵੀ ਪ੍ਰਭ ਦੇ ਭਾਣੇ ਨੂੰ ਜਾਣ ਨਹੀਂ ਸਕਦਾ! ਕਿਸੇ ਜੀਵ ਨੂੰ ਕਿਸਤਰ੍ਹਾਂ ਦੀ ਮੌਤ ਆਉਣੀ ਹੈ । ਕੇਵਲ ਸ਼ਬਦ ਦੀ ਕਮਾਈ ਹੀ ਅਸਲੀ ਫਸਲ ਹੈ, ਇਹ ਹੀ ਕਮਾਈ ਸਾਥ ਜਾਣਵਾਲੀ ਹੈ । ਉਹ ਜੀਵ ਜਦੋਂ ਪ੍ਰਭ ਦੇ ਦਰਬਾਰ ਜਾਂਦੇ ਹਨ, ਭੁਲਾਂ ਬਖਸ਼ਾ ਲੈਂਦੇ ਹਨ, ਪ੍ਰਭ ਉਹਨਾਂ ਦਾ ਲੇਖਾ ਖਤਮ ਕਰ ਦੇਂਦਾ ਹੈ । ਸੰਸਾਰ ਵਿੱਚ ਅਨੇਕਾਂ ਹੀ ਦਰਬਾਰ ਹਨ ਅਤੇ ਅਨੇਕਾਂ ਹੀ ਜੰਮਦੇ ਮਰਦੇ ਹਨ । ਸੰਸਾਰ ਵਿੱਚ ਅਨੇਕਾਂ ਹੀ ਮੰਗਤੇ ਹਨ ਜਿਹੜੇ ਮੰਗਦੇ ਮਰ ਜਾਂਦੇ ਹਨ ।

Whosoever may honor someone in the name of God and offers ceremonial honor are ignorant? Who accepts that honor may also be rebuked in His court? As if bundle of goods, food is tied in the neck of a mouse, he cannot enter his hole, home. Same way both who may offer and receive the honor may be captured by the demons of death. No one may know His command, Word! What kind of death is he going to face? Only the earning of His Word may go along with and support him after death in His court. When he may be called in His court, his mistakes may be forgiven and his account may be satisfied by Him. There are several thrones to worship His Word in world and several beggars, who die begging.

120.Guru Arjan Dev Ji – Page 322

ਰਸਨਾ ਉਚਰੈ ਹਰਿ ਸ੍ਰਵਣੀ,	rasnaa uchrai har sarvanee
ਸੁਣੈ ਸੋ ਉਧਰੈ ਮਿਤਾ॥	sunai so uDhrai mitaa.
ਹਰਿ ਜਸੁ ਲਿਖਹਿ ਲਾਇ ਭਾਵਨੀ,	har jas likheh laa-ay bhaavnee
ਸੇ ਹਸਤ ਪਵਿਤਾ॥	say hasat pavitaa.
ਅਠਸਠਿ ਤੀਰਥ ਮਜਨਾ,	athsath tirath majnaa
ਸਭਿ ਪੁੰਨ ਤਿਨਿ ਕਿਤਾ॥	sabh punn tin kitaa.
ਸੰਸਾਰ ਸਾਗਰ ਤੇ ਉਧਰੇ,	sansaar saagar tay uDhray
ਬਿਖਿਆ ਗੜੁ ਜਿਤਾ॥	bikhi-aa garh jitaa.
ਨਾਨਕ ਲੜਿ ਲਾਇ ਉਧਾਰਿਅਨੁ,	naanak larh laa-ay uDhaari-an
ਦਯੁ ਸੇਵਿ ਅਮਿਤਾ॥੧੯॥	da-yu sayv amitaa. ‖19‖

ਜਿਹੜੇ ਬੰਦਗੀ ਕਰਨ ਵਾਲੇ ਆਪਣੀ ਜੀਭ ਨਾਲ ਪ੍ਰਭ ਦੇ ਸ਼ਬਦ ਦੇ ਗੁਣ ਗਾਉਂਦੇ ਹਨ । ਆਪਣੇ ਕੰਨਾਂ ਨਾਲ ਪ੍ਰਭ ਦੇ ਸ਼ਬਦ ਨੂੰ ਸੁਣਦੇ ਹਨ । ਉਹ ਪ੍ਰਭ ਦੀ ਸ਼ਰਣ ਵਿੱਚ ਪ੍ਰਵਾਨ ਹੋ ਜਾਂਦੇ, ਬਚ ਜਾਂਦੇ ਹਨ । ਜਿਹੜੇ ਹੱਥ, ਮਨ ਲਾ ਕੇ ਪ੍ਰੀਤ ਨਾਲ ਪ੍ਰਭ ਦੇ ਸ਼ਬਦ ਦੀ ਉਸਤਤ ਲਿਖਦੇ ਹਨ । ਉਹ ਹੱਥ ਪਵਿਤ੍ਰ ਹੋ ਜਾਂਦੇ ਹਨ, ਉਸ ਦੇ ਮਨ ਦੀ ਮੈਲ ਧੋਤੀ ਜਾਂਦੀ ਹੈ । ਉਹਨਾਂ ਜੀਵਾ ਨੂੰ ਇਸਤਰ੍ਹਾਂ ਦਾ ਅਨੰਦ ਮਹਿਸੂਸ ਹੁੰਦਾ ਹੈ । ਜਿਵੇਂ ਉਹਨਾਂ ਨੇ 68 ਪਵਿੱਤ੍ਰ ਤੀਰਥਾਂ ਦਾ ਇਸ਼ਨਾਨ ਕਰ ਲਿਆ ਹੋਵੇ! ਉਹਨਾਂ ਦਾ ਮਨ ਸੰਸਾਰਕ ਮਾਇਆ ਦੇ ਲਾਲਚ ਤੇ ਜਿੱਤ ਪਾ ਲੈਂਦਾ ਹੈ । ਉਹ ਸੰਸਾਰਕ ਸਾਗਰ ਪਾਰ ਕਰ ਜਾਂਦੇ ਹਨ । ਜਿਹੜੇ ਸ੍ਰਿਸ਼ਟੀ ਦੀ ਭਲਾਈ ਕਰਦੇ, ਸੇਵਾ ਕਰਦੇ, ਪ੍ਰਭ ਦੇ ਸ਼ਬਦ ਦੇ ਲੜ ਲਗੇ ਰਹਿੰਦੇ ਹਨ! ਉਹ ਪ੍ਰਭ ਦੇ ਦਰਬਾਰ ਵਿੱਚ ਪ੍ਰਵਾਨ ਹੋ ਜਾਂਦੇ ਹਨ ।

Whosoever may sing His glory with his tongue and hears His Word, he may be accepted under His protection. The hands that writes with devotion the praises of the His Word may become sanctified. The evil thoughts from his mind may be eliminated. They enjoy peace and harmony in life and may be blessed with the reward of 68 Holy Shrine bath. Their mind conquers the worldly greed and they may cross the terrible worldly ocean. Whosoever may perform good deeds, serves the helpless and adopts His Word in life! He may be accepted in His kingdom.

121. Guru Nanak Dev Ji – Page 907

ਬੇਦੁ ਬਾਦੁ ਨ ਪਾਖੰਡੁ, bayd baad na pakhand a-oDhoo
ਅਉਧੂ ਗੁਰਮੁਖਿ ਸਬਦਿ ਬੀਚਾਰੀ॥੧੯॥ gurmukh sabad beechaaree. ||19||

ਪਾਠ, ਧਾਰਮਕ ਲਿਖਤਾਂ, ਗ੍ਰੰਥ ਪੜ੍ਹਨਾ ਸਭ ਪਾਖੰਡ ਹੀ ਹਨ । ਗੁਰਮਖ ਕੇਵਲ ਸ਼ਬਦ ਦੀ ਪਾਲਣਾ ਤੇ ਹੀ ਭਰੋਸਾ ਰੱਖਦਾ ਹੈ ।

Reading and reciting the Holy scripture has become a religious ritual only. His True devotee only obeys His Word and his belief remains steady and stable on His blessings.

122. Kabeer Ji – Page 1364

ਕਬੀਰ ਹਰਿ ਕਾ ਸਿਮਰਨੁ ਛਾਡਿ ਕੈ, kabeer har kaa simran chhaad kai
ਅਹੋਈ ਰਾਖੈ ਨਾਰਿ॥ aho-ee raakhai naar.
ਗਦਹੀ ਹੋਇ ਕੈ ਅਉਤਰੈ, gadhee ho-ay kai a-utarai
ਭਾਰੁ ਸਹੈ ਮਨ ਚਾਰਿ॥੧੦੮॥ bhaar sahai man chaar. ||108||

ਜਿਹੜੀ ਨਾਰੀ ਪ੍ਰਭ ਦੀ ਬੰਦਗੀ ਛੱਡਕੇ, ਸਗਨ ਅਪਸਗਨ ਵਿਚਾਰ ਦੀ, ਰੀਤੋ ਰਵਾਜ, ਜਾਦੂ ਟੂਣੇ ਕਰਦੀ ਹੈ । ਅਗਲੇ ਜਨਮ ਵਿੱਚ ਖੋਤੇ ਦੀ ਜੂੰਨ ਪੈਂਦੀ ਹੈ, ਭਾਰੀ ਮੁਸ਼ੱਕਤ ਕਰਨੀ ਪੈਂਦੀ ਹੈ ।

Anyone who may abandon obeying, adopting His word and believes in religious rituals! In next life may born as a donkey! Had to do hard labor.

123. Guru Arjan Dev Ji – Page

ਕੰਚਨਾ ਬਹੁ ਦਤ ਕਰਾ॥ kanchnaa baho dat karaa.
ਭੂਮਿ ਦਾਨੁ ਅਰਪਿ ਧਰਾ॥ bhoom daan arap Dharaa.
ਮਨ ਅਨਿਕ ਸੋਚ ਪਵਿਤ੍ਰ ਕਰਤ॥ man anik soch pavitar karat.
ਨਾਹੀ ਰੇ ਨਾਮ ਤੁਲਿ ਮਨ, naahee ray naam tul man
ਚਰਨ ਕਮਲ ਲਾਗੇ ॥੧॥ ਰਹਾਉ॥ charan kamal laagay. ||1|| rahaa-o.

ਜੀਵ ਤੂੰ ਭਾਵੇਂ ਬਹੁਤ ਸੋਨਾ, ਧਰਤੀ ਦਾਨ ਕਰੇ, ਅਨੇਕਾਂ ਤਰੀਕੇ ਨਾਲ ਮਨ ਨੂੰ ਪਵਿੱਤਰ ਕਰਨ ਦੇ ਯਤਨ ਕਰੇ । ਇਹ ਪ੍ਰਭ ਦੇ ਸ਼ਬਦ ਦੀ ਭਰੋਸਾ ਅਡੋਲ ਰੱਖ ਕੇ ਪਾਲਣਾ ਕਰਨ ਦੇ ਤੁਲ ਨਹੀਂ ਹੁੰਦੇ, ਨਹੀਂ ਹਨ । ਪ੍ਰਭ ਦੇ ਸ਼ਬਦ ਨੂੰ ਮਨ ਵਿੱਚ ਜਾਗਰਤ ਕਰਨ ਦੇ ਬਰਾਬਰ ਨਹੀਂ ਹਨ ।

You may perform lot of good deeds, lot of worldly wealth, gold, land as charity. These are not even come close to adopting His Word with steady and stable belief in day to day life. Nothing comes close or comparable to enlightening His Word within.

9. ਸ਼ਰਣ ਦੀ ਮਹੱਤਤਾ: Significance of His Protection!

124.Guru Arjan Dev Ji – Page 1096

ਜਾ ਤੂ ਮੇਰੈ ਵਲਿ ਹੈ,	jaa too mayrai val hai
ਤਾ ਕਿਆ ਮੁਹਛੰਦਾ॥	taa ki-aa muhchhandaa.
ਤੁਧੁ ਸਭੁ ਕਿਛੁ ਮੈਨੋ ਸਉਪਿਆ,	tuDh sabh kichh maino sa-upi-aa
ਜਾ ਤੇਰਾ ਬੰਦਾ॥	jaa tayraa bandaa.
ਲਖਮੀ ਤੋਟਿ ਨ ਆਵਈ,	lakhmee tot na aavee khaa-ay
ਖਾਇ ਖਰਚਿ ਰਹੰਦਾ॥	kharach rahandaa.
ਲਖ ਚਉਰਾਸੀਹ ਮੇਦਨੀ,	lakh cha-oraaseeh maydnee
ਸਭ ਸੇਵ ਕਰੰਦਾ॥	sabh sayv karandaa.
ਏਹ ਵੈਰੀ ਮਿਤ੍ਰ ਸਭਿ ਕੀਤਿਆ,	ayh vairee mitar sabh keeti-aa
ਨਹ ਮੰਗਹਿ ਮੰਦਾ॥	nah mangeh mandaa.
ਲੇਖਾ ਕੋਇ ਨ ਪੁਛਈ,	laykhaa ko-ay na puchh-ee
ਜਾ ਹਰਿ ਬਖਸੰਦਾ॥	jaa har bhakhsandaa.
ਅਨੰਦੁ ਭਇਆ ਸੁਖੁ ਪਾਇਆ,	anand bha-i-aa sukh paa-i-aa
ਮਿਲਿ ਗੁਰ ਗੋਵਿੰਦਾ॥	mil gur govindaa.
ਸਭੇ ਕਾਜ ਸਵਾਰਿਐ,	sabhay kaaj savaari-ai
ਜਾ ਤੁਧੁ ਭਾਵੰਦਾ॥੭॥	jaa tuDh bhaavandaa. ||7||

ਜਦੋਂ ਤੇਰੀ ਰਹਿਮਤ ਦੀ ਨਜ਼ਰ ਬਖਸ਼ਿਸ਼ ਹੋ ਜਾਂਦੀ ਹੈ, ਤਾਂ ਮੈਨੂੰ ਕੋਈ ਸੰਸਾਰਕ ਚਿੰਤਾ, ਇੱਛਾਂ ਦੀ ਭਟਕਣ ਨਹੀਂ ਲਗਦੀ । ਪ੍ਰਭ ਤੂੰ ਆਪਣੀ ਸ਼ਰਣ ਵਿੱਚ ਪਨਾਹ ਬਖਸ਼ਕੇ ਆਪਣਾ ਦਾਸ ਬਣਾ ਲਿਆ ਹੈ । ਇਸ ਨਾਲ ਮੇਰੇ ਮਨ ਦੀਆਂ ਮੁਰਾਦਾਂ ਪੂਰੀਆਂ ਹੋ ਗਈਆ ਹਨ । ਪ੍ਰਭ ਤੂੰ ਰਹਿਮਤ ਬਖਸ਼ਕੇ ਸ਼ਬਦ ਦੀ ਸੋਝੀ ਦਾ ਅਤੁਟ ਖਜ਼ਾਨਾ ਬਖਸ਼ਿਆਂ, ਜਿਸ ਵਿੱਚ ਕਦੇ ਕਮੀ ਨਹੀਂ ਆਉਂਦੀ । ਜਿਤਨਾਂ ਇਸ ਨੂੰ ਖਰਚ ਕਰੋ! ਉਤਨੀ ਹੀ ਵਧਦੀ ਜਾਂਦੀ ਹੈ । ਤੂੰ 84 ਲਖ ਕਿਸਮਾਂ ਦੇ ਜੀਵ, ਸਾਰੇ ਤੇਰੇ ਸ਼ਬਦ ਦੀ ਪਾਲਣਾ, ਬੰਦਗੀ, ਸੇਵਾ ਕਰਨ ਲਈ ਹੀ ਪੈਦਾ ਕੀਤੇ ਹਨ । ਤੇਰੀ ਰਹਿਮਤ ਨਾਲ ਸ੍ਰਿਸ਼ਟੀ ਦੇ ਸਾਰੇ ਜੀਵ ਹੀ ਮੇਰੇ ਮਿੱਤਰ, ਸਾਥੀ ਬਣ ਗਏ ਹਨ । ਕੋਈ ਵੀ ਮੇਰਾ ਵੈਰੀ, ਵਿਰੋਧੀ, ਬੁਰਾ ਸੋਚਣ ਵਾਲਾ ਨਹੀਂ ਹੈ । ਹੁਣ ਦਰਬਾਰ ਵਿੱਚ ਵੀ ਮੇਰਾ ਲੇਖਾ ਪੁੱਛਣ ਵਾਲਾ ਕੋਈ ਨਹੀਂ ਹੈ । ਪ੍ਰਭ ਨੇ ਆਪ ਹੀ ਮੇਰਾ ਲੇਖਾਂ ਪੂਰਾ ਕਰ ਦਿੱਤਾ, ਪਾਪ ਬਖਸ਼ ਦਿੱਤੇ ਹਨ । ਪ੍ਰਭ ਦਾ ਸ਼ਬਦ ਮਨ ਵਿੱਚ ਜਾਗਰਤ ਹੋ ਗਿਆ ਹੈ, ਮੇਰੇ ਮਨ ਵਿੱਚ ਅਨੰਦ, ਖੇੜਾ ਵਸ ਗਿਆ ਹੈ, ਮਨ ਨਿਹਾਲ ਹੋ ਗਿਆ ਹੈ । ਪ੍ਰਭ ਤੂੰ ਆਪ ਹੀ ਮੇਰੀ ਸ਼ਬਦ ਦੀ ਕਮਾਈ ਪ੍ਰਵਾਨ ਕਰ ਲਈ ਹੈ । ਮੇਰੇ ਮਾਨਸ ਜਨਮ ਦੇ ਸਾਰੇ ਕਾਰਜ ਸਫਲ ਹੋ ਗਏ ਹਨ ।

With Your mercy and grace all my worldly desires had been eliminated. You have accepted me under Your protection. All my wishes are fulfilled and my mind is carefree, without any worries. You have blessed me with unlimited treasures of Word enlightenment, which will never be exhausted. More I spend more it grows. You have created 84 lakhs kinds of creatures, all to serve Your universe and to sing Your glory. With Your mercy and grace all creatures have become my friends and helper. You have accepted me as Your true devotee, das, own servant, no one can ask me the accounts of my deeds. My mind is in complete harmony after union with Your Word. All my deeds, actions have become as per Your Word.

125.Guru Nanak Dev Ji – Page 597

ਸੁਚੈ ਭਾਡੈ ਸਾਚੁ ਸਮਾਵੈ,	soochai bhaadai saach samaavai
ਵਿਰਲੇ ਸੂਚਾਚਾਰੀ॥	virlay soochaachaaree.
ਤੰਤੈ ਕਉ ਪਰਮ ਤੰਤੁ ਮਿਲਾਇਆ,	tantai ka-o param tant milaa-i-aa
ਨਾਨਕ ਸਰਣਿ ਤੁਮਾਰੀ॥੫॥੬॥	naanak saran tumaaree. ‖5‖6‖

ਪਵਿੱਤਰ ਸ਼ਬਦ ਕੇਵਲ ਪਵਿੱਤਰ ਭਾਂਡੇ ਵਿੱਚ ਹੀ ਟਿਕਦਾ ਹੈ । ਕੋਈ ਵਿਰਲਾ ਹੀ ਆਪਣੀ ਆਤਮਾ ਨੂੰ ਪਵਿੱਤਰ ਕਰਕੇ ਰੱਖਦਾ ਹੈ । ਜਿਹੜੀ ਆਤਮ ਸ਼ਰਣ ਵਿੱਚ ਆ ਜਾਂਦੀ ਹੈ, ਪ੍ਰਭ ਵਿੱਚ ਹੀ ਅਲੋਪ ਹੋ ਜਾਂਦੀ ਹੈ ।

His Word is Holy, pure and it can only stay in pure, clean house. However, very rare devotee may keep his soul unblemished, pure. Whosoever may be accepted under His protection, his soul becomes sanctified.

126.Guru Amar Das Dev Ji – Page 768

ਭਗਤ ਜਨਾ ਕੀ ਹਰਿ ਜੀਉ ਰਾਖੈ,	bhagat janaa kee har jee-o raakhai
ਜੁਗਿ ਜੁਗਿ ਰਖਦਾ ਆਇਆ ਰਾਮ॥	jug jug rakh-daa aa-i-aa raam.
ਸੋ ਭਗਤੁ ਜੋ ਗੁਰਮੁਖਿ ਹੋਵੈ,	so bhagat jo gurmukh hovai
ਹਉਮੈ ਸਬਦਿ ਜਲਾਇਆ ਰਾਮ॥	ha-umai sabad jalaa-i-aa raam.
ਹਉਮੈ ਸਬਦਿ ਜਲਾਇਆ	ha-umai sabad jalaa-i-aa
ਮੇਰੇ ਹਰਿ ਭਾਇਆ,	mayray har bhaa-i-aa
ਜਿਸ ਦੀ ਸਾਚੀ ਬਾਣੀ॥	jis dee saachee banee.
ਸਚੀ ਭਗਤਿ ਕਰਹਿ ਦਿਨੁ ਰਾਤੀ,	sachee bhagat karahi din raatee
ਗੁਰਮੁਖਿ ਆਖਿ ਵਖਾਣੀ॥	gurmukh aakh vakhaanee.
ਭਗਤਾ ਕੀ ਚਾਲ ਸਚੀ,	bhagtaa kee chaal sachee
ਅਤਿ ਨਿਰਮਲ ਨਾਮੁ,	at nirmal naam
ਸਚਾ ਮਨਿ ਭਾਇਆ॥	sachaa man bhaa-i-aa.
ਨਾਨਕ ਭਗਤ ਸੋਹਹਿ ਦਰਿ ਸਾਚੈ,	naanak bhagat soheh dar saachai
ਜਿਨੀ ਸਚੋ ਸਚੁ ਕਮਾਇਆ॥੧॥	jinee sacho sach kamaa-i-aa. ‖1‖

ਬੰਦਗੀ ਕਰਨ ਵਾਲੇ, ਸ਼ਬਦ ਦੀ ਪਾਲਣਾ ਕਰਨ ਵਾਲੇ ਦੀ ਆਪ ਹੀ ਰੱਖਿਆ ਕਰਦਾ ਹੈ । ਉਹ ਜੁਗਾਂ ਜੁਗਾਂ ਤੋਂ ਇਹ ਕਰਦਾ ਆਇਆ ਹੈ । ਜਿਹੜਾ ਦਾਸ ਸ਼ਬਦ ਦੀ ਪਾਲਣਾ ਕਰਕੇ ਗੁਰਮਖ ਅਵਸਥਾ ਪਾ ਲੈਂਦਾ ਹੈ, ਸ਼ਬਦ ਦੀ ਪਾਲਣਾ ਕਰਦਾ ਹੋਇਆ, ਮਨ ਵਿਚੋਂ ਅਹੰਕਾਰ ਨਾਸ਼ ਕਰ ਲੈਂਦਾ ਹੈ, ਅਹੰਕਾਰ ਤੇ ਜਿੱਤ ਪਾ ਲੈਂਦਾ ਹੈ । ਉਸ ਦੇ ਬੋਲ, ਸਿਮਰਨ ਪ੍ਰਭ ਨੂੰ ਪ੍ਰਵਾਨ ਹੋ ਜਾਂਦਾ, ਉਸ ਦੇ ਕਥਨ ਹੀ ਪ੍ਰਭ ਦਾ ਸ਼ਬਦ ਬਣ ਜਾਂਦੇ ਹਨ । ਉਹ ਦਿਨ ਰਾਤ ਪ੍ਰਭ ਦੇ ਸ਼ਬਦ ਵਿੱਚ ਲਗਨ ਲਾਈ ਰੱਖਦਾ ਹੈ । ਆਪਣਾ ਜੀਵਨ ਪ੍ਰਭ ਦੇ ਹੁਕਮ, ਸ਼ਬਦ ਨਾਲ ਢਾਲਦਾ ਹੈ । ਜਿਹੜੇ ਜੀਵ ਆਪਣਾ ਜੀਵਨ ਸ਼ਬਦ ਨਾਲ ਢਾਲਦੇ, ਜੀਵਨ ਬਤੀਤ ਕਰਦੇ ਹਨ । ਉਹਨਾਂ ਭਗਤਾ ਦਾ ਜੀਵਨ ਪ੍ਰਭ ਦੇ ਸ਼ਬਦ ਅਨੁਸਾਰ ਹੁੰਦਾ, ਪਵਿੱਤਰ ਹੁੰਦਾ ਹੈ । ਉਸ ਦੇ ਮਨ ਨੂੰ ਸ਼ਬਦ ਬਹੁਤ ਸ਼ਾਹਾਨਾ ਲਗਦਾ ਹੈ ।

God always protects His true devotees. He had been doing this from Ages. Whosoever may adopt His Word in his life, he may be blessed with Gurmukh, true devotee state of mind. He may conquer his ego and his spoken words are accepted in His court and become His Word. He sings His glory and his day to day life becomes as per His Word. His mind remains pure, without any blemish and His Word provides, comfort and harmony to his heart.

127.Guru Arjan Dev Ji – Page 623

ਵਿਚਿ ਕਰਤਾ ਪੁਰਖੁ ਖਲੋਆ॥	vich kartaa purakh khalo-aa.
ਵਾਲੁ ਨ ਵਿੰਗਾ ਹੋਆ॥	vaal na vingaa ho-aa.
ਮਜਨੁ ਗੁਰ ਆਂਦਾ ਰਾਸੇ॥	majan gur aaNdaa raasay.
ਜਪਿ ਹਰਿ ਹਰਿ ਕਿਲਵਿਖ ਨਾਸੇ॥੧॥	jap har har kilvikh naasay. ‖1‖

ਜਿਸ ਦਾ ਪ੍ਰਭ ਆਪ ਹੀ ਸਹਾਈ ਹੋ ਜਾਂਦਾ ਹੈ । ਉਸ ਨੂੰ ਕਿਸੇ ਸੰਸਾਰਕ, ਮੌਤ ਤੋਂ ਪਿਛੋਂ ਵਾਲੇ ਕਾਰਜ ਵਿੱਚ ਕੋਈ ਵਿਘਨ ਨਹੀਂ ਪੈਂਦਾ । ਪ੍ਰਭ ਨੇ ਆਪ ਹੀ ਮੇਰਾ ਭਰੋਸਾ ਸ਼ਬਦ ਤੇ ਅਡੋਲ ਰੱਖਿਆ ਹੈ, ਮੇਰੀ ਆਤਮਾ ਦਾ ਪਵਿੱਤਰਤਾ ਕਰਨ ਵਾਲਾ ਇਸ਼ਨਾਨ ਕਰਵਾਇਆ ਹੈ । ਪ੍ਰਭ ਦੇ ਸ਼ਬਦ ਦੀ ਪਾਲਣਾ ਕਰਦੇ ਮਨ ਦੇ ਸਾਰੇ ਪਾਪ ਬਖਸ਼ੇ ਗਏ ਹਨ ।

When God Himself becomes a protector of His true devotee! No one can harm or even punish him after death. God Himself has maintained my belief on His Word. I have a Holy bath to sanctify my soul. God has forgiven all my sins.

128.Guru Arjan Dev Ji – Page 783

ਸੰਤਾ ਕੇ ਕਾਰਜਿ ਆਪਿ ਖਲੋਇਆ,	santaa kay kaaraj aap khalo-i-aa
ਹਰਿ ਕੰਮੁ ਕਰਾਵਣਿ ਆਇਆ ਰਾਮ॥	har kamm karaavan aa-i-aa raam.
ਧਰਤਿ ਸੁਹਾਵੀ ਤਾਲੁ ਸੁਹਾਵਾ,	dharat suhaavee taal suhaavaa
ਵਿਚਿ ਅੰਮ੍ਰਿਤ ਜਲੁ ਛਾਇਆ ਰਾਮ॥	vich amrit jal chhaa-i-aa raam.
ਅੰਮ੍ਰਿਤ ਜਲੁ ਛਾਇਆ	amrit jal chhaa-i-aa
ਪੂਰਨ ਸਾਜੁ ਕਰਾਇਆ,	pooran saaj karaa-i-aa
ਸਗਲ ਮਨੋਰਥ ਪੂਰ॥	sagal manorath pooray.
ਜੈ ਜੈ ਕਾਰੁ ਭਇਆ ਜਗ ਅੰਤਰਿ,	jai jai kaar bha-i-aa jag antar
ਲਾਥੇ ਸਗਲ ਵਿਸੂਰ॥	laathay sagal visooray.
ਪੂਰਨ ਪੁਰਖ ਅਚੁਤ ਅਬਿਨਾਸੀ,	pooran purakh achut abhinaasee
ਜਸੁ ਵੇਦ ਪੁਰਾਣੀ ਗਾਇਆ॥	jas vayd puraanee gaa-i-aa.
ਅਪਨਾ ਬਿਰਦੁ ਰਖਿਆ ਪਰਮੇਸਰਿ,	apnaa birad rakhi-aa parmaysar
ਨਾਨਕ ਨਾਮੁ ਧਿਆਇਆ॥੧॥	naanak naam Dhi-aa-i-aa. ‖1‖

ਬੰਦਗੀ ਕਰਨ ਵਾਲੇ ਸੰਤਾਂ ਦੇ ਸੰਸਾਰਕ ਧੰਦੇ ਵਿੱਚ ਪ੍ਰਭ ਆਪ ਹੀ ਸਹਾਈ ਹੁੰਦਾ ਹੈ । ਉਹਨਾਂ ਦੇ ਜੀਵਨ ਵਿੱਚ ਧੰਦੇ ਕਰਨ ਦੇ ਆਪ ਹੀ ਕਾਰਨ ਬਣਾਉਂਦਾ, ਸਫਲ ਕਰਦਾ ਹੈ । ਜਿਥੇ ਬੰਦਗੀ ਕਰਨ ਵਾਲੇ ਸ਼ਬਦ ਦੀ ਸੋਝੀ ਰੂਪੀ ਅੰਮ੍ਰਿਤ ਪਾਨ ਕਰਦੇ ਹਨ । ਉਹ ਥਾਂ, ਘਰ ਮੰਦਰ, ਸਰੋਵਰ ਸੁਭਾਗੇ ਬਣ ਜਾਂਦਾ ਹੈ । ਉਹਨਾਂ ਦੇ ਮਨ ਦੇ ਸਰੋਵਰ ਵਿੱਚ ਅੰਮ੍ਰਿਤ ਭਰਪੂਰ, ਭਰਿਆ ਰਹਿੰਦਾ, ਮਨ ਦੀਆਂ ਇੱਛਾਂ ਪੂਰੀਆਂ ਹੋ ਜਾਂਦੀਆਂ ਹਨ । ਉਹਨਾਂ ਦੇ ਮਨ ਦੇ ਸੰਸਾਰਕ ਇੱਛਾਂ ਦੇ ਦੁਖ, ਚਿੰਤਾਂ ਦੂਰ ਹੋ ਜਾਂਦੀਆਂ, ਚਾਰੇ ਪਾਸੇ ਹੀ ਸੋਭਾ ਹੁੰਦੀ ਹੈ । ਬੰਦਗੀ ਕਰਨ ਵਾਲੇ ਅਡੋਲ ਭਰੋਸੇ ਨਾਲ ਧਰਮ ਦੇ ਗ੍ਰੰਥਾਂ ਵਿੱਚ ਦੱਸੇ, ਪ੍ਰਭ ਦੇ ਗੁਣਾਂ ਦੀ ਉਸਤਤ ਗਾਉਂਦੇ ਹਨ । ਉਹ ਪ੍ਰਭ ਸਦਾ ਅਟੱਲ ਰਹਿਣ ਵਾਲਾ ਰਹਿਮਤਾਂ ਦਾ ਮਾਲਕ , ਰਹਿਮਤਾਂ ਦੀ ਵਰਖਾ ਸਦਾ ਹੀ ਹੁੰਦੀ ਰਹਿੰਦੀ ਹੈ । ਬੰਦਗੀ ਕਰਨ ਵਾਲੇ ਸ਼ਬਦ ਦੇ ਸਿਮਰਨ ਵਿੱਚ ਅਡੋਲ ਰਹਿੰਦੇ ਹਨ ।

God provides His support to His true devotee to make his human life journey successful. He provides his source and encouragement. Where His true devotee sings and performs deeds that place, home becomes Holy Shrine. His mind becomes an ocean of nectar and his desires are fulfilled and he becomes desireless. The whole world honors him and sings his glory. His true devotees sing the praise of virtue of God, reading from Holy scriptures. His virtues are always pouring on His creation nonstop. His true devotees always remain humble and attached to a devotional meditation on His Word.

129.Guru Arjan Dev Ji – Page 961

ਜਿਸ ਨੋ ਤੂ ਰਖਵਾਲਾ, ਮਾਰੇ ਤਿਸੁ ਕਉਣੁ॥	jis no too rakhvaalaa maaray tis ka-un.
ਜਿਸ ਨੋ ਤੂ ਰਖਵਾਲਾ, ਜਿਤਾ ਤਿਨੈ ਭੈਣੁ॥	jis no too rakhvaalaa jitaa tinai bhain.
ਜਿਸ ਨੋ ਤੇਰਾ ਅੰਗੁ, ਤਿਸੁ ਮੁਖੁ ਉਜਲਾ ॥	jis no tayraa ang tis mukh ujlaa.
ਜਿਸ ਨੋ ਤੇਰਾ ਅੰਗੁ,	jis no tayraa ang
ਸੁ ਨਿਰਮਲੀ ਹੂੰ ਨਿਰਮਲਾ ॥	so nirmalee hooN nirmalaa.
ਜਿਸ ਨੋ ਤੇਰੀ ਨਦਰਿ,	jis no tayree nadar
ਨ ਲੇਖਾ ਪੁਛੀਐ॥	na laykhaa puchhee-ai.
ਜਿਸ ਨੋ ਤੇਰੀ ਖੁਸੀ,	jis no tayree khusee
ਤਿਨਿ ਨਉ ਨਿਧਿ ਭੁੰਚੀਐ॥	tin na-o niDh bhunchee-ai.
ਜਿਸ ਨੋ ਤੂ ਪ੍ਰਭ ਵਲਿ,	jis no too parabh val
ਤਿਸੁ ਕਿਆ ਮੁਹਛੰਦਗੀ ॥	tis ki-aa muhchhandgee.
ਜਿਸ ਨੋ ਤੇਰੀ ਮਿਹਰ,	jis no tayree mihar
ਸੁ ਤੇਰੀ ਬੰਦਿਗੀ ॥੮॥	so tayree bandigee. ‖8‖

ਪ੍ਰਭ ਜਿਸ ਨੂੰ ਤੇਰੀ ਸ਼ਰਣ ਬਖਸ਼ਿਸ਼ ਹੋ ਜਾਂਦੀ ਹੈ, ਉਸ ਨੂੰ ਕੋਈ ਮਾਰ ਨਹੀਂ ਸਕਦਾ । ਉਸ ਦੀ ਤਿੰਨਾਂ ਸ੍ਰਿਸ਼ਟੀਆਂ ਤੇ, ਸੰਸਾਰਕ ਮਾਇਆ ਦੇ ਤਿੰਨਾਂ ਰੂਪਾਂ ਤੇ ਜਿੱਤ ਬਖਸ਼ਿਸ਼ ਹੋ ਜਾਂਦੀ ਹੈ । ਜਿਹਨਾਂ ਤੇ ਤੇਰੀ ਰਹਿਮਤ ਦੀ ਨਜ਼ਰ ਬਖਸ਼ਿਸ਼ ਹੋ ਜਾਂਦੀ ਹੈ । ਉਹਨਾਂ ਤੇ ਸ਼ਬਦ ਰੂਪੀ ਨੂਰ ਚਮਕਦਾ, ਸੋਭਦਾ, ਉਹਨਾਂ ਦੀ ਆਤਮਾ ਪਵਿੱਤਰ, ਦਾਗ਼ ਰਹਿਤ ਹੋ ਜਾਦੀ ਹੈ । ਉਹਨਾਂ ਦਾ ਕਰਮਾਂ ਦਾ ਲੇਖਾ ਆਪ ਹੀ ਪੂਰਾ ਕਰ ਦੇਂਦਾ, ਖਤਮ ਕਰ ਦੇਂਦਾ ਹੈ । ਜਿਹਨਾਂ ਦੀ ਸ਼ਬਦ ਦੀ ਕਮਾਈ ਦਰਬਾਰ ਵਿੱਚ ਪ੍ਰਵਾਨ ਹੋ ਜਾਦੀ ਹੈ । ਉਹਨਾਂ ਨੂੰ ਸ਼ਬਦ ਦੀ ਜਾਗਰਤੀ, ਸੋਝੀ ਦੇ ਨੌਂ ਖਜ਼ਾਨੇ ਬਖਸ਼ਿਸ਼ ਹੋ ਜਾਂਦੇ ਹਨ । ਉਹਨਾਂ ਨੂੰ ਤੇਰੇ ਦਰਬਾਰ ਵਿੱਚ ਕੌਣ ਸ਼ਰਮਿੰਦਾ, ਨੀਵਾਂ ਦਿਖਾ ਸਕਦਾ ਹੈ? ਉਹ ਤੇਰੇ ਸ਼ਬਦ ਦੀ ਪਾਲਣਾ, ਸਿਮਰਨ ਵਿੱਚ ਲੀਨ ਹੁੰਦੇ ਹਨ, ਸ਼ਬਦ ਦੀ ਸਮਾਧੀ ਵਿੱਚ ਵਸਦੇ ਹਨ ।

Whosoever may be accepted in your sanctuary, no one can harm him. He may conquer three universes and three types of worldly wealth, attachments. Whosoever may be blessed with Your grace, the glory of Your Word shines on his forehead. You may forgive the accounts of his past deeds and he becomes account free. His meditation may be accepted in Your court and he may be blessed with the treasure of wisdom. He meditates in the void of Your Word and his soul immerses into The Holy spirit.

130.Guru Arjan Dev Ji – Page 705

ਗੁਣ ਨਿਧਾਨ ਅਪਾਰ ਠਾਕੁਰ,	gun niDhaan apaar thaakur
ਮਨਿ ਲੋੜੀਦਾ ਪਾਇਆ॥	man lorheedaa paa-i-aa.
ਬਿਨਵੰਤਿ ਨਾਨਕੁ ਸਦਾ ਤ੍ਰਿਪਤੇ,	binvant naanak sadaa tariptai
ਹਰਿ ਨਾਮੁ ਭੋਜਨੁ ਖਾਇਆ॥੪॥੨॥੩॥	har naam bhojan khaa-i-aa. ||4||2||3||

ਬੰਦਗੀ ਕਰਨ ਵਾਲੇ ਪ੍ਰਭ ਦੀ ਸ਼ਰਣ ਵਿੱਚ ਆਉਂਦੇ, ਸ਼ਬਦ ਦੀ ਪਾਲਣਾ ਕਰਦੇ ਹਨ । ਪ੍ਰਭ ਆਪ ਹੀ ਉਹਨਾਂ ਨੂੰ ਪ੍ਰਵਾਨਗੀ ਦੇ ਰਸਤੇ ਤੇ ਅਡੋਲ ਰੱਖਦਾ ਹੈ, ਉਹ ਸੰਸਾਰਕ ਸਾਗਰ ਪਾਰ ਕਰ ਜਾਂਦੇ ਹਨ । ਬੰਦਗੀ ਕਰਨ ਵਾਲੇ ਸੰਤਾਂ ਦੀ ਸੰਗਤ ਵਿੱਚ ਰਲਕੇ ਪ੍ਰਭ ਦੇ ਸ਼ਬਦ ਦੇ ਗੁਣ ਗਾਉਂਦੇ ਹਨ । ਪ੍ਰਭ ਆਪਣਾ ਦਾਸ ਬਣਾਕੇ ਉਹਨਾਂ ਦੀ ਰੱਖਿਆ ਕਰਦਾ ਹੈ । ਪ੍ਰਭ ਨੇ ਆਪ ਹੀ ਸਬਦ ਦੇ ਲੜ ਲਾਇਆ ਹੈ, ਰਹਿਮਤ ਬਖਸ਼ੀ ਹੈ । ਮੇਰੇ ਗੁਣਾਂ ਅਉਗੁਣਾਂ ਦਾ ਕੋਈ ਵਿਚਾਰ ਨਹੀਂ ਕੀਤਾ । ਮੈਨੂੰ ਉਸ ਬੇਅੰਤ ਪ੍ਰਭ ਦੇ ਸ਼ਬਦ ਦੀ ਸੋਝੀ ਹੋ ਗਈ ਹੈ, ਰਹਿਮਤ ਬਖਸ਼ਿਸ਼ ਹੋ ਗਈ ਹੈ । ਜਿਸ ਨੂੰ ਮਿਲੱਣ ਦੀ ਮੇਰੇ ਮਨ ਵਿੱਚ ਬਹੁਤ ਸ਼ਰਧਾ ਸੀ । ਜਿਹੜੇ ਪ੍ਰਭ ਦੇ ਸ਼ਬਦ ਨਾਲ ਜੀਵਨ ਢਾਲਦੇ ਹਨ । ਉਹਨਾਂ ਨੂੰ ਸਦਾ ਰਹਿਣ ਵਾਲਾ ਸੰਤੋਖ ਬਖਸ਼ਿਸ਼ ਹੋ ਜਾਂਦਾ ਹੈ ।

His true devotee adopts His Word in his day to day life and wholeheartedly comes to His sanctuary. God may accept his meditation and keeps him on the right path of salvation. He may be blessed him with the company of Holy saints and he sings His glory. He accepts him as His own servant and protects him. God himself attached me to His Word and ignored my deficiency and weakness. With His mercy and glance, I have recognized The Holy master. I have a deep devotion, desire for His union. Whosoever may adopt His Word, he may be blessed with comfort and harmony forever.

131.Guru Arjan Dev Ji – Page 1218

ਠਾਕੁਰ ਤੁਮ੍ ਸਰਣਾਈ ਆਇਆ॥	thaakur tumH sarnaa-ee aa-i-aa.
ਉਤਰਿ ਗਇਓ ਮੇਰੇ ਮਨ ਕਾ ਸੰਸਾ,	utar ga-i-o mayray man kaa sansaa
ਜਬ ਤੇ ਦਰਸਨੁ ਪਾਇਆ॥੧॥ ਰਹਾਉ॥	jab tay darsan paa-i-aa. ||1|| rahaa-o.

ਪ੍ਰਭ ਮੈਂ ਤੇਰੀ ਸ਼ਰਣ ਵਿੱਚ ਆਇਆ ਹਾ । ਜਦੋਂ ਦਾ ਮਨ ਵਿੱਚ ਤੇਰਾ ਸ਼ਬਦ ਜਾਗਰਤ ਹੋ ਗਿਆ ਹੈ । ਮਨ ਦੀਆਂ ਅੱਖਾਂ ਨੇ ਤੇਰੇ ਦਰਸ਼ਨ ਕੀਤੇ ਹਨ, ਤਾਂ ਮਨ ਵਿਚੋਂ ਸਾਰੇ ਭਰਮ ਨਾਸ਼ ਹੋ ਗਏ ਹਨ ।

I have come to Your sanctuary! When my mind is enlightened with Your Word. I have realized Your glory; all my suspicions have been eliminated.

Chapter 3

- ❖ **True Purpose of Human Life !**
- ❖ **Company of Saint! Four Virtues!**
- ❖ **What is meditation and who meditates!**
- ❖ **Time of Prayer!**

10. ਮਾਨਸ ਜਨਮ ਦਾ ਮੰਤਵ ! Purpose of Human Life !

1. Guru Arjan Dev Ji – Page 133

ਕਿਰਤਿ ਕਰਮ ਕੇ ਵੀਛੁੜੇ ,	kirat karam kay veechhurhay
ਕਰਿ ਕਿਰਪਾ ਮੇਲਹੁ ਰਾਮ॥	kar kirpaa maylhu raam.
ਚਾਰਿ ਕੁੰਟ ਦਹ ਦਿਸ ਭ੍ਰਮੇ ,	chaar kunt dah dis bharamay
ਥਕਿ ਆਏ ਪ੍ਰਭ ਕੀ ਸਾਮ॥	thak aa-ay parabh kee saam.
ਧੇਨੁ ਦੁਧੈ ਤੇ ਬਾਹਰੀ,	dhayn duDhai tay baahree
ਕਿਤੈ ਨ ਆਵੈ ਕਾਮ॥	kitai na aavai kaam.
ਜਲ ਬਿਨੁ ਸਾਖ ਕੁਮਲਾਵਤੀ,	jal bin saakh kumlaavatee
ਉਪਜਹਿ ਨਾਹੀ ਦਾਮ॥	upjahi naahee daam.
ਹਰਿ ਨਾਹ ਨ ਮਿਲੀਐ ਸਾਜਨੈ,	har naah na milee-ai saajnai
ਕਤ ਪਾਈਐ ਬਿਸਰਾਮ॥	kat paa-ee-ai bisraam.
ਜਿਤੁ ਘਰਿ ਹਰਿ ਕੰਤੁ ਨ ਪ੍ਰਗਟਈ,	jit ghar har kant na pargata-ee
ਭਠਿ ਨਗਰ ਸੇ ਗ੍ਰਾਮ॥	bhath nagar say garaam.
ਸ੍ਰਬ ਸੀਗਾਰ ਤੰਬੋਲ ਰਸ,	srab seegaar tambol ras
ਸਣੁ ਦੇਹੀ ਸਭ ਖਾਮ॥	san dayhee sabh khaam.
ਪ੍ਰਭ ਸੁਆਮੀ ਕੰਤ ਵਿਹੂਣੀਆ,	parabh su-aamee kant vihoonee-aa
ਮੀਤ ਸਜਣ ਸਭਿ ਜਾਮ॥	meet sajan sabh jaam.
ਨਾਨਕ ਕੀ ਬੇਨੰਤੀਆ	naanak kee banantee-aa
ਕਰਿ ਕਿਰਪਾ ਦੀਜੈ ਨਾਮੁ॥	kar kirpaa deejai naam.
ਹਰਿ ਮੇਲਹੁ ਸੁਆਮੀ ਸੰਗਿ ਪ੍ਰਭ,	har maylhu su-aamee sang parabh
ਜਿਸ ਕਾ ਨਿਹਚਲ ਧਾਮ॥੧॥	jis kaa nihchal Dhaam. ||1||

ਰਜ ਗੁਣ (ਮਨ ਦੀ ਲਗਨ, ਕੰਮ) !	**Raajas** - Mind Concentration, quality of energy and activity
ਤਮ ਗੁਣ (ਤਪਸਿਆ, ਮੰਦੇ ਖਿਆਲ) !	**Taamas** - Mind Awareness, quality of darkness and inertia
ਸਤ ਗੁਣ (ਪਵਿੱਤਰਤਾ, ਜਾਗਰਤੀ) !	**Satvas**- Sanctification, Enlightenment
ਮੁਕਤ ਅਵਸਥਾ	**Salvation**- eliminate - birth and death.

ਜੀਵ ਆਪਣੇ ਪਿਛਲੇ ਜਨਮ ਦੇ ਕੀਤੇ ਕਰਮਾਂ ਕਰਕੇ ਹੀ ਦਰਬਾਰ ਵਿਚੋਂ ਕੱਢ ਦਿੱਤਾ ਜਾਂਦਾ ਹੈ, ਤੇਰੇ ਨਾਲੋ ਵਿਛੋੜਾ ਹੋ ਜਾਂਦਾ ਹੈ । ਆਪ ਹੀ ਤਰਸ ਕਰੋ! ਰਹਿਮਤ ਬਖਸ਼ੋ ਆਪਣੀ ਪ੍ਰਵਾਨਗੀ ਦੇ ਰਸਤੇ ਤੇ ਪਾਵੋ! ਸੰਸਾਰ ਵਿੱਚ ਚਾਰੇ ਪਾਸੇ ਘੁੰਮਕੇ ਵੇਖ ਲਿਆ ਹੈ । ਅੰਤ ਵਿੱਚ ਬੇਚਾਰ ਹੋ ਕੇ, ਨਿਮਾਣਾ ਬਣਕੇ ਤੇਰੀ ਸ਼ਰਣ ਵਿੱਚ ਆਇਆ ਹਾ । ਜਿਵੇਂ ਦੁੱਧ ਨਾ ਦੇਣ ਵਾਲੀ ਗਊ ਦੀ ਕੋਈ ਕੀਮਤ ਨਹੀਂ ਪੈਂਦੀ, ਕੋਈ ਭੋਜਨ ਨਹੀਂ ਦੇਂਦਾ । ਜਿਵੇਂ ਪਾਣੀ ਤੋਂ ਬਿਨਾ ਜ਼ਮੀਨ ਵਿੱਚ ਕੋਈ ਫਸਲ ਨਹੀਂ ਪੈਂਦਾ ਹੁੰਦੀ, ਉਸ ਜ਼ਮੀਨ ਦੀ ਕੋਈ ਕੀਮਤ ਨਹੀਂ ਪੈਂਦੀ । ਇਸਤਰ੍ਹਾਂ, ਅਗਰ ਪ੍ਰਭ ਨਾਲ ਮਿਲਾਪ ਨਹੀਂ ਹੁੰਦਾ ਤਾਂ ਅਰਾਮ ਕਰਨ ਵਾਲਾ ਘਰ ਕਿਵੇਂ ਪ੍ਰਾਪਤ ਹੋ ਸਕਦਾ ਹੈ?

ਜਿਸ ਮਨ ਵਿੱਚ ਸ਼ਬਦ ਦਾ ਸਿਮਰਨ ਨਹੀਂ ਹੁੰਦਾ, ਉਹ ਤਨ ਅੱਗ ਦੀ ਭੱਠੀ ਵਾਂਗ ਹੀ ਜਲਦਾ ਹੈ । ਸਾਰੀ ਸੰਸਾਰਕ ਸਜਾਵਟ, ਸ਼ਾਨ ਬਾਣ, ਇਹ ਤਨ, ਇਸ ਦੇ ਸਵਾਸ ਵੀ ਬਿਰਥਾ ਹੀ ਜਾਂਦੇ ਹਨ । ਪ੍ਰਭ ਦੇ ਦਰਬਾਰ ਵਿੱਚ ਪ੍ਰਵਾਨਗੀ ਬਖਸ਼ਿਸ਼ ਨਹੀਂ ਹੁੰਦੀ । ਪ੍ਰਭ ਦੇ ਸੰਜੋਗ ਤੋਂ ਬਿਨਾਂ ਹੋਰ ਸਾਰੇ ਸਾਥੀ ਮੌਤ ਦੇ ਜਮਦੂਤ ਹੀ ਨਜ਼ਰ ਆਉਂਦੇ ਹਨ । ਬੰਦਗੀ ਕਰਨਵਾਲੇ ਸਦਾ ਹੀ ਪ੍ਰਭ ਅੱਗੇ ਅਰਦਾਸ ਕਰਦੇ ਹਨ । ਰਹਿਮਤ ਬਖਸ਼ਕੇ ਆਪਣੇ ਸ਼ਬਦ ਦੇ ਲੜ ਲਾਵੋ! ਜਿਸ ਜੀਵ ਦੀ ਸ਼ਬਦ ਦੀ ਕਮਾਈ ਪ੍ਰਭ ਨੂੰ ਪ੍ਰਵਾਨ ਹੋ ਜਾਂਦੀ ਹੈ । ਉਸ ਨੂੰ ਪ੍ਰਭ ਦੀ ਸ਼ਰਣ ਵਿੱਚ ਪਨਾਹ ਬਖਸ਼ਿਸ਼ ਹੋ ਜਾਂਦੀ ਹੈ ।

Due to the evil deeds of the past life, soul may be separated from the Holy Spirit. Have a mercy on my soul and guides me on the right path of salvation. I have seen all other paths in the world and I am very frustrated. By swallowing my pride and humbly has surrender to Your sanctuary. As if the cow does not produce milk, no one gives any importance nor feed her properly. Same way barren land does not grow any grain, without water, the land is not considered any valuable assets. Same way if the soul is not blessed with the union of the Holy Spirit, how can she find a permanent resting place?

Whosoever may not be meditating on His Word, his body may be burning like an oven. All decoration, royal robe, jewelry, worldly glory of body and all his breaths are wasted. His soul may not be accepted in His court. Without the earning of His Word, no worldly companion can save from the devil of death. His true devotee always prays and begs for a devotion to meditate on Your Word. Whose meditation may be accepted in His court, he may be blessed with acceptance in His sanctuary.

2. Guru Nanak Dev Ji – Page 751

ਮਾਣਸ ਜਨਮੁ ਦੁਲੰਭੁ ਗੁਰਮੁਖਿ ਪਾਇਆ॥	maanas janam dulambh gurmukh paa-i-aa.
ਮਨੁ ਤਨੁ ਹੋਇ ਚੁਲੰਭੁ ਜੇ ਸਤਿਗੁਰ ਭਾਇਆ॥੧॥	man tan ho-ay chulambh jay satgur bhaa-i-aa. ||1||

ਮਾਨਸ ਜਨਮ ਬਹੁਤ ਮੁਸ਼ਕਲ ਨਾਲ ਬਖਸ਼ਿਸ਼ ਹੁੰਦਾ ਹੈ! ਇਸ ਅਮੋਲਕ ਜਨਮ ਵਿੱਚ ਜੀਵ ਗੁਰਮਖ ਅਵਸਥਾ ਹਾਸਿਲ ਕਰ ਸਕਦਾ ਹੈ । ਮਨ ਤੇ ਸ਼ਬਦ ਦਾ ਰੰਗ ਚੜ੍ਹਾਕੇ ਪ੍ਰਵਾਨ ਹੋ ਸਕਦਾ ਹੈ ।

Human life may be blessed only with great fortune. In this priceless human life, he may. repent his mistakes and may adopt His Word in his day to day life. He may be blessed with a state of mind as His true devotee. Whosoever may remain drenched with the teachings of His Word, his soul may be sanctified and may be blessed with salvation.

3. Guru Arjan Dev Ji – Page 43

ਘੜੀ ਮੁਹਤ ਕਾ ਪਾਹੁਣਾ,	gharhee muhat kaa paahunaa
ਕਾਜ ਸਵਾਰਣਹਾਰੁ॥	kaaj savaaranhaar.
ਮਾਇਆ ਕਾਮਿ ਵਿਆਪਿਆ,	maa-i-aa kaam vi-aapi-aa
ਸਮਝੈ ਨਾਹੀ ਗਾਵਾਰੁ॥	samjhai naahee gaavaar.
ਉਠਿ ਚਲਿਆ ਪਛੁਤਾਇਆ,	uth chali-aa pachhutaa-i-aa
ਪਰਿਆ ਵਸਿ ਜੰਦਾਰ॥੧॥	pari-aa vas jandaar. ||1||

ਮਾਨਸ ਜਨਮ ਦਾ ਮਿਥਿਆ ਥੋੜ੍ਹਾ ਸਮਾਂ ਹੀ ਜੀਵ ਨੂੰ ਜਨਮ ਸਫਲ ਕਰਨ ਲਈ ਬਖਸ਼ਿਸ਼ ਹੁੰਦਾ ਹੈ । ਅਣਜਾਣ ਜੀਵ, ਸੰਸਾਰਕ ਮਾਇਆ, ਕਾਮ ਵਾਸਨਾ ਦੇ ਜਾਲ ਵਿੱਚ ਫਸਕੇ ਗਵਾ ਲੈਂਦਾ ਹੈ । ਉਹ ਮਾਨਸ ਜਨਮ ਲੈਂਦਾ, ਪਛਤਾਵਾਂ ਕਰਦਾ ਹੀ ਮਰ ਜਾਂਦਾ ਹੈ । ਮੌਤ ਦੇ ਜਮਦੂਤ ਦੇ ਹਵਾਲੇ ਹੀ ਹੋ ਜਾਂਦਾ ਹੈ ।

Soul may be blessed with a limited span of time to repent and amend her evil mistakes. Ignorant soul does not realize, the universe is under the deep influences of worldly desires and attachments to create an ego. Whosoever may remain trapped into worldly greed, wastes his human life opportunity without fulfilling the purpose of human life.

4. Guru Nanak Dev Ji – Page 1013

ਚਾਰਿ ਪਦਾਰਥ ਲੈ ਜਗਿ ਜਨਮਿਆ,	chaar padaarath lai jag janmi-aa
ਸਿਵ ਸਕਤੀ ਘਰਿ ਵਾਸੁ ਧਰ॥	siv saktee ghar vaas Dharay.
ਲਾਗੀ ਭੂਖ ਮਾਇਆ ਮਗੁ ਜੋਹੈ,	laagee bhookh maa-i-aa mag johai
ਮੁਕਤਿ ਪਦਾਰਥੁ ਮੋਹਿ ਖਰ॥੩॥	mukat padaarath mohi kharay. ||3||

ਜੀਵ ਚਾਰ ਪਦਾਰਥ ਪਾਉਣ ਲਈ ਸੰਸਾਰ ਵਿੱਚ ਆਉਂਦਾ ਹੈ । ਸੰਸਾਰਕ ਵਿੱਚ ਆ ਕੇ ਮਾਇਆ ਦੇ ਜਾਲ ਵਿੱਚ ਫਸ ਜਾਂਦਾ ਹੈ, ਮਾਇਆ ਦੀ ਭੁੱਖ ਨਾਲ ਉਸ ਨੂੰ ਸੰਸਾਰਕ ਧਨ ਨਾਲ ਮੋਹ ਵਧ ਜਾਂਦਾ ਹੈ । ਸੰਸਾਰਕ ਮੋਹ, ਹੈਸੀਅਤ, ਮੁਕਤੀ (ਚੋਥੇਂ ਪਦਾਰਥ) ਦੀ ਥਾਂ ਲੈ ਲੈਂਦੀ ਹੈ ।

Soul May be blessed with human body to gain four virtues. In worldly life, he remains intoxicated with worldly attachments, greed and possessions. Worldly attachments and honor take the place of salvation.

5. Kabeer Ji – Page 1123

ਰਜ ਗੁਣ ਤਮ ਗੁਣ ਸਤ ਗੁਣ ਕਹੀਐ,	raj gun tam gun sat gun kahee-ai
ਇਹ ਤੇਰੀ ਸਭ ਮਾਇਆ॥	ih tayree sabh maa-i-aa.
ਚਉਥੇ ਪਦ ਕਉ ਜੋ ਨਰੁ ਚੀਨ੍ਹੈ,	cha-uthay pad ka-o jo nar cheenHai
ਤਿਨ੍ਹ ਹੀ ਪਰਮ ਪਦੁ ਪਾਇਆ॥੨॥	tinH hee param pad paa-i-aa. ||2||

ਰਜ ਗੁਣ, ਸਤ ਗੁਣ, ਤਮ ਗੁਣ, ਇਹ ਤਿੰਨੇਂ ਹੀ ਸੰਸਾਰਕ ਮਾਇਆ ਦੇ ਜਾਲ ਹਨ, ਸੁਪਨੇ ਹੀ ਹਨ । ਜਿਹੜਾ ਜੀਵ ਚੋਥੀ ਅਵਸਥਾ ਪਾ ਲੈਂਦਾ ਹੈ, ਕੇਵਲ ਉਸ ਨੂੰ ਹੀ ਪ੍ਰਭ ਦੀ ਪ੍ਰਵਾਨਗੀ ਵਾਲੀ ਅਵਸਥਾ ਬਖਸ਼ਿਸ਼ ਹੁੰਦੀ ਹੈ ।

All three virtues (Raajas, Taamas, Satvas) are the three attraction of worldly treasure.
Whosoever may conquer three worldly wealth, he may become worthy of blessing of fourth virtue- salvation. Only he may be enlightened with the right path.

6. Guru Nanak Dev Ji – Page 154

ਚਾਰਿ ਪਦਾਰਥ ਕਹੈ ਸਭੁ ਕੋਈ॥	chaar padaarath kahai sabh ko-ee.
ਸਿੰਮ੍ਰਿਤਿ ਸਾਸਤ ਪੰਡਿਤ ਮੁਖਿ ਸੋਈ॥	saasat pandit mukh so-ee.
ਬਿਨੁ ਗੁਰ ਅਰਥੁ ਬੀਚਾਰੁ ਨ ਪਾਇਆ॥	bin gur arath beechaar na paa-i-aa.
ਮੁਕਤਿ ਪਦਾਰਥੁ ਭਗਤਿ ਹਰਿ ਪਾਇਆ॥ ੨॥	mukat padaarath bhagat har paa-i-aa. ||2||

ਹਰ ਜੀਵ ਚਾਰਾਂ ਪਦਾਰਥਾਂ ਦੀ ਵਿਸ਼ੇਸ਼ਤਾ ਦੱਸਦੇ ਹਨ । ਸਿੰਮਿਤਿ, ਸਾਸਤ, ਧਾਰਮਕ ਗ੍ਰੰਥ, ਗਿਆਨੀ, ਕਥਾ, ਪ੍ਰਚਾਰ ਕਰਦੇ ਹਨ । ਸ਼ਬਦ ਦੀ ਸੋਝੀ (ਰਹਿਮਤ) ਤੋਂ ਬਿਨਾਂ ਇਹਨਾਂ ਦੀ ਮਹੱਤਤਾ ਸਮਝ ਨਹੀਂ ਆਉਂਦੀ । ਮੁਕਤੀ ਦੀ ਅਵਸਥਾ ਕੇਵਲ ਸ਼ਬਦ ਤੇ ਅਡੋਲ ਭਰੋਸੇ ਨਾਲ ਹੀ ਬਖਸ਼ਿਸ਼ ਹੋ ਸਕਦੀ ਹੈ । ਅਡੋਲ ਭਰੋਸੇ ਨਾਲ ਸਿਮਰਨ, ਸ੍ਰਿਸ਼ਟੀ ਦੀ ਭਲਾਈ ਦੇ ਕੰਮ, ਸੇਵਾ ਨਾਲ ਜੀਵ ਸੰਸਾਰਕ ਸਾਗਰ ਪਾਰ ਕਰ ਜਾਂਦਾ ਹੈ । ਉਸ ਨੂੰ ਬਾਰ ਬਾਰ ਜਨਮ ਮਰਨ ਵਿੱਚ ਨਹੀਂ ਜਾਣਾ ਪੈਂਦਾ ।

Everyone and all Holy scriptures talk and preach the significance of these four virtues. Without enlightening His Word within, no one may fully comprehend the worth of these four virtues. Without His mercy and grace, no one may be blessed with the fourth treasure. With unshakable belief and singing His glory, adopting His Word in life and performing good deeds for the mankind, his soul may be accepted in His kingdom and his cycle of birth and death may be eliminated.

7. Guru Arjan Dev Ji – Page 190

ਸਗਲ ਸਰੀਰ ਆਵਤ ਸਭ ਕਾਮ॥	sagal sareer aavat sabh kaam.
ਨਿਹਫਲ ਮਾਨੁਖੁ ਜਪੈ ਨਹੀ ਨਾਮ॥੩॥	nihfal maanukh japai nahee naam. ||3||

ਜੀਵ ਦਾ ਤਨ ਸਾਰੇ ਕੰਮ ਸਫਲ ਕਰ ਸਕਦਾ ਹੈ, ਉਸ ਦਾ ਲਾਭ ਮਿਲ ਸਕਦਾ ਹੈ । ਪਰ ਜਿਹੜਾ ਸ਼ਬਦ ਦਾ ਸਿਮਰਨ ਨਹੀਂ ਕਰਦਾ, ਉਸ ਦਾ ਇਹ ਤਨ ਬਿਰਥਾ ਹੀ ਹੁੰਦਾ ਹੈ ।

With His mercy and grace, human body has been blessed to accomplish all tasks. God has provided all resources within his body. However, whosoever may not adopt His Word in day to day life, his opportunity may be wasted.

8. Guru Tegh Bahadur Ji – Page 631

ਫਿਰਤ ਫਿਰਤ ਬਹੁਤੇ ਜੁਗ ਹਾਰਿਓ, ਮਾਨਸ ਦੇਹ ਲਹੀ॥	firat firat bahutay jug haari-o maanas dayh lahee.
ਨਾਨਕ ਕਹਤ ਮਿਲਨ ਕੀ ਬਰੀਆ, ਸਿਮਰਤ ਕਹਾ ਨਹੀ॥੨॥੨॥	naanak kahat milan kee baree-aa simrat kahaa nahee. ||2||2||

ਅਨੇਕਾਂ ਜੂੰਨਾਂ ਵਿੱਚ ਬੇਚਾਰ ਹੋ ਕੇ ਬਹੁਤ ਮੁਸ਼ਕਲ ਨਾਲ ਮਾਨਸ ਜਨਮ ਬਖਸ਼ਿਸ਼ ਹੋਇਆ ਹੈ । ਇਹ ਹੀ ਮੌਕਾ ਹੈ ਤੂੰ ਸ਼ਬਦ ਦੀ ਬੰਦਗੀ ਕਰਕੇ ਪ੍ਰਭ ਦੀ ਰਹਿਮਤ ਪਾ ਸਕਦਾ ਹੈ । ਇਸ ਸ਼ਬਦ ਦੀ ਬੰਦਗੀ ਕਰਨ ਨਾ ਭੁੱਲ ਜਾਵੀ ।

Soul wanders around many birth and death cycles before soul may be blessed with human body. This is the opportunity to adopt His Word and to became worthy of His consideration. One should not forget to worship and sing His glory.

9. Guru Arjan Dev Ji – Page 913

ਪੇਖਨ ਕਉ ਨੇਤ੍ਰ ਸੁਨਨ ਕਉ ਕਰਨਾ॥ paykhan ka-o naytar sunan ka-o karnaa.
ਹਸਤ ਕਮਾਵਨ ਬਾਸਨ ਰਸਨਾ॥ hasat kamaavan baasan rasnaa.
ਚਰਨ ਚਲਨ ਕਉ ਸਿਰੁ ਕੀਨੋ ਮੇਰਾ॥ charan chalan ka-o sir keeno mayraa.
ਮਨ ਤਿਸੁ ਠਾਕੁਰ ਕੇ ਪੂਜਹੁ ਪੈਰਾ॥੫॥ man tis thaakur kay poojahu pairaa. ||5||

ਪ੍ਰਭ ਨੇ ਦੇਖਣ ਲਈ ਅੱਖਾਂ, ਸੁਣਨ ਲਈ ਕੰਨ, ਕੰਮ ਕਰਨ ਲਈ ਹੱਥ ਬਖਸ਼ੇ ਹਨ । ਸਵਾਸ ਲੈਣ ਲਈ ਨੱਕ ਅਤੇ ਬੋਲਣ ਲਈ ਜੀਭ, ਰਸਨਾ ਬਖਸ਼ੀ ਹੈ । ਉਸ ਨੇ ਚੱਲਣ ਲਈ ਪੈਰ ਅਤੇ ਸ਼ਾਨ ਬਣਾਉਣ ਲਈ ਸਿਰ ਬਖਸ਼ਿਆ ਹੈ । ਉਸ ਦੇ ਚਰਨਾਂ ਵਿੱਚ ਮਨ ਅਡੋਲ ਰੱਖ ਕੇ ਸਿਮਰਨ ਕਰੋ! ਉਸ ਦੇ ਧੰਨਵਾਦ ਦੇ ਗੁਣ ਗਾਵੋ!

Human body is blessed with eyes to see, ears to hear, hands to perform tasks. Nose to breath to be alive and tongue to sing His praises. Feet to walk and head to enhance his outlook, glory. You should remember the suffering of separation from The True master and sing His glory. One should not be depressed with your current state of affairs! Everything, even human body may be blessed for limited time and change after the time is finished. Even those gurus, saints who boasts to live forever, die after a while. From whom should we beg for mercy?
Whosoever may earn the wealth of His Word that may go along to support in His court.

10. Guru Arjan Dev Ji – Page 1203

ਅਬ ਪੂਛੇ ਕਿਆ ਕਹਾ॥ ab poochhay ki-aa kahaa.
ਲੈਨੋ ਨਾਮੁ ਅੰਮ੍ਰਿਤ ਰਸੁ ਨੀਕੋ, laino naam amrit ras neeko
ਬਾਵਰ ਬਿਖੁ ਸਿਉ ਗਹਿ ਰਹਾ॥੧॥ baavar bikh si-o geh rahaa. ||1||
ਰਹਾਉ॥ rahaa-o.

ਅਗਰ ਕੋਈ ਪੁੱਛੇ ਤਾਂ ਮੈ ਕੀ ਦੱਸ ਸਕਦਾ ਹਾਂ? ਮਾਨਸ ਸੰਸਾਰਕ ਵਿੱਚ ਸ਼ਬਦ ਰੂਪੀ ਅੰਮ੍ਰਿਤ ਪ੍ਰਾਪਤ ਕਰਨ ਲਈ ਆਉਂਦਾ ਹੈ । ਸੰਸਾਰ ਵਿੱਚ ਮਾਇਆ ਦੇ ਜਾਲ ਵਿੱਚ ਫਸ ਕੇ ਜ਼ਹਿਰ ਹੀ ਇਕੱਠਾ ਕਰਦਾ ਰਹਿੰਦਾ ਹੈ ।

What may I tell the purpose human life? God blesses him with human body to adopt His Word and sanctify his soul. However, human remains trapped into Worldly desires and collects sweet poison.

11. Guru Arjan Dev Ji – Page 1219

ਆਇਓ ਸੁਨਨ ਪੜਨ ਕਉ ਬਾਣੀ॥	aa-i-o sunan parhan ka-o banee.
ਨਾਮੁ ਵਿਸਾਰਿ ਲਗਹਿ ਅਨ ਲਾਲਚਿ,	naam visaar lageh an laalach
ਬਿਰਥਾ ਜਨਮੁ ਪਰਾਣੀ॥੧॥ ਰਹਾਉ॥	birthaa janam paraanee. ‖1‖ rahaa-o.

ਜੀਵ ਨੂੰ ਸੰਸਾਰ ਵਿੱਚ ਸ਼ਬਦ ਦਾ ਸਿਮਰਨ, ਜੀਵਨ ਢਾਲਣ, ਸੁਣਨ ਲਈ ਹੀ ਮਾਨਸ ਜਨਮ ਬਖਸ਼ਿਸ਼ ਹੁੰਦਾ ਹੈ । ਸੰਸਾਰ ਵਿੱਚ ਜੀਵ ਸ਼ਬਦ ਨੂੰ ਮਨੋ ਵਿਸਾਰ ਦੇਂਦਾ, ਸੰਸਾਰਕ ਮਾਇਆ ਦੇ ਜਾਲ ਵਿੱਚ ਫਸ ਜਾਦਾ ਹੈ । ਸੰਸਾਰਕ ਮੋਹ, ਪਦਾਰਥਾਂ ਦੀ ਖਿੱਚ, ਲਾਲਚ ਬਿਰਥੇ ਹੀ ਹਨ । ਇਹਨਾਂ ਦੀ ਦਰਬਾਰ ਵਿੱਚ ਕੋਈ ਕੀਮਤ ਨਹੀਂ ਪੈਂਦੀ ।

Human life was blessed to listen, to understand and to adopt His Word in day to day life and sings His glory. In universe, he falls into the trap of worldly desires, goods and ignores the teachings of His Word. Worldly attachments and worldly possessions have no value in His court and he wastes this golden opportunity.

12. Guru Arjan Dev Ji – Page 1353

ਰਮਣੰ ਕੇਵਲੰ ਕੀਰਤਨੰ,	ramnaN kayvlaN keeratanaN
ਸੁਧਰਮੰ ਦੇਹ ਧਾਰਣਹ॥	suDharmaN dayh Dhaarnah.
ਅੰਮ੍ਰਿਤ ਨਾਮੁ ਨਾਰਾਇਣ, ਨਾਨਕ	amrit naam naaraa-in naanak
ਪੀਵਤੰ ਸੰਤ ਨ ਤ੍ਰਿਪ੍ਯਤੇ॥੨੬॥	peevtaN sant na tariptayatay. ‖26‖

ਪ੍ਰਭ ਦੇ ਸ਼ਬਦ ਦੇ ਗੁਣ ਗਾਉਣੇ, ਕੀਰਤਨ ਹੀ ਮਾਨਸ ਜਨਮ ਲੈਣ ਦਾ ਮੰਤਵ ਹੁੰਦਾ ਹੈ । ਬੰਦਗੀ ਕਰਨ ਵਾਲੇ ਸੰਤ, ਪ੍ਰਭ ਦੇ ਅਮੋਲਕ ਸ਼ਬਦ ਰੂਪੀ ਅੰਮ੍ਰਿਤ ਦਾ ਅਨੰਦ ਮਾਨਦੇ ਹਨ ।

Singing His glory and adopting the teachings of His Word in day to day life may be the only purpose of human life. His true devotee adopts the teachings and enjoy His bliss.

13. Guru Nanak Dev Ji – Page 439

ਨਦੀਆ ਵਾਹ ਵਿਛੁੰਨਿਆ,	nadee-aa vaah vichhunni-aa
ਮੇਲਾ ਸੰਜੋਗੀ ਰਾਮ॥	maylaa sanjogee raam.
ਜੁਗੁ ਜੁਗੁ ਮੀਠਾ ਵਿਸੁ ਭਰੇ,	jug jug meethaa vis bharay
ਕੋ ਜਾਣੈ ਜੋਗੀ ਰਾਮ॥	ko jaanai jogee raam.
ਕੋਈ ਸਹਜਿ ਜਾਣੈ ਹਰਿ ਪਛਾਣੈ,	ko-ee sahj jaanai har pachhaanai
ਸਤਿਗੁਰੂ ਜਿਨਿ ਚੇਤਿਆ॥	satguroo jin chayti-aa.
ਬਿਨੁ ਨਾਮ ਹਰਿ ਕੇ ਭਰਮਿ ਭੂਲੇ,	bin naam har kay bharam bhoolay
ਪਚਹਿ ਮੁਗਧ ਅਚੇਤਿਆ॥	pacheh mugaDh achayti-aa.
ਹਰਿ ਨਾਮੁ ਭਗਤਿ ਨ ਰਿਦੈ ਸਾਚਾ,	har naam bhagat na ridai saachaa
ਸੇ ਅੰਤਿ ਧਾਹੀ ਰੁੰਨਿਆ॥	say ant Dhaahee runni-aa.
ਸਚੁ ਕਹੈ ਨਾਨਕੁ ਸਬਦਿ ਸਾਚੈ,	sach kahai naanak sabad saachai
ਮੇਲਿ ਚਿਰੀ ਵਿਛੁੰਨਿਆ॥੪॥ ੧॥੫॥	mayl chiree vichhunni-aa. ‖4‖1‖5‖

ਨਦੀਆਂ ਜੋ ਵੱਖਰੀਆਂ ਹੋ ਜਦੀਆਂ, ਉਹਨਾਂ ਦਾ ਪਾਣੀ ਵੀ ਕਦੇ ਨਾ ਕਦੇ ਫਿਰ ਰਲ ਜਾਂਦਾ । ਇਹ ਮਾਇਆ ਦਾ ਰਸ ਇੱਕ ਮਿੱਠਾ ਜ਼ਹਿਰ ਹੈ । ਕੋਈ ਵਿਰਲਾ ਹੀ ਬੰਦਗੀ ਕਰਨ ਵਾਲਾ ਇਹ ਸਮਝਦਾ ਆਪਣੇ ਜੀਵਨ ਵਿੱਚ ਅਪਣਾਉਂਦਾ ਹੈ । ਕੋਈ ਵਿਰਲਾ ਹੀ ਜੀਵ ਆਪਣੇ ਜੀਵਨ ਵੱਲ

ਧਿਆਨ ਮਾਰਦਾ, ਆਪਣੇ ਅੰਦਰੋ ਹੀ ਉਸ ਪ੍ਰਭ ਦੀ ਜੋਤ ਢੂੰਡ ਲੈਂਦਾ ਹੈ । ਸ਼ਬਦ ਦੀ ਪਾਲਣਾ ਤੋਂ ਬਿਨਾਂ, ਭਰਮਾਂ ਵਿੱਚ ਹੀ ਜਨਮ ਬਤੀਤ ਕਰ ਜਾਂਦਾ ਹੈ । ਜਿਹਨਾਂ ਨੇ ਸ਼ਬਦ ਦਾ ਸਿਮਰਨ, ਸ਼ਬਦ ਦੀ ਪਾਲਣਾ ਨਹੀਂ ਕੀਤੀ, ਉਹ ਅੰਤ ਵਿੱਚ ਪਛਤਾਵਾਂ ਹੀ ਕਰਦੇ ਹਨ । ਇਹ ਹੀ ਮਾਨਸ ਜਨਮ ਦੀ ਅਸਲੀਅਤ ਹੈ । ਬੰਦਗੀ ਕਰਕੇ ਜੀਵ ਆਪਣੇ ਵਿਛੜੇ ਹੋਏ ਮਾਲਕ ਨਾਲ ਜਾ ਮਿਲਦਾ ਹੈ।

Even when rivers split, their water may sometimes somewhere join together. Same way when soul separates from Holy spirit, she may immerse with The Holy spirit. Worldly attachments are sweet poison! However, very rare devotee may understand the essence of His Word, nature and may implement in his life. Very rare devotee may search within to find the enlightenment of His Word, His Holy spirit. Most of the human waste their life uselessly without adopting n the right path of His Word. Whosoever may spend his life without adopting the teachings of His Word, in the end repents. This is the reality, truth of life! Whosoever may adopt His Word in his life, his soul may immerse into the Holy Spirit.

14. Guru Arjan Dev Ji – Page 374

ਪ੍ਰਥਮੇ ਤੇਰੀ ਨੀਕੀ ਜਾਤਿ॥	parathmay tayree neekee jaat.
ਦੁਤੀਆ ਤੇਰੀ ਮਨੀਐ ਪਾਂਤਿ॥	dutee-aa tayree manee-ai paaNt.
ਤ੍ਰਿਤੀਆ ਤੇਰਾ ਸੁੰਦਰ ਥਾਨੁ॥	taritee-aa tayraa sundar thaan.
ਬਿਗੜ ਰੂਪੁ ਮਨ ਮਹਿ ਅਭਿਮਾਨੁ॥੧॥	bigarh roop man meh abhimaan. ‖1‖

ਜੀਵ ਤੇਰੀ ਜਾਤ, ਮਾਨਸ ਜਾਤ ਬਹੁਤ ਉਤਮ ਹੈ । ਬਾਕੀ ਜਾਤਾਂ ਵਿੱਚ ਤੇਰੀ ਜਾਤ ਨੂੰ ਬਹੁਤ ਮਹਾਨਤਾ, ਸੋਭਾ ਹੁੰਦੀ ਹੈ । ਤੇਰਾ ਘਰ, ਤਨ ਬਹੁਤ ਸੁੰਦਰ ਹੈ । ਪਰ ਤੇਰੇ ਮਨ ਵਿੱਚ ਅਹੰਕਾਰ ਨੇ ਇਸ ਸੁੰਦਰ ਘਰ ਨੂੰ ਬੇਸੂਰਤ ਕਰ ਦਿੱਤਾ ਹੈ ।

Human race is the superb race. All other races give very significance to this race. Your body, house is very elegant. However, your ego has ruined her glory.

15. Guru Arjan Dev Ji – Page 282

ਜਿਸੁ ਵਖਰ ਕਉ, ਲੈਨਿ ਤੂ ਆਇਆ॥	jis vakhar ka-o lain too aa-i-aa.
ਰਾਮ ਨਾਮੁ ਸੰਤਨ, ਘਰਿ ਪਾਇਆ॥	raam naam santan ghar paa-i-aa.
ਤਜਿ ਅਭਿਮਾਨੁ, ਲੇਹੁ ਮਨ ਮੋਲਿ॥	taj abhimaan layho man mol.
ਰਾਮ ਨਾਮੁ, ਹਿਰਦੇ ਮਹਿ ਤੋਲਿ॥	raam naam hirday meh tol.
ਲਾਦਿ ਖੇਪ, ਸੰਤਹ ਸੰਗਿ ਚਾਲੁ॥	laad khayp santeh sang chaal.
ਅਵਰ ਤਿਆਗਿ, ਬਿਖਿਆ ਜੰਜਾਲ॥	avar ti-aag bikhi-aa janjaal.
ਧੰਨਿ ਧੰਨਿ ਕਹੈ, ਸਭੁ ਕੋਇ॥	dhan Dhan kahai sabh ko-ay.
ਮੁਖ ਊਜਲ, ਹਰਿ ਦਰਗਹ ਸੋਇ॥	mukh oojal har dargeh so-ay.
ਇਹੁ ਵਾਪਾਰੁ, ਵਿਰਲਾ ਵਾਪਾਰ॥	ih vaapaar virlaa vaapaarai.
ਨਾਨਕ ਤਾ ਕੈ, ਸਦ ਬਲਿਹਾਰ॥੫॥	naanak taa kai sad balihaarai. ‖5‖

ਜਿਸ ਕਰਕੇ ਪ੍ਰਭ ਨੇ ਮਾਨਸ ਜਨਮ ਬਖਸ਼ਿਆ ਹੈ । ਉਹ ਕਰਤਬ ਤਾਂ ਸੰਤ ਸਰੂਪ ਜੀਵਾਂ ਨੇ ਆਪਣੇ ਮਨ ਵਿੱਚ ਵਸਾਇਆ ਹੈ । ਆਪਣੇ ਮਨ ਦਾ ਅਹੰਕਾਰ, ਲਾਲਚ ਦੂਰ ਕਰਕੇ, ਤਿਆਗ ਕੇ ਸ਼ਬਦ ਦਾ ਸਿਮਰਨ ਕਰੋ! ਪ੍ਰਭ ਨੂੰ ਮਨ ਵਿਚੋਂ ਹੀ ਢੂੰਡੋ, ਵਿਚਾਰ ਕਰੋ। ਸ਼ਬਦ ਦੀ ਕਮਾਈ ਦੀ ਮਿਣਤੀ ਕਰੋ, ਕਿਤਨੀ ਤੂੰ ਇਕੱਠੀ ਕੀਤੀ ਹੈ । ਸੰਤ ਸਰੂਪਾਂ ਵਾਲੇ ਗੁਣਾਂ ਨੂੰ ਧਾਰਨ ਕਰਕੇ, ਸੰਸਾਰਕ ਅਹੰਕਾਰ, ਲਾਲਚ ਨੂੰ ਤਿਆਗੋ! ਸੰਤਾਂ ਵਰਗਾ ਜੀਵਨ ਬਤੀਤ ਕਰੋ! ਸਾਰੀ ਸ੍ਰਿਸ਼ਟੀ ਹੀ ਤੇਰੀ ਮਹਿਮਾਂ ਕਰੇ ਗੀ! ਇਥੇ ਵੀ ਸੋਭਾ, ਦਰਗਾਹ ਵਿੱਚ ਅਸਥਾਨ ਬਖਸ਼ਿਸ਼ ਹੋ ਜਾਵੇਗਾ । ਕੋਈ ਵਿਰਲਾ ਹੀ ਇਹ ਰਸਤਾ ਅਪਣਾਉਂਦਾ ਹੈ । ਜਿਹੜਾ ਇਸ ਰਸਤੇ ਤੇ ਚਲਦਾ ਹੈ, ਉਹ ਪੂਜਨ ਯੋਗ ਹੋ ਜਾਂਦਾ ਹੈ ।

God has blessed human body; His true devotee always remembers the true purpose of His blessings. You should conquer your own ego and meditate and sing the glory of His Word. One should search the true answer from within and count how much he has earned the treasure of His Word. Adopts the teachings of His true devotee and lives a simple and humble life like him. The whole universe may sing your glory and you may be blessed with permanent home in His court. Even though everyone knows this essence of human life, however, very rare may adopt the right path in his life. Whosoever may adopt the right path, he may become worthy of worship.

16. Guru Nanak Dev Ji – Page 1107

ਤੂ ਸੁਣਿ ਕਿਰਤ ਕਰੰਮਾ	too sun kirat karammaa
ਪੁਰਬਿ ਕਮਾਇਆ॥	purab kamaa-i-aa.
ਸਿਰਿ ਸਿਰਿ ਸੁਖ ਸਹੰਮਾ	sir sir sukh sahammaa
ਦੇਹਿ ਸੁ ਤੂ ਭਲਾ॥	deh so too bhalaa.
ਹਰਿ ਰਚਨਾ ਤੇਰੀ ਕਿਆ ਗਤਿ ਮੇਰੀ,	har rachnaa tayree ki-aa gat mayree
ਹਰਿ ਬਿਨੁ ਘੜੀ ਨ ਜੀਵਾ॥	har bin gharhee na jeevaa.
ਪ੍ਰਿਅ ਬਾਝੁ ਦੁਹੇਲੀ ਕੋਇ ਨ ਬੇਲੀ,	pari-a baajh duhaylee ko-ay na baylee
ਗੁਰਮੁਖਿ ਅੰਮ੍ਰਿਤੁ ਪੀਵਾਂ॥	gurmukh amrit peevaaN.
ਰਚਨਾ ਰਾਚਿ ਰਹੇ ਨਿਰੰਕਾਰੀ,	rachnaa raach rahay nirankaaree
ਪ੍ਰਭ ਮਨਿ ਕਰਮ ਸੁਕਰਮਾ॥	parabh man karam sukarmaa.
ਨਾਨਕ ਪੰਥੁ ਨਿਹਾਲੇ ਸਾ ਧਨ,	naanak panth nihaalay saa Dhan
ਤੂ ਸੁਣਿ ਆਤਮ ਰਾਮਾ॥੧॥	too sun aatam raamaa. ||1||

ਜੀਵ ਆਪਣੇ ਪਿਛਲੇ ਕੀਤੇ ਕਰਮਾਂ ਨਾਲ ਹੀ ਦੁਖ ਸੁਖ ਪਾਉਂਦਾ ਹੈ । ਪ੍ਰਭ ਜੋ ਤੂੰ ਜੀਵ ਨੂੰ ਬਖਸ਼ਦਾ ਹੈ, ਉਸ ਦੀ ਭਲਾਈ ਲਈ ਹੀ ਦੇਂਦਾ ਹੈ । ਇਹ ਸ੍ਰਿਸ਼ਟੀ ਤੇਰੀ ਪੈਦਾ ਕੀਤੀ ਅਤੇ ਤੇਰੇ ਵੱਸ ਅੰਦਰ ਹੀ ਹੈ । ਜੀਵ ਦਾ ਕੋਈ ਜ਼ੋਰ ਨਹੀ, ਤੇਰੇ ਸਵਾਸਾਂ ਤੋਂ ਬਿਨਾਂ ਪਲ ਵੀ ਜਿਉਂਦਾ ਨਹੀਂ ਰਹੇ ਸਕਦਾ । ਗੁਰਮਖ ਸ਼ਬਦ ਦੀ ਹੀ ਪਾਲਣਾ ਕਰਦੇ ਹਨ, ਸ਼ਬਦ ਦੀ ਪਾਲਣਾ ਤੋਂ ਬਿਨਾਂ ਆਪਣਾ ਜੀਵਨ ਬਿਰਥਾ ਹੀ ਮਹਿਸੂਸ ਕਰਦੇ ਹਨ । ਪ੍ਰਭ ਆਪ ਹੀ ਆਪਣੀ ਸਾਜੀ ਸ੍ਰਿਸ਼ਟੀ ਵਿੱਚ ਵਸਦਾ ਹੈ, ਸ਼ਬਦ ਦੀ ਪਾਲਣਾ ਕਰਨਾ ਹੀ ਸਭ ਤੋਂ ਉਤਮ ਕੰਮ ਹੈ । ਪ੍ਰਭ ਰਹਿਮਤ ਬਖਸ਼ੋ! ਮੇਰੀ ਆਤਮਾ ਤੇਰੇ ਸ਼ਬਦ ਨਾਲ ਜੀਵਨ ਬਤੀਤ ਕਰਦੀ, ਰਸਤੇ ਤੇ ਚਲਦੀ ਹੈ ।

Everyone may be blessed with pleasures and sorrows as a reward or punishment of his previous life deeds. You always bless everything to Your creation for their welfare and all virtues are Your blessings. No one can achieve, demand anything by his own wisdom or power. No one can survive for a moment without Your blessings of breaths. Your true devotee obeys Your Word and feels worthless without adopting Your Word. Obeying You Word may be supreme task and the true purpose of life. I have adopted the teachings of Your Word, have Your mercy and grace on my soul.

17. Guru Arjan Dev Ji – Page 963

ਅੰਮ੍ਰਿਤ ਬਾਣੀ ਅਮਿਉ ਰਸੁ,	amrit banee ami-o ras
ਅੰਮ੍ਰਿਤੁ ਹਰਿ ਕਾ ਨਾਉ॥	amrit har kaa naa-o.
ਮਨਿ ਤਨਿ ਹਿਰਦੈ ਸਿਮਰਿ ਹਰਿ,	man tan hirdai simar har
ਆਠ ਪਹਰ ਗੁਣ ਗਾਉ॥	aath pahar gun gaa-o.
ਉਪਦੇਸੁ ਸੁਣਹੁ ਤੁਮ ਗੁਰਸਿਖਹੁ,	updays sunhu tum gursikhahu
ਸਚਾ ਇਹੈ ਸੁਆਉ॥	sachaa ihai su-aa-o.
ਜਨਮੁ ਪਦਾਰਥੁ ਸਫਲੁ ਹੋਇ,	janam padaarath safal ho-ay
ਮਨ ਮਹਿ ਲਾਇਹੁ ਭਾਉ॥	man meh laa-ihu bhaa-o.
ਸੂਖ ਸਹਜ ਆਨਦੁ ਘਣਾ,	sookh sahj aanad ghanaa
ਪ੍ਰਭੁ ਜਪਤਿਆ ਦੁਖੁ ਜਾਇ॥	parabh japti-aa dukh jaa-ay.
ਨਾਨਕ ਨਾਮੁ ਜਪਤ ਸੁਖੁ ਊਪਜੈ,	naanak naam japat sukh oopjai
ਦਰਗਹ ਪਾਈਐ ਥਾਉ॥੧॥	dargeh paa-ee-ai thaa-o. ||1||

ਪ੍ਰਭ ਦੀ ਬਾਣੀ, ਪ੍ਰਭ ਦਾ ਸ਼ਬਦ ਅਮੋਲਕ ਅੰਮ੍ਰਿਤ ਹੈ । ਇਸ ਦੀ ਸੋਝੀ ਦਾ ਰਸ ਮਨ ਨੂੰ ਅਨੰਦ ਦੇਣ ਵਾਲਾ ਹੈ । ਮਨ ਤਨ ਇਕਾਗਰ, ਭਰੋਸਾ ਅਡੋਲ ਰੱਖਕੇ ਦਿਨ ਰਾਤ ਸ਼ਬਦ ਦਾ ਸਿਮਰਨ ਕਰੋ! ਪ੍ਰਭ ਦੇ ਸ਼ਬਦ ਨੂੰ ਸੁਣੋ! ਇਸ ਨਾਲ ਜੀਵਨ ਢਾਲੋ! ਇਹ ਹੀ ਮਾਨਸ ਜੀਵਨ ਦਾ ਮੰਤਵ ਹੈ । ਜਦੋਂ ਪ੍ਰਭ ਦਾ ਸ਼ਬਦ ਮਨ ਵਿੱਚ ਜਾਗਰਤ ਹੋ ਜਾਂਦਾ ਹੈ, ਮਾਨਸ ਜਨਮ ਸਫਲ ਹੋ ਸਕਦਾ ਹੈ । ਜਿਹੜਾ ਮਨ ਦਾ ਭਰੋਸਾ ਪ੍ਰਭ ਦੇ ਬਖਸ਼ੇ ਸ਼ਬਦ ਤੇ ਅਡੋਲ ਰੱਖਕੇ ਸਿਮਰਨ ਕਰਦਾ ਹੈ, ਉਸ ਨੂੰ ਪ੍ਰਭ ਦੀ ਰਹਿਮਤ ਦੀ ਨਜ਼ਰ ਬਖਸ਼ਿਸ਼ ਹੋ ਜਾਂਦੀ ਹੈ । ਮਨ ਦੇ ਭਰਮ, ਸੰਸਾਰਕ ਇੱਛਾ ਦੇ ਦੁਖ, ਭਟਕਣਾਂ ਦੂਰ ਹੋ ਜਾਂਦੀਆ ਹਨ । ਪ੍ਰਭ ਦੇ ਸ਼ਬਦ ਦਾ ਸਿਮਰਨ ਕਰਨ ਨਾਲ ਮਨ ਵਿੱਚ ਸੰਤੋਖ ਭਰ ਜਾਂਦਾ ਹੈ । ਪ੍ਰਭ ਦੀ ਸ਼ਰਣ ਵਿੱਚ ਪਨਾਹ ਬਖਸ਼ਿਸ਼ ਹੋ ਜਾਂਦੀ ਹੈ ।

His Word is precious, priceless! Enlightenment of His Word, provides comfort and harmony to mind. One should wholeheartedly believe in His Word, obeys and sings His glory. This is the only purpose of human life! Whosoever may be enlightened within, his human life journey may become successful and he may conquer death. Whosoever may maintain deep belief on His Word, he may be enlightened from within. He may conquer his worldly desires. By singing His glory, his mind remains overwhelmed with His virtues. His meditation may be accepted in His court. God Himself becomes his protector.

18. Guru Tegh Bahadur Ji – Page 1352

ਮਾਨਸ ਕੋ ਜਨਮੁ ਲੀਨੁ,	maanas ko janam leen
ਸਿਮਰਨੁ ਨਹ ਨਿਮਖ ਕੀਨੁ॥	simran nah nimakh keen.
ਦਾਰਾ ਸੁਖ ਭਇਓ ਦੀਨੁ,	daaraa sukh bha-i-o deen
ਪਗਹੁ ਪਰੀ ਬੇਰੀ॥੧॥	pagahu paree bayree. ||1||

ਮਾਨਸ ਜਨਮ ਪ੍ਰਭ ਦੇ ਸ਼ਬਦ ਦੇ ਸਿਮਰਨ ਲਈ ਬਖਸ਼ਿਸ਼ ਹੋਇਆ ਸੀ । ਤੂੰ ਇੱਕ ਪਲ ਵੀ ਪ੍ਰਭ ਦੇ ਸ਼ਬਦ ਦਾ ਸਿਮਰਨ ਨਹੀਂ ਕੀਤਾ । ਸੰਸਾਰ ਅਨੰਦ ਮਾਨਣ ਲਈ ਤੂੰ ਔਰਤ ਦਾ ਗੁਲਾਮ ਬਣ ਗਿਆ ਹੈ । ਹੁਣ ਤੇਰੇ ਪੈਰਾਂ ਵਿੱਚ ਇਹ ਸੰਗਲ ਪੈ ਗਿਆ ਹੈ ।

Human life was blessed to meditate on the teachings of His Word! However, you did not even think about in your life. You have become a slave of sexual desires in worldly life! After death, you may be captured by devil of death and punished.

19. Guru Arjan Dev Ji – Page 1078

ਸਿਮਰਹਿ ਖੰਡ ਦੀਪ ਸਭਿ ਲੋਆ॥	Simrahi khand deep sabh lo-aa.
ਸਿਮਰਹਿ ਪਾਤਾਲ ਪੁਰੀਆ ਸਚੁ ਸੋਆ॥	Simrahi paataal puree-aa sach so-aa.
ਸਿਮਰਹਿ ਖਾਣੀ ਸਿਮਰਹਿ ਬਾਣੀ,	Simrahi khaanee simrahi banee
ਸਿਮਰਹਿ ਸਗਲੇ ਹਰਿ ਜਨਾ॥੨॥	simrahi saglay har janaa. ||2||

ਸਾਰੇ ਖੰਡ, ਬ੍ਰਹਮੰਡ, ਸ੍ਰਿਸ਼ਟੀਆਂ ਹੀ ਤੇਰੇ ਨਾਮ, ਸ਼ਬਦ ਦਾ ਸਿਮਰਨ ਕਰਦੀਆਂ ਹਨ । ਪਤਾਲ ਅਤੇ ਅਕਾਸ਼ ਵਿੱਚ ਵਸਦੇ ਜੀਵ, ਜੰਤ, ਰੁਹਾਨੀ ਫਰਿਸ਼ਤ ਵੀ ਸਿਮਰਨ ਕਰਦੇ ਹਨ । ਜੀਵ ਨੂੰ ਜਨਮ ਦੇਣ ਦੇ ਚਾਰੇਂ ਸੋਮੇ, ਬੋਲੀ ਬਖਸ਼ਣ ਵਾਲੇ ਸਿਮਰਨ ਕਰਦੇ ਹਨ । ਬੰਦਗੀ ਕਰਨ ਵਾਲੇ ਨਿਮਾਣੇ ਦਾਸ ਤੇਰੇ ਵਿਛੋੜੇ ਦੇ ਵਿਰਾਗ ਵਿੱਚ ਸਿਮਰਨ ਕਰਦੇ ਹਨ । ਸਾਰੇ ਹੀ ਤੇਰੇ ਵਿਛੋੜੇ ਦੇ ਵਿਰਾਗ ਦੀ ਅਵਸਥਾ ਵਿੱਚ ਹੀ ਹਨ ।

All creatures of all universe are singing Your glory along with spiritual angels. All four source of creation sing Your glory. Your true devotee sings in the memory of separation from You. They remain in the state of mind of renunciation of separation.

20. Guru Arjan Dev Ji – Page 1360

ਮਰਣੰ ਬਿਸਰਣੰ ਗੋਬਿੰਦਹ॥	marnaN bisranaN gobindah.
ਜੀਵਣੰ ਹਰਿ ਨਾਮ ਧ੍ਯਾਵਣਹ॥	jeevanaN har naam Dha-yaavaneh.
ਲਭਣੰ ਸਾਧ ਸੰਗੇਣ॥	labh-naN saaDh sangayn.
ਨਾਨਕ ਹਰਿ ਪੂਰਬਿ ਲਿਖਣਹ॥੧੫॥	naanak har poorab likh-neh. ||15||

ਮਾਨਸ ਜੀਵਨ ਪ੍ਰਭ ਦੇ ਸ਼ਬਦ ਦਾ ਸਿਮਰਨ ਕਰਨ ਲਈ ਬਖਸ਼ਿਸ਼ ਹੋਇਆ ਹੈ । ਜਦੋਂ ਮੌਤ ਆ ਜਾਂਦੀ, ਪ੍ਰਭ ਦੇ ਸ਼ਬਦ ਦਾ ਸਿਮਰਨ ਨਹੀਂ ਕੀਤਾ ਜਾ ਸਕਦਾ, ਬੰਦਗੀ ਦਾ ਸਮਾਂ ਬੀਤ ਜਾਂਦਾ ਹੈ । ਜੀਵ ਦੇ ਪਿਛਲੇ ਜੀਵਨ ਦੇ ਚੰਗੇ ਕਰਮਾਂ ਨਾਲ ਹੀ ਬੰਦਗੀ ਕਰਨ ਵਾਲੇ ਸੰਤਾਂ ਦੀ ਸੰਗਤ ਬਖਸ਼ਿਸ਼ ਹੋ ਸਕਦੀ ਹੈ ।

Human life was blessed to meditate and understand the teachings of His Word! After death he cannot adopt His Word or sing His glory, the opportunity may be wasted. Only with great prewritten destiny as a of good deeds of previous life, one may be blessed with the association of Holy saints.

11. ਸੰਤ ਸੰਗਤ – ਚਾਰ ਪਦਾਰਥ:
Conjgregation of Holy Saints ! Four Virtues!

ਰਜ ਗੁਣ (ਮਨ ਦੀ ਲਗਨ, ਕੰਮ)!	**Raajas** - Mind Concentration, quality of energy and activity
ਤਮ ਗੁਣ (ਤਪਸਿਆ, ਮੰਦੇ ਖਿਆਲ)!	**Taamas** - Mind Awareness, quality of darkness and inertia
ਸਤ ਗੁਣ (ਪਵਿੱਤਰਤਾ, ਜਾਗਰਤੀ)!	**Satvas**- Sanctification, Enlightenment
ਮੁਕਤ ਅਵਸਥਾ	**Salvation**- eliminate - birth and death.

21. Guru Nanak Dev Ji – Page 71

ਸਤਸੰਗਤਿ ਕੈਸੀ ਜਾਣੀਐ॥ satsangat kaisee jaanee-ai.
ਜਿਥੈ ਏਕੋ ਨਾਮੁ ਵਖਾਣੀਐ॥ jithai ayko naam vakhaanee-ai.
ਏਕੋ ਨਾਮੁ ਹੁਕਮੁ ਹੈ, ਨਾਨਕ ayko naam hukam hai naanak
ਸਤਿਗੁਰਿ ਦੀਆ ਬੁਝਾਇ ਜੀਉ॥੫॥ satgur dee-aa bujhaa-ay jee-o. ||5||

ਜਿਥੇ ਕੇਵਲ ਪ੍ਰਭ ਦੇ ਸ਼ਬਦ ਦਾ ਵਿਚਾਰ, ਚਰਚਾ ਹੁੰਦੀ ਹੈ, ਕੇਵਲ ਉਹ ਹੀ ਸਤ ਸੰਗਤ ਹੁੰਦੀ ਹੈ । ਸਦਾ ਹੀ ਸ਼ਬਦ ਦੇ ਧੰਨਵਾਦ ਦੀ ਅਵਾਜ ਚਲਦੀ ਰਹਿੰਦੀ ਹੈ । ਪ੍ਰਭ ਆਪ ਹੀ ਰਹਿਮਤ ਦੀ ਨਜ਼ਰ ਬਖਸ਼ਦਾ ਹੈ, ਅਟੱਲ ਸ਼ਬਦ, ਨਾਮ ਦੀ ਸੋਝੀ ਬਖਸ਼ਦਾ, ਮਨ ਵਿੱਚ ਜਾਗਰਤ ਕਰਦਾ ਹੈ ।

Where His true devotees sing the glory of His Word, only that gathering may be worthy of calling congregation of Holy Saints, Sangat. The echo of glory of His Word vibrating in that gathering. His blessings and the enlightenment of His Word remains overwhelmed in the mind of His true devotees.

22. Guru Arjan Dev Ji – Page 160

ਜਹ ਸਤਿਗੁਰੁ ਤਹ ਸਤਸੰਗਤਿ ਬਣਾਈ॥ jah satgur tah satsangat banaa-ee.
ਜਹ ਸਤਿਗੁਰੁ ਸਹਜੇ ਹਰਿ ਗੁਣ ਗਾਈ॥ jah satgur sehjay har gun gaa-ee.
ਜਹ ਸਤਿਗੁਰੁ ਤਹਾ jah satgur tahaa
ਹਉਮੈ ਸਬਦਿ ਜਲਾਈ॥੨॥ ha-umai sabad jalaa-ee. ||2||

ਜਿਥੇ ਪ੍ਰਭ ਦੇ ਸ਼ਬਦ ਦਾ ਸਿਮਰਨ ਕੀਤਾ ਜਾਂਦਾ ਹੈ, ਉਹ ਹੀ ਸੰਤ ਸੰਗਤ ਬਣ ਜਾਂਦੀ ਹੈ । ਜਿਥੇ ਸ਼ਬਦ ਦੀ ਪਾਲਣਾ ਕੀਤੀ ਜਾਂਦੀ ਹੈ, ਉਹ ਹੀ ਉਸਤਤ ਦੇ ਗੀਤ ਬਣ ਜਾਂਦੇ ਹਨ । ਜਿਥੇ ਪ੍ਰਭ ਦੇ ਸ਼ਬਦ ਦਾ ਸਿਮਰਨ ਕੀਤਾ ਜਾਂਦਾ ਹੈ, ਪਾਲਣਾ ਕੀਤੀ ਜਾਂਦੀ ਹੈ । ਉਥੇ ਅਹੰਕਾਰ ਦੀ ਜੜ੍ਹ ਨਾਸ਼, ਖਤਮ ਹੋ ਜਾਂਦੀ ਹੈ ।

Wherever His true devotees sing the glory of His Word that gathering becomes the congregation of Holy Saints, Sagant. His true devotees sing His glory with belief and patience. Everywhere His Word may be recited, whosoever may adopt the teachings in his life his ego may be vanished.

23. Guru Arjan Dev Ji – Page 520

ਸਚੀ ਬੈਸਕ ਤਿਨ੍ਹਾ ਸੰਗਿ,	sachee baisak tinHaa sang
ਜਿਨ ਸੰਗਿ ਜਪੀਐ ਨਾਉ॥	jin sang japee-ai naa-o.
ਤਿਨ੍ ਸੰਗਿ ਸੰਗੁ ਨ ਕੀਚਈ,	tinH sang sang na keech-ee
ਨਾਨਕ ਜਿਨਾ ਆਪਣਾ ਸੁਆਉ॥੨॥	naanak jinaa aapnaa su-aa-o. ||2||

ਜਿਹੜੇ ਜੀਵ ਕੇਵਲ ਤੇਰੇ ਸ਼ਬਦ ਦਾ ਹੀ ਸਿਮਰਨ ਕਰਦੇ, ਪਾਲਣਾ ਕਰਦੇ, ਆਪਾ, ਖੁਦਗ਼ਰਜ਼ੀ ਮਨ ਵਿੱਚ ਨਹੀਂ ਹੁੰਦੀ । ਉਹਨਾਂ ਜੀਵਾਂ ਦੀ ਸੰਗਤ ਕਰਨਾ ਹੀ ਸਾਧ ਸੰਗਤ ਹੈ । ਜਿਹੜੇ ਸਭ ਕੁਝ ਕੇਵਲ ਆਪਣੇ ਮਨ ਦੀ ਖੁਦਗ਼ਰਜ਼ੀ ਲਈ ਹੀ ਕਰਦੇ ਹਨ । ਉਹਨਾਂ ਜੀਵਾਂ ਦੀ ਸੰਗਤ ਤੋਂ ਸਦਾ ਹੀ ਦੂਰ ਰਹੋ !

Wherever Your true devotees meditate and obey the teachings of Your Word without any greed or selfishness, that becomes a true congregation of Holy Saints. Whosoever everything, every deed may be performed for own greed, one should stay away, abandon that association.

24. Guru Arjan Dev Ji – Page 817

ਮਨਿ ਤਨਿ ਪ੍ਰਭੁ ਆਰਾਧੀਐ,	man tan parabh aaraaDhee-ai
ਮਿਲਿ ਸਾਧ ਸਮਾਗੈ॥	mil saadh samaagai.
ਉਚਰਤ ਗੁਨ ਗੋਪਾਲ ਜਸੁ,	uchrat gun gopaal jas
ਦੂਰ ਤੇ ਜਮੁ ਭਾਗੈ ॥੧॥	door tay jam bhaagai. ||1||

ਜਦੋਂ ਜੀਵ ਮਨ ਵਿੱਚ ਭਰੋਸਾ ਅਡੋਲ ਕਰਕੇ, ਸ਼ਬਦ ਦੀ ਪਾਲਣਾ ਕਰਦਾ, ਤਨ ਨਾਲ ਸ੍ਰਿਸ਼ਟੀ ਦੀ ਭਲਾਈ ਦੇ ਕੰਮ ਕਰਦਾ ਹੈ । ਉਹ ਹੀ ਸਾਧ ਸੰਗਤ ਬਣ ਜਾਂਦੀ ਹੈ । ਪ੍ਰਭ ਦੇ ਸ਼ਬਦ ਦੇ ਗੁਣ ਗਾਉਣ ਨਾਲ ਮੌਤ ਦਾ ਜਮਦੂਤ ਨੇੜੇ ਨਹੀਂ ਆਉਂਦਾ ।

Who develops an unshakable belief on His Word and obeys His Word and does good deeds; He becomes Saint Sangat, Holy union? By singing His glory with faith, devil of death cannot come even close.

25. Guru Amar Das Ji – Page 1068

ਸਤਿਗੁਰ ਬਾਝਹੁ ਸੰਗਤਿ ਨ ਹੋਈ॥	Satgur baajhahu sangat na ho-ee.
ਬਿਨੁ ਸਬਦੇ ਪਾਰੁ ਨ ਪਾਏ ਕੋਈ॥	Bin sabday paar na paa-ay ko-ee.
ਸਹਜੇ ਗੁਣ ਰਵਹਿ ਦਿਨੁ ਰਾਤੀ,	Sehjay gun raveh din raatee
ਜੋਤੀ ਜੋਤਿ ਮਿਲਾਇਆ॥੧੨॥	jotee jot milaa-i-aa. ||12||

ਸ਼ਬਦ ਦੀ ਪਾਲਣਾ ਕਰਨ ਵਾਲੇ ਦੇ ਇਕੱਠ ਤੋਂ ਬਿਨਾਂ ਹੋਰ ਕੋਈ ਸੰਗਤ ਨਹੀਂ ਹੁੰਦੀ । ਸ਼ਬਦ ਦੀ ਪਾਲਣਾ ਤੋਂ ਬਿਨਾਂ ਕੋਈ ਪ੍ਰਵਾਨਗੀ ਦੇ ਰਸਤੇ ਤੇ ਨਹੀਂ ਚਲ ਸਕਦਾ, ਦਰਬਾਰ ਵਿੱਚ ਪ੍ਰਵਾਨ ਨਹੀਂ ਹੋ ਸਕਦਾ । ਜਿਹੜਾ ਸ਼ਬਦ ਤੇ ਭਰੋਸਾ ਅਡੋਲ ਰੱਖਕੇ ਸ਼ਬਦ ਦੀ ਉਸਤਤ ਵਿੱਚ ਮਸਤ ਰਹਿੰਦਾ ਹੈ । ਉਸ ਦੀ ਆਤਮਾ ਦੀ ਜੋਤ ਪ੍ਰਭ ਦੀ ਜੋਤ ਵਿੱਚ ਅਭੇਦ ਹੋ ਜਾਂਦੀ ਹੈ ।

Without obeying and singing the glory of His Word, no other gathering becomes Holy congregation. Without adopting His Word in day to day life, no one can be accepted in His court. Whosoever may adopt His Word with steady and stable belief may be blessed with peace and patience, he may become part of The Holy spirit.

26. Kabeer Ji – Page 1364

ਕਬੀਰ ਮਾਰੀ ਮਰਉ ਕੁਸੰਗ ਕੀ,	kabeer maaree mara-o kusang kee
ਕੇਲੇ ਨਿਕਟਿ ਜੁ ਬੇਰਿ॥	kaylay nikat jo bayr.
ਉਹ ਝੂਲੈ ਉਹ ਚੀਰੀਐ,	uh jhoolai uh cheeree-ai
ਸਾਕਤ ਸੰਗੁ ਨ ਹੇਰਿ॥੮੮॥	saakat sang na hayr. ||88

ਅਗਰ ਕੇਲੇ ਦਾ ਬੂਟਾ ਕੰਡਿਆਂ ਵਾਲੀ ਬੇਰੀ ਦੇ ਲਾਗੇ ਹੋਵੇ, ਤਾਂ ਹਵਾ ਦੇ ਝਲਕੇ ਨਾਲ ਕੇਲੇ ਦੇ ਪੱਤੇ ਚੀਰੇ ਜਾਂਦੇ ਹਨ । ਇਸਤਰ੍ਹਾਂ ਪਵਿੱਤਰ ਆਤਮਾ ਵੀ ਬੁਰੀ ਸੰਗਤ ਕਰਨ ਨਾਲ ਮੈਲੀ ਹੋ ਸਕਦੀ ਹੈ । ਅਸਲੀ ਰਸਤੇ ਤੋਂ ਭਟਕ ਸਕਦੀ ਹੈ।

If banana tree is near a thorny bush, often with wind, its leaves get cut. Same way if pure soul remains connected with evil thinker, often get blemish and greedy.

27. Kabeer Ji – Page 1375

ਕਬੀਰ ਨਿਰਮਲ ਬੂੰਦ ਅਕਾਸ ਕੀ,	kabeer nirmal boond akaas kee
ਪਰਿ ਗਈ ਭੂਮਿ ਬਿਕਾਰ॥	par ga-ee bhoom bikaar.
ਬਿਨੁ ਸੰਗਤਿ ਇਉ ਮਾਂਨਈ,	bin sangat i-o maaNn-ee
ਹੋਇ ਗਈ ਭਠ ਛਾਰ॥੧੯੫॥	ho-ay ga-ee bhath chhaar. ||195||

ਜਿਵੇਂ ਪਵਿੱਤਰ ਪਾਣੀ ਦੀ ਬੂੰਦ, ਚਿੱਕੜ ਤੇ ਡਿੱਗ ਪਵੇ । ਇਸਤਰ੍ਹਾਂ ਜੀਵਾਂ ਦਾ ਇਕੱਠ, ਸੰਤ ਸਰੂਪ ਦੇ ਬਿਨਾਂ ਸਾਧ ਸੰਗਤ ਨਹੀਂ ਬਣਦੀ । ਉਹ ਫਾਲਤੂ ਗੱਲਾ ਕਰਨ, ਝਖ ਮਾਰਨ ਵਾਲਾ, ਇਕੱਠ ਹੀ ਬਣ ਜਾਂਦਾ ਹੈ ।

If pure water drops on mud then that drop cannot become pure. Same way gathering does not become Holy congregation, Saint Sangat, without His true devotees, singing and obeying His Word. They may talk about His Word, may not obey in their day to day life.

28. Guru Amar Das Ji – Page 880

ਸਤਜੁਗਿ ਸਚੁ ਕਹੈ ਸਭੁ ਕੋਈ॥	satjug sach kahai sabh ko-ee.
ਘਰਿ ਘਰਿ ਭਗਤਿ ਗੁਰਮੁਖਿ ਹੋਈ॥	ghar ghar bhagat gurmukh ho-ee.
ਸਤਜੁਗਿ ਧਰਮੁ ਪੈਰ ਹੈ ਚਾਰਿ॥	Satjug Dharam pair hai chaar.
ਗੁਰਮੁਖਿ ਬੂਝੈ ਕੋ ਬੀਚਾਰਿ॥੧॥	gurmukh boojhai ko beechaar. ||1||

ਸਤਜੁਗ ਵਿੱਚ ਹਰਇੱਕ ਜੀਵ ਪ੍ਰਭ ਦੇ ਸ਼ਬਦ ਅਨੁਸਾਰ ਹੀ ਜੀਵਨ ਬਤੀਤ ਕਰਦਾ ਸੀ । ਹਰਇੱਕ ਜੀਵ ਪ੍ਰਭ ਦੇ ਸ਼ਬਦ ਦਾ ਸਿਮਰਨ ਕਰਦਾ ਸੀ । ਗੁਰਮਖ ਅਵਸਥਾ ਵਿੱਚ, ਸੰਸਾਰਕ ਧੰਦੇ, ਪ੍ਰਭ ਦੇ ਸ਼ਬਦ ਦੇ ਅਧਾਰ ਤੇ ਹੀ ਹੁੰਦੇ ਸਨ । ਇਸ ਜੁਗ ਵਿੱਚ ਜੀਵ, ਜੀਵਨ ਦੇ ਚਾਰ ਨਿਯਮ ਅਪਣਾਉਂਦਾ ਸੀ । ਸ਼ਬਦ ਦੀ ਪਾਲਣਾ! ਸ਼ਬਦ ਵਿੱਚ ਧਿਆਨ- ਸੁਰਤੀ ! ਸ਼ਬਦ ਦੀ ਸੋਝੀ । ਮੁਕਤੀ ਦੀ ਆਸਾ । ਕੋਈ ਵਿਰਲਾ ਹੀ ਗੁਰਮਖ, ਜਿਹੜਾ ਇਸ ਦੀ ਸੋਝੀ ਪਾਉਂਦਾ ਹੈ, ਸੀ, ਪ੍ਰਾਪਤੀ ਕਰਦਾ ਸੀ ।

In Sat Yuga, everyone was living by His Word and sings His glory. They were blessed with Gurmukh state of mind and all their deeds were as per His Word. Everyone was adopting four discipline in their life. Obey His Word, devotion and dedication to Word, enlightenment of Word and hope for salvation. In this Age, however, very rare soul adopts these principles and enlightened His Word within and may be blessed with salvation.

29. Guru Arjan Dev Ji – Page 927

ਧਰਮ ਅਰਥ ਅਰੁ ਕਾਮ ਮੋਖ,	dharam arath ar kaam mokh
ਮੁਕਤਿ ਪਦਾਰਥ ਨਾਥ॥	mukat padaarath naath.
ਸਗਲ ਮਨੋਰਥ ਪੂਰਿਆ,	sagal manorath poori-aa
ਨਾਨਕ ਲਿਖਿਆ ਮਾਥ॥੧॥	naanak likhi-aa maath. ||1||

ਪ੍ਰਭ, ਚਾਰ ਪਦਾਰਥ ਪਾਉਣ ਲਈ ਮਾਨਸ ਜਨਮ ਬਖਸ਼ਦਾ ਹੈ। - (ਧਰਮ, ਅਰਥ, ਕਾਮ ਮੋਖ, ਮੁਕਤ) ਇੱਕੋ ਇੱਕ ਪ੍ਰਭ ਹੀ ਭਰੋਸਾ, ਇਖਲਾਕ, ਸੰਸਾਰਕ ਧਨ, ਕਾਮ ਵਾਸਨਾ ਤੇ ਕਾਬੂ, ਮੁਕਤੀ ਬਖਸ਼ਣ ਵਾਲਾ ਮਾਲਕ ਹੈ । ਜਿਹਨਾਂ ਦੇ ਭਾਗਾਂ ਵਿੱਚ ਪਹਿਲੇ ਹੀ ਲਿਖਿਆ ਹੁੰਦਾ ਹੈ । ਕੇਵਲ ਉਹਨਾਂ ਦੇ ਮਨ ਦੀਆਂ ਹੀ ਮੁਰਾਦਾਂ ਪੂਰੀਆਂ ਹੁੰਦੀਆਂ ਹਨ ।

God had blessed the soul with human body to achieve four virtues! Dharma- self-discipline! Adopt His Word in Life! Conquer sexual desire! Salvation from birth and death cycle. Only with prewritten destiny, one may adopt the teachings of His Word in day to day life and he may be blessed with the right path of salvation.

12. ਸਿਮਰਨ ਕੀ ਹੈ! ਕੌਣ ਬੰਦਗੀ ਕਰਦਾ ਹੈ !
What is meditation and who meditaes!

30. Guru Amar Das Ji – Page 490

ਹਰਿ ਮੇਰੀ ਪ੍ਰੀਤਿ ਰੀਤਿ ਹੈ, ਹਰਿ ਮੇਰੀ	har mayree pareet reet hai har mayree
ਹਰਿ ਮੇਰੀ ਕਥਾ ਕਹਾਨੀ ਜੀ॥	har mayree kathaa kahaanee jee.
ਗੁਰ ਪ੍ਰਸਾਦਿ ਮੇਰਾ ਮਨੁ ਭੀਜੈ,	gur parsaad mayraa man bheejai
ਏਹਾ ਸੇਵ ਬਨੀ ਜੀਉ॥੧॥ਰਹਾਉ॥	ayhaa sayv banee jee-o. ‖1‖ rahaa-o

ਪ੍ਰਭ ਦੇ ਸ਼ਬਦ ਦੀ ਪਾਲਣਾ ਕਰਨਾ ਹੀ ਬੰਦਗੀ, ਸੇਵਾ, ਕੀਰਤਨ, ਸ਼ਬਦ ਦੀ ਕਥਾ ਹੈ । ਪ੍ਰਭ ਦੀ ਰਹਿਮਤ ਨਾਲ ਪ੍ਰਭ ਦੇ ਸ਼ਬਦ ਤੇ ਭਰੋਸਾ ਅਡੋਲ ਹੋ ਜਾਂਦਾ ਹੈ । ਇਹ ਹੀ ਮਾਨਸ ਦੀ ਸੇਵਾ, ਪੂਜਾ, ਭੇਟਾ ਹੈ ।

Obeying His Word and singing His glory is my meditation, devotion, wealth and my life story. With His mercy and grace, His true devotee may develop an unshakable belief on His Word, blessings. This is the true worship, donation and virtue!

31. Guru Amar Das Ji – Page 491

ਰਾਮ ਰਾਮ ਸਭੁ ਕੋ ਕਹੈ,	raam raam sabh ko kahai
ਕਹਿਐ ਰਾਮੁ ਨ ਹੋਇ॥	kahi-ai raam na ho-ay.
ਗੁਰ ਪਰਸਾਦੀ ਰਾਮੁ ਮਨਿ ਵਸੈ,	gur parsaadee raam man vasai
ਤਾ ਫਲੁ ਪਾਵੈ ਕੋਇ॥੧॥	taa fal paavai ko-ay. ‖1‖

ਹਰਇੱਕ ਜੀਵ ਆਪਣੇ ਆਪਣੇ ਢੰਗ ਨਾਲ ਪ੍ਰਭ ਦੇ ਸ਼ਬਦ ਦਾ ਸਿਮਰਨ ਕਰਦਾ ਹੈ । ਕੇਵਲ ਸ਼ਬਦ ਦਾ ਕੀਰਤਨ ਕਰਨ, ਗਾਉਣ ਨਾਲ ਪ੍ਰਭ ਦੀ ਰਹਿਮਤ ਬਖਸ਼ਿਸ਼ ਨਹੀਂ ਹੁੰਦੀ । ਜਦੋਂ ਪ੍ਰਭ ਦਾ ਸ਼ਬਦ ਮਨ ਵਿੱਚ ਘਰ ਕਰ ਜਾਂਦਾ, ਜਾਗਰਤ ਹੋ ਜਾਂਦਾ ਹੈ, ਤਾਂ ਹੀ ਰਹਿਮਤ ਦਾ ਫਲ ਬਖਸ਼ਿਸ਼ ਹੁੰਦਾ ਹੈ ।

Everyone sings the glory of God, His Word by his own way. By only singing His glory, he may not be blessed with His mercy and grace! Whosoever may be drenched with the teachings of His Word and may become the part of his life, story of his life. He may be rewarded for his devotion, dedication.

32. Guru Arjan Dev Ji – Page 496

ਜਿਸੁ ਸਿਮਰਤ ਸਭਿ ਕਿਲਵਿਖ ਨਾਸਹਿ,	jis simrat sabh kilvikh naaseh
ਪਿਤਰੀ ਹੋਇ ਉਧਾਰੋ॥	pitree ho-ay uDhaaro.
ਸੋ ਹਰਿ ਹਰਿ ਤੁਮ੍ ਸਦ ਹੀ ਜਾਪਹੁ,	so har har tumH sad hee jaapahu
ਜਾ ਕਾ ਅੰਤੁ ਨ ਪਾਰੋ॥੧॥	jaa kaa ant na paaro. ‖1‖

ਜਿਸ ਪ੍ਰਭ ਦੇ ਸ਼ਬਦ ਦਾ ਸਿਮਰਨ, ਪਾਲਣਾ ਕਰਨ ਨਾਲ ਆਤਮਾ ਦੇ ਸਾਰੇ ਪਾਪ ਧੋਤੇ ਜਾਂਦੇ, ਨਾਸ਼ ਹੋ ਜਾਂਦੇ ਹਨ । ਉਸ ਦੀਆਂ ਕੁਲਾਂ ਪ੍ਰਭ ਦੇ ਪ੍ਰਵਾਨ ਹੋ ਜਾਂਦੀਆਂ ਹਨ । ਉਸ ਦੇ ਸ਼ਬਦ ਦੀ ਪਾਲਣਾ, ਸਿਮਰਨ ਕਰੋ! ਉਸ ਦੇ ਕਿਸੇ ਕਰਤਬ ਦਾ ਅੰਤ ਨਹੀ ਪਾਇਆ ਜਾ ਸਕਦਾ, ਕੋਈ ਅੰਤ ਨਹੀਂ ਹੁੰਦਾ ।

By adopting His Word, soul may be purified and may be blessed with salvation. You should meditate and adopt His Word in day to day life, His virtues are unlimited.

33. Guru Arjan Dev Ji – Page 498

ਜਿਸੁ ਸਿਮਰਤ ਮਨਿ ਹੋਤ ਅਨੰਦਾ,	jis simrat man hot anandaa
ਉਤਰੈ ਮਨਹੁ ਜੰਗੀਲਾ॥	utrai manhu jangeelaa.
ਮਿਲਬੇ ਕੀ ਮਹਿਮਾ ਬਰਨਿ ਨ ਸਾਕਉ,	milbay kee mahimaa baran na saaka-o
ਨਾਨਕ ਪਰੈ ਪਰੀਲਾ ॥੨॥੪॥੧੩॥	naanak parai pareelaa. ||2||4||13||

ਸ਼ਬਦ ਦੇ ਸਿਮਰਨ ਕਰਨ ਨਾਲ ਮਨ ਵਿੱਚ ਸ਼ਬਦ ਦੀ ਸੋਝੀ ਜਾਗਰਤ ਹੋ ਜਾਂਦੀ, ਮਨ ਵਿੱਚ ਖੇੜਾ ਵਸ ਜਾਂਦਾ ਹੈ । ਮਨ ਵਿਚੋਂ ਅਗਿਆਨਤਾ ਦਾ ਅੰਧੇਰਾ ਨਾਸ਼ ਹੋ ਜਾਂਦਾ ਹੈ । ਪ੍ਰਭ ਦੀ ਰਹਿਮਤ ਦੇ ਨਜ਼ਾਰੇ, ਅਨੰਦ ਦੀ ਵਿਆਖਿਆ ਕੀਤੀ ਨਹੀਂ ਜਾ ਸਕਦੀ । ਪ੍ਰਭ ਦੀ ਕੁਦਰਤ, ਕਰਤਬ ਮਿਣਤੀ ਦੀ ਹੱਦ ਵਿੱਚ ਨਹੀ ਆਉਂਦੇ, ਬੇਅੰਤ ਹੀ ਹਨ ।

By meditating on His Word, his mind may conquer his worldly desires and may enjoy peace and harmony. No one can fully describe the limits of His virtues. However, everyone explains as much knowledge, he has been blessed with His mercy and grace.

34. Guru Amar Das Ji – Page 599

ਜਾ ਤਿਸੁ ਭਾਵਾ ਤਦ ਹੀ ਗਾਵਾ॥	jaa tis bhaavaa tad hee gaavaa.
ਤਾ ਗਾਵੇ ਕਾ ਫਲੁ ਪਾਵਾ॥	taa gaavay kaa fal paavaa.
ਗਾਵੇ ਕਾ ਫਲੁ ਹੋਈ॥	gaavay kaa fal ho-ee.
ਜਾ ਆਪੇ ਦੇਵੈ ਸੋਈ॥੧॥	jaa aapay dayvai so-ee. ||1||

ਅਗਰ ਪ੍ਰਭ ਦੀ ਰਹਿਮਤ ਹੋਵੇ ਤਾਂ ਹੀ ਜੀਵ ਉਸ ਦੀ ਉਸਤਤ ਕਰ ਸਕਦਾ ਹੈ । ਸ਼ਬਦ ਦੀ ਪਾਲਣਾ ਕਰਨ ਨਾਲ ਹੀ ਸਾਰੀਆਂ ਦਾਤਾਂ ਬਖਸ਼ਿਸ਼ ਹੁੰਦੀਆਂ ਹਨ । ਜਿਹੜੀ ਦਾਤ ਪ੍ਰਭ ਖੁਸ਼ ਹੋ ਕੇ ਆਪ ਹੀ ਬਿਨਾਂ ਮੰਗੇ ਬਖਸ਼ੇ, ਉਹ ਹੀ ਅਸਲੀ ਦਾਤ ਹੁੰਦੀ ਹੈ ।

Only with His mercy and grace, one may sing His glory. By obeying and adopting the teachings of His Word with steady and stable belief in day to day life, all virtues may be blessed. Whatsoever may be blessed by The True Master with His own mercy and grace without praying or begging for, may be the true virtue, blessings.

35. Guru Nanak Dev Ji – Page 1171

ਰਾਮ ਰਵੰਤਾ ਜਾਣੀਐ,	raam ravantaa jaanee-ai
ਇਕ ਮਾਈ ਭੋਗੁ ਕਰੇਇ॥	ik maa-ee bhog karay-i.
ਤਾ ਕੇ ਲਖਣ ਜਾਣੀਅਹਿ,	taa kay lakhan jaanee-ahi
ਖਿਮਾ ਧਨੁ ਸੰਗ੍ਰਹੇਇ॥੩॥	khimaa Dhan sangar-hay-ay. ||3||

ਜਿਹੜਾ ਮਾਇਆ ਤੇ ਆਪਣੇ ਮਨ ਦਾ ਕਾਬੂ ਪਾ ਲਵੇ । ਉਸ ਜੀਵਨ ਨੂੰ ਬੰਦਗੀ ਕਰਨ ਵਾਲਾ ਸਮਝਿਆ ਜਾਂਦਾ ਹੈ । ਉਸ ਜੀਵ ਦੀ ਕੀ ਨਿਸ਼ਾਨੀ ਹੁੰਦੀ ਹੈ? ਉਹ ਦੂਸਰੇ ਦੀਆਂ ਗਲਤੀਆਂ ਨਹੀਂ ਚਿਤਾਰਦਾ, ਦੂਸਰੇ ਤੇ ਤਰਸ ਕਰਦਾ ਹੈ ।

Whosoever may conquer his worldly desires, wealth, only he may be a true devotee, blessed soul. What may be his identification? He may adopt forgiveness, forgives even evil mistakes of others and no desire for revenge.

36. Guru Arjan Dev Ji – Page 518

ਤੁਧੁ ਧਿਆਇਨ੍ਹਿ ਬੇਦ	tuDh Dhi-aa-eeniH bayd
ਕਤੇਬਾ ਸਣੁ ਖੜੇ॥	kataybaa san kharhay.
ਗਣਤੀ ਗਣੀ ਨ ਜਾਇ	gantee ganee na jaa-ay
ਤੇਰੈ ਦਰਿ ਪੜੇ॥	tayrai dar parhay.
ਬ੍ਰਹਮੇ ਤੁਧੁ ਧਿਆਇਨ੍ਹਿ	barahmay tuDh Dhi-aa-eeniH
ਇੰਦ੍ਰ ਇੰਦ੍ਰਾਸਣਾ॥	indar indraasanaa.
ਸੰਕਰ ਬਿਸਨ ਅਵਤਾਰ	sankar bisan avtaar
ਹਰਿ ਜਸੁ ਮੁਖਿ ਭਣਾ॥	har jas mukh bhanaa.
ਪੀਰ ਪਿਕਾਬਰ ਸੇਖ	peer pikaabar saykh
ਮਸਾਇਕ ਅਉਲੀਏ॥	masaa-ik a-ulee-ay.
ਓਤਿ ਪੋਤਿ ਨਿਰੰਕਾਰ	ot pot nirankaar
ਘਟਿ ਘਟਿ ਮਉਲੀਏ॥	ghat ghat ma-ulee-ay.
ਕੂੜਹੁ ਕਰੇ ਵਿਣਾਸੁ	koorhahu karay vinaas
ਧਰਮੇ ਤਗੀਐ॥	Dharmay tagee-ai.
ਜਿਤੁ ਜਿਤੁ ਲਾਇਹਿ ਆਪਿ	jit jit laa-ihi aap
ਤਿਤੁ ਤਿਤੁ ਲਗੀਐ॥੨॥	tit tit lagee-ai. ‖2‖

ਅਨੇਕਾਂ ਹੀ ਜੀਵ ਤੇਰੇ ਬਖਸ਼ੇ ਹੋਏ ਧਰਮਾਂ ਦੇ ਗ੍ਰੰਥ ਪੜ੍ਹਦੇ, ਸ਼ਬਦ ਦਾ ਸਿਮਰਨ ਕਰਦੇ ਹਨ । ਤੇਰੇ ਦਰ ਤੇ ਖੜ੍ਹੇ ਜੀਵਾਂ ਦੀ ਗਿਣਤੀ ਨਹੀਂ ਕੀਤੀ ਜਾ ਸਕਦੀ, ਬ੍ਰਹਮਾ, ਇੰਦ੍ਰ, ਸ਼ਿਵਜੀ ਤੇਰੀ ਉਪਮਾ ਗਾਉਂਦੇ ਹਨ । ਜਿਵੇਂ ਜਿਵੇਂ ਹੀ ਉਹਨਾਂ ਦੇ ਮਨ ਵਿੱਚ ਸ਼ਬਦ ਜਾਗਰਤ ਹੁੰਦਾ ਹੈ । ਅਨੇਕਾਂ ਹੀ ਪੀਰ ਪੈਗੰਬਰ, ਮੌਨੀ ਸੰਤ, ਪ੍ਰਚਾਰਕ ਤੇਰੇ ਸ਼ਬਦ ਦੀ ਉਪਮਾ ਗਾਉਂਦੇ ਹਨ । ਸੰਸਾਰ ਵਿੱਚ ਅਨੇਕਾਂ ਹੀ ਜੀਵ ਧਰਮਾਂ ਦੇ ਭਰਮਾਂ ਨਾਲ ਆਪਣਾ ਜੀਵਨ ਰੀਤੀ ਰੀਵਾਜ ਕਰਕੇ ਬਰਬਾਦ ਕਰ ਲੈਂਦੇ ਹਨ । ਜਿਸ ਤੇ ਆਪ ਹੀ ਰਹਿਮਤ ਬਖਸ਼ ਕੇ ਸ਼ਬਦ ਦੇ ਲੜ ਲਾਉਂਦਾ ਹੈ, ਕੇਵਲ ਉਹ ਹੀ ਸ਼ਬਦ ਦੇ ਲੜ ਲਗਦਾ ਹੈ ।

Many may read and recite Your blessed Holy scriptures. No one can fully count those who truly follows Your Word. As much awareness of Your Word, one may be blessed with, that much glory one may sing and reveal. Many remain entangled in suspicions and religious rituals and waste their golden opportunity of human life. Whosoever may be blessed with devotion to meditates! Only he may sing and adopts Your Word in day to day life.

13. ਬੰਦਗੀ ਕਰਨ ਦਾ ਸਮਾਂ ! Time of Prayer

37. Guru Amar Das Ji – Page 35

ਜੇ ਵੇਲਾ ਵਖਤੁ ਵੀਚਾਰੀਐ,	jay vaylaa vakhat veechaaree-ai
ਤਾ ਕਿਤੁ ਵੇਲਾ ਭਗਤਿ ਹੋਇ॥	taa kit vaylaa bhagat ho-ay.
ਅਨਦਿਨੁ ਨਾਮੇ ਰਤਿਆ,	an-din naamay rati-aa
ਸਚੇ ਸਚੀ ਸੋਇ॥	sachay sachee so-ay.
ਇਕੁ ਤਿਲੁ ਪਿਆਰਾ ਵਿਸਰੈ,	ik til pi-aaraa visrai
ਭਗਤਿ ਕਿਨੇਹੀ ਹੋਇ॥	bhagat kinayhee ho-ay.
ਮਨੁ ਤਨੁ ਸੀਤਲੁ ਸਾਚ ਸਿਉ,	man tan seetal saach si-o
ਸਾਸੁ ਨ ਬਿਰਥਾ ਕੋਇ॥੧॥	saas na birthaa ko-ay. ‖1‖

ਜੀਵ ਅਗਰ ਤੂੰ ਬੰਦਗੀ ਕਰਨ ਦਾ ਸਮਾਂ ਮਿਥਦਾ ਹੈ । ਸਵੇਰਾ, ਸ਼ਾਮ, ਪੰਜਾਂ ਨਮਾਜ਼ਾਂ ਦਾ ਸਮਾਂ, ਤਾਂ ਤੇਰੀ ਬੰਦਗੀ ਕਿਸ ਕਿਸਮ ਦੀ ਹੈ? ਬੰਦਗੀ ਕਰਨ ਵਾਲੇ ਭਗਤ ਦਿਨ ਰਾਤ ਪ੍ਰਭ ਦੇ ਸ਼ਬਦ ਵਿੱਚ ਲੀਨ ਰਹਿੰਦੇ ਹਨ । ਅਗਰ ਪ੍ਰਭ ਨੂੰ ਇੱਕ ਪਲ ਵੀ ਵਿਸਾਰ ਦੇਵੇ ਤਾਂ ਉਸ ਦੀ ਭਗਤੀ ਕੀ ਮਹੱਤਤਾ ਰੱਖਦੀ ਹੈ? ਜਿਸ ਜੀਵ ਦਾ ਮਨ ਅਤੇ ਤਨ ਸ਼ਬਦ ਨਾਲ ਸੰਤੋਖ ਅਤੇ ਸ਼ਾਂਤੀ ਵਿੱਚ ਰਹਿੰਦਾ ਹੈ! ਉਹ ਇੱਕ ਸਵਾਸ ਵੀ ਬਿਰਥਾ ਬਤੀਤ ਨਹੀਂ ਕਰਦਾ ।

Whosoever may fix his time of prayer, meditation, what may be the significance of his devotion, dedication? His true devotee meditates with each and every breath day and night. If he forgets one breath, what may be the signification of meditation? His mind remains in peace and harmony with meditating on His Word. He may not want to waste a single breath without meditating.

38. Guru Nanak Dev Ji – Page 1109

ਬੇ ਦਸ ਮਾਹ ਰੁਤੀ ਥਿਤੀ ਵਾਰ ਭਲੇ॥	bay das maah rutee thitee vaar bhalay.
ਘੜੀ ਮੂਰਤ ਪਲ ਸਾਚੇ	gharhee moorat pal saachay
ਆਏ ਸਹਜਿ ਮਿਲੇ॥	aa-ay sahj milay.
ਪ੍ਰਭ ਮਿਲੇ ਪਿਆਰੇ ਕਾਰਜ ਸਾਰੇ,	parabh milay pi-aaray kaaraj saaray
ਕਰਤਾ ਸਭ ਬਿਧਿ ਜਾਣੈ ॥	kartaa sabh biDh jaanai.
ਜਿਨਿ ਸੀਗਾਰੀ ਤਿਸਹਿ ਪਿਆਰੀ,	jin seegaaree tiseh pi-aaree
ਮੇਲੁ ਭਇਆ ਰੰਗੁ ਮਾਣੈ ॥	mayl bha-i-aa rang maanai.
ਘਰਿ ਸੇਜ ਸੁਹਾਵੀ ਜਾ ਪਿਰਿ ਰਾਵੀ,	ghar sayj suhaavee jaa pir raavee
ਗੁਰਮੁਖਿ ਮਸਤਕਿ ਭਾਗੋ ॥	gurmukh mastak bhaago.
ਨਾਨਕ ਅਹਿਨਿਸਿ ਰਾਵੈ ਪ੍ਰੀਤਮੁ,	naanak ahinis raavai pareetam
ਹਰਿ ਵਰੁ ਥਿਰੁ ਸੋਹਾਗੋ ॥੧੭॥੧॥	har var thir sohaago. ‖17‖1‖

ਰੁੱਤਾਂ ਦੇ 12 ਮਹਿਨੇ, ਦਿਨ ਰਾਤ, ਘੜੀ ਪਲ ਉਹ ਸਾਰੇ ਹੀ ਸੁਹਾਣੇ ਹੁੰਦੇ ਹਨ । ਜਦੋਂ ਪ੍ਰਭ ਦੀ ਰਹਿਮਤ ਦੀ ਨਜ਼ਰ ਬਖਸ਼ਿਸ਼ ਹੁੰਦੀ ਹੈ, ਜੀਵ ਆਪਣੇ ਮਨ ਵਿਚੋਂ ਹੀ ਜੋਤ ਜਾਗਰਤ ਕਰ ਲੈਂਦਾ ਹੈ । ਪ੍ਰਭ ਦੀ ਰਹਿਮਤ ਨਾਲ ਮੇਰੇ ਸਾਰੇ ਕਾਰਜ ਹੀ ਸਫਲ ਹੋ ਗਏ ਹਨ । ਪ੍ਰਭ ਆਪ ਹੀ ਸਭ ਕੁਝ ਕਰਨ ਕਰਾਉਣ ਵਾਲਾ ਮਾਲਕ ਹੈ । ਮੈਂ ਉਸ ਤੋਂ ਵਾਰੇ ਜਾਵਾ! ਜਿਸ ਨੇ ਮੈਨੂੰ ਪ੍ਰਵਾਨਗੀ ਦੇ ਰਸਤੇ ਤੇ ਪਾਇਆ ਹੈ । ਰਹਿਮਤ ਨਾਲ ਸ਼ਬਦ ਦੀ ਸੋਝੀ ਬਖਸ਼ਿਸ਼ ਹੋ ਗਈ , ਮੇਰੇ ਮਨ ਦਾ ਮੰਦਰ ਬੁਹਤ ਸੰਦਰ ਅਤੇ ਸਜਾਵਟ ਵਾਲਾ ਬਣ ਗਿਆ ਹੈ । ਜਦੋਂ ਪ੍ਰਭ ਦੀ ਜੋਤ ਦਾ ਪ੍ਰਵੇਸ਼ ਹੋ ਗਿਆ, ਮੇਰੇ ਭਾਗ ਖੱਲ੍ਹ

ਗਏ, ਸੁਚੇਤ ਹੋ ਗਿਆ । ਜਦੋਂ ਮਨ ਵਿੱਚ ਸ਼ਬਦ ਘਰ ਕਰ ਜਾਂਦਾ, ਤਾਂ ਪ੍ਰਭ ਦੀ ਰਹਿਮਤ ਹਰ ਪਾਸੇ ਨਜ਼ਰ ਆਉਂਦੀ ਹੈ । ਮਨ ਖੇੜੇ ਵਿੱਚ ਆ ਕੇ ਉਸ ਦੇ ਸ਼ਬਦ ਵਿੱਚ ਹੀ ਲੀਨ ਹੋ ਜਾਂਦਾ ਹੈ ।

All days and nights of all months, all moments are fortunate for meditating on His Word. When He bestows His mercy and grace, His true devotee may be enlightened His Word from within. God prevails in each any every action! With His mercy and grace, His true devotee may be blessed with success in all his works. Whosoever may be blessed with His vision, the spiritual glow of His Word shines on his forehead. His human body becomes Holy shrine. With the enlightenment of His Word good fortune prevails and he remains awake and alert. When His Word may be enlightened within his heart, he feels His presence everywhere, peace and harmony may prevail all over. His mind may enter into the spiritual void of His Word.

39. Guru Arjan Dev Ji – Page 845

ਮੰਗਲ ਸਾਜੁ ਭਇਆ,	mangal saaj bha-i-aa
ਪ੍ਰਭੁ ਅਪਨਾ ਗਾਇਆ ਰਾਮ॥	parabh apnaa gaa-i-aa raam.
ਅਬਿਨਾਸੀ ਵਰੁ ਸੁਣਿਆ,	abhinaasee var suni-aa
ਮਨਿ ਉਪਜਿਆ ਚਾਇਆ ਰਾਮ॥	man upji-aa chaa-i-aa raam.
ਮਨਿ ਪ੍ਰੀਤਿ ਲਾਗੈ ਵਡੈ ਭਾਗੈ,	man pareet laagai vadai bhaagai
ਕਬ ਮਿਲੀਐ ਪੂਰਨ ਪਤੇ॥	kab milee-ai pooran patay.
ਸਹਜੇ ਸਮਾਈਐ ਗੋਵਿੰਦੁ ਪਾਈਐ,	sehjay samaa-ee-ai govind paa-ee-ai
ਦੇਹੁ ਸਖੀਏ ਮੋਹਿ ਮਤੇ॥	dayh sakhee-ay mohi matay.
ਦਿਨੁ ਰੈਣਿ ਠਾਢੀ ਕਰਉ ਸੇਵਾ,	din rain thaadhee kara-o sayvaa
ਪ੍ਰਭੁ ਕਵਨ ਜੁਗਤੀ ਪਾਇਆ॥	parabh kavan jugtee paa-i-aa.
ਬਿਨਵੰਤਿ ਨਾਨਕ ਕਰਹੁ ਕਿਰਪਾ,	binvant naanak karahu kirpaa
ਲੈਹੁ ਮੋਹਿ ਲੜਿ ਲਾਇਆ॥੧॥	laihu mohi larh laa-i-aa. ‖1‖

ਜਦੋਂ ਮਨ ਮਸਤ ਹੋ ਕੇ ਪ੍ਰਭ ਦੇ ਸ਼ਬਦ ਦੇ ਗੁਣ ਗਾਉਂਦਾ ਹੈ, ਉਹ ਸਮਾਂ ਸੁਭਾਗਾ ਬਣ ਜਾਂਦਾ ਹੈ । ਜਦੋਂ ਮਨ ਵਿੱਚ ਅਟੱਲ ਪ੍ਰਭ ਦਾ ਸ਼ਬਦ ਜਾਗਰਤ ਹੋ ਜਾਂਦਾ ਹੈ । ਮਨ ਵਿੱਚ ਸ਼ਰਧਾ, ਖੇੜਾ ਵਸ ਜਾਂਦਾ ਹੈ । ਵੱਡੇ ਭਾਗਾਂ ਨਾਲ ਹੀ ਮਨ ਵਿੱਚ ਸ਼ਬਦ ਨਾਲ ਪ੍ਰੀਤ, ਭਰੋਸਾ ਅਡੋਲ ਹੋ ਗਿਆ ਹੈ । ਰਹਿਮਤਾਂ ਦੇ ਮਾਲਕ ਤੇਰੇ ਨਾਲ ਕਦੋਂ ਮਿਲਾਪ ਹੋਵੇਗਾ? ਤੇਰਾ ਸ਼ਬਦ ਮਨ ਵਿੱਚ ਕਦੋਂ ਜਾਗਰਤ ਹੋਵੇਗਾ? ਬੰਦਗੀ ਕਰਨ ਵਾਲੇ ਸੰਤ ਸਰੂਪ ਮੱਤ ਬਖਸ਼ੋ! ਸੋਝੀ ਪਾਵੋ! ਮਨ ਦੀ ਕਿਹੜੀ ਅਵਸਥਾ ਬਣ ਜਾਵੇ ਤਾਂ ਸ਼ਬਦ ਮਨ ਵਿੱਚ ਜਾਗਰਤ ਹੁੰਦਾ ਹੈ? ਦਿਨ ਰਾਤ, ਸਵਾਸ ਸਵਾਸ ਪ੍ਰਭ ਦੇ ਸ਼ਬਦ ਦੀ ਪਾਲਣਾ ਕਰੋ! ਮਨ ਵਿੱਚ ਧੀਰਜ ਸੰਤੋਖ ਰੱਖੋ! ਇਸ ਅਵਸਥਾ ਵਿੱਚ ਹੀ ਪ੍ਰਭ ਦੀ ਰਹਿਮਤ ਦੀ ਨਜ਼ਰ ਬਖਸ਼ਿਸ਼ ਹੁੰਦੀ ਹੈ । ਬੰਦਗੀ ਕਰਨ ਵਾਲੇ ਪ੍ਰਭ ਅੱਗੇ ਕੇਵਲ ਇੱਕ ਹੀ ਅਰਦਾਸ ਕਰਦੇ ਹਨ । ਰਹਿਮਤਾਂ ਦੇ ਮਾਲਕ ਆਪਣੇ ਸ਼ਬਦ ਦੇ ਲੜ ਲਾਵੋ! ਤੇਰੇ ਸ਼ਬਦ ਦੀ ਸਮਾਧੀ ਵਿੱਚ ਲੀਨ ਹੋ ਜਾਵਾ ।

Whosoever may remain intoxicated with the teachings of His Word, he sings the glory of His Word that moment time becomes fortunate. He remains overwhelmed with devotion and enlightenment. With His mercy and grace, he adopts the teachings of His Word with steady and stable belief in day to day life. He prays when would he be blessed with union? When and how Your Word would be enlightened within? With what state of mind, His Word would be enlightened within?

One should obey His Word with each and every breath day and night. You should be patience and contented. With that state of mind, He may bless his soul. His true devotee only prays and begs for a devotional attachment to meditate on His Word. Always have a desire to enter into the void of His Word.

40. Kabeer Ji – Page 1376

ਨਾਮਾ ਕਹੈ ਤਿਲੋਚਨਾ,	naamaa kahai tilochanaa
ਮੁਖ ਤੇ ਰਾਮੁ ਸੰਮ੍ਹਾਲਿ॥	mukh tay raam samHaal.
ਹਾਥ ਪਾਉ ਕਰਿ ਕਾਮੁ ਸਭੁ,	haath paa-o kar kaam sabh
ਚੀਤੁ ਨਿਰੰਜਨ ਨਾਲਿ॥੨੧੩॥	cheet niranjan naal. ‖213‖

ਹੱਥ ਪੈਰ ਨਾਲ ਸਾਰਾ ਦਿਨ ਕੰਮ ਕਰੋ! ਬੰਦਗੀ ਲਈ ਵੱਖਰੇ ਸਮੇਂ ਦੀ ਕੋਈ ਲੋੜ ਨਹੀਂ ਹੁੰਦੀ । ਹਰ ਵੇਲੇ ਆਪਣੇ ਧਿਆਨ ਨੂੰ ਪ੍ਰਭ ਦੀ ਰਜ਼ਾ ਵਿੱਚ ਰੱਖੋ! ਕਿ ਅਗਰ ਤੇਰੀ ਥਾਂ ਉਹ ਹੁੰਦਾ ਤਾਂ ਇਹ ਕੰਮ ਕਿਸਤਰ੍ਹਾਂ ਕਰਦਾ ।

You should work with your hands and feet, still remember The Holy spirit within your mind and sign His glory with your tongue. You do not need assigned time to do His prayer. Always remember, if He was in your place, how would He have done that deed.

41. Guru Arjan Dev Ji – Page 958

ਧੰਨੁ ਸੁ ਵੇਲਾ ਘੜੀ ਧੰਨੁ,	dhan so vaylaa gharhee Dhan
ਧਨੁ ਮੂਰਤੁ ਪਲੁ ਸਾਰੁ॥	Dhan moorat pal saar.
ਧੰਨੁ ਸੁ ਦਿਨਸੁ ਸੰਜੋਗੜਾ,	dhan so dinas sanjogrhaa
ਜਿਤੁ ਡਿਠਾ ਗੁਰ ਦਰਸਾਰੁ॥	jit dithaa gur darsaar.
ਮਨ ਕੀ ਇਛਾ ਪੂਰੀਆਂ,	man kee-aa ichhaa pooree-aa
ਹਰਿ ਪਾਇਆ ਅਗਮ ਅਪਾਰੁ॥	har paa-i-aa agam apaar.
ਹਉਮੈ ਤੁਟਾ ਮੋਹੜਾ,	ha-umai tutaa mohrhaa
ਇਕੁ ਸਚੁ ਨਾਮੁ ਆਧਾਰੁ॥	ik sach naam aaDhaar.
ਜਨੁ ਨਾਨਕੁ ਲਗਾ ਸੇਵ ਹਰਿ,	jan naanak lagaa sayv har
ਉਧਰਿਆ ਸਗਲ ਸੰਸਾਰੁ॥੨॥	uDhri-aa sagal sansaar. ‖2‖

ਜਦੋਂ ਪ੍ਰਭ ਦਾ ਸ਼ਬਦ ਮਨ ਵਿੱਚ ਜਾਗਰਤ ਹੋ ਜਾਂਦਾ, ਪ੍ਰਭ ਦੇ ਦਰਸ਼ਨ, ਹੋਂਦ ਮਹਿਸੂਸ ਹੋ ਜਾਂਦੀ ਹੈ । ਉਹ ਘੜੀ, ਪਲ, ਦਿਨ, ਰੁੱਤ ਸੁਭਾਗੀ ਹੋ ਜਾਂਦੀ ਹੈ । ਜਦੋਂ ਪ੍ਰਭ ਦਾ ਸ਼ਬਦ ਮਨ ਵਿੱਚ ਜਾਗਰਤ ਹੋ ਜਾਂਦਾ ਹੈ, ਪ੍ਰਭ ਦੀ ਰਹਿਮਤ ਦੀ ਨਜ਼ਰ ਬਖਸ਼ਿਸ਼ ਹੋ ਜਾਂਦੀ ਹੈ । ਮਨ ਦੀਆਂ ਮੁਰਾਦਾਂ ਪੂਰੀਆਂ ਹੋ ਜਾਂਦੀਆਂ ਹਨ । ਮਨ ਸੰਸਾਰਕ ਇੱਛਾਂ ਰਹਿਤ ਹੋ ਜਾਂਦਾ ਹੈ । ਬੰਦਗੀ ਕਰਨ ਵਾਲੇ, ਮਨ ਦਾ ਭਰੋਸਾ ਅਡੋਲ ਰੱਖ ਕੇ ਸ਼ਬਦ ਦੀ ਪਾਲਣਾ ਕਰਦੇ ਹਨ । ਉਹਨਾਂ ਦੇ ਸਾਥੀ ਵੀ ਇਸ ਰਸਤੇ ਤੇ ਚਲਕੇ, ਸ਼ਰਣ ਵਿੱਚ ਪ੍ਰਵਾਨ ਹੋ ਜਾਂਦੇ ਹਨ ।

When His Word is enlightened within, he realizes that Holy spirit is prevailing everywhere. That moment, minute, hour, day, season, becomes blessings of the Holy spirit, fortunate moment. All spoken, unspoken wishes may be fulfilled. His mind becomes desireless, greedless. His true devotee maintains his belief on His blessings and meditates day and nights. His followers follow his teachings and walk on the right path of salvation.

Chapter 4

- ❖ **Creation of Universe and Body!**
- ❖ **Worldly Relationship!**
- ❖ **Significance of a Woman!**

14. ਸ੍ਰਿਸ਼ਟੀ ਦਾ ਅਰੰਭ ! ਤਨ ਦੀ ਬਣਤਰ ! Creation and Body!

1. Guru Arjan Dev Ji – Page 723

ਖਾਕ ਨੂਰ ਕਰਦੰ,	khaak noor kardaN
ਆਲਮ ਦੁਨੀਆਇ॥	aalam dunee-aa-ay.
ਅਸਮਾਨ ਜਿਮੀ ਦਰਖਤ,	asmaan jimee darkhat
ਆਬ ਪੈਦਾਇਸਿ ਖੁਦਾਇ॥੧॥	aab paidaa-is khudaa-ay. ||1||

ਪ੍ਰਭ ਨੇ ਆਪਣੀ ਜੋਤ ਦੀ ਰੌਸ਼ਨੀ, ਤਾਕਤ, ਗੁਦ ਮਿੱਟੀ ਵਿੱਚ ਪਾ ਕੇ ਧਰਤੀ ਪੈਦਾ ਕਰ ਦਿੱਤੀ ਹੈ । ਅਕਾਸ਼, ਧਰਤੀ, ਬ੍ਰਿਛ, ਪਾਣੀ ਸਾਰੇ ਪ੍ਰਭ ਦੇ ਪੈਦਾ ਕੀਤੇ ਹੋਏ ਹਨ ।

God had infused His light and power as glue in clay to create the earth. Everything in universe had been created for unique purpose! Like earth, sky, trees, plants and water etc.

2. Guru Nanak Dev Ji – Page 943

ਪਵਨ ਅਰੰਭੁ ਸਤਿਗੁਰ ਮਤਿ ਵੇਲਾ ॥	pavan arambh satgur mat vaylaa.
ਸਬਦੁ ਗੁਰੂ ਸੁਰਤਿ ਧੁਨਿ ਚੇਲਾ ॥	sabad guroo surat Dhun chaylaa.
ਅਕਥ ਕਥਾ ਲੇ ਰਹਉ ਨਿਰਾਲਾ ॥	akath kathaa lay raha-o niraalaa.
ਨਾਨਕ ਜੁਗਿ ਜੁਗਿ ਗੁਰ ਗੋਪਾਲਾ ॥	naanak jug jug gur gopaalaa.
ਏਕੁ ਸਬਦੁ ਜਿਤੁ ਕਥਾ ਵੀਚਾਰੀ॥	ayk sabad jit kathaa veechaaree.
ਗੁਰਮੁਖਿ ਹਉਮੈ ਅਗਨਿ ਨਿਵਾਰੀ॥੪੪॥	gurmukh ha-umai agan nivaaree. ||44||

ਸ੍ਰਿਸ਼ਟੀ ਦਾ ਅਰੰਭ ਹਵਾ ਤੋਂ ਹੋਇਆ ਹੈ । ਹਵਾ (ਸਵਾਸ) ਤੋਂ ਬਿਨਾਂ ਕੋਈ ਜੀਵ ਜਿਉਂਦਾ ਨਹੀਂ ਰਹੇ ਸਕਦਾ । ਹਰ ਵੇਲਾ, ਸਮਾਂ ਹੀ ਪ੍ਰਭ ਦੇ ਸ਼ਬਦ ਨੂੰ ਸਿਮਰਨ, ਸੁਣਨ, ਪਾਲਣਾ ਕਰਨ ਲਈ ਠੀਕ ਹੈ । ਪ੍ਰਭ ਦਾ ਸ਼ਬਦ ਹੀ ਜੀਵ ਦਾ ਅਟੱਲ, ਅਸਲੀ ਗੁਰੂ ਹੈ । ਜਿਸ ਨੂੰ ਸ਼ਬਦ ਦੀ ਸੋਝੀ ਬਖਸ਼ਿਸ਼ ਹੋ ਜਾਂਦੀ ਹੈ । ਉਹ ਆਪਣਾ ਧਿਆਨ, ਸੁਰਤ ਲਾ ਕੇ ਮਨ ਵਿੱਚ ਵਸਾਉਣ ਨਾਲ ਹੀ ਸੇਵਕ ਬਣ ਸਕਦਾ ਹੈ । ਪ੍ਰਭ ਦੀਆਂ ਕਰਮਾਤਾਂ ਦਾ ਪੂਰਨ ਵਖਿਆਣ ਨਹੀਂ ਕੀਤਾ ਜਾ ਸਕਦਾ । ਇਹਨਾਂ ਨੂੰ ਵੇਖਕੇ, ਆਪਣੇ ਮਨ ਨੂੰ ਅਡੋਲ ਰੱਖੋ । ਸਾਰੀਆਂ ਸ੍ਰਿਸ਼ਟੀਆਂ ਵਿੱਚ ਪ੍ਰਭ ਆਪ ਹੀ ਵਾਪਰਦਾ, ਵਸਦਾ ਹੈ । ਜਿਸ ਜੀਵ ਨੇ ਪ੍ਰਭ ਦੇ ਸ਼ਬਦ ਨਾਲ ਸੁਰਤੀ ਲਾਈ ਹੈ, ਉਸ ਦਾ ਵਿਚਾਰ ਕੀਤਾ ਹੈ । – (ਸੁਣਿਆ ਹੈ, ਅਪਣਾਇਆ ਹੈ) । ਉਸ ਨੂੰ ਗੁਰਮਖ ਅਵਸਥਾ ਬਖਸ਼ਿਸ਼ ਹੋ ਜਾਂਦੀ ਹੈ, ਉਹ ਮਨ ਵਿਚੋਂ ਅਹੰਕਾਰ ਦੀ ਜੜ੍ਹ ਖਤਮ ਕਰ ਲੈਂਦਾ ਹੈ ।

The air is the origin of the creation of universe, no one may survive without breathes, air! All moments, time are auspicious to remember separation from Him and to sing the glory of His Word. His Word is The True Guru, by diverting concentration towards His Word may be the only way to become worthy of His consideration, His true devotee. His nature, miracles and purpose cannot be fully understood and beyond comprehension of His creation. One should be fascinated, astonished from His nature and should always remain steady and stable on adopting His Word, the purpose of life. He dwells within the body of all creatures and prevails in all functions in all universes! Whosoever may concentrate, listen His sermons and adopt the teachings of His Word in his own life, he may be on the right path of His blessings! Only with His blessings, his mind may conquer his worldly desires and may recognize himself and The Holy spirit.

3. **Guru Angand Dev Ji – Page 8**

ਪਵਣੁ ਗੁਰੂ ਪਾਣੀ ਪਿਤਾ	pavan guroo paanee pitaa
ਮਾਤਾ ਧਰਤਿ ਮਹਤੁ॥	maataa Dharat mahat.
ਦਿਵਸੁ ਰਾਤਿ ਦੁਇ ਦਾਈ ਦਾਇਆ	divas raat du-ay daa-ee daa-i-aa
ਖੇਲੈ ਸਗਲ ਜਗਤੁ॥	khaylai sagal jagat.
ਚੰਗਿਆਈਆ ਬੁਰਿਆਈਆ	chang-aa-ee-aa buri-aa-ee-aa
ਵਾਚੈ ਧਰਮੁ ਹਦੂਰਿ॥	vaachai Dharam hadoor.
ਕਰਮੀ ਆਪੋ ਆਪਣੀ	karmee aapo aapnee
ਕੇ ਨੇੜੈ ਕੇ ਦੂਰਿ॥	kay nayrhai kay door.
ਜਿਨੀ ਨਾਮੁ ਧਿਆਇਆ	jinee naam Dhi-aa-i-aa
ਗਏ ਮਸਕਤਿ ਘਾਲਿ॥	ga-ay maskat ghaal.
ਨਾਨਕ ਤੇ ਮੁਖ ਉਜਲੇ	naanak tay mukh ujlay
ਕੇਤੀ ਛੁਟੀ ਨਾਲਿ॥੧॥	kaytee chhutee naal. ||1||

ਸਾਰੇ ਸੰਸਾਰ ਦਾ (ਪਵਣ) ਹਵਾ (ਸਵਾਸ) ਹੀ ਗੁਰੂ ਹੈ, ਮੂੰਢ ਹੈ । ਬਿਨਾਂ ਸਵਾਸਾਂ ਦੇ ਕੋਈ ਜੀਵ ਜੀਉਂਦਾ ਨਹੀਂ ਰਹੇ ਸਕਦਾ । ਪਾਣੀ ਦੀ ਸ਼ਕਤੀ ਕਰਕੇ ਹੀ ਸਾਰੀਆਂ ਵਿੱਚ ਰਸ, ਧਾਤ, ਰਕਤ, ਚਰਬੀ, ਹੱਡੀਆਂ, ਰੋਮ ਆਦਿਕ ਅੱਠ ਧਾਤਾਂ ਬਣਦੀਆਂ ਹਨ । ਧਰਤੀ ਹੀ ਸਾਰੀਆਂ ਦੀ (ਮਹਤੁ- ਵੱਡੀ) ਮਾਤਾ ਹੈ, ਇਸ ਵਿੱਚ ਉਹ ਸਾਰੇ ਨਿਮ੍ਰਤਾ ਵਾਲੇ, ਮਾਤਾ ਵਾਲੇ ਗੁਣ ਹੁੰਦੇ ਹਨ । ਦਿਨ, ਰਾਤ ਦੋਨੇਂ ਦੁਇ ਅਤੇ ਦਾਇਆ ਦੀ ਤਰ੍ਹਾਂ ਦੇਖ ਭਾਲ, ਰੱਖਿਆ, ਸੰਭਾਲਣਾ ਕਰਦੇ ਹਨ, ਵਧਣ ਵਿੱਚ ਸੇਦ ਦੇਂਦੇ ਹਨ । ਜੀਵ ਬਾਲਕ ਦੀ ਤਰ੍ਹਾਂ ਸੰਸਾਰਕ ਧੰਦੇ ਕਰਨ, ਰੂਪ ਖੇਲ ਰਹਿਆ ਹੈ । ਜੋ ਵੀ ਚੰਗੇ, ਮੰਦੇ ਕਰਤਬ ਕਰਦਾ ਹੈ ਉਸ ਦੇ ਹਿਰਦੇ ਤੇ ਉਕਾਰੇ ਜਾਂਦੇ ਹਨ । ਪ੍ਰਲੋਕ ਵਿੱਚ, ਦਰਗਾਹ ਵਿੱਚ ਜਾ ਕੇ (ਵਾਚੈ) ਵਿਚਾਰੇ ਜਾਂਦੇ ਹਨ । ਜੀਵ ਦੇ ਕੀਤੇ ਹੋਏ ਕੰਮਾ ਅਨੁਸਾਰ ਹੀ ਪ੍ਰਭ ਦੇ ਨੇੜੇ ਜਾ ਦੂਰ ਹੋ ਜਾਂਦਾ ਹੈ । ਜੋ ਨੇੜੇ ਹੋ ਜਾਂਦੇ ਹਨ, ਉਹ ਮੁਕਤੀ ਦੇ ਰਸਤੇ ਜਾਂਦੇ ਹਨ । ਜੋ ਦੂਰ ਹੋ ਜਾਂਦੇ ਹਨ, ਜੂੰਨਾਂ ਦੇ ਚੱਕਰ ਵਿੱਚ ਹੀ ਰਹਿੰਦੇ ਹਨ । ਜਿਹੜੇ ਸਿਮਰਨ ਕਰਦੇ ਹਨ! ਉਹਨਾਂ ਦੀ ਸ਼ਬਦ ਦੀ ਕੀਤੀ ਕਮਾਈ ਸਫਲ ਹੋ ਜਾਂਦੀ ਹੈ । ਉਹ ਸੰਸਾਰ ਵਿੱਚ (ਇਸ ਸਮੇਂ) ਵੀ ਮੁਖੀ ਹਨ ਅਤੇ ਪ੍ਰਲੋਕ ਵਿੱਚ ਵੀ ਮੁਖੀ ਹੋ ਜਾਂਦੇ ਹਨ । ਬੇਅੰਤ ਹੀ ਜੀਵ ਉਹਨਾਂ ਗੁਰਮਖਾਂ ਦਾ ਸਾਥ ਕਰਕੇ ਜੂੰਨਾਂ ਤੋਂ ਛੁਟਕਾਰਾ ਪਾ ਜਾਂਦੇ ਹਨ । ਪ੍ਰਭ ਆਪ ਹੀ ਪ੍ਰਵਾਨ ਕਰਦਾ ਹੈ ।

Air is the guru of all creatures, without air no one may stay alive. Water is the true source of energy of the body, which (body) is made of eight elements. Earth has all virtues of a mother like patience, humility. Day and night are two protectors or nourishers to guide in his growth. The creature, like a child performs all tasks of life like a play. Any good and bad deeds are engraved on his soul and are evaluated in His court. By his deeds, his soul may become near or far away from The Holy spirit.

Whosoever may be near, he may be blessed with the right path of salvation. Whosoever may move far away remains in the cycle of birth and death. Whosoever may obey and sing the glory of His Word, his meditation may always be rewarded. He may also be honored in the universe and honored in His court with salvation. Many follows the teachings of His true devotee and blessed with the right path of salvation.

4. **Kebeer Ji – Page 481**

ਬਿੰਦੁ ਤੇ ਜਿਨਿ ਪਿੰਡੁ ਕੀਆ,	bind tay jin pind kee-aa
ਅਗਨਿ ਕੁੰਡ ਰਹਾਇਆ॥	agan kund rahaa-i-aa.
ਦਸ ਮਾਸ ਮਾਤਾ ਉਦਰਿ ਰਾਖਿਆ,	das maas maataa udar raakhi-aa
ਬਹੁਰਿ ਲਾਗੀ ਮਾਇਆ॥੧॥	bahur laagee maa-i-aa. ||1||

ਪ੍ਰਭ ਨੇ ਮਰਦ ਦੀ ਧਾਂਤ (semen) ਤੋਂ ਜੀਵ ਦਾ ਤਨ ਬਣਾਇਆ ਹੈ । ਉਹ ਨੂੰ ਮਾਤਾ ਦੇ ਗਰਭ ਦੀ ਅੱਗ ਵਿੱਚ ਪਕਾਇਆ, ਰੱਖਿਆ ਕੀਤੀ ਹੈ । ਉਸ ਦੀ ਦਸ ਮਹਿਨੇ ਮਾਤਾ ਦੇ ਗਰਭ ਵਿੱਚ ਰੱਖਿਆ ਕੀਤੀ, ਸੰਸਾਰ ਵਿੱਚ ਪੈਦਾ ਕੀਤਾ, ਤਾਂ ਉਸ ਦਾ ਸੰਸਾਰਕ ਮਾਇਆ ਨਾਲ ਮੋਹ ਜੋੜ ਦਿੱਤਾ ।

God has created the body of creature from the semen of male and matured in the heat of the female womb. The body is kept 10 months in her womb, nourished and protected before bringing into world. After birth He has created a bond with worldly wealth, attachments.

5. **Guru Nanak Dev Ji – Page 156**

ਕਤ ਕੀ ਮਾਈ ਬਾਪੁ ਕਤ ਕੇਰਾ,	kat kee maa-ee baap kat kayraa
ਕਿਦੂ ਥਾਵਹੁ ਹਮ ਆਏ॥	kidoo thaavhu ham aa-ay.
ਅਗਨਿ ਬਿੰਬ ਜਲ ਭੀਤਰਿ ਨਿਪਜੇ,	agan bimb jal bheetar nipjay
ਕਾਹੇ ਕੰਮਿ ਉਪਾਏ॥੧॥	kaahay kamm upaa-ay. ||1||

ਮਾਤਾ ਦੇ ਗਰਭ ਦੀ ਗਰਮਾਈ ਨਾਲ, ਮਰਦ ਦੀ ਧਾਂਤ (Semen) ਦੇ ਬੱਲਬੱਲੇ ਵਿਚੋਂ ਹੀ ਜੀਵ ਪੈਦਾ ਹੋਇਆ ਹੈ । ਜੀਵ ਦਾ ਮਾਤਾ ਪਿਤਾ ਕੌਣ ਹੈ? ਜੀਵ ਕਿਥੋਂ ਆਇਆ ਹੈ? ਕਿਸ ਕਾਰਨ ਮਾਨਸ ਜਨਮ ਹੋਇਆ ਹੈ?

With semen of male and the heat of the womb of female, creature is born. Who are the parents of creature? Where he came from? What is the purpose of his creation?

6. **Kebeer Ji – Page 334**

ਜਹ ਕਛੁ ਅਹਾ ਤਹਾ ਕਿਛੁ ਨਾਹੀ,	jah kachh ahaa tahaa kichh naahee
ਪੰਚ ਤਤੁ ਤਹ ਨਾਹੀ॥	panch tat tah naahee.
ਇੜਾ ਪਿੰਗੁਲਾ ਸੁਖਮਨ ਬੰਦੇ,	irhaa pingulaa sukhman banday
ਏ ਅਵਗਨ ਕਤ ਜਾਹੀ॥ ੧॥	ay avgan kat jaahee. ||1||

ਇੱਕ ਪਲ ਵਿੱਚ ਪੰਜਾਂ ਤੱਤਾਂ ਦੇ ਸੰਜੋਗ ਨਾਲ ਜੀਵ ਦਾ ਤਨ ਬਣਦਾ, ਦੂਸਰੇ ਪਲ ਉਥੇ ਕੁਝ ਵੀ ਨਹੀਂ ਰਹਿੰਦਾ । ਇਹ ਚਲਦੇ ਫਿਰਦੇ ਜੀਵ! ਇਹ ਤੇਰਾ ਆਵਾਗਉਣ ਕਿਵੇਂ ਖਤਮ ਹੋ ਸਕਦਾ ਹੈ?

In one moment, He has created a body combing five elements and other moment nothing may be left. A moving and breathing creature, how your cycle of birth and death may be eliminated?

7. **Kebeer Ji – Page 479**

ਕੁਮ੍ਹਾਰੈ ਏਕ ਜੁ ਮਾਟੀ ਗੂੰਧੀ,	kumHaarai ayk jo maatee goonDhee
ਬਹੁ ਬਿਧਿ ਬਾਨੀ ਲਾਈ॥	baho biDh baanee laa-ee.
ਕਾਹੂ ਮਹਿ ਮੋਤੀ ਮੁਕਤਾਹਲ,	kaahoo meh motee muktaahal
ਕਾਹੂ ਬਿਆਧਿ ਲਗਾਈ॥੨॥	kaahoo bi-aaDh lagaa-ee. ‖2‖

ਜਿਵੇਂ ਭਾਂਡੇ ਬਣਾਉਣ ਵਾਲਾ ਇੱਕ ਹੀ ਮਿੱਟੀ ਦੇ ਭਾਂਡੇ ਬਣਾਉਂਦਾ, ਪਰ ਹਰਇੱਕ ਭਾਂਡੇ ਨੂੰ ਵੱਖਰਾ ਰੰਗ ਲਾਉਂਦਾ ਹੈ । ਕਿਸੇ ਨੂੰ ਮੋਤੀ ਲਾਉਂਦਾ ਹੈ, ਕਿਸੇ ਨੂੰ ਭੈੜਾ ਹੀ ਰਹਿਣ ਦੇਂਦਾ ਹੈ ।

As the clay vessel maker, makes all vessels from the same clay. He may give each vessel with different color and shape. He may decorate some with jewels and others may be kept ugly, undecorated.

8. **Guru Amar Das Ji – Page 551**

ਆਪੇ ਖਾਣੀ ਆਪੇ ਬਾਣੀ,	aapay khaanee aapay banee
ਆਪੇ ਖੰਡ ਵਰਭੰਡ ਕਰੇ॥	aapay khand varbhand karay.
ਆਪਿ ਸਮੁੰਦੁ ਆਪਿ ਹੈ ਸਾਗਰੁ,	aap samund aap hai saagar
ਆਪੇ ਹੀ ਵਿਚਿ ਰਤਨ ਧਰੇ॥	aapay hee vich ratan Dharay.
ਆਪਿ ਲਹਾਏ ਕਰੇ ਜਿਸੁ ਕਿਰਪਾ,	aap lahaa-ay karay jis kirpaa
ਜਿਸ ਨੋ ਗੁਰਮੁਖਿ ਕਰੇ ਹਰੇ॥	jis no gurmukh karay haray.
ਆਪੇ ਭਉਜਲੁ ਆਪਿ ਹੈ ਬੋਹਿਥਾ,	aapay bha-ojal aap hai bohithaa
ਆਪੇ ਖੇਵਟੁ ਆਪਿ ਤਰੇ॥	aapay khayvat aap taray.
ਆਪੇ ਕਰੇ ਕਰਾਏ ਕਰਤਾ,	aapay karay karaa-ay kartaa
ਅਵਰੁ ਨ ਦੂਜਾ ਤੁਝੈ ਸਰੇ॥੯॥	avar na doojaa tujhai saray. ‖9‖

ਪ੍ਰਭ ਨੇ ਆਪ ਹੀ ਜੀਵ ਨੂੰ ਪੈਦਾ ਕਰਨ ਦੇ ਚਾਰ ਸੋਮੇ ਦੀ ਮਾਨਸ ਨੂੰ ਸੋਝੀ ਬਖਸ਼ੀ ਹੈ । ਆਪ ਹੀ ਹਰਇੱਕ ਕਿਸਮ ਦੇ ਜੀਵ ਨੂੰ ਬੋਲਣ ਦੇ ਢੰਗ ਦਿੱਤੇ ਹਨ । ਉਸ ਨੇ ਹੀ ਸਾਰੇ ਖੰਡ, ਬ੍ਰਹਮੰਡ, ਸ੍ਰਿਸ਼ਟੀ ਬਣਾਈ ਹੈ । ਉਹ ਆਪ ਹੀ ਸਾਗਰ, ਸਮੁੰਦਰ ਹੈ ਅਤੇ ਆਪ ਹੀ ਇਸ ਵਿੱਚ ਸ਼ਬਦ ਦੇ ਰਤਨ ਰੱਖੇ ਹਨ । ਆਪਣੀ ਰਹਿਮਤ ਨਾਲ ਗੁਰਮਖ ਨੂੰ ਇਸ ਦੀ ਸੋਝੀ ਪਾਉਂਦਾ ਹੈ । ਉਹ ਆਪ ਹੀ ਇੱਛਾਂ ਭਰਿਆਂ ਭਿਆਨਕ ਸਾਗਰ ਹੈ । ਆਪ ਹੀ ਉਹ ਜਹਾਜ਼, ਬੇੜੀ ਅਤੇ ਆਪ ਹੀ ਬੇੜੀ ਦਾ ਮਲਾਹ ਹੈ । ਆਪ ਹੀ ਇਸ ਸਾਗਰ ਨੂੰ ਪਾਰ ਕਰਦਾ ਹੈ । ਪ੍ਰਭ ਆਪ ਹੀ ਸਭ ਕੁਝ ਕਰਦਾ, ਕਾਰਨ ਬਣਾਉਂਦਾ, ਉਸ ਦੇ ਬਰਾਬਰ ਦਾ ਹੋਰ ਕੋਈ ਨਹੀਂ ਹੈ ।

God has blessed the knowledge of four sources of creation to human. He has blessed each kind of creature with different kind of communication skill, sound. He has created all universes, islands, earths, under-earth world, sky, rivers and ocean. He has embedded the priceless jewels in His Word. He may enlighten His true devotee with the teachings of His Word and may reveal some secrets of His nature. He is also the terrible ocean overwhelmed with worldly desires and Himself is the ship and the sailor. With His mercy and grace, His true devotee may cross the worldly ocean of desires. He prevails in each and every action and creates the cause and purpose of each action. No one is equal or comparable with His greatness.

9. **Guru Nanak Dev Ji – Page 18**

ਧਾਤੁ ਮਿਲੈ ਫੁਨਿ ਧਾਤੁ ਕਉ,	dhaat milai fun Dhaat ka-o
ਸਿਫਤੀ ਸਿਫਤਿ ਸਮਾਇ॥	siftee sifat samaa-ay.
ਲਾਲੁ ਗੁਲਾਲੁ ਗਹਬਰਾ,	laal gulaal gahbaraa
ਸਚਾ ਰੰਗੁ ਚੜਾਉ॥	sachaa rang charhaa-o.
ਸਚੁ ਮਿਲੈ ਸੰਤੋਖੀਆ,	sach milai santokhee-aa
ਹਰਿ ਜਪਿ ਏਕੈ ਭਾਇ॥੧॥	har jap aykai bhaa-ay. ||1||

ਜਿਵੇਂ ਕਈ ਕਿਸਮਾਂ ਦੀਆਂ ਧਾਤਾਂ ਜਦੋਂ ਪਿਘਲ ਜਾਂਦੀਆਂ ਹਨ ਤਾਂ ਉਹ ਇੱਕ ਵੱਖਰੀ ਧਾਤ ਬਣ ਜਾਂਦੀ ਹੈ । ਫਿਰ ਉਹਨਾਂ ਧਾਤਾਂ ਨੂੰ ਅਸਾਨੀ ਨਾਲ ਅਲੱਗ ਨਹੀਂ ਕੀਤਾ ਜਾ ਸਕਦਾ । ਇਸਤਰ੍ਹਾਂ ਜਦੋਂ ਪ੍ਰਭ ਦੀ ਬੰਦਗੀ ਕਰਨ ਵਾਲੇ ਆਤਮਾ ਨੂੰ ਪਵਿਤ੍ਰ ਕਰ ਲੈਂਦੇ ਹਨ, ਸ਼ਬਦ ਦੀ ਪਾਲਣਾ, ਸਿਮਰਨ ਵਿੱਚ ਲੀਨ ਹੋਏ ਪ੍ਰਭ ਵਿੱਚ ਹੀ ਸਮਾ ਜਾਂਦੇ ਹਨ । ਉਸ ਦੀ ਆਤਮਾ ਤੇ ਰਹਿਮਤਾਂ ਦਾ ਗੂੜਾ ਰੰਗ ਚੜ੍ਹ ਜਾਂਦਾ ਹੈ । ਉਹ ਅਡੋਲ ਭਰੋਸੇ ਨਾਲ ਧੀਰਜ ਨਾਲ ਬੰਦਗੀ ਵਿੱਚ ਹੀ ਮਸਤ ਰਹਿੰਦਾ ਹੈ ।

As various metals, elements are melted together and forms a unique element. These elements cannot be easily separated from each other completely. Same way when the soul of His true devotee may be sanctified and immerses into The Holy spirit. His soul may be drenched with deep color of His blessings. She may enter into deep meditation with steady and stable in the void of His Word.

10. **Guru Arjan Dev Ji – Page 736**

ਕਵਨ ਰੂਪ ਦ੍ਰਿਸਟਿਓ ਬਿਨਸਾਇਓ॥	kavan roop daristi-o binsaa-i-o.
ਕਤਹਿ ਗਇਓ ਉਹੁ ਕਤ ਤੇ ਆਇਓ॥੧॥	kateh ga-i-o uho kat tay aa-i-o. ||1||
ਰਹਾਉ॥	rahaa-o.

ਸ੍ਰਿਸ਼ਟੀ ਵਿੱਚ ਕਿਤਨੇ ਹੀ ਰੂਪ ਆਉਂਦੇ, ਬਣਦੇ, ਨਾਸ਼ ਹੋ ਜਾਂਦੇ ਹਨ । ਸਾਰੇ ਰੂਪ ਕਿਥੋਂ ਆਉਂਦੇ, ਕਿਥੇਂ ਚਲੇ ਜਾਂਦੇ ਹਨ?

The creature of several, shapes, forms and colors are born. Where may all these shapes, colors, forms disappear?

11. **Kebeer Ji – Page 870**

ਪੰਚ ਤਤੁ ਮਿਲਿ ਕਾਇਆ ਕੀਨ੍ਹੀ,	panch tat mil kaa-i-aa keenHee
ਤਤੁ ਕਹਾ ਤੇ ਕੀਨੁ ਰੇ॥	tat kahaa tay keen ray.
ਕਰਮ ਬਧ ਤੁਮ ਜੀਉ ਕਹਤ ਹੌ,	karam baDh tum jee-o kahat hou
ਕਰਮਹਿ ਕਿਨਿ ਜੀਉ ਦੀਨੁ ਰੇ॥੨॥	karmeh kin jee-o deen ray. ||2||

ਸੰਸਾਰਕ ਜੀਵ ਇਹ ਮੰਨਦੇ ਹਨ! ਕਿ ਪੰਜਾਂ ਧਾਤਾਂ ਨੂੰ ਮਿਲਾ ਕੇ ਜੀਵ ਦਾ ਤਨ ਬਣਾਇਆ ਹੈ । ਪਰ ਇਹ ਪੰਜੇਂ ਧਾਤਾਂ ਕਿਥੋਂ ਪੈਦਾ ਹੋਈਆ ਹਨ? ਸੰਸਾਰਕ ਲਿਖਤਾਂ ਦੱਸਦੀਆਂ ਹਨ! ਕਿ ਆਤਮਾ ਆਪਣੇ ਕਰਮਾਂ ਦਾ ਭਾਰ ਆਪਣੇ ਨਾਲ ਲਈ ਫਿਰਦੀ ਹੈ । ਪਰ ਇਸ ਤਨ ਨੂੰ ਕਿਸ ਨੇ ਕਰਮ ਦਿੱਤੇ ਹਨ?

It is a universal belief that the body of creature has been created with the union of five elements. From where may these five elements come? All Holy Scriptures claim that soul carries the burden of evil deeds of previous life. Who has assigned deeds to the body?

12. **Kebeer Ji – Page 870**

ਹਰਿ ਮਹਿ ਤਨੁ ਹੈ ਤਨ ਮਹਿ ਹਰਿ ਹੈ,	har meh tan hai tan meh har hai
ਸਰਬ ਨਿਰੰਤਰਿ ਸੋਇ ਰੇ॥	sarab nirantar so-ay ray.
ਕਹਿ ਕਬੀਰ ਰਾਮ ਨਾਮੁ ਨ ਛੋਡਉ,	kahi kabeer raam naam na chhoda-o
ਸਹਜੇ ਹੋਇ ਸੁ ਹੋਇ ਰੇ॥੩॥੩॥	sehjay ho-ay so ho-ay ray. ||3||3||

ਪ੍ਰਭ ਇਸ ਤਨ ਵਿੱਚ ਹੀ ਹੈ ਅਤੇ ਪ੍ਰਭ ਦੇ ਵਿੱਚ ਹੀ ਤਨ ਹੈ, ਪ੍ਰਭ ਹੀ ਤਨ ਵਿੱਚ ਵਾਪਰਦਾ ਹੈ । ਬੰਦਗੀ ਕਰਨ ਵਾਲੇ ਪ੍ਰਭ ਦੇ ਸ਼ਬਦ ਨੂੰ ਕਦੇ ਮਨੋ ਨਹੀਂ ਵਿਸਾਰਦੇ । ਉਹ ਪ੍ਰਭ ਦੇ ਕੀਤੇ, ਬਖਸ਼ੇ ਨੂੰ ਪ੍ਰਵਾਨ ਕਰਦੇ , ਧੰਨਵਾਦ ਕਰਦੇ ਹਨ ।

One should realize, The Holy Spirit dwells in the body and embedded within soul and The Holy Spirit is the body and prevails in each and every function. His true devotee never abandons His Word and always remain grateful for all blessings that may be misery or pleasure.

13. **Guru Arjan Dev Ji – Page 1100**

ਧਰਤਿ ਆਕਾਸੁ ਪਾਤਾਲੁ ਹੈ ,	dharat aakaas paataal hai
ਚੰਦੁ ਸੂਰੁ ਬਿਨਾਸੀ॥	chand soor binaasee.
ਬਾਦਿਸਾਹ ਸਾਹ ਉਮਰਾਵ ਖਾਨ,	baadisaah saah umraav khaan
ਢਾਹਿ ਡੇਰੇ ਜਾਸੀ॥	dhaahi dayray jaasee.
ਰੰਗ ਤੁੰਗ ਗਰੀਬ ਮਸਤ,	rang tung gareeb masat
ਸਭੁ ਲੋਕੁ ਸਿਧਾਸੀ ॥	sabh lok siDhaasee.
ਕਾਜੀ ਸੇਖ ਮਸਾਇਕਾ,	kaajee saykh masaa-ikaa
ਸਭੇ ਉਠਿ ਜਾਸੀ॥	sabhay uth jaasee.
ਪੀਰ ਪੈਕਾਬਰ ਅਉਲੀਏ,	peer paikaabar a-ulee-ay
ਕੋ ਥਿਰੁ ਨ ਰਹਾਸੀ॥	ko thir na rahaasee.
ਰੋਜਾ ਬਾਗ ਨਿਵਾਜ ਕਤੇਬ,	rojaa baag nivaaj katayb
ਵਿਣੁ ਬੁਝੇ ਸਭ ਜਾਸੀ॥	vin bujhay sabh jaasee.
ਲਖ ਚਉਰਾਸੀਹ ਮੇਦਨੀ,	lakh cha-oraaseeh maydnee
ਸਭ ਆਵੈ ਜਾਸੀ ॥	sabh aavai jaasee.
ਨਿਹਚਲੁ ਸਚੁ ਖੁਦਾਇ ਏਕੁ	nihchal sach khudaa-ay ayk
ਖੁਦਾਇ ਬੰਦਾ ਅਬਿਨਾਸੀ ॥੧੭॥	khudaa-ay bandaa abhinaasee. ||17||

ਸ੍ਰਿਸ਼ਟੀ ਦੇ ਜੀਵ, ਘਰ ਸਭ ਸਮਾਂ ਪਾ ਕੇ ਨਾਸ਼ ਹੋ ਜਾਣਵਾਲੇ, ਹੋ ਜਾਂਦੇ ਹਨ । (ਧਰਤੀ, ਅਕਾਸ਼, ਪਤਾਲ, ਖੰਡ, ਬ੍ਰਹਮੰਡ, ਸ੍ਰਿਸ਼ਟੀ ਦੇ ਰਾਜੇ, ਹਾਕਮ), ਸੰਸਾਰ ਵਿੱਚ ਗਰੀਬ, ਅਮੀਰ, ਨਿਮਾਣੇ, ਅਹੰਕਾਰੀ ਸਭ ਜੀਵ ਮਰ ਜਾਂਦੇ, ਮੌਤ ਆ ਜਾਂਦੀ ਹੈ, ਨਾਸ਼ ਹੋ ਜਾਂਦੇ ਹਨ । ਧਰਮ ਦੇ

ਪੁਜਾਰੀ, ਗੁਰੂ, ਪੀਰ, ਸ਼ਬਦ ਦੇ ਪ੍ਰਚਾਰਕ, ਰੁਹਾਨੀ ਸ਼ਬਦ ਗਾਉਣ ਵਾਲੇ, ਬੰਦਗੀ ਕਰਨ ਵਾਲੇ ਸਭ ਮਰ ਜਾਂਦੇ ਹਨ, ਸਦਾ ਰਹਿਣ ਵਾਲੇ ਨਹੀਂ ਹਨ । ਧਰਮ ਦਾ ਵਰਤ, ਰੀਤ ਰੀਵਾਜ, ਅਖੰਡ ਪਾਠ, ਰਹਿਮਤ ਦੀ ਅਰਦਾਸ, ਸ਼ਬਦ ਦੀ ਸੋਝੀ ਤੋਂ ਬਿਨਾਂ ਬਿਰਥੇ ਹੀ ਹੈ, ਪ੍ਰਭ ਦੇ ਦਰਬਾਰ ਵਿੱਚ ਪ੍ਰਵਾਨ ਨਹੀਂ ਹੁੰਦੇ । 84 ਲਖ ਜੂੰਨਾਂ ਵਿੱਚ ਭਉਂਦੇ ਜੀਵ ਇਸਤਰ੍ਹਾਂ ਹੀ ਜੰਮਦੇ, ਮਰਦੇ ਰਹਿੰਦੇ, ਰਹਿਣਗੇ । ਕੇਵਲ ਇੱਕੋ ਇੱਕ ਪ੍ਰਭ ਦੀ ਜੋਤ ਹੀ ਸਦਾ ਅਟੱਲ ਰਹਿਣ ਵਾਲੀ ਹੈ । ਜਿਹੜੀ ਆਤਮਾ ਉਸ ਦੀ ਰਹਿਮਤ ਨਾਲ ਜੋਤ ਵਿੱਚ ਅਲੋਪ ਹੋ ਜਾਂਦੀ ਹੈ, ਉਹ ਸਦਾ ਰਹਿਣ ਵਾਲੀ ਜੋਤ ਦਾ ਅੰਗ ਬਣ ਜਾਂਦੀ ਹੈ ।

Everything in the universe, creatures, houses, earth, sky, islands, Sun, Moon are short living, may not remain forever. All rich, poor, kings, slaves, priests, spiritual singers all die over a period of time. Without enlightenment of His Word all rituals like paath, abstain from food, prayers are worthless, may not be accepted in His court. The creatures wander around in 8.4 million of creature types life. The One and Only One Holy spirit stays stable forever. Whosoever may be absorbs in His Holy Spirit, his soul becomes part of The Holy Spirit, as a drop of water becomes a part of ocean.

14. **Guru Arjan Dev Ji – Page 1072**

ਧਨ ਕਰੈ ਬਿਨਉ ਦੋਊ ਕਰ ਜੋਰੀ॥	dhan karai bin-o do-oo kar jorai.
ਪ੍ਰਿਅ ਪਰਦੇਸਿ ਨ ਜਾਹੁ	pari-a pardays na jaahu
ਵਸਹੁ ਘਰਿ ਮੋਰੀ॥	vashu ghar morai.
ਐਸਾ ਬਣਜੁ ਕਰਹੁ ਗ੍ਰਿਹ ਭੀਤਰਿ	aisaa banaj karahu garih bheetar
ਜਿਤੁ ਉਤਰੈ ਭੂਖ ਪਿਆਸਾ ਹੇ ॥੪॥	jit utrai bhookh pi-aasaa hay. ||4||

ਤਨ ਬਹੁਤ ਯਤਨ ਕਰਦੀ, ਆਤਮਾ ਨੂੰ ਮਿੰਨਤਾਂ ਕਰਦੀ ਹੈ । ਮੈਨੂੰ ਛੋਡ ਕੇ ਹੋਰ ਪਾਸੇ ਨਾ ਜਾਵੋ । ਮੇਰੇ ਸਾਥ ਹੀ ਵਸੋ! ਤਨ ਦੇ ਅੰਦਰ ਹੀ ਵਪਾਰ ਕਰੋ! ਜਿਸ ਨਾਲ ਮੇਰੀ ਭੁੱਖ ਪਿਆਸ ਖਤਮ ਹੋ ਜਾਵੇ ।

The body of a creature begs the soul not to leave her and go back. Do your business dwelling within the boundary of the body, that may quench my hunger of worldly desires.

15. **Guru Nanak Dev Ji – Page 663**

ਹਰਿ ਚਰਣ ਕਮਲ ਮਕਰੰਦ ਲੋਭਿਤ,	har charan kamal makrand lobhit
ਮਨੋ ਅਨਦਿਨੋ ਮੋਹਿ ਆਹੀ ਪਿਆਸਾ ॥	mano andino mohi aahee pi-aasaa.
ਕ੍ਰਿਪਾ ਜਲੁ ਦੇਹਿ ਨਾਨਕ ਸਾਰਿੰਗ ਕਉ,	kirpaa jal deh naanak saaring ka-o
ਹੋਇ ਜਾ ਤੇ ਤੇਰੈ ਨਾਮਿ ਵਾਸਾ ॥੪॥੧॥ ੭॥੯॥	ho-ay jaa tay tayrai naam vaasaa. ||4||1||7||9||

ਮੈਨੂੰ ਹਮੇਸ਼ਾਂ ਹੀ (ਅਨਦਿਨੋ–ਦਿਨ ਰਾਤ) ਤੇਰੇ ਵਿੱਚ ਲੀਨ ਹੋਣ ਦੀ ਇੱਛਾ, ਖਾਹਿਸ਼, ਪਿਆਸ ਰਹਿੰਦੀ ਹੈ । ਪ੍ਰਭ ਰਹਿਮਤ ਬਖਸ਼ੋ, ਮੇਰੀ ਪਿਆਸ ਬੁਝਾਵੋ! ਕਿ ਮੈਂ ਤੇਰੇ ਵਿੱਚ ਹੀ ਅਲੋਪ ਹੋ ਜਾਵਾ।

I have always a desire to enter into deep meditation in the void of Your Word. Blesses me with devotion to meditation and obey Your Word.

16. **Guru Nanak Dev Ji – Page 1037**

ਸੁੰਨਹੁ ਖਾਣੀ ਸੁੰਨਹੁ ਬਾਣੀ॥	sunnahu khaanee sunnahu banee.
ਸੁੰਨਹੁ ਉਪਜੀ ਸੁੰਨਿ ਸਮਾਣੀ॥	sunnahu upjee sunn samaanee.
ਉਤਭੁਜੁ ਚਲਤੁ ਕੀਆ ਸਿਰਿ ਕਰਤੈ,	ut-bhuj chalat kee-aa sir kartai
ਬਿਸਮਾਦੁ ਸਬਦਿ ਦੇਖਾਇਦਾ॥੭॥	bismaad sabad daykhaa-idaa. ||7||

ਜੀਵ ਸੰਨ (ਸਮਾਧੀ) ਵਿਚੋਂ ਹੀ ਪੈਦਾ ਹੋਏ! ਸਮਾਧੀ ਵਿੱਚ ਹੀ ਸਮਾ ਜਾਂਦੇ ਹਨ । ਸਮਾਧੀ ਵਿਚੋਂ ਹੀ ਜੀਵ ਨੂੰ ਪੈਦਾ ਕਰਨ ਦੇ ਚਾਰ ਢੰਗ, ਬੋਲ, ਅਵਾਜ ਪੈਦਾ ਹੋਈ ਹੈ । ਸਦਾ ਰਹਿਣ ਵਾਲਾ ਪ੍ਰਭ ਹੀ, ਕੁਦਰਤ ਹੀ ਸਾਰੇ ਕੰਮ ਕਰਦੀ ਹੈ । ਸ਼ਬਦ ਦੀ ਸੋਝੀ ਵਿੱਚ ਹੀ ਸਾਰੀਆਂ ਅਵਸਥਾ ਦਿਖਾਉਂਦਾ ਹੈ ।

From His void, deep meditation, comes four sources of creation, production, sound and tongue. All creatures are born from His void, Holy Spirit and after death all may be absorbed in The Holy Spirit. The True Master remains steady and stable, unchanged forever. All secrets of His nature are embedded in the enlightenment of His Word. His existence and nature may be realized by adopting the teachings of His Word in day to day life.

17. **Guru Amar Das Ji – Page 949**

ਇਹੁ ਤਨੁ ਸਭੋ ਰਤੁ ਹੈ,	ih tan sabho rat hai
ਰਤੁ ਬਿਨੁ ਤੰਨੁ ਨ ਹੋਇ॥	rat bin tann na ho-ay.
ਜੋ ਸਹਿ ਰਤੇ ਆਪਣੈ,	jo seh ratay aapnai
ਤਿਨ ਤਨਿ ਲੋਭ ਰਤੁ ਨ ਹੋਇ॥	tin tan lobh rat na ho-ay.
ਭੈ ਪਇਐ ਤਨੁ ਖੀਣੁ ਹੋਇ,	bhai pa-i-ai tan kheen ho-ay
ਲੋਭ ਰਤੁ ਵਿਚਹੁ ਜਾਇ॥	lobh rat vichahu jaa-ay.
ਜਿਉ ਬੈਸੰਤਰਿ ਧਾਤੁ ਸੁਧੁ ਹੋਇ, ਤਿਉ	ji-o baisantar Dhaat suDh ho-ay ti-o
ਹਰਿ ਕਾ ਭਉ ਦੁਰਮਤਿ ਮੈਲੁ ਗਵਾਇ॥	har kaa bha-o durmat mail gavaa-ay.
ਨਾਨਕ ਤੇ ਜਨ ਸੋਹਣੇ,	naanak tay jan sohnay
ਜੋ ਰਤੇ ਹਰਿ ਰੰਗੁ ਲਾਇ॥੧॥	jo ratay har rang laa-ay. ||1||

ਤਨ ਰੱਤ ਦਾ ਬਣਿਆ ਹੋਇਆ ਹੈ, ਰੱਤ ਤੋਂ ਬਿਨਾਂ ਕੋਈ ਤਨ ਨਹੀਂ ਬਣ ਸਕਦਾ । ਜਿਹੜਾ ਪ੍ਰਭ ਦੇ ਸ਼ਬਦ ਦੀ ਪਾਲਣਾ ਵਿੱਚ ਲੀਨ ਰਹਿੰਦਾ ਹੈ, ਉਸ ਦੇ ਮਨ ਵਿੱਚ ਲੋਭ, ਲਾਲਚ ਰੂਪ ਰੱਤ ਨਹੀਂ ਰਹਿੰਦੀ । ਪ੍ਰਭ ਦੇ ਵਿਛੋੜੇ ਦੇ ਵਿਰਾਗ ਨਾਲ ਤਨ ਪਵਿੱਤਰ ਹੋ ਜਾਂਦਾ ਹੈ । ਇਸ ਵਿਚੋਂ ਲੋਭ, ਲਾਲਚ ਰੂਪੀ ਰੱਤ ਨਿਕਲ ਜਾਂਦੀ ਹੈ, ਦੂਰ ਹੋ ਜਾਂਦੀ ਹੈ । ਜਿਵੇਂ ਅੱਗ ਨਾਲ ਕਿਸੇ ਵੀ ਧਾਤ ਨੂੰ ਪਵਿੱਤਰ, ਖਾਲਸ ਕੀਤਾ ਜਾ ਸਕਦਾ ਹੈ । ਇਸਤਰ੍ਹਾਂ ਪ੍ਰਭ ਦੇ ਵਿਛੋੜੇ ਦੇ ਡਰ ਨਾਲ ਬੁਰੇ ਖਿਆਲਾਂ, ਮੈਲ ਧੋਤੀ ਜਾ ਸਕਦੀ ਹੈ । ਉਹ ਜੀਵ ਕਿਤਨੇ ਸੁਭਾਗੇ ਹਨ! ਜਿਹੜੇ ਸ਼ਬਦ ਦੀ ਪਾਲਣਾ ਵਿੱਚ ਲੀਨ ਰਹਿੰਦੇ ਹਨ ।

The body of a creature had been made with blood and without blood body cannot exist, survive. Whosoever may adopt His Word in day to day life, his worldly greed may not remain in his mind and body. By remembering separation from Him, his mind, soul may be sanctified and his worldly greed may be eliminated. As impurities from any metal can be removed by fire. Same way with fear of separation from Him, evil thoughts from his mind may be eliminated. Whosoever may remain attuned to His Word, he may become very fortunate.

18. **Guru Amar Das Ji – Page 117**

ਤਿਨਿ ਕਰਤੈ ਇਕੁ ਖੇਲੁ ਰਚਾਇਆ॥	tin kartai ik khayl rachaa-i-aa.
ਕਾਇਆ ਸਰੀਰੈ ਵਿਚਿ	kaa-i-aa sareerai vich
ਸਭੁ ਕਿਛੁ ਪਾਇਆ॥	sabh kichh paa-i-aa.
ਸਬਦਿ ਭੇਦਿ ਕੋਈ ਮਹਲੁ ਪਾਏ,	sabad bhayd ko-ee mahal paa-ay
ਮਹਲੇ ਮਹਲਿ ਬੁਲਾਵਣਿਆ॥੩॥	mahlay mahal bulaavani-aa. ||3||

ਪ੍ਰਭ ਨੇ ਇਹ ਅਨੋਖਾ ਹੀ ਖੇਲ ਰਚਿਆ ਹੈ । ਜੀਵ ਦੇ ਸਰੀਰ ਵਿੱਚ ਸਭ ਕੁਝ ਹੀ ਪਾਇਆ ਹੈ, ਸਾਰੇ ਭੇਦ ਹੀ ਰੱਖੇ ਹਨ । ਕੋਈ ਵਿਰਲਾ ਹੀ ਜੀਵ ਸ਼ਬਦ ਨਾਲ ਜੀਵਨ ਢਾਲਕੇ ਇਹ ਭੇਦ ਪਾਉਂਦਾ ਹੈ । ਉਸ ਨੂੰ ਦਰਬਾਰ ਵਿਚੋਂ ਸੱਦਾ ਆਉਂਦਾ ਹੈ ।

The creator has created an astonishing creation. He has placed all tools, medicines and know how within the body to cure all diseases. However very rare human may adopt His Word and realizes the essence of His Word, blessings, he may be honored and blessed with salvation in His court.

19. **Guru Amar Das Ji – Page 1060**

ਮੇਰੈ ਕਰਤੈ ਇਕ ਬਣਤ ਬਣਾਈ॥	mayrai kartai ik banat banaa-ee.
ਇਸੁ ਦੇਹੀ ਵਿਚਿ ਸਭ ਵਥੁ ਪਾਈ॥	is dayhee vich sabh vath paa-ee.
ਨਾਨਕ ਨਾਮੁ ਵਣਜਹਿ ਰੰਗਿ ਰਾਤੇ,	naanak naam vanjahi rang raatay
ਗੁਰਮੁਖਿ ਕੋ ਨਾਮੁ ਪਾਇਦਾ॥੧੬॥੬॥੨੦॥	gurmukh ko naam paa-idaa. ||16||6||20||

ਪ੍ਰਭ ਨੇ ਜੀਵ ਦੇ ਤਨ ਦੀ ਇੱਕ ਅਨੋਖੀ ਹੀ ਬਣਤਰ ਬਣਾਈ ਹੈ । ਇਸ ਤਨ ਵਿੱਚ ਸਭ ਕੁਝ ਹੀ ਪਾਇਆ, ਸਾਰੇ ਰੋਗਾ ਦਾ ਇਲਾਜ ਇਸ ਵਿੱਚ ਹੀ ਹੈ । ਜਿਹੜਾ ਸ਼ਬਦ ਦੀ ਪਾਲਣਾ ਵਿੱਚ ਅਡੋਲ ਰਹਿੰਦਾ ਹੈ, ਉਸ ਨੂੰ ਸੋਝੀ ਬਖਸ਼ਿਸ਼ ਹੋ ਜਾਂਦੀ ਹੈ।

God has created an astonishing body of a creature. Blessed with all resources to cure sickness of body and mind, to achieve true purpose of life. Whosoever may adopt His Word in his life, always remembers the separation from Him. He may be blessed with treasure of all virtues.

20. **Guru Arjan Dev Ji – Page 965**

ਕਬੀਰ ਧਰਤੀ ਸਾਧ ਕੀ,	kabeer Dhartee saaDh kee
ਤਸਕਰ ਬੈਸਹਿ ਗਾਹਿ॥	taskar baiseh gaahi.
ਧਰਤੀ ਭਾਰਿ ਨ ਬਿਆਪਈ,	dhartee bhaar na bi-aapa-ee
ਉਨ ਕਉ ਲਾਹੂ ਲਾਹਿ॥੧॥	un ka-o laahoo laahi. ||1||

ਪ੍ਰਭ ਨੇ ਧਰਤੀ ਆਤਮਾ ਦੇ ਬੰਦਗੀ ਕਰਨ ਵਾਲੇ ਜੀਵਾਂ ਲਈ ਬਣਾਈ, ਥਾਪੀ ਸੀ । ਇਥੇ, ਇੱਛਾਂ ਦੇ ਚੋਰ ਵੀ ਬੰਦਗੀ ਕਰਨ ਵਾਲੇ ਜੀਵ ਦੇ ਸਾਥ ਆ ਵਸੇ ਹਨ । ਚੋਰ ਇਸ ਵਿਚੋਂ ਥੋੜਾ ਸਮਾਂ ਰਹਿਣ ਵਾਲਾ ਲਾਭ, ਧਨ ਇਕੱਠਾ ਕਰਦੇ ਹਨ । ਧਰਤੀ ਨੂੰ ਇਸ ਦਾ ਕੋਈ ਭਾਰ, ਦੁਖ ਨਹੀਂ ਲਗਦਾ।

Earth was created for His devotees to repent and sanctify their soul to unite with Him. However, robbers and greedy souls also coexist with His true devotees. Robbers search for short lived worldly wealth and do not realize the true purpose of human life blessings. Earth does not suffer any burden by these robbers.

15. ਸ੍ਰਿਸ਼ਟੀ ਦੇ ਰਿਸ਼ਤੇ ! Worldly Relationship!

21. Guru Ram Das Ji – Page 494

ਮਾਈ ਬਾਪ ਪੁਤ੍ਰ ਸਭਿ ਹਰਿ ਕੇ ਕੀਏ॥	maa-ee baap putar sabh har kay kee-ay.
ਸਭਨਾ ਕਉ ਸਨਬੰਧੁ ਹਰਿ ਕਰਿ ਦੀਏ॥੧॥	sabhnaa ka-o san-banDh har kar dee-ay. ‖1‖

ਸੰਸਾਰ ਵਿੱਚ ਮਾਤਾ, ਪਿਤਾ, ਪਤਨੀ, ਭਾਈ, ਭੈਣ ਸਾਰੇ ਪ੍ਰਭ ਨੇ ਹੀ ਪੈਦਾ ਕੀਤੇ ਹਨ । ਉਸ ਨੇ ਹੀ ਸਾਰੇ ਰਿਸ਼ਤੇ, ਸਬੰਧ, ਸੰਜੋਗ ਬਣਾਏ ਹਨ ।

God has created all creatures and pre-established worldly relationships. Like father, mother, son, daughter, wife, husband, friendship etc.

22. Guru Nanak Dev Ji – Page 1015

ਨਾ ਭੈਣਾ ਭਰਜਾਈਆ,	naa bhainaa bharjaa-ee-aa
ਨਾ ਸੇ ਸਸੁੜੀਆਹ॥	naa say sasurhee-aah.
ਸਚਾ ਸਾਕੁ ਨ ਤੁਟਈ,	sachaa saak na tut-ee
ਗੁਰੁ ਮੇਲੇ ਸਹੀਆਹ॥੧॥	gur maylay sahee-aas. ‖1‖

ਸੰਸਾਰਕ ਰਿਸ਼ਤੇ, ਭੈਣ, ਨੂਹ, ਸੱਸ ਪ੍ਰਭ ਦੇ ਲਿਖੇ ਨਾਲ ਹੀ ਬਣਦੇ ਹਨ । ਪ੍ਰਭ ਦੇ ਬਣਾਏ ਰਿਸ਼ਤੇ ਨੂੰ ਸੰਸਾਰੀ ਕਦੇ ਤੋੜ, ਕੋਈ ਵਿਘਨ ਨਹੀਂ ਪਾ ਸਕਦਾ ।

All worldly relationships are predetermined by God. Like father, mother, son, daughter, wife, husband, friendship etc. No one can break relationship pre-established by Him.

23. Kebeer Ji – Page 329

ਆਪੇ ਪਾਵਕੁ ਆਪੇ ਪਵਨਾ॥	aapay paavak aapay pavnaa.
ਜਾਰੈ ਖਸਮੁ ਤ ਰਾਖੈ ਕਵਨਾ॥੧॥	jaarai khasam ta raakhai kavnaa. ‖1‖

ਪ੍ਰਭ ਆਪ ਹੀ ਹਵਾ ਹੈ, ਆਪ ਹੀ ਅੱਗ ਹੈ । ਅਗਰ ਪ੍ਰਭ ਆਪ ਹੀ ਕਿਸੇ ਜੀਵ ਨੂੰ ਜਲਾ ਦੇਵੇ, ਉਸ ਨੂੰ ਕੌਣ ਬਚਾ ਸਕਦਾ ਹੈ?

God Himself is air and fire, both are under His command. He may destroy or burn someone, no one can save him.

24. Kebeer Ji – Page 329

ਰਾਮ ਜਪਤ ਤਨੁ ਜਰਿ ਕੀ ਨ ਜਾਇ॥	raam japat tan jar kee na jaa-ay.
ਰਾਮ ਨਾਮ ਚਿਤੁ ਰਹਿਆ ਸਮਾਇ॥੧॥ ਰਹਾਉ॥	raam naam chit rahi-aa samaa-ay. ‖1‖ rahaa-o.

ਜਿਹੜਾ ਜੀਵ ਪ੍ਰਭ ਦੇ ਸ਼ਬਦ ਵਿੱਚ ਲੀਨ ਹੋਵੇ, ਉਸ ਨੂੰ ਕੀ ਫਰਕ ਪੈਂਦਾ ਹੈ? ਭਾਵੇਂ ਉਸ ਦੇ ਤਨ ਨੂੰ ਜਲਾ ਦਿੱਤਾ ਜਾਵੇ? ਉਸ ਦਾ ਮਨ ਤਾਂ ਪ੍ਰਭ ਦੇ ਚਰਨਾ ਵਿੱਚ ਹੀ ਲੀਨ ਰਹਿੰਦਾ ਹੈ ।

Whosoever may remain in deep meditation in the void of His Word, in renunciation in the memory of His separation. Her state of mind may never be affected, even if her body may be burned or crucified. His soul remains under His protection and immersed in The Holy spirit.

25. **Kebeer Ji – Page 329**

ਕਾ ਕੋ ਜਰੈ ਕਾਹਿ ਹੋਇ ਹਾਨਿ॥	kaa ko jarai kaahi ho-ay haan.
ਨਟ ਵਟ ਖੇਲੈ ਸਾਰਿਗਪਾਨਿ॥੨॥	nat vat khaylai saarigpaan. ||2||

ਪ੍ਰਭ, ਆਪ ਹੀ ਬਾਜੀਗਰ ਦੇ ਬਾਲ ਵਰਗਾ ਖੇਲ ਕਰਦਾ ਹੈ । ਕੌਣ ਜਾਣਦਾ ਹੈ, ਕਿਸ ਦਾ ਨੁਕਸਾਨ ਹੁੰਦਾ ਹੈ?

He creates the play of universe and Himself plays! Who can tell! Who wins or loses?

26. **Kebeer Ji – Page 331**

ਕਉਨੁ ਕੋ ਪੂਤੁ, ਪਿਤਾ ਕੋ ਕਾ ਕੋ ॥	ka-un ko poot pitaa ko kaa ko.
ਕਉਨੁ ਮਰੈ ਕੋ ਦੇਇ ਸੰਤਾਪੋ ॥੧॥	ka-un marai ko day-ay santaapo. ||1||

ਕੌਣ ਕਿਸੇ ਦਾ ਬੱਚਾ ਹੈ ਜਾ ਕੌਣ ਕਿਸੇ ਦਾ ਪਿਤਾ ਹੈ? ਕੌਣ ਮਰਦਾ ਹੈ? ਕੌਣ ਕਿਸੇ ਨੂੰ ਦੁਖ ਦੇਂਦਾ ਹੈ?

Who are the parents, father or mother and who may be son or daughter? Who may die or may hurt someone and who may suffer the pain?

27. **Guru Nanak Dev Ji – Page 357**

ਨ ਕਿਸ ਕਾ ਪੂਤੁ ਨ ਕਿਸ ਕੀ ਮਾਈ॥	na kis kaa poot na kis kee maa-ee.
ਝੂਠੈ ਮੋਹਿ ਭਰਮਿ ਭੁਲਾਈ॥੧॥	jhoothai mohi bharam bhulaa-ee. ||1||

ਸੰਸਾਰਕ ਰਿਸ਼ਤੇ, ਸਬੰਧ ਪਿਛਲੇ ਜੀਵਨ ਦਾ ਦੇਣ ਲੈਣ ਹੀ ਹੈ । ਸੰਸਾਰਕ ਮਾਂ, ਬਾਪ, ਬੱਚੇ, ਪਤੀ, ਪਤਨੀ ਦਾ ਰਿਸ਼ਤਾ, ਸੰਸਾਰਕ ਮੋਹ ਦਾ ਜਾਲ ਹੀ ਹੈ । ਇਸ ਭਰਮ ਵਿੱਚ ਹੀ ਜੀਵ ਘੁੰਮਦਾ ਫਿਰਦਾ ਹੈ, ਜੰਮਦਾ ਮਰਦਾ ਹੈ ।

All worldly relationships are the repayment of previous debits. All relationships are emotional attachments, traps of worldly wealth. Worldly creatures remain in the cycle of birth and death in these suspicions and doubts.

28. **Kebeer Ji – Page 475**

ਗੁਰ ਚਰਣ ਲਾਗਿ ਹਮ ਬਿਨਵਤਾ,	gur charan laag ham binvataa
ਪੂਛਤ ਕਹ ਜੀਉ ਪਾਇਆ॥	poochhat kah jee-o paa-i-aa.
ਕਵਨ ਕਾਜਿ ਜਗੁ ਉਪਜੈ ਬਿਨਸੈ ,	kavan kaaj jag upjai binsai
ਕਹਹੁ ਮੋਹਿ ਸਮਝਾਇਆ॥੧॥	kahhu mohi samjhaa-i-aa. ||1||

ਕਬੀਰ ਜੀ! ਮੈਂ ਪ੍ਰਭ ਦੇ ਚਰਨਾ ਵਿੱਚ ਇੱਕ ਮਨ ਹੋ ਕੇ ਅਰਦਾਸ ਕੀਤੀ! ਪ੍ਰਭ ਸੋਝੀ ਬਖਸ਼ੋ । ਮਾਨਸ ਜਨਮ ਕਿਉਂ ਬਖਸ਼ਿਆ ਹੈ? ਕਿਹੜੇ ਕੰਮ, ਕਰਮ ਕਰਨ ਨਾਲ ਸ੍ਰਿਸ਼ਟੀ ਦੀ ਸਾਜਨਾ ਹੋਈ ਹੈ? ਕਿਸ ਕੰਮ ਨਾਲ ਇਸ ਸ੍ਰਿਸ਼ਟੀ ਦੀ ਤਬਾਹੀ ਹੋ ਸਕਦੀ ਹੈ, ਹੋਵੇਗੀ?

Kabeer! With humility, I begged for His advice! What may be the purpose of human life, birth? What may be the purpose of creation of the Universe? Under what circumstances would the creation and universe may be vanished?

29. **Guru Arjan Dev Ji – Page 901**

ਸੁਤ ਕਲਤ੍ਰ ਭ੍ਰਾਤ ਮੀਤ ਉਰਝਿ ਪਰਿਓ,	sut kaltar bharaat meet urajh pari-o
ਭਰਮਿ ਮੋਹਿਓ ਇਹ ਬਿਰਖ ਛਾਮਨੀ॥	bharam mohi-o ih birakh chhaamnee.
ਚਰਨ ਕਮਲ ਸਰਨ,	charan kamal saran
ਨਾਨਕ ਸੁਖੁ ਸੰਤ ਭਾਵਨੀ॥੨॥੨॥੬੦॥	naanak sukh sant bhaavnee. ‖2‖2‖60‖

ਸੰਸਾਰਕ ਰਿਸ਼ਤੇ, ਮਾਤਾ, ਪਿਤਾ, ਬਾਲ ਬੱਚੇ, ਪਤਨੀ, ਭੈਣ ਭਾਈ, ਜਿਹਨਾਂ ਦੇ ਮੋਹ ਵਿੱਚ ਤੂੰ ਫਸਿਆ ਹੋਇਆ ਹੈ । ਇਹ ਸਾਰੇ ਬ੍ਰਿਛ ਦੇ ਪਰਛਾਵੇਂ ਦੀ ਤਰ੍ਹਾਂ ਹੀ ਬੀਤ ਜਾਂਦੇ ਹਨ । ਰਹਿਮਤ, ਸੰਤੋਖ, ਕੇਵਲ ਬੰਦਗੀ ਕਰਨ ਵਾਲੇ ਸੰਤਾਂ ਦੇ ਜੀਵਨ ਦੇ ਅਧਾਰ ਤੇ ਜੀਵਨ ਢਾਲਣ ਨਾਲ ਹੀ ਬਖਸ਼ਿਸ਼ ਹੋ ਸਕਦਾ ਹੈ ।

All creatures are trapped into emotional attachments, worldly relationships. These all passes away as a shade of a tree. With His mercy and grace, by adopting the teachings of His Word in day to day life, the enlightenment of the right path of salvation may be blessed.

16. ਮਾਂ, ਔਰਤ ਦੀ ਮਹੱਤਤਾ! Significance of a Woman!

30. Guru Arjan Dev Ji – Page 497

ਪ੍ਰਥਮੇ ਗਰਭ ਮਾਤਾ ਕੈ ਵਾਸਾ,	parathmay garabh maataa kai vaasaa
ਊਹਾ ਛੋਡਿ ਧਰਨਿ ਮਹਿ ਆਇਆ॥	oohaa chhod Dharan meh aa-i-aa.
ਚਿਤ੍ਰ ਸਾਲ ਸੁੰਦਰ ਬਾਗ ਮੰਦਰ,	chitar saal sundar baag mandar
ਸੰਗਿ ਨ ਕਛਹੂ ਜਾਇਆ॥੧॥	sang na kachhhoo jaa-i-aa. ||1||

ਆਤਮਾ ਦਾ ਪਹਿਲਾ ਘਰ ਮਾਤਾ ਦੇ ਗਰਭ ਵਿੱਚ ਹੁੰਦਾ ਹੈ । ਉਸ ਤੋਂ ਪਿਛੋਂ ਉਹ ਸੰਸਾਰ ਵਿੱਚ ਪੈਦਾ ਹੁੰਦੀ ਹੈ । ਸੰਸਾਰ ਵਿੱਚ ਮਹਿਲ ਮਾੜੀਆਂ, ਸੁੰਦਰ ਬਾਗ, ਬਗੀਚੇ ਕੋਈ ਮੌਤ ਪਿਛੋਂ ਉਸ ਦੇ ਸਾਥ ਨਹੀਂ ਜਾਂਦੇ ।

The first home of soul is in the womb of mother, after that she enters into the universe. Worldly home, garden of pleasures any other possession cannot go along with him after death.

31. **Guru Nanak Dev Ji – Page 473**

ਭੰਡਿ ਜੰਮੀਐ ਭੰਡਿ ਨਿੰਮੀਐ	bhand jammee-ai bhand nimmee-ai
ਭੰਡਿ ਮੰਗਣੁ ਵੀਆਹੁ॥	bhand mangan vee-aahu.
ਭੰਡਹੁ ਹੋਵੈ ਦੋਸਤੀ	bhandahu hovai dostee
ਭੰਡਹੁ ਚਲੈ ਰਾਹੁ ॥	bhandahu chalai raahu.
ਭੰਡੁ ਮੁਆ ਭੰਡੁ ਭਾਲੀਐ	bhand mu-aa bhand bhaalee-ai
ਭੰਡਿ ਹੋਵੈ ਬੰਧਾਨੁ॥	bhand hovai bandhaan.
ਸੋ ਕਿਉ ਮੰਦਾ ਆਖੀਐ	so ki-o mandaa aakhee-ai
ਜਿਤੁ ਜੰਮਹਿ ਰਾਜਾਨ॥	jit jameh raajaan.
ਭੰਡਹੁ ਹੀ ਭੰਡੁ ਊਪਜੈ	bhandahu hee bhand oopjai
ਭੰਡੈ ਬਾਝੁ ਨ ਕੋਇ॥	bhandai baajh na ko-ay.
ਨਾਨਕ ਭੰਡੈ ਬਾਹਰਾ	naanak bhandai baahraa
ਏਕੋ ਸਚਾ ਸੋਇ॥	ayko sachaa so-ay.
ਜਿਤੁ ਮੁਖਿ ਸਦਾ ਸਾਲਾਹੀਐ	jit mukh sadaa salaahee-ai
ਭਾਗਾ ਰਤੀ ਚਾਰਿ॥	bhaagaa ratee chaar.
ਨਾਨਕ ਤੇ ਮੁਖ ਊਜਲੇ	naanak tay mukh oojlay
ਤਿਤੁ ਸਚੈ ਦਰਬਾਰਿ॥੨॥	tit sachai darbaar. ||2||

ਨਾਰੀ ਦੀ ਮਾਨਸ ਜਾਤ ਵਿੱਚ ਬਹੁਤ ਮਹੱਤਤਾ ਹੈ, ਆਦਮੀ ਨਾਰੀ ਤੋਂ ਹੀ ਪੈਦਾ ਹੁੰਦਾ ਹੈ । ਨਾਰੀ ਨਾਲ ਹੀ ਵਿਆਹ ਕਰਕੇ ਅਗਲੀ ਪੀੜ੍ਹੀ ਹੀ ਚਲਾਉਂਦਾ ਹੈ, ਨਾਰੀ ਹੀ ਅਸਲੀ ਦੋਸਤ ਹੁੰਦੀ ਹੈ । ਅਗਰ ਨਾਰੀ ਨੂੰ ਪਹਿਲੇ ਮੌਤ ਆ ਜਾਵੇ, ਤਾਂ ਫਿਰ ਵੀ ਉਹ ਹੋਰ ਨਾਰੀ ਨਾਲ ਹੀ ਸਬੰਧ ਬਣਾਉਂਦਾ ਹੈ । ਫਿਰ ਨਾਰੀ ਨੂੰ ਸੰਸਾਰ ਵਿੱਚ ਕਿਉਂ ਨੀਚ ਕਹਿੰਦੇ ਹਨ? ਜਿਸ ਵਿਚੋਂ ਹੀ ਸਾਰੇ ਰਾਜੇ ਪੈਦਾ ਹੁੰਦੇ ਹਨ, ਨਾਰੀ ਵੀ ਨਾਰੀ ਤੋਂ ਹੀ ਜਨਮ ਲੈਂਦੀ ਹੈ । ਨਰੀ ਤੋਂ ਬਿਨਾਂ, ਮਾਨਸ ਜਾਤ ਪੈਦਾ ਨਹੀਂ ਹੋ ਸਕਦੀ । ਇੱਕੋ ਇੱਕ ਪ੍ਰਭ ਹੀ ਨਾਰੀ ਤੋਂ ਪੈਦਾ ਨਹੀਂ ਹੁੰਦਾ, ਨਾ ਹੀ ਉਸ ਤੇ ਨਿਰਭਰ ਹੁੰਦਾ ਹੈ । ਜਿਹੜੇ ਮੂੰਹ ਤੋਂ ਸਦਾ ਸ਼ਬਦ ਦੀ ਸਿਫਤ ਨਿਕਲਦੀ ਹੈ, ਉਹ ਸਦਾ ਹੀ ਸੰਤੋਖ ਵਿੱਚ, ਦਰਬਾਰ ਵਿੱਚ ਸੋਭਦੇ, ਖੇੜੇ ਵਿੱਚ ਰਹਿੰਦੇ ਹਨ ।

Female (woman) is the most significant part of His creation. Male (man) can only born out of the womb of mother. He marries woman to establish his legacy, woman remains his true companion. In case she may die before him, then he develops a relationship with another woman. Why anyone may consider woman a lower status than man? All mighty kings, prophets, woman are born from a mother. Without woman, there is no creation in the universe, human race. The One and Only One God does not depend upon woman. Whose tongue always sings His glory, he remains in peace and contented. He remains in blossom and may be honored in His court.

32. **Guru Nanak Dev Ji – Page 1289**

ਪਹਿਲਾਂ ਮਾਸਹੁ ਨਿੰਮਿਆ	pahilaaN maasahu nimmi-aa
ਮਾਸੈ ਅੰਦਰਿ ਵਾਸੁ॥	maasai andar vaas.
ਜੀਉ ਪਾਇ ਮਾਸੁ ਮੁਹਿ ਮਿਲਿਆ	jee-o paa-ay maas muhi mili-aa
ਹਡੁ ਚੰਮੁ ਤਨੁ ਮਾਸੁ॥	had chamm tan maas.
ਮਾਸਹੁ ਬਾਹਰਿ ਕਢਿਆ	maasahu baahar kadhi-aa
ਮੰਮਾ ਮਾਸੁ ਗਿਰਾਸੁ॥	mammaa maas giraas.
ਮੁਹੁ ਮਾਸੈ ਕਾ ਜੀਭ ਮਾਸੈ ਕੀ	muhu maasai kaa jeebh maasai kee
ਮਾਸੈ ਅੰਦਰਿ ਸਾਸੁ॥	maasai andar saas.
ਵਡਾ ਹੋਆ ਵੀਆਹਿਆ,	vadaa ho-aa vee-aahi-aa
ਘਰਿ ਲੈ ਆਇਆ ਮਾਸੁ॥	ghar lai aa-i-aa maas.
ਮਾਸਹੁ ਹੀ ਮਾਸੁ ਊਪਜੈ,	maasahu hee maas oopjai maasahu
ਮਾਸਹੁ ਸਭੋ ਸਾਕੁ॥	sabho saak.
ਸਤਿਗੁਰਿ ਮਿਲਿਐ ਹੁਕਮੁ ਬੁਝੀਐ,	satgur mili-ai hukam bujhee-ai
ਤਾਂ ਕੋ ਆਵੈ ਰਾਸਿ॥	taaN ko aavai raas.
ਆਪਿ ਛੁਟੇ ਨਹ ਛੂਟੀਐ,	aap chhutay nah chhootee-ai
ਨਾਨਕ ਬਚਨਿ ਬਿਨਾਸੁ॥੧॥	naanak bachan binaas. ‖1‖

ਜੀਵ ਮਾਤ ਦੇ ਗਰਭ ਵਿੱਚ ਮਾਸ ਵਿੱਚ ਹੀ ਪੈਦਾ ਹੁੰਦਾ ਹੈ, ਵਧਦਾ ਹੈ । ਜਦੋਂ ਸੰਸਰ ਵਿੱਚ ਆਉਂਦਾ ਹੈ ਤਾਂ ਵੀ ਮੂੰਹ ਵਿੱਚ ਹੀ ਮਾਸ ਹੁੰਦਾ ਹੈ । ਉਸ ਦੀ ਹੱਢ, ਚਮੜੀ ਅਤੇ ਤਨ ਮਾਸ ਦਾ ਹੀ ਬਣਿਆ ਹੋਇਆ ਹੈ । ਉਹ ਮਾਤਾ ਦੀ ਮਾਸ ਦੀ ਕੋਖ ਵਿਚੋਂ ਪੈਦਾ ਹੁੰਦਾ ਹੈ । ਮਾਤਾ ਦੇ ਮਾਸ ਦਾ ਬਣਿਆ ਮੰਮਾ ਮੂੰਹ ਵਿੱਚ ਪਾਉਂਦਾ ਹੈ । ਜਦੋਂ ਵੱਡਾ ਹੁੰਦਾ, ਮਾਸ ਦੀ ਬਣੀ ਔਰਤ ਨਾਲ ਵਿਆਹ ਕਰਕੇ ਘਰ ਲੈ ਆਉਂਦਾ ਹੈ । ਇਸ ਮਾਸ ਵਿਚੋਂ ਹੀ ਹੋਰ ਮਾਸ ਪੈਦਾ ਹੁੰਦਾ ਹੈ । ਸੰਸਾਰ ਵਿੱਚ ਸਾਰੇ ਰਿਸ਼ਤੇ ਵੀ ਮਾਸ ਤੋਂ ਹੀ ਬਣਦੇ ਹਨ । ਜਦੋਂ ਜੀਵ ਪ੍ਰਭ ਦਾ ਸ਼ਬਦ ਸੁਣਦਾ ਹੈ ਤਾਂ ਉਹ ਪ੍ਰਭ ਦੇ ਭਾਣੇ ਨੂੰ ਸਮਝਦਾ ਹੈ, ਤਾਂ ਉਹ ਆਪਣੇ ਜੀਵਨ ਦਾ ਢੰਗ ਬਦਲਦਾ ਹੈ । ਕੇਵਲ ਸ਼ਬਦ ਸਮਝਣ ਦਾ ਕੋਈ ਲਾਭ ਨਹੀਂ ਹੁੰਦਾ । ਇਹਨਾਂ ਗੱਲਾਂ ਬਾਤਾਂ ਨਾਲ ਜੀਵ ਦਾ ਜੀਵਨ ਬਰਬਾਦ ਹੀ ਹੁੰਦਾ ਹੈ ।

Human soul first enter in the womb of mother, flesh and blossoms, grows in flesh. When comes out in the universe, first source of nourishment is nipple of mother, her flesh. His bones, skin, body is made of flesh. He comes out of her womb, flesh and sucks her nipple made of flesh. When he is grown up, marry a woman made of flesh and reproduce more flesh. All worldly relationships are developed with flesh of a creature. When devotee listens, His sermon understands and adopt His Word in his life, his human life journey may be transformed. Only understanding His Word may not benefit or change his life. Many humans only talk about His Word, but do not adopt in their day to day life, they waste their life.

33. **Guru Nanak Dev Ji – Page 1410**

ਉਦੋਸਾਹੈ ਕਿਆ ਨੀਸਾਨੀ,	udosaahai ki-aa neesaanee
ਤੋਟਿ ਨ ਆਵੈ ਅੰਨੀ॥	tot na aavai annee.
ਉਦੋਸੀਅ ਘਰੇ ਹੀ ਵੁਠੀ,	udosee-a gharay hee vuthee
ਕੁੜਿਈ ਰੰਨੀ ਧੰਮੀ॥	kurhi-eeN rannee dhammee.
ਸਤੀ ਰੰਨੀ ਘਰੇ ਸਿਆਪਾ,	satee rannee gharay si-aapaa
ਰੋਵਨਿ ਕੂੜੀ ਕੰਮੀ॥	rovan koorhee kammee.
ਜੋ ਲੇਵੈ ਸੋ ਦੇਵੈ ਨਾਹੀ,	jo layvai so dayvai naahee
ਖਟੇ ਦੰਮ ਸਹੰਮੀ॥੨੯॥	khatay damm sahamee. ‖29‖

ਜਿਹੜੇ ਘਰ ਵਿੱਚ ਔਰਤ, ਨਾਰੀ ਹਮੇਸ਼ਾਂ ਹੀ ਕਲੇਸ਼ ਪਾਈ ਰੱਖੇ, ਉਸ ਘਰ ਦੀ ਬਰਕਤ ਉਠ ਜਾਂਦੀ ਹੈ । ਜਿਸ ਘਰ ਵਿੱਚ ਨਾਰੀ ਦੀਆਂ ਝਾਂਜ਼ਰਾਂ ਦੀ ਅਵਾਜ ਆਵੇ, ਨਾਰੀ ਦਾ ਸਤਿਕਾਰ ਹੋਵੇ, ਉਹ ਘਰ ਖੇੜੇ ਵਿੱਚ ਰਹਿੰਦੇ ਹਨ । ਜਿਸ ਘਰ ਵਿੱਚ ਔਰਤ ਦਾ ਸਤਿਕਾਰ ਹੋਵੇ, ਔਰਤ ਕਲੇਸ਼ ਨਾ ਪਾਈ ਰੱਖੇ । ਉਸ ਘਰ ਵਿੱਚ ਸਦਾ ਬਰਕਤ ਰਹਿੰਦੀ, ਕਦੇ ਕੋਈ ਕਮੀ ਨਹੀਂ ਹੁੰਦੀ ।

In any home, where woman may always create unhealthy situation. His blessings may evaporate from that household. In any home, the sounds of a woman's jingling are respected and praised. That home remains in peace, harmony and blossom and as heaven on earth. In any home woman is respected and woman does not create an awkward situation. His blessings remain overwhelmed in the house and never realizes any shortage of anything.

34. **Guru Ram Das Ji – Page 1200**

ਕਾਹੇ ਪੂਤ ਝਗਰਤ ਹਉ ਸੰਗਿ ਬਾਪ॥	kaahay poot jhagrat ha-o sang baap.
ਜਿਨ ਕੇ ਜਣੇ ਬਡੀਰੇ ਤੁਮ ਹਉ,	jin kay janay badeeray tum ha-o
ਤਿਨ ਸਿਉ ਝਗਰਤ ਪਾਪ॥੧॥ ਰਹਾਉ॥	tin si-o jhagrat paap. ‖1‖ rahaa-o.

ਜੀਵ ਆਪਣੇ ਸੰਸਾਰਕ ਪਿਤਾ, ਮਾਤਾ ਨਾਲ ਕਿਉਂ ਝਗੜਾ ਕਰਦਾ, ਨਰਾਜ਼ ਹੁੰਦਾ ਹੈ? ਜਿਸ ਨੇ ਸੰਸਾਰ ਵਿੱਚ ਜਨਮ ਦਿੱਤਾ, ਪਾਲਣਾ ਪੋਸਨਾ ਕੀਤੀ, ਰੱਖਿਆ ਕੀਤੀ ਹੈ । ਉਸ ਦੇ ਮਨ ਵਿੱਚ ਸਦਾ ਹੀ ਤੇਰੀ ਭਲਾਈ ਹੀ ਹੁੰਦੀ ਹੈ । ਉਸ ਨਾਲ ਝਗੜਾ ਕਰਨਾ ਪਾਪ ਹੁੰਦਾ ਹੈ, ਚੰਗਾ ਨਹੀਂ ਹੁੰਦਾ ।

Why are you argue or upset with your mother or father? Who brought you in the universe, gives birth, nourishes and protect you in the world? They always have your welfare in their heart. Quarrelling with them may not be a good act.

Chapter 5

- ❖ **Sign – State of Mind of a blessed soul.**
- ❖ **Robe of Blessed Soul !**
- ❖ **Food for Blessed Soul!**
- ❖ **Home of Blessed Soul! Purpose of life!**
- ❖ **Teachings of Blessed Soul!**

17. ਦਾਸ ਦੀ ਨਿਸ਼ਾਨੀ – ਮਨ ਦੀ ਅਵਸਥਾ:

Sign and state of mind of blessed soul.

1. Guru Arjan Dev Ji – Page 106

ਪ੍ਰਭ ਮਿਲਣੈ ਕੀ ਏਹ ਨੀਸਾਣੀ॥	parabh milnai kee ayh neesaanee.
ਮਨਿ ਇਕੋ ਸਚਾ ਹੁਕਮੁ ਪਛਾਣੀ॥	man iko sachaa hukam pachhaanee.
ਸਹਜਿ ਸੰਤੋਖਿ ਸਦਾ ਤ੍ਰਿਪਤਾਸੇ,	sahj santokh sadaa tariptaasay
ਅਨਦੁ ਖਸਮ ਕੈ ਭਾਣੈ ਜੀਉ॥੩॥	anad khasam kai bhaanai jee-o. ||3||

ਪ੍ਰਭ ਨਾਲ ਆਤਮਾ ਦਾ ਸੰਜੋਗ ਹੋਣ ਦੀ ਇੱਕੋ ਇੱਕ ਹੀ ਨਿਸ਼ਾਨੀ ਹੈ । ਜੀਵ ਦਾ ਮਨ ਪ੍ਰਭ ਦੇ ਸ਼ਬਦ ਦੀ ਪਾਲਣਾ ਤੇ ਅਡੋਲ ਹੋ ਜਾਂਦਾ ਹੈ । ਉਸ ਦੇ ਮਨ ਵਿੱਚ ਧੀਰਜ, ਪ੍ਰਭ ਦੇ ਬਖਸ਼ੇ ਤੇ ਸੰਤੋਖ ਅਤੇ ਮਨ ਸਦਾ ਹੀ ਖੇੜੇ ਵਿੱਚ ਵਸਦਾ ਹੈ । ਦੁਖ ਸੁਖ ਵਿੱਚ ਮਨ ਦੀ ਅਵਸਥਾ ਬਦਲਦੀ ਨਹੀਂ ।

This is the One and Only One sign that soul has conquered mind and has been accepted in His court! He accepts His Word as an ultimate command, blessings in his day to day life. His state of mind may never be changed with worldly sorrows and pleasures. He always remains in peace and contented with His blessings, worldly conditions.

2. Guru Nanak Dev Ji – Page 8 – japji 38

ਜਤੁ ਪਾਹਾਰਾ ਧੀਰਜੁ ਸੁਨਿਆਰੁ॥	jat paahaaraa Dheeraj suni-aar.
ਅਹਰਣਿ ਮਤਿ ਵੇਦੁ ਹਥੀਆਰੁ॥	ahran mat vayd hathee-aar.
ਭਉ ਖਲਾ ਅਗਨਿ ਤਪ ਤਾਉ॥	bha-o khalaa agan tap taa-o.
ਭਾਂਡਾ ਭਾਉ ਅੰਮ੍ਰਿਤੁ ਤਿਤੁ ਢਾਲਿ॥	bhaaNdaa bhaa-o amrit tit dhaal.
ਘੜੀਐ ਸਬਦੁ ਸਚੀ ਟਕਸਾਲ॥	gharhee-ai sabad sachee taksaal.
ਜਿਨ ਕਉ ਨਦਰਿ ਕਰਮੁ ਤਿਨ ਕਾਰ॥	jin ka-o nadar karam tin kaar.
ਨਾਨਕ ਨਦਰੀ ਨਦਰਿ ਨਿਹਾਲ॥੩੮॥	naanak nadree nadar nihaal. ||38||

ਜੀਵ ਨੂੰ ਆਪਣੀਆਂ ਮਨ ਦੀਆਂ ਵਾਸਨਾਵਾ ਤੇ ਕਾਬੂ ਰੱਖਣਾ ਚਾਹੀਦਾ ਹੈ! ਸੰਤੋਖ ਨੂੰ ਆਪਣੀਆਂ ਇੰਦ੍ਰੀਆਂ ਦਾ ਮਾਲਕ (ਸੁਨਿਆਰੁ) ਘੜਨਵਾਲਾ, ਸ੍ਰਿਜਨਹਾਰ ਬਣਾਉਣਾ ਚਾਹੀਦਾ ਹੈ । ਦੁਖ ਸੁਖ ਨੂੰ ਬਖਸ਼ਿਸ਼ ਸਮਝ ਸਵੀਕਾਰ ਕਰਨਾ, ਰੋਸ ਨਹੀਂ ਕਰਨਾ ਚਾਹੀਦਾ । ਪ੍ਰਭ ਦੇ ਹਰਇੱਕ ਕਰਤਬ ਦਾ ਕੋਈ ਚੰਗਾ ਕਾਰਨ ਹੀ ਹੁੰਦਾ ਹੈ, ਕਿਸੇ ਦਾ ਬੁਰਾ ਨਹੀਂ ਕਰਦਾ । ਜਿਵੇਂ ਅਹਰਿਣ ਹਮੇਸ਼ਾਂ ਹੀ ਸੁਨਿਆਰ, ਕਾਰੀਗਰ ਦੀਆਂ ਚੋਟਾ ਸਹਿੰਦੀ ਹੈ, ਪ੍ਰਭ ਤੇ ਇਤਨਾ ਭਰੋਸਾ ਹੋਣਾ ਚਾਹੀਦਾ ਹੈ । ਇਸਤਰ੍ਹਾਂ ਵੇਦਾਂ ਦੇ ਨਾਨਾ ਤਰ੍ਹਾਂ ਦੇ ਵਾਕਾਂ ਰੂਪੀ ਹਥੋੜੇ (ਹਥਿਆਰੁ) ਹਨ, ਜੀਵ ਇਹਨਾਂ ਦੀਆਂ ਸੱਟਾਂ ਨੂੰ ਸਹਾਰ ਕੇ ਗੁਰਮਤਿ ਵਿੱਚ ਅਡੋਲ ਰਹੇ । ਹਮੇਸ਼ਾਂ ਹੀ ਪ੍ਰਭ ਨੂੰ ਹਾਜ਼ਰ ਨਾਜ਼ਰ ਸਮਝਣਾ, ਅੰਦਰ ਬਾਹਰ ਜਾਣਕੇ, ਭੈ ਧਾਰ ਕੇ ਸੰਕਲਪ ਦਾ ਫੁਰਨ ਦੇਣਾ ਚਾਹੀਦਾ ਹੈ! ਜਿਵੇਂ ਸੁਨਿਆਰ (ਖਲਾ) ਫੁਕਨੀ ਨਾਲ ਅੱਗ ਨੂੰ

ਤਪਾਉਂਦਾ, ਤੇਜ ਕਰਦਾ ਹੈ । ਇਸਤਰ੍ਹਾਂ ਜੀਵ ਨੂੰ ਆਪਣੇ ਮਨ ਨੂੰ ਇਕਾਗਰ ਕਰਨ ਰੂਪੀ ਜੋ ਅਗਨੀ ਹੈ, ਇਸ ਅਗਨੀ ਨੂੰ ਭੈ ਦੀ ਖੱਲੇ ਨਾਲ ਸੱਤ ਅਸੱਤ ਦਾ ਨਿਰਨਾ ਕਰਨਾ ਚਾਹੀਦਾ ਹੈ । ਅਭਿਆਸ ਰੂਪੀ ਹਵਾ ਦੇ ਕੇ ਤਾਉਣਾ, ਤਿਆਰ ਕਰਨਾ ਚਾਹੀਦਾ ਹੈ । ਪ੍ਰਭ ਦਾ ਜੋ (ਭਾਉ) ਪ੍ਰੇਮ ਰੂਪੀ ਡਰ ਹੈ ਇਸ ਨੂੰ (ਭਾਂਡਾ) ਕੁਠਾਲੀ ਬਣਾਉਵੋ । ਭਾਵ ਇਸ ਪਉੜੀ ਵਿੱਚ ਜਿਤਨੇ ਸ਼ੁਭ ਕਰਮ ਹਨ । ਉਹਨਾਂ ਨੂੰ ਕਮਾਉਂਦੇ ਹੋਏ ਅਹੰਕਾਰ ਨਾ ਕਰੇ, ਨਿਮ੍ਰਤਾ ਸ਼ਰਧਾ ਸਹਿਤ ਰਹੋ । ਇਸ ਪ੍ਰੇਮ ਰੂਪੀ ਭਾਂਡੇ ਵਿੱਚ ਅੰਮ੍ਰਿਤ ਪਾ ਕੇ ਆਪਣੇ ਜੀਵਨ ਨੂੰ ਉਪਦੇਸ਼ ਵਿੱਚ ਢਾਲੋ । ਜਿਹਨਾਂ ਤੇ ਪ੍ਰਭ ਦੀ (ਨਦੀਰ) ਕ੍ਰਿਪਾ ਦ੍ਰਿਸ਼ਟੀ ਹੋਈ ਹੈ! ਉਹਨਾਂ ਨੇ ਸਿਮਰਨ ਕਰਨ ਦੀ ਕਮਾਈ ਕੀਤੀ ਹੈ, ਉਹਨਾਂ ਦਾ ਕੰਮ ਸਫਲ ਹੋਇਆ ਹੈ । ਉਹਨਾਂ ਨੂੰ ਉਸ ਦਾ ਸਰੂਪ ਅਨੁਭਵ ਹੋਇਆ, ਮੁਕਤੀ ਬਖਸ਼ਿਸ਼ ਹੋਈ ਹੈ । ਦਾਸ, ਪ੍ਰਭ ਦੀ (ਨਦਰਿ) ਕ੍ਰਿਪਾ ਦ੍ਰਿਸ਼ਟੀ ਕਰਕੇ ਨਿਹਾਲ ਹੋ ਜਾਂਦਾ ਹੈ । ਅਗਰ ਉਹ ਹੋਰ ਕਿਸੇ ਤੇ ਨਜ਼ਰ ਪਾ ਦੇਵੇ, ਉਹਨਾਂ ਨੂੰ ਵੀ ਮੁਕਤ ਕਰਾ ਦੇਂਦੇ ਹਨ ।

True devotee develops firm belief on His Word and keeps a tight control on his worldly desires. As goldsmith handles melted gold with patience and mold into astonishing jewelry. Same way devotee molds his mind with various restrictions of His Word. As gold is melted time and again to remove impurities. Same way by repeated practice and patience, his mind may be molded into purity. His soul may be sanctified. His mind performs the task of His Word and earns the wealth of His Word. With His mercy and grace, his meditation may be accepted and blessed with His protection. His cycle of birth and death may be eliminated.

3. Guru Tegh Bahadur Ji – Page 633

ਜੋ ਨਰੁ ਦੁਖ ਮੈ ਦੁਖੁ ਨਹੀ ਮਾਨੈ॥	jo nar dukh mai dukh nahee maanai.
ਸੁਖ ਸਨੇਹੁ ਅਰੁ ਭੈ ਨਹੀ,	sukh sanayhu ar bhai nahee
ਜਾ ਕੈ ਕੰਚਨ ਮਾਟੀ ਮਾਨੈ॥੧॥ਰਹਾਉ॥	jaa kai kanchan maatee maanai. ||1|| rahaa-o.

ਪ੍ਰਭ ਦੇ ਦਾਸ ਦੀ ਇਹ ਹੀ ਨਿਸ਼ਾਨੀ ਹੁੰਦੀ ਹੈ! ਜਿਹੜਾ ਦੁਖ ਵਿੱਚ ਦੁਖ ਨਾ ਮਹਿਸੂਸ ਕਰੇ, ਸੁਖ ਮਿਲੱਣ ਤੇ ਹੀ ਉਸ ਤੇ ਕੋਈ ਪ੍ਰਭਾਵ ਨਾ ਹੋਵੇ! ਉਸ ਤੇ ਪਿਆਰ ਜਾ ਨਰਾਜ਼ਗੀ ਦਾ ਕੋਈ ਪ੍ਰਭਾਵ ਨਹੀਂ ਹੁੰਦਾ, ਸੋਨਾ ਜਾ ਮਿੱਟੀ ਇੱਕ ਸਮਾਨ ਉਸ ਦੀ ਰਹਿਮਤ ਹੀ ਮਹਿਸੂਸ ਹੁੰਦੀ ਹੈ ।

His state of mind may not be affected, changed by worldly sorrows and pleasures. Worldly honor, glory and rebuke may not affect his state of mind. He may not change his way of life and may not be depressed by misery or pride in worldly riches.

4. Guru Tegh Bahadur Ji – Page 685

ਪਰ ਨਿੰਦਾ ਉਸਤਤਿ ਨਹ ਜਾ ਕੈ,	par nindaa ustat nah jaa kai
ਕੰਚਨ ਲੋਹ ਸਮਾਨੋ ॥	kanchan loh samaano.
ਹਰਖ ਸੋਗ ਤੇ ਰਹੈ ਅਤੀਤਾ,	harakh sog tay rahai ateetaa
ਜੋਗੀ ਤਾਹਿ ਬਖਾਨੋ ॥੧॥	jogee taahi bakhaano. ||1||

ਜਿਹੜਾ ਕਿਸੇ ਉਸਤਤ, ਨਿੰਦਿਆ, ਸੋਨੇ, ਲੋਹੇ ਵਿੱਚ ਕੋਈ ਅੰਤਰ ਨਹੀਂ ਸਮਝਦਾ । ਉਸ ਦੇ ਮਨ ਤੇ ਦੁਖ ਸੁਖ ਦਾ ਵੀ ਕੋਈ ਪ੍ਰਭਾਵ ਨਹੀਂ ਹੁੰਦਾ । ਕੇਵਲ ਉਸ ਨੂੰ ਅਸਲੀ ਜੋਗੀ ਕਿਹਾ ਜਾ ਸਕਦਾ, ਜੋਗੀ ਕਹਿਣ ਦੇ ਯੋਗ ਹੈ ।

Who may not feel a difference between honor or rebuke, Gold or Iron! His peace of mind may not be disturbed by any worldly affairs. He is Only One, worthy of calling His true devotee.

5. Guru Angand Dev Ji – Page 148

ਨਾਨਕ ਪਰਖੇ ਆਪ ਕਉ,	naanak parkhay aap ka-o
ਤਾ ਪਾਰਖੁ ਜਾਣੁ॥	taa paarakh jaan.
ਰੋਗੁ ਦਾਰੂ ਦੋਵੈ ਬੁਝੈ,	rog daaroo dovai bujhai
ਤਾ ਵੈਦੁ ਸੁਜਾਣੁ॥	taa vaid sujaan.
ਵਾਟ ਨ ਕਰਈ ਮਾਮਲਾ,	vaat na kar-ee maamlaa
ਜਾਣੈ ਮਿਹਮਾਣੁ॥	jaanai mihmaan.
ਮੂਲੁ ਜਾਣਿ ਗਲਾ ਕਰੇ,	mool jaan galaa karay
ਹਾਣਿ ਲਾਏ ਹਾਣੁ॥	haan laa-ay haan.
ਲਬਿ ਨ ਚਲਈ ਸਚਿ ਰਹੈ,	lab na chal-ee sach rahai
ਸੋ ਵਿਸਟੁ ਪਰਵਾਣੁ॥	so visat parvaan.
ਸਰੁ ਸੰਧੇ ਆਗਾਸ ਕਉ,	sar sanDhay aagaas ka-o
ਕਿਉ ਪਹੁਚੈ ਬਾਣੁ॥	ki-o pahuchai baan.
ਅਗੈ ਓਹੁ ਅਗੰਮੁ ਹੈ	agai oh agamm hai
ਵਾਹੇਦੜੁ ਜਾਣੁ॥੨॥	vaahaydarh jaan. ‖2‖

ਜਿਹੜਾ ਆਪਣੇ ਆਪ ਨੂੰ ਉਸ ਕਸਵਟੀ ਨਾਲ ਤੋਲੇ! ਜਿਸ ਨਾਲ ਬਾਕੀਆਂ ਨੂੰ ਪਰਖਦਾ ਹੈ, ਤਾਂ ਉਹ ਹੀ ਬੰਦਗੀ ਕਰਨ ਵਾਲਾ ਹੁੰਦਾ ਹੈ । ਜਿਹੜਾ ਜੀਵ ਮਨ ਦੇ ਰੋਗ, ਖਾਮੀ ਨੂੰ ਜਾਣ ਕੇ ਉਸ ਦਾ ਹੱਲ ਅਪਣਾਉਂਦਾ ਹੈ, ਉਹ ਹੀ ਅਸਲੀ ਦਾਸ ਬਣ ਸਕਦਾ, ਹੁੰਦਾ ਹੈ । ਇਹ ਧਿਆਨ ਰੱਖੋ! ਤੂੰ ਇਸ ਸੰਸਾਰ ਵਿੱਚ ਥੱੜ੍ਹੇ ਸਮੇਂ ਦਾ ਹੀ ਮਹਿਮਾਨ ਹੈ । ਜੀਵ ਸੰਸਾਰ ਵਿੱਚ ਆ ਕੇ ਸੰਸਾਰਕ ਇੱਛਾਂ ਵਾਲੇ, ਚਲਾਕੀ ਵਾਲੇ ਕੰਮ ਨਾ ਕਰੋ! ਜਿਹੜਾ ਸੰਤ ਸਰੂਪ ਬੰਦਗੀ ਦਾ ਰਸਤਾ ਜਾਣਦਾ, ਆਪ ਚਲਦਾ ਹੈ, ਉਸ ਦੀ ਸੰਗਤ ਕਰੋ! ਜਿਹੜੇ ਜੀਵ ਸੰਸਾਰਕ ਲਾਲਚ ਤੇ ਨਹੀਂ ਚਲਦੇ, ਉਹਨਾਂ ਦੀ ਬੰਦਗੀ ਪ੍ਰਵਾਨ ਹੋ ਜਾਂਦੀ ਹੈ । ਜਿਵੇਂ ਕੋਈ ਅਕਾਸ਼ ਵੱਲ ਤੀਰ ਚਲਾਵੇ! ਉਸ ਨੂੰ ਕਿਸਤਰ੍ਹਾਂ ਪਤਾ ਲਗਦਾ ਹੈ ਕਿ ਇਹ ਨਿਸ਼ਾਨੇ ਤੇ ਲਗਾ ਹੈ । ਪ੍ਰਭ ਅਥਾਹ ਹੈ, ਇਹ ਨਹੀਂ ਜਾਣਿਆ ਜਾ ਸਕਦਾ, ਅਗਰ ਕੋਈ ਉਸ ਨੂੰ ਪ੍ਰਵਾਨ ਹੋ ਗਿਆ ਹੈ ।

Whosoever may analysis his own actions, mistakes, he may be His true servant. Whosoever may recognize his own weakness and implements actions to correct may be a true guide? One must realize that the human life span may be blessed for limited time for specific purpose. You should follow the guide, who might has adopted His Word in his own life. Whosoever may not be driven by worldly greed, his efforts, worship may be rewarded. By shoots arrow in sky, how can one know, if his arrow might have hit the target. Same way, no one can claim that his way of meditation will guarantee him salvation. His nature remains beyond comprehension of His creation.

6. Kabeer Ji – Page 340

ਰਾਰਾ ਰਸੁ ਨਿਰਸ ਕਰਿ ਜਾਨਿਆ॥	raaraa ras niras kar jaani-aa.
ਹੋਇ ਨਿਰਸ ਸੁ ਰਸੁ ਪਹਿਚਾਨਿਆ॥	ho-ay niras so ras pehchaani-aa.
ਇਹ ਰਸ ਛਾਡੇ ਉਹ ਰਸੁ ਆਵਾ॥	ih ras chhaaday uh ras aavaa.
ਉਹ ਰਸੁ ਪੀਆ ਇਹ ਰਸੁ ਨਹੀ ਭਾਵਾ॥੩੫॥	uh ras pee-aa ih ras nahee bhaavaa. ||35||

ਜਦੋਂ ਜੀਵ ਨੂੰ ਸੰਸਾਰਕ ਸਵਾਦਾਂ ਵਿੱਚ ਕੋਈ ਸਵਾਦ ਨਹੀਂ ਆਉਂਦਾ, ਤਾਂ ਉਸ ਨੂੰ ਪ੍ਰਭ ਦੇ ਸ਼ਬਦ ਦਾ ਸਵਾਦ ਆਉਣ ਲਗ ਪੈਂਦਾ ਹੈ । ਜਦੋਂ ਤੂੰ ਸੰਸਾਰਕ ਸਵਾਦ ਨੂੰ ਤਿਆਗ ਦੇਵੇਂਗਾ ਤਾਂ ਸ਼ਬਦ ਦਾ ਸਵਾਦ ਹਾਸਿਲ ਹੋ ਜਾਵੇਗਾ । ਉਸ ਸਵਾਦ ਦਾ ਅਨੰਦ ਮਾਣਨ ਨਾਲ ਹੋਰ ਕੋਈ ਸਵਾਦ ਚੰਗਾ ਨਹੀਂ ਲਗੇਗਾ ।

Whosoever may not find any pleasure in worldly pleasures, worldly possessions, he may realize the pleasure in adopting His Word in day to day life. Whosoever may abandon his desire for worldly possessions, he may enjoy the pleasure of His Word. Who may realize the taste, pleasure of His Word, no other taste may disturb his peace and harmony?

7. Guru Arjan Dev Ji – Page 51

ਸਤੁ, ਸੰਤੋਖੁ, ਦਇਆ ਕਮਾਵੈ,	sat santokh da-i-aa kamaavai
ਏਹ ਕਰਣੀ ਸਾਰ॥	ayh karnee saar.
ਆਪੁ ਛੋਡਿ ਸਭ ਹੋਇ ਰੇਣਾ,	aap chhod sabh ho-ay raynaa
ਜਿਸੁ ਦੇਇ ਪ੍ਰਭੁ ਨਿਰੰਕਾਰੁ॥੩॥	jis day-ay parabh nirankaar. ||3||

ਧੀਰਜ, ਸੰਤੋਖ, ਦਇਆ ਵਾਲਾ ਜੀਵਨ ਬਤੀਤ ਕਰਨਾ ਹੀ ਪ੍ਰਭ ਦੀ ਰਜ਼ਾ ਅੰਦਰ ਰਹਿਣਾ ਹੈ । ਜਿਸ ਤੇ ਪ੍ਰਭ ਰਹਿਮਤ ਦੀ ਨਜ਼ਰ ਬਖਸ਼ਦਾ ਹੈ, ਕੇਵਲ ਉਹ ਹੀ ਆਪਣੇ ਮਨ ਦੀ ਖੁਦਗ਼ਰਜ਼ੀ, ਅਹੰਕਰ ਤਿਆਗ ਸਕਦਾ ਹੈ । ਆਪਣੇ ਆਪ ਨੂੰ ਦੂਸਰੇ ਤੋਂ ਨੀਵਾਂ ਸਮਝਕੇ ਜੀਵਨ ਬਤੀਤ ਕਰਦਾ ਹੈ ।

To remain contented with His blessing may be the real way of life under His command. Purify your character and adopt mercy and forgiveness others mistakes or wrong doings. Blessed soul always subdue her selfishness and considers herself as servant of humanity.

8. Guru Arjan Dev Ji – Page 627

ਧੁਰ ਕੀ ਬਾਣੀ ਆਈ॥	dhur kee banee aa-ee.
ਤਿਨਿ ਸਗਲੀ ਚਿੰਤ ਮਿਟਾਈ॥	tin saglee chint mitaa-ee.
ਦਇਆਲ ਪੁਰਖ ਮਿਹਰਵਾਨਾ॥	da-i-aal purakh miharvaanaa.
ਹਰਿ ਨਾਨਕ ਸਾਚੁ ਵਖਾਨਾ॥੨॥੧੩॥੭੭॥	har naanak saach vakhaanaa. ||2||13||77||

ਜਿਸ ਨੂੰ ਵੀ ਪ੍ਰਭ ਆਪਣਾ ਰੁਹਾਨੀ ਸ਼ਬਦ ਬਖਸ਼ਦਾ ਹੈ । ਉਸ ਦੇ ਮਨ ਦੀਆਂ ਚਿੰਤਾਂ ਖਤਮ ਹੋ ਜਾਂਦੀਆਂ ਹਨ । ਪ੍ਰਭ ਬਹੁਤ ਤਰਸਵਾਨ, ਦਿਆਲੂ ਹੈ । ਬੰਦਗੀ ਕਰਨ ਵਾਲੇ ਸ਼ਬਦ ਦਾ ਸਿਮਰਨ ਕਰਦੇ ਹਨ, ਸਦਾ ਹੀ ਰਹਿਮਤ ਦੀ ਅਰਦਾਸ ਕਰਦੇ ਹਨ ।

Whosoever may be blessed with His spiritual Word, all his suspicions and worries may be vanished. The True Master is merciful and gracious. His true devotee wholeheartedly meditates on the teachings of His Word and always prays forgiveness and mercy.

9. Guru Nanak Dev Ji – Page 85

ਗੱਲੀ ਅਸੀ ਚੰਗੀਆ,	galeeN asee changee-aa
ਆਚਾਰੀ ਬੁਰੀਆਹ॥	aachaaree buree-aah.
ਮਨਹੁ ਕੁਸੁਧਾ ਕਾਲੀਆ,	manhu kusuDhaa kaalee-aa
ਬਾਹਰਿ ਚਿਟਵੀਆਹ॥	baahar chitvee-aah.
ਰੀਸਾ ਕਰਿਹ ਤਿਨਾੜੀਆ,	reesaa karih tinaarhee-aa
ਜੋ ਸੇਵਹਿ ਦਰੁ ਖੜੀਆਹ॥	jo sayveh dar kharhee-aah.
ਨਾਲਿ ਖਸਮੈ ਰਤੀਆ,	naal khasmai ratee-aa
ਮਾਣਹਿ ਸੁਖਿ ਰਲੀਆਹ॥	maaneh sukh ralee-aah.
ਹੋਦੈ ਤਾਣਿ ਨਿਤਾਣੀਆ,	hodai taan nitaanee-aa raheh
ਰਹਹਿ ਨਿਮਾਨਣੀਆਹ॥	nimaannee-aah.
ਨਾਨਕ ਜਨਮੁ ਸਕਾਰਥਾ,	naanak janam sakaarthaa
ਜੇ ਤਿਨ ਕੈ ਸੰਗਿ ਮਿਲਾਹ॥੨॥	jay tin kai sang milaah. ||2||

ਸੰਸਾਰਕ ਵਿੱਚ ਗੱਲਾਂ ਬਾਤਾਂ ਵਿੱਚ ਬਹੁਤ ਬੰਦਗੀ ਕਰਨ ਵਾਲੇ ਹੁੰਦੇ ਹਨ । ਪਰ ਉਹਨਾਂ ਦੇ ਮਨ ਵਿੱਚ ਬੁਰੇ ਖਿਆਲ, ਸੋਚਾਂ ਰਹਿੰਦੀਆਂ ਹਨ । ਜਿਹੜਾ ਪ੍ਰਭ ਦੀ ਹਜ਼ੂਰੀ ਵਿੱਚ ਪ੍ਰਵਾਨ ਹੋਏ ਸੇਵਕਾਂ ਦੀਆਂ ਰੀਸਾਂ ਕਰਦਾ ਹੈ, ਉਸ ਦਾ ਬਾਣਾ ਤਾਂ ਸੰਸਾਰਕ ਭਲਾਈ ਕਰਨ ਵਾਲੇ ਦੀ ਤਰ੍ਹਾਂ ਹੀ ਹੁੰਦਾ, ਪਰ ਮਨ ਬੁਰੀਆਂ ਹਰਕਤਾਂ ਨਾਲ ਭਰਿਆ ਹੁੰਦਾ ਹੈ । ਬੰਦਗੀ ਕਰਨ ਵਾਲੇ ਪ੍ਰਭ ਦੇ ਵਿਛੋੜੇ ਦੇ ਵਿਰਾਗ ਵਿੱਚ ਮਸਤ ਰਹਿੰਦੇ, ਸਦਾ ਖੇੜੇ ਵਿੱਚ ਅਨੰਦ ਵਿੱਚ ਰਹਿੰਦੇ ਹਨ । ਉਹ ਬਲ ਹੁੰਦਿਆ ਵੀ ਬਲ ਦਾ ਨਿਮਾਣੇ ਤੇ ਜ਼ੋਰ ਨਹੀਂ ਪਾਉਂਦੇ, ਘਮੰਡ ਨਹੀਂ ਕਰਦੇ । ਉਹ ਹਰ ਵੇਲੇ ਨਿਮਰਤਾ ਵਾਲੇ, ਨਿਮਾਣੇ ਬਣਕੇ ਜੀਵਨ ਬਤੀਤ ਕਰਦੇ ਹਨ । ਜਿਹੜੇ ਉਹਨਾਂ ਦੇ ਜੀਵਨ ਨਾਲ ਆਪਣਾ ਜੀਵਨ ਢਾਲਦੇ ਹਨ । ਉਹਨਾਂ ਜੀਵਾਂ ਦਾ ਵੀ ਜਨਮ ਸਫਲ ਹੋ ਜਾਂਦਾ ਹੈ ।

In the world, one may find many human claims to be on the right path. But their mind remains entangled in greed, worldly possessions. Whosoever pretends to be on the holy path, his robe may be just like a saint, however, his deeds may be full of greed, jealousy. Whosoever may be truly on the right path, he remains calm, contented and humble. He will never force his thoughts, way of life on others, boast of any blessings or miracles. His way of life remains simple and humble. Whosoever may adopt his way of life, he may also conquer the human life journey.

10. Guru Amar Das Ji – Page 114

ਜਿਸੁ ਅੰਦਰਿ ਰੰਗੁ ਸੋਈ ਗੁਣ ਗਾਵੈ॥	jis andar rang so-ee gun gaavai.
ਗੁਰ ਕੈ ਸਬਦਿ ਸਹਜੇ ਸੁਖਿ ਸਮਾਵੈ॥	gur kai sabad sehjay sukh samaavai.
ਹਉ ਬਲਿਹਾਰੀ ਸਦਾ ਤਿਨ ਵਿਟਹੁ,	ha-o balihaaree sadaa tin vitahu
ਗੁਰ ਸੇਵਾ ਚਿਤੁ ਲਾਵਣਿਆ॥੬॥	gur sayvaa chit laavani-aa. ||6||

ਜਿਸ ਜੀਵ ਦੇ ਮਨ ਅੰਦਰ ਪ੍ਰਭ ਦੇ ਸ਼ਬਦ ਨਾਲ ਲਗਨ, ਖਿੱਚ ਹੁੰਦੀ ਹੈ, ਉਹ ਹੀ ਕੀਰਤਨ ਕਰ ਸਕਦਾ ਹੈ । ਸ਼ਬਦ ਦਾ ਕੀਰਤਨ ਕਰਦਾ ਸ਼ਬਦ ਵਿੱਚ ਹੀ ਲੀਨ ਹੋ ਜਾਂਦਾ, ਮਨ ਅਨੰਦ, ਖੇੜੇ ਵਿੱਚ ਚੱਲੇ ਜਾਂਦਾ ਹੈ । ਉਹਨਾਂ ਤੋਂ ਕਰਬਾਣ ਜਾਵੋ! ਜਿਹੜੇ ਆਪਣਾ ਜੀਵਨ ਹੀ ਸ਼ਬਦ ਦੀ ਕਮਾਈ ਵਿੱਚ ਲਾ ਦੇਂਦੇ ਹਨ ।

Whosoever may remember the purpose of human life, he always subdues his ego and sings the glory of His Word, God? He remains in peace, harmony and contented with His blessings. Whosoever may wholeheartedly adopt His Word in his life, he may become worthy of worship?

11. Guru Arjan Dev Ji – Page 500

ਅਪਜਸੁ ਮਿਟੈ ਹੋਵੈ ਜਗਿ ਕੀਰਤਿ,	apjas mitai hovai jag keerat
ਦਰਗਹ ਬੈਸਣੁ ਪਾਈਐ॥	dargeh baisan paa-ee-ai.
ਜਮ ਕੀ ਤ੍ਰਾਸ ਨਾਸ ਹੋਇ ਖਿਨ ਮਹਿ,	jam kee taraas naas ho-ay khin meh
ਸੁਖ ਅਨਦ ਸੇਤੀ ਘਰਿ ਜਾਈਐ॥੧॥	sukh anad saytee ghar jaa-ee-ai. ||1||

ਜਿਸ ਤੇ ਰਹਿਮਤ ਬਖਸ਼ਿਸ਼ ਹੋ ਜਾਂਦੀ ਹੈ! ਉਸ ਦੇ ਬੁਰੇ ਖਿਆਲ ਨਾਸ਼ ਹੋ ਜਾਂਦੇ ਹਨ । ਉਸ ਨੂੰ ਦਰਬਾਰ ਵਿੱਚ ਪ੍ਰਵਾਨਗੀ ਬਖਸ਼ਿਸ਼ ਹੋ ਜਾਂਦੀ ਹੈ । ਸਾਰੀ ਸ੍ਰਿਸ਼ਟੀ ਹੀ ਉਸ ਦੀ ਸਿਖਿਆ ਲੈਂਦੀ ਹੈ । ਉਸ ਦਾ ਮੌਤ ਦਾ ਡਰ ਇੱਕ ਪਲ ਵਿੱਚ ਖਤਮ ਹੋ ਜਾਂਦਾ ਹੈ । ਉਹ ਅਮਰ ਅਵਸਥਾ ਪਾ ਲੈਂਦਾ ਹੈ, ਦਰਬਾਰ ਵਿੱਚ ਪ੍ਰਵਾਨ ਹੋ ਜਾਂਦਾ ਹੈ ।

Whosoever may be blessed with His mercy and grace, all his evil thoughts, bad deeds may vanish from his mind. He may be accepted under His protection. The whole universe begs for his advice. His fear of death and cycle of birth and death may be eliminated.

12. Guru Amar Das Ji – Page 509

ਗੁਰ ਕੀ ਸਿਖ ਕੋ ਵਿਰਲਾ ਲੇਵੈ॥	gur kee sikh ko virlaa layvai.
ਨਾਨਕ ਜਿਸੁ ਆਪਿ ਵਡਿਆਈ ਦੇਵੈ॥੨॥	naanak jis aap vadi-aa-ee dayvai. ||2||

ਸੰਸਾਰ ਵਿੱਚ ਕੋਈ ਵਿਰਲਾ ਹੀ ਸ਼ਬਦ ਦੀ ਮਨੋ ਪਾਲਣਾ ਕਰਦਾ, ਆਪਣਾ ਜੀਵਨ ਢਾਲਦਾ ਹੈ । ਜਿਸ ਤੇ ਪ੍ਰਭ ਆਪ ਹੀ ਰਹਿਮਤ ਬਖਸ਼ਕੇ ਇਸ ਪਾਸੇ ਲਾਉਂਦਾ ਹੈ, ਅਡੋਲ ਰੱਖਦਾ ਹੈ । ਕੇਵਲ ਉਹ ਹੀ ਜੀਵ ਪ੍ਰਭ ਦੇ ਸ਼ਬਦ ਨਾਲ ਜੀਵਨ ਢਾਲਦਾ ਹੈ ।

In the universe, very rare, one out of trillions may adopt His Word in his day to day life. Whosoever may be attached to adopt His Word, only he may be able to adopt His Word in day to day life.

13. Kabeer Ji – Page 555

ਕਬੀਰਾ ਮਰਤਾ ਮਰਤਾ ਜਗੁ ਮੁਆ,	kabeeraa martaa martaa jag mu-aa
ਮਰਿ ਭਿ ਨ ਜਾਨੈ ਕੋਇ॥	mar bhe na jaanai ko-ay.
ਐਸੀ ਮਰਨੀ ਜੋ ਮਰੈ,	aisee marnee jo marai
ਬਹੁਰਿ ਨ ਮਰਨਾ ਹੋਇ॥੧॥	bahur na marnaa ho-ay. ||1||

ਸ੍ਰਿਸ਼ਟੀ ਵਿੱਚ ਸਾਰੇ ਜੀਵ ਹੀ ਆਪਣਾ ਸਮਾਂ ਪੂਰਾ ਕਰਕੇ ਮਰ ਜਾਂਦੇ ਹਨ । ਪਰ ਉਹਨਾਂ ਵਿਚੋਂ ਕੋਈ ਵੀ ਅਸਲੀ ਮਰਨ ਦਾ ਢੰਗ ਨਹੀਂ ਜਾਣਦਾ । ਜਿਹੜਾ ਅਸਲੀ ਮਰਨਾ ਜਾਣਦਾ ਹੈ, ਸੰਸਾਰ ਵਿੱਚ ਰਹਿੰਦਾ ਹੋਇਆ ਹੀ ਮਰਿਆ ਦੀ ਹੈਸੀਅਤ ਨਾਲ ਜੀਵਨ ਬਤੀਤ ਕਰਦਾ ਹੈ । ਉਸ ਨੂੰ ਮੌਤ ਤੋਂ ਪਿਛੋਂ ਦੁਬਾਰਾ ਮਰਨਾ ਨਹੀਂ ਪੈਂਦਾ ।

In universe, whosoever may be born, he may die after his fixed time. No one knows the true way and meanings of death. Whosoever may recognize the true way of death, he may not be subjected to birth and death cycle

14. Guru Amar Das Ji – Page 565

ਮੁਖਹੁ ਹਰਿ ਹਰਿ ਸਭੁ ਕੋ ਕਰੈ,	mukhahu har har sabh ko karai
ਵਿਰਲੈ ਹਿਰਦੈ ਵਸਾਇਆ॥	virlai hirdai vasaa-i-aa.
ਨਾਨਕ ਜਿਨ ਕੈ ਹਿਰਦੈ ਵਸਿਆ,	naanak jin kai hirdai vasi-aa
ਮੋਖ ਮੁਕਤਿ ਤਿਨ੍ ਪਾਇਆ॥੮॥੨॥	mokh mukat tinH paa-i-aa. ||8||2||

ਹਰਇੱਕ ਜੀਵ ਮੁੱਖ ਤੋਂ ਹਰ ਹਰ, ਪ੍ਰਭ ਦੇ ਸ਼ਬਦ ਦਾ ਪਾਠ ਕਰਦਾ, ਉਸਤਤ ਕਰਦਾ ਹੈ । ਕੋਈ ਵਿਰਲਾ ਹੀ ਜੀਵ ਪ੍ਰਭ ਦੇ ਸ਼ਬਦ ਨੂੰ ਮਨ ਵਿੱਚ ਵਸਾਉਂਦਾ, ਆਪਣੇ ਜੀਵਨ ਦਾ ਢੰਗ ਬਣਾਉਂਦਾ ਹੈ । ਜਿਸ ਜੀਵ ਦੇ ਮਨ ਵਿੱਚ ਪ੍ਰਭ ਦਾ ਸ਼ਬਦ ਘਰ ਕਰ ਜਾਂਦਾ ਹੈ । ਉਹ ਮੁਕਤੀ ਦੇ ਰਸਤੇ ਤੇ ਚੱਲ ਪੈਂਦਾ, ਰਸਤੇ ਤੇ ਅਡੋਲ ਰਹਿਣ ਨਾਲ ਪ੍ਰਵਾਨ ਹੋ ਜਾਂਦਾ ਹੈ ।

Everyone may be singing, the praises of His Word, however, very rare may adopt His Word in his life. Whosoever may be drenched with the teachings of His Word, he always remains awake and alert and may be blessed with salvation.

15. Guru Amar Das Ji – Page 589

ਰਤਨਾ ਪਾਰਖੁ ਜੋ ਹੋਵੈ,	ratnaa paarakh jo hovai
ਸੁ ਰਤਨਾ ਕਰੇ ਵੀਚਾਰੁ॥	so ratnaa karay veechaar.
ਰਤਨਾ ਸਾਰ ਨ ਜਾਣਈ,	ratnaa saar na jaan-ee
ਅਗਿਆਨੀ ਅੰਧੁ ਅੰਧਾਰੁ॥	agi-aanee anDh anDhaar.
ਰਤਨੁ ਗੁਰੂ ਕਾ ਸਬਦੁ ਹੈ,	ratan guroo kaa sabad hai
ਬੂਝੈ ਬੂਝਣਹਾਰੁ॥	boojhai boojhanhaar.
ਮੂਰਖ ਆਪੁ ਗਣਾਇਦੇ,	moorakh aap ganaa-iday
ਮਰਿ ਜੰਮਹਿ ਹੋਇ ਖੁਆਰੁ॥	mar jameh ho-ay khu-aar.
ਨਾਨਕ ਰਤਨਾ ਸੋ ਲਹੈ,	naanak ratnaa so lahai
ਜਿਸੁ ਗੁਰਮੁਖਿ ਲਗੈ ਪਿਆਰੁ॥	jis gurmukh lagai pi-aar.
ਸਦਾ ਸਦਾ ਨਾਮੁ ਉਚਰੈ,	sadaa sadaa naam uchrai
ਹਰਿ ਨਾਮੋ ਨਿਤ ਬਿਉਹਾਰੁ॥	har naamo nit bi-uhaar.
ਕ੍ਰਿਪਾ ਕਰੇ ਜੇ ਆਪਣੀ,	kirpaa karay jay aapnee
ਤਾ ਹਰਿ ਰਖਾ ਉਰ ਧਾਰਿ॥ ੧॥	taa har rakhaa ur Dhaar. ||1||

ਜਿਹੜਾ ਪ੍ਰਭ ਦੇ ਸ਼ਬਦ ਦੀ ਪਾਲਣਾ ਕਰਦਾ ਹੈ, ਲਗਨ ਲਾਉਂਦਾ ਹੈ । ਕੇਵਲ ਉਹ ਹੀ ਪ੍ਰਭ ਦੇ ਸ਼ਬਦ (ਰਤਨ) ਦੀ ਕੀਮਤ ਜਾਣਦਾ ਹੈ । ਜਿਹੜਾ ਜੀਵ ਪ੍ਰਭ ਦੇ ਸ਼ਬਦ ਦੀ ਸੋਝੀ ਤੋਂ ਅਣਜਾਣ ਹੁੰਦਾ ਹੈ । ਉਹ ਸ਼ਬਦ ਦੀ ਪਾਲਣਾ ਦੀ ਮਹੱਤਤਾ ਨਹੀਂ ਜਾਣਦਾ, ਰਹਿਮਤਾਂ ਦਾ ਧੰਨਵਾਦ ਨਹੀਂ ਕਰਦਾ । ਅਮੋਲਕ ਰਤਨ ਸ਼ਬਦ ਦੀ ਕੀਮਤ ਕੇਵਲ ਸ਼ਬਦ ਦੀ ਪਾਲਣਾ ਕਰਨ ਵਾਲਾ ਹੀ ਜਾਣਦਾ ਹੈ । ਜਿਹੜੇ ਗੁਰਮਖ ਜੀਵ ਪ੍ਰਭ ਦੇ ਸ਼ਬਦ ਨੂੰ ਆਪਣੇ ਅੰਦਰ ਵਸਾ, ਜਾਗਰਤ ਕਰ ਲੈਂਦੇ ਹਨ । ਉਹ ਹੀ ਇਹ ਅਮੋਲਕ ਰਤਨ ਪਾਉਂਦੇ ਹਨ, ਉਹ ਸਵਾਸ ਗਰਾਸ ਪ੍ਰਭ ਦਾ ਧੰਨਵਾਦ ਕਰਦੇ ਹਨ । ਪ੍ਰਭ ਦੇ ਸ਼ਬਦ ਦੀ ਪਾਲਣਾ ਕਰਨਾ ਹੀ ਆਪਣਾ ਧੰਦਾ ਬਣਾ ਲੈਂਦੇ ਹਨ । ਜਿਸ ਤੇ ਪ੍ਰਭ ਰਹਿਮਤ ਬਖਸ਼ਦਾ ਹੈ , ਕੇਵਲ ਉਹ ਹੀ ਸ਼ਬਦ ਦੀ ਪਾਲਣਾ ਵਿੱਚ ਲੀਨ ਹੋ ਸਕਦਾ ਹੈ ।

Whosoever may have a deep desire and dedication to adopt His Word, he thinks about and tries to understand the teachings of His Word. Who does not understand His Word, he remains ignorant from the purpose and significance of human race? Whosoever may be blessed with His mercy and grace, he may realize the true jewel, His Word. Ignorant, foolish human may sing and live in his own ego, his soul only changes one body to other. Whosoever may conquer his mind, he may be blessed with the jewel of His Word. Whosoever may be accepted in His protection. He always sings His glory and his deeds remain true to His Word.

16. Guru Arjan Dev Ji – Page 627

ਪਰਮੇਸਰਿ ਦਿਤਾ ਬੰਨਾ॥	parmaysar ditaa bannaa.
ਦੁਖ ਰੋਗ ਕਾ ਡੇਰਾ ਭੰਨਾ॥	dukh rog kaa dayraa bhannaa.
ਅਨਦ ਕਰਹਿ ਨਰ ਨਾਰੀ॥	anad karahi nar naaree.
ਹਰਿ ਹਰਿ ਪ੍ਰਭਿ ਕਿਰਪਾ ਧਾਰੀ॥੧॥	har har parabh kirpaa Dhaaree. ||1||

ਜਿਸ ਨੂੰ ਪ੍ਰਭ ਆਪਣਾ ਆਸਰਾ, ਸ਼ਬਦ ਬਖਸ਼ਦਾ ਹੈ । ਉਸ ਦਾ ਸੰਸਾਰਕ ਇੱਛਾਂ ਦਾ ਦੁਖ ਦੂਰ ਹੋ ਜਾਂਦਾ ਹੈ । ਪ੍ਰਭ ਦੀ ਰਹਿਮਤ ਦੀ ਨਜ਼ਰ ਬਖਸ਼ਿਸ਼ ਹੋ ਜਾਂਦੀ ਹੈ । ਉਹ ਨਰ, ਨਾਰੀ ਅਨੰਦ, ਖੇੜੇ ਵਿੱਚ ਵਸਦੇ ਹਨ ।

Whosoever has been accepted under His protection, his worldly worries, greed may be vanished. Who may be blessed with His mercy and grace, he may remain in peace, contented and in harmony?

17. Guru Ram Das Ji – Page 773

ਸਤੁ ਸੰਤੋਖੁ ਕਰਿ ਭਾਉ	sat santokh kar bhaa-o
ਕੁੜਮੁ ਕੁੜਮਾਈ,	kurham kurhmaa-ee
ਆਇਆ ਬਲਿ ਰਾਮ ਜੀਉ॥	aa-i-aa bal raam jee-o.
ਸੰਤ ਜਨਾ ਕਰਿ ਮੇਲੁ,	sant janaa kar mayl
ਗੁਰਬਾਣੀ ਗਾਵਾਈਆ ਬਲਿ ਰਾਮ ਜੀਉ॥	gurbaanee gaavaa-ee-aa bal raam jee-o.
ਬਾਣੀ ਗੁਰ ਗਾਈ ਪਰਮ ਗਤਿ ਪਾਈ,	banee gur gaa-ee param gat paa-ee
ਪੰਚ ਮਿਲੇ ਸੋਹਾਇਆ॥	panch milay sohaa-i-aa.
ਗਇਆ ਕਰੋਧੁ ਮਮਤਾ ਤਨਿ ਨਾਠੀ,	ga-i-aa karoDh mamtaa tan naathee
ਪਾਖੰਡੁ ਭਰਮੁ ਗਵਾਇਆ॥	pakhand bharam gavaa-i-aa.
ਹਉਮੈ ਪੀਰ ਗਈ ਸੁਖੁ ਪਾਇਆ,	ha-umai peer ga-ee sukh paa-i-aa
ਆਰੋਗਤ ਭਏ ਸਰੀਰਾ॥	aarogat bha-ay sareeraa.
ਗੁਰ ਪਰਸਾਦੀ ਬ੍ਰਹਮੁ ਪਛਾਤਾ,	gur parsaadee barahm pachhaataa
ਨਾਨਕ ਗੁਣੀ ਗਹੀਰਾ॥੨॥	naanak gunee gaheeraa. ||2||

ਜਿਸ ਦੇ ਮਨ ਵਿੱਚ ਧੀਰਜ, ਸੰਤੋਖ ਵਸਣ ਲਗ ਪੈਂਦਾ, ਅਸਲੀ ਮਾਲਕ ਦਸਵਾਂ ਦਰ ਖੋਲ੍ਹ ਕੇ ਸੰਜੋਗ ਬਣਾਉਣ ਲਈ ਆਉਂਦਾ ਹੈ । ਉਸ ਦਾ ਮਨ ਸੰਤ ਸਰੂਪ ਦੀ ਸੰਗਤ ਵਿੱਚ ਅਨੰਦ ਮਹਿਸੂਸ ਕਰਦਾ, ਉਸ ਦਾ ਮਨ ਲਗਦਾ ਹੈ । ਉਹਨਾਂ ਦੀ ਸੰਗਤ ਵਿੱਚ ਮਿਲਕੇ ਸ਼ਬਦ ਦੇ ਗੁਣ ਗਾਉਣ ਨਾਲ ਮਨ ਸ਼ਬਦ ਦੀ ਸਮਾਧੀ ਵਿੱਚ ਵਸਣ ਲਗ ਪੈਂਦਾ ਹੈ । ਮਨ ਵਿਚੋਂ ਕਰੋਧ, ਵੈਰ ਵਿਰੋਧ, ਈਰਖਾ, ਭਰਮ ਦੂਰ ਹੋ ਜਾਂਦੇ ਹਨ । ਮਨ ਵਿਚੋਂ ਅਹੰਕਾਰ ਦੀ ਜੜ੍ਹ ਨਾਸ਼ ਹੋ ਜਾਂਦੀ, ਤਨ, ਮਨ ਸ਼ਾਂਤ, ਸੰਸਾਰ ਚਿੰਤਾਂ ਰਹਿਤ ਹੋ ਜਾਂਦਾ ਹੈ । ਪ੍ਰਭ ਦੀ ਰਹਿਮਤ ਨਾਲ ਉਸ ਨੂੰ ਸ਼ਬਦ ਦੀ ਸੋਝੀ ਬਖਸ਼ਿਸ਼ ਹੋ ਜਾਂਦੀ ਹੈ । ਅਮੋਲਕ ਗੁਣਾਂ ਦਾ ਖਜ਼ਾਨਾ ਢੂੰਡ ਲੈਂਦਾ ਹੈ, ਪ੍ਰਾਪਤ ਕਰ ਲੈਂਦਾ ਹੈ ।

Who may conquer his mind, he may remain contented with His blessings? He may be enlightened with the teachings of His Word, purpose of human life. He may be blessed with the association of other blessed souls and blossoms in their company. Whosoever may sing and adopt the teachings in his life, he may conquer five worldly desires anger, jealousy etc. and all his suspicions may be vanished from his mind. His belief remains firm on His Word and his soul may become free from all diseases. With His mercy and grace, his soul may recognize His Word and become a part of the Holy spirit.

18. Guru Nanak Dev Ji – Page 788

ਉਜਲ ਮੋਤੀ ਸੋਹਣੇ, ਰਤਨਾ ਨਾਲਿ ਜੁੜੰਨਿ॥ ujal motee sohnay ratnaa naal jurhann.
ਤਿਨ ਜਰੁ ਵੈਰੀ ਨਾਨਕਾ, tin jar vairee naankaa
ਜਿ ਬੁਢੇ ਥੀਇ ਮਰੰਨਿ॥ ੨॥ je budhay thee-ay marann. ||2||

ਜਿਸ ਦੀ ਸੁਰਤੀ ਪ੍ਰਭ ਦੇ ਚਰਨਾਂ ਵਿੱਚ ਲਗੀ ਰਹਿੰਦੀ ਹੈ । ਉਹ ਅਮੋਲਕ ਰਤਨਾਂ ਦੀ ਤਰ੍ਹਾਂ ਜਵਾਨੀ ਮਾਨਦੇ ਹਨ, ਉਹਨਾਂ ਦੇ ਕੰਮ ਮੋਤੀਆਂ ਵਰਗੇ ਅਮੋਲਕ ਹੁੰਦੇ ਹਨ । ਜਿਹੜੇ ਸ਼ਬਦ ਦੀ ਪਾਲਣਾ ਨਹੀਂ ਕਰਦੇ ਉਹ ਬਿਰਥਾ ਹੀ ਜੀਵਨ ਗਵਾ ਲੈਂਦੇ ਹਨ । ਉਹ ਦਿਨ ਹੀ ਭੋਗਦੇ ਹਨ, ਬੁੱਢੇ ਹੋ ਜਾਂਦੇ ਹਨ । ਇਹ ਲੰਮੀ ਉਮਰ ਹੀ ਉਹਨਾਂ ਦਾ ਵੈਰੀ ਬਣ ਜਾਂਦੀ ਹੈ, ਜਮਦੂਤਾਂ ਦੇ ਹਵਾਲੇ ਹੋ ਜਾਂਦੇ ਹਨ ।

Whosoever may remain dedicated to meditates on the teachings of His Word, his soul may become a part of Holy jewels, His Word? Whosoever may not adopt His Word in his life, he wastes his human life uselessly. His long life may act as his enemy and he may be captured by the devil of death.

19. Guru Amar Das Ji – Page 917

ਬਾਬਾ ਜਿਸੁ ਤੂ ਦੇਹਿ, ਸੋਈ ਜਨੁ ਪਾਵੈ॥ baabaa jis too deh so-ee jan paavai.
ਪਾਵੈ ਤ ਸੋ ਜਨੁ, ਦੇਹਿ ਜਿਸ ਨੋ, paavai ta so jan deh jis no
ਹੋਰਿ ਕਿਆ ਕਰਹਿ ਵੇਚਾਰਿਆ॥ hor ki-aa karahi vaychaari-aa.
ਇਕਿ ਭਰਮਿ ਭੂਲੇ, ਫਿਰਹਿ ਦਹ ਦਿਸਿ, ik bharam bhoolay fireh dah dis
ਇਕਿ ਨਾਮਿ ਲਾਗਿ ਸਵਾਰਿਆ॥ ik naam laag savaari-aa.
ਗੁਰ ਪਰਸਾਦੀ ਮਨੁ ਭਇਆ ਨਿਰਮਲੁ, gur parsaadee man bha-i-aa nirmal
ਜਿਨਾ ਭਾਣਾ ਭਾਵਏ॥ jinaa bhaanaa bhaav-ay.
ਕਹੈ ਨਾਨਕੁ ਜਿਸੁ ਦੇਹਿ ਪਿਆਰੇ, kahai naanak jis deh pi-aaray
ਸੋਈ ਜਨੁ ਪਾਵਏ॥੮॥ so-ee jan paav-ay. ||8||

ਜਿਹਨਾਂ ਤੇ ਆਪ ਹੀ ਰਹਿਮਤ ਬਖਸ਼ਦਾ ਹੈ, ਕੇਵਲ ਉਹ ਹੀ ਰਹਿਮਤ ਪਾ ਸਕਦੇ ਹਨ । ਉਹ ਤੇਰੇ ਸ਼ਬਦ, ਬਾਣੀ ਦੇ ਸਿਮਰਨ ਵਿੱਚ ਲਗ ਜਾਂਦੇ, ਬਾਕੀ ਜੀਵ ਤਰਸਦੇ ਹੀ ਰਹਿੰਦੇ ਹਨ । ਕਈ ਜੀਵ ਭਰਮ ਭੁਲੇਖੇ ਵਿੱਚ ਹੀ ਫਿਰਦੇ ਰਹਿੰਦੇ ਹਨ । ਜਿਹੜੇ ਭਾਣੇ ਤੇ ਚਲਦੇ, ਆਪਣੇ ਜੀਵਨ ਦਾ ਅਧਾਰ ਬਣਾਉਂਦੇ ਹਨ । ਉਹਨਾਂ ਦਾ ਮਨ, ਆਤਮਾ ਪਵਿੱਤਰ ਹੋ ਜਾਂਦੀ ਹੈ, ਜਿਸ ਦੀ ਕਮਾਈ ਤੇ ਪ੍ਰਸੰਨ ਹੋਵੇ, ਪ੍ਰਭ ਆਪ ਹੀ ਕ੍ਰਿਪਾ ਦੀ ਨਜ਼ਰ ਬਖਸ਼ਦਾ ਹੈ । ਇਹ ਕੇਵਲ ਪ੍ਰਭ ਦੇ ਵੱਸ ਵਿੱਚ ਹੀ ਹੈ।

Whosoever may be blessed with His mercy and grace, only he may meditate and adopt the teachings of His Word in day to day life. Everyone else remains miserable and wanders in suspicions. Who may adopt His Word in his day to day life, his soul may be sanctified? Whose meditation may appease The True Master, he may be honored with salvation in His court. All virtues, blessings are under His command only.

20. Guru Arjan Dev Ji – Page 978

ਕਵਨ ਜੋਗ ਕਵਨ ਗਿਆਨ ਧਿਆਨਾ,	kavan jog kavan gi-aan Dhi-aanaa
ਕਵਨ ਗੁਨੀ ਰੀਝਾਵੈ॥	kavan gunee reejhaavai.
ਸੋਈ ਜਨੁ ਸੋਈ ਨਿਜ ਭਗਤਾ,	so-ee jan so-ee nij bhagtaa
ਜਿਸੁ ਊਪਰਿ ਰੰਗੁ ਲਾਵੈ॥੨॥	jis oopar rang laavai. ||2||

ਕਿਹੜੀ ਬੰਦਗੀ, ਜਪ, ਤਪ, ਸ਼ਬਦ ਦਾ ਗਿਆਨ, ਗੁਣ ਧਾਰਨ ਕਰਨ ਨਾਲ ਤੇਰੀ ਰਹਿਮਤ ਬਖਸ਼ਿਸ਼ ਹੋ ਸਕਦੀ ਹੈ? ਜਿਸ ਤੇ ਤੇਰੀ ਰਹਿਮਤ ਦੀ ਨਜ਼ਰ ਭਰਪੂਰ ਹੋ ਜਾਂਦੀ ਹੈ । ਕੇਵਲ ਉਹ ਹੀ ਤੇਰਾ ਨਿਮਾਣਾ ਸੇਵਕ, ਤੇਰਾ ਦਾਸ ਬਣਦਾ ਹੈ, ਸ਼ਰਣ ਵਿੱਚ ਪਨਾਹ ਬਖਸ਼ਿਸ਼ ਹੁੰਦੀ ਹੈ । ਉਹ ਕਿਵੇਂ ਬਾਰ ਬਾਰ ਜੂੰਨਾਂ ਵਿੱਚ ਜਾ ਸਕਦਾ ਹੈ?

By what meditation, knowledge, devotion, one may be blessed with Your sanctuary? Whosoever remains overwhelmed with Your mercy, only he may become Your true devotee and accepted in Your sanctuary. How may he remain in the cycle of birth and death?

21. Guru Amar Das Ji – Page 1088

ਤਖਤਿ ਰਾਜਾ ਸੋ ਬਹੈ	takhat raajaa so bahai
ਜਿ ਤਖਤੈ ਲਾਇਕ ਹੋਈ॥	je takh-tai laa-ik ho-ee.
ਜਿਨੀ ਸਚੁ ਪਛਾਣਿਆ,	jinee sach pachhaani-aa
ਸਚੁ ਰਾਜੇ ਸੇਈ॥	sach raajay say-ee.
ਏਹਿ ਭੂਪਤਿ ਰਾਜੇ ਨ ਆਖੀਅਹਿ,	ayhi bhoopat raajay na aakhee-ahi
ਦੂਜੈ ਭਾਇ ਦੁਖੁ ਹੋਈ॥	doojai bhaa-ay dukh ho-ee.
ਕੀਤਾ ਕਿਆ ਸਾਲਾਹੀਐ,	keetaa ki-aa salaahee-ai
ਜਿਸੁ ਜਾਂਦੇ ਬਿਲਮ ਨ ਹੋਈ॥	jis jaaday bilam na ho-ee.
ਨਿਹਚਲੁ ਸਚਾ ਏਕੁ ਹੈ,	nihchal sachaa ayk hai
ਗੁਰਮੁਖਿ ਬੂਝੈ ਸੁ ਨਿਹਚਲੁ ਹੋਈ॥੬॥	gurmukh boojhai so nihchal ho-ee. ||6||

ਤਖਤ ਤੇ ਉਹ ਰਾਜਾ ਬੈਠਦਾ ਹੈ, ਜਿਸ ਵਿੱਚ ਇਨਸਾਫ ਕਰਨ ਦੀ ਸੋਝੀ ਹੁੰਦੀ ਹੈ । ਇਸਤਰ੍ਹਾਂ ਪ੍ਰਭ ਦੇ ਦਰਬਾਰ ਵਿੱਚ ਉਸ ਨੂੰ ਸੱਦਾ ਮਿਲਦਾ ਹੈ, ਜਿਸ ਦੀ ਆਤਮਾ ਦਾਗ਼ ਰਹਿਤ ਹੋ ਜਾਂਦੀ ਹੈ । ਜਿਹੜੇ ਸ਼ਬਦ ਨਾਲ ਜੀਵਨ ਢਾਲਕੇ ਸੋਝੀ ਪਾ ਲੈਂਦੇ ਹਨ । ਉਹ ਦਰਬਾਰ ਵਿੱਚ ਪ੍ਰਵਾਨ ਹੋਣ ਦੇ ਯੋਗ ਬਣ ਜਾਂਦੇ ਹਨ । ਸੰਸਾਰ ਦੇ ਹਾਕਮ ਨੂੰ ਅਸਲੀ ਰਾਜਾ ਨਹੀਂ ਕਿਹਾ ਜਾ ਸਕਦਾ । ਉਹ ਤਾਂ ਭਰਮਾਂ ਵਿੱਚ ਪੈ ਕੇ ਜੂੰਨਾਂ ਦੇ ਚੱਕਰ ਵਿੱਚ ਭਉਂਦਾ ਫਿਰਦਾ ਹੈ । ਸੰਸਾਰਕ ਜੀਵ ਦੂਸਰੇ ਜੀਵ ਦੀ ਉਸਤਤ, ਪੂਜਾ ਕਿਉਂ ਕਰੇ? ਜਿਸ ਨੇ ਵੀ ਆਪਣੇ ਸਮੇਂ ਨਾਲ ਮੌਤ ਦੇ ਹਵਾਲੇ ਹੋ ਜਾਣਾ ਹੈ । ਕੇਵਲ ਇੱਕੋ ਇੱਕ ਪ੍ਰਭ ਹੀ ਸਦਾ ਅਟੱਲ ਰਹਿਣ ਵਾਲਾ ਅਸਲੀ ਮਾਲਕ ਹੈ । ਜਿਸ ਨੂੰ ਗੁਰਮਖ ਅਵਸਥਾ ਬਖਸ਼ਿਸ਼ ਹੋ ਜਾਂਦੀ ਹੈ, ਉਸ ਨੂੰ ਇਸ ਦੀ ਸੋਝੀ ਹੋ ਜਾਂਦੀ ਹੈ । ਉਹ ਪ੍ਰਭ ਦਾ ਰੂਪ ਹੀ ਹੋ ਜਾਂਦੇ ਹਨ ।

Whosoever may recognize His Word as an ultimate command! He may become worthy of being accepted in His protection and worthy calling King. Worldly kings are not worthy calling emperor, they remain entangled in worries and greed and remain in the cycle of birth and death. The One and Only One God remains unchanged and exist forever. In universe, why are you praising any other creature, human, who is going to die in the end? Whosoever may be enlightened with the teachings of His Word within, he may recognize the existence The Holy Spirit. His soul may become a part of The Holy spirit.

22. Kabeer Ji – Page 1160

ਕਾਜੀ ਸੋ ਜੁ ਕਾਇਆ ਬੀਚਾਰ॥	kaajee so jo kaa-i-aa beechaarai.
ਕਾਇਆ ਕੀ ਅਗਨਿ ਬ੍ਰਹਮੁ ਪਰਜਾਰ॥	kaa-i-aa kee agan barahm parjaarai.
ਸੁਪਨੈ ਬਿੰਦੁ ਨ ਦੇਈ ਝਰਨਾ॥	supnai bind na day-ee jharnaa.
ਤਿਸੁ ਕਾਜੀ ਕਉ ਜਰਾ ਨ ਮਰਨਾ॥੨॥	tis kaajee ka-o jaraa na marnaa. ||2||

ਜਿਹੜਾ ਆਪਣੇ ਤਨ ਦਾ ਖਿਆਲ ਕਰਦਾ, ਉਹ ਹੀ ਅਸਲੀ ਕਾਜੀ ਹੈ । ਇਹ ਮਾਨਸ ਸਰੀਰ ਮਿਲੱਣ ਦੇ ਮੰਤਵ ਦਾ ਵਿਚਾਰ ਕਰਦਾ ਹੈ । ਆਪਣੇ ਅੰਦਰ ਦੀ ਅੱਗ ਨਾਲ ਪ੍ਰਭ ਦੀ ਜੋਤ ਅੰਦਰ ਜਗਾਕੇ ਰੌਸ਼ਨੀ ਕਰਦਾ ਹੈ । ਆਪਣੇ ਮਾਨਸ ਜਨਮ ਲੈਣ ਦਾ ਮੰਤਵ ਆਪਣੇ ਸੁਪਨੇ ਵਿੱਚ ਵੀ ਨਹੀਂ ਭੁਲਦਾ । ਇਸਤਰ੍ਹਾਂ ਜੀਵਨ ਢਾਲਣ ਨਾਲ ਨਾ ਹੀ ਬੁਢੇਪਾ ਅਤੇ ਨਾ ਹੀ ਮੌਤ ਆਉਂਦੀ ਹੈ ।

Whosoever may recognize the true purpose of his human life blessings, he may become blessed soul. He may understand and adopt His Word in his life. He may be enlightened with the purpose of human life from within. His soul may not endure the misery of old age or devil of death.

23. Guru Amar Das Ji – Page 1174

ਦਾਸਾ ਕਾ ਦਾਸੁ ਵਿਰਲਾ ਕੋਈ ਹੋਇ॥	daasaa kaa daas virlaa ko-ee ho-ay.
ਊਤਮ ਪਦਵੀ ਪਾਵੈ ਸੋਇ॥੧॥ ਰਹਾਉ॥	ootam padvee paavai so-ay. ||1|| rahaa-o.

ਕੋਈ ਵਿਰਲਾ ਹੀ ਸ਼ਬਦ ਦੀ ਬੰਦਗੀ ਵਾਲੇ ਦਾ ਦਾਸ ਬਣਕੇ ਜੀਵਨ ਬਤੀਤ ਕਰਦਾ ਹੈ । ਜਿਹੜਾ ਜੀਵਨ ਢਾਲਦਾ, ਉਸ ਨੂੰ ਦਰਬਾਰ ਵਿੱਚ ਉਤਮ ਅਸਥਾਨ ਬਖਸ਼ਿਸ਼ ਹੋ ਸਕਦਾ ਹੈ ।

In the universe, a very rare person may live his life as a slave of humanity. Whosoever may adopt His Word in his life, he may be honored in the His court.

24. Guru Ram Das Ji – Page 1191

ਦੀਨਾ ਦੀਨ ਦਇਆਲ ਭਏ ਹੈ,	deenaa deen da-i-aal bha-ay hai
ਜਿਉ ਕ੍ਰਿਸਨੁ ਬਿਦਰ ਘਰਿ ਆਇਆ॥	ji-o krisan bidar ghar aa-i-aa.
ਮਿਲਿਓ ਸੁਦਾਮਾ ਭਾਵਨੀ ਧਾਰਿ,	mili-o sudaamaa bhaavnee Dhaar
ਸਭੁ ਕਿਛੁ ਆਗੈ ਦਾਲਦੁ ਭੰਜਿ ਸਮਾਇਆ॥ ੪॥	sabh kichh aagai daalad bhanj samaa-i-aa. ||4||

ਜਦੋਂ ਪ੍ਰਭ ਨੇ ਰਹਿਮਤ ਦੀ ਨਜ਼ਰ ਬਖਸ਼ੀ! ਭਗਤ ਕ੍ਰਿਸ਼ਨ, ਬਿਦਰ ਨੀਂਚ ਜਾਤਵਾਲੇ ਦੇ ਘਰ ਆਇਆ, ਸਾਥ ਸੰਗ ਕੀਤਾ । ਸਦਾਮੇ ਦੀ ਪ੍ਰਭ ਨਾਲ ਪ੍ਰੀਤ ਦੇਖ ਕੇ ਪ੍ਰਭ ਉਸ ਨੂੰ ਮਿਲੱਣ ਆਇਆ ।

When He is pleased with the dedication devotion of His servant. He enlightened His Word within his heart and honors him in His court.

25. Guru Angand Dev Ji – Page 1238

ਜਿਨ ਵਡਿਆਈ ਤੇਰੇ ਨਾਮ ਕੀ,	jin vadi-aa-ee tayray naam kee
ਤੇ ਰਤੇ ਮਨ ਮਾਹਿ॥	tay ratay man maahi.
ਨਾਨਕ ਅੰਮ੍ਰਿਤੁ ਏਕੁ ਹੈ,	naanak amrit ayk hai
ਦੂਜਾ ਅੰਮ੍ਰਿਤੁ ਨਾਹਿ॥	doojaa amrit naahi.
ਨਾਨਕ ਅੰਮ੍ਰਿਤੁ ਮਨੈ ਮਾਹਿ,	naanak amrit manai maahi
ਪਾਈਐ ਗੁਰ ਪਰਸਾਦਿ॥	paa-ee-ai gur parsaad.
ਤਿਨ੍ਹੀ ਪੀਤਾ ਰੰਗ ਸਿਉ,	tinHee peetaa rang si-o
ਜਿਨ੍ ਕਉ ਲਿਖਿਆ ਆਦਿ॥੧॥	jinH ka-o likhi-aa aad. ||1||

ਜਿਸ ਤੇ ਤੇਰੀ ਰਹਿਮਤ ਹੁੰਦੀ ਹੈ । ਉਹ ਤੇਰੇ ਸ਼ਬਦ ਦੀ ਪਾਲਣਾ ਵਿੱਚ ਲੀਨ ਰਹਿੰਦਾ ਹੈ । ਤੇਰਾ ਸ਼ਬਦ ਹੀ ਇੱਕ ਅਮੋਲਕ ਅਮ੍ਰਿੰਤ ਹੈ, ਹੋਰ ਦੂਸਰਾ ਕੁਝ ਨਹੀਂ ਹੈ । ਪ੍ਰਭ ਦੇ ਸ਼ਬਦ ਦੀ ਸੋਝੀ, ਕੇਵਲ ਪ੍ਰਭ ਦੀ ਰਹਿਮਤ ਨਾਲ ਹੀ ਬਕੀਸਸ ਹੁੰਦੀ ਹੈ । ਜਿਸ ਦੇ ਜਨਮ ਵੇਲੇ ਹੀ ਭਾਗਾਂ ਵਿੱਚ ਲਿਖਿਆ ਹੁੰਦਾ ਹੈ । ਇਹ ਸ਼ਬਦ ਦੀ ਸੋਝੀ ਦਾ ਰਸ ਕੇਵਲ ਉਹ ਹੀ ਮਾਨਦਾ ਹੈ ।

Whosoever may recognize the glory of Your Word, he may remain focus on the teachings of Your Word. Your Word may be the One and Only One the right path of salvation. The enlightenment of Your Word may only be bestowed by Your blessings. Only with great prewritten destiny, His devotee may be blessed with this state of mind.

26. Guru Amar Das Ji – Page 1280

ਊਂਨਵਿ ਊਂਨਵਿ ਆਇਆ	ooNnav ooNnav aa-i-aa
ਅਵਰਿ ਕਰੇਂਦਾ ਵੰਨ॥	avar karayNdaa vann.
ਕਿਆ ਜਾਣਾ ਤਿਸੁ ਸਾਹ ਸਿਉ	ki-aa jaanaa tis saah si-o
ਕੇਵ ਰਹਸੀ ਰੰਗੁ॥	kayv rahsee rang.
ਰੰਗੁ ਰਹਿਆ ਤਿਨ੍ ਕਾਮਣੀ	rang rahi-aa tinH kaamnee
ਜਿਨ੍ ਮਨਿ ਭਉ ਭਾਉ ਹੋਇ॥	jinH man bha-o bhaa-o ho-ay.
ਨਾਨਕ ਭੈ ਭਾਇ ਬਾਹਰੀ,	naanak bhai bhaa-ay baahree
ਤਿਨ ਤਨਿ ਸੁਖੁ ਨ ਹੋਇ॥੧॥	tin tan sukh na ho-ay. ||1||

ਅਕਾਸ਼ ਵਿੱਚ ਸੰਘਣੇ ਬੱਦਲ, ਨੀਵੇਂ ਹੋਏ ਰੰਗ ਬਦਲਦੇ ਹਨ । ਕੌਣ ਜਾਣਦਾ, ਕਿ ਸ਼ਬਦ ਦੀ ਬੰਦਗੀ ਦਰਬਾਰ ਵਿੱਚ ਪ੍ਰਵਾਨ ਹੁੰਦੀ ਵੀ ਹੈ ਕਿ ਨਹੀਂ? ਜਿਹਨਾਂ ਦੇ ਮਨ ਵਿੱਚ ਪ੍ਰਭ ਦੇ ਵਿਛੋੜੇ ਦਾ ਵਿਰਾਗ ਭਰਿਆ ਰਹਿੰਦਾ ਹੈ । ਉਹਨਾਂ ਆਤਮਾ ਦੀ ਬੰਦਗੀ ਪ੍ਰਭ ਦੇ ਦਰਬਾਰ ਵਿੱਚ ਪ੍ਰਵਾਨ ਹੋ ਜਾਂਦੀ ਹੈ । ਜਿਸ ਦੇ ਤਨ, ਮਨ ਵਿੱਚ ਪ੍ਰਭ ਦੇ ਵਿਛੋੜੇ ਦਾ ਵਿਰਾਗ ਨਹੀਂ ਹੁੰਦਾ । ਪ੍ਰਭ ਦੇ ਸ਼ਬਦ ਵਿੱਚ ਲਗਨ ਨਹੀਂ ਲਗਦੀ, ਉਸ ਨੂੰ ਮਨ ਵਿੱਚ ਸੰਤੋਖ, ਸ਼ਾਂਤੀ ਨਹੀਂ ਆਉਂਦੀ ।

Sky is covered with deep dark clouds. Who may know if his meditation, devotion accepted in His court? Whosoever may remain in deep repentance of his separation from The Holy spirit, he remains focused. His meditation, devotion may be rewarded in His court. Whosoever may not repent the separation from The Holy spirit. He may not sing His glory nor find peace in life.

27. Guru Nanak Dev Ji – Page 1329

ਗੁਰ ਪਰਸਾਦੀ ਵਿਦਿਆ ਵੀਚਾਰੈ,	gur parsaadee vidi-aa veechaarai
ਪੜਿ ਪੜਿ ਪਾਵੈ ਮਾਨੁ॥	parh parh paavai maan.
ਆਪਾ ਮਧੇ ਆਪੁ ਪਰਗਾਸਿਆ,	aapaa maDhay aap pargaasi-aa
ਪਾਇਆ ਅੰਮ੍ਰਿਤੁ ਨਾਮੁ॥੧॥	paa-i-aa amrit naam. ||1||

ਪ੍ਰਭ ਦੀ ਰਹਿਮਤ ਨਾਲ ਹੀ ਜੀਵ ਨੂੰ ਧਾਰਮਕ ਗ੍ਰੰਥ, ਕਿਤਾਬਾਂ ਪੜ੍ਹਨ, ਵਿਚਾਰ ਕਰਨ ਦੀ ਸੋਝੀ ਹੁੰਦੀ ਹੈ । ਉਹਨਾਂ ਦੀ ਸ਼ਬਦ ਦੀ ਕਮਾਈ ਦਰਗਾਹ ਵਿੱਚ ਪ੍ਰਵਾਨ ਹੋ ਜਾਂਦੀ ਹੈ । ਉਹਨਾਂ ਜੀਵਾਂ ਦੇ ਅੰਦਰੋਂ ਹੀ, ਪ੍ਰਭ ਦੀ ਹੋਂਦ ਪ੍ਰਗਟ ਹੁੰਦੀ ਹੈ । ਮੁੱਖ ਤੋਂ ਪ੍ਰਭ ਦੀ ਉਸਤਤ ਦੇ ਸ਼ਬਦ ਹੀ ਨਿਕਲਦੇ ਹਨ ।

(ਕਰਾਨ, ਪਰਾਨ, ਵੇਦਾਂ)

With His mercy and grace, one may read and understand the Holy scriptures and may adopt the teachings of His Word in day to day life. Whosoever may adopt the teachings in His Word in his day to day life, his meditation, devotion may be rewarded? He may be enlightened with the teachings of His Word. He sings the glory and firms his belief with his deeds.

28. Fareed Ji – Page 1377

ਮਤਿ ਹੋਦੀ ਹੋਇ ਇਆਣਾ॥	mat hodee ho-ay i-aanaa.
ਤਾਣ ਹੋਦੇ ਹੋਇ ਨਿਤਾਣਾ॥	taan hoday ho-ay nitaanaa.
ਅਣਹੋਦੇ ਆਪੁ ਵੰਡਾਏ॥	anhoday aap vandaa-ay.
ਕੋ ਐਸਾ ਭਗਤੁ ਸਦਾਏ॥੧੨੮॥	ko aisaa bhagat sadaa-ay. ||128||

ਅਗਰ ਜੀਵ, ਗਿਆਨ ਹੁੰਦਿਆ ਹੋਏ ਵੀ ਉਸ ਦਾ ਅਹੰਕਾਰ ਨਾ ਕਰੇ, ਬਲ ਹੁੰਦਿਆ ਵੀ ਕਿਸੇ ਤੇ ਜ਼ੁਲਮ ਨਾ ਕਰੇ । ਅਗਰ ਆਪ ਕੋਲ ਕਿਸੇ ਨਾਲ ਵੰਡਣ ਲਈ ਕੁਝ ਨਾ ਵੀ ਹੋਵੇ, ਤਾਂ ਵੀ ਆਪਣੇ ਕੋਲੋਂ, ਲੋੜ ਵਿਚੋਂ ਹੀ ਦੂਸਰੇ ਨਾਲ ਵੰਡ ਲਵੇ । ਅਗਰ ਕੋਈ ਇਸਤਰ੍ਹਾਂ ਦਾ ਜੀਵ ਸੰਸਾਰ ਵਿੱਚ ਹੋਵੇ, ਤਾਂ ਉਹ ਮੇਰਾ ਅਸਲੀ ਸੇਵਕ ਕਹਾਉਣ ਦੇ ਯੋਗ ਹੁੰਦਾ ਹੈ ।

Whosoever may be enlightened with His Word, even then he does not enforce his thoughts on other less fortunate. He may be powerful, even then he may not enforce his Will on others, helpless one. He may not have abundance, still tries to save some and help less fortunate. The devotee with this way of day to day life may be worthy of calling His true devotee.

29. Fareed Ji – Page 1377

ਇਕੁ ਫਿਕਾ ਨ ਗਾਲਾਇ	ik fikaa na gaalaa-ay
ਸਭਨਾ ਮੈ ਸਚਾ ਧਣੀ॥	sabhnaa mai sachaa Dhanee.
ਹਿਆਉ ਨ ਕੈਹੀ ਠਾਹਿ,	hi-aa-o na kaihee thaahi
ਮਾਣਕ ਸਭ ਅਮੋਲਵੇ॥੧੨੯॥	maanak sabh amolvay. ‖129‖

ਜਿਹੜਾ ਇੱਕ ਵੀ ਸ਼ਬਦ ਫਿਕਾ, ਕੌੜਾ ਨਾ ਬੋਲੇ, ਪ੍ਰਭ ਦੀ ਰਜ਼ਾ ਵਿੱਚ ਪੱਕਾ ਰਹੇ । ਕਿਸੇ ਦਾ ਦਿਲ ਨਾ ਦੁਖਾਵੇ! ਹਰ ਜੀਵ ਦਾ ਦਿਲ ਇੱਕ ਅਮੋਲਕ ਹੈ, ਉਸ ਵਿੱਚ ਪ੍ਰਭ ਹੀ ਵਸਦਾ ਹੈ ।

His true servant recognizes that each soul is expansion of The Holy Spirit and God dwells in the body of each and every creature. He does not speak evil, rude words, nor hurt anyone or his feeling.

30. Kabeer Ji – Page 1162

ਸੋ ਬ੍ਰਹਮੰਡਿ ਪਿੰਡਿ ਸੋ ਜਾਨੁ॥	so barahmand pind so jaan.
ਮਾਨ ਸਰੋਵਰਿ ਕਰਿ ਇਸਨਾਨੁ॥	maan sarovar kar isnaan.
ਸੋਹੰ ਸੋ ਜਾ ਕਉ ਹੈ ਜਾਪ॥	sohaN so jaa ka-o hai jaap.
ਜਾ ਕਉ ਲਿਪਤ ਨ ਹੋਇ ਪੁੰਨ ਅਰੁ ਪਾਪ॥ ੬॥	jaa ka-o lipat na ho-ay punn ar paap. ‖6‖

ਜੀਵ ਤੂੰ ਜਦੋਂ ਇਹ ਜਾਣਦਾ ਹੈ! ਪ੍ਰਭ ਹੀ ਸਾਰੇ ਬ੍ਰਹਮੰਡ ਵਿੱਚ ਅਤੇ ਜੀਵ ਦੇ ਅੰਦਰ ਵੀ ਵਸਦਾ , ਵਾਪਰਦਾ ਹੈ । ਆਪਣੇ ਮਨ ਨੂੰ ਪਵਿੱਤਰ ਕਰਨ ਵਾਲਾ ਇਸ਼ਨਾਨ ਮਨ ਵਿੱਚ ਸ਼ਬਦ ਦੇ ਸਰੋਵਰ ਵਿੱਚ ਕਰੋ । "ਸੋਹੰ ! ਉਹ ਮੈਂ ਹੈ ਅਤੇ ਮੈਂ ਉਹ ਹਾ " ਇਸ ਦਾ ਜਾਪ ਕਰੋ । ਜਿਹੜਾ ਜੀਵ ਸੋਹੰ ਦਾ ਪਾਠ ਕਰਦਾ ਹੈ! ਉਸ ਤੇ ਕਿਸੇ ਜਾਦੂ ਜਾ ਪਾਪ, ਪੁੰਨ ਦਾ ਕੋਈ ਪ੍ਰਭਾਵ ਨਹੀਂ ਹੁੰਦਾ ।

Once everyone recognizes that The Holy spirit dwells in each and every creature. He should bath in the Holy spirit to sanctify his soul. He should meditate on the Holy spirit within his mind. Whosoever may meditate on the Holy spirit within his mind, he never has any suspicions nor anyone can curse him.

31. Jallapa Ji – Page 1393

ਤਿ ਨਰ ਦੁਖ ਨਹ ਭੁਖ,	te nar dukh nah bhukh
ਤਿ ਨਰ ਨਿਧਨ ਨਹੁ ਕਹੀਅਹਿ॥	te nar niDhan nahu kahee-ahi.
ਤਿ ਨਰ ਸੋਕੁ ਨਹੁ ਹੁਐ,	te nar sok nahu hu-ai
ਤਿ ਨਰ ਸੇ ਅੰਤੁ ਨ ਲਹੀਅਹਿ॥	te nar say ant na lahee-ah.
ਤਿ ਨਰ ਸੇਵ ਨਹੁ ਕਰਹਿ,	te nar sayv nahu karahi
ਤਿ ਨਰ ਸਯ ਸਹਸ ਸਮਪਹਿ॥	te nar sa-y sahas sampeh.
ਤਿ ਨਰ ਦੁਲੀਚੈ ਬਹਹਿ,	te nar duleechai baheh
ਤਿ ਨਰ ਉਥਪਿ ਬਿਥਪਹਿ॥	te nar uthap bithpahi.
ਸੁਖ ਲਹਹਿ ਤਿ ਨਰ ਸੰਸਾਰ ਮਹਿ,	sukh laheh te nar sansaar meh
ਅਭੈ ਪਟੁ ਰਿਪ ਮਧਿ ਤਿਹ॥	abhai pat rip maDh tih.
ਸਕਯਥ ਤਿ ਨਰ ਜਾਲਪੁ ਭਣੈ,	sakyath te nar jaalap bhanai
ਗੁਰ ਅਮਰਦਾਸੁ ਸੁਪ੍ਰਸੰਨੁ ਜਿਹ॥੨॥੧੧॥੩	gur amardaas suparsan jih. ‖2‖11‖

ਜੀਵ ਨੂੰ ਕਿਸੇ ਹੋਰ ਪਦਾਰਥ ਦਾ ਕੋਈ ਲਾਲਚ, ਕੋਈ ਦੁਖ ਨਹੀਂ ਹੁੰਦਾ । ਸੁਖ ਦੁਖ ਨੂੰ ਇੱਕ ਸਮਾਨ ਪ੍ਰਭ ਦੀ ਰਹਿਮਤ ਸਮਝ ਕੇ ਪ੍ਰਵਾਨ ਕਰਦੇ ਹਨ । ਉਹਨਾਂ ਜੀਵਾਂ ਨੂੰ, ਭਗਤਾਂ ਨੂੰ ਨਿਮਾਣੇ, ਗਰੀਬ ਨਹੀਂ ਕਿਹਾ ਜਾ ਸਕਦਾ । ਉਹਨਾਂ ਨੂੰ ਕੁਝ ਮਿਲੱਣ ਜਾ ਖੋਂਅ ਜਾਣ ਦਾ ਕੋਈ ਵਿਜੋਗ ਨਹੀਂ ਹੁੰਦਾ । ਉਹਨਾਂ ਦੇ ਧੀਰਜ ਸੰਤੋਖ ਦੀ ਹੱਦ ਜਾਣੀ ਨਹੀਂ ਜਾ ਸਕਦੀ । ਉਹ ਪ੍ਰਭ ਤੋਂ ਬਿਨਾਂ ਹੋਰ ਕਿਸੇ ਦੇ ਮੁਹਤਾਜ ਨਹੀਂ ਹੁੰਦੇ । ਉਹ ਸਾਰੀ ਸ੍ਰਿਸ਼ਟੀ ਨੂੰ ਪ੍ਰਭ ਦਾ ਰੂਪ ਦੇਖਦੇ ਹਨ ਅਤੇ ਨਿਮ੍ਰਤਾ ਨਾਲ ਸੇਵਾ ਕਰਦੇ ਹਨ । ਉਹ ਕਿਸੇ ਤਖਤ, ਗਲੀਚੇ ਤੇ ਨਹੀਂ ਬੈਠ ਦੇ ਅਤੇ ਨਾ ਹੀ ਕੋਈ ਹੋਰ ਸੰਸਥਾ ਬਣਾਉਂਦੇ ਹਨ, ਨਾ ਹੀ ਕਿਸੇ ਦੀ ਵਿਰੋਧਤਾ ਕਰਦੇ ਹਨ, ਕੇਵਲ ਉਸ ਦੇ ਸ਼ਬਦ ਦੇ ਹੀ ਗੀਤ ਗਾਉਂਦੇ ਹਨ । ਉਹ ਸੰਸਾਰ ਵਿੱਚ ਵੀ ਸ਼ਾਤੀ ਸੰਤੋਖ ਨਾਲ ਰਹਿੰਦੇ, ਮਿੱਤਰ ਅਤੇ ਵੇਰੀ ਨੂੰ ਇੱਕ ਸਮਾਨ ਹੀ ਸਮਝਦੇ ਹਨ । ਭਗਤ ਜਾਲਪੁ ਜੀ ਕਹਿੰਦਾ ਹੈ, ਅਜੇਹੇ ਜੀਵ ਅਸਲੀ ਰਸਤੇ ਤੇ ਚਲਦੇ ਹਨ । ਉਹਨਾਂ ਤੇ ਪ੍ਰਭ ਦੀ ਕ੍ਰਿਪਾ, ਰਹਿਮਤ ਹੁੰਦੀ ਹੈ ।

Whosoever may recognize worldly sorrows and pleasures as His blessings and remains contented? He may not have any greed for worldly possessions nor any worries or disappointments either. He may not be called poor or helpless, worldly profit or lose does not affect his state of mind. He remains a true slave of His Word, nothing else can affect his state of mind. He never sits on a throne nor establish any religion, organization. No one can estimate the limit of his patience and tolerance. He never speaks rude, evil about anyone, only sings the praises of The Holy Spirit. He remains in peace and harmony and treats friend and foe in the same way with humility. He remains on the right path of salvation and remains under His protection.

32. Kabeer Ji – Page 1364

ਕਬੀਰ ਰਾਮ ਕਹਨ ਮਹਿ ਭੇਦੁ ਹੈ,	kabeer raam kahan meh bhayd hai
ਤਾ ਮਹਿ ਏਕੁ ਬਿਚਾਰੁ॥	taa meh ayk bichaar.
ਸੋਈ ਰਾਮੁ ਸਭੈ ਕਹਹਿ,	so-ee raam sabhai kaheh
ਸੋਈ ਕਉਤਕਹਾਰ॥੧੯੦॥	so-ee ka-utakhaar. ||190||

ਪ੍ਰਭ ਦਾ ਨਾਮ ਲੈਣ ਵਿੱਚ ਬਹੁਤ ਫਰਕ ਹੈ, ਸਾਰੇ ਹੀ ਰਾਮ ਦਾ ਨਾਮ ਲੈਂਦੇ ਹਨ । ਇਹ ਸੋਚਣ ਵਾਲੀ ਕਥਾ ਹੈ! ਪਰ ਇੱਕ ਜੀਵ ਦੇ ਪ੍ਰਭ ਦਾ ਨਾਮ ਲੈਣ ਨਾਲ ਕਰਾਮਾਤਾਂ ਹੋ ਜਾਂਦੀਆਂ ਹਨ ।

Everyone meditates and remembers God in his own way! However, there may be a significant difference in prayer of everyone! By the prayer of His true devotee, miracles may happen.

33. Guru Angand Dev Ji – Page 791

ਨਾਨਕ ਤਿਨਾ ਬਸੰਤੁ ਹੈ,	naanak tinaa basant hai
ਜਿਨ੍ ਘਰਿ ਵਸਿਆ ਕੰਤੁ॥	jinH ghar vasi-aa kant.
ਜਿਨ ਕੇ ਕੰਤਦਿਸਾਪੁਰੀ,	jin kay kant disaapuree
ਸੇ ਅਹਿਨਿਸਿ ਫਿਰਹਿ ਜਲੰਤ॥੨॥	say ahinis fireh jalant. ||2||

ਜਿਹਨਾਂ ਦੇ ਹਿਰਦੇ ਵਿੱਚ ਸ਼ਬਦ ਘਰ ਕਰ ਜਾਂਦਾ ਹੈ, ਸਦਾ ਹੀ ਖੇੜੇ ਵਿੱਚ ਰਹਿੰਦੇ ਹਨ । ਜਿਹਨਾਂ ਦਾ ਮਨ ਸ਼ਬਦ ਦੀ ਪਾਲਣਾ ਵਿੱਚ ਨਹੀਂ ਲਗਦਾ । ਉਹ ਪ੍ਰਭ ਦੀ ਰਹਿਮਤ ਤੋਂ ਦੂਰ ਹੀ ਰਹਿੰਦੇ, ਜੂੰਨਾਂ ਵਿੱਚ ਭਟਕਦੇ ਰਹਿੰਦੇ ਹਨ ।

Whosoever may be drenched with the teachings of His Word within, he remains in peace, contentment and with harmony. Who may not obey His Word in day to day life, he remains away from His blessings and remain in the cycle of birth and death?

34. Guru Arjan Dev Ji – Page 204

ਜਿਨ ਕੇ ਬੰਧਨ ਕਾਟੇ ਸਤਿਗੁਰ,	Jin kay banDhan kaatay satgur
ਤਿਨ ਸਾਧਸੰਗਤਿ ਲਿਵ ਲਾਈ॥	tin saaDhsangat liv laa-ee.
ਪੰਚ ਜਨਾ ਮਿਲਿ ਮੰਗਲੁ ਗਾਇਆ,	Panch janaa mil mangal gaa-i-aa
ਹਰਿ ਨਾਨਕ ਭੇਦੁ ਨ ਭਾਈ॥੪॥	har naanak bhayd na bhaa-ee. ||4||

ਪ੍ਰਭ ਜਿਸ ਜੀਵ ਤੇ ਰਹਿਮਤ ਬਖਸ਼ਕੇ, ਸੰਸਾਰਕ ਬੰਧਨ ਕੱਟ ਦੇਂਦਾ ਹੈ । ਉਸ ਨੂੰ ਸ਼ਬਦ ਦੇ ਲੜ ਲਾਉਂਦਾ ਹੈ, ਸੰਤ ਸਰੂਪ ਨਾਲ ਸੰਜੋਗ ਬਣਾਉਂਦਾ ਹੈ । ਜਿਹੜਾ ਪੰਜਾਂ ਇੱਛਾਂ ਤੇ ਜਿੱਤ ਪਾ ਕੇ ਪ੍ਰਭ ਦੇ ਸ਼ਬਦ ਦੇ ਗੁਣ ਗਾਉਂਦਾ ਹੈ । ਉਸ ਜੀਵ ਵਿੱਚ ਅਤੇ ਪ੍ਰਭ ਕੋਈ ਭੇਦ ਨਹੀਂ ਰਹਿੰਦਾ । ਉਹ ਪ੍ਰਭ ਦੀ ਜੋਤ ਵਿੱਚ ਹੀ ਅਲੋਪ ਹੋ ਜਾਂਦਾ ਹੈ ।

Whosoever may be released from worldly bonds with His mercy and grace. He is blessed with the association of His true devotee and attached to a devotional meditation on the teachings of His Word. Whosoever may conquer his ego and wholeheartedly sings His glory, his curtain of secrecy may be removed. Human may not recognize the difference between His true slave and The Master.

35. Naam Dev Ji – Page 1105

ਸੰਖ ਚਕ੍ਰ ਮਾਲਾ ਤਿਲਕੁ ਬਿਰਾਜਿਤ,	sankh chakar maalaa tilak biraajit
ਦੇਖਿ ਪ੍ਰਤਾਪੁ ਜਮੁ ਡਰਿਓ॥	daykh partaap jam dari-o.
ਨਿਰਭਉ ਭਏ ਰਾਮ ਬਲ ਗਰਜਿਤ,	nirbha-o bha-ay raam bal garjit
ਜਨਮ ਮਰਨ ਸੰਤਾਪ ਹਿਰਿਓ॥੨॥	janam maran santaap hiri-o. ||2||

ਜਦੋਂ ਮੌਤ ਦਾ ਫਰਿਸ਼ਤਾ, ਜੀਵ ਦੇ ਮੱਥੇ ਤੇ ਰਹਿਮਤ ਦਾ ਨੂਰ, ਚੱਕਰ, ਤਿਲਕ, ਸ਼ਬਦ ਦੀ ਮਾਲ਼ਾ ਦੇਖਦਾ ਹੈ । ਮੌਤ ਦਾ ਫਰਿਸ਼ਤਾ ਡਰ ਕੇ ਦੂਰ ਹੋ ਜਾਂਦਾ ਹੈ, ਉਸ ਜੀਵ ਦਾ ਮਨ ਨਿਡਰ ਹੋ ਜਾਂਦਾ ਹੈ । ਸ਼ਬਦ ਦੀ ਰੂਹਾਨੀ ਤਾਕਤ ਦਾ ਬੱਦਲ ਗ੍ਰਜਦਾ ਹੈ, ਉਸ ਦੇ ਚਾਰੇ ਪਾਸੇ ਹੁੰਦਾ ਹੈ । ਆਪ ਹੀ ਰਹਿਮਤ ਬਖਸ਼ਕੇ ਉਸ ਦਾ ਜੂੰਨਾਂ ਦਾ ਚੱਕਰ, ਰਸਤਾ ਬਦਲ ਦੇਂਦਾ ਹੈ ।

When the devil of death witnesses the glow of His Word on his forehead and rosary of His Word on his neck. The devil of death stays away and his soul becomes fearless and remains under His protection. Eternal power, resonance of Word is all around him. God showers His mercy and grace and his cycle of birth and death may be vanished.

36. Guru Arjan Dev Ji – Page 131

ਕਉਣੁ ਸੁ ਮੁਕਤਾ ਕਉਣੁ ਸੁ ਜੁਗਤਾ॥	ka-un so muktaa ka-un so jugtaa.
ਕਉਣੁ ਸੁ ਗਿਆਨੀ ਕਉਣੁ ਸੁ ਬਕਤਾ॥	ka-un so gi-aanee ka-un so baktaa.
ਕਉਣੁ ਸੁ ਗਿਰਹੀ ਕਉਣੁ ਉਦਾਸੀ,	ka-un so girhee ka-un udaasee
ਕਉਣੁ ਸੁ ਕੀਮਤਿ ਪਾਏ ਜੀਉ॥੧॥	ka-un so keemat paa-ay jee-o. ||1||

ਮਾਨਸ ਇਹ ਕਿਵੇਂ ਜਾਣ ਸਕਦਾ ਹੈ? ਕਿਹੜਾ ਮੁਕਤੀ ਪਾਉਂਦਾ ਹੈ, ਤੇਰੇ ਵਿੱਚ ਅਲੋਪ ਹੋ ਜਾਂਦਾ ਹੈ? ਕਿਹੜਾ ਬਾਕੀਆਂ ਨੂੰ ਤੇਰੇ ਸ਼ਬਦ ਦੀ ਪ੍ਰੇਰਨਾ, ਸਿੱਖਿਆ ਦੇਂਦਾ ਹੈ? ਕੌਣ ਤੇਰੇ ਕਿਸੇ ਕਰਤਬ ਦੀ ਕੀਮਤ ਜਾਣ ਸਕਦਾ ਹੈ?

How may human know, who may be blessed with salvation and immerses in Your spirit? Who may be preaching the teachings of Your Word to Your creation? Who may know the values, significance of Your Word?

37. Sain Ji – Page 695

ਧੂਪ ਦੀਪ ਘ੍ਰਿਤ ਸਾਜਿ ਆਰਤੀ॥	dhoop deep gharit saaj aartee.
ਵਾਰਨੇ ਜਾਉ ਕਮਲਾ ਪਤੀ ॥੧॥	vaarnay jaa-o kamlaa patee. ||1||

ਮੈਂ, ਧੂਪ ਜਗਾਉਂਦਾ ਹਾ, ਘਿਉ ਦੀ ਜੋਤ ਜਗਾ ਕੇ ਤੇਰੀ ਪੂਜਾ, ਆਰਤੀ ਕਰਦਾ ਹਾ । ਸੰਸਾਰਕ ਮਾਇਆ ਦੇ ਮਾਲਕ ਤੋਂ ਕੁਰਬਾਨ ਜਾਵਾਂ, ਇਹ ਸਾਰੀ ਉਸ ਦੀ ਹੀ ਮਹਿਮਾਂ ਹੈ ।

I light up the lamp to worship His Word and to sing His glory! I remain fascinated and sacrifice from The True Master of the wealth of the universe! Everything may be blessed with His mercy and grace.

38. Guru Ram Das Ji – Page 1310

ਹਰਿ ਹਰਿ ਕ੍ਰਿਪਾ ਕਰਹੁ ਜਗਜੀਵਨ,	har har kirpaa karahu jagjeevan
ਮੈ ਸਰਧਾ ਨਾਮਿ ਲਗਾਵੈਗੋ ॥	mai sarDhaa naam lagaavaigo.
ਨਾਨਕ ਗੁਰੂ ਗੁਰੁ ਹੈ ਸਤਿਗੁਰੁ,	naanak guroo guroo hai satgur
ਮੈ ਸਤਿਗੁਰੁ ਸਰਨਿ ਮਿਲਾਵੈਗੋ ॥੮॥੪॥	mai satgur saran milaavaigo. ||8||4||

ਪ੍ਰਭ ਰਹਿਮਤ ਬਖਸ਼ੋ! ਮੇਰਾ ਭਰੋਸਾ ਸ਼ਬਦ ਦੀ ਪਾਲਣਾ ਤੇ ਅਡੋਲ ਰੱਖੋ! ਪ੍ਰਭ ਦਾ ਸ਼ਬਦ ਹੀ ਅਸਲੀ ਪ੍ਰਭ ਦਾ ਰੂਪ ਹੈ । ਉਸ ਨਾਲ ਜੀਵਨ ਢਾਲਣ ਨਾਲ ਹੀ ਪ੍ਰਭ ਦੀ ਸ਼ਰਣ ਵਿੱਚ ਪਨਾਹ ਬਖਸ਼ਿਸ਼ ਹੋ ਸਕਦੀ ਹੈ ।

Have a mercy and grace, to keep my belief steady and stable on obeying Your Word. Your Word is The True Guru, the symbol of The True Master Himself. Whosoever may adopt the teachings of His Word in day to day life, he may be blessed with acceptance in His sanctuary.

39. Naam Dev Ji – Page 1318

ਐਸੋ ਰਾਮ ਰਾਇ ਅੰਤਰਜਾਮੀ॥	aiso raam raa-ay antarjaamee.
ਜੈਸੇ ਦਰਪਨ ਮਾਹਿ ਬਦਨ ਪਰਵਾਨੀ॥੧॥ ਰਹਾਉ॥	jaisay darpan maahi badan parvaanee. ||1|| rahaa-o.

ਮੇਰਾ ਪ੍ਰਭ ਜੀਵ ਦੇ ਮਨ ਦੀਆਂ ਇੱਛਾਂ, ਖਿਆਲਾਂ ਨੂੰ ਜਾਣਦਾ ਹੈ । ਜਿਸਤਰ੍ਹਾਂ ਪਾਣੀ ਵਿੱਚ ਦੇਖਣ ਨਾਲ ਆਪਣਾ ਚੇਹੇਰਾ ਦਿਸਦਾ ਹੈ, ਉਸ ਤਰ੍ਹਾਂ ਦਾ ਅਕਾਰ ਪ੍ਰਭ ਦਾ ਹੈ । ਉਸ ਨੂੰ ਜੀਵ ਦੇ ਮਨ ਦੀਆਂ ਇੱਛਾਂ ਇਸਤਰ੍ਹਾਂ ਪਰਤੱਖ ਹੁੰਦੀਆਂ ਹਨ । ਜਿਵੇਂ ਕਿਸੇ ਦਰਪਨ ਵਿੱਚ ਜੀਵ ਆਪਣਾ ਮੂੰਹ ਦੇਖਦਾ ਹੈ ।

God knows the desires of His creation. When you see in mirror, you see the shape and beauty of God. He resides in your body and your outlook is His outlook.

40. Peepaa Ji – Page 695

ਕਾਇਆ ਬਹੁ ਖੰਡ ਖੋਜਤੇ, ਨਵ ਨਿਧਿ ਪਾਈ॥	kaa-i-aa baho khand khojtay nav niDh paa-ee.
ਨਾ ਕਛੁ ਆਇਬੋ ਨਾ ਕਛੁ ਜਾਇਬੋ, ਰਾਮ ਕੀ ਦੁਹਾਈ॥੧॥ਰਹਾਉ॥	naa kachh aa-ibo naa kachh jaa-ibo raam kee duhaa-ee. ||1|| rahaa-o.

ਮੈਂ ਆਪਣੇ ਮਨ ਨੂੰ ਖੋਜ ਕੇ ਦੇਖਿਆ ਹੈ, ਮਨ ਵਿਚੋਂ ਹੀ ਮੈਂ ਨੌਂ ਖਜ਼ਾਨੇਂ, ਨੌਂ ਭੰਡਾਰ ਪਾਏ ਹਨ । ਇਸ ਵਿਚੋਂ ਨਾ ਹੀ ਕੁਝ ਨਿਕਲਦਾ (ਘੱਟ ਦਾ) ਹੈ, ਨਾ ਹੀ ਕੁਝ ਪਾਇਆ (ਵਧਦਾ) ਜਾਂਦਾ ਹੈ । ਮੈਂ ਪ੍ਰਭ ਅੱਗੇ ਰਹਿਮਤ ਦੀ ਅਰਦਾਸ ਕਰਦਾ ਹਾ । ਉਹ ਹੀ ਪ੍ਰਵਾਨਗੀ ਦੇ ਰਸਤੇ ਦੀ ਸੋਝੀ ਪਾ ਸਕਦਾ ਹੈ ।

I have searched my mind with eyes of His Word and found all nine treasure of His Word within. No one can take away anything from nor can add anything more in mind and body.

41. Guru Arjan Dev Ji – Page 805

ਮਾਤ ਗਰਭ ਮਹਿ ਹਾਥ ਦੇ ਰਾਖਿਆ॥	maat garabh meh haath day raakhi-aa.
ਹਰਿ ਰਸੁ ਛੋਡਿ ਬਿਖਿਆ ਫਲੁ ਚਾਖਿਆ॥੧॥	har ras chhod bikhi-aa fal chaakhi-aa. ||1||

ਪ੍ਰਭ ਹੀ ਆਤਮਾ ਦੀ ਮਾਤਾ ਦੇ ਗਰਭ ਵਿੱਚ ਰੱਖਿਆ ਕਰਦਾ ਹੈ । ਜਦੋਂ ਜੀਵ ਸੰਸਾਰਕ ਵਿੱਚ ਪ੍ਰਕਾਸ਼ ਹੁੰਦਾ, ਪੈਦਾ ਹੁੰਦਾ ਹੈ । ਤਾਂ ਜੀਵ ਪ੍ਰਭ ਦੇ ਸ਼ਬਦ ਰੂਪੀ ਅੰਮ੍ਰਿਤ ਦਾ ਰਸ ਛੱਡ ਕੇ ਸੰਸਾਰਕ ਮਾਇਆ ਦੇ ਰਸ ਪਿਛੇ ਲਗ ਪੈਂਦਾ ਹੈ ।

God protects the soul in the womb of his mother! When creature enters into the universe, slowly forgets the purpose of life and forgets His Word. He wanders after worldly pleasures and falls into the trap of worldly wealth.

42. Guru Nanak Dev Ji – Page 13

ਹਰਿ ਚਰਣ ਕਵਲ ਮਕਰੰਦ ਲੋਭਿਤ,	har charan kaval makrand lobhit
ਮਨੋ ਅਨਦਿਨੋ ਮੋਹਿ ਆਹੀ ਪਿਆਸਾ॥	mano andino mohi aahee pi-aasaa.
ਕ੍ਰਿਪਾ ਜਲੁ ਦੇਹਿ ਨਾਨਕ ਸਾਰਿੰਗ ਕਉ,	kirpaa jal deh naanak saaring ka-o
ਹੋਇ ਜਾ ਤੇ ਤੇਰੈ ਨਾਇ ਵਾਸਾ॥੪॥ ੩॥	ho-ay jaa tay tayrai naa-ay vaasaa. ||4||3||

ਹਮੇਸ਼ਾਂ ਹੀ ਮੇਰੇ ਮਨ ਵਿੱਚ (ਅਨਦਿਨੋ – ਦਿਨ ਰਾਤ) ਇੱਛਾਂ, ਲਾਲਚ, ਖਾਹਿਸ਼, ਪਿਆਸ ਰਹਿੰਦੀ ਹੈ, ਕਿ ਮੈਂ ਤੇਰੇ ਵਿੱਚ ਲੀਨ ਹੋਇਆ ਰਹਾਂ । ਪ੍ਰਭ ਰਹਿਮਤ ਬਖਸ਼ੋ! ਪਿਆਸ ਬੁਝਾਵੋ! ਤੇਰੇ ਵਿੱਚ ਹੀ ਅਲੋਪ ਹੋ ਜਾਵਾ ।

I always wish and have a deep desire to be intoxicated with the glory of Your Word. Have Your mercy and grace to quench thrust, my desire and to immerse in Your Holy spirit.

43. Sunuder Ji – Page 923

ਜਗਿ ਦਾਤਾ ਸੋਇ ਭਗਤਿ ਵਛਲੁ,	jag daataa so-ay bhagat vachhal
ਤਿਹੁ ਲੋਇ ਜੀਉ॥	tihu lo-ay jee-o.
ਗੁਰ ਸਬਦਿ ਸਮਾਵਏ,	gur sabad samaav-ay
ਅਵਰੁ ਨ ਜਾਣੈ ਕੋਇ ਜੀਉ॥	avar na jaanai ko-ay jee-o.
ਅਵਰੋ ਨ ਜਾਣਹਿ ਸਬਦਿ ਗੁਰ ਕੈ,	avro na jaaneh sabad gur kai
ਏਕੁ ਨਾਮੁ ਧਿਆਵਹੇ॥	ayk naam dhi-aavhay.
ਪਰਸਾਦਿ ਨਾਨਕ ਗੁਰੂ ਅੰਗਦ,	parsaad naanak guroo angad
ਪਰਮ ਪਦਵੀ ਪਾਵਹੇ॥	param padvee paavhay.
ਆਇਆ ਹਕਾਰਾ ਚਲਣਵਾਰਾ,	aa-i-aa hakaaraa chalanvaaraa
ਹਰਿ ਰਾਮ ਨਾਮਿ ਸਮਾਇਆ॥	har raam naam samaa-i-aa.
ਜਗਿ ਅਮਰੁ ਅਟਲੁ ਅਤੋਲੁ ਠਾਕੁਰੁ,	jag amar atal atol thaakur
ਭਗਤਿ ਤੇ ਹਰਿ ਪਾਇਆ॥੧॥	bhagat tay har paa-i-aa. ||1||

ਪ੍ਰਭ ਸਾਰੀ ਸ੍ਰਿਸ਼ਟੀ ਨੂੰ ਦਾਤਾਂ ਦੇਣ ਵਾਲਾ ਹੈ, ਆਪਣੇ ਸੇਵਕਾਂ ਦਾ ਪਾਸ਼ਕ, ਪ੍ਰੇਮੀ ਹੈ । ਤਿੰਨਾਂ ਜੁਗਾਂ ਵਿੱਚ ਆਪਣੇ ਸੇਵਕਾਂ ਦਾ ਪਰੇਮੀ, ਰੱਖਵਾਲਾ ਹੈ । – (ਅਕਾਸ਼, ਪਤਾਲ, ਧਰਤੀ), ਜਿਹੜੇ ਜੀਵ ਪ੍ਰਭ ਦੇ ਸ਼ਬਦ ਵਿੱਚ ਲੀਨ ਹੋ ਜਾਂਦੇ ਹਨ, ਕੇਵਲ ਉਹ ਹੀ ਉਸ ਦੀ ਰਜ਼ਾ ਨੂੰ ਅਨੁਭਵ ਕਰ ਸਕਦੇ ਹਨ । ਹੋਰ ਕੋਈ ਇਹ ਜਾਣ ਨਹੀਂ ਸਕਦਾ, ਉਹ ਜੀਵ ਹੋਰ ਕਿਸੇ ਦੂਜੇ ਦੇ ਪਾਸ਼ਕ ਨਹੀਂ ਬਣਦੇ । ਉਹ ਕੇਵਲ ਉਸ ਦੇ ਸ਼ਬਦ ਦੀ ਹੀ ਆਰਧਨਾ ਕਰਦੇ ਹਨ । ਹੋਰ ਕਿਸੇ ਨੂੰ ਅਸਲੀ ਮਾਲਕ, ਜਾ ਪ੍ਰਭ ਨੂੰ ਮਿਲਾਉਣ ਵਾਲਾ ਨਹੀਂ ਮੰਨਦੇ । ਉਹਨਾਂ ਤੇ ਇਸਤਰ੍ਹਾਂ ਦੀ ਰਹਿਮਤ ਹੋ ਜਾਂਦੀ ਹੈ । ਜਿਵੇਂ ਨਾਨਕ ਅਤੇ ਅੰਗਦ ਦੇਵ ਜੀ ਤੇ ਪ੍ਰਭ ਦੀ ਰਹਿਮਤ ਹੋਈ, ਉਸ ਦੀ ਦਰਗਾਹ ਵਿੱਚ ਪ੍ਰਵਾਨ ਹੋ ਜਾਂਦੇ ਹਨ । ਜਿਹੜੇ ਉਸ ਦਾ ਮਨੋਂ ਸਿਮਰਨ ਕਰਦੇ, ਸ਼ਬਦ ਦੀ ਕਮਾਈ ਕਰਦੇ ਹਨ । ਜਦੋਂ ਜੀਵ ਦਾ ਅੰਤ ਸਮਾਂ ਆਉਂਦਾ ਹੈ! ਉਹ ਸਦਾ ਅਟੱਲ ਰਹਿਣ ਵਾਲੇ ਪ੍ਰਭ ਵਿੱਚ ਹੀ ਅਭੇਦ ਹੋ ਜਾਂਦੇ ਹਨ ।

The One and Only One, God True Master of all the blessings. In three Ages, He is the lover of His true devotee. Whosoever may remain in deep meditation on His Word, he may realize and accept His Word wholeheartedly. He may not recognize any other as The True Master and may not worship anyone else. He only meditates on His Word and does not consider anyone else as a middle man or master. He may be bestowed with His mercy and grace as He had bestowed on Nanak and Angad. Whosoever may wholeheartedly meditate and perform good deeds! At the time of death, his soul may be immersed in The Holy Spirit.

44. Guru Arjan Dev Ji – Page 683

ਚਰਨ ਕਮਲ ਜਾ ਕਾ ਮਨੁ ਰਾਪੈ ॥ charan kamal jaa kaa man raapai.
ਸੋਗ ਅਗਨਿ ਤਿਸੁ ਜਨ ਨ ਬਿਆਪੈ॥੨॥ sog agan tis jan na bi-aapai. ||2||

ਜਿਸ ਦੇ ਮਨ ਵਿੱਚ ਪ੍ਰਭ ਦੇ ਸ਼ਬਦ ਰੂਪੀ ਚਰਨ ਵਸਦੇ ਹਨ, ਸ਼ਬਦ ਮਨ ਵਿੱਚ ਜਾਗਰਤ ਹੋ ਜਾਂਦਾ ਹੈ । ਉਸ ਦੇ ਮਨ ਵਿੱਚ ਕੋਈ ਸੰਸਾਰਕ ਭਟਕਣ ਦਾ ਪ੍ਰਭਾਵ ਨਹੀਂ ਰਹਿੰਦਾ ।

Whosoever may be drenched with the teachings of His Word and His Word remains enlightened. His mind may not have any suspicion or worldly frustrations.

18. ਦਾਸ ਦਾ ਰਹਿਤਨਾਮਾ : Robe of Blessed Soul !

45. Guru Nanak Dev Ji – Page 7 - japji 28

ਮੁੰਦਾ ਸੰਤੋਖੁ ਸਰਮੁ ਪਤੁ ਝੋਲੀ	munda santokh saram pat jholee
ਧਿਆਨ ਕੀ ਕਰਹਿ ਬਿਭੂਤਿ॥	Dhi-aan kee karahi bibhoot.
ਖਿੰਥਾ ਕਾਲੁ ਕੁਆਰੀ ਕਾਇਆ	khinthaa kaal ku-aaree kaa-i-aa
ਜੁਗਤਿ ਡੰਡਾ ਪਰਤੀਤਿ॥	jugat dandaa parteet.
ਆਈ ਪੰਥੀ ਸਗਲ ਜਮਾਤੀ	aa-ee panthee sagal jamaatee
ਮਨਿ ਜੀਤੈ ਜਗੁ ਜੀਤੁ॥	man jeetai jag jeet.
ਆਦੇਸੁ ਤਿਸੈ ਆਦੇਸੁ॥	aadays tisai aadays.
ਆਦਿ ਅਨੀਲੁ ਅਨਾਦਿ ਅਨਾਹਤਿ,	aad aneel anaad anaahat
ਜੁਗੁ ਜੁਗੁ ਏਕੋ ਵੇਸੁ॥੨੮॥	jug jug ayko vays. ||28||

ਪ੍ਰਭ ਦੀ ਰਹਿਮਤ ਪ੍ਰਾਪਤ ਕਰਨ ਲਈ ਕਿਸਤਰ੍ਹਾਂ ਦਾ ਭੇਸ ਬਣਾਉਣਾ ਚਾਹੀਦਾ ਹੈ?- ਰਹਿਤਨਾਮਾ, ਜੀਵ ਨੂੰ ਸੰਤੋਖ, ਧੀਰਜ ਰੂਪੀ ਮੁੰਦ੍ਰਾਂ (ਮੁੰਦਾ) ਪਾਉਣੀਆ ਚਾਹੀਦੀਆਂ ਹਨ । ਆਤਮਾ ਨੂੰ ਬੁਰੇ ਕੰਮਾਂ ਤੋਂ ਰਹਿਤ ਰੱਖਣਾ (ਸ਼ਰਮ ਕਰਨੀ) ਚਾਹੀਦਾ ਹੈ । ਪ੍ਰਭ ਦੀ ਰਜ਼ਾ ਸ਼ਰਧਾ ਨਾਲ, ਪ੍ਰਵਾਨ ਕਰਨੀ ਚਾਹੀਦੀ ਹੈ । ਪ੍ਰਭ ਦੇ ਸ਼ਬਦ ਨੂੰ ਆਪਣੇ ਰੋਮ ਰੋਮ ਵਿੱਚ ਜਾਗਰਤ ਰੱਖਣਾ ਚਾਹੀਦਾ ਹੈ । ਸਵਾਸ ਸਵਾਸ ਨਾਲ ਸ਼ਬਦ ਦਾ ਸਿਮਰਨ ਕਰਨਾ, ਸਰਬ ਦਾ ਭਲਾ ਮੰਗਣਾ ਚਾਹੀਦਾ ਹੈ । ਇਸਤਰ੍ਹਾਂ ਦੀ (ਬਿਭੂਤਿ) ਸਮਾਧੀ, ਆਸਣ ਲਾਉਣਾ ਚਾਹੀਦਾ ਹੈ । ਸਵਾਸ ਸਵਾਸ ਵਿਚੋਂ ਸ਼ਬਦ ਦੀ, ਧੰਨਵਾਦ ਦੀ ਗੂੰਜ ਆਉਣੀ ਚਾਹੀਦੀ ਹੈ । ਆਤਮਾ (ਕਾਇਆ) ਨੂੰ ਬੁਰੇ ਕੰਮਾਂ ਤੋਂ ਰਹਿਤ ਰੱਖਣਾ ਚਾਹੀਦਾ ਹੈ, ਇਹ ਜੀਵਨ ਦਾ ਢੰਗ (ਖਿੰਥਾ) ਹੋਣਾ ਚਾਹੀਦਾ ਹੈ । ਅਡੋਲ ਭਰੋਸੇ ਨਾਲ ਹੀ ਉਸ ਦੀ ਸ੍ਰਿਜਨ ਕੀਤੇ ਹੋਈ ਸ੍ਰਿਸ਼ਟੀ ਵਿੱਚ ਰਹਿਣਾ ਚਾਹੀਦਾ । ਇਹ ਹੀ ਨਿਯਮ, ਧੁਰਾ (ਡੰਡਾ) ਹੋਣਾ ਚਾਹੀਦਾ ਹੈ । ਪ੍ਰਭ ਦੀ ਜੋਤ ਹੀ ਸਾਰਿਆਂ ਵਿੱਚ ਪ੍ਰਵੇਸ਼ ਹੈ । ਉਸ ਦੀ ਮਰਜ਼ੀ, ਸ਼ਬਦ ਨੂੰ (ਪੰਥੀ-ਪੰਥ, ਰਸਤਾ) ਜੀਵਨ ਦਾ ਰਸਤਾ ਬਣਾਉਣਾ ਚਾਹੀਦਾ ਹੈ । ਜਿਹੜਾ ਆਪਣੇ ਮਨ ਤੇ ਕਾਬੂ ਪਾ ਲੈਂਦਾ ਹੈ, ਫਿਰ ਉਸ ਨੂੰ ਕਦੇ ਅਹੰਕਾਰ ਨਹੀਂ ਆਉਂਦਾ । ਸੰਤੋਖ ਪ੍ਰਾਪਤ ਹੋ ਜਾਂਦਾ ਹੈ, ੧ਓ ਦੀ ਗੂੰਜ ਸੁਣਦੀ ਹੈ । ਉਸ ਨੂੰ ਮੁਕਤੀ ਬਖਸ਼ਿਸ਼ ਹੋ ਸਕਦੀ ਹੈ, ਹੋਂਦ ਅਨੁਭਵ ਹੋ ਜਾਂਦੀ ਹੈ । ਜੀਵ ਨੂੰ ਹਮੇਸ਼ਾਂ ਹੀ ਪ੍ਰਭ (ਆਦੇਸ, ਨਮਸਕਾਰ) ਅੱਗੇ ਹੀ ਸਿਰ ਝੁਕਾਉਣਾ ਚਾਹੀਦਾ ਹੈ । ਪ੍ਰਭ ਹੀ ਸਾਰੇ ਸੰਸਾਰ ਦਾ (ਆਦਿ) ਮੂਲ, ਜੜ੍ਹ ਰੂਪ ਹੈ । ਉਹ ਅਨੀਲੁ (ਅ+ਨੀਲੁ), ਨੀਲੇ ਅਕਾਸ਼ ਆਦਿਕ ਤੱਤਾਂ ਦੇ ਕਾਰਜ ਤੋਂ (ਅ) ਰਹਿਤ ਹੈ । ਉਹ ਕਾਲੀਆਂ, ਖੋਟੀਆਂ ਇੱਛਾਂ ਤੋਂ ਰਹਿਤ ਹੈ । (ਅਨਾਦਿ)- (ਅਨ+ਆਦਿ) ਉਹ ਆਦਿ ਤੋਂ ਰਹਿਤ ਹੈ । ਕੋਈ ਆਦਿ ਨਹੀਂ ਹੈ, ਆਪ ਸੁੈਤ ਅਨਾਦੀ ਹੈ, ਜੁਗ ਜੁਗ ਵਿੱਚ ਉਹ ਅਟੱਲ, ਮਾਲਕ ਹੈ । ਉਸ ਦਾ ਦਿੱਤਾ ਹੋਇਆ ਭੇਖ, ਰੂਪ, ਬਸਤਰ ਪਹਿਨਣੇ ਚਾਹੀਦੇ ਹਨ । ਹੋਰ ਨਵੇ, ਵਖਰੇ ਭੇਖ, ਬਾਣਾ ਜਾ ਚਿੰਨ੍ਹ ਨਹੀਂ ਧਾਰਨੇ ਚਾਹੀਦੇ ।

(ਅਨਾਹਤਿ) ਇੱਕ ਤਾਂ ਆਹਤ ਸ਼ਬਦ ਹੁੰਦਾ ਹੈ। - (ਜੇ ਕਿਸੇ ਚੀਜ ਪਰ ਕੁਝ ਮਾਰਨੇ ਤੇ ਆਵਾਜ ਪ੍ਰਗਟ ਹੋਵੇ) ।

What should be the true robe of Your true devotee? He should adopt patience and contentment with His blessings. He should control his mind from evil thoughts and deeds. He should unconditionally accept sorrows and pleasures in life as His worthy blessings. He should sing the glory of His Word with each and every breath. The teachings of His Word should be drenched within each and every fiber of his body. He should always beg for

His mercy and grace for mankind. The everlasting sound of His Word should resonate, vibrate from his each and every breath. His soul should be free from evil thoughts and His Word should be the corner stone of his life. Whosoever may adopt His Word in his own life, he may conquer his own ego and adopts the right path of acceptance. God was, is and will remain unchanged. To obtain His mercy and grace, one should stay contented. He should live within His creation and does not need any special religious baptism and robe.

46. Kabeer Ji – Page 334

ਸੁਰਤਿ ਸਿਮ੍ਰਿਤਿ ਦੁਇ ਕੰਨੀ ਮੁੰਦਾ,	surat simrit du-ay kannee munda
ਪਰਮਿਤਿ ਬਾਹਰਿ ਖਿੰਥਾ॥	parmit baahar khinthaa.
ਸੁੰਨ ਗੁਫਾ ਮਹਿ ਆਸਣੁ ਬੈਸਣੁ,	sunn gufaa meh aasan baisan
ਕਲਪ ਬਿਬਰਜਿਤ ਪੰਥਾ॥੧॥	kalap bibarjit panthaa. ||1||
ਮੇਰੇ ਰਾਜਨ ਮੈ ਬੈਰਾਗੀ ਜੋਗੀ ॥	mayray raajan mai bairaagee jogee.
ਮਰਤ ਨ ਸੋਗ ਬਿਓਗੀ ॥੧॥ ਰਹਾਉ	marat na sog bi-ogee. ||1|| rahaa-o

ਜੀਵ ਆਪਣੀ ਸੁਚੇਤਨਾ ਅਤੇ ਪ੍ਰਭ ਦੀ ਬੰਦਗੀ ਨੂੰ ਆਪਣੇ ਦੋਂ ਕੰਨਾਂ ਦੀਆ ਮੁੰਦ੍ਰਾਂ ਬਣਾਵੇ! ਸ਼ਬਦ ਦੀ ਪਾਲਣਾ ਨੂੰ ਆਪਣਾ ਬਾਣਾ, ਚੋਲਾ ਬਣਾਵੇ, ਮਨ ਦੀ ਸਮਾਧੀ ਨੂੰ ਬੰਦਗੀ ਕਰਨ ਵਾਲਾ ਆਸਣ ਬਣਾਵੇ । ਆਪਣੇ ਮਨ ਦੀ ਅੰਦਰਲੀ ਅਵਾਜ ਨੂੰ ਆਪਣੇ ਸੇਧ ਦੇਣ ਵਾਲਾ ਗੁਰੂ, ਰਸਤਾ ਬਣਾਵੇ । ਅਗਰ ਤੂੰ ਇਸਤਰ੍ਹਾਂ ਦਾ ਜੋਗ, ਧਰਮ ਧਾਰਨ ਕਰੇ! ਤਾਂ ਫਿਰ ਤੈਨੂੰ ਬਾਰ ਬਾਰ ਪ੍ਰਭ ਤੋਂ ਵਿਛੋੜੇ ਦਾ ਦੁਖ ਸਹਿਣਾ ਨਹੀਂ ਪੈਂਦਾ ।

You should make alertness and awareness of His Word as two ear rings of your mind. You should Obey and adopt the teachings of His Word as your uniform, robe. Your devotion and dedication as a throne for meditation. The everlasting echo of your subconscious as a guide or teacher, guru. By adopting this discipline in your meditation, your cycle birth and death may be eliminated by His mercy and grace.

47. Guru Nanak Dev Ji – Page 359

ਮਨੁ ਮੋਤੀ ਜੇ ਗਹਣਾ ਹੋਵੈ,	man motee jay gahnaa hovai
ਪਉਣੁ ਹੋਵੈ ਸੂਤ ਧਾਰੀ॥	pa-un hovai soot Dhaaree.
ਖਿਮਾ ਸੀਗਾਰੁ ਕਾਮਣਿ ਤਨਿ ਪਹਿਰੈ,	khimaa seegaar kaaman tan pahirai
ਰਾਵੈ ਲਾਲ ਪਿਆਰੀ॥੧॥	raavai laal pi-aaree. ||1||

ਅਗਰ ਮਨ ਦੇ ਚੰਗੇ ਵਿਚਾਰ ਉਹ ਅਣਮੋਲ ਮੋਤੀ ਬਣ ਜਾਣ । ਬੋਲ ਮੂੰਹ ਤੋਂ ਇਸਤਰ੍ਹਾਂ ਸਵਾਸ ਸਵਾਸ ਨਾਲ ਨਿਕਲਨ, ਜਿਵੇਂ ਬੰਦਗੀ ਕਰਨ ਵਾਲੀ ਮਾਲ਼ਾ ਹੋਵੇ । ਇਹ ਪਿਆਰ, ਤਰਸ, ਦੂਸਰੇ ਦੀਆਂ ਗਲਤੀਆਂ ਮਾਫ ਕਰਨ ਵਾਲੀ ਹੋਵੇ, ਤਾਂ ਹੀ ਬੰਦਗੀ ਪ੍ਰਭ ਨੂੰ ਪ੍ਰਵਾਨ ਹੋ ਸਕਦੀ, ਹੁੰਦੀ ਹੈ ।

If your good thoughts become pearls and spoken words become rosary of meditation. Mercy and forgiveness for others as your devotion! Only then your meditation may be approved by the almighty, The Holy spirit.

48. Guru Nanak Dev Ji – Page 359

ਗੁਰ ਕਾ ਸਬਦੁ ਮਨੈ ਮਹਿ ਮੁੰਦ੍ਰਾ,	gur kaa sabad manai meh mundraa
ਖਿੰਥਾ ਖਿਮਾ ਹਢਾਵਉ॥	khinthaa khimaa hadhaava-o.
ਜੋ ਕਿਛੁ ਕਰੈ ਭਲਾ ਕਰਿ ਮਾਨਉ,	jo kichh karai bhalaa kar maan-o
ਸਹਜ ਜੋਗ ਨਿਧਿ ਪਾਵਉ॥੧॥	sahj jog niDh paava-o. ||1||

ਜੀਵ ਪ੍ਰਭ ਦੇ ਸ਼ਬਦ ਨੂੰ ਆਪਣੇ ਮਨ ਦੀਆਂ ਧੀਰਜ ਵਾਲੀਆਂ ਮੰਦ੍ਰਾ ਬਣਾਵੇ! ਖਿਮਾ, ਦੂਸਰੇ ਦੀ ਗਲਤੀ ਨੂੰ ਮਾਫ ਕਰਨ ਨੂੰ ਆਪਣਾ ਧਾਰਮਕ ਬਾਣਾ, ਚੋਲਾ ਬਣਾਵੇ । ਪ੍ਰਭ ਦੇ ਭਾਣਾ ਨੂੰ ਸਤਿ ਮੰਨ ਕੇ ਪਾਲਣਾ ਕਰੋ! ਤਾਂ ਹੀ ਪ੍ਰਭ ਦੇ ਦਰਬਾਰ ਵਿੱਚ ਪ੍ਰਵਾਨ ਹੋਣ ਵਾਲਾ ਜੋਗੀ ਬਣ ਸਕਦਾ ਹੈ ।

You should adopt His Word and make your contentment and patience as ear rings. Mercy and forgiveness of mistakes of others as religious robe and accept His Word as an ultimate command, blessings. Only then you may become worthy of His considerations.

49. Guru Arjan Dev Ji – Page 684

ਅਨਿਕ ਪ੍ਰਕਾਰੀ ਬਸਤ੍ਰ ਓਢਾਏ॥	anik parkaaree bastar odhaa-ay.
ਅਨਦਿਨੁ ਕੀਰਤਨੁ ਹਰਿ ਗੁਨ ਗਾਏ॥੨॥	an-din keertan har gun gaa-ay. ||2||

ਜਿਹੜਾ ਦਿਨ ਰਾਤ ਸ਼ਬਦ ਦੀ ਪਾਲਣਾ ਕਰਦਾ ਹੈ, ਸ਼ਬਦ ਦੇ ਗੁਣ ਗਾਉਂਦਾ ਹੈ । ਉਸ ਨੂੰ ਸਭ ਬਾਣੇ ਹੀ ਸੋਭਦੇ ਹਨ, ਪ੍ਰਭ ਦੇ ਦਰਬਾਰ ਵਿੱਚ ਪ੍ਰਵਾਨ ਹੁੰਦੇ ਹਨ ।

Whosoever may meditate with each and every breath day and night! All his robes are acceptable in His court.

50. Guru Nanak Dev Ji – Page 1245

ਸਚੁ ਵਰਤੁ ਸੰਤੋਖੁ ਤੀਰਥੁ,	sach varat santokh tirath
ਗਿਆਨੁ ਧਿਆਨੁ ਇਸਨਾਨੁ॥	gi-aan Dhi-aan isnaan.
ਦਇਆ ਦੇਵਤਾ ਖਿਮਾ ਜਪਮਾਲੀ,	da-i-aa dayvtaa khimaa japmaalee
ਤੇ ਮਾਣਸ ਪਰਧਾਨ॥	tay maanas parDhaan.
ਜੁਗਤਿ ਧੋਤੀ ਸੁਰਤਿ ਚਉਕਾ,	jugat Dhotee surat cha-ukaa
ਤਿਲਕੁ ਕਰਣੀ ਹੋਇ॥	tilak karnee ho-ay.
ਭਾਉ ਭੋਜਨੁ ਨਾਨਕਾ,	bhaa-o bhojan naankaa
ਵਿਰਲਾ ਤ ਕੋਈ ਕੋਇ॥੧॥	virlaa ta ko-ee ko-ay. ||1||

ਜਿਹਨਾਂ ਜੀਵਾਂ ਦੇ ਮਨ ਵਿੱਚ ਪ੍ਰਭ ਦਾ ਸ਼ਬਦ ਹੁੰਦਾ ਹੈ । ਉਹ ਮੰਦੇ ਕੰਮ ਕਰਨ ਦਾ ਵਰਤ ਰੱਖਦੇ, ਪ੍ਰਭ ਦੇ ਬਖਸ਼ੇ ਤੇ ਸੰਤੋਖ ਕਰਨਾ ਉਹਨਾਂ ਦਾ ਤੀਰਥ ਬਣ ਜਾਂਦਾ ਹੈ । ਸ਼ਬਦ ਦੀ ਸੋਝੀ, ਧਿਆਨ ਮਨ ਨੂੰ ਪਵਿੱਤਰ ਕਰਨ ਵਾਲਾ ਇਸ਼ਨਾਨ ਬਣ ਜਾਂਦਾ ਹੈ, ਤਰਸ, ਦਇਆ ਕਰਨਾ ਉਹਨੇ ਦੇ ਦੇਵੀ ਦੇਵਤੇ ਹਨ । ਦੂਸਰੇ ਦੀ ਗਲਤੀ ਨੂੰ ਨਾ ਚਿਤਾਰਨਾ, ਭੁੱਲਾ ਦੇਣਾ, ਉਹਨਾਂ ਦੀ ਬੰਦਗੀ ਕਰਨ ਵਾਲੀ ਮਾਲ਼ਾ ਬਣ ਜਾਂਦੀ ਹੈ । ਉਹ ਜੀਵ ਪ੍ਰਭ ਦੇ ਅਸਲੀ ਸੇਵਕ, ਬਣ ਜਾਂਦੇ, ਮਹਾਨ ਬਣ ਜਾਂਦੇ ਹਨ । ਜਿਹੜੇ ਇਸਤਰ੍ਹਾਂ ਦੇ ਜੀਵਨ ਨੂੰ ਆਪਣੀ ਧੋਤੀ, ਧਰਮ ਦਾ ਬਾਣਾ ਬਣਾਉਂਦੇ ਹਨ, ਉਹ ਮਨ ਦੀ ਸੁਰਤੀ ਨੂੰ ਮਨ ਪਵਿੱਤਰ ਕਰਨ ਵਾਲਾ ਆਸਣ, ਚੰਗੇ ਕੰਮਾਂ ਨੂੰ ਆਪਣੇ ਮੱਥੇ ਦਾ ਤਿਲਕ ਬਣਾਉਂਦੇ ਹਨ । ਪ੍ਰਭ ਦੇ ਸ਼ਬਦ ਦੀ ਪ੍ਰੀਤ, ਸ਼ਰਧਾ ਨੂੰ ਭੋਜਨ ਬਣਾਉਂਦੇ ਹਨ । ਇਸਤਰ੍ਹਾਂ ਜੀਵਨ ਬਤੀਤ ਕਰਨ ਵਾਲੇ ਵਿਰਲੇ ਹੀ ਸੰਸਾਰ ਵਿੱਚ ਹੁੰਦੇ ਹਨ ।

You should believe His Word as an ultimate command as abstain from food. Contentment as temple, recognition of His Word and devotion as Holy bath then you may be accepted in His court. Whosoever may recognition and adoption His Word, devotion and awareness as soul purifying bath. mercy and helping helpless as goddess and gurus, he becomes great and honorable in the universe also. Your devotion, meditation as food for your soul. However, very rare devotee may adopt this path in his life.

51. Kabeer Ji – Page 970

ਮੁੰਦ੍ਰਾ ਮੋਨਿ ਦਇਆ ਕਰਿ ਝੋਲੀ,	mundraa mon da-i-aa kar jholee
ਪਤ੍ਰ ਕਾ ਕਰਹੁ ਬੀਚਾਰੁ ਰੇ॥	patar kaa karahu beechaar ray.
ਖਿੰਥਾ ਇਹੁ ਤਨੁ ਸੀਅਉ ਅਪਨਾ,	khinthaa ih tan see-a-o apnaa
ਨਾਮੁ ਕਰਉ ਆਧਾਰੁ ਰੇ॥੧॥	naam kara-o aaDhaar ray. ||1||

ਜੀਵ ਆਪਣੇ ਮਨ ਦੀ ਇੱਛਾਂ ਦੇ ਮੌਨ ਨੂੰ ਆਪਣੀਆਂ ਕੰਨਾਂ ਦੀਆਂ ਮੰਦ੍ਰਾਂ, ਬਾਕੀ ਤੇ ਤਰਸ ਨੂੰ ਆਪਣਾ ਧਨ ਵਾਲੀ ਥੇਲੀ । ਸ਼ਬਦ ਦੀ ਪਾਲਣਾ, ਸਿਮਰਨ ਨੂੰ ਮੰਗਣ ਵਾਲਾ ਬਾਟਾ, ਆਪਣੇ ਤਨ ਨੂੰ ਉਹ ਧਰਮ ਦਾ ਬਾਣਾ, ਚੋਲਾ ਬਣਾਵੇ । ਪ੍ਰਭ ਦੇ ਸ਼ਬਦ ਦਾ ਆਸਰਾ, ਓਟ ਮਨ ਵਿੱਚ ਅਡੋਲ ਰੱਖੋ ।

You should make contentment and quietness of desires as two ear rings. Forgiveness and mercy on other as purse. Obeying His Word as begging bowl and blessed body as religious robe. Have an unshakable belief on His Word.

19. ਦਾਸ ਦਾ ਭੋਜਨ ! Food for Blessed Soul !

52. Guru Nanak Dev Ji – Page 7 – japji 29

ਭੁਗਤਿ ਗਿਆਨੁ ਦਇਆ ਭੰਡਾਰਣਿ,	bhugat gi-aan da-i-aa bhandaaran
ਘਟਿ ਘਟਿ ਵਾਜਹਿ ਨਾਦ॥	ghat ghat vaajeh naad.
ਆਪਿ ਨਾਥੁ ਨਾਥੀ ਸਭ ਜਾ ਕੀ	aap naath naathee sabh jaa kee
ਰਿਧਿ ਸਿਧਿ ਅਵਰਾ ਸਾਦ॥	riDh siDh avraa saad.
ਸੰਜੋਗੁ ਵਿਜੋਗੁ ਦੁਇ ਕਾਰ ਚਲਾਵਹਿ,	sanjog vijog du-ay kaar chalaaveh
ਲੇਖੇ ਆਵਹਿ ਭਾਗ॥	laykhay aavahi bhaag.
ਆਦੇਸੁ ਤਿਸੈ ਆਦੇਸੁ॥	aadays tisai aadays.
ਆਦਿ ਅਨੀਲੁ ਅਨਾਦਿ ਅਨਾਹਤਿ,	aad aneel anaad anaahat
ਜੁਗੁ ਜੁਗੁ ਏਕੋ ਵੇਸੁ॥੨੯॥	jug jug ayko vays. ‖29‖

ਪ੍ਰਭ ਦੇ ਸ਼ਬਦ ਦਾ ਗਿਆਨ ਰੂਪੀ (ਭੁਗੀਤ) ਭੋਜਨ ਹੀ ਖਾਣੇ ਯੋਗ ਹੈ । ਦੂਸਰਿਆਂ ਉਪਰ ਦਇਆ ਕਰਣਾ ਵਾਲੇ ਗੁਣ ਨਾਲ ਹੀ ਪ੍ਰਭ ਦੇ ਭੰਡਾਰ, ਖਜ਼ਾਨੇਂ ਦਾ ਅਨੁਭਵ, ਬਖਸ਼ਿਸ਼ ਹੁੰਦਾ ਹੈ । ਰੋਮ ਰੋਮ ਵਿਚੋਂ ੧ਓ ਦੀ ਧੁਨ, ਗਾਉਣਾ, ਹੀ (ਨਾਦ) ਵਾਜਾ, ਸੰਗੀਤ ਹੀ ਉਸ ਦੇ ਧੰਨਵਾਦ ਦੀ ਵਿਧੀ ਹੈ । ਪ੍ਰਭ ਆਪ ਹੀ ਸਭ ਦਾ ਮਾਲਕ (ਨਾਥ) ਹੈ । ਸਾਰੀ ਸ੍ਰਿਸ਼ਟੀ ਉਸ ਦੀ ਸਾਜੀ, ਉਸ ਦੇ ਹੁਕਮ ਵਿੱਚ ਬੰਧੀ (ਨੱਥੀ) ਹੋਈ ਹੈ । ਜੀਵ ਦੇ ਮਨ ਵਿੱਚ ਪ੍ਰਭ ਬਣਨ ਦੀ ਇੱਛਾ ਨਹੀਂ ਹੋਣੀ ਚਾਹੀਦੀ । ਪ੍ਰਭ ਆਪਣੀ ਰਹਿਮਤ ਨਾਲ, ਜਿਸ ਜੀਵ ਨੂੰ ਰਿਧੀਆਂ, ਸਿਧੀਆਂ ਬਖਸ਼ਦਾ ਹੈ । ਉਹ ਜੀਵ ਨਿਮ੍ਰਤਾ ਨਾਲ ਭਰੇ ਜਾਂਦੇ, ਉਹਨਾਂ ਨੂੰ ਰਿਧੀਆਂ ਦਾ ਕੋਈ ਸਵਾਦ, ਕੋਈ ਅਹੰਕਾਰ ਨਹੀਂ ਹੁੰਦਾ । ਇਹਨਾਂ ਰਿਧੀਆਂ ਸਿਧੀਆਂ ਦਾ ਜਦੋਂ ਵੀ ਕਿਸੇ ਨੂੰ ਸਵਾਦ ਆਉਣ ਲੱਗ ਪੈਂਦਾ ਹੈ । ਉਸ ਸਮੇਂ ਉਹ ਪ੍ਰਭ ਦੇ ਅਨੰਦ ਤੋਂ ਦੂਰ ਹੋ ਜਾਂਦਾ, ਇਹ ਸਵਾਦ ਹੀ ਅਹੰਕਾਰ ਦੀ ਜੜ੍ਹ ਮਜ਼ਬੂਤ ਕਰਦਾ ਹੈ । ਪ੍ਰਭ ਦੇ ਹੁਕਮ ਦੇ ਅਨੁਸਾਰ, ਲਿਖੇ ਹੋਏ ਭਾਗਾਂ ਨਾਲ ਹੀ ਚਾਰ ਪਦਾਰਥ ਪ੍ਰਾਪਤ (ਸੰਜੋਗ) ਹੁੰਦੇ ਹਨ । ਉਸ ਦੇ ਹੁਕਮ ਅਨੁਸਾਰ ਹੀ ਵਿਛੋੜਾ, ਸੰਜੋਗ ਇਹ ਦੋਵੇਂ ਹੀ ਜੀਵਨ ਦਾ ਚੱਕਰ ਚਲਾਉਂਦੇ, ਉਸ ਦਾ ਲਿਖਿਆ ਦੁਖ ਸੁਖ ਭੁਗਤਨਾ ਪੈਂਦਾ ਹੈ । ਉਸ ਪ੍ਰਭ ਨੂੰ ਸਦਾ ਹੀ ਸਲਾਮ ਕਰਨੀ, ਸਦਾ ਧੰਨਵਾਦ ਕਰਨਾ ਚਾਹੀਦਾ ਹੈ । ਉਹ ਸਾਰੀ ਸ੍ਰਿਸ਼ਟੀ ਦਾ ਮੁੱਢ ਰੂਪ ਹੈ । (ਅਨੀਲੁ) ਗਿਣਤੀ ਤੋਂ ਰਹਿਤ ਹੈ, (ਆਨਦਿ) ਆਦਿ ਤੋਂ ਰਹਿਤ ਹੈ, (ਓਨਾਹਤਿ) ਨਾਸ਼ ਤੋਂ ਰਹਿਤ ਹੈ । ਜੁਗਾਂ, ਚੋਰੇ ਖਾਣੀਆਂ ਵਿੱਚ (ਜੁਗ) ਦਿਸ਼ਾਂ, ਉਤਮ, ਮਧਮ, ਨੀਚ ਤੇ ਕਨਿਸ਼ਟ ਵਿੱਚ ਇੱਕੋ ਇੱਕ ਹੀ ਵੇਸ, ਸਰੂਪ ਹੈ । ਉਸ ਨੂੰ ਨਮਸਕਾਰ ਕਰੋ ।

Understandings His Word and merciful to others is the true food worthy to succeed in human life journey. The One and Only One God is also the guru of all worldly gurus and all miracle powers may be blessed by adopting His Word in day to day life. The function of universe is a process of departure and immersing of soul in The Holy spirit. You should always bow to the ever-existing, God, who was, is and will be prevailing forever. He should be contented with His blessings and you should be focus on the true purpose of life.

53. Kabeer Ji – Page 1364

ਜਹ ਅਨਭਉ ਤਹ ਭੈ ਨਹੀ,	jah anbha-o tah bhai nahee
ਜਹ ਭਉ ਤਹ ਹਰਿ ਨਾਹਿ॥	jah bha-o tah har naahi.
ਕਹਿਓ ਕਬੀਰ ਬਿਚਾਰਿ ਕੈ,	kahi-o kabeer bichaar kai
ਸੰਤ ਸੁਨਹੁ ਮਨ ਮਾਹਿ॥੧੮੦॥	sant sunhu man maahi. ‖180‖

ਜਿਤਨਾ ਚਿਰ ਜੀਵ ਦੇ ਦਿਲ ਵਿੱਚ ਪ੍ਰਭ ਦੇ ਨਰਾਜ਼ ਹੋਣ ਦਾ ਡਰ ਰਹਿੰਦਾ ਹੈ, ਉਤਨਾਂ ਚਿਰ ਪ੍ਰਭ ਉਥੇ ਨਹੀਂ ਵਸਦਾ । ਜਦੋਂ ਉਸ ਦਾ ਡਰ ਦੂਰ ਹੋ ਜਾਂਦਾ ਹੈ, ਪਿਆਰ, ਵਿਛੋੜੇ ਦਾ ਵਿਰਾਗ ਭਰ ਜਾਂਦਾ ਹੈ, ਤਾਂ ਪ੍ਰਭ ਉਥੇ ਵਸਦਾ, ਪ੍ਰਗਟ ਹੋ ਜਾਂਦਾ ਹੈ ।

As long as one is afraid of God being angry, disappointed, His Word may not be enlightened within his heart. mercy on his soul! When the fear fades away and repentance of separation overwhelmed within, the existence of The merciful True Master may be realized within his heart.

20. ਦਾਸ ਦਾ ਘਰ, ਜੀਵਨ ਦਾ ਮੰਤਵ

Home of Blessed Soul! Purpose of life!

54. Guru Arjan Dev Ji – Page 745

ਭਲੀ ਸੁਹਾਵੀ ਛਾਪਰੀ,	bhalee suhaavee chhaapree
ਜਾ ਮਹਿ ਗੁਨ ਗਾਏ॥	jaa meh gun gaa-ay.
ਕਿਤ ਹੀ ਕਾਮਿ ਨ ਧਉਲਹਰ,	kit hee kaam na Dha-ulhar
ਜਿਤੁ ਹਰਿ ਬਿਸਰਾਏ॥੧॥ਰਹਾਉ॥	jit har bisraa-ay. ||1|| rahaa-o.

ਜਿਥੇਂ ਬੰਦਗੀ ਕਰਨ ਵਾਲੇ ਭਰੋਸਾ ਅਡੋਲ ਰੱਖਕੇ, ਸ਼ਬਦ ਦੀ ਉਸਤਤ ਗਾਉਂਦੇ ਹਨ । ਉਹ ਗਰੀਬ ਖਾਨਾ, ਨਿਮਾਣੇ ਦਾ ਘਰ, ਪ੍ਰਭ ਦਾ ਤਖਤ, ਦਰਬਾਰ ਬਣ ਜਾਂਦਾ ਹੈ । ਜਿਸ ਘਰ ਵਿੱਚ ਪ੍ਰਭ ਦੇ ਸ਼ਬਦ ਦਾ ਵਿਚਾਰ, ਸ਼ਬਦ ਦੀ ਪਾਲਣਾ ਨਹੀਂ ਕੀਤੀ ਜਾਂਦੀ । ਉਹ ਮਹਿਲ, ਸੁੰਨੇ ਜੰਗਲ ਦੀ ਤਰ੍ਹਾਂ ਹੀ ਡਰਾਉਣੇ ਬਣ ਜਾਂਦੇ ਹਨ ।

Wherever His devotee may sing the glory of His Word with unshakable belief that house, place becomes His throne. Where no one sings the glory of His Word that place, even Holy shrine may become ghost land.

55. Guru Nanak Dev Ji – Page 952

ਸੋ ਗਿਰਹੀ ਜੋ ਨਿਗ੍ਰਹੁ ਕਰੈ॥	so girhee jo nigarahu karai.
ਜਪੁ ਤਪੁ ਸੰਜਮੁ ਭੀਖਿਆ ਕਰੈ॥	jap tap sanjam bheekhi-aa karai.
ਪੁੰਨ ਦਾਨ ਕਾ ਕਰੇ ਸਰੀਰੁ॥	punn daan kaa karay sareer.
ਸੋ ਗਿਰਹੀ ਗੰਗਾ ਕਾ ਨੀਰੁ॥	so girhee gangaa kaa neer.
ਬੋਲੈ ਈਸਰੁ ਸਤਿ ਸਰੂਪੁ ॥	bolai eesar sat saroop.
ਪਰਮ ਤੰਤ ਮਹਿ ਰੇਖ ਨ ਰੂਪੁ ॥੨॥	param tant meh raykh na roop. ||2||

ਉਹ ਹੀ ਪ੍ਰਭ ਦੇ ਘਰ ਦਾ ਵਾਸੀ ਹੁੰਦਾ ਹੈ, ਜੋ ਆਪਣੇ ਆਪ ਤੇ ਕਾਬੂ ਰੱਖਦਾ ਹੈ । ਉਹ ਧੀਰਜ, ਸੰਤੋਖ, ਇੱਛਾਂ ਤੇ ਕਾਬੂ ਦੀ ਅਰਦਾਸ ਕਰਦਾ, ਭਿੱਖਿਆ ਮੰਗਦਾ ਹੈ । ਜਿਹੜਾ ਆਪਣੇ ਸਰੀਰ, ਆਪਣੇ ਹੱਥਾ ਨਾਲ ਨਿਮਾਣੇ ਦੀ ਸੇਵਾ ਕਰਦਾ ਹੈ । ਉਸ ਜੀਵ ਦਾ ਮਨ ਗੰਗਾ ਦੇ ਪਵਿੱਤਰ ਜਲ ਵਰਗਾ ਹੁੰਦਾ ਹੈ । ਉਹ ਪ੍ਰਭ ਦੇ ਸ਼ਬਦ ਦੀ ਉਸਤਤ ਗਾਉਂਦਾ ਹੈ, ਉਸ ਦੇ ਸ਼ਬਦ ਦੀ ਪਾਲਣਾ ਕਰਦਾ ਹੈ । ਉਸ ਸ਼ਰੋਮਣੀ ਪ੍ਰਭ ਦੀ ਰਹਿਮਤ ਪਾ ਲੈਂਦਾ ਹੈ ।

Only one who may conquer his own mind, he may become the resident of His palace. He always begs for patience, contentment and to conquer his mind, desires. Whosoever may serve the helpless, poor with his own hands, his mind remains pure as holy water of Ganga. Whosoever may sing and adopt His Word in his day to day life. Only he may be rewarded in His court.

56. Kabeer Ji – Page 969

ਸੰਤਾ ਮਾਨਉ ਦੂਤਾ ਡਾਨਉ,	santaa maan-o dootaa daana-o
ਇਹ ਕੁਟਵਾਰੀ ਮੇਰੀ॥	ih kutvaaree mayree.
ਦਿਵਸ ਰੈਨਿ ਤੇਰੇ ਪਾਉ ਪਲੋਸਉ,	divas rain tayray paa-o palosa-o
ਕੇਸ ਚਵਰ ਕਰਿ ਫੇਰੀ॥੧॥	kays chavar kar fayree. ‖1‖

ਸੰਤ ਸਰੂਪ ਦੀ ਆਗਿਆ ਵਿੱਚ ਰਹਿਣਾ, ਦੂਤਾਂ ਦੇ ਕੰਮ ਤੋਂ ਬਾਕੀ ਜੀਵਾਂ ਦੀ ਸਹਾਇਤਾ ਕਰਨਾ ਹੀ ਮੇਰਾ ਧੰਦਾ ਹੈ । ਦਿਨ ਰਾਤ ਤੇਰੇ ਚਰਨ ਧੋਂਦਾ, ਆਪਣੇ ਵਾਲਾਂ ਨੂੰ ਝੋਰ ਬਣਾ ਕੇ ਝੱਲਦਾ ਹਾ ।

The purpose of life of His true devotee becomes to obey the teachings of the Holy saints. He may surrender his pride and serve and comforts them day and night.

57. Kabeer Ji – Page 970

ਕਬੀਰਿ ਦੀਈ ਸੰਸਾਰ ਕਉ,	kabeer dee-ee sansaar ka-o
ਲੀਨੀ ਜਿਸੁ ਮਸਤਕਿ ਭਾਗੁ॥	leenee jis mastak bhaag.
ਅੰਮ੍ਰਿਤ ਰਸੁ ਜਿਨਿ ਪਾਇਆ,	amrit ras jin paa-i-aa
ਥਿਰੁ ਤਾ ਕਾ ਸੋਹਾਗੁ॥੫॥੪॥	thir taa kaa sohaag. ‖5‖4‖

ਬੰਦਗੀ ਕਰਨ ਵਾਲੇ (ਕਬੀਰ) ਇਹ ਸ਼ਬਦ ਦੀ ਸੋਝੀ ਸਾਰੀ ਸ੍ਰਿਸ਼ਟੀ ਵਿੱਚ ਵੰਡਦੇ ਹਨ । ਜਿਸ ਦੇ ਭਾਗਾਂ ਵਿੱਚ ਇਹ ਪਹਿਲੇ ਹੀ ਲਿਖਿਆ ਹੁੰਦਾ ਹੈ । ਕੇਵਲ ਉਹ ਹੀ ਇਸ ਨੂੰ ਪ੍ਰਾਪਤ ਕਰਦਾ ਹੈ, ਉਸ ਤੇ ਚਲਦਾ ਹੈ । ਜਿਹੜੇ ਜੀਵ ਉਸ ਪ੍ਰਭ ਦੇ ਸ਼ਬਦ ਦੀ ਪਾਲਣਾ ਕਰਦੇ ਹਨ । ਉਹਨਾਂ ਦਾ ਪ੍ਰਭ ਨਾਲ ਸਦਾ ਰਹਿਣ ਵਾਲਾ ਸੰਜੋਗ ਬਣ ਜਾਂਦਾ ਹੈ ।

His true servant, Kabeer shares the teachings of His Word to whole universe. Whosoever may have great prewritten destiny, only he may adopt the teachings of His Word in his life. Whosoever may adopt His Word in his life, he may be blessed with an everlasting relationship with The Almighty? His cycle of birth and death may be eliminated.

58. Kabeer Ji – Page 1103

ਜਿਤ ਹਮ ਲਾਏ ਤਿਤ ਹੀ ਲਾਗੇ	jit ham laa-ay tit hee laagay
ਤੈਸੇ ਕਰਮ ਕਮਾਵਹਿਗੇ॥	taisay karam kamaavhigay.
ਹਰਿ ਜੀ ਕ੍ਰਿਪਾ ਕਰੇ ਜਉ ਅਪਨੀ	har jee kirpaa karay ja-o apnee
ਤੌ ਗੁਰ ਕੇ ਸਬਦਿ ਸਮਾਵਹਿਗੇ॥੩॥	tou gur kay sabad samaavhigay. ‖3‖

ਜਿਸ ਕੰਮ ਤੇ ਪ੍ਰਭ ਲਗਨ ਲਾਉਂਦਾ ਹੈ, ਬੰਦਗੀ ਕਰਨ ਵਾਲਾ ਉਹ ਹੀ ਕੰਮ ਕਰਦਾ ਹੈ । ਜਦੋਂ ਪ੍ਰਭ ਆਪ ਹੀ ਰਹਿਮਤ ਬਖਸ਼ਦਾ, ਤਾਂ ਹੀ ਜੀਵ ਉਸ ਵਿੱਚ ਅਲੋਪ ਹੋ ਸਕਦਾ ਹੈ । ਉਸ ਦੀ ਬੰਦਗੀ ਪ੍ਰਵਾਨ ਹੁੰਦੀ ਹੈ ।

His true devotee may only perform task, whatsoever tasks may be assigned him. Whosoever may have a steady and stable belief on the teachings of His Word, his meditation may be accepted in His court and he may be absorbed in the Holy spirit. His meditation may be rewarded.

59. Naam Dev Ji – Page 1167

ਦੇਹੀ ਮਹਜਿਦਿ ਮਨੁ ਮਉਲਾਨਾ,	dayhee mehjid man ma-ulaanaa
ਸਹਜ ਨਿਵਾਜ ਗੁਜਾਰੀ॥	sahj nivaaj gujaarai.
ਬੀਬੀ ਕਉਲਾ ਸਉ ਕਾਇਨੁ ਤੇਰਾ,	beebee ka-ulaa sa-o kaa-in tayraa
ਨਿਰੰਕਾਰ ਆਕਾਰੀ॥੩॥	nirankaar aakaarai. ||3||

ਜੀਵ ਦਾ ਤਨ ਉਹ ਮੰਦਰ ਹੈ ਅਤੇ ਮਨ ਇਸ ਵਿੱਚ ਪੁਜਾਰੀ ਹੈ । ਜਿਹੜਾ ਸੰਤੋਖ ਵਾਲਾ ਮਨ ਹੈ, ਉਹ ਇਸ ਵਿੱਚ ਅਰਦਾਸ, ਬੰਦਗੀ ਕਰਦਾ ਹੈ ।

Body of the creature is the temple; Holy shrine and his mind is the priest in His temple. Whosoever may be contented with His blessings only he may pray and beg for His mercy and grace.

21. ਦਾਸ ਦੀ ਸਿਖਿਆ ! Teachings of Blessed Soul !

60. Kabeer Ji – Page 1364

ਕਬੀਰ ਸੇਵਾ ਕਉ ਦੁਇ ਭਲੇ,	kabeer sayvaa ka-o du-ay bhalay
ਏਕੁ ਸੰਤੁ ਇਕੁ ਰਾਮੁ॥	ayk sant ik raam.
ਰਾਮੁ ਜੁ ਦਾਤਾ ਮੁਕਤਿ ਕੋ,	raam jo daataa mukat ko
ਸੰਤੁ ਜਪਾਵੈ ਨਾਮੁ॥੧੬੪॥	sant japaavai naam. ||164||

ਪ੍ਰਭ ਅਤੇ ਸੰਤ ਦੋਨਾਂ ਦੀ ਪੂਜਾ ਕਰਨੀ ਠੀਕ ਹੈ । ਸੰਤ ਜੀਵ ਨੂੰ ਪ੍ਰਭ ਦੀ ਬੰਦਗੀ ਕਰਨ ਲਈ ਪ੍ਰੇਰਨਾ ਕਰਦਾ ਹੈ । ਕੇਵਲ ਪ੍ਰਭ ਹੀ ਜੀਵ ਨੂੰ ਮੁਕਤੀ ਬਖਸ਼ਦਾ, ਬਖਸ਼ ਸਕਦਾ ਹੈ ।

True Saint and God both are worthy of worshiping. True saint will inspire him to meditates and adopts the teachings in day to day life with steady and stable belief. The One and Only One God True Master may bless him with salvation.

61. Guru Nanak Dev Ji – Page 1410

ਜਉ ਤਉ ਪ੍ਰੇਮ ਖੇਲਣ ਕਾ ਚਾਉ॥	ja-o ta-o paraym khaylan kaa chaa-o.
ਸਿਰੁ ਧਰਿ ਤਲੀ ਗਲੀ ਮੇਰੀ ਆਉ॥	sir Dhar talee galee mayree aa-o.
ਇਤੁ ਮਾਰਗਿ ਪੈਰੁ ਧਰੀਜੈ॥	it maarag pair Dhareejai.
ਸਿਰੁ ਦੀਜੈ ਕਾਣਿ ਨ ਕੀਜੈ॥੨੦॥	sir deejai kaan na keejai. ||20||

ਅਗਰ ਪ੍ਰਭ ਨੂੰ ਪਾਉਣ ਦੀ ਖਾਹਿਸ਼ ਹੈ, ਤਾਂ ਇੱਕ ਮਨ ਹੋ ਕੇ ਪੂਰਨ ਅਡੋਲ ਭਰੋਸੇ ਨਾਲ ਉਸ ਦੀ ਬੰਦਗੀ ਦੇ ਮਾਰਗ ਤੇ ਚਲੋ । ਅਗਰ ਇਸ ਤੇ ਚੱਲਣਾ ਹੈ ਤਾਂ ਤੇਰਾ ਮਨ ਹੋਰ ਪਾਸੇ ਨਹੀਂ ਘੁੰਮਣਾ ਚਾਹੀਦਾ । ਪ੍ਰਭ ਦੇ ਸ਼ਬਦ ਨੂੰ ਸਤਿ ਕਰਕੇ, ਬਿਨਾਂ ਕਿਸੇ ਸ਼ੰਕਾ ਦੇ ਮੰਨੋ! ਇਹ ਮਾਰਗ ਬਹੁਤ ਕਠਨ ਹੈ । ਹੋਰ ਸੰਸਾਰਕ ਨਿੰਦਿਆਂ ਦੀ ਕੋਈ ਪ੍ਰਵਾਹ ਨਹੀਂ ਕਰਨੀ ਚਾਹੀਦੀ ।

Whosoever may have burning desire to be accepted in His kingdom. One must whole heartedly adopt His Word in day to day life. One should not have any suspicions, doubt about the existence of the Holy Spirit. Whosoever may walk on the right path of purification of his soul, he must surrender and be prepared to do any sacrifice! He should remain steady and stable on his belief on His exitance. No other way to become His true devotee, true to the cause.

62. Guru Arjan Dev Ji – Page 810

ਟਹਲ ਕਰਉ ਤੇਰੇ ਦਾਸ ਕੀ,	tahal kara-o tayray daas kee
ਪਗ ਝਾਰਉ ਬਾਲ॥	pag jhaara-o baal.
ਮਸਤਕੁ ਅਪਨਾ ਭੇਟ ਦੇਉ,	mastak apnaa bhayt day-o
ਗੁਨ ਸੁਨਉ ਰਸਾਲ॥੧॥	gun sun-o rasaal. ||1||

ਬੰਦਗੀ ਕਰਨ ਵਾਲੇ ਦਾਸ ਦੀ ਸੇਵਾ ਕਰੋ! ਉਸ ਦੇ ਜੀਵਨ ਤੋਂ ਸਿਖਿਆ ਲੈ ਕੇ ਆਪਣਾ ਜੀਵਨ ਢਾਲੋ! ਆਪਣੇ ਮਨ ਦੀ ਖੁਦਗ਼ਰਜ਼ੀ ਤਿਆਗਕੇ ਸ਼ਬਦ ਦੀ ਪਾਲਣਾ ਕਰੋ! ਸ਼ਬਦ ਦੇ ਗੁਣ ਗਾਵੋ!

Follow the teachings of His true devotee and adopts those teachings in your life. You should conquer your selfishness and obey His Word wholeheartedly. You should sing the glory of His Word with each and every breath.

63. Kabeer Ji – Page 1364

ਕਬੀਰ ਬਾਮਨੁ ਗੁਰੂ ਹੈ ਜਗਤ,	Kabeer baaman guroo hai jagat
ਕਾ ਭਗਤਨ ਕਾ ਗੁਰੁ ਨਾਹਿ॥	kaa bhagtan kaa gur naahi.
ਅਰਝਿ ਉਰਝਿ ਕੈ ਪਚਿ ਮੂਆ,	Arajh urajh kai pach moo-aa
ਚਾਰਉ ਬੇਦਹੁ ਮਾਹਿ॥੨੩੭॥	chaara-o baydahu maahi. ‖237‖

ਪੰਡਿਤ, ਗੁਰਦਾਵਾਰੇ ਦੇ ਗ੍ਰੰਥੀ, ਸੰਸਾਰਕ ਗੁਰੂ, ਸੰਸਾਰਕ ਜੀਵਾਂ ਦਾ ਗੁਰੂ ਹੋ ਸਕਦਾ ਹੈ । ਪਰ ਉਹ ਬੰਦਗੀ ਕਰਨ ਵਾਲਿਆਂ ਦਾ ਗੁਰੂ ਨਹੀਂ ਹੈ । ਇਹ ਸਾਰੇ ਭੁਲੇਖ ਵੀ ਧਾਰਮਕ ਲਿਖਤਾ ਨੇ ਹੀ ਪਾਏ ਹਨ ।

Worldly guru, Holy scripture may be a master, guru of universe, creatures, human.
However, Holy scripture cannot the guru, master of the true devotee of His Word. These are all suspicions created by so called worldly Holy scriptures, religions. These worldly gurus, due to greed recite the scripture and, in the end, they are captured by devil.

64. Guru Arjan Dev Ji – Page 959

ਕਾਹੇ ਮਨ ਤੂ ਡੋਲਤਾ,	kaahay man too doltaa
ਹਰਿ ਮਨਸਾ ਪੂਰਣਹਾਰੁ॥	har mansaa pooranhaar.
ਸਤਿਗੁਰੁ ਪੁਰਖੁ ਧਿਆਇ ਤੂ,	satgur purakh Dhi-aa-ay too
ਸਭਿ ਦੁਖ ਵਿਸਾਰਣਹਾਰੁ॥	sabh dukh visaaranhaar.
ਹਰਿ ਨਾਮਾ ਆਰਾਧਿ ਮਨ,	har naamaa aaraaDh man
ਸਭਿ ਕਿਲਵਿਖ ਜਾਹਿ ਵਿਕਾਰ॥	sabh kilvikh jaahi vikaar.
ਜਿਨ ਕਉ ਪੂਰਬਿ ਲਿਖਿਆ,	jin ka-o poorab likhi-aa
ਤਿਨ ਰੰਗੁ ਲਗਾ ਨਿਰੰਕਾਰ॥	tin rang lagaa nirankaar.
ਓਨੀ ਛਡਿਆ ਮਾਇਆ ਸੁਆਵੜਾ,	onee chhadi-aa maa-i-aa su-aavarhaa
ਧਨੁ ਸੰਚਿਆ ਨਾਮੁ ਅਪਾਰੁ॥	Dhan sanchi-aa naam apaar.
ਅਠੇ ਪਹਰ ਇਕਤੈ ਲਿਵੈ	athay pahar iktai livai
ਮੰਨੇਨਿ ਹੁਕਮੁ ਅਪਾਰੁ॥	mannayn hukam apaar.
ਜਨੁ ਨਾਨਕੁ ਮੰਗੈ ਦਾਨੁ ਇਕੁ,	jan naanak mangai daan ik
ਦੇਹੁ ਦਰਸੁ ਮਨਿ ਪਿਆਰੁ॥੨॥	dayh daras man pi-aar. ‖2‖

ਜੀਵ ਤੇਰਾ ਭਰੋਸਾ ਕਿਉਂ ਪ੍ਰਭ ਦੇ ਬਖਸ਼ੇ ਤੇ ਡੋਲਦਾ ਹੈ? ਮਨ ਦੀਆਂ ਸਾਰੀਆਂ ਇੱਛਾਂ ਪੂਰੀਆਂ ਕਰਨ ਵਾਲਾ ਮਾਲਕ, ਪ੍ਰਭ ਸਭ ਸਮਰਥਾ ਰੱਖਦਾ ਹੈ । ਜੀਵ ਮਨ ਵਿੱਚ ਭਰੋਸਾ ਅਡੋਲ ਰੱਖਕੇ ਪ੍ਰਭ ਦੇ ਸ਼ਬਦ ਦੀ ਪਾਲਣਾ, ਸਿਮਰਨ ਕਰੋ! ਮਨ ਵਿਚੋਂ ਸਭ ਬੁਰੇ ਖਿਆਲ, ਪਾਪਾਂ ਵਾਲੇ ਕੰਮ ਨਾਸ਼, ਪਾਪ ਬਖਸ਼ੇ ਜਾਂਦੇ ਹਨ । ਉਹ ਸਭ ਦੁਖ ਨਾਸ਼ ਕਰਨ ਵਾਲਾ ਮਾਲਕ ਹੈ । ਜਿਹਨਾਂ ਦੇ ਭਾਗਾਂ ਵਿੱਚ ਜਨਮ ਤੋਂ ਹੀ ਲਿਖਿਆ ਹੁੰਦਾ ਹੈ । ਉਹ ਹੀ ਅਕਾਰ ਰਹਿਤ ਪ੍ਰਭ ਦੇ ਸ਼ਬਦ ਦੀ ਪਾਲਣਾ ਦੇ ਲੜ ਲਗਦੇ ਹਨ । ਉਹ ਸੰਸਾਰਕ ਮਾਇਆ ਨੂੰ ਤਿਆਗ ਦੇਂਦੇ ਹਨ, ਉਹਨਾਂ ਦੇ ਮਨ ਤੇ ਕੋਈ ਪ੍ਰਭਾਵ ਨਹੀਂ ਹੁੰਦਾ । ਉਹ ਪ੍ਰਭ ਦੇ ਸ਼ਬਦ ਦਾ ਅਤੁਟ ਧਨ ਇਕੱਠਾ ਕਰਦੇ ਹਨ । ਦਿਨ ਰਾਤ, ਸਵਾਸ ਸਵਾਸ ਸ਼ਬਦ ਦੀ ਪਾਲਣਾ ਵਿੱਚ ਅਡੋਲ, ਲੀਨ ਹੋਏ ਰਹਿੰਦੇ ਹਨ । ਆਪਣੇ ਮਨ ਦੀਆਂ ਚਲਾਕੀਆਂ ਤਿਆਗ ਕੇ ਪ੍ਰਭ ਦੇ ਬਖਸ਼ੇਦਾ ਧੰਨਵਾਦ ਕਰਦੇ ਹਨ । ਬੰਦਗੀ ਕਰਨ ਵਾਲੇ ਇੱਕੋ ਇੱਕ ਰਹਿਮਤ ਦੀ ਹੀ ਅਰਦਾਸ ਕਰਦੇ ਹਨ ।

Why are you double minded, not contented with His blessing? The Omnipotent God has the power to perform impossible tasks. You should meditate on the ever-existing God, The Master to eliminate all your sufferings. Whosoever may obey His Word with firm belief, his misfortune may vanish, sins may be forgiven. Whosoever has prewritten great destiny, only he may subdue, conquer his worldly ego and blossoms under His protection. He may meditate and sing the glory of His Word unconditionally day and night. He always begs for His forgiveness and His refuge.

65. Guru Nanak Dev Ji – Page 20

ਸੁਣਿ ਮਨ ਮਿਤ੍ਰ ਪਿਆਰਿਆ,	sun man mitar pi-aari-aa
ਮਿਲੁ ਵੇਲਾ ਹੈ ਏਹ॥	mil vaylaa hai ayh.
ਜਬ ਲਗੁ ਜੋਬਨਿ ਸਾਸੁ ਹੈ,	jab lag joban saas hai
ਤਬ ਲਗੁ ਇਹੁ ਤਨੁ ਦੇਹ॥	tab lag ih tan dayh.
ਬਿਨੁ ਗੁਣ ਕਾਮਿ ਨ ਆਵਈ,	bin gun kaam na aavee
ਢਹਿ ਢੇਰੀ ਤਨੁ ਖੇਹ॥੧॥	dheh dhayree tan khayh. ||1||

ਅਗਰ ਮਾਨਸ ਦੇ ਤਨ ਵਿੱਚ ਸਵਾਸ ਚਲਦੇ ਹਨ, ਉਹ ਆਪਣਾ ਅਸਲੀ ਰਸਤਾ ਪਾ ਸਕਦਾ ਹੈ । ਇਹ ਹੀ ਸਮਾਂ ਹੈ, ਜਦੋਂ ਤੂੰ ਆਪਣੇ ਆਪ ਨੂੰ ਅਸਲੀ ਮਾਲਕ ਨੂੰ ਸੌਂਪ ਸਕਦਾ ਹੈ । ਇਹ ਹੀ ਤੇਰੇ ਕੋਲ ਸਮਾਂ ਹੈ, ਜਦੋਂ ਤੂੰ ਬੰਦਗੀ ਦੇ ਰਸਤੇ ਤੇ ਚਲ ਸਕਦਾ ਹੈ । ਇਹ ਗੁਣ ਹਾਸਿਲ ਕਰਨ ਤੋਂ ਬਿਨਾਂ, ਮਾਨਸ ਜਨਮ ਦਾ ਕੋਈ ਲਾਭ ਨਹੀਂ, ਤਨ ਮਿਟੀ ਵਿੱਚ ਹੀ ਰਲ ਜਾਣਾ ਹੈ ।

As long as you are breathing, you may adopt the right path of salvation. This is the only time, opportunity to surrender yourselves at the service of The True Master. Without conquering your desires of worldly virtues, your body is only going to become dust. You may not profit from human life blessings.

66. Guru Tegh Bahadur Ji – Page 684

ਕਾਹੇ ਰੇ ਬਨ ਖੋਜਨ ਜਾਈ॥	kaahay ray ban khojan jaa-ee.
ਸਰਬ ਨਿਵਾਸੀ ਸਦਾ ਅਲੇਪਾ,	sarab nivaasee sadaa alaypaa
ਤੋਹੀ ਸੰਗਿ ਸਮਾਈ॥੧॥ ਰਹਾਉ॥	tohee sang samaa-ee. ||1|| rahaa-o.

ਪ੍ਰਭ ਕਿਸੇ ਜੀਵ ਦੇ ਮੋਹ ਦੇ ਬੰਧਨ ਵਿੱਚ ਨਹੀਂ ਬੰਧਿਆ । ਪਰ ਉਹ ਸਦਾ ਜੀਵ ਦੇ ਅੰਦਰ ਵਸਦਾ, ਸਾਥ ਰਹਿੰਦਾ ਹੈ । ਤੂੰ ਕਿਸ ਕਰਕੇ ਉਸ ਦੀ ਖੋਜ ਜੰਗਲਾਂ ਵਿੱਚ ਕਰਦਾ ਹੈ?

God remains beyond any emotional attached of His creation. He dwells in the body of each creature along with soul. Why are you wandering into wilderness to find The True Creator, Master, God?

67. Guru Arjan Dev Ji – Page 283

ਸਤਿ ਬਚਨ, ਸਾਧੂ ਉਪਦੇਸ॥	sat bachan saaDhoo updays.
ਸਤਿ ਤੇ ਜਨ, ਜਾ ਕੈ ਰਿਦੈ ਪ੍ਰਵੇਸ॥	sat tay jan jaa kai ridai parvays.
ਸਤਿ ਨਿਰਤਿ, ਬੂਝੈ ਜੇ ਕੋਇ॥	sat nirat boojhai jay ko-ay.
ਨਾਮੁ ਜਪਤ, ਤਾ ਕੀ ਗਤਿ ਹੋਇ॥	naam japat taa kee gat ho-ay.
ਆਪਿ ਸਤਿ, ਕੀਆ ਸਭੁ ਸਤਿ॥	aap sat kee-aa sabh sat. aapay
ਆਪੇ ਜਾਨੈ, ਅਪਨੀ ਮਿਤਿ ਗਤਿ॥	jaanai apnee mit gat.
ਜਿਸ ਕੀ ਸ੍ਰਿਸਟਿ, ਸੁ ਕਰਣੈਹਾਰੁ॥	jis kee sarisat so karnaihaar.
ਅਵਰ ਨ ਬੂਝਿ, ਕਰਤ ਬੀਚਾਰੁ॥	avar na boojh karat beechaar.
ਕਰਤੇ ਕੀ ਮਿਤਿ, ਨ ਜਾਨੈ ਕੀਆ॥	kartay kee mit na jaanai kee-aa.
ਨਾਨਕ ਜੋ ਤਿਸੁ ਭਾਵੈ, ਸੋ ਵਰਤੀਆ॥੭॥	naanak jo tis bhaavai so vartee-aa. ||7||

ਸੰਤ ਦਾ ਹਮੇਸ਼ਾ ਹੀ ਇੱਕੋ ਇੱਕ ਹੀ ਉਪਦੇਸ਼ ਹੁੰਦਾ ਹੈ । ਤੇਰਾ ਭਾਣਾ ਮੀਠਾ ਲਾਗੇ! ਜਿਹਨਾਂ ਦੇ ਮਨ ਵਿੱਚ ਸੰਤ ਦਾ ਉਪਦੇਸ਼ ਵਸ ਜਾਂਦਾ, ਉਹ ਜੀਵ ਤਰ ਜਾਂਦੇ ਹਨ । ਜਿਹੜੇ ਜੀਵ ਉਸ ਦੇ ਅਸਲੀ ਸ਼ਬਦ ਦੀ ਬੁਝਾਰਤ ਬੁਝ ਜਾਂਦੇ ਹਨ । ਉਹ ਸ਼ਬਦ ਦਾ ਸਿਮਰਨ ਕਰਕੇ ਪ੍ਰਵਾਨ ਹੋ ਜਾਂਦੇ ਹਨ । ਪ੍ਰਭ ਦੀ ਹੋਂਦ ਅਟੱਲ ਹੈ, ਜੋ ਕੁਝ ਵੀ ਪੈਦਾ ਕਰਦਾ ਹੈ, ਉਸ ਦਾ ਕੋਈ ਖਾਸ ਹੀ ਮੰਤਵ ਹੁੰਦਾ ਹੈ । ਉਹ ਆਪ ਹੀ ਸ੍ਰਿਸ਼ਟੀ ਦੀ ਹਾਲਤ, ਮਾਨਸਕ ਹਾਲਤ ਦੀ ਸੋਝੀ, ਸਭ ਕੁਝ ਜਾਣਦਾ ਹੈ । ਜਿਸ ਪ੍ਰਭ ਨੇ ਇਹ ਸ੍ਰਿਸ਼ਟੀ ਸਾਜੀ ਹੈ, ਉਸ ਦੀ ਪੂਰੀ ਜਾਣਕਾਰੀ ਰੱਖਦਾ ਹੈ । ਹੋਰ ਕੋਈ ਇਹ ਪੂਰਨ ਤਰ੍ਹਾਂ ਜਾਣ ਨਹੀਂ ਸਕਦਾ । ਹਰਇੱਕ ਹੀ ਜੀਵ ਸਮਝਣ ਦੀ ਪੂਰੀ ਕੋਸ਼ਿਸ ਕਰਦਾ ਹੈ । ਉਸ ਪ੍ਰਭ ਦੀ ਮੱਤ, ਸਮਝ, ਗਿਆਨ, ਪ੍ਰਭ ਆਪ ਹੀ ਜਾਣਦਾ ਹੈ । ਉਸ ਦਾ ਭਾਣਾ ਵਾਪਰਦਾ ਹੈ, ਕੋਈ ਟਾਲ ਨਹੀਂ ਸਕਦਾ ।

His true devotee will always obey, prayer and preach that Your Word is my ultimate command. Whosoever may adopt His Word with steady and stable belief in his mind, he may be honored in His court. Whosoever may recognize the true meanings of His Word, he always meditates day and night. There is always a specific purpose of birth of every creature. Only, The Creator knows the real purpose. The Omniscient True creator has a complete knowledge of His creation. Every creature, does his best in his own way to understand the purpose of life. Only God knows the level of his wisdom, blessings. His Command always prevails, no one can avoid or change anything.

68. Parmanand Ji – Page 1253

ਕਾਮੁ ਨ ਬਿਸਰਿਓ, ਕ੍ਰੋਧੁ ਨ ਬਿਸਰਿਓ,	kaam na bisri-o kroDh na bisri-o
ਲੋਭੁ ਨ ਛੂਟਿਓ ਦੇਵਾ॥	lobh na chhooti-o dayvaa.
ਪਰ ਨਿੰਦਾ ਮੁਖ ਤੇ ਨਹੀ ਛੂਟੀ,	par nindaa mukh tay nahee chhootee
ਨਿਫਲ ਭਈ ਸਭ ਸੇਵਾ॥੧॥	nifal bha-ee sabh sayvaa. ||1||

ਕਾਮ ਵਾਸਨਾ, ਕਰੋਧ, ਦੂਸਰਿਆਂ ਦਾ ਹੱਕ ਪਾਉਣ ਦਾ ਲਾਲਚ ਖਤਮ ਨਹੀਂ ਹੋਇਆ, ਦੂਸਰਿਆਂ ਦੀ ਨਿੰਦਿਆ, ਚੁੰਗਲੀ ਕਰਨ ਦੀ ਆਦਤ ਖਤਮ ਨਹੀਂ ਹੋਈ । ਜਿਤਨਾਂ ਚਿਰ ਇਹ ਅਵਸਥਾ ਹਾਸਿਲ ਨਹੀਂ ਕਰਦਾ । ਤੇਰੀ ਸ਼ਬਦ ਦੀ ਬੰਦਗੀ, ਕਿਸੇ ਸੰਤ ਸਰੂਪ ਦੀ ਕੀਤੀ ਹੋਈ ਸੇਵਾ, ਕੰਮ ਨਹੀਂ ਆਉਂਦੀ, ਬਿਰਥਾ ਹੀ ਜਾਂਦੀ ਹੈ ।

Unless you abandon sexual desire, anger, greed, criticizing and back biting others. Your meditation, devotion, service to Holy person, charities may not be accepted by The True Master. All meditations may be useless for your path for salvation, purpose of life.

69. Guru Angand Dev Ji – Page 955

ਨਾਨਕ ਚਿੰਤਾ ਮਤਿ ਕਰਹੁ, — naanak chintaa mat karahu
ਚਿੰਤਾ ਤਿਸ ਹੀ ਹੇਇ॥ — chintaa tis hee hay-ay.
ਜਲ ਮਹਿ ਜੰਤ ਉਪਾਇਅਨੁ, — jal meh jant upaa-i-an
ਤਿਨਾ ਭਿ ਰੋਜੀ ਦੇਇ॥ — tinaa bhe rojee day-ay.
ਓਥੈ ਹਟੁ ਨ ਚਲਈ, — othai hat na chal-ee
ਨਾ ਕੋ ਕਿਰਸ ਕਰੇਇ॥ — naa ko kiras karay-i.
ਸਉਦਾ ਮੂਲਿ ਨ ਹੋਵਈ, — sa-udaa mool na hova-ee
ਨਾ ਕੋ ਲਏ ਨ ਦੇਇ॥ — naa ko la-ay na day-ay.
ਜੀਆ ਕਾ ਆਹਾਰੁ, — jee-aa kaa aahaar
ਜੀਅ ਖਾਣਾ ਏਹੁ ਕਰੇਇ॥ — jee-a khaanaa ayhu karay-i.
ਵਿਚਿ ਉਪਾਏ ਸਾਇਰਾ, — vich upaa-ay saa-iraa
ਤਿਨਾ ਭਿ ਸਾਰ ਕਰੇਇ॥ — tinaa bhe saar karay-i.
ਨਾਨਕ ਚਿੰਤਾ ਮਤ ਕਰਹੁ, — naanak chintaa mat karahu
ਚਿੰਤਾ ਤਿਸ ਹੀ ਹੇਇ॥੧॥ — chintaa tis hee hay-ay. ||1||

ਜੀਵ ਸੰਸਾਰਕ ਚੀਜਾਂ ਨੂੰ ਮੋਹ ਨਾ ਲਾਵੋ! ਇਹ ਸਭ ਕੁਝ ਪ੍ਰਭ ਦਾ ਖੇਲ ਹੈ । ਉਹ ਆਪ ਹੀ ਮੋਹ ਲਾਉਂਦਾ ਹੈ ਅਤੇ ਆਪ ਹੀ ਖਤਮ ਕਰਦਾ ਹੈ । ਉਹ ਜਲ ਵਿੱਚ ਵੀ ਜੀਵ ਪੈਦਾ ਕਰਦਾ ਹੈ, ਉਹਨਾਂ ਨੂੰ ਵੀ ਰੋਜ਼ੀ ਦਿੰਦਾ ਹੈ । ਉਥੇ ਕੋਈ ਦੁਕਾਨ, ਕਿਸੇ ਕਿਸਮ ਦਾ ਰੋਜ਼ੀ ਕਰਨ ਵਾਲਾ ਧੰਦਾ, ਖੇਤੀ ਕਰਨ ਵਾਲੀ ਜ਼ਮੀਨ ਨਹੀਂ ਹੈ । ਇੱਕ ਜਾਨਵਰ ਦੂਸਰੇ ਜਾਨਵਰ ਨੂੰ ਖਾਂਦਾ ਹੈ, ਪ੍ਰਭ ਨੇ ਇਹ ਉਹਨਾਂ ਨੂੰ ਖਾਣ ਵਾਸਤੇ ਹੀ ਦਿੱਤਾ ਹੈ । ਜਿਹੜੇ ਸਮੁੰਦਰ ਵਿੱਚ ਪੈਦਾ ਕਰਦਾ ਹੈ, ਉਹਨਾਂ ਨੂੰ ਵੀ ਉਥੇ ਖਾਣ ਵਾਸਤੇ ਦਿੰਦਾ ਹੈ । ਜੀਵ ਫਿਕਰ ਨਾ ਕਰੋ! ਪ੍ਰਭ ਆਪ ਹੀ ਸਭ ਕੁਝ ਕਰਦਾ ਹੈ । ਮਨ ਵਿੱਚ ਕੇਵਲ ਸ਼ਬਦ ਦੀ ਸੋਝੀ ਦੀ ਜਾਗਰਤੀ ਦੀ ਸ਼ਰਧਾ, ਅਰਦਾਸ ਰੱਖਣੀ ਚਾਹੀਦੀ ਹੁੰਦੀ ਹੈ ।

One should not unnecessary worry about day to day needs. Who has sent you in the universe let Him worry about? God plans food for everyone before, He sends them in the universe. He sends creatures at various places, in water, under earth, in sky. There seems like no source of food, but He still provides there also. Many creatures eat other creatures that is the source of food for them. Do not worry about anything and do not begs for any other thing. Only begs for His blessings and His refuge.

70. Guru Amar Das Ji – Page 1413

ਅਭਿਆਗਤ ਏਹ ਨ ਆਖੀਅਹਿ, — abhi-aagat ayh na aakhee-ahi
ਜਿਨ ਕੈ ਮਨ ਮਹਿ ਭਰਮੁ॥ — jin kai man meh bharam.
ਤਿਨ ਕੇ ਦਿਤੇ ਨਾਨਕਾ, — tin kay ditay naankaa
ਤੇਹੋ ਜੇਹਾ ਧਰਮੁ॥੧॥ — tayho jayhaa Dharam. ||1||

ਜੀਵ ਹਰਇੱਕ ਮੰਗਤੇ ਨੂੰ ਪ੍ਰਭ ਦਾ ਭਗਤ ਨਾ ਸਮਝੋ! ਅਗਰ ਉਸ ਦੇ ਮਨ ਵਿੱਚ ਪ੍ਰਭ ਦੀ ਹੋਂਦ ਨਹੀਂ, ਉਸ ਦੇ ਭਾਣੇ ਤੇ ਭਰੋਸਾ ਨਹੀਂ ਹੈ । ਉਸ ਨੂੰ ਪ੍ਰਭ ਦਾ ਸੇਵਕ ਮੰਨਕੇ ਦਾਨਾ ਦੇਣ ਦਾ ਕੋਈ ਲਾਭ ਨਹੀਂ ਹੁੰਦਾ ।

Do not consider everyone with saintly robe as a true devotee of God. If he does not live by His Word, giving him alms is useless.

71. Guru Nanak Dev Ji – Page 25

ਪ੍ਰਣਵਤਿ ਨਾਨਕ, ਗਿਆਨੀ ਕੈਸਾ ਹੋਇ॥ paranvat naanak gi-aanee kaisaa ho-ay.
ਆਪੁ ਪਛਾਣੈ ਬੂਝੈ ਸੋਇ॥ aap pachhaanai boojhai so-ay.
ਗੁਰ ਪਰਸਾਦਿ ਕਰੇ ਬੀਚਾਰੁ॥ gur parsaad karay beechaar.
ਸੋ ਗਿਆਨੀ ਦਰਗਹ ਪਰਵਾਣੁ॥੪॥30॥ so gi-aanee dargeh parvaan. ||4||30||

ਬਿਨਾਂ ਨੇਕੀ ਦੇ ਕੰਮ ਕਰਨ ਤੋਂ, ਕੇਵਲ ਦਿਖਾਵੇ ਵਾਲੇ ਕੰਮ ਨਾਲ ਘਾਟਾ ਹੀ ਹੁੰਦਾ ਹੈ । ਜਿਹੜਾ ਆਪਣੇ ਆਪ ਨੂੰ ਜਾਣ ਲੈਂਦਾ ਹੈ ! ਉਹ ਹਰਇੱਕ ਘਟਨਾ ਵਿੱਚ ਹੀ ਪ੍ਰਭ ਦੀ ਰਹਿਮਤ ਢੂੰਡਦਾ ਹੈ । ਇਸ ਅਵਸਥਾ ਵਾਲਾ ਜੀਵ ਉਸ ਦੇ ਦਰਬਾਰ ਵਿੱਚ ਪ੍ਰਵਾਨ ਹੋ ਜਾਂਦਾ ਹੈ ।

Without good deeds, only meditation may be the lip service and may be useless. Whosoever may recognize himself, only he knows and realizes the purpose and reality of human life? He always seeks His support in each and every task. Whosoever may adopt good deeds in his day to day life may be honored in His court.

72. Kabeer Ji – Page 1364

ਕਬੀਰਾ ਜਹਾ ਗਿਆਨੁ ਤਹ ਧਰਮੁ ਹੈ, kabeeraa jahaa gi-aan tah Dharam hai
ਜਹਾ ਝੂਠੁ ਤਹ ਪਾਪੁ ॥ jahaa jhooth tah paap.
ਜਹਾ ਲੋਭੁ ਤਹ ਕਾਲੁ ਹੈ, jahaa lobh tah kaal hai
ਜਹਾ ਖਿਮਾ ਤਹ ਆਪਿ॥੧੫੫॥ jahaa khimaa tah aap. ||155||

ਜਿਸ ਜੀਵ ਵਿੱਚ ਗਿਆਨ ਹੋਵੇ ਉਹ ਜੀਵ ਚੰਗੇ ਨਿਯਮਾਂ, ਗੁਣਾਂ ਵਾਲਾ ਬਣ ਜਾਂਦਾ ਹੈ । ਅਗਰ ਧੋਖਾ ਜਾ ਫਰੇਬ ਵਾਲਾ ਹੋਵੇ ਤਾਂ ਪਾਪੀ ਬਣ ਜਾਂਦਾ ਹੈ । ਜਦੋਂ ਜੀਵ ਦੇ ਹਿਰਦੇ ਵਿੱਚ ਪਰਾਏ ਦੇ ਧਨ ਦਾ ਲਾਲਚ ਹੋਵੇ, ਤਾਂ ਉਹ ਨੂੰ ਮੌਤ ਵਰਗੀ ਉਦਾਸੀ ਹੀ ਰਹਿੰਦੀ ਹੈ । ਅਗਰ ਕਿਸੇ ਵਾਸਤੇ ਤਰਸ ਆ ਜਾਵੇ ਤਾਂ ਪ੍ਰਭ ਦੀ ਰਹਿਮਤ ਵੀ ਸਾਥ ਦੇਂਦੀ ਹੈ ।

Whosoever may be enlightened with the teachings of His Word, he may adopt good virtues in his day to day life and may acquire good disciplines in his day to day life! Who may be greedy, to rob earnest living of others, his state of mind may remain miserable like death? Wherever greed may prevail in day to day life, it may follow with misery, sorrows and misfortune. Wherever forgiveness prevails in day to day life, there His Word, blessings may become companion.

73. Guru Nanak Dev Ji – Page 1026

ਛੋਡਿਹੁ ਨਿੰਦਾ ਤਾਤਿ ਪਰਾਈ॥	chhodihu nindaa taat paraa-ee.
ਪੜਿ ਪੜਿ ਦਝਹਿ ਸਾਤਿ ਨ ਆਈ॥	parh parh dajheh saat na aa-ee.
ਮਿਲਿ ਸਤਸੰਗਤਿ ਨਾਮੁ ਸਲਾਹਹੁ,	mil satsangat naam salaahahu
ਆਤਮ ਰਾਮੁ ਸਖਾਈ ਹੇ ॥੭॥	aatam raam sakhaa-ee hay. ‖7‖

ਜੀਵ ਦੂਸਰੇ ਦੀ ਨਿੰਦਿਆ, ਚੁਗਲੀ ਕਰਨੀ ਛੱਡ ਦੇਵੋਂ । ਧਰਮ ਦੇ ਗ੍ਰੰਥ ਪੜ੍ਹ ਪੜ੍ਹ ਕੇ ਜੀਵ ਭਟਕਣਾਂ ਵਿੱਚ ਡੂੰਘੇ ਫਸ ਜਾਂਦੇ, ਮਨ ਨੂੰ ਸ਼ਾਂਤੀ ਨਹੀਂ ਮਿਲਦੀ । ਸੰਤ ਸਰੂਪ ਜੀਵ ਦੀ ਸੰਗਤ ਕਰੋ! ਉਹਨਾਂ ਦੇ ਜੀਵਨ ਨੂੰ ਆਪਣੇ ਜੀਵਨ ਵਿੱਚ ਢਾਲਕੇ ਸ਼ਬਦ ਦੀ ਪਾਲਣਾ ਕਰੋ । ਇਸ ਨਾਲ ਮਨ ਦੀ ਪ੍ਰਭ ਦੀ ਸ਼ਰਣ ਵਿੱਚ ਪਨਾਹ ਬਖਸ਼ਿਸ਼ ਹੋ ਜਾਵੇਗੀ ।

You should abandon criticizing others weakness, mistakes and back biting. Without understanding and adopting the teachings of Holy scripture in day to day life, no one may ever realize peace of mind only by reading the Holy scripture over and over. Company the Holy saint, who lives by His Word and preaches His Word! Follows his teachings in your life may be the right path of His blessings.

74. Parmananad Ji – Page 1253

ਤੈ ਨਰ ਕਿਆ ਪੁਰਾਨੁ ਸੁਨਿ ਕੀਨਾ॥	tai nar ki-aa puraan sun keenaa.
ਅਨਪਾਵਨੀ ਭਗਤਿ ਨਹੀ ਉਪਜੀ,	anpaavnee bhagat nahee upjee
ਭੂਖੈ ਦਾਨੁ ਨ ਦੀਨਾ॥੧॥ਰਹਾਉ॥	bhookhai daan na deenaa. ‖1‖ rahaa-o.

ਪ੍ਰਭ ਦੀ ਬੰਦਗੀ ਦਾ ਸ਼ਬਦ, ਸੰਤ ਸਰੂਪ ਜੀਵਾ ਦਾ ਕਥਾ ਸੁਣਕੇ! ਤੂੰ ਆਪਣੇ ਜੀਵਨ ਵਿੱਚ ਕੀ ਕਮਾਈ ਕੀਤੀ ਹੈ? ਕੀ ਸਬਕ ਸਿਖਿਆ ਹੈ? ਤੇਰੇ ਮਨ ਵਿੱਚ ਪ੍ਰਭ ਦੇ ਸ਼ਬਦ ਦੀ ਸਿਖਿਆ ਦਾ ਕੋਈ ਅਸਰ ਨਹੀਂ ਹੋਇਆ । ਮਨ ਦਾ ਭਰੋਸਾ ਪੱਕਾ ਨਹੀਂ ਹੋਇਆਂ, ਮਨ ਵਿੱਚ ਸ਼ਬਦ ਨਹੀਂ ਵਸਦਾ । ਤੂੰ ਕਿਸੇ ਨਿਮਾਣੇ ਬੇਵਸ ਨੂੰ ਭੋਜਨ, ਗਰੀਬ ਦੀ ਮਦਦ ਨਹੀਂ ਕੀਤੀ ।

After listening to the teachings of holy saint, reading the Holy scripture! What changes have you made in your life? What lesson have you learned? You have not changed anything, no effect in your day to day life. You have not done any good deed nor feed the poor or helped the helpless.

75. Fareed Ji – Page 1377

ਜਾਂ ਕੁਆਰੀ ਤਾ ਚਾਉ	jaaN ku-aaree taa chaa-o
ਵੀਵਾਹੀ ਤਾਂ ਮਾਮਲੇ॥	veevaahee taaN maamlay.
ਫਰੀਦਾ ਏਹੋ ਪਛੋਤਾਉ	fareedaa ayho pachhotaa-o
ਵਤਿ ਕੁਆਰੀ ਨ ਥੀਐ॥੬੩॥	vat ku-aaree na thee-ai. ‖63‖

ਜਦੋਂ ਨਾਰੀ ਦਾ ਵਿਆਹ ਨਹੀਂ ਹੋਇਆ ਹੁੰਦਾ ਤਾਂ ਮਨ ਵਿੱਚ ਬਹੁਤ ਅਨੰਦ ਭਰੇ ਸੁਪਨੇ ਹੁੰਦੇ ਹਨ । ਕਿ ਉਹ ਇਸਤਰ੍ਹਾਂ ਆਪਣੇ ਪਤੀ ਨਾਲ ਜੀਵਨ ਬਤੀਤ ਕਰੇਗੀ । ਪਰ ਜਦੋਂ ਉਹ ਸੁਪਨਾ ਪੂਰਾ ਹੋ ਜਾਂਦਾ ਹੈ । ਜੀਵਨ ਦੀਆਂ ਅਸਲੀ ਮੁਸ਼ਕਲਾਂ ਆਉਂਦੀਆਂ ਹਨ, ਤਾਂ ਉਸ ਨੂੰ ਇਹ ਹੀ ਖਿਆਲ

ਆਉਂਦਾ ਹੈ । ਅਗਰ ਉਸ ਨੇ ਆਪਣੀ ਕੁਆਰੀ ਹੈਸੀਅਤ ਨਾ ਗਵਾਈ ਹੁੰਦੀ । ਇਸਤਰ੍ਹਾਂ ਜਦੋਂ ਜੀਵ ਨੇ ਅਜੇ ਬੰਦਗੀ ਦੇ ਅਸਲੀ ਮਾਰਗ ਤੇ ਨਹੀਂ ਚਲਦਾ ਹੁੰਦਾ, ਤਾਂ ਉਸ ਦੇ ਮਨ ਵਿੱਚ ਕਈ ਖਿਆਲ ਆਉਂਦੇ ਹਨ । ਕਿ ਉਹ ਬੰਦਗੀ ਕਰਕੇ ਕਿਸਤਰ੍ਹਾਂ ਪੂਜਣ ਯੋਗ ਬਣ ਜਾਵੇਗਾ । ਪਰ ਜਦੋਂ ਇਸ ਰਸਤੇ ਤੇ ਕੁਝ ਚਿਰ ਚੱਲਦਾ ਹੈ, ਤਾਂ ਉਸ ਨੂੰ ਬੰਦਗੀ ਕਰਨ ਦੀਆਂ ਮੁਸ਼ਕਲਾਂ ਦੀ ਜਾਣਕਾਰੀ ਹੋ ਜਾਂਦੀ ਹੈ । ਉਹ ਕਈ ਬਾਰ ਸੋਚਾ ਵਿੱਚ ਪੈ ਜਾਂਦਾ ਹੈ, ਕੀ ਉਸ ਦਾ ਰਸਤਾ ਠੀਕ ਵੀ ਹੈ ਕੇ ਨਹੀਂ।

Whosoever may start meditating, his mind wanders in very rosy dreams. After a while he recognizes the real hardships of meditation! Then he wonders! Is he ready for the task, his mind sometime drops off?

76. Jaalap Ji – Page 1394

ਜਿ ਮਤਿ ਗਹੀ ਜੈਦੇਵਿ,	je mat gahee jaidayv
ਜਿ ਮਤਿ ਨਾਮੈ ਸੰਮਾਣੀ॥	je mat naamai sammaanee.
ਜਿ ਮਤਿ ਤ੍ਰਿਲੋਚਨ ਚਿਤਿ,	je mat tarilochan chit
ਭਗਤ ਕੰਬੀਰਹਿ ਜਾਣੀ॥	bhagat kambeereh jaanee.
ਰੁਕਮਾਂਗਦ ਕਰਤੂਤਿ ਰਾਮੁ,	rukmaaNgad kartoot raam
ਜੰਪਹੁ ਨਿਤ ਭਾਈ॥	jampahu nit bhaa-ee.
ਅੰਮਰੀਕਿ ਪ੍ਰਹਲਾਦਿ ਸਰਣਿ,	ammreek parahlaad saran
ਗੋਬਿੰਦ ਗਤਿ ਪਾਈ॥	gobind gat paa-ee.
ਤੈ ਲੋਭੁ ਕ੍ਰੋਧੁ ਤ੍ਰਿਸਨਾ ਤਜੀ,	tai lobh kroDh tarisnaa tajee
ਸੁ ਮਤਿ ਜਲ ਜਾਣੀ ਜੁਗਤਿ॥	so mat jal-y jaanee jugat.
ਗੁਰੁ ਅਮਰਦਾਸੁ ਨਿਜ ਭਗਤੁ ਹੈ,	gur amardaas nij bhagat hai
ਦੇਖਿ ਦਰਸੁ ਪਾਵਉ ਮੁਕਤਿ॥੪॥੧੩॥੩	daykh daras paava-o mukat. ||4||13||

ਜੀਵ ਸਮਝ, ਜਿਹੜਾ ਤੱਤ ਭਗਤ ਜੈ ਦੇਵ ਜੀ ਨੇ ਸਮਝਿਆ ਸੀ । ਨਾਮਦੇਵ ਜੀ ਨੇ ਅਡੋਲ ਭਰੋਸੇ ਨਾਲ ਉਸ ਦੀ ਸਿਖਿਆ ਨਾਲ ਜੀਵਨ ਢਾਲਿਆ । ਜਿਹੜਾ ਖਿਆਲ ਭਗਤ ਤ੍ਰਿਲੋਚਨ ਜੀ ਨੂੰ ਆਇਆ, ਕਬੀਰ ਜੀ ਉਸ ਨੂੰ ਹੀ ਸਿਮਰਦਾ ਸੀ । ਉਸ ਨੂੰ ਹੀ ਰੁਕਮਾਂਗਰ ਸਵਾਸ ਗਰਾਸ ਸਿਮਰਨ ਕਰਦਾ ਸੀ । ਉਸ ਹੀ ਤੱਤ ਨੂੰ ਲੈ ਕੇ ਭਗਤ ਅੰਮਰੀਕ ਅਤੇ ਪ੍ਰਹਲਾਦਿ ਨੇ ਗਤੀ ਪਾਈ । ਜੀਵ ਇੱਕ ਛੋਟੀ ਗੱਲ ਸਮਝਣ ਵਾਲੀ ਹੈ । ਕਰੋਧ, ਲਾਲਚ ਅਤੇ ਮੋਹ ਨੂੰ ਤਿਆਗਣ ਨਾਲ ਜਾਗਰਤੀ ਵਾਲੇ ਰਸਤਾ ਦੀ ਸੋਝੀ ਬਖਸ਼ਿਸ਼ ਹੋ ਸਕਦੀ ਹੈ । ਇਹੀ ਹੀ ਵਿਧੀ ਹੈ ਜਿਸ ਨਾਲ ਰਹਿਮਤ ਬਖਸ਼ਿਸ਼ ਹੋ ਸਕਦੀ ਹੈ ।

What enlightenment Jay Dev was blessed, Naam Dev followed his teachings with steady and stable, wholeheartedly. What wisdom was blessed to Trilochan, Kabir adopted that in his day to day life. Rukmagr was meditating day and night, Amrik and Parlahad was blessed with salvation following his teachings. Remember one true essence of meditation! Only by conquering sexual desires, anger, greed and attachment, the mind may be blessed with the right path of salvation.

77. Kabeer Ji – Page 1364

ਰਾਮ ਪਦਾਰਥੁ ਪਾਇ ਕੈ,	raam padaarath paa-ay kai
ਕਬੀਰਾ ਗਾਂਠਿ ਨ ਖੋਲ੍॥	kabeeraa gaaNth na kholH.
ਨਹੀ ਪਟਣੁ ਨਹੀ ਪਾਰਖੂ,	nahee patan nahee paarkhoo
ਨਹੀ ਗਾਹਕੁ ਨਹੀ ਮੋਲੁ॥੨੩॥	nahee gaahak nahee mol. ‖23‖

ਸਿਮਰਨ ਕਰਨ ਨਾਲ ਜਦੋਂ ਤੈਨੂੰ ਅਸਲੀ ਪਦਾਰਥ ਅਨੁਭਵ ਹੋ ਜਾਵੇ, ਤਾਂ ਨਿਮ੍ਰਤਾ ਵਿੱਚ, ਅਹੰਕਾਰੀ ਨਾ ਬਣੋ, ਇਸ ਦਾ ਵਪਾਰ ਨਾ ਕਰਨ ਲਗ ਪਵੋ । ਸੰਸਾਰ ਵਿੱਚ ਇਸ ਦਾ ਸੌਦਾ ਕਰਨ ਵਾਲੇ ਅਤੇ ਅਸਲੀ ਕੀਮਤ ਪਾਉਣ ਵਾਲੇ ਨਹੀਂ ਹਨ । ਇਹ ਪਦਾਰਥ ਕੇਵਲ ਉਸ ਦੀ ਰਹਿਮਤ ਨਾਲ ਹੀ ਬਖਸ਼ਿਸ਼ ਹੁੰਦਾ ਹੈ, ਕੀਮਤ ਨਾਲ ਪ੍ਰਾਪਤ ਨਹੀਂ ਹੁੰਦਾ ।

Whosoever may be blessed with the enlightenment of His Word, he should not boast and become proud of himself, rather become humble. He should not sell the enlightenment of His Word for worldly wealth. There may not be any true merchant, customer who may recognize the true value of enlightenment of His Word. The enlightenment of His Word may only be blessed by His mercy and grace. No one can buy or sell or rob this from other.

78. Guru Arjan Dev Ji – Page 498

ਦਿਨੁ ਰਾਤੀ ਆਰਾਧਹੁ ਪਿਆਰੋ,	din raatee aaraaDhahu pi-aaro
ਨਿਮਖ ਨ ਕੀਜੈ ਢੀਲਾ॥	nimakh na keejai dheelaa.
ਸੰਤ ਸੇਵਾ ਕਰਿ ਭਾਵਨੀ ਲਾਈਐ,	sant sayvaa kar bhaavnee laa-ee-ai
ਤਿਆਗਿ ਮਾਨੁ ਹਾਠੀਲਾ ॥੧॥	ti-aag maan haatheelaa. ‖1‖

ਜੀਵ ਦਿਨ ਰਾਤ ਪ੍ਰਭ ਦੇ ਸ਼ਬਦ ਦੀ ਪਾਲਣਾ ਕਰੋ! ਕਦੇ ਸੁਸਤੀ ਨਾ ਕਰੋ! ਆਪਣੇ ਮਨ ਵਿੱਚ ਕਦੇ ਵੀ ਹੋਰ ਖਿਆਲਾਂ ਦਾ ਪ੍ਰਭਾਵ ਨਾ ਪੈਣ ਦੇਵੋ! ਜਦੋ ਕਿਸੇ ਬੰਦਗੀ ਕਰਨ ਵਾਲੇ ਸੰਤ ਦੀ ਸੇਵਾ ਕਰੋ! ਸਿਖਿਆ ਨੂੰ ਸਮਝ ਕੇ ਆਪਣੇ ਜੀਵਨ ਵਿੱਚ ਢਾਲੋ! ਆਪਣੇ ਮਨ ਦੇ ਅਹੰਕਾਰ ਨੂੰ ਤਿਆਗ, ਪਾਸੇ ਕਰ ਦੇਵੋ! ਨਿਮਾਣੇ ਬਣ ਕੇ ਉਸ ਦੇ ਰਸਤੇ ਤੇ ਚਲੋ!

You should not become lazy, should do every action wholeheartedly and sing His glory. Always remember, The Omnipresent True Master watches your actions. When you are blessed with the association of His true devotee, listen to the teachings of his life, understand and adopt in your day to day life. You may conquer your ego and you may become humble.

79. Guru Amar Das Ji – Page 797

ਚਹੁ ਜੁਗਾ ਕਾ ਹੁਣਿ ਨਿਬੇੜਾ,	Chahu jugaa kaa hun nibayrhaa
ਨਰ ਮਨੁਖਾ ਨੋ ਏਕੁ ਨਿਧਾਨਾ॥	nar manukhaa no ayk niDhaanaa.
ਜਤੁ ਸੰਜਮ ਤੀਰਥ ਓਨਾ ਜੁਗਾ ਕਾ ਧਰਮੁ	Jat sanjam tirath onaa jugaa kaa Dharam
ਹੈ, ਕਲਿ ਮਹਿ ਕੀਰਤਿ ਹਰਿ ਨਾਮਾ॥੨॥	hai kal meh keerat har naamaa. ‖2‖

ਚਾਰ ਜੁਗਾਂ ਵਿੱਚ ਪ੍ਰਭ ਦੇ ਸ਼ਬਦ ਵਿਚੋਂ ਇੱਕੋ ਇੱਕ ਹੀ ਸਿਖਿਆ ਲਈ ਜਾ ਸਕਦੀ ਹੈ । ਮਾਨਸ ਜਨਮ ਵਿੱਚ ਹੀ ਪ੍ਰਭ ਦੇ ਸ਼ਬਦ ਦੀ ਸੋਝੀ ਦਾ ਅਤੁੱਟ ਖਜ਼ਾਨਾ ਬਖਸ਼ਿਸ਼ ਹੋ ਸਕਦਾ ਹੈ । ਪਿਛਲੇ ਜੁਗਾਂ ਵਿੱਚ ਆਪਣੇ ਆਪ ਤੇ ਕਾਬੂ, ਤਪ, ਤੀਰਥ ਇਸ਼ਨਾਨ ਹੀ ਧਰਮ ਦਾ ਮੁੱਢ ਬਣਿਆ ਹੋਇਆ ਸੀ । ਹੁਣ ਕੱਲਜੁਗ ਵਿੱਚ ਸ਼ਬਦ ਦੀ ਪਾਲਣਾ, ਉਸਤਤ ਹੀ, ਪ੍ਰਵਾਨਗੀ ਦਾ ਰਸਤਾ (ਨਿਯਮ, ਵਿਧੀ, ਮੂਲ) ਬਖਸ਼ਿਸ਼ ਹੋ ਸਕਦਾ ਹੈ ।

In all Ages, there one unique teaching may be enlightened from His Word. In human life unlimited treasure of enlightenment of His Word may be blessed. In previous Ages, meditation, self-control, rigorous meditation, sanctifying bath at Holt shrine ware considered the path for salvation. In Kali Yuga-Age, it is believed that only by obeying and adopting His Word in day to day life the right path may be blessed.

80. Guru Arjan Dev Ji – Page 50

ਤਿਚਰੁ ਵਸਹਿ ਸੁਹੇਲੜੀ, tichar vaseh suhaylrhee
ਜਿਚਰੁ ਸਾਥੀ ਨਾਲਿ॥ jichar saathee naal.
ਜਾ ਸਾਥੀ ਉਠੀ ਚਲਿਆ, jaa saathee uthee chali-aa
ਤਾ ਧਨ ਖਾਕੂ ਰਾਲਿ॥੧॥ taa Dhan khaakoo raal. ||1||

ਜਿਤਨਾ ਚਿਰ ਤੇਰੇ ਵਿੱਚ ਸਵਾਸ ਚਲਦੇ, ਸਵਾਸ ਦਾ ਅਸਲੀ ਮਾਲਕ ਤੇਰੇ ਸਾਥ ਰਹਿੰਦਾ ਹੈ, ਤਾਂ ਤੂੰ ਸੰਸਾਰ ਵਿੱਚ ਅਨੰਦ ਮਾਨਦਾ ਹੈ । ਜਦੋਂ ਸਵਾਸਾਂ ਦਾ ਮਾਲਕ ਉਠ ਕੇ ਚਲੇ ਗਿਆ, ਤਾਂ ਇਸ ਤਨ, ਸੰਸਾਰਕ ਧਨ ਦੀ ਕੋਈ ਕੀਮਤ ਨਹੀਂ ਹੁੰਦੀ, ਭਸਮ ਹੋ ਜਾਣਾ ਹੈ ।

As long as you are breathing, God, His Word dwells within your body. You may enjoy the comforts of worldly life. When breaths are finished, your body is going to become worthless.

81. Guru Nanak Dev Ji – Page 151

ਮਾਤਾ ਮਤਿ ਪਿਤਾ ਸੰਤੋਖੁ॥ maataa mat pitaa santokh.
ਸਤੁ ਭਾਈ ਕਰਿ ਏਹੁ ਵਿਸੇਖੁ॥੧॥ sat bhaa-ee kar ayhu visaykh. ||1||

ਜੀਵ ਆਪਣੀ ਮੱਤ ਨੂੰ ਮਾਤਾ ਵਰਗੀ ਨਿਮਰਤਾ ਵਾਲੀ ਬਣਾਵੇ! ਆਪਣੇ ਭਰੋਸੇ ਨੂੰ ਪਿਤਾ ਵਰਗਾ ਧੀਰਜ ਵਾਲਾ, ਆਪਣੀ ਹੱਕ ਦੀ ਕਮਾਈ ਨੂੰ ਭਾਈ ਵਰਗਾ ਸਾਥੀ ਬਣਾਵੇ । ਇਹ ਹੀ ਤੇਰੇ ਜੀਵਨ ਦੇ ਸਬੰਧੀ ਹੋਣ ।

You should adopt humility in your life and become as humble as mother. You should have steady and stable belief on His blessings as the patience of a father. Treat earning honest living as your brother. Those are the true relatives and companions of His true devotee. You should treat your wisdom as humble as mother and learn patience from the life of your father.

82. Guru Ram Das Ji – Page 171

ਹਮਰਾ ਬਿਨਉ ਸੁਨਹੁ ਪ੍ਰਭ ਠਾਕੁਰ, hamraa bin-o sunhu parabh thaakur
ਹਮ ਸਰਣਿ ਪ੍ਰਭੂ ਹਰਿ ਮਾਗੇ ॥ ham saran parabhoo har maagay.
ਜਨ ਨਾਨਕ ਕੀ ਲਜ ਪਾਤਿ ਗੁਰੂ ਹੈ, jan naanak kee laj paat guroo hai
ਸਿਰੁ ਬੇਚਿਓ ਸਤਿਗੁਰ ਆਗੇ॥ sir baychi-o satgur aagay.
੫॥੧੦॥੨੪॥੬੨॥ ||5||10||24||62||

ਰਹਿਮਤਾ ਦੇ ਮਾਲਕ, ਮੇਰੀ ਅਰਦਾਸ ਸੁਣੋ! ਤੇਰੀ ਸ਼ਰਣ ਵਿੱਚ ਅਇਆ ਹਾ, ਰਹਿਮਤ ਬਖਸ਼ਕੇ ਪ੍ਰਵਾਨਗੀ ਬਖਸ਼ੋ! ਬੰਦਗੀ ਕਰਨ ਵਾਲੇ ਦੀ ਲਾਜ, ਮਾਣ ਹੀ ਪ੍ਰਭ ਦੇ ਸ਼ਬਦ ਦੀ ਪਾਲਣਾ ਹੁੰਦਾ ਹੈ । ਉਸ ਦਾ ਤਨ, ਮਨ ਹੀ ਪ੍ਰਭ ਦੀ ਅਮਾਨਤ ਬਣ ਜਾਂਦਾ ਹੈ । ਸ਼ਬਦ ਦੀ ਪਾਲਣਾ ਹੀ ਉਸ ਦੇ ਜੀਵਨ ਦਾ ਆਸਰਾ ਬਣ ਜਾਂਦਾ ਹੈ ।

Devotee cleans his soul, conquers his worldly desires and then surrender to His sanctuary to pray. True treasure of the devotee may be his devotion and dedication of obeying His Word. He surrenders his mind and body on His feet and becomes His true servant. Obeying His Word becomes his true purpose of life and support.

83. Guru Arjan Dev Ji – Page 706

ਤੁਟੜੀਆ ਸਾ ਪ੍ਰੀਤਿ,	tutrhee-aa saa pareet
ਜੋ ਲਾਈ ਬਿਅੰਨ ਸਿਉ॥	jo laa-ee bi-ann si-o.
ਨਾਨਕ ਸਚੀ ਰੀਤਿ,	naanak sachee reet
ਸਾਂਈ ਸੇਤੀ ਰਤਿਆ॥੨॥	saaN-ee saytee rati-aa. ||2||

ਪ੍ਰਭ ਨਾਲ ਮੋਹ ਜੋੜਣ ਲਈ ਬਾਕੀ ਸੰਸਾਰਕ ਮਾਇਆ ਨਾਲੋਂ ਮੋਹ ਤਿਆਗਣਾ ਪੈਂਦਾ ਹੈ । ਇਹ ਹੀ ਮਾਨਸ ਜੀਵਨ ਦਾ ਅਸਲੀ ਢੰਗ ਹੈ । ਜਿਸ ਨਾਲ ਸ਼ਬਦ ਵਿੱਚ ਸ਼ਰਧਾ, ਲਗਨ ਵਧਦੀ, ਭਰੋਸਾ ਅਡੋਲ ਹੁੰਦਾ ਹੈ।

In order to become His true devotee, one must conquer his worldly desires. Conquers three worldly virtues, (Raajas, Taamas, Satvas). This may be the right path, that may enhance his faith on His Word and enhances devotion to meditates on the teachings of His Word.

84. Guru Arjan Dev Ji – Page 813

ਮਤ ਕੋਈ ਜਾਣਹੁ ਅਵਰੁ ਕਛੁ,	mat ko-ee jaanhu avar kachh
ਸਭ ਪ੍ਰਭ ਕੈ ਹਾਥਿ॥	sabh parabh kai haath.
ਸਰਬ ਸੁਖ ਨਾਨਕ ਪਾਏ,	sarab sookh naanak paa-ay
ਸੰਗਿ ਸੰਤਨ ਸਾਥਿ॥੪॥੨੨॥੫੨॥	sang santan saath. ||4||22||52||

ਸੰਸਾਰਕ ਜੀਵ ਕਦੇ ਭੁਲੇਖੇ ਨਾਲ ਵੀ ਹੋਰ ਕਿਸੇ ਨੂੰ ਮਾਲਕ ਨਾ ਸਮਝ ਲੈਣਾ । ਸਭ ਕੁਝ ਪ੍ਰਭ ਦੇ ਹੁਕਮ ਨਾਲ ਹੀ ਵਾਪਰਦਾ ਹੈ । ਸਭ ਚੰਗਾ ਮੰਦਾ ਕੇਵਲ ਮਨ ਦੀ ਭਾਵਨਾ, ਅਵਸਥਾ ਹੀ ਹੁੰਦੀ ਹੈ । ਬੰਦਗੀ ਕਰਨ ਵਾਲੇ ਸਦਾ ਹੀ ਸ਼ਬਦ ਦੇ ਗੁਣ ਗਾਉਂਦੇ, ਸੰਤਾਂ ਦੀ ਸੰਗਤ ਵਿੱਚ ਹੀ ਅਨੰਦ ਮਾਨਦੇ, ਖੇੜੇ ਵਿੱਚ ਵਸਦੇ ਹਨ ।

You should never consider any human as the True Master, except One and Only One God. One should not have any doubt, suspicions, every activity, creatures are under His command. Good and bad luck, curses are all suspicions of mind created by worldly religions. His true believers adopt teachings of His Word in his life and enjoy the life in peace and harmony.

85. Kabeer Ji – Page 870

ਸੰਤੁ ਮਿਲੈ ਕਿਛੁ ਸੁਨੀਐ ਕਹੀਐ॥	sant milai kichh sunee-ai kahee-ai.
ਮਿਲੈ ਅਸੰਤੁ ਮਸਟਿ ਕਰਿ ਰਹੀਐ॥੧॥	milai asant masat kar rahee-ai. ||1||

ਜੀਵ ਅਗਰ ਕਿਸੇ ਬੰਦਗੀ ਕਰਨ ਵਾਲੇ ਜੀਵ ਨਾਲ ਮਿਲਾਪ ਹੋਵੇ, ਤਾਂ ਉਸ ਨਾਲ ਵਿਚਾਰ ਸਾਂਝੇ ਕਰੋ! ਉਸ ਨੂੰ ਕੁਝ ਪੁੱਛੋ, ਉਸ ਦੇ ਵਿਚਾਰ ਸੁਣੋ । ਅਗਰ ਉਹ ਜੀਵ ਮਿਲੇ, ਜਿਸ ਨੂੰ ਪ੍ਰਭ ਦੇ ਸ਼ਬਦ ਨਾਲ ਕੋਈ ਲਗਨ ਨਾ ਹੋਵੇ, ਤਾਂ ਉਸ ਨਾਲ ਪ੍ਰਭ ਦੇ ਸ਼ਬਦ ਦਾ ਵਿਚਾਰ ਕਰਨ ਦਾ ਕੋਈ ਲਾਭ ਨਹੀਂ ਹੁੰਦਾ, ਕੋਈ ਸੋਝੀ ਨਹੀਂ ਮਿਲਦੀ ।

If you are blessed with the association of His true devotee, you should ask for his life experience and share your feelings, suspicions of your mind. If you meet non-believer, you should control yourselves and being quiet is the right path.

86. Guru Nanak Dev Ji – Page 1330

ਮਨੁ ਜੋਗੀ ਮਨੁ ਭੋਗੀਆ,	man jogee man bhogee-aa
ਮਨੁ ਮੂਰਖੁ ਗਾਵਾਰੁ॥	man moorakh gaavaar.
ਮਨੁ ਦਾਤਾ ਮਨੁ ਮੰਗਤਾ,	man daataa man mangtaa
ਮਨ ਸਿਰਿ ਗੁਰੁ ਕਰਤਾਰੁ॥	man sir gur kartaar.
ਪੰਚ ਮਾਰਿ ਸੁਖੁ ਪਾਇਆ,	panch maar sukh paa-i-aa
ਐਸਾ ਬ੍ਰਹਮੁ ਵੀਚਾਰੁ॥ ੨॥	aisaa barahm veechaar. ‖2‖

ਜੀਵ ਤੇਰਾ ਮਨ ਹੀ ਬੰਦਗੀ ਤੇ ਲਾਉਂਦਾ ਹੈ, ਮਨ ਹੀ ਖੁਸ਼ੀਆ ਦੀਆਂ ਭਟਕਣਾਂ ਤੇ ਪਾਉਂਦਾ ਹੈ। ਮਨ ਹੀ ਅਣਜਾਣਾਂ, ਮੂਰਖਾਂ ਵਾਲੇ ਕੰਮਾਂ ਵਿੱਚ ਲਾਉਂਦਾ ਹੈ। ਮਨ ਹੀ ਤੈਨੂੰ ਦਾਤਾਂ ਦੇਣ ਵਾਲਾ, ਦਾਤਾਂ ਲੈਣ ਵਾਲਾ ਬਣਾਉਂਦਾ ਹੈ। ਮਨ ਉਸ ਪ੍ਰਭ ਦਾ ਹੀ ਇੱਕ ਭਾਗ ਹੈ। ਜਿਸ ਜੀਵ ਨੇ ਆਪਣੇ ਮਨ ਨੂੰ ਕਾਬੂ ਵਿੱਚ, ਜਿੱਤ ਪਾ ਲਈ ਹੈ। ਉਸ ਨੂੰ ਪ੍ਰਭ ਦੇ ਸ਼ਬਦ ਦੀ ਸੋਝੀ ਵਾਲਾ ਰਸਤਾ ਬਖਸ਼ਿਸ਼ ਹੋ ਜਾਂਦਾ ਹੈ।

Mind becomes the master of activities of the body. His mind guides him to become a devotee or run after worldly pleasures, greed. His mind may guide him to become a beggar or giver, helper of less fortune. Whosoever may conquer his own mind, he may be blessed with the right path of salvation. He may be accepted under His protection.

87. Guru Arjan Dev Ji – Page 249

ਸੁਣਿ ਸਖੀਏ ਮਿਲਿ ਉਦਮੁ ਕਰੇਹਾ,	Sun sakhee-ay mil udam karayhaa
ਮਨਾਇ ਲੈਹਿ ਹਰਿ ਕੰਤੈ॥	manaa-ay laihi har kantai.
ਮਾਨੁ ਤਿਆਗਿ ਕਰਿ ਭਗਤਿ ਠਗਉਰੀ,	Maan ti-aag kar bhagat thag-uree
ਮੋਹਹ ਸਾਧੂ ਮੰਤੈ॥	mohah saaDhoo mantai.
ਸਖੀ ਵਸਿ ਆਇਆ ਫਿਰਿ ਛੋਡਿ ਨ ਜਾਈ,	Sakhee vas aa-i-aa fir chhod na jaa-ee
ਇਹ ਰੀਤਿ ਭਲੀ ਭਗਵੰਤੈ॥	ih reet bhalee bhagvantai.
ਨਾਨਕ ਜਰਾ ਮਰਣ ਭੈ ਨਰਕ	Naanak jaraa maran bhai narak
ਨਿਵਾਰੈ, ਪੁਨੀਤ ਕਰੈ ਤਿਸੁ ਜੰਤੈ॥੧॥	nivaarai puneet karai tis jantai. ‖1‖

ਆਪਣੇ ਮਨ ਦੇ ਅਹੰਕਾਰ ਨੂੰ ਤਿਆਗਕੇ, ਪ੍ਰਭ ਦੀ ਸ਼ਰਣ ਵਿੱਚ ਆਵੋ! ਪ੍ਰਭ ਦੇ ਸ਼ਬਦ ਦੀ ਪਾਲਣਾ ਕਰੋ! ਪ੍ਰਭ ਦੇ ਸ਼ਬਦ ਦਾ, ਮੂਲ ਮੰਤ੍ਰ ਦਾ ਸਿਮਰਨ ਕਰੋ! ਜਦੋਂ ਪ੍ਰਭ ਇੱਕ ਵਾਰ ਰਹਿਮਤ ਬਖਸ਼ਦਾ ਹੈ, ਉਹ ਫਿਰ ਆਪਣਾ ਮੂੰਹ ਨਹੀਂ ਫੇਰਦਾ। ਇਹ ਹੀ ਪਭ ਦਾ ਅਣਮੋਲ ਗੁਣ ਹੈ। ਜੀਵ ਨੂੰ ਸ਼ਬਦ ਦੀ ਪਾਲਣਾ ਤੇ ਅਡੋਲ ਰੱਖਦਾ ਹੈ, ਜੀਵ ਦੇ ਮਨ ਨੂੰ ਪਵਿਤ੍ਰ ਕਰ ਦੇਂਦਾ ਹੈ। ਉਸ ਦੇ ਮਨ ਵਿਚੋਂ ਮੌਤ ਦਾ, ਬੁਢੇਪੇ ਦਾ ਡਰ ਨਾਸ਼ ਹੋ ਜਾਂਦਾ ਹੈ।

One should be focused, conquer his ego and search for His sanctuary, His protection. He should with humility obey and sing the glory of His Word. Once God may accept you in His sanctuary, He does not abandon you. Whosoever may develop an unshakable belief on His Word, his soul may be sanctified. His fear of death, old age and the cycle of birth and death may be eliminated.

88. Guru Amar Das Ji – Page 603

ਮਨ ਰੇ ਤ੍ਰੈ ਗੁਣ ਛੋਡਿ man ray tarai gun chhod
ਚਉਥੈ ਚਿਤੁ ਲਾਇ॥ cha-uthai chit laa-ay.
ਹਰਿ ਜੀਉ ਤੇਰੈ ਮਨਿ ਵਸੈ ਭਾਈ, har jee-o tayrai man vasai bhaa-ee
ਸਦਾ ਹਰਿ ਕੇ ਗੁਣ ਗਾਇ॥ ਰਹਾਉ॥ sadaa har kay gun gaa-ay. rahaa-o.

Raajas, the quality of energy and activity; - Mind Concentration
Taamas, the quality of darkness and inertia; -Mind Awareness
Satvas, the quality of purity and light. -Purity of mind.

ਜੀਵ ਆਪਣੇ ਮਨ ਨੂੰ ਸੰਸਾਰਕ ਮਾਇਆ ਦੇ ਤਿੰਨਾਂ ਰੂਪਾਂ ਦੇ ਪ੍ਰਭਾਵ ਤੋਂ ਰਹਿਤ ਰੱਖੋ । ਚੌਥੇ ਪਦਾਰਥ, ਪ੍ਰਭ ਦੀ ਪ੍ਰਵਾਨਗੀ ਵੱਲ ਧਿਆਨ ਲਾਵੋ ! ਪ੍ਰਭ ਤੇਰੇ ਮਨ ਦੇ ਕੇਂਦਰ ਵਿੱਚ ਦਸਵੇਂ ਘਰ ਵਸਦਾ ਹੈ । ਪ੍ਰਭ ਦੇ ਸ਼ਬਦ ਦਾ ਸਿਮਰਨ ਕਰੋ, ਉਸ ਦੇ ਸ਼ਬਦ ਵਿੱਚ ਧਿਆਨ ਰੱਖੋ ।

You should conquer the desire of three worldly virtues, (Raajas, Taamas, Satvas). You should concentrate on the real purpose of life, 4th virtue, the salvation from the cycle of birth and death. His Word dwells in the center of mind, called His court, 10th castle. So always obey and adopt the teachings His Word with steady and stable belief in day to day life.

89. Guru Arjan Dev Ji – Page 717

ਛੋਡਿ ਸਿਆਨਪ ਬਹੁ ਚਤੁਰਾਈ, chhod si-aanap baho chaturaa-ee
ਦੁਇ ਕਰ ਜੋੜਿ ਸਾਧ ਮਗਿ ਚਲੁ॥ du-ay kar jorh saaDh mag chal.
ਸਿਮਰਿ ਸੁਆਮੀ ਅੰਤਰਜਾਮੀ, simar su-aamee antarjaamee
ਮਾਨੁਖ ਦੇਹ ਕਾ ਇਹੁ ਊਤਮ ਫਲੁ॥੧॥ maanukh dayh kaa ih ootam fal. ||1||

ਆਪਣੇ ਮਨ ਦੀਆਂ ਚਲਾਕੀਆਂ ਤਿਆਗਕੇ, ਪ੍ਰਭ ਦੇ ਸ਼ਬਦ ਤੇ ਭਰੋਸਾ ਅਡੋਲ ਰੱਖੋ ! ਬੰਦਗੀ ਕਰਨ ਵਾਲੇ ਸੰਤਾਂ ਦੀ ਸਿਖਿਆ ਨਾਲ ਜੀਵਨ ਢਾਲੋ ! ਅੰਤਰਜਾਮੀ ਦੇ ਸ਼ਬਦ ਦੀ ਪਾਲਣਾ, ਸਿਮਰਨ ਕਰੋ ! ਮਾਨਸ ਜਨਮ ਵਿੱਚ ਇਹ ਹੀ ਉਤਮ ਕੰਮ ਧੰਦਾ, ਮਾਨਸ ਜੀਵਨ ਦਾ ਅਸਲੀ ਮੰਤਵ ਹੈ ।

You should subdue your ego and greedy plans. You should adopt the teachings of His True devotee in your day to day life. You should meditate and adopt the teachings of the Word of The Omniscient True Master. This is the most significant task, purpose of human life blessings.

90. Guru Arjan Dev Ji – Page 1006

ਛੋਡਿ ਸਗਲ ਸਿਆਣਪਾ, chhod sagal si-aanpaa
ਮਿਲਿ ਸਾਧ ਤਿਆਗਿ ਗੁਮਾਨੁ॥ mil saaDh ti-aag gumaan.
ਅਵਰੁ ਸਭੁ ਕਿਛੁ ਮਿਥਿਆ, avar sabh kichh mithi-aa
ਰਸਨਾ ਰਾਮ ਰਾਮ ਵਖਾਨੁ॥੧॥ rasnaa raam raam vakhaan. ||1||

ਮਨ ਦੀਆਂ ਚਲਾਕੀਆਂ ਤਿਆਗ ਬੰਦਗੀ ਕਰਨ ਵਾਲੇ ਦੀ ਸੰਗਤ ਵਿੱਚ ਆਵੋ ! ਉਹਨਾਂ ਦੇ ਜੀਵਨ ਦੀ ਸਿਖਿਆ ਨਾਲ ਜੀਵਨ ਢਾਲਕੇ ਅਹੰਕਾਰ, ਹੈਸੀਅਤ ਦੇ ਅਭਿਮਾਨ ਨੂੰ ਤਿਆਗੋ ! ਸੰਸਾਰ ਵਿੱਚ ਸਭ ਕੁਝ ਥੋੜ੍ਹਾ ਸਮਾਂ ਹੀ ਰਹਿਣ ਵਾਲਾ ਹੈ । ਆਪਣੀ ਜੀਭ ਨਾਲ ਸਦਾ ਰਹਿਣ ਵਾਲੇ ਪ੍ਰਭ ਦੇ ਸ਼ਬਦ ਦੇ ਗੁਣ ਗਾਵੋ !

You should subdue your ego and greedy plans and should adopt the teachings of True saint, devotee. Everything in the universe exists for limited time span. You should sing the glory of the Word of The True Master, Creator with your tongue.

91. Kabeer Ji – Page 793

ਸੰਤਾ ਕਉ ਮਤਿ ਕੋਈ ਨਿੰਦਹੁ,	santaa ka-o mat ko-ee nindahu
ਸੰਤ ਰਾਮੁ ਹੈ ਏਕੋ ॥	sant raam hai ayko.
ਕਹੁ ਕਬੀਰ ਮੈ ਸੋ ਗੁਰੁ ਪਾਇਆ,	kaho kabeer mai so gur paa-i-aa
ਜਾ ਕਾ ਨਾਉ ਬਿਬੇਕੋ ॥੪॥੫॥	jaa kaa naa-o bibayko. ||4||5||

ਜੀਵ ਪ੍ਰਭ ਦੀ ਬੰਦਗੀ ਕਰਨ ਵਾਲੇ ਜੀਵ ਦੀ ਨਿੰਦਿਆ ਨਾ ਕਰੋ ! ਬੰਦਗੀ ਕਰਨ ਵਾਲੇ ਪ੍ਰਭ ਦਾ ਰੂਪ ਹੀ ਬਣ ਜਾਂਦੇ ਹਨ । ਜਿਸ ਦਾ ਭਰੋਸਾ ਅਡੋਲ ਹੋ ਜਾਂਦਾ ਹੈ, ਉਸ ਤੇ ਪ੍ਰਭ ਦੀ ਰਹਿਮਤ ਹੋ ਜਾਂਦੀ ਹੈ । ਉਸ ਨੂੰ ਸ਼ਬਦ ਦੀ ਪੂਰਨ ਸੋਝੀ ਹੋ ਜਾਂਦੀ ਹੈ ।

You should not criticize the true saint, His devotee. He does not have any ego; God becomes his master and protects him. Whosoever develops an unshakable belief on His blessings, His existence. He remains in peace, contentment and harmony with his own worldly condition.

92. Guru Ram Das Ji – Page 731

ਮਨਿ ਰਾਮ ਨਾਮੁ ਆਰਾਧਿਆ,	man raam naam aaraaDhi-aa
ਗੁਰ ਸਬਦਿ ਗੁਰੂ ਗੁਰ ਕੇ॥	gur sabad guroo gur kay.
ਸਭਿ ਇਛਾ ਮਨਿ ਤਨਿ ਪੂਰੀਆ,	sabh ichhaa man tan pooree-aa
ਸਭੁ ਚੂਕਾ ਡਰੁ ਜਮ ਕੇ॥੧॥	sabh chookaa dar jam kay. ||1||

ਮਨ ਵਿੱਚ ਭਰੋਸਾ ਅਡੋਲ ਕਰਕੇ, ਬਾਣੀ ਨੂੰ ਪ੍ਰਭ ਦਾ ਸਬਦ ਮੰਨਕੇ, ਪਾਲਣਾ ਕਰੋ ! ਉਸ ਨਾਲ ਮਨ ਦੀਆਂ ਸਾਰੀਆਂ ਹੀ ਮੁਰਾਦਾਂ ਪੂਰੀਆਂ ਹੋ ਜਾਂਦੀਆਂ, ਮਨ ਵਿਚੋਂ ਮੌਤ ਦਾ ਡਰ ਖਤਮ ਹੋ ਜਾਂਦਾ ਹੈ ।

You should believe that Holy scripture is the key to open the door of His Holy Word. Whosoever may adopt the teachings from Holy scripture in his life. His desires may be fulfilled and his fear of death may be eliminated.

93. Guru Arjan Dev Ji – Page 681

ਜੋ ਮਾਗਹਿ ਠਾਕੁਰ ਅਪੁਨੇ ਤੇ,	jo maageh thaakur apunay tay
ਸੋਈ ਸੋਈ ਦੇਵੈ॥	so-ee so-ee dayvai.
ਨਾਨਕ ਦਾਸੁ ਮੁਖ ਤੇ ਜੋ ਬੋਲੈ,	naanak daas mukh tay jo bolai
ਈਹਾ ਊਹਾ ਸਚੁ ਹੋਵੈ॥੨॥੧੪॥੪੫॥	eehaa oohaa sach hovai. ||2||14||45||

ਬੰਦਗੀ ਕਰਨ ਵਾਲਾ ਦਾਸ ਜੋ ਵੀ ਆਪਣੇ ਮਾਲਕ ਤੋਂ ਮੰਗਦਾ ਹੈ, ਅਰਦਾਸ ਕਰਦਾ ਹੈ ! ਪ੍ਰਭ ਉਸ ਦੀਆਂ ਮੁਰਾਦਾਂ ਪੂਰੀਆਂ ਕਰਦਾ ਹੈ । ਉਸ ਦਾਸ ਦੀ ਜੀਭ ਵਿਚੋਂ ਨਿਕਲੇ ਬੋਲ ਪੂਰੇ ਹੋ ਜਾਂਦੇ ਹਨ, ਪ੍ਰਭ ਦਾ ਹੁਕਮ ਬਣ ਜਾਂਦੇ ਹਨ ।

God always listens to the prayers of His true devotee. His spoken and unspoken prayers may be fulfilled. Whatsoever word may be spoken from the tongue of His true devotee, with His mercy and grace may become His Word, command may become Axiom.

94. Guru Arjan Dev Ji – Page 1361

ਡਿਠੇ ਸਭੇ ਥਾਵ	dithay sabhay thaav
ਨਹੀ ਤੁਧੁ ਜੇਹਿਆ॥	nahee tuDh jayhi-aa.
ਬਧੋਹੁ ਪੁਰਖਿ ਬਿਧਾਤੈ	baDhohu purakh biDhaatai
ਤਾਂ ਤੂ ਸੋਹਿਆ॥	taaN too sohi-aa.
ਵਸਦੀ ਸਘਨ ਅਪਾਰ	vasdee saghan apaar
ਅਨੂਪ ਰਾਮਦਾਸ ਪੁਰ॥	anoop raamdaas pur.
ਹਰਿਹਾਂ ਨਾਨਕ ਕਸਮਲ ਜਾਹਿ	harihaaN naanak kasmal jaahi
ਨਾਇਐ ਰਾਮਦਾਸ ਸਰ॥੧੦॥	naa-i-ai raamdaas sar. ‖10‖

ਪ੍ਰਭ, ਮੈਂ ਸਾਰੇ ਥਾਂ ਢੂੰਡ ਕੇ ਦੇਖੇ ਹਨ! ਤੇਰੇ ਵਰਗਾ, ਬਰਾਬਰ ਦਾ ਹੋਰ ਕੋਈ ਨਹੀਂ ਹੈ । ਜੀਵ ਅਟੱਲ ਪ੍ਰਭ ਨੇ ਹੀ ਤੈਨੂੰ ਪੈਦਾ ਕੀਤਾ ਹੈ, ਉਸ ਦੇ ਸ਼ਬਦ ਨਾਲ ਜੀਵਨ ਢਾਲੋ! ਸ਼ਬਦ ਦੀ ਪਾਲਣਾ ਨੂੰ ਆਪਣੇ ਜੀਵਨ ਦਾ ਧੰਦਾ ਬਣਾਵੋ! ਬੰਦਗੀ ਕਰਨ ਵਾਲੇ ਜੀਵ ਦਾ ਘਰ ਬਹੁਤ ਖੁਸ਼ਹਾਲੀ ਵਿੱਚ ਵਸਦਾ ਹੈ । ਉਸ ਦੀ ਸ਼ਾਨ ਦੀ ਕਿਸੇ ਹੋਰ ਨਾਲ ਤੁਲਨਾ ਨਹੀਂ ਕੀਤੀ ਜਾ ਸਕਦੀ । ਸ਼ਬਦ ਰੂਪੀ ਸਰੋਵਰ ਵਿੱਚ ਇਸ਼ਨਾਨ ਕਰਨ ਨਾਲ ਜੀਵ ਦੇ ਪਾਪ ਧੋਤੇ ਜਾਂਦੇ ਹਨ ।

I have traveled so many places, religious shrines. However, I could not find any place equal or close to Your glory. God has blessed you with human life, you should adopt the teachings of His Word in your day to day life. Whosoever meditates on His Word, he remains contented and in blossom. His greatness and glory may not be comparable with anyone. By taking a bath in the pond of the nectar or the teachings of His Word, all the sins of his previous life may be forgiven.

95. Mathura Ji – Page 1408

ਜਗ ਅਉਰੁ ਨ ਯਾਹਿ ਮਹਾ ਤਮ,	jag a-or na yaahi mahaa tam
ਮੈ ਅਵਤਾਰੁ ਉਜਾਗਰੁ ਆਨਿ ਕੀਅਉ॥	mai avtaar ujaagar aan kee-a-o.
ਤਿਨ ਕੇ ਦੁਖ ਕੋਟਿਕ ਦੂਰਿ ਗਏ,	tin kay dukh kotik door ga-ay
ਮਥੁਰਾ ਜਿਨ੍ਹ ਅੰਮ੍ਰਿਤ ਨਾਮੁ ਪੀਅਉ॥	mathuraa jinH amrit naam pee-a-o.
ਇਹ ਪਧਤਿ ਤੇ ਮਤ ਚੂਕਹਿ ਰੇ ਮਨ,	ih paDhat tay mat chookeh ray man
ਭੇਦੁ ਬਿਭੇਦੁ ਨ ਜਾਨ ਬੀਅਉ॥	bhayd bibhayd na jaan bee-a-o.
ਪਰਤਛਿ ਰਿਦੈ ਗੁਰ ਅਰਜੁਨ ਕੈ,	partachh ridai gur arjun kai
ਹਰਿ ਪੂਰਨ ਬ੍ਰਹਮਿ ਨਿਵਾਸੁ ਲੀਅਉ॥੫॥	har pooran barahm nivaas lee-a-o. ‖5‖

ਪ੍ਰਭ ਨੂੰ ਆਪ ਜਨਮ ਲੈਣ ਦੀ ਲੋੜ ਨਹੀਂ ਪੈਂਦੀ । ਉਸ ਦੀ ਮਹਿਮਾਂ ਹੈ, ਉਸ ਦਾ ਸ਼ਬਦ ਹੀ ਸੰਸਾਰ ਦੇ ਦੁਖ ਦੂਰ ਕਰਨ ਵਾਲੀ ਦਵਾਈ ਹੈ । ਜਿਸ ਨੇ ਵੀ ਅਡੋਲ ਭਰੋਸੇ ਨਾਲ ਸਿਮਰਨ ਕੀਤਾ ਹੈ । ਉਸ ਨੇ ਹੀ ਪ੍ਰਭ ਦੀ ਰਹਿਮਤ ਪਾਈ ਹੈ । ਜੀਵ ਇਹ ਮਾਰਗ ਕਦੇ ਨਾ ਛੱਡੋ! ਪ੍ਰਭ ਤੇ ਉਸ ਦੇ ਦਾਸ ਵਿੱਚ ਕੋਈ ਭੇਦ ਨਹੀਂ ਹੁੰਦਾ, ਫਿਰ ਵੀ ਦਾਸ ਪ੍ਰਭ ਦਾ ਰੂਪ ਨਹੀਂ ਬਣ ਸਕਦਾ । ਪ੍ਰਭ ਆਪਣੇ ਬੰਦਗੀ ਕਰਨ ਵਾਲਿਆਂ ਦੇ ਹਿਰਦੇ ਵਿੱਚ ਸਦਾ ਹੀ ਜਾਗਰਤ ਅਤੇ ਸੁਚੇਤ ਰਹਿੰਦਾ, ਨਿਵਾਸ ਕਰਦਾ ਹੈ ।

God does not need to be born in the universe. Obeying His Word and singing His glory may be the true medicine to cure worldly miseries. Whosoever may wholeheartedly adopt His Word with steady and stable belief in day to day life, he may be enlightened by His mercy and grace. You should never abandon the path of meditating on the teachings of His

Word. Human may not be able to distinguish the difference between God and His true devotee. However, His true devotee cannot become The True Master, or replace God. The Holy Spirit remains awake and alert in the heart of His true devotees.

96. Kabeer Ji – Page 1364

ਕਬੀਰ ਕਾਇਆ ਕਜਲੀ ਬਨੁ ਭਇਆ,	kabeer kaa-i-aa kajlee ban bha-i-aa
ਮਨੁ ਕੁੰਚਰੁ ਮਯ ਮੰਤੁ॥	man kunchar ma-y mant.
ਅੰਕਸੁ ਗ੍ਯ੍ਯਾਨੁ ਰਤਨੁ ਹੈ,	ankas ga-yaan ratan hai
ਖੇਵਟੁ ਬਿਰਲਾ ਸੰਤੁ॥੨੨੪॥	khayvat birlaa sant. ||224||

ਤੇਰਾ ਸਰੀਰ ਜਿਵੇਂ ਕੇਲੇ ਦਾ ਜੰਗਲ ਹੋਵੇ ਅਤੇ ਤੇਰਾ ਮਨ ਨਸ਼ੇ ਨਾਲ ਭਰਪੂਰ ਹਾਥੀ ਹੈ । ਪ੍ਰਭ ਦਾ ਸ਼ਬਦ ਗਿਆਨ ਨਾਲ ਭਰਪੂਰ ਹੈ । ਵਿਰਲਾ ਹੀ ਜੀਵ ਸੰਤ ਸਰੂਪ ਬਣਕੇ ਇਸ ਹਾਥੀ ਦੀ ਸਵਾਰੀ ਕਰਦਾ ਹੈ ।

Human body is like a forest of banana trees and mind is like intoxicated elephant. His Word is overwhelmed with enlightenment; however, very rare human devotee may adopt His Word in life and becomes His true devotee and rides on this elephant.

97. Guru Amar Das Ji – Page 1413

ਹਰਿ ਕਾ ਨਾਉ ਅਤਿ ਵਡ ਊਚਾ,	har kaa naa-o at vad oochaa
ਊਚੀ ਹੂ ਊਚਾ ਹੋਈ॥	oochee hoo oochaa ho-ee.
ਅਪੜਿ ਕੋਇ ਨ ਸਕਈ,	aparh ko-ay na sak-ee
ਜੇ ਸਉ ਲੋਚੈ ਕੋਈ॥	jay sa-o lochai ko-ee.
ਮੁਖਿ ਸੰਜਮ ਹਛਾ ਨ ਹੋਵਈ,	mukh sanjam hachhaa na hova-ee
ਕਰਿ ਭੇਖ ਭਵੈ ਸਭ ਕੋਈ॥	kar bhaykh bhavai sabh ko-ee.
ਗੁਰ ਕੀ ਪਉੜੀ ਜਾਇ ਚੜੈ,	gur kee pa-orhee jaa-ay charhai
ਕਰਮਿ ਪਰਾਪਤਿ ਹੋਈ॥	karam paraapat ho-ee.
ਅੰਤਰਿ ਆਇ ਵਸੈ,	antar aa-ay vasai
ਗੁਰ ਸਬਦੁ ਵੀਚਾਰੈ ਕੋਇ॥	gur sabad veechaarai ko-ay.
ਨਾਨਕ ਸਬਦਿ ਮਰੈ ਮਨੁ ਮਾਨੀਐ,	naanak sabad marai man maanee-ai
ਸਾਚੇ ਸਾਚੀ ਸੋਇ॥੩੩॥	saachay saachee so-ay. ||33||

ਪ੍ਰਭ ਦਾ ਸ਼ਬਦ ਬਹੁਤ ਗੰਭੀਰ, ਡੂੰਘਾਂ ਹੈ । ਇਸ ਦੀ ਪੂਰਨ ਸੋਝੀ ਕਿਸੇ ਨੂੰ ਵੀ ਨਹੀਂ ਹੋ ਸਕਦੀ । ਜਿਤਨੀ ਹੀ ਸੋਝੀ ਬਖਸ਼ਦਾ ਹੈ! ਜਾਣਕਾਰੀ ਹੁੰਦੀ ਹੈ, ਪ੍ਰਭ ਕਿਤਨਾ ਵਿਸ਼ਾਲ ਹੈ । ਅਨੇਕਾਂ ਹੀ ਜੀਵ ਇਸ ਨੂੰ ਪੂਰਨ ਸਮਝਣ ਦੀ ਇੱਛਾ ਰੱਖਦੇ ਹਨ । ਆਪਣੇ ਮੂੰਹ ਤੋਂ ਬਾਣੀ ਪੜ੍ਹਨ, ਵਿਚਾਰ ਕਰਨ ਨਾਲ ਆਤਮਾ ਪਵਿੱਤਰ ਨਹੀਂ ਹੁੰਦੀ । ਹਰ ਜੀਵ ਹੀ ਕਿਸੇ ਨਾ ਕਿਸੇ ਧਰਮ ਦੇ ਬੰਧਨ ਵਿੱਚ ਫਸਿਆ ਹੈ । ਧਰਮ ਦੇ ਬੰਧਨ ਹੀ ਉਸ ਨੂੰ ਅਸਲੀ ਰਸਤੇ ਤੇ ਚੱਲਣ ਨਹੀਂ ਦੇਂਦੇ । ਉਸ ਨੂੰ ਧਰਮਾਂ ਦਾ ਰਸਤਾ ਹੀ ਅਸਲੀ ਰਸਤਾ ਮਹਿਸੂਸ ਹੁੰਦਾ ਹੈ ।– (ਜਿਹੜੇ ਵੀ ਧਰਮ ਵਿੱਚ ਜੀਵ ਹੋਵੇ) ਪ੍ਰਭ ਦੀ ਰਹਿਮਤ ਨਾਲ ਹੀ ਜੀਵ ਪ੍ਰਭ ਦੇ ਮਾਰਗ ਤੇ ਚਲਦਾ ਹੈ । ਜਿਹਨਾਂ ਨੇ ਸ਼ਬਦ ਦੀ ਕਮਾਈ ਕੀਤੀ ਹੋਵੇ । ਉਹਨਾਂ ਦੇ ਅੰਦਰ ਹੀ ਪ੍ਰਭ ਜਾਗਰਤ ਹੋ ਜਾਂਦਾ, ਪ੍ਰਭ ਪ੍ਰਗਟ ਹੋ ਜਾਂਦਾ ਹੈ । ਜੀਵ ਚਿਤ ਲਾ ਕੇ ਉਸ ਦਾ ਸਿਮਰਨ ਕਰੋ! ਉਸ ਨਾਲ ਹੀ ਮਨ ਦੀ ਅਟੱਲ ਪ੍ਰਭ ਦੇ ਸ਼ਬਦ ਵਿੱਚ ਲਿਵ ਲਗ ਜਾਵੇਗੀ । ਮਨ ਖੇੜੇ ਵਿੱਚ ਆ ਜਾਵੇਗਾ, ਅਮਰ ਅਵਸਥਾ ਬਖਸ਼ਿਸ਼ ਹੋ ਸਕਦੀ ਹੈ ।

His Word is very deep and mysterious, no one may fully comprehend the true meaning of His Word. More you understand His Word deeper and deeper it becomes. Many humans keep a burning desire to fully understand the meanings of His Word. Only by reading Holy scripture with own tongue, preaching and explaining to others, soul may not be sanctified. Everyone remains entangled in certain religious belief and that may not let him follow the right path. He believes that the religious path is the only right path of salvation. Only with His mercy and grace, he may seek and follow the right path. Whosoever may earn the wealth of His Word, he may be enlightened with the teachings of His Word. One should wholeheartedly obey and sing the glory of His Word! Whosoever may remain focused on His Word, he may enter into deep meditation in the void of His Word. He may remain contented and blessed with superb state of mind.

98. Guru Nanak Dev Ji – Page 1091

ਸੁਣੀਐ ਏਕੁ ਵਖਾਣੀਐ,	sunee-ai ayk vakhaanee-ai
ਸੁਰਗਿ ਮਿਰਤਿ ਪਇਆਲਿ॥	surag mirat pa-i-aal.
ਹੁਕਮੁ ਨ ਜਾਈ ਮੇਟਿਆ,	hukam na jaa-ee mayti-aa
ਜੋ ਲਿਖਿਆ ਸੋ ਨਾਲਿ॥	jo likhi-aa so naal.
ਕਉਣੁ ਮੂਆ ਕਉਣੁ ਮਾਰਸੀ,	ka-un moo-aa ka-un maarsee
ਕਉਣੁ ਆਵੈ ਕਉਣੁ ਜਾਇ॥	ka-un aavai ka-un jaa-ay.
ਕਉਣੁ ਰਹਸੀ ਨਾਨਕਾ,	ka-un rahsee naankaa
ਕਿਸ ਕੀ ਸੁਰਤਿ ਸਮਾਇ॥੧॥	kis kee surat samaa-ay.||1||

ਜਿਹੜਾ ਪ੍ਰਭ ਸਵਰਗ ਦਾ ਮਾਲਕ ਅਤੇ ਤਿੰਨਾਂ ਸ੍ਰਿਸ਼ਟੀਆਂ ਵਿੱਚ ਹੀ ਵਾਪਰਦਾ ਹੈ । ਉਸ ਪ੍ਰਭ ਦੇ ਸ਼ਬਦ, ਬਾਣੀ ਸੁਣੋ! ਉਸ ਦੇ ਹੁਕਮ ਨੂੰ ਬਦਲਿਆ ਨਹੀਂ ਜਾ ਸਕਦਾ । ਜੋ ਕੁਝ ਉਸ ਨੇ ਕਰਨਾ ਹੈ, ਉਹ ਹੀ ਹੋਣਾ ਹੈ ਅਤੇ ਹੁੰਦਾ ਹੈ । ਕੌਣ ਕਿਸੇ ਨੂੰ ਮਾਰਦਾ ਹੈ? ਕੌਣ ਮਰਦਾ ਹੈ? ਕਿਹੜਾ ਪ੍ਰਵਾਨ ਹੁੰਦਾ ਹੈ ਕਿਹੜਾ ਜੂੰਨਾਂ ਵਿੱਚ ਭਉਂਦਾ ਹੈ? ਕਿਸ ਦੀ ਲਿਵ ਉਸ ਦੇ ਸ਼ਬਦ ਵਿਚੋਂ ਟੁੱਟਦੀ ਹੈ? ਕਿਸ ਦੀ ਲਿਵ ਉਸ ਵਿੱਚ ਲਗਦੀ ਹੈ ਅਤੇ ਉਸ ਵਿੱਚ ਅਲੋਪ ਹੋ ਜਾਂਦਾ ਹੈ?

One should listen to The Word of The True Master, owner of heaven and all three universes. His Word, command cannot be alerted, changed or avoided. Whatsoever He desires, only that may happen in the universe. Who may die or who may kill someone other? Who may be accepted in His court and who may remain in cycle of birth and death? Who may wander in all directions in suspicions and Who may enter into deep meditation and may immerse in The Holy spirit?

99. Kabeer Ji – Page 1367

ਕਬੀਰ ਤਰਵਰ ਰੂਪੀ ਰਾਮੁ ਹੈ,	kabeer tarvar roopee raam hai
ਫਲ ਰੂਪੀ ਬੈਰਾਗੁ॥	fal roopee bairaag.
ਛਾਇਆ ਰੂਪੀ ਸਾਧੁ ਹੈ,	chhaa-i-aa roopee saaDh hai
ਜਿਨਿ ਤਜਿਆ ਬਾਦੁ ਬਿਬਾਦੁ ॥੨੨੮॥	jin taji-aa baad bibaad. ||228||

ਜੀਵ ਪ੍ਰਭ ਇੱਕ ਬ੍ਰਿਛ ਦੀ ਤਰ੍ਹਾਂ ਹੈ, ਪ੍ਰਭ ਦੇ ਵਿਛੋੜੇ ਦਾ ਵਿਰਾਗ ਕਰਨਾ ਹੀ ਇਸ ਦਾ ਫਲ ਹੈ । ਜਿਹੜਾ ਸੰਸਾਰਕ ਪਦਾਰਥਾਂ ਨਾਲੋ ਮੋਹ ਤਿਆਗ ਦੇਂਦਾ ਹੈ । ਉਹ ਸੰਤ ਸਰੂਪ ਬਣ ਜਾਂਦਾ ਹੈ, ਜੋ ਇਸ ਬ੍ਰਿਛ ਦੀ ਛਾਂ ਹਨ ।

You should consider, God is like a unique fruit tree, renunciation in the memory of separation from Him is the fruit of that tree. Whosoever may abandon his greed, attachment to worldly goods, wealth. He may become His true devotee, saint and the shadow of the Tree.

100.Naam Dev Ji – Page 485

ਆਨੀਲੇ ਕੁੰਭ ਭਰਾਈਲੇ ਊਦਕ, aaneelay kumbh bharaa-eelay oodak
ਠਾਕੁਰ ਕਉ ਇਸਨਾਨੁ ਕਰਉ॥ thaakur ka-o isnaan kara-o.
ਬਇਆਲੀਸ ਲਖ ਜੀ ਜਲ ਮਹਿ ਹੋਤੇ, ba-i-aaless lakh jee jal meh hotay
ਬੀਠਲੁ ਭੈਲਾ ਕਾਇ ਕਰਉ॥੧॥ beethal bhailaa kaa-ay kara-o. ||1||

ਮੈਂ ਪਾਣੀ ਦਾ ਭਾਂਡਾ ਪ੍ਰਭ ਨੂੰ ਇਸ਼ਨਾਨ ਕਰਨ ਲਈ ਭਰਿਆ, ਤਾਂ ਮੇਰੇ ਮਨ ਵਿੱਚ ਖਿਆਲ ਆਇਆ, 42 ਲਖ ਜੀਵ ਪਾਣੀ ਵਿੱਚ ਵਸਦੇ ਹਨ, ਇਹ ਪਾਣੀ ਤਾਂ ਉਹਨਾਂ ਵਾਸਤੇ ਹੈ । ਮੈਂ ਕਿਵੇਂ ਪ੍ਰਭ ਨੂੰ ਇਸ਼ਨਾਨ ਕਰਨ ਲਈ ਵਰਤ ਸਕਦਾ ਹਾ?

As I were filling a vessel with water to give bath to God, saint. It stuck in my mind that there are 4.2 million creatures live in water, this water is for them. How can I take this water away from them?

101.Kabeer Ji – Page 328

ਬਿਨੁ ਸਤ ਸਤੀ ਹੋਇ ਕੈਸੇ ਨਾਰਿ॥ bin sat satee ho-ay kaisay naar.
ਪੰਡਿਤ ਦੇਖਹੁ ਰਿਦੈ ਬੀਚਾਰਿ॥੧॥ pandit daykhhu ridai beechaar. ||1||

ਸੰਸਾਰਕ ਗਿਆਨੀ ਇਸ ਦਾ ਵਿਚਾਰ ਕਰੋ! ਅਸਲੀ ਪ੍ਰੀਤ, ਲਗਨ ਤੋਂ ਬਿਨਾਂ ਕੋਈ ਔਰਤ ਸਤੀ ਨਹੀਂ ਹੋ ਸਕਦੀ, ਪ੍ਰਭ ਦੇ ਦਰ ਤੇ ਪ੍ਰਵਾਨ ਨਹੀਂ ਹੋ ਸਕਦੀ । ਪਤੀ ਦੀ ਮੌਤ ਤੇ ਉਸ ਦੇ ਨਾਲ ਜਲ ਜਾਣ ਨਾਲ ਪ੍ਰਭ ਦੇ ਦਰ ਪ੍ਰਵਾਨ ਨਹੀਂ ਹੋ ਸਕਦੀ ।

Religious scholar you must think about this! By burning alive with the corpse of her husband, woman may not be accepted in His court. Without true love woman may not become satee (salvation), without sanctifying soul, she may not be accepted in His court.

102.Naam Devi – Page 693

ਇਹ ਸੰਸਾਰ ਤੇ ਤਬ ਹੀ ਛੂਟਉ, ih sansaar tay tab hee chhoota-o
ਜਉ ਮਾਇਆ ਨਹ ਲਪਟਾਵਉ॥ ja-o maa-i-aa nah laptaava-o.
ਮਾਇਆ ਨਾਮੁ ਗਰਭ ਜੋਨਿ ਕਾ, maa-i-aa naam garabh jon kaa
ਤਿਹ ਤਜਿ ਦਰਸਨੁ ਪਾਵਉ॥੩॥ tih taj darsan paava-o. ||3||

ਜਦੋਂ ਜੀਵ ਸੰਸਾਰਕ ਮਾਇਆ ਨਾਲੋ ਜੋੜ ਤੋੜਦਾ ਹੈ, ਤਾਂ ਹੀ ਇਸ ਆਵਾਗਉਣ ਦੇ ਚੱਕਰ ਵਿਚੋਂ ਨਿਕਲਦਾ ਹੈ । ਮਾਇਆ ਉਹ ਸੰਸਾਰਕ ਹੈਸੀਅਤ ਦਾ ਨਾਮ ਹੈ । ਜਿਸ ਕਰਕੇ ਜੀਵ ਨੂੰ ਜੂੰਨਾਂ ਦੇ ਚੱਕਰ ਵਿੱਚ ਜਾਣਾ ਪੈਂਦਾ ਹੈ । ਜਦੋਂ ਜੀਵ ਸੰਸਾਰਕ ਮਾਇਆ ਨੂੰ ਤਿਆਗ ਦਿੰਦਾ ਹੈ, ਤਾਂ ਹੀ ਰਹਿਮਤ ਦੀ ਨਜ਼ਰ ਬਖਸ਼ਿਸ਼ ਹੋ ਸਕਦੀ ਹੈ ।

Whosoever may subdue his desire of worldly wealth, then with His mercy and grace his cycle of birth and death may be eliminated. Worldly wealth is the name of worldly status, identity and that may be the root cause of birth and death. Who may abandon his desire for worldly wealth, ego, he may be blessed with His mercy and grace?

103.Guru Amar Das Ji – Page 842

ਆਪੇ ਪੂਰਾ ਕਰੇ ਸੁ ਹੋਇ॥
ਏਹਿ ਥਿਤੀ ਵਾਰ ਦੂਜਾ ਦੋਇ॥
ਸਤਿਗੁਰ ਬਾਝਹੁ ਅੰਧੁ ਗੁਬਾਰੁ॥
ਥਿਤੀ ਵਾਰ ਸੇਵਹਿ ਮੁਗਧ ਗਵਾਰ॥
ਨਾਨਕ ਗੁਰਮੁਖਿ ਬੂਝੈ ਸੋਝੀ ਪਾਇ॥
ਇਕਤੁ ਨਾਮਿ ਸਦਾ ਰਹਿਆ ਸਮਾਇ॥
੧੦॥੨॥

aapay pooraa karay so ho-ay.
ayhi thitee vaar doojaa do-ay.
satgur baajhahu anDh gubaar.
thitee vaar sayveh mugaDh gavaar.
naanak gurmukh boojhai sojhee paa-ay.
ikat naam sadaa rahi-aa samaa-ay.
||10||2||

ਜੋ ਕੁਝ ਵੀ ਪੂਰਨ ਪ੍ਰਭ, ਮਾਲਕ ਕਰਦਾ ਹੈ, ਕੇਵਲ ਉਹ ਹੀ ਹੁੰਦਾ ਹੈ । ਚੰਦ ਦੀ ਥਿਤੀਂ, ਹਫਤੇ ਦੇ ਵਾਰ ਦਾ ਵਿਚਾਰ ਕਰਨਾ ਕੇਵਲ ਮਨ ਦੇ ਭਰਮ ਹੀ ਹੁੰਦੇ ਹਨ । ਜਿਹੜੇ ਥਿਤੀਂ, ਵਾਰ ਦਾ ਵਿਚਾਰ ਕਰਦੇ ਹਨ, ਅਣਜਾਣ, ਮੂਰਖ ਹੀ ਹੁੰਦੇ ਹਨ । ਪ੍ਰਭ ਦੇ ਸ਼ਬਦ ਦੀ ਸੋਝੀ ਤੋਂ ਬਿਨਾਂ ਸਭ ਕੁਝ ਅਗਿਆਨਤਾ ਵਿੱਚ ਹੀ ਹੁੰਦਾ ਹੈ । ਗੁਰਮਖ ਨੂੰ ਇਸ ਦੀ ਸੋਝੀ ਹੁੰਦੀ ਹੈ, ਉਹ ਪ੍ਰਭ ਦੀ ਰਜ਼ਾ ਅਨੁਭਵ ਕਰਦਾ ਹੈ । ਉਹ ਸਦਾ ਹੀ ਪ੍ਰਭ ਦੇ ਸ਼ਬਦ ਦੀ ਸਮਾਧੀ ਵਿੱਚ ਲੀਨ ਰਹਿੰਦਾ ਹੈ ।

Everything in universe can only happen by His command, no one can alter or avoid anything. Thinking about an auspicious day, time, season may be the suspicions of ignorant mind. Whosoever may consider any auspicious day for doing or starting any function, he may be ignorant from the teachings of His Word. His true devotee may be enlightened and may realize His nature. He remains steady and stable in meditation in the void of His Word

104.Guru Ram Das Ji – Page 40

ਬਿਨੁ ਭਾਗਾ ਸਤਿਗੁਰੁ ਨਾ ਮਿਲੈ,
ਘਰਿ ਬੈਠਿਆ ਨਿਕਟਿ ਨਿਤ ਪਾਸਿ॥
ਅੰਤਰਿ ਅਗਿਆਨ ਦੁਖੁ ਭਰਮੁ ਹੈ,
ਵਿਚਿ ਪੜਦਾ ਦੂਰਿ ਪਈਆਸਿ॥
ਬਿਨੁ ਸਤਿਗੁਰ ਭੇਟੇ ਕੰਚਨੁ ਨਾ ਥੀਐ,
ਮਨਮੁਖੁ ਲੋਹੁ ਬੂਡਾ ਬੇੜੀ ਪਾਸਿ॥੩॥

Bin bhaagaa satgur naa milai
ghar baithi-aa nikat nit paas.
Antar agi-aan dukh bharam hai
vich parh-daa door pa-ee-aas.
Bin satgur bhaytay kanchan naa thee-ai
manmukh lohu boodaa bayrhee paas. ||3||

ਅਗਰ ਜੀਵ ਦੇ ਭਾਗਾਂ ਵਿੱਚ, ਜਨਮ ਤੋਂ ਪਹਿਲੇ ਹੀ ਲਿਖਿਆ ਨਾ ਹੋਵੇ । ਭਾਵੇਂ ਇਹ ਸ਼ਬਦ, ਅਸਲੀ ਗੁਰੂ, ਜੀਵ ਦੇ ਤਨ ਅੰਦਰ ਹੀ ਵਸਦਾ ਹੈ । ਅਸਲੀ ਗੁਰੂ, ਸ਼ਬਦ ਬਖਸ਼ਿਸ਼ ਨਹੀਂ ਹੁੰਦਾ, ਸੋਝੀ ਨਹੀਂ ਹੁੰਦੀ । ਮਨ ਦੀ ਅਗਿਆਨਤਾ ਹੋਣ ਕਰਕੇ ਹੀ ਜੀਵ ਦੁਖ ਪਾਉਂਦਾ ਹੈ । ਇਹ ਹੀ ਪ੍ਰਭ ਨਾਲੋ ਜੀਵ ਦਾ ਪਰਦਾ, ਦੀਵਾਰ, ਕੰਧ ਹੈ । ਸ਼ਬਦ ਦੀ ਪਾਲਣਾ ਕਰਨ ਤੋਂ ਬਿਨਾਂ ਇਹ ਮਾਨਸ ਲੋਹੇ ਵਰਗਾ ਹੀ ਰਹਿੰਦਾ ਹੈ, ਜਿਸ ਦੀ ਕੋਈ ਕੀਮਤ ਨਹੀਂ, ਸੋਨੇ ਵਿੱਚ ਨਹੀਂ ਢਲਦਾ, ਬਦਲਦਾ । ਮਨਮੁਖ ਜੀਵ ਲੋਹੇ ਦੀ ਤਰ੍ਹਾਂ ਹੀ ਸੰਸਾਰਕ ਸਾਗਰ ਵਿੱਚ ਡੁੱਬਦੇ ਜਾਂਦੇ ਹਨ । ਜਦੋਂ ਕਿ ਇਹ ਸ਼ਬਦ ਦੀ ਬੇੜੀ ਉਹਨਾਂ ਦੇ ਕੋਲ ਹੀ ਹੈ ।

Whosoever has a great prewritten destiny, only he may be enlightened with His Word from within and may realize The Holy Spirit dwells within his own body. Due to his ignorance from His Word, he may not be attached to a devotional meditation and may not be enlightened with the teachings of His Word. Ignorance from the teachings of His Word may be the curtain of secrecy between his soul and His Word, The Holy spirit. Without adopting the teachings of His Word, his human body remains worthless like Iron and may not be transformed into gold, priceless. Self-mind may drown in the worldly ocean of desires, even though the boat to carry him to His court is within his body and mind.

105.Kabeer Ji – Page 329

ਕਹੁ ਕਬੀਰ ਅਖਰ ਦੁਇ ਭਾਖਿ॥	kaho kabeer akhar du-ay bhaakh.
ਹੋਇਗਾ ਖਸਮੁ ਤ ਲੇਇਗਾ ਰਾਖਿ॥੩॥੩੩॥	ho-igaa khasam ta lay-igaa raakh. ||3||33||

ਜੀਵ ਆਪਣੇ ਜੀਭ ਤੇ ਦੋ ਅੱਖਰ ਪੱਕੇ ਕਰ ਲੈ, "ਰ" ਅਤੇ "ਮ" । ਅਗਰ ਉਹ ਤੇਰਾ ਅਸਲੀ ਮਾਲਕ ਹੋਵੇ ਗਾ ਤਾਂ ਆਪ ਹੀ ਤੇਰੀ ਰੱਖਿਆ ਕਰੇਗਾ ।

You should remember two unique Word "Raraa" and "Mamaa"! Raraa- He is the protector of His creation, protector of soul! Mamaa – Death can only come under His command, calls back to give account! By surrendering unconditional to His Word, He becomes protector.

106.Guru Arjan Dev Ji – Page 377

ਭਈ ਪਰਾਪਤਿ ਮਾਨੁਖ ਦੇਹੁਰੀਆ॥	bha-ee paraapat maanukh dayhuree-aa.
ਗੋਬਿੰਦ ਮਿਲਣ ਕੀ ਇਹ ਤੇਰੀ ਬਰੀਆ॥	gobind milan kee ih tayree baree-aa.
ਅਵਰਿ ਕਾਜ ਤੇਰੈ ਕਿਤੈ ਨ ਕਾਮ॥	avar kaaj tayrai kitai na kaam.
ਮਿਲੁ ਸਾਧਸੰਗਤਿ ਭਜੁ ਕੇਵਲ ਨਾਮ॥੧॥	mil saaDhsangat bhaj kayval naam. ||1||

ਪ੍ਰਭ ਦੀ ਰਹਿਮਤ, ਬਖਸ਼ਿਸ਼ ਨਾਲ ਇਹ ਮਾਨਸ ਤਨ ਬਖਸ਼ਿਸ਼ ਹੋਇਆ ਹੈ । ਇਹ ਹੀ ਸ਼ਬਦ ਦੀ ਪਾਲਣਾ ਕਰਨ ਦਾ, ਦਰਬਾਰ ਵਿੱਚ ਪ੍ਰਵਾਨਗੀ ਦਾ ਮੌਕਾ, ਸਮਾਂ ਹੈ । ਹੋਰ ਸਭ ਸੰਸਾਰਕ ਧੰਦੇ, ਕੰਮ ਦਰਬਾਰ ਵਿੱਚ ਕੋਈ ਸਹਾਇਤਾ ਨਹੀਂ ਕਰਦੇ, ਬਿਰਥੇ ਹੀ ਹਨ । ਇਸ ਮਾਨਸ ਜਨਮ ਵਿੱਚ ਬੰਦਗੀ ਕਰਨ ਵਾਲੇ ਦੀ ਸੰਗਤ ਕਰੋ! ਆਪਣਾ ਜੀਵਨ ਸ਼ਬਦ ਨਾਲ ਢਾਲੋ !

With His mercy and grace, the soul is blessed with human body. This is a unique opportunity to repent and adopt His Word in day to day life and become worthy of His consideration. No other actions, deeds, meditations, rituals may be useful for acceptance in His court. You should join the congregation of holy devotees to sing His glory. You should adopt the teachings of His Word in His life.

107.Kabeer Ji – Page 1123

ਉਸਤਤਿ ਨਿੰਦਾ ਦੋਊ ਬਿਬਰਜਿਤ,	ustat nindaa do-oo bibarjit
ਤਜਹੁ ਮਾਨੁ ਅਭਿਮਾਨਾ॥	tajahu maan abhimaanaa.
ਲੋਹਾ ਕੰਚਨੁ ਸਮ ਕਰਿ ਜਾਨਹਿ,	lohaa kanchan sam kar jaaneh
ਤੇ ਮੂਰਤਿ ਭਗਵਾਨਾ॥੧॥	tay moorat bhagvaanaa. ||1||

ਜਿਹਨਾਂ ਜੀਵ ਨੂੰ ਮਾਣ ਜਾ ਅਪਮਾਣ (ਨਿੰਦਿਆ) ਦਾ ਕੋਈ ਪ੍ਰਭਾਵ ਨਾ ਹੋਵੇ । ਹੈਸੀਅਤ ਦਾ ਅਭਿਮਾਨ ਜਾ ਗਰੀਬੀ ਦੀ ਮਾਯੂਸੀ ਨਾ ਹੋਵੇ । ਸੋਨੇ ਜਾ ਲੋਹੇ ਦੀ ਪ੍ਰਾਪਤੀ ਨੂੰ ਇਕ ਸਮਾਨ ਸਮਝਣ । ਉਹ ਪ੍ਰਭ ਦਾ ਰੂਪ ਹੀ ਬਣ ਜਾਂਦੇ ਹਨ, ਉਸ ਦੇ ਅਸਲੀ ਦਾਸ ਸੇਵਕ ਬਣ ਜਾਂਦੇ ਹਨ ।

Whosoever may not be affected by praise or rebuke, richness or misery, poor! He considers the blessings of Iron and Gold as same. He may become the symbol, part of His Holy spirit.

108.Guru Ram Das Ji – Page 13

ਕਰਿ ਸਾਧੂ ਅੰਜੁਲੀ ਪੁਨੁ ਵਡਾ ਹੇ॥	kar saaDhoo anjulee pun vadaa hay.
ਕਰਿ ਡੰਡਉਤ ਪੁਨੁ ਵਡਾ ਹੇ॥੧॥ਰਹਾਉ॥	kar dand-ut pun vadaa hay. ||1|| rahaa-o.

ਸਾਧੂ, ਮਹਾਤਮਾ ਦੀ ਸੇਵਾ ਕਰਨਾ, ਭੋਜਨ ਕਰਵਾਉਣਾ ਹੀ ਵੱਡਾ ਪੁੰਨ ਹੈ । ਤੇਰਾ ਰੂਪ ਸਮਝਕੇ ਨਮਸਕਾਰ ਕਰਨਾ, ਸਤਿਕਾਰ ਕਰਨਾ ਹੀ ਤੇਰੀ ਪੂਜਾ ਕਰਨਾ ਹੈ ।

Performing service to Holy saint, feeding him food is one of the biggest charities. Consider him Your devotee and honor him is Your worship and offering.

109.Guru Ram Das Ji – Page 13

ਸਾਕਤ ਹਰਿ ਰਸ ਸਾਦੁ ਨ ਜਾਣਿਆ,	saakat har ras saad na jaani-aa
ਤਿਨ ਅੰਤਰਿ ਹਉਮੈ ਕੰਡਾ ਹੇ ॥	tin antar ha-umai kandaa hay.
ਜਿਉ ਜਿਉ ਚਲਹਿ ਚੁਭੈ ਦੁਖੁ ਪਾਵਹਿ,	ji-o ji-o chaleh chubhai dukh paavahi
ਜਮਕਾਲੁ ਸਹਹਿ ਸਿਰਿ ਡੰਡਾ ਹੇ ॥੨॥	jamkaal saheh sir dandaa hay. ||2||

ਜਿਤਨਾ ਚਿਰ ਜੀਵ ਮਨਮੁਖ ਰਹਿੰਦਾ, ਮਨ ਵਿੱਚ ਅਹੰਕਾਰ ਰਹਿੰਦਾ, ਬਹੁਤ ਭਟਕਣਾਂ, ਮੁਸੀਬਤਾਂ ਰਹਿੰਦੀਆਂ ਹਨ । ਜਿਤਨਾ ਚਿਰ ਮਨ ਵਿੱਚ ਘਮੰਡ ਕਰਦਾ ਹੈ, ਜਮਦੂਤਾਂ ਦਾ ਉਸ ਉਪਰ ਕਾਬੂ ਰਹਿੰਦਾ ਹੈ । ਜਨਮ ਮਰਨ ਦੇ ਚੱਕਰ ਵਿੱਚ ਹੀ ਰਹਿੰਦਾ ਹੈ, ਮੁਕਤੀ ਦਾ ਰਸਤਾ ਨਹੀਂ ਲੱਭਦਾ ।

Whosoever may remain in ego and he does not believe in His existence, he remains in agony. As long as he performs his deeds in ego, he remains under the trap, control of devil of death. He remains in the cycle of birth and death and may not find the right path of salvation.

110.Guru Ram Das Ji – Page 13

ਹਰਿ ਜਨ ਹਰਿ ਹਰਿ ਨਾਮਿ ਸਮਾਣੇ,	har jan har har naam samaanay
ਦੁਖੁ ਜਨਮ ਮਰਣ ਭਵ ਖੰਡਾ ਹੇ ॥	dukh janam maran bhav khanda hay.
ਅਬਿਨਾਸੀ ਪੁਰਖੁ ਪਾਇਆ ਪਰਮੇਸਰੁ,	abhinaasee purakh paa-i-aa parmaysar
ਬਹੁ ਸੋਭ ਖੰਡ ਬ੍ਰਹਮੰਡਾ ਹੇ ॥੩॥	baho sobh khand barahmandaa hay. ||3||

ਜੀਵ, ਹਰਜਨ (ਪਵਿਤ੍ਰ ਆਤਮਾ) ਬਣਕੇ, ਪ੍ਰਭ ਦੇ ਸ਼ਬਦ ਦਾ ਸਿਮਰਨ ਕਰੋ! ਸ਼ਬਦ ਵਿੱਚ ਲੀਨ ਹੋ ਜਾਣ ਨਾਲ ਜਨਮ ਮਰਨ ਦਾ ਚੱਕਰ ਕਟਿਆ ਜਾ ਸਕਦਾ ਹੈ । ਨਿਮ੍ਰਤਾ ਧਾਰਨ ਕਰੋ, ਨਿਮਰਤਾ ਵਾਲੇ ਹੀ ਪ੍ਰਭ ਨੂੰ ਮਨਜ਼ੂਰ ਹਨ । ਜਿਸ ਨੇ ਆਪਣਾ ਆਪਾ ਮਿਟਾ ਦਿੱਤਾ ਹੈ, ਉਹ ਹੀ ਪ੍ਰਭ ਵਿੱਚ ਅਭੇਦ ਹੋਇਆ, ਦਰਬਾਰ ਵਿੱਚ ਪ੍ਰਵਾਨ ਹੋਇਆ ਹੈ ।

You should sanctify your soul and obey His Word wholeheartedly. By deep meditation the cycle of birth and death may be eliminated by His mercy and grace. Be humble in all your dealings! God only blesses humble souls. Whosoever may conquer his selfishness, he may be accepted in His court.

111.Guru Ram Das Ji – Page 13

ਹਮ ਗਰੀਬ ਮਸਕੀਨ ਪ੍ਰਭ ਤੇਰੇ,	Ham gareeb maskeen parabh tayray
ਹਰਿ ਰਾਖੁ ਰਾਖੁ ਵਡ ਵਡਾ ਹੇ॥	har raakh raakh vad vadaa hay.
ਜਨ ਨਾਨਕ ਨਾਮੁ ਅਧਾਰੁ ਟੇਕ ਹੈ,	Jan naanak naam aDhaar tayk hai
ਹਰਿ ਨਾਮੇ ਹੀ ਸੁਖੁ ਮੰਡਾ ਹੇ ॥੪॥੪॥	har naamay hee sukh mandaa hay. ||4||4||

ਜੀਵ ਪ੍ਰਭ ਦੀ ਸ਼ਰਣ ਆਵੋ, ਅਰਦਾਸ ਕਰੋ! ਉਹ ਹੀ ਸਭ ਤੋਂ ਵੱਡਾ ਹੈ, ਬਖਸ਼ਣ ਹਾਰ ਹੈ, ਤੇਰੀ ਸੰਭਾਲ ਕਰੇਗਾ । ਜਦੋ ਤੂੰ ਬਾਕੀ ਸਾਰੇ ਆਸਰੇ ਛੱਡਕੇ ਉਸ ਨੂੰ ਆਪਣਾ ਆਸਰਾ ਬਣਾ ਲਵੇਗਾ, ਤਾਂ ਹੀ ਤੇਰੇ ਮਨ ਵਿੱਚ ਖੇੜਾ ਵਸ ਜਾਵੇਗਾ ।

You should obey His Word, He is the ultimate master, protector of His creation. Who abandons all other supports and develops a firm belief on His Word; God takes his soul in His fold, under His sanctuary? His mind becomes enlightened and pleasures blossom within.

112.Guru Arjan Dev Ji – Page 13

ਕਰਉ ਬੇਨੰਤੀ ਸੁਣਹੁ ਮੇਰੇ ਮੀਤਾ,	kara-o baynantee sunhu mayray meetaa
ਸੰਤ ਟਹਲ ਕੀ ਬੇਲਾ॥	sant tahal kee baylaa.
ਈਹਾ ਖਾਟਿ ਚਲਹੁ ਹਰਿ ਲਾਹਾ,	eehaa khaat chalhu har laahaa
ਆਗੈ ਬਸਨੁ ਸੁਹੇਲਾ॥੧॥	aagai basan suhaylaa. ||1||

ਜੀਵ, ਮਾਨਸ ਜੀਵਨ ਹੀ ਸਿਮਰਨ ਕਰਨ ਦਾ ਸਮਾਂ ਹੈ । ਇਸ ਨਾਲ ਤੇਰੀ ਸੰਸਾਰਕ ਯਾਤਰਾ ਸਫਲ ਹੋ ਜਾਵੇਗੀ । ਅਰਦਾਸ ਕਰੋ ! ਸੰਤ ਸਰੂਪ ਵਾਲਾ ਰਹਿਣ ਦਾ ਢੰਗ ਬਖਸ਼ੇ । ਇਥੇ ਖੇੜਾ ਅਤੇ ਅੱਗੇ ਦਰਬਾਰ ਵਿੱਚ ਪ੍ਰਵਾਨ ਹੋ ਜਾਵੇਗਾ ।

Human life may be blessed to meditate on His Word. By adopting the teachings of His Word, he may succeed in his journey with His mercy and grace. Pray for His mercy and grace to adopt life style of a holy saint. You may enjoy pleasure in worldly life and may be honored in His court.

113.Guru Arjan Dev Ji – Page 13

ਅਉਧ ਘਟੈ ਦਿਨਸੁ ਰੈਣਾਰੇ॥	a-oDh ghatai dinas rainaaray.
ਮਨ ਗੁਰ ਮਿਲਿ ਕਾਜ ਸਵਾਰੇ॥੧॥ ਰਹਾਉ॥	man gur mil kaaj savaaray. ||1|| rahaa-o.

ਤੇਰੇ ਜੀਵਨ ਦਾ ਸਮਾਂ, ਹਰ ਦਿਨ ਘੱਟਦਾ ਜਾਂਦਾ ਹੈ, ਪ੍ਰਭ ਦਾ ਸਿਮਰਨ ਕਰੋ । ਸੰਸਾਰ ਵਿੱਚ, ਮਾਨਸ ਜੀਵਨ ਸਫਲ ਹੋ ਜਾਵੇ, ਜਨਮ ਮਰਨ ਤੋਂ ਛੁਟਕਾਰਾ ਮਿਲ ਜਾਵੇ ।

You time of human life is decreasing every moment. You should meditate on His Word. You may succeed in human life journey and your cycle of birth and death may be eliminated.

114.Guru Arjan Dev Ji – Page 13

ਇਹੁ ਸੰਸਾਰੁ ਬਿਕਾਰੁ ਸੰਸੇ ਮਹਿ, ih sansaar bikaar sansay meh
ਤਰਿਓ ਬ੍ਰਹਮ ਗਿਆਨੀ॥ tari-o barahm gi-aanee.
ਜਿਸਹਿ ਜਗਾਇ ਪੀਆਵੈ ਇਹੁ ਰਸੁ, jisahi jagaa-ay pee-aavai ih ras
ਅਕਥ ਕਥਾ ਤਿਨਿ ਜਾਨੀ॥੨॥ akath kathaa tin jaanee. ||2||

ਇਹ ਸੰਸਾਰ ਵਿੱਚ ਫਾਲਤੂ ਹੀ, ਵਹਿਮ (ਸੰਸੇ), ਕਾਰੋਬਾਰ ਹਨ । ਜਿਹੜੇ ਪ੍ਰਭ ਦੇ ਸਿਮਰਨ ਵਿੱਚ ਲਗ ਜਾਂਦੇ ਹਨ, ਉਹਨਾਂ ਦਾ ਪਾਰ ਉਤਾਰਾ ਹੋ ਜਾਂਦਾ ਹੈ । ਜਿਸ ਜੀਵ ਤੇ ਉਸ ਦੀ ਕ੍ਰਿਪਾ ਹੁੰਦੀ ਹੈ, ਉਸ ਨੂੰ ਆਪ ਹੀ ਇਸ ਰਸਤੇ ਤੇ ਪਾਉਂਦਾ ਹੈ । ਉਸ ਨੂੰ ਆਪ ਹੀ ਸੋਝੀ ਬਖਸ਼ਦਾ ਹੈ ।

In the universe there are unnecessary suspicions! Whosoever may adopt His Word in day to day life, he may be accepted under His protection. With His mercy and grace, He may guide His devotee on the right path and may be blessed with the enlightenment of His Word.

115.Guru Arjan Dev Ji – Page 13

ਜਾ ਕਉ ਆਏ ਸੋਈ ਬਿਹਾਝਹੁ, jaa ka-o aa-ay so-ee bihaajhahu
ਹਰਿ ਗੁਰ ਤੇ ਮਨਹਿ ਬਸੇਰਾ॥ har gur tay maneh basayraa.
ਨਿਜ ਘਰਿ ਮਹਲੁ ਪਾਵਹੁ ਸੁਖ ਸਹਜੇ, nij ghar mahal paavhu sukh sehjay
ਬਹੁਰਿ ਨ ਹੋਇਗੋ ਫੇਰਾ॥੩॥ bahur na ho-igo fayraa. ||3||

ਜਿਸ ਕਾਰਨ ਤੈਨੂੰ ਪ੍ਰਭ ਨੇ ਮਾਨਸ ਜੀਵਨ ਬਖਸ਼ਿਆ, ਉਹ ਹੀ ਕਰਤਬ ਕਰੋ, ਸ਼ਬਦ ਦਾ ਸਿਮਰਨ ਕਰੋ । ਆਪਣੇ ਆਪ ਨੂੰ ਪਛਾਣਨ ਨਾਲ ਉਸ ਦੇ ਦਰਬਾਰ ਵਿੱਚ ਜਗ੍ਹਾ ਬਖਸ਼ਿਸ਼ ਹੋ ਸਕਦੀ ਹੈ । ਸਾਰੇ ਹੀ ਸੁਖ ਬਹੁਤ ਅਸਾਨੀ ਨਾਲ ਹਾਸਿਲ ਹੋ ਜਾਣਗੇ । ਮੌਕਾ ਨਾ ਗਵਾ ਲਈ, ਫਿਰ ਇਹ ਮਾਨਸ ਜਨਮ ਬਾਰ ਬਾਰ ਨਹੀਂ ਮਿਲਦਾ ।

You should always focus on the purpose of human life! You should perform tasks to make your human life journey a success. Whosoever may recognize himself, the purpose of his creation, he may be accepted in His court? All pleasures may be achieved with ease! Make sure, do not lose this priceless opportunity. Human life may not be blessed time and again.

116.Guru Nanak Dev Ji – Page 152

ਜਾਤੋ ਜਾਇ ਕਹਾ ਤੇ ਆਵੈ॥ jaato jaa-ay kahaa tay aavai.
ਕਹ ਉਪਜੈ ਕਹ ਜਾਇ ਸਮਾਵੈ॥ kah upjai kah jaa-ay samaavai.
ਕਿਉ ਬਾਧਿਓ ਕਿਉ ਮੁਕਤੀ ਪਾਵੈ॥ ki-o baaDhi-o ki-o muktee paavai.
ਕਿਉ ਅਬਿਨਾਸੀ ਸਹਜਿ ਸਮਾਵੈ॥੧॥ ki-o abhinaasee sahj samaavai. ||1||

ਜੀਵ ਕਿਵੇਂ ਜਾਣ ਸਕਦਾ ਹੈ, ਇਹ ਕਿਥੋਂ ਆਇਆ ਹੈ? ਕਿਥੋਂ ਪੈਦਾ ਹੋਇਆ ਹੈ ਅਤੇ ਮਰਨ ਤੋਂ ਪਿਛੋ ਕਿਥੇ ਜਾਣੇ ਹੈ? ਕਿਸ ਕਾਰਨ ਆਤਮਾ ਜੂੰਨਾ ਦੇ ਚੱਕਰ ਵਿੱਚ ਬੰਧੀ ਹੈ ਅਤੇ ਕਿਵੇਂ ਮੁਕਤੀ ਮਿਲ ਸਕਦੀ ਹੈ? ਕਿਹੜੀ ਬੰਦਗੀ, ਕੰਮ ਕਰਨ ਨਾਲ, ਅਟੱਲ ਵਿੱਚ ਅਲੋਪ ਹੋ ਸਕਦਾ ਹੈ?

How one may know, where he came from, from where may he born? Where will he go after death? How and why soul may be trapped into birth and death cycle, how may the cycle be eliminated? What types of deeds may he perform to be absorbed in the Holy spirit?

117.Guru Nanak Dev Ji – Page 91

ਕੁਬੁਧਿ ਡੂਮਣੀ ਕੁਦਇਆ ਕਸਾਇਣਿ,	kubuDh doomnee kud-i-aa kasaa-in
ਪਰ ਨਿੰਦਾ, ਘਟ ਚੂਹੜੀ	par nindaa ghat choohrhee
ਮੁਠੀ ਕ੍ਰੋਧਿ ਚੰਡਾਲਿ॥	muthee kroDh chandaal.
ਕਾਰੀ ਕਢੀ ਕਿਆ ਥੀਐ,	kaaree kadhee ki-aa thee-ai
ਜਾਂ ਚਾਰੇ ਬੈਠੀਆ ਨਾਲਿ॥	jaaN chaaray baithee-aa naal.
ਸਚੁ ਸੰਜਮੁ ਕਰਣੀ ਕਾਰਾਂ,	Sach sanjam karnee kaaraaN
ਨਾਵਣੁ ਨਾਉ ਜਪੇਹੀ॥	naavan naa-o japayhee.
ਨਾਨਕ ਅਗੈ ਊਤਮ ਸੇਈ,	naanak agai ootam say-ee
ਜਿ ਪਾਪਾਂ ਪੰਦਿ ਨ ਦੇਹੀ॥੧॥	je paapaaN pand na dayhee. ||1||

ਫਰੇਬ ਨਾਲ ਰਹਿਣਾ ਇੱਕ ਮੂਰਖ ਮੱਤ ਵਾਲੇ ਜੀਵ ਦੀ ਨਿਸ਼ਾਨੀ ਹੈ । ਬਾਕੀ ਜੀਵਾਂ ਤੇ ਜ਼ੁਲਮ ਕਰਨਾ ਜ਼ਾਲਮ ਦੀ ਨਿਸ਼ਾਨੀ ਹੈ । ਦੂਸਰਿਆ ਦੀ ਨਿੰਦਿਆ, ਚੁਗਲੀ ਕਰਨਾ ਨੀਚ ਕਰਮ ਕਰਨ ਵਾਲੇ ਦੀ ਨਿਸ਼ਾਨੀ ਹੁੰਦੀ ਹੈ । ਬਾਕੀਆਂ ਨਾਲ ਕਰੋਧ ਕਰਨਾ ਚੰਡਾਲ ਦੀ ਨਿਸ਼ਾਨੀ ਹੈ । ਅਗਰ ਮਨ ਵਿੱਚ, ਇਹਨਾਂ ਵਿਚੋਂ ਇੱਕ ਦਾ ਵੀ ਨਿਵਾਸ ਹੋਵੇ, ਤਾਂ ਉਹ ਸ਼ਬਦ ਦੀ ਕਮਾਈ ਨਹੀਂ ਕਰ ਸਕਦਾ । ਆਪਣੇ ਮਨ ਦਾ ਭਰੋਸਾ ਅਡੋਲ ਰੱਖੋ! ਮਨ ਤੇ ਕਾਬੂ ਪਾ ਕੇ, ਸ੍ਰਿਸ਼ਟੀ ਦੇ ਭਲੇ ਦੇ ਕੰਮ ਕਰੋ! ਸ਼ਬਦ ਨਾਲ ਜੀਵਨ ਢਾਲਕੇ ਆਪਣੇ ਮਨ ਨੂੰ ਪਵਿਤ੍ਰ ਕਰੋ । ਪਪਾਂ ਵਾਲੇ ਕੰਮ ਨਾ ਸੋਚੋ, ਤਾਂ ਹੀ ਮਨ ਪ੍ਰਵਾਨ ਹੋਣ ਦੇ ਯੋਗ ਬਣ ਸਕਦਾ ਹੈ ।

Living a life of a cheater is the sign of a foolish person. Hurting others is a sign of a tyrant. Back-biting and criticizing others are a sign of a mean person. Treating others with anger is the sign of a merciless. Howsoever may have even one of these in mind, he cannot meditation on His Word. You should have a steady and stable belief on His blessings, subdue your worldly desires and do good deeds for humanity. By adopting His Word in day to day life and sanctify your soul. Do not even think evil thoughts then and only then your soul may become worthy of His consideration.

118.Guru Nanak Dev Ji – Page 140

ਜੇ ਰਤੁ ਲਗੈ ਕਪੜੈ,	jay rat lagai kaprhai
ਜਾਮਾ ਹੋਇ ਪਲੀਤੁ॥	jaamaa ho-ay paleet.
ਜੋ ਰਤੁ ਪੀਵਹਿ ਮਾਣਸਾ,	jo rat peeveh maansaa
ਤਿਨ ਕਿਉ ਨਿਰਮਲੁ ਚੀਤੁ॥	tin ki-o nirmal cheet.
ਨਾਨਕ ਨਾਉ ਖੁਦਾਇ ਕਾ,	naanak naa-o khudaa-ay kaa
ਦਿਲਿ ਹਛੈ ਮੁਖਿ ਲੇਹੁ ॥	dil hachhai mukh layho.
ਅਵਰਿ ਦਿਵਾਜੇ ਦੁਨੀ ਕੇ,	avar divaajay dunee kay
ਝੂਠੇ ਅਮਲ ਕਰੇਹੁ ॥੧॥	jhoothay amal karayhu. ||1||

ਅਗਰ ਕਪੜੇ ਨੂੰ ਰੁਤ, ਲਹੂ ਲਗ ਜਾਵੇ ਤਾਂ ਉਹ ਦਾਗ਼ ਪੂਰਨ ਤਰ੍ਹਾਂ ਸਾਫ ਨਹੀਂ ਹੰਦਾ । ਇਸਤਰ੍ਹਾਂ ਜਿਹੜੇ ਕਿਸੇ ਮਾਨਸ ਦੀ ਲਹੂ, ਪੀਸਨੇ ਦੀ ਕਮਾਈ ਤੇ ਕਬਜ਼ਾ ਕਰਦੇ ਹਨ । ਉਹਨਾਂ ਦੀ ਆਤਮਾ ਦਾ ਪਾਪ ਕਿਵੇਂ ਖਤਮ ਹੋ ਸਕਦਾ ਹੈ? ਜੀਵ ਮਨ ਦਾ ਭਰੋਸਾ ਪੱਕਾ ਕਰਕੇ ਸਿਮਰਨ ਕਰੋ! ਜੀਵਨ ਸ਼ਬਦ ਨਾਲ ਢਾਲਣ ਨਾਲ ਮਨ ਪਵਿੱਤਰ ਹੋ ਸਕਦਾ ਹੈ । ਮੁੱਖ ਤੋਂ ਪ੍ਰਭ ਦੇ ਧੰਨਵਾਦ ਦੀ ਅਵਾਜ ਆਵੇਗੀ । ਬਾਕੀ ਸਾਰੀਆਂ ਬੰਦਗੀਆਂ ਝੂਠੀਆਂ ਹੀ ਹਨ, ਕਿਸੇ ਪਾਸੇ ਨਹੀਂ ਲਾਉਂਦੀਆ ।

As blood stained cloth may not become completely stain free. Same way if someone robs, controls hard earned living of others! How can his soul be sanctified, becomes clean? You should wholeheartedly with steady and stable belief obey and meditate on His Word. The echo of His gratitude may resonate on your tongue. All other meditations are false and may not take anywhere.

119.Guru Nanak Dev Ji – Page 140

ਮਿਹਰ ਮਸੀਤਿ ਸਿਦਕੁ ਮੁਸਲਾ,	nihar maseet sidak muslaa
ਹਕੁ ਹਲਾਲੁ ਕੁਰਾਣੁ॥	hak halaal kuraan.
ਸਰਮ ਸੁੰਨਤਿ, ਸੀਲੁ ਰੋਜਾ,	saram sunat seel rojaa
ਹੋਹੁ ਮੁਸਲਮਾਣੁ॥	hohu musalmaan.
ਕਰਣੀ ਕਾਬਾ, ਸਚੁ ਪੀਰੁ,	karnee kaabaa sach peer
ਕਲਮਾ ਕਰਮ ਨਿਵਾਜ ॥	kalmaa karam nivaaj.
ਤਸਬੀ ਸਾ ਤਿਸੁ ਭਾਵਸੀ,	tasbee saa tis bhaavsee
ਨਾਨਕ ਰਖੈ ਲਾਜ ॥੧॥	naanak rakhai laaj. ||1||

ਆਪਣੇ ਮਨ ਨੂੰ ਨਿਮਾਣੇ ਤੇ ਤਰਸ ਨੂੰ ਪੂਜਾ ਕਰਨ ਵਾਲਾ, ਮਸੀਤ, ਗੁਰਦਵਾਰਾ ਬਣਾਵੋ । ਪ੍ਰਭ ਦੇ ਕੀਤੇ ਤੇ ਭਰੋਸੇ ਨੂੰ ਅਰਦਾਸ ਕਰਨ ਵਾਲ ਆਸਣ, ਸ਼ਬਦ ਦੀ ਕਮਾਈ ਨੂੰ ਆਪਣਾ ਧਾਰਮਕ ਗ੍ਰੰਥ ਬਣਾਵੋ । ਸਾਦਗੀ ਨੂੰ ਸੁਨਤ, ਆਪਣਾ ਸੰਸਾਰਕ ਬਾਣਾ, ਆਪਣੇ ਅਮਾਣ ਬਣਾਵੋ । ਤਾਂ ਹੀ ਮਾਨਸ ਅਸਲੀ ਮੁਸਲਮਾਨ, ਹਿੰਦੂ, ਸਿੱਖ, ਬਣਾ ਸਕਦਾ ਹੈ । ਚੰਗੇ ਕੰਮਾਂ ਦੇ ਆਚਰਨ ਨੂੰ ਕਾਬਾ, ਮੰਦਰ ਬਣਾਵੋ, ਸੱਚ ਨੂੰ ਆਪਣਾ ਰੁਹਾਨੀ ਸੋਝੀ ਦੇਣ ਵਾਲਾ ਬਣਾਵੋ । ਸ੍ਰਿਸ਼ਟੀ ਦੇ ਭਲੇ ਦੇ ਕੰਮਾਂ ਨੂੰ ਆਪਣਾ ਸਿਮਰਨ, ਅਰਦਾਸ, ਆਪਣਾ ਧੰਦਾ, ਕੀਰਤਨ ਬਣਾਵੋ । ਪ੍ਰਭ ਦੀ ਮਰਜ਼ੀ, ਭਾਣੇ ਨੂੰ ਪੂਜਾ ਕਰਨ ਵਾਲੀ ਮਾਲ਼ਾ ਬਣਾਕੇ ਆਪਣੇ ਜੀਵਨ ਦਾ ਢੰਗ ਬਦਲੋ, ਤਾਂ ਹੀ ਪ੍ਰਭ ਸ਼ਰਣ ਵਿੱਚ ਪ੍ਰਵਾਨ ਕਰਦਾ, ਆਪ ਹੀ ਰੱਖਵਾਲਾ ਬਣਦਾ ਹੈ ।

You should make your mind as humble, merciful to others as a Holy Shrine worthy of worship. His blessings as a prayer and honest living as his Holy scripture. Make simple living as your religious robe, your honor, character. Then and only then you may be worthy of calling as religious person. Make your good deeds as your temple, home and honesty as your guiding spirit, guide, guru. Make your good deeds for welfare of humanity as your meditation, prayer, profession. His blessings as rosary to do prayer and to adopt His Word in your life. Then and only then God may become your protector and may accept you in His court.

120.Guru Amar Das Ji – Page 555

ਰਾਮੁ ਰਾਮੁ ਕਰਤਾ ਸਭੁ ਜਗੁ ਫਿਰੈ,	raam raam kartaa sabh jag firai
ਰਾਮੁ ਨ ਪਾਇਆ ਜਾਇ॥	raam na paa-i-aa jaa-ay.
ਅਗਮੁ ਅਗੋਚਰੁ ਅਤਿ ਵਡਾ,	agam agochar at vadaa
ਅਤੁਲੁ ਨ ਤੁਲਿਆ ਜਾਇ॥	atul na tuli-aa jaa-ay.
ਕੀਮਤਿ ਕਿਨੈ ਨ ਪਾਈਆ,	keemat kinai na paa-ee-aa
ਕਿਤੈ ਨ ਲਇਆ ਜਾਇ॥	kitai na la-i-aa jaa-ay.
ਗੁਰ ਕੈ ਸਬਦਿ ਭੇਦਿਆ,	gur kai sabad bhaydi-aa
ਇਨ ਬਿਧਿ ਵਸਿਆ ਮਨਿ ਆਇ॥	in biDh vasi-aa man aa-ay.
ਨਾਨਕ ਆਪਿ ਅਮੇਉ ਹੈ,	naanak aap amay-o hai
ਗੁਰ ਕਿਰਪਾ ਤੇ ਰਹਿਆ ਸਮਾਇ॥	gur kirpaa tay rahi-aa samaa-ay.
ਆਪੇ ਮਿਲਿਆ ਮਿਲਿ ਰਹਿਆ,	aapay mili-aa mil rahi-aa
ਆਪੇ ਮਿਲਿਆ ਆਇ॥੧॥	aapay mili-aa aa-ay. ||1||

ਸਾਰੀ ਸ੍ਰਿਸ਼ਟੀ ਹੀ ਪ੍ਰਭ ਦੀ ਉਸਤਤ ਕਰਦੀ ਰਹਿੰਦੀ ਹੈ, ਰਹਿਮਤ ਪਾਉਣ ਦੀ ਖ਼ਾਹਿਸ਼ ਰੱਖਦੀ ਹੈ! ਪ੍ਰਭ ਦੀ ਰਹਿਮਤ ਕਿਸੇ ਵੀ ਵਿਧੀ ਨਾਲ ਪਾਈ ਨਹੀਂ ਜਾ ਸਕਦੀ, ਪ੍ਰਭ ਜੀਵ ਦੀ ਪਹੁੰਚ, ਜਾਣਕਾਰੀ ਵਿੱਚ ਨਹੀਂ ਹੈ । ਉਸ ਦੇ ਕਿਸੇ ਕਰਤਬ ਦਾ ਪੂਰਨ ਅੰਦਾਜ਼ਾ ਨਹੀਂ ਲਾਇਆ ਜਾ ਸਕਦਾ । ਰਹਿਮਤ ਦੀ ਕੀਮਤ ਜਾਣੀ ਨਹੀਂ ਜਾ ਸਕਦੀ, ਕੋਈ ਦਾਨ ਪੁੰਨ ਕਰਕੇ ਖਰੀਦੀ ਨਹੀਂ ਜਾ ਸਕਦੀ । ਪ੍ਰਭ ਦੇ ਸ਼ਬਦ ਦੀ ਪਾਲਣਾ ਕਰਨ ਵਿੱਚ ਹੀ ਉਸ ਭੇਦ ਦੀ ਜਾਣਕਾਰੀ ਹੁੰਦੀ ਹੈ । ਉਸ ਨਾਲ ਹੀ ਪ੍ਰਭ ਦਾ ਸ਼ਬਦ ਮਨ ਵਿੱਚ ਘਰ ਕਰਦਾ ਹੈ । ਪ੍ਰਭ ਆਪ ਅਥਾਹ ਹੈ, ਆਪਣੀ ਰਜ਼ਾ ਨਾਲ ਹੀ ਹਰਇੱਕ ਜੀਵ, ਥਾਂ ਤੇ ਵਸਦਾ, ਵਾਪਰਦਾ ਹੈ । ਉਹ ਆਪ ਹੀ ਜੀਵ ਦੀ ਆਤਮਾ ਨੂੰ ਆਪਣੇ ਵਿੱਚ ਅਲੋਪ ਕਰਦਾ, ਅਭੇਦ ਰੱਖਦਾ ਹੈ ।

All creatures meditate on His Word on their own way with hope to be blessed. He remains beyond the reach and comprehension of His creation. His blessings may not be achieved by any specific worldly practice or meditation. The value of His blessings cannot be estimated, purchased, by charity, donation etc. This secret may be enlightened by adopting His Word in day to day life. God is beyond depth, size measurements, by His own pleasure, resides in each and every soul. The One and Only One, who may bless the soul and may absorb in The Holy spirit.

121.Guru Ram Das Ji – Page 732

ਗਿਆਨੀ ਗੁਰ ਬਿਨੁ ਭਗਤਿ ਨ ਹੋਈ॥	gi-aanee gur bin bhagat na ho-ee.
ਕੋਰੈ ਰੰਗੁ ਕਦੇ ਨ ਚੜੈ,	korai rang kaday na charhai
ਜੇ ਲੋਚੈ ਸਭੁ ਕੋਈ॥੧॥ ਰਹਾਉ॥	jay lochai sabh ko-ee.‖1‖rahaa-o.

ਜਿਵੇਂ ਕੋਰੇ ਕੱਪੜੇ ਤੇ ਕਦੇ ਨਵਾਂ ਰੰਗ ਨਹੀਂ ਚੜ੍ਹਦਾ, ਸ਼ਬਦ ਦੀ ਪਾਲਣਾ ਤੋਂ ਬਿਨਾਂ ਸ਼ਬਦ ਦੀ ਸੋਝੀ ਨਹੀਂ ਹੁੰਦੀ । ਇਸਤਰ੍ਹਾਂ, ਸ਼ਬਦ ਦੀ ਪਾਲਣਾ ਤੋਂ ਬਿਨਾਂ ਮਨ ਤੇ ਸ਼ਬਦ ਦਾ ਕੋਈ ਪ੍ਰਭਾਵ ਨਹੀਂ ਹੁੰਦਾ ।

As different color does not stick that good on a new cloth. Same way without obeying and adopting His Word in day to day life, his mind may not be enlightened witj the teachings of His Word. Same way only reading Holy scripture may not benifit for the purpose of human life.

122.Guru Amar Das Ji – Page 84

ਗੁਰ ਸਭਾ ਏਵ ਨ ਪਾਈਐ,	gur sabhaa ayv na paa-ee-ai
ਨਾ ਨੇੜੈ ਨਾ ਦੂਰਿ॥	naa nayrhai naa door.
ਨਾਨਕ ਸਤਿਗੁਰੁ ਤਾਂ ਮਿਲੈ,	naanak satgur taaN milai
ਜਾ ਮਨੁ ਰਹੈ ਹਦੂਰਿ॥੨॥	jaa man rahai hadoor. ‖2‖

ਪ੍ਰਭ ਦੀ ਰਹਿਮਤ ਧਾਰਮਕ ਰੀਤ ਰੀਵਾਜਾਂ ਨਾਲ ਬਖਸ਼ਿਸ਼ ਨਹੀਂ ਹੁੰਦੀ । ਇਹਨਾਂ ਨਾਲ ਕੋਈ ਪ੍ਰਭ ਦੇ ਨੇੜੇ ਜਾਂ ਦੂਰ ਨਹੀਂ ਹੋ ਜਾਂਦਾ । ਰਹਿਮਤ ਤਾਂ ਕੇਵਲ ਮਨ ਨੂੰ ਅਡੋਲ ਕਰਕੇ, ਪ੍ਰਭ ਨੂੰ ਹਮੇਸ਼ਾ ਹਾਜ਼ਰਾ ਹਜ਼ੂਰ ਸਮਝਣ ਨਾਲ ਹੀ ਪਾ ਜਾਂ ਸਕਦੀ ਹੈ ।

No one may be blessed with His mercy and grace by only following religious rituals. No one becomes close or far away with these rituals. His mercy and grace may only be blessed by adopting His Word believing that the omnipresent watches all your actions.

123.Guru Amar Das Ji – Page 362

ਸੋ ਲਾਲਾ ਜੀਵਤੁ ਮਰੈ॥	so laalaa jeevat marai.
ਸੋਗੁ ਹਰਖੁ ਦੁਇ ਸਮ ਕਰਿ ਜਾਣੈ,	sog harakh du-ay sam kar jaanai
ਗੁਰ ਪਰਸਾਦੀ ਸਬਦਿ ਉਧਰੈ॥੧॥ ਰਹਾਉ॥	gur parsaadee sabad uDhrai. ‖1‖ rahaa-o.

ਜੀਵ ਆਪਣੇ ਕਿਸੇ ਗੁਣ ਦਾ ਅਭਿਮਾਨ ਨਾ ਕਰੋ! ਜਿਹੜਾ ਨਿਮਾਣਾ ਬਣਕੇ ਜੀਵਨ ਬਤੀਤ ਕਰਦਾ ਹੈ, ਕੇਵਲ ਉਹ ਹੀ ਪ੍ਰਭ ਦਾ ਅਸਲੀ ਦਾਸ ਹੈ । ਉਹ ਸੰਸਾਰਕ ਦੁਖ ਸੁਖ ਨੂੰ ਇੱਕ ਸਮਾਨ ਹੀ ਪ੍ਰਭ ਦੀ ਬਖਸ਼ਿਸ ਸਮਝਕੇ ਕਬੂਲ ਕਰੇ, ਉਸ ਤੇ ਸੋਗ ਨਾ ਕਰੇ, ਉਹ ਪ੍ਰਭ ਦੀ ਰਹਿਮਤ ਨਾਲ ਪ੍ਰਭ ਦੇ ਪ੍ਰਵਾਨ ਹੋ ਜਾਂਦਾ ਹੈ । ਸ਼ਬਦ ਦੀ ਪਾਲਣਾ ਕਰਨ ਨਾਲ ਹੀ ਵਡਿਆਈਆਂ, ਦਰਬਾਰ ਵਿੱਚ ਪ੍ਰਵਾਨਗੀ ਬਖਸ਼ਿਸ਼ ਹੁੰਦੀ ਹੈ ।

One should not feel false pride of his good deeds, achievements. Who may live as a humble servant of His master, only he may become His true devotee? He considers worldly sorrows and pleasures both same way as His blessings! He ever blames anyone for misfortune, he may be blessed with His acceptance. Obeying His Word may be the only right path of salvation.

124.Guru Arjan Dev Ji – Page 864

ਗੁਰ ਕੀ ਮੂਰਤਿ ਮਨ ਮਹਿ ਧਿਆਨੁ॥	gur kee moorat man meh Dhi-aan.
ਗੁਰ ਕੈ ਸਬਦਿ ਮੰਤ੍ਰੁ ਮਨੁ ਮਾਨ॥	gur kai sabad mantar man maan.
ਗੁਰ ਕੇ ਚਰਨ ਰਿਦੈ ਲੈ ਧਾਰਉ॥	gur kay charan ridai lai Dhaara-o.
ਗੁਰੁ ਪਾਰਬ੍ਰਹਮੁ ਸਦਾ ਨਮਸਕਾਰਉ॥੧॥	gur paarbarahm sadaa namaskaara-o. ‖1‖

ਜੀਵ ਪ੍ਰਭ ਦੀ ਮੂਰਤ, ਨੂੰ ਆਪਣੇ ਮਨ ਵਿੱਚ ਵਸਾਵੋ! ਪ੍ਰਭ ਦੇ ਸ਼ਬਦ ਨੂੰ ਅਟੱਲ ਮੰਨਕੇ ਪਾਲਣਾ ਕਰੋ! ਉਸ ਦੇ ਸ਼ਬਦ ਤੋਂ ਜੀਵਨ ਦੇ ਮੰਤਵ ਦੀ ਸਿਖਿਆ ਹਾਸਿਲ ਕਰੋ । ਪ੍ਰਭ ਦੇ ਸ਼ਬਦ ਰੂਪੀ ਚਰਨਾਂ ਨੂੰ ਮਨ ਵਿੱਚ ਜਾਗਰਤ ਰੱਖੋ! ਨਿਮ੍ਰਤਾ ਨਾਲ ਨਿਮਾਣੇ ਬਣਕੇ ਪ੍ਰਭ ਅੱਗੇ ਰਹਿਮਤ ਦੀ ਅਰਦਾਸ ਕਰੋ!

You should engrave His shape in your heart. You should believe His Word as an ultimate command to obey. Only by adopting His Word, the true purpose of human life may be comprehended. Enlighten His Word in your heart and humbly begs for His mercy and grace!

125.Guru Arjan Dev Ji – Page 1360

ਦਸਨ ਬਿਹੂਨ ਭੁਯੰਗੰ	dasan bihoon bhu-yaaNgaN
ਮੰਤ੍ਰੰ ਗਾਰੁੜੀ ਨਿਵਾਰੰ॥	MantraN gaarurhee nivaaraN.
ਬ੍ਯਾਧਿ ਉਪਾੜਣ ਸੰਤੰ॥	bayaaDh upaarhan santaN.
ਨਾਨਕ ਲਬਧ ਕਰਮਣਹ॥੧੬॥	naanak labaDh karamneh. ‖16‖

ਸੱਪ ਆਪਣੇ ਜ਼ਹਿਰ ਦੇ ਡੰਗ ਨਾਲ ਡਰ ਪੈਦਾ ਕਰਦਾ ਹੈ । ਅਗਰ ਇਸ ਦਾ ਡੰਗ ਕੱਢ ਦਿੱਤਾ ਜਾਵੇ, ਇਸ ਦਾ ਜ਼ਹਿਰ ਖਤਮ ਹੋ ਜਾਂਦਾ ਹੈ । ਇਸਤਰ੍ਹਾਂ ਹੀ ਬੰਦਗੀ ਵਾਲੇ ਸੰਤ, ਜੀਵ ਦੇ ਮਨ ਵਿਚੋਂ ਬੁਰੇ ਖਿਆਲ ਨਾਸ਼ ਕਰ ਦੇਂਦੇ ਹਨ । ਇਹਨਾਂ ਦੀ ਸੰਗਤ, ਚੰਗੇ ਭਾਗਾਂ ਨਾਲ ਹੀ ਬਖਸ਼ਿਸ਼ ਹੁੰਦੀ ਹੈ ।

Snake creates a fear with his poisonous sting. If you remove his sting, his poison and fear may vanish. Same way the holy saint may vanish the sting of evil thoughts from mind. Only with good fortune, the association of holy saint may be blessed.

126.Kabeer Ji – Page 1364

ਕਬੀਰ ਸਾਧੂ ਕਉ ਮਿਲਨੇ ਜਾਈਐ,	kabeer saaDhoo ka-o milnay jaa-ee-ai
ਸਾਥਿ ਨ ਲੀਜੈ ਕੋਇ॥	saath na leejai ko-ay.
ਪਾਛੈ ਪਾਉ ਨ ਦੀਜੀਐ,	paachhai paa-o na deejee-ai
ਆਗੈ ਹੋਇ ਸੁ ਹੋਇ॥੧੧੬॥	aagai ho-ay so ho-ay. ‖116‖

ਜੀਵ ਅਗਰ ਤੂੰ ਸੰਤ ਸਰੂਪ ਜੀਵ ਨੂੰ ਮਿਲੱਣ ਜਾਵੇ! ਕਿਸ ਹੋਰ ਦਾ ਅਸਾਰਾ ਲੈਣ ਦੀ ਕੋਈ ਲੋੜ ਨਹੀਂ । ਮਨ ਦਾ ਭਰੋਸਾ ਅਡੋਲ ਕਰਕੇ ਉਸ ਦੀ ਸਿਖਿਆ ਤੇ ਚਲੋ । ਕਿਸੇ ਚੀਜ ਦਾ ਕੋਈ ਸ਼ੱਕਾ, ਚਿੰਤਾ ਨਾ ਕਰੋ । ਜੋ ਕੁਝ ਹੋਵੇ ਪ੍ਰਭ ਦਾ ਭਾਣਾ ਸਮਝਕੇ ਕਬੂਲ ਕਰਨ ਲਈ ਤਿਆਰ ਰਹੋ ।

If you want to see, to meet a saint, you do not need any support or recommendation. Have a firm belief on His Word and follows his teachings, without any doubts. Whatsoever may happen, consider His blessings and remain patience and contented.

127.Guru Nanak Dev Ji – Page 1410

ਸੁਣਿ ਮੁੰਧੇ ਹਰਣਾਖੀਏ	sun munDhay harnaakhee-ay
ਗੂੜਾ ਵੈਣੁ ਅਪਾਰੁ॥	goorhaa vain apaar.
ਪਹਿਲਾ ਵਸਤੁ ਸਿਞਾਣਿ ਕੈ	pahilaa vasat sinjaan kai
ਤਾਂ ਕੀਚੈ ਵਾਪਾਰੁ॥	taaN keechai vaapaar.
ਦੋਹੀ ਦਿਚੈ ਦੁਰਜਨਾ	dohee dichai durjanaa
ਮਿਤ੍ਰਾਂ ਕੂੰ ਜੈਕਾਰੁ॥	mitraaN kooN jaikaar.
ਜਿਤੁ ਦੋਹੀ ਸਜਣ ਮਿਲਨਿ	jit dohee sajan milan
ਲਹੁ ਮੁੰਧੇ ਵੀਚਾਰੁ॥	lahu munDhay veechaar.
ਤਨੁ ਮਨੁ ਦੀਜੈ ਸਜਣਾ	tan man deejai sajnaa
ਐਸਾ ਹਸਣੁ ਸਾਰੁ॥	aisaa hasan saar.
ਤਿਸ ਸਉ ਨੇਹੁ ਨ ਕੀਚਈ	tis sa-o nayhu na keech-ee
ਜਿ ਦਿਸੈ ਚਲਣਹਾਰੁ॥	je disai chalanhaar.
ਨਾਨਕ ਜਿਨ੍ਹੀ ਇਵ ਕਰਿ ਬੁਝਿਆ,	naanak jinHee iv kar bujhi-aa
ਤਿਨ੍ਹਾ ਵਿਟਹੁ ਕੁਰਬਾਣੁ॥੨॥	tinHaa vitahu kurbaan. ||2||

ਨੂਰ ਨਾਲ ਭਰੇ ਨੇਨਾ ਵਾਲੀ, ਡੂੰਗੀ ਸਿਆਣਪ ਵਾਲੀ, ਮੇਰੀ ਸਲਾਹ, ਗੱਲ ਸੁਣੋ । ਚੀਜ਼ ਖਰੀਦਨ ਤੋਂ ਪਹਿਲੇ ਉਸ ਨੂੰ ਪਰਖ ਕੇ ਵੇਖ ਲੈਣਾ ਚਾਹੁੰਦਾ ਹੈ । ਆਪਣੇ ਮਿੱਤਰਾਂ ਨਾਲ ਵਿਚਾਰ ਕਰੋ! ਜਿਹੜੀ ਆਤਮਾ ਨੇ ਪ੍ਰਭ ਨੂੰ ਮਿਲੱਣਾ ਹੈ, ਉਸ ਨੂੰ ਪਵਿੱਤਰ ਕਰੋ । ਆਪਣੇ ਮਨ, ਦਿਲ ਵਿਚੋਂ ਬੁਰੀਆਈਆਂ ਦੂਰ, ਖਤਮ ਕਰੋ । ਆਪਣੇ ਤਨ, ਜਵਾਨੀ ਨਾਲ ਬਹੁਤਾ ਮੋਹ ਨਾ ਲਗਾਵੋ! ਇਸ ਨੇ ਤਾਂ ਇੱਕ ਦਿਨ ਖਤਮ ਹੋ ਜਾਣਾ ਹੈ । ਜਿਹਨਾਂ ਨੇ ਇਹ ਸਮਝ ਲਿਆ ਹੈ, ਉਹ ਪੂਜਣ ਯੋਗ ਹੋ ਗਏ ਹਨ ।

One should remember key word of wisdom! Before you buy any item, it is always good idea to test it. Discuss with your friend and partner. You should abandon bad, evil thoughts from you mind. Make your soul worthy of His union, sanctify your soul. Do not attach too much significance to your body, youth and beauty. Body is going to be dust one of these days. Whosoever may remember this essence of life, he may become worthy of His union, worthy of worshipping.

128.Guru Nanak Dev Ji – Page 929

ਰੋਸੁ ਨ ਕੀਜੈ ਅੰਮ੍ਰਿਤੁ	ros na keejai amrit
ਪੀਜੈ ਰਹਣੁ ਨਹੀ ਸੰਸਾਰ॥	peejai rahan nahee sansaaray.
ਰਾਜੇ ਰਾਇ ਰੰਕ ਨਹੀ ਰਹਣਾ	raajay raa-ay rank nahee rahnaa
ਆਇ ਜਾਇ ਜੁਗ ਚਾਰੇ॥	aa-ay jaa-ay jug chaaray.
ਰਹਣ ਕਹਣ ਤੇ ਰਹੈ ਨ ਕੋਈ,	rahan kahan tay rahai na ko-ee
ਕਿਸੁ ਪਹਿ ਕਰਉ ਬਿਨੰਤੀ॥	kis peh kara-o binantee.
ਏਕੁ ਸਬਦੁ ਰਾਮ ਨਾਮ ਨਿਰੋਧਰੁ,	ayk sabad raam naam niroDhar
ਗੁਰੁ ਦੇਵੈ ਪਤਿ ਮਤੀ ॥੧੧॥	gur dayvai pat matee. ||11||

ਆਪਣੇ ਜੀਵਨ ਦੀ ਹਾਲਤ ਨਾਲ ਉਦਾਸ ਨਾ ਹੋ, ਪ੍ਰਭ ਦੇ ਸ਼ਬਦ ਦੀ ਪਾਲਣਾ ਕਰੋ । ਇਹ ਸੰਸਾਰਕ ਜੀਵਨ, ਤੇਰੇ ਹਲਾਤ ਥੋੜ੍ਹਾ ਸਮਾਂ ਰਹਿਣ ਵਾਲੇ ਹੀ ਹਨ, ਤੂੰ ਇਸ ਸੰਸਾਰ ਵਿੱਚ ਸਦਾ ਨਹੀਂ ਰਹਿਣਾ । ਰਾਜੇ, ਆਮ ਲੋਕ, ਸੰਸਾਰਕ ਗੁਰੂ, ਪੀਰ ਕਈ ਸੰਸਾਰ ਵਿੱਚ ਆਏ ਅਤੇ ਮਰ ਗਏ ਹਨ ।

ਇਹ ਚਾਰਾਂ ਜੁੱਗਾਂ ਵਿੱਚ ਹੀ ਹੁੰਦਾ ਆਇਆ ਹੈ । ਸੰਸਾਰ ਵਿੱਚ ਗੁਰੂ, ਪੀਰ, ਰਾਜੇ ਕਹਿੰਦੇ ਹਨ ਅਸੀ ਸਦਾ ਰਹਿਣ ਵਾਲੇ ਹਾ! ਪਰ ਸਮਾਂ ਪਾ ਕੇ ਮਰ ਜਾਂਦੇ ਹਨ । ਮੈਂ ਕਿਸੇ ਅੱਗੇ ਆਪਣੀ ਰਹਿਮਤ ਦੀ ਅਰਦਾਸ ਕਰਾ? ਅਗਰ ਸਦਾ ਅਟੱਲ ਸ਼ਬਦ ਦੀ ਪਾਲਣਾ ਕਰੇ ਤਾਂ ਉਹ ਸ਼ਬਦ ਹੀ ਤੇਰਾ ਸਾਥ ਦੇਵੇਗਾ । ਉਹ ਹੀ ਪ੍ਰਭ ਦੇ ਦਰਬਾਰ ਵਿੱਚ ਪ੍ਰਵਾਨਗੀ ਬਖਸ਼ਾ ਸਕਦਾ ਹੈ ।

You should not be depressed with your current worldly situation. This worldly life and situation are a temporary phase of your journey. This situation does not stay permanent. Even the mighty kings, worldly gurus take birth and die after a while. This had happened in all four Ages. Whom should I beg for mercy? If you adopt His Word in life that may always support you in His court! The earnings of His Word may be the source, support for salvation in His court.

129.Fareed Ji – Page 1377

ਫਰੀਦਾ ਰਾਤਿ ਕਥੂਰੀ ਵੰਡੀਐ	fareedaa raat kathooree vandee-ai
ਸੁਤਿਆ ਮਿਲੈ ਨ ਭਾਉ॥	suti-aa milai na bhaa-o.
ਜਿੰਨ੍ਹਾ ਨੈਣ ਨੀਦ੍ਰਾਵਲੇ	jinHaa nain neeNdraavalay
ਤਿੰਨ੍ਹਾ ਮਿਲਣੁ ਕੁਆਉ॥੮੦॥	tinHaa milan ku-aa-o. ||80||

ਜੀਵ ਪ੍ਰਭ ਦੀਆਂ ਰਹਿਮਤਾਂ ਤਾਂ ਵੰਡੀਆ ਜਾ ਰਹੀ ਹਨ । ਜਿਹੜੇ ਸੁੱਤੇ ਹੁੰਦੇ ਹਨ, ਉਹਨਾਂ ਦਾ ਧਿਆਨ ਉਸ ਦੀ ਬੰਦਗੀ ਵਿੱਚ ਨਹੀਂ ਹੁੰਦਾ, ਉਹ ਵਾਂਝੇ ਹੀ ਰਹਿੰਦੇ ਹਨ । ਪਰ ਜਿਹੜੇ ਜੀਵ ਬੰਦਗੀ ਕਰਦੇ, ਫਿਰ ਵੀ ਧਿਆਨ ਭੁਲੇਖਿਆ ਵਿੱਚ ਹੀ ਹੁੰਦਾ ਹੈ । ਉਹਨਾਂ ਨੂੰ ਰਹਿਮਤ ਕਿਵੇਂ ਪ੍ਰਾਪਤ ਹੋ ਸਕਦੀਆਂ ਹਨ?

The rain of His blessings is pouring all time. Whosoever may not pay attention, does not adopt His Word in his life, he may be left empty handed. Who may be meditating and still remains entangled in religious rituals? How can he be blessed?

130.Guru Nanak Dev Ji – Page 62

ਸਾਕਤ ਨਿਰਗੁਣਿਆਰਿਆ,	saakat nirguni-aari-aa
ਆਪਣਾ ਮੂਲੁ ਪਛਾਣੁ॥	aapnaa mool pachhaan.
ਰਕਤੁ ਬਿੰਦੁ ਕਾ ਇਹੁ ਤਨੋ,	rakat bind kaa ih tano
ਅਗਨੀ ਪਾਸਿ ਪਿਰਾਣੁ॥	agnee paas piraan.
ਪਵਣੈ ਕੈ ਵਸਿ ਦੇਹੁਰੀ,	pavnai kai vas dayhuree
ਮਸਤਕਿ ਸਚੁ ਨੀਸਾਣੁ॥੫॥	mastak sach neesaan. ||5||

ਅਣਜਾਣ ਜੀਵ ਮਨ ਮੱਤ ਛੱਡਕੇ ਆਪਣੇ ਆਪ ਨੂੰ ਪਛਾਣੋ । ਤੇਰਾ ਤਨ, ਰੱਤ ਅਤੇ ਧਾਂਤ ਦਾ ਬਣਇਆ ਹੋਇਆ ਹੈ, ਇੱਕ ਦਿਨ ਅੱਗ ਵਿੱਚ ਹੀ ਭਸਮ ਹੋ ਜਾਣਾ ਹੈ। ਤੇਰਾ ਤਨ ਸਵਾਸਾਂ ਦਾ ਗੁਲਾਮ ਹੈ, ਤੇਰੇ ਮੱਥੇ ਤੇ ਇਸ ਦਾ ਹਿਸਾਬ ਲਿਖਿਆ ਹੈ।

Ignorant, you should abandon the direction, greed of your mind and recognize the purpose of your human life. Your body is made of blood and semen! One day is going to be burned in fire to become dust again. Your body is slave of breaths and going to be exhausted. The account of your deeds inscribed on your forehead.

131.Kabeer Ji – Page 481

ਕਹਾ ਸੁਆਨ ਕਉ ਸਿਮ੍ਰਿਤਿ ਸੁਨਾਏ॥ kahaa su-aan ka-o simrit sunaa-ay.
ਕਹਾ ਸਾਕਤ ਪਹਿ ਹਰਿ ਗੁਨ ਗਾਏ॥੧॥ kahaa saakat peh har gun gaa-ay. ||1||

ਕੁੱਤੇ ਨੂੰ ਪਾਠ ਪੜ੍ਹ ਕੇ ਸੁਣਾਉਣ ਦਾ ਉਸ ਤੇ ਕੀ ਅਸਰ ਹੁੰਦਾ ਹੈ? ਇਸਤਰ੍ਹਾਂ ਜਿਸ ਦਾ ਪ੍ਰਭ ਦੇ ਸ਼ਬਦ ਤੇ ਭਰੋਸਾ ਨਹੀਂ ਹੁੰਦਾ । ਉਸ ਤੇ ਪ੍ਰਭ ਦੇ ਸ਼ਬਦ ਦੀ ਉਸਤਤ ਕਰਨ ਦਾ ਕੋਈ ਅਸਰ, ਪ੍ਰਭਾਵ ਨਹੀਂ ਹੁੰਦਾ?

By reciting The Holy scripture to a dog, what difference may that make in his way of life. Same way reciting the Holy scripture to a non-believer may not has any effect on his way of life! This does not make any difference in his life, deeds, evil thinking.

132.Guru Nanak Dev Ji – Page

ਟੂਟੈ ਨੇਹੁ ਕਿ ਬੋਲਹਿ ਸਹੀ॥ tootai nayhu ke boleh sahee.
ਟੂਟੈ ਬਾਹ ਦੁਹੂ ਦਿਸ ਗਹੀ॥ tootai baah duhoo dis gahee.
ਟੂਟਿ ਪਰੀਤਿ ਗਈ ਬੁਰ ਬੋਲਿ॥ toot pareet ga-ee bur bol.
ਦੁਰਮਤਿ ਪਰਹਰਿ ਛਾਡੀ ਢੋਲਿ॥ durmat parhar chhaadee dhol.
ਟੂਟੈ ਗੰਠਿ ਪੜੈ ਵੀਚਾਰਿ॥ tootai ganth parhai veechaar.
ਗੁਰ ਸਬਦੀ ਘਰਿ ਕਾਰਜੁ ਸਾਰਿ॥ gur sabdee ghar kaaraj saar.
ਲਾਹਾ ਸਾਚੁ ਨ ਆਵੈ ਤੋਟਾ॥ laahaa saach na aavai totaa.
ਤ੍ਰਿਭਵਣ ਠਾਕੁਰੁ ਪ੍ਰੀਤਮੁ ਮੋਟਾ॥੨੮॥ taribhavan thaakur pareetam motaa. ||28||

ਜਦੋਂ ਸੰਜੋਗ ਵਿੱਚ ਨਾ ਚਲਿਆ ਜਾਵੇ, ਪ੍ਰੀਤ ਟੁੱਟ ਜਾਂਦੀ ਹੈ । ਜਿਵੇਂ ਬਾਹ ਟੁੱਟ ਜਾਂਦੀ ਹੈ ਜਦੋਂ ਜੋੜ ਵਿਚੋਂ ਨਿਕਲ ਜਾਵੇ। ਇਸਤਰ੍ਹਾਂ ਪ੍ਰੀਤ ਟੁੱਟ ਜਾਂਦੀ ਹੈ ਜਦੋਂ ਕੌੜਾ ਬੋਲਿਆ ਜਾਂਦਾ ਹੈ । ਵਿਛੋੜਾ ਉਸ ਸਮੇਂ ਹੁੰਦਾ ਹੈ ਜਦੋਂ ਬੁਰੇ ਕੰਮ ਕੀਤੇ ਜਾਂਦੇ ਹਨ । ਇਸਤਰ੍ਹਾਂ ਪ੍ਰਭ ਨਾਲ ਟੁੱਟੀ ਪ੍ਰੀਤ, ਕੇਵਲ ਸ਼ਬਦ ਦੀ ਪਾਲਣਾ ਨਾਲ ਹੀ ਗੰਢੀ ਜਾ ਸਕਦੀ ਹੈ । ਸ਼ਬਦ ਤੇ ਭਰੋਸਾ ਅਡੋਲ ਕਰਨ ਨਾਲ ਮਨ ਵਿਚੋਂ ਭਰਮ ਦੂਰ ਹੋ ਜਾਂਦਾ ਹੈ । ਜਿਹੜਾ ਜੀਵ ਸ਼ਬਦ ਦੀ ਬੰਦਗੀ ਨਾਲ ਪ੍ਰਭ ਦੀ ਰਹਿਮਤ ਪਾ ਲੈਂਦਾ ਹੈ, ਉਸ ਨੂੰ ਕਦੇ ਵਿਛੋੜਾ ਨਹੀਂ ਹੁੰਦਾ। ਪ੍ਰਭ ਤਿੰਨਾਂ ਸ੍ਰਿਸ਼ਟੀਆਂ ਵਿੱਚ ਹੀ ਆਤਮਾ ਦਾ ਸਭ ਤੋਂ ਚੰਗਾ, ਅਸਲੀ ਸਾਥੀ ਹੈ ।

If the arm is pulled out of joint, it breaks, becomes painful and nonfunctional. Same way if one does not work in cooperation with other, the relationship breaks. Same way if one speaks with anger, rude the lovely union breaks apart. When evil deeds are done soul gets separated from God, The Holy spirit, this separation, break from The Holy spirit may only be cured by repenting and adopting His Word in life. By establishing steady and stable faith on His Word, all suspicions may be vanished. Whosoever may be blessed with His mercy and grace by following His Word, will never be separated. In all three universes, God is the only best friend of the soul.

133.Guru Nanak Dev Ji – Page 1410

ਉਤੰਗੀ ਪੈਓਹਰੀ ਗਹਿਰੀ ਗੰਭੀਰੀ॥	utangee pai-ohree gahiree gambheeree.
ਸਸੁੜਿ ਸੁਹੀਆ ਕਿਵ ਕਰੀ	sasurh suhee-aa kiv karee
ਨਿਵਣੁ ਨ ਜਾਇ ਥਣੀ॥	nivan na jaa-ay thanee.
ਗਚੁ ਜਿ ਲਗਾ ਗਿੜਵੜੀ	gach je lagaa girvarhee
ਸਖੀਏ ਧਉਲਹਰੀ॥	sakhee-ay Dha-ulharee.
ਸੇ ਭੀ ਢਹਦੇ ਡਿਠੁ ਮੈ	say bhee dhahday dith mai
ਮੁੰਧ ਨ ਗਰਬੁ ਥਣੀ॥੧॥	munDh na garab thanee. ‖1‖

ਜੀਵ ਤੂੰ ਆਪਣੀ ਜਵਾਨੀ ਦੇ ਅਭਿਮਾਨ ਵਿੱਚ, ਅਹੰਕਾਰ ਵਿੱਚ ਮਸਤ ਹੈ । ਜਿਹੜੇ ਬੁਢੇਪੇ ਵਿੱਚ ਹਨ, ਉਹਨਾਂ ਦੇ ਕਥਨ, ਗੱਲ, ਨੂੰ ਕੋਈ ਮਹੱਤਤਾ ਨਹੀਂ ਦੇਂਦਾ । ਜਵਾਨੀ ਤੈਨੂੰ ਮਹਿਲ ਦੀ ਤਰ੍ਹਾਂ ਮਜ਼ਬੂਤ, ਪਹਾੜ ਤਰ੍ਹਾਂ ਤਾਕਤਵਾਰ, ਉੱਚੀ ਜਾਪਦੀ ਹੈ । ਮੈ ਇਹ ਜਵਾਨੀ ਢਲਦੀ ਦੇਖੀ ਹੈ! ਇਸ ਦਾ ਅਹੰਕਾਰ ਨਾ ਕਰੋ ਸਦਾ ਨਹੀਂ ਰਹਿਣੀ ।

You do not heed to the advice of the older, as if they are not in touch with reality. You are proud of youth and power and stamina. This youth and strength of your young age seem like a rock, mountain and great to you. I had seen this youth melting down. Do not feel proud of this, it is not going to stay same forever.

134.Guru Nanak Dev Ji – Page 1092

ਹਉ ਮੈ ਕਰੀ ਤਾਂ ਤੂ ਨਾਹੀ,	ha-o mai karee taaN too naahee
ਤੂ ਹੋਵਹਿ ਹਉ ਨਾਹਿ॥	too hoveh ha-o naahi.
ਬੂਝਹੁ ਗਿਆਨੀ ਬੂਝਣਾ,	boojhhu gi-aanee boojh-naa
ਏਹ ਅਕਥ ਕਥਾ ਮਨ ਮਾਹਿ॥	ayh akath kathaa man maahi.
ਬਿਨੁ ਗੁਰ ਤਤੁ ਨ ਪਾਈਐ,	bin gur tat na paa-ee-ai
ਅਲਖੁ ਵਸੈ ਸਭ ਮਾਹਿ॥	alakh vasai sabh maahi.
ਸਤਿਗੁਰੁ ਮਿਲੈ ਤ ਜਾਣੀਐ,	satgur milai ta jaanee-ai
ਜਾਂ ਸਬਦੁ ਵਸੈ ਮਨ ਮਾਹਿ॥	jaaN sabad vasai man maahi.
ਆਪੁ ਗਇਆ ਭ੍ਰਮੁ ਭਉ ਗਇਆ,	aap ga-i-aa bharam bha-o ga-i-aa
ਜਨਮ ਮਰਨ ਦੁਖ ਜਾਹਿ॥	janam maran dukh jaahi.
ਗੁਰਮਤਿ ਅਲਖੁ ਲਖਾਈਐ,	gurmat alakh lakhaa-ee-ai
ਊਤਮ ਮਤਿ ਤਰਾਹਿ॥	ootam mat taraahi.
ਨਾਨਕ ਸੋਹੰ ਹੰਸਾ ਜਪੁ ਜਾਪਹੁ,	naanak sohaN hansaa jap jaapahu
ਤ੍ਰਿਭਵਣ ਤਿਸੈ ਸਮਾਹਿ॥੧॥	taribhavan tisai samaahi. ‖1‖

ਜਦੋਂ ਕੋਈ ਅਹੰਕਾਰ ਵਿੱਚ, ਹੈਸੀਅਤ ਦੇ ਅਭਿਮਾਨ ਨਾਲ ਅਰਦਾਸ ਕਰਦਾ ਹੈ, ਤਾਂ ਤੂੰ ਉਸ ਦੀ ਅਰਦਾਸ ਨਹੀਂ ਸੁਣਦਾ । ਪ੍ਰਭ ਉਸ ਦੀ ਅਰਦਾਸ ਸੁਣਦਾ ਹੈ, ਜਿਸ ਦੇ ਮਨ ਵਿਚੋਂ ਅਹੰਕਾਰ ਖਤਮ ਹੋ ਜਾਂਦਾ ਹੈ, ਨਿਮ੍ਰਤਾ, ਨਿਮਾਣਾ ਪਨ ਆ ਜਾਂਦਾ ਹੈ । ਸੰਸਾਰਕ ਗਿਆਨੀ ਇਹ ਸਮਝੋ! ਪ੍ਰਭ, ਜੀਵ ਦੀ ਅਣਬੋਲੀ ਅਰਦਾਸ, ਮਨ ਦੀ ਭਾਵਣਾ ਨੂੰ ਜਾਣਦਾ ਹੈ, ਸੁਣਦਾ ਹੈ । ਸ਼ਬਦ ਨਾਲ ਜੀਵਨ ਢਾਲਣ ਤੋਂ ਬਿਨਾਂ ਸ਼ਬਦ ਦੀ ਸੋਝੀ ਨਹੀਂ ਹੁੰਦੀ । ਉਹ ਜੀਵ ਦੇ ਨਾ ਦੇਖੇ ਜਾਣਵਾਲਾ ਪ੍ਰਭ ਹਰ ਥਾਂ ਤੇ ਹੀ ਵਸਦਾ ਹੈ । ਜਦੋਂ ਜੀਵ ਸ਼ਬਦ ਨਾਲ ਜੀਵਨ ਢਾਲਦਾ ਹੈ, ਉਸ ਨੂੰ ਸ਼ਬਦ ਦੀ ਸੋਝੀ ਹੋ ਜਾਂਦੀ ਹੈ । ਜਦੋਂ ਸ਼ਬਦ ਮਨ ਵਿੱਚ ਘਰ ਕਰ ਜਾਂਦਾ ਹੈ, ਤਾਂ ਪ੍ਰਭ ਦੀ ਜੋਤ ਮਨ ਵਿੱਚ ਜਾਗਰਤ ਹੋ ਜਾਂਦੀ ਹੈ । ਜਦੋਂ ਜੀਵ ਦਾ ਆਪਾ ਖਤਮ ਹੋ ਜਾਂਦਾ ਹੈ ਤਾਂ ਉਸ ਦੇ ਭਰਮ ਦੂਰ ਹੋ ਜਾਂਦੇ ਹਨ । ਉਸ ਸਮੇਂ ਜਨਮ ਮਰਨ

ਦਾ ਚੱਕਰ ਖਤਮ ਹੋ ਜਾਂਦਾ ਹੈ । ਸ਼ਬਦ ਦੀ ਪਾਲਣਾ ਕਰਨ ਨਾਲ ਨਾ ਦੇਖੇ ਜਾਣਵਾਲਾ ਪ੍ਰਭ ਅਨੁਭਵ ਹੋ ਜਾਂਦਾ ਹੈ । ਜੀਵ ਦੇ ਮਨ ਵਿੱਚ ਜਾਗਰਤੀ ਆ ਜਾਂਦੀ ਹੈ, ਪ੍ਰਭ ਆਪ ਹੀ ਰੱਖਵਾਲਾ ਬਣ ਜਾਂਦਾ ਹੈ । ਉਹ ਜੀਵ ਸੋਹੰ ਹੰਸਾ ਦਾ ਜਾਪ ਕਰਨ ਲਗ ਪੈਂਦਾ ਹੈ! ਉਹ ਮੇਰੇ ਵਿੱਚ ਹੈ ਅਤੇ ਮੈਂ ਉਸ ਵਿੱਚ ਹਾ । ਤਾਂ ਉਹ ਤਿੰਨਾਂ ਸ੍ਰਿਸ਼ਟੀਆਂ ਵਿੱਚ ਹੀ ਸਮਾ ਜਾਂਦਾ ਹੈ।

Whosoever may prayer in his ego and prides of his worldly status. The True Master does not heed his prayer. He only heeds the prayer of humble and helpless, who has surrendered his pride at His mercy and grace. Religious guru, preacher should realize that He knows even unspoken, desires prayer of all creatures. Without adopting His Word in own life, the essence of Word may not be realized, understood. Whosoever may be drenched with the teachings of His Word, His Holy spirit glows within. Whosoever may abandon his selfishness, all his suspicions may disappear and his cycle of birth and death may be eliminated. By adopting Word in life, invisible God may be realized within heart, alive. He may be enlightened and He may become the protector of his soul. He meditates You are within me and speaking, I am with You and quiet! His soul may be absorbed into three universes and enlightened with three universes.

135.Guru Tegh Bahadur Ji – Page 219

ਸਾਧੋ ਮਨ ਕਾ ਮਾਨੁ ਤਿਆਗਉ॥ saaDho man kaa maan ti-aaga-o.
ਕਾਮੁ ਕ੍ਰੋਧੁ ਸੰਗਤਿ ਦੁਰਜਨ ਕੀ, kaam kroDh sangat durjan kee
ਤਾ ਤੇ ਅਹਿਨਿਸਿ ਭਾਗਉ॥੧॥ ਰਹਾਉ॥ taa tay ahinis bhaaga-o. ||1|| rahaa-o.

ਜੀਵ ਦਿਨ ਰਾਤ ਆਪਣੇ ਮਨ ਨੂੰ ਕਾਮ ਵਾਸਨਾ, ਕਰੋਧ, ਬੁਰੇ ਜੀਵ ਦੀ ਸੰਗਤ ਤੋਂ ਦੂਰ ਰੱਖੋ! ਆਪਣੇ ਅਹੰਕਾਰ ਨੂੰ ਕਾਬੂ ਵਿੱਚ ਰੱਖੋ ।

You should always subdue your sexual desires and control your anger. You should always stay away from the association of evil thinker and conquers your ego.

136.Kabeer Ji – Page 340

ਮਮਾ ਮਨ ਸਿਉ ਕਾਜੁ ਹੈ mamaa man si-o kaaj hai
ਮਨ ਸਾਧੇ ਸਿਧਿ ਹੋਇ॥ man saaDhay siDh ho-ay.
ਮਨ ਹੀ ਮਨ ਸਿਉ ਕਹੈ ਕਬੀਰਾ, man hee man si-o kahai kabeeraa
ਮਨ ਸਾ ਮਿਲਿਆ ਨ ਕੋਇ॥੩੨॥ man saa mili-aa na ko-ay. ||32||

ਸੰਸਾਰਕ ਜੀਵ ਦਾ ਮਨ ਨਾਲ ਹੀ ਝਗੜਾ ਚਲਦਾ ਰਹਿੰਦਾ ਹੈ, ਭਰਮ ਵਿੱਚ ਹੀ ਫਸਿਆ ਰਹਿੰਦਾ ਹੈ । ਜਦੋਂ ਮਨ ਆਪਣੇ ਆਪ ਨਾਲ ਸਮਝੋਤਾ ਕਰ ਲੈਂਦਾ ਹੈ, ਤਾਂ ਰਸਤਾ ਸਾਫ ਹੋ ਜਾਂਦਾ ਹੈ । ਮਨ ਨੂੰ ਕੇਵਲ ਮਨ ਹੀ ਸਮਝਾ ਸਕਦਾ ਹੈ! ਹੋਰ ਕੋਈ ਵਿਧੀ ਨਹੀਂ ਜਿਸ ਨਾਲ ਮਨ ਨੂੰ ਸ਼ਾਂਤੀ ਮਿਲ ਸਕਦੀ ਹੈ ।

Everyone is always quarrelling with his own mind. Whosoever may compromise with himself, his path becomes clear, the right path of salvation. Only mind may understand mind and no other way known to calm down mind, peace and contentment in life.

Chapter 6

- State of mind of a Devotee!
- Meditation of a Devotee!
- Stages of Blessings !
- Prayer of a Devotee!

22. ਬੰਦਗੀ ਕਰਨ ਵਾਲੇ ਦੇ ਮਨ ਦੀ ਅਵਸਥਾ !

State of mind of a Devotee

1. Guru Nanak Dev Ji – Page 2 – Japji 7

ਜੇ ਜੁਗ ਚਾਰੇ ਆਰਜਾ	jay jug chaaray aarjaa
ਹੋਰ ਦਸੂਣੀ ਹੋਇ॥	hor dasoonee ho-ay.
ਨਵਾ ਖੰਡਾ ਵਿਚਿ ਜਾਣੀਐ	navaa khanda vich jaanee-ai
ਨਾਲਿ ਚਲੈ ਸਭੁ ਕੋਇ॥	naal chalai sabh ko-ay.
ਚੰਗਾ ਨਾਉ ਰਖਾਇ ਕੈ	changa naa-o rakhaa-ay kai
ਜਸੁ ਕੀਰਤਿ ਜਗਿ ਲੇਇ॥	jas keerat jag lay-ay.
ਜੇ ਤਿਸੁ ਨਦਰਿ ਨ ਆਵਈ	jay tis nadar na aavee
ਤ ਵਾਤ ਨ ਪੁਛੈ ਕੇ॥	ta vaat na puchhai kay.
ਕੀਟਾ ਅੰਦਰਿ ਕੀਟੁ ਕਰਿ	keetaa andar keet kar
ਦੋਸੀ ਦੋਸੁ ਧਰੇ॥	dosee dos Dharay.
ਨਾਨਕ ਨਿਰਗੁਣਿ ਗੁਣੁ ਕਰੇ	naanak nirgun gun karay
ਗੁਣਵੰਤਿਆ ਗੁਣੁ ਦੇ॥	gunvanti-aa gun day.
ਤੇਹਾ ਕੋਇ ਨ ਸੁਝਈ	tayhaa ko-ay na sujh-ee je
ਜਿ ਤਿਸੁ ਗੁਣੁ ਕੋਇ ਕਰੇ॥੭॥	tis gun ko-ay karay. ‖7‖

ਅਗਰ ਜੀਵ ਦੀ ਲੰਮੀ ਉਮਰ ਹੋ ਜਾਵੇ, ਜਾ ਬੁਹਤ ਇਲਾਕੇ ਵਿੱਚ ਪ੍ਰਸਿੱਧ ਹੋ ਜਾਵੇ । ਬਹੁਤ ਲੋਕ ਉਸ ਨਾਲ ਸਹਿਮਤ ਹੋ ਜਾਣ, ਜਾ ਚੰਗੇ ਨਾਮ ਨਾਲ ਪ੍ਰਸਿੱਧ ਹੋ ਜਾਵੇ, ਜਾ ਬੁਹਤ ਲੋਕਾ ਤੇ ਹੁਕਮ ਚਲੇ । ਜਾ ਬਹੁਤ ਲੋਕਾ ਤੋਂ ਆਪਣੀ ਪੂਜਾ ਕਰਾਉਣ ਲੱਗ ਪਵੇ । ਪ੍ਰਭ ਦੀ ਕ੍ਰਿਪਾ ਦ੍ਰਿਸਟੀ ਤੋਂ ਬਿਨਾਂ ਸੰਸਾਰਕ ਹੈਸੀਅਤ ਦੀ ਦਰਗਾਹ ਵਿੱਚ ਕੋਈ ਕੀਮਤ ਨਹੀਂ ਪੈਂਦੀ । ਇਸ ਸੰਸਾਰਕ ਮਾਨ, ਸ਼ਾਨ ਦਾ ਵੀ ਅਸਲ ਵਿੱਚ ਕੋਈ ਲਾਭ ਨਹੀਂ ਹੁੰਦਾ ਹੈ । ਪ੍ਰਭ ਦੀ ਮਰਜ਼ੀ ਵਿੱਚ ਚੱਲਣ ਤੋਂ ਬਿਨਾਂ, ਪ੍ਰਭ ਦੀ ਕ੍ਰਿਪਾ ਦ੍ਰਿਸਟੀ ਨਹੀਂ ਹੁੰਦੀ । ਸਗੋਂ ਆਪਣੇ ਕੀਤੇ ਹੋਏ ਕੰਮਾਂ ਦਾ ਅਹੰਕਾਰ ਹੀ ਦਰਗਾਹ ਵਿੱਚ ਦੋਸ਼ੀ ਬਣਾਉਂਦਾ ਹੈ । ਉਸ ਨੂੰ ਨੀਚ ਜੂੰਨਾਂ ਵਿੱਚ ਬਾਰ ਬਾਰ ਜਾਣਾ ਪੈਂਦਾ ਹੈ । ਦਿਆਲੂ ਪ੍ਰਭ, ਅਗਿਅਨੀਆਂ ਨੂੰ ਵੀ ਚੰਗੇ ਗੁਣਾਂ ਨਾਲ ਭਰਪੂਰ ਕਰ ਦੇਂਦਾ, ਗੁਣਾਂ ਵਾਲੇ ਬਣਾ ਦੇਂਦਾ ਹੈ । ਜਿਹੜੇ ਅਹੰਕਾਰੇ ਜਾਂਦੇ ਹਨ, ਉਹਨਾਂ ਗੁਣਾਂ ਵਾਲਿਆਂ ਨੂੰ ਗੁਣਾਂ ਤੋਂ ਰਹਿਤ ਕਰ ਦੇਂਦਾ ਹੈ । ਅਜੇਹਾ ਕੋਈ ਨਹੀਂ ਲੱਭਦਾ ਜਿਹੜਾ ਪ੍ਰਭ ਤੇ ਕੋਈ ਗੁਣ ਕਰ ਸਕੇ ! ਇਤਨਾ ਦਿਆਲੂ ਹੋਵੇ ਕਿ ਹਰ ਜੀਵ ਤੇ ਇਤਨੇ ਗੁਣ ਕਰ ਸਕੇ ।

Whosoever may have a long life, may become popular and recognized everywhere and many may agree with, follow and worships him and even may rule the world; his worldly status may not help him in His court. Without adopting His Word with steady and stable belief in day to day life, his soul may remain in miseries and cycle of birth and death. Without His mercy and grace, worldly status may not benefit him in his purpose of human life, rather he may be overwhelmed with the false pride and ego that may make him in His court. He may be pushed deep into the cycle of birth and death. The merciful True Master may even bless the ignorant with great virtues. He may even render wise, knowledgeable human, virtue less, worthless. No one may ever born with such a greatness, who may do any favor to God or may help any other human equal to His blessings.

2. Guru Nanak Dev Ji – Page 12

ਜੈ ਘਰਿ ਕੀਰਤਿ ਆਖੀਐ — jai ghar keerat aakhee-ai
ਕਰਤੇ ਕਾ ਹੋਇ ਬੀਚਾਰੋ॥ — kartay kaa ho-ay beechaaro.
ਤਿਤੁ ਘਰਿ ਗਾਵਹੁ ਸੋਹਿਲਾ — tit ghar gaavhu sohilaa
ਸਿਵਰਿਹੁ ਸਿਰਜਣਹਾਰੋ॥੧॥ — sivrihu sirjanhaaro. ||1||

ਜਿਸ ਘਰ ਵਿੱਚ ਪ੍ਰਭ ਦਾ ਕੀਰਤਨ, ਸਿਮਰਨ ਹੁੰਦਾ ਹੈ, ਉਸ ਦੀ ਹੋਂਦ ਦਾ ਵਿਚਾਰ ਹੁੰਦਾ ਹੈ । ਉਸ ਘਰ ਵਿੱਚ ਹਮੇਸ਼ਾ ਹੀ ਪ੍ਰਭ ਦੀ ਰਹਿਮਤ ਦਾ ਧੰਨਵਾਦ ਹੀ ਕੀਤਾ ਜਾਂਦਾ ਹੈ ।

In any heart, home, someone may think about, obey or sing the glory of His Word and remains humble and gratitude for His blessings that place, home, body may become His throne.

3. Guru Nanak Dev Ji – Page 12

ਤੁਮ ਗਾਵਹੁ ਮੇਰੇ — tum gaavhu mayray
ਨਿਰਭਉ ਕਾ ਸੋਹਿਲਾ ॥ — nirbha-o kaa sohilaa.
ਹਉ ਵਾਰੀ ਜਿਤੁ ਸੋਹਿਲੈ — ha-o vaaree jit sohilai
ਸਦਾ ਸੁਖੁ ਹੋਇ॥੧॥ ਰਹਾਉ॥ — sadaa sukh ho-ay. ||1|| rahaa-o.

ਮੇਰੇ ਪਿਆਰੇ ਮਿਤਰੋ ਤੁਸੀ ਵੀ ਉਸ ਸ੍ਰਿਸ਼ਟੀ ਨੂੰ ਸਾਜਨ ਵਾਲੇ ਦਾ ਸਿਮਰਨ ਕਰੋ! ਉਸ ਤੋਂ ਵਾਰੀ ਜਾਵਾ, ਕਰਬਾਨ ਜਾਵਾ! ਉਸ ਦੇ ਸਿਮਰਨ ਕਰਨ ਨਾਲ ਸਦਾ ਖੁਸ਼ੀ, ਖੇੜਾ ਵਰਤਦਾ ਹੈ ।

One should always sing the glory of The One and Only One Creator, Master of the universe. I remain fascinated from His greatness. By meditating and singing the glory of His Word, the peace, contentment and blossom overwhelmed within the heart of His true devotee.

4. Guru Nanak Dev Ji – Page 12

ਬਾਬਾ ਜੈ ਘਰਿ ਕਰਤੇ ਕੀਰਤਿ ਹੋਇ॥ — baabaa jai ghar kartay keerat ho-ay.
ਸੋ ਘਰੁ ਰਾਖੁ ਵਡਾਈ ਤੋਇ॥੧॥ ਰਹਾਉ॥ — so ghar raakh vadaa-ee to-ay. ||1||rahaa-o.

ਜਿਸ ਅਸਥਾਨ ਤੇ ਪ੍ਰਭ ਦਾ ਕੀਰਤਨ ਹੁੰਦਾ, ਜਿਹੜੀ ਆਤਮਾ ਅਟੱਲ ਸ੍ਰਿਜਨਹਾਰ ਦਾ ਜਸ ਸਿਮਰਨ ਕਰਦੀ ਹੈ । ਉਸ ਦੇ ਮਨ, ਹਿਰਦੇ ਵਿੱਚ ਪ੍ਰਭ ਦਾ ਖੇੜਾ ਆ ਜਾਂਦਾ, ਉਸ ਆਤਮਾ ਦੀ ਮਹਿਮਾਂ ਬੁਹਤ ਉੱਚੀ ਹੋ ਜਾਂਦੀ ਹੈ ।

Wherever any blessed soul may meditate and sing the glory of His Word, with His mercy and grace, contentment and blossom prevails in the heart of His true devotee. The state of mind of his soul becomes superb and transformed as temple, Holy shrine.

5. **Guru Nanak Dev Ji – Page 12**

ਨਿਤ ਨਿਤ ਜੀਅੜੇ ਸਮਾਲੀਅਨਿ	nit nit jee-arhay samaalee-an
ਦੇਖੈਗਾ ਦੇਵਣਹਾਰੁ॥	daykhaigaa dayvanhaar.
ਤੇਰੇ ਦਾਨੈ ਕੀਮਤਿ ਨਾ ਪਵੈ	tayray daanai keemat naa pavai
ਤਿਸੁ ਦਾਤੇ ਕਵਣੁ ਸੁਮਾਰੁ॥੨॥	tis daatay kavan sumaar. ‖2‖

ਪ੍ਰਭ ਆਪਣੀ ਸਾਜੀ ਹੋਈ ਸ੍ਰਿਸ਼ਟੀ ਦੀ ਹਰ ਵੇਲੇ ਹੀ ਦੇਖ ਭਾਲ (ਸੰਭਾਲਣਾ) ਕਰਦਾ ਹੈ । ਉਹ ਸਭ ਕੁਝ ਦੇਖਦਾ, ਜਾਣਦਾ ਹੈ । ਉਸ ਦੀਆਂ ਦਿੱਤੀਆਂ ਹੋਈਆਂ ਦਾਤਾਂ ਦੀ ਕੀਮਤ ਜਾਣੀ ਨਹੀਂ ਜਾ ਸਕਦੀ, ਅਣਮੋਲ ਹਨ । ਨਾ ਹੀ ਉਸ ਮਾਲਕ ਨੂੰ ਵੀ ਕਿਸੇ ਦੇ ਬਰਾਬਰ ਤੁਲਨਾ ਕੀਤੀ ਜਾ ਸਕਦੀ, ਪਰਖਿਆ ਹੀ ਜਾ ਸਕਦਾ ਹੈ ।

He provides nourishment, protection to His creation day and night. The Omniscient knows the condition and environment of His creation all time. No one may fully comprehend the true worth of His blessings. No one may ever be equal or comparable with His greatness.

6. **Guru Nanak Dev Ji – Page 12**

ਸੰਬਤਿ ਸਾਹਾ ਲਿਖਿਆ	sambat saahaa likhi-aa
ਮਿਲਿ ਕਰਿ ਪਾਵਹੁ ਤੇਲੁ॥	mil kar paavhu tayl.
ਦੇਹੁ ਸਜਣ ਅਸੀਸੜੀਆ	dayh sajan aseesrhee-aa
ਜਿਉ ਹੋਵੈ ਸਾਹਿਬ ਸਿਉ ਮੇਲੁ॥੩॥	ji-o hovai saahib si-o mayl. ‖3‖

ਮੌਤ ਦਾ ਸਮਾਂ ਅਟੱਲ ਹੈ, ਨਿਸ਼ਚਤ ਹੈ । ਇਹ ਸੋਗ ਦਾ ਸਮਾਂ ਨਹੀਂ ਸਗੋਂ ਪ੍ਰਭ ਨੂੰ ਮਿਲੱਣ ਦੀ ਘੜੀ ਹੈ । ਉਸ ਪ੍ਰਭ ਨੇ ਆਪਣੇ ਦਾਸ ਨੂੰ ਵਾਪਸ ਸੱਦ ਲਿਆ ਹੈ । ਸਾਰੇ ਮਿਲਕੇ ਇਸ ਸੱਦੇ ਲਈ ਪ੍ਰਭ ਦਾ ਧੰਨਵਾਦ ਕਰੋ! ਇਸ ਮੌਕੇ ਤੇ ਸਾਰੇ ਮਿੱਤਰ ਇੱਕਠੇ ਹੋ ਕੇ ਆਤਮਾ ਲਈ ਅਰਦਾਸ ਕਰੋ! ਕਿ ਉਸ ਦਾ ਅਸਲੀ ਮਾਲਕ ਨਾਲ ਸੰਜੋਗ ਹੋ ਜਾਵੇ ।

Time of death is fixed, unchangeable. The time of death is not a time for grievances for loss of loved one rather a time to be united with the Holy Spirit. God has called His servant after a successful journey to clear his account of the trust bestowed on his soul. Let us all pray and thank God for this invitation. All true friends should pray for His forgiveness to cover her shortcomings.

7. **Guru Nanak Dev Ji – Page 12**

ਬਾਬਾ ਜੈ ਘਰਿ ਕਰਤੇ ਕੀਰਤਿ ਹੋਇ॥	baabaa jai ghar kartay keerat ho-ay.
ਸੋ ਘਰੁ ਰਾਖੁ ਵਡਾਈ ਤੋਇ॥੧॥ ਰਹਾਉ॥	so ghar raakh vadaa-ee to-ay. ‖1‖rahaa-o.

ਜਿਸ ਅਸਥਾਨ ਤੇ ਪ੍ਰਭ ਦਾ ਕੀਰਤਨ ਹੁੰਦਾ, ਜਿਹੜੀ ਆਤਮਾ ਅਟੱਲ ਸ੍ਰਿਜਨਹਾਰ ਦਾ ਜਸ ਸਿਮਰਨ ਕਰਦੀ ਹੈ । ਉਸ ਦੇ ਮਨ, ਹਿਰਦੇ ਵਿੱਚ ਪ੍ਰਭ ਦਾ ਖੇੜਾ ਆ ਜਾਂਦਾ, ਉਸ ਆਤਮਾ ਦੀ ਮਹਿਮਾਂ ਬੁਹਤ ਉੱਚੀ ਹੋ ਜਾਂਦੀ ਹੈ ।

Wherever any blessed soul may meditate and sing the glory of His Word, with His mercy and grace, contentment and blossom prevails in the heart of His true devotee. The state of mind of his soul becomes superb and transformed as temple, Holy shrine.

8. Guru Amar Das Ji – Page 149

ਸਤਿਗੁਰੁ ਹੋਇ ਦਇਆਲੁ	satgur ho-ay da-i-aal
ਤ ਸਰਧਾ ਪੂਰੀਐ॥	ta sarDhaa pooree-ai.
ਸਤਿਗੁਰੁ ਹੋਇ ਦਇਆਲੁ	satgur ho-ay da-i-aal
ਨ ਕਬਹੂੰ ਝੂਰੀਐ॥	na kabahooN jhooree-ai.
ਸਤਿਗੁਰੁ ਹੋਇ ਦਇਆਲੁ	satgur ho-ay da-i-aal
ਤਾ ਦੁਖੁ ਨ ਜਾਣੀਐ॥	taa dukh na jaanee-ai.
ਸਤਿਗੁਰੁ ਹੋਇ ਦਇਆਲੁ	satgur ho-ay da-i-aal
ਤਾ ਹਰਿ ਰੰਗੁ ਮਾਣੀਐ॥	taa har rang maanee-ai.
ਸਤਿਗੁਰੁ ਹੋਇ ਦਇਆਲੁ	satgur ho-ay da-i-aal
ਤਾ ਜਮ ਕਾ ਡਰੁ ਕੇਹਾ॥	taa jam kaa dar kayhaa.
ਸਤਿਗੁਰੁ ਹੋਇ ਦਇਆਲੁ	satgur ho-ay da-i-aal
ਤਾ ਸਦ ਹੀ ਸੁਖੁ ਦੇਹਾ॥	taa sad hee sukh dayhaa.
ਸਤਿਗੁਰੁ ਹੋਇ ਦਇਆਲੁ	satgur ho-ay da-i-aal
ਤਾ ਨਵ ਨਿਧਿ ਪਾਈਐ॥	taa nav niDh paa-ee-ai.
ਸਤਿਗੁਰੁ ਹੋਇ ਦਇਆਲੁ	satgur ho-ay da-i-aal
ਤ ਸਚਿ ਸਮਾਈਐ॥੨੫॥	ta sach samaa-ee-ai. ||25||

ਅਗਰ ਪ੍ਰਭ ਕਿਸੇ ਮਾਨਸ ਤੇ ਤਰਸ, ਰਹਿਮਤ ਬਖਸ਼ਦਾ ਹੈ! ਉਸ ਦੇ ਮਨ ਦੀਆਂ ਮੁਰਾਦਾਂ ਪੂਰੀਆਂ ਹੋ ਜਾਂਦੀਆਂ ਹਨ । ਉਸ ਨੂੰ ਕਦੇ ਸੋਗ, ਮਨ ਵਿੱਚ ਕੋਈ ਚਿੰਤਾ, ਭਟਕਣ ਨਹੀਂ ਹੁੰਦੀ, ਰਹਿੰਦੀ । ਉਹ ਪ੍ਰਭ ਦੇ ਭਾਣੇ ਵਿੱਚ ਅਨੰਦ ਮਾਨਦਾ, ਖੇੜੇ ਵਿੱਚ ਵਸਦਾ ਹੈ । ਉਸ ਦੇ ਮਨ ਵਿੱਚ ਧੀਰਜ, ਸੰਤੋਖ ਵਸਦਾ ਹੈ, ਉਸ ਨੂੰ ਸ਼ਬਦ ਦੀ ਸੋਝੀ ਦੇ ਅਨੇਕ ਭੰਡਾਰ ਬਖਸ਼ਿਸ਼ ਹੋ ਜਾਂਦੇ ਹਨ, ਗਿਆਨ ਹੋ ਜਾਂਦਾ ਹੈ । ਤਾਂ ਹੀ ਮਾਨਸ ਪ੍ਰਭ ਦੇ ਸ਼ਬਦ ਦੀ ਸਮਾਧੀ ਵਿੱਚ ਅਲੋਪ ਹੋ ਜਾਂਦਾ ਹੈ । ਜਿਸ ਤੇ ਪ੍ਰਭ ਆਪ ਹੀ ਰਹਿਮਤ ਬਖਸ਼ਦਾ ਹੈ। ਉਸ ਨੂੰ ਮੌਤ ਦਾ ਡਰ ਕਿਵੇਂ ਹੋ ਸਕਦਾ ਹੈ?

Whosoever may be blessed with His mercy and grace, all his worldly desires may be eliminated from his mind and only desire to be accepted in His sanctuary overwhelmed within his mind. The mind becomes worry free and his soul becomes blemish free. He enjoys peace, contentment and harmony with the teachings of His Word in day to day life. He may be blessed with many treasures of enlightenment of the teachings of His Word. He may enter into deep meditation in the void of His Word and may immerse in The Holy Spirit. Who may be accepted in His sanctuary, how may he fear from death?

9. Guru Arjan Dev Ji – Page 50

ਸਭਨਾ ਸਾਹੁਰੈ ਵੰਞਣਾ,	sabhnaa saahurai vanj-naa
ਸਭਿ ਮੁਕਲਾਵਣਹਾਰ॥	sabh muklaavanhaar.
ਨਾਨਕ ਧੰਨੁ ਸੋਹਾਗਣੀ,	naanak Dhan sohaaganee
ਜਿਨ ਸਹ ਨਾਲਿ ਪਿਆਰੁ॥੪॥੨੩॥93॥	jin sah naal pi-aar. ||4||23||93||

ਜਿਹੜਾ ਵੀ ਸੰਸਾਰ ਵਿੱਚ ਜਨਮ ਲੈਂਦਾ ਹੈ, ਅੰਤ ਵਿੱਚ ਮਰ ਜਾਂਦਾ ਹੈ । ਪ੍ਰਭ ਦੇ ਦਰਬਾਰ ਵਿੱਚ ਆਪਣੇ ਕੀਤੇ ਦਾ ਲੇਖਾ ਦੇਣਾ ਪੈਂਦਾ ਹੈ । ਜਿਹੜੀ ਆਤਮਾ ਨੂੰ ਦਰਬਾਰ ਵਿੱਚ ਪ੍ਰਵਾਨਗੀ ਬਖਸ਼ਿਸ਼ ਹੋ ਜਾਂਦੀ ਹੈ, ਉਸ ਦਾ ਜੂੰਨਾਂ ਦਾ ਚੱਕਰ ਖਤਮ ਹੋ ਜਾਂਦਾ ਹੈ ।

The time of death is predetermined before birth of any creature of the universe. His soul had to endure the verdict of The True Master for all his deeds in the universe. Whosoever may be accepted in His court, his cycle of birth may be eliminated and blessed with a permanent resting place.

10. Guru Arjan Dev Ji – Page 293

ਸੰਤਸੰਗਿ ਅੰਤਰਿ, ਪ੍ਰਭੁ ਡੀਠਾ ॥	satsang antar parabh deethaa.
ਨਾਮੁ ਪ੍ਰਭੂ ਕਾ, ਲਾਗਾ ਮੀਠਾ ॥	naam parabhoo kaa laagaa meethaa.
ਸਗਲ ਸਮਿਗ੍ਰੀ, ਏਕਸੁ ਘਟ ਮਾਹਿ॥	sagal samagree aykas ghat maahi.
ਅਨਿਕ ਰੰਗ, ਨਾਨਾ ਦ੍ਰਿਸਟਾਹਿ॥	anik rang naanaa daristaahi.
ਨਉ ਨਿਧਿ ਅੰਮ੍ਰਿਤੁ, ਪ੍ਰਭ ਕਾ ਨਾਮੁ॥	na-o niDh amrit parabh kaa naam.
ਦੇਹੀ ਮਹਿ, ਇਸ ਕਾ ਬਿਸ੍ਰਾਮੁ॥	dayhee meh is kaa bisraam.
ਸੁੰਨ ਸਮਾਧਿ, ਅਨਹਤ ਤਹ ਨਾਦ॥	sunn samaaDh anhat tah naad.
ਕਹਨੁ ਨ ਜਾਈ, ਅਚਰਜ ਬਿਸਮਾ॥	kahan na jaa-ee achraj bismaad.
ਤਿਨਿ ਦੇਖਿਆ, ਜਿਸੁ ਆਪਿ ਦਿਖਾਏ॥	tin daykhi-aa jis aap dikhaa-ay.
ਨਾਨਕ ਤਿਸੁ ਜਨ, ਸੋਝੀ ਪਾਏ॥੧॥	naanak tis jan sojhee paa-ay. ||1||

ਜਿਹੜਾ ਸੰਤ ਸਰੂਪ ਜੀਵ ਦੀ ਸੰਗਤ ਕਰਦਾ ਹੈ! ਉਸ ਨੂੰ ਅਨੁਭਵ ਹੋ ਜਾਂਦਾ ਹੈ! ਕਿ ਪ੍ਰਭ ਆਪ ਹੀ ਹਿਰਦੇ ਵਿੱਚ ਸਮਾਧੀ ਲਾ ਕੇ ਬੈਠਾ ਹੈ, ਆਤਮਕ ਅਵਸਥਾ ਹੋਰ ਹੀ ਹੋ ਜਾਂਦੀ ਹੈ । ਉਸ ਨੂੰ ਸਿਮਰਨ ਦਾ ਵੱਖਰੇ ਕਿਸਮ ਦਾ ਅਨੰਦ ਆਉਂਦਾ ਹੈ । ਸ੍ਰਿਸ਼ਟੀ ਵਿੱਚ ਅਨੇਕਾਂ ਹੀ ਕਿਸਮਾਂ ਦੇ ਜੀਵ ਨਜ਼ਰ ਆਉਂਦੇ ਹਨ । ਜਦੋਂ ਸ਼ਬਦ ਵਿੱਚ ਲਿਵ ਲਗ ਜਾਂਦੀ ਹੈ, ਸਾਰਿਆਂ ਵਿੱਚ ਹੀ ਪ੍ਰਭ ਦੀ ਜੋਤ ਹੀ ਨਜ਼ਰ ਆਉਦੀ ਹੈ । ਪ੍ਰਭ ਦਾ ਸ਼ਬਦ ਇਤਨਾ ਅਣਮੋਲ ਹੈ ਕਿ ਸ਼ਬਦ ਦੀ ਪਾਲਣਾ ਵਿੱਚ ਹੀ ਸਾਰੀਆਂ ਕਰਾਮਾਤਾਂ, ਬਖਸ਼ਿਸ਼ਾਂ ਹਨ । ਇਹ ਮਾਨਸ ਸਰੀਰ ਹੀ ਪ੍ਰਭ ਦੇ ਅਰਾਮ ਕਰਨ ਵਾਲਾ ਆਸਣ ਹੈ, ਇਸ ਮਹਿਲ ਵਿੱਚ ਦਿਨ ਰਾਤ, ਹਰ ਵੇਲੇ ਹੀ ਸ਼ਬਦ ਦੀ ਧੁਨ, ਨਾਦ ਚਲਦਾ ਹੈ । ਪ੍ਰਭ ਦੀ ਰੁਹਾਨੀ ਅਵਸਥਾ ਦੀ ਪੂਰਨ ਵਿਆਖਿਆ ਨਹੀਂ ਕੀਤਾ ਜਾ ਸਕਦੀ । ਜਿਹੜੇ ਜੀਵ ਤੇ ਪ੍ਰਭ ਆਪ ਹੀ ਰਹਿਮਤ ਬਖਸ਼ਦਾ ਹੈ, ਉਸ ਨੂੰ ਆਪ ਹੀ ਇਹ ਸਭ ਕੁਝ ਦੀ ਸੋਝੀ ਬਖਸ਼ਦਾ ਹੈ ।

In the congregation of Holy saint, His true devotee, one may realize His existence overwhelmed in his heart. His state of mind may be transformed. He enjoys astonishing pleasures and blossom within his heart. He may visualize many kinds of creatures in the universe, and the same Holy spirit prevails in all creatures. His Word is beyond the comprehension of His creation that all blessings are embedded in the enlightenment of His Word and may be blessed by adopting His Word with steady and stable belief in day to day life. The Holy Spirt is embedded within the soul of each and every creature and dwells along with soul in his body. His body becomes His throne and the everlasting echo of His Word resonate within his body forever. The Holy spirit remains beyond the comprehension of His creation. With His mercy and grace, His nature may be revealed to His true devotee.

11. Guru Nanak Dev Ji – Page 12

ਵਿਸੁਏ ਚਸਿਆ ਘੜੀਆ ਪਹਰਾ	visu-ay chasi-aa gharhee-aa pahraa
ਥਿਤੀ ਵਾਰੀ ਮਾਹੁ ਹੋਆ॥	thitee vaaree maahu ho aa.
ਸੂਰਜੁ ਏਕੋ ਰੁਤਿ ਅਨੇਕ॥	sooraj ayko rut anayk.
ਨਾਨਕ ਕਰਤੇ ਕੇ ਕੇਤੇ ਵੇਸ॥੨॥੨॥	naanak kartay kay kaytay vays. ||2||2||

ਦਿਨ ਰਾਤ, ਮਹੀਨੇ, ਥਿਤੀ, ਵਾਰ, ਪਲ ਕੁਦਰਤ, ਰੱਬ ਦੇ ਹੀ ਰੂਪ ਅੰਗ, ਭਾਗ ਹਨ । ਜਿਵੇਂ ਇੱਕ ਸੂਰਜ ਹੈ, ਪਰ ਵੱਖਰੀਆਂ ਰੁਤਾਂ, ਮੌਸਮ ਹੁੰਦਾ ਹੈ । ਇਸਤਰ੍ਹਾਂ ਇਸ ਅਸਲੀ ਮਾਲਕ ਦੇ ਅਨੇਕਾਂ ਰੂਪ, ਰੰਗ ਹਨ । ਜਿਸਤਰ੍ਹਾਂ ਦੀ ਭਾਵਨਾ ਨਾਲ ਉਸ ਤੇ ਭਰੋਸਾ ਰੱਖ ਕੇ ਯਾਦ ਕਰੋ । ਉਸ ਹੀ ਰੂਪ ਵਿੱਚ ਆਪਣੀ ਇੱਛਾਂ ਨਾਲ ਪ੍ਰਗਟ ਹੋ ਜਾਂਦਾ ਹੈ ।

In the universe, all seasons, days, months, years are all plays of His nature. As there is only One Sun, but several seasons. Same way His virtues are unlimited. Whatsoever may be the thoughts in the mind of His true devotee who sings His glory, The True Master may appear within his heart with His mercy and grace. The True Master may enlighten his mind and bless him courage to overcome misery and blesses him patience to endure.

12. Kabeer Ji – Page 339

ਜਬ ਬੁਧਿ ਹੋਤੀ ਤਬ ਬਲੁ ਕੈਸਾ,	jab buDh hotee tab bal kaisaa
ਅਬ ਬੁਧਿ ਬਲੁ ਨ ਖਟਾਈ॥	ab buDh bal na khataa-ee.
ਕਹਿ ਕਬੀਰ ਬੁਧਿ ਹਰਿ ਲਈ,	kahi kabeer buDh har la-ee
ਮੇਰੀ ਬੁਧਿ ਬਦਲੀ ਸਿਧਿ ਪਾਈ॥ ੨॥੨੧॥੭੨॥	mayree buDh badlee siDh paa-ee. ||2||21||72||

ਜਦੋਂ ਜੀਵ ਨੂੰ ਸ਼ਬਦ ਦੀ ਸੋਝੀ ਬਖਸ਼ਿਸ਼ ਹੋ ਜਾਂਦੀ ਹੈ, ਤਾਂ ਉਹ ਆਪਣੀ ਤਾਕਤ ਦੇ ਜ਼ੋਰ ਨਾਲ ਕਿਸੇ ਤੇ ਦੁਬਾ ਨਹੀਂ ਪਾਉਂਦਾ । ਉਸ ਆਪਣਾ ਜੀਵਨ ਵੇਲੇ ਕੇਵਲ ਸ਼ਬਦ ਦੀ ਸੋਝੀ ਨਾਲ ਹੀ ਜੀਵਨ ਢਾਲਦਾ ਹੈ । ਜਦੋਂ ਇਸ ਸ਼ਬਦ ਦੀ ਸੋਝੀ ਦੀ ਡੋਰੀ ਪ੍ਰਭ ਦੇ ਹੱਥ ਚਲੇ ਜਾਂਦੀ ਹੈ । ਆਤਮਾ ਨੂੰ ਗਿਆਨ ਦੀ ਪਵਿੱਤ੍ਰਤਾ ਹਾਸਿਲ ਹੋ ਜਾਂਦੀ ਹੈ ।

Whosoever may be enlightened with the teachings of His Word, he remains awake and alert all the time. He may never enforce his view with his power, worldly status on others. He may adopt His Word in his day to day life and may inspires others by his way of life. With His mercy and grace, he may surrender himself at the service of His Word. His soul may be sanctified with the enlightenment of His Word.

13. Kabeer Ji – Page 343

ਚਉਦਸਿ ਚਉਦਹ ਲੋਕ ਮਝਾਰਿ॥	cha-udas cha-odah lok majhaar.
ਰੋਮ ਰੋਮ ਮਹਿ ਬਸਹਿ ਮੁਰਾਰਿ॥	rom rom meh baseh muraar.
ਸਤ ਸੰਤੋਖ ਕਾ ਧਰਹੁ ਧਿਆਨ॥	sat santokh kaa Dharahu Dhi-aan.
ਕਥਨੀ ਕਥੀਐ ਬ੍ਰਹਮ ਗਿਆਨ॥੧੫॥	kathnee kathee-ai barahm gi-aan. ||15||

ਚੋਦਵੇ ਚਾਨਣੀ ਦੀ ਰਾਤ! ਜੀਵ ਨੂੰ ਸੋਝੀ ਹੋ ਜਾਂਦੀ ਹੈ, ਪ੍ਰਭ ਚੋਦਾਂ ਸ੍ਰਿਸ਼ਟੀਆਂ ਵਿੱਚ ਵਸਦਾ ਹੈ! ਹਰਇੱਕ ਜੀਵ ਦੇ ਰੋਮ ਰੋਮ ਵਿੱਚ ਪ੍ਰਭ ਵਸਦਾ ਹੈ । ਜੀਵ ਆਪਣਾ ਧਿਆਨ ਸ਼ਬਦ ਦੀ ਬੰਦਗੀ ਵਿੱਚ ਅਤੇ ਪ੍ਰਭ ਦੇ ਬਖਸ਼ੇ ਤੇ ਸੰਤੋਖ ਰੱਖੋ । ਪ੍ਰਭ ਦੇ ਸ਼ਬਦ ਅਨੁਸਾਰ ਹੀ ਆਪਣੀ ਜੀਭ ਤੋਂ ਬੋਲ, ਉਸ ਦੇ ਸ਼ਬਦ ਦਾ ਸਿਮਰਨ ਕਰੋ ।

In fourteenth bright night of moon, His true devotee may be enlightened and realize that night moon brightens fourteen universes. God dwells in each and every body and embedded within each and every fiber of his body and soul. One should always concentrate on obeying His Word and be patience with His blessings. Always speaks according to His Word and meditates on His Word.

14. Guru Arjan Dev Ji – Page 370

ਸੁਨਹੁ ਲੋਕਾ ਮੈ ਪ੍ਰੇਮ ਰਸੁ ਪਾਇਆ॥	sunhu lokaa mai paraym ras paa-i-aa.
ਦੁਰਜਨ ਮਾਰੇ ਵੈਰੀ ਸੰਘਾਰੇ ਸਤਿਗੁਰਿ,	durjan maaray vairee sanghaaray satgur
ਮੋ ਕਉ ਹਰਿ ਨਾਮੁ ਦਿਵਾਇਆ॥ ੧॥ ਰਹਾਉ॥	mo ka-o har naam divaa-i-aa. ||1|| rahaa-o.

ਮੈਨੂੰ ਪ੍ਰਭ ਦੇ ਸ਼ਬਦ ਨਾਲ ਲਗਨ ਲਗ ਗਈ ਹੈ । ਸ਼ਬਦ ਰੂਪੀ ਅੰਮ੍ਰਿਤ ਦਾ ਰਸ ਅਨੁਭਵ ਕੀਤਾ ਹੈ । ਪ੍ਰਭ ਨੇ ਰਹਿਮਤ ਨਾਲੇ ਸ਼ਬਦ ਦੀ ਸੋਝੀ ਬਖਸ਼ੀ ਹੈ । ਹੁਣ ਮਨ ਵਿਚੋਂ ਬੁਰੇ ਖਿਆਲਾਂ ਦਾ ਨਾਸ਼ ਹੋ ਗਿਆ, ਸ੍ਰਿਸ਼ਟੀ ਵਿੱਚ ਕੋਈ ਦੁਸ਼ਮਣ ਨਜ਼ਰ ਨਹੀਂ ਆਉਂਦਾ ।

God has blessed me the devotion and dedication to meditate and adopt His Word. With His mercy and grace, I have realized the taste of priceless nectar of His Word and blessed with the enlightenment of His Word. All my evil thoughts have been vanished and I see no enemy in the universe.

15. Guru Arjan Dev Ji – Page 397

ਜਿਨ੍ਹਾ ਨ ਵਿਸਰੈ ਨਾਮੁ ਸੇ ਕਿਨੇਹਿਆ॥	jinHaa na visrai naam say kinayhi-aa.
ਭੇਦੁ ਨ ਜਾਣਹੁ ਮੂਲਿ ਸਾਂਈ ਜੇਹਿਆ॥੧॥	bhayd na jaanhu mool saaN-ee jayhiaa. ||1||

ਜਿਹੜੇ ਮਨ ਵਿਚੋਂ ਪ੍ਰਭ ਦਾ ਸ਼ਬਦ ਨਹੀਂ ਵਿਸਾਰਦੇ । ਉਹਨਾਂ ਜੀਵਾਂ ਦੀ ਅਵਸਥਾ ਕਿਸਤਰ੍ਹਾ ਦੀ ਹੁੰਦੀ ਹੈ? ਉਹਨਾਂ ਤੇ ਪ੍ਰਭ ਵਿੱਚ ਕੋਈ ਭੇਦ ਨਹੀਂ ਹੁੰਦਾ, ਉਹ ਪ੍ਰਭ ਦਾ ਰੂਪ ਹੀ ਬਣ ਜਾਂਦੇ ਹਨ ।

Whosoever may not forget the teachings of His Word from his in day to day life, what may be his state of mind? Human may not distinguish between blessed soul and God, The Holy spirit.

16. Guru Arjan Dev Ji – Page 459

ਹਰਿ ਕੇ ਦਾਸ ਜੀਵੇ	har kay daas jeevay
ਲਗਿ ਪ੍ਰਭ ਕੀ ਚਰਣੀ॥	lag parabh kee charnee.
ਕੰਠਿ ਲਗਾਇ ਲੀਏ	kanth lagaa-ay lee-ay
ਤਿਸੁ ਠਾਕੁਰ ਸਰਣੀ॥	tis thaakur sarnee.
ਬਲ ਬੁਧਿ ਗਿਆਨੁ ਧਿਆਨੁ ਅਪਣਾ,	bal buDh gi-aan Dhi-aan apnaa
ਆਪਿ ਨਾਮੁ ਜਪਾਇਆ॥	aap naam japaa-i-aa.
ਸਾਧਸੰਗਤਿ ਆਪਿ ਹੋਆ,	saaDhsangat aap ho-aa
ਆਪਿ ਜਗਤੁ ਤਰਾਇਆ॥	aap jagat taraa-i-aa.
ਰਾਖਿ ਲੀਏ ਰਖਣਹਾਰੈ	raakh lee-ay rakhanhaarai
ਸਦਾ ਨਿਰਮਲ ਕਰਣੀ॥	sadaa nirmal karnee.
ਨਾਨਕ ਨਰੱਕਿ ਨ ਜਾਹਿ ਕਬਹੂੰ,	naanak narak na jaahi kabahooN
ਹਰਿ ਸੰਤ ਹਰਿ ਕੀ ਸਰਣੀ॥੪॥੨॥੧੧॥	har sant har kee sarnee. ||4||2||11||

ਪ੍ਰਭ ਦੇ ਸ਼ਬਦ ਦੀ ਪਾਲਣਾ ਕਰਨ ਵਾਲੇ ਦਾਸ ਸ਼ਬਦ ਦੇ ਲੜ ਲਗੇ ਰਹਿੰਦੇ ਹਨ । ਪ੍ਰਭ ਆਪ ਹੀ ਸ਼ਰਣ ਵਿੱਚ ਆਏ ਨਿਮਾਣੇ ਦਾਸ ਤੇ ਰਹਿਮਤ, ਪਨਾਹ ਬਖਸ਼ਦਾ ਹੈ । ਪ੍ਰਭ ਆਪ ਹੀ ਉਹਨਾਂ ਨੂੰ ਸਮਰਥਾ, ਗਿਆਨ, ਸਿਆਣਪ, ਸ਼ਬਦ ਦੇ ਸਿਮਰਨ ਵਿੱਚ ਲਾਉਂਦਾ ਹੈ । ਆਪ ਹੀ ਸ਼ਬਦ ਦੇ ਗੁਣ ਗਾਉਣ ਦੀ ਪ੍ਰੇਰਨਾ ਕਰਦਾ ਹੈ । ਪ੍ਰਭ ਦਾ ਸ਼ਬਦ ਹੀ ਸਾਧ ਸੰਗਤ ਹੈ ਅਤੇ ਪ੍ਰਭ ਦਾ ਸ਼ਬਦ ਹੀ ਜੀਵ ਦੀ ਰੱਖਿਆ ਕਰਦਾ ਹੈ । ਪ੍ਰਭ ਆਪ ਹੀ ਸ਼ਬਦ ਹੈ, ਰੱਖਿਆ ਕਰਨ ਵਾਲਾ ਹੈ । ਪ੍ਰਭ ਉਹਨਾਂ ਦੀ ਰੱਖਿਆ ਕਰਦਾ ਹੈ, ਜਿਹਨਾਂ ਦੇ ਕੰਮ ਪਵਿੱਤਰ ਹੁੰਦੇ ਹਨ, ਮਨ ਵਿੱਚ ਕੋਈ ਖੋਟ ਨਹੀਂ ਹੁੰਦੀ । ਪ੍ਰਭ ਦੇ ਬੰਦਗੀ ਕਰਨ ਵਾਲੇ ਦਾਸ ਸਦਾ ਹੀ ਪ੍ਰਭ ਦੀ ਪਨਾਹ, ਰੱਖਿਆ ਵਿੱਚ ਵਸਦੇ ਹਨ । ਉਹ ਕਦੇ ਵੀ ਨਰਕਾਂ ਵਿੱਚ, ਜੂੰਨਾਂ ਦੇ ਚੱਕਰ ਵਿੱਚ ਨਹੀਂ ਜਾਂਦੇ ।

His true devotee always adopts the teachings of His Word. With His mercy and grace, His true devotee may be accepted under His protection. He may bless him with the enlightenment of His Word, patience and devotion to meditate. He inspires him to sing the glory of His Word and join the congregation of His Holy Saints. Adopting His Word in day to day life may become the protector of the creatures. God remains embedded within teachings of His Word. He Himself is the protector of His devotees. Whosoever may have selfless and non-malicious intentions and deeds, God becomes his protector. His true devotee always resides under His protection. He may never go into birth and death cycle.

17. Kabeer Ji – Page 484

ਜਉ ਤਨੁ ਚੀਰਹਿ ਅੰਗੁ ਨ ਮੋਰਉ॥	ja-o tan cheereh ang na mora-o.
ਪਿੰਡੁ ਪਰੈ ਤਉ ਪ੍ਰੀਤਿ ਨ ਤੋਰਉ॥੨॥	pind parai ta-o pareet na tora-o. ||2||

ਭਾਵੇਂ ਤੂੰ ਮੇਰੇ ਅੰਗ ਅੰਗ ਕੱਟ ਦੇਵੇ, ਤਾਂ ਵੀ ਮੈਂ ਆਪਣਾ ਅੰਗ ਤੇਰੇ ਤੋਂ ਪਾਸੇ ਨਹੀਂ ਕਰਾਗਾ । ਭਾਵੇਂ ਮੇਰਾ ਤਨ ਟੁੱਟ ਜਾਵੇ ਤਾਂ ਵੀ ਮੇਰੀ ਪ੍ਰੀਤ ਤੇਰੇ ਨਾਲ ਘੱਟ ਨਹੀਂ ਹੋਵੇਗੀ ।

Even my limbs may cut into pieces, I will never turn away from obeying Your Word. My body may be torn apart, however my devotion and dedication will never dimensions, decrease.

18. Kabeer Ji – Page 484

ਹਮ ਤੁਮ ਬੀਚੁ ਭਇਓ ਨਹੀ ਕੋਈ॥	ham tum beech bha-i-o nahee ko-ee.
ਤੁਮਹਿ ਸੁ ਕੰਤ ਨਾਰਿ ਹਮ ਸੋਈ॥ ੩॥	tumeh so kant naar ham so-ee. ||3||

ਤੇਰੇ ਅਤੇ ਮੇਰੇ ਵਿੱਚ ਕੋਈ ਵਿਚੋਲਾ ਨਹੀਂ ਹੈ । ਤੂੰ ਹੀ ਮੇਰਾ ਅਸਲੀ ਮਾਲਕ, ਮੈਂ ਤੇਰਾ ਨਿਮਾਣਾ, ਗੁਲਾਮ, ਦਾਸ ਹਾ ।

You are my only Master and I am Your humble salve, servant. And there is no middle person is between us.

19. Guru Arjan Dev Ji – Page 508

ਜੀਵਨ ਮੁਕਤ ਜਗਦੀਸ ਜਪਿ ਮਨ,	jeevan mukat jagdees jap man
ਧਾਰਿ ਰਿਦ ਪਰਤੀਤਿ॥	Dhaar rid parteet.
ਜੀਅ ਦਇਆ ਮਇਆ ਸਰਬਤ੍ਰ ਰਮਣੰ,	jee-a da-i-aa ma-i-aa sarbatar
ਪਰਮ ਹੰਸਹ ਰੀਤਿ॥੭॥	ramnaN param hansah reet. ||7||

ਅਗਰ ਜੀਵ ਆਪਣੇ ਮਨ ਵਿੱਚ ਪ੍ਰਭ ਦੇ ਸ਼ਬਦ ਤੇ, ਕੀਤੇ ਤੇ ਭਰੋਸਾ ਅਡੋਲ ਰੱਖੇ! ਸ਼ਬਦ ਦੀ ਪਾਲਣਾ ਵਿੱਚ ਮਸਤ, ਲੀਨ ਹੋ ਜਾਵੇ । ਉਹ ਮਾਨਸ ਜੀਵਨ ਵਿੱਚ ਹੀ ਅਮਰ ਅਵਸਥਾ, ਮੁਕਤ ਅਵਸਥਾ ਬਖਸ਼ਿਸ਼ ਹੋ ਸਕਦੀ ਹੈ । ਸ੍ਰਿਸ਼ਟੀ ਦੇ ਸਾਰੇ ਜੀਵਾਂ ਨਾਲ ਨਿਮ੍ਰਤਾ, ਤਰਸ ਵਾਲ, ਸਤਿਕਾਰ ਨਾਲ ਵਰਤਾਉ ਕਰੋ! ਮਨ ਵਿੱਚ ਯਾਦ ਰੱਖੋ! ਹਰਇੱਕ ਵਿੱਚ ਪ੍ਰਭ ਹੀ ਵਸਦਾ ਹੈ ਉਸ ਦੀ ਜੋਤ ਹੀ ਹੈ । ਇਸ ਇੱਕੋ ਇੱਕ ਵਿਧੀ ਨਾਲ ਆਤਮਾ ਵਿੱਚ ਸ਼ਬਦ ਜਾਗਰਤ ਹੋ ਸਕਦਾ ਹੈ ।

Whosoever may have a steady and stable belief on His blessings and adopts the teachings of His Word in day to day life. He may be accepted in His sanctuary and his soul may be blessed with immortal state of mind and salvation. One must treat each and every creature with respect and humility, the same Holy Spirt dwells within each and every creature. The is the only right path of enlightenment of His Word and acceptance in His sanctuary.

20. Guru Arjan Dev Ji – Page 529

ਜੋ ਜੋ ਕਹੈ ਸੋਈ ਭਲ ਮਾਨਉ,	jo jo kahai so-ee bhal maan-o
ਨਾਹਿ ਨ ਕਾ ਬੋਲ ਕਰਤ॥	naahi na kaa bol karat.
ਨਿਮਖ ਨ ਬਿਸਰਉ ਹੀਏ ਮੋਰੇ ਤੇ,	nimakh na bisara-o hee-ay moray tay
ਬਿਸਰਤ ਜਾਈ ਹਉ ਮਰਤ॥੧॥	bisrat jaa-ee ha-o marat. ||1||

ਬੰਦਗੀ ਕਰਨ ਵਾਲੇ ਸਦਾ ਹੀ ਪ੍ਰਭ ਦੇ ਸ਼ਬਦ ਨੂੰ ਅਟੱਲ ਮੰਨ ਕੇ ਸਵੀਕਾਰ ਕਰਦੇ ਹਨ । ਉਸ ਤੋਂ ਬਚਣ ਦੇ ਤਰੀਕੇ ਨਹੀਂ ਖੋਜਦੇ । ਉਹ ਸਵਾਸ ਸਵਾਸ ਸ਼ਬਦ ਨੂੰ ਮਨ ਵਿੱਚ ਜਾਗਰਤ ਅਤੇ ਸੁਚੇਤ ਰੱਖਦੇ ਹਨ । ਅਗਰ ਇੱਕ ਪਲ ਸ਼ਬਦ ਮਨ ਵਿਚੋਂ ਵਿਸਰ ਜਾਵੇਂ! ਆਪਣੇ ਆਪ ਨੂੰ ਮਰਿਆ ਦੇ ਸਮਾਨ ਸਮਝਦੇ ਹਨ ।

His true devotee always believes His Word is an ultimate command for His creation.
He may never search a way to avoid His Word. He keeps remain awake and alert with the enlightenment of His Word and endure His command with grace and patience and pray for His forgiveness. If his mind drift away from the teachings of His Word, he repents his life is not worth living, he has lost the purpose of life.

23. Guru Arjan Dev Ji – Page 530

ਕਰਮੁ ਧਰਮੁ ਕਿਛੁ ਉਪਜਿ ਨ ਆਇਓ,	karam Dharam kichh upaj na aa-i-o
ਨਹ ਉਪਜੀ ਨਿਰਮਲ ਕਰਣੀ॥	nah upjee nirmal karnee.
ਛਾਡਿ ਸਿਆਨਪ ਸੰਜਮ,	chhaad si-aanap sanjam
ਨਾਨਕ ਲਾਗੋ ਗੁਰ ਕੀ ਚਰਣੀ॥ ੨॥੯॥	naanak laago gur kee charnee. ‖2‖9‖

ਬੰਦਗੀ ਕਰਨ ਵਾਲੇ ਮਾਨਸ ਨੂੰ ਸੋਝੀ ਹੋ ਜਾਂਦੀ ਹੈ । ਕੇਵਲ ਚੰਗੇ ਕਰਮਾਂ, ਧਰਮ ਦੇ ਰੀਤੀ ਰੀਵਾਜ ਨਾਲ ਮਾਨਸ ਜਨਮ ਦੇ ਸਫਰ ਵਿੱਚ ਕੋਈ ਲਾਭ ਨਹੀਂ ਹੁੰਦਾ । ਕੇਵਲ ਆਪਣੀਆਂ ਚਲਾਕੀਆਂ, ਆਪਾ ਖਤਮ ਕਰਕੇ ਪ੍ਰਭ ਦੀ ਸ਼ਰਣ ਵਿੱਚ ਆਇਆ ਹੀ ਰਹਿਮਤ ਬਖਸ਼ਿਸ਼ ਹੋ ਸਕਦੀ ਹੈ ।

His true devotee may realize that only by good deeds and religious ritual have no use for human life journey. Abandoning evil thoughts, selfishness and surrendering his identity at the service of His Word may be the only right path of His blessings.

24. Guru Amar Das Ji – Page 591

ਗੁਰਮੁਖਿ ਸਦਾ ਦਰਿ ਸੋਹਣੇ,	gurmukh sadaa dar sohnay
ਗੁਰ ਕਾ ਸਬਦੁ ਕਮਾਹਿ॥	gur kaa sabad kamaahi.
ਅੰਤਰਿ ਸਾਂਤਿ ਸਦਾ ਸੁਖੁ,	antar saaNt sadaa sukh
ਦਰਿ ਸਚੈ ਸੋਭਾ ਪਾਹਿ॥	dar sachai sobhaa paahi.
ਨਾਨਕ ਗੁਰਮੁਖਿ ਹਰਿ ਨਾਮੁ ਪਾਇਆ,	naanak gurmukh har naam paa-i-aa
ਸਹਜੇ ਸਚਿ ਸਮਾਹਿ॥੨॥	sehjay sach samaahi. ‖2‖

ਗੁਰਮਖ ਪ੍ਰਭ ਦੇ ਦਰਬਾਰ ਵਿੱਚ ਸੋਭਦੇ ਹਨ, ਉਹ ਸਦਾ ਹੀ ਸ਼ਬਦ ਦੀ ਕਮਾਈ ਕਰਦੇ ਹਨ । ਉਹਨਾਂ ਦੇ ਅੰਦਰ ਸ਼ਾਂਤੀ, ਸੰਤੋਖ ਰਹਿੰਦਾ ਹੈ । ਮੌਤ ਪਿਛੋਂ ਪ੍ਰਭ ਦੇ ਦਰਬਾਰ ਵਿੱਚ ਪ੍ਰਵਾਨਗੀ ਬਖਸ਼ਿਸ਼ ਹੋ ਸਕਦੀ ਹੈ, ਸੋਭਾ ਮਿਲਦੀ ਹੈ । ਗੁਰਮਖ ਪ੍ਰਭ ਦੇ ਸ਼ਬਦ ਦੀ ਪਾਲਣਾ, ਸਿਮਰਨ ਕਰਦੇ । ਸ਼ਬਦ ਦੀ ਸਮਾਧੀ ਵਿੱਚ ਲੀਨ ਹੋਏ, ਪ੍ਰਭ ਦੇ ਦਰਬਾਰ ਵਿੱਚ ਪ੍ਰਵਾਨ ਹੋ ਜਾਂਦੇ ਹਨ ।

His true devotee, earns the wealth of His Word and may be honored in His court. He remains calm and contented. He may be blessed with acceptance in His court after death. His true devotee meditates and sings the glory of His Word and he may be accepted in His court.

25. Ravi Das Ji – Page 658

ਜਉ ਹਮ ਬਾਂਧੇ ਮੋਹ ਫਾਸ,	ja-o ham baaNDhay moh faas
ਹਮ ਪ੍ਰੇਮ ਬਧਨਿ ਤੁਮ ਬਾਧੇ॥	ham paraym baDhan tum baaDhay.
ਅਪਨੇ ਛੂਟਨ ਕੋ ਜਤਨੁ ਕਰਹੁ,	apnay chhootan ko jatan karahu
ਹਮ ਛੂਟੇ ਤੁਮ ਆਰਾਧੇ॥੧॥	ham chhootay tum aaraaDhay. ‖1‖

ਜਿਵੇਂ ਸੰਸਾਰਕ ਮੋਹ ਜੀਵ ਨੂੰ ਬੰਧ ਲੈਂਦਾ ਹੈ । ਇਸਤਰ੍ਹਾਂ ਹੀ ਤੂੰ ਦਾਸਾਂ ਦੀ ਪ੍ਰੀਤ, ਲਗਨ ਵਿੱਚ ਬੰਧਾ ਹੋਇਆ ਹੈ । ਪ੍ਰਭ ਆਪਣੇ ਆਪ ਨੂੰ ਦਾਸਾਂ ਦੇ ਪਿਆਰ ਦੇ ਬੰਧਨ ਵਿਚੋਂ ਛੁਟਣ ਦਾ ਯਤਨ ਕਰ ਲਵੋ । ਦਾਸਾਂ ਨੇ ਤਾਂ ਤੇਰੀ ਪ੍ਰੀਤ ਦੇ ਬੰਧਨ ਨਾਲ, ਸੰਸਾਰਕ ਇੱਛਾਂ ਤੋਂ ਛੁਟਕਾਰਾ ਪਾਇਆ ਹੈ ।

As worldly creatures are trapped into worldly desires. Same way God remains bonded to the devotion dedication of His true devotee. Devotee joke with God, I have conquered worldly desires with my devotion to Your Word with Your mercy and grace. How may You shake the bonds of love, dedication and devotion of Your True devotee, salve?

26. Kabeer Ji – Page 524

ਜਬ ਲਗੁ ਤਾਗਾ ਬਾਹਉ ਬੇਹੀ॥	jab lag taagaa baaha-o bayhee.
ਤਬ ਲਗੁ ਬਿਸਰੈ ਰਾਮੁ ਸਨੇਹੀ॥੨॥	tab lag bisrai raam sanayhee. ||2||

ਕਬੀਰ ਕਹਿੰਦਾ ਹੈ ! ਜਦੋਂ ਮੈਂ ਸੂਈ ਵਿੱਚ ਧਾਗਾ ਪਾਉਂਦਾ ਹੈ, ਤਾਂ ਧਿਆਨ ਪ੍ਰਭ ਵਾਲੇ ਪਾਸੇ ਰੁਕ ਕੇ ਸੂਈ ਵੱਲ ਜਾਂਦਾ ਹੈ । ਇਸਤਰ੍ਹਾਂ ਜਦੋਂ ਜੀਵ ਦਾ ਮਨ ਸੰਸਾਰਕ ਇੱਛਾਂ ਦੀ ਪ੍ਰਾਪਤੀ ਵਿੱਚ ਜਾਂਦਾ ਹੈ । ਉਸ ਦਾ ਧਿਆਨ ਉਸ ਪਲ ਪ੍ਰਭ ਦੇ ਸ਼ਬਦ ਵਿੱਚ ਨਹੀਂ ਰਹਿੰਦਾ ।

Kabir! When I thread my needle, my focus shifts from meditation to threading needle. Same way when mind thinks about worldly desires! His mind shifts his attention from His Word and thinks about worldly affairs.

27. Guru Arjan Dev Ji – Page 724

ਜਿਨਿ ਉਪਾਈ ਮੇਦਨੀ, ਸੋਈ ਕਰਦਾ ਸਾਰ॥	jin upaa-ee maydnee so-ee kardaa saar.
ਘਟਿ ਘਟਿ ਮਾਲਕੁ ਦਿਲਾ ਕਾ,	ghat ghat maalak dilaa kaa
ਸਚਾ ਪਰਵਦਗਾਰੁ॥੨॥	sachaa parvardagaar. ||2||

ਜਿਹੜੀ ਵੀ ਕੋਈ ਮੁਸ਼ਕਲ ਸੰਸਾਰਕ ਜੀਵਨ ਵਿੱਚ ਆਉਂਦੀ ਹੈ । ਸ੍ਰਿਸ਼ਟੀ ਨੂੰ ਪੈਦਾ ਕਰਨ ਵਾਲੇ ਦੇ ਹੁਕਮ ਨਾਲ ਹੀ ਆਉਂਦੀ ਹੈ । ਉਸ ਵਿਚੋਂ ਕੱਢਣ ਦੀ ਵਿਧੀ ਵੀ ਆਪ ਹੀ ਬਖਸ਼ਦਾ ਹੈ, ਜੀਵ ਨੂੰ ਰਸਤਾ ਦੇਂਦਾ ਹੈ । ਪ੍ਰਭ ਹਰਇੱਕ ਮਨ ਵਿੱਚ ਦਿਲ ਵਿੱਚ ਆਪ ਹੀ ਵਸਦਾ ਹੈ, ਅਨੰਦ ਬਖਸ਼ਦਾ ਹੈ ।

Whatsoever, misery, hardship may happen in the universe, all are by His command. He also provides an endurance to tolerate and to pass throw that situation. He remains merciful, carefree in each and every heart, without any effect.

28. Guru Nanak Dev Ji – Page

ਜਿਨਿ ਕੀਆ ਤਿਨਿ ਦੇਖਿਆ,	jin kee-aa tin daykhi-aa ki-aa
ਕਿਆ ਕਹੀਐ ਰੇ ਭਾਈ॥	kahee-ai ray bhaa-ee.
ਆਪੇ ਜਾਣੈ ਕਰੇ ਆਪਿ,	aapay jaanai karay aap
ਜਿਨਿ ਵਾੜੀ ਹੈ ਲਾਈ॥੧॥	jin vaarhee hai laa-ee. ||1||

ਪ੍ਰਭ ਦੀ ਕੁਦਰਤ ਬਾਬਤ ਇਹ ਕੀ ਕਹਿੰਆ ਜਾ ਸਕਦਾ ਹੈ ? ਪ੍ਰਭ ਨੇ ਸ੍ਰਿਸ਼ਟੀ ਸਾਜੀ ਹੈ ਅਤੇ ਆਪ ਹੀ ਸਭ ਕੁਝ ਦੇਖਦਾ ਹੈ, ਆਪ ਹੀ ਸ੍ਰਿਸਟੀ ਵੀ ਹੈ । ਉਸ ਨੂੰ ਸਾਰੀ ਜਾਣਕਾਰੀ ਹੈ, ਕੀ ਕਰਨਾ ਹੈ, ਉਹ ਕੁਝ ਹੀ ਕਰਦਾ ਹੈ ।

What may be explained about His creation? He has created the whole universe, He is the universe, He nourishes, watches, protect everyone. The One and Only One, Omniscient, True Master knows the true purpose of His creation.

29. Guru Arjan Dev Ji – Page 808

ਲਾਲ ਰੰਗੁ ਤਿਸ ਕਉ ਲਗਾ,	laal rang tis ka-o lagaa
ਜਿਸ ਕੇ ਵਡਭਾਗਾ॥	jis kay vadbhaagaa.
ਮੈਲਾ ਕਦੇ ਨ ਹੋਵਈ,	mailaa kaday na hova-ee
ਨਹ ਲਾਗੈ ਦਾਗਾ॥੧॥	nah laagai daagaa. ||1||

ਵੱਡੇ ਭਾਗਾਂ ਵਾਲੇ ਤੇ ਹੀ ਪ੍ਰਭ ਦੇ ਸ਼ਬਦ ਦੀ ਸੋਝੀ ਰੂਪੀ ਰੰਗ ਚੜ੍ਹਦਾ ਹੈ । ਉਹਨਾਂ ਦੇ ਮਨ ਵਿਚੋਂ ਪ੍ਰਭ ਦੇ ਸ਼ਬਦ ਦਾ ਰੰਗ ਕਦੇ ਫਿੱਕਾ ਨਹੀਂ ਪੈਂਦਾ । ਉਸ ਨੂੰ ਕੋਈ ਸੰਸਾਰਕ ਇੱਛਾਂ ਰੂਪੀ ਦਾਗ਼ ਨਹੀਂ ਲਗਦਾ ।

Only with great fortune his true devotee may be drenched with teachings of His Word, with Holy crimson nectar of His Word. The crimson color of His Word may never faint from his heart and his belief may never be slackened. His soul may never be blemished.

30. Guru Arjan Dev Ji – Page 883

ਆਵਤ ਹਰਖ ਨ ਜਾਵਤ ਦੂਖਾ,	aavat harakh na jaavat dookhaa
ਨਹ ਬਿਆਪੈ ਮਨ ਰੋਗਨੀ॥	nah bi-aapai man rognee.
ਸਦਾ ਅਨੰਦੁ ਗੁਰੁ ਪੂਰਾ ਪਾਇਆ,	sadaa anand gur pooraa paa-i-aa
ਤਉ ਉਤਰੀ ਸਗਲ ਬਿਓਗਨੀ॥੧॥	ta-o utree sagal bi-oganee. ||1||

ਜਿਹੜੇ ਦੁਖ ਸੁਖ ਵਿੱਚ ਨਿਰਾਲੇ ਰਹਿੰਦੇ, ਕੁਝ ਪ੍ਰਾਪਤ ਹੋਣ ਜਾ ਖੋਂਅ ਜਾਣ ਨਾਲ ਮਨ ਤੇ ਕੋਈ ਪ੍ਰਭਾਵ ਨਹੀਂ ਪੈਂਦਾ । ਉਹਨਾਂ ਦੇ ਮਨ ਨੂੰ ਕੋਈ ਸੰਸਾਰਕ ਇੱਛਾ ਦਾ ਦੁਖ ਵੀ ਨਹੀਂ ਲਗਦਾ । ਉਹਨਾਂ ਦੇ ਮਨ ਵਿੱਚ ਪ੍ਰਭ ਦਾ ਸ਼ਬਦ ਜਾਗਰਤ ਅਤੇ ਸੁਚੇਤ ਹੋ ਜਾਂਦਾ ਹੈ । ਉਹਨਾਂ ਦਾ ਪ੍ਰਭ ਨਾਲੋ ਵਿਛੋੜਾ ਦੂਰ ਹੋ ਜਾਂਦਾ, ਜੂੰਨਾਂ ਦਾ ਚੱਕਰ ਖਤਮ ਹੋ ਜਾਂਦਾ ਹੈ ।

Whosoever may remain unaffected by any worldly profit or lose, victory or defeat! Even worldly sorrows and pleasures may not affect his state of mind either. He remains enlightened, awake and alert and his separation from the Holy spirit may be eliminated.

31. Guru Amar Das Ji – Page 917

ਜੀਅਹੁ ਨਿਰਮਲ, ਬਾਹਰਹੁ ਨਿਰਮਲ॥	jee-ahu nirmal baahrahu nirmal.
ਬਾਹਰਹੁ ਤ ਨਿਰਮਲ, ਜੀਅਹੁ ਨਿਰਮਲ,	baahrahu ta nirmal jee-ahu nirmal
ਸਤਿਗੁਰ ਤੇ ਕਰਣੀ ਕਮਾਣੀ॥	satgur tay karnee kamaanee.
ਕੂੜ ਕੀ ਸੋਇ ਪਹੁਚੈ ਨਾਹੀ,	koorh kee so-ay pahuchai naahee
ਮਨਸਾ ਸਚਿ ਸਮਾਣੀ॥	mansaa sach samaanee.
ਜਨਮੁ ਰਤਨੁ ਜਿਨੀ ਖਟਿਆ,	janam ratan jinee khati-aa
ਭਲੇ ਸੇ ਵਣਜਾਰੇ॥	bhalay say vanjaaray.
ਕਹੈ ਨਾਨਕੁ ਜਿਨ ਮੰਨੁ ਨਿਰਮਲੁ,	kahai naanak jin man nirmal
ਸਦਾ ਰਹਹਿ ਗੁਰ ਨਾਲੇ॥੨੦॥	sadaa raheh gur naalay. ||20||

ਜਿਹੜੇ ਆਪਣੀ ਆਤਮਾ ਨੂੰ ਪਵਿੱਤਰ ਕਰ ਲੈਂਦੇ , ਉਹ ਦਿਖਾਵੇ ਲਈ ਵੀ ਸਾਫ, ਪਵਿੱਤਰ ਹੁੰਦੇ ਹਨ । ਉਹਨਾਂ ਦਾ ਮਨ ਪੰਜਾਂ ਇੰਦ੍ਰੀਆਂ ਦੇ ਕਾਬੂ ਵਿੱਚ ਨਹੀਂ ਰਹਿੰਦਾ । ਉਹ ਪ੍ਰਭ ਨੂੰ ਭਾਉਦੇ ਕੰਮ ਹੀ ਕਰਦੇ, ਉਸ ਦੀ ਰਜ਼ਾ ਵਿੱਚ ਹੀ ਰਹਿੰਦੇ ਹਨ । ਮਨ ਨੂੰ ਮੈਲੇ ਕਰਨ ਵਾਲੇ ਕੰਮਾਂ, ਸੋਚਾਂ ਦੀ ਸੋਝੀ ਉਹਨਾਂ ਤੀਕ ਪਹੁੰਚ ਨਹੀਂ ਸਕਦੀ । ਮਨ ਵਿੱਚ ਅਟੱਲ ਪ੍ਰਭ ਵਿੱਚ ਅਭੇਦ ਹੋਣ ਦੀ ਹੀ ਇੱਕੋ ਇੱਕ

ਇਛਾ ਲੱਗੀ ਰਹਿੰਦੀ ਹੈ । ਉਹਨਾਂ ਨੇ ਅਸਲੀ ਕੀਮਤੀ ਦਾਤ, ਮੁਕਤੀ ਮਾਨਸ ਜਨਮ ਵਿੱਚ ਪ੍ਰਾਪਤ ਕਰ ਲਈ ਹੈ । ਉਹ ਸ੍ਰਿਸ਼ਟੀ ਦੀ ਭਲਾਈ ਕਰਨ ਦੇ ਹੀ ਵਪਾਰੀ ਰਹਿੰਦੇ ਹਨ । ਜਿਹਨਾਂ ਨੇ ਆਪਣੇ ਮਨ ਨੂੰ ਸਾਫ ਕਰ ਲਿਆ ਹੈ । ਉਹ ਸਦਾ ਹੀ ਭਰੋਸਾ ਰੱਖਕੇ ਬੰਦਗੀ ਦੇ ਮਾਰਗ ਤੇ, ਦਰ ਤੇ ਖੜੇ ਰਹਿੰਦੇ ਹਨ ।

Whosoever may sanctify his soul, he becomes blemish free from inside and outside also. His mind remains beyond the reach of demons of worldly desires. His deeds are acceptable in His court and his mind remains beyond the reach of evil thoughts. The One and Only One dominating desire remains within his mind to be immersed in the Holy spirit. He may be blessed with the greatest gift of salvation. His mind is clean and with his belief stands in front of His door, waiting His call with patience.

32. Guru Amar Das Ji – Page 917

ਅਨਦੁ ਸੁਣਹੁ ਵਡਭਾਗੀਹੋ,	anad sunhu vadbhaageeho
ਸਗਲ ਮਨੋਰਥ ਪੂਰੇ॥	sagal manorath Pooray.
ਪਾਰਬ੍ਰਹਮੁ ਪ੍ਰਭੁ ਪਾਇਆ,	paarbarahm parabh paa-i-aa
ਉਤਰੇ ਸਗਲ ਵਿਸੂਰੇ॥	utray sagal visooray.
ਦੂਖ ਰੋਗ ਸੰਤਾਪ ਉਤਰੇ,	dookh rog santaap utray
ਸੁਣੀ ਸਚੀ ਬਾਣੀ॥	sunee sachee banee.
ਸੰਤ ਸਾਜਨ ਭਏ ਸਰਸੇ,	sant saajan bha-ay sarsay
ਪੂਰੇ ਗੁਰ ਤੇ ਜਾਣੀ॥	pooray gur tay jaanee.
ਸੁਣਤੇ ਪੁਨੀਤ, ਕਹਤੇ ਪਵਿਤੁ,	suntay puneet kahtay pavit
ਸਤਿਗੁਰੁ ਰਹਿਆ ਭਰਪੂਰੇ॥	satgur rahi-aa bharpooray.
ਬਨਵੰਤਿ ਨਾਨਕੁ ਗੁਰ ਚਰਣ ਲਾਗੇ,	Binvant naanak gur charan laagay
ਵਾਜੇ ਅਨਹਦ ਤੂਰੇ॥੪੦॥੧॥	vaajay anhad tooray. ||40||1||

ਜਿਹਨਾਂ ਦੇ ਹਿਰਦੇ ਵਿੱਚ ਉਸ ਅਟੱਲ ਪ੍ਰਭ ਦੀ ਬਾਣੀ ਦੀ ਧੁਨ ਚਲਦੀ ਹੈ । ਉਹਨਾਂ ਦੀਆਂ ਸਾਰੀਆਂ ਬੋਲੀਆਂ, ਅਨਬੋਲੀਆਂ ਮੁਰਾਦਾਂ ਪੂਰੀਆਂ ਹੋ ਜਾਂਦੀਆਂ ਹਨ । ਪ੍ਰਭ ਉਹਨਾਂ ਦੀਆਂ ਭੁੱਲਾ ਨੂੰ ਬਖਸ਼ ਦੇਂਦਾ ਹੈ, ਪ੍ਰਵਾਨ ਕਰ ਲੈਂਦਾ ਹੈ । ਜਿਹਨਾਂ ਜੀਵਾਂ ਨੇ ਉਸ ਅਟੱਲ ਪ੍ਰਭ ਦੀ ਬਾਣੀ ਹਿਰਦੇ ਵਿੱਚ ਸਮਾ ਲਈ ਹੈ । ਉਹਨਾਂ ਦਾ ਸੰਸਾਰਕ ਦੁਖਾਂ ਤੋਂ ਛੁਟਕਾਰਾ ਹੋ ਜਾਂਦਾ ਹੈ । ਪ੍ਰਭ ਦੀ ਕ੍ਰਿਪਾ ਨਾਲ ਉਹਨਾਂ ਨੂੰ ਸੰਤ ਸਰੂਪ ਜੀਵਾਂ ਦਾ ਸਾਥ ਬਖਸ਼ਿਸ਼ ਹੋ ਜਾਂਦਾ ਹੈ । ਅਟੱਲ ਪ੍ਰਭ ਦੀ ਅਰਾਧਨਾ ਦਾ ਢੰਗ ਮਿਲ ਜਾਂਦਾ ਹੈ । ਓਹਨਾਂ ਨੂੰ ਕੇਵਲ ਅਟੱਲ ਦੀ ਧੁਨ ਹੀ ਸੁਣਦੀ ਹੈ, ਉਸ ਦੀ ਹੀ ਬਾਕੀ ਜੀਵਾਂ ਨੂੰ ਕਥਾ ਸੁਣਾਉਂਦੇ ਹਨ । ਉਹਨਾਂ ਦੇ ਸਵਾਸ ਸਵਾਸ ਵਿੱਚ ਪ੍ਰਭ ਦਾ ਸ਼ਬਦ ਰਚਿਆ ਰਹਿੰਦਾ ਹੈ । ਜਿਹੜੇ ਜੀਵ ਪ੍ਰਭ ਦੇ ਸ਼ਬਦ ਦੇ ਲੜ ਲੱਗੇ ਰਹਿੰਦੇ ਹਨ । ਉਹਨਾਂ ਦੇ ਮਨ ਵਿੱਚ ਹਮੇਸ਼ਾਂ ਹੀ ਖੇੜਾ ਰਹਿੰਦਾ ਹੈ । ਜਿਹੜੇ ਅਜੇਹੇ ਜੀਵ ਨੂੰ ਆਪਣੇ ਜੀਵਨ ਦਾ ਅਧਾਰ ਬਣਾ ਲੈਂਦੇ ਹਨ, ਸ਼ਰਣ ਵਿੱਚ ਪ੍ਰਵਾਨ ਹੋ ਜਾਂਦੇ ਹਨ । ਉਹ ਵੀ ਆਪਣਾ ਜਨਮ ਸਫਲ ਕਰਕੇ ਉਸ ਨੂੰ ਪ੍ਰਵਾਨ ਹੋ ਜਾਂਦੇ ਹਨ ।

One should listen to the Holy melodies the everlasting echo of His Word! Following His teachings all tasks of life, the purpose of his life may be concluded successfully. His sins may be forgiven and he may be accepted in His sanctuary. Whosoever may be drenched with the teachings of His Word, all his miseries and worries may be eliminated. With His mercy and grace, he may be blessed with the association of His true devotees and the technique of meditation may be enlightened within his mind. He only listens to the everlasting echo of His Word from with and only preaches the message of His Word. He remains drenched with the teachings of His Word with each and every breath and remains deep in meditation in the void of His Word. He remains overwhelmed with contentment and blossom. Whosoever may adopt the teaching of His devotee with that state of mind, he also may be accepted in His sanctuary. His human life journey may become success and may be blessed with salvation.

33. Guru Arjan Dev Ji – Page 883

ਤ੍ਰੈ ਗੁਣ ਰਹਤ ਰਹੈ ਨਿਰਾਰੀ,	tarai gun rahat rahai niraaree
ਸਾਧਿਕ ਸਿਧ ਨ ਜਾਨੈ॥	saaDhik siDh na jaanai.
ਰਤਨ ਕੋਠੜੀ ਅੰਮ੍ਰਿਤ ਸੰਪੂਰਨ,	ratan koth-rhee amrit sampooran
ਸਤਿਗੁਰ ਕੈ ਖਜਾਨੈ॥੧॥	satgur kai khajaanai. ‖1‖

ਉਸ ਆਤਮਾ ਨੂੰ ਸੰਸਾਰਕ ਮਾਇਆ ਦੇ ਤਿੰਨੇਂ ਗੁਣ ਹੀ ਕੋਈ ਪ੍ਰਭਾਵ ਨਹੀਂ ਪਾ ਸਕਦੇ, ਛੋਹ ਨਹੀਂ ਸਕਦੇ । ਸ਼ਬਦ ਦਾ ਖਜ਼ਾਨਾਂ ਅਮੋਲਕ ਰਤਨਾਂ, ਅੰਮ੍ਰਿਤ, ਸੋਝੀ ਨਾਲ ਭਰਿਆ ਹੋਇਆ ਹੈ । ਧਰਮਾਂ ਦੇ ਰੀਤੀ ਰੀਵਾਜ ਕਰਨ ਵਾਲੇ ਨੂੰ ਇਸ ਦੀ ਸੋਝੀ ਨਹੀਂ ਹੁੰਦੀ ।

Three worldly virtues, wealth may not have any effect on his state of mind. The treasure of His Word remains overwhelmed with priceless teachings of His Word. Whosoever may believe in religious rituals, he may not comprehend the teachings of His Word, he may not be blessed with enlightenment of His Word?

34. Guru Nanak Dev Ji – Page 941

ਗੁਰਮੁਖਿ ਸਾਚੇ ਕਾ ਭਉ ਪਾਵੈ॥	gurmukh saachay kaa bha-o paavai.
ਗੁਰਮੁਖਿ ਬਾਣੀ ਅਘੜੁ ਘੜਾਵੈ॥	gurmukh banee agharh gharhaavai.
ਗੁਰਮੁਖਿ ਨਿਰਮਲ ਹਰਿ ਗੁਣ ਗਾਵੈ॥	gurmukh nirmal har gun gaavai.
ਗੁਰਮੁਖਿ ਪਵਿਤ੍ਰੁ ਪਰਮ ਪਦੁ ਪਾਵੈ॥	gurmukh pavitar param pad paavai.
ਗੁਰਮੁਖਿ ਰੋਮਿ ਰੋਮਿ ਹਰਿ ਧਿਆਵੈ॥	gurmukh rom rom har Dhi-aavai.
ਨਾਨਕ ਗੁਰਮੁਖਿ ਸਾਚਿ ਸਮਾਵੈ॥੨੭॥	naanak gurmukh saach samaavai. ‖27‖

ਗੁਰਮਖ ਨੂੰ ਹਰ ਵੇਲੇ ਹੀ ਅਟੱਲ ਪ੍ਰਭ ਦੇ ਸ਼ਬਦ ਦਾ ਆਸਰਾ, ਪਿਆਰ ਹੁੰਦਾ ਹੈ । ਉਸ ਨੂੰ ਖੁਸ਼ ਕਰਨ ਦਾ ਫਿਕਰ ਲਗਾ ਰਹਿੰਦਾ ਹੈ । ਗੁਰਮਖ ਆਤਮਾ ਨੂੰ ਪਵਿੱਤਰ ਰੱਖਦਾ ਹੈ ਅਤੇ ਸ਼ਬਦ ਵਿੱਚ ਹੀ ਮਸਤ ਰਹਿੰਦਾ ਹੈ । ਇਸ ਨਾਲ ਹੀ ਪ੍ਰਭ ਦੇ ਦਰਬਾਰ ਵਿੱਚ ਥਾਂ ਹਾਸਿਲ ਕਰ ਲੈਂਦਾ ਹੈ । ਗੁਰਮਖ ਸਵਾਸ ਗਰਾਸ (ਰੋਮ ਰੋਮ) ਉਸ ਦੀ ਬੰਦਗੀ ਵਿੱਚ ਲੀਨ, ਮਸਤ ਰਹਿੰਦਾ ਹੈ। ਇਸ ਨਾਲ ਹੀ ਉਹ ਪ੍ਰਭ ਦੀ ਰਹਿਮਤ ਹਾਸਿਲ ਕਰ ਲੈਂਦਾ ਹੈ ।

True devotee always in every deed begs for His support. Always thinks about pleasing The True Master. He keeps his soul unblemished and meditates and sings His glory. His mind remains drenched with the teachings of His Word. He may be blessed with acceptance in His court, in His sanctuary.

35. Guru Nanak Dev Ji – Page 941

ਗੁਰਮੁਖਿ ਪਰਚੈ ਬੇਦ ਬੀਚਾਰੀ॥ gurmukh parchai bayd beechaaree.
ਗੁਰਮੁਖਿ ਪਰਚੈ ਤਰੀਐ ਤਾਰੀ॥ gurmukh parchai taree-ai taaree.
ਗੁਰਮੁਖਿ ਪਰਚੈ ਸੁ ਸਬਦਿ ਗਿਆਨੀ॥ gurmukh parchai so sabad gi-aanee.
ਗੁਰਮੁਖਿ ਪਰਚੈ ਅੰਤਰ ਬਿਧਿ ਜਾਨੀ॥ gurmukh parchai antar biDh jaanee.
ਗੁਰਮੁਖਿ ਪਾਈਐ ਅਲਖ ਅਪਾਰੁ॥ gurmukh paa-ee-ai alakh apaar.
ਨਾਨਕ ਗੁਰਮੁਖਿ ਮੁਕਤਿ ਦੁਆਰੁ॥੨੮॥ naanak gurmukh mukat du-aar. ||28||

ਗੁਰਮਖ ਧਾਰਮਕ ਲਿਖਤਾਂ (ਵੈਦਾਂ, ਗ੍ਰੰਥਾਂ, ਪੁਰਾਨ, ਕਰਾਨ, ਬਾਈਬਲ) ਨੂੰ ਸਮਝ ਲੈਂਦਾ ਹੈ । ਉਸ ਅਨੁਸਾਰ ਜੀਵਨ ਵਿੱਚ ਚੱਲਕੇ ਭਿਆਨਕ ਸਾਗਰ ਨੂੰ ਪਾਰ ਕਰ ਜਾਂਦਾ, ਜਨਮ ਮਰਨ ਤੋਂ ਰਹਿਤ ਹੋ ਜਾਂਦਾ ਹੈ । ਉਸ ਨੂੰ ਧਾਰਮਕ ਲਿਖਤਾਂ ਦਾ ਪੂਰਨ ਗਿਆਨ ਹੋ ਜਾਂਦਾ ਹੈ । ਉਹਨਾਂ ਨੂੰ ਅਪਣਾਉਣ ਦਾ ਢੰਗ ਮਿਲ ਜਾਂਦਾ ਹੈ । ਉਸ ਨੂੰ ਪ੍ਰਭ ਦੀ ਰਹਿਮਤ ਹਾਸਿਲ ਹੋ ਸਕਦੀ ਹੈ, ਉਹ ਮੁਕਤੀ ਦੇ ਰਸਤੇ ਤੇ ਚਲਦਾ ਹੈ ।

His true devotee understands and adopts the teachings in holy scripture in his day to day life. He may cross the terrible ocean of worldly desires and his cycle of birth and death may be eliminated with His grace and mercy. He understands completely these teachings and learns how to adopt in his life. With His mercy and grace, he may be blessed with salvation.

36. Guru Nanak Dev Ji – Page 952

ਸੋ ਉਦਾਸੀ ਜਿ ਪਾਲੇ ਉਦਾਸੁ॥ so udaasee je paalay udaas.
ਅਰਧ ਉਰਧ ਕਰੇ ਨਿਰੰਜਨ ਵਾਸੁ॥ araDh uraDh karay niranjan vaas.
ਚੰਦ ਸੂਰਜ ਕੀ ਪਾਏ ਗੰਢਿ ॥ chand sooraj kee paa-ay gandh.
ਤਿਸੁ ਉਦਾਸੀ ਕਾ ਪੜੈ ਨ ਕੰਧੁ ॥ tis udaasee kaa parhai na kanDh.
ਬੋਲੈ ਗੋਪੀ ਚੰਦੁ ਸਤਿ ਸਰੂਪੁ ॥ bolai gopee chand sat saroop.
ਪਰਮ ਤੰਤ ਮਹਿ ਰੇਖ ਨ ਰੂਪੁ ॥੪॥ param tant meh raykh na roop. ||4||

ਜਿਹੜਾ ਸੰਸਾਰਕ ਇੱਛਾਂ ਨੂੰ ਤਿਆਗ ਦੇਵੇ, ਹਰ ਥਾਂ ਤੇ ਪ੍ਰਭ ਨੂੰ ਵਾਪਰਦਾ ਜਾਣੇ, ਉਹ ਹੀ ਅਸਲੀ ਉਦਾਸੀ ਹੈ । ਉਹ ਦੁਖ ਸੁਖ ਜਾ ਸੂਰਜ ਦੀ ਗਰਮੀ, ਚੰਦ ਦੀ ਠੰਡ ਨੂੰ ਇੱਕ ਸਮਾਨ ਸਮਝਦੇ, ਅਨੰਦ ਮਾਣਦੇ ਹਨ । ਉਸ ਦਾ ਮਨ ਸੰਸਾਰਕ ਇੱਛਾਂ ਨਾਲ ਨਾਸ਼ ਨਹੀਂ ਹੁੰਦਾ, ਸ਼ਬਦ ਦੀ ਪਾਲਣਾ ਵਿੱਚ ਹੀ ਮਸਤ ਰਹਿੰਦਾ ਹੈ, ਉਹ ਅਕਾਰ ਤੋਂ ਰਹਿਤ ਪ੍ਰਭ ਵਿੱਚ ਹੀ ਅਭੇਦ ਹੋ ਜਾਂਦਾ ਹੈ ।

Whosoever may abandon his worldly desires and realizes His existence in each and every creature. He may not be affected by the pleasure and sorrow of the worldly life. Only he may be called His true devotee! His state of mind may not disturb with worldly desires and he remains in deep meditation. And may immerse in bodyless Holy spirit.

37. Guru Nanak Dev Ji – Page 952

ਸੋ ਪਾਖੰਡੀ ਜਿ ਕਾਇਆ ਪਖਾਲੇ॥ so paakhandee je kaa-i-aa pakhaalay.
ਕਾਇਆ ਕੀ ਅਗਨਿ ਬ੍ਰਹਮੁ ਪਰਜਾਲੇ॥ kaa-i-aa kee agan barahm parjaalay.
ਸੁਪਨੈ ਬਿੰਦੁ ਨ ਦੇਈ ਝਰਣਾ॥ supnai bind na day-ee jharnaa.
ਤਿਸੁ ਪਾਖੰਡੀ ਜਰਾ ਨ ਮਰਣਾ॥ tis paakhandee jaraa na marnaa.
ਬੋਲੈ ਚਰਪਟੁ ਸਤਿ ਸਰੂਪੁ ॥ bolai charpat sat saroop.
ਪਰਮ ਤੰਤ ਮਹਿ ਰੇਖ ਨ ਰੂਪੁ ॥੫॥ param tant meh raykh na roop. ||5||

ਉਹ ਹੀ ਪਾਖੰਡੀ ਹੈ ਜੋ ਆਪਣੇ ਤਨ ਦੀ ਮੈਲ ਨੂੰ ਧੋਦਾ ਹੈ ।– (ਪਾਖੰਡੀ– ਪਾਪਾਂ ਦਾ ਖੰਡਨ ਕਰਨ ਵਾਲਾ), ਆਪਣੇ ਮਨ ਦੀ ਅੱਗ ਨਾਲ ਪ੍ਰਭ ਦੀ ਜੋਤ ਅੰਦਰ ਜਾਗਰਤ ਕਰ ਲੈਂਦਾ ਹੈ । ਉਹ ਸੁਪਨੇ ਵਿੱਚ ਆਪਣਾ ਜੀਵਨ ਨਹੀਂ ਗਵਾਉਂਦਾ । ਇਸਤਰ੍ਹਾਂ ਦਾ ਪਾਖੰਡੀ ਕਦੇ ਬੁੱਢਾ ਨਹੀਂ ਹੁੰਦਾ, ਮਰਦਾ ਨਹੀਂ । ਉਹ ਹਰ ਵਾਲੇ ਉਸ ਦੇ ਸ਼ਬਦ ਦੀ ਪਾਲਣਾ ਕਰਦਾ, ਉਸ ਨਾਲ ਜੀਵਨ ਢਾਲਦਾ ਹੈ । ਉਹ ਸ਼ਬਦ ਵਿੱਚ ਹੀ ਲੀਨ ਰਹਿੰਦਾ ਹੈ, ਪ੍ਰਭ ਵਿੱਚ ਅਭੇਦ ਹੋ ਜਾਂਦਾ ਹੈ ।

Whosoever may sanctify his soul may be called His true devotee. With theintensity of his devotion, the burning fire of his dedication, he may enlighten His spirit within. He does not waste his human life opportunity in day dreaming. Devotee with that state of mind may never gets old or never dies. He always lives by His Word, while still meditating, his soul may immerse into The Holy Spirit.

38. Guru Amar Das Ji – Page 956

ਆਸਾ ਅੰਦਰਿ ਸਭੁ ਕੋ,	aasaa andar sabh ko
ਕੋਇ ਨਿਰਾਸਾ ਹੋਇ॥	ko-ay niraasaa ho-ay.
ਨਾਨਕ ਜੋ ਮਰਿ ਜੀਵਿਆ,	naanak jo mar jeevi-aa
ਸਹਿਲਾ ਆਇਆ ਸੋਇ॥੧॥	sahilaa aa-i-aa so-ay. ||1||

ਸਾਰੇ ਸੰਸਾਰਕ ਜੀਵ ਹੀ ਸੰਸਾਰਕ ਇੱਛਾਂ ਨਾਲ ਭਰੇ ਹਨ । ਕੋਈ ਵਿਰਲਾ ਹੀ ਇੱਛਾਂ ਤੋਂ ਰਹਿਤ ਰਹਿੰਦਾ ਹੈ । ਜਿਹੜੇ ਜੀਵ ਸੰਸਾਰ ਵਿੱਚ ਜਿਉਂਦੇ ਹੀ ਆਸਾਂ, ਇੱਛਾਂ ਤੋਂ ਰਹਿਤ ਹੋ ਜਾਂਦੇ ਹਨ । ਉਹਨਾਂ ਦਾ ਮਾਨਸ ਜਨਮ ਲੈਣਾ ਸਫਲ ਹੋ ਜਾਂਦਾ ਹੈ ।

All creatures are salve of worldly desires. Only very rare creature may rise above worldly desires. Whosoever may rise above these desires, while still alive, he may be honored in His court with salvation.

39. Guru Nanak Dev Ji – Page 990

ਬਸੁ ਜਲ ਨਿਤ ਨ ਵਸਤ ਅਲੀਅਲ,	bas jal nit na vasat alee-al
ਮੇਰ ਚਚਾ ਗੁਨ ਰੇ॥	mayr chachaa gun ray.
ਚੰਦ ਕੁਮੁਦਨੀ ਦੂਰਹੁ ਨਿਵਸਸਿ,	chand kumudanee Dhoorahu nivsas
ਅਨਭਉ ਕਾਰਨਿ ਰੇ॥੨॥	anbha-o kaaran ray. ||2||

ਜਿਵੇਂ ਕਮਲ ਦਾ ਫੁੱਲ ਹਮੇਸ਼ਾਂ ਪਾਣੀ ਵਿੱਚ ਹੀ ਰਹਿੰਦਾ ਹੈ । ਜਦੋਂ ਇਸ ਦਾ ਫੁੱਲ ਖਿੜਦਾ ਹੈ, ਦੂਰੋ ਹੀ ਚੰਦ ਦੀ ਰੋਸ਼ਨੀ ਮਹਿਸੂਸ ਕਰਦਾ ਹੈ । ਮੱਖੀ ਜਿਹੜੀ ਪਾਣੀ ਵਿੱਚ ਵਸਦੀ ਵੀ ਨਹੀਂ, ਫਿਰ ਵੀ ਕਮਲ ਦੇ ਫੁੱਲ ਦੀ ਖੁਸ਼ਬੂ ਤੇ ਮੋਹਿਤ ਹੋਈ ਰਹਿੰਦੀ ਹੈ ।

Lotus (Kamal) flower remains in water. When it blossoms, feels the light of moon. Although honey bee does not live in water, however she remains deeply intoxicated by its aroma.

40. Guru Ram Das Ji – Page 1069

ਜਿਨ ਕਉ ਆਦਿ ਮਿਲੀ ਵਡਿਆਈ॥	jin ka-o aad milee vadi-aa-ee.
ਸਤਿਗੁਰੁ ਮਨਿ ਵਸਿਆ ਲਿਵ ਲਾਈ॥	satgur man vasi-aa liv laa-ee.
ਆਪਿ ਮਿਲਿਆ ਜਗਜੀਵਨੁ ਦਾਤਾ,	aap mili-aa jagjeevan daataa
ਨਾਨਕ ਅੰਕਿ ਸਮਾਈ ਹੇ ॥੧੬॥੧॥	naanak ank samaa-ee hay. ||16||1||

ਜਿਸ ਜੀਵ ਤੇ ਜਨਮ ਤੋਂ ਪਹਿਲੇ ਹੀ ਪ੍ਰਭ ਦੀ ਰਹਿਮਤ ਹੁੰਦੀ ਹੈ, ਵੱਡੇ ਭਾਗ ਵਾਲੇ ਹੁੰਦੇ ਹਨ । ਉਸ ਦੇ ਮਨ ਵਿੱਚ ਹੀ ਸ਼ਬਦ ਵਸਦਾ, ਜਾਗਰਤ ਰਹਿੰਦਾ ਹੈ । ਸਵਾਸ ਦਾ ਮਾਲਕ ਆਪ ਹੀ ਉਸ ਦੇ ਅੰਦਰ ਪ੍ਰਗਟ ਹੋ ਜਾਂਦਾ ਹੈ । ਉਹ ਆਪਣੇ ਅੰਦਰ ਹੀ ਉਸ ਦੀ ਸਮਾਧੀ ਵਿੱਚ ਵਸਣ ਲਗ ਪੈਂਦਾ ਹੈ ।

Whosoever may have a great prewritten destiny, His Word remains enlightened within his heart. The True Master of breath appears in his heart and he lives within His Word.

41. Sadhana Ji – Page 858

ਏਕ ਬੂੰਦ ਜਲ ਕਾਰਨੇ,	ayk boond jal kaarnay
ਚਾਤ੍ਰਿਕੁ ਦੁਖੁ ਪਾਵੈ॥	chaatrik dukh paavai.
ਪ੍ਰਾਨ ਗਏ ਸਾਗਰੁ ਮਿਲੈ,	paraan ga-ay saagar milai
ਫੁਨਿ ਕਾਮਿ ਨ ਆਵੈ॥੨॥	fun kaam na aavai. ||2||

ਜਿਵੇਂ ਚਾਤ੍ਰਿਕ ਵਰਖਾ ਦੇ ਪਾਣੀ ਦੀ ਇੱਕ ਬੂੰਦ ਲਈ ਕਿਤਨੇ ਦੁਖ ਪਾਉਂਦਾ ਹੈ । ਅਗਰ ਉਸ ਦੇ ਸਵਾਸ ਖਤਮ ਹੋ ਜਾਣ ਤਾਂ ਫਿਰ ਉਸ ਨੂੰ ਸਾਗਰ ਵੀ ਮਿਲ ਜਾਵੇ । ਉਸ ਨੂੰ ਕੋਈ ਅਰਾਮ, ਅਨੰਦ ਨਹੀਂ ਮਿਲਦਾ ।

Babia suffers with patience for one drop of rain to fall in his mouth. If he dies thirsty, even blessings with ocean of water may not provide him any comfort.

42. Guru Arjan Dev Ji – Page 1204

ਦੇਖਿਓ ਦ੍ਰਿਸਟਿ ਸਰਬ ਮੰਗਲ ਰੂਪ,	daykhi-o darisat sarab mangal roop
ਉਲਟੀ ਸੰਤ ਕਰਾਏ॥	ultee sant karaa-ay.
ਪਾਇਓ ਲਾਲੁ ਅਮੋਲੁ ਨਾਮੁ,	paa-i-o laal amol naam
ਹਰਿ ਛੋਡਿ ਨ ਕਤਹੂ ਜਾਏ॥੩॥	har chhod na kathoo jaa-ay. ||3||

ਬੰਦਗੀ ਕਰਨ ਵਾਲੇ ਸੰਤ, ਆਪਣੀਆਂ ਮਨ ਦੀਆਂ ਅੱਖਾਂ ਨਾਲ ਹਰ ਥਾਂ ਤੇ ਪ੍ਰਭ ਦਾ ਰੁਹਾਨੀ ਖੇੜਾ ਦੇਖਦੇ ਹਨ । ਉਹਨਾਂ ਦਾ ਮਨ ਸੰਸਾਰਕ ਮੋਹ ਤੋਂ ਰਹਿਤ ਹੋ ਜਾਂਦਾ ਹੈ, ਕਿਸੇ ਸੰਸਾਰਕ ਘਟਨਾ ਦਾ ਕੋਈ ਪ੍ਰਭਾਵ ਨਹੀਂ ਹੁੰਦਾ । ਉਹ ਪ੍ਰਭ ਦਾ ਅਮੋਲਕ ਸ਼ਬਦ ਮਨ ਵਿੱਚ ਜਾਗਰਤ ਕਰ ਲੈਂਦੇ ਹਨ । ਜਿਹੜਾ ਉਹਨਾਂ ਦਾ ਕਦੇ ਸਾਥ ਨਹੀ ਛੱਡਦਾ, ਸਦਾ ਹੀ ਸਹਾਈ ਰਹਿੰਦਾ ਹੈ ।

His true devotee may realize His Word prevailing everywhere. He may rise above worldly attachments and remains un affected by worldly events. The enlightened His Word within always remains with him and support his soul.

43. Soor Das Ji - Guru Arjan Dev Ji – Page 1253

ਹਰਿ ਕੇ ਸੰਗ ਬਸੇ ਹਰਿ ਲੋਕ॥	har kay sang basay har lok.
ਤਨੁ ਮਨੁ ਅਰਪਿ ਸਰਬਸੁ ਸਭੁ ਅਰਪਿਓ,	tan man arap sarbas sabh arpi-o
ਅਨਦ ਸਹਜ ਧੁਨਿ ਝੋਕ॥੧॥ਰਹਾਉ॥	anad sahj Dhun jhok. ||1|| rahaa-o.

ਬੰਦਗੀ ਕਰਨ ਵਾਲੇ ਹਰ ਵੇਲੇ ਹੀ ਪ੍ਰਭ ਦੇ ਭਾਣੇ ਵਿੱਚ ਹੀ ਰਹਿੰਦੇ ਹਨ । ਆਪਣਾ ਮਨ ਤਨ ਉਸ ਦੇ ਲੇਖੇ ਵਿੱਚ ਹੀ ਲਾ ਦੇਂਦੇ, ਆਪਾ ਮਿਟਾ ਦੇਂਦੇ ਹਨ । ਉਸ ਦੇ ਸ਼ਬਦ ਦੇ ਨਸ਼ੇ ਵਿੱਚ ਮਸਤ ਰਹਿੰਦੇ ਹਨ ।

His true devotee always obeys His Word with steady and stable belief. He may surrender his mind, body and identity at the service of His Word. He remains intoxicated with the teachings of His Word.

44. Kabeer Ji – Page 1364

ਕਬੀਰ ਪਾਰਸ ਚੰਦਨੈ,	kabeer paaras chandnai
ਤਿਨ੍ ਹੈ ਏਕ ਸੁਗੰ ।	tinH hai ayk suganDh.
ਤਿਹ ਮਿਲਿ ਤੇਊ ਊਤਮ ਭਏ ,	tih mil tay-oo ootam bha-ay
ਲੋਹ ਕਾਠ ਨਿਰਗੰ॥ ੭੭॥	loh kaath nirganDh. ‖77‖
ਕਬੀਰ ਪਾਟਨ ਤੇ ਊਜਰੁ ਭਲਾ,	kabeer paatan tay oojar bhalaa
ਰਾਮ ਭਗਤ ਜਿਹ ਠਾਇ॥	raam bhagat jih thaa-ay.
ਰਾਮ ਸਨੇਹੀ ਬਾਹਰਾ,	raam sanayhee baahraa
ਜਮ ਪੁਰੁ ਮੇਰੇ ਭਾਂਇ॥੧੫੧॥	jam pur mayray bhaaN-ay. ‖151‖

ਬੰਦਗੀ ਕਰਨ ਵਾਲੇ ਨੂੰ ਜੰਗਲ ਦੀ ਉਜਾੜ, ਸ਼ਹਿਰ ਦੀ ਰੌਣਕ ਨਾਲੋ ਚੰਗੀ ਹੁੰਦੀ ਹੈ । ਬੰਦਗੀ ਤੋਂ ਬਿਨਾਂ ਸ਼ਹਿਰ ਦੀ ਰੌਣਕ ਸਮਸ਼ਾਨ ਦੀ ਸੁੰਨ ਵਰਗੀ ਹੁੰਦੀ ਹੈ । ਸੰਤ ਅਤੇ ਪ੍ਰਭ ਦੇ ਅਦੇਸ਼ ਵਿੱਚ ਕੋਈ ਭੇਦ ਨਹੀਂ ਹੁੰਦਾ । ਦੋਨੋਂ ਹੀ ਜੀਵ ਨੂੰ ਅਸਲੀ ਰਸਤੇ ਤੇ ਹੀ ਪਾਉਂਦੇ ਹਨ । ਪਾਪੀ ਜੀਵ ਵੀ ਤਰ ਜਾਂਦੇ ਹਨ, ਉਹ ਵੀ ਪੂਜਣ ਯੋਗ ਬਣ ਜਾਂਦੇ ਹਨ ।

His true devotee enjoys void and quietness forest even better than the glamor of city life.
Without meditation of His Word the hustle of world seems like a grave. There is absolutely no difference in teachings of a saint or the teachings of His Word. Both inspires and guides the devotee to the right path of salvation. Even the tyrant following his teachings may become worthy of worship.

45. Guru Angand Dev Ji – Page 1474

ਏਹ ਕਿਨੇਹੀ ਦਾਤਿ	ayh kinayhee daat
ਆਪਸ ਤੇ ਜੋ ਪਾਈਐ॥	aapas tay jo paa-ee-ai.
ਨਾਨਕ ਸਾ ਕਰਮਾਤਿ	naanak saa karmaat
ਸਾਹਿਬ ਤੁਠੈ ਜੋ ਮਿਲੈ॥੧॥	saahib tuthai jo milai. ‖1‖

ਜਿਹੜੀ ਦਾਤ ਆਪਣੀ ਸਿਆਣਪ, ਅਰਦਾਸ ਕਰਕੇ, ਮੰਗਕੇ ਪ੍ਰਾਪਤ ਕੀਤੀ ਜਾਵੇ, ਉਸ ਦੀ ਕੋਈ ਮਹੱਤਤਾ ਨਹੀਂ ਹੁੰਦੀ । ਜਿਹੜੀ ਦਾਤ ਪ੍ਰਭ ਬਿਨਾਂ ਮੰਗੀਆਂ ਆਪ ਖੁਸ਼ ਹੋ ਕੇ ਬਖਸ਼ੇ, ਉਹ ਹੀ ਅਸਲੀ ਦਾਤ ਹੁੰਦੀ ਹੈ ।

Gift, blessings obtained by own efforts or by begging, praying may not much significance. Whatsoever may be blessed with His Own mercy and grace, is the true and significant blessings and virtues.

Guru Arjan Dev Ji – Page 383

ਤੂੰ ਵਿਸਰਹਿ ਤਾਂ ਸਭੁ ਕੋ ਲਾਗੂ,	TooN visrahi taaN sabh ko laagoo
ਚੀਤਿ ਆਵਹਿ ਤਾਂ ਸੇਵਾ॥	cheet aavahi taaN sayvaa.
ਅਵਰੁ ਨ ਕੋਊ ਦੂਜਾ ਸੂਝੈ,	Avar na ko-oo doojaa soojhai
ਸਾਚੇ ਅਲਖ ਅਭੇਵਾ॥੧॥	saachay alakh abhayvaa. ‖1‖

ਪ੍ਰਭ, ਜਦੋਂ ਤੇਰਾ ਸ਼ਬਦ ਮਨ ਵਿਚੋਂ ਵਿਸਰ ਜਾਂਦਾ ਹੈ, ਤਾਂ ਸਾਰੀ ਸ੍ਰਿਸ਼ਟੀ ਹੀ ਮੇਰਾ ਬੁਰਾ ਕਰਨ ਵਾਲੀ ਮਹਿਸੂਸ ਹੁੰਦੀ ਹੈ । ਮਨ ਦੇ ਪੰਜੇਂ ਜਮਦੂਤ ਹੀ ਮੇਰੇ ਮਨ ਦੀਆਂ ਇੱਛਾਂ ਨੂੰ ਆਪਣੇ ਕਾਬੂ ਵਿੱਚ ਰੱਖਦੇ ਹਨ । ਜਦੋਂ ਤੇਰਾ ਸ਼ਬਦ ਮਨ ਵਿੱਚ ਵਸ ਜਾਂਦਾ ਹੈ, ਜਾਗਰਤ ਹੋ ਜਾਂਦਾ ਹੈ । ਇਹ ਪੰਜੇਂ ਇੱਛਾਂ ਦੇ ਜਮਦੂਤ ਮੇਰੇ ਗ਼ੁਲਾਮ ਬਣਕੇ ਮੇਰੀ ਸੇਵਾ ਕਰਦੇ ਹਨ । ਮੇਰੇ ਵੱਸ ਵਿੱਚ ਆ ਜਾਂਦੇ ਹਨ, ਮਨ ਤੇ ਜਿੱਤ ਬਖਸ਼ਿਸ਼ ਹੋ ਜਾਂਦੀ ਹੈ ।

Whenever I may forget the memory of Your separation, everyone reems like my enemy.The demons of worldly desires control and dominate my mind and all my activities. When I may meditate and enlightened with the teachings of Your Word, my mind conquers all five demons and these becomes my salve and helper. I conquer my own mind.

46. Guru Arjan Dev Ji – Page 1302

ਦੁਖੁ ਨਾਹੀ ਸਭੁ ਸੁਖੁ ਹੀ ਹੈ,	dukh naahee sabh sukh hee hai
ਰੇ ਏਕੈ ਏਕੀ ਨੇਤੈ॥	ray aykai aykee naytai.
ਬੁਰਾ ਨਹੀ ਸਭੁ ਭਲਾ ਹੀ ਹੈ,	buraa nahee sabh bhalaa hee hai
ਰੇ, ਹਾਰ ਨਹੀ ਸਭ ਜੇਤੈ॥੧॥	ray haar nahee sabh jaytai. ‖1‖

ਉਸ ਦੇ ਮਨ ਵਿੱਚ ਪ੍ਰਭ ਦੀ ਕਿਸੇ ਬਖਸ਼ਿਸ਼ ਤੇ ਕੋਈ ਹਿਰਖ, ਦੁਖ ਨਹੀਂ ਹੁੰਦਾ । ਉਹ ਪ੍ਰਭ ਦੇ ਬਖਸ਼ੇ ਨਾਲ ਸਦਾ ਹੀ ਖੇੜੇ ਵਿੱਚ ਵਸਦਾ ਹੈ । ਉਹ, ਪ੍ਰਭ ਨੂੰ ਮਨ ਦੀਆਂ ਅੱਖਾਂ ਨਾਲ ਵਾਪਰਦਾ ਦੇਖਦਾ ਹੈ । ਉਸ ਨੂੰ ਕੋਈ ਬੁਰਾ ਨਜ਼ਰ ਨਹੀਂ ਆਉਂਦਾ! ਸਭ ਭਲੇ, ਚੰਗੇ, ਬੰਦਗੀ ਕਰਨ ਵਾਲੇ ਹੀ ਮਹਿਸੂਸ ਹੁੰਦੇ ਹਨ । ਉਹ ਕਿਸੇ ਕੰਮ ਵਿੱਚ ਪ੍ਰਭ ਦੇ ਬਖਸ਼ੇ ਵਿੱਚ ਹਾਰ ਨਹੀਂ ਮਹਿਸੂਸ ਕਰਦਾ । ਸਦਾ ਪ੍ਰਭ ਦੀ ਜੈਕਾਰ, ਧੰਨਵਾਦ ਹੀ ਕਰਦਾ , ਜਿੱਤ ਹੀ ਸਮਝਦਾ ਹੈ ।

His true devotee always pleasures His blessings and never raise any grievances or feel misfortune. He always remains calm, contented and patience. He visualizes his blessings and nature prevailing with the eyes of his mind. No one seems to be evil to him and everyone seems like a true worshipper of His Word and believers. He never realizes any defeat in any task in the world. He always sings the glory, praises of The True Master and His Victory.

47. Guru Arjan Dev Ji – Page 1100

ਸਜਣ ਮੁਖੁ ਅਨੂਪੁ,	sajan mukh anoop
ਅਠੇ ਪਹਰ ਨਿਹਾਲਸਾ ॥	athay pahar nihaalsaa.
ਸੁਤੜੀ ਸੋ ਸਹੁ ਡਿਠੁ,	sut-rhee so saho dith
ਤੈ ਸੁਪਨੇ ਹਉ ਖੰਨੀਐ॥੨॥	tai supnay ha-o khannee-ai. ‖2‖

ਪ੍ਰਭ ਦੇ ਸ਼ਬਦ ਰੂਪੀ ਸੋਝੀ, ਨੂਰ ਦੀ ਕਿਸੇ ਹੋਰ ਨਾਲ ਤੁਲਨਾ ਨਹੀਂ ਕੀਤੀ ਜਾ ਸਕਦੀ । ਬੰਦਗੀ ਕਰਨ ਵਾਲੇ ਦੀਆਂ ਅੱਖਾਂ, 24 ਘੰਟੇ ਉਸ ਦੇ ਨੂਰ ਨੂੰ ਦੇਖ ਦੀਆਂ ਥਕਦੀਆਂ ਨਹੀਂ । ਉਹ ਜਿਸ ਸੁਪਨੇ ਵਿੱਚ ਵੀ ਪ੍ਰਭ ਨੂੰ ਦੇਖਦਾ, ਮਹਿਸੂਸ ਕਰਦਾ ਹੈ । ਉਸ ਤੋਂ ਹੈਰਾਨ ਰਹਿੰਦਾ ਹੈ, ਕੁਰਬਾਨ ਜਾਂਦਾ ਹੈ ।

The glory of His Word cannot be compared with any other worldly glory! The eyes of His true devotee may never feel tired witnessing His glory day and night. He always remains astonished by realizing His existence and His nature.

48. Kabeer Ji 1364

ਕਬੀਰ ਸਭ ਤੇ ਹਮ ਬੁਰੇ,	kabeer sabh tay ham buray
ਹਮ ਤਜਿ ਭਲੋ ਸਭੁ ਕੋਇ॥	ham taj bhalo sabh ko-ay.
ਜਿਨਿ ਐਸਾ ਕਰਿ ਬੂਝਿਆ,	jin aisaa kar boojhi-aa
ਮੀਤੁ ਹਮਾਰਾ ਸੋਇ॥੭॥	meet hamaaraa so-ay. ||7||

ਉਸ ਜੀਵ ਦੀ ਸੰਗਤ ਕਰੋ, ਸਾਥੀ ਬਣਾਵੋ! ਜਿਸ ਨੇ ਆਪਣੇ ਆਪ ਨੂੰ ਪਛਾਣ ਲਿਆ ਹੈ । ਉਹ ਆਪਣੇ ਵਿੱਚ ਕੋਈ ਗੁਣ ਨਹੀਂ ਸਮਝਦਾ । ਸਾਰੀ ਸ੍ਰਿਸ਼ਟੀ ਨੂੰ ਹੀ ਆਪਣੇ ਨਾਲੋ ਸਿਆਣੀ ਸਮਝਦਾ ਹੈ, ਆਪਣੀ ਅਕਲ ਦਾ ਅਹੰਕਾਰ ਨਹੀਂ ਕਰਦਾ ।

His true devotee considers himself the worse and unwise of all creatures. He does not feel as if he has any good virtue. Who realizes that facts of His nature, he will never boast about himself. Anyone with that state of mind becomes the friend of His true devotee.

49. Satta – Balwnd Ji – Page 966

ਚਾਰੇ ਜਾਗੇ ਚਹੁ ਜੁਗੀ,	chaaray jaagay chahu jugee
ਪੰਚਾਇਣੁ ਆਪੇ ਹੋਆ॥	panchaa-in aapay ho-aa.
ਆਪੀਨ੍ਹੈ ਆਪੁ ਸਾਜਿਓਨੁ,	aapeen Hai aap saaji-on
ਆਪੇ ਹੀ ਥੰਮ੍ਹਿ ਖਲੋਆ॥	aapay hee thamiH khalo-aa.
ਆਪੇ ਪਟੀ ਕਲਮ ਆਪਿ,	aapay patee kalam aap
ਆਪਿ ਲਿਖਣਹਾਰਾ ਹੋਆ॥	aap likhanhaaraa ho-aa.
ਸਭ ਉਮਤਿ ਆਵਣ ਜਾਵਣੀ,	sabh umat aavan jaavnee
ਆਪੇ ਹੀ ਨਵਾ ਨਿਰੋਆ॥	aapay hee navaa niro-aa.
ਤਖਤਿ ਬੈਠਾ ਅਰਜਨ ਗੁਰੂ,	takhat baithaa arjan guroo
ਸਤਿਗੁਰ ਕਾ ਖਿਵੈ ਚੰਦੋਆ॥	satgur kaa khivai chando-aa.
ਉਗਵਣਹੁ ਤੈ ਆਥਵਣਹੁ,	ugavnahu tai aathavnahu
ਚਹੁ ਚਕੀ ਕੀਅਨੁ ਲੋਆ॥	chahu chakee kee-an lo-aa.
ਜਿਨ੍ਹੀ ਗੁਰੂ ਨ ਸੇਵਿਓ,	jinHee guroo na sayvi-o
ਮਨਮੁਖਾ ਪਇਆ ਮੋਆ॥	manmukhaa pa-i-aa mo-aa.
ਦੂਣੀ ਚਉਣੀ ਕਰਾਮਾਤਿ,	doonee cha-unee karaamaat
ਸਚੇ ਕਾ ਸਚਾ ਢੋਆ॥	sachay kaa sachaa dho-aa.
ਚਾਰੇ ਜਾਗੇ ਚਹੁ ਜੁਗੀ,	chaaray jaagay chahu jugee
ਪੰਚਾਇਣੁ ਆਪੇ ਹੋਆ॥੮॥੧॥	panchaa-in aapay ho-aa. ||8||1||

ਰਾਮਦਾਸ ਜੀ ਨੇ ਸਾਰੇ ਸੰਸਾਰ ਵਿੱਚ ਸ਼ਬਦ ਨਾਲ ਜਾਗਰਤੀ, ਰੌਸ਼ਨੀ ਕਰ ਦਿੱਤੀ । ਪ੍ਰਭ ਨੇ ਆਪ ਹੀ ਇਸ ਸ਼ਬਦ ਦੀ ਪੰਜਵੀ ਪੀੜ੍ਹੀ ਚਲਾਈ । ਪੰਜਵੇਂ ਸੇਵਕ ਅਰਜਨ ਨੂੰ ਪੈਦਾ ਕੀਤਾ ਅਤੇ ਉਸ ਨੂੰ ਆਸਰੇ ਦਾ ਥੰਮ ਬਣਾਇਆ । ਆਪ ਹੀ ਕਾਗਦ, ਕਲਮ ਦਾ ਰੂਪ ਅਤੇ ਲਿਖਾਰੀ ਦਾ ਰੂਪ ਧਾਰਨ ਕੀਤਾ । ਤੇਰੇ ਸੇਵਕ ਸੰਸਾਰ ਵਿੱਚ ਆਉਂਦੇ ਹਨ ਅਤੇ ਤੇਰਾ ਦਿੱਤਾ ਸਮਾਂ ਪਾ ਕੇ ਚਲੇ ਜਾਂਦੇ ਹਨ । ਪਰ ਤੂੰ ਆਪ ਸਦਾ ਤਾਜ਼ਾ, ਨਵਾਂ ਰੂਪ ਧਾਰਨ ਕਰਦਾ ਹੈ । ਆਪ ਹੀ, ਪ੍ਰਭ ਦੇ ਸ਼ਬਦ ਦੀ ਪਾਲਣਾ ਦਾ ਤਾਜ ਅਰਜਨ ਨੂੰ ਸੌਂਪ ਦਿੱਤਾ । ਉਸ ਨੇ ਪੂਰਬ ਤੋਂ ਪੱਛਮ ਤੀਕ ਸ਼ਬਦ ਦੀ ਰੌਸ਼ਨੀ ਕਰ ਦਿੱਤੀ, ਪ੍ਰਚਾਰ ਕੀਤਾ । ਮਨਮਰਜ਼ੀ ਕਰਨ ਵਾਲੇ ਜੀਵ ਪ੍ਰਭ ਦੀ ਰਹਿਮਤ ਨਹੀਂ ਪਾਉਂਦੇ । ਉਹ ਸ਼ਰਮਿੰਦਗੀ ਹੀ ਪਾਉਂਦੇ ਹਨ, ਜੂੰਨਾਂ ਦੇ ਚੱਕਰ ਵਿੱਚ ਹੀ ਰਹਿੰਦੇ ਹਨ । ਪ੍ਰਭ ਤੇਰੀ ਰਹਿਮਤ ਦਿਨ ਰਾਤ ਵਧਦੀ ਜਾਂਦੀ ਹੈ, ਰਹਿਮਤ ਸਦਾ ਅਟੱਲ ਰਹਿਣ ਵਾਲੀ ਹੈ । ਚਾਰਾਂ ਸੇਵਕਾਂ, ਨਾਨਕ, ਲਹਿਣਾ, ਅਮਰਦਾਸ ਅਤੇ ਕਰਮੇ ਨੇ ਸੰਸਾਰ ਦੇ ਚਾਰੇ ਕੋਨਿਆਂ ਤੇ ਸ਼ਬਦ ਦੀ ਰੌਸ਼ਨੀ ਕਰ ਦਿੱਤੀ । ਪ੍ਰਭ ਨੇ ਆਪ ਹੀ ਪੰਜਵੇ ਸੇਵਕ ਦਾ ਜਾਮਾ ਪਾਇਆ ।

With His mercy and grace, His true devotee Ramdas sings His glory and spread the teachings of His Word. God has blessed Arjan with dedication and devotion to sing and to preach His Word. God Himself became a writer and composer in Arjan to compile the Holy scripture. Your blessed devotees come and go away from the universe only You alone stay fresh forever. You blessed Arjan with crown of enlightenment of Your Word to spread Your glory. He preached Your Word, in all four directions and all caste and creeds. Self-minded does not receive Your mercy and grace, they repent and regret only. Your glory blossoms day and night.

50. Kabeer Ji – Page 343

ਅੰਮਾਵਸ ਮਹਿ ਆਸ ਨਿਵਾਰਹੁ ॥	ammaavas meh aas nivaarahu.
ਅੰਤਰਜਾਮੀ ਰਾਮੁ ਸਮਾਰਹੁ ॥	antarjaamee raam samaarahu.
ਜੀਵਤ ਪਾਵਹੁ ਮੋਖ ਦੁਆਰ॥	jeevat paavhu mokh du-aar.
ਅਨਭਉ ਸਬਦੁ ਤਤੁ ਨਿਜੁ ਸਾਰ॥੧॥	anbha-o sabad tat nij saar. ||1||

ਚੰਦ੍ਰਮਾ ਦੀ ਪਹਿਲੀ ਰਾਤ ਨੂੰ ਜੀਵ ਦੇ ਮਨ ਵਿੱਚ ਆਸਾ ਆ ਜਾਂਦੀਆਂ ਹਨ । ਜੀਵ, ਅੰਤਰਜਾਮੀ ਪ੍ਰਭ ਦੀ ਯਾਦ ਵਿੱਚ ਪ੍ਰਭ ਦੇ ਸ਼ਬਦ ਦਾ ਸਿਮਰਨ ਕਰਦੇ ਹਨ । ਜੀਵ ਸ਼ਬਦ ਦੀ ਖੋਜ ਕਰਕੇ, ਸ਼ਬਦ ਦੀ ਸੋਝੀ ਪਾ ਲੈਂਦਾ ਹੈ । ਉਹ ਆਪਣੇ ਆਪ ਨੂੰ ਪਰਖਦਾ ਹੈ, ਉਸ ਦੀ ਹੌਂਦ ਮਹਿਸੂਸ ਕਰਦਾ ਹੈ! ਇਸ ਮਾਨਸ ਜੀਵਨ ਵਿੱਚ ਹੀ ਪ੍ਰਭ ਦੀ ਰਹਿਮਤ ਨਾਲ ਮੁਕਤੀ ਬਖਸ਼ਿਸ਼ ਹੋ ਜਾਂਦੀ ਹੈ ।

First night of moon, hopes are building within his mind. His true devotee meditates on the teaching of His Word, in the memory of The Omniscient true Master. By searching and adopting His Word, he may be enlightened from within. He tests his mind, his deeds with His Word and may realize His existence. In his human life, he may be blessed with His mercy and grace and salvation.

23 ਬੰਦਗੀ ਕਰਨ ਵਾਲੇ ਦੀ ਬੰਦਗੀ ਦੀ ਵਿਧੀ !
Meditation of a Devotee.

51. Guru Arjan Dev Ji – Page 517

ਅੰਤਰਿ ਗੁਰੁ ਆਰਾਧਣਾ	antar gur aaraaDh-naa
ਜਿਹਵਾ ਜਪਿ ਗੁਰ ਨਾਉ॥	jihvaa jap gur naa-o.
ਨੇਤ੍ਰੀ ਸਤਿਗੁਰੁ ਪੇਖਣਾ	naytree satgur paykh-naa
ਸ੍ਰਵਣੀ ਸੁਨਣਾ ਗੁਰ ਨਾਉ॥	sarvanee sunnaa gur naa-o.
ਸਤਿਗੁਰ ਸੇਤੀ ਰਤਿਆ	satgur saytee rati-aa
ਦਰਗਹ ਪਾਈਐ ਠਾਉ॥	dargeh paa-ee-ai thaa-o.
ਕਹੁ ਨਾਨਕ ਕਿਰਪਾ ਕਰੇ	kaho naanak kirpaa karay
ਜਿਸ ਨੋ ਏਹ ਵਥੁ ਦੇਇ॥	jis no ayh vath day-ay.
ਜਗ ਮਹਿ ਉਤਮ ਕਾਢੀਅਹਿ	jag meh utam kaadhee-ah
ਵਿਰਲੇ ਕੇਈ ਕੇਇ॥੧॥	virlay kay-ee kay-ay. ||1||

ਮਨ ਵਿੱਚ ਪ੍ਰਭ ਦੇ ਸ਼ਬਦ ਤੇ ਭਰੋਸਾ ਅਡੋਲ ਰੱਖੋ! ਸ਼ਬਦ ਦੀ ਪਾਲਣਾ ਕਰੋ! ਆਪਣੀ ਜੀਭ ਨਾਲ ਸ਼ਬਦ ਦੇ ਗੁਣ ਗਾਵੋ, ਅੱਖਾਂ ਨਾਲ ਕੁਦਰਤ ਦਾ ਨਜ਼ਾਰਾ ਦੇਖੋ, ਕੰਨਾਂ ਨਾਲ ਸ਼ਬਦ ਦਾ ਸਰਵਨ ਕਰੋ! ਇਸਤਰ੍ਹਾਂ ਪ੍ਰਭ ਦੇ ਸ਼ਬਦ ਵਿੱਚ ਮਸਤ ਮਨ, ਦਰਬਾਰ ਵਿੱਚ ਪ੍ਰਵਾਨ ਹੋ ਸਕਦਾ ਹੈ । ਇਹ ਲਗਨ ਉਸ ਨੂੰ ਬਖਸ਼ਿਸ਼ ਹੁੰਦੀ ਹੈ, ਜਿਸ ਤੇ ਪ੍ਰਭ ਆਪ ਹੀ ਰਹਿਮਤ ਬਖਸ਼ਦਾ ਹੈ । ਸੰਸਾਰ ਵਿੱਚ ਇਸਤਰ੍ਹਾਂ ਦੀ ਉਤਮ ਅਵਸਥਾ ਕੋਈ ਵਿਰਲਾ ਹੀ ਪਾਉਂਦਾ ਹੈ ।

Have an unshakeable belief on His Word and obeys His Word. With Your tongue sings His glory, with eyes witness e His creation, with ears hear the spiritual Word. Whosoever may adopt His Word in day to day life, he may be accepted in His court. Only with His blessings, His devotee may adopt His Word in his day to day life. Very rare human may be blessed with this state of mind.

52. Guru Arjan Dev Ji – Page 13

ਅੰਤਰਜਾਮੀ ਪੁਰਖ ਬਿਧਾਤੇ	antarjaamee purakh biDhaatay
ਸਰਧਾ ਮਨ ਕੀ ਪੂਰੇ॥	sarDhaa man kee pooray.
ਨਾਨਕ ਦਾਸੁ ਇਹੈ ਸੁਖੁ ਮਾਗੈ,	naanak daas ihai sukh maagai
ਮੋ ਕਉ ਕਰਿ ਸੰਤਨ ਕੀ ਧੂਰੇ॥੪॥੫॥	mo ka-o kar santan kee Dhooray. ||4||5||

ਅੰਤਰਜਾਮੀ ਪ੍ਰਭ ਸਾਰੀਆਂ ਇੱਛਾ ਨੂੰ ਆਪ ਜਾਣਦਾ ਹੈ, ਅਪਣੀ ਰਜ਼ਾ ਅਨੁਸਾਰ ਪੂਰੀਆਂ ਕਰਦਾ ਹੈ । ਜੀਵ ਹਮੇਸ਼ਾ ਹੀ ਇੱਕੋ ਇੱਕ ਅਰਦਾਸ ਕਰੋ! ਉਸ ਦੀ ਰਜ਼ਾ ਹੱਸ ਦੇ ਮੁੱਖ ਕਬੂਲ ਹੋਵੇ! ਤੂੰ ਸਦਾ ਹੀ ਸਿਮਰਨ ਵਿੱਚ ਲੀਨ, ਮਸਤ ਹੋ ਜਾਵੇ ।

The Omniscient, God knows all needs, desires of His creation. He only blesses whatsoever may be good for His creation. Always prays and begs for His mercy and grace! May He bless a dedication to His Word.

53. Guru Arjan Dev Ji – Page 99

ਰੇਨੁ ਸੰਤਨ ਕੀ ਮੇਰੈ ਮੁਖਿ ਲਾਗੀ ॥	rayn santan kee mayrai mukh laagee.
ਦੁਰਮਤਿ ਬਿਨਸੀ, ਕੁਬੁਧਿ ਅਭਾਗੀ ॥	durmat binsee kubuDh abhaagee.
ਸਚ ਘਰਿ ਬੈਸਿ ਰਹੇ ਗੁਣ ਗਾਏ,	sach ghar bais rahay gun gaa-ay
ਨਾਨਕ ਬਿਨਸੇ ਕੂਰਾ ਜੀਉ॥੪॥੧੧॥੧੮॥	naanak binsay kooraa jee-o. ‖4‖11‖18‖

ਜਦੋਂ ਮੈਂ ਸੰਤਾ ਦੇ ਚਰਨਾ ਦੀ ਧੂੜ ਆਪਣੇ ਮਸਤਕ ਤੇ ਲਾਈ ।(ਆਪਣਾ ਜੀਵਨ ਸੰਤਾ ਦੇ ਜੀਵਨ ਦੇ ਅਧਾਰ ਤੇ ਢਾਲਿਆ) ਮਨ ਦੇ ਬੁਰੇ ਖਿਆਲ, ਮੰਦੇ ਭਾਗ, ਝੂਠਾ ਘਮੰਡ ਨਾਸ਼ ਹੋ ਗਿਆ । ਮੈਂ ਆਪਣੇ ਘਰ ਅੰਦਰ ਹੀ ਖੋਜ ਕਰਦਾ, ਝਾਤੀ ਮਾਰਦਾ, ਸ਼ਬਦ ਦੇ ਗੁਣ ਗਾਉਂਦਾ ਹਾ । ਮਨ ਵਿਚੋਂ ਵਿਖਾਵਾ ਨਾਸ਼ ਹੋ ਗਿਆ, ਮਨ ਇੱਛਾਂ ਰਹਿਤ ਹੋ ਗਿਆ ਹੈ ।

When I adopted the teachings of His Holy saint in day to day life, all my evil thoughts, misfortune eliminated from my mind. I searched within and sings the glory of His Word. All my worldly desires for false honor disappeared and my mind has become desire free.

54. Guru Amar Das Ji – Page 121

ਮਨੂਆ ਨਾਚੈ ਭਗਤਿ ਦ੍ਰਿੜਾਏ॥	manoo-aa naachai bhagat drirh-aa-ay.
ਗੁਰ ਕੈ ਸਬਦਿ ਮਨੈ ਮਨੁ ਮਿਲਾਏ॥	gur kai sabad manai man milaa-ay.
ਸਚਾ ਤਾਲੁ ਪੂਰੇ ਮਾਇਆ ਮੋਹੁ ਚੁਕਾਏ,	sachaa taal pooray maa-i-aa moh chukaa-ay
ਸਬਦੇ ਨਿਰਤਿ ਕਰਾਵਣਿਆ॥੩॥	sabday nirat karaavani-aa. ‖3‖

ਜਿਹਨਾਂ ਦੇ ਮਨ ਵਿੱਚ ਪ੍ਰਭ ਦੇ ਸ਼ਬਦ ਦਾ ਨਾਚ ਆਉਂਦਾ ਹੈ । ਉਹ ਪ੍ਰਭ ਦੇ ਸ਼ਬਦ ਨਾਲ ਜੀਵਨ ਬਤੀਤ ਕਰਦਾ ਹੋਇਆ ਪ੍ਰਭ ਦੀ ਸ਼ਰਣ ਵਿੱਚ ਪ੍ਰਵਾਨ ਹੋ ਜਾਂਦਾ ਹੈ । ਜਿਸ ਦਾ ਮਨ ਪ੍ਰਭ ਦੇ ਵਿਛੋੜੇ ਦੇ ਵਿਰਾਗ ਵਿੱਚ ਅਡੋਲ ਹੋ ਜਾਂਦਾ ਹੈ, ਉਸ ਦੇ ਮਨ ਦਾ ਸੰਸਾਰਕ ਮਾਇਆ ਤੇ ਕਾਬੂ ਪੈ ਜਾਂਦਾ ਹੈ । ਮਨ ਤੇ ਮਾਇਆ ਦਾ ਪ੍ਰਭਾਵ ਖਤਮ ਹੋ ਜਾਂਦਾ, ਮਨ ਵਿੱਚ ਖੇੜਾ ਵਸ ਜਾਂਦਾ ਹੈ ।

Whosoever may be dancing by listening to His Word. He spends his life as per His Word and may be accepted under His protection. He remains in renunciation in the memory of his separation from Holy spirit! He may conquer his worldly desires and enjoys peace and harmony.

55. Guru Amar Das Ji – Page 121

ਜਿਸੁ ਅੰਤਰਿ ਪ੍ਰੀਤਿ ਲਗੈ ਸੋ ਮੁਕਤਾ॥	jis antar pareet lagai so muktaa.
ਇੰਦ੍ਰੀ ਵਸਿ ਸਚ ਸੰਜਮਿ ਜੁਗਤਾ॥	indree vas sach sanjam jugtaa.
ਗੁਰ ਕੈ ਸਬਦਿ ਸਦਾ ਹਰਿ ਧਿਆਏ,	gur kai sabad sadaa har Dhi-aa-ay
ਏਹਾ ਭਗਤਿ ਹਰਿ ਭਾਵਣਿਆ॥੭॥	ayhaa bhagat har bhaavni-aa. ‖7‖

ਜਿਸ ਦੇ ਅੰਦਰ ਪ੍ਰਭ ਦਾ ਸ਼ਬਦ ਘਰ ਕਰ ਜਾਂਦਾ, ਉਹ ਹੀ ਮੁਕਤੀ ਦੇ ਰਸਤੇ ਤੇ ਚਲਦਾ ਹੈ । ਆਪਣੇ ਮਨ ਦੀਆਂ ਇੱਛਾਂ ਤੇ ਕਾਬੂ ਪਾਉਣਾ ਹੀ ਇੱਕ ਵਿਧੀ, ਅਸਲੀ ਜੀਵਨ ਦਾ ਰਸਤਾ ਹੈ । ਪ੍ਰਭ ਦੇ ਸ਼ਬਦ ਦੀ ਪਾਲਣਾ ਕਰਨਾ ਹੀ ਇੱਕ ਸਿਮਰਨ ਹੈ, ਜਿਹੜਾ ਪ੍ਰਭ ਦੀ ਦਰਗਾਹ ਵਿੱਚ ਪ੍ਰਵਾਨ ਹੁੰਦਾ ਹੈ ।

Whosoever may remain awake and alert with the teachings of His Word, his soul remains on the right path of salvation. Conquering worldly desires may be the One and Only One the right path of salvation. Obeying His Word is the only meditation that may be accepted in His court.

56. Guru Amar Das Ji – Page 126

ਕਾਇਆ ਅੰਦਰਿ ਪਾਪੁ ਪੁੰਨੁ ਦੁਇ ਭਾਈ॥	kaa-i-aa andar paap punn du-ay bhaaee.
ਦੁਹੀ ਮਿਲਿ ਕੈ ਸ੍ਰਿਸਟਿ ਉਪਾਈ॥	duhee mil kai sarisat upaa-ee.
ਦੋਵੈ ਮਾਰਿ ਜਾਇ ਇਕਤੁ ਘਰਿ ਆਵੈ,	dovai maar jaa-ay ikat ghar aavai
ਗੁਰਮਤਿ ਸਹਜਿ ਸਮਾਵਣਿਆ॥੪॥	gurmat sahj samaavani-aa. ‖4‖

ਜੀਵ ਦੇ ਤਨ ਮਨ ਵਿੱਚ ਦੋਨੋਂ ਪਾਪ ਅਤੇ ਪੁੰਨ, ਜਮਦੂਤ ਅਤੇ ਦੇਵਤੇ ਦੋਨੋਂ ਭਾਈ ਹੀ ਹਨ । ਇਹ ਦੋਨੋਂ ਹੀ ਇੱਕ ਸਿੱਕੇ ਦੇ ਦੋਂ ਪਾਸੇ ਹਨ । ਜਦੋਂ ਇਹ ਮਿਲਦੇ ਹਨ ਤਾਂ ਹੀ ਸ੍ਰਿਸ਼ਟੀ ਦੀ ਉਤਪਤੀ ਹੁੰਦੀ ਹੈ, ਇੱਕ ਸਿੱਕਾ ਬਣਦਾ ਹੈ । ਜਦੋਂ ਜੀਵ ਇਹਨਾਂ ਦੋਨਾਂ ਨੂੰ ਹੀ ਖਤਮ ਕਰਦਾ ਹੈ ਤਾਂ ਆਪਣੇ ਅੰਦਰ ਝਾਤੀ ਮਾਰਦਾ ਹੈ, ਤਾਂ ਹੀ ਉਹ ਜੀਵ ਪ੍ਰਭ ਦੇ ਸ਼ਬਦ ਨਾਲ ਜੀਵਨ ਢਾਲ ਸਕਦਾ ਹੈ । ਉਸ ਪ੍ਰਭ ਦੇ ਸ਼ਬਦ ਦੀ ਸਮਾਧੀ ਵਿੱਚ ਜਾਂਦਾ, ਉਸ ਦੀ ਆਤਮਾ ਪ੍ਰਭ ਦੀ ਜੋਤ ਵਿੱਚ ਅਭੇਦ ਹੋ ਸਕਦੀ ਹੈ ।

In body and mind of a creature both evil thoughts and virtues, devil and angel are both like brothers. These are the two side of same coin. Joining both together, the universe has taken birth. By conquers both and then he may search within and he may adopt His Word in his life. He may enter into deep meditation, then his soul may be absorbed in the Holy spirit.

57. Guru Nanak Dev Ji – Page 141

ਮੁਸਲਮਾਣੁ ਕਹਾਵਣੁ, ਮੁਸਕਲੁ ਜਾ ਹੋਇ,	musalmaan kahaavan muskal jaa ho-ay
ਤਾ ਮੁਸਲਮਾਣੁ ਕਹਾਵੈ॥	taa musalmaan kahaavai.
ਅਵਲਿ ਅਉਲਿ ਦੀਨੁ ਕਰਿ ਮਿਠਾ,	aval a-ul deen kar mithaa
ਮਸਕਲ ਮਾਨਾ ਮਾਲੁ ਮੁਸਾਵੈ॥	maskal maanaa maal musaavai.
ਹੋਇ ਮੁਸਲਿਮੁ ਦੀਨ ਮੁਹਾਣੈ,	ho-ay muslim deen muhaanai
ਮਰਣ ਜੀਵਣ ਕਾ ਭਰਮੁ ਚੁਕਾਵੈ॥	maran jeevan kaa bharam chukhaavai.
ਰਬ ਕੀ ਰਜਾਇ ਮੰਨੇ ਸਿਰ ਉਪਰਿ,	rab kee rajaa-ay mannay sir upar
ਕਰਤਾ ਮੰਨੇ ਆਪੁ ਗਵਾਵੈ॥	kartaa mannay aap gavaavai.
ਤਉ ਨਾਨਕ ਸਰਬ ਜੀਆ	ta-o naanak sarab jee-aa
ਮਿਹਰੰਮਤਿ ਹੋਇ,	mihramat ho-ay
ਤ ਮੁਸਲਮਾਣੁ ਕਹਾਵੈ॥੧॥	ta musalmaan kahaavai. ‖1‖

ਅਗਰ ਕੋਈ ਅਸਲੀ ਮੁਸਲਮਾਨ ਹੋਵੇ ਤਾਂ ਹੀ ਉਸ ਨੂੰ ਕਿਹਾ ਜਾ ਸਕਦਾ ਹੈ । ਅਸਲੀ ਮੁਸਲਮਾਨ (ਸੇਵਕ) ਬਣਨਾ ਬਹੁਤ ਕਠਨ ਹੈ । ਪਹਿਲੇ ਮਨ ਵਿੱਚ ਆਪਣੇ ਪੈਗੰਬਰ (ਪ੍ਰਭ ਦੇ ਸੇਵਕ, ਮੁਹੰਮਦ) ਵਰਗੀ ਨਿਮ੍ਰਤਾ ਹਾਸਿਲ ਕਰੋ! ਸੰਸਾਰਕ ਹੈਸੀਅਤ ਨੂੰ ਤਿਆਗੋ, ਪ੍ਰਭ ਦੀ ਰਜ਼ਾ, ਮਰਜ਼ੀ ਤੇ ਭਰੋਸਾ ਰੱਖੋ! ਸਵਰਗ ਜਾ ਪ੍ਰਭ ਦੇ ਦਰਬਾਰ ਵਿੱਚ ਪ੍ਰਵਾਨਗੀ ਦੇ ਖਿਆਲ ਦਿੱਲ ਵਿਚੋਂ ਨਿਕਾਲ ਦੇਵੇ । ਪ੍ਰਭ ਦੇ ਦਿੱਤੇ ਨੂੰ ਸਵੀਕਾਰ ਕਰੇ, ਆਪਣਾ ਆਪਾ (ਮੈਂ) ਖਤਮ ਕਰ ਦੇਵੇ ।

To become a true devotee, or religious person is very difficult. If someone is true to His Word only then he may be called His true devotee. First, in his mind conquers his ego and adopt humility, like a true saint. Then he may abandon his ego and accepts His Word as an ultimate command. He may has to get rid of his expectation of going to heaven or being accepted in His court. He should surrender his identity and accept his blessings with humality.

58. Guru Nanak Dev Ji – Page 152

ਪਉਣੈ ਪਾਣੀ ਅਗਨੀ ਕਾ ਮੇਲੁ॥ pa-unai paanee agnee kaa mayl.
ਚੰਚਲ ਚਪਲ ਬੁਧਿ ਕਾ ਖੇਲੁ॥ chanchal chapal buDh kaa khayl.
ਨਉ ਦਰਵਾਜੇ ਦਸਵਾ ਦੁਆਰੁ॥ na-o darvaajay dasvaa du-aar.
ਬੁਝੁ ਰੇ ਗਿਆਨੀ ਏਹੁ ਬੀਚਾਰੁ॥੧॥ bujh ray gi-aanee ayhu beechaar. ||1||

ਜਿਵੇਂ ਹਵਾ, ਪਾਣੀ, ਅੱਗ ਦਾ ਮੇਲ ਹੈ । ਹਵਾ ਅੱਗ ਨੂੰ ਤੇਜ ਕਰਦੀ ਹੈ, ਪਾਣੀ ਅੱਗ ਨੂੰ ਖਤਮ ਕਰਦਾ ਹੈ । ਇਸਤਰ੍ਹਾਂ ਮਨ ਦੀ ਸਿਆਣਪ ਦਾ ਤਨ ਨਾਲ ਅਚੰਭਾ ਹੀ ਸਬੰਧ ਹੈ । ਪ੍ਰਭ ਨੇ ਜੀਵ ਨੂੰ ਨੌਂ ਰਸਤੇ (ਦਰਵਾਜੇ, ਤਰੀਕੇ) ਦਿੱਤੇ ਹਨ । ਇਹ ਜੀਵ ਨੂੰ ਦਸਵੇਂ ਦਰਵਾਜੇ ਤੇ ਪਹੁੰਚਾ ਸਕਦੇ ਹਨ, ਜਿਥੇ ਪ੍ਰਭ ਦਾ ਦਰਬਾਰ, ਘਰ ਹੈ । ਸੋਝੀਵਾਨ ਜੀਵ ਇਸ ਦਾ ਮਨ ਵਿੱਚ ਸਦਾ ਖਿਆਲ ਰੱਖਦੇ ਹਨ ।

You should be fascinated of His nature, how water, air and fire coexist in the universe. Air may spread the fire and water may vanish the fire. Same way the wisdom of mind and body has the astonishing relationship. God has blessed worldly creature with nine doors, treasures of knowledge, senses through these nine senses, he may reach the 10th gate, the Holy throne. His true devotee always drenches this essence of His nature in his day to day life.

59. Guru Nanak Dev Ji – Page 153

ਸਤਿਗੁਰੁ ਮਿਲੈ ਸੁ ਮਰਣੁ ਦਿਖਾਏ॥ satgur milai so maran dikhaa-ay.
ਮਰਣੁ ਰਹਣ ਰਸੁ ਅੰਤਰਿ ਭਾਏ॥ maran rahan ras antar bhaa-ay.
ਗਰਬੁ ਨਿਵਾਰਿ ਗਗਨ ਪੁਰੁ ਪਾਏ॥੧॥ garab nivaar gagan pur paa-ay. ||1||

ਸ਼ਬਦ ਦੀ ਸੋਝੀ ਹੋਣ ਨਾਲ, ਜੀਵ ਨੂੰ ਅਸਲੀ ਮਰਨ ਦੀ ਵਿਧੀ ਦੀ ਸੋਝੀ ਹੋ ਜਾਂਦੀ ਹੈ । ਆਪਣੇ ਅੰਦਰੋਂ ਹੀ ਸੋਝੀ ਬਖਸ਼ਿਸ਼ ਹੋ ਜਾਂਦੀ, ਮੌਤ ਵਿੱਚ ਆਤਮਾ ਕਿਵੇਂ ਰਹਿੰਦੀ ਹੈ? ਇਸ ਮੌਤ ਨਾਲ ਹੀ ਅਮਰ ਅਵਸਥਾ ਬਖਸ਼ਿਸ਼ ਹੋ ਜਾਂਦੀ ਹੈ । ਅਹੰਕਾਰ ਤੇ ਜਿੱਤ ਪਾਉਣ ਨਾਲ ਹੀ ਪ੍ਰਭ ਦਾ ਦਸਵਾਂ ਦਰਵਾਜ਼ਾ ਨਜ਼ਰ ਆਉਂਦਾ ਹੈ ।

When His Word may be enlightened within, he may know the true meanings and way of death. He recognizes that soul never dies, how and where the soul dwell after death of the body? By conquering your ego, the 10^{Th} gate of Holy Shrine may become visible.

60. Guru Tegh Bahadur Ji – Page 220

ਸਾਧੋ ਰਾਮ ਸਰਨਿ ਬਿਸਰਾਮਾ॥ saaDho raam saran bisraamaa.
ਬੇਦ ਪੁਰਾਨ ਪੜੇ ਕੋ, ਇਹ ਗੁਨ, bayd puraan parhay ko ih gun
ਸਿਮਰੇ ਹਰਿ ਕੋ ਨਾਮਾ॥੧॥ ਰਹਾਉ॥ simray har ko naamaa. ||1|| rahaa-o.

ਵੇਦਾਂ ਅਤੇ ਪਰਾਨ ਪੜ੍ਹਨ ਤੋਂ ਇਹ ਸਮਝ ਆਉਂਦੀ ਹੈ! ਅਗਰ ਜੀਵ ਪ੍ਰਭ ਦੇ ਸ਼ਬਦ ਦੀ ਪਾਲਣਾ ਕਰੇ, ਤਾਂ ਉਸ ਨੂੰ ਪ੍ਰਭ ਦੀ ਸ਼ਰਣ ਵਿੱਚ ਪਨਾਹ ਬਖਸ਼ਿਸ਼ ਹੋ ਸਕਦੀ ਹੈ । ਉਸ ਨੂੰ ਸੁਖ ਅਤੇ ਸੰਤੋਖ ਹਾਸਿਲ ਹੋ ਸਕਦਾ ਹੈ ।

By reading Holy scriptures one may learn the teachings of His Word, His nature! Whosoever may wholeheartedly adopt His Word, he may be accepted under His protection. He may be blessed with all pleasures, contentment and patience.

61. Guru Arjan Dev Ji – Page 235

ਜਬ ਇਨਿ ਅਪੁਨੋ ਬਾਧਿਓ ਮੋਹਾ॥	jab in apuno baaDhi-o mohaa.
ਆਵੈ ਜਾਇ ਸਦਾ ਜਮਿ ਜੋਹਾ॥	aavai jaa-ay sadaa jam johaa.
ਜਬ ਇਸ ਤੇ ਸਭ ਬਿਨਸੇ ਭਰਮਾ॥	jab is tay sabh binsay bharmaa.
ਭੇਦੁ ਨਾਹੀ ਹੈ ਪਾਰਬ੍ਰਹਮਾ॥੪॥	bhayd naahee hai paarbrahmaa. ‖4‖

ਜਿਹੜਾ ਸੰਸਾਰਕ ਮੋਹ ਦੇ ਜਾਲ ਵਿੱਚ ਫਸ ਜਾਂਦਾ ਹੈ, ਉਹ ਬਾਰ ਬਾਰ ਜਨਮ ਮਰਨ ਦੇ ਚੱਕਰ ਵਿੱਚ ਭਉਂਦਾ ਰਹਿੰਦਾ ਹੈ । ਜਿਸ ਮਨ ਦੇ ਸਾਰੇ ਭਰਮ ਦੂਰ ਹੋ ਜਾਂਦੇ ਹਨ, ਤਾਂ ਉਸ ਸੰਤ ਸਰੂਪ ਵਿੱਚ ਅਤੇ ਪ੍ਰਭ ਵਿੱਚ ਕੋਈ ਅੰਤਰ, ਭੇਦ ਨਹੀਂ ਰਹਿੰਦਾ ।

Whosoever may be trapped into worldly attachment, he may remain in the cycle of birth and death. Whosoever may conquer his suspicions his state of mind transformed as His true devotee. No one may be able to distinguish between His true devotee and Holy spirit.

62. Kabeer Ji – Page 343

ਚਰਨ ਕਮਲ ਗੋਬਿੰਦ ਰੰਗੁ ਲਾਗਾ॥	charan kamal gobind rang laagaa.
ਸੰਤ ਪ੍ਰਸਾਦਿ ਭਏ ਮਨ ਨਿਰਮਲ,	sant parsaad bha-ay man nirmal
ਹਰਿ ਕੀਰਤਨ ਮਹਿ ਅਨਦਿਨੁ ਜਾਗਾ॥੧॥	har keertan meh an-din jaagaa. ‖1‖
ਰਹਾਉ॥	rahaa-o.

ਜਿਸ ਦਾ ਮਨ ਪ੍ਰਭ ਦੇ ਚਰਨਾ ਵਿੱਚ ਲਗ ਜਾਂਦਾ ਹੈ । ਪ੍ਰਭ ਦੀ ਰਹਿਮਤ ਨਾਲ ਉਸ ਦਾ ਮਨ ਪਵਿਤ੍ਰ ਹੋ ਜਾਂਦਾ ਹੈ । ਉਹ ਦਿਨ ਰਾਤ ਪ੍ਰਭ ਦੇ ਸ਼ਬਦ ਦੀ ਪਾਲਣਾ, ਸਿਮਰਨ ਵਿੱਚ ਹੀ ਲਗਾ ਰਹਿੰਦਾ ਹੈ ।

Whosoever mar remain intoxicated in meditating on the teachings of His Word, his soul may be sanctified. He remains in deep meditation in the void of His Word day and night.

63. Kabeer Ji – Page 343

ਦੁਤੀਆ ਦੁਹ ਕਰਿ ਜਾਨੈ ਅੰਗ॥	dutee-aa duh kar jaanai ang.
ਮਾਇਆ ਬ੍ਰਹਮ ਰਮੈ ਸਭ ਸੰਗ॥	maa-i-aa barahm ramai sabh sang.
ਨਾ ਓਹੁ ਬਢੈ ਨ ਘਟਤਾ ਜਾਇ॥	naa oh badhai na ghattaa jaa-ay.
ਅਕੁਲ ਨਿਰੰਜਨ ਏਕੈ ਭਾਇ॥੩॥	akul niranjan aykai bhaa-ay. ‖3‖

ਦੂਸਰੇ ਦਿਨ ਜੀਵ ਨੂੰ ਸੋਝੀ ਹੁੰਦੀ ਹੈ! ਕਿ ਉਸ ਦੇ ਮਨ ਵਿੱਚ ਦੋਨੋਂ ਮਾਇਆ ਅਤੇ ਸ਼ਬਦ ਵਸਦੇ ਹਨ । ਇੱਕ ਮਾਇਆ ਅਤੇ ਦੂਸਰਾ ਪ੍ਰਭ ਦਾ ਸ਼ਬਦ, ਇਹ ਦੋਨੋਂ ਹਰਇੱਕ ਚੀਜ ਵਿੱਚ ਹੀ ਸਮਾਏ ਹੋਏ ਹਨ । ਮਨ ਵਿੱਚ ਪ੍ਰਭ ਦਾ ਸ਼ਬਦ ਨਾ ਹੀ ਵਧਦਾ ਹੈ ਨਾ ਹੀ ਘੱਟਦਾ ਹੈ । ਪ੍ਰਭ ਜੀਵ ਦੀ ਜਾਣ, ਪਛਾਣ ਤੋਂ ਰਹਿਤ ਹੈ, ਉਹ ਅਟੱਲ, ਨਾ ਬਦਲਨ ਵਾਲਾ ਅਸਲੀ ਮਾਲਕ ਹੈ ।

Second day of moon! He realizes that both worldly desires and His Holy Word reside within his body and mind. He realizes that both worldly desire and His Word are embedded within everything, goods, soul. The Word of God does not decrease or grow bigger within his mind. God remains beyond any understandings or recognition of His creation and He remains

Unchanged, stable The True Master of His creation.

64. Guru Arjan Dev Ji – Page 388

ਹਰਿ ਹਰਿ ਅਖਰ ਦੁਇ ਇਹ ਮਾਲਾ ॥ har har akhar du-ay ih maalaa.

ਜਪਤ ਜਪਤ ਭਏ ਦੀਨ ਦਇਆਲਾ ॥੧॥ japat japat bha-ay deen da-i-aalaa. ||1||

ਪ੍ਰਭ ਤੇਰੇ ਸ਼ਬਦ ਦੇ ਦੋਂ ਅੱਖਰਾਂ, (ਰ, ਮ) ਦੀ ਹੀ ਮਾਲ਼ਾ ਫੇਰਦਾ ਹਾਂ । ਇਹਨਾਂ ਦਾ ਬਾਰ ਬਾਰ ਸਿਮਰਨ ਕਰਨ ਨਾਲ ਹੀ ਪ੍ਰਭ ਮੇਰੇ ਤੇ ਮਿਹਰਬਾਨ ਹੋ ਗਿਆ ਹੈ ।

I have a rosary of only two Word, R – Protector of soul and M-Master of death. Both are axiom, unchanged always true. I meditate on these two words with each and every breath.

65. Guru Arjan Dev Ji – Page 430

ਪੰਚ ਮਨਾਏ ਪੰਚ ਰੁਸਾਏ॥ panch manaa-ay panch rusaa-ay.

ਪੰਚ ਵਸਾਏ ਪੰਚ ਗਵਾਏ॥੧॥ panch vasaa-ay panch gavaa-ay. ||1||

ਜਦੋਂ ਮੇਰੀ ਆਤਮਾ ਨੇ ਪੰਜੇਂ ਗੁਣ (ਪੰਜ ਗੁਣ- ਧਰਮ- ਇਖਲਾਕ; ਧੀਰਜ, ਸੰਤੋਖ, ਤਰਸ ਅਤੇ ਖਿਮਾ) ਹਾਸਿਲ ਕਰ ਲਏ! ਉਸ ਵਿਚੋਂ ਪੰਜੇਂ ਬੁਰੇ ਖਿਆਲ ਦੂਰ ਹੋ ਗਏ, ਨਾਸ਼ ਹੋ ਗਏ । ਜਦੋਂ ਮਨ ਦਾ ਪੰਜਾਂ ਜਮਦੂਤਾਂ (ਕਾਮ, ਕਰੋਧ, ਲੋਭ, ਮੋਹ ਅਤੇ ਅਹੰਕਾਰ) ਤੇ ਜਿੱਤ ਪੈ ਗਈ, ਤਾਂ ਇਹ ਪੰਜੇਂ ਹੀ ਬੁਰੇ ਖਿਆਲ ਛੱਡਕੇ, ਮੇਰੇ ਸਹਾਈ ਬਣ ਗਏ।

When my soul acquires five virtues (Discipline of mind, Patience, Contentment, forgiveness and mercy) then all five evil thoughts vanished from my mind. When my mind conquers five demons of worldly desires (Sexual desire, Anger, Greed, Attachment to worldly possessions and Ego). These becomes my salve and helper.

66. Kabeer Ji – Page 482

ਤਨੁ ਰੈਨੀ ਮਨੁ ਪੁਨ ਰਪਿ ਕਰਿ ਹਉ, tan rainee man pun rap kar ha-o

ਪਾਚਉ ਤਤ ਬਰਾਤੀ॥ paacha-o tat baraatee.

ਰਾਮ ਰਾਇ ਸਿਉ ਭਾਵਰਿ ਲੈਹਉ, raam raa-ay si-o bhaavar laiha-o

ਆਤਮ ਤਿਹ ਰੰਗਿ ਰਾਤੀ॥੧॥ aatam tih rang raatee. ||1||

ਮੈਂ ਆਪਣੇ ਤਨ ਨੂੰ ਰੰਗਣ ਵਾਲਾ ਭਾਂਡਾ ਬਣਾਉਂਦਾ ਅਤੇ ਆਪਣੇ ਮਨ ਤੇ ਸ਼ਬਦ ਦਾ ਰੰਗ ਚੜ੍ਹਾਉਦਾ ਹਾ । ਮੈਂ ਮਨ ਦੇ ਪੰਜਾਂ ਗੁਣਾ ਨੂੰ ਆਪਣੇ ਬਰਾਤੀ ਬਣਾਉਂਦਾ ਹਾ । ਮੈਂ ਪ੍ਰਭ ਨਾਲ ਪ੍ਰੀਤ, ਸ਼ਬਦ ਨਾਲ ਲਗਨ ਨੂੰ ਆਪਣੀ ਸ਼ਾਦੀ ਦੀ ਰਸਮ ਬਣਾਉਂਦਾ ਹਾ । ਇਸ ਨਾਲ ਮੈਂ ਆਪਣੀ ਪ੍ਰੀਤ ਪ੍ਰਭ ਦੇ ਸ਼ਬਦ ਨਾਲ ਪੱਕੀ ਕਰਦਾ ਹਾ ।

His true devotee makes his body as vessel to color his mind with the teachings of His Word. He makes his good virtues to be a company to the wedding. Devotion with His Word as a marriage ceremony. This is the way he binds his devotion with His Word.

67. Kabeer Ji – Page 482

ਸੁਰਿ ਨਰ ਮੁਨਿ ਜਨ ਕਉਤਕ ਆਏ,	sur nar mun jan ka-utak aa-ay
ਕੋਟਿ ਤੇਤੀਸ ਉਜਾਨਾ॥	kot taytees ujaanaaN.
ਕਹਿ ਕਬੀਰ ਮੋਹਿ ਬਿਆਹਿ ਚਲੇ ਹੈ,	kahi kabeer mohi bi-aahi chalay hai
ਪੁਰਖ ਏਕ ਭਗਵਾਨਾ॥੩॥੨॥੨੪॥	purakh ayk bhagvaanaa. ||3||2||24||

ਮੇਰੇ ਮਨ ਵਿੱਚ ਫਰਿਸ਼ਤੇ, ਸੰਤ, ਮਹਾਤਮਾ ਪੁਰਸ਼, 33 ਕਰੋੜ ਹੋਰ ਦੇਵਤੇ, ਪ੍ਰਭ ਨਾਲ ਮੇਰਾ ਸੰਜੋਗ ਦੇਖਣ ਆਏ ਹਨ । ਮੇਰੇ ਵੱਡੇ ਭਾਗ ਹੋ ਗਏ, ਪ੍ਰਭ ਨੇ ਆਪਣੀ ਸ਼ਰਣ ਵਿੱਚ ਪਨਾਹ ਬਖਸ਼ੀ ਹੈ।

In my mind, many angels, saints, holy souls, prophets have gathered to witness my union with The True Master. I have become very fortunate that He has accepted me under His protection.

68. Dhanna Ji – Page 487

ਗਿਆਨ ਪ੍ਰਵੇਸੁ ਗੁਰਹਿ ਧਨੁ ਦੀਆ,	gi-aan parvays gureh Dhan dee-aa
ਧਿਆਨੁ ਮਾਨੁ ਮਨ ਏਕ ਮਏ॥	dhi-aan maan man ayk ma-ay.
ਪ੍ਰੇਮ ਭਗਤਿ ਮਾਨੀ ਸੁਖੁ ਜਾਨਿਆ,	paraym bhagat maanee sukh jaani-aa
ਤ੍ਰਿਪਤਿ ਅਘਾਨੇ ਮੁਕਤਿ ਭਏ॥੩॥	taripat aghaanay mukat bha-ay. ||3||

ਪ੍ਰਭ ਨੇ ਸ਼ਬਦ ਦੇ ਗਿਆਨ ਦੇ ਭੰਡਾਰ ਵਾਲੇ ਬਹੁਤ ਗ੍ਰੰਥ ਬਖਸ਼ੇ ਹਨ । ਇਹ ਗ੍ਰੰਥ ਪ੍ਰਭ ਦੇ ਮਿਲੱਣ ਦੀ ਵਿਧੀ ਨਾਲ ਭਰੇ ਹੋਏ ਹਨ । ਉਹਨਾਂ ਸ਼ਬਦਾ ਦੀ ਸਿਖਿਆ ਨਾਲ ਜੀਵਨ ਢਾਲਣ ਨਾਲ ਮਨ ਪ੍ਰਭ ਨੂੰ ਮਿਲੱਣ ਦੇ ਯੋਗ, ਪਵਿੱਤਰ ਹੋ ਸਕਦਾ ਹੈ । ਭਰੋਸਾ ਅਡੋਲ ਕਰਕੇ ਬੰਦਗੀ ਕਰਨ ਨਾਲ, ਮਨ ਵਿੱਚ ਸ਼ਾਂਤੀ, ਸੰਤੋਖ ਬਖਸ਼ਿਸ਼ ਹੋ ਜਾਂਦਾ ਹੈ । ਸੰਤੋਖ ਵਿੱਚ ਧੀਰਜ ਨਾਲ ਬੰਦਗੀ ਕਰਦਾ ਜੀਵ ਪਾਰ ਹੋ ਜਾਂਦਾ ਹੈ, ਮੁਕਤ ਹੋ ਜਾਂਦਾ ਹੈ ।

In the universe, there are several Holy scriptures, all are overwhelmed with the knowledge to find the path of His blessings. By adopting the teachings of Holy scriptures, soul may be sanctified and may become worthy of His consideration. By adopting His Word with steady and stable belief, my mind enjoys peace and harmony. By meditating with patience and contentment, my mind my stay on the right path of salvation.

69. Guru Amar Das Ji – Page 550

ਦਰਵੇਸੀ ਕੋ ਜਾਣਸੀ, ਵਿਰਲਾ ਕੋ ਦਰਵੇਸੁ॥	darvaysee ko jaansee virlaa ko darvays.
ਜੇ ਘਰਿ ਘਰਿ ਹੰਢੈ ਮੰਗਦਾ,	jay ghar ghar handhai mangdaa
ਧਿਗੁ ਜੀਵਣੁ ਧਿਗੁ ਵੇਸੁ॥	Dhig jeevan Dhig vays.
ਜੇ ਆਸਾ ਅੰਦੇਸਾ ਤਜਿ ਰਹੈ,	jay aasaa andaysaa taj rahai
ਗੁਰਮੁਖਿ ਭਿਖਿਆ ਨਾਉ॥	gurmukh bhikhi-aa naa-o.
ਤਿਸ ਕੇ ਚਰਨ ਪਖਾਲੀਅਹਿ,	tis kay charan pakhaalee-ah
ਨਾਨਕ ਹਉ ਬਲਿਹਾਰੈ ਜਾਉ॥੧॥	naanak ha-o balihaarai jaa-o. ||1||

ਸ਼ਬਦ ਦੀ ਪਾਲਣਾ ਕਰਨ ਵਾਲਾ ਹੀ ਸ਼ਬਦ ਨਾਲ ਜੀਵਨ ਢਾਲਣ ਦੀ ਵਿਧੀ ਜਾਣਦਾ ਹੈ । ਕੋਈ ਵਿਰਲਾ ਹੀ ਜੀਵ, ਅਸਲੀ ਦਾਸ ਬਣਨਾ ਜਾਣਦਾ ਹੈ । ਜਿਹੜਾ ਜੀਵ ਆਪਣੇ ਘਰ ਵਿੱਚ ਸਭ ਕੁਝ ਹੋਣ ਤੇ ਵੀ ਬਾਕੀ ਜੀਵਾਂ ਤੋਂ ਮੰਗਦਾ ਰਹਿੰਦਾ ਹੈ । ਉਸ ਦਾ ਮਾਨਸ ਜਨਮ ਲੈਣਾ ਬਿਰਥਾ ਹੀ ਹੈ । ਜਿਹੜਾ ਗੁਰਮਖ ਅਵਸਥਾ ਪਾ ਲੈਂਦਾ ਹੈ । ਉਹ ਮਨ ਦੀਆਂ ਸੰਸਾਰਕ ਇੱਛਾਂ ਤੇ ਜਿੱਤ ਪਾ ਲੈਂਦੇ, ਉਹ ਮਨ ਵਿਚੋਂ ਭਟਕਣਾਂ ਨਾਸ਼ ਕਰ ਦੇਂਦੇ ਹਨ । ਉਹ ਕੇਵਲ ਪ੍ਰਭ ਦੇ ਸ਼ਬਦ ਦੀ ਸੋਝੀ ਦੀ ਭਿੱਖਿਆ ਹੀ ਮੰਗਦਾ ਹੈ । ਉਹਨਾਂ ਬੰਦਗੀ ਕਰਨ ਵਾਲੇ ਜੀਵ ਤੋਂ ਕੁਰਬਾਨ ਜਾਵੋ! ਉਹਨਾਂ ਦੇ ਜੀਵਨ ਨੂੰ ਆਪਣਾ ਜੀਵਨ ਦਾ ਅਧਾਰ ਬਣਾਵੋ ।

Only by obeying His Word, one may know how to adopt His Word in day to day life. However, very rare creatures, one out of trillions may know how to become His true devotee. Whosoever may have everything in his own home, body, even then f he still begs from outside, from others, he is wasting his human life. Whosoever may be blessed with state of mind as His true devotee, he may conquer his worldly desires and his worries. He begs only for His mercy and grace to be blessed with dedication and understandings of His Word. His true devotee remains fascinated from those, who may adopt His Word in his life.

70. Ravi Das Ji – Page 525

ਮੈਲਾਗਰ ਬੇਰ੍ਹੇ ਹੈ ਭੁਇਅੰਗਾ॥	mailaagar bayrHay hai bhu-i-angaa.
ਬਿਖੁ ਅੰਮ੍ਰਿਤੁ ਬਸਹਿ ਇਕ ਸੰਗਾ॥੨॥	bikh amrit baseh ik sangaa. ‖2‖

ਜਿਵੇਂ ਸੱਪ ਚੰਦਨ ਦੇ ਬ੍ਰਿਛ ਦੇ ਚਾਰੇ ਪਾਸਾ ਘੇਰਾ ਰੱਖਦਾ ਹੈ । ਇਸਤਰ੍ਹਾਂ ਸੰਸਾਰਕ ਇੱਛਾਂ ਦਾ ਜ਼ਹਿਰ, ਸ਼ਬਦ ਦੇ ਅੰਮ੍ਰਿਤ ਦੇ ਪਾਸ ਹੀ ਰਹਿੰਦਾ ਹੈ ।

As snake circle around the sandalwood tree. Same way poison of worldly desires circles around His Word.

71. Guru Ram Das Ji – Page 552

ਬਿਨੁ ਸਤਿਗੁਰ ਸੇਵੇ ਜੀਅ ਕੇ ਬੰਧਨਾ ਜੇਤੇ ਕਰਮ ਕਮਾਹਿ॥	sin satgur sayvay jee-a kay banDhnaa jaytay karam kamaahi.
ਬਿਨੁ ਸਤਿਗੁਰ ਸੇਵੇ ਠਵਰ ਨ ਪਾਵਹੀ, ਮਰਿ ਜੰਮਹਿ ਆਵਹਿ ਜਾਹਿ॥	bin satgur sayvay thavar na paavhee mar jameh aavahi jaahi.
ਬਿਨੁ ਸਤਿਗੁਰ ਸੇਵੇ ਫਿਕਾ ਬੋਲਣਾ, ਨਾਮੁ ਨ ਵਸੈ ਮਨਿ ਆਇ॥	bin satgur sayvay fikaa bolnaa naam na vasai man aa-ay.
ਨਾਨਕ ਬਿਨੁ ਸਤਿਗੁਰ ਸੇਵੇ, ਜਮ ਪੁਰਿ ਬਧੇ ਮਾਰੀਅਹਿ, ਮੁਹਿ ਕਾਲੈ ਉਠਿ ਜਾਹਿ॥੧॥	naanak bin satgur sayvay jam pur baDhay maaree-ah muhi kaalai uth jaahi. ‖1‖

ਸ਼ਬਦ ਦੀ ਪਾਲਣਾ ਤੋਂ ਬਿਨਾਂ, ਚੰਗੇ ਕੰਮ, ਜੀਵ ਨੂੰ ਕੇਵਲ ਮੋਹ ਦੇ ਬੰਧਨ ਵਿੱਚ ਹੀ ਰੱਖਦੇ ਹਨ । ਪ੍ਰਭ ਦੇ ਸ਼ਬਦ ਦੀ ਪਾਲਣਾ ਕਰਨ ਤੋਂ ਬਿਨਾਂ ਮਨ ਨੂੰ ਸ਼ਾਂਤੀ, ਸੰਤੋਖ ਨਹੀਂ ਮਿਲਦਾ । ਉਸ ਦਾ ਜਨਮ ਮਰਨ ਦਾ ਚੱਕਰ ਖਤਮ ਨਹੀਂ ਹੁੰਦਾ, ਜੂੰਨਾਂ ਦੇ ਚੱਕਰ ਵਿੱਚ ਹੀ ਰਹਿੰਦਾ ਹੈ । ਸ਼ਬਦ ਦੀ ਪਾਲਣਾ ਕਰਨ ਤੋਂ ਬਿਨਾਂ, ਸ਼ਬਦ ਦਾ ਕੀਰਤਨ, ਕਥਾ ਸਭ ਲੋਕ ਦਿਖਾਵਾ ਹੀ ਹੈ । ਉਸ ਨਾਲ ਸ਼ਬਦ ਮਨ ਵਿੱਚ ਘਰ ਨਹੀਂ ਕਰਦਾ, ਸ਼ਬਦ ਨਾਲ ਪਿਆਰ, ਲਗਨ ਨਹੀਂ ਲਗਦੀ । ਸ਼ਬਦ ਦੀ ਪਾਲਣਾ ਤੋਂ ਬਿਨਾਂ, ਜੀਵ ਮੌਤ ਦੇ ਹਵਾਲੇ ਹੀ ਹੁੰਦਾ ਹੈ । ਜੂੰਨਾਂ ਦੇ ਚੱਕਰ ਵਿੱਚ ਹੀ ਰਹਿੰਦਾ ਹੈ, ਦਰਬਾਰ ਵਿੱਚ ਸੋਭਾ ਨਹੀਂ ਮਿਲਦੀ ।

Without adopting His Word in life, all good deeds, ties the soul into worldly attachments. Without obeying His Word in day to day life, peace and harmony may not be blessed in life. The cycle of birth and death may not be eliminated. Without obeying His Word, all worldly singing Holy melodies, explanation of Holy scripture are only worldly pride and greed. His Word may not be enlightened within and does not become a true devotion or worship. Without adopting His Word in life, devil captures his soul. His cycle of birth and death may not be eliminated and his soul may not be honored in His court.

72. Guru Arjan Dev Ji – Page 612

ਮਾਨੁ ਨ ਕੀਜੈ ਸਰਣਿ ਪਰੀਜੈ,	maan na keejai saran pareejai
ਕਰੈ ਸੁ ਭਲਾ ਮਨਾਈਐ॥	karai so bhalaa manaa-ee-ai.
ਸੁਣਿ ਮੀਤਾ ਜੀਉ ਪਿੰਡੁ ਸਭੁ ਤਨੁ ਅਰਪੀਜੈ,	sun meetaa jee-o pind sabh tan arpeej
ਇਉ ਦਰਸਨੁ ਹਰਿ ਜੀਉ ਪਾਈਐ॥੩॥	ai i-o darsan har jee-o paa-ee-ai. ||3||

ਜੀਵ ਆਪਣੇ ਕੀਤਾ ਦਾ ਅਹੰਕਾਰ ਨਾ ਕਰੋ! ਸ਼ਬਦ ਦੀ ਪਾਲਣਾ ਕਰੋ! ਸ਼ਰਣ ਵਿੱਚ ਆਵੋ, ਸ਼ਬਦ ਨਾਲ ਜੀਵਨ ਢਾਲੋ! ਜੋ ਵੀ ਪ੍ਰਭ ਦਾ ਭਾਣਾ ਵਾਪਰਦਾ ਹੈ, ਉਸ ਨੂੰ ਭਲਾ ਹੀ ਮੰਨੋ! ਆਪਣਾ ਮਨ ਤਨ ਧਨ (ਹੈਸੀਅਤ) ਪ੍ਰਭ ਦੇ ਲੇਖੇ ਲਾ ਦੇਵੋ! ਪ੍ਰਭ ਉਸ ਦਾਸ ਤੇ ਰਹਿਮਤ ਬਖਸ਼ਦਾ, ਮਨ ਵਿੱਚ ਪ੍ਰਗਟ ਹੋ ਜਾਂਦਾ, ਜਾਗਰਤ ਹੋ ਜਾਂਦਾ ਹੈ ।

You should not feel false pride of your worldly deeds. You should humbly adopt His Word in your life. Consider all happenings in your life as good luck, His blessings and surrender your ego to Him. God may bless his humble devotee and may enlighten His Word within and guides him to the right path.

73. Guru Amar Das Ji – Page 647

ਹਸਤੀ ਸਿਰਿ ਜਿਉ ਅੰਕਸੁ ਹੈ,	hastee sir ji-o ankas hai
ਅਹਰਣਿ ਜਿਉ ਸਿਰੁ ਦੇਇ॥	ahran ji-o sir day-ay.
ਮਨੁ ਤਨੁ ਆਗੈ ਰਾਖਿ ਕੈ,	man tan aagai raakh kai
ਊਭੀ ਸੇਵ ਕਰੇਇ॥	oobhee sayv karay-i.
ਇਉ ਗੁਰਮੁਖਿ ਆਪੁ ਨਿਵਾਰੀਐ,	i-o gurmukh aap nivaaree-ai
ਸਭੁ ਰਾਜੁ ਸ੍ਰਿਸਟਿ ਕਾ ਲੇਇ॥	sabh raaj sarisat kaa lay-ay.
ਨਾਨਕ ਗੁਰਮੁਖਿ ਬੁਝੀਐ,	naanak gurmukh bujhee-ai
ਜਾ ਆਪੇ ਨਦਰਿ ਕਰੇਇ॥੧॥	jaa aapay nadar karay-i. ||1||

ਜਿਵੇਂ ਲੋਹਾ ਅਹਰਿਣ ਤੇ ਰੱਖਿਆ ਜਾਂਦਾ ਹੈ, ਸੱਟਾਂ ਮਾਰੀਆਂ ਜਾਂਦੀਆਂ ਹਨ । ਜਿਵੇਂ ਹਾਥੀ ਆਪ ਲੁਗਾਮ ਪਾਉਣ ਲਈ ਤਿਆਰ ਹੋ ਕੇ ਸੇਵਾ ਕਰਦਾ, ਹੁਕਮ ਅੰਦਰ ਚਲਦਾ ਹੈ । ਇਸਤਰ੍ਹਾਂ ਹੀ ਜੀਵ ਆਪਾ ਤਿਆਗ ਮਨ, ਤਨ ਸ਼ਬਦ ਦੀ ਪਾਲਣਾ ਤੇ ਲਾਉਂਦਾ ਹੈ । ਜਿਹੜਾ ਆਪਾ ਖਤਮ ਕਰਕੇ, ਮਨ ਤੇ ਜਿੱਤ ਪਾ ਕੇ ਸ਼ਬਦ ਦੀ ਪਾਲਣਾ ਕਰਦਾ ਹੈ । ਉਹ ਪ੍ਰਭ ਦੀਆਂ ਰਹਿਮਤ ਪਾ ਲੈਂਦਾ ਹੈ । ਜਿਸ ਦੀ ਕੀਮਤ ਸ੍ਰਿਸ਼ਟੀ ਦੇ ਰਾਜ ਨਾਲੋ ਜ਼ਿਆਦਾ ਕੀਮਤੀ ਹੁੰਦਾ ਹੈ । ਜਦੋਂ ਪ੍ਰਭ ਆਪ ਹੀ ਰਹਿਮਤ ਬਖਸ਼ੇ, ਤਾਂ ਹੀ ਗੁਰਮਖ ਨੂੰ ਇਸ ਦੀ ਸੋਝੀ ਹੁੰਦੀ ਹੈ ।

As iron is placed on base and hammered to transform shape, elephant himself gets ready to serve. Same way His true devotee may abandon his ego, and worldly desires and adopt His Word in day to day life. Whosoever may conquer his selfishness and obeys His Word, he may be blessed with His mercy and grace. His blessings have much more worth than earthly kingdom. With His mercy and grace, His true devotee may realize the true value of His blessings.

74. Guru Nanak Dev Ji – Page 920

ਸਤਿਗੁਰੂ ਬਿਨਾ ਹੋਰ ਕਚੀ ਹੈ ਬਾਣੀ॥	satguroo binaa hor kachee hai banee.
ਬਾਣੀ ਤ ਕਚੀ ਸਤਿਗੁਰੂ ਬਾਝਹੁ,	banee ta kachee satguroo baajhahu
ਹੋਰ ਕਚੀ ਬਾਣੀ॥	hor kachee banee.
ਕਹਦੇ ਕਚੇ, ਸੁਣਦੇ ਕਚੇ,	kahday kachay sunday kachay
ਕਚੀ ਆਖਿ ਵਖਾਣੀ॥	kacheeN aakh vakhaanee.
ਹਰਿ ਹਰਿ ਨਿਤ ਕਰਹਿ ਰਸਨਾ,	har har nit karahi rasnaa kahi-aa
ਕਹਿਆ ਕਛੂ ਨ ਜਾਣੀ॥	kachhoo na jaanee.
ਚਿਤੁ ਜਿਨ ਕਾ ਹਿਰਿ ਲਇਆ,	chit jin kaa hir la-i-aa
ਮਾਇਆ ਬੋਲਨਿ ਪਏ ਰਵਾਣੀ॥	maa-i-aa bolan pa-ay ravaanee.
ਕਹੈ ਨਾਨਕੁ ਸਤਿਗੁਰੂ ਬਾਝਹੁ,	kahai naanak satguroo baajhahu
ਹੋਰ ਕਚੀ ਬਾਣੀ॥੨੪॥	hor kachee banee. ‖24‖

ਪ੍ਰਭ ਦੇ ਸ਼ਬਦ ਤੋਂ ਬਿਨਾਂ ਬਾਕੀ ਸਭ ਕੀਰਤਨ, ਕਥਾ ਵਿਖਾਵੇ ਵਾਲੇ ਹੀ ਹਨ । ਮਾਨਸ ਜਨਮ ਦਾ ਅਸਲੀ ਮੰਤਵ ਹਾਸਿਲ ਕਰਨ ਦਾ ਰਸਤਾ ਬਖਸ਼ਿਸ਼ ਨਹੀਂ ਹੁੰਦਾ । ਜਿਹੜੇ ਹੋਰ ਰਸਤੇ ਦੱਸਦੇ, ਜਾ ਚੱਲਣ ਦੀ ਪ੍ਰੇਰਨਾ ਕਰਦੇ ਹਨ । ਉਹ ਅਸਲੀ ਮੰਜ਼ਿਲ ਤੀਕ ਨਹੀਂ ਪਹੁੰਚ ਸਕਦੇ, ਉਹ ਮਾਰਗ ਤੋਂ ਅਣਜਾਣ ਹੀ ਹੁੰਦੇ ਹਨ । ਅਨੇਕ ਸੰਸਾਰਕ ਪੁਜਾਰੀ ਪ੍ਰਭ ਦਾ ਨਾਮ ਪੁਕਾਰਦੇ ਹਨ, ਪਰ ਆਪਣੇ ਜੀਵਨ ਵਿੱਚ ਨਹੀਂ ਅਪਣਾਉਂਦੇ, ਉਹਨਾਂ ਦਾ ਭਰੋਸਾ ਅਡੋਲ ਨਹੀਂ, ਮਹੱਤਤਾ ਨਹੀਂ ਜਾਣਦੇ । ਜਿਹੜੇ ਜੀਵ ਆਪਣਾ ਭਰੋਸਾ ਅਡੋਲ ਕਰਕੇ, ਬੰਦਗੀ ਵਿੱਚ ਲੀਨ ਰਹਿੰਦੇ ਹਨ । ਉਹਨਾਂ ਤੇ ਸੰਸਾਰਕ ਪੰਜਾਂ ਇੰਦ੍ਰੀਆਂ ਦਾ ਕਾਬੂ ਨਹੀਂ ਰਹਿੰਦਾ । ਇੱਕੋ ਇੱਕ ਪ੍ਰਭ ਦਾ ਸ਼ਬਦ, ਭਾਣਾ ਹੀ ਅਸਲੀ ਮੰਜ਼ਿਲ ਹੈ ।

Without His Word all other singing in His praises are false and only greed of mind. All worldly religious rituals may not lead to the right path to achieve the purpose of life. Whosoever may inspire other paths, he may be is ignorant from the right path of salvation. Worldly priests, gurus pray and beg for His mercy and grace, however, does not adopt His Word in life nor comprehend the significance of His Word. He may not have steady and stable on His Word, His blessing. Whosoever may adopt His Word with steady and stable belief, he may become above the influence of worldly desires. Obeying His Word may be the One and Only One right path of salvation.

75. Guru Arjan Dev Ji – Page 810

ਪੰਚ ਚੋਰ ਆਗੈ ਭਗੇ,	panch chor aagai bhagay
ਜਬ ਸਾਧਸੰਗੇਤ॥	jab saaDhsangayt.
ਪੂੰਜੀ ਸਾਬਤੁ ਘਣੋ ,	poonjee saabat ghano
ਲਾਭੁ ਗ੍ਰਿਹਿ ਸੋਭਾ ਸੇਤ॥੨॥	laabh garihi sobhaa sayt. ‖2‖

ਜਦੋਂ ਬੰਦਗੀ ਕਰਨ ਵਾਲਾ ਸੰਤਾਂ ਦੀ ਸੰਗਤ ਵਿੱਚ ਆ ਜਾਂਦਾ, ਸ਼ਬਦ ਨਾਲ ਜੀਵਨ ਢਾਲ ਲੈਂਦਾ ਹੈ । ਉਸ ਦੇ ਮਨ ਵਿੱਚ ਇੱਛਾਂ ਦੇ ਪੰਜਾਂ ਚੋਰਾਂ ਤੇ ਜਿੱਤ ਬਖਸ਼ਿਸ਼ ਹੋ ਜਾਂਦੀ ਹੈ । ਉਸ ਦੀ ਸ਼ਬਦ ਦੀ ਕਮਾਈ ਦੇ ਧਨ ਦੀ ਪ੍ਰਭ ਆਪ ਰਖਿਆ ਕਰਦਾ ਹੈ । ਉਸ ਨੂੰ ਸੋਭਾ, ਦਰਬਾਰ ਵਿੱਚ ਪ੍ਰਵਾਨਗੀ ਬਖਸ਼ਦਾ ਹੈ ।

Whosoever may join the association of Holy saints and adopts his teachings in his life. He may be blessed with victory on five worldly desires. God protects his treasure of meditation and may bless him with acceptance in His court and salvation.

76. Guru Ram Das Ji – Page 720

ਸੋ ਜਪੁ ਸੋ ਤਪੁ ਸਾ ਬ੍ਰਤ ਪੂਜਾ, — so jap so tap saa barat poojaa
ਜਿਤੁ ਹਰਿ ਸਿਉ ਪ੍ਰੀਤਿ ਲਗਾਇ॥ — jit har si-o pareet lagaa-ay.
ਬਿਨੁ ਹਰਿ ਪ੍ਰੀਤਿ ਹੋਰ ਪ੍ਰੀਤਿ ਸਭ ਝੂਠੀ, — bin har pareet hor pareet sabh jhoothee
ਇਕ ਖਿਨ ਮਹਿ ਬਿਸਰਿ ਸਭ ਜਾਇ॥੧॥ — ik khin meh bisar sabh jaa-ay. ||1||

ਉਹ ਜਪ, ਤਪ, ਵਰਤ, ਸਿਮਰਨ, ਬੰਦਗੀ ਹੀ ਭਲਾ ਕੰਮ ਹੈ, ਸ਼ਬਦ ਦੀ ਕਮਾਈ ਹੈ! ਜਿਸ ਨਾਲ ਸ਼ਬਦ ਨਾਲ ਲਗਨ ਲਗਦੀ, ਸ਼ਬਦ ਮਨ ਵਿੱਚ ਵਸ ਜਾਂਦਾ, ਜਾਗਰਤ ਹੋ ਜਾਂਦਾ ਹੈ । ਸ਼ਬਦ ਨਾਲ ਪ੍ਰੀਤ, ਮਨ ਵਿੱਚ ਵਸਾਉਣ ਤੋਂ ਬਿਨਾਂ ਹੋਰ ਸਾਰੀਆਂ ਪ੍ਰੀਤਾਂ ਥੋੜ੍ਹਾ ਸਮਾਂ ਹੀ ਰਹਿਣ ਵਾਲੀਆਂ, ਭੁੱਲ ਜਾਂਦੀਆਂ ਹਨ ।

Only meditation, worship may be true devotion that may enlighten His Word within heart and he may remain awake and alert all time. All other love, devotions, except the devotion of His Word are short lived and may not support the soul in His court.

77. Guru Amar Das Ji – Page 604

ਤ੍ਰੈ ਗੁਣ ਵਰਤਹਿ ਸਗਲ ਸੰਸਾਰਾ, — tarai gun varteh sagal sansaaraa
ਹਉਮੈ ਵਿਚਿ ਪਤਿ ਖੋਈ॥ — ha-umai vich pat kho-ee.
ਗੁਰਮੁਖਿ ਹੋਵੈ ਚਉਥਾ ਪਦੁ ਚੀਨੈ, — gurmukh hovai cha-uthaa pad cheenai
ਰਾਮ ਨਾਮਿ ਸੁਖੁ ਹੋਈ॥੩॥ — raam naam sukh ho-ee. ||3||

Raajas, the quality of energy and activity; - Mind Concentration
Taamas, the quality of darkness and inertia; -Mind Awareness
Satvas, the quality of purity and light. -Purity of mind.

ਸੰਸਾਰ ਵਿੱਚ ਮਾਇਆ ਦੇ ਤਿੰਨੇਂ ਰੂਪ ਹੀ ਵਾਪਰਦੇ ਹਨ । ਜੀਵ ਆਪਣੇ ਹੈਸੀਅਤ, ਅਹੰਕਾਰ ਦੇ ਨਸ਼ੇ ਵਿੱਚ ਆਪਣਾ ਮਾਣ ਗਵਾ ਲੈਂਦੇ ਹਨ, ਮਾਨਸ ਜਨਮ ਤਬਾਹ ਕਰ ਜਾਂਦੇ ਹਨ । ਜਿਹੜਾ ਗੁਰਮਖ ਅਵਸਥਾ ਪਾਉਂਦਾ ਹੈ, ਉਸ ਨੂੰ ਚੌਥੀ ਅਵਸਥਾ ਦੀ ਸੋਝੀ ਹੁੰਦੀ ਹੈ । ਉਸ ਅਵਸਥਾ ਦਾ ਅੰਨਦ ਮਾਨਦਾ ਹੈ । ਸ਼ਬਦ ਨਾਲ ਜੀਵਨ ਬਤੀਤ ਕਰਦੇ ਸੰਤੋਖ, ਸ਼ਾਂਤੀ ਵਿੱਚ, ਸ਼ਬਦ ਦੇ ਗੁਣ ਗਾਉਂਦੇ ਹਨ ।

Three types of worldly wealth (treasures) dominate the whole universe. - Raajas, Taamas and Satvas. Whosoever may fall into trap of his ego, falls into the trap of worldly wealth. He may lose his honor and priceless opportunity of human life. Whosoever may be blessed with state of mind as His true devotee, Gurmukh, he may be enlightened with fourth virtue, salvation? He may adopt the teachings of His Word and sings His glory in his day to day life, he may be blessed with peace, harmony and contentment.

78. Guru Arjan Dev Ji – Page 817

ਅਵਰਿ ਉਪਾਵ ਸਭਿ ਤਿਆਗਿਆ,	avar upaav sabh ti-aagi-aa
ਦਾਰੂ ਨਾਮੁ ਲਇਆ॥	daaroo naam la-i-aa.
ਤਾਪ ਪਾਪ ਸਭਿ ਮਿਟੇ ਰੋਗ,	taap paap sabh mitay rog
ਸੀਤਲ ਮਨੁ ਭਇਆ॥੧॥	seetal man bha-i-aa. ||1||

ਮੈਂ ਬਾਕੀ ਸਭ ਬੰਦਗੀ ਕਰਨ ਦੇ ਰਸਤੇ, ਧਰਮਾਂ ਦੇ ਰੀਤ ਰੀਵਾਜ ਤਿਆਗ ਦਿੱਤੇ ਹਨ, ਕੇਵਲ ਤੇਰੇ ਸ਼ਬਦ ਤੇ ਭਰੋਸੇ ਦਾ ਹੀ ਆਸਰਾ ਲਿਆ ਹੈ । ਇਸ ਨਾਲ ਮੇਰੇ ਮਨ ਦੇ ਸਾਰੇ ਬੁਰੇ ਖਿਆਲ ਨਾਸ਼ ਹੋ ਗਏ ਹਨ, ਪਾਪ ਧੋਤੇ ਗਏ ਹਨ । ਮਨ ਵਿੱਚ ਸੰਤੋਖ, ਖੇੜਾ ਵਸ ਗਿਆ ਹੈ ।

I have abandoned all religious rituals and I have put my trust only on Your Word. With meditation on the teachings of Your Word, all my evil thoughts have vanished, all evil deeds have been forgiven. I have a complete peace, contentment and blossom in my heart.

79. Guru Arjan Dev Ji – Page 872

ਗੁਰੁ ਕਰਤਾ ਗੁਰੁ ਕਰਣੈ ਜੋਗੁ॥	gur kartaa gur karnai jog.
ਗੁਰੁ ਪਰਮੇਸਰੁ ਹੈ ਭੀ ਹੋਗੁ॥	gur parmaysar hai bhee hog.
ਕਹੁ ਨਾਨਕ ਪ੍ਰਭਿ ਇਹੈ ਜਨਾਈ॥	kaho naanak parabh ihai janaa-ee.
ਬਿਨੁ ਗੁਰ ਮੁਕਤਿ ਨ ਪਾਈਐ ਭਾਈ॥	bin gur mukat na paa-ee-ai bhaa-ee.
੪॥੫॥੭॥	||4||5||7||

ਪ੍ਰਭ ਹੀ ਸ੍ਰਿਸ਼ਟੀ ਨੂੰ ਪੈਦਾ ਕਰਨ ਵਾਲਾ ਮਾਲਕ ਹੈ, ਸਭ ਕੁਝ ਕਰਨ ਕਰਵਾਉਣ ਦੀ ਸਮਰਥਾ, ਕੇਵਲ ਪ੍ਰਭ ਦੇ ਵੱਸ ਵਿੱਚ ਹੀ ਹੈ । ਪ੍ਰਭ ਹੀ ਸਦਾ ਰਹਿਣ ਵਾਲਾ ਮਾਲਕ ਹੈ, ਉਹ ਸ੍ਰਿਸ਼ਟੀ ਤੋਂ ਪਹਿਲੇ ਵੀ ਅਟੱਲ ਸੀ, ਹੁਣ ਵੀ ਅਟੱਲ ਹੈ । ਪ੍ਰਭ ਹੀ ਬੰਦਗੀ ਕਰਨ ਵਾਲੇ ਨੂੰ ਸਿਮਰਨ ਦੀ ਪ੍ਰੇਰਨਾ ਕਰਦਾ, ਅਡੋਲ ਰੱਖਦਾ ਹੈ । ਪ੍ਰਭ ਦੀ ਰਹਿਮਤ ਤੋਂ ਬਿਨਾਂ ਮੁਕਤੀ ਬਖਸ਼ਿਸ਼ ਨਹੀਂ ਹੁੰਦੀ ।

The One and Only One, Omnipotent God is The True Creator of the universe. He is capable of performing all actions. He remains embedded in adopting the teachings of His Word and everything is under His control. He was axiom before the creation of universe, in present and will remain axiom in future, even after the destruction of the universe. He inspires His devotee to obey His Word. Without adopting His Word in day to day life, the cycle of birth and death may not be eliminated, salvation may not be blessed.

80. Guru Arjan Dev Ji – Page 610

ਸੰਤਨ ਬਿਨੁ ਅਵਰੁ ਨ ਦਾਤਾ ਬੀਆ॥	santan bin avar na daataa bee-aa.
ਜੋ ਜੋ ਸਰਣਿ ਪਰੈ ਸਾਧੂ ਕੀ,	jo jo saran parai saaDhoo kee
ਸੋ ਪਾਰਗਰਾਮੀ ਕੀਆ॥ਰਹਾਉ॥	so paargaraamee kee-aa. rahaa-o.

ਬੰਦਗੀ ਕਰਨ ਵਾਲੇ ਤੋਂ ਬਿਨਾਂ ਹੋਰ ਕੋਈ ਸ਼ਬਦ ਦੀ ਸੋਝੀ ਦੇਣ ਵਾਲਾ ਮਾਨਸ ਨਹੀਂ ਹੁੰਦਾ । ਜਿਹੜੇ ਵੀ ਬੰਦਗੀ ਕਰਨ ਵਾਲੇ ਸੰਤਾਂ ਦੀ ਸ਼ਰਣ ਵਿੱਚ ਆਉਂਦੇ ਹਨ । ਉਹ ਆਪਣਾ ਜੀਵਨ ਸ਼ਬਦ ਨਾਲ ਢਾਲਕੇ ਪ੍ਰਵਾਨਗੀ ਦੇ ਰਸਤੇ ਤੇ ਅਡੋਲ ਹੋ ਜਾਂਦੇ ਹਨ ।

Without His true devotee, no one else may guide anyone to the right path of His Word. Whosoever may surrender in the refuge of His true devotee, he may adopt His Word in his life. He may remain steady and stable on the right path of salvation.

81. Kabeer Ji – Page 872

ਜੈਸੇ ਮੰਦਰ ਮਹਿ ਬਲਹਰ ਨਾ ਠਾਹਰੈ॥	jaisay mandar meh balhar naa thaahrai.
ਨਾਮ ਬਿਨਾ ਕੈਸੇ ਪਾਰਿ ਉਤਰੈ॥	naam binaa kaisay paar utrai.
ਕੁੰਭ ਬਿਨਾ ਜਲੁ ਨਾ ਟੀਕਾਵੈ॥	kumbh binaa jal naa teekaavai.
ਸਾਧੂ ਬਿਨੁ ਐਸੇ ਅਬਗਤੁ ਜਾਵੈ॥੧॥	saaDhoo bin aisay abgat jaavai. ||1||

ਜਿਵੇਂ ਮਕਾਨ ਦੀ ਭਾਰ ਵਾਲੀ ਛਤੀਰੀ ਕੱਢ ਦੇਣ ਨਾਲ ਛੱਤ ਖੜ੍ਹੀ ਨਹੀਂ ਰਹਿੰਦੀ । ਇਸਤਰ੍ਹਾਂ ਸਿਮਰਨ ਤੋਂ ਬਿਨਾਂ ਸੰਸਾਰਕ ਸਾਗਰ ਕਿਵੇਂ ਪਾਰ ਕੀਤਾ ਜਾ ਸਕਦਾ ਹੈ? ਜਿਵੇਂ ਭਾਂਡੇ ਤੋਂ ਬਿਨਾਂ ਪਾਣੀ ਨਹੀਂ ਰੱਖਿਆ ਜਾ ਸਕਦਾ । ਇਸਤਰ੍ਹਾਂ ਸੰਤ ਸਰੂਪ ਦੀ ਸੰਗਤ, ਸਿਖਿਆ ਨਾਲ ਜੀਵਨ ਢਾਲਣ ਤੋਂ ਬਿਨਾਂ ਮਾਨਸ ਜਨਮ ਬਿਰਥਾ ਹੀ ਗਵਾ ਲੈਂਦਾ ਹੈ ।

As by removing the central beam of the roof, it cannot stand for long period of time. Same way without devotional meditation, how may worldly creature swim the terrible ocean of worldly desires? As without vessel, water cannot be collected. Same way without following teachings of saint, His Word, human life may not be successful, opportunity may be wasted.

82. Guru Nanak Dev Ji – Page 903

ਖਟੁ ਮਟੁ ਦੇਹੀ ਮਨੁ ਬੈਰਾਗੀ ॥	khat mat dayhee man bairaagee.
ਸੁਰਤਿ ਸਬਦੁ ਧੁਨਿ ਅੰਤਰਿ ਜਾਗੀ ॥	surat sabad Dhun antar jaagee.
ਵਾਜੈ ਅਨਹਦੁ ਮੇਰਾ ਮਨੁ ਲੀਣਾ॥	vaajai anhad mayraa man leenaa.
ਗੁਰ ਬਚਨੀ ਸਚਿ ਨਾਮਿ ਪਤੀਣਾ॥੧॥	gur bachnee sach naam pateenaa. ||1||

ਜਿਹੜਾ ਮਨ ਸਰੀਰ ਦੀਆਂ ਛੇ ਤ੍ਰਿਸ਼ਨਾਂ ਤੋਂ ਰਹਿਤ ਰਹਿੰਦਾ ਹੈ । ਉਸ ਦੇ ਅੰਦਰ ਸ਼ਬਦ ਦੀ ਧੁਨ ਚੱਲ ਪੈਂਦੀ, ਜਾਗਰਤੀ ਆ ਜਾਂਦੀ ਹੈ । ਮਨ ਸਦਾ ਚੱਲਣ ਵਾਲੀ ਧੁਨ ਵਿੱਚ ਹੀ ਲੀਨ ਹੋ ਜਾਂਦਾ, ਸ਼ਬਦ ਦੀ ਪਾਲਣਾ ਨਾਲ ਭਰੋਸਾ ਅਡੋਲ ਹੋ ਜਾਂਦਾ ਹੈ ।

Whosoever may remain above the six desires of body. He may be enlightened from within and the echo of His ever-resounding Word may resonate within his mind forever. He may remain intoxicated with sound of His Holy music. By obeying and adopting His Word his belief becomes steady and stable on His blessings.

83. Guru Nanak Dev Ji – Page 903

ਖਟੁ ਮਟੁ ਦੇਹੀ ਮਨੁ ਬੈਰਾਗੀ ॥	khat mat dayhee man bairaagee.
ਸੁਰਤਿ ਸਬਦੁ ਧੁਨਿ ਅੰਤਰਿ ਜਾਗੀ ॥	surat sabad Dhun antar jaagee.
ਵਾਜੈ ਅਨਹਦੁ ਮੇਰਾ ਮਨੁ ਲੀਣਾ॥	vaajai anhad mayraa man leenaa.
ਗੁਰ ਬਚਨੀ ਸਚਿ ਨਾਮਿ ਪਤੀਣਾ॥੧॥	gur bachnee sach naam pateenaa. ||1||

ਜਿਹੜਾ ਮਨ ਸਰੀਰ ਦੀਆਂ ਛੇ ਤ੍ਰਿਸ਼ਨਾਂ ਤੋਂ ਰਹਿਤ ਰਹਿੰਦਾ ਹੈ । ਉਸ ਦੇ ਅੰਦਰ ਸ਼ਬਦ ਦੀ ਧੁਨ ਚੱਲ ਪੈਂਦੀ, ਜਾਗਰਤੀ ਆ ਜਾਂਦੀ ਹੈ । ਮਨ ਸਦਾ ਚੱਲਣ ਵਾਲੀ ਧੁਨ ਵਿੱਚ ਹੀ ਲੀਨ ਹੋ ਜਾਂਦਾ, ਸ਼ਬਦ ਦੀ ਪਾਲਣਾ ਨਾਲ ਭਰੋਸਾ ਅਡੋਲ ਹੋ ਜਾਂਦਾ ਹੈ ।

Whosoever may remain above the six desires of body. He may be enlightened from within and the echo of His ever-resounding Word may resonate within his mind forever. He may remain intoxicated with sound of His Holy music. By obeying and adopting His Word his belief becomes steady and stable on His blessings.

84. Guru Nanak Dev Ji – Page 920

ਸਤਿਗੁਰੂ ਬਿਨਾ ਹੋਰ ਕਚੀ ਹੈ ਬਾਣੀ॥	satguroo binaa hor kachee hai banee.
ਬਾਣੀ ਤ ਕਚੀ ਸਤਿਗੁਰੂ ਬਾਝਹੁ,	banee ta kachee satguroo baajhahu
ਹੋਰ ਕਚੀ ਬਾਣੀ॥	hor kachee banee.
ਕਹਦੇ ਕਚੇ, ਸੁਣਦੇ ਕਚੇ,	kahday kachay sunday kachay
ਕਚੀ ਆਖਿ ਵਖਾਣੀ॥	kacheeN aakh vakhaanee.
ਹਰਿ ਹਰਿ ਨਿਤ ਕਰਹਿ ਰਸਨਾ,	har har nit karahi rasnaa kahi-aa
ਕਹਿਆ ਕਛੂ ਨ ਜਾਣੀ॥	kachhoo na jaanee.
ਚਿਤੁ ਜਿਨ ਕਾ ਹਿਰਿ ਲਇਆ,	chit jin kaa hir la-i-aa
ਮਾਇਆ ਬੋਲਨਿ ਪਏ ਰਵਾਣੀ॥	maa-i-aa bolan pa-ay ravaanee.
ਕਹੈ ਨਾਨਕੁ ਸਤਿਗੁਰੂ ਬਾਝਹੁ,	kahai naanak satguroo baajhahu
ਹੋਰ ਕਚੀ ਬਾਣੀ॥੨੪॥	hor kachee banee. ‖24‖

ਪ੍ਰਭ ਦੇ ਸ਼ਬਦ ਤੋਂ ਬਿਨਾਂ ਬਾਕੀ ਸਭ ਕੀਰਤਨ, ਕਥਾ ਵਿਖਾਵੇ ਵਾਲੇ ਹੀ ਹਨ । ਮਾਨਸ ਜਨਮ ਦਾ ਅਸਲੀ ਮੰਤਵ ਹਾਸਿਲ ਕਰਨ ਦਾ ਰਸਤਾ ਬਖਸ਼ਿਸ਼ ਨਹੀਂ ਹੁੰਦਾ । ਜਿਹੜੇ ਹੋਰ ਰਸਤੇ ਦੱਸਦੇ, ਜਾ ਚੱਲਣ ਦੀ ਪ੍ਰੇਰਨਾ ਕਰਦੇ ਹਨ । ਉਹ ਅਸਲੀ ਮੰਜ਼ਿਲ ਤੀਕ ਨਹੀਂ ਪਹੁੰਚ ਸਕਦੇ, ਉਹ ਮਾਰਗ ਤੋਂ ਅਣਜਾਣ ਹੀ ਹੁੰਦੇ ਹਨ । ਅਨੇਕ ਸੰਸਾਰਕ ਪੁਜਾਰੀ ਪ੍ਰਭ ਦਾ ਨਾਮ ਪੁਕਾਰਦੇ ਹਨ, ਪਰ ਆਪਣੇ ਜੀਵਨ ਵਿੱਚ ਨਹੀਂ ਅਪਣਾਉਂਦੇ, ਉਹਨਾਂ ਦਾ ਭਰੋਸਾ ਅਡੋਲ ਨਹੀਂ, ਮਹੱਤਤਾ ਨਹੀਂ ਜਾਣਦੇ । ਜਿਹੜੇ ਜੀਵ ਆਪਣਾ ਭਰੋਸਾ ਅਡੋਲ ਕਰਕੇ, ਬੰਦਗੀ ਵਿੱਚ ਲੀਨ ਰਹਿੰਦੇ ਹਨ । ਉਹਨਾਂ ਤੇ ਸੰਸਾਰਕ ਪੰਜਾਂ ਇੰਦ੍ਰੀਆਂ ਦਾ ਕਾਬੂ ਨਹੀਂ ਰਹਿੰਦਾ । ਇੱਕੋ ਇੱਕ ਪ੍ਰਭ ਦਾ ਸ਼ਬਦ, ਭਾਣਾ ਹੀ ਅਸਲੀ ਮੰਜ਼ਿਲ ਹੈ ।

Without His Word all other singing in His praises are false and only greed of mind. All worldly religious rituals may not lead to the right path to achieve the purpose of life. Whosoever may inspire other paths, he may be is ignorant from the right path of salvation. Worldly priests, gurus pray and beg for His mercy and grace, however, does not adopt His Word in life nor comprehend the significance of His Word. He may not have steady and stable on His Word, His blessing. Whosoever may adopt His Word with steady and stable belief, he may become above the influence of worldly desires. Obeying His Word may be the One and Only One right path of salvation.

85. Naam Dev Ji – Page 973

ਬੇਦ ਪੁਰਾਨ ਸਾਸਤ੍ਰ ਆਨੰਤਾ,	bayd puraan saastar aanantaa
ਗੀਤ ਕਬਿਤ ਨ ਗਾਵਉਗੋ॥	geet kabit na gaav-ogo.
ਅਖੰਡ ਮੰਡਲ ਨਿਰੰਕਾਰ ਮਹਿ,	akhand mandal nirankaar meh
ਅਨਹਦ ਬੇਨੁ ਬਜਾਵਉਗੋ॥੧॥	anhad bayn bajaav-ogo. ‖1‖

ਮੈਂ ਧਰਮ ਦੀਆਂ ਲਿਖਤਾਂ, ਅਨੇਕਾਂ ਗ੍ਰੰਥਾਂ ਵੇਦਾਂ, ਪੁਰਾਣ, ਸਾਸਤਰ ਹੇਕ ਲਾ ਕੇ ਨਹੀਂ ਗਾਉਂਦਾ । ਅਕਾਰ ਤੋਂ ਰਹਿਤ, ਸਦਾ ਅਟੱਲ ਰਹਿਣ ਵਾਲੇ ਪ੍ਰਭ ਦੇ ਸ਼ਬਦ ਦੀ ਧੁਨ, ਮਨ ਵਿੱਚ ਚਲਾਉਂਦਾ, ਅਨੰਦ ਮਾਣਦਾ ਹਾ ।

His true devotee may not sing the Holy Scripture loud, rather concentrates on the teachings of His Word within his mind! He may evaluate his belief with his own deeds.

86. Guru Arjan Dev Ji – Page 1001

ਚਰਨ ਕਮਲ ਪ੍ਰਭ ਰਾਖੇ ਚੀਤਿ॥	charan kamal parabh raakhay cheet.
ਹਰਿ ਗੁਣ ਗਾਵਹ ਨੀਤਾ ਨੀਤ॥	har gun gaavah neetaa neet.
ਤਿਸੁ ਬਿਨੁ ਦੂਜਾ ਅਵਰੁ ਨ ਕੋਉ॥	tis bin doojaa avar na ko-oo.
ਆਦਿ ਮਧਿ ਅੰਤਿ ਹੈ ਸੋਊ॥੧॥	aad maDh ant hai so-oo. ‖1‖

ਪ੍ਰਭ ਦੇ ਸ਼ਬਦ ਰੂਪੀ ਚਰਨਾਂ ਨੂੰ ਆਪਣੇ ਮਨ, ਧਿਆਨ ਵਿੱਚ ਰੱਖਦਾ, ਸਵਾਸ ਸਵਾਸ ਸ਼ਬਦ ਦੇ ਗੁਣ ਗਾਉਂਦਾ ਹਾ । ਪ੍ਰਭ ਹੀ ਇੱਕੋ ਇੱਕ ਸ੍ਰਿਸ਼ਟੀ ਦਾ ਮਾਲਕ, ਪੈਦਾ ਕਰਨ ਵਾਲਾ, ਉਸ ਤੋਂ ਬਿਨਾਂ ਹੋਰ ਕੋਈ ਸਦਾ ਰਹਿਣ ਵਾਲਾ ਨਹੀਂ ਹੈ । ਕੇਵਲ ਤੂੰ ਹੀ ਜੀਵ ਦੇ ਜਨਮ ਤੋਂ ਪਹਿਲੇ, ਸ੍ਰਿਸ਼ਟੀ ਦੇ ਆਰੰਭ ਤੋਂ ਪਹਿਲੇ ਵੀ ਅਟੱਲ ਸੀ । ਜੀਵ ਦੇ ਜੀਵਨ ਵਿੱਚ ਵੀ ਤੂੰ ਅਟੱਲ ਵਾਪਰਦਾ, ਮੌਤ ਪਿਛੋਂ ਵੀ ਤੇਰਾ ਹੀ ਹੁਕਮ, ਭਾਣਾ ਵਾਪਰਦਾ ਹੈ ।

His true devotee always concentrates and sings the glory of His Word with each and every breath. The One and Only One, God, True Master is The Creator of the universe and lives forever. He was axiom before the creation of universe, remains axiom in present and will be in future, even after the destruction of the universe.

87. Guru Amar Das Ji – Page 1092

ਗੁਣ ਅਵਗੁਣ ਸਮਾਨਿ ਹਹਿ,	gun avgun samaan heh
ਜਿ ਆਪਿ ਕੀਤੇ ਕਰਤਾਰਿ॥	je aap keetay kartaar.
ਨਾਨਕ ਹੁਕਮਿ ਮੰਨਿਐ,	naanak hukam mani-ai
ਸੁਖੁ ਪਾਈਐ ਗੁਰ ਸਬਦੀ ਵੀਚਾਰਿ॥੨॥	sukh paa-ee-ai gur sabdee veechaar. ‖2‖

ਜੀਵ ਗੁਣ ਅਉਗੁਣ ਦੋਨੋਂ ਹੀ ਪ੍ਰਭ ਦੇ ਬਖਸ਼ੇ ਹੋਏ ਹਨ, ਸ਼ਬਦ ਦੀ ਪਾਲਣਾ ਕਰੋ! ਕੋਈ ਕੰਮ ਕੇਵਲ ਇਸ ਕਰਕੇ ਨਾ ਕਰੋ, ਸੰਸਾਰਕ ਧਰਮ ਉਸ ਨੂੰ ਚੰਗਾ ਸਮਝਦਾ ਹੈ । ਪ੍ਰਭ ਦੇ ਸ਼ਬਦ ਦਾ ਵਿਚਾਰ ਕਰਕੇ ਦੇਖੋ! ਕੇਵਲ ਸ਼ਬਦ ਨਾਲ ਜੀਵਨ ਢਾਲਣ ਨਾਲ ਹੀ ਮਨ ਨੂੰ ਸੰਤੋਖ, ਸ਼ਾਤੀ ਬਖਸ਼ਿਸ਼ ਹੁੰਦੀ ਹੈ ।

You should always obey His Word! Both good and evil deeds are inspired by Him. You should not perform any deed only to impress the worldly society. You should concentrate on His Word! Only by adopting His Word, you may be blessed with peace and harmony in life.

88. Kabeer Ji – Page 1159

ਮੂਲ ਦੁਆਰੈ ਬੰਧਿਆ ਬੰਧੁ ॥	mool du-aarai banDhi-aa banDh.
ਰਵਿ ਊਪਰਿ ਗਹਿ ਰਾਖਿਆ ਚੰਦੁ ॥	rav oopar geh raakhi-aa chand.
ਪਛਮ ਦੁਆਰੈ ਸੂਰਜੁ ਤਪੈ ॥	pachham du-aarai sooraj tapai.
ਮੇਰ ਡੰਡ ਸਿਰ ਊਪਰਿ ਬਸੈ॥੨॥	mayr dand sir oopar basai. ‖2‖

ਆਪਣੇ ਮਨ ਤੇ ਆਪਣਾ ਕਾਬੂ ਪੱਕਾ ਕਰਨਾ, ਦ੍ਰਿੜਤਾ ਪੱਕਾ ਕਰਨਾ ਹੀ ਬੰਦਗੀ ਕਰਨ ਦੀ ਪਹਿਲੀ ਪੌੜੀ ਹੁੰਦੀ ਹੈ । ਆਪਣੇ ਮਨ ਨੂੰ ਸੰਸਾਰਕ ਇੱਛਾਂ ਤੋਂ ਉਪਰ ਉਠਾਵੋ । ਸ੍ਰਿਸ਼ਟੀ ਦੀ ਭਾਲਈ ਨੂੰ ਆਪਣੀ ਜਰੂਰਤ ਨਾਲੋ ਪਹਿਲ ਦੇਵੋ । ਜਿਵੇਂ ਸੂਰਜ ਪੱਛਮ ਵਿੱਚ ਡੁੱਬਦਾ ਹੈ, ਇਸਤਰ੍ਹਾਂ ਹੀ ਇੱਛਾਂ ਦਾ ਸੂਰਜ ਡੁੱਬਣ ਦੇਵੋ । ਉਹ ਰਹਿਮਤਾਂ ਵਾਲਾ ਪ੍ਰਭ ਮਨ ਦੇ ਉਪਰ, ਦਸਵੇਂ ਘਰ ਵਿੱਚ ਵਸਦਾ ਹੈ । ਤੇਰਾ ਮਨ ਸੰਸਾਰਕ ਇੱਛਾਂ ਤੋਂ ਉਪਰ ਉਠਕੇ ਇਸ ਵਿੱਚ ਦਾਖਲ ਹੋ ਸਕਦਾ, ਹੁੰਦਾ ਹੈ ।

The first step of meditation is to conquer your own mind and to develop a steady and stable belief on His blessings. He should rise above worldly desires and should consider welfare of others before his own. As Sun sets in west and disappear, same way his desires may vanish. The merciful True Master dwells above in 10th castle of His mind. His mind may raise above worldly desires and his soul may enter into His kingdom.

89. Guru Arjan Dev Ji – Page 1161

ਪ੍ਰੇਮ ਪਲੀਤਾ ਸੁਰਤਿ ਹਵਾਈ,	paraym paleetaa surat havaa-ee
ਗੋਲਾ ਗਿਆਨੁ ਚਲਾਇਆ॥	golaa gi-aan chalaa-i-aa.
ਬ੍ਰਹਮ ਅਗਨਿ ਸਹਜੇ ਪਰਜਾਲੀ,	barahm agan sehjay parjaalee
ਏਕਹਿ ਚੋਟ ਸਿਝਾਇਆ॥੪॥	aykeh chot sijhaa-i-aa. ||4||

ਦਾਸ, ਪ੍ਰਭ ਦੇ ਵਿਛੋੜੇ ਦੇ ਵਿਰਾਗ ਨੂੰ ਅੱਗ ਲਾਉਣ ਵਾਲਾ ਪਲੀਤਾ ਬਣਾਉਂਦੇ ਹਨ, ਅਡੋਲ ਭਰੋਸੇ ਨੂੰ ਗੋਲਾ ਬਣਾਉਂਦੇ ਹਨ । ਆਪਣੀ ਰੁਹਾਨੀ ਸ਼ਬਦ ਦੀ ਸੋਝੀ ਨਾਲ ਇਹ ਗੋਲਾ ਚਲਾਉਂਦੇ ਹਨ । ਮਨ ਦੇ ਧੀਰਜ, ਸ਼ਬਦ ਦੇ ਨੂਰ ਦੀ ਅੱਗ ਨਾਲ, ਇੱਕ ਹੀ ਗੋਲੇ ਨਾਲ ਕਿਲ੍ਹਾ ਤੋੜ ਲੈਂਦੇ ਹਨ ।

His true devotee makes his memory of separation from The True Master as the fuse to start fire and makes a bomb of his unshakable belief. He fires this bomb with his enlightenment of His Word. The bomb of his patience and meditation of His Word may blow the wall of separation from Holy spirit. This separation between soul and The Holy spirit is the root cause of the cycle of birth and death.

90. Guru Ram Das Ji – Page 1201

ਜਪਿ ਮਨ ਨਰਹਰੇ ਨਰਹਰ ਸੁਆਮੀ,	jap man narharay narhar su-aamee
ਹਰਿ ਸਗਲ ਦੇਵ ਦੇਵਾ ਸ੍ਰੀ ਰਾਮ,	har sagal dayv dayvaa saree raam,
ਰਾਮ ਨਾਮਾ ਹਰਿ ਪ੍ਰੀਤਮੁ ਮੋਰਾ॥੧॥	raam naamaa har pareetam moraa. ||1||
ਰਹਾਉ॥	rahaa-o.

ਪ੍ਰਭ ਹੀ ਸਭ ਤੋਂ ਉਤਮ, ਪਵਿੱਤਰ ਅਸਲੀ ਮਾਲਕ ਹੈ, ਉਸ ਦੇ ਸ਼ਬਦ ਦਾ ਸਿਮਰਨ ਕਰੋ! ਜਿਹੜਾ ਵੀ ਸ਼ਬਦ ਤੇਰੇ ਮਨ ਨੂੰ ਸੰਤੋਖ ਦੇਂਦਾ ਹੈ! ਉਹ ਅੱਖਰ ਹੀ ਪ੍ਰਭ ਦਾ ਸ਼ਬਦ ਬਣ ਜਾਂਦਾ ਹੈ । ਉਸ ਦੇ ਸ਼ਬਦ ਦੇ ਗੁਣ ਗਾਵੋ!

God is the supreme, sanctified, Holy spirit and The True Master. You should only meditate on His Word. Whatsoever Holy Scripture reading comforts your heart, that becomes His Word.

91. Guru Nanak Dev Ji – Page 1254

ਸੇਵਾ ਸੁਰਤਿ ਰਹਸਿ ਗੁਣ ਗਾਵਾ,	sayvaa surat rahas gun gaavaa
ਗੁਰਮੁਖਿ ਗਿਆਨੁ ਬੀਚਾਰਾ॥	gurmukh gi-aan beechaaraa.
ਖੋਜੀ ਉਪਜੈ ਬਾਦੀ ਬਿਨਸੈ,	khojee upjai baadee binsai
ਹਉ ਬਲਿ ਬਲਿ ਗੁਰ ਕਰਤਾਰਾ॥	ha-o bal bal gur kartaaraa.
ਹਮ ਨੀਚ ਹੋਤੇ ਹੀਣਮਤਿ ਝੂਠੇ,	ham neech hotay heenmat jhoothay
ਤੂ ਸਬਦਿ ਸਵਾਰਣਹਾਰਾ॥	too sabad savaaranhaaraa.
ਆਤਮ ਚੀਨਿ ਤਹਾ ਤੂ ਤਾਰਣ,	aatam cheen tahaa too taaran
ਸਚੁ ਤਾਰੇ ਤਾਰਣਹਾਰਾ॥੩॥	sach taaray taaranhaaraa. ||3||

ਬੰਦਗੀ ਕਰਨ ਵਾਲਾ ਆਪਣਾ ਧਿਆਨ ਆਪਣੇ ਕੀਤੇ ਕੰਮਾਂ ਦੀ ਪਰਖ ਤੇ ਲਾਉਂਦਾ ਹੈ । ਪ੍ਰਭ ਦੇ ਸ਼ਬਦ ਦੀ ਪਾਲਣਾ, ਉਸਤਤ ਗਾਉਂਦਾ ਹੈ । ਜਿਹੜੇ ਸ਼ਬਦ ਦੀ ਖੋਜ ਕਰਦੇ ਹਨ, ਉਹ ਸੋਝੀ ਪਾ ਲੈਂਦੇ ਹਨ । ਜਿਹੜੇ ਕੇਵਲ ਵਿਚਾਰ ਕਰਦੇ ਰਹਿੰਦੇ, ਉਹ ਵਿਚਾਰ ਕਰਦੇ ਹੀ ਮਰ ਜਾਂਦੇ ਹਨ । ਜਿਸ ਪ੍ਰਭ ਨੇ ਇਹ ਖੇਲ ਬਣਾਇਆ ਹੈ, ਉਸ ਦੇ ਸ਼ਬਦ ਤੋਂ ਕੁਰਬਾਨ ਜਾਵਾ! ਮੇਰੀ ਮੱਤ ਥੋੜ੍ਹੀ ਹੈ, ਮੈਂ ਨੀਚ ਕੰਮਾਂ ਵਾਲਾ ਜੀਵ ਹਾ । ਤੂੰ ਜੀਵਾਂ ਨੂੰ ਬਖਸ਼ਣ ਵਾਲਾ, ਰਹਿਮਤ ਬਖਸ਼ਕੇ ਸ਼ਬਦ ਦੀ ਸੋਝੀ ਪਾਵੇ । ਜਦੋਂ ਵੀ ਕੋਈ ਆਪਣੇ ਆਪ ਨੂੰ ਜਾਣ ਲੈਂਦਾ ਹੈ ! ਤਾਂ ਤੂੰ ਉਸ ਨੂੰ ਪਰਤੱਖ ਹੋ ਜਾਂਦਾ ਹੈ । ਉਸ ਨੂੰ ਤੂੰ ਦਰਬਾਰ ਵਿੱਚ ਪ੍ਰਵਾਨ ਕਰ ਲੈਂਦਾ ਹੈ ।

His true devotee, dedicates his attention to test his own deeds as per His Word. He obeys and sings the glory of His Word. Whosoever may try to understand the teachings of His Word, eventually may understand the Holy Scripture. Whosoever may only think, write and preach, he may die in this process. Who has created the play of universe, you should always be gratitude and beg for the understanding of His Word? I am with very little understanding and my actions are also evil. Have a mercy on my soul to realize Your Word and guides me to concentrate on the teachings of Your Word. Who may recognize himself, he may be enlightened from within? He may be accepted in Your court.

92. Guru Arjan Dev Ji – Page 1136

ਏਕੁ ਗੁਸਾਈ ਅਲਹੁ ਮੇਰਾ॥	ayk gusaa-ee alhu mayraa.
ਹਿੰਦੂ ਤੁਰਕ ਦੁਹਾਂ ਨੇਬੇਰਾ॥੧॥ ਰਹਾਉ॥	hindoo turak duhaaN naybayraa. ||1|| rahaa-o.

ਸਾਰੀ ਸ੍ਰਿਸ਼ਟੀ ਦਾ ਇੱਕੋ ਇੱਕ ਹੀ ਮਾਲਕ ਹੈ । ਜਿਹੜਾ ਅਨੇਕਾਂ ਨਾਮਾਂ ਨਾਲ ਜਾਣਿਆ ਜਾਂਦਾ, ਪੂਜਾ ਕੀਤੀ ਜਾਂਦੀ ਹੈ । ਉਹ ਹੀ ਹਰਇੱਕ ਜੀਵ ਦੀ ਕੀਤੀ ਕਮਾਈ ਦਾ ਫਲ ਬਖਸ਼ਦਾ ਹੈ । ਉਸ ਦੇ ਘਰ ਵਿੱਚ ਸਦਾ ਹੀ ਇਨਸਾਫ ਹੀ ਹੁੰਦਾ ਹੈ ।

The One and Only One, Omniscient is The True Master of the universe. He may be known and worshipped by many names. Only He may reward every meditation and all good deeds. Only justice prevails in His court.

93. Guru Ram Das Ji – Page 1309

ਸੰਗਤਿ ਸੰਤ ਮਿਲਹੁ ਸਤਸੰਗਤਿ,	Sangat sant milhu satsangat
ਮਿਲਿ ਸੰਗਤਿ ਹਰਿ ਰਸੁ ਆਵੈਗੋ॥	mil sangat har ras aavaigo.
ਬਿਨੁ ਸੰਗਤਿ ਕਰਮ ਕਰੈ ਅਭਿਮਾਨੀ,	Bin sangat karam karai abhimaanee
ਕਢਿ ਪਾਣੀ ਚੀਕੜੁ ਪਾਵੈਗੋ ॥੩॥	kadh paanee cheekarh paavaigo. ||3||

ਬੰਦਗੀ ਕਰਨ ਵਾਲੇ ਦੀ ਸੰਗਤ ਵਿੱਚ ਰਲਕੇ ਸ਼ਬਦ ਦੀ ਪਾਲਣਾ ਕਰਨ ਨਾਲ ਪ੍ਰਭ ਦੇ ਸ਼ਬਦ ਦੀ ਸੋਝੀ ਹੋ ਜਾਂਦੀ ਹੈ । ਸੰਗਤ ਵਿੱਚ ਮਿਲਕੇ ਸਿਮਰਨ ਤੋਂ ਬਿਨਾਂ ਜੀਵ ਮਨ ਦੇ ਅਹੰਕਾਰ ਵਿੱਚ ਹੀ ਕੰਮ ਕਰਦਾ ਹੈ । ਅਹੰਕਾਰ ਵਿੱਚ ਸ਼ਬਦ ਦੀ ਪਾਲਣਾ ਕਰਨਾ ਇਸਤਰ੍ਹਾਂ ਹੀ ਹੈ, ਜਿਵੇਂ ਪਵਿੱਤਰ ਪਾਣੀ ਕੱਢਕੇ ਚਿਕੱੜ ਵਿੱਚ ਹੀ ਡੋਲਣਾ ਹੈ ।

By following the teachings of a saint, one may understand how to adopt His Word in his life. Without following the teachings of His Word, he performs all deeds in ego. Performing good deeds in ego is like pulling pure water and dumping in mud.

94. Guru Arjan Dev Ji – Page 1136

ਹਜ ਕਾਬੈ ਜਾਉ ਨ ਤੀਰਥ ਪੂਜਾ ॥	haj kaabai jaa-o na tirath poojaa.
ਏਕੋ ਸੇਵੀ ਅਵਰੁ ਨ ਦੂਜਾ ॥੨॥	ayko sayvee avar na doojaa. ‖2‖

ਬੰਦਗੀ ਕਰਨ ਵਾਲਾ ਕਿਸੇ ਮੰਨੇ ਧਰਮ ਦੇ ਮੰਦਰ, ਮਸੀਤ ਦੀ ਪੂਜਾ ਨਹੀਂ ਕਰਦਾ । ਉਹ ਕੇਵਲ ਇੱਕੋ ਇੱਕ ਪ੍ਰਭ ਦੇ ਸ਼ਬਦ ਦੀ ਪਾਲਣਾ ਕਰਦਾ ਹੈ । ਪ੍ਰਭ ਦੇ ਬਖਸ਼ੇ ਦਾ ਹੀ ਧੰਨਵਾਦ ਕਰਦਾ ਹੈ ।

His true devotee does not worship any temple, so called Holy shrine. He only adopts and sings the glory of His Word in day to day life

95. Guru Arjan Dev Ji – Page 1355

ਗਿਰੰਤ ਗਿਰਿ ਪਤਿਤ ਪਾਤਾਲੰ,	girant gir patit paataalaN
ਜਲੰਤ ਦੇਦੀਪੵ ਬੈਸ੍ਵਾਂਤਰਹ॥	jalant daydeep-y baisvaaNtareh.
ਬਹੰਤਿ ਅਗਾਹ ਤੋਯੰ ਤਰੰਗੰ ਦੁਖੰਤ,	bahant agaah to-yaN tarangaN dukhant
ਗ੍ਰਹ ਚਿੰਤਾ ਜਨਮੰ ਤ ਮਰਣਹ॥	garah chintaa janmaN ta marnah.
ਅਨਿਕ ਸਾਧਨੰ ਨ ਸਿਧੵਤੇ,	anik saaDhanaN na siDh-yatai
ਨਾਨਕ ਅਸਥੰਭੰ ਅਸਥੰਭੰ,	naanak asthambhaN asthambhaN
ਅਸਥੰਭੰ ਸਬਦ ਸਾਧ ਸ੍ਵਜਨਹ॥੧੭॥	asthambhaN sabad saaDh savajniH. ‖17‖

ਜੀਵ ਭਾਵੇਂ ਤੇਰੇ ਤੇ ਅਨੇਕਾਂ ਮੁਸ਼ਕਲਾਂ ਆਉਣ! ਇਹਨਾਂ ਸਾਰੇ ਦੁਖਾਂ ਨਾਲੋ ਵੱਡਾ ਦੁਖ ਘਰ ਦੀਆਂ, ਚਿੰਤਾਂ ਦਾ ਹੀ ਹੁੰਦਾ ਹੈ । (ਪਹਾੜੀ ਤੋਂ, ਪਤਾਲ ਵਿੱਚ, ਅੱਗ ਵਿੱਚ ਡਿੱਗ ਪਵੇ, ਪਾਣੀ ਦੇ ਤੁਫਾਨ ਨਾਲ ਸਮੁੰਦਰ ਵਿੱਚ ਫਸ ਜਾਵੇ) । ਜੀਵ ਆਪਣੀ ਕੋਸ਼ਿਸ਼ ਨਾਲ ਕੁਝ ਵੀ ਕਰ ਲਵੇ! ਉਹ ਜੂੰਨਾਂ ਦਾ ਚੱਕਰ ਖਤਮ ਨਹੀਂ ਕਰ ਸਕਦਾ । ਇੱਕੋ ਇੱਕ ਹੀ ਸਾਧਨ ਨਾਲ ਬਚਾ ਹੋ ਸਕਦਾ ਹੈ! ਪ੍ਰਭ ਦੇ ਸ਼ਬਦ ਦਾ ਆਸਰਾ ਲਵੋ! ਸ਼ਬਦ ਨਾਲ ਜੀਵਨ ਢਾਲੋ! ਬੰਦਗੀ ਕਰਨ ਵਾਲੇ ਸੰਤਾਂ ਦੀ ਸੰਗਤ ਕਰੋ।

You may face several, terrible miseries in life, still the worries of own family may be the biggest worry. By own meditation or religious rituals, the cycle of birth and death may not be eliminated. To adopt His Word in life and keep a steady and stable belief in His Word, His blessings may be the One and Only One right path of salvation.

96. Guru Nanak Dev Ji – Page 1171

ਕਰ ਹਰਿਹਟ ਮਾਲ ਟਿੰਡ ਪਰੋਵਹੁ,	kar harihat maal tind parovahu
ਤਿਸੁ ਭੀਤਰਿ ਮਨੁ ਜੋਵਹੁ ॥	tis bheetar man jovhu.
ਅੰਮ੍ਰਿਤੁ ਸਿੰਚਹੁ ਭਰਹੁ ਕਿਆਰੇ,	amrit sinchahu bharahu ki-aaray
ਤਉ ਮਾਲੀ ਕੇ ਹੋਵਹੁ ॥੨॥	ta-o maalee kay hovhu. ‖2‖

ਜੀਵ ਆਪਣੇ ਹੱਥਾ ਨੂੰ ਉਹ ਖੂਹ ਦੀ ਟਿੰਡ ਬਣਾਵੋ! ਮਨ ਨੂੰ ਖੂਹ ਦੀ ਗਾੜੀ ਨੂੰ ਖਿੱਚਣ ਵਾਲਾ ਬੈਲ ਬਣਾਵੋ । ਤਾਂ ਇਹ ਪਾਣੀ ਆਪਣੇ ਸ਼ਬਦ ਦੀ ਫੁੱਲਵਾੜੀ ਨੂੰ ਦੇਵੋ, ਤਾਂ ਹੀ ਤੇਰੀ ਆਤਮਾ ਦਾ ਵਾਰਸ ਪ੍ਰਭ ਖੁਸ਼ ਹੋਵੇਗਾ ।

Whosoever may make his hands as buckets and makes his mind as a string to pull water. If he gives this water to the garden of his soul, then The True Master of his soul may be pleased.

97. Guru Nanak Dev Ji – Page 1171

ਕਾਮੁ ਕ੍ਰੋਧਿ ਦੁਇ ਕਰਹੁ ਬਸੋਲੇ,	kaam kroDh du-ay karahu basolay
ਗੋਡਹੁ ਧਰਤੀ ਭਾਈ॥	godahu Dhartee bhaa-ee.
ਜਿਉ ਗੋਡਹੁ ਤਿਉ ਤੁਮ੍ ਸੁਖ ਪਾਵਹੁ,	ji-o godahu ti-o tumH sukh paavhu
ਕਿਰਤੁ ਨ ਮੇਟਿਆ ਜਾਈ॥੩॥	kirat na mayti-aa jaa-ee. ||3||

ਕਾਮ ਵਾਸਨਾ ਅਤੇ ਕਰੋਧ ਨੂੰ, ਮਨ ਦੀ ਧਰਤੀ ਨੂੰ ਗੋਡਨ ਵਾਲੇ ਦੋਂ ਰਬੇ ਬਣਾਵੋ । ਜਿਵੇਂ ਜਿਵੇਂ ਤੂੰ ਆਪਣੇ ਮਨ ਦੀ ਧਰਤੀ ਗੋਡੇ ਗਾ, ਤੇਰੇ ਮਨ ਦੀ ਧਰਤੀ ਉਪਜਾਊ ਹੋ ਜਾਵੇਗੀ । ਪ੍ਰਭ, ਸ਼ਬਦ ਦੀ ਕੀਤੀ ਕਮਾਈ ਬਿਰਥੀ ਨਹੀਂ ਜਾਣ ਦੇਂਦਾ, ਫਲ ਜਰੂਰ ਦੇਂਦਾ ਹੈ ।

Make your sexual desire and anger as two shovels to dig the earth. As you dig your mind, ground, it will become a fertile. Time spend wholeheartedly in His meditation will never be wasted. He always rewards the hard work and dedication.

98. Guru Amar Das Ji – Page 1421

ਹਰਹਟ ਭੀ ਤੂੰ ਤੂੰ ਕਰਹਿ,	harhat bhee tooN tooN karahi
ਬੋਲਹਿ ਭਲੀ ਬਾਣਿ॥	boleh bhalee baan.
ਸਾਹਿਬੁ ਸਦਾ ਹਦੂਰਿ ਹੈ,	saahib sadaa hadoor hai
ਕਿਆ ਉਚੀ ਕਰਹਿ ਪੁਕਾਰੇ॥	ki-aa uchee karahi pukaar.
ਜਿਨਿ ਜਗਤੁ ਉਪਾਇ ਹਰਿ ਰੰਗੁ ਕੀਆ,	jin jagat upaa-ay har rang kee-aa
ਤਿਸੈ ਵਿਟਹੁ ਕੁਰਬਾਣੁ॥	tisai vitahu kurbaan.
ਆਪੁ ਛੋਡਹਿ ਤਾਂ ਸਹੁ ਮਿਲੈ	aap chhodeh taaN saho milai
ਸਚਾ ਏਹੁ ਵੀਚਾਰੁ॥	sachaa ayhu veechaar.
ਹਉਮੈ ਫਿਕਾ ਬੋਲਣਾ	ha-umai fikaa bolnaa
ਬੁਝਿ ਨ ਸਕਾ ਕਾਰ॥	bujh na sakaa kaar.
ਵਣੁ ਤ੍ਰਿਣੁ ਤ੍ਰਿਭਵਣੁ ਤੁਝੈ ਧਿਆਇਦਾ,	van tarin taribhavan tujhai Dhi-aa-idaa
ਅਨਦਿਨੁ ਸਦਾ ਵਿਹਾਣ॥	an-din sadaa vihaan.
ਬਿਨੁ ਸਤਿਗੁਰ ਕਿਨੈ ਨ ਪਾਇਆ,	bin satgur kinai na paa-i-aa
ਕਰਿ ਕਰਿ ਥਕੇ ਵੀਚਾਰੇ॥	kar kar thakay veechaar.
ਨਦਰਿ ਕਰਹਿ ਜੇ ਆਪਣੀ,	nadar karahi jay aapnee
ਤਾਂ ਆਪੇ ਲੈਹਿ ਸਵਾਰਿ॥	taaN aapay laihi savaar.
ਨਾਨਕ ਗੁਰਮੁਖਿ ਜਿਨ੍ਹੀ ਧਿਆਇਆ,	naanak gurmukh jinHee Dhi-aa-i-aa
ਆਏ ਸੇ ਪਰਵਾਣੁ॥੬੩॥	aa-ay say parvaan. ||63||

ਜੀਵ ਪ੍ਰਭ ਤੇਰੇ ਅੰਦਰ ਹੈ, ਤੈਨੂੰ ਉੱਚੀ ਉੱਚੀ ਪੁਕਰਣ ਦੀ ਕੋਈ ਲੋੜ ਨਹੀਂ ਹੈ । ਉਸ ਨੂੰ ਦਿਲੋਂ ਯਾਦ ਕਰਨ ਨਾਲ ਹੀ ਉਹ ਤੇਰੀ ਪੁਕਾਰ ਸੁਣਦਾ ਹੈ । ਪ੍ਰਭ ਤੋਂ ਕੁਰਬਾਨ ਜਾਈਏ! ਜਿਸ ਨੇ ਇਹ ਸ੍ਰਿਸ਼ਟੀ ਸਾਜੀ ਹੈ ਅਤੇ ਇਸ ਨੂੰ ਪ੍ਰੀਤ ਕਰਦਾ ਹੈ । ਅਗਰ ਤੂੰ ਆਪਣੇ ਆਪ ਨੂੰ ਮਿਟਾ ਦੇਵੇ ਤਾਂ ਉਹ ਆਪ ਹੀ ਪ੍ਰਗਟ ਹੋ ਜਾਂਦਾ ਹੈ । ਤੇਰੇ ਤਨ, ਮਨ ਅੰਦਰ ਦੋਵੇਂ ਵਸਦੇ ਹਨ! ਇੱਕ ਤੂੰ ਆਪ ਅਤੇ ਇੱਕ ਪ੍ਰਭ ਵਸਦਾ ਹੈ । ਜਦੋਂ ਆਪਣੇ ਆਪ ਨੂੰ ਵਿਚੋਂ ਖਤਮ ਕਰ ਦਿੱਤਾ ਤਾਂ ਕੇਵਲ ਇੱਕ ਪ੍ਰਭ ਹੀ ਰਹਿੰਦਾ ਹੈ । ਜਿਸ ਦੇ ਮਨ ਵਿੱਚ ਅਹੰਕਾਰ ਹੈ, ਉਹ ਪ੍ਰਭ ਦੇ ਹੁਕਮ ਨੂੰ ਸਮਝ ਨਹੀਂ ਸਕਦਾ । ਜੰਗਲਾਂ, ਅਬਾਦੀ ਵਿੱਚ ਤਿੰਨਾਂ ਹੀ ਖੰਡਾਂ ਵਿੱਚ ਸਭ ਤੇਰੇ ਨਾਮ ਦੀ ਓਟ ਲੈਂਦੇ, ਆਪਣਾ ਦਿਨ ਰਾਤ ਬਤੀਤ ਕਰਦੇ ਹਨ । ਸੰਸਾਰਕ ਜੀਵਾਂ ਨੇ ਪਰਖਕੇ ਵੇਖ ਲਿਆ ਹੈ । ਪ੍ਰਭ ਦੀ ਰਹਿਮਤ ਤੋਂ ਬਿਨਾਂ ਕੋਈ ਪ੍ਰਵਾਨ ਨਹੀਂ ਹੋ ਸਕਦਾ । ਜਿਸ ਜੀਵ ਤੇ ਰਹਿਮਤ ਬਖਸ਼ਦਾ ਹੈ! ਉਸ ਨੂੰ ਸ਼ਬਦ ਦੇ ਲੜ ਲਾ ਕੇ ਆਪਣੇ ਨਾਲ

ਮਿਲਾ ਲੈਂਦਾ ਹੈ । ਜਿਸ ਦੇ ਮਨ ਵਿੱਚ ਸ਼ਬਦ ਤੇ ਭਰੋਸਾ ਅਡੋਲ ਰਹਿੰਦਾ ਹੈ! ਉਹ ਤੇਰੇ ਦਰਬਾਰ ਵਿੱਚ ਪ੍ਰਵਾਨ ਹੋਣ ਯੋਗ ਜਾਂਦਾ ਹੈ ।

You do not need to recite His Word loud; He dwells within your body embedded within your soul. By remembering His separation wholeheartedly, the Omniscient may hear your prayers. One should surrender to The True Master, who has created the whole universe and loves His creation. Whosoever may abandon his selfishness, His Word may be enlightened with his heart. In your body both lives together, one is yourselves, selfishness and other The Holy spirit. When selfishness is vanished only the Holy spirit remains in body. Whosoever may be overwhelmed with ego, he may never comprehend His Word. In three universes, in forests and in villages, everyone begs the refuge, support of Your Word. Day and night remain in patience waiting and enjoying Your blessings. Worldly scholars and enlightened devotees have tested and determined! Without Your mercy, no one may be accepted in Your kingdom. Whosoever may be blessed, he may remain intoxicated in deep meditates in the void on Your Word. His belief remains steady and stable on Your blessings and he may be accepted in Your court.

99. Guru Arjan Dev Ji – Page 1075

ਕਲਜੁਗ ਮਹਿ ਕੀਰਤਨੁ ਪਰਧਾਨਾ॥	kaljug meh keertan parDhaanaa.
ਗੁਰਮੁਖਿ ਜਪੀਐ ਲਾਇ ਧਿਆਨਾ॥	gurmukh japee-ai laa-ay Dhi-aanaa.
ਆਪਿ ਤਰੈ ਸਗਲੇ ਕੁਲ ਤਾਰੇ ,	Aap tarai saglay kul taaray
ਹਰਿ ਦਰਗਹ ਪਤਿ ਸਿਉ ਜਾਇਦਾ॥੬॥	har dargeh pat si-o jaa-idaa. ||6||

ਕਲਜੁਗ ਵਿੱਚ ਸ਼ਬਦ ਦੀ ਪਾਲਣਾ, ਗੁਣ ਗਾਉਣ ਨੂੰ ਸਭ ਤੋਂ ਉਤਮ ਧੰਦਾ, ਰਹਿਮਤ ਦੀ ਨਜ਼ਰ ਮੰਨੀ ਜਾਂਦੀ ਹੈ । ਜਿਹੜਾ ਗੁਰਮਖ ਮਨ ਵਿੱਚ ਅਡੋਲ ਭਰੋਸਾ ਰੱਖਕੇ ਸ਼ਬਦ ਦੀ ਪਾਲਣਾ ਕਰਦਾ ਹੈ, ਉਸ ਨੂੰ ਮੁਕਤੀ ਦੀ ਅਵਸਥਾ ਬਖਸ਼ਿਸ਼ ਹੋ ਜਾਂਦੀ ਹੈ । ਉਹ ਆਪਣੇ ਸਾਥੀਆਂ. ਪਰਿਵਾਰ ਨੂੰ ਵੀ ਇਸ ਰਸਤੇ ਤੇ ਅਡੋਲ ਕਰ ਜਾਂਦੇ ਹਨ । ਉਹ ਦਰਬਾਰ ਵਿੱਚ ਪ੍ਰਵਾਨ ਹੋ ਜਾਂਦੇ ਹਨ।

In Kali Yuga, obeying and singing the glory of Your Word is considered the supreme profession. His true devotee keeps his belief steady and stable on His Word, blessings. With His mercy and grace, he remains on the right path of salvation. He inspires his family and followers to stay focus on the right path of salvation. With His blessings, they may be accepted in His court.

100.Guru Arjan Dev Ji – Page 987

ਆਲ ਜਾਲ ਬਿਕਾਰ ਤਜਿ ਸਭਿ,	aal jaal bikaar taj sabh
ਹਰਿ ਗੁਨਾ ਨਿਤ ਗਾਉ॥	har gunaa nit gaa-o.
ਕਰ ਜੋੜਿ ਨਾਨਕੁ ਦਾਨੁ ਮਾਂਗੈ,	kar jorh naanak daan maaNgai
ਦੇਹੁ ਅਪਨਾ ਨਾਉ॥੨॥੧॥੬॥	dayh apnaa naa-o. ||2||1||6||

ਮਨ ਵਿਚੋਂ ਸੰਸਾਰਕ ਇੱਛਾਂ ਨੂੰ ਤਿਆਗ ਕੇ, ਅਡੋਲ ਮਨ ਨਾਲ ਸ਼ਬਦ ਦੇ ਗੁਣ ਗਾਵੋ! ਸ਼ਬਦ ਦੀ ਪਾਲਣਾ ਕਰੋ! ਨਿਮਾਣਾ ਬਣਕੇ, ਨਿਮ੍ਰਤਾ ਨਾਲ ਪ੍ਰਭ ਅੱਗੇ ਰਹਿਮਤ ਦੀ ਅਰਦਾਸ ਕਰੋ! ਰਹਿਮਤਾਂ ਦੇ ਮਾਲਕ ਆਪਣੇ ਸ਼ਬਦ ਦੇ ਲੜ ਲਾਵੋ!

You should abandon your worldly desires and with an unshakable belief obey His Word. Conquer your ego and beg for His mercy and grace to be blessed with devotion to obey His Word.

101.Guru Arjan Dev Ji – Page 1353

ਨਹ ਬਿਲੰਬ ਧਰਮੰ ਬਿਲੰਬ ਪਾਪੰ॥ nah bilamb DharmaN bilamb paapaN.
ਦ੍ਰਿੜੰਤ ਨਾਮੰ ਤਜੰਤ ਲੋਭੰ॥ darirh-aaNt naamaN tajant lobhaN.
ਸਰਣਿ ਸੰਤੰ ਕਿਲਬਿਖ ਨਾਸੰ, saran santaN kilbikh naasaN
ਪ੍ਰਾਪਤੰ ਧਰਮ ਲਖ੍ਹਿਣ॥ paraaptaN Dharam lakh-yin.
ਨਾਨਕ ਜਿਹ ਸੁਪ੍ਰਸੰਨ ਮਾਧਵਹ॥੧੦॥ naanak jih suparsan maaDhvah. ||10||

ਜੀਵ ਚੰਗੇ ਕੰਮ ਕਰਨ ਸਮੇਂ ਆਲਸ ਨਾ ਕਰੋ! ਬੁਰੇ ਕੰਮ ਸਮੇਂ ਜਲਦੀ ਨਾ ਕਰੋ! ਬਾਰ ਬਾਰ ਸੋਚੋ! ਆਪਣੇ ਮਨ ਵਿਚੋਂ ਲਾਲਚ ਨੂੰ ਤਿਆਗੋ! ਪ੍ਰਭ ਦਾ ਸ਼ਬਦ ਜਾਗਰਤ ਕਰੋ! ਇਸਤਰ੍ਹਾਂ ਦੇ ਜੀਵ ਦਾ ਜੀਵਨ ਦਾ ਢੰਗ ਹੀ ਪ੍ਰਭ ਦੇ ਸ਼ਬਦ ਅਨੁਸਾਰ ਬਣ ਜਾਂਦਾ ਹੈ । ਜਿਸ ਦੀ ਬੰਦਗੀ ਤੇ ਪ੍ਰਭ ਖੁਸ਼ ਹੋ ਜਾਂਦਾ, ਪ੍ਰਵਾਨ ਕਰ ਲੈਂਦਾ ਹੈ । ਉਸ ਦੇ ਮਨ ਵਿੱਚ ਸੰਤੋਖ, ਖੇੜਾ ਭਰ ਜਾਂਦਾ ਹੈ ।

You should not be lazy, while committing to good deeds. You should not rush to do evil deeds, think again and again. You should abandon greed from your mind and enlighten His Word in your heart. His way of life may become as per His Word. Whose meditation appeases The True Master, he may be accepted in His court. His mind may be blessed with peace and contentment.

24 ਬੰਦਗੀ ਕਰਨ ਵਾਲੇ ਦੀਆਂ – ਰਹਿਮਤ ਦੀਆਂ ਮੰਜ਼ਲਾਂ !
Stages of Blessings!

102.Guru Nanak Dev Ji – Page 7 – Japji 35

ਧਰਮ ਖੰਡ ਕਾ ਏਹੋ ਧਰਮੁ॥	dharam khand kaa ayho Dharam.
ਗਿਆਨ ਖੰਡ ਕਾ ਆਖਹੁ ਕਰਮੁ॥	gi-aan khand kaa aakhhu karam.
ਕੇਤੇ ਪਵਣ ਪਾਣੀ ਵੈਸੰਤਰ	kaytay pavan paanee vaisantar
ਕੇਤੇ ਕਾਨ ਮਹੇਸ॥	kaytay kaan mahays.
ਕੇਤੇ ਬਰਮੇ ਘਾੜਤਿ ਘੜੀਅਹਿ	kaytay barmay ghaarhat gharhee-ahi
ਰੂਪ ਰੰਗ ਕੇ ਵੇਸ॥	roop rang kay vays.
ਕੇਤੀਆ ਕਰਮ ਭੂਮੀ ਮੇਰ	kaytee-aa karam bhoomee mayr kaytay
ਕੇਤੇ ਕੇਤੇ ਧੂ ਉਪਦੇਸ॥	kaytay Dhoo updays.
ਕੇਤੇ ਇੰਦ ਚੰਦ ਸੂਰ	kaytay ind chand soor kaytay
ਕੇਤੇ ਕੇਤੇ ਮੰਡਲ ਦੇਸ॥	kaytay mandal days.
ਕੇਤੇ ਸਿਧ ਬੁਧ ਨਾਥ ਕੇਤੇ	kaytay siDh buDh naath kaytay
ਕੇਤੇ ਦੇਵੀ ਵੇਸ॥	kaytay dayvee vays.
ਕੇਤੇ ਦੇਵ ਦਾਨਵ ਮੁਨਿ ਕੇਤੇ	kaytay dayv daanav mun kaytay
ਕੇਤੇ ਰਤਨ ਸਮੁੰਦ॥	kaytay ratan samund.
ਕੇਤੀਆ ਖਾਣੀ ਕੇਤੀਆ	kaytee-aa khaanee kaytee-aa banee
ਬਾਣੀ ਕੇਤੇ ਪਾਤ ਨਰਿੰਦ॥	kaytay paat narind.
ਕੇਤੀਆ ਸੁਰਤੀ ਸੇਵਕ ਕੇਤੇ	kaytee-aa surtee sayvak kaytay
ਨਾਨਕ ਅੰਤੁ ਨ ਅੰਤੁ॥੩੫॥	naanak ant na ant. ||35||

ਜਿਹੜਾ ਉਸ ਦੀ ਮਰਜ਼ੀ, ਬਣਾਏ ਹੋਏ ਨਿਯਮਾਂ (ਧਰਮ) ਨਾਲ ਜੀਵਨ ਢਾਲਦਾ ਹੈ । ਉਸ ਨੂੰ ਦਰਗਾਹ ਵਿੱਚ ਜਗ੍ਹਾ ਬਖਸ਼ਿਸ਼ ਹੁੰਦੀ ਹੈ । ਜਿਹਨਾਂ ਨੂੰ ਗਿਆਨ ਪ੍ਰਾਪਤ, ਰਹਿਮਤ ਬਖਸ਼ਿਸ਼ ਹੋ ਜਾਂਦੀ ਹੈ, ਉਹ ਆਤਮਾ ਆਪਣੀਆਂ ਇਦ੍ਰਿਆਂ ਤੇ ਕਾਬੂ ਪਾ ਲੈਂਦੀ ਹੈ । ਉਸ ਨੂੰ ਪ੍ਰਭ ਦੀ ਹੋਂਦ ਅਨੁਭਵ ਹੋ ਜਾਂਦੀ ਹੈ, ਪ੍ਰਕਾਸ਼, ਗਿਆਨ, ਸ਼ਬਦ ਮਨ ਵਿੱਚ ਜਾਗਰਤ ਹੋ ਜਾਂਦਾ ਹੈ । ਉਸ ਦਾ ਹੁਕਮ ਹਰਇੱਕ ਉਪਰ ਹੀ ਚਲਦਾ ਹੈ । ਉਸ ਨੂੰ ਅਨੇਕਾਂ ਹੀ ਕਰਤਬਾਂ, ਅਨੇਕਾਂ ਕਿਸਮਾਂ ਦੀਆਂ ਹਵਾਂ (ਪਵਣ), ਪਾਣੀ, ਅਨੇਕ ਕਿਸਮਾਂ ਦੀਆਂ (ਵੈਸੰਤਰ) ਅਗਨੀਆਂ, ਦਾ ਗਿਆਨ ਹੋ ਜਾਂਦਾ ਹੈ । ਕਿਤਨੇ ਹੀ ਕ੍ਰਿਸਨ, ਸ਼ਿਵ ਜੀ ਵਰਗੇ ਅਵਤਾਰ, ਬ੍ਰਹਮਾ ਉਸ ਦੇ ਹੁਕਮ ਅਨੁਸਾਰ ਸ੍ਰਿਸ਼ਟੀ ਨੂੰ ਹਰ ਪਲ ਸਾਜਦੇ ਹਨ । ਅਨੇਕਾਂ ਹੀ ਕਿਸਮਾਂ, ਰੰਗਾਂ ਦੇ ਜੀਵ ਪੈਦਾ ਕੀਤੇ, ਅਨੇਕਾਂ ਹੀ ਕਿਸਮਾਂ ਦੀਆਂ ਧਰਤੀਆਂ, ਅਨੇਕ ਹੀ ਧ੍ਰੂ ਭਗਤ ਹੋਏ । ਕਿਤਨੇ ਹੀ ਉਹਨਾਂ ਧ੍ਰਾਂ ਨੂੰ ਉਪਦੇਸ ਦੇਣ ਵਾਲੇ ਨਾਰਦ ਮੁੰਨੀ, ਇੰਦਰ, ਚੰਦ, ਸੂਰਜ, ਸਿੱਧ, ਨਾਥ, ਬੁਧ, ਮਾਹਬੀਰ, ਦੇਵੀਆਂ ਹਨ । ਕਿਤਨੇ ਹੀ ਮੰਡਲ (ਖੰਡ), ਦੇਸ, ਅਕਾਸ਼, ਕਿਤਨੇ ਹੀ ਕਿਸਮਾਂ ਦੇ ਸੁਮੰਦਰ ਹਨ । ਕਿਤਨੇ ਹੀ ਕਿਸਮਾਂ ਦੇ ਉਹਨਾਂ ਵਿੱਚ ਪਦਾਰਥ, ਕਿਤਨੇ ਹੀ ਜੀਵ ਉਹਨਾਂ ਵਿੱਚ ਰਹਿੰਦੇ, ਕਿਸਮਾਂ ਦੀਆਂ ਬੋਲੀਆਂ ਹਨ । ਕਿਤਨੀ ਕਿਸਮਾਂ ਦੀਆਂ ਬਾਣੀਆਂ, ਸਾਸਤ੍ਰ ਹਨ, ਉਸ ਨੂੰ ਸਿਮਰਨ ਕਰਨ ਦੇ, ਕਿਤਨੇ ਹੀ (ਪਾਤ) ਤਖਤ ਹਨ? ਅਨੇਕਾਂ ਹੀ ਮਾਲਕ (ਨਰਿੰਦ) ਰਾਜੇ ਹਨ, ਕਿਤਨੀਆਂ ਹੀ ਉਸ ਦੀਆਂ ਫੋਜਾ (ਪਾਤ) (ਪੈਦਲ ਫੋਜ), ਪੰਗਤੀਆਂ ਹਨ । ਉਸ ਨੂੰ ਗਿਆਨ ਹੋ ਜਾਂਦਾ ਹੈ, ਅਨੇਕ ਹੀ ਪ੍ਰਮਾਤਮਾ ਦੀਆਂ ਸੁਰਤੀਆਂ ਹਨ । ਇਹ ਜਿਤਨੀਆਂ ਚੀਜਾਂ ਦ੍ਰਿਸ਼ਟੀ ਵਿੱਚ ਆ ਜਾਂਦੀਆਂ ਹਨ, ਇਹਨਾਂ ਦਾ ਅੰਤ ਨਹੀਂ ਆਉਂਦਾ, ਅੰਤ ਪਾਉਣ ਵਾਲੇ ਆਪਣਾ ਜੀਵਨ ਭੋਗਕੇ ਇਸ ਸੰਸਾਰ ਵਿੱਚੋ ਚਲੇ ਜਾਂਦੇ ਹਨ । ਜਦੋਂ ਗਿਆਨ ਵਾਲੇ ਦੀ ਦ੍ਰਿਸ਼ਟੀ ਖੁਲ੍ਹਦੀ ਹੈ, ਤਾਂ ਇਹ ਬੇਅੰਤ ਹੀ ਚੀਜਾਂ ਉਸ ਨੂੰ ਦਿੱਸਣ ਲੱਗ ਪੈਂਦੀਆਂ ਹਨ ।

Whosoever may adopt His Word in day to day life, he follows the teachings and develops a discipline in his life. He may comprehend and adopt the teachings of His Word in day to day life. He may realize that there are many kinds of airs, waters, fires and many prophets, angels. He realizes there are many Brahmas creating the new creations with various shapes and colors. There are countless devotees and countless prophets preaching His Word. There are countless Suns, Moons and universes. There are countless blessed souls and countless rivers, oceans. There are countless Holy scriptures and countless devotees are intoxicated in deep meditation in the void of His Word. There is no limit of His nature. All the scholars, devotees, who may be trying to find the limit or end of any of His events and pass on after exhausting their time on earth. When His true devotee may wake up from the void of His Word, he may visualize all these miracles of His nature with His eyes.

103.Guru Nanak Dev Ji – Page 503

ਕਵਨ ਕਵਨ ਜਾਚਹਿ ਪ੍ਰਭ ਦਾਤੇ,	Kavan kavan jaacheh parabh daatay
ਤਾ ਕੇ ਅੰਤ ਨ ਪਰਹਿ ਸੁਮਾਰ॥	taa kay ant na pareh sumaar.
ਜੈਸੀ ਭੂਖ ਹੋਇ ਅਭ ਅੰਤਰਿ,	Jaisee bhookh ho-ay abh antar
ਤੂੰ ਸਮਰਥੁ ਸਚੁ ਦੇਵਣਹਾਰ॥੧॥	tooN samrath sach dayvanhaar. ‖1

ਪ੍ਰਭ, ਤੇਰੇ ਤੋਂ ਮੰਗਣ ਵਾਲੇ ਅਨੇਕਾਂ ਹੀ ਜੀਵ ਹਨ, ਜਿਹਨਾਂ ਦੀ ਗਿਣਤੀ ਨਹੀਂ ਕੀਤੀ ਜਾ ਸਕਦੀ । ਤੂੰ ਲੋੜ ਅਨੁਸਾਰ ਸਾਰਿਆਂ ਨੂੰ ਦਾਤਾਂ ਦਿੰਦਾ ਹੈ, ਭਾਵੇਂ ਕੋਈ ਮੰਗੇ ਜਾ ਨਾ ਮੰਗੇ ।

There are many beggars at Your door, their numbers cannot be completely counted. You always bless your virtue as needed for their welfare, even without begging for anything.

104.Guru Nanak Dev Ji – Page 7 -Japji 36

ਗਿਆਨ ਖੰਡ ਮਹਿ ਗਿਆਨੁ ਪਰਚੰਡੁ॥	gi-aan khand meh gi-aan parchand.
ਤਿਥੈ ਨਾਦ ਬਿਨੋਦ ਕੋਡ ਅਨੰਦੁ ॥	tithai naad binod kod anand.
ਸਰਮ ਖੰਡ ਕੀ ਬਾਣੀ ਰੂਪੁ॥	saram khand kee banee roop.
ਤਿਥੈ ਘਾੜਤਿ ਘੜੀਐ ਬਹੁਤੁ ਅਨੂਪੁ ॥	tithai ghaarhat gharhee-ai bahut anoop.
ਤਾ ਕੀਆ ਗਲਾ ਕਥੀਆ ਨਾ ਜਾਹਿ॥	taa kee-aa galaa kathee-aa naa jaahi.
ਜੇ ਕੋ ਕਹੈ ਪਿਛੈ ਪਛੁਤਾਇ॥	jay ko kahai pichhai pachhutaa-ay.
ਤਿਥੈ ਘੜੀਐ ਸੁਰਤਿ ਮਤਿ ਮਨਿ ਬੁਧਿ॥	tithai gharhee-ai surat mat man buDh.
ਤਿਥੈ ਘੜੀਐ ਸੁਰਾ ਸਿਧਾ ਕੀ ਸੁਧਿ॥ ੩੬॥	tithai gharhee-ai suraa siDhaa kee suDh. ‖36‖

ਜਦੋਂ ਪ੍ਰਭ ਦਾ ਸੇਵਕ ਗਿਆਨ ਖੰਡ ਵਿੱਚ ਪਹੁੰਚਦਾ ਹੈ । ਉਸ ਵੇਲੇ ਵਿਸ਼ੇਸ਼ ਕਰਕੇ ਚੰਡੂ ਤਿਥਾ ਗਿਆਨ, ਬੋਲਨ ਵਾਲਾ ਗਿਆਨ ਪ੍ਰਗਟ ਹੁੰਦਾ ਹੈ । ਜੀਵ ਨੂੰ ਉਸ ਦੀ ਧੁਨ ਸੁਣਨ ਦਾ, ਦਰਸ਼ਨ ਕਰਨ ਦਾ ਅਨੰਦ ਬਖਸ਼ਿਸ਼ ਹੁੰਦਾ ਹੈ । ਉਸ ਨੂੰ ਪ੍ਰਭ ਜੀਉਂਦਾ ਜਾਗਦਾ ਮਹਿਸੂਸ ਹੁੰਦਾ ਹੈ, ਉਸ ਨੂੰ ਪ੍ਰਾਪਤ ਕਰਕੇ ਗੂੜਾ ਅਨੰਦ ਮਹਿਸੂਸ ਹੁੰਦਾ ਹੈ । ਜਿਹੜੇ ਸ਼ਰਮ ਖੰਡ ਨੂੰ ਆਪਣੇ ਜੀਵਨ ਦਾ ਅਸੂਲ, ਨਿਯਮ ਬਣਾ ਲੈਂਦੇ ਹਨ, ਉਹਨਾਂ ਦੀ ਬਾਣੀ (ਰੂਪ) ਸਫਾਈ ਵਾਲੀ ਹੋ ਜਾਂਦੀ ਹੈ, ਲਾਲਚ ਲਿਪਸਾ ਵਾਲੀ, ਠਗੀ ਵਾਲੀ, ਦਿੱਲ ਕਾਤੀ ਗੁੜ ਵਾਤਾ ਬਾਣੀ ਨਹੀਂ ਬੋਲਦੇ । ਸਫਾਈ ਵਾਲੀ, ਮਿੱਠੀ (ਰੂਪ) ਸਮੁੰਦਰ ਪਿਆਰੀ ਬਾਣੀ ਮੁੱਖ ਤੋਂ ਨਿਕਲਦੀ ਹੈ । ਪ੍ਰਭ ਦੇ ਸ਼ਬਦ ਰੂਪੀ ਗਹਿਣੇ, ਸ਼ੁਭ ਗੁਣਾਂ ਦੀ ਘਾੜਤ, ਮਾਨਸ

ਦੀ ਉਪਮਾਂ ਤੋਂ ਰਹਿਤ ਘੜੀ ਜਾਂਦੀ ਹੈ । ਮਨ ਦੀ ਪਾਪਾਂ ਰੂਪੀ, ਅਗਿਆਨ ਰੂਪ ਮੈਲ ਸਭ ਮਿਟ ਜਾਂਦੀ ਹੈ । ਸ਼ਰਮ ਖੰਡੀਆਂ ਦਾ ਉਦਮ, ਕਮਾਈ, ਭਗਤੀ, ਪਿਆਰ, ਲਗਨ, ਗਿਆਨ ਵਾਲੇ ਕਰਤਬਾਂ ਹੁੰਦੇ ਹਨ । ਇਹ ਕਿਸੇ ਪਾਸੋਂ ਪੂਰਨ ਤਰ੍ਹਾਂ ਤੇ ਵਿਆਖਿਆ ਨਹੀਂ ਕੀਤੀ ਜਾ ਸਕਦੀ । ਉਸ ਦੇ ਗੁਣ ਬੇਅੰਤ, ਗਿਣਤੀ ਤੋਂ ਰਹਿਤ ਹਨ । ਉਸ ਦੀ ਸੰਗਤ ਵਿੱਚ (ਸੁਰਤਿ) ਚਿਤ, ਪ੍ਰਭ ਦਾ ਲਗਨ ਘੜਿਆ ਰਹਿੰਦਾ, ਚੇਤਾਵਨੀ ਮਿਟ ਜਾਂਦੀ ਹੈ । ਉਹਨਾਂ ਦੀ ਸੰਗਤ ਵਿੱਚ (ਮਤਿ) ਅਹੰਕਾਰ ਤੇ ਕਾਬੂ ਪਾਉਣ ਦਾ ਢੰਗ ਸਿੱਖਿਆ ਜਾਂਦਾ ਹੈ । (ਮਨਿ) ਮਨ ਦਾ ਸੰਕਲਪ ਮਿਟ ਜਾਂਦਾ ਹੈ । ਆਤਮਾਂ ਵੇਸ਼ਣੌਂ ਹੋ ਜਾਂਦੀ ਹੈ, ਅੰਤਰ-ਆਤਮਾਂ ਦੀ ਘਾੜਤ ਉਥੇ ਘੜੀ ਜਾਂਦੀ ਹੈ । ਉਹਨਾਂ ਦੀ ਸੰਗਤ ਕਰਨ ਕਰਕੇ (ਸੁਰਾ) ਦੇਵਤੇ, ਇਸਤਰ੍ਹਾਂ ਬਣਦੇ ਹਨ । ਇਸ ਗਿਆਤ ਨੂੰ ਪਾਇਆ ਜਾ ਸਕਦਾ ਹੈ ਅਤੇ ਸਿਧ ਪੁਰਖਾ ਦੀ ਅਵਸਥਾ ਬਣ ਜਾਂਦੀ ਹੈ । ਇਸ ਦੀ ਵੀ (ਸੁਧਿ) ਗਿਆਤ ਘੜੀ ਜਾਂਦੀ ਹੈ, ਭਾਵ ਪਤਾ ਲਗ ਜਾਂਦਾ ਹੈ ।

When state of mind of His true devotee reaches enlightenment zone. He may be blessed with His Word and his tongue speaks His Word. His spoken words may become His Word. He realizes His existence as if He is alive walking with him all time. His mind conquers worldly desires and his words becomes pure. His soul may be sanctified without any greed, attachment, ego. No one may fully describe his state of mind, as much one may praise, still much more may be left. If someone claims, he knows and can fully explain his state of mind. He has to repent, when he realizes much more need to be said. In this state of mind, wisdom and enlightenment of mind may be developed and re-enforced. The soul becomes under His complete protection and his own existence may be eliminated.

105.Guru Nanak Dev Ji – Page 952

ਸੋ ਬੈਰਾਗੀ ਜਿ ਉਲਟੇ ਬ੍ਰਹਮੁ॥	so bairaagee je ultay barahm.
ਗਗਨ ਮੰਡਲ ਮਹਿ ਰੋਪੈ ਥੰਮੁ॥	gagan mandal meh ropai thamm.
ਅਹਿਨਿਸਿ ਅੰਤਰਿ ਰਹੈ ਧਿਆਨਿ॥	ahinis antar rahai Dhi-aan.
ਤੇ ਬੈਰਾਗੀ ਸਤ ਸਮਾਨਿ॥	tay bairaagee sat samaan.
ਬੋਲੈ ਭਰਥਰਿ ਸਤਿ ਸਰੂਪੁ ॥	bolai bharthar sat saroop.
ਪਰਮ ਤੰਤ ਮਹਿ ਰੇਖ ਨ ਰੂਪੁ ॥੬॥	param tant meh raykh na roop. ||6||

ਜਿਹੜਾ ਆਪਣੇ ਮਨ ਨੂੰ ਬਦਲ ਕੇ ਸ਼ਬਦ ਦੀ ਪਾਲਣਾ ਵਿੱਚ ਲਾਵੇ, ਉਹ ਹੀ ਅਸਲੀ ਵਿਰਾਗੀ ਹੈ । ਆਪਣੇ ਮਨ ਵਿੱਚ ਪ੍ਰਭ ਦੇ ਦਰਬਾਰ ਵਿੱਚ ਜਾਣ ਵਾਲਾ ਥੰਮ ਸਥਾਪਣ ਕਰੇ । ਦਿਨ ਰਾਤ, ਸ਼ਬਦ ਦੀ ਪਾਲਣਾ, ਸਿਮਰਨ ਵਿੱਚ ਲੀਨ ਰਹੇ । ਉਹ ਵਿਰਾਗੀ ਉਸ ਪ੍ਰਭ ਦਾ ਰੂਪ ਹੀ ਬਣ ਜਾਂਦਾ ਹੈ । ਉਹ ਪ੍ਰਭ ਦੇ ਸ਼ਬਦ ਦੀ ਪਾਲਣਾ, ਸਿਮਰਨ ਵਿੱਚ ਹੀ ਲੀਨ ਰਹਿੰਦਾ ਹੈ । ਉਹ ਅਕਾਰ ਰਹਿਤ ਪ੍ਰਭ ਵਿੱਚ ਹੀ ਅਲੋਪ ਹੋ ਜਾਂਦਾ ਹੈ ।

Whosoever may control his mind and divert to obey His Word, he may become worthy of calling His true devotee. He may establish a pillar, a right path to His palace, royal court. He obeys and sings the glory of His Word with steady and stable belief day and night. He may become the symbol of The True Master. He remains in deep meditation and may enter into the void of His Word and he may be immersed in His Holy spirit.

106.Guru Nanak Dev Ji – Page 8 – Japji 37

ਕਰਮ ਖੰਡ ਕੀ ਬਾਣੀ ਜੋਰੁ॥	karam khand kee banee jor.
ਤਿਥੈ ਹੋਰੁ ਨ ਕੋਈ ਹੋਰੁ॥	tithai hor na ko-ee hor.
ਤਿਥੈ ਜੋਧ ਮਹਾਬਲ ਸੂਰ॥	tithai joDh mahaabal soor.
ਤਿਨ ਮਹਿ ਰਾਮੁ ਰਹਿਆ ਭਰਪੂਰ॥	tin meh raam rahi-aa bharpoor.
ਤਿਥੈ ਸੀਤੋ ਸੀਤਾ ਮਹਿਮਾ ਮਾਹਿ॥	tithai seeto seetaa mahimaa maahi.
ਤਾ ਕੇ ਰੂਪ ਨ ਕਥਨੇ ਜਾਹਿ॥	taa kay roop na kathnay jaahi.
ਨਾ ਓਹਿ ਮਰਹਿ ਨ ਠਾਗੇ ਜਾਹਿ॥	naa ohi mareh na thaagay jaahi.
ਜਿਨ ਕੈ ਰਾਮੁ ਵਸੈ ਮਨ ਮਾਹਿ॥	jin kai raam vasai man maahi.
ਤਿਥੈ ਭਗਤ ਵਸਹਿ ਕੇ ਲੋਅ ॥	tithai bhagat vaseh kay lo-a.
ਕਰਹਿ ਅਨੰਦੁ ਸਚਾ ਮਨਿ ਸੋਇ॥	karahi anand sachaa man so-ay.
ਸਚ ਖੰਡਿ ਵਸੈ ਨਿਰੰਕਾਰੁ॥	sach khand vasai nirankaar.
ਕਰਿ ਕਰਿ ਵੇਖੈ ਨਦਰਿ ਨਿਹਾਲ॥	kar kar vaykhai nadar nihaal.
ਤਿਥੈ ਖੰਡ ਮੰਡਲ ਵਰਭੰਡ ॥	tithai khand mandal varbhand.
ਜੇ ਕੋ ਕਥੈ ਤ ਅੰਤ ਨ ਅੰਤ॥	jay ko kathai ta ant na ant.
ਤਿਥੈ ਲੋਅ ਲੋਅ ਆਕਾਰ॥	tithai lo-a lo-a aakaar.
ਜਿਵ ਜਿਵ ਹੁਕਮੁ ਤਿਵੈ ਤਿਵ ਕਾਰ॥	jiv jiv hukam tivai tiv kaar.
ਵੇਖੈ ਵਿਗਸੈ ਕਰਿ ਵੀਚਾਰੁ॥	vaykhai vigsai kar veechaar.
ਨਾਨਕ ਕਥਨਾ ਕਰੜਾ ਸਾਰੁ॥੩੭॥	naanak kathnaa karrhaa saar. ‖37‖

ਕਰਮ, ਭਗਤੀ ਦੀ ਕਮਾਈ ਦਾ ਨਾਮ ਹੈ । ਜਿਸ ਨੇ ਸਿਮਰਨ, ਸ਼ਬਦ ਦੀ ਕਮਾਈ ਕੀਤੀ, ਉਸ ਨੂੰ ਇਹ ਖੰਡ ਬਖਸ਼ਿਸ਼ ਹੁੰਦਾ ਹੈ । ਇਹ ਕਮਾਈ ਵਿੱਚ ਜ਼ੋਰ, ਬਲ, ਸ਼ਕਤੀ ਹੁੰਦੀ ਹੈ, ਉਸ ਦੇ ਬੋਲ ਪੂਰੇ ਹੋ ਜਾਂਦੇ ਹਨ । ਉਸ ਦੇ ਮੁੱਖ ਤੋਂ ਨਿਕਲੇ ਬਚਨ ਬਿਰਥੇ ਨਹੀਂ ਜਾਂਦੇ । ਇਸ ਖੰਡ ਵਿੱਚ ਜਦੋਂ ਜੀਵ ਪਹੁੰਚਦਾ ਹੈ । ਉਸ ਨੂੰ ਹੋਰ ਕਿਸੇ ਕਿਸਮ ਦੀਆਂ ਰਿਧੀਆਂ, ਸਿਧੀਆਂ ਦੀ ਲੋੜ ਨਹੀਂ ਰਹਿੰਦੀ, ਨਾ ਹੀ ਹੋਰ ਪੂਜਾ ਕਰਾਉਣ ਦੀ ਭੁੱਖ ਰਹਿੰਦੀ ਹੈ । ਉਸ ਦਾ ਦੇਤਾ ਵਾਲਾ ਸੁਭਾਓ, ਸਭ ਕੁਝ ਉਥੇ (ਹੋਰ) ਹੋੜ, ਭਾਵ ਰੋਕ ਦਿੱਤਾ ਹੈ । ਇਸ ਖੰਡ ਵਿੱਚ (ਜੋਧ–ਜੋਧੇ) ਰਥੀ (ਮਾਹਬਲ) ਜਿਹੜੇ ਮਹਾਰਥੀ, (ਸੂਰ) ਸੂਰਮੇ ਜਿਹੜੇ ਅਰਥੀ ਹਨ ਉਹ ਹੀ ਉਥੇ ਪਹੁੰਚਦੇ ਹਨ । ਜਿਸ ਨੂੰ ਇਹ ਅਵਸਥਾ ਬਖਸ਼ਿਸ਼ ਹੁੰਦੀ ਹੈ, ਉਸ ਦੇ ਹਿਰਦੇ ਵਿੱਚ (ਰਾਮੁ) ਪ੍ਰਭ ਦੇ ਸ਼ਬਦ ਦੀ ਧੁਨ ਸਦਾ ਹੀ ਚਲਦੀ ਹੈ । ਰੋਮ ਰੋਮ ਵਿੱਚ, ਪ੍ਰਭ ਤੋਂ ਬਿਨਾਂ ਹੋਰ ਕਿਸੇ ਵਿੱਚ ਚਿਤ ਨਹੀਂ ਜੁੜਿਆ ਹੋਇਆ, ਹਮੇਸ਼ਾਂ ਹੀ ਪ੍ਰਭ ਦੀ ਉਸਤਤ ਵਿੱਚ ਹੀ (ਸੀਤੋ) ਸੀਤਲ, ਠੰਢੇ ਹੋ ਕੇ ਮਸਤ ਰਹਿੰਦੇ ਹਨ । ਉਹਨਾਂ ਦੇ ਮਨ ਦੀ ਸਫਾਈ ਨਿਰਵਿਕਾਰ ਜੀਵਨ ਕਿਸੇ ਪ੍ਰਕਾਰ ਵੀ ਪੂਰਨ ਕਥਨ, ਵਰਣਨ ਨਹੀਂ ਕੀਤਾ ਜਾ ਸਕਦਾ, ਮੁਕਤ, ਅਮਰ ਅਵਸਥਾ ਬਖਸ਼ਿਸ਼ ਹੋ ਜਾਂਦੀ ਹੈ । ਉਹਨਾਂ ਨੂੰ ਸੰਸਾਰਕ ਇੱਛਾਂ, ਗਲਤ ਕੰਮਾਂ ਵਿੱਚ ਭਟਕਣ ਨਹੀਂ ਹੁੰਦੀ, ਭਾਵ ਠਗੇ ਨਹੀਂ ਜਾਂਦੇ । ਜਿਹਨਾਂ ਜੀਵਾਂ ਦੇ ਮਨ ਵਿੱਚ (ਰੁਾਮ) ਪ੍ਰਭ ਪ੍ਰਤਖ ਹੋ ਕੇ ਵਸਦਾ, ਨਿਵਾਸ ਕਰਦਾ ਹੈ, ਉਹ ਸ਼੍ਰੋਮਣੀ ਪ੍ਰਭ ਵਿੱਚ ਅਭੇਦ ਹੋ ਜਾਂਦੇ, ਮੁਕਤੀ ਪ੍ਰਾਪਤ ਕਰ ਲੈਂਦੇ, ਜਨਮ ਮਰਨ ਤੋਂ ਰਹਿਤ ਹੋ ਜਾਂਦੇ ਹਨ । ਉਥੇ ਉਸ ਕਰਮ ਖੰਡ ਦੀ ਅਵਸਥਾ ਵਿੱਚ (ਕੇ) ਕਿਤਨੇ ਹੀ (ਲੋਅ) ਸਰੂਪ ਦੇ ਪ੍ਰਕਾਸ਼ ਵਾਲੇ ਹਨ, ਕਿਤਨੇ ਹੀ (ਲੋਅ) ਲੋਕਾਂ ਦੇ ਭਗਤ, ਕੋਈ ਕਿਸੇ ਲੋਕ ਦਾ, ਕੋਈ ਕਿਸੇ ਲੋਕ ਦਾ, ਵਸਦੇ ਹਨ, ਬਖਸ਼ਿਸ਼ ਦੇ ਖੰਡ ਵਿੱਚ, ਉਹ ਅਨੰਦ ਮਾਨਦੇ ਹਨ । ਉਥੇ ਸੱਚਖੰਡ ਰੂਪ ਦਰਬਾਰ ਵਿੱਚ ਜਿਹੜੇ ਗੁਰਮਖ ਹਨ, ਉਹਨਾਂ ਦੀ ਬਿਰਤੀ ਨਿੰਰਕਾਰ ਵਿੱਚ ਵਸ ਜਾਂਦੀ ਹੈ । ਉਹਨਾਂ ਦੇ ਮਾਇਕੀ ਅਕਾਰ ਦੂਰ ਹੋ ਜਾਂਦੇ ਹਨ ਨਿਰੰਕਾਰ ਵਿੱਚ ਚਿਤ ਲੀਨ ਹੋ ਜਾਂਦਾ ਹੈ । ਜਿਹਨਾਂ ਨੇ ਪ੍ਰਭ ਦਾ ਸਿਮਰਨ ਕੀਤਾ, ਸ੍ਰਵਣ ਕੀਤਾ, ਜੀਵਨ ਢਾਲਿਆ ਹੈ । ਪ੍ਰਭ ਉਹਨਾਂ ਤੇ ਕ੍ਰਿਪਾ ਦ੍ਰਿਸਟੀ ਬਖਸ਼ਕੇ ਨਿਹਾਲ ਕਰਦਾ ਹੈ । ਉਹਨਾਂ ਨੂੰ ਉਸ ਦੀ ਜੋਤ ਸਰੂਪ ਅਨੁਭਵ ਹੁੰਦਾ ਹੈ, ਉਹਨਾਂ ਨੂੰ ਗਿਆਨ, ਮੁਕਤੀ ਪ੍ਰਾਪਤ

ਹੋ ਜਾਂਦੀ ਹੈ, ਉਸ ਵਿੱਚ ਅਭੇਦ ਹੋ ਜਾਂਦੇ ਹਨ । ਇਸ ਅਵਸਥਾ ਵਿੱਚ ਮਨ ਦੀਆਂ ਇੰਦ੍ਰੀਆਂ ਕਾਮ, ਕਰੋਧ, ਲੋਭ ਆਦਿਕ, ਸਮੂੰਹ ਨੂੰ ਖੰਡ, ਖਤਮ ਕੀਤਾ ਹੈ । ਉਹਨਾਂ ਸ਼ੁਭ ਗੁਣਾਂ ਦਾ ਮੰਡਲ ਕੀਤਾ ਹੈ, ਸਦਾ ਸ਼ਾਂਤ ਚਿਤ ਰਹਿੰਦੇ ਹਨ, ਨਿਰਵਿਕਾਰ ਜੀਵਨ, ਅਤੇ ਉਹ (ਵਰਭੰਡ) (ਵਰ) ਸ਼ੇਸਟ (ਭੰਡ) ਪਾਤਰ ਹਨ । ਪ੍ਰਭ ਦੀ ਪ੍ਰਾਪਤੀ ਵਾਲੇ, ਵੱਡੇ (ਭੰਡ) ਭਾਂਡੇ ਦੀ ਨਿਆਈ ਸਾਰਾ ਬ੍ਰਹਮੰਡ ਹੀ ਉਹਨਾਂ ਦਾ ਅਕਾਰ ਬਣਿਆ ਹੋਇਆ ਹੈ । ਉਹਨਾਂ ਦੀ ਦ੍ਰਿਸ਼ਟੀ ਦਾ ਕੋਈ ਪੂਰਨ ਕਥਨ ਨਹੀਂ ਕਰ ਸਕਦਾ, ਉਹਨਾਂ ਦਾ ਅੰਤ ਨਹੀਂ ਪਾਇਆ ਜਾ ਸਕਦਾ, ਕਥਨ ਕਰਨ ਵਾਲੇ, ਕਥਨ ਕਰਦੇ ਜ਼ਿਦੰਗੀ ਭੋਗਕੇ ਚਲੇ ਜਾਂਦੇ ਹਨ । ਉਸ ਸੱਚਖੰਡ ਵਿੱਚ ਜਦੋਂ ਬਿਰਤੀ ਨਿਰੋਧ ਹੋ ਜਾਂਦੀ ਹੈ, ਹਿਰਦੇ ਵਿੱਚ ਵੀ, ਦਸਮ ਦੁਆਰ ਵਿੱਚ ਵੀ ਉਹ ਸਪੂਰਨ ਸਾਖਿਆਤ ਹੋ ਜਾਂਦਾ ਹੈ । ਉਸ ਸਰੂਪ ਬਾਬਤ ਕਥਨ ਕਰਦੇ ਹਨ! ਉਥੇ (ਲੋਅ, ਲੋਅ) ਪ੍ਰਕਾਸ਼ ਹੀ ਵਾਲੇ ਅਕਾਰ ਹਨ, ਹੱਡ ਚੱਮ ਦੇ ਅਕਾਰ ਨਹੀਂ ਹਨ । ਉਹ ਪ੍ਰਕਾਸ ਰੂਪ ਪ੍ਰਾਪਤ ਕਰਕੇ, ਪ੍ਰਕਾਸ਼ ਰੂਪ ਵਿੱਚ ਅਭੇਦ ਹੋ ਜਾਂਦੇ ਹਨ । ਉਥੇ ਜਿਸਤਰ੍ਹਾਂ ਦਾ ਪ੍ਰਮਾਤਮਾ ਦਾ ਹੁਕਮ ਹੁੰਦਾ ਹੈ, ਉਸ ਤਰ੍ਹਾਂ ਹੀ ਕੰਮ ਕਰਦੇ ਹਨ । ਇਹ ਪ੍ਰਤਾਪ ਪਾ ਕੇ ਵੀ ਹੁਕਮ ਵਿੱਚ ਹੀ ਰਹਿੰਦੇ, ਨਿਮ੍ਰਤਾ ਵਾਲੇ ਬਣੇ ਰਹਿੰਦੇ ਹਨ । ਉਹ ਪ੍ਰਭ ਦਾ ਇਸ ਪ੍ਰਕਾਰ ਵਿਚਾਰ ਕਰਕੇ ਉਸ ਨੂੰ ਵੇਖ ਲੈਂਦੇ ਹਨ ਅਤੇ (ਵਿਗਸੈ) ਬਹੁਤ ਹੀ ਪ੍ਰਸੰਨ ਰਹਿੰਦੇ ਹਨ । ਜਿਹਨਾਂ ਨੂੰ ਇਹ ਅਵਸਥਾ ਬਖਸ਼ਿਸ਼ ਹੋ ਜਾਂਦੀ ਹੈ । ਉਹਨਾਂ ਦੀ ਦਿਸ਼ਾ, ਹਾਲਤ, ਲਗਨ, ਨੂੰ (ਕਥਨ) ਵਰਣਨ ਕਰਨਾ ਬਹੁਤ ਹੀ ਕਠਨ ਹੈ ।

Karam Khand is the name of wealth of Word, wealth of meditation. Only who gathered the wealth of His Word are blessed with this state of mind. In this state of mind, his soul becomes fearless and overwhelmed within. His mind is in complete bliss of His Word and his state of mind cannot be fully described. His cycle of birth and death may be eliminated, His Word may be drenched in each and every fiber of his soul. In this state of mind, there is no shape, body structure or form, only soul, a ray of light exists and in harmony with The Holy spirit. The One and Only One, God exist and wherever this ray of light falls, those souls may be enlightened, blessed. Souls from various universes performs with the command of His Word. No one has his own unique existence and sing His glory and are blossom in His bliss.

25 ਬੰਦਗੀ ਕਰਨ ਵਾਲੇ ਦੀ ਅਰਦਾਸ! Prayer of a Devotee!

107.Guru Arjan Dev Ji – Page 256

ਡੰਡਉਤਿ ਬੰਦਨ ਅਨਿਕ ਬਾਰ,	dand-ut bandan anik baar
ਸਰਬ ਕਲਾ ਸਮਰਥ॥	sarab kalaa samrath.
ਡੋਲਨ ਤੇ ਰਾਖਹੁ ਪ੍ਰਭੂ,	dolan tay raakho parabhoo
ਨਾਨਕ ਦੇ ਕਰਿ ਹਥ॥੧॥	naanak day kar hath. ||1||

ਸਰਬ ਕਲਾ ਸਮਰਥ, ਪ੍ਰਭ ਅੱਗੇ ਬਾਰ ਬਾਰ ਨਿਮ੍ਰਤਾ ਨਾਲ ਅਰਦਾਸ ਕਰੋ! ਰਹਿਮਤਾ ਦੇ ਮਾਲਕ ਆਪਣੇ ਦਾਸ ਨੂੰ ਸ਼ਬਦ ਦੀ ਪਾਲਣਾ ਤੇ ਅਡੋਲ ਰੱਖੋ!

You should always pray and beg for His mercy and grace. May He bless you with devotion to adopt His Word in day to day life.

108.Guru Arjan Dev Ji – Page 1429

ਤੇਰਾ ਕੀਤਾ ਜਾਤੋ ਨਾਹੀ,	tayraa keetaa jaato naahee
ਮੈਨੋ ਜੋਗੁ ਕੀਤੋਈ॥	maino jog keeto-ee.
ਮੈ ਨਿਰਗੁਣਿਆਰੇ ਕੋ ਗੁਣੁ ਨਾਹੀ,	mai nirguni-aaray ko gun naahee
ਆਪੇ ਤਰਸੁ ਪਇਓਈ॥	aapay taras pa-i-o-ee.
ਤਰਸੁ ਪਇਆ ਮਿਹਰਾਮਤਿ ਹੋਈ,	taras pa-i-aa mihraamat ho-ee
ਸਤਿਗੁਰੁ ਸਜਣੁ ਮਿਲਿਆ॥	satgur sajan mili-aa.
ਨਾਨਕ ਨਾਮੁ ਮਿਲੈ ਤਾਂ ਜੀਵਾਂ,	naanak naam milai taaN jeevaaN
ਤਨੁ ਮਨੁ ਥੀਵੈ ਹਰਿਆ॥੧॥	tan man theevai hari-aa. ||1||

ਮੈਂ ਅਣਜਾਣ, ਸਮਝ ਨਹੀਂ ਸਕਦਾ, ਮੇਰੇ ਵਿੱਚ ਕੋਈ ਗੁਣ ਨਜ਼ਰ ਨਹੀਂ ਆਉਂਦਾ! ਪ੍ਰਭ ਤੂੰ ਆਪ ਹੀ ਰਹਿਮਤ ਬਖਸ਼ਕੇ ਸਿਮਰਨ ਦੇ ਯੋਗ ਸਮਝਿਆ, ਬਣਾਇਆ ਹੈ । ਰਹਿਮਤ ਨਾਲ ਹੀ ਅਸਲੀ ਰਸਤਾ, ਸੋਝੀ ਦੇਣ ਵਾਲਾ ਸਾਥੀ ਮਿਲ ਗਿਆ ਹੈ । ਹੁਣ ਮੇਰੇ ਸਵਾਸਾਂ ਦਾ ਕਾਰਨ, ਸਾਧਨ ਹੀ ਤੇਰਾ ਸ਼ਬਦ ਦਾ ਸਿਮਰਨ ਬਣ ਗਿਆ ਹੈ ।ਜਦੋਂ ਹੀ ਮੇਰਾ ਧਿਆਨ ਸ਼ਬਦ ਦੇ ਸਿਮਰਨ ਵਿੱਚ ਲਗਦਾ ਹੈ । ਮਨ ਸ਼ੀਤਲ, ਠੰਡਾ, ਸੰਤੋਖ ਨਾਲ ਭਰਪੂਰ ਹੋ ਜਾਂਦਾ ਹੈ ।

I am ignorant! I do not see any good virtue, quality in me. With Your mercy and grace, you have made me worthy of Your meditation, blessed me with devotion. I have been blessed with a true companion to guide me to the right path. Now the purpose of my life is to obey Your Word. With my concentration on Your Word, peace and pleasures prevails in my life.

109.Guru Arjan Dev Ji – Page 531

ਅਪੁਨੇ ਹਰਿ ਪਹਿ ਬਿਨਤੀ ਕਹੀਐ॥	apunay har peh bintee kahee-ai.
ਚਾਰਿ ਪਦਾਰਥ ਅਨਦ ਮੰਗਲ ਨਿਧਿ,	chaar padaarath anad mangal nidh
ਸੂਖ ਸਹਜ ਸਿਧਿ ਲਹੀਐ॥੧॥ਰਹਾਉ॥	sookh sahj siDh lahee-ai. ||1|| rahaa-o.

ਪ੍ਰਭ ਦੇ ਸ਼ਬਦ ਦੀ ਪਾਲਣਾ ਕਰੋ! ਉਸ ਅੱਗੇ ਮਨੋ ਅਰਦਾਸ ਕਰੋ! ਪ੍ਰਭ ਦੀ ਰਹਿਮਤ ਨਾਲ ਹੀ ਚਾਰ ਪਦਾਰਥ ਬਖਸ਼ਿਸ਼ ਹੁੰਦੇ ਹਨ । ਖੇੜਾ ਅਨੰਦ ਸੰਤੋਖ ਅਤੇ ਸ਼ਬਦ ਦੀ ਸੋਝੀ ਹੁੰਦੀ ਹੈ ।

You should obey His Word and should pray wholeheartedly to The True Master! Only with His mercy and grace! The soul has been blessed with human life. Only by His mercy and grace, four virtues may be blessed.

Blossom in heart; Pleasures of life; Contentment; and Salvation!

110.Guru Arjan Dev Ji – Page 1144

ਤੂ ਮੇਰਾ ਪਿਤਾ ਤੂਹੈ ਮੇਰਾ ਮਾਤਾ॥	too mayraa pitaa toohai mayraa maataa.
ਤੂ ਮੇਰੇ ਜੀਅ ਪ੍ਰਾਨ ਸੁਖਦਾਤਾ॥	too mayray jee-a paraan sukh-daata.
ਤੂ ਮੇਰਾ ਠਾਕੁਰੁ ਹਉ ਦਾਸੁ ਤੇਰਾ॥	too mayraa thaakur ha-o daas tayraa.
ਤੁਝ ਬਿਨੁ ਅਵਰੁ ਨਹੀ ਕੋ ਮੇਰਾ॥੧॥	tujh bin avar nahee ko mayraa. ||1||

ਪ੍ਰਭ ਤੂੰ ਹੀ ਮੇਰਾ ਪੈਦਾ ਕਰਨ ਵਾਲਾ ਮਾਲਕ, ਪਿਤਾ ਹੈ । ਤੂੰ ਹੀ ਮੇਰੀ ਪਾਲਣਾ ਪੋਸਨਾ ਕਰਨ ਵਾਲੀ ਮਾਤਾ, ਪਿਤਾ ਦੀ ਤਰ੍ਹਾਂ ਹੈ, ਤੂੰ ਹੀ ਸਵਾਸ ਬਖਸ਼ਣ ਵਾਲਾ ਮਾਲਕ ਹੈ । ਪ੍ਰਭ ਤੂੰ ਹੀ ਮੇਰਾ ਮਾਲਕ ਹੈ, ਮੈਂ ਤੇਰਾ ਹੀ ਗੁਲਾਮ, ਦਾਸ ਹਾ! ਤੇਰੇ ਤੋਂ ਬਿਨਾਂ ਮੇਰਾ ਹੋਰ ਕੋਈ ਆਸਰਾ ਨਹੀ ਹੈ ।

His true devotee considers, believes, God is the only one protector, nourisher of His creation. God prevails in his father, mother to nourish and protect me. He considers himself only His slave, servant and he does not beg support from any one other.

111.Guru Arjan Dev Ji – Page 266

ਤੂ ਠਾਕੁਰੁ, ਤੁਮ ਪਹਿ ਅਰਦਾਸਿ॥	too thaakur tum peh ardaas.
ਜੀਉ ਪਿੰਡੁ, ਸਭੁ ਤੇਰੀ ਰਾਸਿ॥	jee-o pind sabh tayree raas.
ਤੁਮ, ਮਾਤ, ਪਿਤਾ, ਹਮ ਬਾਰਿਕ ਤੇਰੇ॥	tum maat pitaa ham baarik tayray.
ਤੁਮਰੀ ਕ੍ਰਿਪਾ, ਮਹਿ ਸੂਖ ਘਨੇਰੇ॥	tumree kirpaa meh sookh ghanayray.
ਕੋਇ ਨ ਜਾਨੈ, ਤੁਮਰਾ ਅੰਤੁ॥	ko-ay na jaanai tumraa ant.
ਊਚੇ ਤੇ, ਊਚਾ ਭਗਵੰਤ॥	oochay tay oochaa bhagvant.
ਸਗਲ ਸਮਗ੍ਰੀ, ਤੁਮਰੈ ਸੂਤ੍ਰਿ ਧਾਰੀ॥	sagal samagree tumrai sutir Dhaaree.
ਤੁਮ ਤੇ ਹੋਇ, ਸੁ ਆਗਿਆਕਾਰੀ॥	tum tay ho-ay so aagi-aakaaree.
ਤੁਮਰੀ ਗਤਿ ਮਿਤਿ, ਤੁਮ ਹੀ ਜਾਨੀ॥	tumree gat mit tum hee jaanee.
ਨਾਨਕ ਦਾਸ, ਸਦਾ ਕੁਰਬਾਨੀ॥੮॥੪॥	naanak daas sadaa kurbaanee. ||8||4||

ਪ੍ਰਭ ਤੂੰ ਹੀ ਅਸਲੀ ਮਾਲਕ ਹੈ, ਮੈਂ ਤੇਰੇ ਅੱਗੇ ਹੀ ਅਰਦਾਸ ਕਰਦਾ ਹਾ । ਮੇਰੀ ਆਤਮਾਂ, ਮੇਰਾ ਸਾਰੀਰ ਤੇਰੀ ਹੀ ਅਮਾਨਤ ਹੈ, ਤੂੰ ਹੀ ਸ੍ਰਿਜਨਹਾਰ ਹੈ । ਤੂੰ ਹੀ ਮੇਰਾ ਮਾਤਾ, ਪਿਤਾ, ਮੈਂ ਤੇਰਾ ਹੀ ਪੈਦਾ ਕੀਤਾ ਹੋਇਆ ਬੱਚਾ ਹਾ । ਤੇਰੀ ਕ੍ਰਿਪਾ ਨਾਲ ਹੀ ਵਧਦਾ, ਅਨੰਦ ਮਾਨਦਾ ਹਾ । ਕੋਈ ਅਜੇਹਾ ਜੀਵ ਜਾ ਸਾਧਨ ਨਹੀਂ ਹੈ! ਜਿਹੜਾ ਤੇਰਾ ਕਿਸੇ ਵੀ ਕਰਤਬ ਦਾ ਪੂਰਨ ਅੰਤ, ਵਖਿਆਣ ਕਰ ਸਕਦਾ ਹੈ । ਤੇਰੇ ਬਰਾਬਰ ਦਾ ਹੋਰ ਕੋਈ ਨਹੀਂ ਹੈ, ਤੂੰ ਸਭ ਤੋਂ ਵੱਡਾ, ਉਚਾ ਮਾਲਕ ਹੈ । ਸਾਰੀ ਸ੍ਰਿਸ਼ਟੀ ਹੀ ਤੇਰੀ ਸਾਜੀ, ਬਣਾਈ ਹੈ ਅਤੇ ਤੇਰੇ ਹੀ ਹੁਕਮ ਅੰਦਰ ਚਲਦੀ, ਸਕਦੀ ਹੈ । ਇਹ ਹੁਕਮ ਵੀ ਕੀ ਹੈ, ਕਿਉਂ ਹੈ, ਕਿਵੇਂ ਹੈ, ਕਦੋ ਹੋਣਾ ਹੈ, ਕਿਸ ਤੋਂ ਤੂੰ ਕਰਵਾਉਣਾ ਹੈ? ਕੋਈ ਨਹੀਂ ਜਾਣ ਸਕਦਾ, ਕੇਵਲ ਤੂੰ ਹੀ ਜਾਣਦਾ ਹੈ । ਨਿਮਾਣੇ ਜੀਵ ਤੇਰੀ ਰਹਿਮਤ ਨੂੰ ਹੀ ਤਰਸਦੇ ਰਹਿੰਦੇ ਹਨ ।

His true devotee considers, his soul is Your trust, belongs to You and always begs from You. You are the ultimate creator and everyone is Your child and Your blessings blossoms in life. No one can fully comprehend Your nature. You are the greatest of All, no one can be compared with Your greatness. The universe is Your creation and can only play under Your command. No one knows! Your Word, what, why, who is going to perform what good or evil deed? Only You are Omniscient! Your humble devotee always prays for Your mercy.

112.Guru Arjan Dev Ji – Page 534

ਰਾਜੁ ਨ ਚਾਹਉ, ਮੁਕਤਿ ਨ ਚਾਹਉ,	raaj na chaaha-o mukat na chaaha-o
ਮਨਿ ਪ੍ਰੀਤਿ ਚਰਨ ਕਮਲਾਰੇ॥	man pareet charan kamlaaray.
ਬ੍ਰਹਮ ਮਹੇਸ ਸਿਧ ਮੁਨਿ ਇੰਦ੍ਰਾ,	barahm mahays siDh mun indraa
ਮੋਹਿ ਠਾਕੁਰ ਹੀ ਦਰਸਾਰੇ॥੧॥	mohi thaakur hee darsaaray. ‖1‖

ਪ੍ਰਭ ਮੈਂ ਕੋਈ ਰਾਜ ਭਾਗ, ਮੁਕਤੀ ਨਹੀਂ ਮੰਗਦਾ, ਕੇਵਲ ਤੇਰੇ ਚਰਨਾਂ ਵਿੱਚ, ਸ਼ਬਦ ਦੀ ਪਾਲਣਾ ਨਾਲ ਹੀ ਮਨ ਵਿੱਚ ਸੰਤੋਖ ਆਉਂਦਾ ਹੈ । ਮੈਂ ਕਿਸੇ ਬ੍ਰਹਮਾ, ਇੰਦ੍ਰ, ਸ਼ਿਵਜੀ, ਮਹੇਸ਼, ਮੌਨੀ ਸੰਤਾਂ ਦੀ ਪੂਜਾ ਨਹੀਂ ਕਰਦਾ । ਮੇਰੇ ਮਨ ਵਿੱਚ ਕੇਵਲ ਤੇਰੇ ਦਰਸ਼ਨ, ਤੇਰੀ ਸ਼ਬਦ ਦੀ ਸੋਝੀ ਦੀ ਹੀ ਭੁੱਖ ਹੈ ।

His true devotee does not pray for worldly kingdom or salvation. He always begs for devotion to obey His Word and be contented with His blessings. He never worships any worldly prophets. (Brahma, Vishnu, Jesus, Nanak etc.) He has a One and Only One desire to be enlightened with Your Word in his heart. He remains anxious to obey Your Word in day to day life.

113.Guru Arjan Dev Ji – Page 576

ਪੂਰੀ ਆਸਾ ਜੀ, ਮਨਸਾ ਮੇਰੇ ਰਾਮ॥	pooree aasaa jee mansaa mayray raam.
ਮੋਹਿ ਨਿਰਗੁਣ ਜੀਉ,	mohi nirgun jee-o
ਸਭਿ ਗੁਣ ਤੇਰੇ ਰਾਮ॥	sabh gun tayray raam.
ਸਭਿ ਗੁਣ ਤੇਰੇ ਠਾਕੁਰ ਮੇਰੇ,	sabh gun tayray thaakur mayray
ਕਿਤੁ ਮੁਖਿ ਤੁਧੁ ਸਾਲਾਹੀ॥	kit mukh tuDh saalaahee.
ਗੁਣੁ ਅਵਗੁਣੁ ਮੇਰਾ ਕਿਛੁ ਨ ਬੀਚਾਰਿਆ,	gun avgun mayraa kichh na beechaariaa
ਬਖਸਿ ਲੀਆ ਖਿਨ ਮਾਹੀ॥	bakhas lee-aa khin maahee.
ਨਉ ਨਿਧਿ ਪਾਈ ਵਜੀ ਵਾਧਾਈ,	na-o niDh paa-ee vajee vaaDhaa-ee
ਵਾਜੇ ਅਨਹਦ ਤੂਰੇ॥	vaajay anhad tooray.
ਕਹੁ ਨਾਨਕ ਮੈ ਵਰੁ ਘਰਿ ਪਾਇਆ,	kaho naanak mai var ghar paa-i-aa
ਮੇਰੇ ਲਾਥੇ ਜੀ ਸਗਲ ਵਿਸੂਰੇ॥੪॥੧॥	mayray laathay jee sagal visooray. ‖4‖1‖

ਮੇਰੇ ਮਨ ਦੀਆਂ ਸਾਰੀਆਂ ਆਸਾਂ, ਮੁਰਾਦਾਂ ਪੂਰੀਆਂ ਹੋ ਗਈਆਂ ਹਨ । ਮੇਰੇ ਆਪਣੇ ਵਿੱਚ ਕੋਈ ਗੁਣ ਨਹੀਂ, ਸਾਰੇ ਗੁਣ ਹੀ ਤੇਰੇ ਬਖਸ਼ੇ ਹੋਏ ਹਨ । ਮੈਂ ਕਿਹੜੇ ਮੂੰਹ ਨਾਲ ਤੇਰੇ ਸ਼ਬਦ ਦੇ ਗੁਣ ਗਾਵਾ? ਪ੍ਰਭ ਸਾਰੇ ਗੁਣ ਤੇਰੇ ਹੀ ਬਖਸ਼ੇ ਹੋਏ ਹਨ, ਇਹ ਵੀ ਤੇਰੀ ਰਹਿਮਤ ਨਾਲ ਹੀ ਹੁੰਦਾ ਹੈ । ਪ੍ਰਭ ਤੂੰ ਮੇਰੇ ਇਸੇ ਅਉਗੁਣ ਦਾ ਵਿਚਾਰ ਨਹੀਂ ਕੀਤਾ । ਇੱਕ ਪਲ ਵਿੱਚ ਹੀ ਭੁੱਲਾਂ ਮਾਫ ਕਰ ਦਿੱਤੀਆਂ, ਰਹਿਮਤ ਦੀ ਨਜ਼ਰ ਬਖਸ਼ੀ ਹੈ । ਮੇਰੇ ਮਨ ਵਿੱਚ ਸੋਝੀ ਦੇ ਨੌਂ ਖਜ਼ਾਨੇਂ ਜਾਗਰਤ ਹੋ ਗਏ ਹਨ । ਚਾਰੇ ਪਾਸੇ ਤੇਰੀ ਸਦਾ ਚੱਲਣ ਵਾਲੀ ਖੇੜੇ ਦੀ ਗੂੰਜ ਸੁਣਦੀ, ਸੋਭਾ ਹੁੰਦੀ ਹੈ । ਬੰਦਗੀ ਕਰਨ ਵਾਲੇ, ਪ੍ਰਭ ਦਾ ਧੰਨਵਾਦ ਕਰਦੇ ਹਨ । ਪ੍ਰਭ ਤੇਰੀ ਰਹਿਮਤ ਨਾਲ ਹੀ ਸ਼ਬਦ ਮਨ ਵਿੱਚ ਜਾਗਰਤ ਹੋ ਗਿਆ ਹੈ । ਮੇਰੇ ਮਨ ਦੇ ਸਾਰੇ ਰੋਗ ਹੀ ਨਾਸ਼ ਹੋ ਗਏ ਹਨ ।

You have fulfilled all my spoken and unspoken hopes! I do not have any virtue; everything is Your blessings. With what virtue of my own may I sing Your glory? You have ignored all my evil deeds and have forgiven me in a moment. You have blessed me with nine treasures of Your Word and the echo of Your Word resonate everywhere. His true devotee always thanks You for Your blessings. His mind remains awake and alert and all his worldly desires may be eliminated.

114.Guru Arjan Dev Ji – Page 149

ਨਾਨਕ ਬੋਲਣੁ ਝਖਣਾ,	naanak bolan jhakh-naa
ਦੁਖ ਛਡਿ ਮੰਗੀਅਹਿ ਸੁਖ॥	dukh chhad mangee-ah sukh.
ਸੁਖੁ ਦੁਖੁ ਦੁਇ ਦਰਿ ਕਪੜੇ,	sukh dukh du-ay dar kaprhay
ਪਹਿਰਹਿ ਜਾਇ ਮਨੁਖ॥	pahirahi jaa-ay manukh.
ਜਿਥੈ ਬੋਲਣਿ ਹਾਰੀਐ	jithai bolan haaree-ai
ਤਿਥੈ ਚੰਗੀ ਚੁਪ॥੨॥	tithai changee chup. ||2||

ਸੁਖਾਂ ਦੀ ਅਰਦਾਸ ਕਰਨ ਨਾਲ ਜੀਵਨ ਵਿੱਚ ਆਉਣ ਵਾਲੇ ਦੁਖਾਂ ਤੋਂ ਬਚਾ ਨਹੀਂ ਹੁੰਦਾ । ਇਹ ਕੇਵਲ ਧਰਮਾਂ ਦੇ ਪਾਏ ਭਰਮ, ਮਾਨਸ ਦੀ ਮੂਰਖਤਾਈ ਹੀ ਹੈ । ਸਰੀਰ ਨੂੰ ਜੀਵਨ ਵਿੱਚ ਦੁਖ, ਸੁਖ ਇੱਕ ਸਮਾਨ ਹੀ ਸਹਿਣੇ ਚਾਹੀਦੇ ਹਨ, ਦੋਨੇਂ ਹੀ ਪ੍ਰਭ ਦੀ ਰਹਿਮਤ ਨਾਲ, ਹੁਕਮ ਨਾਲ ਹੀ ਬਖਸ਼ਿਸ਼ ਹੁੰਦੇ ਹਨ । ਜਿਸ ਮਾਲਕ ਦੇ ਹੁਕਮ ਨੂੰ ਟਾਲਿਆ ਨਹੀਂ ਜਾ ਸਕਦਾ, ਬੋਲਿਆਂ ਪੂਰੀ ਨਹੀਂ ਪੈਂਦੀ, ਗੱਲ ਮੰਨੀ ਨਹੀਂ ਜਾਂਦੀ, ਉਸ ਮਾਲਕ ਦੇ ਭਾਣੇ ਨੂੰ ਸਤਿ ਕਰਕੇ ਮੰਨ ਵਿੱਚ ਹੀ ਭਲਾ ਹੈ ।

By begging and praying for happiness, no one cannot avoid worldly hardships, miseries. These are all ignorance and suspicions created by religions due to their greed. You should endure both pleasures and sorrows like His blessings with patience and humility. Both are blessed with His control. His Word, command cannot be altered by complaining, it does not make any difference. Whose command cannot be changed by complaining, it may be wise to endure, beg for forgiveness and obey His Word, command.

115.Guru Arjan Dev Ji – Page 406

ਓਹਾ ਪ੍ਰੇਮ ਪਿਰੀ॥੧॥ ਰਹਾਉ॥	ohaa paraym piree. ||1|| rahaa-o.
ਕਨਿਕ ਮਾਣਿਕ ਗਜ ਮੋਤੀਅਨ,	kanik maanik gaj motee-an
ਲਾਲਨ ਨਹ ਨਾਹ ਨਹੀ॥੧॥	laalan nah naah nahee. ||1||
ਰਾਜ ਨ ਭਾਗ ਨ ਹੁਕਮ ਨ ਸਾਦਨ॥	raaj na bhaag na hukam na saadan.
ਕਿਛੁ ਕਿਛੁ ਨ ਚਾਹੀ॥੨॥	kichh kichh na chaahee. ||2||
ਚਰਨਨ ਸਰਨਨ ਸੰਤਨ ਬੰਦਨ॥	Charnan sarnan santan bandan.
ਸੁਖੋ ਸੁਖੁ ਪਾਹੀ॥	Sukho sukh paahee.
ਨਾਨਕ ਤਪਤਿ ਹਰੀ॥	Naanak tapat haree.
ਮਿਲੇ ਪ੍ਰੇਮ ਪਿਰੀ॥੩॥੩॥੧੪੩॥	Milay paraym piree. ||3||3||143||

ਪ੍ਰਭ, ਮੈਂ ਤੇਰੇ ਵਿਛੋੜੇ ਦੇ ਵਿਰਾਗ ਵਿੱਚ ਮਸਤ ਹਾ । ਸੰਸਾਰਕ ਪਦਾਰਥ ਨੂੰ ਪਾਉਣ ਦੀ ਮੇਰੇ ਮਨ ਵਿੱਚ ਕੋਈ ਇੱਛਾ ਨਹੀਂ ਹੈ । ਸੰਸਾਰ ਵਿੱਚ ਰਾਜ ਭਾਗ, ਵੱਡੇ ਮਹਿਲ, ਵੱਡੇ ਭਾਗ ਨੂੰ ਪਾਉਣ ਦੀ ਕੋਈ ਇੱਛਾ ਨਹੀਂ ਹੈ, ਮੇਰੀ ਅਰਦਾਸ ਨਹੀਂ ਹੈ । ਬੰਦਗੀ ਕਰਨ ਵਾਲੇ ਦਾਸਾਂ ਦੀ ਸ਼ਰਣ ਵਿੱਚ

ਪਨਾਹ ਲੈਣ ਨਾਲ ਹੀ ਮਨ ਨੂੰ ਸ਼ਾਂਤੀ, ਸੰਤੋਖ ਮਿਲਦਾ ਹੈ । ਸ਼ਬਦ ਦੀ ਸੋਝੀ ਪਾਉਣ, ਜੀਵਨ ਢਾਲਣ ਨਾਲ ਮਨ ਵਿਚੋਂ ਇੱਛਾਂ ਦੀ ਅੱਗ, ਭਟਕਣਾਂ ਨਾਸ਼ ਹੋ ਗਈਆਂ ਹਨ ।- (ਸੋਨਾ, ਚਾਦੀ, ਹੀਰੇ ਜਵਾਹਰ ਆਦਿ)

His true devotee always remains attuned to the memory of separation from Holy spirit. He may not have any desire to gain any worldly goods, fame etc. His true devotee never prays and begs for worldly glory, kingdom on earth, or royal possession. By adopting the teachings of His true devotee, peace, patience, and contentment may blossom within mind. By enlightening His Word within, the fire of all worldly desires may be quenched from His mind.

116.Guru Ram Das Ji – Page 448

ਹਰਿ ਅੰਮ੍ਰਿਤ ਭਿੰਨੇ ਲੋਇਣਾ,	har amrit bhinnay lo-inaa
ਮਨੁ ਪ੍ਰੇਮਿ ਰਤੰਨਾ ਰਾਮ ਰਾਜੇ॥	man paraym ratannaa raam raajay.
ਮਨੁ ਰਾਮਿ ਕਸਵਟੀ ਲਾਇਆ,	man raam kasvatee laa-i-aa
ਕੰਚਨੁ ਸੋਵਿੰਨਾ॥	kanchan sovinnaa.
ਗੁਰਮੁਖਿ ਰੰਗਿ ਚਲੂਲਿਆ,	gurmukh rang chalooli-aa
ਮੇਰਾ ਮਨੁ ਤਨੋ ਭਿੰਨਾ॥	mayraa man tano bhinnaa.
ਜਨੁ ਨਾਨਕੁ ਮੁਸਕਿ ਝਕੋਲਿਆ,	jan naanak musak jhakoli-aa
ਸਭੁ ਜਨਮੁ ਧਨੁ ਧੰਨਾ॥ ੧॥	sabh janam Dhan Dhannaa. ‖1‖

ਪ੍ਰਭ ਤੇਰਾ ਸ਼ਬਦ, ਮੇਰੇ ਮਨ ਤੇ, ਜੀਭ, ਰਸਨਾ ਤੇ ਡੂੰਘਾਂ ਰਚਿਆ ਹੋਇਆ ਹੈ । ਤੇਰੀ ਰਹਿਮਤ ਨਾਲ ਮਨ ਇਸ ਰਸਤੇ ਤੇ ਚਲਕੇ ਪਵਿੱਤਰ, ਅਡੋਲ, ਖਰਾ ਹੋ ਗਿਆ ਹੈ । ਗੁਰਮਖ ਦੇ ਜੀਵਨ ਦੇ ਅਧਾਰ ਤੇ ਜੀਵਨ ਢਾਲਣ ਨਾਲ ਸਾਰੇ ਰੋਗ ਮਿਟ ਗਏ ਹਨ । ਤੇਰੀ ਬੰਦਗੀ ਵਿੱਚ, ਸ਼ਬਦ ਗਾਉਂਦਾ, ਮਸਤ, ਲੀਨ ਹੋਇਆ, ਪੰਜਾਂ ਇੰਦ੍ਰੀਆਂ ਤੇ ਕਬੂ ਹੈ । ਤੇਰੀ ਰਹਿਮਤ ਨਾਲ ਮੇਰੀ ਮਾਨਸ ਯਾਤਰਾ ਸਫਲ ਹੋ ਗਈ ਹੈ । ਕੇਵਲ ਤੇਰੇ ਵਿੱਚ ਮਿਲੱਣ ਦੀ ਹੀ ਖਾਹਿਸ਼ ਹੈ ।

With Your mercy and Grace! Your Word has a deep effect on my mind. By adopting the teachings of You Word in my life, my soul has become sanctified. By adopting the teachings from the life of Your true devotee, all my worldly worries have been vanished. By singing Your glory with deep devotion, my mind has conquered five demons of worldly desires. With Your mercy and grace, my journey has been successfully concluded. Only one desire left within, my soul to be immersed in The Holy Spirit.

117.Guru Arjan Dev Ji – Page 98

ਕਹਿਆ ਕਰਣਾ ਦਿਤਾ ਲੈਣਾ॥	kahi-aa karnaa ditaa lainaa.
ਗਰੀਬਾ ਅਨਾਥਾ ਤੇਰਾ ਮਾਣਾ॥	gareebaa anaathaa tayraa maanaa.
ਸਭ ਕਿਛੁ ਤੂੰਹੈ, ਤੂੰਹੈ	sabh kichh tooNhai tooNhai
ਮੇਰੇ ਪਿਆਰੇ, ਤੇਰੀ ਕੁਦਰਤਿ ਕਉ	mayray pi-aaray tayree kudrat ka-o
ਬਲਿ ਜਾਈ ਜੀਉ॥੧॥	bal jaa-ee jee-o. ‖1‖

ਪ੍ਰਭ ਤੇਰਾ ਕੀਤਾ ਹੀ ਸਾਰੀ ਸ੍ਰਿਸ਼ਟੀ ਵਿੱਚ ਵਾਪਰਦਾ ਹੈ, ਤੇਰੀ ਬਖਸ਼ੀ ਹੋਈ ਦਾਤ ਹੀ ਸਾਰੇ ਪਾਉਂਦੇ ਹਨ । ਪ੍ਰਭ ਤੂੰ ਹੀ ਨਿਮਾਣੇ ਦਾ ਆਸਰਾ, ਰੱਖਵਾਲਾ ਹੈ, ਉਸ ਦੀ ਸੋਭਾ ਬਣਾਉਂਦਾ ਹੈ । ਪ੍ਰਭ ਸ੍ਰਿਸ਼ਟੀ ਵਿੱਚ ਸਭ ਕੁਝ ਤੇਰੀ ਹੀ ਅਮਾਨਤ ਹੈ । ਤੂੰ ਹੀ ਮੇਰੇ ਮਨ ਨੂੰ ਪਿਆਰਾ ਲਗਦਾ ਹੈ, ਮੇਰੀ ਲਗਨ ਤੇਰੇ ਸ਼ਬਦ ਵਿੱਚ ਹੀ ਹੈ, ਤੇਰੀ ਕੁਦਰਤ ਤੋਂ ਸਦਾ ਹੀ ਕਰਬਾਂਨ ਜਾਂਦਾ ਹਾ ।

Everything happens in the world by Your command. Your creature only achieves, whatsoever may be blessed by Your mercy and grace. You protect helpless and You bestow honor on helpless humble, this is Your unique greatness. Whole universe is only Your trust. Your true devotee always remains fascinated, astonished from Your nature, miracles. He always dedicates his life to serve Your creation and to obey Your Word.

118.Kabeer Ji – Page 656

ਭੂਖੇ ਭਗਤਿ ਨ ਕੀਜੈ॥	Bhookhay bhagat na keejai.
ਯਹ ਮਾਲਾ ਅਪਨੀ ਲੀਜੈ॥	Yeh maalaa apnee leejai.
ਹਉ ਮਾਂਗਉ ਸੰਤਨ ਰੇਨਾ॥	Ha-o maaNga-o santan raynaa.
ਮੈ ਨਾਹੀ ਕਿਸੀ ਕਾ ਦੇਨਾ॥੧॥	Mai naahee kisee kaa daynaa. ||1||

ਪ੍ਰਭ, ਮੇਰੇ ਮਨ ਨੂੰ ਤੇਰੇ ਮਿਲੱਣ ਦੀ ਭੁੱਖ ਲਗੀ ਹੈ, ਸਤਾਉਂਦੀ ਹੈ । ਮਨ ਭਟਕਣਾਂ ਤੋਂ ਨਹੀਂ ਰੁਕਦਾ, ਬੰਦਗੀ ਵਿੱਚ ਧਿਆਨ ਨਹੀਂ ਲਗਦਾ । ਅਗਰ ਬੰਦਗੀ ਵਿੱਚ ਧਿਆਨ ਲਾਉਣ ਦੀ ਰਹਿਮਤ ਨਹੀਂ ਬਖਸ਼ਣੀ, ਤਾਂ ਆਪਣਾ ਸ਼ਬਦ ਵਾਪਸ ਲੇ ਲਵੋ । ਮੇਰੇ ਮਨ ਵਿੱਚ ਤੇਰੇ ਸੰਤਾਂ ਦੇ ਚਰਨਾਂ ਦੀ ਧੂੜ ਪਾਉਣ ਦੀ ਇੱਛਾਂ ਹੈ । ਮੇਰਾ ਸੰਸਾਰ ਨਾਲ ਕੋਈ ਸਬੰਧ ਨਹੀਂ, ਹੋਰ ਕਿਸੇ ਦੀ ਕੋਈ ਪ੍ਰਵਾਹ ਨਹੀਂ ਹੈ ।

The hunger of His true devotee is the devotion to obey and to sing the glory of His Word! His true devotee always begs for devotion to His Word! Without Your mercy and grace, my mind does not remain stable to follow Your teachings, Word. If You are not going to bless devotion to obey Your Word! Please take away enlightenment of Your Word also. I have One and Only One desire to be blessed with the dust of the feet of Your Holy saint. I do not have any attachment to any other and do not care about anything else either.

119.Ravi Das Ji – Page 694

ਨਾਮੁ ਤੇਰੋ ਆਰਤੀ ਮਜਨੁ ਮੁਰਾਰੇ॥	naam tayro aartee majan muraaray.
ਹਰਿ ਕੇ ਨਾਮ ਬਿਨੁ	har kay naam bin
ਝੂਠੇ ਸਗਲ ਪਾਸਾਰੇ॥੧॥ ਰਹਾਉ॥	jhoothay sagal paasaaray. ||1|| rahaa-o
ਨਾਮੁ ਤੇਰੋ ਆਸਨੋ, ਨਾਮੁ ਤੇਰੋ ਉਰਸਾ,	naam tayro aasno naam tayro ursaa
ਨਾਮੁ ਤੇਰਾ ਕੇਸਰੋ, ਲੇ ਛਿਟਕਾਰੇ॥	naam tayraa kaysro lay chhitkaaray.
ਨਾਮੁ ਤੇਰਾ ਅੰਭੁਲਾ,	naam tayraa ambhulaa
ਨਾਮੁ ਤੇਰੋ ਚੰਦਨੋ,	naam tayro chandno
ਘਸਿ ਜਪੇ ਨਾਮੁ ਲੇ	ghas japay naam lay
ਤੁਝਹਿ ਕਉ ਚਾਰੇ॥੧॥	tujheh ka-o chaaray. ||1||

ਪ੍ਰਭ ਤੇਰੇ ਸ਼ਬਦ ਦਾ ਸਿਮਰਨ ਹੀ ਉਹ ਤੀਰਥ ਇਸ਼ਨਾਨ ਹੈ, ਆਰਤੀ ਹੈ । ਤੇਰੇ ਨਾਮ ਦੀ ਪਾਲਣਾ ਤੋਂ ਬਿਨਾਂ ਬਾਕੀ ਸਾਰੇ ਬੰਦਗੀ ਦੇ ਰਸਤੇ ਫਰੇਬ ਹੀ ਹਨ।

ਪ੍ਰਭ ਤੇਰਾ ਸ਼ਬਦ ਹੀ ਤਪਸਿਆ ਕਰਨ ਵਾਲਾ ਅਸਾਣ ਹੈ । ਸ਼ਬਦ ਹੀ ਉਹ ਪੱਥਰ ਹੈ, ਜਿਸ ਤੇ ਚੰਦਨ ਦੀ ਲੱਕੜੀ ਰਗੜੀ ਜਾਂਦੀ ਹੈ । ਤੇਰਾ ਸ਼ਬਦ ਹੀ ਸੰਧੂਰ ਹੈ, ਤੇਰਾ ਸ਼ਬਦ ਹੀ ਉਹ ਅਤਰ ਹੈ, ਜੋ ਛਿੜਕਿਆ ਜਾਂਦਾ ਹੈ । ਤੇਰਾ ਸ਼ਬਦ ਹੀ ਪਾਣੀ ਹੈ, ਤੇਰਾ ਸ਼ਬਦ ਹੀ ਚੰਦਨ ਦੀ ਲੱਕੜੀ ਹੈ । ਤੇਰੇ ਸ਼ਬਦ ਦਾ ਕੀਰਤਨ ਹੀ ਚੰਦਨ ਦੀ ਲੱਕੜੀ ਨੂੰ ਪੱਥਰ ਤੇ ਰਗੜਨਾ ਹੈ । ਮੈ ਇਹ ਸਭ ਕੁਝ ਤੇਰੀ ਭੇਟਾ ਹੀ ਕਰਦਾ ਹਾ ।

Obeying Your Word is the Holy bath, Your offerings. Without obeying Your Word all other, meditations are false.

Your Word is my meditation throne. Your Word is the philosopher's stone where sandalwood may be rubbed. The glory of Your Word is vermilion, scent that may be sprayed. Your Word, is Holy water, nectar and sandalwood. Singing the glory of Your Word is rubbing the sandalwood with philosopher's stone.

120.Dhanna Ji – Page 695

ਗੋਪਾਲ ਤੇਰਾ ਆਰਤਾ॥	gopaal tayraa aartaa.
ਜੋ ਜਨ ਤੁਮਰੀ ਭਗਤਿ ਕਰੰਤੇ,	jo jan tumree bhagat karantay
ਤਿਨ ਕੇ ਕਾਜ ਸਵਾਰਤਾ॥੧॥ ਰਹਾਉ॥	tin kay kaaj savaarataa. ‖1‖ rahaa-o.
ਦਾਲਿ ਸੀਧਾ ਮਾਗਉ ਘੀਉ॥	daal seeDhaa maaga-o ghee-o.
ਹਮਰਾ ਖੁਸੀ ਕਰੈ ਨਿਤ ਜੀਉ॥	hamraa khusee karai nit jee-o.
ਪਨ੍ਹੀਆ ਛਾਦਨੁ ਨੀਕਾ ॥	panHee-aa chhaadan neekaa.
ਅਨਾਜੁ ਮਗਉ ਸਤ ਸੀ ਕਾ ॥੧॥	anaaj maga-o sat see kaa. ‖1‖
ਗਊ ਭੈਸ ਮਗਉ ਲਾਵੇਰੀ॥	ga-oo bhais maga-o laavayree.
ਇਕ ਤਾਜਨਿ ਤੁਰੀ ਚੰਗੇਰੀ॥	ik taajan turee changayree.
ਘਰ ਕੀ ਗੀਹਨਿ ਚੰਗੀ ॥	ghar kee geehan changee.
ਜਨੁ ਧੰਨਾ ਲੇਵੈ ਮੰਗੀ ॥੨॥੪॥	Jan Dhannaa layvai mangee. ‖2‖4‖

ਮੈਂ ਤੇਰੀ ਆਰਤੀ, ਤੇਰੇ ਅੱਗੇ ਅਰਦਾਸ ਕਰਦਾ ਹਾ । ਜਿਹੜਾ ਜੀਵ ਵੀ ਤੇਰੀ ਮਨ ਲਾ ਕੇ, ਭਰੋਸਾ ਅਡੋਲ ਕਰਕੇ ਬੰਦਗੀ ਕਰਦਾ ਹੈ । ਤੂੰ ਉਸ ਦੇ ਸਾਰੇ ਕਾਰਜ ਹੀ ਆਪ ਸਹਾਈ ਹੋ ਕੇ ਸੰਵਾਰਦਾ ਹੈ ।

ਤੂੰ ਆਪ ਹੀ ਜੀਵ ਨੂੰ ਖਾਣ ਵਾਸਤੇ ਭੋਜਨ (ਦਾਲ, ਆਟਾ, ਘਿਉ) ਦਿੰਦਾ ਹੈ । ਤਨ ਨੂੰ ਪਾਲਣ ਵਾਸਤੇ, ਪਰੋਟੀਨ, ਫੇਟ, ਕਾਰਬ ਦਿੰਦਾ ਹੈ । ਇਹ ਮਨ ਨੂੰ ਖੁਸ਼ ਰੱਖਣ ਵਾਸਤੇ ਬਿਨਾਂ ਮੰਗੇ ਹੀ ਦਿੰਦਾ ਹੈ । ਸੰਸਾਰ ਵਿੱਚ ਜੀਵਨ ਵਾਸਤੇ ਤੂੰ ਬਿਨਾਂ ਮੰਗੇ ਕਪੜੇ ਦਿੰਦਾ ਹੈ । ਅਰਦਾਸ ਕਰਦਾ ਹੈ! ਮੈਨੂੰ ਸੰਤੋਖ, ਆਪਣੇ ਸ਼ਬਦ ਦੀ ਲਗਨ ਅਤੇ ਸੋਝੀ ਬਖਸ਼ੋ ।

ਤੂੰ ਤਨ ਦੀ ਪਾਲਣਾ ਕਰਨ ਲਈ ਸਭ ਕੁਝ ਬਿਨਾਂ ਮੰਗਣ ਤੋਂ ਆਪ ਹੀ ਦਿੰਦਾ ਹੈ । ਪਰ ਅਸੀ ਸੰਸਾਰਕ ਜੀਵ ਲਾਲਚ ਕਰਦੇ ਹਾ । ਦੁੱਧ ਦੇਣ ਵਾਲੀ, ਗਊ, ਜਾਂ ਮੱਝ, ਸਵਾਰੀ ਲਈ ਘੋੜਾ, ਘਰ ਸੰਭਾਲਣ ਲਈ ਸੁੱਚਜੀ ਔਰਤ, ਪਤਨੀ ਮੰਗਦੇ ਹਨ । ਇਹਨਾਂ ਚੀਜਾਂ ਨੂੰ ਸੰਸਾਰਕ ਜੀਵ ਬਹੁਤ ਮਹੱਤਤਾ ਦਿੰਦੇ ਹਨ । ਮੈਂ ਤਾਂ ਕੇਵਲ ਤੇਰੀ ਰਹਿਮਤ ਹੀ ਮੰਗਦਾ ਹੈ। ਇਸ ਵਿੱਚ ਹੀ ਸਭ ਕੁਝ ਆ ਜਾਂਦਾ ਹੈ।

I worship Your glory! I pray and beg for Your mercy and grace! Whosoever may wholeheartedly obey and meditate on Your Word, all his desires may be fulfilled. You may become his pillar of support.

You bless everyone with food for nourishing the body, cloths to protect the body. All these are blessed to make mind happy and comfortable without asking. I beg for devotion to obey Your Word, enlightenment of Your Word and patience.

God provides all necessity to nourish the body, without begging from Him. Greedy human begs for luxury of life like, milking cow, horse to ride, spouse. They give too much importance to these luxuries. I only beg for Your mercy, everything comes in Your mercy, blossom prevails with Your mercy.

121.Guru Arjan Dev Ji – Page 681

ਜੋ ਮਾਗਹਿ ਠਾਕੁਰ ਅਪੁਨੇ ਤੇ,	Jo maageh thaakur apunay tay
ਸੋਈ ਸੋਈ ਦੇਵੈ॥	so-ee so-ee dayvai.
ਨਾਨਕ ਦਾਸੁ ਮੁਖ ਤੇ ਜੋ ਬੋਲੈ,	Naanak daas mukh tay jo bolai
ਈਹਾ ਊਹਾ ਸਚੁ ਹੋਵੈ॥੨॥੧੪॥੪੫॥	eehaa oohaa sach hovai. ‖2‖14‖45‖

ਬੰਦਗੀ ਕਰਨ ਵਾਲਾ ਦਾਸ ਜੋ ਵੀ ਆਪਣੇ ਮਾਲਕ ਤੋਂ ਮੰਗਦਾ ਹੈ, ਅਰਦਾਸ ਕਰਦਾ ਹੈ! ਪ੍ਰਭ ਉਸ ਦੀਆਂ ਮੁਰਾਦਾਂ ਪੂਰੀਆਂ ਕਰਦਾ ਹੈ । ਉਸ ਦਾਸ ਦੀ ਜੀਭ ਵਿਚੋਂ ਨਿਕਲੇ ਬੋਲ ਪੂਰੇ ਹੋ ਜਾਂਦੇ ਹਨ । ਪ੍ਰਭ ਦਾ ਹੁਕਮ ਬਣ ਜਾਂਦੇ ਹਨ ।

Whatsoever is in the mind of His true devotee, God blesses him without even begging. The words spoken from his tongue becomes true and becomes His Word.

122.Guru Arjan Dev Ji – Page 682

ਅਉਖੀ ਘੜੀ ਨ ਦੇਖਣ ਦੇਈ,	A-ukhee gharhee na daykhan day-ee
ਅਪਨਾ ਬਿਰਦੁ ਸਮਾਲੇ॥	apnaa birad samaalay.
ਹਾਥ ਦੇਇ ਰਾਖੈ ਅਪਨੇ ਕਉ,	Haath day-ay raakhai apnay ka-o
ਸਾਸਿ ਸਾਸਿ ਪ੍ਰਤਿਪਾਲੇ॥੧॥	saas saas partipaalay. ‖1‖

ਪ੍ਰਭ ਆਪਣੇ ਦਾਸ ਨੂੰ ਕੋਈ ਸੰਸਾਰਕ ਇੱਛਾਂ ਦੀ ਭਟਕਣ ਨਹੀਂ ਆਉਣ ਦੇਂਦਾ । ਉਹ ਕੋਈ ਔਖੀ ਘੜੀ, ਨਹੀਂ ਮਹਿਸੂਸ ਕਰਦੇ । ਪ੍ਰਭ ਆਪ ਹੀ ਰਹਿਮਤ ਬਖਸ਼ਕੇ, ਉਹਨਾਂ ਦੇ ਮਨ ਵਿੱਚ ਸੰਤੋਖ ਧੀਰਜ ਬਖਸ਼ਦਾ ਹੈ । ਸਵਾਸ ਸਵਾਸ ਉਹਨਾਂ ਦੀ ਪਾਲਣਾ ਕਰਦਾ, ਰੱਖਿਆ ਕਰਦਾ ਹੈ ।

For His true devotee, the only terrible moment may be to forget, forsake his belief on His Word. His true devotee begs for His mercy and grace that His Word may never be forgotten from his mind, from life. With His mercy and grace, he may be blessed with patience and contentment in his life. He meditates on His Word with each and every breath.

123.Guru Arjan Dev Ji – Page 704

ਊਚਾ ਅਗਮ ਅਪਾਰ ਪ੍ਰਭੁ,	oochaa agam apaar parabh
ਕਥਨੁ ਨ ਜਾਇ ਅਕਥੁ॥	kathan na jaa-ay akath.
ਨਾਨਕ ਪ੍ਰਭ ਸਰਣਾਗਤੀ,	naanak parabh sarnaagatee
ਰਾਖਨ ਕਉ ਸਮਰਥੁ॥੧॥	raakhan ka-o samrath. ||1||

ਪ੍ਰਭ ਬਹੁਤ ਮਹਾਨ, ਅਥਾਹ ਹੈ, ਮਾਨਸ ਦੀ ਜਾਣਕਾਰੀ, ਪਹੁੰਚ ਤੋਂ ਉਪਰ ਹੈ । ਉਸ ਦੀ ਕਿਸੇ ਵੀ ਅਵਸਥਾ ਦੀ ਪੂਰਨ ਵਿਆਖਿਆ ਨਹੀਂ ਕੀਤੀ ਜਾ ਸਕਦੀ । ਬੰਦਗੀ ਕਰਨ ਵਾਲੇ ਉਸ ਨੂੰ ਹੀ ਸਾਰੀ ਸ੍ਰਿਸ਼ਟੀ ਦਾ ਰੱਖਵਾਲਾ ਮੰਨਦੇ ਹਨ । ਉਸ ਦੀ ਸ਼ਰਣ ਵਿੱਚ ਪਨਾਹ ਦੀ ਹੀ ਅਰਦਾਸ ਕਰਦੇ ਹਨ ।

God is the greatest and beyond the understanding and reach of His creation. No one can estimate the extent of His any actions or miracles. His true devotee believes He is the One and Only One protector of His creation. You should always pray for His mercy and grace and devotion to obey His Word.

124.Guru Arjan Dev Ji – Page 828

ਐਸੀ ਦੀਖਿਆ ਜਨ ਸਿਉ ਮੰਗਾ॥	aisee deekhi-aa jan si-o mangaa.
ਤੁਮ੍ਹਰੋ ਧਿਆਨੁ ਤੁਮ੍ਹਾਰੋ ਰੰਗਾ॥	tumhro dhi-aan tumdaaro rangaa.
ਤੁਮ੍ਹਰੀ ਸੇਵਾ ਤੁਮ੍ਹਾਰੇ ਅੰਗਾ॥੧॥	tumhree sayvaa tumhaaray angaa. ||1||
ਰਹਾਉ॥	rahaa-o.
ਜਨ ਕੀ ਟਹਲ ਸੰਭਾਖਨੁ ਜਨ ਸਿਉ,	jan kee tahal sambhaakhan jan si-o
ਊਠਨੁ ਬੈਠਨੁ ਜਨ ਕੈ ਸੰਗਾ॥	oothan baithan jan kai sangaa.
ਜਨ ਚਰ ਰਜ ਮੁਖਿ ਮਾਥੈ ਲਾਗੀ,	jan char raj mukh maathai laagee
ਆਸਾ ਪੂਰਨ ਅਨੰਤ ਤਰੰਗਾ॥੧॥	aasaa pooran anant tarangaa. ||1||

ਤੇਰੇ ਬੰਦਗੀ ਕਰਨ ਵਾਲੇ ਤੋਂ ਇਹ ਹੀ ਸਿਖਿਆ ਮੰਗਦਾ ਹਾ । ਸ਼ਬਦ ਦੀ ਪਾਲਣਾ, ਸ਼ਬਦ ਨੂੰ ਮਨ ਵਿੱਚ ਜਾਗਰਤ ਕਰਾ, ਤੇਰੇ ਨਾਲ ਪ੍ਰੀਤ ਕਰਾ । ਸ਼ਬਦ ਦੀ ਪਾਲਣਾ ਕਰਦਾ, ਤੇਰੇ ਸ਼ਬਦ ਦੀ ਸਮਾਧੀ ਵਿੱਚ ਵਸ, ਸਮਾ ਜਾਵਾ । ਬੰਦਗੀ ਕਰਨ ਵਾਲੇ ਦੀ ਸੰਗਤ ਬਖਸ਼ਿਸ਼ ਹੋ ਜਾਵੇ । ਉਸ ਦੇ ਜੀਵਨ ਦੀ ਸਿਖਿਆ ਨਾਲ ਆਪਣਾ ਜੀਵਨ ਢਾਲਾ । ਮੇਰੇ ਮਨ ਦੀ ਅਵਸਥਾ ਵਿੱਚ ਇਤਨੀ ਨਿਮ੍ਰਤਾ, ਨਿਮਾਣਾ ਪਨ ਆ ਜਾਵੇ, ਉਹਨਾਂ ਦੇ ਚਰਨਾਂ ਦੀ ਧੂੜ ਮੇਰੇ ਮੱਥੇ ਦਾ ਸੰਧੂਰ ਬਣ ਜਾਵੇ । ਮੇਰੇ ਮਨ ਦੀਆਂ ਸਾਰੀਆਂ ਹੀ ਮੁਰਾਦਾਂ ਪੂਰੀਆਂ ਹੋ ਜਾਣ ।

I only beg from Your true devotee, saint, one alms! How to enlighten Your Word within my mind and devotion to obey Your Word become unshakeable. While in deep meditation in the void of Your Word, my soul may be absorbed in The Holy Spirit. God blesses me with the association of Your true devotee and devotion to adopt his teachings. When state of mind becomes that humble, the dust of his feet becomes my vermilion. All my spoken and unspoken desires may be fulfilled

125.Guru Arjan Dev Ji – Page 883

ਆਵਤ ਹਰਖ ਨ ਜਾਵਤ ਦੂਖਾ,	Aavat harakh na jaavat dookhaa
ਨਹ ਬਿਆਪੈ ਮਨ ਰੋਗਨੀ॥	nah bi-aapai man rognee.
ਸਦਾ ਅਨੰਦੁ ਗੁਰੁ ਪੂਰਾ ਪਾਇਆ,	Sadaa anand gur pooraa paa-i-aa
ਤਉ ਉਤਰੀ ਸਗਲ ਬਿਓਗਨੀ॥੧॥	ta-o utree sagal bi-oganee. ||1||

ਜਿਹੜੇ ਦੁਖ ਸੁਖ ਵਿੱਚ ਨਿਰਾਲੇ ਰਹਿੰਦੇ, ਕੁਝ ਪ੍ਰਾਪਤ ਹੋਣ, ਖੋਂਅ ਜਾਣ ਨਾਲ ਮਨ ਤੇ ਕੋਈ ਪ੍ਰਭਾਵ ਨਹੀਂ ਪੈਂਦਾ । ਉਹਨਾਂ ਦੇ ਮਨ ਨੂੰ ਕੋਈ ਸੰਸਾਰਕ ਇੱਛਾਂ ਦਾ ਦੁਖ ਵੀ ਨਹੀਂ ਲਗਦਾ । ਉਹਨਾਂ ਦੇ ਮਨ ਵਿੱਚ ਪ੍ਰਭ ਦਾ ਸ਼ਬਦ ਜਾਗਰਤ ਅਤੇ ਸੁਚੇਤ ਹੋ ਜਾਂਦਾ ਹੈ । ਉਹਨਾਂ ਦਾ ਪ੍ਰਭ ਨਾਲੋ ਵਿਛੋੜਾ ਦੂਰ ਹੋ ਜਾਂਦਾ, ਜੂੰਨਾਂ ਦਾ ਚੱਕਰ ਖਤਮ ਹੋ ਜਾਂਦਾ ਹੈ ।

Whose state of mind may not be affected by worldly gain or loss. He does not suffer from worldly desires either or trapped by worldly desires. His mind always remains awake and alert. His separation from Holy spirit may be eliminated along with cycle of birth and death.

126.Guru Ram Das Ji – Page 985

ਹਮ ਬਾਰਿਕ ਕਿਛੂ ਨ ਜਾਣਹੂ,	Ham baarik kichhoo na jaanhoo
ਹਰਿ ਮਾਤ ਪਿਤਾ ਪ੍ਰਤਿਪਾਲਾ ॥	har maat pitaa partipaalaa.
ਕਰੁ ਮਾਇਆ ਅਗਨਿ ਨਿਤ ਮੇਲਤੇ,	Kar maa-i-aa agan nit mayltay
ਗੁਰਿ ਰਾਖੇ ਦੀਨ ਦਇਆਲਾ ॥੩॥	gur raakhay deen da-i-aalaa. ||3|

ਮੈਂ ਅਣਜਾਣ ਬਾਲਕ ਦੀ ਨਿਆਈ ਹਾ, ਤੂੰ ਹੀ ਮਾਤਾ ਪਿਤਾ ਦੀ ਨਿਆਈ ਸੋਝੀ ਵਾਲਾ ਹੈ । ਮੈਂ ਬਾਰ ਬਾਰ ਸੰਸਾਰਕ ਮਾਇਆ ਦੀ ਅੱਗ ਵਿੱਚ ਹੱਥ ਪਸਾਰ ਦਾ ਹਾ । ਪ੍ਰਭ ਰਹਿਮਤ ਬਖਸ਼ੋ! ਸ਼ਬਦ ਦੀ ਪਾਲਣਾ ਤੇ ਅਡੋਲ ਕਰੋ । ਇਹ ਸ਼ਬਦ ਦੀ ਪਾਲਣਾ ਹੀ ਮੇਰੀ ਰੱਖਵਾਲੀ ਬਣ ਜਾਵੇ ।

I am an ignorant as a child! You are wise like a father and mother. Time and again, I am entangled in the forces of worldly greed, wishes. With Your mercy and grace, blesses my soul with a devotion to obey Your Word. Obeying Your Word may become my shield, protection from worldly greed and desires.

127.Guru Arjan Dev Ji – Page 820

ਮੇਰੇ ਮੋਹਨ ਸ੍ਰਵਨੀ,	mayray mohan sarvanee
ਇਹ ਨ ਸੁਨਾਏ॥	ih na sunaa-ay.
ਸਾਕਤ ਗੀਤ ਨਾਦ ਧੁਨਿ,	saakat geet naad dhun
ਗਾਵਤ ਬੋਲਤ ਬੋਲ ਅਜਾਏ॥੧॥ ਰਹਾਉ॥	gaavat bolat bol ajaa-ay. ||1|| rahaa-o.

ਰਹਿਮਤਾਂ ਦੇ ਮਾਲਕ, ਰਹਿਮਤ ਬਖਸ਼ੋ! ਮੇਰੇ ਕੰਨਾਂ ਵਿੱਚ ਸਾਕਤ ਦੀ ਜੀਭ ਵਿਚੋਂ ਤੇਰੇ ਸ਼ਬਦ ਦੇ ਗੀਤ, ਉਸਤਤ, ਕੀਰਤਨ ਦੀ ਧੁਨ ਨਾ ਸੁਣਾਈ ਦੇਵੇ । ਉਹ ਸੰਸਾਰਕ ਮਾਇਆ ਇਕੱਠੀ ਕਰਨ, ਲਾਲਚ ਲਈ ਕੀਰਤਨ ਕਰਦੇ ਹਨ ।

Have a mercy on my soul that I may never hear the sound of music or praises of Your Word from nonbeliever. He only sings Your glory to fool innocents to rob, in worldly greed.

128.Guru Arjan Dev Ji – Page 1018

ਚਾਦਨਾ ਚਾਦਨੁ, ਆਂਗਨਿ ਪ੍ਰਭ ਜੀਉ,	chaadnaa chaadan aaNgan parabh jee-o
ਅੰਤਰਿ ਚਾਦਨਾ॥੧॥	antar chaadnaa. ||1||
ਆਰਾਧਨਾ ਅਰਾਧਨੁ ਨੀਕਾ,	aaraadhnaa araadhan neekaa
ਹਰਿ ਹਰਿ ਨਾਮੁ ਅਰਾਧਨਾ॥੨॥	har har naam araadhanaa. ||2||
ਤਿਆਗਨਾ ਤਿਆਗਨੁ ਨੀਕਾ,	ti-aaganaa ti-aagan neekaa
ਕਾਮੁ ਕ੍ਰੋਧੁ ਲੋਭੁ ਤਿਆਗਨਾ॥੩॥	kaam kroDh lobh ti-aaganaa. ||3||
ਮਾਗਨਾ ਮਾਗਨੁ ਨੀਕਾ,	maagnaa maagan neekaa
ਹਰਿ ਜਸੁ ਗੁਰ ਤੇ ਮਾਗਨਾ॥੪॥	har jas gur tay maagnaa. ||4||
ਜਾਗਨਾ ਜਾਗਨੁ ਨੀਕਾ,	jaagnaa jaagan neekaa
ਹਰਿ ਕੀਰਤਨ ਮਹਿ ਜਾਗਨਾ॥੫॥	har keertan meh jaagnaa. ||5||
ਲਾਗਨਾ ਲਾਗਨੁ ਨੀਕਾ,	laagnaa laagan neekaa
ਗੁਰ ਚਰਣੀ ਮਨੁ ਲਾਗਨਾ॥੬॥	gur charnee man laagnaa. ||6||
ਇਹ ਬਿਧਿ ਤਿਸਹਿ ਪਰਾਪਤੇ,	ih bidh tiseh paraapatay
ਜਾ ਕੈ ਮਸਤਕਿ ਭਾਗਨਾ॥੭॥	jaa kai mastak bhaagnaa. ||7||
ਕਹੁ ਨਾਨਕ ਤਿਸੁ ਸਭੁ ਕਿਛੁ ਨੀਕਾ,	kaho naanak tis sabh kichh neekaa
ਜੋ ਪ੍ਰਭ ਕੀ ਸਰਨਾਗਨਾ॥੮॥੧॥੪॥	jo parabh kee sarnaaganaa. ||8||1||4||

ਬੰਦਗੀ ਕਰਨ ਵਾਲੇ ਜੀਵ ਦੇ ਮਨ ਵਿੱਚ ਪ੍ਰਭ ਦੇ ਸ਼ਬਦ ਰੂਪੀ ਚੰਦ ਦੀ ਰੌਸ਼ਨੀ, ਨੂਰ ਭਰਪੂਰ ਰਹਿੰਦਾ ਹੈ । ਉਹ ਸਵਾਸ ਸਵਾਸ ਕੇਵਲ ਪ੍ਰਭ ਦੇ ਸ਼ਬਦ ਦਾ ਹੀ ਸਿਮਰਨ ਕਰਦਾ ਹੈ । ਉਸ ਅੱਗੇ ਹੀ ਅਰਦਾਸ ਕਰਦਾ! ਸ਼ਬਦ ਦੀ ਸਮਾਧੀ ਵਿੱਚ ਲੀਨ ਰਹਿੰਦਾ ਹੈ । ਉਹ ਸਦਾ ਲਈ ਹੀ ਆਪਣੇ ਮਨ ਵਿਚੋਂ ਕਾਮ, ਕਰੋਧ, ਲਾਲਚ ਨੂੰ ਤਿਆਗ ਦੇਂਦੇ, ਇਸ ਤੇ ਜਿੱਤ ਪਾਈ ਰੱਖਦਾ ਹੈ । ਉਸ ਸਦਾ ਹੀ ਪ੍ਰਭ ਅੱਗੇ ਇੱਕੋ ਇੱਕ ਹੀ ਅਰਦਾਸ ਕਰਦਾ ਹੈ! ਰਹਿਮਤ ਦੀ ਨਜ਼ਰ ਬਖਸ਼ੋ! ਸ਼ਬਦ ਦੀ ਪਾਲਣਾ ਵਿੱਚ ਲਗਨ ਬਖਸ਼ੋ। ਮਨ ਸਦਾ ਹੀ ਸ਼ਬਦ ਦੇ ਗੁਣ ਗਾਉਣ ਵਿੱਚ ਹੀ ਜਾਗਰਤ ਅਤੇ ਸੁਚੇਤ ਰੱਖਦਾ ਹੈ । ਉਸ ਦੀ ਲਗਨ, ਕੇਵਲ ਸ਼ਬਦ ਦੀ ਪਾਲਣਾ ਵਿੱਚ ਹੀ ਅਡੋਲ ਰਹਿੰਦੀ ਹੈ, ਭਰੋਸੇ ਨਾਲ ਸ਼ਬਦ ਦੀ ਪਾਲਣਾ ਕਰਦੇ ਹਨ ।

ਜਿਸ ਤੇ ਪ੍ਰਭ ਦੀ ਰਹਿਮਤ ਦੀ ਨਜ਼ਰ ਜਨਮ ਤੇ ਹੀ ਬਖਸ਼ਿਸ਼ ਹੋ ਜਾਂਦੀ, ਭਾਗਾਂ ਵਿੱਚ ਪਹਿਲੇ ਹੀ ਲਿਖਿਆ ਹੁੰਦਾ ਹੈ । ਇਹ ਮਨ ਦੀ ਅਵਸਥਾ ਕੇਵਲ ਉਸ ਨੂੰ ਹੀ ਬਖਸ਼ਿਸ਼ ਹੁੰਦੀ ਹੈ । ਜਿਹੜੇ ਬੰਦਗੀ ਕਰਨ ਵਾਲੇ ਪ੍ਰਭ ਦੇ ਸ਼ਬਦ ਦੀ ਸ਼ਰਣ ਵਿੱਚ ਪ੍ਰਵਾਨ ਹੋ ਜਾਂਦੇ ਹਨ । ਉਹਨਾਂ ਨੂੰ ਪ੍ਰਭ ਦੇ ਸਾਰੇ ਕਰਤਬਾਂ ਨਾਲ ਹੀ ਮਨ ਵਿੱਚ ਖੇੜਾ ਅਡੋਲ ਰਹਿੰਦਾ ਹੈ ।

The mind of His true devotee remains illuminated with the light of His Word, with each and every breath, sings His glory, praises. He only begs from Him and remains in deep meditation. He may conquer his own, sexual desire, anger, greed all time. He always begs for His mercy and grace to be blessed with a devotion to obey His Word. His mind always sings the glory of His Word and remains awake and alert. His devotion remains steady and stable, he may humbly obey His Word.

Who has a great prewritten destiny, only he may be blessed with this state of mind? He may be accepted in His court, in His sanctuary. All his deeds bring blossom to his mind.

129.Guru Arjan Dev Ji – Page 1099

ਮੁਖਹੁ ਅਲਾਏ ਹਭ,	mukhahu alaa-ay habh
ਮਰਣੁ ਪਛਾਣੰਦੋ ਕੋਇ॥	maran pachhaanado ko-ay.
ਨਾਨਕ ਤਿਨਾ ਖਾਕੁ,	naanak tinaa khaak
ਜਿਨਾ ਯਕੀਨਾ ਹਿਕ ਸਿਉ॥੧॥	jinaa yakeenaa hik si-o. ‖1‖

ਹਰਇੱਕ ਜੀਵ ਆਪਣੀ ਜੀਭ ਨਾਲ ਬੋਲਦਾ ਹੈ, ਮੌਤ ਤਾਂ ਇੱਕ ਦਿਨ ਆਉਣੀ ਹੀ ਹੈ । ਪਰ ਕੋਈ ਵਿਰਲਾ ਹੀ ਇਸ ਦਾ ਵਿਚਾਰ ਕਰਕੇ ਜੀਵਨ ਬਤੀਤ ਕਰਦਾ ਹੈ । ਬੰਦਗੀ ਕਰਨ ਵਾਲੇ ਜੀਵ ਉਹਨਾਂ ਸੰਤਾਂ ਦੇ ਚਰਨਾਂ ਦੀ ਧੂੜ ਹੀ ਮੰਗਦੇ ਹਨ । ਜਿਹੜੇ ਮੌਤ ਨੂੰ ਅਟੱਲ ਮੰਨਕੇ ਆਪਣਾ ਜੀਵਨ ਬਤੀਤ ਕਰਦੇ ਹਨ ।

Everyone talks about that death is certain one of these days. However, very rare creature may spend his life, does deeds, by keeping that essence in day to day life. His true devotee, only prays and begs for the dust of feet of those devotees, who may adopt that essence of death in his mind in day to day life?

130.Guru Nanak Dev Ji – Page 663

ਹਰਿ ਚਰਣ ਕਮਲ ਮਕਰੰਦ ਲੋਭਿਤ,	har charan kamal makrand lobhit
ਮਨੋ ਅਨਦਿਨੋ ਮੋਹਿ ਆਹੀ ਪਿਆਸਾ ॥	mano andino mohi aahee pi-aasaa.
ਕ੍ਰਿਪਾ ਜਲੁ ਦੇਹਿ ਨਾਨਕ ਸਾਰਿੰਗ ਕਉ,	kirpaa jal deh naanak saaring ka-o
ਹੋਇ ਜਾ ਤੇ ਤੇਰੈ ਨਾਮਿ ਵਾਸਾ ॥੪॥੧॥ ੭॥੯॥	ho-ay jaa tay tayrai naam vaasaa. ‖4‖1‖7‖9‖

ਮੈਨੂੰ ਹਮੇਸ਼ਾਂ ਹੀ (ਅਨਦਿਨੋ-ਦਿਨ ਰਾਤ) ਤੇਰੇ ਵਿੱਚ ਲੀਨ ਹੋਣ ਦੀ ਇੱਛਾ, ਖਾਹਿਸ਼, ਪਿਆਸ ਰਹਿੰਦੀ ਹੈ । ਪ੍ਰਭ ਰਹਿਮਤ ਬਖਸ਼ੋ, ਮੇਰੀ ਪਿਆਸ ਬੁਝਾਵੋ! ਕਿ ਮੈਂ ਤੇਰੇ ਵਿੱਚ ਹੀ ਅਲੋਪ ਹੋ ਜਾਵਾਂ ।

I always have thirst and a desire to enter into deep meditation in the void of Your Word. With Your mercy and grace, blesses me with a devotion to obey Your Word.

131.Bhikhaa Ji – Page 1395

ਰਹਿਓ ਸੰਤ ਹਉ ਟੋਲਿ,	Rahi-o sant ha-o tol
ਸਾਧ ਬਹੁਤੇਰੇ ਡਿਠੇ॥	saaDh bahutayray dithay.
ਸੰਨਿਆਸੀ ਤਪਸੀਅਹ,	Sani-aasee tapsee-ah
ਮੁਖਹੁ ਏ ਪੰਡਿਤ ਮਿਠੇ॥	mukhahu ay pandit mithay.
ਬਰਸੁ ਏਕੁ ਹਉ ਫਿਰਿਓ,	Baras ayk ha-o firi-o
ਕਿਨੈ ਨਹੁ ਪਰਚਉ ਲਾਯਉ॥	kinai nahu parcha-o laa-ya-o.
ਕਹਤਿਅਹ ਕਹਤੀ ਸੁਣੀ,	Kehti-ah kahtee sunee
ਰਹਤ ਕੋ ਖੁਸੀ ਨ ਆਯਉ॥	rahat ko khusee na aa-ya-o.
ਹਰਿ ਨਾਮੁ ਛੋਡਿ ਦੂਜੈ ਲਗੇ,	Har naam chhod doojai lagay
ਤਿਨ੍ ਕੇ ਗੁਣ ਹਉ ਕਿਆ ਕਹਉ॥	tinH kay gun ha-o ki-aa kaha-o.
ਗੁਰੁ ਦਯਿ ਮਿਲਾਯਉ ਭਿਖਿਆ,	Gur da-yi milaa-ya-o bhikhi-aa
ਜਿਵ ਤੂ ਰਖਹਿ ਤਿਵ ਰਹਉ॥੨॥੨੦॥	jiv too rakheh tiv raha-o. ‖2‖20‖

ਭਿਖਾਂ ਜੀ ਕਹਿੰਦਾ ਹੈ, ਮੈਂ ਸੰਤ ਸਰੂਪ ਦੀ ਭਾਲ ਵਿੱਚ ਹਾ! ਬਹੁਤ ਹੀ ਸਾਧੂ, ਬੰਦਗੀ ਕਰਨ ਵਾਲੇ, ਸੰਨਿਆਸੀ, ਤਪਸੀਅਵੀ ਅਤੇ ਬਹੁਤ ਪੰਡਿਤ ਦੇਖੇ ਹਨ, ਸਾਰੇ ਹੀ ਬਹੁਤ ਨਿਮ੍ਰਤਾ ਨਾਲ ਬੋਲਦੇ ਹਨ । ਸਾਲਾ ਤੋਂ ਢੂਡਦਾ ਹਾ, ਪਰ ਕਿਸੇ ਨੇ ਮੇਰੇ ਉਪਰ ਉਹ ਪ੍ਰਭਾਵ ਨਹੀਂ ਪਾਇਆ । ਬਹੁਤ ਹੀ ਪ੍ਰਚਾਰਕਾ ਦੇ ਪ੍ਰਚਾਰ, ਕੀਰਤਨ ਸੁਣੇ ਹਨ, ਉਹਨਾਂ ਦੇ ਆਪਣੇ ਜੀਵਨ ਦੇ ਢੰਗ ਤੋਂ ਖੁਸ਼, ਪ੍ਰਭਾਵਤ ਨਹੀਂ ਹੋਇਆ । ਜਿਹਨਾਂ ਨੂੰ ਆਪ ਪ੍ਰਭ ਤੇ ਭਰੋਸਾ ਨਹੀਂ, ਮੈਂ ਉਹਨਾਂ ਦੀ ਉਸਤਤ ਕਿਵੇਂ ਕਰਾ? ਪ੍ਰਭ ਕਿਰਪਾ ਕਰੋ! ਅਜੇਹੇ ਸੰਤ ਸਰੂਪ ਨਾਲ ਮਿਲਾਪ ਬਖਸ਼ੋ! ਜਿਹੜਾ ਤੇਰੇ ਦਰ ਦਾ ਭਿਖਾਰੀ ਹੋਵੇ ।

I am searching from long time, several years, for Yours true devotee. I have met various saints; they all are very humble and knowledgeable. However, no one has affected deeply on my mind. I have listened to their sermons, but I am not impressed from their way of life. Whosoever may not have an unshakable belief on Your Word, how may I sing his praise? With Your mercy and grace, blesses me with the association of Your true devotee, who may be Your true servant, beggar at only Your door.

132.Guru Arjan Dev Ji – Page 884

ਹਮ ਬਾਰਿਕ ਤੁਮ ਪਿਤਾ ਹਮਾਰੇ,	ham baarik tum pitaa hamaaray
ਤੁਮ ਮੁਖਿ ਦੇਵਹੁ ਖੀਰਾ॥	tum mukh dayvhu kheeraa.
ਹਮ ਖੇਲਹ ਸਭਿ ਲਾਡ ਲਡਾਵਹ,	ham khaylah sabh laad ladaaveh
ਤੁਮ ਸਦ ਗੁਣੀ ਗਹੀਰਾ॥੩॥	tum sad gunee gaheeraa. ||3||

ਸਾਰੇ ਜੀਵ ਹੀ ਤੇਰੇ ਪੈਦਾ ਕੀਤੇ ਹੋਏ ਹਨ, ਤੂੰ ਹੀ ਉਹਨਾਂ ਦੀ ਪਾਲਣਾ ਪੋਸਨਾ ਕਰਦਾ, ਭੋਜਨ ਬਖਸ਼ਦਾ ਹੈ । ਪ੍ਰਭ ਤੂੰ ਹੀ ਜੀਵ ਨਾਲ ਖੇਲ ਕਰਦਾ ਹੈ, ਉਹਨਾਂ ਨੂੰ ਧੰਦੇ ਲਾਉਂਦਾ ਹੈ ।

The whole universe is Your creation. You nourish and protect as father protects his children. You play with Your creation and You assign task and give know how to earn living.

133.Guru Arjan Dev Ji – Page 830

ਮੋਹਨ ਰੂਪੁ ਦਿਖਾਵੈ॥	mohan roop dikhaavai.
ਅਬ ਮੋਹਿ ਨੀਦ ਸੁਹਾਵੈ॥	ab mohi need suhaavai.
ਸਭ ਮੇਰੀ ਤਿਖਾ ਬੁਝਾਨੀ॥	sabh mayree tikhaa bujhaanee.
ਅਬ ਮੈ ਸਹਜਿ ਸਮਾਨੀ॥	ab mai sahj samaanee.
ਮੀਠੀ ਪਿਰਹਿ ਕਹਾਨੀ॥	meethee pireh kahaanee.
ਮੋਹਨੁ ਲਾਲਨੁ ਪਾਇਓ ਰੀ॥	mohan laalan paa-i-o ree.
ਰਹਾਉ ਦੂਜਾ ॥੧॥੧੨੮॥	rahaa-o doojaa. ||1||128||

ਜਦੋਂ ਪ੍ਰਭ ਦਾ ਸ਼ਬਦ ਮਨ ਵਿੱਚ ਜਾਗਰਤ ਹੋ ਜਾਂਦਾ ਹੈ, ਸ਼ਬਦ ਦੀ ਧੁਨ ਮਨ ਵਿੱਚ ਚਲ ਪੈਂਦੀ ਹੈ, ਤਾਂ ਮਨ ਸ਼ਬਦ ਦੀ ਸਮਾਧੀ ਵਿੱਚ ਚਲੇ ਜਾਂਦਾ, ਵਸਦਾ ਹੈ । ਉਸ ਦੇ ਮਨ ਵਿਚੋਂ ਇੱਛਾਂ ਦੀ ਪਿਆਸ ਖਤਮ ਹੋ ਜਾਂਦੀ ਹੈ, ਬੁਝ ਜਾਂਦੀ ਹੈ । ਉਸ ਦਾ ਮਨ ਸ਼ਬਦ ਦੀ ਸਮਾਧੀ ਵਿੱਚ ਸਮਾ ਜਾਂਦਾ ਹੈ । ਪ੍ਰਭ ਦੇ ਸ਼ਬਦ ਦਾ ਇਤਨਾ ਪ੍ਰਭਾਵ ਹੋ ਜਾਂਦਾ, ਮਨ ਉਸ ਵਿਚੋਂ ਬਾਹਰ ਜਾਣਾ ਨਹੀਂ ਚਾਹੁੰਦਾ । ਇਸਤਰ੍ਹਾਂ ਉਸ ਵਿੱਚ ਹੀ ਅਭੇਦ ਹੋ ਜਾਂਦਾ, ਸਮਾ ਜਾਂਦਾ ਹੈ ।

Whosoever may be enlightened with the teachings of His Word within, the echo of His Word resonates within his mind forever. His mind may enter into the void of His Word and all his worldly desires may be eliminated. The effect of His Word is fascinating and so powerful that his mind may not come out of the void of His Word. With His mercy and grace, his soul may immerse into the Holy spirit.

134.Guru Arjan Dev Ji – Page 987

ਮੁਕਤਿ ਜੁਗਤਿ ਏਹਾ ਨਿਧਾਨ॥	mukat jugat ayhaa nidhaan.
ਪ੍ਰਭ ਦਇਆਲ ਮੋਹਿ ਦੇਵਹੁ ਦਾਨ॥	parabh da-i-aal mohi dayvhu daan.
ਨਾਨਕ ਕਉ ਪ੍ਰਭ ਦਇਆ ਧਾਰਿ॥	naanak ka-o parabh da-i-aa dhaar.
ਚਰਨ ਸੰਤਨ ਕੇ ਮੇਰੇ ਰਿਦੇ ਮਝਾਰਿ॥ ੪॥੪॥	charan santan kay mayray riday majhaar. ||4||4||

ਇਸਤਰ੍ਹਾਂ ਦਾ ਜੀਵਨ ਦਾ ਢੰਗ ਹੀ ਮੇਰੀ ਬੰਦਗੀ, ਪ੍ਰਵਾਨਗੀ ਦਾ ਰਸਤਾ ਹੈ । ਪ੍ਰਭ ਦੇ ਸ਼ਬਦ ਦੀ ਸੋਝੀ ਦਾ ਖਜ਼ਾਨਾਂ ਹੈ । ਪ੍ਰਭ ਰਹਿਮਤ ਬਖਸ਼ੋ! ਇਹ ਦਾਨ ਬਖਸ਼ਕੇ ਸ਼ਬਦ ਦੇ ਲੜ ਲਾਵੋ! ਪ੍ਰਭ ਆਪ ਹੀ ਬੰਦਗੀ ਕਰਨ ਵਾਲੇ ਦਾਸਾਂ ਤੇ ਰਹਿਮਤ ਦੀ ਨਜ਼ਰ ਬਖਸ਼ਦਾ ਹੈ । ਪ੍ਰਭ ਦਾ ਸ਼ਬਦ ਆਪਣੇ ਦਾਸ ਦੇ ਮਨ ਵਿੱਚ ਜਾਗਰਤ ਕਰਦਾ ਹੈ, ਉਹ ਦਾਸ ਸਦਾ ਹੀ ਸੁਚੇਤ ਰਹਿੰਦਾ ਹੈ ।

Adopting Your Word in day to day life may be my path of salvation, my meditation. Your Word may be the true treasure of enlightenment. His true devotee always prays, begs for His mercy and grace to be blessed with devotion to adopt His Word in life. God blesses His true devotee with devotion and enlightenment of His Word and he always remains awake and alert.

135.Guru Arjan Dev Ji – Page 1152

ਸਤਿਗੁਰ ਅਪੁਨੇ ਸੁਨੀ ਅਰਦਾਸਿ॥	satgur apunay sunee ardaas.
ਕਾਰਜੁ ਆਇਆ ਸਗਲਾ ਰਾਸਿ॥	kaaraj aa-i-aa saglaa raas.
ਮਨ ਤਨ ਅੰਤਰਿ ਪ੍ਰਭੂ ਧਿਆਇਆ॥	man tan antar parabhoo Dhi-aa-i-aa.
ਗੁਰ ਪੂਰੇ ਡਰੁ ਸਗਲ ਚੁਕਾਇਆ॥੧॥	gur pooray dar sagal chukaa-i-aa. ||1||

ਪ੍ਰਭ ਆਪ ਹੀ ਬੰਦਗੀ ਕਰਨ ਵਾਲੇ ਦੀ ਅਰਦਾਸ ਸੁਣਦਾ ਹੈ । ਉਸ ਦੀ ਕੀਤੀ ਕਮਾਈ ਪ੍ਰਵਾਨ ਕਰਦਾ, ਰਹਿਮਤ ਦੀ ਨਜ਼ਰ ਬਖਸ਼ਦਾ ਹੈ । ਜਿਹੜਾ ਮਨ ਤਨ ਲਾ ਕੇ, ਭਰੋਸਾ ਅਡੋਲ ਰੱਖਕੇ ਸ਼ਬਦ ਦਾ ਸਿਮਰਨ ਕਰਦੇ ਹਨ । ਉਸ ਦੇ ਮਾਨਸ ਜਨਮ ਦੇ ਸਾਰੇ ਕਾਰਜ ਸਫਲ ਹੋ ਜਾਂਦੇ ਹਨ । ਪ੍ਰਭ ਆਪ ਹੀ ਉਹਨਾਂ ਦਾ ਮੌਤ ਦਾ ਡਰ ਦੂਰ ਕਰ ਦੇਂਦਾ ਹੈ ।

The Omniscient True Master always heed to the prayer, thoughts of His true devotee and reward his meditation, earnings. Whosoever may wholeheartedly with steady and stable belief adopt His Word in day to day life. With His mercy and grace, all his desires and his human life journey becomes successful. His fear of death may be eliminated.

136.Guru Ram Das Ji – Page 735

ਤੂੰ ਕਰਤਾ ਸਭੁ ਕਿਛੁ ਆਪੇ ਜਾਣਹਿ,	tooN kartaa sabh kichh aapay jaaneh
ਕਿਆ ਤੁਧੁ ਪਹਿ ਆਖਿ ਸੁਣਾਈਐ॥	ki-aa tuDh peh aakh sunaa-ee-ai.
ਬੁਰਾ ਭਲਾ ਤੁਧੁ ਸਭੁ ਕਿਛੁ ਸੁਝੈ,	buraa bhalaa tuDh sabh kichh soojhai
ਜੇਹਾ ਕੋ ਕਰੇ ਤੇਹਾ ਕੋ ਪਾਈਐ॥੧॥	jayhaa ko karay tayhaa ko paa-ee-ai. ||1||

ਅੰਤਰਜਾਮੀ, ਪ੍ਰਭ ਤੂੰ ਆਪ ਹੀ ਸ੍ਰਿਸ਼ਟੀ ਪੈਦਾ ਕਰਨ ਵਾਲਾ, ਜੀਵ ਦੇ ਕੰਮਾਂ ਦੀ ਪੂਰਨ ਜਾਣਕਾਰੀ ਹੈ । ਤੈਨੂੰ ਕਿਹੜੀ ਨਵੀਂ ਗੱਲ ਦੱਸ ਸਕਦਾ ਹਾ? ਜਿਹੜਾ ਕੋਈ ਬੁਰਾ ਜਾ ਭਲਾ ਕੰਮ ਕਰਦਾ ਹੈ, ਆਪਣੇ ਕੀਤੇ ਦਾ ਹੀ ਫਲ ਦੇਂਦਾ ਹੈ ।

The Omniscient True Master, The Creator of the universe knows all about their deeds. What new thing may I tell You, which may be hidden from You? Whosoever may perform good and evil deeds may be rewarded for his deeds.

137.Guru Ram Das Ji – Page 13

ਕਾਮਿ ਕਰੋਧਿ ਨਗਰੁ ਬਹੁ ਭਰਿਆ, kaam karoDh nagar baho bhari-aa
ਮਿਲਿ ਸਾਧੂ ਖੰਡਲ ਖੰਡਾ ਹੇ॥ mil saaDhoo khandal khanda hay.
ਪੂਰਬਿ ਲਿਖਤ ਲਿਖੇ ਗੁਰੁ ਪਾਇਆ, poorab likhat likhay gur paa-i-aa
ਮਨਿ ਹਰਿ ਲਿਵ ਮੰਡਲ ਮੰਡਾ ਹੇ ॥੧॥ man har liv mandal mandaa hay. ||1||

ਪਿਛਲੇ ਜਨਮ ਦੇ ਲਿਖੇ ਹੋਏ ਮੁਕੱਦਰ ਅਨੁਸਾਰ, ਆਤਮਾ ਤੇ ਕਾਮ, ਗੁੱਸੇ ਨੇ ਕਾਬੂ ਪਾਇਆ ਹੈ । ਰਹਿਮਤ ਬਖਸ਼ੋ! ਸੰਤ ਸਰੂਪ ਦੀ ਸੰਗਤ ਬਖਸ਼ੋ! ਜਿਸ ਨਾਲ ਮੇਰੀ ਆਤਮਾ ਵਿਚੋਂ ਬੁਰਾਈਆਂ ਦਾ ਖਾਤਮਾ ਹੋ ਜਾਵੇ । ਪਿਛਲੇ ਜਨਮ ਦੇ ਕੀਤੇ ਕਰਮਾਂ ਤੇ ਹੀ ਜੋ ਕੁਝ ਪਾਇਆ ਹੈ । ਰਹਿਮਤ ਬਖਸ਼ੋ! ਮਨ ਸ਼ਬਦ ਵਿੱਚ ਮਗਨ ਹੋ ਜਾਵੇ । ਦਰਗਾਹ ਵਿੱਚ ਪ੍ਰਵਾਨ ਹੋ ਜਾਵਾ ।

Due to the evil deeds of previous life, my mind is trapped into sexual desire and anger. With Your mercy and grace, blesses me with the association of Holy saint that may vanish my evil thoughts. My misfortune is due to the evil deeds of my previous life. Blesses me with a dedication to adopt and sing Your glory. So, I may be accepted in Your protection.

138.Guru Arjan Dev Ji – Page 804

ਕਰਿ ਆਸਾ ਆਇਓ ਪ੍ਰਭ ਮਾਗਨਿ॥ kar aasaa aa-i-o parabh maagan.
ਤੁਮ੍ ਪੇਖਤ ਸੋਭਾ ਮੇਰੈ ਆਗਨਿ॥੧॥ ਰਹਾਉ॥ tumH paykhat sobhaa mayrai aagan. ||1|| rahaa-o.
ਪਾਰਬ੍ਰਹਮ ਪ੍ਰਭ ਤੇਰੀ ਸਰਨਾ॥ paarbarahm parabh tayree sarnaa.
ਕਿਲਬਿਖ ਕਾਟੈ ਭਜੁ ਗੁਰ ਕੇ ਚਰਨਾ॥੧॥ ਰਹਾਉ॥ kilbikh kaatai bhaj gur kay charnaa. ||1|| rahaa-o.

ਮੈਂ ਮਨ ਵਿੱਚ ਆਸਾ, ਇੱਛਾਂ ਲੈ ਕੇ ਤੇਰੇ ਦਰ ਤੇ ਅਰਦਾਸ ਕਰਦਾ ਹਾ । ਸ਼ਬਦ ਦੀ ਭਿੱਖਿਆਂ ਮੰਗਣ ਲਈ ਆਇਆ ਹਾ । ਜਦੋਂ ਤੇਰੀ ਰਹਿਮਤ ਨਾਲ ਤੇਰੇ ਸ਼ਬਦ ਦੀ ਸੋਝੀ ਰੂਪੀ ਦਰਸ਼ਨ ਹੋ ਜਾਂਦੇ ਹਨ, ਮੇਰੇ ਮਨ ਵਿੱਚ ਅਨੰਦ ਖੇੜਾ ਵਸ ਜਾਂਦਾ ਹੈ । ਮੈਂ ਆਪਾ ਗਵਾ ਕੇ ਤੇਰੀ ਸ਼ਰਣ ਵਿੱਚ ਆਇਆ ਹਾ! ਰਹਿਮਤ ਬਖਸ਼ਕੇ ਸ਼ਬਦ ਦੇ ਲੜ ਲਾ ਕੇ ਮਨ ਵਿਚੋਂ ਬੁਰੇ ਖਿਆਲ ਨਾਸ਼ ਕਰੋ!

I have come to beg from Your door with a great hope. I am begging the devotion to obey Your Word. When Your Word may be enlightened within, pleasures, contentment and harmony may blossom in heart. I have abandoned my selfishness and surrender at Your door to beg. Bless me with devotion to obey Your Word and vanishes all evil thoughts from my mind.

Chapter 7 – Topics

- ❖ **What is a Soul?**
- ❖ **Mind and soul relationship!**
- ❖ **Who is True companion of soul ?**
- ❖ **What happen to soul after death**

26 ਆਤਮਾ ਕੀ ਹੈ ! What is Soul?

1. Guru Nanak Dev Ji – Page 1153

ਆਤਮ ਮਹਿ ਰਾਮੁ ਰਾਮ ਮਹਿ ਆਤਮੁ,	aatam meh raam raam meh aatam
ਚੀਨਸਿ ਗੁਰ ਬੀਚਾਰਾ॥	cheenas gur beechaaraa.
ਅੰਮ੍ਰਿਤ ਬਾਣੀ ਸਬਦਿ ਪਛਾਣੀ,	amrit banee sabad pachhaanee
ਦੁਖ ਕਾਟੈ ਹਉ ਮਾਰਾ॥੧॥	dukh kaatai ha-o maaraa. ||1||

ਜੀਵ ਦੀ ਆਤਮਾ ਵਿੱਚ ਪ੍ਰਭ ਹੈ ਅਤੇ ਪ੍ਰਭ ਦੇ ਵਿੱਚ ਜੀਵ ਦੀ ਆਤਮਾ ਹੈ । ਇਸ ਦੀ ਸੋਝੀ ਸ਼ਬਦ ਦੀ ਸੋਝੀ ਪਾਉਣ ਨਾਲ ਹੀ ਬਖਸ਼ਿਸ਼ ਹੁੰਦੀ ਹੈ । ਪ੍ਰਭ ਦੇ ਸ਼ਬਦ ਦੀ ਪਾਲਣਾ ਕਰਨ ਨਾਲ ਹੀ ਸੋਝੀ ਹੁੰਦੀ ਹੈ । ਇਸ ਸੋਝੀ ਨਾਲ, ਸਾਰੇ ਦੁਖ, ਭਰਮ ਦੂਰ ਹੋ ਜਾਂਦੇ, ਅਹੰਕਾਰ ਖਤਮ ਹੋ ਜਾਂਦਾ ਹੈ ।

God resides in the soul of a creature and soul resides in God, the Holy spirit. The soul is an expansion of The Holy Spirit. One may recognize by adopting His Word in his life. Whosoever may be enlightened within, all his worries, misfortunes may be eliminated.

2. Guru Amar Das Ji – Page 440

ਮਨ ਤੂੰ ਜੋਤਿ ਸਰੂਪੁ ਹੈ	man tooN jot saroop hai
ਆਪਣਾ ਮੂਲੁ ਪਛਾਣੁ॥	aapnaa mool pachhaan.
ਮਨ ਹਰਿ ਜੀ ਤੇਰੈ ਨਾਲਿ ਹੈ	man har jee tayrai naal hai
ਗੁਰਮਤੀ ਰੰਗੁ ਮਾਣੁ॥	gurmatee rang maan.
ਮੂਲੁ ਪਛਾਣਹਿ ਤਾਂ ਸਹੁ ਜਾਣਹਿ,	mool pachhaaneh taaN saho jaaneh
ਜੀਵਣ ਕੀ ਸੋਝੀ ਹੋਈ॥	maran jeevan kee sojhee ho-ee.
ਗੁਰ ਪਰਸਾਦੀ ਏਕੋ ਜਾਣਹਿ,	gur parsaadee ayko jaaneh
ਤਾਂ ਦੂਜਾ ਭਾਉ ਨ ਹੋਈ॥	taaN doojaa bhaa-o na ho-ee.
ਮਨਿ ਸਾਂਤਿ ਆਈ ਵਜੀ ਵਧਾਈ,	man saaNt aa-ee vajee vaDhaa-ee
ਤਾ ਹੋਆ ਪਰਵਾਣੁ॥	taa ho-aa parvaan.
ਇਉ ਕਹੈ ਨਾਨਕੁ	i-o kahai naanak
ਮਨ ਤੂੰ ਜੋਤਿ ਸਰੂਪੁ ਹੈ,	man tooN jot saroop hai
ਅਪਣਾ ਮੂਲੁ ਪਛਾਣੁ॥੫॥	apnaa mool pachhaan. ||5||

ਮਨ ਤੂੰ ਪ੍ਰਭ ਦੀ ਜੋਤ ਦਾ ਹੀ ਅੰਗ, ਭਾਗ ਹੈ । ਆਪਣਾ ਮਾਨਸ ਜਨਮ ਲੈਣ ਦਾ ਕਾਰਨ, ਮੰਤਵ ਪਛਾਣੋ । ਪ੍ਰਭ ਤੇਰੇ ਦਸਵੇਂ ਘਰ ਵਿੱਚ ਵਸਦਾ ਹੈ, ਸ਼ਬਦ ਦੀ ਪਾਲਣਾ ਕਰਕੇ ਉਸ ਦੇ ਸਾਥ ਦਾ ਅਨੰਦ ਮਾਨੋ । ਅਗਰ ਤੂੰ ਆਪਣੇ ਮਾਨਸ ਜਨਮ ਦਾ ਮੰਤਵ ਜਾਣ ਜਾਵੇ ਤਾਂ ਤੈਨੂੰ ਜੂੰਨਾਂ ਦੇ ਚੱਕਰ ਦੀ ਸੋਝੀ ਹੋ ਜਾਵੇਗੀ । ਆਤਮਾ ਪ੍ਰਭ ਵਿਚੋਂ ਵਿਛੜ ਕੇ ਸੰਸਾਰ ਵਿੱਚ ਆਈ ਹੈ । ਪ੍ਰਭ ਦਾ ਦਰਬਾਰ ਹੀ ਉਸ ਦਾ

ਅਸਲੀ ਅਰਾਮ ਕਰਨ ਵਾਲਾ ਆਸਣ ਹੈ । ਉਸ ਦੀ ਰਹਿਮਤ ਵੀ ਬਹੁਤ ਅਨੋਖੀ, ਅਮੋਲਕ, ਵਿਸ਼ੇਸ਼ ਹੈ । ਅਗਰ ਪ੍ਰਭ ਦੀ ਰਹਿਮਤ ਹੋਵੇ ਤਾਂ ਹੀ ਮਨ ਇੱਕੋ ਇੱਕ ਪ੍ਰਭ ਤੇ ਭਰੋਸਾ ਅਡੋਲ ਰੱਖਦਾ ਹੈ । ਕਿਸੇ ਧਰਮ ਦੇ ਭਰਮਾਂ ਵਿੱਚ ਨਹੀਂ ਪੈਂਦਾ । ਮਨ ਵਿੱਚ ਸ਼ਾਂਤੀ, ਅਨੰਦ ਵਸ ਜਾਂਦਾ ਹੈ, ਦਰਬਾਰ ਵਿੱਚ ਪ੍ਰਵਾਨਗੀ ਹੋ ਸਕਦੀ ਹੈ ।

Mind, you are a part of The Holy spirit, recognizes the purpose of your human life. God, His Word dwells in the center, 10th gate of your heart, embedded within soul. You should adopt His Word in your life and may enjoy His company, His blessings. Whosoever may realize the true purpose of human life, he may realize the birth and death cycle. He may realize his soul is separated from Holy spirit due to his mistakes and His castle is the ultimate resting place for his soul. His blessings are also astonishing and unique. Only with His mercy and grace, he may adopt the teachings of His Word and he may not entangle in religious rituals. He may enjoy peace and contentment and he may be accepted in His court.

3. Guru Nanak Dev Ji – Page 929

ਓਅੰਕਾਰਿ ਬ੍ਰਹਮਾ ਉਤਪਤਿ॥	o-ankaar barahmaa utpat.
ਓਅੰਕਾਰੁ ਕੀਆ ਜਿਨਿ ਚਿਤਿ॥	o-ankaar kee-aa jin chit.
ਓਅੰਕਾਰਿ ਸੈਲ ਜੁਗ ਭਏ॥	o-ankaar sail jug bha-ay.
ਓਅੰਕਾਰਿ ਬੇਦ ਨਿਰਮਏ॥	o-ankaar bayd nirma-ay.
ਓਅੰਕਾਰਿ ਸਬਦਿ ਉਧਰੇ॥	o-ankaar sabad udhray.
ਓਅੰਕਾਰਿ ਗੁਰਮੁਖਿ ਤਰੇ॥	oankaar gurmukh taray.
ਓਨਮ ਅਖਰ ਸੁਣਹੁ ਬੀਚਾਰੁ॥	onam akhar sunhu beechaar.
ਓਨਮ ਅਖਰੁ ਤ੍ਰਿਭਵਣ ਸਾਰੁ॥੧॥	onam akhar taribhavan saar. ||1||

ਪ੍ਰਭ ਨੇ ਆਪਣੇ ਆਪ ਵਿਚੋਂ ਹੀ ਬ੍ਰਹਮਾ ਨੂੰ ਪੈਦਾ ਕੀਤਾ । ਉਸ (ਬ੍ਰਹਮਾ) ਨੇ ਪ੍ਰਭ ਨੂੰ ਆਪਣੇ ਹਿਰਦੇ ਵਿੱਚ ਰੱਖਿਆ ।ਪ੍ਰਭ ਨੇ ਹੀ ਸਾਰੇ ਪਰਬਤ, ਜੁਗ , ਗਿਆਨ ਦੇ ਗ੍ਰੰਥ, ਵੇਦਾਂ, ਜੀਵਾਂ ਨੂੰ ਸੇਧ ਦੇਣ ਵਾਸਤੇ ਬਣਾਏ ਹਨ । ਜੀਵਾਂ ਨੂੰ ਸ਼ਬਦ ਦੀ ਸੋਝੀ ਦੇ ਕੇ ਪ੍ਰਵਾਨਗੀ ਦੇ ਰਸਤੇ ਤੇ ਪਾਉਂਦਾ ਹੈ । ਪ੍ਰਭ ਹੀ ਗੁਰਮਖ ਦੀ ਰੱਖਿਆ ਕਰਦਾ ਹੈ । ਪ੍ਰਭ ਦੇ ਸ਼ਬਦ ਦੀ ਪਾਲਣਾ ਕਰੋ ! ਉਹ ਹੀ ਤਿੰਨਾਂ ਸ੍ਰਿਸ਼ਟੀਆਂ ਦਾ ਮੁੱਢ ਹੈ ।

God created Brahma from the Holy Spirit! Brahma kept His message in his heart. God created all mountains, Ages, Holy scriptures to show His creation the right path. Whosoever may stay on the right path, he may be enlightened by His mercy and grace. He becomes His true devotee and God protects him everywhere. You should obey and adopt the teachings of The Word of The Creator of all three universes.

4. Guru Nanak Dev Ji – Page 878

ਸਾਗਰ ਮਹਿ ਬੂੰਦ, ਬੂੰਦ ਮਹਿ ਸਾਗਰੁ,	saagar meh boond boond meh saagar
ਕਵਣੁ ਬੁਝੈ ਬਿਧਿ ਜਾਣੈ ॥	kavan bujhai biDh jaanai.
ਉਤਭੁਜ ਚਲਤ ਆਪਿ ਕਰਿ ਚੀਨੈ,	ut-bhuj chalat aap kar cheenai
ਆਪੇ ਤਤੁ ਪਛਾਣੈ ॥੧॥	aapay tat pachhaanai. ||1||

ਜਿਵੇਂ ਪਾਣੀ ਦੀ ਬੂੰਦ ਬੂੰਦ ਇਕੱਠੀ ਹੋ ਕੇ ਸਾਗਰ ਬਣ ਜਾਂਦਾ ਹੈ । ਕਿਹੜਾ ਸਮਝਦਾ ਹੈ ਕਿ ਪਾਣੀ ਦੀ ਬੂੰਦ ਵਿੱਚ ਹੀ ਸਾਗਰ ਹੈ? ਇਸਤਰ੍ਹਾਂ ਆਪ ਹੀ ਸ੍ਰਿਸ਼ਟੀ ਪੈਦਾ ਕਰਨ ਦਾ ਖੇਲ ਰਚਾਉਂਦਾ ਹੈ । ਉਹ ਹੀ ਇਸ ਦੀ ਹੋਂਦ, ਇਸ ਦਾ ਮੰਤਵ ਜਾਣਦਾ ਹੈ ।

As many drops of water collected at one place may become ocean. Who may visualize that ocean resides in a drop of water.? Same way God creates universe and its play, He is in the universe and Himself is a play. Only, The Omniscient fully knows His existence and the purpose of His creation. When there was no mother, father, body, deed, you and me, where were we came from?

5. Guru Nanak Dev Ji – Page 945

ਜਾ ਇਹੁ ਹਿਰਦਾ ਦੇਹ ਨ ਹੋਤੀ,	jaa ih hirdaa dayh na hotee
ਤਉ ਮਨੁ ਕੈਠੈ ਰਹਤਾ॥	ta-o man kaithai rahtaa.
ਨਾਭਿ ਕਮਲ ਅਸਥੰਭੁ ਨ ਹੋਤੋ,	naabh kamal asthambh na hoto
ਤਾ ਪਵਨੁ ਕਵਨ ਘਰਿ ਸਹਤਾ॥	taa pavan kavan ghar sahtaa.
ਰੂਪੁ ਨ ਹੋਤੋ ਰੇਖ ਨ ਕਾਈ,	roop na hoto raykh na kaa-ee
ਤਾ ਸਬਦਿ ਕਹਾ ਲਿਵ ਲਾਈ॥	taa sabad kahaa liv laa-ee.
ਰਕਤੁ ਬਿੰਦੁ ਕੀ ਮੜੀ ਨ ਹੋਤੀ,	rakat bind kee marhee na hotee
ਮਿਤਿ ਕੀਮਤਿ ਨਹੀ ਪਾਈ॥	mit keemat nahee paa-ee.
ਵਰਨੁ ਭੇਖੁ ਅਸਰੂਪੁ ਨ ਜਾਪੀ,	varan bhaykh asroop na jaapee
ਕਿਉ ਕਰਿ ਜਾਪਸਿ ਸਾਚਾ ॥	ki-o kar jaapas saachaa.
ਨਾਨਕ ਨਾਮਿ ਰਤੇ ਬੈਰਾਗੀ,	naanak naam ratay bairaagee
ਇਬ ਤਬ ਸਾਚੋ ਸਾਚਾ ॥੬੬॥	ib tab saacho saachaa. ‖66‖

ਜੋਗੀ! ਜਦੋਂ ਜੀਵ ਦਾ ਤਨ, ਹਿਰਦਾ ਨਹੀਂ ਸੀ ਤਾਂ ਆਤਮਾ ਕਿੱਥੇ ਰਹਿੰਦੀ ਸੀ? ਜਦੋਂ ਇਸ ਹਵਾ ਨੂੰ ਪ੍ਰਭ ਦਾ ਆਸਰਾ ਨਹੀਂ ਸੀ ਤਾਂ ਇਹ ਹਵਾ ਕਿੱਥੇ ਰਹਿੰਦੀ ਸੀ? ਜਦੋਂ ਆਤਮਾ ਦੇ ਵਸਣ ਲਈ, ਰਹਿਣ ਲਈ ਕੋਈ ਅਕਾਰ, ਸਰੀਰ ਨਹੀਂ ਸੀ, ਤਾਂ ਆਤਮਾ ਕਿਸਤਰ੍ਹਾਂ ਪ੍ਰਭ ਦੇ ਸ਼ਬਦ ਵਿੱਚ ਲਗਨ ਲਾ ਸਕਦੀ ਸੀ? ਅਗਰ ਜੀਵ ਦਾ ਜਨਮ ਨਾ ਹੁੰਦਾ ਤਾਂ ਪ੍ਰਭ ਦੀ ਵਡਿਆਈ ਦੀ ਕੀਮਤ ਕਿਸਤਰ੍ਹਾਂ ਜਾਣੀ ਜਾ ਸਕਦੀ ਸੀ? ਇਸ ਦੀ ਤਾਕਤ ਕਿਸਤਰ੍ਹਾਂ ਦੱਸੀ ਜਾ ਸਕਦੀ ਸੀ? ਜਦੋਂ ਪ੍ਰਭ ਦੇ ਰੰਗ, ਰੂਪ, ਅਕਾਰ, ਬਣਤਰ ਦਾ ਕੋਈ ਅੰਤ (ਪੂਰਨ ਪਤਾ) ਨਹੀਂ । ਤਾਂ ਪ੍ਰਭ ਦੀ ਹੋਂਦ ਕਿਵੇਂ ਪਛਾਣੀ ਜਾਂ ਸਕਦੀ ਸੀ? ਨਾਨਕ ਜੀ! ਜਿਹੜੀ ਆਤਮਾ ਪ੍ਰਭ ਦੇ ਸ਼ਬਦ ਦੇ ਰੰਗ ਵਿੱਚ ਰੰਗੀ ਜਾਂਦੀ ਹੈ, ਲੀਨ ਹੋ ਜਾਂਦੀ ਹੈ । ਉਹ ਰੂਪ, ਰੰਗ, ਅਕਾਰ ਤੋਂ ਰਹਿਤ ਅਵਸਥਾ ਵਿੱਚ ਚਲੀ ਜਾਂਦੀ ਹੈ । ਪ੍ਰਭ ਦੀ ਖਿੱਚ ਹੀ ਮਹਿਸੂਸ ਹੁੰਦੀ ਹੈ, ਉਸ ਤੋਂ ਹੀ ਪ੍ਰਭ ਦੀ ਹੋਂਦ ਅਨੁਭਵ ਕਰਦੀ ਹੈ ।

When body and heart does not exist, where was soul residing? When the body does not exist for soul to resides, how may soul meditate and adopt His Word? When air does not have support from God, where may air stay? If anyone was not born on the universe, who and how can His greatness be explained? As no one knows His color, beauty, shape and structure, how may his existence be recognized? Whosoever may meditate with deep devotion, his soul enters into shapeless state, in the void of His Word. His soul may realize His existence by His attraction everywhere.

6. Naam Dev Ji – Page 485

ਜਲ ਤਰੰਗ ਅਰੁ ਫੇਨ ਬੁਦਬੁਦਾ,	jal tarang ar fayn budbudaa
ਜਲ ਤੇ ਭਿੰਨ ਨ ਹੋਈ॥	jal tay bhinn na ho-ee.
ਇਹੁ ਪਰਪੰਚੁ ਪਾਰਬ੍ਰਹਮ ਕੀ ਲੀਲਾ,	ih parpanch paarbarahm kee leelaa
ਬਿਚਰਤ ਆਨ ਨ ਹੋਈ॥੨॥	bichrat aan na ho-ee. ‖2‖

ਜਿਵੇਂ ਜਲ ਦੀ ਛੱਲ, ਬੁਲਬਲੇ, ਪਾਣੀ ਤੋਂ ਵੱਖਰੇ ਨਹੀਂ ਹੁੰਦੇ । ਇਸਤਰ੍ਹਾਂ ਹੀ ਸ੍ਰਿਸ਼ਟੀ ਦਾ ਖੇਲ ਪ੍ਰਭ ਨੇ ਰਚਿਆ ਹੈ । ਜਦੋਂ ਇਸਤਰ੍ਹਾਂ ਮਨ ਵਿੱਚ ਖਿਆਲ ਰੱਖਕੇ ਸੋਚਦਾ, ਤਾਂ ਮਹਿਸੂਸ ਹੁੰਦਾ ਹੈ! ਜੀਵ ਪ੍ਰਭ ਤੋਂ ਵੱਖਰਾ ਨਹੀਂ, ਜੀਵ ਉਸ ਦਾ ਅੰਗ ਹੈ, ਪ੍ਰਭ ਜੀਵ ਦੇ ਅੰਦਰ ਹੀ ਵਸਦਾ ਹੈ ।

As water and its waves are not different, same way soul and Holy spirit are not different. God remains embedded in the play of the universe. Whosoever may comprehend this essence of His nature, he may realize his soul is a part of The Holy spirit? His Soul may only rest in peace after immersing in the Holy spirit.

7. Naam Dev Ji – Page 973

ਮਾਇ ਨ ਹੋਤੀ ਬਾਪੁ ਨ ਹੋਤਾ,	maa-ay na hotee baap na hotaa
ਕਰਮੁ ਨ ਹੋਤੀ ਕਾਇਆ॥	karam na hotee kaa-i-aa.
ਹਮ ਨਹੀ ਹੋਤੇ ਤੁਮ ਨਹੀ ਹੋਤੇ,	ham nahee hotay tum nahee hotay
ਕਵਨੁ ਕਹਾਂ ਤੇ ਆਇਆ॥੧॥	kavan kahaaN tay aa-i-aa. ‖1‖
ਰਾਮ ਕੋਇ ਨ ਕਿਸ ਹੀ ਕੇਰਾ॥	raam ko-ay na kis hee kayraa.
ਜੈਸੇ ਤਰਵਰਿ ਪੰਖਿ ਬਸੇਰਾ॥੧॥	jaisay tarvar pankh basayraa. ‖1‖
ਰਹਾਉ॥	rahaa-o.
ਚੰਦੁ ਨ ਹੋਤਾ ਸੂਰੁ ਨ ਹੋਤਾ,	chand na hotaa soor na hotaa
ਪਾਨੀ ਪਵਨੁ ਮਿਲਾਇਆ॥	paanee pavan milaa-i-aa.
ਸਾਸਤੁ ਨ ਹੋਤਾ, ਬੇਦੁ ਨ ਹੋਤਾ,	saasat na hotaa bayd na hotaa
ਕਰਮੁ ਕਹਾਂ ਤੇ ਆਇਆ॥੨॥	karam kahaaN tay aa-i-aa. ‖2‖
ਖੇਚਰ ਭੂਚਰ ਤੁਲਸੀ ਮਾਲਾ,	khaychar bhoochar tulsee maalaa
ਗੁਰ ਪਰਸਾਦੀ ਪਾਇਆ॥	gur parsaadee paa-i-aa.
ਨਾਮਾ ਪ੍ਰਣਵੈ ਪਰਮ ਤਤੁ ਹੈ,	naamaa paranvai param tat hai
ਸਤਿਗੁਰ ਹੋਇ ਲਖਾਇਆ॥੩॥੩॥	satgur ho-ay lakhaa-i-aa. ‖3‖3‖

ਜਦੋਂ ਕੋਈ ਮਾਤਾ ਪਿਤਾ ਨਹੀਂ ਸੀ, ਕਰਮ ਨਹੀਂ ਸੀ, ਮਾਨਸ ਸਰੀਰ ਨਹੀਂ ਸੀ, ਮੈਂ ਨਹੀਂ ਸੀ, ਤੂੰ ਨਹੀਂ ਸੀ, ਤਾਂ ਕੌਣ ਕਿਥੋਂ ਆਇਆ ਹੈ? ਕਿਸੇ ਦਾ ਕਿਸੇ ਨਾਲ ਕੋਈ ਸਬੰਧ ਨਹੀਂ ਹੈ । ਅਸੀ ਸਾਰੇ ਹੀ ਇਸਤਰ੍ਹਾਂ ਹੀ ਹਾਂ ਜਿਵੇਂ ਪੰਛੀ ਬ੍ਰਿਛ ਤੇ ਬੈਠੇ ਹਨ । ਜਦੋਂ ਚੰਦ ਜਾ ਸੂਰਜ ਨਹੀਂ ਸੀ, ਤਾਂ ਹਵਾ ਅਤੇ ਪਾਣੀ ਆਪਸ ਵਿੱਚ ਸਮਾਏ ਸਨ ।

ਜਦੋਂ ਕੋਈ ਗ੍ਰੰਥ, ਵੇਦਾਂ, ਸਾਸਤਰ ਨਹੀਂ ਸੀ ਤਾਂ ਇਹ ਕਰਮ ਕਿਥੋਂ ਆਏ ਹਨ? ਪ੍ਰਭ ਦੀ ਰਹਿਮਤ ਨਾਲ ਹੀ ਸਵਾਸਾਂ ਤੇ ਕਾਬੂ, ਜ਼ਬਾਨ ਨੂੰ ਵੱਖਰੇ ਤਰੀਕੇ ਨਾਲ ਮੋੜਨਾ, ਤੀਜੀ ਅੱਖ ਤੇ ਧਿਆਨ ਲਾਉਣਾ, ਬੰਦਗੀ ਕਰਨ ਵਾਲੀ ਮਾਲ਼ਾ, ਤੁਲਸੀ ਮਾਲ਼ਾ ਬਖਸ਼ਿਸ਼ ਹੁੰਦੀ ਹੈ । ਬੰਦਗੀ ਕਰਨ ਵਾਲੇ (ਨਾਮ ਦੇਵ) ਨੂੰ ਪ੍ਰਭ ਆਪ ਹੀ ਰਹਿਮਤ ਬਖਸ਼ਦਾ ਹੈ! ਸ਼ਬਦ ਦੀ ਸੋਝੀ ਵਿਚੋਂ ਇਸ ਜੀਵਨ ਦੀ ਅਸਲੀਅਤ ਦੀ ਸੋਝੀ ਪਾਉਂਦਾ ਹੈ । ਬੰਦਗੀ ਕਰਨ ਵਾਲਾ ਉਸ ਦੇ ਸ਼ਬਦ ਦਾ ਸਿਮਰਨ ਕਰਦਾ ਹੈ ।

When there was no mother, father, body, deed, you and me, then where have we the worldly creatures came from? You may realize that our soul may not be attached to anyone. We are all like birds siting on the branch of a tree. When there was no Sun or Moon, then the air was absorbed in water.

When there were no Holy scriptures, where good and evil deeds, fortune came from? God has blessed His creatures with breaths, twisting tongue to create different sounds! He may realize something with third eye! Rosary for meditation on His Word! With His mercy and grace, inspires His devotee to obey His Word to be enlightened from within. His devotee obeys His Word and remains firm on the right path.

8. Guru Arjan Dev Ji – Page

ਪਵਨੈ ਮਹਿ ਪਵਨੁ ਸਮਾਇਆ॥	pavnai meh pavan samaa-i-aa.
ਜੋਤੀ ਮਹਿ ਜੋਤਿ ਰਲਿ ਜਾਇਆ॥	jotee meh jot ral jaa-i-aa.
ਮਾਟੀ ਮਾਟੀ ਹੋਈ ਏਕ॥	maatee maatee ho-ee ayk.
ਰੋਵਨਹਾਰੇ ਕੀ ਕਵਨ ਟੇਕ॥੧॥	rovanhaaray kee kavan tayk. ‖1‖

ਜਿਵੇਂ ਹਵਾ, ਹਵਾ ਵਿੱਚ ਰਲ ਜਾਂਦੀ, ਰੌਸ਼ਨੀ ਦੀ ਕਿਰਨ ਰੌਸ਼ਨੀ ਵਿੱਚ ਅਭੇਦ ਹੋ ਜਾਂਦੀ ਹੈ । ਇਸਤਰ੍ਹਾ ਹੀ ਜੀਵ ਦੇ ਤਨ ਦੀ ਮਿੱਟੀ, ਮਿੱਟੀ ਵਿੱਚ ਰਲ ਜਾਂਦੀ ਹੈ । ਜਿਹੜੇ ਜੀਵ ਮਰੇ ਜੀਵ ਨੂੰ ਰੋਂਦੇ ਹਨ । ਉਹਨਾਂ ਦਾ ਆਸਰਾ ਕੌਣ ਹੁੰਦਾ ਹੈ?

As air immerses in air, ray of light immerses in light. Same way body of creature is made of clay and immerses in clay. Whosoever may grief for a dead family member, who may be his support, who may be grieving for him?

9. Guru Arjan Dev Ji – Page 102

ਤੂੰ ਠਾਕੁਰੁ ਸੇਵਕੁ ਫੁਨਿ ਆਪੇ ॥	tooN thaakur sayvak fun aapay.
ਤੂੰ ਗੁਪਤੁ ਪਰਗਟੁ ਪ੍ਰਭ ਆਪੇ ॥	tooN gupat pargat parabh aapay.
ਨਾਨਕ ਦਾਸੁ ਸਦਾ ਗੁਣ ਗਾਵੈ,	naanak daas sadaa gun gaavai
ਇਕ ਭੋਰੀ ਨਦਰਿ ਨਿਹਾਲੀਐ ਜੀਉ॥	ik bhoree nadar nihaalee-ai jee-o.
੪॥੨੧॥੨੮॥	‖4‖21‖28‖

ਪ੍ਰਭ ਤੂੰ ਆਪ ਹੀ ਮਾਲਕ ਹੈ ਅਤੇ ਆਪ ਹੀ ਉਸ ਦਾਸ ਵਿੱਚ ਵਸਦਾ ਹੈ । ਤੂੰ ਆਪ ਹੀ ਗੁਪਤ ਰਹਿੰਦਾ ਹੈ, ਕਿਸੇ ਨੂੰ ਦਿਖਾਈ ਨਹੀਂ ਦੇਂਦਾ, ਆਪ ਹੀ ਸਭ ਕਰਤਬਾ ਵਿੱਚ ਵਾਪਰਦਾ ਹੈ । ਤੇਰੀ ਬੰਦਗੀ ਕਰਨ ਵਾਲੇ ਸਦਾ ਹੀ ਤੇਰੇ ਸ਼ਬਦ ਦੇ ਗੁਣ ਗਾਉਂਦੇ ਹਨ । ਸਦਾ ਹੀ ਅਰਦਾਸ ਕਰਦੇ ਹਨ! ਇੱਕ ਪਲ ਲਈ ਰਹਿਮਤ ਦੀ ਨਜ਼ਰ ਬਖਸ਼ੋ!

You are The True Master and also reside and prevail in Your creature. You remain invisible to Your creation and You may become visible in all actions. Your devotee always sings Your glory and prays for Your mercy and grace, even for a moment.

10. Guru Ram Das Ji – Page 1325

ਬ੍ਰਹਮ ਨਾਮ ਗੁਣ ਸਾਖ ਤਰੋਵਰ,	barahm naam gun saakh tarovar
ਨਿਤ ਚੁਨਿ ਚੁਨਿ ਪੂਜ ਕਰੀਜੈ॥	nit chun chun pooj kareejai.
ਆਤਮ ਦੇਉ ਦੇਉ ਹੈ ਆਤਮੁ,	aatam day-o day-o hai aatam
ਰਸਿ ਲਾਗੈ ਪੂਜ ਕਰੀਜੈ॥੧॥	ras laagai pooj kareejai. ‖1‖

ਪ੍ਰਭ ਦਾ ਸ਼ਬਦ ਹੀ ਗਿਆਨ ਦਾ ਬ੍ਰਿਛ ਹੈ, ਉਸ ਦੇ ਗੁਣ ਹੀ ਟਹਿਣੀਆ ਹਨ । ਉਹ ਫਲ ਚੁਗਕੇ, ਇਕੱਠਾ ਕਰਕੇ ਉਸ ਦੀ ਪੂਜਾ, ਸਿਮਰਨ ਕਰੋ! ਜੀਵ ਤੇਰੀ ਆਤਮਾ ਹੀ ਪ੍ਰਭ ਦਾ ਰੂਪ ਹੈ । ਇਕਾਗਰ ਮਨ ਹੋ ਕੇ ਸ਼ਬਦ ਦੀ ਪਾਲਣਾ, ਸਿਮਰਨ ਕਰੋ!

The Word of God is the tree full of spiritual knowledge. The virtues of His Word are its branches. You should earn His virtues and sing His glory. Your soul is a part of The Holy spirit! You should wholeheartedly with steady and stable belief with sanctified soul adopt the teachings of His Word in day to day life.

11. Guru Arjan Dev Ji – Page 1220

ਜਹ ਤੇ ਉਪਜਿਓ ਤਹੀ ਸਮਾਨੋ,	jah tay upji-o tahee samaano
ਸਾਈ ਬਸਤੁ ਅਹੀ॥	saa-ee basat ahee.
ਕਹੁ ਨਾਨਕ ਭਰਮੁ ਗੁਰਿ ਖੋਇਓ,	kaho naanak bharam gur kho-i-o
ਜੋਤੀ ਜੋਤਿ ਸਮਹੀ॥੨॥੬੦॥੮੩॥	jotee jot samhee. ‖2‖60‖83‖

ਆਤਮਾ ਜਿਸ ਜੋਤ ਵਿਚੋਂ ਵਿਛੜਦੀ, ਪੈਦਾ ਹੁੰਦੀ, ਉਸ ਵਿੱਚ ਹੀ ਸਮਾ ਜਾਂਦੀ ਹੈ । ਮਾਨਸ ਜੀਵਨ ਦੀ ਬਖਸ਼ਿਸ਼ ਦਾ ਇਹ ਹੀ ਮੰਤਵ ਹੈ! ਸ਼ਬਦ ਦੀ ਪਾਲਣਾ ਕਰਦੀ ਆਤਮਾ ਵਿਚੋਂ ਸਾਰੇ ਭਰਮ ਦੂਰ ਹੋ ਜਾਂਦੇ ਹਨ । ਆਤਮਾ ਦੀ ਜੋਤ, ਪ੍ਰਭ ਦੀ ਜੋਤ ਵਿੱਚ ਹੀ ਅਲੋਪ ਹੋ ਜਾਂਦੀ ਹੈ ।

The soul may immerse in the Holy spirit, where soul was separated due to blemish of disobedience. This is the true purpose of human life. Whosoever may obey His Word, he may conquer all worldly suspicions and the ray of his soul may immerses in the ray of The Holy spirit.

27 ਆਤਮਾ ਤੇ ਮਨ ਦਾ ਜ਼ੋਰ! ਮਨ ਦੀ ਅਵਸਥਾ!
Mind and soul relationship

12. Guru Nanak Dev Ji – Page 1125

ਮਨੁ ਰਾਜਾ ਮਨੁ ਮਨ ਤੇ ਮਾਨਿਆ,	man raajaa man man tay maani-aa
ਮਨਸਾ ਮਨਹਿ ਸਮਾਈ॥	mansaa maneh samaa-ee.
ਮਨੁ ਜੋਗੀ ਮਨੁ ਬਿਨਸਿ ਬਿਓਗੀ,	man jogee man binas bi-ogee
ਮਨੁ ਸਮਝੈ ਗੁਣ ਗਾਈ॥੩॥	man samjhai gun gaa-ee. ‖3‖

ਮਨ ਹੀ ਆਤਮਾ ਦਾ ਰਾਜਾ ਹੈ, ਮਨ ਆਪਣੇ ਕੰਮਾਂ ਨਾਲ ਆਪ ਹੀ ਸੰਤੁਸ਼ਟ ਹੁੰਦਾ ਹੈ । ਫਿਰ ਵੀ ਉਸ ਦੀ ਇੱਛਾਂ ਦੀ ਅੱਗ ਬੁਝਦੀ ਨਹੀਂ, ਖਤਮ ਨਹੀਂ ਹੁੰਦੀ । ਇਹ ਮਨ ਬੰਦਗੀ ਦੇ ਰਸਤੇ ਤੇ ਚੱਲਣ ਦੀ ਕੋਸ਼ਿਸ਼ ਕਰਦਾ ਹੈ । ਪਰ ਪ੍ਰਭ ਦੇ ਵਿਛੋੜੇ ਵਿੱਚ ਹੀ ਉਲਝਿਆ ਰਹਿੰਦਾ ਹੈ । ਉਸ ਦੇ ਸ਼ਬਦ ਦੀ ਉਸਤਤ ਗਾਉਣ ਨਾਲ ਪ੍ਰਭ ਆਪ ਹੀ ਰਹਿਮਤ ਬਖਸ਼ਦਾ ਹੈ । ਮਨ ਨੂੰ ਅਸਲੀ ਰਸਤੇ ਤੇ ਅਡੋਲ ਰੱਖਦਾ ਹੈ ।

Mind considers himself as the king of soul. Mind may be satisfied with his own achievements. However, his desires always grow bigger and bigger, fire does not quench. Mind tries to meditate on His Word, however remains entangled in the memory of his separation from The True Master. With His mercy and grace, by singing the glory of His Word, he may be guided on the right path.

13. Guru Amar Das Ji – Page 550

ਨਾਨਕ ਤਰਵਰੁ ਏਕੁ ਫਲੁ,	naanak tarvar ayk fal
ਦੁਇ ਪੰਖੇਰੂ ਆਹਿ॥	du-ay pankhayroo aahi.
ਆਵਤ ਜਾਤ ਨ ਦੀਸਹੀ,	aavat jaat na deeshee
ਨਾ ਪਰ ਪੰਖੀ ਤਾਹਿ॥	naa par pankhee taahi.
ਬਹੁ ਰੰਗੀ ਰਸ ਭੋਗਿਆ,	baho rangee ras bhogi-aa
ਸਬਦਿ ਰਹੈ ਨਿਰਬਾਣੁ॥	sabad rahai nirbaan.
ਹਰਿ ਰਸਿ ਫਲਿ ਰਾਤੇ ਨਾਨਕਾ,	har ras fal raatay naankaa
ਕਰਮਿ ਸਚਾ ਨੀਸਾਣੁ॥੨॥	karam sachaa neesaan. ‖2‖

ਜੀਵ ਦਾ ਤਨ, ਮਨ ਇੱਕ ਬ੍ਰਿਛ ਹੈ, ਇਸ ਵਿੱਚ ਕੇਵਲ ਇੱਕੋ ਇੱਕ ਕਿਸਮ ਦਾ ਹੀ ਫਲ ਹੈ । ਪਰ ਇਸ ਤੇ ਦੋਂ ਵੱਖਰੀਆਂ ਇੱਛਾਂ ਵਾਲੇ ਪੰਛੀ ਬੈਠੇ ਹਨ, ਜਿਹਨਾਂ ਦੇ ਕੋਈ ਖੰਭ ਨਹੀਂ ਹਨ । ਉਹਨਾਂ ਨੂੰ ਜੀਵ ਦੇ ਜਨਮ ਲੈਣ ਅਤੇ ਮਰਨ ਦੀ ਕੋਈ ਸੋਝੀ ਨਹੀਂ ਹੁੰਦੀ । ਸੰਸਾਰ ਵਿੱਚ ਕਈ ਅਨੇਕਾਂ ਹੀ ਜੀਵ ਸੰਸਾਰਕ ਅਨੰਦ ਮਾਨਦੇ, ਉਹ ਇੱਛਾਂ ਦੀ ਭਟਕਣ ਵਿੱਚ ਰਹਿੰਦੇ ਹਨ । ਕਈ ਪ੍ਰਭ ਦੇ ਸ਼ਬਦ ਦੀ ਪਾਲਣਾ ਕਰਦੇ, ਸ਼ਬਦ ਦੀ ਸਮਾਧੀ ਵਿੱਚ ਲੀਨ ਰਹਿੰਦੇ ਹਨ । ਜਿਹੜੀ ਆਤਮਾ ਪ੍ਰਭ ਦੇ ਸ਼ਬਦ ਦੇ ਰੰਗ ਵਿੱਚ ਰੰਗੀ ਰਹਿੰਦੀ ਹੈ । ਉਸ ਤੇ ਸ਼ਬਦ ਦਾ ਨੂਰ ਚਮਕਦਾ ਹੈ, ਰਹਿਮਤ ਭਰਪੂਰ ਰਹਿੰਦੀ ਹੈ ।

Human mind and body are a fruit tree and carries only one kind of fruit. However, two birds without feathers with different desires are sitting on the tree. Both do not understand the purpose of human birth and death. In the universe, many enjoys the pleasure of life, they remain in frustration of worldly desires. Others who may remain devoted to obey His Word are contented and remains steady and stable on the right path, the true purpose of life.

14. Guru Angand Dev Ji – Page 474

ਜੋ ਜੀਇ ਹੋਇ ਸੁ ਉਗਵੈ	jo jee-ay ho-ay so ugvai
ਮੁਹ ਕਾ ਕਹਿਆ ਵਾਉ॥	muh kaa kahi-aa vaa-o.
ਬੀਜੇ ਬਿਖੁ ਮੰਗੈ ਅੰਮ੍ਰਿਤੁ	beejay bikh mangai amrit
ਵੇਖਹੁ ਏਹੁ ਨਿਆਉ॥੨॥	vaykhhu ayhu ni-aa-o. ‖2‖

ਜਿਹੜੀ ਭਾਵਨਾ, ਖਿਆਲ, ਭਰੋਸਾ ਮਨ ਵਿੱਚ ਹੁੰਦਾ ਹੈ । ਉਹ ਹੀ ਜੀਭ ਤੋਂ ਬੋਲਿਆਂ ਜਾਂਦਾ ਹੈ । ਜਿਹੜਾ ਪਾਪਾਂ, ਮੰਦੇ ਕੰਮਾ ਦੇ ਅਧਾਰ ਤੇ ਮਾਨਸ ਜੀਵਨ ਬਤੀਤ ਕਰਦਾ, ਆਪਣਾ ਮੌਕਾ ਗਵਾ ਲੈਂਦਾ ਹੈ । ਕਿਵੇਂ ਮੁਕਤੀ ਦੇ ਰਸਤੇ ਤੇ ਜਾ ਸਕਦਾ ਹੈ?

Whatsoever is in mind, often his tongue speaks out. Whosoever builds his life based on evil thoughts, wastes his opportunity. How may he adopt the right path of salvation?

15. Naam Dev Ji – Page 694

ਪਿੰਧੀ ਉਭਕਲੇ ਸੰਸਾਰਾ॥	pindhee ubhkalay sansaaraa.
ਭ੍ਰਮਿ ਭ੍ਰਮਿ ਆਏ,	bharam bharam aa-ay
ਤੁਮ ਚੇ ਦੁਆਰਾ॥	tum chay du-aaraa.
ਤੂ ਕੁਨੁ ਰੇ॥ ਮੈ ਜੀ ॥ ਨਾਮਾ॥	too kun ray. mai jee. naamaa.
ਹੋ ਜੀ ॥	ho jee.
ਆਲਾ ਤੇ ਨਿਵਾਰਣਾ ਜਮ ਕਾਰਣਾ॥੩॥੪॥	aalaa tay nivaarnaa jam kaarnaa. ‖3‖4‖

ਜਿਵੇਂ ਖੇਲ ਦਾ ਚੱਕਰ ਘੁੰਮਦਾ ਹੈ! ਇਸਤਰ੍ਹਾਂ ਸੰਸਾਰ ਕਦੇ ਉੱਚੀ ਥਾਂ ਤੇ ਅਤੇ ਕਦੇ ਨੀਵੀਂ ਥਾਂ ਤੇ ਹੁੰਦਾ ਹੈ । ਇਸ ਸੰਸਾਰ ਦੇ ਚੱਕਰ ਵਿੱਚ ਘੁੰਮਦਾ, ਪ੍ਰਭ ਦੇ ਦਰਵਾਜੇ ਤੇ, ਸ਼ਰਣ ਵਿੱਚ ਆਇਆ ਹੈ । ਪ੍ਰਭ ਪੁੱਛਦਾ ਹੈ ਤੂੰ ਕੌਣ ਹੈ? ਪ੍ਰਭ ਮੈਂ ਨਾਮਾ ਤੇਰਾ ਨਿਮਾਣਾ ਦਾਸ, ਗੁਲਾਮ ਹਾ । ਪ੍ਰਭ ਸੰਸਾਰ ਵਿੱਚ ਮੇਰੀ ਮਾਇਆ ਤੋਂ ਰੱਖਿਆ, ਬਚਾ ਕਰੋ । ਇਹ ਹੀ ਜੀਵ ਦੇ ਜੂੰਨਾਂ ਵਿੱਚ ਜਾਣ ਦਾ ਕਾਰਨ ਹੈ।

As the wheel of life moves around, soul may be sometime close to or afar from His court. Moving around I have come to His door! God asked! who are you standing on the door? I am Your humble servant Naama, saves me from worldly attachments. These attachments to worldly possessions are the root cause of birth and death cycle.

16. Guru Angand Dev Ji – Page 788

ਤੁਰਦੇ ਕਉ ਤੁਰਦਾ ਮਿਲੈ,	turday ka-o turdaa milai
ਉਡਤੇ ਕਉ ਉਡਤਾ॥	udtay ka-o udtaa.
ਜੀਵਤੇ ਕਉ ਜੀਵਤਾ ਮਿਲੈ,	jeevtay ka-o jeevtaa milai
ਮੂਏ ਕਉ ਮੂਆ॥	moo-ay ka-o moo-aa.
ਨਾਨਕ ਸੋ ਸਾਲਾਹੀਐ,	naanak so salaahee-ai
ਜਿਨਿ ਕਾਰਣੁ ਕੀਆ॥੨॥	jin kaaran kee-aa. ‖2‖

ਜਿਸਤਰ੍ਹਾਂ ਦਾ ਮਨ ਸੋਚ ਦਾ, ਕੰਮ ਕਰਦਾ, ਉਸਤਰ੍ਹਾਂ ਦੀ ਹੀ ਸੰਗਤ ਲੱਭ ਲੈਂਦਾ ਹੈ । ਜਿਹੜੇ ਜੀਵ ਉਡਦੇ ਹਨ! ਉਹ ਆਪਣੇ ਸਫਰ ਵਿੱਚ ਉਡਣ ਵਾਲੇ ਜੀਵ ਨੂੰ ਮਿਲਦੇ, ਸਾਥ ਦੇਂਦੇ ਹਨ । ਜਿਹੜਾ ਮਾਯੂਸੀ ਵਿੱਚ ਹੁੰਦਾ ਹੈ, ਉਸ ਦੀ ਸੰਗਤ ਮਾਯੂਸੀ ਵਾਲਾ ਕਰਦਾ ਹੈ । ਜਿਹੜੇ ਅਨੰਦ ਮਾਨਦੇ ਹਨ, ਉਹ ਖੇੜੇ ਵਾਲੀ ਸੰਗਤ ਲੱਭ ਲੈਂਦੇ ਹਨ । ਜੀਵ ਉਸ ਪ੍ਰਭ ਨੂੰ ਢੂੰਡੋ! ਜਿਸ ਨੇ ਸਾਰੀ ਸ੍ਰਿਸ਼ਟੀ ਪੈਦਾ ਕੀਤੀ ਅਤੇ ਪਾਲਣਾ ਕਰਦਾ ਹੈ ।

What kind of thoughts are in mind, he may find that kind of company? Whosoever travels, find company of same interest person. Whosoever remains desperate, depressed, he may find such a company. Whosoever enjoy the life, try to understand the purpose of life, he may find that type of company. You should try to find the company of His Word, God, who has created all creatures of the universe.

17. Guru Nanak Dev Ji – Page 721

ਦੁਨੀਆ ਮੁਕਾਮੇ ਫਾਨੀ,	dunee-aa mukaamay faanee
ਤਹਕੀਕ ਦਿਲ ਦਾਨੀ॥	tehkeek dil daanee.
ਮਮ ਸਰ ਮੂਇ ਅਜਰਾਈਲ,	mam sar moo-ay ajraa-eel
ਗਿਰਫਤਹ ਦਿਲ ਹੇਚਿ ਨ ਦਾਨੀ॥੧॥	girafteh dil haych na daanee. ||1||
ਰਹਾਉ॥	rahaa-o.

ਪ੍ਰਭ ਤੂੰ ਸੰਸਾਰ ਨੂੰ ਜੂੰਨਾਂ ਬਦਲਨ ਵਾਲੀ ਥਾਂ ਹੀ ਬਣਾਈ ਹੈ । ਮੌਤ ਮੇਰੇ ਸਿਰ ਤੇ ਖੜੀ ਹੈ, ਮੈਨੂੰ ਇਸ ਦੀ ਕੋਈ ਸੋਝੀ ਨਹੀਂ ।

God You had established earth, universe for soul to change one body to other. Death is standing on my head, waiting and I am not aware of the time of death.

18. Guru Arjan Dev Ji – Page 371

ਮਤਾ ਕਰਉ ਸੋ ਪਕਨਿ ਨ ਦੇਈ॥	mataa kara-o so pakan na day-ee.
ਸੀਲ ਸੰਜਮ ਕੈ ਨਿਕਟਿ ਖਲੋਈ॥	seel sanjam kai nikat khalo-ee.
ਵੇਸ ਕਰੇ ਬਹੁ ਰੂਪ ਦਿਖਾਵੈ॥	vays karay baho roop dikhaavai.
ਗ੍ਰਿਹਿ ਬਸਨਿ ਨ ਦੇਈ	garihi basan na day-ee
ਵਖਿ ਵਖਿ ਭਰਮਾਵੈ॥੧॥	vakh vakh bharmaavai. ||1||

ਆਤਮਾ ਜੋ ਵੀ ਯਤਨ, ਖਿਆਲ ਸੋਚਦੀ, ਮਨ ਉਸ ਖਿਆਲ ਤੇ ਟਿਕਣ ਨਹੀਂ ਦੇਂਦਾ । ਆਤਮਾ ਦੇ ਭਲਾਈ ਦੇ ਕੰਮਾਂ ਦੀਆਂ ਸੋਚਾਂ ਨੂੰ ਰੁਕਦਾ ਹੈ । ਆਤਮਾ ਨੂੰ ਆਪਣੇ ਆਪ ਦੇ ਇਰਾਦੇ ਤੇ ਅਡੋਲ ਨਹੀਂ ਹੋਣ ਦੇਂਦਾ । ਮਨ ਵੱਖਰੇ ਵੱਖਰੇ ਦਿਖਾਵੇ ਦੇ ਰੂਪ ਧਾਰਨ ਕਰਦਾ ਹੈ । ਮਨ, ਆਤਮਾ ਨੂੰ ਆਪਣੇ ਮਨ ਦੇ ਦਸਵੇਂ ਘਰ ਵਿੱਚ ਵਸਣ ਨਹੀਂ ਦੇਂਦਾ । ਇੱਕ ਤੇ ਭਰੋਸਾ ਅਡੋਲ ਨਹੀਂ ਹੋਣ ਦੇਂਦਾ, ਚਾਰੇ ਪਾਸੇ ਹੀ ਘੁੰਮਦਾ ਰਹਿੰਦਾ ਹੈ ।

Whatsoever ideas soul may try, mind does not stick to that plan. All my deeds for welfare of soul may be blocked, altered by mind. His mind does not let the soul stick to her belief. His mind may adopt various personalities and does not let soul resides in the 10^{Th} castle of body. His mind may not let soul firm her belief on His Word and keeps her wandering running in all directions.

19. Guru Nanak Dev Ji – Page 721

ਜਨ ਪਿਸਰ ਪਦਰ ਬਿਰਾਦਰਾਂ,	aan pisar padar biraadaraaN
ਕਸ ਨੇਸ ਦਸਤੰਗੀਰ॥	kas nays dastaNgeer.
ਆਖਿਰ ਬਿਅਫਤਮ, ਕਸ ਨ ਦਾਰਦ,	aakhir bi-aftam kas na daarad
ਚੂੰ ਸਵਦ ਤਕਬੀਰ॥੨॥	chooN savad takbeer. ||2||

ਮੇਰਾ ਪ੍ਰਵਾਰ, ਬੱਚੇ ਸਾਰੇ ਮੇਰੇ ਕੋਲ ਹਨ! ਉਹ ਕੋਈ ਵੀ ਯਤਨ ਕਰਨ, ਸਮੇਂ ਨੂੰ ਟਾਲ, ਬਦਲ ਨਹੀਂ ਸਕਦੇ । ਜਦੋਂ ਮੇਰੇ ਸਵਾਸ ਖਤਮ ਹੋ ਗਏ! ਮੇਰੀ ਆਖਰੀ ਅਰਦਾਸ ਦੇ ਸਮੇਂ ਮੇਰਾ ਸਾਥ ਦੇਣ ਵਾਲਾ ਕੋਈ ਨਹੀਂ ਹੈ ।

My worldly family, children are all standing near me! They cannot help to alter that time of death or change anything. When my last breath may be finished, no one would be standing with me at the time of last prayer for Your mercy.

20. Guru Nanak Dev Ji – Page 789

ਨਾਨਕ ਬਦਰਾ ਮਾਲ ਕਾ,	naanak badraa maal kaa
ਭੀਤਰਿ ਧਰਿਆ ਆਣਿ॥	bheetar Dhari-aa aan.
ਖੋਟੇ ਖਰੇ ਪਰਖੀਅਨਿ,	kKhotay kharay parkhee-an
ਸਾਹਿਬ ਕੈ ਦੀਬਾਣਿ॥੧॥	saahib kai deebaan. ‖1‖

ਸਾਰੇ ਜੀਵ ਮੌਤ ਤੋਂ ਪਿਛੋਂ ਲੇਖਾ ਕਰਨ ਵਾਲੇ ਦਰਬਾਰ ਵਿੱਚ ਜਾਂਦੇ ਹਨ । ਉਥੇ ਸ੍ਰਿਸ਼ਟੀ ਦੀ ਕੀਤੀ ਕਮਾਈ ਦੀ ਪਰਖ ਹੁੰਦੀ ਹੈ । ਸ਼ਬਦ ਦੀ ਕਮਾਈ ਵਾਲੇ ਇੱਕ ਪਾਸੇ ਅਤੇ ਦੂਜਰੇ ਵੱਖਰੇ ਕੀਤੇ ਜਾਂਦੇ ਹਨ ।

All souls are brought to His court to be accounted for their deeds in the universe, previous life. Whosoever has earned the treasure of His Word, he is one side and others on other side.

21. Guru Arjan Dev Ji – Page 859

ਆਸਾ ਮਨਸਾ ਸਭ ਤੇਰੀ	aasaa mansaa sabh tayree
ਮੇਰੇ ਸੁਆਮੀ,	mayray su-aamee
ਜੈਸੀ ਤੂ ਆਸ ਕਰਾਵਹਿ	jaisee too aas karaaveh
ਤੈਸੀ ਕੋ ਆਸ ਕਰਾਈ॥	taisee ko aas karaa-ee.
ਕਿਛੁ ਕਿਸੀ ਕੈ ਹਥਿ ਨਾਹੀ	kichh kisee kai hath naahee
ਮੇਰੇ ਸੁਆਮੀ,	mayray su-aamee
ਐਸੀ ਮੇਰੈ ਸਤਿਗੁਰਿ ਬੂਝ ਬੁਝਾਈ॥	aisee mayrai satgur boojh bujhaa-ee.
ਜਨ ਨਾਨਕ ਕੀ ਆਸ ਤੂ ਜਾਣਹਿ,	jan naanak kee aas too jaaneh
ਹਰਿ ਦਰਸਨੁ ਦੇਖਿ	har darsan daykh
ਹਰਿ ਦਰਸਨਿ ਤ੍ਰਿਪਤਾਈ ॥ ੪॥੧॥	har darsan tariptaaee. ‖4‖1‖

ਪ੍ਰਭ ਮਾਨਸ ਦੀ ਆਸਾਂ, ਇੱਛਾਂ ਸਭ ਤੇਰੀਆਂ ਦਿੱਤੀਆਂ ਹੋਈਆ ਹੀ ਹਨ । ਜੋ ਵੀ ਤੂੰ ਇੱਛਾਂ ਦੀ ਭਾਵਨਾ ਪੈਦਾ ਕਰਦਾ ਹੈ, ਮਾਨਸ ਦੇ ਮਨ ਵਿੱਚ ਉਹ ਹੀ ਇੱਛਾ ਆਉਂਦੀ ਹੈ । ਹੋਰ ਕਿਸੇ ਦੇ ਵੱਸ ਵਿੱਚ ਕੁਝ ਨਹੀਂ ਹੈ, ਇਹ ਹੀ ਸ਼ਬਦ ਦੀ ਪਾਲਣਾ ਤੋਂ ਸੋਝੀ ਬਖਸ਼ਿਸ਼ ਹੁੰਦੀ ਹੈ । ਕੇਵਲ ਤੂੰ ਹੀ ਆਪਣੇ ਸੇਵਕ ਦੇ ਮਨ ਦੀ ਅਵਸਥਾ ਨੂੰ ਜਾਣਦਾ ਹੈ ।

All hopes and wishes are created and blessed by You. Whatsoever hopes and wishes You inspire that may remain on his mind. No one has any control on these, he may realize this essence from the enlightenment of His Word. Only, The Omniscient knows the state of mind of His creation.

28 ਅਸਲੀ ਸਾਥੀ ਕੌਣ ਹੈ! Who is True companion of soul?

22. Guru Arjan Dev Ji – Page 103

ਤੂੰ ਮੇਰਾ ਪਿਤਾ	tooN mayraa pitaa
ਤੂੰਹੈ ਮੇਰਾ ਮਾਤਾ॥	tooNhai mayraa maataa.
ਤੂੰ ਮੇਰਾ ਬੰਧਪੁ	tooN mayraa banDhap
ਤੂੰ ਮੇਰਾ ਭ੍ਰਾਤਾ॥	tooN mayraa bharaataa.
ਤੂੰ ਮੇਰਾ ਰਾਖਾ ਸਭਨੀ ਥਾਈ,	tooN mayraa raakhaa sabhnee thaa-ee
ਤਾ ਭਉ ਕੇਹਾ ਕਾੜਾ ਜੀਉ॥੧॥	taa bha-o kayhaa kaarhaa jee-o. ‖1‖

ਪ੍ਰਭ ਤੂੰ ਹੀ ਸੰਸਾਰ ਵਿੱਚ ਮਾਤਾ, ਪਿਤਾ ਦੇ ਰੂਪ ਵਿੱਚ ਮੇਰੀ ਪਾਲਣਾ ਪੋਸਨਾ ਕਰਦਾ ਹੈ । ਤੂੰ ਹੀ ਭਾਈ, ਮਿਤ੍ਰ ਦੇ ਰੂਪ ਵਿੱਚ ਸਾਥ ਦੇਂਦਾ ਹੈ । ਪ੍ਰਭ ਤੂੰ ਆਪ ਹੀ ਮੇਰਾ ਸਭ ਥਾਂ ਤੇ ਰੱਖਵਾਲਾ ਬਣਦਾ ਹੈ । ਮੈਨੂੰ ਹੋਰ ਕਿਸੇ ਦਾ ਡਰ ਕਿਵੇਂ ਹੋ ਸਕਦਾ ਹੈ?

You protect and nourish by prevailing within my father and mother. You are my companion and helper, supporter like friend and brother. You are my protector everywhere in every action. How may I be afraid of anyone else?

23. Guru Arjan Dev Ji – Page 523

ਆਦਿ ਮਧਿ ਅਰੁ ਅੰਤਿ	aad maDh ar ant
ਪਰਮੇਸਰਿ ਰਖਿਆ॥	parmaysar rakhi-aa.
ਸਤਿਗੁਰਿ ਦਿਤਾ ਹਰਿ ਨਾਮੁ	satgur ditaa har naam
ਅੰਮ੍ਰਿਤੁ ਚਖਿਆ॥	amrit chakhi-aa.
ਸਾਧਾ ਸੰਗੁ ਅਪਾਰੁ ਅਨਦਿਨੁ	saaDhaa sang apaar an-din
ਹਰਿ ਗੁਣ ਰਵੈ॥	har gun ravai.
ਪਾਏ ਮਨੋਰਥ ਸਭਿ	paa-ay manorath sabh
ਜੋਨੀ ਨਹ ਭਵੈ॥	jonee nah bhavai.
ਸਭੁ ਕਿਛੁ ਕਰਤੇ ਹਥਿ	sabh kichh kartay hath
ਕਾਰਣੁ ਜੋ ਕਰੇ॥	kaaran jo karai.
ਨਾਨਕੁ ਮੰਗੈ ਦਾਨੁ	naanak mangai daan
ਸੰਤਾ ਧੂਰਿ ਤਰੀ॥੧॥	santaa Dhoor tarai. ‖1‖

ਸ੍ਰਿਸ਼ਟੀ ਦੇ ਜੀਵ ਦੇ ਜਨਮ ਤੇ, ਅੰਰਭ, ਜੀਵਨ ਬਤੀਤ ਕਰਦੇ ਅਤੇ ਮੌਤ ਤੇ ਪ੍ਰਭ ਹੀ ਜੀਵ ਦਾ ਸਹਾਈ ਹੁੰਦਾ ਹੈ । ਆਪਣੇ ਦਾਸਾਂ ਨੂੰ ਸ਼ਬਦ ਦੇ ਲੜ ਲਾਉਂਦਾ, ਪਾਲਣਾ ਵਿੱਚ ਅਡੋਲ ਰੱਖਦਾ, ਸ਼ਬਦ ਰੂਪੀ ਅੰਮ੍ਰਿਤ ਦਾ ਰਸ ਮਾਨਦੇ ਹਨ । ਉਹ ਦਿਨ ਰਾਤ ਬੰਦਗੀ ਕਰਨ ਵਾਲੇ ਸੰਤਾਂ ਦੀ ਸੰਗਤ ਵਿੱਚ ਸ਼ਬਦ ਦੀ ਪਾਲਣਾ ਕਰਨਾ ਸਿਖਦੇ, ਭਰੋਸਾ ਅਡੋਲ ਰੱਖਦੇ ਹਨ । ਚਾਰੇ ਪਦਾਰਥ ਪਾ ਕੇ ਆਪਣਾ ਜੀਵਨ ਸਫਲ ਕਰ ਜਾਂਦੇ ਹਨ, ਉਹਨਾਂ ਨੂੰ ਜੂੰਨਾਂ ਦੇ ਚੱਕਰ ਵਿੱਚ ਭਉਂਣਾ ਨਹੀਂ ਪੈਂਦਾ । ਸਭ ਕੁਝ ਪ੍ਰਭ ਦੇ ਹੁਕਮ ਅੰਦਰ ਹੀ ਹੁੰਦਾ ਹੈ । ਜੋ ਕੁਝ ਵੀ ਸ੍ਰਿਸ਼ਟੀ ਵਿੱਚ ਵਾਪਰਦਾ ਹੈ, ਉਸ ਦੇ ਹੁਕਮ ਨਾਲ ਹੀ ਵਾਪਰਦਾ ਹੈ । ਬੰਦਗੀ ਕਰਨ ਵਾਲੇ ਸਦਾ ਹੀ ਰਹਿਮਤ ਦੀ ਅਰਦਾਸ ਕਰਦੇ, ਸੰਤਾਂ ਦੇ ਚਰਨਾਂ ਦੀ ਧੂੜ ਦੀ ਹੀ ਭਿੱਖਿਆ ਮੰਗਦੇ ਹਨ ।

At the time of birth, in life and after death, God is the only one true supporter of His creature. His devotee is blessed with belief, devotion to obey His Word and enjoy the reward of his meditation. His true devotee, day and night learns how to adopt His Word in the company of His Holy saints. He develops unshakable belief on His blessings, Word. He may be blessed with four virtues to make his journey success. His cycle of birth and death may be eliminated. Everything in the universe happens under His command. His true devotee may always pray for His mercy and grace and begs for the dust of the feet of saints.

24. Guru Ram Das Ji – Page 366

ਕਿਸ ਹੀ ਧੜਾ ਕੀਆ,	kis hee Dharhaa kee-aa
ਮਿਤ੍ਰ ਸੁਤ ਨਾਲਿ ਭਾਈ॥	mitar sut naal bhaa-ee.
ਕਿਸ ਹੀ ਧੜਾ ਕੀਆ,	kis hee Dharhaa kee-aa
ਕੁੜਮ ਸਕੇ ਨਾਲਿ ਜਵਾਈ॥	kurham sakay naal javaa-ee.
ਕਿਸ ਹੀ ਧੜਾ ਕੀਆ,	kis hee Dharhaa kee-aa
ਸਿਕਦਾਰ ਚਉਧਰੀ ਨਾਲਿ	sikdaar cha-uDhree naal
ਆਪਣੈ ਸੁਆਈ॥	aapnai su-aa-ee.
ਹਮਾਰਾ ਧੜਾ	hamaaraa Dharhaa
ਹਰਿ ਰਹਿਆ ਸਮਾਈ॥ ੧॥	har rahi-aa samaa-ee. ‖1‖

ਸੰਸਾਰ ਵਿੱਚ ਕਿਸੇ ਜੀਵ ਦਾ ਕੋਈ ਸਾਥੀ, ਆਸਰਾ, ਸੰਸਾਰਕ ਮਿੱਤਰ, ਜਾ ਸਕਾ ਭਾਈ ਹੁੰਦਾ ਹੈ । ਕਿਸੇ ਦਾ ਆਸਰਾ, ਸਾਥ ਦੇਣਵਾਲਾ, ਸਹੁਰਾ ਜਾ ਜਵਾਈ ਹੁੰਦਾ ਹੈ । ਕਿਸੇ ਦਾ ਸਾਥੀ ਜਾ ਆਸਰਾ ਉਸ ਸੰਸਾਰਕ ਮੁਖੀ ਤੇ ਹੁੰਦਾ ਹੈ । ਪ੍ਰਭ ਮੇਰਾ ਤਾਂ ਹੋਰ ਕੋਈ ਮਦਦ ਕਰਨ ਵਾਲਾ, ਸਾਥੀ, ਰੱਖਿਆ ਕਰਨ ਵਾਲਾ ਨਹੀਂ ਹੈ । ਮੇਰੀ ਤਾਂ ਆਸ, ਓਟ ਤੇਰੇ ਤੇ ਹੀ ਹੈ, ਤੇਰੇ ਸ਼ਬਦ ਵਿੱਚ ਹੀ ਲੀਨ ਹੋਇਆ ਹਾਂ ।

In universe someone may have some friend, brother, companion, supporter. Someone may have father in-law or son in-law to help or support. Someone has a community elder as supporter. But I do not have anyone to be my helper or supporter or protector. I have only hope, support of Your Word, I am in deep meditation on Your Word.

25. Guru Ram Das Ji – Page 996

ਮੇਰੇ ਸਤਿਗੁਰਾ	mayray satiguraa
ਮੈ ਹਰਿ ਹਰਿ ਨਾਮੁ ਦ੍ਰਿੜਾਇ॥	mai har har naam drirh-aa-ay.
ਮੇਰਾ ਮਾਤ ਪਿਤਾ ਸੁਤ ਬੰਧਪੋ,	mayraa maat pitaa sut bandhpo
ਮੈ ਹਰਿ ਬਿਨੁ ਅਵਰੁ ਨ ਮਾਇ॥੧॥	mai har bin avar na maa-ay. ‖1‖
ਰਹਾਉ॥	rahaa-o.

ਪ੍ਰਭ ਹੀ ਜੀਵ ਨੂੰ ਮਤਾ ਪਿਤਾ, ਭੈਣ ਭਾਈ ਦੇ ਰੂਪ ਵਿੱਚ ਮਿਲਦਾ ਹੈ । ਪ੍ਰਭ ਰਹਿਮਤ ਬਖਸ਼ੋ! ਸ਼ਬਦ ਦੀ ਪਾਲਣਾ ਦੀ ਮਨ ਵਿੱਚ ਲਗਨ ਲਾਵੋ! ਪ੍ਰਭ ਤੋਂ ਬਿਨਾਂ ਹੋਰ ਕੋਈ ਸਾਥ ਦੇਣ ਵਾਲਾ ਨਹੀਂ, ਸਦਾ ਰਹਿਣ ਵਾਲਾ ਸਾਥੀ ਨਹੀਂ ਹੈ ।

God himself becomes as a helper as a mother, father, brother or friend. God blesses me a dedication to follow Your Word! Without God no one else is my true friend and always present companion.

29 ਆਤਮਾ ਦਾ ਜੂੰਨਾਂ- ਮੌਤ ਤੇ ਕੀ ਹੁੰਦਾ ਹੈ!
What happen to soul after death?

26. Fareed Ji – Page 1377

ਜਿਤੁ ਦਿਹਾੜੈ ਧਨ ਵਰੀ	jit dihaarhai Dhan varee
ਸਾਹੇ ਲਏ ਲਿਖਾਇ॥	saahay la-ay likhaa-ay.
ਮਲਕੁ ਜਿ ਕੰਨੀ ਸੁਣੀਦਾ	malak je kannee suneedaa
ਮੁਹੁ ਦੇਖਾਲੇ ਆਇ॥	muhu daykhaalay aa-ay.
ਜਿੰਦੁ ਨਿਮਾਣੀ ਕਢੀਐ	jind nimaanee kadhee-ai
ਹਡਾ ਕੂ ਕੜਕਾਇ॥	hadaa koo karhkaa-ay.
ਸਾਹੇ ਲਿਖੇ ਨ ਚਲਨੀ	saahay likhay na chalnee
ਜਿੰਦੂ ਕੂੰ ਸਮਝਾਇ॥	jindoo kooN samjhaa-ay.
ਜਿੰਦੁ ਵਹੁਟੀ ਮਰਣੁ ਵਰੁ	jind vahutee maran var
ਲੈ ਜਾਸੀ ਪਰਣਾਇ॥	lai jaasee parnaa-ay.
ਆਪਣ ਹਥੀ ਜੋਲਿ ਕੈ	aapan hathee jol kai
ਕੈ ਗਲਿ ਲਗੈ ਧਾਇ॥	kai gal lagai Dhaa-ay.
ਵਾਲਹੁ ਨਿਕੀ ਪੁਰਸਲਾਤ	vaalahu nikee puraslaat
ਕੰਨੀ ਨ ਸੁਣੀ ਆਇ॥	kannee na sunee aa-ay.
ਫਰੀਦਾ ਕਿੜੀ ਪਵੰਦੀਈ	fareedaa kirhee pavaNdee-ee
ਖੜਾ ਨ ਆਪੁ ਮੁਹਾਇ॥੧॥	kharhaa na aap muhaa-ay. ||1||

ਪ੍ਰਭ ਤੂੰ ਜੀਵ ਨੂੰ ਜਮਨ ਤੇ ਹੀ ਮਰਨ ਦਾ ਸਮਾਂ ਮਿਥ ਦੇਂਦਾ ਹੈ । ਜਿਹੜੀ ਮੌਤ ਕੰਨਾਂ ਨਾਲ ਸੁਣਦੇ ਸੀ, ਉਸ ਦਿਨ ਅਸਲੀ ਸਮੇਂ ਤੇ ਆਣ ਪਹੁੰਚਦੀ ਹੈ । ਜਿਹੜੀ ਆਤਮਾ ਰੋਮ ਰੋਮ ਵਿੱਚ ਸਵਾਸਾਂ ਨਾਲ ਵਸਦੀ, ਚਲਦੀ ਸੀ । ਇਸ ਨੂੰ ਅੰਗਾਂ ਨਾਲੋ ਤੋੜ ਕੇ ਸਰੀਰ ਵਿਚੋਂ ਕੱਢ ਕੇ ਲੈ ਜਾਂਦੀ ਹੈ । ਸਰੀਰ ਇਸ ਤੋਂ ਬਚਣ ਦੇ ਸਾਰੇ ਯਤਨ ਕਰਦਾ ਹੈ, ਪਰ ਇਸ ਦਾ ਕੋਈ ਜ਼ੋਰ ਨਹੀਂ ਚਲਦਾ, ਇਹ ਪ੍ਰਭ ਦੇ ਹੁਕਮ ਅਨੁਸਾਰ ਹੀ ਹੁੰਦਾ ਹੈ । ਮੌਤ ਦਾ ਜਮਦੂਤ, ਆਤਮਾ ਨੂੰ ਆਪਣੇ ਕਾਬੂ ਕਰ ਲੈਂਦਾ ਹੈ । ਇਹ ਸਰੀਰ ਲੋਥ (ਕੋਈ ਕੀਮਤ ਨਹੀਂ) ਬਣ ਜਾਂਦੀ ਹੈ । ਜੀਵ ਦੇ ਸਬੰਧੀ ਇਸ ਲੋਥ ਨੂੰ ਜਲਾ ਕੇ ਭਸਮ ਕਰ ਦੇਂਦੇ ਹਨ । ਮੌਤ ਦਾ ਜਮਦੂਤ ਇਸ ਨੂੰ ਬਹੁਤ ਦੂਰ ਅਣਜਾਣੇ ਰਸਤੇ ਤੇ ਦਰਬਾਰ ਵਿੱਚ ਲੈ ਜਾਂਦਾ ਹੈ । ਉਥੇ ਤੂੰ ਆਪ ਹੀ ਉਸ ਦੇ ਕੀਤੇ ਕਰਮਾਂ ਦਾ ਲੇਖਾ ਕਰਦਾ ਹੈ ।

The time of death is predetermined before the birth of a creature. The death everyone talks about, comes on the predetermined time. His soul was a part of each fiber of body and was living with each breath. The devil of death tears the soul apart from the fiber of the body and capture under his control. His body helplessly does all his efforts to save, however, cannot change the time of death. Everything happens under His command and his body becomes corpse. His relatives may burn the body and spread the ashes. The devil of death takes his soul through unknow path to His court. His soul alone has to endure the consequences of worldly deeds.

27. Kabeer Ji – Page 335

ਏਕ ਜੋਤਿ ਏਕਾ ਮਿਲੀ,	ayk jot aykaa milee
ਕਿੰਬਾ ਹੋਇ ਮਹੋਇ॥	kimbaa ho-ay maho-ay.
ਜਿਤੁ ਘਟਿ ਨਾਮੁ ਨ ਊਪਜੈ,	jit ghat naam na oopjai
ਫੂਟਿ ਮਰੈ ਜਨੁ ਸੋਇ॥੧॥	foot marai jan so-ay. ‖1‖

ਜਦੋਂ ਇੱਕ ਰੌਸ਼ਨੀ, ਜੋਤ ਦੂਸਰੀ ਜੋਤ ਵਿੱਚ ਮਿਲਦੀ ਹੈ ਤਾ ਕੀ ਹੰਦਾ ਹੈ? ਅਗਰ ਉਸ ਆਤਮਾ ਵਿੱਚ ਪ੍ਰਭ ਦਾ ਸ਼ਬਦ ਨਾ ਰਚਿਆ ਹੋਵੇ । ਤਾਂ ਇਹ ਜੋਤ ਉਸ ਜੋਤ ਵਿੱਚ ਟਿਕਦੀ ਨਹੀ, ਜੂੰਨਾਂ ਦੇ ਚੱਕਰ ਵਿੱਚ ਪੈ ਜਾਂਦੀ ਹੈ ।

When one ray of light (soul) may immerse in another light (The Holy spirit) what may happen? If his soul may not be fully drenched with essences of His Word, she cannot stay there. His soul enters into the cycle of birth and death.

28. Kabeer Ji – Page 91

ਜਨਨੀ ਜਾਨਤ ਸੁਤੁ ਬਡਾ ਹੋਤੁ ਹੈ ,	jannee jaanat sut badaa hot hai
ਇਤਨਾ ਕੁ ਨ ਜਾਨੈ,	itnaa ko na jaanai
ਜਿ ਦਿਨ ਦਿਨ ਅਵਧ ਘਟਤੁ ਹੈ ॥	je din din avaDh ghatat hai.
ਮੋਰ ਮੋਰ ਕਰਿ ਅਧਿਕ ਲਾਡੁ,	mor mor kar aDhik laad
ਧਰਿ ਪੇਖਤ ਹੀ ਜਮਰਾਉ ਹਸੈ॥੧॥	Dhar paykhat hee jamraa-o hasai. ‖1‖

ਮਾਤਾ ਆਪਣੇ ਬੱਚੇ ਵੱਲ ਦੇਖ ਕੇ ਖੁਸ਼ ਹੁੰਦੀ ਹੈ ਕਿ ਉਹ ਹਰ ਦਿਨ ਵੱਡਾ ਹੁੰਦਾ ਹੈ । ਉਸ ਨੂੰ ਸਮਝ ਨਹੀਂ ਹੁੰਦੀ! ਹਰ ਦਿਨ ਉਸ ਦਾ ਸੰਸਾਰ ਵਿੱਚ ਰਹਿਣ ਦਾ ਸਮਾਂ ਬੀਤ ਦਾ ਜਾਂਦਾ ਹੈ । ਉਸ ਨੂੰ ਆਪਣਾ, ਮੇਰਾ ਮੇਰਾ ਸਮਝਦੀ ਹੈ ਅਤੇ ਪਿਆਰ ਨਾਲ ਲਾਡ ਲਡਾਉਂਦੀ ਹੈ । ਉਸ ਦੀ ਅਣਜਾਣਤਾ ਵੱਲ ਵੇਖ ਕੇ ਮੌਤ ਦਾ ਫਰਿਸ਼ਤਾ ਹੱਸਦਾ ਹੈ ।

The mother may be pleased to see her child is growing. She does not understand his time is decreasing every day. She calls her own child and plays with him in joy. The devil of death laughs at her ignorance.

29. Kabeer Ji – Page 338

ਤੁਮ੍ ਜੁ ਕਹਤ ਹਉ ਨੰਦ ਕੋ ਨੰਦਨੁ,	tumH jo kahat ha-o nand ko nandan
ਨੰਦ ਸੁ ਨੰਦਨੁ ਕਾ ਕੋ ਰੇ॥	nand so nandan kaa ko ray.
ਧਰਨਿ ਅਕਾਸੁ ਦਸੋ ਦਿਸ ਨਾਹੀ,	dharan akaas daso dis naahee
ਤਬ ਇਹੁ ਨੰਦੁ ਕਹਾ ਥੋ ਰੇ॥੧॥ਰਹਾਉ॥	tab ih nand kahaa tho ray. ‖1‖ rahaa-o.

ਸਾਰੇ ਹੀ ਮੰਨਦੇ ਹਨ! ਪ੍ਰਭ ਹੀ ਜੀਵ ਨੂੰ ਪੈਦਾ ਕਰਦਾ, ਆਤਮਾ ਪ੍ਰਭ ਦਾ ਭਾਗ ਹੈ, ਪ੍ਰਭ ਤਨ ਵਿੱਚ ਰਹਿੰਦਾ ਹੈ । ਜਦੋਂ ਤਨ ਨਾਸ਼ ਹੋ ਜਾਂਦਾ ਹੈ! ਇਹ ਕਿਥੇ ਚੱਲੀ ਜਾਂਦੀ ਹੈ, ਕਿਥੇ ਰਹਿੰਦੀ ਹੈ? ਜਦੋਂ ਧਰਤੀ ਨਹੀਂ ਸੀ, ਦਸ ਦਿਸ਼ਾ, ਪਾਸੇ ਨਹੀਂ ਸਨ । ਤਾਂ ਇਹ ਆਤਮਾ ਕਿਥੇ ਰਹਿੰਦੀ ਸੀ?

Everyone believes that the soul is a part of the Holy spirit and God, His Word resides in the body. When body is destroyed, vanished, where does the soul reside? When there was no earth, not ten directions! Where was the soul at that time?

30. Guru Nanak Dev Ji – Page 413

ਏਕੁ ਮਰੈ ਪੰਚੇ ਮਿਲਿ ਰੋਵਹਿ॥	ayk marai panchay mil roveh.
ਹਉਮੈ ਜਾਇ ਸਬਦਿ ਮਲੁ ਧੋਵਹਿ॥	ha-umai jaa-ay sabad mal Dhoveh.
ਸਮਝਿ ਸੂਝਿ ਸਹਜ ਘਰਿ ਹੋਵਹਿ॥	samajh soojh sahj ghar hoveh.
ਬਿਨੁ ਬੂਝੇ ਸਗਲੀ ਪਤਿ ਖੋਵਹਿ॥੧॥	bin boojhay saglee pat khoveh. ||1||

ਜਦੋਂ ਜੀਵ ਦੀ ਮੌਤ ਹੁੰਦੀ ਹੈ, ਉਸ ਦਾ ਅਸਲੀ ਸੋਗ, ਉਸ ਦੀਆ ਪੰਜੇਂ ਇੱਛਾਂ ਹੀ ਕਰਦੀਆਂ ਹਨ । ਜਿਹੜੇ ਜੀਵ ਸ਼ਬਦ ਦੀ ਪਾਲਣਾ ਕਰਦੇ ਆਪਣੇ ਅਹੰਕਾਰ ਤੇ ਕਾਬੂ ਪਾ ਲੈਂਦੇ ਹਨ । ਉਹ ਆਪਣੇ ਮਨ ਦੀ ਪਾਪਾਂ ਦੀ ਮੈਲ ਧੋਅ ਲੈਂਦੇ ਹਨ । ਉਹ ਸ਼ਬਦ ਦੀ ਸੋਝੀ ਪਾ ਕੇ ਅਟੱਲ ਦੇ ਦਰਬਾਰ ਵਿੱਚ ਪ੍ਰਵਾਨ ਹੋ ਜਾਂਦੇ ਹਨ । ਸ਼ਬਦ ਦੀ ਸੋਝੀ ਪਾਉਣ ਤੋਂ ਬਿਨਾਂ ਜੀਵ ਆਪਣਾ ਥਾਂ ਗਵਾ ਲੈਂਦਾ ਹੈ । (ਕਾਮ, ਕਰੋਧ, ਮੋਹ, ਲੋਭ ਅਤੇ ਅਹੰਕਾਰ)

When body is vanished, his soul does not die, true mourners are five desires, devils. Whosoever obeys His Word, he may conquers his ego, false pride. His evils deeds may be forgiven in His court, sanctify his soul. By enlightening His Word within, he may be accepted in His court. Without obeying His Word, he wastes his golden opportunity, human life.

(Sexual desire, anger, greed, attachments, and ego.)

31. Kabeer Ji – Page 480

ਬਾਬਾ ਬੋਲਤੇ ਤੇ ਕਹਾ ਗਏ,	baabaa boltay tay kahaa ga-ay
ਦੇਹੀ ਕੇ ਸੰਗਿ ਰਹਤੇ॥	dayhee kay sang rahtay.
ਸੁਰਤਿ ਮਾਹਿ ਜੋ ਨਿਰਤੇ ਕਰਤੇ,	surat maahi jo nirtay kartay
ਕਥਾ ਬਾਰਤਾ ਕਹਤੇ॥੧॥ ਰਹਾਉ॥	kathaa baartaa kahtay. ||1|| rahaa-o.

ਪ੍ਰਭ ਸੋਝੀ ਬਖਸ਼ੋ! ਜਿਹੜੀ ਸੁਰਤੀ, ਹਰ ਵੇਲੇ ਵਿਚਾਰ, ਖੇਲ ਕਰਦੀ ਸੀ, ਸਿਖਿਆ ਦੇਂਦੀ ਸੀ । ਜੋ ਅੰਦਰ ਬੋਲਦੀ ਸੀ , ਵਸਦੀ ਸੀ, ਉਹ ਕਿਥੇ ਚਲੇ ਗਈ ਹੈ?

God blesses me with understanding! Who was speaking and playing within body where she disappeared?

32. Kabeer Ji – Page 482

ਮੇਰੀ ਜਿਹਬਾ ਬਿਸਨੁ ਨੈਨ ਨਾਰਾਇਨ,	mayree jihbaa bisan nain naaraa-in
ਹਿਰਦੈ ਬਸਹਿ ਗੋਬਿੰਦਾ॥	hirdai baseh gobindaa.
ਜਮ ਦੁਆਰ ਜਬ ਪੂਛਸਿ ਬਵਰੇ,	jam du-aar jab poochhas bavray
ਤਬ ਕਿਆ ਕਹਸਿ ਮੁਕੰਦਾ॥੧॥ ਰਹਾਉ॥	tab ki-aa kahas mukandaa. ||1|| rahaa-o.

ਮੇਰੀ ਜੀਭ, ਮੇਰੀਆ ਅੱਖਾਂ, ਮੇਰੇ ਹਿਰਦੇ ਵਿੱਚ ਪ੍ਰਭ ਦੇ ਸ਼ਬਦ ਦੀ ਗੂੰਜ ਚਲਦੀ ਹੈ । ਜੀਵ ਜਦੋਂ ਮੌਤ ਦਾ ਫਰਿਸ਼ਤਾ ਤੇਰਾ ਲੇਖਾ ਪੁਛੇਗਾ ਤਾਂ ਕੀ ਜਵਾਬ ਦੇਵੇਗਾ?

My tongue, my eyes! God and the echo of His Word resonates within my heart, body. When the angel of death questions the account of my deeds, in universe! What may I answer?

33. Guru Arjan Dev Ji – Page 578

ਮਿਲਿ ਜਲੁ ਜਲਹਿ ਖਟਾਨਾ ਰਾਮ॥
ਸੰਗਿ ਜੋਤੀ ਜੋਤਿ ਮਿਲਾਨਾ ਰਾਮ॥
ਸੰਮਾਇ ਪੂਰਨ ਪੁਰਖ ਕਰਤੇ,
ਆਪਿ ਆਪਹਿ ਜਾਣੀਐ॥
ਤਹ ਸੁੰਨਿ ਸਹਜਿ ਸਮਾਧਿ ਲਾਗੀ,
ਏਕੁ ਏਕੁ ਵਖਾਣੀਐ॥
ਆਪਿ ਗੁਪਤਾ ਆਪਿ ਮੁਕਤਾ,
ਆਪਿ ਆਪੁ ਵਖਾਨਾ॥
ਨਾਨਕ ਭ੍ਰਮ ਭੈ ਗੁਣ ਬਿਨਾਸੇ,
ਮਿਲਿ ਜਲੁ ਜਲਹਿ ਖਟਾਨਾ॥੪॥੨॥

mil jal jaleh khataanaa raam.
sang jotee jot milaanaa raam.
sammaa-ay pooran purakh kartay
aap aapeh jaanee-ai.
tah sunn sahj samaaDh laagee
ayk ayk vakhaanee-ai.
aap guptaa aap muktaa
aap aap vakhaanaa.
naanak bharam bhai gun binaasay
mil jal jaleh khataanaa. ||4||2||

ਜਿਵੇਂ ਪਾਣੀ ਨੂੰ ਪਾਣੀ ਵਿੱਚ ਮਿਲੱਣ ਨਾਲ, ਫਿਰ ਵੱਖਰਾ ਨਹੀਂ ਕੀਤਾ ਜਾ ਸਕਦਾ । ਇਸਤਰ੍ਹਾਂ ਹੀ ਜਿਹੜੀ ਆਤਮਾ ਦੀ ਜੋਤ ਪ੍ਰਭ ਦੀ ਜੋਤ ਵਿੱਚ ਅਭੇਦ ਹੋ ਜਾਂਦੀ, ਉਸ ਨੂੰ ਵੱਖਰਾ ਨਹੀ ਕੀਤਾ ਜਾ ਸਕਦਾ । ਜਿਹੜੀ ਆਤਮਾ ਆਪਣੇ ਆਪ ਨੂੰ ਪਛਾਣ ਜਾਂਦੀ, ਮਾਨਸ ਦਾ ਮੰਤਵ ਸਮਝ ਜਾਂਦੀ ਹੈ । ਕੇਵਲ ਉਹ ਆਤਮਾ ਹੀ ਪ੍ਰਭ ਵਿੱਚ ਅਲੋਪ ਹੁੰਦੀ ਹੈ । ਉਹ ਪ੍ਰਭ ਦੇ ਸ਼ਬਦ ਦੀ ਸਮਾਧੀ ਵਿੱਚ ਚਲੇ ਜਾਂਦੀ ਹੈ । ਕੇਵਲ ਇੱਕੋ ਇੱਕ ਪ੍ਰਭ ਦੇ ਬੋਲ ਹੀ ਬੋਲਦੀ ਹੈ, ਆਪਣੀ ਅਵਾਜ, ਹੈਸੀਅਤ ਖਤਮ ਹੋ ਜਾਂਦੀ ਹੈ । ਪ੍ਰਭ ਆਪ ਹੀ ਗੁਪਤ ਰਹਿੰਦਾ, ਆਪਣੀ ਰਜ਼ਾ ਨਾਲ ਹੀ ਕਿਸੇ ਵਿੱਚ ਪ੍ਰਗਟ ਹੋ ਜਾਂਦਾ ਹੈ । ਕਿਸੇ ਨੂੰ ਵਾਪਰਦਾ ਦਿਖਾਈ ਦੇਂਦਾ ਹੈ । ਜਿਹੜੀ ਆਤਮਾ ਪ੍ਰਭ ਦੀ ਜੋਤ ਵਿੱਚ ਅਭੇਦ ਹੋ ਜਾਦੀ ਹੈ । ਉਸ ਦੇ ਸਾਰੇ ਭਰਮ ਨਾਸ਼ ਹੋ ਜਾਂਦੇ ਹਨ । ਤਿੰਨਾਂ ਸੰਸਾਰਕ ਮਾਇਆਂ ਦੀਆਂ ਕਮੀਆਂ ਦੀ ਜਾਣਕਾਰੀ , ਸੋਝੀ ਹੋ ਜਾਂਦੀ ਹੈ।

As, when water is mixed with other water, it cannot be separated. Same way when sanctified soul immerses in the Holy spirit, she cannot be separated. Whosoever may recognize the purpose of life, his soul may be blessed with salvation. With His mercy and grace his soul may immerse in the Holy spirit. His soul becomes part of the Holy spirit and loses her identity, Only, His Holy spirit speaks, his soul does not have her own voice. God may remain hidden from visibility and comprehension of His creation. With His mercy and grace, His true devotee may realize His Holy spirit prevails everywhere. When his soul immersed in Holy spirit, all his suspicions may be vanished. She may be enlightened with the weakness of the three virtues of worldly wealth.

34. Guru Arjan Dev Ji – Page 563

ਸਾਧਸੰਗ ਹਰਿ ਅੰਮ੍ਰਿਤੁ ਪੀਝੈ॥
ਨਾ ਜੀਉ ਮਰੈ ਨ ਕਬਹੁ ਛੀਝੈ॥੧॥

saaDhsang har amrit peejai.
naa jee-o marai na kabhoo chheejai. ||1||

ਜੀਵ ਆਤਮਾ ਕਦੇ ਮਰਦੀ ਨਹੀਂ , ਬੰਦਗੀ ਕਰਨ ਵਾਲੇ ਦੀ ਸੰਗਤ ਵਿੱਚ ਪ੍ਰਭ ਦੇ ਸ਼ਬਦ ਰੂਪੀ ਅੰਮ੍ਰਿਤ ਪਾਨ ਕਰੋ ! ਇਸ ਨਾਲ ਹੀ ਮਾਨਸ ਜੀਵਨ ਬਿਰਥਾ ਨਹੀਂ ਜਾਂਦਾ ।

Soul never dies! You should meditate and obey His Word in association with His true devotee. Your human life opportunity may not be wasted.

35. Guru Nanak Dev Ji – Page 648

ਇਕ ਦਝਹਿ ਇਕ ਦਬੀਅਹਿ,	ik dajheh ik dabee-ah
ਇਕਨਾ ਕੁਤੇ ਖਾਹਿ॥	iknaa kutay khaahi.
ਇਕਿ ਪਾਣੀ ਵਿਚਿ ਉਸਟੀਅਹਿ,	ik paanee vich ustee-ah
ਇਕਿ ਭੀ ਫਿਰਿ ਹਸਣਿ ਪਾਹਿ॥	ik bhee fir hasan paahi.
ਨਾਨਕ ਏਵ ਨ ਜਾਪਈ,	naanak ayv na jaap-ee
ਕਿਥੈ ਜਾਇ ਸਮਾਹਿ॥੨॥	kithai jaa-ay samaahi. ||2||

ਸ੍ਰਿਸ਼ਟੀ ਵਿੱਚ ਮੌਤ ਤੋਂ ਪਿਛੋਂ, ਕਿਸੇ ਦੇ ਤਨ ਨੂੰ ਅੱਗਨੀ ਭੇਟ ਕੀਤਾ ਜਾਂਦਾ ਹੈ । ਕਿਸੇ ਨੂੰ ਮਿੱਟੀ ਵਿੱਚ ਦੱਬਿਆ ਜਾਂਦਾ, ਕਿਸ ਦਾ ਮਾਸ, ਜਾਨਵਰ (ਕੁੱਤੇ) ਖਾਂਦੇ ਹਨ । ਕਿਸੇ ਨੂੰ ਪਾਣੀ ਵਿੱਚ ਪ੍ਰਵਾਨ ਕੀਤਾ ਜਾਂਦਾ ਹੈ, ਕਿਸੇ ਨੂੰ ਖੂਹ ਵਿੱਚ ਸੱਟਿਆ ਜਾਂਦਾ ਹੈ । ਇਹ ਕੋਈ ਜਾਣ ਨਹੀਂ ਸਕਦਾ ਉਹ ਮਰਨ ਤੋਂ ਪਿਛੋਂ ਕਿਸ ਵਿੱਚ ਜਾ ਰਲਦੇ ਹਨ? ਕਿਸ ਦਾ ਭਾਗ ਬਣਦੇ ਹਨ?

After death body may be disposed of in different ways. Burned, buried under ground, thrown in water, in well. No one knows, she may become a part of whom, immerses in whom.

36. Guru Arjan Dev Ji – Page 1220

ਜਹ ਤੇ ਉਪਜਿਓ ਤਹੀ ਸਮਾਨੋ,	jah tay upji-o tahee samaano
ਸਾਈ ਬਸਤੁ ਅਹੀ॥	saa-ee basat ahee.
ਕਹੁ ਨਾਨਕ ਭਰਮੁ ਗੁਰਿ ਖੋਇਓ,	kaho naanak bharam gur kho-i-o
ਜੋਤੀ ਜੋਤਿ ਸਮਹੀ॥੨॥੬੦॥੮੩॥	jotee jot samhee. ||2||60||83||

ਆਤਮਾ ਜਿਸ ਜੋਤ ਵਿਚੋਂ ਵਿਛੜਦੀ, ਪੈਦਾ ਹੁੰਦੀ, ਉਸ ਵਿੱਚ ਹੀ ਸਮਾ ਜਾਂਦੀ ਹੈ । ਮਾਨਸ ਜੀਵਨ ਦੀ ਬਖਸ਼ਿਸ਼ ਦਾ ਇਹ ਹੀ ਮੰਤਵ ਹੈ! ਸ਼ਬਦ ਦੀ ਪਾਲਣਾ ਕਰਦੀ ਆਤਮਾ ਵਿਚੋਂ ਸਾਰੇ ਭਰਮ ਦੂਰ ਹੋ ਜਾਂਦੇ ਹਨ । ਆਤਮਾ ਦੀ ਜੋਤ, ਪ੍ਰਭ ਦੀ ਜੋਤ ਵਿੱਚ ਹੀ ਅਲੋਪ ਹੋ ਜਾਂਦੀ ਹੈ ।

The soul may be immersed in the Holy spirit, where she was separated from. This is the true purpose of human life. Whosoever may conquer all worldly suspicions by adopting His Word. The ray of light of his soul may immerse in the ray of The Holy spirit.

37. Guru Arjan Dev Ji – Page 1160

ਜੇ ਮਿਰਤਕ ਕਉ ਚੰਦਨੁ ਚੜਾਵੈ॥	Jay mirtak ka-o chandan charhaavai.
ਉਸ ਤੇ ਕਹਹੁ ਕਵਨ ਫਲ ਪਾਵੈ॥	Us tay kahhu kavan fal paavai.
ਜੇ ਮਿਰਤਕ ਕਉ ਬਿਸਟਾ ਮਾਹਿ ਰੁਲਾਈ॥	Jay mirtak ka-o bistaa maahi rulaa-ee.
ਤਾਂ ਮਿਰਤਕ ਕਾ ਕਿਆ ਘਟਿ ਜਾਈ॥੩॥	TaaN mirtak kaa ki-aa ghat jaa-ee. ||3||

ਅਗਰ ਕੋਈ ਮੌਤ ਪਿਛੋਂ, ਜੀਵ ਦੀ ਲਾਸ਼ ਨੂੰ ਅਤਰ ਲਾਉਂਦਾ ਹੈ, ਜਾ ਚੰਦਨ ਦੀ ਕੀਮਤੀ ਲੱਕੜੀ ਨਾਲ ਸੰਸਕਾਰ ਕਰਦਾ ਹੈ । ਉਸ ਦਾ ਆਤਮਾ ਨੂੰ ਪ੍ਰਭ ਦੇ ਦਰ ਤੇ ਪ੍ਰਵਾਨਗੀ ਵਿੱਚ ਕੀ ਫਲ ਬਖਸ਼ਿਸ਼ ਹੋ ਸਕਦਾ ਹੈ? ਅਗਰ ਉਸ ਲਾਸ਼ ਨੂੰ ਮਿੱਟੀ ਵਿੱਚ ਵੀ ਦੱਬ ਦਿੱਤਾ ਜਾਵੇ, ਰੁਲ ਜਾਂਵੇ! ਉਸ ਦੀ ਆਤਮਾ ਨੂੰ ਕਿਹੜਾ ਸਿਰਾਪ, ਮਿਲਦਾ ਹੈ? ਉਸ ਦੀ ਪ੍ਰਵਾਨਗੀ ਵਿੱਚ ਕੋਈ ਫਰਕ ਨਹੀਂ ਪੈਂਦਾ ।

If the corpse may be sprayed with fragrance or burn in sandalwood, what may the soul be rewarded in His court? If the corpse may buried under earth or other creatures eat. What curse may his soul endure in His court? There is absolutely no difference in His court.

38. Guru Nanak Dev Ji – Page 929

ਜੋ ਆਵਹਿ ਸੇ ਜਾਹਿ, jo aavahi say jaahi
ਫੁਨਿ ਆਇ ਗਏ ਪਛੁਤਾਹਿ॥ fun aa-ay ga-ay pachhutaahi.
ਲਖ ਚਉਰਾਸੀਹ ਮੇਦਨੀ, lakh cha-oraaseeh maydnee
ਘਟੈ ਨ ਵਧੈ ਉਤਾਹਿ॥ ghatai na vaDhai utaahi.
ਸੇ ਜਨ ਉਬਰੇ ਜਿਨ ਹਰਿ ਭਾਇਆ॥ say jan ubray jin har bhaa-i-aa.
ਧੰਧਾ ਮੁਆ ਵਿਗੂਤੀ ਮਾਇਆ॥ dhanDhaa mu-aa vigootee maa-i-aa.
ਜੋ ਦੀਸੈ ਸੋ ਚਾਲਸੀ, jo deesai so chaalsee
ਕਿਸ ਕਉ ਮੀਤੁ ਕਰੇਉ॥ kis ka-o meet karay-o.
ਜੀਉ ਸਮਪਉ ਆਪਣਾ, jee-o sampa-o aapnaa
ਤਨੁ ਮਨੁ ਆਗੈ ਦੇਉ॥ tan man aagai day-o.
ਅਸਥਿਰੁ ਕਰਤਾ ਤੂ ਧਣੀ, asthir kartaa too Dhanee
ਤਿਸ ਹੀ ਕੀ ਮੈ ਓਟ॥ tis hee kee mai ot.
ਗੁਣ ਕੀ ਮਾਰੀ ਹਉ ਮੁਈ, gun kee maaree ha-o mu-ee
ਸਬਦਿ ਰਤੀ ਮਨਿ ਚੋਟ॥੪੩॥ sabad ratee man chot. ||43||

ਅਗਰ ਮਾਨਸ ਸ਼ਬਦ ਦੀ ਕਮਾਈ ਨਹੀਂ ਕਰਦਾ, ਮੌਤ ਪਿਛੋਂ ਪਛਤਾਵਾਂ ਹੀ ਕਰਦਾ ਹੈ । 84 ਲਖ ਜੂੰਨਾਂ ਦੇ ਚੱਕਰ ਵਿੱਚ ਹੀ ਰਹਿੰਦਾ ਹੈ । ਸ਼ਬਦ ਦੀ ਕਮਾਈ ਨਾਲ ਹੀ ਜੀਵ ਇਹ ਚੱਕਰ ਖਤਮ ਕਰ ਸਕਦਾ ਹੈ । ਜਿਹੜਾ ਜੀਵ ਮਨ ਤੇ, ਸੰਸਾਰਕ ਮਾਇਆ ਦੀ ਇੱਛਾਂ ਤੇ ਜਿੱਤ ਪਾ ਲੈਂਦਾ ਹੈ । ਉਸ ਦਾ ਮਾਇਆ ਦਾ ਜਾਲ ਟੁੱਟ ਜਾਂਦਾ ਹੈ, ਖਤਮ ਹੋ ਜਾਂਦਾ ਹੈ । ਸੰਸਾਰ ਵਿੱਚ ਕੋਈ ਸਦਾ ਰਹਿਣ ਵਾਲਾ ਨਹੀਂ ਕਿਸ ਨਾਲ ਦੋਸਤੀ ਦਾ ਸਬੰਧ ਬਣਾਵਾਂ । ਕੇਵਲ ਤੂੰ ਹੀ ਸਦਾ ਅਟੱਲ ਰਹਿਣ ਵਾਲਾ, ਤੂੰ ਆਸਰਾ ਦੇਣ ਵਾਲਾ ਹੈ, ਮੇਰਾ ਤੇਰੇ ਉਪਰ ਹੀ ਭਰੋਸਾ ਹੈ । ਆਪਣਾ ਮਨ ਤਨ ਤੇਰੇ ਲੇਖੇ ਲਾਉਂਦਾ ਹਾ । ਜੀਵ ਆਪਣੀ ਹੈਸੀਅਤ ਤੇ ਕਾਬੂ ਪਾ ਲਵੇ ਤਾਂ ਅਹੰਕਾਰ ਖਤਮ ਹੋ ਜਾਂਦਾ ਹੈ । ਅਗਰ ਸ਼ਬਦ ਦੀ ਪਾਲਣਾ ਕਰੇ ਅਤੇ ਆਪਣਾ ਜੀਵਨ ਢਾਲ ਲਵੇ । ਤਾਂ ਮਨ ਸੰਸਾਰਕ ਇੱਛਾਂ ਤੋਂ ਰਹਿਤ ਹੋ ਜਾਂਦਾ ਹੈ ।

If human does not obey His Word, meditates, adopts His Word, in the end, he may regret. He may remain in the cycle of birth and death, in 8.4 million races, Without the earnings of His Word, his cycle of birth and death may never end. Whosoever may conquer his mind, he may vanish the trap of worldly desires. No one seems to live forever, to whom should I make my friendship? Only You are evergreen, live forever. I put my trust on Your Word and seek Your refuge. Whosoever may conquer his self-defined identity, his ego may vanish. Whosoever may obey and adopts the virtue of His Word in his life, he may become desire less.

Chapter 8

- State of mind of Human!
- Meditation of Human!
- Stae of mind of a Self-minded!

30 ਮਾਨਸ ਦੇ ਮਨ ਦੀ ਅਵਸਥਾ! State of Mind of Human!

1. Guru Nanak Dev Ji – Page 15

ਜੀਵਣ ਮਰਣਾ ਜਾਇ ਕੈ,	jeevan marnaa jaa-ay kai
ਏਥੈ ਖਾਜੈ ਕਾਲਿ॥	aythai khaajai kaal.
ਜਿਥੈ ਬਹਿ ਸਮਝਾਈਐ,	jithai bahi samjaa-ee-ai
ਤਿਥੈ ਕੋਇ ਨ ਚਲਿਓ ਨਾਲਿ॥	tithai ko-ay na chali-o naal.
ਰੋਵਣ ਵਾਲੇ ਜੇਤੜੇ,	rovan vaalay jayt-rhay
ਸਭਿ ਬੰਨਹਿ ਪੰਡ ਪਰਾਲਿ॥੨॥	sabh baneh pand paraal. ‖2‖

ਜੋ ਵੀ ਸੰਸਾਰ ਵਿੱਚ ਜਨਮ ਲੈਂਦਾ ਹੈ, ਅੰਤ ਨੂੰ ਮਰ ਜਾਣਾ ਹੈ, ਸੰਸਾਰ ਵਿਚੋਂ ਚੱਲੇ ਜਾਣਾ ਹੈ । ਸੰਸਾਰਕ ਚੀਜਾਂ, ਸਬੰਧਾ ਨਾਲ ਜੋੜ, ਪ੍ਰਾਪਤੀ, ਉਸ ਜਗ੍ਹਾ ਤੇ ਨਾਲ ਨਹੀਂ ਜਾਣੀ । ਦਰਬਾਰ ਵਿੱਚ, ਮਾਨਸ ਜਨਮ ਦੇ ਲੇਖੇ ਵਿੱਚ ਕੰਮ ਨਹੀਂ ਆਉਣੀ । ਜਿਹੜੇ ਤੇਰੇ ਜਾਣ ਦੇ ਵਿਛੋੜੇ ਵਿੱਚ ਕਲਪਣਾ ਕਰਦੇ ਹਨ । ਉਹ ਵੀ ਸੰਸਾਰਕ ਬੰਧਨਾ ਵਿੱਚ ਹੀ ਹਨ । ਉਹਨਾਂ ਨੂੰ ਮਰਿਆ ਬਰਾਬਰ ਹੀ ਸਮਝੋ! ਉਹਨਾਂ ਵੀ ਮਾਨਸ ਜਨਮ ਵਿੱਚ ਕੁਝ ਨਹੀਂ ਪਾਇਆ ।

The time of death is predetermined before the birth by The True Master, Creator. These worldly possessions do not go along with soul to help in His Court. His worldly wisdom and wealth do not have any worth in His court. Whosoever may grieve on the death of loved one, he also remains in the trap of worldly bonds and greed. Consider him also dead, he may not know the right path.

2. Guru Nanak Dev Ji – Page 16

ਸਭਿ ਰਸ ਮਿਠੇ ਮੰਨਿਐ,	sabh ras mithay mani-ai
ਸੁਣਿਐ ਸਾਲੋਣੇ ॥	suni-ai saalonay.
ਖਟ ਤੁਰਸੀ ਮੁਖਿ ਬੋਲਣਾ,	khat tursee mukh bolnaa
ਮਾਰਣ ਨਾਦ ਕੀਏ॥	maaran naad kee-ay.
ਛਤੀਹ ਅੰਮ੍ਰਿਤ ਭਾਉ ਏਕੁ,	chhateeh amrit bhaa-o ayk
ਜਾ ਕਉ ਨਦਰਿ ਕਰੇਇ॥੧॥	jaa ka-o nadar karay-i. ‖1‖

ਜੀਭ ਦੇ ਸਾਰੇ ਸਵਾਦ ਪ੍ਰਭ ਦੇ ਰਾਗ, ਸ਼ਬਦ ਦੀ ਧੁਨ ਵਿਚੋਂ ਹੀ ਪੈਦਾ ਹੋਏ ਹਨ । ਕੁਝ ਦਾ ਸਵਾਦ ਮਿਠਾਸ ਵਾਲਾ ਅਤੇ ਕੁਝ ਦਾ ਸਵਾਦ ਨਮਕੀਨ, ਇਹ ਸਾਰੇ ਹੀ ਮਨ ਨੂੰ ਚੰਗੇ ਲਗਦੇ ਹਨ । ਜਿਸ ਤੇ ਕ੍ਰਿਪਾ ਦੀ ਦ੍ਰਿਸ਼ਟੀ ਆ ਜਾਂਦੀ ਹੈ! ਕੇਵਲ ਉਸ ਨੂੰ ਹੀ ਹਰਇੱਕ ਭੋਜਨ ਵਿਚੋਂ ਅਨੇਕਾਂ ਪ੍ਰਕਾਰ ਦਾ ਰਸ ਅਨੁਭਵ ਹੁੰਦਾ ਹੈ ।

All tastes of tongue are produced from the echo of His Word. Some may be sweat and others may be sour, all are pleasant to his mind. Only with His mercy and grace, he may realize various taste from each and every food, sound.

3. Guru Arjan Dev Ji – Page 268

ਦਸ ਬਸਤੂ, ਲੇ ਪਾਛੈ ਪਾਵੈ॥	das bastoo lay paachhai paavai.
ਏਕ ਬਸਤੁ ਕਾਰਨਿ, ਬਿਖੋਟਿ ਗਵਾਵੈ॥	ayk basat kaaran bikhot gavaavai.
ਏਕ ਭੀ ਨ ਦੇਇ, ਦਸ ਭੀ ਹਿਰਿ ਲੇਇ॥	ayk bhee na day-ay das bhee hir lay-ay.
ਤਉ ਮੂੜਾ, ਕਹੁ ਕਹਾ ਕਰੇਇ॥	ta-o moorhaa kaho kahaa karay-i.
ਜਿਸੁ ਠਾਕੁਰ ਸਿਉ, ਨਾਹੀ ਚਾਰਾ॥	jis thaakur si-o naahee chaaraa.
ਤਾ ਕਉ ਕੀਜੈ, ਸਦ ਨਮਸਕਾਰਾ॥	taa ka-o keejai sad namaskaaraa.
ਜਾ ਕੈ ਮਨਿ ਲਾਗਾ, ਪ੍ਰਭੁ ਮੀਠਾ ॥	jaa kai man laagaa parabh meethaa.
ਸਰਬ ਸੂਖ ਤਾਹੂ, ਮਨਿ ਵੂਠਾ ॥	sarab sookh taahoo man voothaa.
ਜਿਸੁ ਜਨ ਅਪਨਾ, ਹੁਕਮੁ ਮਨਾਇਆ॥	jis jan apnaa hukam manaa-i-aa.
ਸਰਬ ਥੋਕ, ਨਾਨਕ ਤਿਨਿ ਪਾਇਆ॥੧॥	sarab thok naanak tin paa-i-aa. ||1||

ਜੀਵ, ਆਪਣੀ ਅਗਿਆਨਤਾ ਵੱਲ ਧਿਆਨ ਲਾਵੋ, ਅਨੇਕਾਂ ਦਾਤਾਂ ਬਿਨਾਂ ਮੰਗਿਆ ਹੀ ਪ੍ਰਭ ਬਖਸ਼ਦਾ ਹੈ, ਤੂੰ ਲੈ ਕੇ ਭੁੱਲ ਜਾਂਦਾ ਹੈ । ਅਗਰ ਇੱਕ ਮਨ ਦੀ ਮੁਰਾਦ ਪੂਰੀ ਨਾ ਹੋਵੇ ਤਾਂ ਤੇਰਾ ਵਿਸ਼ਵਾਸ ਪ੍ਰਭ ਤੋਂ ਉਠ ਜਾਂਦਾ ਹੈ । ਮੂਰਖ ਅਗਰ ਪ੍ਰਭ ਇੱਕ ਵੀ ਦਾਤ ਨਾ ਦੇਵੇ ਅਤੇ ਬਾਕੀ ਰਹਿਮਤਾਂ ਵੀ ਉਠਾ ਲੇਵੇ, ਤਾਂ ਤੂੰ ਉਸ ਨੂੰ ਕੀ ਠੇਸ, ਜ਼ੋਰ ਪਾ ਸਕਦਾ ਹੈ । ਜਿਹੜਾ ਮਾਲਕ ਕਿਸੇ ਜ਼ੋਰ, ਡਰ ਨਾਲ ਪ੍ਰਭਾਵਤ ਨਹੀਂ ਹੋ ਸਕਦਾ! ਉਸ ਦੇ ਭਾਣੇ ਨੂੰ ਹਮੇਸ਼ਾਂ ਸਤਿ ਕਰ ਕੇ ਹੀ ਮੰਨਣਾ ਠੀਕ ਹੈ । ਜਿਹੜੇ ਉਸ ਦੀ ਰਜ਼ਾ ਨੂੰ ਅਟੱਲ ਸਮਝ ਕੇ ਕਬੂਲ ਕਰਦੇ ਹਨ । ਉਹਨਾਂ ਨੂੰ ਪ੍ਰਭ ਆਪ ਹੀ ਸੰਤੋਖ ਬਖਸ਼ਕੇ ਨਿਹਾਲ ਰੱਖਦਾ ਹੈ । ਖਿਆਲ ਰੱਖੋ! ਜਿਸ ਜੀਵ ਤੋਂ ਪ੍ਰਭ ਆਪਣਾ ਹੁਕਮ ਮਨਾਉਂਦਾ ਹੈ । ਉਹ ਹੀ ਦਰਬਾਰ ਵਿੱਚ ਜਾਣ ਦੇ ਯੋਗ, ਕਾਬਲ ਹੁੰਦਾ, ਆਪਣੀ ਯਾਤਰਾ ਸਫਲ ਕਰ ਜਾਂਦਾ ਹੈ ।

Ignorant, fool think about! God blesses you with many virtues without begging! However, if one of your desire may not be fulfilled, you forsake your belief. Think about! If He does not bless any of these and takes away all others also! What may you harm Him? Whosoever may be so powerful and cannot be conquered! Best wisdom is to accept His command as an ultimate and endure whatsoever may happen. Whosoever may accept His Word as an ultimate truth! he may be blessed with peace and contentment. Remember! Whom he inspires to obey His Word only he may become worthy of His consideration and acceptance in His sanctuary.

4. Guru Nanak Dev Ji – Page 662

ਕਾਲੁ ਨਾਹੀ ਜੋਗੁ ਨਾਹੀ,	kaal naahee jog naahee
ਨਾਹੀ ਸਤ ਕਾ ਢਬੁ॥	naahee sat kaa dhab.
ਥਾਨਸਟ ਜਗ ਭਰਿਸਟ ਹੋਏ,	thaansat jag bharisat ho-ay
ਡੂਬਤਾ ਇਵ ਜਗੁ॥੧॥	doobtaa iv jag. ||1||

ਪ੍ਰਭ ਇਹ ਕਿਹੋ ਜਿਹਾ ਸਮਾਂ ਹੈ, ਯੁਗ ਹੈ! ਕੋਈ ਜੀਵ ਸ਼ਬਦ ਦੀ ਸੋਝੀ, ਸ਼ਬਦ ਦੀ ਪਾਲਣਾ ਕਰਨ ਵਾਲਾ ਨਹੀਂ ਹੈ । ਸੰਸਾਰ ਵਿੱਚ ਪੂਜਾ ਕਰਨ ਵਾਲੇ ਤੀਰਥ, ਮਾਇਆ ਇਕੱਠੇ ਕਰਨ ਵਿੱਚ ਲਗੇ ਹਨ । ਸੰਤ ਥਾਪੇ ਜਾਂਦੇ ਹਨ, ਜੀਵ ਪਾਪ ਵਿੱਚ ਡੁੱਬਦੇ ਜਾਂਦੇ ਹਨ । ਸੰਸਾਰ ਵਿੱਚ ਪਾਪ ਨਾਲ ਸਾਗਰ ਭਰਦਾ ਜਾਂਦਾ ਹੈ ।

What has happened in the World and what are the worldly environments dominating the world life? No one obeys or adopts His Word in day to day life. Holy shrines are only interested in collecting worldly wealth and expanding buildings. The gurus, saints are being nominated and worldly creatures are drowning in sins. The world has become a terrible ocean of sins.

5. Guru Nanak Dev Ji – Page 468

ਲਬੁ ਪਾਪੁ ਦੁਇ ਰਾਜਾ ਮਹਤਾ	lab paap du-ay raajaa mahtaa
ਕੂੜੁ ਹੋਆ ਸਿਕਦਾਰੁ॥	koorh ho-aa sikdaar.
ਕਾਮੁ ਨੇਬੁ ਸਦਿ ਪੁਛੀਐ	kaam nayb sad puchhee-ai
ਬਹਿ ਬਹਿ ਕਰੇ ਬੀਚਾਰੁ॥	bahi bahi karay beechaar.
ਅੰਧੀ ਰਯਤਿ ਗਿਆਨ ਵਿਹੂਣੀ	anDhee rayat gi-aan vihoonee
ਭਾਹਿ ਭਰੇ ਮੁਰਦਾਰੁ॥	bhaahi bharay murdaar.
ਗਿਆਨੀ ਨਚਹਿ ਵਾਜੇ ਵਾਵਹਿ	gi-aanee nacheh vaajay vaaveh
ਰੂਪ ਕਰਹਿ ਸੀਗਾਰੁ॥	roop karahi seegaar.
ਊਚੇ ਕੂਕਹਿ ਵਾਦਾ ਗਾਵਹਿ	oochay kookeh vaadaa gaavahi
ਜੋਧਾ ਕਾ ਵੀਚਾਰੁ॥	joDhaa kaa veechaar.
ਮੂਰਖ ਪੰਡਿਤ ਹਿਕਮਤਿ ਹੁਜਤਿ	moorakh pandit hikmat hujat
ਸੰਜੈ ਕਰਹਿ ਪਿਆਰੁ॥	sanjai karahi pi-aar.
ਧਰਮੀ ਧਰਮੁ ਕਰਹਿ	dharmee Dharam karahi
ਗਾਵਾਵਹਿ ਮੰਗਹਿ ਮੋਖ ਦੁਆਰੁ॥	gaavaaveh mangeh mokh du-aar.
ਜਤੀ ਸਦਾਵਹਿ ਜੁਗਤਿ ਨ ਜਾਣਹਿ	jatee sadaaveh jugat na jaaneh
ਛਡਿ ਬਹਹਿ ਘਰ ਬਾਰੁ॥	chhad baheh ghar baar.
ਸਭੁ ਕੋ ਪੂਰਾ ਆਪੇ ਹੋਵੈ	sabh ko pooraa aapay hovai
ਘਟਿ ਨ ਕੋਈ ਆਖੈ॥	ghat na ko-ee aakhai.
ਪਤਿ ਪਰਵਾਣਾ ਪਿਛੈ ਪਾਈਐ,	pat parvaanaa pichhai paa-ee-ai
ਤਾ ਨਾਨਕ ਤੋਲਿਆ ਜਾਪੈ॥੨॥	taa naanak toli-aa jaapai. ‖2‖

ਸੰਸਾਰ ਵਿੱਚ ਲਾਲਚ ਦਾ ਪ੍ਰਭਾਵ ਸਭ ਤੋਂ ਜ਼ਿਆਦਾ ਹੈ, ਫਰੇਬ ਹੀ ਇਹਨਾਂ ਦਾ ਖਜ਼ਾਨਾਂ, ਕਾਮ ਵਾਸਨਾ ਵਿੱਚ ਮਸਤ ਰਹਿੰਦੇ ਹਨ । ਇਸ ਦੇ ਪ੍ਰਭਾਵ ਹੇਠ ਚਲਕੇ ਆਪਣੇ ਜੀਵਨ ਦਾ ਢੰਗ ਅਪਣਾਉਂਦੇ ਹਨ । ਆਪਣੇ ਆਪ ਨੂੰ ਪਰਾਏ ਧਨ ਨਾਲ ਖੁਸ਼ਹਾਲ ਕਰਦੇ ਹਨ, ਮੱਤ ਮਾਰੀ ਜਾਂਦੀ ਹੈ । ਧਾਰਮਕ ਪ੍ਰਚਾਰਕ ਬਹੁਤ ਜ਼ੋਰ ਨਾਲ ਭਗਤਾਂ ਦੀਆਂ ਕਰਬਾਣੀਆਂ, ਕਥਾਂ ਨਾਲ ਪ੍ਰਚਾਰ ਕਰਦੇ ਹਨ । ਆਪਣੇ ਆਪ ਨੂੰ ਸੁੰਦਰ ਬਸਤ੍ਰਾ ਨਾਲ ਸਾਜਾ ਕੇ ਰੱਖਦੇ ਹਨ । ਮਾਨਸ ਕਿਤਾਬੀ ਗਿਆਨ, ਆਪਣੀਆਂ ਚਲਾਕੀਆਂ ਨਾਲ ਆਪਣੇ ਆਪ ਨੂੰ ਧਾਰਮਕ ਸੋਝੀਵਾਨ ਕਹਾਉਂਦੇ ਹਨ । ਪ੍ਰਭ ਅੱਗੇ ਲੰਮੀਆਂ, ਨਿਮ੍ਰਤਾ ਭਰੀਆਂ ਅਰਦਾਸਾਂ ਕਰਦੇ ਰਹਿੰਦੇ, ਕਿ ਪ੍ਰਭ ਉਹਨਾਂ ਨੂੰ ਮੁਕਤੀ ਦਾ ਦਰ ਬਖਸ਼ੋ । ਇਹ ਧਾਰਮਕ ਜੀਵ ਆਪਣੇ ਆਪ ਨੂੰ ਸੰਤ (ਜਤੀ) ਸਦਾਉਂਦੇ ਹਨ । ਪਰ ਉਹਨਾਂ ਨੂੰ ਸ਼ਬਦ, ਭਾਣੇ ਦੀ ਕੋਈ ਸੋਝੀ ਨਹੀਂ, ਸਾਰੇ ਆਪਣੇ ਆਪ ਨੂੰ ਪਵਿੱਤਰ ਪੂਰਾ (ਪੂਰਨ) ਕਹਿੰਦੇ ਹਨ । ਜਿਹੜਾ ਆਪਣਾ ਜੀਵਨ ਉਸ ਦੀ ਰਜ਼ਾ ਵਿੱਚ ਹੀ ਬਤੀਤ ਕਰਦਾ ਹੈ । ਕੇਵਲ ਉਹ ਦਰਗਾਹ ਵਿੱਚ ਪ੍ਰਵਾਨ ਹੁੰਦਾ ਹੈ, ਕੇਵਲ ਉਹ ਹੀ ਅਸਲੀ ਪੂਰਾ, ਪਵਿੱਤਰ ਹੋ ਜਾਂਦਾ ਹੈ ।

Greed is the most dominating force in the world, deceit is its treasure and he remain intoxicated in sexual desires. Under the influence of greed, he may adopt his life style and may wish to prosper in worldly life. Religious preacher may recite the sacrifices of religious warriors, he may wear splendorous, expensive robe. Non-believer with the knowledge of scripture and clever tricks may call himself a religious. He may perform lengthy, humble prayers for His mercy and grace, d to be blessed with salvation. Whosoever may adopt His Word in life, only he may become worthy of His consideration and may become blemish less.

6. Guru Amar Das Ji – Page 600

ਇਸੁ ਦੇਹੀ ਅੰਦਰਿ ਪੰਚ ਚੋਰ ਵਸਹਿ,	is dayhee andar panch chor vaseh
ਕਾਮੁ ਕ੍ਰੋਧੁ ਲੋਭੁ ਮੋਹੁ ਅਹੰਕਾਰਾ॥	kaam kroDh lobh moh ahaNkaaraa.
ਅੰਮ੍ਰਿਤੁ ਲੂਟਹਿ ਮਨਮੁਖ ਨਹੀ ਬੂਝਹਿ,	amrit looteh manmukh nahee boojheh
ਕੋਇ ਨ ਸੁਣੈ ਪੂਕਾਰਾ॥	ko-ay na sunai pookaaraa.
ਅੰਧਾ ਜਗਤੁ ਅੰਧੁ ਵਰਤਾਰਾ,	anDhaa jagat anDh vartaaraa
ਬਾਝੁ ਗੁਰੂ ਗੁਬਾਰਾ॥੨॥	baajh guroo gubaaraa. ‖2‖

ਮਾਨਸ ਦੇ ਤਨ ਵਿੱਚ ਪੰਜੇਂ ਚੋਰ ਵਸਦੇ ਹਨ । ਕਾਮ ਵਾਸਨਾ, ਕਰੋਧ, ਲਾਲਚ, ਹੈਸੀਅਤ ਦਾ ਮੋਹ ਅਤੇ ਅਹੰਕਾਰ । ਇਹ ਪੰਜੇਂ ਹੀ ਪ੍ਰਭ ਦੇ ਸ਼ਬਦ ਦਾ ਅੰਮ੍ਰਿਤ ਜੀਵ ਕੋਲੋ ਲੁੱਟੀ ਜਾਂਦੇ ਹਨ । ਅਣਜਾਣ ਜੀਵ ਨੂੰ ਇਸ ਦੀ ਸੋਝੀ ਨਹੀਂ ਹੁੰਦੀ । ਉਸ ਦੇ ਕਰਲਾਉਣ ਦੀ ਕੋਈ ਪੁਕਾਰ ਨਹੀਂ ਸੁਣਦਾ । ਸਾਰੀ ਸ੍ਰਿਸ਼ਟੀ ਹੀ ਅਗਿਆਨਤਾ ਵਿੱਚ ਧੰਦੇ ਕਰਦੀ ਹੈ, ਸ਼ਬਦ ਦੀ ਕੋਈ ਸੋਝੀ ਨਹੀਂ ਹੁੰਦੀ । ਸ਼ਬਦ ਤੋਂ ਬਿਨਾਂ ਕੋਈ ਹੋਰ ਰੌਸ਼ਨੀ, ਗਿਆਨ ਦੇਣ ਵਾਲਾ ਸੋਮਾ ਨਹੀਂ ਹੈ ।

In the body of a human dwells and dominates five robbers! Sexual desire, Anger, Greed, attachments and pride. These demons rob the nectar, essence of His Word from him. The ignorant human does not understand this essence of His Word. No one listens or care for his cry for mercy. The whole universe does deeds in the darkness, in ignorance without the sense of His Word. Without adopting His Word in life, no one may be enlightened with the essence of His Word.

7. Guru Arjan Dev Ji – Page 609

ਜਉ ਲਉ ਭਾਉ, ਅਭਾਉ ਇਹੁ ਮਾਨੈ,	ja-o la-o bhaa-o abhaa-o ih maanai
ਤਉ ਲਉ ਮਿਲਣੁ ਦੂਰਾਈ॥	ta-o la-o milan dooraa-ee.
ਆਨ ਆਪਨਾ ਕਰਤ ਬੀਚਾਰਾ,	aan aapnaa karat beechaaraa
ਤਉ ਲਉ ਬੀਚੁ ਬਿਖਾਈ॥੧॥	ta-o la-o beech bikhaa-ee. ‖1‖

ਜਿਹੜਾ ਪਿਆਰ ਅਤੇ ਘਿਰਣਾ, ਦੋਸਤ ਅਤੇ ਮਿੱਤਰ ਅਵਸਥਾ ਵਿੱਚ ਭਰੋਸਾ ਰੱਖਦਾ ਹੈ । ਉਸ ਨੂੰ ਸ਼ਬਦ ਦੀ ਸੋਝੀ ਹੋਣੀ ਬਹੁਤ ਮੁਸ਼ਕਲ ਹੀ ਹੈ । ਜਿਤਨਾ ਚਿਰ ਜੀਵ ਆਪਣੇ ਅਤੇ ਦੂਸਰੇ ਜੀਵ ਵਿੱਚ ਅੰਤਰ ਜਾਣਦਾ ਹੈ । ਉਹ ਪ੍ਰਭ ਦੀ ਪ੍ਰਵਾਨਗੀ ਦੇ ਰਸਤੇ ਤੋਂ ਬਹੁਤ ਦੂਰ ਹੈ ।

Whosoever may believe in love or hatred, friend or foe. It is very difficult for him to understand, comprehend His Word or even meditates on His Word. As long as one feels a distinguish between him and another creature, he may not comprehend that same Holy Spirit dwells within both. He is a far from the right path of salvation.

8. Guru Amar Das Ji – Page

ਆਸਾ ਕਰਤਾ ਜਗੁ ਮੁਆ,	aasaa kartaa jag mu-aa
ਆਸਾ ਮਰੈ ਨ ਜਾਇ॥	aasaa marai na jaa-ay.
ਨਾਨਕ ਆਸਾ ਪੂਰੀਆ,	naanak aasaa pooree-aa
ਸਚੇ ਸਿਉ ਚਿਤੁ ਲਾਇ॥੧॥	sachay si-o chit laa-ay. ||1||

ਸਾਰੀ ਸ੍ਰਿਸ਼ਟੀ ਹੀ ਸੰਸਾਰਕ ਆਸਾਂ, ਇੱਛਾਂ ਕਰਦੀ ਰਹਿੰਦੀ ਹੈ । ਇਹਨਾਂ ਇੱਛਾਂ ਦੀ ਅੱਗ ਨੂੰ ਖਤਮ ਕਰਦੀ ਕਰਦੀ ਮਰ ਜਾਂਦੀ ਹੈ । ਇਹ ਆਸਾਂ, ਇੱਛਾਂ ਕਦੇ ਪੂਰੀਆਂ, ਖਤਮ ਨਹੀਂ ਹੁੰਦੀਆਂ, ਵਧਦੀਆਂ ਜਾਂਦੀਆਂ, ਇੱਕ ਪੂਰੀ ਹੁੰਦੀ ਹੈ, ਹੋਰ ਆ ਜਾਂਦੀ ਹੈ । ਜਿਹੜਾ ਆਪਣੀ ਡੋਰੀ ਪ੍ਰਭ ਤੇ ਛੱਡਕੇ ਬੇਫਿਕਰ ਹੋ ਜਾਂਦਾ, ਸ਼ਰਣ ਵਿੱਚ ਆ ਜਾਂਦਾ ਹੈ । ਕੇਵਲ ਉਸ ਜੀਵ ਦੀਆਂ ਹੀ ਆਸਾਂ ਪੂਰੀਆਂ ਹੁੰਦੀਆਂ, ਇੱਛਾਂ ਦੀ ਅੱਗ ਬੁਝਦੀ ਹੈ ।

The whole world keeps hoping and wishing to fulfills their wishes. The fire of desires may never be quenched, he may die while trying. Once one wish is fulfilled, new and bigger rises and so on. Whosoever may surrender at His sanctuary and may put his faith on His blessings, he may become worries free, wish free. God may become His protector and may extinguish his fire of worldly desires.

9. Guru Nanak Dev Ji – Page 662

ਕਾਲੁ ਨਾਹੀ ਜੋਗੁ ਨਾਹੀ,	kaal naahee jog naahee
ਨਾਹੀ ਸਤ ਕਾ ਢਬੁ॥	naahee sat kaa dhab.
ਥਾਨਸਟ ਜਗ ਭਰਿਸਟ ਹੋਏ,	thaansat jag bharisat ho-ay
ਡੂਬਤਾ ਇਵ ਜਗੁ॥੧॥	doobtaa iv jag. ||1||

ਪ੍ਰਭ ਇਹ ਕਿਹੋ ਜਿਹਾ ਸਮਾਂ ਹੈ, ਯੁਗ ਹੈ! ਕੋਈ ਜੀਵ ਸ਼ਬਦ ਦੀ ਸੋਝੀ, ਸ਼ਬਦ ਦੀ ਪਾਲਣਾ ਕਰਨ ਵਾਲਾ ਨਹੀਂ ਹੈ । ਸੰਸਾਰ ਵਿੱਚ ਪੂਜਾ ਕਰਨ ਵਾਲੇ ਤੀਰਥ, ਮਾਇਆ ਇਕੱਠੇ ਕਰਨ ਵਿੱਚ ਲਗੇ ਹਨ । ਸੰਤ ਥਾਪੇ ਜਾਂਦੇ ਹਨ, ਜੀਵ ਪਾਪ ਵਿੱਚ ਡੁੱਬਦੇ ਜਾਂਦੇ ਹਨ । ਸੰਸਾਰ ਵਿੱਚ ਪਾਪ ਨਾਲ ਸਾਗਰ ਭਰਦਾ ਜਾਂਦਾ ਹੈ ।

What has happened in the World and what are the worldly environments dominating the world life? No one obeys or adopts His Word in day to day life. Holy shrines are only interested in collecting worldly wealth and expanding buildings. The gurus, saints are being nominated and worldly creatures are drowning in sins. The world has become a terrible ocean of sins.

10. Guru Nanak Dev Ji – Page 432

ਮੰਮੈ! ਮੋਹੁ ਮਰਣੁ ਮਧੁਸੂਦਨੁ,	Mammai moh maran maDhusoodan
ਮਰਣੁ ਭਇਆ ਤਬ ਚੇਤਵਿਆ॥	maran bha-i-aa tab chaytvi-aa.
ਕਾਇਆ ਭੀਤਰਿ ਅਵਰੋ ਪੜਿਆ,	Kaa-i-aa bheetar avro parhi-aa
ਮੰਮਾ ਅਖਰੁ ਵੀਸਰਿਆ॥੨੮॥	mammaa akhar veesri-aa. ||28||

ਜੀਵ ਸੰਸਾਰਕ ਮੋਹ ਵਿੱਚ ਹੀ ਮਰ ਜਾਂਦਾ ਹੈ । ਅਸਲੀ ਮਰਨ ਤਾਂ ਸ਼ਬਦ ਦੀ ਪਾਲਣਾ ਕਰਦੇ ਸਮਾਧੀ ਵਿੱਚ ਲੀਨ ਹੋਣਾ ਹੈ । ਜੀਵ ਜਿਤਨਾ ਚਿਰ ਸਵਾਸ ਹੁੰਦੇ ਹਨ, ਬਹੁਤ ਲਿਖਦਾ ਪੜ੍ਹਦਾ ਹੈ, ਖੋਜ ਕਰਦਾ ਹੈ । ਪਰ ਇੱਕ ਅੱਖਰ, "ਮ" ਨਹੀਂ ਪੜ੍ਹਦਾ, ਖਿਆਲ ਕਰਦਾ । ਜਿਹੜਾ "ਮ" ਮੌਤ ਦਾ ਨਾਮ ਹੈ ।

Human may remain intoxicated with his possessions and his worldly attachments and in the end captured by the devil of death. The true way to die may be to enter into deep meditation in the void of His Word, in memory of separation from Him. As long as, he may be still breathing, he may read Holy scripture, writes meanings and searching. However, he may never comprehend one unique word, “M- mamaa”. “M- mamaa” is the name of Death.

11. Guru Arjan Dev Ji – Page 707

ਬਸੰਤਿ ਸ੍ਵਰਗ ਲੋਕਹ,	basant savarag lokah
ਜਿਤਤੇ ਪ੍ਰਿਥਵੀ ਨਵ ਖੰਡਣਹ॥	jittay parithvee nav khandnah.
ਬਿਸਰੰਤ ਹਰਿ ਗੋਪਾਲਹ, ਨਾਨਕ	bisrant har gopaalah naanak
ਤੇ ਪ੍ਰਾਣੀ ਉਦਿਆਨ ਭਰਮਣਹ॥੧॥	tay paraanee udi-aan bharamneh. ||1||

ਮਾਨਸ ਜੀਵ ਭਾਵੇਂ ਸਵੱਰਗ ਵਿੱਚ ਵਸਣ, ਸੰਸਾਰ ਦੇ ਨੌਂ ਖੰਡਾਂ ਤੇ ਜਿੱਤ ਪਾ ਲੈਣ । ਅਗਰ ਉਹ ਪ੍ਰਭ ਦੇ ਸ਼ਬਦ ਦਾ ਸਿਮਰਨ ਨਹੀ ਕਰਦੇ, ਪ੍ਰਭ ਨੂੰ ਭੁਲ ਜਾਂਦੇ ਹਨ । ਉਹਨਾਂ ਦਾ ਜੀਵਨ ਸੁੰਨੇ ਜੰਗਲ ਵਿੱਚ ਫਿਰਨ ਵਾਲੇ ਦੀ ਤਰ੍ਹਾਂ ਹੀ ਹੁੰਦਾ ਹੈ ।

Human may dwell in heaven or even conquer nine continentals. If he does not thank and adopt the teachings of His Word, his state of mind remains as he may be wandering in a wild forest.

12. Naam Dev Ji – Page 718

ਕੋਈ ਬੋਲੈ ਨਿਰਵਾ ਕੋਈ ਬੋਲੈ ਦੂਰਿ॥	ko-ee bolai nirvaa ko-ee bolai door.
ਜਲ ਕੀ ਮਾਛੁਲੀ ਚਰੈ ਖਜੂਰਿ॥੧॥	jal kee maachhulee charai khajoor. ||1||

ਸੰਸਾਰਕ ਅਣਜਾਣ ਜੀਵ, ਕੋਈ ਕਹਿੰਦਾ, ਪ੍ਰਭ ਦੂਰ, ਅਤੇ ਕੋਈ ਕਹਿੰਦਾ ਹੈ ਪ੍ਰਭ ਨੇੜੇ ਹੈ । ਇਹ ਵੀ ਆਖ ਸਕਦੇ ਹਾ, ਕਿ ਪਾਣੀ ਦੀ ਮੱਛੀ, ਬ੍ਰਿਛ ਉਪਰ ਰਹਿੰਦੀ ਹੈ ।

In the world, one may say God is near and others say He is far away from His creation. It may be said no one knows the truth.

13. Naam Dev Ji – Page 718

ਬਾਣੀਏ ਕੇ ਘਰ ਹੀਂਗੁ ਆਛੈ,	baanee-ay kay ghar heeNg aachhai
ਭੈਸਰ ਮਾਥੈ ਸੀਂਗੁ ਗੋ ॥	bhaisar maathai seeNg go.
ਦੇਵਲ ਮਧੇ ਲੀਗੁ ਆਛੈ,	dayval maDhay leeg aachhai
ਲੀਗੁ ਸੀਗੁ ਹੀਗੁ ਗੋ ॥੨॥	leeg seeg heeg go. ||2||

ਬਾਣੀਏ ਦੇ ਘਰ ਵਿੱਚ, ਮਨ ਵਿੱਚ, ਮਾਇਆ ਦੇ ਲਾਲਚ ਦਾ ਕਾਬੂ ਹੁੰਦਾ ਹੈ । ਸਾਰੇ ਕੰਮ, ਸੋਚ, ਵਿਚਾਰ ਸੰਸਾਰਕ ਧਨ ਨਾਲ ਹੀ ਸਬੰਧਤ ਹੁੰਦੇ ਹਨ। ਜਿਵੇਂ ਮੱਝ ਦੇ ਮੱਥੇ ਤੇ ਸਿੰਗ ਹੁੰਦੇ ਹਨ । ਇਸਤਰ੍ਹਾਂ ਸ਼ਿਵਾਂ ਦੇ ਮੰਦਰ ਵਿੱਚ ਮੂਰਤੀ, ਪੂਜਾ ਦਾ ਸਮਾਨ, ਢੋਲ ਢਮੰਕਾ, ਨਾਚ, ਆਰਤੀ ਹੁੰਦੀ ਹੈ ।

In the mind of a merchant, his desire to collect worldly wealth, greed may dominate in his thinking. The focus of his all deeds is collect more worldly wealth and prosperity. As buffalo has horns on her head! Same way in the home of worshipper, he has the material to worship.

14. Kabeer Ji – Page 792

ਦੁਖ ਸੁਖ ਕਰਿ ਕੈ ਕੁਟੰਬੁ ਜੀਵਾਇਆ॥ dukh sukh kar kai kutamb jeevaa-i-aa.
ਮਰਤੀ ਬਾਰ ਇਕਸਰ ਦੁਖੁ ਪਾਇਆ॥੨॥ martee baar iksar dukh paa-i-aa. ||2||

ਜੀਵ ਤੂੰ ਆਪ ਦੁਖ, ਸੁਖ, ਭੁੱਖ ਵਿੱਚ ਰਹਿੰਦੇ, ਆਪਣੇ ਪ੍ਰਵਾਰ ਦੀ ਰੱਖਿਆ, ਪਾਲਣਾ ਕਰਦਾ ਹੈ । ਮੌਤ ਤੋਂ ਪਿਛੋਂ ਆਪਣੇ ਕੀਤੇ ਦਾ ਤੂੰ ਹੀ ਜਵਾਬ ਦੇਣਾ ਹੈ ।

Human endures pain and hunger to feed and prosper his children. After death, only he has to response for His evil deeds.

15. Guru Arjan Dev Ji – Page 805

ਅਰਥ ਧਰਮ ਕਾਮ ਮੋਖ ਕਾ ਦਾਤਾ॥ arath Dharam kaam mokh kaa daataa.
ਪੂਰੀ ਭਈ ਸਿਮਰਿ pooree bha-ee simar
ਸਿਮਰਿ ਬਿਧਾਤਾ॥੩॥ simar biDhaataa. ||3||

ਪ੍ਰਭ ਆਪ ਹੀ ਜੀਵਨ ਬਤੀਤ ਕਰਨ ਲਈ ਧੰਦਾ, ਪੇਟ ਭਰਨ ਦਾ ਸਾਧਨ ਬਖਸ਼ਦਾ ਹੈ । ਉਹ ਹੀ ਚਾਰੇ ਪਦਾਰਥਾਂ ਦਾ ਅਸਲੀ ਮਾਲਕ, ਦਾਤਾ ਹੈ । ਸ਼ਬਦ ਤੇ ਭਰੋਸਾ ਅਡੋਲ ਕਰਦਾ ਹੈ, ਪ੍ਰਵਾਨਗੀ ਦੇ ਰਸਤੇ ਤੇ ਪਾਉਂਦਾ ਹੈ । ਸ਼ਬਦ ਦੀ ਪਾਲਣਾ ਕਰਨ ਨਾਲ ਜੀਵ ਦੇ ਪਿਛਲੇ ਜਨਮਾਂ ਦੇ ਕੀਤੇ ਚੰਗੇ ਕੰਮਾਂ ਦਾ ਫਲ ਬਖਸ਼ਿਸ਼ ਹੋ ਜਾਂਦਾ ਹੈ।

The One and Only One, is the True Master of four virtues. He inspires His true devotee to meditation and adopt His Word with steady and stable belief and inspires him on the right path. By obeying His Word, he may be rewarded for good deeds of his previous life.

16. Guru Arjan Dev Ji – Page 809

ਤੁਮ੍ ਦੇਵਹੁ ਸਭੁ ਕਿਛੁ ਦਇਆ ਧਾਰਿ, tumH dayvhu sabh kichh da-i-aa Dhaar
ਹਮ ਅਕਿਰਤ ਘਨਾਰੇ॥ ham akirat-ghanaaray.
ਲਾਗਿ ਪਰੇ ਤੇਰੇ ਦਾਨ ਸਿਉ, laag paray tayray daan si-o
ਨਹ ਚਿਤਿ ਖਸਮਾਰੇ॥੩॥ nah chit khasmaaray. ||3||

ਪ੍ਰਭ ਤੂੰ ਅਨੇਕਾਂ ਹੀ ਦਾਤਾਂ ਬਖਸ਼ਦਾ ਹੈ । ਮਾਨਸ ਜੀਵ ਤੇਰੀਆਂ ਬਖਸ਼ਿਸ਼ਾਂ ਨਾਲ ਬਹੁਤ ਪਿਆਰ ਕਰਦਾ ਹੈ । ਪਰ ਬਖਸ਼ਣ ਹਾਰੇ ਦੇ ਸ਼ਬਦ ਦੀ ਕੋਈ ਪ੍ਰਵਾਹ ਨਹੀਂ ਕਰਦਾ । ਉਸ ਦੇ ਭਾਣੇ ਅਨੁਸਾਰ ਜੀਵਨ ਨਹੀਂ ਢਾਲਦਾ, ਬਖਸ਼ਣ ਹਾਰੇ ਨੂੰ ਮਨ ਵਿੱਚ ਯਾਦ ਨਹੀਂ ਰੱਖਦਾ ।

With Your mercy and grace, blesses unlimited virtues to your creation. Worldly creatures love Your blessings, however, does not pay any attention to the teachings of His Word to adopt in his day to day life. He does not remember the purpose of his human life blessings and may not remember the misery of separation from the separation from The Holy Spirit.

17. Guru Arjan Dev Ji – Page 811

ਕੀਤਾ ਲੋੜਹਿ ਸੋ ਕਰਹਿ,	keetaa lorheh so karahi
ਤੁਝ ਬਿਨੁ ਕਛੁ ਨਾਹਿ॥	tujh bin kachh naahi.
ਪਰਤਾਪੁ ਤੁਮ੍ਾਰਾ ਦੇਖਿ ਕੈ,	partaap tumHaaraa daykh kai
ਜਮਦੂਤ ਛਡਿ ਜਾਹਿ॥੧॥	jamdoot chhad jaahi. ‖1‖

ਪ੍ਰਭ ਤੇਰੇ ਬਖਸ਼ੇ ਹੋਏ ਧੰਦੇ ਹੀ ਜੀਵ ਕਰਦਾ, ਕਰ ਸਕਦਾ, ਤੇਰੀ ਰਹਿਮਤ ਤੋਂ ਬਿਨਾਂ ਕੁਝ ਨਹੀਂ ਹੋ ਸਕਦਾ । ਜਿਸ ਤੇ ਤੇਰੀ ਰਹਿਮਤ ਦੀ ਨਜ਼ਰ ਬਖਸ਼ਿਸ਼ ਹੋ ਜਾਂਦੀ ਹੈ । ਜਮਦੂਤ ਉਸ ਦੇ ਨੇੜੇ ਨਹੀਂ ਜਾ ਸਕਦਾ ।

Human can only perform tasks, deeds as per your blessings. Whosoever may be accepted in Your sanctuary, the devil of death cannot go close to him.

18. Guru Arjan Dev Ji – Page 886

ਚਾਰਿ ਪੁਕਾਰਹਿ ਨਾ ਤੂ ਮਾਨਹਿ॥	chaar pukaareh naa too maaneh.
ਖਟੁ ਭੀ ਏਕਾ ਬਾਤ ਵਖਾਨਹਿ॥	khat bhee aykaa baat vakhaaneh.
ਦਸ ਅਸਟੀ ਮਿਲਿ ਏਕੋ ਕਹਿਆ॥	das astee mil ayko kahi-aa.
ਤਾ ਭੀ ਜੋਗੀ ਭੇਦੁ ਨ ਲਹਿਆ॥੧॥	taa bhee jogee bhayd na lahi-aa. ‖1‖

ਸਾਰੇ ਧਰਮਾਂ ਦੇ ਗ੍ਰੰਥ, ਸ਼ਬਦ ਦੀ ਪਾਲਣਾ ਨੂੰ ਹੀ ਇੱਕੋ ਇੱਕ ਪ੍ਰਵਾਨਗੀ ਦਾ ਰਸਤਾ ਮੰਨਦੇ ਹਨ । ਪਰ ਮਾਨਸ ਜੀਵ ਇਸ ਦੀ ਕੋਈ ਪ੍ਰਵਾਹ ਨਹੀਂ ਕਰਦਾ, ਇਸ ਨੂੰ ਜੀਵਨ ਵਿੱਚ ਨਹੀ ਢਾਲਦਾ । ਜਿਹੜੇ ਬੰਦਗੀ ਕਰਨ ਵਾਲੇ ਸ਼ਬਦ ਨੂੰ ਜੀਵਨ ਵਿੱਚ ਨਹੀਂ ਢਾਲਦੇ ! ਉਹਨਾਂ ਨੂੰ ਪ੍ਰਵਾਨਗੀ ਦੇ ਰਸਤੇ ਦੀ ਸੋਝੀ ਨਹੀਂ ਹੁੰਦੀ । (ਚਾਰੇ ਵੇਦ, 6 ਸਾਸਤ੍ਰ, 18 ਪਰਾਣ ਬਾਕੀ ਸਾਰੇ ਗ੍ਰੰਥ)

Religious preachers, thinks and preaches the Holy scripture that adopting teachings of His Word in life as a right path of salvation. However, they may not adopt His Word in their own life and they remain ignorant from the right path of salvation.

19. Guru Arjan Dev Ji – Page 892

ਕਉਡੀ ਬਦਲੈ ਤਿਆਗੈ ਰਤਨੁ॥	ka-udee badlai ti-aagai ratan.
ਛੋਡਿ ਜਾਇ ਤਾਹੂ ਕਾ ਜਤਨੁ॥	chhod jaa-ay taahoo kaa jatan.
ਸੋ ਸੰਚੈ ਜੋ ਹੋਛੀ ਬਾਤ॥	so sanchai jo hochhee baat.
ਮਾਇਆ ਮੋਹਿਆ ਟੇਢਉ ਜਾਤ॥੧॥	maa-i-aa mohi-aa taydha-o jaat. ‖1‖

ਮਾਨਸ ਥੋੜ੍ਹਾ ਸਮਾਂ ਅਨੰਦ ਦੇਣ ਵਾਲੇ ਪਦਾਰਥ ਪਾਉਣ ਲਈ, ਸਿਮਰਨ ਤਿਆਗ ਦੇਂਦਾ ਹੈ । ਸਦਾ ਸਾਥ ਦੇਣ ਵਾਲੇ ਅਨੰਦ ਪਾਉਣ ਦੀ ਕੋਸ਼ਿਸ਼ ਤਿਆਗ ਦੇਂਦਾ ਹੈ । ਜਿਹੜੇ ਪਦਾਰਥਾਂ ਨਾਲ ਪ੍ਰਭ ਦੇ ਦਰਬਾਰ ਵਿੱਚ ਪ੍ਰਵਾਨਗੀ ਬਖਸ਼ਿਸ਼ ਨਹੀਂ ਹੁੰਦੀ । ਉਹ ਪਦਾਰਥ ਪ੍ਰਾਪਤ ਕਰਨ ਦੀ ਇੱਛਾ ਰੱਖਦਾ, ਜਿਸ ਨਾਲ ਪ੍ਰਭ ਦੀ ਰਹਿਮਤ ਦੂਰ ਹੋ ਜਾਂਦੀ ਹੈ । ਉਹ ਪਦਾਰਥ, ਧਨ ਇਕੱਠਾ ਕਰਦਾ, ਜਿਸ ਦੀ ਪ੍ਰਭ ਦੇ ਦਰਬਾਰ ਵਿੱਚ ਕੋਈ ਕੀਮਤ ਨਹੀਂ ਪੈਂਦੀ । ਉਹ ਸੰਸਾਰਕ ਮਾਇਆ ਦੇ ਜਾਲ ਵਿੱਚ ਫਸਿਆ ਰਹਿੰਦਾ ਹੈ । ਇਸ ਪਿੱਛੇ ਲਗਾ ਅਨੇਕਾਂ ਕਿਸਮਾਂ ਦੇ ਯਤਨ ਕਰਦਾ ਰਹਿੰਦਾ ਹੈ ।

Human may abandon the meditation of His Word to obtain short lived pleasures of life. He may not even try to find permanent comfort, pleasures of life. His collected virtues and wealth, may not bring him, peace and contentment in his life. Rather, he may increase his burdens of sins with his collected worldly wealth. His earning of worldly wealth and possessions may not have any value in His court and may cannot carries with him after death. He remains trapped in greed and becomes slave of worldly wealth and keeps trying harder.

20. Guru Nanak Dev Ji – Page 904

ਵਾਚੈ ਵਾਦੁ ਨ ਬੇਦੁ ਬੀਚਾਰੀ॥	vaachai vaad na bayd beechaarai.
ਆਪਿ ਡੁਬੈ ਕਿਉ ਪਿਤਰਾ ਤਾਰੀ॥	aap dubai ki-o pitraa taarai.
ਘਟਿ ਘਟਿ ਬ੍ਰਹਮੁ ਚੀਨੈ ਜਨੁ ਕੋਇ॥	ghat ghat barahm cheenai jan ko-ay.
ਸਤਿਗੁਰੁ ਮਿਲੈ ਤ ਸੋਝੀ ਹੋਇ॥੪॥	satgur milai ta sojhee ho-ay. ‖4‖

ਜੀਵ ਤੂੰ ਧਰਮ ਦੇ ਗ੍ਰੰਥ ਨੂੰ ਪੜ੍ਹਦਾ, ਕਥਾ ਸੁਣਦਾ ਹੈ! ਪਰ ਇਸ ਦਾ ਆਪਣੇ ਮਨ ਤੇ ਕੋਈ ਪ੍ਰਭਾਵ ਨਹੀਂ ਪੈਣ ਦੇਂਦਾ । ਤੂੰ ਆਪ ਤਾਂ ਪਾਪਾਂ ਵਿੱਚ ਡੁੱਬਦਾ ਜਾਂਦਾ ਹੈ! ਆਪਣੀ ਕੁਲ ਨੂੰ, ਬਜ਼ੁਰਗਾਂ ਨੂੰ ਕਿਵੇਂ ਤਾਰ ਸਕਦਾ ਹੈ? ਕੋਈ ਵਿਰਲੇ ਹੀ, ਹਰਇੱਕ ਜੀਵ ਅੰਦਰ ਪ੍ਰਭ ਦੀ ਜੋਤ ਦੇਖਦੇ ਹਨ । ਜਿਹੜਾ ਸ਼ਬਦ ਨਾਲ ਜੀਵਨ ਢਾਲਦਾ ਹੈ, ਉਸ ਨੂੰ ਇਹ ਸੋਝੀ ਬਖਸ਼ਿਸ਼ ਹੋ ਜਾਂਦੀ ਹੈ

Human may read and listen to the Holy sermons. However, he may not adopt any of the teachings in his day to day life. He keeps drowning deeper in terrible ocean of worldly desires. How may he save his generations, elders? Very rare devotee may realize His Word in his heart. Whosoever may adopt the teachings of His Word, he may be enlightened with His vision.

21. Guru Nanak Dev Ji – Page 905

ਹਠੁ ਅਹੰਕਾਰੁ ਕਰੈ ਨਹੀ ਪਾਵੈ॥	hath ahaNkaar karai nahee paavai.
ਪਾਠ ਪੜੈ ਲੇ ਲੋਕ ਸੁਣਾਵੈ॥	paath parhai lay lok sunaavai.
ਤੀਰਥਿ ਭਰਮਸਿ ਬਿਆਧਿ ਨ ਜਾਵੈ॥	tirath bharmas bi-aaDh na jaavai.
ਨਾਮ ਬਿਨਾ ਕੈਸੇ ਸੁਖੁ ਪਾਵੈ॥੪॥	naam binaa kaisay sukh paavai. ‖4‖

ਅਹੰਕਾਰ ਵਿੱਚ ਮਨ ਦੀ ਦ੍ਰਿੜ੍ਹਤਾ ਕਰਨ ਨਾਲ ਰਹਿਮਤ ਨਹੀਂ ਪਈ ਜਾ ਸਕਦੀ । ਪਾਠ ਕਰਨ, ਲੋਕਾਂ ਨੂੰ ਸੁਣਾਉਣ, ਤੀਰਥ ਯਾਤਰਾਂ, ਇਸ਼ਨਾਨ ਕਰਨ ਨਾਲ ਮਨ ਦੀ ਅਹੰਕਾਰ ਦੀ ਬਿਮਾਰੀ ਖਤਮ ਨਹੀਂ ਹੁੰਦੀ । ਸ਼ਬਦ ਦੀ ਪਾਲਣਾ ਕਰਨ ਤੋਂ ਬਿਨਾਂ ਮਨ ਨੂੰ ਸ਼ਾਂਤੀ ਬਖਸ਼ਿਸ਼ ਨਹੀਂ ਹੁੰਦੀ ।

By controlling his own ego and meditating on His Word, no one may be blessed by His mercy and grace! By reading and preaching Holy scripture, journey of Holy shrine, disease of ego may not be cured. Without adopting the teachings of His Word in own life, peace may not dwell in his mind.

22. Guru Nanak Dev Ji – Page 990

ਕਾਇਆ ਆਰਣੁ ਮਨੁ ਵਿਚਿ ਲੋਹਾ,	kaa-i-aa aaran man vich lohaa
ਪੰਚ ਅਗਨਿ ਤਿਤੁ ਲਾਗਿ ਰਹੀ॥	panch agan tit laag rahee.
ਕੋਇਲੇ ਪਾਪ ਪੜੇ ਤਿਸੁ ਊਪਰਿ,	ko-ilay paap parhay tis oopar
ਮਨੁ ਜਲਿਆ ਸੰਨ੍ਹੀ ਚਿੰਤ ਭਈ॥੩॥	man jali-aa sanHee chint bha-ee. ‖3‖

ਤਨ ਇੱਛਾਂ ਦੀ ਅੱਗ ਦੀ ਭੱਠੀ ਵਿੱਚ ਲੋਹੇ ਦੀ ਤਰ੍ਹਾਂ ਹੀ ਹੈ । ਇਸ ਨੂੰ ਪੰਜੇਂ ਇੱਛਾਂ ਦੀਆਂ ਅੱਗਾਂ ਗਰਮ ਕਰਦੀਆਂ ਹਨ । ਜੀਵਨ ਦੇ ਮੰਦੇ ਕੰਮ ਬਾਲਨ ਦੀ ਤਰ੍ਹਾਂ ਮਨ ਨੂੰ ਜਲਾ ਦੇਂਦੇ ਹਨ । ਜੀਭ ਇਸ ਦੀ ਚਿੰਤਾ ਵਿੱਚ ਰੋਂਦੀ ਕਰਲਾਉਂਦੀ ਹੈ ।

Human body is like an oven of fire of worldly desires and five kinds of fires of worldly desires keep it burning. All evil thoughts and evil deeds act like fuel to keep this fire going. His tongue cries in worries of worldly desires and loss.

23. Guru Amar Das Ji – Page 1057

ਰਸ ਕਸ ਖਾਏ ਪਿੰਡੁ ਵਧਾਏ॥	ras kas khaa-ay pind vaDhaa-ay.
ਭੇਖ ਕਰੈ ਗੁਰ ਸਬਦੁ ਨ ਕਮਾਏ॥	bhaykh karai gur sabad na kamaa-ay.
ਅੰਤਰਿ ਰੋਗੁ ਮਹਾ ਦੁਖੁ ਭਾਰੀ,	antar rog mahaa dukh bhaaree
ਬਿਸਟਾ ਮਾਹਿ ਸਮਾਹਾ ਹੇ ॥੧੦॥	bistaa maahi samaahaa hay. ‖10‖

ਜੀਵ ਸੰਸਾਰ ਵਿੱਚ ਮੂੰਹ ਦੇ ਸਵਾਦ ਲਈ ਗਲਤ ਭੋਜਨ ਖਾਂਦਾ, ਆਪਣੀ ਮਨ ਦੀ ਇੱਛਾਂ ਤੇ ਕਾਬੂ ਨਹੀਂ ਪਾਉਂਦਾ । ਲੋਕ ਦਿਖਾਵੇ ਲਈ ਧਾਰਮਕ ਬਾਣਾ ਪਾਉਂਦਾ, ਬਾਕੀ ਜੀਵਾਂ ਵਿੱਚ ਸੋਭਾ ਬਣਾਉਂਦਾ ਹੈ । ਪਰ ਉਸ ਦੇ ਕੰਮ ਸ਼ਬਦ ਅਨੁਸਾਰ, ਜੀਵਾਂ ਦੀ ਭਲਾਈ ਦੇ ਨਹੀਂ, ਜੀਵਨ ਸ਼ਬਦ ਨਾਲ ਢਾਲਦਾ ਨਹੀਂ । ਉਸ ਦੇ ਮਨ ਦੇ ਕੇਂਦਰ ਵਿੱਚ ਇੱਕ ਭਾਰੀ ਰੋਗ ਲਗਾ ਰਹਿੰਦਾ ਹੈ । ਮਨ ਦੀਆਂ ਇੱਛਾਂ ਨਾਲ ਮਾਨਸ ਜੀਵਨ ਬਿਰਥਾ ਹੀ ਤਬਾਹ ਕਰੀ ਜਾਂਦਾ ਹੈ।

In world, human remains as a slave of taste of his tongue and eat wrong, banned food. He may not be able to subdue his worldly desires. To gain worldly honor, wears religious robes, but his deeds may not be according to His Word. He may not adopt His Word in his day to day life and deeds. His mind remains infected with very serious disease of ego. He may waste his golden opportunity of human life.

24. Guru Amar Das Ji – Page 1131

ਕਲਿ ਮਹਿ ਪ੍ਰੇਤ	kal meh parayt
ਜਿਨ੍ਹੀ ਰਾਮੁ ਨ ਪਛਾਤਾ,	jinHee raam na pachhaataa
ਸਤਜੁਗਿ ਪਰਮ ਹੰਸ ਬੀਚਾਰੀ॥	satjug param hans beechaaree.
ਦੁਆਪੁਰਿ ਤ੍ਰੇਤੈ ਮਾਣਸ ਵਰਤਹਿ,	du-aapur taraytai maanas varteh
ਵਿਰਲੈ ਹਉਮੈ ਮਾਰੀ॥੧॥	virlai ha-umai maaree. ‖1‖

ਕੱਲਯੁਗ ਵਿੱਚ ਜਿਹੜੇ ਪ੍ਰਭ ਦੇ ਸ਼ਬਦ ਦੀ ਸੋਝੀ ਨਹੀਂ ਪਾਉਂਦੇ, ਉਹ ਭੂਤ ਹੀ ਹੁੰਦੇ ਹਨ । ਸਤਜੁਗ ਵਿੱਚ ਉਤਮ ਆਤਮਾ, ਪ੍ਰਭ ਦੀ ਕਰਾਮਤ ਦਾ ਵਿਚਾਰ ਕਰਦੇ, ਸ਼ਬਦ ਨਾਲ ਜੀਵਨ ਢਾਲਦੇ ਸਨ । ਦੁਆਪਰਿ ਅਤੇ ਤ੍ਰੇਤੈ ਜੁਗ ਵਿੱਚ ਮਾਨਸ ਜੀਵਨ ਕਰਤਬ ਕਰਦੇ ਸਨ । ਪਰ ਕੋਈ ਵਿਰਲਾ ਹੀ ਜੀਵ ਆਪਣੇ ਅਹੰਕਾਰ ਤੇ ਜਿੱਤ ਪਾਉਂਦਾ ਸੀ ।

In Kali Yuga- Age, who may not understand and may not obey His Word, he may be just like a ghost. In Sat Yuga- Age, soul was always thinking about His nature. Sings His glory for His blessings of second chance and adopts His Word in life. In Devapur and Trata Age, human was performing and depending on good deeds. However, very rare could conquer his own ego.

25. Guru Arjan Dev Ji – Page 1202

ਕਰਹਿ ਸੋਮ ਪਾਕੁ ਹਿਰਹਿ ਪਰ ਦਰਬਾ,	karahi som paak hireh par darbaa
ਅੰਤਰਿ ਝੂਠ ਗੁਮਾਨ॥	antar jhooth gumaan.
ਸਾਸਤ੍ਰ ਬੇਦ ਕੀ ਬਿਧਿ ਨਹੀ ਜਾਣਹਿ,	saastar bayd kee biDh nahee jaaneh
ਬਿਆਪੇ ਮਨ ਕੈ ਮਾਨ॥੨॥	bi-aapay man kai maan. ‖2‖

ਮਾਨਸ ਜੀਵ ਚੰਗਾ ਖਾਣਾ ਖਾਂਦਾ, ਬਾਕੀ ਜੀਵ ਦੀ ਕਮਾਈ ਤੇ ਕਬਜ਼ਾ ਕਰਦਾ ਹੈ । ਉਸ ਦਾ ਮਨ, ਜੀਵਨ ਫਰੇਬ ਅਤੇ ਹੈਸੀਅਤ ਦੇ ਅਹੰਕਾਰ ਨਾਲ ਭਰਿਆ ਰਹਿੰਦਾ ਹੈ । ਉਸ ਨੂੰ ਵੇਦਾਂ, ਸਾਸਤ੍ਰ ਦੀ ਕੋਈ ਸੋਝੀ ਨਹੀਂ ਹੁੰਦੀ, ਮਨ ਅਹੰਕਾਰ ਦੇ ਜਾਲ ਵਿੱਚ ਫਸਿਆ ਹੁੰਦਾ ਹੈ ।

Whosoever may rob the earnest living of others and enjoys glamorous food and pleasures. His mind may remain overwhelmed with false ego, greed and false pride of his worldly status, identity. He may not comprehend the of teachings of any Holy scriptures. He remains a slave of worldly ego and remain in the trap of three virtue of worldly wealth.

26. Kabeer Ji – Page 1350

ਪਕਰਿ ਜੀਉ ਆਨਿਆ ਦੇਹ ਬਿਨਾਸੀ,	pakar jee-o aani-aa dayh binaasee
ਮਾਟੀ ਕਉ ਬਿਸਮਿਲਿ ਕੀਆ॥	maatee ka-o bismil kee-aa.
ਜੋਤਿ ਸਰੂਪ ਅਨਾਹਤ ਲਾਗੀ,	jot saroop anaahat laagee
ਕਹੁ ਹਲਾਲੁ ਕਿਆ ਕੀਆ॥੨॥	kaho halaal ki-aa kee-aa. ‖2‖

ਜਦੋਂ ਜੀਵ ਕਿਸੇ ਜਾਨਵਰ ਨੂੰ ਪਕੜ ਕੇ ਆਪਣੇ ਖਾਣੇ ਵਾਸਤੇ ਮਾਰਦਾ ਹੈ, ਤਾਂ ਉਹ ਕੇਵਲ ਇਸ ਤਨ, ਮਾਸ, ਮਿੱਟੀ ਨੂੰ ਹੀ ਮਾਰਦਾ ਹੈ । ਪਰ ਉਸ ਦੀ ਆਤਮਾ ਨੂੰ ਤਾਂ ਮਾਰ ਨਹੀਂ ਸਕਦਾ ! ਉਹ ਤਾਂ ਕਿਸੇ ਹੋਰ ਮਿੱਟੀ ਵਿੱਚ ਜਾ ਬੈਠਦੀ ਹੈ । ਤਾਂ ਸੋਚੋ ! ਤੂੰ ਕੇਵਲ ਪ੍ਰਭ ਦੀ ਬਣਤਰ ਨੂੰ ਹੀ ਬਦਲਿਆ ਹੈ, ਤੂੰ ਕਿ ਮਾਰਿਆ ਹੈ? ਜੋ ਉਸ ਜੀਵ ਨੇ ਆਪਣੀ ਕੀਤੀ ਗਲਤੀ ਦੀ ਸਜ਼ਾ, ਫਲ ਪਾਉਣਾ ਸੀ, ਤੂੰ ਆਪਣੇ ਖਾਤੇ ਵਿੱਚ ਪਾ ਲਿਆ ਹੈ ।

Whosoever may kill some other creature for food, he may only eat his flesh, body, dust. His soul cannot be killed or die, it enters in another body, dust, dirt. Imagine, what have changed, you only changes and destroyed His creation? Whatsoever may be the punishment his enduring of her evil deeds, you may have increased your burden of evil deeds.

27. Parmaanand Ji – Page 1253

ਹਿੰਸਾ ਤਉ ਮਨ ਤੇ ਨਹੀ ਛੂਟੀ,	Hinsaa ta-o man tay nahee chhootee
ਜੀਅ ਦਇਆ ਨਹੀ ਪਾਲੀ ॥	jee-a da-i-aa nahee paalee.
ਪਰਮਾਨੰਦ ਸਾਧਸੰਗਤਿ ਮਿਲਿ,	Parmaanand saaDhsangat mil
ਕਥਾ ਪੁਨੀਤ ਨ ਚਾਲੀ ॥੩॥੧॥੬॥	kathaa puneet na chaalee. ‖3‖1‖6‖

ਤੇਰੇ ਮਨ ਵਿੱਚ ਦੂਸਰੇ ਜੀਵਾ ਨੂੰ ਮਾਰਨ ਦੀ ਇੱਛਾ ਖਤਮ ਨਹੀਂ ਹੋਈ । ਉਸ ਦੀ ਬਣਾਈ ਸ੍ਰਿਸ਼ਟੀ ਦੀ ਭਲਾਈ ਦਾ ਕੋਈ ਕੰਮ ਨਹੀਂ ਕੀਤਾ । ਜਿਹੜੇ ਪ੍ਰਭ ਦੀ ਸਿਖਿਆ ਤੋਂ ਮੂੰਹ ਫੇਰ ਲੈਂਦਾ ਹਨ, ਇਹ ਉਹਨਾਂ ਦੇ ਹੀ ਕੰਮ ਹਨ । ਉਹਨਾਂ ਦਾ ਸਾਥ ਛੱਡ ਦੇਵੋ! ਇਹਨਾਂ ਨਾਲ ਦਰਬਾਰ ਵਿੱਚ ਸ਼ਰਮਿੰਦਗੀ ਤੋਂ ਇਲਾਵਾ ਕੁਝ ਨਹੀਂ ਮਿਲੱਣਾ । ਸੰਤ ਸਰੂਪਾ ਜੀਵਾ ਦੇ ਜੀਵਨ ਤੋਂ ਪ੍ਰਭ ਦੇ ਸ਼ਬਦ ਤੋਂ ਸਿਖਿਆ ਲਵੋ । ਆਪਣੇ ਜੀਵਨ ਦਾ ਅਧਾਰ ਬਣਾਵੋ! ਉਸ ਨਾਲ ਮਾਨਸ ਜਨਮ ਦਾ ਮੰਤਵ ਸਮਝ ਆ ਜਾਵੇਗਾ ।

Whosoever may not obey His Word, always thinks about hurting, killing others. He does not perform any good deeds for the welfare of His creation. This remains the state of his mind of a creature, who may abandon the teachings of His Word. With the association of those human, one only may be embarrassed and should stay away. Adopting the teachings of His true devotee in day to day life! One may realize the right path. the purpose of life.

28. Guru Amar Das Ji – Page 949

ਅਭਿਆਗਤ ਏਹਿ ਨ ਆਖੀਅਨਿ,	abhi-aagat ayhi na aakhee-an
ਜਿਨ ਕੈ ਚਿਤ ਮਹਿ ਭਰਮੁ॥	jin kay chit meh bharam.
ਤਿਸ ਦੈ ਦਿਤੈ ਨਾਨਕਾ,	tis dai ditai naankaa
ਤੇਹੋ ਜੇਹਾ ਧਰਮੁ॥	tayho jayhaa Dharam.
ਅਭੈ ਨਿਰੰਜਨੁ ਪਰਮ ਪਦੁ,	abhai niranjan param pad
ਤਾ ਕਾ ਭੂਖਾ ਹੋਇ॥	taa kaa bhookhaa ho-ay.
ਤਿਸ ਕਾ ਭੋਜਨੁ ਨਾਨਕਾ,	tis kaa bhojan naankaa
ਵਿਰਲਾ ਪਾਏ ਕੋਇ॥੧॥	virlaa paa-ay ko-ay. ‖1‖

ਜਿਹੜੇ ਜੀਵ ਦਾ ਮਨ ਭਰਮਾਂ ਨਾਲ ਭਰਿਆ ਹੁੰਦਾ ਹੈ । ਉਸ ਨੂੰ ਦਾਸ ਜਾ ਸੰਤ ਨਹੀਂ ਕਿਹਾ ਜਾ ਸਕਦਾ । ਸ਼ਬਦ ਦੀ ਮਨੋ ਪਾਲਣਾ ਕਰਨ ਨਾਲ, ਸੇਵਾ ਕਰਨ ਨਾਲ ਉਸ ਦਾ ਫਲ ਬਖਸ਼ਿਸ਼ ਹੁੰਦਾ ਹੈ । ਉਸ ਦੇ ਮਨ ਵਿੱਚ ਪ੍ਰਭ ਨੂੰ ਮਿਲੱਣ ਦੀ ਰਹਿਮਤ ਦੀ ਭੁੱਖ ਰਹਿੰਦੀ ਹੈ । ਕੋਈ ਵਿਰਲਾ ਹੀ ਬੰਦਗੀ ਕਰਨ ਵਾਲਾ, ਪ੍ਰਭ ਦੇ ਸ਼ਬਦ ਦੀ ਪਾਲਣਾ ਦੇ ਭੋਜਨ ਦਾ ਅਨੰਦ ਮਾਣਦਾ ਹੈ ।

Whosoever may be entangled in suspicions, he may not be called His true devotee or saint. Whosoever wholeheartedly obeys His Word, he may be called a true religious human. With His mercy and grace, he may be blessed with devotion to obey His Word and His blessed vision. However, very rare devotee may adopt His Word and enjoys the blossom in life.

29. Kabeer Ji – Page 1377

ਕਬੀਰ ਭਾਂਗ ਮਾਛੁਲੀ ਸੁਰਾ ਪਾਨਿ,	kabeer bhaaNg maachhulee suraa paan
ਜੋ ਜੋ ਪ੍ਰਾਨੀ ਖਾਂਹਿ॥	jo jo paraanee khaaNhi.
ਤੀਰਥ ਬਰਤ ਨੇਮ ਕੀਏ,	tirath barat naym kee-ay
ਤੇ ਸਭੈ ਰਸਾਤਲਿ ਜਾਂਹਿ॥੨੩੩॥	tay sabhai rasaatal jaaNhi. ‖233‖

ਜੋ ਜੀਵ ਮਾਸ ਖਾਂਦਾ ਹੈ, ਜਾਂ ਨਸ਼ਾ ਕਰਦਾ ਹੈ (ਮਛੀ, ਸੁਖਾ, ਸਰਾਬ) । ਉਹ ਕਿਸੇ ਵੀ ਧਰਮ ਨੂੰ ਮੰਨਣ ਵਾਲਾ ਕਿਉਂ ਨਾ ਹੋਵੇ! ਜਾ ਕਿਸੇ ਵੀ ਤੀਰਥ ਤੇ ਜਾਣ ਵਾਲਾ ਹੋਵੇ, ਉਹ ਨਰਕ ਦਾ ਹੀ ਭਾਗੀ ਹੁੰਦਾ ਹੈ ।

Whosoever may eat flesh and may be intoxicated to cover his greed and ego! No matter which religions may he belongs to, believe in, he cannot be a religious soul! No matter, which shrine may he go to or do charity, deeds, after death his destination is hell only.

30. Guru Tegh Bahadur Ji – Page 1426

ਜਤਨ ਬਹੁਤ ਸੁਖ ਕੇ ਕੀਏ,	jatan bahut sukh kay kee-ay
ਦੁਖ ਕੋ ਕੀਓ ਨ ਕੋਇ॥	dukh ko kee-o na ko-ay.
ਕਹੁ ਨਾਨਕ ਸੁਨਿ ਰੇ ਮਨਾ,	kaho naanak sun ray manaa
ਹਰਿ ਭਾਵੈ ਸੋ ਹੋਇ॥੩੯॥	har bhaavai so ho-ay. ||39||

ਜੀਵ ਇਸ ਸੰਸਾਰ ਵਿੱਚ ਸੁਖ ਅਤੇ ਸ਼ਾਂਤੀ ਦੇ ਸਾਰੇ ਢੰਗ ਹੀ ਅਪਣਾਉਂਦਾ ਹੈ । ਪਰ ਦੁਖ (ਪ੍ਰਾਪਤ) ਤੋਂ ਬਚਣ ਦਾ ਕੋਈ ਯਤਨ ਨਹੀਂ ਕਰਦਾ । ਪਰ ਹੁੰਦਾ ਉਹ ਹੀ ਜੋ ਪ੍ਰਭ ਨੂੰ ਚੰਗਾ ਲਗਦਾ ਹੈ, ਉਸ ਦੀ ਰਜ਼ਾ ਹੁੰਦੀ ਹੈ ।

In the world, everyone tries his best to plan for comforts in his life. However, he never even thinks about protecting from sufferings and misfortunes of life, unpredictable events of life. His predetermined command can only prevail and cannot be alter.

31. Parmaanand Ji – Page 1253

ਬਾਟ ਪਾਰਿ ਘਰੁ ਮੂਸਿ ਬਿਰਾਨੋ,	baat paar ghar moos biraano
ਪੇਟੁ ਭਰੈ ਅਪ੍ਰਾਧੀ ॥	payt bharai apraaDhee.
ਜਿਹਿ ਪਰਲੋਕ ਜਾਇ ਅਪਕੀਰਤਿ,	jihi parlok jaa-ay apkeerat
ਸੋਈ ਅਬਿਦਿਆ ਸਾਧੀ ॥੨॥	so-ee abidi-aa saaDhee. ||2||

ਜਿਹੜਾ ਪਰਾਇਆ ਹੱਕ ਮਾਰ ਕੇ, ਧਨ ਇੱਕਠਾ ਕਰਦਾ, ਅਰਾਮ ਦਾ ਜੀਵਨ ਬਤੀਤ ਕਰਦਾ ਹੈ । ਉਹ ਸੰਸਾਰ ਵਿੱਚ ਸੋਭਾ ਪਾਉਂਦਾ ਹੈ, ਇਹ ਸਾਰੇ ਦੋਸ਼ੀਆ ਵਾਲੇ ਹੀ ਕੰਮ ਕਰਦਾ ਹੈ । ਪਰ ਜਦੋਂ ਤੂੰ ਉਸ ਦੀ ਦਰਗਾਹ ਵਿੱਚ ਲੇਖਾ ਦੇਵਾਗਾ, ਤਾਂ ਤੇਰੀਆਂ ਕੀਤੀਆਂ ਹੋਈਆਂ ਮੂਰਖਤਾਵਾਂ ਸਾਹਮਣੇ ਆ ਜਾਣੀਆਂ ਹਨ । ਇਹ ਤੈਨੂੰ ਭੁਗਤਨੀਆਂ ਹੀ ਪੈਣੀਆਂ ਹਨ ।

Human may rob others and enjoy comfort of worldly life, also worldly honor. All these are activities, deed of a culprit in His court. When his account may be settled in His court, all his evil deeds become apparent. He has to endure the punishment.

32. Guru Tegh Bahadur Ji – Page

ਰੇ ਮਨ ਕਉਨ ਗਤਿ ਹੋਇ ਹੈ ਤੇਰੀ॥	ray man ka-un gat ho-ay hai tayree.
ਇਹ ਜਗ ਮਹਿ ਰਾਮ ਨਾਮੁ,	ih jag meh raam naam
ਸੋ ਤਉ ਨਹੀ ਸੁਨਿਓ ਕਾਨਿ॥	so ta-o nahee suni-o kaan.
ਬਿਖਿਅਨ ਸਿਉ ਅਤਿ ਲੁਭਾਨਿ,	bikhi-an si-o at lubhaan
ਮਤਿ ਨਾਹਿਨ ਫੇਰੀ॥੧॥ ਰਹਾਉ॥	mat naahin fayree. ||1|| rahaa-o.

ਸੰਸਾਰ ਵਿੱਚ ਤੂੰ ਸ਼ਬਦ, ਕਦੇ ਨਹੀਂ ਸੁਣਇਆ, ਉਸ ਵਿੱਚ ਧਿਆਨ ਨਹੀਂ ਲਾਇਆ । ਧੋਖੇ, ਫਰੇਬ ਅਤੇ ਪਾਪਾਂ ਦੀ ਕਮਾਈ ਵਿੱਚ ਲਗਾ ਰਹਿੰਦਾ ਹੈ । ਇਸ ਦਾ ਖਿਆਲ ਨਹੀਂ ਛੱਡਦਾ, ਅੰਤ ਵਿੱਚ ਤੇਰਾ ਕੀ ਹਾਲ ਹੋਣਾ ਹੈ?

You have not heard, listened to His Word nor paid any attention to Holy sermons. Always entangles in robbing others earnest wealth with evil thoughts and plans. You should abandon those desires and imagine what may be your condition after death?

33. Guru Amar Das Ji – Page 512

ਸਤਿਗੁਰੁ ਜਿਨਾ ਨ ਸੇਵਿਓ,	satgur jinaa na sayvi-o
ਸਬਦਿ ਨ ਲਗੋ ਪਿਆਰੁ॥	sabad na lago pi-aar.
ਸਹਜੇ ਨਾਮੁ ਨ ਧਿਆਇਆ,	sehjay naam na Dhi-aa-i-aa
ਕਿਤੁ ਆਇਆ ਸੰਸਾਰਿ॥	kit aa-i-aa sansaar.
ਫਿਰਿ ਫਿਰਿ ਜੂਨੀ ਪਾਈਐ,	fir fir joonee paa-ee-ai
ਵਿਸਟਾ ਸਦਾ ਖੁਆਰੁ॥	vistaa sadaa khu-aar.
ਕੂੜੈ ਲਾਲਚਿ ਲਗਿਆ,	koorhai laalach lagi-aa
ਨਾ ਉਰਵਾਰੁ ਨ ਪਾਰੁ॥	naa urvaar na paar.
ਨਾਨਕ ਗੁਰਮੁਖਿ ਉਬਰੇ,	naanak gurmukh ubray
ਜਿ ਆਪਿ ਮੇਲੇ ਕਰਤਾਰਿ॥੨॥	je aap maylay kartaar. ||2||

ਜਿਹੜੇ ਪ੍ਰਭ ਦੇ ਸ਼ਬਦ ਦੀ ਪਾਲਣਾ ਨਹੀਂ ਕਰਦੇ, ਬੰਦਗੀ ਨਹੀਂ ਕਰਦੇ । ਉਹਨਾਂ ਨੂੰ ਸ਼ਬਦ ਦੀ ਸੋਝੀ ਨਹੀਂ ਹੁੰਦੀ, ਸ਼ਬਦ ਨਾਲ ਲਗਨ ਨਹੀਂ ਲਗਦੀ । ਉਹਨਾਂ ਦਾ ਮਾਨਸ ਜਨਮ ਲੈਣ ਦਾ ਕੀ ਲਾਭ ਹੁੰਦਾ ਹੈ? ਉਹ ਬਾਰ ਬਾਰ ਜੂੰਨਾਂ ਵਿੱਚ ਜਾਂਦੇ, ਰੂੜੀ ਦੇ ਕੀੜੇ ਵਾਗੂੰ ਰੂੜੀ ਵਿੱਚ ਹੀ ਰਲ ਜਾਂਦੇ ਹਨ । ਉਹਨਾਂ ਤੇ ਸੰਸਾਰਕ ਇੱਛਾਂ ਦਾ ਲਾਲਚ ਜ਼ੋਰ ਕਰ ਜਾਂਦਾ ਹੈ। ਉਹ ਮਾਨਸ ਜਨਮ ਦਾ ਕੋਈ ਲਾਹਾ ਨਹੀਂ ਖੱਟਦੇ, ਸੰਸਾਰਕ ਸਾਗਰ ਵਿੱਚ ਡੁੱਬ ਜਾਂਦੇ ਹਨ । ਗੁਰਮਖ ਤੇ ਪ੍ਰਭ ਆਪ ਰਹਿਮਤ ਬਖਸ਼ਕੇ, ਪ੍ਰਵਾਨਗੀ ਦੇ ਰਸਤੇ ਤੇ ਰੱਖਦਾ ਹੈ । ਆਪਣੇ ਦਰਬਾਰ ਵਿੱਚ ਪ੍ਰਵਾਨ ਕਰ ਲੈਂਦਾ ਹੈ ।

Whosoever may not meditate on His Word, he may not comprehend His Word? He may not stay focus on the purpose of human life. What may be the significance of human life blessings? He wastes his life uselessly. He is like a worm of manure; he is born in manure and dies in manure. He is a salve to worldly desires, greed and goes deeper into the cycle of birth and death. He may not benefit anything from human life. God blesses His true devotee with dedication and devotion to stay focus on the right path. He may be accepted in His court.

34. Guru Nanak Dev Ji – Page 5 – japji 16

ਪੰਚ ਪਰਵਾਣ ਪੰਚ ਪਰਧਾਨੁ॥	panch parvaan panch parDhaan.
ਪੰਚੇ ਪਾਵਹਿ ਦਰਗਹਿ ਮਾਨੁ॥	panchay paavahi dargahi maan.
ਪੰਚੇ ਸੋਹਹਿ ਦਰਿ ਰਾਜਾਨੁ॥	panchay sohahi dar raajaan.
ਪੰਚਾ ਕਾ ਗੁਰੁ ਏਕੁ ਧਿਆਨੁ॥	panchaa kaa gur ayk Dhi-aan.
ਜੇ ਕੋ ਕਹੈ ਕਰੈ ਵੀਚਾਰੁ॥	jay ko kahai karai veechaar.
ਕਰਤੇ ਕੈ ਕਰਣੈ ਨਾਹੀ ਸੁਮਾਰੁ॥	kartay kai karnai naahee sumaar.
ਧੌਲੁ ਧਰਮੁ ਦਇਆ ਕਾ ਪੂਤੁ॥	santokh thaap rakhi-aa jin soot.
ਸੰਤੋਖੁ ਥਾਪਿ ਰਖਿਆ ਜਿਨਿ ਸੂਤਿ॥	dhoul Dharam da-i-aa kaa poot.
ਜੇ ਕੋ ਬੁਝੈ ਹੋਵੈ ਸਚਿਆਰੁ॥	jay ko bujhai hovai sachiaar.
ਧਵਲੈ ਉਪਰਿ ਕੇਤਾ ਭਾਰੁ॥	dhavlai upar kaytaa bhaar.
ਧਰਤੀ ਹੋਰੁ ਪਰੈ ਹੋਰੁ ਹੋਰ॥	dhartee hor parai hor hor.
ਤਿਸ ਤੇ ਭਾਰੁ ਤਲੈ ਕਵਣੁ ਜੋਰੁ॥	tis tay bhaar talai kavan jor.
ਜੀਅ ਜਾਤਿ ਰੰਗਾ ਕੇ ਨਾਵ॥	jee-a jaat rangaa kay naav.
ਸਭਨਾ ਲਿਖਿਆ ਵੁੜੀ ਕਲਾਮ॥	sabhnaa likhi-aa vurhee kalaam.
ਏਹੁ ਲੇਖਾ ਲਿਖਿ ਜਾਣੈ ਕੋਇ॥	ayhu laykhaa likh jaanai ko-ay.
ਲੇਖਾ ਲਿਖਿਆ ਕੇਤਾ ਹੋਇ॥	laykhaa likhi-aa kaytaa ho-ay.
ਕੇਤਾ ਤਾਣੁ ਸੁਆਲਿਹੁ ਰੂਪੁ ॥	kaytaa taan su-aalihu roop.
ਕੇਤੀ ਦਾਤਿ ਜਾਣੈ ਕੌਣੁ ਕੂਤੁ॥	kaytee daat jaanai koun koot.
ਕੀਤਾ ਪਸਾਉ ਏਕੋ ਕਵਾਉ॥	keetaa pasaa-o ayko kavaa-o.
ਤਿਸ ਤੇ ਹੋਏ ਲਖ ਦਰੀਆਉ॥	tis tay ho-ay lakh daree-aa-o.
ਕੁਦਰਤਿ ਕਵਣ ਕਹਾ ਵੀਚਾਰੁ॥	kudrat kavan kahaa veechaar.
ਵਾਰਿਆ ਨ ਜਾਵਾ ਏਕ ਵਾਰ॥	vaari-aa na jaavaa ayk vaar.
ਜੋ ਤੁਧੁ ਭਾਵੈ ਸਾਈ ਭਲੀ ਕਾਰ॥	jo tuDh bhaavai saa-ee bhalee kaar.
ਤੂ ਸਦਾ ਸਲਾਮਤਿ ਨਿਰੰਕਾਰ॥੧੬ ॥	too sadaa salaamat nirankaar. ||16||

ਉਹ ਅਕਾਲ ਪੁਰਖ (ਪੰਚ), ਮੂਰਤੀਕਾਰ, ਸ੍ਰਿਜਨਹਾਰ ਆਪ ਹੀ ਆਪਣੀ ਬਣਾਈ ਹੋਈ ਮੂਰਤੀ ਵਿੱਚ ਪ੍ਰਵੇਸ਼ ਕਰਦਾ ਹੈ । ਸਾਰਿਆਂ ਤੋਂ ਵੱਡਾ, ਸਾਰਿਆਂ ਦਾ ਮੁਖੀ (ਪਰਧਾਨ) ਹੈ, ਕਿਸੇ ਦੇ ਹੁਕਮ ਅੰਦਰ ਨਹੀਂ ਹੁੰਦਾ । ਪ੍ਰਭ ਪੰਜਾਂ ਇੰਦ੍ਰੀਆਂ (ਦਰ-ਦੁਆਰ) ਨਾਲ ਹਰ ਵਸਤੂ ਦਾ ਗਿਆਨ (ਮਾਣੁ), ਪਾਉਂਦਾ ਹੈ । ਉਹ ਪੰਜਾਂ ਇੰਦ੍ਰੀਆਂ ਨੂੰ ਭਟਕਣ ਤੋਂ ਰੋਕਦਾ ਹੈ । ਇਹ ਇੰਦ੍ਰੀਆਂ ਤਾਂ ਦਰਵਾਜੇ ਹੀ ਹਨ । ਜਦੋਂ ਵੱਖਰੇ ਵੱਖਰੇ ਕੰਮ ਕਰਨ, ਤਾਂ ਇਹ ਹੀ ਭਟਕਣ ਦੇ ਰਸਤੇ ਬਣ ਜਾਂਦੇ ਹਨ । ਪ੍ਰਭ ਪੰਜਾਂ ਗਿਆਨ ਇੰਦ੍ਰੀਆਂ ਅੰਦਰ (ਦਰਿ) ਸੋਭ ਰਿਹਾ ਹੈ । ਇਹ ਉਸ ਦੇ ਹੁਕਮ ਅਦੰਰ ਚੱਲ ਰਹੀਆਂ ਹਨ । ਪੰਜਾਂ ਗਿਆਨ ਇੰਦ੍ਰੀਆਂ ਦਾ ਗੁਰੂ ਧਿਆਨ, ਚੇਤਨਾ ਹੈ, ਧਿਆਨ ਹੀ ਪ੍ਰਭ ਦਾ ਸਰੂਪ ਹੈ । ਜਿਤਨਾ ਚਿਰ ਕਿਸੇ ਇੰਦ੍ਰੀ ਦੇ ਕੰਮ ਵਿੱਚ ਧਿਆਨ ਨਾ ਲਾਇਆ ਜਾਵੇ । ਉਤਨਾਂ ਚਿਰ ਇੰਦ੍ਰੀ ਕੇਵਲ ਦਰਵਾਜੇ ਦਾ ਕੰਮ ਹੀ ਕਰਦੀ ਹੈ । ਜਿਹੜਾ ਦਾਵਾ ਕਰਦਾ ਹੈ ਪੂਰਨ ਤਰ੍ਹਾਂ ਤੇ ਉਸ ਨੂੰ ਵਰਣਨ ਕਰ ਸਕਦਾ, ਉਹ ਅਹੰਕਾਰੀ ਹੈ । ਪ੍ਰਭ ਦੇ ਕਰਤਬਾਂ ਦਾ ਕੋਈ ਅੰਤ ਨਹੀਂ, ਪੂਰਨ ਤਰ੍ਹਾਂ ਤੇ ਦੱਸੇ ਨਹੀਂ ਜਾ ਸਕਦੇ । ਸ੍ਰਿਸ਼ਟੀ ਉਸ ਦੇ ਬਣਾਏ ਹੋਏ ਨਿਯਮਾਂ (ਧਰਮ) ਦੇ ਧੁਰੇ (ਧੌਲ) ਅਨੁਸਾਰ ਚਲਦੀ ਹੈ । ਉਸ ਦਾ ਧਰਮ ਹੈ ਕਿ ਜੀਵ ਦਇਆ ਦਾ ਪਾਤਰ ਹੋਵੇ । ਜਿਹੜਾ ਵੀ ਦਇਆ ਨੂੰ ਜੀਵਨ ਵਿੱਚ ਢਾਲਦਾ ਹੈ, ਉਸ ਤੇ ਕ੍ਰਿਪਾ ਹੋ ਜਾਂਦੀ ਹੈ । ਉਸ ਨੇ ਸੰਤੋਖ, ਧੀਰਜ ਨੂੰ, ਉਸ ਦੀ ਮਰਜ਼ੀ ਨੂੰ ਧਾਰਨ (ਥਾਪਿ) ਕੀਤਾ ਹੈ ।

ਉਸ ਦੀ ਮਨਸ਼ਾ (ਸੁਤਿ- ਬੁੱਧੀ) ਕਦੇ ਡੋਲਦੀ ਨਹੀਂ । ਜਿਹੜਾ ਉਸ ਦੇ ਹੁਕਮ ਨੂੰ ਸਮਝ ਲੈਂਦਾ ਹੈ, ਉਸ ਤੇ ਕ੍ਰਿਪਾ ਦ੍ਰਿਸ਼ਟੀ ਹੋ ਜਾਂਦੀ ਹੈ, ਤਾਂ ਉਹ ਜੀਵ ਸਚਿਆਈਆਂ ਵਾਲਾ, ਅਨੋਖੇ ਗੁਣਾਂ ਵਾਲਾ ਬਣ ਜਾਂਦਾ ਹੈ । ਉਸ ਨੂੰ ਸ੍ਰਿਸ਼ਟੀ ਦੀ ਬਣਤਰ, ਪ੍ਰਭ ਦੀ ਹੋਂਦ ਅਨੁਭਵ ਹੋ ਜਾਂਦੀ ਹੈ । ਉਸ ਨੇ ਬੁਹਤ (ਬੇਅੰਤ) ਹੀ ਸ੍ਰਿਸ਼ਟੀਆਂ (ਧਰਤੀ) ਦੀ ਰਚਨਾ ਕੀਤੀ ਹੈ । ਉਹਨਾਂ ਵਿੱਚ ਰਹਿਣ ਵਾਲੇ ਸਾਰੇ ਜੀਵ ਹੀ ਉਸ ਧਰਮ (ਨਿਯਮਾਂ) ਦੇ ਧਰੇ (ਧਵਲੈ) ਉੱਪਰ ਚਲਦੇ ਹਨ । ਧਰਮ ਦੇ ਧੁਰੇ ਤੇ ਕਿਤਨਾ ਭਾਰ ਹੈ? ਇਹ ਕਿਸ ਦੇ ਆਸਰੇ ਤੇ ਚਲਦਾ ਹੈ? ਅਨੁਮਾਨ ਨਹੀਂ ਲਾਇਆ ਜਾ ਸਕਦਾ । ਉਸ ਨੇ ਬੇਅੰਤ ਹੀ ਜੀਵ ਪੈਦਾ ਕੀਤੇ ਹਨ, ਅਨੇਕ ਕਿਸਮ ਦੇ ਰੰਗ, ਨਾਮ ਹਨ । ਸਾਰੇ ਜੀਵਾਂ ਦੇ ਭਾਗ ਆਪਣੀ ਹੁਕਮ ਰੂਪੀ ਕਲਮ ਨਾਲ ਲਿਖੇ ਹਨ । ਜੋ ਵੀ ਲਿਖਿਆ ਹੈ, ਪ੍ਰਭ ਹੀ ਜਾਣਦਾ ਹੈ, ਹੋਰ ਕੋਈ ਜਾਣ ਨਹੀਂ ਸਕਦਾ । ਹਰ ਜੀਵ ਇਸ ਅਨੁਸਾਰ ਹੀ ਸੰਸਾਰ ਵਿੱਚ ਜੀਵਨ ਬਤੀਤ ਕਰਦਾ ਹੈ । ਉਸ ਵਿੱਚ ਕਿਤਨਾ (ਕੇਤੀ) ਕੋ ਬਲ (ਤਾਣੁ) ਹੈ, ਰੂਪ ਕਿਤਨਾ ਸੁੰਦਰ ਹੈ? ਸਲਾਹੁਣ ਯੋਗ ਹੈ, ਕਿਤਨੀਆਂ ਦਾਤਾਂ (ਕਰਮਾਤਾ) ਦਾ ਮਾਲਕ ਹੈ? ਕਿਤਨੀਆਂ ਬਖਸ਼ਿਸ਼ਾਂ ਵਾਲਾ ਹੈ ਪੂਰਨ ਅੰਦਾਜ਼ਾ ਨਹੀਂ ਲਾਇਆ ਜਾ ਸਕਦਾ । ਇੱਕ ਫਰਨੇ (ਕਵਾਉ) ਤੇ ਹੀ ਸ੍ਰਿਸ਼ਟੀ ਦਾ ਸ੍ਰਿਜਨ (ਪਸਾਉ- ਪੈਦਾ ਕੀਤਾ) ਕੀਤਾ ਹੈ । ਇੱਕ ਫਰਨੇ ਤੇ ਹੁਕਮ ਅਨੁਸਾਰ ਹੀ ਸਾਰੇ ਨਦੀਆਂ, ਦਰਿਆਂ ਬਣੇ, ਚਲਦੇ ਹਨ । ਕੋਈ ਐਸਾ ਜੀਵ ਨਹੀਂ, ਜਿਹੜਾ ਉਸ ਦੇ ਭੇਦ ਨੂੰ ਪੂਰਨ ਤਰ੍ਹਾਂ ਤੇ ਜਾਣਦਾ ਹੋਵੇ । ਜਾ ਵਿਚਾਰ, ਵਰਨਣ ਕਰ ਸਕਦਾ ਹੋਵੇ । ਉਸ ਦੀ ਕਰਾਮਾਤ ਤੋਂ ਬਹੁਤ ਹੀ ਅਚੰਭੇ ਹਨ । ਉਸ ਨੂੰ ਸਦਾ ਧੰਨ ਧੰਨ ਹੀ ਕਰੀ ਜਾਵੋ! ਆਪਣਾ ਨਿਸ਼ਚਾ ਇਤਨਾ ਪੱਕਾ ਕਰੋ! ਕਿ ਉਹ ਜੋ ਵੀ ਕਰ ਰਿਹਾ ਹੈ, ਸਭ ਚੰਗਾ, ਭਲਾ ਹੀ ਕਰ ਰਿਹਾ ਹੈ । ਪ੍ਰਮਾਤਮਾ ਸਦਾ ਹੀ (ਤਿਨਾਂ ਕਾਲਾ ਵਿੱਚ) (ਸਲਾਮਿਤ) ਮੌਜੂਦ, ਥਿਤ ਰੂਪ ਹੈ । ਇਸਤਰ੍ਹਾਂ ਪ੍ਰਭ ਦੇ ਸਰੂਪ ਤੇ , ਮਰਜ਼ੀ ਤੇ ਨਿਸ਼ਚਾ ਰੱਖੋ!

All five senses of mind are created by God for welfare of soul and play significant role. These five senses are blessed by His grace and guide the soul on her journey. The concentration of mind is the chief, commander of these senses. Everyone may explain His nature, virtues, however, no one can fully comprehend. Forgiveness is the foundation of purpose of life. This leads to patience and contentment. Whosoever may adopt these in his life may be enlightened to understand the right path. He may realize there are several earths and what may support these. He realizes creatures of several colors and creeds and their destiny is inscribed by same inkless pen. No one understands this written destiny and every event may happen by that command, destiny. How powerful may be His Word and how splendor may be His form, shape, beauty? How vast is His treasure of virtues and His Word and how may the soul be blessed? He has created the whole universe in twinkle of eye, by His one Word. He created several rivers. His nature cannot be fully understood and cannot be fully explained by His creation. You should be astonished from His nature all time and sings His glory, He is Great! Great! Whatsoever may happens in the universe always for the welfare of His creation. Sorrows and pleasures of life should be endured unconditionally as His blessings.

35. Fareed Ji – Page 1377

ਢੂਢੇਦੀਏ ਸੁਹਾਗ ਕੂ	dhoodhaydee-ay suhaag koo
ਤਉ ਤਨਿ ਕਾਈ ਕੋਰ॥	ta-o tan kaa-ee kor.
ਜਿਨ੍ਹਾ ਨਾਉ ਸੁਹਾਗਣੀ	jinHaa naa-o suhaaganee
ਤਿਨ੍ਹਾ ਝਾਕ ਨ ਹੋਰ॥੧੧੪॥	tinHaa jhaak na hor. ‖114‖

ਜਿਹੜੀ ਆਤਮਾ ਪ੍ਰਭ ਦੀ ਰਹਿਮਤ ਨੂੰ ਥਾਂ ਥਾਂ ਤੇ ਢੂਡਦੀ ਫਿਰਦੀ ਹੈ । ਉਸ ਆਤਮਾ ਵਿੱਚ ਕੋਈ ਮੈਲ, ਬੁਰੇ ਖਿਆਲ, ਭਰਮ ਹੀ ਹੁੰਦੇ ਹਨ । ਜਿਹੜੀ ਆਤਮਾ ਪਵਿੱਤਰ ਹੁੰਦੀ ਹੈ । ਉਹ ਹੀ ਕੇਵਲ ਇੱਕੋ ਇੱਕ ਵਿੱਚ ਹੀ ਲਗਨ ਲਾਉਂਦੇ, ਹੋਰ ਥਾਂ ਤੇ ਢੂੰਡਣਾ ਨਹੀਂ ਪੈਂਦਾ ।

Whosoever may be wandering everywhere, shrine to shrine, holy places, wild forests. His mind may be entangled in religious rituals, suspicions and evil thoughts. Whosoever may desire free and sanctified, he remains steady and stable on One and Only One. He believes that God dwells in each and every heart. He does not wander around various places!

36. Guru Angand Dev Ji – Page 1288

ਨਾਉ ਫਕੀਰੈ ਪਾਤਿਸਾਹੁ,	naa-o fakeerai paatisaahu
ਮੂਰਖ ਪੰਡਿਤੁ ਨਾਉ॥	moorakh pandit naa-o.
ਅੰਧੇ ਕਾ ਨਾਉ ਪਾਰਖੂ,	anDhay kaa naa-o paarkhoo
ਏਵੈ ਕਰੇ ਗੁਆਉ॥	ayvai karay gu-aa-o.
ਇਲਤਿ ਕਾ ਨਾਉ ਚਉਧਰੀ,	ilat kaa naa-o cha-uDhree
ਕੂੜੀ ਪੂਰੇ ਥਾਉ॥	koorhee pooray thaa-o.
ਨਾਨਕ ਗੁਰਮੁਖਿ ਜਾਣੀਐ,	naanak gurmukh jaanee-ai
ਕਲਿ ਕਾ ਏਹੁ ਨਿਆਉ॥੧॥	kal kaa ayhu ni-aa-o. ‖1‖

ਕੱਲਯੁਗ ਵਿੱਚ ਗਰੀਬ ਨੂੰ ਬਾਦਸ਼ਾਹ ਦੇ ਨਾਮ ਨਾਲ ਸੱਦਕੇ ਲੋਕ ਮਜ਼ਾਕ ਕਰਦੇ ਹਨ । ਮੂਰਖ, ਅਗਿਆਨੀ ਲੋਕਾ ਨੂੰ ਸੋਝੀਵਾਨ, ਪੰਡਿਤ ਸੱਦਦੇ ਹਨ । ਅੰਧੇ, ਅਗਿਆਨੀ ਨੂੰ ਲੋਕ ਸੱਚ ਨੂੰ ਪਰਖਣ ਵਾਲਾ ਸਮਝਦੇ ਹਨ, ਸੱਦਦੇ ਹਨ । ਜਿਹੜੇ ਜੀਵ ਗਲਤ ਕੰਮ ਕਰਦੇ ਹਨ । ਉਹਨਾਂ ਨੂੰ ਬਾਕੀ ਨੂੰ ਸਿੱਧੇ ਰਸਤੇ ਤੇ ਪਾਉਣ ਵਾਲਾ ਥਾਪ ਕੇ ਮਾਣ ਦੇਂਦੇ ਹਨ । ਇਸਤਰ੍ਹਾਂ ਦਾ ਇਨਸਾਫ ਹੀ ਕੱਲਯੁਗ ਵਿੱਚ ਕੀਤਾ ਜਾਂਦਾ ਹੈ ।

In world, human may make a joke of a worldly poor and calls him king and an ignorant a wiseman. Tyrant may be appointed as a judge to do justice to other. This is the way justice is served in the world

Forgiveness is the foundation of the right path of salvation.
This leads to **patience** and **contentment** on His blessings.

31 ਮਾਨਸ ਦੀ ਬੰਦਗੀ ਕਰਨ ਦੀ ਵਿਧੀ! Meditation of Human!

37. Guru Ram Das Ji – Page 1199

ਹਿਰਦੈ ਕਪਟੁ ਨਿਤ ਕਪਟੁ ਕਮਾਵਹਿ,	hirdai kapat nit kapat kamaaveh
ਮੁਖਹੁ ਹਰਿ ਹਰਿ ਸੁਣਾਇ॥	mukhahu har har sunaa-ay.
ਅੰਤਰਿ ਲੋਭੁ ਮਹਾ ਗੁਬਾਰਾ,	antar lobh mahaa gubaaraa
ਤੁਹ ਕੂਟੈ ਦੁਖ ਖਾਇ॥੪॥	tuh kootai dukh khaa-ay. ||4||

ਜਿਸ ਦੇ ਮਨ ਵਿੱਚ ਖੋਟ, ਲਾਲਚ, ਧੋਖੇ ਦੇ ਖਿਆਲ ਹੁੰਦੇ ਹਨ, ਉਹ ਧੋਖੇ, ਲਾਲਚ ਦੇ ਹੀ ਕੰਮ ਕਰਦਾ ਹੈ । ਜਦੋਂ ਉਹ ਪ੍ਰਭ ਦੇ ਸ਼ਬਦ ਦਾ ਸਿਮਰਨ ਵੀ ਕਰਦਾ ਹੈ । ਉਸ ਦੇ ਮਨ ਵਿੱਚ ਉਸ ਵੇਲੇ ਵੀ ਲਾਲਚ ਦਾ ਹੀ ਜ਼ੋਰ ਰਹਿੰਦਾ ਹੈ । ਉਸ ਦੇ ਮਨ ਵਿੱਚ ਲਾਲਚ, ਸ਼ਬਦ ਦੀ ਅਗਿਆਨਤਾ ਰਹਿੰਦੀ ਹੈ । ਉਸ ਦੀ ਅਵਸਥਾ, ਘਾਹ, ਫੂਸ, ਵਰਗੀ ਹੁੰਦੀ, ਦੁਖ ਹੀ ਪਾਉਂਦਾ ਹੈ ।

Whose mind is filled with evil thoughts, he always indulges in evil deeds. Even when he meditates on His Word, greed dominates all his deeds, charity, good deeds. His mind is ignorant and no clear direction in his life. His state of mind is like fuel for greed and he suffers from the pain of worldly desires. He suffers the pain of death and birth over and over again.

38. Ravi Das Ji – Page 974

ਪੜੀਐ ਗੁਨੀਐ ਨਾਮੁ ਸਭੁ ਸੁਨੀਐ,	Parhee-ai gunee-ai naam sabh sunee-ai
ਅਨਭਉ ਭਾਉ ਨ ਦਰਸੈ॥	anbha-o bhaa-o na darsai.
ਲੋਹਾ ਕੰਚਨੁ ਹਿਰਨ ਹੋਇ,	Lohaa kanchan hiran ho-ay
ਕੈਸੇ ਜਉ ਪਾਰਸਹਿ ਨ ਪਰਸੈ॥੧॥	kaisay ja-o paarseh na parsai. ||1||

ਸੰਸਾਰਕ ਜੀਵ ਪ੍ਰਭ ਦਾ ਸ਼ਬਦ, ਬਾਣੀ ਪੜ੍ਹਦੇ ਹਨ, ਸੁਣਦੇ ਹਨ । ਪਰ ਸ਼ਬਦ ਦਾ ਤੱਤ ਮਨ ਵਿੱਚ ਨਹੀਂ ਵਸਾਉਂਦੇ, ਸ਼ਬਦ ਦੀ ਪਾਲਣਾ ਨਹੀਂ ਕਰਦੇ । ਉਹ ਪ੍ਰਭ ਦੀ ਰਹਿਮਤ ਨਹੀਂ ਮਹਿਸੂਸ ਕਰਦੇ, ਪ੍ਰਭ ਦੇ ਦਰਸ਼ਨ ਨਹੀਂ ਕਰ ਪਾਉਂਦੇ । ਲੋਹਾ ਕਿਵੇਂ ਸੋਨਾ ਬਣ ਜਾਵੇ ਜਿਤਨਾ ਚਿਰ ਵਿੱਚ ਪਾਰਸ ਪੱਥਰ ਨੂੰ ਨਹੀਂ ਛੋਹਦਾ? ਜਿਤਨਾ ਚਿਰ ਆਪਣਾ ਜੀਵਨ ਸ਼ਬਦ ਨਾਲ ਨਹੀਂ ਢਾਲਦਾ । ਜੀਵ ਦਾਸ ਨਹੀਂ ਬਣ ਸਕਦਾ!

Human read the Holy scripture and listen to the Holy sermons; this has become a religious ritual. However, does not obey and adopt the essence of His teachings in his life. He does not realize His existence or blessings; does not understand the essence of His Word. How the Iron can become Gold, until it touches the philosopher's stone? Same way, until His Word is not adopted in day to day life, one cannot become His true devotee.

39. Guru Amar Das Ji – Page 1276

ਤ੍ਰੈ ਗੁਣ ਸਭਾ ਧਾਤੁ ਹੈ,	tarai gun sabhaa Dhaat hai
ਪੜਿ ਪੜਿ ਕਰਹਿ ਵੀਚਾਰੁ॥	parh parh karahi veechaar.
ਮੁਕਤਿ ਕਦੇ ਨ ਹੋਵਈ,	mukat kaday na hova-ee
ਨਹੁ ਪਾਇਨਿ੍ ਮੋਖ ਦੁਆਰੁ॥	nahu paa-iniH mokh du-aar.
ਬਿਨੁ ਸਤਿਗੁਰ ਬੰਧਨ ਨ ਤੁਟਹੀ,	bin satgur banDhan na tuthee
ਨਾਮਿ ਨ ਲਗੈ ਪਿਆਰੁ॥੬॥	naam na lagai pi-aar. ||6||

ਸੰਸਾਰਕ ਮਾਇਆ ਦੇ ਤਿੰਨੇਂ ਰੂਪ ਹੀ ਮਾਨਸ ਨੂੰ ਅਸਲੀ ਰਸਤੇ ਤੋਂ ਅਲੱਗ ਕਰਦੇ ਹਨ । ਮਾਨਸ ਜੀਵ ਇਹ ਤਿੰਨੇਂ ਗੁਣ ਪੜ੍ਹਦੇ ਹਨ, ਉਹਨਾਂ ਦਾ ਵਿਚਾਰ ਕਰਦੇ ਹਨ । ਉਹਨਾਂ ਦੀ ਪ੍ਰਾਪਤੀ ਵਿੱਚ ਲਗੇ ਰਹਿੰਦੇ ਹਨ । ਉਹ ਸ਼ਬਦ ਦੀ ਪਾਲਣਾ ਨਹੀਂ ਕਰਦੇ । ਨਾ ਹੀ ਪ੍ਰਵਾਨਗੀ ਦੇ ਰਸਤੇ ਤੇ ਅਡੋਲ ਰਹਿੰਦੇ, ਨਾ ਹੀ ਮੁਕਤੀ ਪਾਉਂਦੇ ਹਨ । ਪ੍ਰਭ ਦੀ ਰਹਿਮਤ ਤੋਂ ਬਿਨਾਂ ਸੰਸਾਰਕ ਇੱਛਾਂ ਨਾਲ ਮੋਹ ਦਾ ਬੰਧਨ ਨਹੀਂ ਖਤਮ ਹੁੰਦਾ । ਉਹਨਾਂ ਦੀ ਪ੍ਰਭ ਦੇ ਸ਼ਬਦ ਦੀ ਪਾਲਣਾ ਵਿੱਚ ਲਗਨ ਨਹੀਂ ਲਗਦੀ ਹੈ।

Three virtues of worldly wealth are the root cause that keep one away from the right path. He reads these in Holy scripture and discusses within his mind. He works hard to achieve those in his life. However, does not adopt His Word in his day to day life. He neither remains steady and stable on the right path nor he is blessed with salvation. Without His blessings, the worldly bonds of attachments cannot be conquered. One cannot dedicate to a devotional worship on His Word.

40. Guru Amar Das Ji – Page 1277

ਸੇ ਭਗਤ ਸਤਿਗੁਰ ਮਨਿ ਭਾਏ॥	say bhagat satgur man bhaa-ay.
ਅਨਦਿਨੁ ਨਾਮਿ ਰਹੇ ਲਿਵ ਲਾਏ॥	an-din naam rahay liv laa-ay.
ਸਦ ਹੀ ਨਾਮੁ ਵੇਖਹਿ ਹਜੂਰਿ॥	sad hee naam vaykheh hajoor.
ਗੁਰ ਕੈ ਸਬਦਿ ਰਹਿਆ ਭਰਪੂਰਿ॥੭॥	gur kai sabad rahi-aa bharpoor. ||7||

ਹਰਇੱਕ ਜੀਵ ਅਹੰਕਾਰ , ਹੈਸੀਅਤ ਦੇ ਅਭਿਮਾਨ ਵਿੱਚ ਹੀ ਸ਼ਬਦ ਦਾ ਸਿਮਰਨ ਕਰਦਾ ਹੈ । ਪਰ ਇਸ ਨਾਲ ਉਸ ਦੇ ਮਨ ਵਿੱਚ ਨਿਮ੍ਰਤਾ, ਸੰਤੋਖ, ਸ਼ਾਂਤੀ ਨਹੀਂ ਆਉਂਦੀ ਹੈ । ਸ਼ਬਦ ਦੀ ਕਥਾ, ਪ੍ਰੇਰਨਾ ਨਾਲ ਜੀਵ ਆਪਣੇ ਮਨ ਦੀ ਅਵਸਥਾ ਹੀ ਪ੍ਰਗਟ ਕਰਦਾ ਹੈ । ਇਸਤਰ੍ਹਾਂ ਦੀ ਬੰਦਗੀ ਦਰਬਾਰ ਵਿੱਚ ਪ੍ਰਵਾਨ ਨਹੀਂ ਹੁੰਦੀ, ਇਹ ਬਿਰਥੀ ਹੀ ਹੈ । ਉਸ ਦਾ ਮਾਨਸ ਜੀਵਨ ਬਿਰਥਾ ਹੀ ਬੀਤ ਜਾਂਦਾ ਹੈ ।

Everyone worships, does charity work in his own ego to maintain his self-pride. This charity does not render any peace of mind, contentment and satisfaction. By explaining, writing the meanings of Holy scripture and inspiring others! he only displays his own state of mind. This type of meditation, devotion is not accepted in His court! This way of life is useless to find right path. He wastes his human life, golden opportunity.

Kabeer Ji – Page 483

ਰੋਜਾ ਧਰੈ ਮਨਾਵੈ ਅਲਹੁ ,	rojaa Dharai manaavai alhu
ਸੁਆਦਤਿ ਜੀਅ ਸੰਘਾਰੈ॥	su-aadat jee-a sanghaarai.
ਆਪਾ ਦੇਖਿ ਅਵਰ ਨਹੀ ਦੇਖੈ,	aapaa daykh avar nahee daykhai
ਕਾਹੇ ਕਉ ਝਖ ਮਾਰੈ॥੧॥	kaahay ka-o jhakh maarai. ||1||

ਜੀਵ ਤੂੰ ਪ੍ਰਭ ਨੂੰ ਖੁਸ਼ ਕਰਨ ਲਈ, ਰਹਿਮਤ ਪਾਉਣ ਲਈ ਵਰਤ ਰੱਖਦਾ ਹੈ । ਪਰ ਤੂੰ ਆਪਣੇ ਅਰਾਮ ਵਾਸਤੇ ਦੂਸਰੇ ਜੀਵਾ ਦਾ ਹੱਕ ਮਾਰਦਾ ਹੈ । ਤੂੰ ਆਪਣੇ ਸੁਖ ਅਰਾਮ ਦਾ ਖਿਆਲ ਰੱਖਦਾ ਹੈ । ਦੂਸਰੇ ਦੇ ਹੱਕ ਦੀ ਕੋਈ ਪ੍ਰਵਾਹ ਨਹੀਂ ਕਰਦਾ । ਇਸਤਰ੍ਹਾਂ ਦੀ ਪੂਜਾ ਦਾ ਕੀ ਲਾਭ ਹੈ?

One always effort very hard to please God and abstains from food, endure hunger! However, for his own comforts, he does not hesitate to robe hard earned living of others. He only cares about his comforts and welfare. However, he does not care about the honest earning of others, or their welfare. What is the benefit of his worship, charity?

32 ਸਾਕਤ ਦੇ ਮਨ ਦੀ ਅਵਸਥਾ !

Stae of mind of a Self-minded!

41. Guru Arjan Dev Ji – Page 1138

ਠਾਕੁਰੁ ਛੋਡਿ ਦਾਸੀ ਕਉ ਸਿਮਰਹਿ,	thaakur chhod daasee ka-o simrahi
ਮਨਮੁਖ ਅੰਧ ਅਗਿਆਨਾ॥	manmukh anDh agi-aanaa.
ਹਰਿ ਕੀ ਭਗਤਿ ਕਰਹਿ ਤਿਨ,	har kee bhagat karahi tin
ਨਿੰਦਹਿ ਨਿਗੁਰੇ ਪਸੂ ਸਮਾਨਾ॥੨॥	nindeh niguray pasoo samaanaa. ||2||

ਅਣਜਾਣ ਮਾਨਸ ਅਸਲੀ ਮਾਲਕ ਦੇ ਸ਼ਬਦ ਦੀ ਪਾਲਣਾ ਵਿੱਚ ਅਡੋਲ ਨਹੀਂ ਹੁੰਦਾ । ਪ੍ਰਭ ਦੀ ਪ੍ਰਵਾਨਗੀ ਦੇ ਰਸਤੇ ਨੂੰ ਮਨ ਵਿਚੋਂ, ਜੀਵਨ ਦੇ ਢੰਗ ਵਿਚੋਂ ਵਿਸਾਰ ਲੈਂਦੇ ਹੈ । ਉਸ ਦੇ ਗੁਲਾਮਾਂ ਨੂੰ ਪੂਜਦਾ ਹੈ, ਉਹਨਾਂ ਨੂੰ ਮੁਕਤੀ ਦਾ ਮਾਲਕ ਸਮਝਦਾ, ਮੰਨਦਾ ਹੈ । ਮਨਮਰਜ਼ੀ ਕਰਨ ਵਾਲੇ ਮਨਮੁਖ ਸ਼ਬਦ ਦੀ ਸੋਝੀ ਤੋਂ ਅਗਿਆਨੀ, ਅੰਧੇ ਹੀ ਹੁੰਦੇ ਹਨ । ਜਿਹੜੇ ਪ੍ਰਭ ਦੇ ਸ਼ਬਦ ਦੀ ਪਾਲਣਾ ਕਰਨ ਵਾਲੇ ਦੀ ਨਿੰਦਿਆ ਕਰਦੇ, ਆਪ ਸ਼ਬਦ ਦੀ ਪਾਲਣਾ ਨਹੀਂ ਕਰਦੇ, ਉਹ ਮਾਨਸ ਜਨਮ ਵਿੱਚ ਵੀ ਜਾਨਵਰਾਂ ਵਾਲਾ ਹੀ ਜੀਵਨ ਬਤੀਤ ਕਰਦੇ ਹਨ । ਉਹਨਾਂ ਨੂੰ ਮਾਨਸ ਜਨਮ ਦਾ ਕੋਈ ਲਾਭ ਨਹੀਂ ਹੁੰਦਾ, ਅਮੋਲਕ ਮੌਕਾ ਮਾਨਸ ਜਨਮ ਬਿਰਥਾ ਹੀ ਗਵਾ ਲੈਂਦੇ ਹਨ ।

Ignorant, self-minded does not keep his belief steady and stable on His Word! He does not adopt the teachings of His, remain ignorant from the right path of salvation. He may worship and follow the teachings of His slaves and considers him The True Master. Self-mind remains blind from the teachings of His Word. Whosoever does not adopt His Word in his own life but criticizes His true devotee, His human life is like a wild animal. He may not benefit anything from His blessings of human life. He wastes his golden opportunity of human life uselessly.

42. Guru Nanak Dev Ji – Page 595

ਧਰਤੀ ਉਪਰਿ ਕੋਟ ਗੜ,	dhartee upar kot garh
ਕੇਤੀ ਗਈ ਵਜਾਇ॥	kaytee ga-ee vajaa-ay.
ਜੋ ਅਸਮਾਨਿ ਨ ਮਾਵਨੀ,	jo asmaan na maavnee
ਤਿਨ ਨਕਿ ਨਥਾ ਪਾਇ॥	tin nak nathaa paa-ay.
ਜੇ ਮਨ ਜਾਣਹਿ ਸੂਲੀਆ,	jay man jaaneh soolee-aa
ਕਾਹੇ ਮਿਠਾ ਖਾਹਿ॥੩॥	kaahay mithaa khaahi. ||3||

ਪ੍ਰਭ ਸੰਸਾਰ ਵਿੱਚ ਅਨੇਕਾਂ ਹੀ ਦੇਵਤੇ ਭੇਜਦਾ, ਕਈ ਆਪਣਾ ਮੂਲ ਭੁਲਾ ਲੈਂਦੇ ਹਨ । ਆਪਣੇ ਆਪ ਨੂੰ ਹੀ ਪ੍ਰਭ, ਜਾ ਪ੍ਰਭ ਦਾ ਪੁੱਤਰ ਬਣਕੇ ਪੂਜਾ ਕਰਵਾਉਣ ਲਗ ਪੈਂਦੇ ਹਨ, ਸਾਰੇ ਹੀ ਨਾਸ਼ ਹੋ ਗਏ ਹਨ । ਜਿਹਨਾਂ ਦੀ ਅਕਾਸ਼ ਤੀਕ ਮੰਨਤਾ ਹੁੰਦੀ ਸੀ ! ਉਹਨਾਂ ਨੂੰ ਵੀ ਫਾਸੀ, ਸੂਲੀ ਤੇ ਚੜ੍ਹਾ ਦਿੱਤਾ ਗਿਆ । ਅਗਰ ਕਿਸੇ ਨੂੰ ਇਸ ਪੂਜਾ ਕਰਵਾਉਣ ਦੀ ਕੀਮਤ ਭੁਗਤਣ ਦੀ ਸੋਝੀ ਹੁੰਦੀ, ਤਾਂ ਉਹ ਕਦੇ ਵੀ ਸੰਸਾਰ ਵਿੱਚ ਆਪਣੀ ਪੂਜਾ ਨਾ ਕਰਵਾਉਂਦੇ ।

God may send various prophets time to time to guide His creation. Some may forget the true purpose their birth as human. They start calling to be the son of God or guru and claims they are worthy of worship and God may bless His mercy and grace through him only! All had vanished over a period of time. Those gurus may have followers all over and their followers were willing to sacrifice life for them, they were crucified like a miserable criminal. If these gurus and prophets knew what embarrassment they have to suffer in His court. They would have not let anyone worship them.

43. Kabeer Ji – Page 656

ਹ੍ਰਿਦੈ ਕਪਟੁ ਮੁਖ ਗਿਆਨੀ॥	hirdai kapat mukh gi-aanee.
ਝੂਠੇ ਕਹਾ ਬਿਲੋਵਸਿ ਪਾਨੀ॥੧॥	jhoothay kahaa bilovas paanee. ‖1‖

ਜਿਸ ਜੀਵ ਦੇ ਮਨ ਵਿੱਚ ਧੋਖਾ, ਫਰੇਬ, ਲੋਕ ਦਿਖਾਵਾ ਹੁੰਦਾ ਹੈ, ਉਹ ਫਿਰ ਵੀ ਪ੍ਰਭ ਦਾ ਸ਼ਬਦ ਗਾਉਂਦਾ ਹੈ । ਜੀਵ ਅਗਰ ਤੂੰ ਧੋਖੇ ਬਾਜ ਹੈ, ਤੂੰ ਕੀ ਪਾਣੀ ਰਿੜਕਦਾ ਹੈ?

Whosoever may be overwhelmed with greed and falsehood, he may worship and daily routine prayers to win worldly fame. One can ask him, you do not have faith on His Word, why are you churning water?

44. Guru Amar Das Ji – Page

ਗੁਰਮੁਖਿ ਚਿਤੁ ਨ ਲਾਇਓ,	gurmukh chit na laa-i-o
ਅੰਤਿ ਦੁਖੁ ਪਹੁਤਾ ਆਇ॥	ant dukh pahutaa aa-ay.
ਅੰਦਰਹੁ ਬਾਹਰਹੁ ਅੰਧਿਆਂ,	andrahu baahrahu anDhi-aaN
ਸੁਧਿ ਨ ਕਾਈ ਪਾਇ॥	suDh na kaa-ee paa-ay.
ਪੰਡਿਤ ਤਿਨ ਕੀ ਬਰਕਤੀ,	pandit tin kee barkatee
ਸਭੁ ਜਗਤੁ ਖਾਇ,	sabh jagat khaa-ay jo
ਜੋ ਰਤੇ ਹਰਿ ਨਾਇ॥	ratay har naa-ay.
ਜਿਨ ਗੁਰ ਕੈ ਸਬਦਿ ਸਲਾਹਿਆ,	jin gur kai sabad sahaali-aa
ਹਰਿ ਸਿਉ ਰਹੇ ਸਮਾਇ॥	har si-o rahay samaa-ay.
ਪੰਡਿਤ ਦੂਜੈ ਭਾਇ ਬਰਕਤਿ ਨ ਹੋਵਈ,	pandit doojai bhaa-ay barkat na hovaee
ਨਾ ਧਨੁ ਪਲੈ ਪਾਇ॥	naa Dhan palai paa-ay.
ਪੜਿ ਥਕੇ ਸੰਤੋਖੁ ਨ ਆਇਓ,	parh thakay santokh na aa-i-o
ਅਨਦਿਨੁ ਜਲਤ ਵਿਹਾਇ॥	an-din jalat vihaa-ay.
ਕੂਕ ਪੂਕਾਰ ਨ ਚੁਕਈ,	kook pookaar na chuk-ee
ਨਾ ਸੰਸਾ ਵਿਚਹੁ ਜਾਇ॥	naa sansaa vichahu jaa-ay.
ਨਾਨਕ ਨਾਮ ਵਿਹੂਣਿਆ,	naanak naam vihooni-aa
ਮੁਹਿ ਕਾਲੈ ਉਠਿ ਜਾਇ॥੨॥	muhi kaalai uth jaa-ay. ‖2‖

ਜਿਹੜੇ ਪ੍ਰਭ ਦੇ ਸ਼ਬਦ ਵਿੱਚ ਚਿਤ ਨਹੀਂ ਲਾਉਂਦੇ, ਸ਼ਬਦ ਦੀ ਪਾਲਣਾ ਨਹੀਂ ਕਰਦੇ । ਉਹ ਅੰਤ ਵਿੱਚ ਪਛਤਾਵਾਂ ਹੀ ਕਰਦੇ ਹਨ । ਉਹ ਅੰਦਰੋਂ ਵੀ ਅਗਿਆਨੀ ਅੰਧੇ, ਸੰਸਾਰ ਤੋਂ ਵੀ ਅਗਿਅਨਤਾ ਵਿੱਚ, ਅੰਧੇ ਹਨ । ਉਸ ਨੂੰ ਕਿਸੇ ਕਿਸਮ ਦੀ ਕੋਈ ਮੱਤ, ਸੋਝੀ ਨਹੀਂ ਹੁੰਦੀ, ਨਾ ਹੀ ਦਿੱਤੀ ਜਾ ਸਕਦੀ ਹੈ । ਜਿਹੜੇ ਪ੍ਰਭ ਦੇ ਸ਼ਬਦ ਦੀ ਉਸਤਤ ਕਰਦੇ ਹਨ, ਪਾਲਣਾ ਕਰਦੇ ਹਨ । ਉਹ ਸ਼ਬਦ ਵਿੱਚ ਹੀ ਲੀਨ ਰਹਿੰਦੇ ਹਨ, ਉਸ ਵਿੱਚ ਹੀ ਅਭੇਦ ਰਹਿੰਦੇ ਹਨ । ਧਰਮ ਦੇ ਗਿਆਨੀ, ਸਾਰਾ ਸੰਸਾਰ ਹੀ ਉਹਨਾਂ ਦੀ ਬੰਦਗੀ ਸਦਕਾ ਬਚ ਜਾਂਦਾ ਹੈ, ਪ੍ਰਭ ਦੀ ਰਹਿਮਤ ਪਾਉਂਦਾ ਹੈ । ਧਰਮ ਦੇ ਗਿਆਨੀ, ਜਿਹੜੇ ਚਾਰੇ ਪਾਸੇ ਸੰਸਾਰਕ ਭਰਮਾਂ ਵਿੱਚ ਘੁੰਮਦੇ ਹਨ, ਇਸ ਨਾਲ ਰਹਿਮਤ, ਪ੍ਰਵਾਨਗੀ ਦਾ ਰਸਤਾ, ਸ਼ਾਂਤੀ, ਬਖਸ਼ਿਸ਼ ਨਹੀਂ ਹੁੰਦੀ । ਧਰਮ ਦੇ ਗ੍ਰੰਥਾਂ ਦਾ ਪਾਠ ਕਰਨ ਨਾਲ ਜੀਵ ਬੇਚਾਰ ਹੋਏ ਫਿਰਦੇ ਹਨ, ਉਹਨਾਂ ਦੇ ਮਨ ਨੂੰ ਸੰਤੋਖ ਨਹੀਂ ਆਉਂਦਾ । ਦਿਨ ਰਾਤ ਸੰਸਾਰਕ ਇੱਛਾਂ ਦੀ ਭਟਕਣ ਵਿੱਚ ਹੀ ਬਤੀਤ ਕਰ ਜਾਂਦੇ ਹਨ । ਉਹਨਾਂ ਦੀਆਂ ਅਰਦਾਸਾਂ, ਪੁਕਾਰਾ ਕਦੇ ਪੂਰੀਆਂ ਨਹੀਂ ਹੁੰਦੀਆਂ, ਨਾ ਹੀ ਉਹਨਾਂ ਦੇ ਭਰਮ ਹੀ ਦੂਰ ਹੁੰਦੇ ਹਨ । ਸ਼ਬਦ ਦੀ ਕਮਾਈ ਤੋਂ ਬਿਨਾਂ ਜੀਵ, ਦਾਗ਼ੀ ਮਨ ਹੀ ਲੈ ਕੇ ਵਾਪਸ ਚਲੇ ਜਾਂਦੇ ਹਨ ।

Whosoever does not focus on His Word, purpose of human life, he had to repent in the end. He is ignorant, spiritually blind, he is born in darkness and spends his life in darkness. He does not have any wisdom nor know the right path of life. Whosoever may meditate and sing His glory, he remains focused on purpose of human life, while meditating he may immerse in The Holy spirit. All religious devotees may be saved by his blessings and God may bestow His mercy and grace. Religious preaches, scholars who may wander shrine to shrine, Scripture to Scripture may not be saved. By reading and doing paath of the Holy scripture, human may become frustrated and helpless. He may suffer misery of worldly worries and desires; he may not be contented in His life. His prayers are never answered nor his suspicions may be eliminated. Without adopting His Word in life, he goes back with blemish soul.

45. Guru Amar Das Ji – Page 650

ਗੁਰ ਬਿਨੁ ਗਿਆਨੁ ਨ ਹੋਵਈ,	gur bin gi-aan na hova-ee
ਨਾ ਸੁਖੁ ਵਸੈ ਮਨਿ ਆਇ॥	naa sukh vasai man aa-ay.
ਨਾਨਕ ਨਾਮ ਵਿਹੂਣੇ ਮਨਮੁਖੀ	naanak naam vihoonay manmukhee
ਜਾਸਨਿ ਜਨਮੁ ਗਵਾਇ॥੧॥	jaasan janam gavaa-ay. ||1||

ਪ੍ਰਭ ਦੇ ਸ਼ਬਦ ਦੀ ਪਾਲਣਾ ਕਰਨ ਤੋਂ ਬਿਨਾਂ ਸ਼ਬਦ ਦੀ ਸੋਝੀ ਨਹੀਂ ਹੁੰਦੀ । ਸ਼ਬਦ ਦੀ ਸੋਝੀ ਤੋਂ ਬਿਨਾਂ ਮਨ ਵਿੱਚ ਸ਼ਾਂਤੀ, ਸੰਤੋਖ ਨਹੀਂ ਆਉਂਦਾ । ਮਨ ਵਿਚੋਂ ਸੰਸਾਰਕ ਇੱਛਾਂ ਦੀ ਭਟਕਣ ਖਤਮ ਨਹੀਂ ਹੁੰਦੀ । ਸ਼ਬਦ ਦੀ ਪਾਲਣਾ ਤੋਂ ਬਿਨਾਂ ਮਨਮੁਖ ਮਾਨਸ ਜਨਮ ਬਿਰਥਾ ਹੀ ਗਵਾ ਜਾਂਦਾ ਹੈ ।

Without adopting His Word in day to day life, he may not be enlightened! Without the enlightenment of His Word within, his mind may not enjoy peace and contentment. The frustrations of worldly desires may never end. Without obeying His Word, self-minded person wastes His human life uselessly.

46. Trilochan Kabeer Ji – Page 695

ਅਨਿਕ ਪਾਤਿਕ ਹਰਤਾ,	anik paatik hartaa
ਤ੍ਰਿਭਵਣ ਨਾਥੁ ਰੀ ਤੀਰਥਿ,	taribhavan naath ree tirath
ਤੀਰਥਿ ਭ੍ਰਮਤਾ ਲਹੈ ਨ ਪਾਰੁ ਰੀ॥	tirath bharmataa lahai na paar ree.
ਕਰਮ ਕਰਿ ਕਪਾਲੁ ਮਫੀਟਸਿ ਰੀ॥੩॥	karam kar kapaal mafeetas ree. ||3||

ਤਿੰਨਾਂ ਸ੍ਰਿਸ਼ਟੀਆਂ ਦਾ ਮਾਲਕ, ਅਨੇਕਾਂ ਪਾਪਾਂ ਨੂੰ ਧੋਣ ਵਾਲਾ, ਬਖਸ਼ਣ ਵਾਲਾ ਸ਼ਿਵਾਂ ! ਉਹ ਇੱਕ ਤੀਰਥ ਤੋਂ ਦੂਸਰੇ ਤੀਰਥ ਭਉਂਦਾ ਫਿਰਦਾ ਹੈ । ਉਸ ਨੂੰ ਪ੍ਰਭ ਦੇ ਕਿਸੇ ਕੰਮ ਦਾ ਅੰਤ ਨਹੀਂ ਮਿਲਆ, ਅੰਤ ਨਹੀਂ ਪਾ ਸਕਇਆ ।

Shiva, who was considered as a master of three universe and king of forgiveness. He remains wandering from shrine to shrine. He could not find the limit of any of His activity, nature.

47. Guru Nanak Dev Ji – Page 790

ਜਿਨੀ ਨ ਪਾਇਓ ਪ੍ਰੇਮ ਰਸੁ,	jinee na paa-i-o paraym ras
ਕੰਤ ਨ ਪਾਇਓ ਸਾਉ॥	kant na paa-i-o saa-o.
ਸੁੰਞੇ ਘਰ ਕਾ ਪਾਹੁਣਾ,	sunjay ghar kaa paahunaa
ਜਿਉ ਆਇਆ ਤਿਉ ਜਾਉ॥੧॥	ji-o aa-i-aa ti-o jaa-o. ||1||

ਜਿਹਨਾਂ ਜੀਵਾਂ ਦੀ ਸ਼ਬਦ ਵਿੱਚ ਲਗਨ ਨਹੀਂ ਹੁੰਦੀ । ਉਹਨਾਂ ਦਾ ਹਾਲ ਉਸ ਮਹਿਮਾਨ ਵਰਗਾ ਹੁੰਦਾ ਹੈ । ਜਿਹੜਾ ਸੁੰਨੇ ਘਰ ਵਿੱਚ ਜਾਂਦਾ ਹੈ, ਉਥੇ ਕੋਈ ਉਸ ਦਾ ਆਦਰ ਕਰਨ ਵਾਲਾ, ਜੀ ਆਇਆ ਕਹਿਣ ਵਾਲਾ ਨਹੀਂ ਹੁੰਦਾ ।

Whosoever does not have dedication, devotion to obey His Word! He is like a guest in an abandoned house, void. No one may greet, welcome or comfort him.

48. Guru Nanak Dev Ji – Page 935

ਪਾਪੁ ਬੁਰਾ ਪਾਪੀ ਕਉ ਪਿਆਰਾ॥	paap buraa paapee ka-o pi-aaraa.
ਪਾਪਿ ਲਦੇ ਪਾਪੇ ਪਾਸਾਰਾ॥	paap laday paapay paasaaraa.
ਪਰਹਰਿ ਪਾਪੁ ਪਛਾਣੈ ਆਪੁ ॥	parhar paap pachhaanai aap.
ਨਾ ਤਿਸੁ ਸੋਗੁ ਵਿਜੋਗੁ ਸੰਤਾਪੁ ॥	naa tis sog vijog santaap.
ਨਰਕਿ ਪੜੰਤਉ ਕਿਉ ਰਹੈ,	narak parhaNta-o ki-o rahai
ਕਿਉ ਬੰਚੈ ਜਮਕਾਲੁ॥	ki-o banchai jamkaal.
ਕਿਉ ਆਵਣ ਜਾਣਾ ਵੀਸਰੈ,	ki-o aavan jaanaa veesrai
ਝੂਠੁ ਬੁਰਾ ਖੈ ਕਾਲੁ॥	jhooth buraa khai kaal.
ਮਨੁ ਜੰਜਾਲੀ ਵੇੜਿਆ,	man janjaalee vayrhi-aa
ਭੀ ਜੰਜਾਲਾ ਮਾਹਿ॥	bhee janjaalaa maahi.
ਵਿਣੁ ਨਾਵੈ ਕਿਉ ਛੂਟੀਐ,	vin naavai ki-o chhootee-ai
ਪਾਪੇ ਪਚਹਿ ਪਚਾਹਿ॥੩੮॥	paapay pacheh pachaahi. ||38||

ਪਾਪ ਬੁਰਾ, ਮੰਦਾ ਹੈ, ਪਰ ਇਹ ਪਾਪ ਕਰਨ ਵਾਲੇ ਨੂੰ ਬਹੁਤ ਪਿਆਰਾ ਲਗਦਾ ਹੈ । ਉਹ ਪਾਪਾਂ ਦਾ ਭਾਰ, ਧਨ ਇਕੱਠਾ ਕਰਦਾ ਰਹਿੰਦਾ ਹੈ, ਇਸ ਨਾਲ ਹੀ ਸੰਸਾਰ ਵਿੱਚ ਹੈਸੀਅਤ ਬਣਾਉਂਦਾ ਹੈ । ਜਿਹੜਾ ਆਪਣੇ ਆਪ ਨੂੰ ਪਛਾਣ ਲੈਂਦਾ ਹੈ, ਪਾਪ ਉਸ ਤੋਂ ਦੂਰ ਰਹਿੰਦਾ, ਭਾਗ ਜਾਂਦਾ ਹੈ, ਉਸ ਜੀਵ ਤੇ ਵਿਛੋੜੇ ਅਤੇ ਉਦਾਸੀ ਦਾ ਕੋਈ ਪ੍ਰਭਾਵ ਨਹੀਂ ਹੁੰਦਾ । ਪਾਪ ਕਰਨ ਵਾਲਾ ਨਰਕ ਤੋਂ ਕਿਵੇਂ ਬਚ ਸਕਦਾ ਹੈ? ਉਹ ਮੌਤ ਦੇ ਫਰਿਸ਼ਤੇ ਨੂੰ ਕਿਵੇਂ ਧੋਖਾ ਦੇ ਸਕਦੇ, ਜੂੰਨਾਂ ਦਾ ਚੱਕਰ ਕਿਵੇਂ ਖਤਮ ਹੋ ਸਕਦਾ ਹੈ? ਮੌਤ ਤਾਂ ਬਹੁਤ ਭਿਆਨਕ ਹੈ । ਅਗਰ ਮਨ ਇੱਛਾਂ ਦੇ ਮਗਰ ਲਗੇ, ਤਾਂ ਇਹਨਾਂ ਇੱਛਾਂ ਦੇ ਜਾਲ ਵਿੱਚ ਹੀ ਫਸ ਜਾਵੇਗਾ । ਸ਼ਬਦ ਦੀ ਪਾਲਣਾ ਕਰਨ ਤੋਂ ਬਿਨਾਂ ਕਿਵੇਂ ਕੋਈ ਬਚ ਸਕਦਾ ਹੈ? ਉਹ ਪਾਪਾਂ ਦੇ ਨਰਕ ਵਿੱਚ, ਜੂੰਨਾਂ ਵਿੱਚ ਹੀ ਜਾਂਦਾ ਹੈ ।

Evil deeds and thoughts are bad; however, these are pleasing to the evil doer. He collects worldly wealth and establish his identity, fame and recognition in community. Whosoever may recognize the purpose of human life, evil thoughts stay away from him, he does not attempt these either. Separation and sadness may not have any effects on his state of mind. How may the evil doer escape the devil of death? Death is very terrible and unpredictable. He follows his desires for worldly pleasures and remain trapped by worldly wealth. Without adopting His Word in life, how may he escape death or worldly desires? Evil doer is born in the hell of evil and he goes into worse birth and death cycle.

49. Guru Amar Das Ji – Page 953

ਮੂਰਖੁ ਹੋਵੈ ਸੋ ਸੁਣੈ	moorakh hovai so sunai
ਮੂਰਖ ਕਾ ਕਹਣਾ॥	moorakh kaa kahnaa.
ਮੂਰਖ ਕੇ ਕਿਆ ਲਖਣ ਹੈ,	moorakh kay ki-aa lakhan hai
ਕਿਆ ਮੂਰਖ ਕਾ ਕਰਣਾ॥	ki-aa moorakh kaa karnaa.
ਮੂਰਖੁ ਓਹੁ ਜਿ ਮੁਗਧੁ ਹੈ,	moorakh oh je mugaDh hai
ਅਹੰਕਾਰੇ ਮਰਣਾ॥	ahaNkaaray marnaa.
ਏਤੁ ਕਮਾਣੈ ਸਦਾ ਦੁਖੁ,	ayt kamaanai sadaa dukh
ਦੁਖ ਹੀ ਮਹਿ ਰਹਣਾ॥	dukh hee meh rahnaa.
ਅਤਿ ਪਿਆਰਾ ਪਵੈ ਖੂਹਿ,	at pi-aaraa pavai khoohi
ਕਿਹੁ ਸੰਜਮੁ ਕਰਣਾ॥	kihu sanjam karnaa.
ਗੁਰਮੁਖਿ ਹੋਇ ਸੁ ਕਰੇ ਵੀਚਾਰੁ,	gurmukh ho-ay so karay veechaar
ਓਸੁ ਅਲਿਪਤੋ ਰਹਣਾ॥	os alipato rahnaa.
ਹਰਿ ਨਾਮੁ ਜਪੈ ਆਪਿ ਉਧਰੈ,	har naam japai aap uDhrai
ਓਸੁ ਪਿਛੈ ਡੁਬਦੇ ਭੀ ਤਰਣਾ॥	os pichhai dubday bhee tarnaa.
ਨਾਨਕ ਜੋ ਤਿਸੁ ਭਾਵੈ ਸੋ ਕਰੇ,	naanak jo tis bhaavai so karay
ਜੋ ਦੇਇ ਸੁ ਸਹਣਾ॥੧॥	jo day-ay so sahnaa. ‖1‖

ਮੂਰਖ ਦੀ ਕੀ ਨਿਸ਼ਾਨੀ ਹੁੰਦੀ ਹੈ? ਉਸ ਦੇ ਕੀ ਕੰਮ ਹੁੰਦੇ ਹਨ? ਕੇਵਲ ਮੂਰਖ ਜੀਵ ਹੀ ਮੂਰਖ ਦੇ ਪਿਛੇ ਲਗਦਾ ਹੈ । ਮੂਰਖ ਬੇਸਮਝ ਹੈ, ਉਹ ਆਪਣੇ ਅਹੰਕਾਰ ਵਿੱਚ ਹੀ ਮਰ ਜਾਂਦਾ ਹੈ । ਆਪਣੇ ਕੀਤੇ ਕੰਮ ਕਰਕੇ ਹੀ ਜੀਵ, ਸਦਾ ਮੁਸੀਬਤਾਂ ਵਿੱਚ ਹੀ ਰਹਿੰਦਾ ਹੈ । ਅਗਰ ਕੋਈ ਅਸਲੀ ਮਿੱਤਰ ਮੁਸੀਬਤ ਵਿੱਚ ਆ ਜਾਵੇ, ਗਲਤ ਰਸਤੇ ਤੇ ਪੈ ਜਾਵੇ, ਤਾਂ ਉਸ ਨੂੰ ਰਸਤੇ ਤੋਂ ਕਿਵੇਂ ਹਟਾਇਆ ਜਾ ਸਕਦਾ ਹੈ? ਜਿਹੜਾ ਜੀਵ ਗੁਰਮਖ ਹੋਵੇ ਉਹ ਪ੍ਰਭ ਦੇ ਭਾਣੇ ਦਾ ਖਿਆਲ ਰੱਖਦਾ ਹੈ, ਆਪ ਉਸ ਲਾਲਚ ਵਿੱਚ ਨਹੀਂ ਫਸਦਾ । ਮਨ ਨੂੰ ਇੱਛਾਂ ਤੋਂ ਰਹਿਤ ਰੱਖਦਾ ਹੈ, ਉਹ ਸ਼ਬਦ ਦੀ ਪਾਲਣਾ ਕਰਦਾ ਰਹਿੰਦਾ ਹੈ । ਬਾਕੀ ਜੀਵਾਂ ਨੂੰ ਵੀ ਪ੍ਰੇਰਨਾ, ਸਿੱਧੇ ਰਸਤੇ, ਪ੍ਰਵਾਨਗੀ ਵੱਲ ਲੈ ਜਾਂਦਾ ਹੈ । ਉਹ ਪ੍ਰਭ ਦੇ ਸ਼ਬਦ ਦੀ ਪਾਲਣਾ ਕਰਦਾ ਰਹਿੰਦਾ ਹੈ । ਪ੍ਰਭ ਦੇ ਬਖਸ਼ ਤੇ ਸੰਤੋਖ, ਧੀਰਜ ਰੱਖਦਾ ਹੈ ।

What may be the sign of a foolish human and his deeds? Who may follow the advice of an ignorant, foolish person, only he is foolish? Fool dies in his ego and suffers for his evil deeds. He remains in the cycle of birth and death. If any true friend falls into trap of evil person and go on wrong path! How can he be moved to the right path? His true devotee may always adopt His Word and recognizes the purpose of life! He does not think about, falls into the trap of worldly greed. He keeps his worldly desires under his control, becomes desire free and obeys His Word in life. He inspires other to follows his lead and have a clean selfishness life. While obeying His Word he remains happy and contented with his worldly conditions.

50. Guru Nanak Dev Ji – Page 1245

ਧ੍ਰਿਗੁ ਤਿਨਾ ਕਾ ਜੀਵਿਆ,	dharig tinaa kaa jeevi-aa
ਜਿ ਲਿਖਿ ਲਿਖਿ ਵੇਚਹਿ ਨਾਉ॥	je likh likh vaycheh naa-o.
ਖੇਤੀ ਜਿਨ ਕੀ ਉਜੜੈ,	khaytee jin kee ujrhai
ਖਲਵਾੜੇ ਕਿਆ ਥਾਉ॥	khalvaarhay ki-aa thaa-o.
ਸਚੈ ਸਰਮੈ ਬਾਹਰੇ,	sachai sarmai baahray
ਅਗੈ ਲਹਹਿ ਨ ਦਾਦਿ॥	agai laheh na daad.
ਅਕਲਿ ਏਹ ਨ ਆਖੀਐ,	akal ayh na aakhee-ai
ਅਕਲਿ ਗਵਾਈਐ ਬਾਦਿ॥	akal gavaa-ee-ai baad.
ਅਕਲੀ ਸਾਹਿਬੁ ਸੇਵੀਐ,	aklee saahib sayvee-ai
ਅਕਲੀ ਪਾਈਐ ਮਾਨੁ॥	aklee paa-ee-ai maan.
ਅਕਲੀ ਪੜ੍ਹਿ ਕੈ ਬੁਝੀਐ,	aklee parhH kai bujhee-ai
ਅਕਲੀ ਕੀਚੈ ਦਾਨੁ॥	aklee keechai daan.
ਨਾਨਕੁ ਆਖੈ ਰਾਹੁ ਏਹੁ,	naanak aakhai raahu ayhu
ਹੋਰਿ ਗਲਾਂ ਸੈਤਾਨੁ॥੧॥	hor galaaN saitaan. ||1||

ਜਿਹੜੇ ਸ਼ਬਦ ਨੂੰ ਵੇਚਦੇ, ਸ਼ਬਦ ਦੇ ਅਰਥ ਲਿਖ ਕੇ ਵੇਚ ਕੇ ਅਮੀਰ ਹੋਣਾ ਲੋਚਦੇ ਹਨ । ਉਹਨਾਂ ਜੀਵ ਦੀ ਬੰਦਗੀ ਬਿਰਥਾ ਹੀ ਜਾਂਦੀ ਹੈ । ਉਹ ਆਪਣੀ ਕੀਤੀ ਬੰਦਗੀ ਤਾਂ ਗਵਾ ਲੈਂਦਾ ਹੈ! ਉਸ ਦਾ ਧਨ ਅੱਗੇ ਜਾਣ ਵਾਲਾ ਨਹੀਂ ਰਹਿੰਦਾ, ਮੈਲਾ ਹੋ ਜਾਂਦਾ ਹੈ । ਉਹਨਾਂ ਨੂੰ ਉਸ ਦਾ ਅੱਗੇ ਕੀ ਲਾਭ ਹੋਣਾ ਹੈ? ਉਹ ਬੰਦਗੀ ਦੀ ਮੂਲ ਵਾਲਾ ਬੀਜ, ਨਿਮ੍ਰਤਾ, ਪ੍ਰਭ ਤੇ ਭਰੋਸਾ ਗਵਾ ਲੈਂਦਾ ਹੈ । ਉਸ ਦੀ ਕਮਾਈ ਪ੍ਰਭ ਨੂੰ ਪ੍ਰਵਾਨ ਨਹੀਂ ਹੁੰਦੀ । ਅਗਰ ਕੋਈ ਕਿਸੇ ਨਾਲ ਕੋਈ ਝਗੜਾ ਖੜਾ ਹੋ ਜਾਵੇ, ਉਸ ਨੂੰ ਗਿਆਨ, ਸਿਆਣਪ, ਸੋਝੀ ਨਹੀਂ ਕਿਹਾ ਜਾ ਸਕਦਾ । ਸ਼ਬਦ ਦੀ ਸੋਝੀ ਕਿਸੇ ਨੂੰ ਗ੍ਰੰਥ ਪੜ੍ਹਕੇ ਨਹੀਂ ਆਉਂਦੀ । ਸ਼ਬਦ ਦੀ ਸੋਝੀ ਮਨ ਨੂੰ ਨਿਮਾਣੇ ਦੀ ਸੇਵਾ ਕਰਨ ਨਾਲ ਹੀ ਬਖਸ਼ਿਸ਼ ਹੋ ਸਕਦੀ ਹੈ । ਪ੍ਰਭ ਦੀ ਪ੍ਰਵਾਨਗੀ ਦਾ ਇਹੋ ਹੀ ਇੱਕੋ ਇੱਕ ਰਸਤਾ ਹੈ ਬਾਕੀ ਰਸਤੇ ਜਮਦੂਤੇ ਦੇ ਬਣਾਏ ਹੋਏ ਹਨ ।

Whosoever may sell His Word to gain worldly riches, fame, wastes his golden opportunity of human life uselessly. His meditation may not be accepted in His court. His earnings are not worthy of His consideration. What blessings, profit may he be rewarded in His court? He loses his principle investment, his humility, belief on His Word. His meditation may not be accepted in His court. In case he starts quarrel with others on the way of meditation, worship, he may not be called a wise person. The enlightenment of His Word may not come by reading, singing, searching Holy scriptures. The enlightenment may be blessed by living humble life as per His Word and helping the helpless. This may be the One and Only One right path for His blessings! All other worships and meditations are designed by worldly greed, by devil.

51. Kabeer Ji – Page 332

ਆਪਿ ਨ ਦੇਹਿ ਚੁਰੂ ਭਰਿ ਪਾਨੀ॥	aap na deh churoo bhar paanee.
ਤਿਹ ਨਿੰਦਹਿ ਜਿਹ ਗੰਗਾ ਆਨੀ॥੨॥	tih nindeh jih gangaa aanee. ||2||

ਜਿਹੜੇ ਆਪ ਤਾਂ ਕਿਸੇ ਲੋੜਵੰਦ ਦੀ ਸਹਾਇਤਾ ਨਹੀਂ ਕਰਦੇ । ਆਪਣੀ ਕਮਾਈ ਵਿਚੋਂ ਕੋਈ ਦਾਨ ਨਹੀਂ ਕਰਦੇ, ਭਲਾਈ ਦਾ ਕੰਮ ਨਹੀਂ ਕਰਦੇ । ਪਰ, ਜਿਹੜੇ ਸ੍ਰਿਸ਼ਟੀ ਦੀ ਭਲਾਈ ਦਾ ਕੰਮ ਕਰਦੇ ਹਨ, ਲੋੜਵੰਦਾ ਦੀ ਮਦਤ ਕਰਦੇ ਹਨ । ਉਹਨਾਂ ਜੀਵਾਂ ਦੀ ਨਿੰਦਿਆ ਹੀ ਕਰਦੇ ਰਹਿੰਦੇ ਹਨ ।

There are so many who may not do any charity work, help the helpless or good deeds. However, criticize the others, who may do good work, help the helpless.

52. Guru Arjan Dev Ji – Page 217

ਦੇਇ ਬੁਝਾਰਤ ਸਾਰਤਾ	day-ay bujhaarat saartaa
ਸੇ ਅਖੀ ਡਿਠੜਿਆ॥	say akhee dith-rhi-aa.
ਕੋਈ ਜਿ ਮੂਰਖੁ ਲੋਭੀਆ	ko-ee je moorakh lobhee-aa
ਮੂਲਿ ਨ ਸੁਣੀ ਕਹਿਆ॥੨॥	mool na sunee kahi-aa. ||2||

ਮੂਰਖ ਵੀ ਸਾਰੇ ਇਸ਼ਾਰੇ ਸਮਝਦੇ, ਆਪਣੀਆ ਅੱਖਾ ਨਾਲ ਦੇਖਦੇ, ਮਨ ਵਿੱਚ ਸੋਚਦੇ ਹਨ । ਮੂਰਖ, ਲਾਲਚੀ ਇਹਨਾਂ ਤੇ ਅਮਲ ਨਹੀਂ ਕਰਦੇ, ਆਪਣੇ ਜੀਵਨ ਦਾ ਢਗ ਨਹੀਂ ਬਣਾਉਂਦੇ ।

Even the fools also understand all signals of His Word and he thinks about it. However, he may not implement in his own life.

53. Guru Arjan Dev Ji – Page 522

ਕੋਟਿ ਬਿਘਨ ਤਿਸੁ ਲਾਗਤੇ	kot bighan tis laagtay
ਜਿਸ ਨੋ ਵਿਸਰੈ ਨਾਉ॥	jis no visrai naa-o.
ਨਾਨਕ ਅਨਦਿਨੁ ਬਿਲਪਤੇ	naanak an-din bilpatay
ਜਿਉ ਸੁੰਞੈ ਘਰਿ ਕਾਉ॥੧॥	ji-o sunjai ghar kaa-o. ||1||

ਜਿਸ ਦੇ ਮਨ ਵਿਚੋਂ ਪ੍ਰਭ ਦਾ ਸ਼ਬਦ ਵਿਸਰ ਜਾਂਦਾ ਹੈ, ਪ੍ਰਭ ਨੂੰ ਮਨੋ ਵਿਸਾਰ ਦੇਂਦਾ ਹੈ । ਉਸ ਨੂੰ ਸੰਸਾਰਕ ਜੀਵਨ ਵਿੱਚ ਬਹੁਤ ਮੁਸ਼ਕਲਾ, ਭਟਕਣਾਂ ਲਗੀਆਂ ਰਹਿੰਦੀਆਂ ਹਨ । ਜਿਵੇਂ ਸੁੰਨੇ ਘਰ ਵਿੱਚ ਕਾਂ ਭੁੱਖਾ ਕੂਕਦਾ ਹੈ, ਉਸ ਦਾ ਜੀਵਨ ਇਸਤਰ੍ਹਾਂ ਹੀ ਬੀਤ ਜਾਂਦਾ ਹੈ ।

Whosoever may not have a steady and stable belief on His Word and he ignores His Word from his day to day life. He indulges in religious suspicions and always remains struggling with worldly desires and disappointments. His state of mind is like that hungry crow, who may be searching for food in abandoned house. He spends his life on earth in suffering.

54. Guru Arjan Dev Ji – Page 1203

ਜਉ ਦਿਨੁ ਰੈਨਿ ਤਊ ਲਉ ਬਜਿਓ,	ja-o din rain ta-oo la-o baji-o
ਮੂਰਤ ਘਰੀ ਪਲੋ ॥	moorat gharee palo.
ਬਜਾਵਨਹਾਰੋ ਊਠਿ ਸਿਧਾਰਿਓ,	bajaavanhaaro ooth siDhaari-o
ਤਬ ਫਿਰਿ ਬਾਜੁ ਨ ਭਇਓ॥੩॥	tab fir baaj na bha-i-o. ||3||

ਜਿਵੇਂ ਜੀਵ ਦੇ ਦਿਨ ਰਾਤ ਆਉਂਦੇ, ਬੀਤ ਦੇ ਰਹਿੰਦੇ ਹਨ, ਘੜੀ ਦੀ ਅਵਾਜ, ਸਮਾਂ ਚਲਦਾ ਰਹਿੰਦਾ ਹੈ । ਜਦੋਂ ਸਵਾਸ ਖਤਮ ਹੋ ਜਾਂਦੇ ਹਨ, ਫਿਰ ਉਸ ਨੂੰ ਘੜੀ ਦੀ ਅਵਾਜ ਕਦੇ ਨਹੀਂ ਸੁਣਦੀ ।

Whosoever may be alive and breathing, his days and nights come and go and he may hear the sound of clock. When breaths are exhausted, he cannot hear any sound nor can do any meditation, prayer for mercy.

Chapter 9

- ❖ **Worldly Guru-Holy Scripture-Religion-Temple!**
- ❖ **State of Mind of Priest!**

33 ਸੰਸਾਰਕ ਗੁਰੂ- ਗ੍ਰੰਥ- ਧਰਮ- ਮੰਦਰ !

Guru-Holy Scripture-Religion-Temple!

1. Guru Arjan Dev Ji – Page 214

ਸਿਵ ਪੁਰੀ ਬ੍ਰਹਮ ਇੰਦ੍ਰ ਪੁਰੀ,	siv puree barahm indar puree
ਨਿਹਚਲੁ ਕੋ ਥਾਉ ਨਾਹਿ॥	nihchal ko thaa-o naahi.
ਬਿਨੁ ਹਰਿ ਸੇਵਾ ਸੁਖੁ ਨਹੀ,	bin har sayvaa sukh nahee
ਹੋ ਸਾਕਤ ਆਵਹਿ ਜਾਹਿ॥੩॥	ho saakat aavahi jaahi. ‖3‖

ਸ਼ਿਵਾਂ ਪੁਰੀ, ਬ੍ਰਹਮ ਪੁਰੀ, ਇੰਦਰ ਪੁਰੀ ਸਭ ਬੰਦਗੀ ਕਰਨ ਵਾਲੇ ਆਸਣ ਹੀ ਹਨ । ਪਰ ਇਹ ਸਦਾ ਰਹਿਣ ਵਾਲੇ, ਅਟੱਲ ਨਹੀਂ ਹਨ । ਪ੍ਰਭ ਦੇ ਸ਼ਬਦ ਦੀ ਪਾਲਣਾ ਤੋਂ ਬਿਨਾਂ ਮਨ ਵਿੱਚ ਸੰਤੋਖ ਨਹੀਂ ਆਉਂਦਾ । ਸਾਕਤ ਬਾਰ ਬਾਰ ਜੂੰਨਾਂ ਵਿੱਚ ਭਉਂਦਾ ਰਹਿੰਦਾ ਹੈ ।

Shivpuri, Bhramapuri, Inderpuri are all state of mind of devotee, places to worship. These may not last forever and may vanish in the end. Without adopting His teachings, his mind may not be blessed with peace, harmony and contentment. Non-believers wander in the cycle of birth and death.

2. Guru Amar Das Ji – Page 231

ਅੰਧ ਗੁਰੂ ਤੇ ਭਰਮੁ ਨ ਜਾਈ॥	anDhay guroo tay bharam na jaa-ee.
ਮੂਲੁ ਛੋਡਿ ਲਾਗੇ ਦੂਜੈ ਭਾਈ॥	mool chhod laagay doojai bhaa-ee.
ਬਿਖੁ ਕਾ ਮਾਤਾ ਬਿਖੁ ਮਾਹਿ ਸਮਾਈ॥੩॥	bikh kaa maataa bikh maahi samaa-ee.3

ਜਿਹੜਾ ਆਪਣਾ ਜੀਵਨ ਪ੍ਰਭ ਦੇ ਸ਼ਬਦ ਨਾਲ ਨਹੀਂ ਢਾਲਦਾ, ਉਹ ਕਿਸੇ ਹੋਰ ਨੂੰ ਪ੍ਰਭ ਦੀ ਪ੍ਰਵਾਨਗੀ ਦੇ ਰਸਤੇ ਦੀ ਸੋਝੀ ਨਹੀਂ ਦੇ ਸਕਦਾ, ਉਸ ਦੇ ਮਨ ਦੇ ਭਰਮ ਦੂਰ ਨਹੀਂ ਕਰ ਸਕਦਾ । ਉਹ ਅਸਲੀ ਰਸਤਾ, ਪ੍ਰਭ ਦੇ ਸ਼ਬਦ ਦੀ ਪਾਲਣਾ ਛੱਡਕੇ ਧਰਮ ਦੇ ਰਸਤੇ ਤੇ ਹੀ ਪਾਉਂਦਾ ਹੈ । ਉਸ ਦੇ ਮਨ ਤੇ ਧੋਖੇ ਅਤੇ ਲਾਲਚ ਦਾ ਡੂੰਘਾਂ ਪ੍ਰਭਾਵ ਹੁੰਦਾ ਹੈ, ਮਾਨਸ ਜਨਮ ਬਿਰਥਾ ਗਵਾ ਜਾਂਦਾ ਹੈ ।

The guru, who may not adopt the teachings of His Word in his own life, he cannot guide his follower to the right path and his suspicions may never be vanished. Ignorant guru may guide his followers to the religious rituals instead of the right path of salvation. Greed and deceit may dominate his mind and he waste his opportunity of human life.

3. Kabeer Ji – Page 324

ਗਰਭ ਵਾਸ ਮਹਿ ਕੁਲੁ ਨਹੀ ਜਾਤੀ ॥	garabh vaas meh kul nahee jaatee.
ਬ੍ਰਹਮ ਬਿੰਦੁ ਤੇ ਸਭ ਉਤਪਾਤੀ ॥੧॥	barahm bind tay sabh utpaatee. ‖1‖

ਮਾਤਾ ਦੇ ਗਰਭ ਵਿੱਚ ਆਤਮਾ ਦੀ ਕੋਈ ਜਾਤ, ਪੀੜ੍ਹੀ ਨਹੀਂ ਹੁੰਦੀ । ਸਭ ਪ੍ਰਭ ਦੀ ਰਹਿਮਤ ਦੇ ਬੀਜ ਤੋਂ ਹੀ ਪੈਦਾ ਹੁੰਦੇ ਹਨ ।

Soul does not have any caste in the womb of mother. All are born out of His Holy spirit.

4. Kabeer Ji – Page 1370

ਕਬੀਰ ਮਾਇ ਮੂੰਡਉ ਤਿਹ ਗੁਰੂ ਕੀ,	kabeer maa-ay moonda-o tih guroo kee
ਜਾ ਤੇ ਭਰਮੁ ਨ ਜਾਇ॥	jaa tay bharam na jaa-ay.
ਆਪ ਡੁਬੇ ਚਹੁ ਬੇਦ ਮਹਿ,	aap dubay chahu bayd meh
ਚੇਲੇ ਦੀਏ ਬਹਾਇ॥੧੦੪॥	chaylay dee-ay bahaa-ay. ‖104‖

ਜਿਸ ਜੀਵ ਦਾ ਸੰਤ ਦੀ ਸੰਗਤ ਕਰਨ ਨਾਲ ਵੀ ਪ੍ਰਭ ਸ਼ਬਦ ਤੇ ਵਿਸ਼ਵਾਸ ਅਡੋਲ ਨਹੀਂ ਹੁੰਦਾ । ਅਜੇਹੇ ਸੰਤ ਦਾ ਆਪਦਾ ਭਰੋਸਾ ਪ੍ਰਭ ਦੇ ਸ਼ਬਦ ਤੇ ਅਡੋਲ ਨਹੀਂ ਹੁੰਦਾ । ਉਹ ਆਪ ਹੀ ਧਾਰਮਕ ਕਿਤਾਬਾਂ ਵਿੱਚ ਉਲਝਿਆ ਹੋਇਆ ਹੈ । ਉਹ ਆਪ ਤਾਂ ਕਿਸੇ ਪਾਸੇ ਨਹੀਂ ਲਗਦਾ, ਆਪਣੇ ਸਾਥ ਦੇਣ ਵਾਲਿਆਂ ਨੂੰ ਵੀ ਅਸਲੀ ਮਾਰਗ ਤੇ ਨਹੀਂ ਪਾ ਸਕਦਾ । ਅਜੇਹੇ ਸੰਤ ਨੂੰ ਪਹਿਲੇ ਆਪਣੀ ਆਤਮਾ ਨੂੰ ਪਵਿੱਤਰ ਕਰਨਾ ਚਾਹੀਦਾ ਹੈ ।

If by the association of a saint, mind of his follower does not become steady and stable on His Word that saint may not have a steady and stable belief on His Word either. He himself remains in suspicions of religious scripture, religious rituals. He does not adopt His Word with steady and stable and not enlightened with the right path. He may he guide his follower to the right path? The saint should adopt the teachings of His Word in his day to day life and sanctify his own soul, before preaching his followers.

5. Guru Amar Das Ji – Page 128

ਵੇਦੁ ਪੜਹਿ ਹਰਿ ਰਸੁ ਨਹੀ ਆਇਆ॥	vayd parheh har ras nahee aa-i-aa.
ਵਾਦੁ ਵਖਾਣਹਿ ਮੋਹੇ ਮਾਇਆ॥	vaad vakaaneh mohay maa-i-aa.
ਅਗਿਆਨਮਤੀ ਸਦਾ ਅੰਧਿਆਰਾ,	agi-aanmatee sadaa anDhi-aaraa
ਗੁਰਮੁਖਿ ਬੂਝਿ ਹਰਿ ਗਾਵਣਿਆ॥੨॥	gurmukh boojh har gaavani-aa. ‖2‖

ਗਿਆਨੀ, ਪੰਡਿਤ, ਸ਼ਬਦ, ਬਾਣੀ ਨੂੰ ਪੜ੍ਹਦੇ ਹਨ, ਪਰ ਮਨ ਨੂੰ ਸੰਤੋਖ, ਸ਼ਾਂਤੀ ਬਖਸ਼ਿਸ਼ ਨਹੀਂ ਹੁੰਦੀ । ਉਹਨਾਂ ਤੇ ਸੰਸਾਰਕ ਮਾਇਆ ਦਾ ਭੂਤ ਸਵਾਰ ਰਹਿੰਦਾ, ਲਾਲਚ ਰਹਿੰਦਾ ਹੈ । ਉਹ ਹਰ ਸ਼ਬਦ ਤੇ ਵਿਚਾਰ ਕਰਦੇ ਹਨ, ਪ੍ਰਭ ਦੇ ਕੀਤੇ ਦਾ ਕਾਰਨ ਜਾਣਨਾ ਚਾਹੁੰਦੇ ਹਨ । ਉਹ ਗਿਆਨੀ, ਪੰਡਿਤ ਸਦਾ ਹੀ ਪ੍ਰਭ ਦੀ ਸੋਝੀ ਤੋਂ ਅੰਨ੍ਹਾ ਹੀ ਰਹਿੰਦਾ, ਸੋਝੀ ਨਹੀਂ ਹੁੰਦੀ । ਗੁਰਮਖ ਜੀਵ, ਪ੍ਰਭ ਦੇ ਸ਼ਬਦ ਦਾ ਸਿਮਰਨ, ਸ਼ਬਦ ਦੇ ਗੁਣ ਹੀ ਗਾਉਂਦਾ ਰਹਿੰਦਾ ਹੈ , ਉਸ ਨੂੰ ਸ਼ਬਦ ਦੀ ਸੋਝੀ ਬਖਸ਼ਿਸ਼ ਹੋ ਜਾਂਦੀ ਹੈ ।

The religious priest may recite the Holy scripture, however may not realize peace and contentment, his worldly desires and greed dominate his life. He critiques each word in the Holy scripture and he wants to know the reason for that word. That scholar, priest always remains blind from the enlightenment of the teachings of His Word. His true devotee meditates and sings the glory of His Word. He may be blessed with enlightenment from within.

6. Guru Amar Das Ji – Page 128

ਤ੍ਰੈ ਗੁਣ ਪੜਹਿ ਹਰਿ ਤਤੁ ਨ ਜਾਣਹਿ॥	tarai gun parheh har tat na jaaneh.
ਮੂਲਹੁ ਭੁਲੇ ਗੁਰ ਸਬਦੁ ਨ ਪਛਾਣਹਿ॥	moolhu bhulay gur sabad na pachhaaneh.
ਮੋਹ ਬਿਆਪੇ ਕਿਛੁ ਸੂਝੈ ਨਾਹੀ,	moh bi-aapay kichh soojhai naahee
ਗੁਰ ਸਬਦੀ ਹਰਿ ਪਾਵਣਿਆ॥੬॥	gur sabdee har paavni-aa. ‖6‖

ਜੀਵ ਸੰਸਾਰਕ ਮਾਇਆ ਦੇ ਤਿੰਨਾਂ, ਗੁਣਾਂ, ਰੂਪਾਂ ਬਾਬਤ ਪੜ੍ਹਦੇ ਹਨ । ਪਰ ਉਹ ਪ੍ਰਭ ਦੇ ਸ਼ਬਦ ਦਾ ਤੱਤ ਨਹੀਂ ਜਾਣਦੇ । ਜਿਹੜਾ ਪ੍ਰਭ ਇਹਨਾਂ ਤਿੰਨਾਂ ਮਾਇਆ ਨੂੰ ਪੈਦਾ ਕਰਨ ਵਾਲਾ, ਇੱਕੋ ਇੱਕ ਮਾਲਕ ਹੈ, ਉਸ ਨੂੰ ਮਨੋ ਭੁਲਾਈ ਰੱਖਦੇ ਹਨ । ਉਹਨਾਂ ਨੂੰ ਪ੍ਰਭ ਦੇ ਭਾਣੇ, ਸ਼ਬਦ ਦੀ ਕੋਈ ਜਾਣਕਾਰੀ, ਸੋਝੀ ਨਹੀਂ ਹੁੰਦੀ । ਉਹ ਸੰਸਾਰਕ ਮੋਹ ਦੇ ਜਾਲ ਵਿੱਚ ਹੀ ਫਸੇ ਰਹਿੰਦੇ ਹਨ। ਉਹਨਾਂ ਨੂੰ ਜੀਵਨ ਦੇ ਅਸਲੀ ਮੰਤਵ, ਸ਼ਬਦ ਦੀ ਕੋਈ ਸੋਝੀ ਨਹੀਂ ਹੁੰਦੀ । ਪ੍ਰਭ ਦੀ ਰਹਿਮਤ, ਸ਼ਬਦ ਦੀ ਸੋਝੀ, ਸ਼ਬਦ ਦੀ ਪਾਲਣਾ ਕਰਨ ਨਾਲ ਹੀ ਬਖਸ਼ਿਸ਼ ਹੋ ਸਕਦੀ ਹੈ ।

Human may read the three virtues of worldly wealth, however does not understand the essence of His Word. He may not pay any attention to the teachings of The Creator, The True Master of these three virtues and abandon His Word from day to day life. He may not be enlightened with the teachings of His Word; he remains entangled in worldly attachments. He may not understand the true purpose of human life nor His Word. His mercy and grace may only be blessed by adopting His Word in day to day life.

7. Guru Amar Das Ji – Page 128

ਵੇਦੁ ਪੁਕਾਰੈ ਤ੍ਰਿਬਿਧਿ ਮਾਇਆ॥	vayd pukaarai taribaDh maa-i-aa.
ਮਨਮੁਖ ਨ ਬੂਝਹਿ ਦੂਜੈ ਭਾਇਆ॥	manmukh na boojheh doojai bhaa-i-aa.
ਤ੍ਰੈ ਗੁਣ ਪੜਹਿ ਹਰਿ ਏਕੁ ਨ ਜਾਣਹਿ,	tarai gun parheh har ayk na jaaneh
ਬਿਨੁ ਬੂਝੇ ਦੁਖੁ ਪਾਵਣਿਆ॥੭॥	bin boojhay dukh paavni-aa. ‖7‖

ਵੇਦਾਂ, ਧਰਮ ਦੇ ਗ੍ਰੰਥ ਦੱਸਦੇ ਹਨ, ਉਹਨਾਂ ਵਿੱਚ ਲਿਖਿਆ ਹੈ, ਮਾਇਆ ਦੇ ਤਿੰਨ ਰੂਪ ਹੁੰਦੇ ਹਨ । ਮਨਮੁਖ, ਮਨਮਰਜ਼ੀ ਕਰਨ ਵਾਲੇ ਚਾਰੇ ਪਾਸੇ ਘੁੰਮਦੇ ਰਹਿੰਦੇ ਹਨ । ਉਹਨਾਂ ਨੂੰ ਉਸ ਦੀ ਕੋਈ ਜਾਣਕਾਰੀ, ਸੋਝੀ ਨਹੀਂ ਹੁੰਦੀ । ਉਹ ਮਾਇਆ ਦੇ ਤਿੰਨਾਂ ਗੁਣਾਂ ਬਾਬਤ ਪੜ੍ਹਦੇ ਹਨ । ਪਰ ਇੱਕੋ ਇੱਕ ਮਾਇਆ ਨੂੰ ਪੈਦਾ ਕਰਨ ਵਾਲੇ ਦੀ ਕੋਈ ਜਣਕਾਰੀ ਨਹੀਂ ਹੁੰਦੀ, ਉਸ ਬਾਬਤ ਵਿਚਾਰ ਨਹੀਂ ਕਰਦੇ । ਸ਼ਬਦ ਦੀ ਸੋਝੀ ਤੋਂ ਬਿਨਾਂ ਜੀਵ ਨੂੰ ਦੁਖ, ਮਾਯੂਸੀ ਹੀ ਹਾਸਿਲ ਹੁੰਦੀ ਹੈ ।

Holy scriptures describe the three types of worldly wealth, virtues. Self-minded may wander around and collect these virtues. He may not have any clue about the right path. He may read about these three virtues of wealth; however, he may not try to know The Creator and controller of worldly wealth. Without the enlightenment of His Word, he may endure the misery of birth and death.

8. Guru Nanak Dev Ji – Page 154

ਜਨਮਿ ਮਰੈ ਤ੍ਰੈ ਗੁਣ ਹਿਤਕਾਰੁ॥	janam marai tarai gun hitkaar.
ਚਾਰੇ ਬੇਦ ਕਥਹਿ ਆਕਾਰੁ॥	chaaray bayd katheh aakaar.
ਤੀਨਿ ਅਵਸਥਾ ਕਹਹਿ ਵਖਿਆਨੁ॥	teen avasthaa kaheh vakhi-aan.
ਤੁਰੀਆ ਵਸਥਾ ਸਤਿਗੁਰ ਤੇ ਹਰਿ ਜਾਨੁ॥੧॥	turee-aavasthaa satgur tay har jaan. ‖1‖

ਚਾਰੇ ਵੇਦਾਂ ਕੇਵਲ ਪ੍ਰਭ ਦੀ ਵੇਖੇ ਜਾਣ ਵਾਲੀ ਅਵਸਥਾ ਦੀ ਹੀ ਵਿਆਖਿਆ ਕਰਦੇ ਹਨ । ਇਹਨਾਂ ਵਿੱਚ ਮਨ ਦੀਆ ਤਿੰਨਾਂ ਅਵਸਥਾ ਦੀ ਵਿਆਖਿਆ, ਗਿਆਨ ਦੱਸਿਆ ਗਿਆ ਹੈ । ਜਿਹਨਾਂ ਦਾ ਮਨ ਇਹਨਾਂ ਤਿੰਨਾਂ ਨੂੰ ਪਿਆਰ ਕਰਦਾ, ਲਗਨ ਲਾਉਂਦਾ ਹੈ । ਉਹ ਜਨਮ ਮਰਨ ਦੇ ਚੱਕਰ ਵਿੱਚ ਹੀ ਰਹਿੰਦਾ ਹੈ ।

Holy scripture (Vedas) describes the only three states of mind, virtues of wealth that can be seen in the universe. Whosoever may dedicate his life to these three virtues, he may remain in cycle of birth and death.

9. Guru Amar Das Ji – Page 158

ਭਗਤਿ ਕਰਹਿ ਮੂਰਖ ਆਪੁ ਜਣਾਵਹਿ॥	bhagat karahi moorakh aap janaaveh.
ਨਚਿ ਨਚਿ ਟਪਹਿ ਬਹੁਤੁ ਦੁਖੁ ਪਾਵਹਿ॥	nach nach tapeh bahut dukh paavahi.
ਨਚਿਐ ਟਪਿਐ ਭਗਤਿ ਨ ਹੋਇ॥	nachi-ai tapi-ai bhagat na ho-ay.
ਸਬਦਿ ਮਰੈ ਭਗਤਿ ਪਾਏ ਜਨੁ ਸੋਇ॥੩॥	sabad marai bhagat paa-ay jan so-ay. ||3||

ਕਈ ਅਣਜਾਣ, ਮੂਰਖ ਜੀਵ ਲੋਕ ਦਿਖਾਵੇ ਦੀ ਬੰਦਗੀ, ਸੇਵਾ ਕਰਦੇ ਹਨ । ਉਹ ਪ੍ਰਭ ਦੇ ਸ਼ਬਦ ਨਾਲ ਨੱਚਦੇ, ਗਾਉਂਦੇ ਹਨ, ਲੋਕ ਦਿਖਾਵੇ ਦੀ ਖੁਸ਼ੀ ਮਨਾਉਂਦੇ ਹਨ । ਨੱਚਣ, ਟੱਪਣ, ਗਾਉਣ, ਕੀਰਤਨ ਗਾਉਣ ਨਾਲ ਪ੍ਰਭ ਦੀ ਬੰਦਗੀ ਨਹੀਂ ਹੁੰਦੀ । ਪ੍ਰਭ ਦੀ ਬੰਦਗੀ ਤਾਂ ਪ੍ਰਭ ਦੇ ਸ਼ਬਦ ਨਾਲ ਜੀਵਨ ਢਾਲਣ ਨਾਲ ਹੀ ਪ੍ਰਵਾਨ ਹੁੰਦੀ ਹੈ ।

So many ignorant may meditate and only performs charity in his ego. He may sing and dance on Holy sermons and shows as a celebration of pleasure. By singing and dancing the meditation may not accepted in His court. Only by adopting His Word in life and conquering ego, his meditation may be accepted in His court.

10. Kabeer Ji – Page 324

ਨਗਨ ਫਿਰਤ ਜੌ ਪਾਈਐ ਜੋਗੁ॥	nagan firat jou paa-ee-ai jog.
ਬਨ ਕਾ ਮਿਰਗੁ ਮੁਕਤਿ ਸਭੁ ਹੋਗੁ॥੧॥	ban kaa mirag mukat sabh hog. ||1|
ਕਿਆ ਨਾਗੇ ਕਿਆ ਬਾਧੇ ਚਾਮ॥	ki-aa naagay ki-aa baaDhay chaam.
ਜਬ ਨਹੀ ਚੀਨਸਿ ਆਤਮ ਰਾਮ॥੧॥ਰਹਾਉ॥	jab nahee cheenas aatam raam. ||1|| rahaa-o.

ਅਗਰ ਪ੍ਰਭ ਦੀ ਰਹਿਮਤ, ਪ੍ਰਵਾਨਗੀ ਕੇਵਲ ਨੰਗੇ ਰਹਿਣ ਨਾਲ ਹੀ ਮਿਲਦੀ ਹੋਵੇ, ਤਾਂ ਜੰਗਲਾ ਦੇ ਸਾਰੇ ਜਾਨਵਰ ਹੀ ਮੁਕਤ ਹੋ ਜਾਂਦੇ । ਅਗਰ ਕੋਈ ਪ੍ਰਭ ਦੇ ਸ਼ਬਦ ਦੀ ਪਾਲਣਾ ਨਹੀਂ ਕਰਦਾ, ਫਿਰ ਕੋਈ ਫਰਕ ਨਹੀਂ ਪੈਂਦਾ! ਉਹ ਭਾਵੇਂ ਨੰਗਾ ਹੀ ਜੀਵਨ ਬਤੀਤ ਕਰੇ ਜਾ ਫਿਰ ਕੀਮਤੀ ਪੁਸ਼ਾਕ ਪਾਵੇ ।

If His blessings may be obtained by living naked! Then all animals of forest would have been saved. If someone does not obey the teachings of His Word, it does not make any difference, either he lives naked or wears expensive cloths.

11. Kabeer Ji – Page 324

ਸੰਧਿਆ ਪ੍ਰਾਤ ਇਸ੍ਨਾਨੁ ਕਰਾਹੀ॥	sanDhi-aa paraat isnaan karaahee.
ਜਿਉ ਭਏ ਦਾਦੁਰ ਪਾਨੀ ਮਾਹੀ॥੧॥	ji-o bha-ay daadur paanee maahee. ||1||
ਜਉ ਪੈ ਰਾਮ ਰਾਮ ਰਤਿ ਨਾਹੀ॥	ja-o pai raam raam rat naahee.
ਤੇ ਸਭਿ ਧਰਮ ਰਾਇ ਕੈ ਜਾਹੀ॥ ੧॥ਰਹਾਉ॥	tay sabh Dharam raa-ay kai jaahee. ||1|| rahaa-o.
ਕਾਇਆ ਰਤਿ ਬਹੁ ਰੂਪ ਰਚਾਹੀ॥	kaa-i-aa rat baho roop rachaahee.
ਤਿਨ ਕਉ ਦਇਆ ਸੁਪਨੈ ਭੀ ਨਾਹੀ॥੨॥	tin ka-o da-i-aa supnai bhee naahee.2
ਕਹੁ ਕਬੀਰ ਬਹੁ ਕਾਇ ਕਰੀਜੈ॥	kaho kabeer baho kaa-ay kareejai.
ਸਰਬਸੁ ਛੋਡਿ ਮਹਾ ਰਸੁ ਪੀਜੈ॥੪॥੫॥	sarbas chhod mahaa ras peejai. ||4||5

ਜਿਹੜੇ ਧਰਮ ਦੇ ਰੀਤ ਰੀਵਾਜ ਨਾਲ ਸਵੇਰੇ ਸ਼ਾਮ ਨੂੰ ਪਵਿਤ੍ਰ ਸਰੋਵਰ ਵਿੱਚ ਇਸ਼ਨਾਨ ਕਰਦੇ ਹਨ, ਉਹ ਤਾਂ ਕੇਵਲ ਪਾਣੀ ਦੇ ਡੂੰਡ ਵਰਗੇ ਹੀ ਹਨ । ਜਿਹੜੇ ਪ੍ਰਭ ਦੇ ਸ਼ਬਦ ਦੀ ਪਾਲਣਾ ਨਹੀਂ ਕਰਦੇ! ਉਹ ਆਪਣੇ ਕੀਤੇ ਕੰਮਾਂ ਦੀ ਸਜ਼ਾ ਭੁਗਤਦੇ ਹਨ । ਜਿਹੜੇ ਜੀਵ ਆਪਣੇ ਤਨ ਨੂੰ ਬਹੁਤ ਪਿਆਰ ਕਰਦੇ, ਮਹੱਤਤਾ ਦੇਂਦੇ ਹਨ, ਉਹਨਾਂ ਨੂੰ ਸੁਪਨੇ ਵਿੱਚ ਵੀ ਸੰਤੋਖ, ਪ੍ਰਭ ਦੀ ਰਹਿਮਤ ਨਸੀਬ ਨਹੀਂ ਹੁੰਦੀ । ਜੀਵ ਇਹ ਧਰਮ ਦੇ ਰੀਤ ਰੀਵਾਜ, ਪਖੰਡ ਛੱਡਕੇ ਪ੍ਰਭ ਦੇ ਸ਼ਬਦ ਦੀ ਪਾਲਣਾ ਕਰੋ । ਉਸ ਨਾਲ ਜੀਵਨ ਢਾਲੋ, ਉਸ ਦੀ ਰਹਿਮਤ ਦੀ ਅਰਦਾਸ ਕਰੋ ।

Whosoever may follow religious rituals and takes a cleaning bath in Holy water in the morning, he is just like a frog of a river. Whosoever may not adopt His teachings in life, he had to endure the punishment for his deeds. Whosoever may give too much significance to his body, he may not realize peace even in his dream. One should abandon the falsehood and adopts the teachings of His Word in life. He should meditate and obey His Word and should beg for His mercy and grace.

12. Guru Amar Das Ji – Page 160

ਇਸੁ ਕਲਿਜੁਗ ਮਹਿ	is kalijug meh
ਕਰਮ ਧਰਮੁ ਨ ਕੋਈ॥	karam Dharam na ko-ee.
ਕਲੀ ਕਾ ਜਨਮੁ ਚੰਡਾਲ ਕੈ ਘਰਿ ਹੋਈ॥	kalee kaa janam chandaal kai ghar ho-ee.
ਨਾਨਕ ਨਾਮ ਬਿਨਾ ਕੋ ਮੁਕਤਿ ਨ ਹੋਈ॥	naanak naam binaa ko mukat na ho-ee.
੪॥੧੦॥੩੦॥	‖4‖10‖30‖

ਇਸ ਕੱਲਯੁਗ ਵਿੱਚ ਜੀਵ ਦਾ ਧਿਆਨ ਸੰਸਾਰਕ ਭਲਾਈ ਦੇ ਚੰਗੇ ਕੰਮਾਂ ਵਿੱਚ ਨਹੀਂ ਹੁੰਦਾ, ਨਾ ਹੀ ਪ੍ਰਭ ਦੇ ਸ਼ਬਦ ਤੇ ਭਰੋਸਾ ਹੀ ਅਡੋਲ ਰਹਿੰਦਾ ਹੈ । ਕੱਲਯੁਗ ਵਿੱਚ ਚੰਡਾਲ, ਬੁਰੇ ਕੰਮ ਕਰਨ ਵਾਲਿਆਂ ਦਾ ਹੀ ਬਹੁਤ ਪ੍ਰਭਾਵ, ਜ਼ੋਰ ਚਲਦਾ ਹੈ । ਪ੍ਰਭ ਦੇ ਸ਼ਬਦ ਦੀ ਪਾਲਣਾ ਤੋਂ ਬਿਨਾਂ ਕਦੇ ਕਿਸੇ ਜੀਵ ਨੂੰ ਮੁਕਤੀ ਪ੍ਰਾਪਤ ਨਹੀਂ ਹੋਈ ।

In Kali Yuga, the mind is neither in the welfare of others nor his belief remains steady and stable on His Word. In this Age, merciless human dominates the universe. Without meditation on His Word, no one may be saved, blessed by His mercy and grace.

13. Kabeer Ji – Page 325

ਜੋ ਜਨ ਪਰਮਿਤਿ ਪਰਮਨੁ ਜਾਨਾ॥	Jo jan parmit parman jaanaa.
ਬਾਤਨ ਹੀ ਬੈਕੁੰਠ ਸਮਾਨਾ॥੧॥	Baatan hee baikunth samaanaa. ‖1‖
ਨਾ ਜਾਨਾ ਬੈਕੁੰਠ ਕਹਾ ਹੀ॥	Naa jaanaa baikunth kahaa hee.
ਜਾਨੁ ਜਾਨੁ ਸਭਿ ਕਹਹਿ ਤਹਾ ਹੀ॥੧॥	Jaan jaan sabh kaheh tahaa hee. ‖1‖
ਰਹਾਉ॥	rahaa-o.
ਕਹੁ ਕਬੀਰ ਇਹ ਕਹੀਐ ਕਾਹਿ॥	Kaho kabeer ih kahee-ai kaahi.
ਸਾਧਸੰਗਤਿ ਬੈਕੁੰਠੈ ਆਹਿ॥ ੪॥੧੦॥	SaaDhsangat baikunthay aahi. ‖4‖10‖

ਜਿਹੜਾ ਜੀਵ ਦਾਵਾ ਕਰਦਾ ਹੈ ਕਿ ਉਹ ਪ੍ਰਭ ਨੂੰ ਜਾਣਦਾ ਹੈ, ਉਸ ਦੇ ਸ਼ਬਦ ਦੀ ਸੋਝੀ ਹੈ । ਉਹ ਕੇਵਲ ਗੱਲਾਂ ਬਾਤਾਂ ਨਾਲ ਹੀ ਪ੍ਰਭ ਦੀ ਪ੍ਰਵਾਨਗੀ ਪਾਉਣਾ ਦੀ ਇੱਛਾ ਰੱਖਦਾ ਹੈ । ਮੈਨੂੰ ਕੋਈ ਸੋਝੀ ਨਹੀਂ ਸਵਰਗ ਕਿਥੇ ਹੈ? ਪਰ ਹਰਇੱਕ ਜੀਵ ਹੀ ਸੋਚ ਦਾ ਹੈ ਉਹ ਸਵਰਗ ਵਿੱਚ ਹੀ ਜਾਵੇਗਾ । ਇਹ ਭੇਦ ਕਿਸ ਨੂੰ ਦੱਸਿਆ ਜਾਵੇ? ਸੰਤ ਸਰੂਪ ਦੀ ਸੰਗਤ (ਸ਼ਬਦ ਨਾਲ ਜੀਵਨ ਢਾਲਣ ਨਾਲ) ਵਿੱਚ ਹੀ ਸਵਰਗ ਹੈ ।

Whosoever may claim to be enlightened with the teachings of His Word within and he realizes s His existence. He may be trying to get His blessings in his dream only and he may not adopt His Word in his life. I do not know where may be heaven? However, everyone is dreaming to go to heaven after death. Who should be told the secret of His nature? In the congregation of His Holy saints, His true devotees and adopting His Word with steady and stable belief in day to day life is real heaven.

14. Kabeer Ji – Page 325

ਕਹਨ ਕਹਾਵਨ ਨਹ ਪਤੀਅਈ ਹੈ ॥	kahan kahaavan nah patee-a-ee hai.
ਤਉ ਮਨੁ ਮਾਨੈ	ta-o man maanai
ਜਾ ਤੇ ਹਉਮੈ ਜਈ ਹੈ ॥੨॥	jaa tay ha-umai ja-ee hai. ||2||
ਜਬ ਲਗੁ ਮਨਿ ਬੈਕੁੰਠ ਕੀ ਆਸ॥	jab lag man baikunth kee aas.
ਤਬ ਲਗੁ ਹੋਇ ਨਹੀ ਚਰਨ ਨਿਵਾਸੁ॥੩॥	tab Lag ho-ay nahee charan nivaas. ||3||

ਕੇਵਲ ਗੱਲਾ ਬਾਤਾਂ ਕਰਨ ਨਾਲ, ਬਾਣੀ ਪੜ੍ਹਨ ਨਾਲ ਮਨ ਨੂੰ ਸੰਤੋਖ ਨਹੀਂ ਮਿਲਦਾ । ਆਪਣੇ ਮਨ ਵਿਚੋਂ ਹੈਸੀਅਤ ਦਾ ਅਭਿਮਾਨ, ਅਹੰਕਾਰ ਤਿਆਗਣ ਨਾਲ ਹੀ ਬਖਸ਼ਿਸ਼ ਹੁੰਦਾ ਹੈ । ਜਿਤਨਾ ਚਿਰ ਜੀਵ ਦੇ ਮਨ ਵਿੱਚ ਸਵਰਗ ਵਿੱਚ ਜਾਣ ਹੀ ਆਸਾ (ਇੱਛਾ, ਖਾਸ਼) ਰਹਿੰਦੀ ਹੈ । ਉਸ ਦਾ ਮਨ ਪ੍ਰਭ ਦੇ ਚਰਨਾਂ ਵਿੱਚ, ਸ਼ਰਣ ਵਿੱਚ ਨਹੀਂ ਆਉਂਦਾ ।

Only by reading the Holy scripture and preaching, his mind may not realize peace and contentment. Peace and contentment may only be blessed by conquering ego and selfishness. One who may dream go to heaven, he may never surrender to His Word and seek His refuge.

15. Kabeer Ji – Page 331

ਜਲਿ ਹੈ ਸੂਤਕੁ, ਥਲਿ ਹੈ ਸੂਤਕੁ,	jal hai sootak thal hai sootak
ਸੂਤਕ ਓਪਤਿ ਹੋਈ॥	sootak opat ho-ee.
ਜਨਮੇ ਸੂਤਕੁ , ਮੂਏ ਫੁਨਿ ਸੂਤਕੁ,	janmay sootak moo-ay fun sootak
ਸੂਤਕ ਪਰਜ ਬਿਗੋਈ॥੧॥	sootak paraj bigo-ee. ||1||

ਸੰਸਾਰ ਵਿੱਚ ਕੋਈ ਪਵਿਤ੍ਰ ਪਦਾਰਥ ਨਹੀਂ ਹੈ! ਪਾਣੀ ਵਿੱਚ ਕਈ ਕਿਸਮ ਦੇ ਲੂਨ, ਧਰਤੀ ਤੇ ਵੀ ਕਈ ਕਿਸਮ ਦੇ ਤੱਤ ਹਨ । ਜਦੋਂ ਬੱਚਾ ਪੈਦਾ ਹੁੰਦਾ ਹੈ, ਤਾਂ ਵੀ ਵਾਤਾਵਾਰਨ ਵਿੱਚ ਅਪਵਿਤ੍ਰਤਾ ਫੈਲਦੀ ਹੈ । ਇਸਤਰ੍ਹਾਂ ਜਨਮ ਜਾ ਮੌਤ ਨਾਲ ਵੀ ਵਾਤਾਵਰਨ ਵਿੱਚ ਅਪਵਿਤ੍ਰਤਾ ਹੀ ਫੈਲਦੀ ਹੈ । ਇਹਨਾਂ ਅਪਵਿਤ੍ਰਤਾ ਨਾਲ ਹੀ ਜੀਵ ਦਾ ਜੀਵਨ ਖਤਮ ਹੋ ਜਾਂਦਾ ਹੈ ।
– (ਸੂਤਕ– ਉਹ ਮਿਲਾਵਟ ਜਿਸ ਨਾਲ ਜੀਵ ਨੂੰ ਕੋਈ ਰੋਗ ਲਗ ਸਕਦਾ ਹੈ)

Nothing may be pure in the universe. Water has various salts; earth has various salts in it. Even the new born creates impurity in the environment and death also creates impurity. The creature lives his life in this impurity, he dies in impurity.

16. Kabeer Ji – Page 332

ਜੀਵਤ ਪਿਤਰ ਨ ਮਾਨੈ ਕੋਊ,	jeevat pitar na maanai ko-oo
ਮੂਏਂ ਸਿਰਾਧ ਕਰਾਹੀ॥	moo-ayN siraaDh karaahee.
ਪਿਤਰ ਭੀ ਬਪੁਰੇ ਕਹੁ ਕਿਉ ਪਾਵਹਿ,	pitar bhee bapuray kaho ki-o paavahi
ਕਊਆ ਕੂਕਰ ਖਾਹੀ॥੧॥	ka-oo-aa kookar khaahee. ||1||

ਸੰਸਾਰ ਵਿੱਚ ਬਹੁਤੇ ਇਸਤਰ੍ਹਾਂ ਦੇ ਜੀਵ ਹਨ, ਜਿਹੜੇ ਆਪਣੇ ਜੀਉਂਦੇ ਮਾਤਾ ਪਿਤਾ ਨੂੰ ਕੋਈ ਮਾਣ, ਸੇਵਾ ਨਹੀਂ ਕਰਦੇ । ਪਰ ਉਹਨਾਂ ਦੇ ਮਰਨ ਤੋਂ ਪਿਛੋਂ ਉਹਨਾਂ ਦੀ ਯਾਦ ਵਿੱਚ ਦਾਨ ਕਰਦੇ ਹਨ । ਉਹਨਾਂ ਨੂੰ ਕੋਈ ਪੁਛੇ! ਸੰਸਾਰ ਵਿੱਚ ਪੁੰਨ ਦਾਨ ਕਰਨ ਦਾ ਉਹਨਾਂ ਦੇ ਮਰੇ ਮਾਤਾ ਪਿਤਾ ਨੂੰ ਕੀ ਫਲ ਮਿਲਦਾ ਹੈ?

So many creatures may not care and respect their parents in their life. However, after their death may celebrate their memory, try to immortalize them by charities. I am wondering! What would their dead parents be rewarded from their worldly charities?

17. Kabeer Ji – Page 343

ਬਾਵਨ ਅਖਰ ਜੋਰੇ ਆਨਿ॥	baavan akhar joray aan.
ਸਕਿਆ ਨ ਅਖਰੁ ਏਕੁ ਪਛਾਨਿ॥	saki-aa na akhar ayk pachhaan.
ਸਤ ਕਾ ਸ਼ਬਦੁ ਕਬੀਰਾ ਕਹੈ ॥	sat kaa sabad kabeeraa kahai.
ਪੰਡਿਤ ਹੋਇ ਸੁ ਅਨਭੈ ਰਹੈ ॥	pandit ho-ay so anbhai rahai.
ਪੰਡਿਤ ਲੋਗਹ ਕਉ ਬਿਉਹਾਰ॥	pandit logah ka-o bi-uhaar.
ਗਿਆਨਵੰਤ ਕਉ ਤਤੁ ਬੀਚਾਰ॥	gi-aanvant ka-o tat beechaar.
ਜਾ ਕੈ ਜੀਅ ਜੈਸੀ ਬੁਧਿ ਹੋਈ॥	jaa kai jee-a jaisee buDh ho-ee.
ਕਹਿ ਕਬੀਰ ਜਾਨੈਗਾ ਸੋਈ॥੪੫॥	kahi kabeer jaanaigaa so-ee. ||45||

ਇਹਨਾਂ ਬੰਵਜਾਂ (52) ਅੱਖਰਾਂ ਦਾ ਕਿਸੇ ਤਰੀਕੇ ਨਾਲ ਵੀ ਸੰਜੋਗ ਕਰਕੇ, ਜੀਵ ਉਸ ਅੱਖਰ ਦੀ ਜਾਣਕਾਰੀ ਨਹੀਂ ਕਰ ਸਕਦੇ । ਸੰਸਾਰੀ ਵਿਦਵਾਨ ਦਾ ਧੰਦਾ ਹੀ ਹੁੰਦਾ ਹੈ, ਕਿ ਉਹ ਅੱਖਰ ਜੋੜ ਕੇ ਸ਼ਬਦ ਬਣਾਉਂਦੇ ਹਨ । ਭਗਤ ਕਬੀਰ ਜੀ, ਬੰਦਗੀ ਕਰਨ ਵਾਲੇ ਇੱਕ ਸਦਾ ਅਟੱਲ ਰਹਿਣ ਵਾਲੀ ਸੋਝੀ ਦੇਂਦੇ ਹਨ! ਜਿਹੜਾ ਬੰਦਗੀ ਕਰਨ ਵਾਲਾ ਪੰਡਿਤ, ਗਿਆਨੀ ਵਿਦਵਾਨ ਹੁੰਦਾ ਹੈ, ਉਸ ਨੂੰ ਪ੍ਰਭ ਦੇ ਸ਼ਬਦ ਤੇ ਭਰੋਸਾ ਅਡੋਲ ਰੱਖਕੇ ਨਿਡਰ ਰਹਿਣਾ ਚਾਹੀਦਾ ਹੈ । ਬੰਦਗੀ ਕਰਨ ਵਾਲਾ ਪ੍ਰਭ ਦੇ ਸ਼ਬਦ ਦੀ ਸੋਝੀ ਵਿੱਚ ਹੀ ਮਨ ਲਾਉਂਦਾ ਹੈ । ਉਸ ਨੂੰ ਆਪਣੇ ਮਨ ਦੀ ਸ਼ਰਧਾ ਨਾਲ ਹੀ ਸ਼ਬਦ ਦੀ ਸੋਝੀ ਬਖਸ਼ਿਸ਼ ਹੋ ਜਾਂਦੀ ਹੈ, ਪ੍ਰਭ ਦੀ ਰਹਿਮਤ ਪਾ ਲੈਂਦਾ ਹੈ ।

By combining any sequence of 52 letters of language, worldly scholar may not discover the unique word, or comprehend His Word. Worldly scholars make their profession to add letters to make word. His true devotee speaks one unique truth. One should adopt the teachings of His Word with steady and stable belief in his day to day life and should remain fearless from worldly worries. His true devotee remains in deep meditation in the void of His Word and he remains steady and stable. By their devotion, he may be enlightened with His Word from within and may be blessed.

18. Ravi Das Ji – Page 346

ਸਤਜੁਗਿ ਸਤੁ, ਤੇਤਾ ਜਗੀ,	satjug sat taytaa jagee
ਦੁਆਪਰਿ ਪੂਜਾਚਾਰ॥	du-aapar poojaachaar.
ਤੀਨੌ ਜੁਗ ਤੀਨੌ ਦਿੜੇ,	teenou jug teenou dirhay
ਕਲਿ ਕੇਵਲ ਨਾਮ ਅਧਾਰ॥੧॥	kal kayval naam aDhaar. ||1||

ਸਤਜੁਗ ਵਿੱਚ ਸੱਚ ਹੀ ਜੀਵਨ ਦਾ ਅਧਾਰ ਬਣ ਗਿਆ । ਤੇਤਾ ਜੁਗ ਵਿੱਚ ਜੱਗ ਕਰਨ ਨੂੰ ਸ੍ਰਿਸ਼ਟੀ ਦੀ ਭਲਾਈ, ਲੰਗਰ ਲਾਉਣ ਨੂੰ ਮਹੱਤਤਾ ਦਿੱਤੀ ਗਈ । ਦੁਆਪਰਿ ਜੁਗ ਵਿੱਚ ਪੂਜਾ, ਦਾਨ ਦੇਣ ਨੂੰ ਮਹੱਤਤਾ ਦਿੱਤੀ ਗਈ । ਇਹਨਾਂ ਤਿੰਨਾਂ ਜੁਗਾਂ ਵਿੱਚ ਜੀਵ ਦੇ ਜੀਵਨ ਦਾ ਇਹ ਹੀ ਅਧਾਰ ਬਣਿਆ ਸੀ । ਕਲਜੁਗ ਵਿੱਚ ਕੇਵਲ ਸ਼ਬਦ ਹੀ ਪਾਲਣਾ ਹੀ ਜੀਵਨ ਵਿੱਚ ਪ੍ਰਵਾਨਗੀ ਦੇ ਰਸਤੇ ਦੀ ਸੋਝੀ ਬਖਸ਼ਦਾ ਹੈ ।

In Sat Yuga, truth was the base of the human life. Trata welfare of the His creation, food to hungry was the bases. Du-aapr Yuga charity becomes important, significant. In Kali Yuga, obeying and adopting the teachings of Your Word is only the right path of salvation

19. Guru Arjan Dev Ji – Page 406

ਸਤਜੁਗੁ ਤ੍ਰੇਤਾ ਦੁਆਪਰੁ ਭਣੀਐ,	satjug taraytaa du-aapar bhanee-ai
ਕਲਿਜੁਗੁ ਊਤਮੋ ਜੁਗਾ ਮਾਹਿ॥	kalijug ootmo jugaa maahi.
ਅਹਿ ਕਰੁ ਕਰੇ ਸੁ ਅਹਿ ਕਰੁ ਪਾਏ,	ah kar karay so ah kar paa-ay
ਕੋਈ ਨ ਪਕੜੀਐ ਕਿਸੈ ਥਾਇ॥੩॥	ko-ee na pakrhee-ai kisai thaa-ay. ||3||

ਸਾਰੇ ਜੁਗ, ਸਤਜੁਗ, ਤ੍ਰੇਤਾ ਜੁਗ, ਦੁਆਪਰ ਜੁਗ ਸਾਰੇ ਹੀ ਚੰਗੇ, ਭਾਗਾਂ ਵਾਲੇ ਹਨ । ਪਰ ਇਹਨਾਂ ਸਭ ਵਿੱਚ ਕਲਜੁਗ ਉਤਮ ਹੈ । ਇਥੇ ਕੋਈ ਵੀ ਆਤਮਾ ਸ਼ਬਦ ਦੀ ਪਾਲਣਾ ਕਰਕੇ ਪ੍ਰਭ ਦੇ ਦਰਬਾਰ ਵਿੱਚ ਪ੍ਰਵਾਨ ਹੋ ਸਕਦੀ ਹੈ । ਜਿਸਤਰ੍ਹਾਂ ਦੇ ਜੀਵ ਕੰਮ ਕਰਦਾ ਹੈ, ਉਸ ਦਾ ਹੀ ਫਲ ਪਾਉਂਦਾ ਹੈ । ਕੋਈ ਵੀ ਕਿਸੇ ਦੇ ਕੀਤੇ ਦਾ ਫਲ ਖੋਂਅ ਨਹੀਂ ਸਕਦਾ ।

All Yugas, Sat Yuga, TraytaYuga and Du-aapr Yuga are all fortunate. However, Kali Yuga is the superb of all. In Kali Yuga, each and every soul may adopt His Word in life and may be accepted in His court. No one can rob her earning of meditation, wealth of His Word.

20. Guru Nanak Dev Ji – Page 349

ਦਰਸਨਿ ਦੇਖਿਐ ਦਇਆ ਨ ਹੋਇ॥	darsan daykhi-ai da-i-aa na ho-ay.
ਲਏ ਦਿਤੇ ਵਿਣੁ ਰਹੈ ਨ ਕੋਇ॥	la-ay ditay vin rahai na ko-ay.
ਰਾਜਾ ਨਿਆਉ ਕਰੇ ਹਥਿ ਹੋਇ॥	raajaa ni-aa-o karay hath ho-ay.
ਕਹੈ ਖੁਦਾਇ ਨ ਮਾਨੈ ਕੋਇ॥੩॥	kahai khudaa-ay na maanai ko-ay. ||3||

ਕੇਵਲ ਪ੍ਰਭ ਦੇ, ਸੰਤ ਸਰੂਪ ਦੇ ਦਰਸ਼ਨ ਕਰਨ ਨਾਲ ਮੁਕਤੀ ਦਾ ਰਸਤਾ ਨਹੀਂ ਮਿਲਦਾ । ਉਸ ਦੇ ਜੀਵਨ ਦੇ ਅਧਾਰ ਤੇ ਜੀਵਨ ਢਾਲਣ, ਸ਼ਬਦ ਦੀ ਕਮਾਈ ਨਾਲ ਹੀ ਬਖਸ਼ਿਸ਼ ਹੋ ਸਕਦੀ ਹੈ । ਜਿਵੇਂ ਸੰਸਾਰਕ ਇਨਸਾਫ ਕਰਨ ਵਾਲਾ ਵੀ ਇਨਸਾਫ ਨਹੀਂ ਕਰਦਾ, ਜਿਤਨਾ ਚਿਰ ਉਸ ਨੂੰ ਉਸ ਵਿੱਚ ਕੋਈ ਲਾਭ ਨਾ ਹੁੰਦਾ ਹੋਵੇ । ਜਿਤਨਾ ਚਿਰ ਸ਼ਬਦ ਨੂੰ ਸੁਣਕੇ ਅਮਲ ਨਾ ਕੀਤਾ ਜਾਵੇ, ਕੇਵਲ ਸ਼ਬਦ ਦੇ ਸੁਣਨ ਨਾਲ ਉਸ ਦੇ ਜੀਵਨ ਵਿੱਚ ਕੋਈ ਅਸਰ ਨਹੀਂ ਹੁੰਦਾ ।

Only by seeing the saint or Holy scripture, one may not find the right path. The right path of salvation may only be blessed by adopting and obeying His Word in life. As the worldly judge does not perform justice, unless his own motive is satisfied. Same way if one may not adopt the teachings in his day to day life, only listening His Word may not have any effect on mind, in his day to day life.

21. Guru Nanak Dev Ji – Page 352

ਬਿਰਲਾ ਬੂਝੈ ਪਾਵੈ ਭੇਦੁ ॥	birlaa boojhai paavai bhayd.
ਸਾਖਾ ਤੀਨਿ ਕਹੈ ਨਿਤ ਬੇਦੁ ॥	saakhaa teen kahai nit bayd.
ਨਾਦ ਬਿੰਦ ਕੀ ਸੁਰਤਿ ਸਮਾਇ॥	naad bind kee surat samaa-ay.
ਸਤਿਗੁਰੁ ਸੇਵਿ ਪਰਮ ਪਦੁ ਪਾਇ॥੨॥	satgur sayv param pad paa-ay. ‖2‖

ਧਾਰਮਕ ਗ੍ਰੰਥ (ਵੇਦ) ਬਹੁਤ ਚੰਗੇ ਢੰਗ ਨਾਲ ਹੀ ਬੰਦਗੀ ਦੀਆਂ ਤਿੰਨਾਂ ਅਵਸਥਾ ਦਾ ਵਖਿਆਣ ਕਰਦੇ ਹਨ । ਪਰ ਕੋਈ ਵਿਰਲਾ ਹੀ ਸੰਸਾਰੀ ਇਸ ਨੂੰ ਸਮਝ ਕੇ ਹਾਸਿਲ ਕਰਨ ਦੀ ਵਿਧੀ ਧਾਰਨ ਕਰ ਸਕਦਾ ਹੈ । ਇਹ ਤਿੰਨੇਂ ਨਾਦ (ਸ਼ਬਦ ਦੀ ਧੁਨ ਮਨ ਵਿੱਚ), ਬਿੰਦ (ਕਾਮ ਵਸਾਨਾ ਤੇ ਕਾਬੂ ਰੱਖਣਾ) ਅਤੇ ਸੁਰਾ (ਧਿਆਨ, ਸ਼ਬਦ ਨਾਲ ਜੀਵਨ ਢਾਲਣਾ) ਕੇਵਲ ਭਰੋਸਾ ਪੱਕਾ ਕਰਕੇ ਸ਼ਬਦ ਦੀ ਪਾਲਣਾ ਨਾਲ ਹੀ ਬਖਸ਼ਿਸ਼ ਹੁੰਦੇ ਹਨ । ਸ੍ਰਿਸ਼ਟੀ ਦੀ ਸੇਵਾ ਕਰਨ ਨਾਲ ਹੀ ਰਹਿਮਤ ਬਖਸ਼ਿਸ਼ ਹੋ ਸਕਦੀ ਹੈ ।

Religious scriptures define very thoroughly the three states of meditation and states of mind. However very rare may understand and adopt His Word in his day to day life to be blessed with these three virtues and become beyond the reach of the worldly wealth. By echo of His Word resonances within, subdue sexual and worldly desires, concentration to adopt His Word in day to day life. Only by dedication and devotion to obey His Word and serving the helpless, he may be blessed with His mercy and grace.

22. Guru Arjan Dev Ji – Page 385

ਸਾਸਤ੍ਰ ਬੇਦ ਪਾਪ ਪੁੰਨ ਵੀਚਾਰ॥	saastar bayd paap punn veechaar.
ਨਰਕਿ ਸੁਰਗਿ ਫਿਰਿ ਫਿਰਿ ਅਉਤਾਰ॥੨॥	narak surag fir fir a-utaar. ‖2‖

ਧਰਮ ਦੇ ਗ੍ਰੰਥ (ਸ਼ਾਸਤ੍ਰ, ਵੈਦ) ਪੁੰਨ ਅਤੇ ਪਾਪ ਦਾ ਹੀ ਵਿਚਾਰ ਕਰਦੇ ਹਨ । ਉਹਨਾਂ ਦੀ ਸੋਝੀ ਗਿਆਨ ਕੇਵਲ ਇਹ ਚਰਚਾ ਤੀਕ ਹੀ ਰਹਿੰਦੀ ਹੈ । ਮਾਨਸ ਪੁੰਨ, ਪਾਪ ਨਾਲ ਸਵਰਗ ਜਾ ਨਰਕ ਵਿੱਚ ਬਾਰ ਬਾਰ ਜਨਮ ਲੈਂਦਾ ਹੈ ।

Religious scriptures only preach the significance of evil deeds and charity. The knowledge of all scriptures is limited to the three worldly virtues, wealth. Human may follow the teachings of the Holy Scripture and may perform evil and good deeds and wander in heaven or hell.

23. Guru Amar Das Ji – Page 422

ਸਾਸਤੁ ਬੇਦੁ ਸਿੰਮ੍ਰਿਤਿ ਸਰੁ ਤੇਰਾ,	saasat bayd simrit sar tayraa
ਸੁਰਸਰੀ ਚਰਣ ਸਮਾਣੀ॥	sursaree charan samaanee.
ਸਾਖਾ ਤੀਨਿ ਮੂਲੁ ਮਤਿ ਰਾਵੈ,	saakhaa teen mool mat raavai
ਤੂੰ ਤਾਂ ਸਰਬ ਵਿਡਾਣੀ॥੧॥	tooN taaN sarab vidaanee. ‖1‖

ਸਾਸਤ੍ਰ, ਵੇਦਾਂ, ਸਿੰਮ੍ਰਿਤੀਆਂ ਦਾ ਸਾਰਾ ਗਿਆਨ ਪ੍ਰਭ ਤੇਰੇ ਸ਼ਬਦ ਵਿੱਚ ਹੀ ਛਿਪਆ ਹੋਇਆਂ ਹੈ । ਪਵਿੱਤਰ ਗੰਗਾ ਤੇਰੇ ਚਰਨਾ ਵਿੱਚ, ਤੇਰੀ ਰਹਿਮਤ ਵਿੱਚ ਹੀ ਹੈ । ਧਰਮ ਦੇ ਗ੍ਰੰਥ ਕੇਵਲ ਤੇਰੇ ਸੰਸਾਰਕ ਮਾਇਆ ਦੇ ਤਿੰਨਾਂ ਰੂਪਾ ਦਾ ਹੀ ਵਿਆਖਿਆ ਕਰਦੇ, ਕਰ ਸਕਦੇ ਹਨ । ਤੇਰੇ ਸ਼ਬਦ ਵਿੱਚ ਤਾਂ ਪੂਰਨ (ਪੂਰਨ, ਸਾਰੀ) ਸ੍ਰਿਸ਼ਟੀ ਦੀ ਬਣਤਰ ਹੀ ਸਮਾਈ ਹੈ ।

All knowledge of all Holy scriptures is embedded in adopting the teachings of Your Word. The Ganga dwells in Your mercy and grace. Religious scriptures can only explain the three worldly virtues, wealth. However, all universes are absorbed in Your Word.

24. Guru Amar Das Ji – Page 434

ਤੁਧੁ ਸਿਰਿ ਲਿਖਿਆ ਸੋ ਪੜੁ ਪੰਡਿਤ,	tuDh sir likhi-aa so parh pandit
ਅਵਰਾ ਨੋ ਨ ਸਿਖਾਲਿ ਬਿਖਿਆ॥	avraa no na sikhaal bikhi-aa.
ਪਹਿਲਾ ਫਾਹਾ ਪਇਆ ਪਾਧੇ,	pahilaa faahaa pa-i-aa paaDhay
ਪਿਛੋ ਦੇ ਗਲਿ ਚਾਟੜਿਆ॥੫॥	pichho day gal chaatrhi-aa. ||5||

ਜਿਹੜਾ ਤੇਰੇ ਲੇਖੇ ਵਿੱਚ ਲਿਖਿਆ ਹੈ, ਉਸ ਦਾ ਫਿਕਰ ਕਰੋ । ਬਾਕੀ ਜੀਵਾਂ ਨੂੰ ਸਿਖਿਆ ਦੇਣ ਤੋਂ ਪਹਿਲੇ, ਆਪ ਪ੍ਰਭ ਦੇ ਸ਼ਬਦ ਨਾਲ ਜੀਵਨ ਢਾਲੋ । ਫਿਰ ਤੂੰ ਕਿਸੇ ਹੋਰ ਨੂੰ ਸਿਖਿਆ ਦੇ ਸਕਦਾ ਹੈ । ਪ੍ਰਭ ਦੇ ਦਰਬਾਰ ਵਿੱਚ ਪਹਿਲੇ, ਸਿਖਿਆ ਦੇਣ ਵਾਲੇ, ਗੁਰੂ ਪੀਰ ਦਾ ਲੇਖਾ ਕੀਤਾ ਜਾਂਦਾ ਹੈ । ਫਿਰ ਉਸ ਦੇ ਸੇਵਕਾਂ ਦਾ ਲੇਖਾ ਕੀਤਾ ਜਾਂਦਾ ਹੈ ।

One should think about his own actions, deeds before advising others to follow his teachings. Whosoever may clean your own acts only then he may advise, preach others. In His court, first the deeds s and teachings of Guru may be evaluated before his followers may be punished.

25. Kabeer Ji – Page 479

ਮਾਲਿਨਿ ਭੂਲੀ ਜਗੁ ਭੁਲਾਨਾ,	maalin bhoolee jag bhulaanaa
ਹਮ ਭੁਲਾਨੇ ਨਾਹਿ॥	ham bhulaanay naahi.
ਕਹੁ ਕਬੀਰ ਹਮ ਰਾਮ ਰਾਖੇ,	kaho kabeer ham raam raakhay
ਕ੍ਰਿਪਾ ਕਰਿ ਹਰਿ ਰਾਇ॥੫॥੧॥੧੪॥	kirpaa kar har raa-ay. ||5||1||14||

ਪੁਜਾਰੀ ਗਲਤ ਕੰਮ ਕਰਦਾ ਹੈ । ਉਸ ਦੇ ਪਿਛੇ ਲਗ ਕੇ ਅਣਜਾਣ ਜੀਵ ਗਲਤ ਰਸਤੇ ਤੇ ਚਲਦੇ ਹਨ । ਬੰਦਗੀ ਕਰਨ ਵਾਲੇ ਇਹ ਗਲਤੀ ਨਹੀਂ ਕਰਦੇ ।

Religious priest does evil deeds, ignorant human follow his lead and do the same. His true devotee may not follow his lead to commit evil deeds.

26. Kabeer Ji – Page 479

ਬ੍ਰਹਮੁ ਪਾਤੀ ਬਿਸਨੁ ਡਾਰੀ	barahm paatee bisan daaree
ਫੂਲ ਸੰਕਰਦੇਉ॥	fool sankarday-o.
ਤੀਨਿ ਦੇਵ ਪ੍ਰਤਖਿ ਤੋਰਹਿ	teen dayv partakh toreh
ਕਰਹਿ ਕਿਸ ਕੀ ਸੇਉ॥੨॥	karahi kis kee say-o. ||2||

ਬ੍ਰਹਮਾ ਉਸ ਬ੍ਰਿਛ ਦੇ ਪੱਤੇ ਹਨ, ਵਿਸ਼ਨੂੰ ਉਸ ਦੀਆਂ ਟਾਹਣੀਆ ਅਤੇ ਸ਼ਿਵਾਂ ਉਸ ਦੇ ਫੁੱਲ ਹਨ । ਜਿਹੜਾ ਇਹਨਾਂ ਤਿੰਨਾਂ ਦੇਵਤਿਆ ਦੀ ਹੱਤਿਆ ਕਰਦਾ ਹੈ, ਤੂੰ ਕਿਸ ਦੀ ਪੂਜਾ ਕਰਦਾ ਹੈ?

Brahma may be the leaves; Vishnu may be the branches and Shiva may flower of the Holy tree called God. Whosever may kill these three, who may he be worshipping?

27. Kabeer Ji – Page 480

ਕਾਜੀ ਬੋਲਿਆ ਬਨਿ ਨਹੀ ਆਵੈ॥੧॥	kaajee boli-aa ban nahee aavai. ||1||
ਰਹਾਉ॥	rahaa-o.

ਸੰਸਾਰਕ ਪੁਜਾਰੀ, ਪ੍ਰਭ ਦੇ ਹੁਕਮ ਅੱਗੇ ਬੋਲਨਾ ਠੀਕ ਨਹੀਂ, ਉਸ ਨੂੰ ਭਉਂਦਾ ਨਹੀਂ ।

Religious preaches! it may not be wise to speak against His Word. He maynot be pleased with that disobedience.

28. Kabeer Ji – Page 480

ਰੋਜਾ ਧਰੈ ਨਿਵਾਜ ਗੁਜਾਰੈ,	rojaa Dharai nivaaj gujaarai
ਕਲਮਾ ਭਿਸਤਿ ਨ ਹੋਈ॥	kalmaa bhisat na ho-ee.
ਸਤਰਿ ਕਾਬਾ ਘਟ ਹੀ ਭੀਤਰਿ,	satar kaabaa ghat hee bheetar
ਜੇ ਕਰਿ ਜਾਨੈ ਕੋਈ॥੨॥	jay kar jaanai ko-ee. ‖2‖

ਜੀਵ ਵਰਤ ਰੱਖਣ, ਨਿੱਤਨੇਮ, ਰਹਿਤਨਾਮੇ ਨਾਲ ਤੂੰ ਪ੍ਰਵਾਨ ਨਹੀਂ ਹੋ ਸਕਦਾ, ਦਰਬਾਰ ਵਿੱਚ ਨਹੀਂ ਜਾ ਸਕਦਾ । ਉਹ ਮੱਕਾ, ਪ੍ਰਭ ਦਾ ਤਖਤ ਤੇਰੇ ਹਿਰਦੇ ਵਿੱਚ ਹੀ ਛਿਪਆ ਹੋਇਆ ਹੈ ।

No one may be blessed with salvation by abstaining food for few days or by religious rituals, nor may enter his castle. God has established His Holy throne within your body and mind of each and every creature.

29. Kabeer Ji – Page 484

ਜਲ ਕੈ ਮਜਨਿ ਜੇ ਗਤਿ ਹੋਵੈ,	jal kai majan jay gat hovai
ਨਿਤ ਨਿਤ ਮੇਂਡੁਕ ਨਾਵਹਿ॥	nit nit mayNduk naaveh.
ਜੈਸੇ ਮੇਂਡੁਕ ਤੈਸੇ ਓਇ ਨਰ,	jaisay mayNduk taisay o-ay nar
ਫਿਰਿ ਫਿਰਿ ਜੋਨੀ ਆਵਹਿ॥੨॥	fir fir jonee aavahi. ‖2‖

ਅਗਰ ਪਾਣੀ ਨਾਲ ਇਸ਼ਨਾਨ ਕਰਨ ਨਾਲ ਹੀ ਮੁਕਤੀ ਮਿਲਦੀ ਹੋਵੇ, ਤਾਂ ਡੱਡੂ ਜਿਹੜਾ ਹਰਵੇਲੇ ਪਾਣੀ ਵਿੱਚ ਰਹਿੰਦਾ ਹੈ, ਮੁਕਤ ਹੋ ਜਾਵੇ । ਜਿਵੇਂ ਪਾਣੀ ਦਾ ਡੱਡੂ ਬਾਰ ਬਾਰ ਜੂੰਨਾਂ ਵਿੱਚ ਜਾਂਦਾ, ਇਸਤਰ੍ਹਾਂ ਮਾਨਸ ਵੀ ਜੂੰਨਾਂ ਵਿੱਚ ਜਾਂਦਾ ਹੈ ।

If by taking Holy bath, one may be blessed with salvation. Then all frogs would have been saved and accepted in His court. As frog remains in the cycle of birth and death, so the human.

30. Guru Amar Das Ji – Page 491

ਨਾ ਕਾਸੀ ਮਤਿ ਊਪਜੈ,	naa kaasee mat oopjai
ਨਾ ਕਾਸੀ ਮਤਿ ਜਾਇ॥	naa kaasee mat jaa-ay.
ਸਤਿਗੁਰ ਮਿਲਿਐ ਮਤਿ ਊਪਜੈ,	satgur mili-ai mat oopjai
ਤਾ ਇਹ ਸੋਝੀ ਪਾਇ॥੧॥	taa ih sojhee paa-ay. ‖1‖

ਗੁਰਦੁਆਰੇ (ਤੀਰਥ ਕਾਸੀ, ਬਨਾਰਸ) ਤੇ ਜਾਣ ਨਾਲ ਨਾ ਤਾਂ ਸ਼ਬਦ ਦੀ ਸੋਝੀ ਹੁੰਦੀ, ਨਾ ਹੀ ਮੱਤ ਮਾਰੀ ਜਾਂਦੀ ਹੈ, ਨਾ ਹੀ ਪ੍ਰਭ ਦੀ ਰਹਿਮਤ ਹੁੰਦੀ, ਨਾ ਹੀ ਪ੍ਰਭ ਦੀ ਕਰੋਪੀ ਹੁੰਦੀ ਹੈ । ਇਹ ਮਾਨਸ ਦੇ ਮਨ ਦੀ ਅਗਿਆਨਤਾ ਹੀ ਹੁੰਦੀ ਹੈ । ਪ੍ਰਭ ਦੇ ਸ਼ਬਦ ਦੀ ਪਾਲਣਾ ਕਰਨ ਨਾਲ ਹੀ ਸ਼ਬਦ ਦੀ ਸੋਝੀ ਬਖਸ਼ਿਸ਼ ਹੋ ਸਕਦੀ ਹੈ, ਸ਼ਬਦ ਮਨ ਵਿੱਚ ਘਰ ਕਰ ਸਕਦਾ ਜਾਂਦਾ ਹੈ ।

By going to temple, one may not become wise or stupid, fool. He may not be blessed nor cursed by God. These are all rituals and ignorance. By obeying the teachings of Word, one may understand and adopt the teachings of His Word. His Word may sync within his heart and life becomes harmonious.

31. Guru Amar Das Ji – Page 549

ਆਪਣਾ ਆਪੁ ਨ ਪਛਾਣੈ ਮੂੜਾ,	aapnaa aap na pachhaanai moorhaa
ਅਵਰਾ ਆਖਿ ਦੁਖਾਏ॥	avraa aakh dukhaa-ay.
ਮੁੰਢੈ ਦੀ ਖਸਲਤਿ ਨ ਗਈਆ,	mundhai dee khaslat na ga-ee-aa
ਅੰਧੇ ਵਿਛੁੜਿ ਚੋਟਾ ਖਾਏ॥	anDhay vichhurh chotaa khaa-ay.
ਸਤਿਗੁਰ ਕੈ ਭੈ ਭੰਨਿ ਨ ਘੜਿਓ,	satgur kai bhai bhann na gharhi-o
ਰਹੈ ਅੰਕਿ ਸਮਾਏ॥	rahai ank samaa-ay.
ਅਨਦਿਨੁ ਸਹਸਾ ਕਦੇ ਨ ਚੂਕੈ,	an-din sahsaa kaday na chookai
ਬਿਨੁ ਸਬਦੈ ਦੁਖੁ ਪਾਏ॥	bin sabdai dukh paa-ay.
ਕਾਮੁ ਕ੍ਰੋਧੁ ਲੋਭੁ ਅੰਤਰਿ ਸਬਲਾ,	kaam kroDh lobh antar sablaa
ਨਿਤ ਧੰਧਾ ਕਰਤ ਵਿਹਾਏ॥	nit DhanDhaa karat vihaa-ay.
ਚਰਣ ਕਰ ਦੇਖਤ ਸੁਣਿ ਥਕੇ,	charan kar daykhat sun thakay
ਦਿਹ ਮੁਕੇ ਨੇੜੈ ਆਏ॥	dih mukay nayrhai aa-ay.
ਸਚਾ ਨਾਮੁ ਨ ਲਗੋ ਮੀਠਾ,	sachaa naam na lago meethaa
ਜਿਤੁ ਨਾਮਿ ਨਵ ਨਿਧਿ ਪਾਏ॥	jit naam nav niDh paa-ay.
ਜੀਵਤੁ ਮਰੈ ਮਰੈ ਫੁਨਿ ਜੀਵੈ,	jeevat marai marai fun jeevai
ਤਾਂ ਮੋਖੰਤਰੁ ਪਾਏ॥	taaN mokhantar paa-ay.
ਧੁਰਿ ਕਰਮੁ ਨ ਪਾਇਓ ਪਰਾਣੀ,	dhur karam na paa-i-o paraanee
ਵਿਣੁ ਕਰਮਾ ਕਿਆ ਪਾਏ॥	vin karmaa ki-aa paa-ay.
ਗੁਰ ਕਾ ਸਬਦੁ ਸਮਾਲਿ ਤੂ ਮੂੜੇ,	gur kaa sabad samaal too moorhay
ਗਤਿ ਮਤਿ ਸਬਦੇ ਪਾਏ॥	gat mat sabday paa-ay.
ਨਾਨਕ ਸਤਿਗੁਰੁ ਤਦ ਹੀ ਪਾਏ,	naanak satgur tad hee paa-ay
ਜਾਂ ਵਿਚਹੁ ਆਪੁ ਗਵਾਏ॥੨॥	jaaN vichahu aap gavaa-ay. ||2||

ਜਿਹੜਾ ਜੀਵ ਆਪਣੇ ਆਪ ਨੂੰ ਜਾਣਦਾ ਨਹੀਂ, ਸ਼ਬਦ ਦੀ ਪਾਲਣਾ ਆਪ ਤਾਂ ਕਰਦਾ ਨਹੀਂ । ਉਸ ਦੀ ਕਥਾ, ਕੀਰਤਨ, ਪ੍ਰੇਰਨਾ ਦਾ ਹੋਰ ਕਿਸੇ ਦੇ ਮਨ ਤੇ ਕੋਈ ਪ੍ਰਭਾਵ ਨਹੀਂ ਹੋ ਸਕਦਾ ਹੈ । ਉਸ ਦੇ ਮਨ ਵਿਚੋਂ ਆਪਣੀ ਆਦਤ ਬਦਲਦੀ ਨਹੀਂ, ਉਸ ਦੇ ਮਨ ਦੇ ਵਿਚਾਰ ਸ਼ਬਦ ਅਨੁਸਾਰ ਨਹੀਂ ਹੁੰਦੇ । ਉਹ ਇੱਛਾਂ ਦੀ ਅੱਗ ਵਿੱਚ ਹੀ ਜਲਦਾ ਰਹਿੰਦਾ ਹੈ । ਅਗਰ ਆਪਣੇ ਜੀਵਨ ਨੂੰ ਸ਼ਬਦ ਨਾਲ ਢਾਲਿਆ ਨਹੀਂ, ਕੇਵਲ ਸ਼ਬਦ ਨਾਲ ਜੀਵਨ ਢਾਲਣ ਨਾਲ ਹੀ ਸ਼ਬਦ ਵਿੱਚ ਲੀਨ ਹੋਇਆ ਜਾ ਸਕਦਾ ਹੈ । ਸ਼ਬਦ ਦੀ ਪਾਲਣਾ ਕਰਨ ਤੋਂ ਬਿਨਾਂ, ਸੰਸਾਰਕ ਇੱਛਾਂ ਦੀ ਭਟਕਣ ਦੂਰ ਨਹੀਂ ਹੁੰਦੀ, ਦਿਨ ਰਾਤ ਮਨ ਦੇ ਭਰਮ ਦੂਰ ਨਹੀਂ ਹੁੰਦੇ । ਉਸ ਦੇ ਮਨ ਵਿੱਚ ਕਾਮ ਵਾਸਨਾ, ਕਰੋਧ, ਲਾਲਚ ਦਾ ਜ਼ੋਰ ਰਹਿੰਦਾ ਹੈ । ਆਪਣਾ ਜੀਵਨ ਸੰਸਾਰਕ ਧਰਮ ਦੇ ਰੀਤ ਰੀਵਾਜਾ ਨਾਲ ਹੀ ਬਤੀਤ ਕਰਦਾ ਹੈ । ਉਸ ਦੇ ਹੱਥ, ਪੈਰ, ਅੱਖਾਂ, ਕੰਨ ਥੱਕ ਜਾਂਦੇ ਹਨ, ਬੇਵਸ ਹੋ ਜਾਂਦੇ ਹਨ । ਉਸ ਦਾ ਸੰਸਾਰ ਵਿੱਚ ਰਹਿਣ ਦਾ ਸਮਾਂ ਖਤਮ ਹੋਣ ਤੇ ਆ ਜਾਂਦਾ, ਮੌਤ ਨੇੜੇ ਦਿੱਸਦੀ ਹੈ । ਉਸ ਨੂੰ ਪ੍ਰਭ ਦੇ ਸ਼ਬਦ ਨਾਲ ਕੋਈ ਲਗਨ ਨਹੀਂ ਲਗਦੀ । ਸ਼ਬਦ ਦੀ ਪਾਲਣਾ ਕਰਨ ਨਾਲ ਹੀ ਪ੍ਰਭ ਦੀ ਰਹਿਮਤ ਬਖਸ਼ਿਸ਼ ਹੋ ਸਕਦੀ ਹੈ । ਜਿਹੜੇ ਮਾਨਸ ਜੀਵਨ ਬਤੀਤ ਕਰਦੇ ਹੀ ਸੰਸਾਰਕ ਇੱਛਾਂ ਦੇ ਪ੍ਰਭਾਵ ਤੋਂ ਰਹਿਤ ਰਹਿੰਦੇ ਹਨ । ਉਹ ਜੀਵਨ ਬਤੀਤ ਕਰਦੇ ਕਰਦੇ, ਪ੍ਰਭ ਦੇ ਦਰਬਾਰ ਵਿੱਚ ਪ੍ਰਵਾਨ ਹੋ ਜਾਂਦੇ ਹਨ । ਅਗਰ ਕਿਸੇ ਜੀਵ ਦੇ ਪਿਛਲੇ ਜਨਮ ਦੇ ਕੀਤੇ ਕੰਮਾਂ ਦੇ ਫਲ ਵਿੱਚ ਸ਼ਬਦ ਦੀ ਕਮਾਈ ਨਾ ਹੋਵੇ, ਤਾਂ ਉਹ ਇਸ ਜਨਮ ਵਿੱਚ ਕੀ ਹਾਸਿਲ ਕਰ ਸਕਦਾ ਹੈ? ਅਣਜਾਣ ਜੀਵ ਪ੍ਰਭ ਦੇ ਸ਼ਬਦ ਦੀ ਪਾਲਣਾ ਕਰਦੇ ਜਾਵੋ! ਇਸ ਨਾਲ ਹੀ ਤੂੰ ਉਸ ਦੀ ਰਹਿਮਤ ਦੀ ਨਜ਼ਰ ਪਾ ਲਵੇਗਾ । ਸ਼ਬਦ ਦੀ ਸੋਝੀ ਪਾ ਲਵੇਗਾ, ਇਹ ਹੀ ਮੁਕਤੀ ਦਾ

ਰਸਤਾ ਹੈ । ਜਿਹੜਾ ਮਨ ਵਿਚੋਂ ਖੁਦਗ਼ਰਜ਼ੀ ਦਾ ਨਾਸ਼ ਕਰ ਲੈਂਦਾ ਹੈ । ਕੇਵਲ ਉਹ ਜੀਵ ਹੀ ਪ੍ਰਵਾਨਗੀ ਦੇ ਰਸਤੇ ਤੇ ਚੱਲ ਸਕਦਾ ਹੈ ।

Whosoever may not adopt His Word in his own life! His preaching may not have any lasting, deep effects on anyone else either. He may not change his thinking of greed and his opinion may not be according to His Word. He remains burning in the fire of worldly greed. He may not adopt His Word in his own life. Only by adopting His Word in life, he may enter into the deep meditation in the void of His Word.

Without obeying His Word, he may not subdue his desires and suspicions. His mind remains overwhelmed with sexual desire, anger, greed and he perform only religious rituals. His hands, feet, eyes, nose becomes tired, frustrated and helpless. When his time may be exhausted, he dies and may not pay attention to His Word, or purpose of life. He may bestow His mercy and grace, only by adopting His Word. Whosoever may stay above the effect of worldly desires, he may be accepted in His court and under His protection after death. Whosoever may not have prewritten destiny to meditate, what may he earn in human life? One should keep obeying His Word and singing His glory, he may be blessed with His mercy and grace. His Word may be enlightened within, this is the only right path of salvation. Whosoever may conquer his selfishness and adopt the right path, only he may remain steady and stable on the path of salvation.

32. Guru Amar Das Ji – Page 647

ਪੰਡਿਤ ਮੈਲੁ ਨ ਚੁਕਈ, — pandit mail na chuk-ee
ਜੇ ਵੇਦ ਪੜੈ ਜੁਗ ਚਾਰਿ॥ — jay vayd parhai jug chaar.
ਤ੍ਰੈ ਗੁਣ ਮਾਇਆ ਮੂਲੁ ਹੈ, — tarai gun maa-i-aa mool hai
ਵਿਚਿ ਹਉਮੈ ਨਾਮੁ ਵਿਸਾਰਿ॥ — vich ha-umai naam visaar.
ਪੰਡਿਤ ਭੂਲੇ ਦੂਜੈ ਲਾਗੇ, — pandit bhoolay doojai laagay
ਮਾਇਆ ਕੈ ਵਾਪਾਰਿ॥ — maa-i-aa kai vaapaar.
ਅੰਤਰਿ ਤ੍ਰਿਸਨਾ ਭੁਖ ਹੈ, — antar tarisnaa bhukh hai
ਮੂਰਖ ਭੁਖਿਆ ਮੁਏ ਗਵਾਰ॥ — moorakh bhukhi-aa mu-ay gavaar.
ਸਤਿਗੁਰਿ ਸੇਵਿਐ ਸੁਖੁ ਪਾਇਆ, — satgur sayvi-ai sukh paa-i-aa
ਸਚੈ ਸਬਦਿ ਵੀਚਾਰਿ॥ — sachai sabad veechaar.
ਅੰਦਰਹੁ ਤ੍ਰਿਸਨਾ ਭੁਖ ਗਈ, — andrahu tarisnaa bhukh ga-ee
ਸਚੈ ਨਾਇ ਪਿਆਰਿ॥ — sachai naa-ay pi-aar.
ਨਾਨਕ ਨਾਮਿ ਰਤੇ ਸਹਜੇ ਰਜੇ, — naanak naam ratay sehjay rajay
ਜਿਨਾ ਹਰਿ ਰਖਿਆ ਉਰਿ ਧਾਰਿ॥੧॥ — jinaa har rakhi-aa ur Dhaar. ||1||

ਧਰਮ ਦੇ ਗਿਆਨੀ ਤੇਰੇ ਮਨ ਦੀ ਮੈਲ ਕਦੇ ਧੋਤੀ ਨਹੀਂ ਜਾ ਸਕਦੀ । ਅਗਰ ਤੂੰ ਚਾਰ ਯੁਗ ਹੀ ਵੇਦਾਂ ਦਾ ਪਾਠ ਕਰ ਲਵੇ । ਮਾਇਆ ਦੇ ਤਿੰਨੇਂ ਗੁਣ ਹੀ ਇਸ ਦਾ ਮੁੱਢ ਹਨ । ਹੈਸੀਅਤ ਦੇ ਅਹੰਕਾਰ ਵਿੱਚ ਹੀ ਸ਼ਬਦ ਦੀ ਪਾਲਣਾ ਕਰਦਾ, ਪ੍ਰਭ ਨੂੰ ਭੁਲਾ ਦੇਂਦਾ ਹੈ । ਧਰਮ ਦੇ ਗਿਆਨੀ, ਭੁਲੇਖੇ ਵਿੱਚ ਹੀ ਰਹਿੰਦੇ ਹਨ, ਉਹਨਾਂ ਦਾ ਧਿਆਨ ਚਾਰੇ ਪਾਸੇ ਘੁੰਮਦਾ, ਉਹ ਕੇਵਲ ਸੰਸਾਰ ਮਾਇਆ ਦਾ ਹੀ ਵਪਾਰ ਕਰਦੇ ਹਨ । ਉਹਨਾਂ ਦੇ ਮਨ ਵਿੱਚ ਤ੍ਰਿਸ਼ਨਾਂ ਦੀ ਭਟਕਣ, ਭੁੱਖ ਹੁੰਦੀ ਹੈ । ਇਸ ਭੁੱਖ ਵਿੱਚ ਹੀ ਮਰ

ਜਾਂਦੇ ਹਨ । ਸ਼ਬਦ ਦੀ ਪਾਲਣਾ, ਆਪਣਾ ਜੀਵਨ ਢਾਲਣ ਨਾਲ ਹੀ ਮਨ ਨੂੰ ਸੰਤੋਖ ਬਖਸ਼ਿਸ਼ ਹੋ ਸਕਦਾ ਹੈ, ਸ਼ਬਦ ਦਾ ਪ੍ਰਭਾਵ ਮਨ ਵਿੱਚ ਰਹਿੰਦਾ ਹੈ । ਜਿਸ ਦੀ ਸ਼ਬਦ ਦੀ ਪਾਲਣਾ ਵਿੱਚ ਲਗਨ ਅਡੋਲ ਹੋ ਜਾਂਦੀ ਹੈ । ਉਸ ਦੇ ਮਨ ਵਿਚੋਂ ਤ੍ਰਿਸ਼ਨਾਂ ਦੀ ਅੱਗ, ਭੁੱਖ ਨਾਸ਼ ਹੋ ਜਾਂਦੀ ਹੈ । ਜਿਹੜੇ ਪ੍ਰਭ ਦੇ ਸ਼ਬਦ ਦੀ ਪਾਲਣਾ ਵਿੱਚ ਅਡੋਲ ਰਹਿੰਦੇ ਹਨ । ਉਹ ਪ੍ਰਭ ਦੇ ਵਿਛੋੜੇ ਦੇ ਵਿਰਾਗ ਵਿੱਚ ਹੀ ਲੀਨ ਰਹਿੰਦੇ , ਉਹਨਾਂ ਦਾ ਮਨ ਅਨੰਦ, ਖੇੜ ਨਾਲ ਭਰ ਜਾਂਦਾ ਹੈ ।

Religious preacher your soul may not be sanctified, even you may read the Holy scripture four Ages. Your greed for the three virtues of worldly wealth may be the root cause of all this. In the intoxication of worldly status, you forget to obey and to adopt His Word in your life. Religious preachers always remain in suspicions and their mind may wander in all direction in greed. They only do business to earn worldly wealth. Their mind is always hungry with more desires and die in this hunger. Only by adopting His Word with steady and stable belief, his mind may remain contented. By staying focused in purpose of life and meditating, the fire of desires may be quenched. Whosoever may remain steady in the memory of his separation, he may obey His Word. He may be blessed with peace, contentment and blossom.

33. Guru Arjan Dev Ji – Page 498

ਮੁਨਿ ਜੋਗੀ ਸਾਸਤ੍ਰਗਿ ਕਹਾਵਤ,	mun jogee saastarag kahaavat
ਸਭ ਕੀਨ੍ਹੇ ਬਸਿ ਅਪਨਹੀ॥	sabh keenHay bas apnahee.
ਤੀਨਿ ਦੇਵ ਅਰੁ ਕੋੜਿ ਤੇਤੀਸਾ,	teen dayv ar korh tayteesaa
ਤਿਨ ਕੀ ਹੈਰਤਿ ਕਛੁ ਨ ਰਹੀ॥੧॥	tin kee hairat kachh na rahee. ‖1‖

ਸੰਸਾਰ ਦੇ ਸਾਰੇ ਜੋਗੀ, ਮੌਨੀ ਸੰਤ, ਵਿਦਵਾਨ, ਗਿਆਨੀ ਆਪਣੇ ਆਪ ਨੂੰ ਬਹੁਤ ਸੋਝੀ ਵਾਲੇ ਸਮਝਦੇ, ਕਹਾਉਂਦੇ ਹਨ । ਪਰ ਸਾਰੇ ਹੀ ਸੰਸਾਰ ਮਾਇਆ ਦੇ ਜਾਲ ਵਿੱਚ ਹੀ ਫਸੇ ਰਹਿੰਦੇ ਹਨ । ਮਾਇਆ ਦਾ ਪ੍ਰਭਾਵ ਕਿਸੇ ਨਾ ਕਿਸੇ ਰੂਪ ਵਿੱਚ ਉਹਨਾਂ ਉਪਰ ਰਹਿੰਦਾ ਹੈ । ਸੰਸਾਰ ਵਿੱਚ ਤਿੰਨੇਂ ਮੰਨੇ ਦੇਵਤੇ, ਬ੍ਰਹਮਾ, ਸ਼ਿਵਾਂ, ਮਹੇਸ਼, ਹੋਰ 33 ਕਰੋੜ ਦੇਵਤੇ, ਪ੍ਰਭ ਦੀ ਕੁਦਰਤ ਤੋਂ ਹੈਰਾਨ ਹੀ ਰਹਿੰਦੇ ਹਨ । ਪ੍ਰਭ ਦੇ ਕਿਸੇ ਕਰਤਬ ਦਾ ਅੰਤ ਨਹੀਂ ਪਾ ਸਕਦੇ ।

All Yogis, scholars, preachers, devotees, saints, think to be spiritual wise. However, all remains the slave of worldly desires, wealth. One of three worldly wealth, virtues has a control on them. Three known prophets and 330 million angels all remain astonished from His nature. No one may ever fully understand, comprehend or explain His nature.

34. Guru Nanak Dev Ji – Page

ਸਭੋ ਸੂਤਕੁ ਭਰਮੁ ਹੈ	sabho sootak bharam hai
ਦੂਜੈ ਲਗੈ ਜਾਇ॥	doojai lagai jaa-ay.
ਜੰਮਣੁ ਮਰਣਾ ਹੁਕਮੁ ਹੈ	jaman marnaa hukam hai
ਭਾਣੈ ਆਵੈ ਜਾਇ॥	bhaanai aavai jaa-ay.
ਖਾਣਾ ਪੀਣਾ ਪਵਿੱਤਰ ਹੈ	khaanaa peenaa pavitar hai
ਦਿਤੋਨੁ ਰਿਜਕੁ ਸੰਬਾਹਿ॥	diton rijak sambaahi.
ਨਾਨਕ ਜਿਨ੍ਹੀ ਗੁਰਮੁਖਿ ਬੁਝਿਆ	naanak jinHee gurmukh bujhi-aa
ਤਿਨ੍ਹਾ ਸੂਤਕੁ ਨਾਹਿ॥੩॥	tinHaa sootak naahi. ‖3‖

ਇਹ ਸੂਤਕ ਸਾਰੇ ਜੀਵ ਦੇ ਮਨ ਦਾ ਭਰਮ ਹੀ ਹਨ । ਉਹ ਜੀਵ, ਪ੍ਰਭ ਦੀ ਹੋਂਦ ਤੋਂ ਅਣਜਾਣ ਹੈ, ਜਨਮ ਮਰਨ ਪ੍ਰਭ ਦੇ ਹੁਕਮ ਅੰਦਰ ਹੀ ਹੁੰਦਾ ਹੈ । ਖਾਣਾ ਪੀਣਾ ਸਾਰਾ ਹੀ ਪਵਿੱਤਰ ਹੈ, ਪ੍ਰਭ ਆਪ ਹੀ ਜੀਵ ਨੂੰ ਸੰਭਾਲਦਾ, ਜੀਵਨ ਵਾਸਤੇ ਭੋਜਨ ਬਖਸ਼ਦਾ ਹੈ । ਜਿਹੜੇ ਉਸ ਦੇ ਭਾਣੇ ਨੂੰ ਸਮਝਦੇ ਲੈਂਦੇ ਹਨ । ਉਹਨਾਂ ਦੇ ਸਾਰੇ ਭਰਮ, ਬਸਗਨ, ਸੂਤਕ ਆਪਣੇ ਆਪ ਹੀ ਖਤਮ ਹੋ ਜਾਂਦੇ ਹਨ ।

All impurities (Sutak) in life comes from the suspicions of his mind. Human remains ignorant from nature of God, all birth and death come by His command. All foods are worthy eating, God has created all sources of food for His creation. Whosoever may understand His Word, all his suspicions, misfortunes may be vanished.

35. Ravi Das Ji – Page 658

ਨਾਨਾ ਖਿਆਨ ਪੁਰਾਨ ਬੇਦ ਬਿਧਿ,	naanaa khi-aan puraan bayd biDh
ਚਉਤੀਸ ਅਖਰ ਮਾਂਹੀ॥	cha-utees akhar maaNhee.
ਬਿਆਸ ਬਿਚਾਰਿ ਕਹਿਓ ਪਰਮਾਰਥ,	bi-aas bichaar kahi-o parmaarath
ਰਾਮ ਨਾਮ ਸਰਿ ਨਾਹੀ॥੨॥	raam naam sar naahee. ||2||

ਸੰਸਾਰ ਦੇ ਸਾਰੇ ਧਰਮਾਂ ਦੇ ਗ੍ਰੰਥ 34 ਅੱਖਰਾਂ ਦੇ ਜੋੜ ਨਾਲ ਲਿਖੇ ਹਨ । – (ਵੇਦਾਂ, ਪਰਾਨ, ਸਾਸ਼ਤ੍ਰ) ਬਿਆਸ ਭਗਤ ਨੇ ਇਹ ਪੜ੍ਹ ਕੇ, ਸਮਝ ਕੇ ਇਹ ਹੀ ਸੋਝੀ ਦਿੱਤੀ ਹੈ । ਕਿ ਇਹਨਾਂ ਵਿਚੋਂ ਕੋਈ ਵੀ ਪ੍ਰਭ ਦੇ ਸ਼ਬਦ ਬਾਬਤ ਨਹੀਂ ਹੈ ।

All religious books are written by the union of few letters of the language. Devotee Biaas read all scriptures and acknowledged that none of the scripture is about His Word.

36. Guru Amar Das Ji – Page 551

ਕਰਮ ਧਰਮ ਸਭਿ ਬੰਧਨਾ,	karam Dharam sabh banDhnaa
ਪਾਪ ਪੁੰਨ ਸਨਬੰਧੁ ॥	paap punn san-banDh.
ਮਮਤਾ ਮੋਹੁ ਸੁ ਬੰਧਨਾ,	mamtaa moh so banDhnaa
ਪੁਤ੍ਰ ਕਲਤ੍ਰ ਸੁ ਧੰਧੁ ॥	putar kaltar so DhanDh.
ਜਹ ਦੇਖਾ ਤਹ ਜੇਵਰੀ,	jah daykhaa tah jayvree
ਮਾਇਆ ਕਾ ਸਨਬੰਧੁ ॥	maa-i-aa kaa san-banDh.
ਨਾਨਕ ਸਚੇ ਨਾਮ ਬਿਨੁ,	naanak sachay naam bin
ਵਰਤਣਿ ਵਰਤੈ ਅੰਧੁ ॥੧॥	vartan vartai anDh. ||1||

ਧਰਮ ਦੇ ਰੀਤ ਰੀਵਾਜ, ਚੰਗੇ ਮੰਦੇ ਕੰਮ ਸਾਰੇ ਸੰਸਾਰਕ ਮਾਇਆ ਦੇ ਜਾਲ , ਬੰਧਨ ਹੀ ਹਨ । ਬੱਚੇ, ਪਤਨੀ, ਪਤੀ ਦਾ ਮੋਹ, ਸੰਸਾਰਕ ਅਹੰਕਾਰ ਵੀ ਹੋਰ ਮਾਇਆ ਦੇ ਜਾਲ, ਬੰਧਨ ਹੀ ਹਨ । ਜਿਸ ਪਾਸੇ ਵੀ ਦੇਖੋ, ਸੰਸਾਰਕ ਮਾਇਆ ਦਾ ਜਾਲ ਹੀ ਫੈਲਿਆ ਹੋਇਆ ਹੈ । ਸ਼ਬਦ ਦੀ ਸੋਝੀ ਤੋਂ ਬਿਨਾਂ, ਸਾਰੀ ਸ੍ਰਿਸ਼ਟੀ ਹੀ ਅਗਿਆਨਤਾ ਦੇ ਅੰਧੇਰੇ ਵਿੱਚ ਹੀ ਰਹਿੰਦੀ ਹੈ ।

All religious rituals and good and bad deeds are all bonds of worldly wealth. Worldly ego and relationships are all trap of worldly wealth and everywhere remains in the trap of worldly wealth. Without the enlightenment of His Word, everyone may remain in ignorance.

37. Kabeer Ji – Page 692

ਹਰਿ ਕੇ ਲੋਗਾ ਮੈ ਤਉ ਮਤਿ ਕਾ ਭੋਰਾ॥	har kay logaa mai ta-o mat kaa bhoraa.
ਜਉ ਤਨੁ ਕਾਸੀ ਤਜਹਿ ਕਬੀਰਾ,	ja-o tan kaasee tajeh kabeeraa
ਰਮਈਐ ਕਹਾ ਨਿਹੋਰਾ॥੧॥ ਰਹਾਉ॥	rama-ee-ai kahaa nihoraa. ||1|| rahaa-o.

ਬੰਦਗੀ ਕਰਨ ਵਾਲੇ ਜੀਵੋ! ਮੈਂ ਤਾਂ ਇੱਕ ਅਣਜਾਣ ਜੀਵ ਹਾਂ! ਅਗਰ ਮੈਂ ਕਾਸ਼ੀ ਵਿੱਚ ਮਰਨ ਨਾਲ ਹੀ ਮੁਕਤੀ ਪਾਉਣੀ ਸੀ । ਤਾਂ ਮੈਨੂੰ ਪ੍ਰਭ ਦੇ ਸ਼ਬਦ ਦਾ ਸਿਮਰਨ, ਪਾਲਣਾ ਕਰਨ ਦੀ ਕੀ ਜਰੂਰਤ ਸੀ?

Religious preacher! I am an ignorant human. If the salvation was only going to be blessed by dying in Kashi! What was the necessity, need of meditating and singing the glory of His Word?

38. Kabeer Ji – Page 692

ਕਹਤੁ ਕਬੀਰੁ ਸੁਨਹੁ ਰੇ ਲੋਈ,	kahat kabeer sunhu ray lo-ee
ਭਰਮਿ ਨ ਭੂਲਹੁ ਕੋਈ॥	bharam na bhoolahu ko-ee.
ਕਿਆ ਕਾਸੀ ਕਿਆ ਊਖਰੁ ਮਗਹਰੁ,	ki-aa kaasee ki-aa ookhar maghar
ਰਾਮੁ ਰਿਦੈ ਜਉ ਹੋਈ॥੨॥੩॥	raam ridai ja-o ho-ee. ||2||3||

ਅਗਰ ਤੂੰ ਜਾਣਦਾ ਹੈ ਕਿ ਪ੍ਰਭ ਤੇਰੇ ਹਿਰਦੇ ਵਿੱਚ ਵਸਦਾ ਹੈ । ਮਾਨਸ ਜੀਵ ਆਪਣੇ ਮਨ ਦੇ ਭਰਮ ਦੂਰ ਕਰੋ । ਮੌਤ ਦੇ ਸਮੇਂ ਤੂੰ ਪਵਿੱਤਰ ਤੀਰਥ, ਕਾਸ਼ੀ ਵਿੱਚ ਮਰਦਾ ਹੈ, ਜਾ ਆਪਣੇ ਘਰ ਮਰਦਾ ਹੈ । ਇਸ ਦਾ ਕੀ ਫਰਕ ਪੈਂਦਾ ਹੈ, ਪ੍ਰਭ ਤਾਂ ਤੇਰੇ ਮਨ ਵਿੱਚ ਹੀ ਹੈ?

Ignorant human, you must remember God dwell with your body! You should remove your suspicions! What may be the difference of dying at Holy shrine on in your own home? God always remains dwells within your mind. Only the earnings of His Word may support in His court.

39. Guru Ram Das Ji – Page 719

ਨਾਨਾ ਖਿਆਨ ਪੁਰਾਨ ਜਸੁ ਊਤਮ,	naanaa khi-aan puraan jas ootam
ਖਟ ਦਰਸਨ ਗਾਵਹਿ ਰਾਮ॥	khat darsan gaavahi raam.
ਸੰਕਰ ਕ੍ਰੋੜਿ ਤੇਤੀਸ ਧਿਆਇਓ,	sankar krorh taytees Dhi-aa-i-o
ਨਹੀ ਜਾਨਿਓ ਹਰਿ ਮਰਮਾਮ॥੧॥	nahee jaani-o har marmaam. ||1||

ਅਨੇਕਾਂ ਮੰਨੇ ਧਰਮਾਂ ਦੇ ਗ੍ਰੰਥਾਂ, ਵੇਦਾਂ, 6 ਸ਼ਾਸਤ੍ਰ ਵੀ ਸ਼ਬਦ ਦੀ ਮਹੱਤਤਾ, ਗਾਉਣ ਦੀ ਹੀ ਚਰਚਾ, ਪ੍ਰੇਰਨਾ ਕਰਦੇ ਹਨ । ਸੰਕਰ (ਸ਼ਿਵਾਂ), 33 ਕਰੋੜ ਦੇਵਤੇ ਵੀ ਪ੍ਰਭ ਦੇ ਸ਼ਬਦ ਦਾ ਹੀ ਸਿਮਰਨ ਕਰਦੇ ਹਨ । ਪਰ ਉਹਨਾਂ ਨੇ ਸ਼ਬਦ ਦੀ ਸੋਝੀ, ਪ੍ਰਭ ਦੀ ਕੁਦਰਤ ਨਹੀਂ ਜਾਣ ਪਾਈ।

All Holy scriptures preach the significance of adopting and singing the glory of His Word. 330 million prophets, angels sing the glory of His Word. However, no one has a full comprehension of His Word or the limits of His nature.

40. Guru Nanak Dev Ji – Page 832

ਗੀਤ ਰਾਗ ਘਨ ਤਾਲ ਸਿ ਕੂਰੇ॥	geet raag ghan taal se kooray.
ਤ੍ਰਿਹੁ ਗੁਣ ਉਪਜੈ ਬਿਨਸੈ ਦੂਰੇ॥	tarihu gun upjai binsai dooray.
ਦੂਜੀ ਦੁਰਮਤਿ ਦਰਦੁ ਨ ਜਾਇ॥	doojee durmat darad na jaa-ay.
ਛੂਟੈ ਗੁਰਮੁਖਿ ਦਾਰੂ ਗੁਣ ਗਾਇ॥੩॥	chhootai gurmukh daaroo gun gaa-ay. ||3||

ਸੰਸਾਰਕ ਗੀਤ, ਰਾਗ ਅਤੇ ਧੁਨ ਸਾਰੇ ਹੀ ਥੋੜ੍ਹਾ ਸਮਾਂ ਰਹਿਣ ਵਾਲੇ ਹਨ । ਜਿਹੜੇ ਇਹਨਾਂ ਤਿੰਨਾਂ ਮਗਰ ਲਗਦੇ ਹਨ । ਉਹ ਪ੍ਰਭ ਦੇ ਦਰਬਾਰ ਤੋਂ ਦੂਰ ਅਤੇ ਜੂੰਨਾਂ ਦੇ ਚੱਕਰ ਵਿੱਚ ਹੀ ਰਹਿੰਦੇ ਹਨ । ਭਰਮਾਂ ਅਤੇ ਧਰਮਾਂ ਦੇ ਰੀਤੋ ਰੀਵਾਜ, ਮਨ ਦੀ ਮੂਰਖਤਾ ਸਾਥ ਨਹੀਂ ਛੱਡਦੀ । ਗੁਰਮਖ ਜੀਵ ਇਸ ਬਮਾਰੀ ਦੀ ਦਵਾਈ ਲੈਂਦੇ ਹਨ, ਸ਼ਬਦ ਦੀ ਬੰਦਗੀ ਕਰਦੇ ਹਨ, ਉਸ ਨਾਲ ਪ੍ਰਵਾਨ ਹੋ ਜਾਂਦੇ ਹਨ ।

Worldly songs, even banis, raag and sound, resonance of songs (Kirtan) are short lived. Whosoever may remain attuned to these three, he remains away from His court and may wander in the cycle of birth and death. Religious rituals, own wisdom, foolishness may not let him adopt the right path and do not help after death in His court. His true devotee takes the medicine of this disease, he adopts His Word in his life and he may be saved by His grace.

41. Guru Amar Das Ji – Page 917

ਸਿਮ੍ਰਿਤਿ, ਸਾਸਤ੍ਰ, ਪੁੰਨ, ਪਾਪ ਬੀਚਾਰਦੇ,	simrit saastar punn paap beechaarday
ਤਤੈ ਸਾਰ ਨ ਜਾਣੀ॥	tatai saar na jaanee.
ਤਤੈ ਸਾਰ ਨ ਜਾਣੀ, ਗੁਰੂ ਬਾਝਹੁ,	tatai saar na jaanee guroo baajhahu
ਤਤੈ ਸਾਰ ਨ ਜਾਣੀ॥	tatai saar na jaanee.
ਤਿਹੀ ਗੁਣੀ, ਸੰਸਾਰੁ ਭ੍ਰਮਿ ਸੁਤਾ,	tihee gunee sansaar bharam sutaa
ਸੁਤਿਆ ਰੈਣਿ ਵਿਹਾਣੀ॥	suti-aa rain vihaanee.
ਗੁਰ ਕਿਰਪਾ ਤੇ ਸੇ ਜਨ ਜਾਗੇ,	gur kirpaa tay say jan jaagay
ਜਿਨਾ ਹਰਿ ਮਨਿ ਵਸਿਆ,	jinaa har man vasi-aa
ਬੋਲਹਿ ਅੰਮ੍ਰਿਤ ਬਾਣੀ॥	boleh amrit banee.
ਕਹੈ ਨਾਨਕੁ ਸੋ ਤਤੁ ਪਾਏ,	kahai naanak so tat paa-ay
ਜਿਸ ਨੋ ਅਨਦਿਨੁ ਹਰਿ ਲਿਵ ਲਾਗੈ,	jis no an-din har liv laagai
ਜਾਗਤ ਰੈਣਿ ਵਿਹਾਣੀ॥੨੭॥	jaagat rain vihaanee. ||27||

ਜਿਹੜੀਆਂ ਧਾਰਮਕ ਕਿਤਾਬਾਂ ਚੰਗੇ, ਮੰਦੇ, ਪਾਪ ਪੁੰਨ ਦਾ ਵਿਚਾਰ ਕਰਦੀਆਂ ਹਨ । ਉਹਨਾਂ ਵਿੱਚ ਪ੍ਰਭ ਦੇ ਅਸਲੀ ਰਸਤੇ ਦੀ ਸੋਝੀ ਨਹੀਂ ਹੁੰਦੀ । ਪ੍ਰਭ ਦੇ ਸ਼ਬਦ ਤੋਂ ਬਿਨਾਂ ਹੋਰ ਕੋਈ ਅਜੇਹੀ ਧਾਰਮਕ ਕਿਤਾਬ, ਨਹੀਂ ਬਣੀ, ਜਿਹੜੀ ਪ੍ਰਭ ਦੀ ਰਹਿਮਤ ਦਾ ਅਸਲੀ ਮਾਰਗ ਜਾਣਦੀ ਹੋਵੇ । ਇਹਨਾਂ ਭਰਮਾਂ ਵਿੱਚ ਹੀ ਜੀਵ ਆਪਣਾ ਮਾਨਸ ਜਨਮ ਬਤੀਤ ਕਰ ਲੈਂਦਾ ਹੈ । ਆਪਣੀ ਰਹਿਮਤ ਨਾਲ ਜਿਸ ਨੂੰ ਪ੍ਰਭ ਸੋਝੀ ਬਖਸ਼ਦਾ ਹੈ, ਉਸ ਦੀ ਆਤਮਾ ਜਾਗਰਤ ਹੋ ਜਾਂਦੀ ਹੈ । ਉਸ ਦੇ ਮਨ ਵਿੱਚ ਪ੍ਰਭ ਦੇ ਸ਼ਬਦ ਦਾ ਨਿਵਾਸ ਹੁੰਦਾ ਹੈ, ਉਹ ਪ੍ਰਭ ਦੀ ਅਮੋਲਕ ਬਾਣੀ ਬੋਲਦੇ ਵਿਚਾਰਦੇ ਹਨ । ਜਿਹੜਾ ਹਰ ਵੇਲੇ ਸ਼ਬਦ ਵਿੱਚ ਲੀਨ ਰੀਹੰਦਾ ਹੈ, ਉਸ ਨੂੰ ਇਸ ਚੰਗੇ ਜਾ ਮੰਦੇ ਕੰਮਾਂ ਦੇ ਫਰਕ, ਭੇਦ ਦੀ ਸੋਝੀ ਹੋ ਜਾਂਦੀ ਹੈ । ਉਸ ਦਾ ਮਾਨਸ ਜਨਮ ਜਾਗਰਤੀ ਵਿੱਚ ਬਤੀਤ ਹੁੰਦਾ, ਮੁਕਤੀ ਬਖਸ਼ਿਸ਼ ਹੋ ਸਕਦੀ ਹੈ।

The Holy scriptures explain good and evil deeds, importance of charity etc. These books do not have any understanding of the right path of salvation. Without His Word, no other book may ever be published to describes the right path. His Word cannot be written on paper or with ink, can only be engraved on heart by Him. Human wastes his life in his suspicions. By His grace! When His Word may be enlightened within, he may speak His Word and may be enlightened with the right path. Whosoever may be attuned to the teachings of His Word, he may distinguish the difference between good and bad deeds. He may remain on the right path.

42. Guru Arjan Dev Ji – Page 867

ਸਿਮ੍ਰਿਤਿ ਸਾਸਤ੍ਰ ਬੇਦ ਪੁਰਾਣ॥	simrit saastar bayd puraan.
ਪਾਰਬ੍ਰਹਮ ਕਾ ਕਰਹਿ ਵਖਿਆਣ॥	paarbarahm kaa karahi vakhi-aan.
ਜੋਗੀ ਜਤੀ ਬੈਸਨੋ ਰਾਮਦਾਸ॥	jogee jatee baisno raamdaas.
ਮਿਤਿ ਨਾਹੀ ਬ੍ਰਹਮ ਅਬਿਨਾਸ॥੨॥	mit naahee barahm abinaas. ‖2‖

ਧਰਮ ਦੇ ਗ੍ਰੰਥ, ਪ੍ਰਭ ਦੇ ਅਨੇਕਾਂ ਗੁਣਾਂ ਦੀ ਵਿਆਖਿਆ ਕਰਦੇ ਹਨ। - (ਸਿਮ੍ਰਿਤਿ, ਸਾਸਤ੍ਰ, ਬੇਦ, ਆਦਿ ਸਾਰੇ ਹੀ ਗ੍ਰੰਥ) ਅਨੇਕਾਂ ਹੀ ਬੰਦਗੀ ਕਰਨ ਵਾਲੇ ਭਗਤ, ਸਭ ਪ੍ਰਭ ਦੇ ਗੁਣ ਗਾਉਂਦੇ ਹਨ। - (ਜੋਗੀ, ਜਤੀ, ਵਿਸ਼ਨੂੰ ਦੇ ਸੇਵਕ ਆਦਿ) ਕਿਸੇ ਨੇ ਵੀ ਪ੍ਰਭ ਦੇ ਕਿਸੇ ਕਰਤਬ ਦਾ ਪੂਰਨ ਗਿਆਨ, ਹੱਦ ਨਹੀਂ ਸਮਝੀ।

All religious Holy scriptures talk about various virtues of God. Several devotees sing the various virtues of God. No one has ever fully understood the extent of His virtue, power.

43. Guru Nanak Dev Ji – Page 876

ਕੋਈ ਪੜਤਾ ਸਹਸਾਕਿਰਤਾ,	ko-ee parh-taa sehsaakirtaa
ਕੋਈ ਪੜੈ ਪੁਰਾਨਾ॥	ko-ee parhai puraanaa.
ਕੋਈ ਨਾਮੁ ਜਪੈ ਜਪਮਾਲੀ,	ko-ee naam japai japmaalee
ਲਾਗੈ ਤਿਸੈ ਧਿਆਨਾ॥	laagai tisai Dhi-aanaa.
ਅਬ ਹੀ ਕਬ ਹੀ ਕਿਛੂ ਨ ਜਾਨਾ,	ab hee kab hee kichhoo na jaanaa
ਤੇਰਾ ਏਕੋ ਨਾਮੁ ਪਛਾਨਾ॥੧॥	tayraa ayko naam pachhaanaa. ‖1‖

ਕੋਈ ਧਰਮ ਦੇ ਗ੍ਰੰਥ ਪੜ੍ਹਦਾ, ਕੋਈ ਮਾਲ਼ਾ ਫੇਰਦਾ, ਸ਼ਬਦ ਦਾ ਸਿਮਰਨ ਕਰਦਾ, ਆਪਣਾ ਧਿਆਨ ਸ਼ਬਦ ਵਿੱਚ ਰੱਖਦਾ ਹੈ । ਮੈਨੂੰ ਹੁਣ ਦੀ ਕੁਝ ਸੋਝੀ ਨਹੀਂ, ਨਾ ਹੀ ਅੱਗੇ ਪਿਛੋਂ ਦੀ ਸੋਝੀ ਹੈ, ਕੇਵਲ ਸ਼ਬਦ ਨੂੰ ਹੀ ਮੰਨਦਾ, ਮਨ ਅਡੋਲ ਰੱਖਦਾ ਹਾ।

In the universe, everyone read different Holy scriptures and focus on His Word. I do not have any understanding of present nor any idea of past and future. I only believe in Your Word and remain steady on obeying Your Word.

44. Guru Nanak Dev Ji – Page 1025

ਛੋਡਿਹੁ ਨਿੰਦਾ ਤਾਤਿ ਪਰਾਈ॥	chhodihu nindaa taat paraa-ee.
ਪੜਿ ਪੜਿ ਦਝਹਿ ਸਾਤਿ ਨ ਆਈ॥	parh parh dajheh saat na aa-ee.
ਮਿਲਿ ਸਤਸੰਗਤਿ ਨਾਮੁ ਸਲਾਹਹੁ,	mil satsangat naam salaahahu
ਆਤਮ ਰਾਮੁ ਸਖਾਈ ਹੇ ॥੭॥	aatam raam sakhaa-ee hay. ‖7‖

ਜੀਵ ਦੂਸਰੇ ਦੀ ਨਿੰਦਿਆ, ਚੁਗਲੀ ਕਰਨੀ ਛੱਡ ਦੇਵੋ । ਧਰਮ ਦੇ ਗ੍ਰੰਥ ਪੜ੍ਹ ਪੜ੍ਹ ਕੇ ਜੀਵ ਭਟਕਣਾਂ ਵਿੱਚ ਡੂੰਘੇ ਫਸ ਜਾਂਦੇ, ਮਨ ਨੂੰ ਸ਼ਾਂਤੀ ਨਹੀਂ ਮਿਲਦੀ । ਸੰਤ ਸਰੂਪ ਜੀਵ ਦੀ ਸੰਗਤ ਕਰੋ! ਉਹਨਾਂ ਦੇ ਜੀਵਨ ਨੂੰ ਆਪਣੇ ਜੀਵਨ ਵਿੱਚ ਢਾਲਕੇ ਸ਼ਬਦ ਦੀ ਪਾਲਣਾ ਕਰੋ । ਇਸ ਨਾਲ ਤੇਰੇ ਮਨ ਦੀ ਪ੍ਰਭ ਦੀ ਸ਼ਰਣ ਵਿੱਚ ਪਨਾਹ ਬਖਸ਼ਿਸ਼ ਹੋ ਜਾਵੇਗੀ ।

You should stay away from back-biting and criticizing good deeds of others. By reading Holy scriptures, one may go into deeper suspicions and may not realize any peace of mind. By associating with His true devotee and by adopting the teachings of his life, he may be accepted in His sanctuary.

45. Guru Nanak Dev Ji – Page 1008

ਬੇਦ ਪੁਰਾਣ ਕਥੇ ਸੁਣੇ,	bayd puraan kathay sunay
ਹਾਰੇ ਮੁਨੀ ਅਨੇਕਾ ॥	haaray munee anaykaa.
ਅਠਸਿਠ ਤੀਰਥ ਬਹੁ ਘਣਾ,	athsath tirath baho ghanaa
ਭ੍ਰਮਿ ਥਾਕੇ ਭੇਖਾ ॥	bharam thaakay bhaykhaa.
ਸਾਚੋ ਸਾਹਿਬੁ ਨਿਰਮਲੋ,	saacho saahib nirmalo
ਮਨਿ ਮਾਨੈ ਏਕਾ ॥੧॥	man maanai aykaa. ‖1‖

ਅਨੇਕਾਂ ਹੀ ਬੰਦਗੀ ਕਰਨ ਵਾਲੇ, ਧਰਮ ਦੇ ਗ੍ਰੰਥ ਸੁਣਕੇ, ਪੜ੍ਹਕੇ ਹਾਰ ਗਏ, ਮਨ ਨੂੰ ਸੰਤੋਖ ਨਹੀਂ ਆਇਆ । ਅਨੇਕਾਂ ਹੀ ਜੀਵ ਬਾਣਾ ਪਾ ਕੇ, ਨਿੱਤਨੇਮ ਕਰਕੇ, 68 ਪਵਿੱਤਰ ਤੀਰਥਾਂ ਤੇ ਇਸ਼ਨਾਨ ਕਰਕੇ ਹਾਰ ਗਏ, ਥਕ ਗਏ । ਮਨ ਨੂੰ ਸੰਤੋਖ ਨਹੀਂ ਆਇਆ । ਪ੍ਰਭ ਪਵਿੱਤਰ ਜੋਤ ਹੈ! ਸੰਤੋਖ, ਧੀਰਜ ਕੇਵਲ ਸ਼ਬਦ ਦੀ ਪਾਲਣਾ, ਜੀਵਨ ਢਾਲਣ ਨਾਲ ਹੀ ਬਖਸ਼ਿਸ਼ ਹੁੰਦਾ ਹੈ ।

So many are frustrated by reading, reciting Holy scriptures, wearing religious robe, bathing at holy shrines. Their mind may not enjoy any peace, contentment or harmony. God is a Holy spirit! Peace and contentment may only be blessed by adopting His Word with steady and stable on His Word.

46. Guru Ram Das Ji – Page 833

ਸਾਸਤ ਬੇਦ ਪੁਰਾਣ ਪੁਕਾਰਹਿ,	saasat bayd puraan pukaareh
ਧਰਮੁ ਕਰਹੁ ਖਟੁ ਕਰਮ ਦ੍ਰਿੜਈਆ॥	dharam karahu khat karam darirha-ee-aa.
ਮਨਮੁਖ ਪਾਖੰਡਿ ਭਰਮਿ ਵਿਗੂਤੇ,	manmukh pakhand bharam vigootay
ਲੋਭ ਲਹਰਿ ਨਾਵ ਭਾਰਿ ਬੁਡਈਆ॥੬॥	lobh lahar naav bhaar buda-ee-aa. ‖6‖

ਧਰਮ ਦੇ ਗ੍ਰੰਥ ਵੇਦਾਂ, ਸ਼ਾਸਤ੍ਰ ਚੰਗੇ ਕਰਮ ਕਰਨ ਦੀ ਪ੍ਰੇਰਨਾ ਕਰਦੇ ਹਨ । ਨਾਲ ਨਾਲ ਛੇ ਧਰਮ ਦੇ ਰੀਤੋ ਰੀਵਾਜ ਕਰਨ ਵੀ ਦੱਸਦੇ ਹਨ । ਮਨਮੁਖ ਜੀਵ ਧਰਮ ਦੇ ਪਾਏ ਭਰਮਾਂ ਵਿੱਚ ਰਹਿੰਦਾ, ਮਨ ਵਿੱਚ ਸੰਸਾਰ ਇੱਛਾਂ ਦੇ ਲਾਲਚ ਦਾ ਭਾਰ ਬਹੁਤ ਹੁੰਦਾ ਹੈ । ਉਸ ਦੀ ਸੰਸਾਰਕ ਬੇੜੀ ਡੁੱਬ ਜਾਂਦੀ ਹੈ, ਮਾਨਸ ਜਨਮ ਬਿਰਥਾ ਹੀ ਜਾਂਦਾ ਹੈ ।

The religious scriptures preach and inspire to do good deeds. At the same time preaches the significance of following 6 religious' rituals. Human are buried under greed and remain trapped into religious rituals and suspicions. They are drowning in terrible ocean of worldly desires and waste their human life.

47. Guru Amar Das Ji – Page 1066

ਵੇਦੁ ਪੜੈ ਅਨਦਿਨੁ ਵਾਦ ਸਮਾਲੇ॥	vayd parhai an-din vaad samaalay.
ਨਾਮੁ ਨ ਚੇਤੈ ਬਧਾ ਜਮਕਾਲੇ॥	naam na chaytai baDhaa jamkaalay.
ਦੂਜੈ ਭਾਇ ਸਦਾ ਦੁਖੁ ਪਾਏ,	doojai bhaa-ay sadaa dukh paa-ay
ਤ੍ਰੈ ਗੁਣ ਭਰਮਿ ਭੁਲਾਇਦਾ॥੪॥	tarai gun bharam bhulaa-idaa. ‖4‖

ਜਿਹੜੇ ਪ੍ਰਭ ਦੇ ਸ਼ਬਦ ਦੀ ਬਾਣੀ ਪੜ੍ਹਦੇ ਹਨ । ਰਾਤ ਦਿਨ ਪਰਖਣ ਦੀ ਕੋਸ਼ਿਸ਼, ਪਰਖਣ ਦਾ ਯਤਨ ਕਰਦੇ ਹਨ । ਉਹ ਪ੍ਰਭ ਦੇ ਸ਼ਬਦ ਨਾਲ ਬਾਣੀ ਦੇ ਭਾਵ ਨਾਲ ਆਪਣਾ ਜੀਵਨ ਨਹੀਂ ਢਾਲਦੇ । ਉਹ ਮੌਤ ਦੇ ਫਰਿਸ਼ਤੇ ਦੇ ਹਵਾਲੇ ਹੀ ਹੁੰਦੇ, ਜੂੰਨਾਂ ਵਿੱਚ ਪੈਂਦੇ ਹਨ । ਇੱਕੋ ਇੱਕ ਤੇ ਭਰੋਸਾ ਅਡੋਲ ਨਾ ਹੋਣ ਕਰਕੇ, ਸਦਾ ਹੀ ਦੁਖ ਪਾਉਂਦੇ, ਭਰਮਾਂ ਵਿੱਚ ਭਟਕਦੇ ਰਹਿੰਦੇ ਹਨ । ਉਹ ਸੰਸਾਰਕ ਮਾਇਆ ਦੇ ਤਿੰਨਾਂ ਗੁਣਾਂ, ਰੂਪਾਂ ਦੇ ਜਾਲ ਵਿੱਚ ਫਸੇ ਰਹਿੰਦੇ ਹਨ ।

Whosoever may read the Holy scripture and also day night be testing His Word. He may not adopt the teachings of His Word in his life. He may be captured by demon of death and recycled into birth and death. Due to lack of his belief on One and Only One, he may endure miseries in life. He may remain into deep suspicions and in the trap of three virtues of worldly wealth.

48. Guru Arjan Dev Ji – Page 1077

ਗੁਰ ਕੀ ਮਹਿਮਾ ਬੇਦ ਨ ਜਾਣਹਿ॥	gur kee mahimaa bayd na jaaneh.
ਤੁਛ ਮਾਤ ਸੁਣਿ ਸੁਣਿ ਵਖਾਣਹਿ॥	tuchh maat sun sun vakaaneh.
ਪਾਰਬ੍ਰਹਮ ਅਪਰੰਪਰ ਸਤਿਗੁਰ,	paarbarahm aprampar satgur
ਜਿਸੁ ਸਿਮਰਤ ਮਨੁ ਸੀਤਲਾਇਣਾ॥੧੦॥	jis simrat man seetlaa-inaa. ‖10‖

ਸ਼ਬਦ ਦੀ ਪੂਰਨ ਵਡਿਆਈ ਧਰਮ ਦੇ ਗ੍ਰੰਥਾਂ ਵਿੱਚ ਵਖਿਆਣ ਨਹੀ ਕੀਤੀ ਜਾ ਸਕਦੀ । ਕਥਾ, ਪ੍ਰਚਾਰ ਕਰਨ ਵਾਲੇ ਤੁੱਛ ਮਾਤਰਾ ਵਿੱਚ ਹੀ ਇਸ ਦੀ ਸੋਝੀ ਪਾਉਂਦੇ ਹਨ । ਇੱਕ ਦੂਸਰੇ ਤੋਂ ਸੁਣ ਸੁਣ ਕੇ ਵਿਆਖਿਆ ਕਰਦੇ ਹਨ । ਪ੍ਰਭ ਹੀ ਸਭ ਤੋਂ ਵੱਡਾ, ਸ਼ਰੋਮਣੀ, ਕਿਸੇ ਨਾਲ ਤੁਲਨਾ ਨਹੀਂ ਕੀਤੀ ਜਾ ਸਕਦੀ । ਕੋਈ ਉਸ ਦੇ ਬਰਾਬਰ ਦਾ ਨਹੀਂ, ਸ਼ਰੀਕ ਨਹੀਂ ਬਣ ਸਕਦਾ । ਸ਼ਬਦ ਦੇ ਸਿਮਰਨ, ਜੀਵਨ ਢਾਲਣ ਨਾਲ ਮਨ ਵਿੱਚ ਸੰਤੋਖ, ਧੀਰਜ ਵਸ ਜਾਂਦਾ ਹੈ ।

The greatness of God may not be fully explained in religious scriptures. The preachers, religious scholars may know very little, very insignificant. They may hear from each other and preach. One should not compare God with anyone and His is the greatest of All. No human can become even close to or equal to Him in virtues. His true devotee may be contented by adopting and singing the glory of His Word.

49. Kabeer Ji – Page 1349

ਅਲਹੁ ਏਕੁ ਮਸੀਤਿ ਬਸਤੁ ਹੈ,	alhu ayk maseet basat hai
ਅਵਰੁ ਮੁਲਖੁ ਕਿਸੁ ਕੇਰਾ॥	avar mulakh kis kayraa.
ਹਿੰਦੂ ਮੂਰਤਿ ਨਾਮ ਨਿਵਾਸੀ,	jindoo moorat naam nivaasee
ਦੁਹ ਮਹਿ ਤਤੁ ਨ ਹੇਰਾ॥੧॥	duh meh tat na hayraa. ||1||

ਮੁਸਲਮਾਨ ਦਾ ਭਰੋਸਾ ਹੈ, ਪ੍ਰਭ ਮਸੀਤ ਵਿੱਚ ਵਸਦਾ ਹੈ । ਹਿੰਦੂ ਦਾ ਭਰੋਸਾ ਹੈ, ਪ੍ਰਭ ਬੁੱਤ, ਮੂਰਤ ਵਿੱਚ ਵਸਦਾ ਹੈ । ਇਹਨਾਂ ਦੋਨਾਂ ਦੇ ਵਿਚਾਰਾ ਦਾ ਕੋਈ ਨਿਰਨਾ ਨਹੀਂ ਹੈ, ਇਹ ਉਹਨਾਂ ਦਾ ਭਰੋਸਾ ਹੈ । ਪਰ ਪ੍ਰਭ ਸਾਰੀ ਸ੍ਰਿਸ਼ਟੀ ਵਿੱਚ ਹੀ ਸਮਾਇਆ ਹੈ ।

Muslim believes God lives in Mosque and Hindu believes He resides in Idol. This is their own opinion and belief, not conclusive. He is absorbed in the whole universe, in each and every creature.

50. Baynee Ji – Page 1351

ਤਨਿ ਚੰਦਨੁ ਮਸਤਕਿ ਪਾਤੀ ॥	tan chandan mastak paatee.
ਰਿਦ ਅੰਤਰਿ ਕਰ ਤਲ ਕਾਤੀ ॥	rid antar kar tal kaatee.
ਠਗ ਦਿਸਟਿ ਬਗਾ ਲਿਵ ਲਾਗਾ॥	thag disat bagaa liv laagaa.
ਦੇਖਿ ਬੈਸਨੋ ਪ੍ਰਾਨ ਮੁਖ ਭਾਗਾ॥੧॥	daykh baisno paraan mukh bhaagaa. ||1||

ਜੀਵ ਤੂੰ ਸੰਤ ਸਰੂਪਾਂ ਵਾਲਾ ਬਾਣਾ ਪਾਉਂਦਾ ਹੈ, ਇਸ਼ਨਾਨ ਕਰਦਾ ਹੈ । ਲੋਕ ਵਿਖਾਵੇ ਵਾਲੇ ਸਿਮਰਨ, ਰੀਤੋ ਰਵਾਜ ਕਰਦਾ ਹੈ । ਪਰ ਤੇਰੇ ਦਿਲ ਵਿੱਚ ਪੰਜਾਂ ਜਮਦੂਤਾਂ ਦੀ ਤਲਵਾਰ ਪਕੜੀ ਹੁੰਦੀ ਹੈ । ਤੂੰ ਚੋਰਾਂ, ਠੱਗਾਂ ਦੀ ਤਰ੍ਹਾਂ, ਬੰਦਗੀ ਕਰਨ ਤੋਂ ਪਹਿਲਾ ਹੀ ਮੰਗ ਰੱਖਦਾ ਹੈ । ਤੂੰ ਵਿਸ਼ਨੂੰ ਦਾ ਰੂਪ ਧਾਰਨ ਕਰਦਾ ਹੈ । ਪਰ ਤੇਰੇ ਮਨ ਵਿਚੋਂ ਨਾਮ, ਸ਼ਬਦ ਦੀ ਅਵਾਜ ਨਹੀਂ ਨਿਕਲਦੀ । ਜਿਹੜੀ ਵੀ ਨਿਕਲਦੀ ਹੈ ਤੇਰੇ ਦਿਲ ਤੇ ਨਹੀਂ ਜਾਂਦੀ ।

One who wears religious robe, he performs rituals to impress others. But in his heart five demons of desires hold the sword. Like thief and robber, he begs for virtues, reward before even prayers and any good deeds. He may dress up as Vishnu, his guru, however, may not follow his teachings or he sings the glory of God. Whatsoever he may sing, does not come out from his heart, only his tongue may speak.

51. Kabeer Ji – Page 1349

ਅਲਹ ਰਾਮ ਜੀਵਉ ਤੇਰੇ ਨਾਈ॥	alah raam jeeva-o tayray naa-ee.
ਤੂ ਕਰਿ ਮਿਹਰਾਮਤਿ ਸਾਈ॥੧॥ਰਹਾਉ॥	too kar mihraamat saa-ee. ||1|| rahaa-o.

ਤੇਰੇ ਨਾਮ ਦੀ ਓਟ ਤੇ ਹੀ ਆਪਣਾ ਭਰੋਸਾ ਜਮਾਉਂਦਾ ਹਾ । ਰਹਿਮਤ ਬਖਸ਼ੋ! ਸ਼ਬਦ ਦੀ ਪਾਲਣਾ ਵਿੱਚ ਲਿਵ ਲਾਵੋ ।

His true devotee puts all his hopes on the dedication to His Word. He always begs for His mercy and grace to dedicates his life to obey His Word.

52. Kabeer Ji – Page 1370

ਕਬੀਰ ਠਾਕੁਰੁ ਪੂਜਹਿ ਮੋਲਿ ਲੇ,	kabeer thaakur poojeh mol lay
ਮਨਹਠਿ ਤੀਰਥ ਜਾਹਿ॥	manhath tirath jaahi.
ਦੇਖਾ ਦੇਖੀ ਸ੍ਵਾਂਗੁ ਧਰਿ,	daykhaa daykhee savaaNg Dhar
ਭੂਲੇ ਭਟਕਾ ਖਾਹਿ॥੧੩੫॥	bhoolay bhatkaa khaahi. ||135||

ਕਈ ਜੀਵ, ਪ੍ਰਭ ਦੇ ਬੁੱਤ ਬਣਾਕੇ ਉਹਨਾਂ ਦੀ ਪੂਜਾ ਕਰਦੇ, ਧਾਰਮਕ ਤੀਰਥਾਂ ਦੀ ਪੂਜਾ ਕਰਦੇ ਹਨ । ਕਈ ਇੱਕ ਦੂਜੇ ਨੂੰ ਦੇਖਕੇ ਧਾਰਮਕ ਬਾਣਾ ਪਾਉਂਦੇ ਹਨ, ਸਾਰੇ ਹੀ ਅਸਲੀ ਰਸਤਾ ਭੁਲ ਗਏ ਹਨ ।

Some makes idol of God and worships and others may worships the religious shrines. Some may be baptized and adopt religious rob by seeing others, all had lost the right path.

53. Kabeer Ji – Page 1370

ਕਬੀਰ ਪਾਹਨੁ ਪਰਮੇਸੁਰੁ ਕੀਆ,	Kabeer paahan parmaysur kee-aa
ਪੂਜੈ ਸਭੁ ਸੰਸਾਰੁ॥	poojai sabh sansaar.
ਇਸ ਭਰਵਾਸੇ ਜੋ ਰਹੇ,	is bharvaasay jo rahay
ਬੂਡੇ ਕਾਲੀ ਧਾਰ॥੧੩੬॥	booday kaalee Dhaar. ‖136‖

ਕਿਸੇ ਪ੍ਰਭਾਵ ਵਾਲੇ ਨੇ ਪ੍ਰਭ ਦਾ ਬੁੱਤ ਬਣਾਕੇ ਇਸ ਦੀ ਪੂਜਾ ਕਰਨੀ ਸੁਰੂ ਕਰ ਦਿੱਤੀ । ਅਨੇਕਾਂ ਜੀਵ ਉਸ ਬੁੱਤ ਦੀ ਪੂਜਾ ਕਰਨ ਲਗ ਪਏ । ਜਿਹਨਾਂ ਨੇ ਇਹ ਵਿਸ਼ਵਾਸ ਬਣਾ ਲਿਆ ਕਿ ਬੁੱਤ ਹੀ ਪ੍ਰਭ ਹੈ । ਉਹ ਅਸਲੀ ਰਸਤਾ ਨਹੀਂ ਜਾਣਦੇ ।

Some powerful person made an idol of some prophet and he started worshipping. Greedy human follows him to be on his good side. Whosoever established his belief that idol is the God, he may not find the right path.

54. Guru Ram Das Ji – Page 445

ਸਤਜੁਗਿ ਸਭੁ ਸੰਤੋਖ ਸਰੀਰਾ,	satjug sabh santokh sareeraa
ਪਗ ਚਾਰੇ ਧਰਮੁ ਧਿਆਨੁ ਜੀਉ॥	pag chaaray Dharam Dhi-aan jee-o.
ਮਨਿ ਤਨਿ ਹਰਿ ਗਾਵਹਿ	man tan har gaavahi
ਪਰਮ ਸੁਖੁ ਪਾਵਹਿ,	param sukh paavahi
ਹਰਿ ਹਿਰਦੈ ਹਰਿ ਗੁਣ ਗਿਆਨੁ ਜੀਉ॥	har hirdai har gun gi-aan jee-o.
ਗੁਣ ਗਿਆਨੁ ਪਦਾਰਥੁ	gun gi-aan padaarath
ਹਰਿ ਹਰਿ ਕਿਰਤਾਰਥੁ,	har har kirtaarath
ਸੋਭਾ ਗੁਰਮੁਖਿ ਹੋਈ॥	sobhaa gurmukh ho-ee.
ਅੰਤਰਿ ਬਾਹਰਿ ਹਰਿ ਪ੍ਰਭੁ ਏਕੋ	antar baahar har parabh ayko
ਦੂਜਾ ਅਵਰੁ ਨ ਕੋਈ॥	doojaa avar na ko-ee.
ਹਰਿ ਹਰਿ ਲਿਵ ਲਾਈ ਹਰਿ ਨਾਮੁ ਸਖਾਈ,	har har liv laa-ee har naam sakhaa-ee
ਹਰਿ ਦਰਗਹ ਪਾਵੈ ਮਾਨੁ ਜੀਉ॥	har dargeh paavai maan jee-o.
ਸਤਜੁਗਿ ਸਭੁ ਸੰਤੋਖ ਸਰੀਰਾ,	satjug sabh santokh sareeraa
ਪਗ ਚਾਰੇ ਧਰਮੁ ਧਿਆਨੁ ਜੀਉ॥੧॥	pag chaaray Dharam Dhi-aan jee-o. ‖1‖

ਸਤਜੁਗ ਵਿੱਚ ਜੀਵ, ਮਨ ਵਿੱਚ ਸੰਤੋਖ, ਧੀਰਜ ਤੇ ਭਰੋਸਾ ਰੱਖਦੇ, ਸਿਮਰਨ ਕਰਦੇ ਸਨ । ਉਹਨਾਂ ਦੇ ਜੀਵਨ ਦੇ ਚਾਰ ਨਿਯਮ ਹੁੰਦੇ ਹਨ । ਜਿਹਨਾਂ ਤੇ ਚਲਕੇ ਆਪਣਾ ਜੀਵਨ ਬਤੀਤ ਕਰਦੇ ਸਨ । ਤਨ, ਮਨ ਨਾਲ ਪ੍ਰਭ ਦੇ ਸ਼ਬਦ ਦੀ ਉਸਤਤ ਕਰਦੇ, ਸ਼ਬਦ ਦੀ ਪਾਲਣਾ ਕਰਦੇ ਸਨ । ਉਹ ਮਨ ਵਿੱਚ ਸੰਤੋਖ ਵਾਲੀ ਅਵਸਥਾ ਪਾਉਂਦੇ ਸਨ । ਉਹਨਾਂ ਦੇ ਮਨ ਵਿੱਚ ਪ੍ਰਭ ਦੇ ਸ਼ਬਦ ਦੀ ਸੋਝੀ , ਗਿਆਨ ਵਸਦਾ ਸੀ । ਉਹਨਾਂ ਦੀ ਕਮਾਈ ਪ੍ਰਭ ਦੇ ਸ਼ਬਦ ਦੀ ਸੋਝੀ ਪਾਉਣਾ, ਸ਼ਬਦ ਦੇ ਗੁਣ ਜੀਵਨ ਵਿੱਚ ਅਪਣਾਉਣਾ ਹੀ ਹੁੰਦਾ ਸੀ । ਪ੍ਰਭ ਦੀ ਰਹਿਮਤ ਪਾਉਣਾ ਹੀ ਉਹਨਾਂ ਦੇ ਮਾਨਸ ਜਨਮ ਦੀ ਸਫਲਤਾ ਹੁੰਦੀ ਸੀ । ਗੁਰਮਖ ਅਵਸਥਾ ਪਾਉਣਾ ਹੀ ਉਹਨਾਂ ਦੀ ਸੋਭਾ, ਹੈਸੀਅਤ ਹੁੰਦੀ ਸੀ । ਉਹ

ਆਪਣੇ ਮਨ ਦੇ ਅੰਦਰ ਅਤੇ ਸੰਸਾਰ ਵਿੱਚ ਇੱਕੋ ਇੱਕ ਪ੍ਰਭ ਹੀ ਵਾਪਰਦਾ ਦੇਖਦੇ ਸਨ । ਹੋਰ ਕੋਈ ਭਰਮ ਉਹਨਾਂ ਦੇ ਮਨ ਤੇ ਟਿਕਦਾ ਨਹੀਂ ਸੀ । ਉਹ ਇਕਾਗਰ ਮਨ ਹੋ ਕੇ ਪ੍ਰਭ ਦੇ ਸ਼ਬਦ ਦਾ ਸਿਮਰਨ ਕਰਦੇ ਸਨ । ਪ੍ਰਭ ਦਾ ਸ਼ਬਦ ਹੀ ਉਹਨਾਂ ਦਾ ਸਦਾ ਰਹਿਣ ਵਾਲਾ ਸਾਥੀ ਹੁੰਦਾ ਸੀ । ਉਹ ਪ੍ਰਭ ਦੇ ਦਰਬਾਰ ਵਿੱਚ ਪ੍ਰਵਾਨਗੀ ਪਾ ਕੇ ਸੋਭਾ ਪਾਉਂਦੇ ਸਨ ।

In Sat Yuga-age all human will maintain steady and stable belief and remain patience and contented with His blessings. They live their life on four principles in life. They obey and sing the glory of His Word with steady and stable belief and remain contented with His blessings. His Word may be enlightened in his heart, he may adopt His Word and earns the wealth of Word. His human life journey may be concluded successfully. To achieve His bliss, state of mind was his honor and purpose of life. He realizes that same Holy spirit dwells in his heart and same in other creation. He remains steady and stable in meditation without any other suspicions in their mind. He wholeheartedly meditates and sings the glory of His Word. His Word becomes his everlasting friend and he may be honored in His court with salvation.

55. Kabeer Ji – Page 334

ਜੋਗੀ ਕਹਹਿ ਜੋਗੁ ਭਲ ਮੀਠਾ,	jogee kaheh jog bhal meethaa
ਅਵਰੁ ਨ ਦੂਜਾ ਭਾਈ॥	avar na doojaa bhaa-ee.
ਰੁੰਡਿਤ ਮੁੰਡਿਤ ਏਕੈ ਸਬਦੀ,	rundit mundit aykai sabdee
ਏਇ ਕਹਹਿ ਸਿਧਿ ਪਾਈ॥੧॥	ay-ay kaheh siDh paa-ee. ||1||

ਸਾਰੇ ਧਰਮਾਂ ਦੇ ਪੁਜਾਰੀ ਆਪਣੇ ਧਰਮ ਦੇ ਨਿਯਮਾਂ ਨੂੰ ਹੀ ਮੁਕਤੀ ਦਾ ਰਸਤਾ ਮੰਨਦੇ ਹਨ । ਜਿਹੜਾ ਕੋਈ ਵਾਲ ਮੁੰਨ ਲੈਂਦਾ ਹੈ, ਜਾ ਕੋਈ ਹੋਰ ਅੰਗ ਦਾਗ਼ੀ ਕਰ ਲੈਂਦਾ, ਧਰਮ ਦਾ ਬਾਣਾ ਪਉਂਦਾ ਹੈ । (ਜੋਗੀ) ਉਸ ਕੇਵਲ ਇੱਕ ਹੀ ਅੱਖਰ ਬੋਲਦਾ ਹੈ! ਕਿ ਮੈਨੂੰ ਪ੍ਰਭ ਦੀ ਹੌਂਦ ਦੀ ਸੋਝੀ ਹੋ ਗਈ ਹੈ, ਪ੍ਰਭ ਨੇ ਚਮਤਕਾਰ ਬਖਸ਼ੇ ਹਨ ।

All religious preachers consider their holy scripture, principles are the right path of salvation. Whosoever may adopt some unique religious symbol, he may only speak one word. He has realized His existence and has been blessed with miracle power.

56. Kabeer Ji – Page 1370

ਕਬੀਰ ਕਾਗਦ ਕੀ ਓਬਰੀ,	kabeer kaagad kee obree
ਮਸੁ ਕੇ ਕਰਮ ਕਪਾਟ॥	mas kay karam kapaat.
ਪਾਹਨ ਬੋਰੀ ਪਿਰਥਮੀ ,	paahan boree pirathmee pandit
ਪੰਡਿਤ ਪਾੜੀ ਬਾਟ॥੧੩੭॥	paarhee baat. ||137||

ਧਾਰਮਕ ਕਿਤਾਬਾਂ ਹੀ ਜੀਵ ਦੀ ਜੇਲ ਬਣ ਜਾਂਦੀਆਂ ਹਨ, ਧਰਮ ਦੇ ਰਹਿਤਨਾਮੇ ਦੀ ਜੇਲ ਦੀਆਂ ਸੀਖਾਂ ਬਣ ਜਾਂਦੀਆਂ ਹਨ । ਇਹ ਪੱਥਰ ਦਾਂ ਬੁੱਤ ਤਾਂ ਸੰਸਾਰਕ ਸਾਗਰ ਵਿੱਚ ਡੁੱਬਣਾ ਹੀ ਸੀ । ਧਾਰਮਕ ਗਿਆਨੀਆਂ ਨੇ ਪ੍ਰਚਾਰ ਕਰਕੇ ਇਸ ਨੂੰ ਡੁੱਬਣ ਵਿੱਚ ਮਦਦ ਕੀਤੀ ਹੈ ।

Religious scriptures had become a prison for human! Religious robes and baptism principles have become its boundary. Idol made of stone was going to drown in water, worldly ocean. However, religious preachers helped human to drown in the worldly ocean of desires.

57. Guru Amar Das Ji – Page 852

ਇਸਿ ਜੁਗ ਮਹਿ ਭਗਤੀ ਹਰਿ ਧਨੁ ਖਟਿਆ,	is jug meh bhagtee har Dhan khati-aa
ਹੋਰੁ ਸਭੁ ਜਗਤੁ ਭਰਮਿ ਭੁਲਾਇਆ॥	hor sabh jagat bharam bhulaa-i-aa.
ਗੁਰ ਪਰਸਾਦੀ ਨਾਮੁ ਮਨਿ ਵਸਿਆ,	gur parsaadee naam man vasi-aa
ਅਨਦਿਨੁ ਨਾਮੁ ਧਿਆਇਆ॥	an-din naam Dhi-aa-i-aa.
ਬਿਖਿਆ ਮਾਹਿ ਉਦਾਸ ਹੈ,	bikhi-aa maahi udaas hai
ਹਉਮੈ ਸਬਦਿ ਜਲਾਇਆ॥	ha-umai sabad jalaa-i-aa.
ਆਪਿ ਤਰਿਆ ਕੁਲ ਉਧਰੇ,	aap tari-aa kul uDhray
ਧੰਨੁ ਜਣੇਦੀ ਮਾਇਆ॥	Dhan janaydee maa-i-aa.
ਸਦਾ ਸਹਜੁ ਸੁਖੁ ਮਨਿ ਵਸਿਆ,	sadaa sahj sukh man vasi-aa
ਸਚੇ ਸਿਉ ਲਿਵ ਲਾਇਆ॥	sachay si-o liv laa-i-aa.
ਬ੍ਰਹਮਾ ਬਿਸਨੁ ਮਹਾਦੇਉ	barahmaa bisan mahaaday-o
ਤ੍ਰੈ ਗੁਣ ਭੁਲੇ	tarai gun bhulay
ਹਉਮੈ ਮੋਹੁ ਵਧਾਇਆ॥	ha-umai moh vaDhaa-i-aa.
ਪੰਡਿਤ ਪੜਿ ਪੜਿ ਮੋਨੀ ਭੁਲੇ,	pandit parh parh monee bhulay
ਦੂਜੈ ਭਾਇ ਚਿਤੁ ਲਾਇਆ॥	doojai bhaa-ay chit laa-i-aa.
ਜੋਗੀ ਜੰਗਮ ਸੰਨਿਆਸੀ ਭੁਲੇ,	jogee jangam sani-aasee bhulay
ਵਿਣੁ ਗੁਰ ਤਤੁ ਨ ਪਾਇਆ॥	vin gur tat na paa-i-aa.
ਮਨਮੁਖ ਦੁਖੀਏ	manmukh dukhee-ay
ਸਦਾ ਭ੍ਰਮਿ ਭੁਲੇ,	sadaa bharam bhulay
ਤਿਨ੍ਹੀ ਬਿਰਥਾ ਜਨਮੁ ਗਵਾਇਆ॥	tinHee birthaa janam gavaa-i-aa.
ਨਾਨਕ ਨਾਮਿ ਰਤੇ ਸੇਈ ਜਨ ਸਮਧੇ,	naanak naam ratay say-ee jan samDhay
ਜਿ ਆਪੇ ਬਖਸਿ ਮਿਲਾਇਆ॥੧॥	je aapay bakhas milaa-i-aa. ‖1‖

ਸੰਸਾਰ ਵਿੱਚ ਸ਼ਬਦ ਦੀ ਪਾਲਣਾ ਕਰਨ ਵਾਲੇ ਪ੍ਰਭ ਦੇ ਸ਼ਬਦ ਦਾ ਧਨ ਖੱਟਦੇ ਹਨ । ਬਾਕੀ ਸਾਰੇ ਜੀਵ ਭਰਮਾਂ ਵਿੱਚ ਹੀ ਭਉਂਦੇ ਰਹਿੰਦੇ ਹਨ । ਪ੍ਰਭ ਦੀ ਰਹਿਮਤ ਨਾਲ ਹੀ ਜੀਵ ਪ੍ਰਭ ਦੇ ਸ਼ਬਦ ਦੀ ਦਿਨ ਰਾਤ ਪਾਲਣਾ ਕਰਦੇ ਹਨ । ਰਹਿਮਤ ਨਾਲ ਹੀ ਪ੍ਰਭ ਦਾ ਸ਼ਬਦ ਮਨ ਵਿੱਚ ਘਰ ਕਰਦਾ ਹੈ । ਇੱਛਾਂ ਭਰੇ ਸੰਸਾਰ ਵਿੱਚ ਵੀ ਦਾਸ ਸੰਸਾਰਕ ਇੱਛਾਂ ਤੋਂ ਰਹਿਤ ਰਹਿੰਦਾ ਹੈ । ਸ਼ਬਦ ਦੀ ਪਾਲਣਾ ਨਾਲ ਮਨ ਵਿਚੋਂ ਅਹੰਕਾਰ, ਹੈਸੀਅਤ ਦਾ ਨਾਸ਼ ਹੋ ਜਾਂਦਾ ਹੈ । ਉਹ ਆਪ ਤਾਂ ਅਮਰ ਹੋ ਜਾਂਦਾ ਹੈ, ਆਪਣੀਆਂ ਕੁਲਾਂ, ਬੰਦਗੀ ਤੇ ਲਾ ਕੇ ਤਾਰ ਜਾਂਦਾ ਹੈ । ਜਿਹੜੀ ਮਾਂ ਉਸ ਬੱਚੇ ਨੂੰ ਜਨਮ ਦੇਂਦੀ ਹੈ, ਵੱਡੇ ਭਾਗਾਂ ਵਾਲੀ ਹੀ ਹੁੰਦੀ ਹੈ । ਉਸ ਦੇ ਮਨ ਵਿੱਚ ਸਦਾ ਰਹਿਣ ਵਾਲਾ ਖੇੜਾ ਵਸਦਾ, ਲਗਨ ਪ੍ਰਭ ਦੇ ਸ਼ਬਦ ਦੀ ਪਾਲਣਾ ਵਿੱਚ ਅਡੋਲ ਰਹਿੰਦੀ ਹੈ । ਬ੍ਰਹਮਾ, ਬਿਸ਼ਨ, ਮਹੇਸ ਸੰਸਾਰਕ ਮਾਇਆ ਦੇ ਤਿੰਨਾਂ ਰੂਪਾਂ ਦੇ ਜਾਲ ਵਿੱਚ ਫਸੇ ਹਨ । ਉਹਨਾਂ ਦੇ ਮਨ ਵਿੱਚ ਸੰਸਾਰਕ ਮਾਇਆ ਦੀ ਹੈਸੀਅਤ, ਅਹੰਕਾਰ ਵਧਦਾ ਰਹਿੰਦਾ ਹੈ । ਪੰਡਿਤ, ਵਿਦਵਾਨ, ਸੂਝਵਾਲ, ਮੌਨਧਾਰੀ ਧਰਮ ਦੇ ਗ੍ਰੰਥ ਪੜ੍ਹਦੇ, ਇਹਨਾਂ ਦੇ ਵਿਚਾਰਾਂ ਵਿੱਚ ਦਿਵਾਨੇ ਹੋਏ ਰਹਿੰਦੇ ਹਨ । ਇੱਕ ਤੇ ਭਰੋਸਾ ਅਡੋਲ ਨਹੀਂ ਹੁੰਦਾ, ਹੋਰ ਦੂਸਰੇ ਨਾਲ ਸੰਜੋਗ ਬਣਾਉਂਦੇ, ਲਗਨ ਲਾਉਂਦੇ ਹਨ । ਜੋਗੀ, ਸੰਨਿਆਸੀ ਪਵਿੱਤਰ ਤੀਰਥਾਂ ਦੀ ਯਾਤਰ ਵਿੱਚ ਮਸਤ ਰਹਿੰਦੇ ਹਨ, ਉਹਨਾਂ ਨੂੰ ਪ੍ਰਭ ਦੇ ਸ਼ਬਦ ਦੀ ਸੋਝੀ ਨਹੀਂ ਹੁੰਦੀ । ਮਨਮੁਖ ਜੀਵ ਧਰਮ ਦੇ ਰੀਤ ਰੀਵਾਜ ਕਰਦੇ ਭਰਮਾਂ ਵਿੱਚ ਫਸੇ ਰਹਿੰਦੇ ਹਨ, ਉਹ ਮਾਨਸ ਜਨਮ ਬਿਰਥਾ ਹੀ ਗਵਾ ਜਾਂਦੇ ਹਨ। ਜਿਹੜੇ ਪ੍ਰਭ ਦੇ ਸ਼ਬਦ ਦੀ ਪਾਲਣਾ ਵਿੱਚ ਅਡੋਲ ਰਹਿੰਦੇ ਹਨ । ਆਪ ਹੀ ਉਹਨਾਂ ਨੂੰ ਬਖਸ਼ਦਾ ਹੈ, ਦਰਬਾਰ ਵਿੱਚ ਪ੍ਰਵਾਨ ਕਰ ਲੈਂਦਾ ਹੈ।

Whosoever may adopt His Word in his life, he may be blessed with His mercy and grace, others may just wander around. With His mercy and grace, His true devotee may obey and sing the glory of His Word day and night. His Word remains enlightened within. His mind may become beyond the reach of worldly desires. By obeying His Word, his ego may vanish and he may be blessed with salvation. His present and future generation follows his teachings and may be blessed with the right path of salvation. Whosoever may wholeheartedly remembers his separation from The Holy Spirit, he may be blessed with peace and harmony. Even prophets like Brahma. Vishnu, Shiva may forget His Word and remain trapped into ego. They become the three symbols of three worldly virtues. Worldly scholars, saint, guru all are entangled in their teachings. They may not have a steady and stable belief in His Word. Yogi, religious preachers entangled in journey of Holy shrines. Self-minded remains entangled in religious rituals. Without adopting and enlightening His Word in life, they may waste their life uselessly. Whosoever may wholeheartedly obey and sing His glory, he may be blessed with salvation.

58. Guru Arjan Dev Ji – Page 887

ਸੋ ਪੰਡਿਤੁ ਗੁਰ ਸਬਦੁ ਕਮਾਇ॥	so pandit gur sabad kamaa-ay.
ਤ੍ਰੈ ਗੁਣ ਕੀ ਓਸੁ ਉਤਰੀ ਮਾਇ॥	tarai gun kee os utree maa-ay.
ਚਤੁਰ ਬੇਦ ਪੂਰਨ ਹਰਿ ਨਾਇ॥	chatur bayd pooran har naa-ay.
ਨਾਨਕ ਤਿਸ ਕੀ ਸਰਣੀ ਪਾਇ॥੪॥੬॥੧੭॥	naanak tis kee sarnee paa-ay. ||4||6||17||

ਜਿਸ ਮਾਨਸ ਦਾ ਜੀਵਨ ਸ਼ਬਦ ਅਨੁਸਾਰ ਹੋ ਜਾਂਦਾ ਹੈ । ਮਨ ਵਿਚੋਂ ਸੰਸਾਰਕ ਮਾਇਆ ਦੇ ਤਿੰਨਾਂ ਗੁਣਾਂ ਦੇ ਪ੍ਰਭਾਵ ਦਾ ਨਾਸ਼ ਹੋ ਜਾਂਦਾ ਹੈ । ਕੇਵਲ ਉਹ ਹੀ ਪ੍ਰਭ ਦਾ ਦਾਸ ਬਣ ਸਕਦਾ ਹੈ, ਰਹਿਮਤ ਬਖਸ਼ਿਸ਼ ਹੁੰਦੀ ਹੈ । ਚਾਰੇ ਵੇਦਾਂ ਦੀ ਸਿਖਿਆ ਹੀ ਪ੍ਰਭ ਦੇ ਸ਼ਬਦ ਦੀ ਪਾਲਣਾ ਨਾਲ ਭਰੀ ਹੋਈ ਹੈ । ਬੰਦਗੀ ਕਰਨ ਵਾਲਾ ਸਦਾ ਹੀ ਸ਼ਬਦ ਦੀ ਸ਼ਰਣ ਦੀ ਅਰਦਾਸ ਕਰਦਾ ਹੈ ।

Whosoever may adopt His Word in his life, the influence of three virtues of worldly wealth may be eradicated from his mind. Only he may become His true devotee with His grace and mercy. The teachings of the Holy scriptures (four Vedas) are also overwhelmed with devotional meditation of His Word. His true devotee always remains obedience to His Word and he remains in deep meditation.

59. Guru Amar Das Ji – Page 585

ਮੈ ਜਾਨਿਆ ਵਡ ਹੰਸੁ ਹੈ,	mai jaani-aa vad hans hai
ਤਾ ਮੈ ਕੀਆ ਸੰਗੁ॥	taa mai kee-aa sang.
ਜੇ ਜਾਣਾ ਬਗੁ ਬਪੁੜਾ,	jay jaanaa bag bapurhaa
ਤ ਜਨਮਿ ਨ ਦੇਦੀ ਅੰਗੁ॥੨॥	ta janam na daydee ang. ||2||

ਸੰਸਾਰ ਵਿੱਚ ਜੀਵ ਕੇਵਲ ਧਾਰਮਕ ਬਾਣੇ ਵਾਲੇ ਜੀਵ ਨੂੰ ਹੀ ਸੰਤ, ਹੰਸ ਸਮਝਦੇ ਹਨ! ਉਸ ਦੇ ਪਿੱਛੇ ਲਗ ਪੈਂਦੇ ਹਨ । ਅਗਰ ਸੋਝੀ ਹੋਵੇ! ਕਿ ਉਹ ਤਾਂ ਕੇਵਲ ਮਾਇਆ ਇਕੱਠੀ ਕਰਨ ਵਾਸਤੇ ਹੀ ਇਹ ਬਾਣਾ ਪਾਉਂਦੇ ਹਨ, ਤਾਂ ਜੀਵ ਉਹਨਾਂ ਦੇ ਪਿੱਛੇ ਕਦੇ ਨਹੀਂ ਲਗਦਾ ।

Ignorant human, only follows the person of religious robe and considers him true saint. If he knew that he only dressed up to collect worldly wealth and he is robber! He would never follow his advice.

60. Guru Arjan Dev Ji – Page 1100

ਤਟ ਤੀਰਥ ਦੇਵ ਦੇਵਾਲਿਆ,	tat tirath dayv dayvaali-aa
ਕੇਦਾਰ ਮਥੁਰਾ ਕਾਸੀ ॥	kaydaar mathuraa kaasee.
ਕੋਟਿ ਤੇਤੀਸਾ ਦੇਵਤੇ, ਸਣੁ ਇੰਦ੍ਰੈ ਜਾਸੀ॥	kot tayteesaa dayvtay san indrai jaasee.
ਸਿਮ੍ਰਿਤਿ ਸਾਸਤ੍ਰ ਬੇਦ ਚਾਰਿ,	simrit saastar bayd chaar
ਖਟੁ ਦਰਸ ਸਮਾਸੀ ॥	khat daras samaasee.
ਪੋਥੀ ਪੰਡਿਤ ਗੀਤ ਕਵਿਤ,	pothee pandit geet kavit
ਕਵਤੇ ਭੀ ਜਾਸੀ ॥	kavtay bhee jaasee.
ਜਤੀ ਸਤੀ ਸੰਨਿਆਸੀਆ,	jatee satee sanni-aasee-aa
ਸਭਿ ਕਾਲੈ ਵਾਸੀ ॥	sabh kaalai vaasee.
ਮੁਨਿ ਜੋਗੀ ਦਿਗੰਬਰਾ, ਜਮੈ ਸਣੁ ਜਾਸੀ॥	mun jogee digambraa jamai san jaasee.
ਜੋ ਦੀਸੈ ਸੋ ਵਿਣਸਣਾ	jo deesai so vinsanaa
ਸਭ ਬਿਨਸਿ ਬਿਨਾਸੀ ॥	sabh binas binaasee.
ਥਿਰੁ ਪਾਰਬ੍ਰਹਮੁ ਪਰਮੇਸਰੋ,	thir paarbarahm parmaysaro
ਸੇਵਕੁ ਥਿਰੁ ਹੋਸੀ ॥੧੮॥	sayvak thir hosee. ||18||

ਪ੍ਰਭ ਸ੍ਰਿਸ਼ਟੀ ਵਿੱਚ ਅਨੇਕਾਂ ਤੀਰਥ, ਧਾਰਮਕ ਪਵਿੱਤਰ ਅਸਥਾਨ, 33 ਕਰੋੜ ਦੇਵਤੇ ਸਾਰੇ ਨਾਸ਼ ਹੋ ਜਾਂਦੇ ਹਨ । ਧਰਮ ਦੇ ਗ੍ਰੰਥ, ਬਾਣੀਆਂ, ਪ੍ਰਚਾਰ ਕਰਨ ਵਾਲੇ, ਸ਼ਬਦ ਦੇ ਗੁਣ ਗਾਉਣ ਵਾਲੇ ਸਾਰੇ ਸਮਾਂ ਪਾ ਕੇ ਮਰ ਜਾਂਦੇ ਹਨ । ਤਪਸੀ, ਗ੍ਰਿਸਤੀ, ਸੰਨਿਆਸੀ, ਮੋਨੀ ਸੰਤ, ਜੋਗੀ, ਸਿਧ, ਜਮਦੂਤ ਸਾਰੇ ਹੀ ਸਮਾਂ ਪਾ ਕੇ ਨਾਸ਼, ਖਤਮ ਹੋ ਜਾਂਦੇ ਹਨ । ਜੋ ਕੁਝ ਵੀ ਦੇਖਣ ਵਿੱਚ ਆਉਂਦਾ ਹੈ, ਸਮਾਂ ਪਾ ਕੇ ਨਾਸ਼ ਹੋ ਜਾਂਦਾ ਹੈ । ਕੇਵਲ ਪ੍ਰਭ ਦੀ ਜੋਤ ਹੀ ਅਟੱਲ ਹੈ, ਸਦਾ ਰਹਿਣ ਵਾਲੀ ਹੈ । ਜਿਹੜੇ ਉਸ ਦੀ ਸ਼ਰਣ ਵਿੱਚ ਪ੍ਰਵਾਨ ਹੋ ਜਾਂਦੇ ਹਨ, ਉਸ ਜੋਤ ਦਾ ਅੰਗ ਬਣ ਜਾਂਦੇ ਹਨ । ਕੇਵਲ ਉਹ ਹੀ ਅਟੱਲ ਪ੍ਰਭ ਵਿੱਚ ਅਭੇਦ ਹੋਏ ਸਦਾ ਅਟੱਲ ਹੋ ਜਾਂਦੇ ਹਨ ।

All Holy shrines, scriptures, millions of angels, preachers, spiritual singers had vanished. Whosoever is born or created or written may faint away over a period of time. Whatsoever can be seen in the universe, after a period of time, no longer exist. One and Only One, The Holy Spirit remains unchanged forever. Whosoever may be accepted in His court, under His protection, his soul becomes a part of The Holy spirit. Only his soul may be immersed in Holy spirit, they remain steady and stable forever.

61. Kabeer Ji – Page 336

ਨਾਵਨ ਕਉ ਤੀਰਥ ਘਨੇ	Naavan ka-o tirath ghanay
ਮਨ ਬਉਰਾ ਰੇ,	man ba-uraa ray
ਪੂਜਨ ਕਉ ਬਹੁ ਦੇਵ॥	poojan ka-o baho dayv.
ਕਹੁ ਕਬੀਰ ਛੂਟਨੁ ਨਹੀਂ	Kaho kabeer chhootan nahee
ਮਨ ਬਉਰਾ ਰੇ,	man ba-uraa ray
ਛੂਟਨੁ ਹਰਿ ਕੀ ਸੇਵ॥੪॥੧॥੬॥੫੭॥	chhootan har kee sayv. ||4||1||6||57||

ਸੰਸਾਰ ਵਿੱਚ ਪਵਿਤ੍ਰ ਕਰਨ ਲਈ ਅਨੇਕਾਂ ਹੀ ਪਵਿਤ੍ਰ ਸਰੋਵਰ, ਪੂਜਣ ਲਈ ਅਨੇਕਾਂ ਹੀ ਦੇਵੀ ਦੇਵਤੇ ਹਨ । ਅਣਜਾਣ ਜੀਵ ਇਹਨਾਂ ਦੇ ਮਗਰ ਲਗਕੇ ਤੂੰ ਪ੍ਰਭ ਦੀ ਰਹਿਮਤ, ਮੁਕਤੀ ਨਹੀਂ ਪਾ ਸਕਦਾ । ਪ੍ਰਵਾਨਗੀ ਕੇਵਲ ਭਰੋਸਾ ਅਡੋਲ ਕਰਕੇ ਸ਼ਬਦ ਦੀ ਪਾਲਣਾ ਕਰਨ ਨਾਲ ਹੀ ਬਖਸ਼ਿਸ਼ ਹੁੰਦੀ ਹੈ ।

In the world, there are several Holy shrines to take a cleaning, sanctifying bath and prophets to worship. Ignorant human, by following them and performing rituals, no one may be blessed with the right path of salvation. His blessings and right path of salvation may only be blessed by adopting His Word in life.

62. Trilochan Ji – Page 525

ਅੰਤਰੁ ਮਲਿ ਨਿਰਮਲੁ ਨਹੀ ਕੀਨਾ,	antar mal nirmal nahee keenaa
ਬਾਹਰਿ ਭੇਖ ਉਦਾਸੀ ॥	baahar bhaykh udaasee.
ਹਿਰਦੈ ਕਮਲੁ ਘਟਿ ਬ੍ਰਹਮੁ ਨ ਚੀਨ੍ਹਾ,	hirdai kamal ghat barahm na cheenHaa
ਕਾਹੇ ਭਇਆ ਸੰਨਿਆਸੀ॥੧॥	kaahay bha-i-aa sani-aasee. ‖1‖

ਤਪ ਕਰਨ ਵਾਲੇ ਉਦਾਸੀ, ਤੂੰ ਆਪਣੇ ਮਨ ਵਿਚੋਂ ਇੱਛਾਂ ਦੀ ਮੈਲ ਦੂਰ ਨਹੀਂ ਕੀਤੀ । ਭਾਵੇਂ ਆਪਣੇ ਤਨ ਨੂੰ ਸੰਵਾਰ ਕੇ ਉਦਾਸੀਆਂ ਵਾਲਾ, ਬੰਦਗੀ ਕਰਨ ਵਾਲਾ ਬਾਣਾ ਪਾਇਆ ਹੈ । ਅਗਰ ਆਪਣੇ ਮਨ ਵਿੱਚ ਪ੍ਰਭ ਤੇ ਭਰੋਸਾ ਪੱਕਾ ਨਹੀਂ! ਤੂੰ ਸੰਨਿਆਸੀ ਕਿਉਂ ਬਣਿਆ ਹੈ?

Why are you dressed up like a hermit? You have not cleaned, sanctified your soul. Your mind is overwhelmed with worldly desires, greed. If you do not have firm belief on His Word, why have you becoming a hermit?

63. Guru Ram Das Ji – Page 153

ਪੰਡਿਤੁ ਸਾਸਤ ਸਿਮ੍ਰਿਤਿ ਪੜਿਆ॥	pandit saasat simrit parhi-aa.
ਜੋਗੀ ਗੋਰਖੁ ਗੋਰਖੁ ਕਰਿਆ॥	jogee gorakh gorakh kari-aa.
ਮੈ ਮੂਰਖ ਹਰਿ ਹਰਿ ਜਪੁ ਪੜਿਆ॥੧॥	mai moorakh har har jap parhi-aa. ‖1‖

ਸਾਰੇ ਹੀ ਧਰਮਾਂ ਦੇ ਪ੍ਰਚਾਰਕ ਆਪਣੇ ਧਰਮ ਦੇ ਮੰਨੇ ਹੋਏ ਅਵਤਾਰਾ ਨੂੰ ਹੀ ਅਸਲੀ ਪ੍ਰਵਾਨਗੀ ਦਾ ਰਸਤਾ , ਮਾਲਕ ਸਮਝਦੇ ਹਨ । ਪੰਡਿਤ ਧਰਮ ਦੇ ਗ੍ਰੰਥ ਦਾ ਪਾਠ ਕਰਦਾ, ਵਖਿਆਣ ਕਰਦਾ ਹੈ । ਜੋਗੀ ਗੋਰਖ ਦਾ ਨਾਲ ਜਪਦਾ ਹੈ, ਉਸ ਨੂੰ ਅਸਲੀ ਮਾਲਕ ਮੰਨਦਾ ਹੈ । ਮੈਂ ਅਣਜਾਣ, ਮੂਰਖ, ਬੇਸਮਝ ਹਾ । ਕੇਵਲ ਪ੍ਰਭ ਦੇ ਸ਼ਬਦ ਦਾ ਹੀ ਜਾਪ, ਸਿਮਰਨ ਕਰਦਾ ਹਾ ।

All religious preachers believe the prophets of his religion as the true guide. He is the only one who may bless the right path of salvation. Pandit recites Sastras, Vedas and sermon holy Bani. Yogi considers Gorhkh is the true master of salvation and recite his teachings. I am ignorant only meditates and sings the glory of His Word.

34 ਸੰਸਾਰਕ ਗੁਰੂ, ਪੁਜਾਰੀ ਦੀ ਅਵਸਥਾ! State of Mind of Priest!

64. Guru Arjan Dev Ji – Page 887

ਮੁਖ ਤੇ ਪੜਤਾ ਟੀਕਾ ਸਹਿਤ॥	mukh tay parh-taa teekaa sahit.
ਹਿਰਦੈ ਰਾਮੁ ਨਹੀ ਪੂਰਨ ਰਹਤ॥	hirdai raam nahee pooran rahat.
ਉਪਦੇਸੁ ਕਰੇ ਕਰਿ ਲੋਕ ਦ੍ਰਿੜਾਵੈ॥	updays karay kar lok darirh-aavai.
ਅਪਨਾ ਕਹਿਆ ਆਪਿ ਨ ਕਮਾਵੈ॥੧॥	apnaa kahi-aa aap na kamaavai. ||1||

ਮਾਨਸ ਜੀਵ ਬਾਣੀ ਪੜ੍ਹਦੇ, ਕਥਾ ਕਰਦੇ, ਅਰਥ ਸਮਝਾਉਂਦੇ, ਬਾਣਾ ਪਾਉਂਦੇ, ਲੋਕ ਦਿਖਾਵੇ ਦੀ ਪੂਰਨ ਰਹਿਤ ਰੱਖਦੇ ਹਨ । ਪਰ ਆਪਣਾ ਜੀਵਨ ਸ਼ਬਦ ਨਾਲ ਨਹੀਂ ਢਾਲਦੇ । ਉਸ ਬਾਣੀ ਦਾ ਉਪਦੇਸ਼ ਬਾਕੀ ਜੀਵਾਂ ਨੂੰ ਦੇਂਦੇ ਹਨ, ਪਰ ਆਪਣੇ ਜੀਵਨ ਦੇ ਢੰਗ ਤੇ ਬਾਣੀ ਦੇ ਗੁਣਾਂ ਦਾ ਕੋਈ ਪ੍ਰਭਾਵ ਨਹੀਂ ਹੁੰਦਾ । ਆਪਣਾ ਜੀਵਨ ਸ਼ਬਦ ਅਨੁਸਾਰ ਨਹੀ ਢਾਲਦੇ, ਬਤੀਤ ਕਰਦੇ ।

Worldly preacher recites the Holy scripture, explains the essence of His Word, he wears religious robe and he appears to be Holy saint. However, he does not adopt his own teachings in his day to day life. He preaches the essence of the Holy scripture to other, but does not let these teachings change anything in his own life. He does not have steady and stable belief on His Word or His blessings.

65. Guru Nanak Dev Ji – Page 662

ਕਾਦੀ ਕੂੜੁ ਬੋਲਿ ਮਲੁ ਖਾਇ॥	kaadee koorh bol mal khaa-ay.
ਬ੍ਰਾਹਮਣੁ ਨਾਵੈ ਜੀਆ ਘਾਇ॥	baraahman naavai jee-aa ghaa-ay.
ਜੋਗੀ ਜੁਗਤਿ ਨ ਜਾਣੈ ਅੰਧੁ ॥	jogee jugat na jaanai anDh.
ਤੀਨੇ ਓਜਾੜੇ ਕਾ ਬੰਧੁ॥੨॥	teenay ojaarhay kaa banDh. ||2||

ਕਾਜੀ, ਸ਼ਬਦ ਦਾ ਝੂਠ ਬੋਲਦਾ ਹੈ । ਇਸ ਨਾਲ ਗੰਦਗੀ ਦੀ ਕਮਾਈ ਹੀ ਖਾਂਦਾ ਹੈ । ਬ੍ਰਹਮਣ ਪ੍ਰਭ ਦੇ ਨਾਮ ਤੇ ਜੀਵ ਹੱਤਿਆ, ਮਾਸੂਮਾਂ ਦਾ ਲਹੂ ਚੁਸਦਾ ਹੈ । ਤੀਰਥ ਤੇ ਯਾਤਰਾ ਕਰਕੇ ਸਮਝਦਾ ਹੈ, ਪਾਪ ਧੋਤੇ ਗਏ ਹਨ । ਜੋਗੀ ਵੀ ਅੰਧਾ ਹੈ, ਉਸ ਨੂੰ ਵੀ ਪ੍ਰਵਾਨਗੀ ਦੇ ਰਸਤੇ ਦੀ ਕੋਈ ਸੋਝੀ ਨਹੀਂ ਹੁੰਦੀ । ਉਹ ਕਰਾਮਾਤਾਂ ਨੂੰ ਹੀ ਪ੍ਰਵਾਨਗੀ ਮੰਨਦਾ ਹੈ, ਇਸ ਦੀ ਕਮਾਈ ਖਾਂਦਾ ਹੈ । ਸਾਰੇ ਸੰਸਾਰਕ ਧਰਮ ਆਪਣੇ ਨਿਯਮਾਂ ਨਾਲ ਹੀ ਜੀਵਾਂ ਦੀ ਤਬਾਹੀ ਕਰਦੇ ਹਨ, ਉਹਨਾਂ ਨੂੰ ਜੂੰਨਾਂ ਦੇ ਚੱਕਰ ਵਿੱਚ ਪਵਾਉਂਦੇ ਹਨ ।

Kazi- Muslim priest is not enlightened with the teachings of His Word, he earns living from the earning of lie from ignorant. Hindu priest sucks blood of ignorant and helpless by creating fear of His curse. He may go on journey to Holy shrine and he believes all his sins are forgiven. Yogi remains blind from his teachings; he believes miracle power may be sign of the salvation and earns living from these miracles. All religions, with their principles have ruined His creation. Everyone remains wandering in the cycle of birth and death.

66. Guru Nanak Dev Ji – Page 831

ਗਿਆਨੁ ਗਿਆਨੁ ਕਥੈ ਸਭੁ ਕੋਈ॥	gi-aan gi-aan kathai sabh ko-ee.
ਕਥਿ ਕਥਿ ਬਾਦੁ ਕਰੇ ਦੁਖੁ ਹੋਈ॥	kath kath baad karay dukh ho-ee.
ਕਥਿ ਕਹਣੈ ਤੇ ਰਹੈ ਨ ਕੋਈ॥	kath kahnai tay rahai na ko-ee.
ਬਿਨੁ ਰਸ ਰਾਤੇ ਮੁਕਤਿ ਨ ਹੋਈ॥੨॥	bin ras raatay mukat na ho-ee. ||2||

ਸਾਰੇ ਜੀਵ ਹੀ ਪ੍ਰਭ ਦੇ ਸ਼ਬਦ ਦੇ ਗਿਆਨ ਬਾਬਤ ਕਹਿੰਦੇ, ਲੋਚਦੇ ਹਨ । ਸ਼ਬਦ ਦਾ ਵਖਿਆਣ ਕਰਦੇ, ਕੇਵਲ ਆਪਣੇ ਮਨ ਦੀ ਸੋਚ ਨੂੰ ਦੱਸਦੇ । ਕਈ ਵਾਰ ਕਿਸੇ ਨਾਲ ਝਗੜਾ ਵੀ ਕਰਦੇ ਹਨ, ਇਸ ਨਾਲ ਦੁਖ ਪਾਉਂਦੇ ਹਨ । ਇਸ ਬਾਬਤ ਕਹਿਣ ਤੇ ਕਿਸੇ ਨੂੰ ਰੁਕਿਆ ਨਹੀਂ ਜਾ ਸਕਦਾ । ਹਰਇੱਕ ਜੀਵ ਆਪਣੀ ਸੋਝੀ ਨਾਲ ਹੀ ਕਹਿੰਦਾ ਹੈ । ਸ਼ਬਦ ਦੀ ਪਾਲਣਾ ਕਰਨ ਤੋਂ ਬਿਨਾਂ ਦਰਬਾਰ ਵਿੱਚ ਪ੍ਰਵਾਨਗੀ ਬਖਸ਼ਿਸ਼ ਨਹੀਂ ਹੁੰਦੀ ।

Everyone may talk about His Word and may desire to understand the essence of His Word. When he sermons, explains His Word, he may only express his own state of mind. Sometime, he may start a quarrel over the essence of the Holy scripture and suffers the consequence. No one can stop others from expressing his opinion on the essence of His Word. Everyone may discuss with his own understanding, how much he may be blessed. Without adopting the teachings in own life, the right path of salvation may not be blessed.

67. Guru Amar Das Ji – Page 951

ਗੁਰੁ ਜਿਨਾ ਕਾ ਅੰਧੁਲਾ,	guroo jinaa kaa anDhulaa
ਸਿਖ ਭੀ ਅੰਧੇ ਕਰਮ ਕਰੇਨਿ॥	sikh bhee anDhay karam karayn.
ਓਇ ਭਾਣੈ ਚਲਨਿ ਆਪਣੈ,	o-ay bhaanai chalan aapnai
ਨਿਤ ਝੂਠੋ ਝੂਠੁ ਬੋਲੇਨਿ॥	nit jhootho jhooth bolayn.
ਕੂੜ ਕੁਸਤੁ ਕਮਾਵਦੇ,	koorh kusat kamaavday
ਪਰ ਨਿੰਦਾ ਸਦਾ ਕਰੇਨਿ॥	par nindaa sadaa karayn.
ਓਇ ਆਪਿ ਡੁਬੇ ਪਰ ਨਿੰਦਕਾ,	o-ay aap dubay par nindkaa
ਸਗਲੇ ਕੁਲ ਡੋਬੇਨਿ॥	saglay kul dobayn.
ਨਾਨਕ ਜਿਤੁ ਓਇ ਲਾਏ ਤਿਤੁ ਲਗੇ,	naanak jit o-ay laa-ay tit lagay
ਉਇ ਬਪੁੜੇ ਕਿਆ ਕਰੇਨਿ॥੨॥	u-ay bapurhay ki-aa karayn. ||2||

ਜਿਹਨਾਂ ਜੀਵਾਂ ਨੂੰ ਸਿਖਿਆ ਦੇਣ ਵਾਲਾ ਗੁਰੂ ਆਪ ਅਗਿਆਨੀ ਹੁੰਦਾ ਹੈ । ਸ਼ਬਦ ਦੀ ਕੋਈ ਸੋਝੀ ਨਹੀਂ ਹੁੰਦੀ, ਉਹ ਬੁਰੇ ਕੰਮ ਹੀ ਕਰਦੇ ਹਨ । ਉਹ ਆਪਣੀ ਮਨਮਰਜ਼ੀ ਨਾਲ ਹੀ ਆਪਣਾ ਜੀਵਨ ਢਾਲਦੇ ਹਨ । ਹਮੇਸ਼ਾਂ ਹੀ ਝੂਠ ਬੋਲਦੇ, ਨਿੰਦਿਆ, ਧੋਖੇ ਦੀਆਂ ਚਾਲਾਂ ਹੀ ਚਲਦੇ ਹਨ । ਉਹਨਾਂ ਦਾ ਜੀਵਨ ਧੋਖੇ, ਫਰੇਬ ਵਾਲਾ ਹੁੰਦਾ ਹੈ । ਉਹ ਆਪ ਤਾ ਡੁੱਬ ਜਾਂਦੇ ਹਨ, ਜੂੰਨਾਂ ਦੇ ਚੱਕਰ ਵਿੱਚ ਜਾਂਦੇ ਹਨ । ਆਪਣੇ ਪਰਿਵਾਰ ਨੂੰ ਵੀ ਉਸ ਰਸਤੇ ਤੇ ਪਾ ਕੇ , ਦੁਖਾਂ ਵਿੱਚ ਪਾ ਦੇਂਦੇ ਹਨ । ਪ੍ਰਭ ਜੋ ਵੀ ਧੰਦੇ ਤੇ ਉਹਨਾਂ ਨੂੰ ਲਾਉਂਦਾ ਹੈ, ਉਹ ਹੀ ਕਰਦੇ ਹਨ । ਮਾਨਸ ਆਪ ਕੀ ਕਰ ਸਕਦਾ ਹੈ, ਉਸ ਦਾ ਕੀ ਚਾਰਾ, ਜ਼ੋਰ ਹੈ?

Whose guru, guide may be ignorant and does not adopts His Word in his life, he may inspire his followers to the evil path, cannot guide to the right path. His followers may commit sinful, evil deeds. Their own greedy desires may guide them to the path in life, he always lies, performs and thinks about evil deeds, schemes. He may drown is the evil, deceitful ocean of worldly desires and remains in the cycle of birth and death. His family and followers may adopt the same path and drown in worldly ocean. God inspires them to stay on that path of sin. What may anyone do at his own? No one has any power to do anything at his own!

68. Guru Arjan Dev Ji – Page 1002

ਬੇਦੁ ਪੁਕਾਰੈ ਮੁਖ ਤੇ,	bayd pukaarai mukh tay
ਪੰਡਤ ਕਾਮਾਮਨ ਕਾ ਮਾਠਾ॥	pandat kaamaaman kaa maathaa.
ਮੋਨੀ ਹੋਇ ਬੈਠਾ ਇਕਾਂਤੀ,	monee ho-ay baithaa ikaaNtee
ਹਿਰਦੈ ਕਲਪਨ ਗਾਠਾ॥	hirdai kalpan gaathaa.
ਹੋਇ ਉਦਾਸੀ ਗ੍ਰਿਹੁ ਤਜਿ ਚਲਿਓ,	ho-ay udaasee garihu taj chali-o
ਛੁਟਕੈ ਨਾਹੀ ਨਾਠਾ॥੧॥	chhutkai naahee naathaa. ‖1‖

ਧਰਮ ਦੇ ਪੁਜਾਰੀ ਪ੍ਰਭ ਦੀ ਬਾਣੀ ਬੋਲਦੇ ਹਨ, ਪ੍ਰੇਰਨਾ ਕਰਦੇ ਹਨ । ਪਰ ਆਪਣਾ ਜੀਵਨ ਉਸ ਨਾਲ ਨਹੀਂ ਢਾਲਦੇ । ਕਈ ਮੋਨ ਧਾਰਨ ਕਰਕੇ ਬੰਦਗੀ ਕਰਦਾ ਹੈ, ਪਰ ਉਹ ਮਨ ਵਿੱਚ ਸੰਸਾਰਕ ਇੱਛਾਂ ਦਾ ਭਾਰ ਰੱਖਦਾ ਹੈ । ਕਈ ਜੀਵ ਸੰਸਾਰਕ ਜੀਵਨ, ਪਰਿਵਾਰ, ਘਰ ਬਾਰ ਛੱਡ ਕੇ ਸੰਨਿਆਸੀ ਬਣ ਜਾਂਦਾ ਹੈ, ਜੰਗਲਾਂ ਵਿੱਚ ਘੁੰਮਦਾ ਫਿਰਦਾ ਹੈ ।

Worldly priest may recite the Holy scripture and may inspire others to follows His Word, to beg for His mercy and grace! However, he may not adopt the teachings of the scripture in his day to day life. Many keep their tongue quiet, meditates within heart, however may not abandon their worldly desires. Many abandon their family and home to become hermit and wander in wild forests.

69. Guru Nanak Dev Ji – Page 1032

ਪੜਹਿ ਮਨਮੁਖ	parheh manmukh
ਪਰੁ ਬਿਧਿ ਨਹੀ ਜਾਨਾ॥	par biDh nahee jaanaa.
ਨਾਮੁ ਨ ਬੂਝਹਿ ਭਰਮਿ ਭੁਲਾਨਾ॥	naam na boojheh bharam bhulaanaa.
ਲੈ ਕੈ ਵਢੀ ਦੇਨਿ ਉਗਾਹੀ,	lai kai vadhee dayn ugaahee
ਦੁਰਮਤਿ ਕਾ ਗਲਿ ਫਾਹਾ ਹੇ ॥੩॥	durmat kaa gal faahaa hay. ‖3‖

ਮਨਮੁਖ ਵੀ ਸ਼ਬਦ, ਬਾਣੀ ਪੜ੍ਹਦਾ, ਸਮਝਦਾ ਹੈ , ਪਰ ਸ਼ਬਦ ਨਾਲ ਜੀਵਨ ਨਹੀਂ ਢਾਲਦਾ । ਉਸ ਨੂੰ ਸ਼ਬਦ ਦੀ ਪਾਲਣਾ ਕਰਨ ਦੀ ਸੋਝੀ ਨਹੀਂ, ਸੰਸਾਰਕ ਧਰਮਾਂ ਦੇ ਪਾਏ ਭਰਮਾਂ ਵਿੱਚ ਭਟਕਦਾ ਰਹਿੰਦਾ ਹੈ । ਧਰਮ ਦੇ ਪੁਜਾਰੀ, ਦਾਨ ਲੈ ਕੇ ਅਰਦਾਸ ਕਰਦੇ ਹਨ । ਬੁਰੇ ਖਿਆਲਾਂ ਵੇਲੇ ਜੀਵ ਦਾ ਜੂੰਨਾਂ ਦਾ ਚੱਕਰ ਖਤਮ ਨਹੀਂ ਹੁੰਦਾ ।

Self-minded may also read the Holy scripture and knows the essence of the scripture. However, he may not adopt the teachings in his own life. He may not understand the significance of adopting the teachings in his own life. He remains trapped into religious rituals and suspicions. Worldly, guru, priest by accepting charity, prays for the ignorant human. The cycle of birth and death of an evil doer may never end.

70. Guru Amar Das Ji – Page 1049

ਬ੍ਰਹਮਾ ਬਿਸਨੁ ਮਹੇਸੁ ਵੀਚਾਰੀ॥	barahmaa bisan mahays veechaaree.
ਤ੍ਰੈ ਗੁਣ ਬਧਕ ਮੁਕਤਿ ਨਿਰਾਰੀ॥	tarai gun baDhak mukat niraaree.
ਗੁਰਮੁਖਿ ਗਿਆਨੁ ਏਕੋ ਹੈ ਜਾਤਾ,	gurmukh gi-aan ayko hai jaataa
ਅਨਦਿਨੁ ਨਾਮੁ ਰਵੀਜੈ ਹੇ ॥੧੩॥	an-din naam raveejai hay. ‖13‖

ਸੰਸਾਰਕ ਮੰਨੇ ਅਵਤਾਰ ਬ੍ਰਹਮਾ, ਬਿਸ਼ਨ, ਮਹੇਸ਼ ਦਾ ਵਿਚਾਰ ਕਰੋ । ਉਹ ਸੰਸਾਰਕ ਮਾਇਆ ਦੇ ਤਿੰਨਾਂ ਰੂਪਾਂ, ਗੁਣਾਂ ਦੇ ਬੰਧਨ ਵਿੱਚ ਬੰਧੇ ਹਨ । ਇਹ ਤਿੰਨੇ ਗੁਣ ਉਹਨਾਂ ਨੂੰ ਅਮਰ ਅਵਸਥਾ ਤੋਂ ਬਹੁਤ ਦੂਰ ਰੱਖਦੇ ਹਨ । ਗੁਰਮਖ ਜੀਵ ਨੂੰ ਪ੍ਰਭ ਦੇ ਸ਼ਬਦ ਦਾ ਪੂਰਨ ਗਿਆਨ ਹੋ ਜਾਂਦਾ ਹੈ । ਉਹ ਦਿਨ ਰਾਤ ਪ੍ਰਭ ਦੇ ਸ਼ਬਦ ਦੀ ਪਾਲਣਾ ਕਰਦਾ ਹੈ, ਸਿਮਰਨ ਗਾਉਂਦਾ ਹੈ ।

Let us think about three prophets, universe worships. They are trapped into the bonds of worldly virtues, wealth. These three virtues may keep them away from salvation. His true devotee may obey and sings the glory of His Word day and night. He may be enlightened with the essence of His Word.

71. Kabeer Ji – Page 1158

ਮੈਲਾ ਬ੍ਰਹਮਾ ਮੈਲਾ ਇੰਦੁ ॥	mailaa barahmaa mailaa ind.
ਰਵਿ ਮੈਲਾ ਮੈਲਾ ਹੈ ਚੰਦੁ ॥੧॥	rav mailaa mailaa hai chand. ‖1‖

ਸਾਰੇ ਸੰਸਾਰਕ ਅਵਤਾਰਾਂ, ਬ੍ਰਹਮਾ, ਇੰਦ੍ਰ, ਚੰਦ, ਸੂਰਜ ਵਿੱਚ ਹੀ ਅਉਗੁਣ ਹਨ । ਸਾਰਾ ਸੰਸਾਰ ਹੀ ਅਉਗੁਣਾਂ ਵਾਲਾ ਹੈ, ਕੋਈ ਥੋੜ੍ਹਾ ਅਤੇ ਕੋਈ ਬਹੁਤਾ ਅਉਗੁਣਾਂ ਵਾਲਾ ਹੈ । ਕੇਵਲ ਪ੍ਰਭ ਹੀ ਪੂਰਨ ਪਵਿੱਤਰ ਹੈ, ਉਸ ਦਾ ਕਿਸੇ ਕਰਤਬ ਦਾ ਅੰਤ ਨਹੀਂ ਹੈ । ਜਿਹੜੀ ਆਤਮਾ ਪਵਿੱਤਰ ਹੋ ਜਾਂਦੀ ਹੈ । ਉਹ ਪ੍ਰਭ ਦੀ ਜੋਤ ਦੇ ਵਿੱਚ ਅਭੇਦ ਹੋਣ ਦੇ ਯੋਗ ਬਣ ਜਾਂਦੀ ਹੈ ।

All creatures of universe, prophets Brahma, Indre, Sun all are having shortcomings. Some have few and others may have more shortcomings. The One and Only One God is without any shortcomings, His virtues are limitless. With His mercy and grace, whose soul may be sanctified. He may becomes pure, without shortcomings and worthy of His consideration.

72. Guru Nanak Dev Ji – Page 1171

ਜੇ ਤੂੰ ਪੜਿਆ ਪੰਡਿਤੁ ਬੀਨਾ,	jay tooN parhi-aa pandit beenaa
ਦੁਇ ਅਖਰ ਦੁਇ ਨਾਵਾ॥	du-ay akhar du-ay naavaa.
ਪ੍ਰਣਵਤਿ ਨਾਨਕੁ ਏਕੁ ਲੰਘਾਏ,	paranvat naanak ayk langhaa-ay
ਜੇ ਕਰਿ ਸਚਿ ਸਮਾਵਾ॥੩॥੨॥੧੦॥	jay kar sach samaavaaN. ‖3‖2‖10‖

ਸੰਸਾਰ ਦੇ ਗਿਆਨੀ ਅਗਰ ਤੂੰ ਪੜ੍ਹਿਆ ਜਾ ਸੋਝੀਵਾਲਾ ਹੈ, ਤਾਂ ਅੱਖਰਾ ਨੂੰ ਜੋੜਕੇ ਬੇੜੀ ਬਣਾਵੋ! ਬਾਣੀ ਪੜ੍ਹਕੇ ਪ੍ਰਵਾਨਗੀ ਵਾਲਾ ਰਸਤਾ ਲੱਭ ਲਵੋ । ਅਗਰ ਤੂੰ ਸ਼ਬਦ ਤੇ ਭਰੋਸਾ ਅਡੋਲ ਕਰਕੇ ਉਸ ਦੀ ਉਸਤਤ ਕਰਦਾ ਜਾਵੇਗਾ, ਤਾਂ ਉਹ ਆਪਣੀ ਰਹਿਮਤ ਨਾਲ ਤੈਨੂੰ ਪ੍ਰਵਾਨਗੀ ਦਾ ਰਸਤਾ ਬਖਸ਼ਦਾ ਹੈ ।

Worldly priest, if you claim to be well read and knowledgeable. Can you add few letters to make a boat to across the worldly ocean? Can find the right path of salvation by reading Holy scripture? Whosoever may adopt His Word with steady and stable belief in his day to day life. The merciful may guide him to the right path of salvation.

73. Guru Nanak Dev Ji – Page 1032

ਸਿਮ੍ਰਿਤਿ ਸਾਸਤ੍ਰ ਪੜਹਿ ਪੁਰਾਣਾ॥	simrit saastar parheh puraanaa.
ਵਾਦੁ ਵਖਾਣਹਿ ਤਤੁ ਨ ਜਾਣਾ॥	vaad vakaaneh tat na jaanaa.
ਵਿਣੁ ਗੁਰ ਪੂਰੇ ਤਤੁ ਨ ਪਾਈਐ,	vin gur pooray tat na paa-ee-ai
ਸਚ ਸੂਚੇ ਸਚੁ ਰਾਹਾ ਹੇ ॥੪॥	sach soochay sach raahaa hay. ‖4‖

ਸੰਸਾਰਕ ਜੀਵ ਬਾਣੀ (ਸਿਮ੍ਰਿਤਿ, ਸਾਸਤਰ, ਪੁਰਾਨ) ਪੜ੍ਹਦੇ, ਸ਼ਬਦ ਦਾ ਵਿਚਾਰ ਕਰਦੇ, ਵਖਿਆਣ ਕਰਦੇ ਹਨ । ਪਰ ਉਸ ਨੂੰ ਆਪਣੇ ਜੀਵਨ ਵਿੱਚ ਨਹੀਂ ਢਾਲਦੇ । ਜਿਹੜੇ ਆਪਣਾ ਮਨ ਪਵਿੱਤਰ ਰੱਖਦੇ ਹਨ, ਸ਼ਬਦ ਨਾਲ ਜੀਵਨ ਬਤੀਤ ਕਰਦੇ ਹਨ । ਸ਼ਬਦ ਨਾਲ ਜੀਵਨ ਨੂੰ ਢਾਲਣ ਤੋਂ ਬਿਨਾਂ ਸ਼ਬਦ ਦੀ ਸੋਝੀ ਨਹੀਂ ਹੁੰਦੀ ।

Human read the Holy scripture and he listens to the sermon of the Bani and the essence of His Word. However, he does not adopt the teachings in his own life. Whosoever lives by the teachings and subdue his desires; he may sanctify his soul. Without adopting the teachings of His Word in life, mind cannot enlighten from within.

74. Guru Nanak Dev Ji – Page 685

ਕਿਆ ਬਗੁ ਬਪੁੜਾ ਛਪੜੀ ਨਾਇ॥	ki-aa bag bapurhaa chhaprhee naa-ay.
ਕੀਚੜਿ ਡੂਬੈ ਮੈਲੁ ਨ ਜਾਇ॥੧॥ ਰਹਾਉ॥	keecharh doobai mail na jaa-ay. ‖1‖ rahaa-o.

ਜਿਹੜੇ ਪੀਰ ਆਪ ਤੀਰਥ ਤਰ੍ਹਾਂ ਪਵਿੱਤਰ ਨਹੀਂ ਹੁੰਦੇ, ਉਹ ਪਖੰਡੀ ਜੀਵ ਦਿਖਾਵੇ ਦੀ ਬੰਦਗੀ ਦੇ ਰਸਤੇ ਤੇ ਚਲਦੇ ਹਨ! ਮਾਨਸ ਉਹਨਾਂ ਤੋਂ ਕੀ ਹਾਸਿਲ ਕਰ ਸਕਦੇ ਹਨ? ਉਹ ਆਪਣੇ ਮਨ ਦੀ ਮੈਲ ਹੀ ਵਧਾਉਂਦੇ ਹਨ । ਅਖੀਰ ਉਸ ਵਿੱਚ ਹੀ ਡੁੱਬ ਜਾਂਦੇ, ਜੂੰਨਾਂ ਦੇ ਚੱਕਰ ਵਿੱਚ ਪੈ ਜਾਂਦੇ ਹਨ ।

Any Guru, who may not adopt His Word in his life, his soul mays not be sanctified. He is not blemish free like a Holy shrine. What may his followers gain from him? They increase the filth of mind, worldly desires. In the end, everyone may drown in the filth of worldly desires, greed.

75. Guru Nanak Dev Ji – Page 1332

ਬਾਰਹ ਮਹਿ ਰਾਵਲ ਖਪਿ ਜਾਵਹਿ,	Baarah meh raaval khap jaaveh
ਚਹੁ ਛਿਅ ਮਹਿ ਸੰਨਿਆਸੀ॥	chahu chhi-a meh sani-aasee.
ਜੋਗੀ ਕਾਪੜੀਆ ਸਿਰਖੂਥੇ,	Jogee kaaprhee-aa sirkhoothay
ਬਿਨੁ ਸਬਦੈ ਗਲਿ ਫਾਸੀ ॥੧॥	bin sabdai gal faasee. ‖1‖

ਜੋਗੀ ਮਤ ਦੇ ਜੀਵ 12 ਮਤਾਂ ਵਿੱਚ ਵੰਡੇ ਅਤੇ ਸੰਨਿਆਸੀ ਮਤ ਦੇ ਜੀਵ 4, 6 ਮਤਾ ਵਿੱਚ ਵੰਡੇ ਹਨ । ਜੋਗੀ ਧਰਮਾਂ ਦਾ ਬਾਣਾ, ਚੋਲਾ ਪਾਉਂਦੇ ਹਨ, ਜੈਨ ਆਪਣੇ ਸਿਰ ਦੇ ਵਾਲ ਉਤਾਰ ਦੇ, ਮੁਨਦੇ ਹਨ । ਪਰ ਪ੍ਰਭ ਦੇ ਸ਼ਬਦ ਦੀ ਪਾਲਣਾ ਤੋਂ ਬਿਨਾਂ ਕੋਈ ਵੀ ਮੁਕਤੀ ਨਹੀਂ ਪਾ ਸਕਦੇ, ਮੌਤ ਦੇ ਜਮਦੂਤਾਂ ਦੇ ਹਵਾਲੇ ਹੀ ਹੁੰਦੇ ਹਨ ।

Yogi religion is divided into 12 sectors, whereas Jain, hermits are divided into 4 or 6 sectors. Yogi wears a religion gown and Jains pulls their hairs from head. However, without adopting His Word in life, all may be captured by the devil of death and remains in the cycle of birth and death.

76. Guru Arjan Dev Ji – Page 151

ਕਹਨ ਕਹਾਵਨ, ਇਹੁ ਕੀਰਤਿ ਕਰਲਾ ॥	kahan kahaavan ih keerat karlaa.
ਕਥਨ ਕਹਨ ਤੇ ਮੁਕਤ,	kathan kahan tay muktaa
ਗੁਰਮੁਖਿ ਕੋਈ ਵਿਰਲਾ ॥੩॥	gurmukh ko-ee virlaa. ||3||

ਸੰਸਾਰਕ ਜੀਵ ਪ੍ਰਭ ਦੀ ਹੋਂਦ ਬਾਬਤ ਬੋਲਦੇ ਹਨ, ਵਿਚਾਰ ਕਰਦੇ ਹਨ । ਉਹ ਇਸ ਨੂੰ ਹੀ ਪ੍ਰਭ ਦੀ ਉਸਤਤ ਗਾਉਣਾ ਸਮਝਦੇ ਹਨ । ਕੋਈ ਵਿਰਲਾ ਹੀ ਜੀਵ ਇਸ ਨਾਲ ਗੁਰਮਖ ਅਵਸਥਾ ਪਾਉਂਦਾ ਹੈ । ਜਿਹੜਾ ਕਥਨਾਂ ਤੋਂ ਉਪਰ ਹੁੰਦਾ ਹੈ, ਕੇਵਲ ਉਹ ਹੀ ਇਸ ਨਾਲ ਜੀਵਨ ਢਾਲਦਾ ਹੈ ।

Everyone may talk about His glory, recites and preaches His virtues. He may consider that singing His glory may be the meditation of His Word. However, very rare human may find the right path to become His true devotee by this way of meditation. Whosoever may rise above the singing His glory and may adopt the teachings in His life. He may be blessed with the state of mind of His true devotee.

Chapter 10

- ❖ **Traps of Worldly Wealth !**
- ❖ **Ego – Pride- Worldly Status!**

35 ਸੰਸਾਰਕ ਮਾਇਆ ਦਾ ਜਾਲ!

1. Guru Amar Das Ji – Page 30

ਤ੍ਰੈ ਗੁਣ ਮਾਇਆ ਮੋਹੁ ਹੈ,	tarai gun maa-i-aa moh hai
ਗੁਰਮੁਖਿ ਚਉਥਾ ਪਦੁ ਪਾਇ॥	gurmukh cha-uthaa pad paa-ay.
ਕਰਿ ਕਿਰਪਾ ਮੇਲਾਇਅਨੁ,	kar kirpaa maylaa-i-an
ਹਰਿ ਨਾਮੁ ਵਸਿਆ ਮਨਿ ਆਇ॥	har naam vasi-aa man aa-ay.
ਪੋਤੈ ਜਿਨ ਕੈ ਪੁੰਨੁ ਹੈ,	potai jin kai punn hai
ਤਿਨ ਸਤਸੰਗਤਿ ਮੇਲਾਇ॥੧॥	tin satsangat maylaa-ay. ||1||

ਮਾਇਆ ਵਿੱਚ ਤਿੰਨੇਂ ਗੁਣ ਹੀ ਹਨ; ਰਾਜਸੁ, ਤਾਮਸੁ, ਸਾਤਕੁ- ਜਤੁ ਸਤੁ ਤਪੁ -ਧਰਮ, ਅਰਥ, ਕਾਮ
Raajas, the quality of energy and activity; - Mind Concentration
Taamas, the quality of darkness and inertia; -Mind Awareness
Satvas, the quality of purity and light. -Purity of mind.

ਜਿਹੜੇ ਜੀਵ ਗੁਰਮਖ ਅਵਸਥਾ ਧਾਰਨ ਕਰ ਲੈਂਦੇ ਹਨ । ਉਹ ਇਹਨਾਂ ਤੋਂ ਉਪਰ ਚਲੇ ਜਾਂਦੇ ਹਨ ਅਤੇ ਚੋਥੀ ਅਵਸਥਾ (ਮੁਕਤੀ) ਬਖਸ਼ਿਸ਼ ਹੋ ਸਕਦੀ ਹੈ । ਆਪ ਹੀ ਰਹਿਮਤ ਦੀ ਨਜ਼ਰ ਬਖਸ਼ਦਾ ਹੈ ਅਤੇ ਜੀਵ ਦੀ ਲਗਨ ਸ਼ਬਦ ਵਿੱਚ ਅਡੋਲ ਰੱਖਦਾ ਹੈ । ਮਨ ਵਿੱਚ ਸ਼ਬਦ ਜਾਗਰਤ ਹੋ ਜਾਂਦਾ ਹੈ, ਆਪਣੇ ਵਿੱਚ ਅਭੇਦ ਕਰ ਲੈਂਦਾ ਹੈ । ਜਿਸ ਦੇ ਮਨ ਵਿੱਚ ਸੰਸਾਰਕ ਭਲਾਈ ਦੀ ਕਮਾਈ ਦਾ ਖਜ਼ਾਨਾਂ ਹੁੰਦਾ ਹੈ, ਉਸ ਨੂੰ ਸੰਤ ਸਰੂਪ ਜੀਵ ਦੀ ਸੰਗਤ ਬਖਸ਼ਿਸ਼ ਹੁੰਦੀ ਹੈ ।

His true devotee may conquer three virtue of wealth and may be blessed with fourth virtue, salvation. With His mercy and grace, he may be blessed with dedication and devotion to obey His Word. He may be enlightened from within and may be blessed with the right path of salvation. Whosoever may be blessed with treasure of good deeds for the welfare of humanity. He may be blessed with the association of His Holy saint, His true devotee.

2. Guru Amar Das Ji – Page 33

ਤ੍ਰੈ ਗੁਣ ਸਭਾ ਧਾਤੁ ਹੈ,	tarai gun sabhaa Dhaat hai
ਦੂਜਾ ਭਾਉ ਵਿਕਾਰੁ॥	doojaa bhaa-o vikaar.
ਪੰਡਿਤੁ ਪੜੈ ਬੰਧਨ ਮੋਹ ਬਾਧਾ,	pandit parhai banDhan moh baaDhaa
ਨਹ ਬੂਝੈ ਬਿਖਿਆ ਪਿਆਰਿ॥	nah boojhai bikhi-aa pi-aar.
ਸਤਗੁਰਿ ਮਿਲਿਐ ਤ੍ਰਿਕੁਟੀ ਛੂਟੈ,	satgur mili-ai tarikutee chhootai
ਚਉਥੈ ਪਦਿ ਮੁਕਤਿ ਦੁਆਰੁ॥੨॥	cha-uthai pad mukat du-aar. ||2||

ਮਾਇਆ ਦੇ ਤਿੰਨਾਂ (**Raajas, Taamas, Satvas**) ਗੁਣਾਂ ਨਾਲ ਪਾਇਆ ਧਨ, ਥੋੜ੍ਹੇ ਸਮੇਂ ਵਿੱਚ ਹੀ ਨਾਸ਼ ਹੋ ਜਾਣ ਵਾਲਾ ਹੈ । ਧਰਮ ਦੇ ਪੁਜਾਰੀ, ਬਾਣੀ ਪੜ੍ਹਦਾ ਹੈ, ਪਰ ਉਹ ਸੰਸਾਰਕ ਮੋਹ ਦੇ ਬੰਧਨਾ ਵਿੱਚ ਬੰਧਾ ਹੈ । ਵੱਖਰੇ ਵੱਖਰੇ ਪਾਸੇ ਘੁੰਮਣ ਨਾਲ ਮਨ ਵਿੱਚ ਲਾਲਚ, ਧੋਖਾ ਹੀ ਵਧਦਾ ਹੈ ।

ਉਸ ਦਾ ਪਿਆਰ ਬੁਰੇ ਕੰਮਾ ਨਾਲ ਹੁੰਦਾ ਹੈ, ਉਸ ਨੂੰ ਸ਼ਬਦ ਦੀ ਸੋਝੀ ਨਹੀਂ ਹੋ ਸਕਦੀ । ਪ੍ਰਭ ਦੀ ਰਹਿਮਤ ਨਾਲ ਹੀ ਸੰਸਾਰਕ ਮਾਇਆ ਦੇ ਤਿੰਨਾਂ ਗੁਣਾ ਦੇ ਬੰਧਨ ਨਾਸ਼ ਹੋ ਸਕਦੇ ਹਨ । ਜੀਵ ਨੂੰ ਚੋਥੀ ਅਵਸਥਾ ਬਖਸ਼ਿਸ਼ ਹੋ ਸਕਦੀ ਹੈ । ਪ੍ਰਭ ਦੇ ਦਰਬਾਰ ਵਿੱਚ ਪ੍ਰਵਾਨਗੀ ਪਾਈ ਜਾ ਸਕਦੀ ਹੈ ।

Earning of three virtues of worldly wealth may provide comforts for short period of time. Wandering in various directions, greed may blossom in mind. Worldly guru, religious priest recites the Holy scripture, however, he remains tied with worldly bonds. He minds and thoughts are with evil deeds, he may not understand the essence of His Word. Only with His mercy and grace, the three virtues of worldly wealth may be conquered. Whosoever may be blessed with fourth state of mind, only he may be accepted in His court.

3. Guru Amar Das Ji – Page 66

ਮਾਇਆ ਭੂਲੇ ਸਿਧ ਫਿਰਹਿ,	maa-i-aa bhoolay siDh fireh
ਸਮਾਧਿ ਨ ਲਗੈ ਸੁਭਾਇ॥	samaaDh na lagai subhaa-ay.
ਤੀਨੇ ਲੋਅ ਵਿਆਪਤ ਹੈ,	teenay lo-a vi-aapat hai
ਅਧਿਕ ਰਹੀ ਲਪਟਾਇ॥	aDhik rahee laptaa-ay.
ਬਿਨੁ ਗੁਰ ਮੁਕਤਿ ਨ ਪਾਈਐ,	bin gur mukat na paa-ee-ai
ਨਾ ਦੁਬਿਧਾ ਮਾਇਆ ਜਾਇ॥੫॥	naa dubiDhaa maa-i-aa jaa-ay. ‖5‖

ਸਾਧੂ, ਸਿਧ ਵੀ ਸੰਸਾਰਕ ਮਾਇਆ ਦੇ ਪਿਛੇ ਲਗੇ ਫਿਰਦੇ ਹਨ । ਉਹ ਵੀ ਪ੍ਰਭ ਦੇ ਸ਼ਬਦ ਦੀ ਸਮਾਧੀ ਵਿੱਚ ਅਡੋਲ ਨਹੀਂ ਰਹਿੰਦੇ । ਤਿੰਨੇਂ ਸ੍ਰਿਸ਼ਟੀਆਂ ਹੀ ਮਾਇਆ ਦੇ ਜਾਲ ਵਿੱਚ ਫਸੀਆ ਹੋਈਆ ਹਨ । ਪ੍ਰਭ ਦੇ ਸ਼ਬਦ ਤੇ ਭਰੋਸਾ ਅਡੋਲ ਕਰਨ ਤੋਂ ਬਿਨਾਂ, ਮੁਕਤੀ ਦਾ ਰਸਤਾ ਬਖਸ਼ਿਸ਼ ਨਹੀਂ ਹੁੰਦਾ । ਮਨ ਵਿਚੋਂ ਧਰਮ ਦੇ ਪਾਏ ਭਰਮ ਦੂਰ ਨਹੀਂ ਹੁੰਦੇ । ਮਾਇਆ (ਰਾਜਸ, ਤਾਮਸ, ਸਾਤਸ) ਦਾ ਮੋਹ ਖਤਮ ਨਹੀਂ ਹੁੰਦਾ ।

Even the enlightened devotees, Sidh, saints may also sometime get into the traps of worldly wealth. Whosoever remain in the trap of worldly wealth, he may not remain steady and stable on His Word, purpose of His life. All three universes are trapped into the three virtues of worldly wealth! Without steady and stable belief on His Word, the right path of salvation may not be blessed. Religious rituals, suspicions may not be eliminated from within his mind. He may not be able to conquer the worldly wealth domination.

- **Rajas, Tamas, Satvas.**

4. Guru Amar Das Ji – Page 116

ਪੰਡਿਤ ਪੜਹਿ ਸਾਦੁ ਨ ਪਾਵਹਿ॥	pandit parheh saad na paavahi.
ਦੂਜੈ ਭਾਇ ਮਾਇਆ ਮਨੁ ਭਰਮਾਵਹਿ॥	doojai bhaa-ay maa-i-aa man bharmaaveh.
ਮਾਇਆ ਮੋਹਿ ਸਭ ਸੁਧਿ ਗਵਾਈ,	maa-i-aa mohi sabh suDh gavaa-ee
ਕਰਿ ਅਵਗਣ ਪਛੋਤਾਵਣਿਆ॥੨॥	kar avgan pachhotaavani-aa. ‖2‖

ਧਰਮ ਦਾ ਪੁਜਾਰੀ ਪ੍ਰਭ ਦੇ ਸ਼ਬਦ ਦੀ ਬਾਣੀ ਪੜ੍ਹਦਾ ਹੈ । ਪਰ ਉਹਨਾਂ ਦੇ ਮਨ ਤੇ ਉਸ ਦਾ ਕੋਈ ਪ੍ਰਭਾਵ ਨਹੀਂ ਹੁੰਦਾ, ਜੀਵਨ ਸ਼ਬਦ ਅਨੁਸਾਰ ਨਹੀਂ ਢਾਲਦੇ । ਉਹਨਾਂ ਦੇ ਮਨ ਵਿੱਚ ਇੱਕੋ ਇੱਕ ਪ੍ਰਭ, ਉਸ ਦੇ ਕੀਤੇ ਤੇ ਭਰੋਸਾ ਅਡੋਲ ਨਹੀਂ ਹੁੰਦਾ । ਮਨ ਵਿੱਚ ਸੰਸਾਰਕ ਮਾਇਆ ਦੀ ਤ੍ਰਿਸ਼ਨਾਂ ਦੀ ਭਟਕਣ

ਰਹਿੰਦੀ ਹੈ । ਸੰਸਾਰਕ ਮਾਇਆ ਜੀਵਾਂ ਦੀ ਸੋਝੀ ਗਵਾਉਂਦੀ ਹੈ, ਧਿਆਨ ਪ੍ਰਭ ਦੇ ਸ਼ਬਦ ਤੋਂ ਦੂਰ ਕਰਦੀ ਹੈ । ਉਹ ਸੰਸਾਰ ਵਿੱਚ ਗਲਤ ਕੰਮ ਕਰਦਾ ਹੈ, ਫਿਰ ਪਛਤਾਵਾਂ ਹੀ ਕਰਦਾ ਹੈ ।

Worldly guru, priest may read the Holy scripture, but he may not be enlightened with the essence of His Word. The essence of His Word may not have any influence on his life, he may not live by His Word. He may not have a belief in the power of His Word or blessings. His desires for worldly wealth dominate his thinking and he remains frustrated, unsatisfied. Worldly wealth destroys his understanding of His Word and may keep him away from the right path. He may perform evil deeds and repent after death, when it is too late but to endure the punishment.

5. Guru Amar Das Ji – Page 230

ਬ੍ਰਹਮਾ ਮੂਲੁ ਵੇਦ ਅਭਿਆਸਾ ॥	barahmaa mool vayd abhi-aasaa.
ਤਿਸ ਤੇ ਉਪਜੇ ਦੇਵ ਮੋਹ ਪਿਆਸਾ ॥	tis tay upjay dayv moh pi-aasaa.
ਤ੍ਰੈ ਗੁਣ ਭਰਮੇ ਨਾਹੀ ਨਿਜ ਘਰਿ ਵਾਸਾ ॥੧॥	tarai gun bharmay naahee nij ghar vaasaa. ||1||

ਬ੍ਰਹਮਾ ਨੂੰ ਪ੍ਰਭ ਦੀ ਰਹਿਮਤ ਨਾਲ ਵੇਦਾਂ ਦਾ ਸ਼ਬਦ ਬਖਸ਼ਿਸ਼ ਹੋਇਆ । ਉਸ ਨੇ ਸ਼ਬਦ ਦਾ ਅਭਿਆਸ ਕੀਤਾ । ਉਸ ਸ਼ਬਦ ਵਿਚੋਂ ਹੀ ਸੰਸਾਰਕ ਦੇਵੀ, ਦੇਵਤੇ, ਸੰਸਾਰਕ ਮਾਇਆ ਮੋਹ ਕਰਕੇ ਪੈਦਾ ਹੋਏ । ਜਿਹੜੇ ਮਾਇਆ ਦੇ ਤਿੰਨਾਂ ਗੁਣਾ ਦੇ ਪਿਛੇ ਲਗ ਪੈਂਦੇ ਹਨ! ਉਹਨਾਂ ਦਾ ਭਰੋਸਾ ਸ਼ਬਦ ਤੇ ਅਡੋਲ ਨਹੀਂ ਹੁੰਦਾ ।

With His mercy and grace Brahma was blessed with scripture of Holy Vedas and he practiced the essence. From the word of Vedas, worldly guru, prophets, worldly wealth were born. The follower of even one of the three virtues, may not keep his belief stable on His Word.

6. Guru Arjan Dev Ji – Page 237

ਇੰਦ੍ਰ ਪੁਰੀ ਮਹਿ ਸਰਪਰ ਮਰਣਾ॥	indar puree meh sarpar marnaa.
ਬ੍ਰਹਮ ਪੁਰੀ ਨਿਹਚਲੁ ਨਹੀਂ ਰਹਣਾ॥	barahm puree nihchal nahee rahnaa.
ਸਿਵ ਪੁਰੀ ਕਾ ਹੋਇਗਾ ਕਾਲਾ ॥	siv puree kaa ho-igaa kaalaa.
ਤ੍ਰੈ ਗੁਣ ਮਾਇਆ ਬਿਨਸਿ ਬਿਤਾਲਾ ॥੨॥	tarai gun maa-i-aa binas bitaalaa. ||2||

ਇੰਦ੍ਰ ਪੁਰੀ, ਬ੍ਰਹਮ ਪੁਰੀ, ਸ਼ਿਵਾਂ ਪੁਰੀ ਵਿੱਚ ਵਸਣ ਵਾਲੇ ਲੋਕ ਵੀ ਅੰਤ ਵਿੱਚ ਮਰ ਜਾਂਦੇ, ਚਮਤਕਾਰ ਨਾਸ਼ ਹੋ ਜਾਂਦੇ ਹਨ । ਇਹ ਤਿੰਨੇਂ ਅਵਸਥਾ ਹੀ ਸੰਸਾਰਕ ਮਾਇਆ ਦੇ ਤਿੰਨੇਂ ਰੂਪ ਹਨ । ਇਹ ਜੀਵ ਨੂੰ ਜੂੰਨਾਂ ਦੇ ਚੱਕਰ ਵਿੱਚ ਪਾਈ ਰੱਖਦੇ ਹਨ ।

Whosoever may dwell in Inderpuri, Brahmapuri, Shivapuri, also die and their miracle power also goes away. These three states of mind, throne of meditation are the three forms of worldly wealth. These may keep the follower into the cycle of birth and death.

7. Guru Arjan Dev Ji – Page 500

ਬ੍ਰਹਮ ਲੋਕ ਅਰੁ ਰੁਦ੍ਰ ਲੋਕ,	barahm lok ar rudr lok
ਆਈ ਇੰਦ੍ਰ ਲੋਕ ਤੇ ਧਾਇ॥	aa-ee indar lok tay Dhaa-ay.
ਸਾਧਸੰਗਤਿ ਕਉ ਜੋਹਿ ਨ ਸਾਕੈ,	saaDhsangat ka-o johi na saakai
ਮਲਿ ਮਲਿ ਧੋਵੈ ਪਾਇ॥੧॥	mal mal Dhovai paa-ay. ‖1‖

ਬ੍ਰਹਮਾ, ਸ਼ਿਵਾਂ, ਇੰਦ੍ਰ ਦੇ ਦਰ ਤੇ ਵਸਣ ਵਾਲੇ ਜੀਵਾਂ ਤੇ ਸੰਸਾਰਕ ਮਾਇਆ ਦਾ ਬੁਹਤ ਪ੍ਰਭਾਵ ਰਹਿੰਦਾ ਹੈ । ਸਾਰੇ ਹੀ ਸੰਸਾਰਕ ਮਾਇਆ ਦੇ ਜਾਲ ਵਿੱਚ, ਗੁਲਾਮ ਹਨ । ਸੰਸਾਰਕ ਮਾਇਆ, ਬੰਦਗੀ ਕਰਨ ਵਾਲੇ ਸੰਤਾਂ ਦੀ ਸੰਗਤ ਦੇ ਲਾਗੇ ਨਹੀਂ ਆ ਸਕਦੀ । ਉਹਨਾਂ ਦੀ ਗੁਲਾਮ ਬਣੀ ਰਹਿੰਦੀ ਹੈ ।

Worldly wealth dominates the life of all human being of worldly gurus and prophets. All are the slave of worldly wealth, in one or other form. Worldly wealth cannot influence His true devotee or his associates. She begs to become his slave.

8. Kabeer Ji – Page 329

ਬੇਦ ਕੀ ਪੁਤ੍ਰੀ ਸਿੰਮ੍ਰਿਤਿ ਭਾਈ॥	bayd kee putree simrit bhaa-ee.
ਸਾਂਕਲ ਜੇਵਰੀ ਲੈ ਹੈ ਆਈ॥੧॥	saaNkal jayvree lai hai aa-ee. ‖1‖

ਸਿੰਮ੍ਰਿਤੀ, ਵੇਦਾਂ ਵਿਚੋਂ ਹੀ ਨਿਕਲੀ ਹੈ, ਉਸ ਦੀ ਬੱਚੀ ਹੈ । ਇਹ ਆਪਣੇ ਨਾਲ ਇੱਛਾਂ ਦੀ ਜੰਜੀਰ, ਸੰਗਲੀ ਲੈ ਕੇ ਆਈ ਹੈ।

Simitis is the child of Vedas and she had brought a chain, trap of worldly desires with her.

9. Guru Arjan Dev Ji – Page 381

ਮਾਇਆ ਕੀ ਕਿਰਤਿ ਛੋਡਿ ਗਵਾਈ,	maa-i-aa kee kirat chhod gavaa-ee
ਭਗਤੀ ਸਾਰ ਨ ਜਾਨੈ॥	bhagtee saar na jaanai.
ਬੇਦ ਸਾਸਤ੍ਰ ਕਉ ਤਰਕਨਿ ਲਾਗਾ,	bayd saastar ka-o tarkan laagaa
ਤਤੁ ਜੋਗੁ ਨ ਪਛਾਨੈ॥੨॥	tat jog na pachhaanai. ‖2‖

ਸੰਨਿਆਸੀ ਮਾਨਸ ਸੰਸਾਰਕ ਮਾਇਆ ਨੂੰ ਮਨੋ ਤਿਆਗ ਦੇਂਦਾ ਹੈ । ਪਰ ਅਡੋਲ ਭਰੋਸੇ ਨਾਲ ਬੰਦਗੀ ਕਰਨ ਦੀ ਵਿਧੀ, ਕੀਮਤ ਦੀ ਕੋਈ ਸੋਝੀ ਨਹੀਂ ਹੁੰਦੀ । ਉਹ ਧਰਮ ਦੇ ਗ੍ਰੰਥਾਂ ਦੀਆਂ ਲਿਖਤਾ ਨੂੰ ਖੋਜਦਾ ਹੈ । ਅਗਿਆਨੀ ਜੀਵ ਉਹਨਾਂ ਵਿਚ ਕਮੀਆਂ ਦੀ ਚਰਚਾ ਕਰਦਾ ਹੈ । ਉਸ ਨੂੰ ਸ਼ਬਦ ਦੀ ਸੋਝੀ ਨਹੀਂ ਹੁੰਦੀ । ਸ਼ਬਦ ਤੇ ਭਰੋਸਾ ਅਡੋਲ ਰੱਖਕੇ ਬੰਦਗੀ ਕਰਨ ਦੀ ਵਿਧੀ ਦੀ ਜਾਣਕਾਰੀ ਨਹੀਂ ਹੁੰਦੀ ।

Hermit may abandon the worldly wealth! However, may not know how to meditates with steady and stable belief on His Word and he may not be able to control his wandering mind. He may not comprehend w the value, reward of meditation. He may read and analyses the religious scriptures to highlight the weakness only. He may not understand the essence of His Word. He may not be enlightened with the right path of meditation with stable belief on His Word.

10. Guru Nanak Dev Ji – Page 417

ਇਸੁ ਜਰ ਕਾਰਣਿ ਘਣੀ ਵਿਗੁਤੀ,	is jar kaaran ghanee vigutee
ਇਨਿ ਜਰ ਘਣੀ ਖੁਆਈ॥	in jar ghanee khu-aa-ee.
ਪਾਪਾ ਬਾਝਹੁ ਹੋਵੈ ਨਾਹੀ,	paapaa baajhahu hovai naahee
ਮੁਇਆ ਸਾਥਿ ਨ ਜਾਈ॥	mu-i-aa saath na jaa-ee.
ਜਿਸ ਨੋ ਆਪਿ ਖੁਆਏ ਕਰਤਾ,	jis no aap khu-aa-ay kartaa
ਖੁਸਿ ਲਏ ਚੰਗਿਆਈ॥੩॥	khus la-ay changi-aa-ee. ‖3‖

ਸੰਸਾਰਕ ਧਨ ਇਕੱਠਾ ਕਰਨ ਕਰਕੇ ਕਈ ਤਬਾਹ ਹੋਏ ਹਨ, ਧਨ ਨੇ ਕਈਆਂ ਦਾ ਅਪਮਾਨ ਕੀਤਾ ਹੈ । ਸੰਸਾਰਕ ਧਨ ਪਾਪ ਕਰਨ ਤੋਂ ਬਿਨਾਂ ਇਕੱਠਾ ਨਹੀਂ ਹੁੰਦਾ । ਇਹ ਧਨ ਮਰਨ ਤੇ ਜੀਵ ਦੇ ਸਾਥ ਨਹੀਂ ਜਾਂਦਾ । ਜਿਸ ਨੂੰ ਪ੍ਰਭ ਆਪ ਨਾਸ਼ ਕਰਦਾ, ਸਭ ਤੋਂ ਪਹਿਲੇ ਉਸ ਤੋਂ ਚੰਗੇ ਕੰਮ ਖੋਂਅ ਲੈਂਦਾ ਹੈ ।

Several creatures are ruined and dishonored to accumulate worldly wealth. Without evil deeds, it is very difficult to accumulate worldly wealth. Worldly wealth may not go along after death or help in His court. Whom He ruins, first of all, He may take away from his desire to do good deeds.

11. Kabeer Ji – Page 482

ਕਹਤ ਕਬੀਰ ਪੰਚ ਕੋ ਝਗਰਾ,	kahat kabeer panch ko jhagraa
ਝਗਰਤ ਜਨਮੁ ਗਵਾਇਆ॥	jhagrat janam gavaa-i-aa.
ਝੂਠੀ ਮਾਇਆ ਸਭੁ ਜਗੁ ਬਾਧਿਆ,	jhoothee maa-i-aa sabh jag baaDhi-aa
ਮੈ ਰਾਮ ਰਮਤ ਸੁਖੁ ਪਾਇਆ॥੩॥ ੩॥੨੫॥	mai raam ramat sukh paa-i-aa. ‖3‖3‖25‖

ਮੇਰੇ ਮਨ ਦੀਆਂ ਪੰਜੇਂ ਇੱਛਾਂ, ਇੰਦ੍ਰੀਆਂ ਮੇਰੇ ਮਨ ਨਾਲ ਝਗੜਾ ਕਰਦੀਆ ਹਨ । ਇਸ ਝਗੜੇ ਵਿੱਚ ਹੀ ਮੈਂ ਆਪਣਾ ਜੀਵਨ ਤਬਾਹ ਕਰੀ ਜਾਂਦਾ ਹਾ । ਥੋੜ੍ਹਾ ਸਮਾਂ ਅਨੰਦ ਦੇਣ ਵਾਲੀ ਸੰਸਾਰਕ ਮਾਇਆ ਨੇ ਸਾਰੇ ਸੰਸਾਰ ਨੂੰ ਜਾਲ ਵਿੱਚ ਫਸਿਆ ਹੈ । ਇਸ ਤੋਂ ਛੁਟਕਾਰਾ ਕੇਵਲ ਪ੍ਰਭ ਦੇ ਸ਼ਬਦ ਦੀ ਪਾਲਣਾ ਕਰਨ ਨਾਲ ਹੀ ਹੁੰਦਾ ਹੈ ।

The five demons of worldly desires are quarreling within all time. He may be wasting my human life opportunity, fighting with these demons. For a short-lived comfort of life, he may fall into the trap of worldly wealth. Only way to conquer worldly wealth may be to adopt His Word in day to day life.

12. Trilochan Ji – Page 526

ਅੰਤਿ ਕਾਲਿ ਜੋ ਲਛਮੀ ਸਿਮਰੈ	ant kaal jo lachhmee simrai
ਐਸੀ ਚਿੰਤਾ ਮਹਿ ਜੇ ਮਰੈ॥	aisee chintaa meh jay marai.
ਸਰਪ ਜੋਨਿ ਵਲਿ ਵਲਿ ਅਉਤਰੈ॥੧॥	sarap jon val val a-utarai. ‖1‖

ਜਿਹੜੇ ਜੀਵ ਦਾ ਧਿਆਨ ਮਰਨ ਸਮੇਂ, ਧਨ ਦੇ ਖਿਆਲਾਂ ਵਿੱਚ ਰਹਿੰਦਾ ਹੈ । ਉਹ ਬਾਰ ਬਾਰ ਸੱਪ ਦੀ ਜੂੰਨ ਵਿੱਚ ਪੈਂਦੇ ਹਨ ।

Whosoever may take his last breath thinking about worldly money! He may born as snake in his next life.

13. Guru Amar Das Ji – Page 559

ਮਾਇਆ ਮੋਹੁ ਗੁਬਾਰੁ ਹੈ,	maa-i-aa moh gubaar hai
ਗੁਰ ਬਿਨੁ ਗਿਆਨੁ ਨ ਹੋਈ॥	gur bin gi-aan na ho-ee.
ਸਬਦਿ ਲਗੇ ਤਿਨ ਬੁਝਿਆ,	sabad lagay tin bujhi-aa
ਦੂਜੈ ਪਰਜ ਵਿਗੋਈ॥੧॥	doojai paraj vigo-ee. ||1||

ਜੀਵ ਦੇ ਮਨ ਦੀ ਅਗਿਆਨਤਾ ਕਰਕੇ ਹੀ ਸੰਸਾਰਕ ਮਾਇਆ ਨਾਲ ਮੋਹ ਹੁੰਦਾ ਹੈ । ਸ਼ਬਦ ਦੀ ਪਾਲਣਾ ਕਰਨ ਤੋਂ ਬਿਨਾਂ, ਸ਼ਬਦ ਦੀ ਸੋਝੀ, ਗਿਆਨ ਨਹੀਂ ਹੁੰਦਾ । ਜਿਹੜੇ ਸ਼ਬਦ ਦੀ ਪਾਲਣਾ ਵਿੱਚ ਅਡੋਲ ਰਹਿੰਦੇ ਹਨ, ਉਹਨਾਂ ਨੂੰ ਸੋਝੀ ਹੋ ਜਾਂਦੀ ਹੈ । ਸੰਸਾਰਕ ਮਾਇਆ ਦੇ ਪਿੱਛੇ ਲਗ ਕੇ ਅਨੇਕਾਂ ਹੀ ਮਾਨਸ ਜਨਮ ਬਿਰਥਾ ਗਵਾ ਲੈਂਦੇ ਹਨ ।

Due to his ignorance, one may be attached to worldly wealth, desires. Without obeying His Word, no one may understand the essence of Word! Whosoever may remain steady and stable in obeying His Word, he may be blessed with understanding of His Word. Following the worldly wealth, several have wasted human life! A golden opportunity.

14. Guru Amar Das Ji – Page 559

ਬ੍ਰਹਮੈ ਬੇਦ ਬਾਣੀ ਪਰਗਾਸੀ,	barahmai bayd banee pargaasee
ਮਾਇਆ ਮੋਹ ਪਸਾਰਾ॥	maa-i-aa moh pasaaraa.
ਮਹਾਦੇਉ ਗਿਆਨੀ ਵਰਤੈ ਘਰਿ ਆਪਣੈ,	mahaaday-o gi-aanee vartai ghar aapnai
ਤਾਮਸੁ ਬਹੁਤੁ ਅਹੰਕਾਰਾ॥੨॥	taamas bahut ahaNkaaraa. ||2||

ਪ੍ਰਭ ਨੇ ਰਹਿਮਤ ਬਖਸ਼ਕੇ ਬ੍ਰਹਮਾ ਨੂੰ ਵੇਦਾਂ ਦੇ ਸ਼ਬਦ ਬਖਸ਼ੇ, ਸ਼ਬਦ ਦੀ ਸਥਾਪਨਾ ਕੀਤੀ । ਉਸ ਦੇ ਨਾਲ ਹੀ ਸੰਸਾਰਕ ਇੱਛਾਂ ਦਾ ਜਾਲ ਵੀ ਪਸਾਰਿਆ । ਗਿਆਨ ਵਾਲ ਸ਼ਿਵਾਂ (ਮਹਾਦੇਵ) ਆਪਣੇ ਆਪ ਵਿੱਚ ਮਸਤ ਰਹਿੰਦਾ ਹੈ । ਤਪਸਿਆ ਕਰਦਾ ਹੋਇਆ, ਅਹੰਕਾਰ ਅਤੇ ਕਰਾਮਾਤਾਂ ਵਿੱਚ ਫਸ ਗਿਆ ।

With His mercy and grace, God blessed Brahma with Holy scripture, Vedas and established His Word in the universe. At the same time, He created the trap of worldly desires, wealth. Enlightened Shiva remains attuned to His Word and remains self-contained, contented. In deep meditation, he was trapped in his own ego. He performed miracles and claimed himself as The Master.

15. Ravi Das Ji – Page 710

ਗੋਤਮ ਨਾਰਿ ਉਮਾਪਤਿ ਸ੍ਵਾਮੀ॥	gotam naar umaapat savaamee.
ਸੀਸੁ ਧਰਨਿ ਸਹਸ ਭਗ ਗਾਂਮੀ॥੪॥	sees Dharan sahas bhag gaaNmee. ||4||

ਬ੍ਰਹਮਾ ਕਾਮ ਵਾਸਨਾ ਦੇ ਜਾਲ ਵਿੱਚ ਫਸ ਗਿਆ ਸੀ । ਸ਼ਿਵਾਂ ਨੇ ਬ੍ਰਹਮਾ ਦਾ ਸਿਰ ਕੱਟ ਕੇ ਆਪਣੇ ਪਾਸ ਰੱਖਿਆ । ਇੰਦ੍ਰ ਨੇ ਗੋਤਮ ਰਸ਼ੀ ਦੀ ਪਤਨੀ ਨਾਲ ਭੋਗ ਬਿਲਾਸ ਕੀਤਾ । ਇੰਦ੍ਰ ਦੇ ਤਨ ਤੇ ਛਾਲੇ ਪੈ ਗਏ, ਆਤਮਾ ਦਾਗ਼ੀ ਹੋ ਗਈ ।

Brahma was trapped into the worldly wealth, sexual desire! Shiva beheaded him and kept his head with him as a reminder. Indre over-powered Gotham's wife and had a sex with her! Gotham cursed Indre and his body, skin become blistery as a reminder for greed, sexual desire.

16. Guru Amar Das Ji – Page 721

ਇਹੁ ਤਨੁ ਮਾਇਆ ਪਾਹਿਆ ਪਿਆਰੇ,	ih tan maa-i-aa paahi-aa pi-aaray
ਲੀਤੜਾ ਲਬਿ ਰੰਗਾਏ॥	leet-rhaa lab rangaa-ay.
ਮੇਰੈ ਕੰਤ ਨ ਭਾਵੈ ਚੋਲੜਾ ਪਿਆਰੇ,	mayrai kant na bhaavai cholrhaa pi-aaray
ਕਿਉ ਧਨ ਸੇਜੈ ਜਾਏ॥੧॥	ki-o Dhan sayjai jaa-ay. ||1||

ਸਰੀਰ ਦੀ ਬਣਤਰ ਹੀ ਸੰਸਾਰਕ ਮਾਇਆ ਵਾਸਤੇ ਬਣਾਈ ਗਈ, ਜੀਵ ਇਸ ਨੂੰ ਲਾਲਚ ਦਾ ਰੰਗ ਚੜ੍ਹਾ ਦੇਂਦਾ ਹੈ । ਪਰ ਪ੍ਰਭ ਨੂੰ ਲਾਲਚ ਵਾਲਾ ਸਰੀਰ ਭਾਉਂਦਾ ਨਹੀਂ । ਇਸ ਨੂੰ ਕਿਸਤਰ੍ਹਾਂ ਪ੍ਰਭ ਦੇ ਪ੍ਰਵਾਨ ਹੋਣ ਵਾਲਾ ਜਾਮਾ ਪਾਵਾ?

The creation of universe, human body was created for worldly wealth. However, human mind has colored with deep greed. God does not accept the soul of a greedy body, mind. How the body may be transformed to make his soul acceptable to Him?

17. Kabeer Ji – Page 480

ਮਾਰੁ ਮਾਰੁ ਸ੍ਰਪਨੀ ਨਿਰਮਲ ਜਲਿ ਪੈਠੀ॥	maar maar sarpanee nirmal jal paithee.
ਜਿਨਿ ਤ੍ਰਿਭਵਣੁ ਡਸੀਅਲੇ	jin taribhavan dasee-alay
ਗੁਰ ਪ੍ਰਸਾਦਿ ਡੀਠੀ॥੧॥ ਰਹਾਉ॥	gur parsaad deethee. ||1|| rahaa-o.

ਸੰਸਾਰਕ ਮਾਇਆ ਬਾਰ ਬਾਰ ਜੀਵ ਤੇ ਆਪਣਾ ਵਾਰ ਕਰਦੀ ਹੈ । ਇਹ ਜੀਵ ਦੇ ਨਿਰਮਲ ਥਾਂ, ਦਸਵੇਂ ਘਰ ਵਿੱਚ ਵਸਦੀ ਹੈ । ਜਿਸ ਤੇ ਪ੍ਰਭ ਦੀ ਰਹਿਮਤ ਬਖਸ਼ਿਸ਼ ਹੋ ਜਾਂਦੀ ਹੈ! ਉਸ ਨੂੰ ਤਿੰਨਾਂ ਸ੍ਰਿਸ਼ਟੀਆਂ ਤੇ ਕਾਬੂ ਪਾਉਣ ਵਾਲੀ ਮਾਇਆ ਦੀ ਸੋਝੀ ਹੋ ਜਾਂਦੀ ਹੈ ।

Worldly wealth attacks time and time on human creature. Eventually may conquer his mind and control over the center of his mind, 10Th gate. Whosoever may be blessed, he may recognize the weaknesses of worldly wealth, king of three universes.

18. Guru Amar Das Ji – Page 1258

ਤ੍ਰੈ ਗੁਣ ਸਭਾ ਧਾਤੁ ਹੈ,	tarai gun sabhaa Dhaat hai
ਨਾ ਹਰਿ ਭਗਤਿ ਨ ਭਾਇ॥	naa har bhagat na bhaa-ay.
ਗਤਿ ਮੁਕਤਿ ਕਦੇ ਨ ਹੋਵਈ,	gat mukat kaday na hova-ee
ਹਉਮੈ ਕਰਮ ਕਮਾਹਿ॥	ha-umai karam kamaahi.
ਸਾਹਿਬ ਭਾਵੈ ਸੋ ਥੀਐ,	saahib bhaavai so thee-ai
ਪਇਐ ਕਿਰਤਿ ਫਿਰਾਹਿ॥੨॥	pa-i-ai kirat firaahi. ||2||

ਜੀਵ, ਸੰਸਾਰਕ ਮਾਇਆ ਦੇ ਤਿੰਨਾਂ ਗੁਣਾਂ ਦੇ ਪ੍ਰਭਾਵ ਵਿੱਚ ਤਿੰਨੇਂ ਰੂਪ ਧਾਰਨ ਕਰਦਾ ਹੈ । ਇਹ ਥੋੜ੍ਹਾ ਸਮਾਂ ਅਨੰਦ ਦੇਣ ਵਾਲੇ ਪਦਾਰਥ ਹਨ । ਉਸ ਦਾ ਮਨ ਇੱਕ ਤੇ ਅਡੋਲ ਨਹੀਂ ਹੁੰਦਾ, ਚਾਰੇ ਪਾਸੇ ਘੁੰਮਦਾ ਰਹਿੰਦਾ ਹੈ । ਇਹਨਾਂ ਦੇ ਪ੍ਰਭਾਵ ਵਿੱਚ, ਅਡੋਲ ਭਰੋਸੇ ਤੋਂ ਬਿਨਾਂ ਸ਼ਰਧਾ ਨਾਲ ਸ਼ਬਦ ਦੀ ਪਾਲਣਾ ਕੀਤਾ ਨਹੀਂ ਜਾ ਸਕਦੀ । ਅਹੰਕਾਰ ਵਿੱਚ ਕੰਮ ਕਰਦੇ ਨੂੰ ਪ੍ਰਵਾਨਗੀ ਦਾ ਰਸਤਾ ਕਦੇ ਵੀ ਬਖਸ਼ਿਸ਼ ਨਹੀਂ ਹੁੰਦਾ । ਜੋ ਪ੍ਰਭ ਦਾ ਭਾਣਾ ਹੁੰਦਾ ਹੈ ਉਹ ਵਾਪਰਕੇ ਹੀ ਰਹਿੰਦਾ ਹੈ । ਜੀਵ ਆਪਣੇ ਪਿਛਲੇ ਜਨਮ ਦੇ ਕੀਤੇ ਕਰਮਾਂ ਅਨੁਸਾਰ ਜੀਵਨ ਭੋਗਦੇ ਹਨ ।

God Himself appears in three virtues of worldly wealth. – Raajas, Taamas and Saatvas. These three virtues may provide short term comforts. His mind does not stick with one virtue and wanders all over. Under the influence of these three virtues, he may not fully concentrate on His Word. No one can ever find the right path, working in his pride and ego. Only His Word may prevail in all events. The deeds of previous life dictate his journey in the present life cycle.

19. Kabeer Ji – Page 855

ਗ੍ਰਿਹੁ ਤਜਿ ਬਨ ਖੰਡ ਜਾਈਐ,	garihu taj ban khand jaa-ee-ai
ਚੁਨਿ ਖਾਈਐ ਕੰਦਾ॥	chun khaa-ee-ai kandaa.
ਅਜਹੁ ਬਿਕਾਰ ਨ ਛੋਡਈ,	ajahu bikaar na chhod-ee
ਪਾਪੀ ਮਨੁ ਮੰਦਾ॥੧॥	paapee man mandaa. ‖1‖

ਜੀਵ ਭਾਵੇਂ ਆਪਣਾ ਘਰ ਬਾਰ ਛੱਡਕੇ ਜੰਗਲਾਂ ਵਿੱਚ ਚਲੇ ਜਾਵੇ, ਜੜ੍ਹਾ ਬੂਟੀ ਖਾ ਕੇ ਆਪਣਾ ਪੇਟ ਭਰੇ । ਫਿਰ ਵੀ ਮਨ ਦੇ ਬੁਰੇ ਖਿਆਲ, ਧੋਖਾ ਕਰਨ ਦੀ ਨੀਤ ਖਤਮ ਨਹੀਂ ਹੁੰਦੀ ।

Even though human may abandon his home and worldly comforts to go into forest to meditates on His Word. He may not be able to subdue evil thoughts and his desire to deceit others does not go away.

20. Guru Arjan Dev Ji – Page 865

ਪੰਚ ਪੂਤ ਜਣੇ ਇਕ ਮਾਇ॥	panch poot janay ik maa-ay.
ਉਤਭੁਜ ਖੇਲੁ ਕਰਿ ਜਗਤ ਵਿਆਇ॥	ut-bhuj khayl kar jagat vi-aa-ay.
ਤੀਨਿ ਗੁਣਾ ਕੈ ਸੰਗਿ ਰਚਿ ਰਸੇ॥	teen gunaa kai sang rach rasay.
ਇਨ ਕਉ ਛੋਡਿ ਊਪਰਿ ਜਨ ਬਸੇ॥੩॥	in ka-o chhod oopar jan basay. ‖3‖

ਮਨ ਦੇ ਪੰਜੇਂ ਜਮਦੂਤ ਹੀ ਇੱਕੋ ਮਾਤਾ (ਮਾਇਆ) ਦੇ ਬੱਚੇ ਹਨ । ਇਹ ਸਾਰੇ ਸੰਸਾਰ ਵਿੱਚ ਹੀ ਆਪਣਾ ਖੇਲ ਕਰਦੇ, ਮਾਇਆ ਦੇ ਤਿੰਨਾਂ ਰੂਪਾਂ ਨਾਲ ਰਲਕੇ ਖੁਸ਼ੀ ਮਨਾਉਂਦੇ ਹਨ । ਬੰਦਗੀ ਕਰਨ ਵਾਲੇ ਇਹਨਾਂ ਤਿੰਨਾਂ ਤੇ ਜਿੱਤ ਪਾਉਂਦੇ, ਤਿਆਗ ਦੇਂਦੇ ਹਨ । ਪ੍ਰਭ ਦੀ ਸ਼ਰਣ ਵਿੱਚ ਪ੍ਰਵਾਨ ਹੋ ਜਾਂਦੇ ਹਨ ।

The five demons of mind are the children of a same mother, worldly wealth. They play their role and enjoy through the association of three virtues of worldly wealth. His true devotee may abandon these three virtues and he may conquer these. He remains steady and stable in deep meditation in the void of His Word.

21. Guru Arjan Dev Ji – Page 816

ਜੀਵਤਿਆ ਅਥਵਾ ਮੁਇਆ,	Jeevti-aa athvaa mu-i-aa
ਕਿਛੁ ਕਾਮਿ ਨ ਆਵੈ॥	kichh kaam na aavai.
ਜਿਨਿ ਏਹੁ ਰਚਨੁ ਰਚਾਇਆ,	Jin ayhu rachan rachaa-i-aa
ਕੋਊ ਤਿਸ ਸਿਉ ਰੰਗੁ ਲਾਵੈ॥੧॥ ਰਹਾਉ॥	ko-oo tis si-o rang laavai. ‖1‖ rahaa-o.

ਸੰਸਾਰਕ ਮਾਇਆ ਸੰਸਾਰ ਵਿੱਚ ਥੋੜ੍ਹਾ ਸਮਾਂ ਅਨੰਦ ਦੇਂਦੀ, ਸਾਥ ਛੱਡ ਜਾਂਦੀ ਹੈ, ਮੌਤ ਪਿਛੋਂ ਸਹਾਈ ਨਹੀ ਹੁੰਦੀ । ਉਸ ਨਾਲ ਮੋਹ ਲਾਉਣਾ ਬਿਰਥਾ ਹੀ ਹੈ । ਜਿਸ ਪ੍ਰਭ ਨੇ ਇਹ ਸਾਰੀ ਸ੍ਰਿਸ਼ਟੀ ਪੈਦਾ ਕੀਤੀ ਹੈ । ਕੋਈ ਵਿਰਲਾ ਹੀ ਉਸ ਨਾਲ ਮੋਹ ਲਾਉਂਦਾ, ਉਸ ਦੇ ਵਿਛੋੜੇ ਦੇ ਵਿਰਾਗ ਵਿੱਚ ਜੀਵਨ ਬਤੀਤ ਕਰਦਾ ਹੈ ।

Worldly wealth may only provide short term comforts and may not support after death in His court. Attachments to worldly wealth may be useless for the human life journey. Only very rare may be attached to The Creator and His Word and remains in renunciation in the memory of separation from Him.

22. Kabeer Ji – Page 871

ਖਸਮੁ ਮਰੈ ਤਉ ਨਾਰਿ ਨ ਰੋਵੈ॥	khasam marai ta-o naar na rovai.
ਉਸੁ ਰਖਵਾਰਾ ਅਉਰੋ ਹੋਵੈ॥	us rakhvaaraa a-uro hovai.
ਰਖਵਾਰੇ ਕਾ ਹੋਇ ਬਿਨਾਸ॥	rakhvaaray kaa ho-ay binaas.
ਆਗੈ ਨਰਕੁ ਈਹਾ ਭੋਗ ਬਿਲਾਸ॥੧॥	aagai narak eehaa bhog bilaas. ‖1‖

ਜਿਵੇਂ ਕਿਸੇ ਔਰਤ (ਮਾਇਆ) ਦਾ ਪਤੀ ਮਰ ਜਾਵੇ ਤਾਂ ਉਹ ਔਰਤ (ਮਾਇਆ) ਸੋਗ ਵਿੱਚ ਰੋਂਦੀ ਨਹੀਂ, ਉਸ ਦਾ ਹੋਰ ਕੋਈ ਰੱਖਵਾਲਾ ਬਣ ਜਾਂਦਾ ਹੈ । ਕਿਸੇ ਹੋਰ ਦਾ ਆਸਰਾ ਲੱਭ ਲੈਂਦੀ ਹੈ, ਕਿਸੇ ਹੋਰ ਤੇ ਜਾਲ ਪਾ ਲੈਂਦੀ ਹੈ । ਅਗਰ ਮਾਨਸ ਔਰਤ ਦਾ ਪਤੀ ਮਰ ਜਾਵੇ ਤਾਂ ਉਹ ਸੰਸਾਰ ਦੀਆਂ ਨਜ਼ਰਾਂ ਵਿੱਚ ਨਰਕੀ ਜਾਂਦੀ ਹੈ । ਉਹ ਸੰਸਾਰਕ ਕਾਮ ਵਾਸਨਾ ਵਿੱਚ ਹੀ ਭਟਕਦੀ ਰਹਿੰਦੀ ਹੈ ।

In the case of a death of husband, wife may not cry and may not become miserable. She may seek comforts and protection from another male. When husband dies, worldly creatures considered her cursed. She remains desperate in sexual desires.

23. Guru Arjan Dev Ji – Page 891

ਗਹੁ ਕਰਿ ਪਕਰੀ ਨ ਆਈ ਹਾਥਿ॥	gahu kar pakree na aa-ee haath.
ਪ੍ਰੀਤਿ ਕਰੀ ਚਾਲੀ ਨਹੀ ਸਾਥਿ॥	pareet karee chaalee nahee saath.
ਕਹੁ ਨਾਨਕ ਜਉ ਤਿਆਗਿ ਦਈ॥	kaho naanak ja-o ti-aag da-ee.
ਤਬ ਓਹ ਚਰਣੀ ਆਇ ਪਈ॥੧॥	tab oh charnee aa-ay pa-ee. ‖1‖

ਜੀਵ ਸੰਸਾਰਕ ਮਾਇਆ ਨੂੰ ਜਿਤਨਾ ਵੀ ਜ਼ੋਰ ਨਾਲ ਪਕੜੋ! ਇਹ ਕਾਬੂ ਵਿੱਚ ਨਹੀਂ ਰਹਿੰਦੀ, ਗੁਲਾਮ ਨਹੀਂ ਬਣਦੀ । ਇਸ ਨੂੰ ਜਿਤਨਾ ਵੀ ਪਿਆਰ ਕਰੋ! ਸੰਭਾਲ ਕਰੋ! ਇਹ ਸਾਥ ਨਹੀਂ ਦੇਂਦੀ । ਜਿਹੜੇ ਬੰਦਗੀ ਕਰਨ ਵਾਲੇ ਇਸ ਨੂੰ ਤਿਆਗ ਦੇਂਦੇ ਹਨ, ਪ੍ਰਵਾਹ ਨਹੀਂ ਕਰਦੇ । ਸੰਸਾਰਕ ਮਾਇਆ ਉਹਨਾਂ ਦੀ ਦਾਸ ਬਣ ਜਾਂਦੀ ਹੈ ।

No one can conquer worldly wealth with his own efforts and determination! Even by loving and protecting, worldly wealth may not remain your companion, helper. His true devotee abandons the worldly wealth. He does not pay any attention nor he is affected by worldly wealth. She (worldly wealth) begs for His mercy and grace and remains slave to him.

24. Guru Nanak Dev Ji – Page 1342

ਮਾਇਆ ਮੋਹਿ ਸਗਲ ਜਗੁ ਛਾਇਆ॥	maa-i-aa mohi sagal jag chhaa-i-aa.
ਕਾਮਣਿ ਦੇਖਿ ਕਾਮਿ ਲੋਭਾਇਆ॥	kaaman daykh kaam lobhaa-i-aa.
ਸੁਤ ਕੰਚਨ ਸਿਉ ਹੇਤੁ ਵਧਾਇਆ॥	sut kanchan si-o hayt vaDhaa-i-aa.
ਸਭੁ ਕਿਛੁ ਅਪਨਾ ਇਕੁ ਰਾਮੁ ਪਰਾਇਆ॥੧॥	sabh kichh apnaa ik raam paraa-i-aa. ||1||

ਸਾਰਾ ਸੰਸਾਰ ਹੀ ਧਨ ਦੌਲਤ ਨਾਲ ਮੋਹ, ਲਗਨ ਦੇ ਜਾਲ ਵਿੱਚ ਫਸਿਆ ਹੈ । ਜਦੋਂ ਵੀ ਕੋਈ ਸੁੰਦਰ ਨਾਰੀ ਨੂੰ ਦੇਖਦਾ ਹੈ! ਉਸ ਦੀ ਕਾਮ ਵਾਸਨਾ ਤੇ ਕਾਬੂ ਨਹੀਂ ਰਹਿੰਦਾ, ਮਨ ਭਟਕਦਾ ਰਹਿੰਦਾ ਹੈ । ਉਸ ਦਾ ਪਿਆਰ ਸੰਨਤਾਨ ਨਾਲ, ਦੌਲਤ ਨਾਲ ਵਧਦਾ ਜਾਂਦਾ ਹੈ । ਸਾਰੀਆਂ ਸੰਸਾਰਕ ਮਾਲਕੀਅਤਾਂ ਆਪਣੀਆਂ ਹੀ ਨਜ਼ਰ ਆਉਂਦੀਆਂ ਹਨ । ਪਰ ਪ੍ਰਭ ਨੂੰ ਆਪਣਾ ਨਹੀਂ ਬਣਾਉਂਦਾ, ਸਮਝਦਾ ।

All creatures are attached to the worldly wealth and remains slave of worldly riches. Looking at the beauty of opposite sex, sexual desire overpowers and he becomes slave. His love for his children and worldly wealth grows, blossoms. He considers all his worldly attachments and possessions belong to him. But he never thinks t God as his own companion, as a true friend.

25. Guru Ram Das Ji – Page 735

ਬ੍ਰਹਮਾ ਬਿਸਨੁ ਮਹਾਦੇਉ	barahmaa, bisan, mahaaday-o
ਤ੍ਰੈ ਗੁਣ ਰੋਗੀ,	tarai gun rogee
ਵਿਚਿ ਹਉਮੈ ਕਾਰ ਕਮਾਈ॥	vich ha-umai kaar kamaa-ee.
ਜਿਨਿ ਕੀਏ ਤਿਸਹਿ ਨ ਚੇਤਹਿ ਬਪੁੜੇ,	jin kee-ay tiseh na cheeteh bapurhay
ਹਰਿ ਗੁਰਮੁਖਿ ਸੋਝੀ ਪਾਈ॥੨॥	har gurmukh sojhee paa-ee. ||2||

ਬ੍ਰਹਮਾ, ਵਿਸ਼ਨੂੰ ਸ਼ਿਵਾਂ ਤਿੰਨੋਂ ਹੀ ਮਾਇਆ ਦੇ ਤਿੰਨਾਂ ਗੁਣਾਂ ਦੇ ਜਾਲ ਵਿੱਚ ਫਸੇ ਹਨ । ਆਪਣੇ ਮਨ ਦੇ ਅਹੰਕਾਰ ਵਿੱਚ ਹੀ ਕੰਮ ਕਰਦੇ ਰਹਿੰਦੇ ਹਨ । ਜਿਹੜਾ ਪ੍ਰਭ ਇਹ ਸਾਰਾ ਖੇਲ, ਕਰਾਮਾਤਾਂ ਕਰਦਾ, ਮਾਨਸ ਅਣਜਾਣ, ਮੂਰਖ ਉਸ ਨੂੰ ਯਾਦ ਨਹੀਂ ਰੱਖਦਾ । ਸ਼ਬਦ ਦੀਆਂ ਕਰਾਮਾਤਾਂ ਦੀ ਸੋਝੀ ਕੇਵਲ ਗੁਰਮਖ ਅਵਸਥਾ ਨਾਲ ਹੀ ਹੁੰਦੀ ਹੈ ।

Worldly prophets Brahma, Vishnu, Mahadev all are trapped in the worldly three virtues. They work in their own pride and ego. Who performs all miracles, the foolish human may not remember or consider Him, The True Master? The understanding of miracles of Word may be revealed to His true devotee.

36 ਅਹੰਕਾਰ! Ego

26. Guru Nanak Dev Ji – Page 227

ਪ੍ਰਥਮੇ ਬ੍ਰਹਮਾ ਕਾਲੈ ਘਰਿ ਆਇਆ॥ parathmay barahmaa kaalai ghar aa-i-aa.
ਬ੍ਰਹਮ ਕਮਲੁ ਪਇਆਲਿ ਨ ਪਾਇਆ॥ barahm kamal pa-i-aal na paa-i-aa.
ਆਗਿਆ ਨਹੀ ਲੀਨੀ aagi-aa nahee leenee
ਭਰਮਿ ਭੁਲਾਇਆ॥੧॥ bharam bhulaa-i-aa. ||1||

ਜਦੋਂ ਬ੍ਰਹਮਾ ਦੀ ਮੌਤ ਹੋਈ ਤਾਂ ਉਹ ਦਰਬਾਰ ਵਿੱਚ ਦਾਖਲ ਹੋਇਆ । ਆਪਣੀ ਥਾਂ ਲੱਭ ਦਾ ਰਹਿਆ ਪਰ ਉਸ ਨੂੰ ਦਰਬਾਰ ਵਿੱਚ ਥਾਂ ਹਾਸਿਲ, ਬਖਸ਼ਿਸ਼ ਨਹੀਂ ਹੋਈ । ਉਸ ਨੇ ਪ੍ਰਭ ਦੇ ਭਾਣੇ ਅਨੁਸਾਰ ਜੀਵਨ ਬਤੀਤ ਨਹੀਂ ਕੀਤਾ । ਉਸ ਦਾ ਪ੍ਰਭ ਦੀ ਹੋਂਦ ਤੇ ਭਰੋਸਾ ਪੱਕਾ ਨਹੀਂ ਸੀ, ਮਨ ਵਿੱਚ ਭਰਮ ਭੁਲੇਖ ਹੀ ਸਨ ।

After death Brahma entered into His court to find out, he was not accepted in His court. He did not adopt His Word in his life, He did not establish firm belief on His Word.

ਜਦੋਂ ਜੀਵ ਆਪਣੇ ਪੰਜਾਂ ਜਮਦੂਤਾਂ ਤੇ ਕਾਬੂ ਪਾ ਕੇ ਪ੍ਰਭ ਦੀ ਰਹਿਮਤ ਪਾ ਲੈਂਦਾ ਹੈ । ਅਗਰ ਇਸ ਤੇ ਪੱਕਾ ਨਾ ਹੋਵੇ ਤਾਂ ਉਹ ਪ੍ਰਭ ਦੇ ਦਰ ਤੋਂ ਛਿੜਕਿਆ ਜਾਂਦਾ ਹੈ । ਫਿਰ ਪ੍ਰਭ ਦੀ ਰਹਿਮਤ ਹਾਸਿਲ ਕਰਨ ਲਈ ਆਪਣੀ ਗਲਤੀ ਦਾ ਪਛਤਾਵਾਂ ਕਰਨਾ ਪੈਂਦਾ ਹੈ।

If one subdues his five demons and may be blessed with His mercy and grace! If his belief does not stay steady and stable, he may be rebuked from His court. He may have to repent his foolishness and starts over!

27. Guru Nanak Dev Ji – Page 729

ਉਜਲੁ ਕੈਹਾ ਚਿਲਕਣਾ, ujal kaihaa chilkanaa
ਘੋਟਿਮ ਕਾਲੜੀ ਮਸੁ॥ ghotim kaalrhee mas.
ਧੋਤਿਆ ਜੂਠਿ ਨ ਉਤਰੈ, dhoti-aa jooth na utrai
ਜੇ ਸਉ ਧੋਵਾ ਤਿਸੁ॥੧॥ jay sa-o Dhovaa tis. ||1||

ਜਿਵੇਂ ਕੇਹ ਦਾ ਭਾਂਡਾ ਸਾਫ ਅਤੇ ਚਮਕਣਾ ਦੇਖਾਈ ਦੇਂਦਾ ਹੈ । ਅਗਰ ਇਸ ਨੂੰ ਥੋੜ੍ਹਾ ਚਿਰ ਰਗੜੋ ਤਾਂ ਇਸ ਦੀ ਕਾਲਖ ਦੇਖਾਈ ਦੇਂਦੀ ਹੈ । ਉਸ ਨੂੰ ਭਾਵੇਂ ਅਨੇਕਾਂ ਬਾਰ ਕਿਉਂ ਨਾ ਧੋਤਾ ਜਾਵੇ । ਇਸਤਰ੍ਹਾਂ ਜਿਸ ਦਾ ਮਨ ਮਾਇਆ ਮੋਹ, ਲਾਲਚ ਦੇ ਜਾਲ ਵਿੱਚ ਫਸਿਆ ਹੋਵੇ । ਅਗਰ ਕੋਈ ਚੰਗਾ ਕੰਮ ਕਰਨ ਲਗੇ, ਭਾਵੇਂ ਦੇਖਣ ਨੂੰ ਚੰਗਾ ਕੰਮ ਹੀ ਲਗਦਾ ਹੋਵੇ । ਉਸ ਪਿੱਛੇ ਕੋਈ ਨਾ ਕੋਈ ਧੋਖੇ ਵਾਲੀ ਸਕੀਮ, ਚਾਲ ਹੀ ਹੁੰਦੀ ਹੈ ।

As Bronze vessel looks very clean and shining! If you rub little more, the black color may appear, no matter how many times may be cleaned. Same way if mind remains trapped in the bonds of worldly wealth. Even he starts doing some good deeds, which seems for welfare of community! There may always be a hidden motto or greed.

28. Guru Arjan Dev Ji – Page 237

ਜੋ ਇਸੁ ਮਾਰੇ ਸੋਈ ਸੂਰਾ॥ jo is maaray so-ee sooraa.
ਜੋ ਇਸੁ ਮਾਰੇ ਸੋਈ ਪੂਰਾ॥ jo is maaray so-ee pooraa.
ਜੋ ਇਸੁ ਮਾਰੇ ਤਿਸਹਿ ਵਡਿਆਈ॥ jo is maaray tiseh vadi-aa-ee.
ਜੋ ਇਸੁ ਮਾਰੇ ਤਿਸ ਕਾ ਦੁਖੁ ਜਾਈ॥੧॥ jo is maaray tis kaa dukh jaa-ee. ||1||

ਜਿਹੜਾ ਆਪਣੇ ਮਨ ਤੇ ਜਿੱਤ ਪਾ ਲੈਂਦਾ, ਅਹੰਕਾਰ ਨੂੰ ਮਾਰ ਦੇਂਦਾ ਹੈ, ਉਹ ਹੀ ਸੂਰਮਾ, ਬਹਾਦਰ ਹੈ । ਉਹ ਹੀ ਪੂਰਨ, ਪਵਿਤ੍ਰ ਆਤਮਾ ਵਾਲਾ ਮਾਨਸ ਹੈ, ਉਹ ਸੰਸਾਰ ਵਿੱਚ ਸੋਭਾ ਪਾਉਂਦਾ ਹੈ । ਉਸ ਦੇ ਸਾਰੇ ਸੰਸਾਰਕ ਦੁਖੁ ਦੂਰ ਹੋ ਜਾਂਦੇ ਹਨ, ਸਾਰੇ ਬੰਧਨ ਨਾਸ਼ ਹੋ ਜਾਂਦੇ ਹਨ ।

Whosoever may conquer his ego, he may become a true warrior. He may become blemish less soul and may be honored in the universe. All his worldly worries and bonds may be broken by Him and he may be accepted under His protection.

29. Kabeer Ji – Page 793

ਥਾਕੇ ਨੈਨ ਸ੍ਰਵਨ ਸੁਨਿ ਥਾਕੇ, thaakay nain sarvan sun thaakay
ਥਾਕੀ ਸੁੰਦਰਿ ਕਾਇਆ॥ thaakee sundar kaa-i-aa.
ਜਰਾ ਹਾਕ ਦੀ ਸਭ ਮਤਿ ਥਾਕੀ, jaraa haak dee sabh mat thaakee
ਏਕ ਨ ਥਾਕਸਿ ਮਾਇਆ॥੧॥ ayk na thaakas maa-i-aa. ||1||

ਅੱਖਾਂ ਥਕ ਗਈਆਂ, ਦਿੱਸਦਾ ਨਹੀਂ, ਕੰਨ ਵੀ ਥਕ ਗਏ, ਕੁਝ ਸੁਣਦਾ ਨਹੀਂ । ਇਹ ਤਨ ਵੀ ਥਕ ਗਿਆ, ਬੁਢੇਪੇ ਵਿੱਚ ਸਰੀਰ ਦੇ ਸਾਰੇ ਅੰਗ ਹੀ ਥੱਕ ਗਏ, ਕਮਜ਼ੋਰ ਹੋ ਗਏ ਹਨ । ਪਰ ਮੇਰਾ ਮਾਇਆ ਨਾਲ ਲਗਨ, ਪਿਆਰ, ਮੋਹ ਕਦੇ ਨਹੀਂ ਥਕਦਾ, ਵਧਦਾ ਜਾਂਦਾ ਹੈ ।

My eyes, ears, all limbs of body are weak and helpless with old age. However, my attachment to worldly goods, bonds are growing stronger, never gets tired.

30. Guru Arjan Dev Ji – Page 912

ਕਿਨਹੀ ਕੀਆ ਪਰਵਿਰਤਿ ਪਸਾਰਾ॥ kinhee kee-aa parvirat pasaaraa.
ਕਿਨਹੀ ਕੀਆ ਪੂਜਾ ਬਿਸਥਾਰਾ॥ kinhee kee-aa poojaa bisthaaraa.
ਕਿਨਹੀ ਨਿਵਲ ਭੁਇਅੰਗਮ ਸਾਧੇ॥ kinhee nival bhu-i-angam saaDhay.
ਮੋਹਿ ਦੀਨ ਹਰਿ ਹਰਿ ਆਰਾਧੇ॥੧॥ mohi deen har har aaraaDhay. ||1||

ਸੰਸਾਰ ਵਿੱਚ ਕਈ ਸੰਸਾਰਕ ਹੈਸੀਅਤ, ਧਨ, ਦੌਲਤ ਦਾ ਦਿਖਾਵਾ, ਅਭਿਮਾਨ ਕਰਦੇ ਹਨ । ਕਈ ਆਪਣੀ ਬੰਦਗੀ, ਨਿੱਤਨੇਮ, ਭਲਾਈ ਦੇ ਕੰਮਾਂ ਦੀ ਚਰਚਾ ਕਰਦੇ ਹਨ । ਕਈ ਆਤਮਾ ਨੂੰ ਪਵਿੱਤਰ ਕਰਨ ਦੇ ਜਪ ਤਪ ਕਰਦੇ ਹਨ । ਮੈ ਨਿਮਾਣਾ ਜੀਵ ਕੇਵਲ ਤੇਰੇ ਸ਼ਬਦ ਦੀ ਪਾਲਣਾ ਹੀ ਕਰਦਾ ਹਾ । ਤੇਰੇ ਬਖਸ਼ੇ ਦਾ ਧੰਨਵਾਦ ਕਰਦਾ ਰਹਿੰਦਾ ਹਾ ।

In the World, someone may be proud of his worldly status and holding. Some may boast about his meditation routine, disciplines. Some may perform various rituals to sanctify his soul. I am humble and helpless, only obeys Your Word and sings your glory.

31. Guru Arjan Dev Ji – Page 1353

ਹੇ ਕਲਿ ਮੂਲ ਕ੍ਰੋਧੰ ਕਦੰਚ,	hay kal mool kroDh-aN kadanch
ਕਰੁਣਾ ਨ ਉਪਰਜਤੇ॥	karunaa na uparjatay.
ਬਿਖਯੰਤ ਜੀਵੰ ਵਸ੍ਯੰ ਕਰੋਤਿ,	bikh-yant jeevaN vas-yaN karot
ਨਿਰਤ੍ਯੰ ਕਰੋਤਿ ਜਥਾ ਮਰਕਟਹ॥	nirt-yaN karot jathaa marakteh.
ਅਨਿਕ ਸਾਸਨ ਤਾੜੰਤਿ ਜਮਦੂਤਹ,	anik saasan taarhant jamdooteh
ਤਵ ਸੰਗੇ ਅਧਮੰ ਨਰਹ॥	tav sangay aDhamaN narah.
ਦੀਨ ਦੁਖ ਭੰਜਨ ਦਯਾਲ ਪ੍ਰਭੁ,	deen dukh bhanjan da-yaal parabh
ਨਾਨਕ ਸਰਬ ਜੀਅ ਰਖ੍ਯਾ ਕਰੋਤਿ॥੪੭॥	naanak sarab jee-a rakh-yaa karot. ‖47‖

ਕਰੋਧ ਤੂੰ ਹੀ ਸਾਰੇ ਝਗੜੇ ਦੀ ਜੜ੍ਹ, ਮੁੰਢ ਹੈ! ਮਨ ਦਾ ਤਰਸ ਤੇਰੇ ਤੇ ਕਾਬੂ ਨਹੀਂ ਪਾ ਸਕਦਾ । ਤੂੰ ਧੋਖਾ, ਬੁਰੇ ਕੰਮ ਕਰਨ ਵਾਲੇ ਜੀਵ ਨੂੰ ਬਲ ਦੇਂਦਾ, ਉਹਨਾਂ ਦੀ ਮਦਦ ਕਰਦਾ ਹੈ । ਫਿਰ ਉਹ ਤੇਰੇ ਇਸ਼ਾਰੇ ਤੇ ਚਲਦੇ ਹਨ, ਬੰਦਰ ਦੀ ਤਰ੍ਹਾਂ ਨਾਚ ਕਰਦੇ ਹਨ । ਜਿਹੜੇ ਜਾਲ ਵਿੱਚ ਫਸ ਜਾਂਦੇ, ਉਹਨਾਂ ਨੂੰ ਜਮਦੂਤ ਅਨੇਕਾਂ ਤਰ੍ਹਾਂ ਹੀ ਸਜ਼ਾ ਦੇਂਦਾ ਹੈ । ਪ੍ਰਭ ਹੀ ਨਿਮਾਣੇ ਦੇ ਦੁਖ ਦੂਰ ਕਰਨ ਵਾਲਾ ਅਸਲੀ ਮਾਲਕ ਹੈ । ਬੰਦਗੀ ਕਰਨ ਵਾਲੇ ਪ੍ਰਭ ਦੇ ਸ਼ਬਦ ਦੀ ਪਾਲਣਾ ਕਰਦੇ। ਰਹਿਮਤ ਦੀ ਅਰਦਾਸ ਕਰਦੇ ਹਨ! ਪ੍ਰਭ ਕਰੋਧ ਤੇ ਜਿੱਤ ਬਖਸ਼ੋ!

Anger may be the root cause of all quarrels; the misery of mind may not be able to convince anger for mercy. You encourage the evil doer, deceit and help them. Whosoever may fall into your trap may be punished severely by demons of death. God remains the protector of humble and helpless. His true devotee obey His Word and he always prays for His mercy and grace to conquer anger.

32. Guru Arjan Dev Ji – Page 1019

ਕਰਮ ਕਰੈ ਤ ਬੰਧਾ,	karam karai ta banDhaa
ਨਹ ਕਰੈ ਤ ਨਿੰਦਾ॥	nah karai ta nindaa.
ਮੋਹ ਮਗਨ ਮਨੁ ਵਿਆਪਿਆ ਚਿੰਦਾ॥	moh magan man vi-aapi-aa chindaa.
ਗੁਰ ਪ੍ਰਸਾਦਿ ਸੁਖੁ ਦੁਖੁ ਸਮ ਜਾਣੈ,	gur parsaad sukh dukh sam jaanai
ਘਟਿ ਘਟਿ ਰਾਮੁ ਹਿਆਲੀਐ॥੪॥	ghat ghat raam hi-aalee-ai. ‖4‖

ਜਿਹੜਾ ਸੰਸਾਰ ਵਿੱਚ ਚੰਗੇ ਕੰਮ ਕਰਦਾ ਹੈ, ਉਹ ਆਪਣੇ ਮਨ ਵਿੱਚ ਅਹੰਕਾਰ ਤੇ ਜਿੱਤ ਪਾ ਲੈਂਦਾ ਹੈ । ਜਿਹੜੇ ਆਪ ਚੰਗੇ ਕੰਮ ਨਹੀ ਕਰਦੇ, ਉਹਨਾਂ ਦੇ ਮਨ ਵਿੱਚ ਦੂਸਰੇ ਦੀ ਨਿੰਦਿਆ ਕਰਨ ਦਾ ਜ਼ੋਰ ਵਧ ਜਾਂਦਾ ਹੈ । ਜਿਹਨਾਂ ਦੇ ਮਨ ਤੇ ਸੰਸਾਰਕ ਪਦਾਰਥਾਂ, ਸਬੰਧਾ ਦਾ ਨਸ਼ਾ ਹੁੰਦਾ ਹੈ । ਉਹਨਾਂ ਦੇ ਮਨ ਵਿੱਚ ਚਿੰਤਾਂ ਭਟਕਣਾਂ ਦਾ ਜ਼ੋਰ ਵਧਦਾ ਹੈ । ਜਿਹੜਾ ਦੋਨਾਂ ਅਵਸਥਾਂ ਵਿੱਚ ਹੀ ਅਡੋਲ, ਰਹਿਮਤ ਸਮਝਕੇ ਖੇੜੇ ਵਿੱਚ ਵਸਦਾ ਹੈ, ਉਸ ਦੇ ਮਨ ਵਿੱਚ ਪ੍ਰਭ ਦੀ ਬਖਸ਼ਿਸ਼ ਨਾਲ ਸ਼ਬਦ ਜਾਗਰਤ ਹੋ ਜਾਂਦਾ ਹੈ ।

Whosoever may perform good deed in world, he may also conquer his ego. Whosoever does evil deeds himself, blasphemy blossoms in his heart and in thoughts. Whosoever may be controlled by desires, ego of worldly goods and attachments, worldly worries dominate in his mind and in life. Whosoever may remain thankful in both states, pain and pleasures. With His mercy and grace His Word may be enlightened in His heart.

33. Guru Nanak Dev Ji – Page 1344

ਤਿਨਿ ਹਰੀ ਚੰਦਿ ਪ੍ਰਿਥਮੀ ਪਤਿ ਰਾਜੈ,	Tin haree chand parithmee pat raajai
ਕਾਗਦਿ ਕੀਮ ਨ ਪਾਈ॥	kaagad keem na paa-ee.
ਅਉਗਣੁ ਜਾਣੈ ਤ ਪੁੰਨ ਕਰੇ,	A-ugan jaanai ta punn karay
ਕਿਉ ਕਿਉ ਨੇਖਾਸਿ ਬਿਕਾਈ॥੨॥	ki-o ki-o naykhaas bikaa-ee. ||2||

ਰਾਜੇ ਹਰੀਚੰਦ ਵਰਗੇ ਭਗਤ ਦਾ ਭਰੋਸਾ ਵੀ ਕਈ ਵਾਰ ਪ੍ਰਭ ਤੋਂ ਡੋਲ ਜਾਂਦਾ ਹੈ । ਉਸ ਦਾ ਪ੍ਰਭ ਦੇ ਲਿਖੇ ਤੇ ਸੰਤੁਸ਼ਟ ਨਹੀਂ ਹੰਦਾ! ਉਹ ਦਾਨ ਕਰਨ ਦਾ ਅਹੰਕਾਰ ਕਰਦਾ, ਦਿਖਾਵਾ ਕਰਦਾ ਹੈ । ਅਖੀਰ ਵਿੱਚ ਉਸ ਦੀ ਇਹ ਹਾਲਤ ਹੋਈ? ਆਪਣੇ ਅਹੰਕਾਰ ਨੂੰ ਪੱਕਾ ਰੱਖਣ ਲਈ ਆਪਣੇ ਆਪ ਨੂੰ ਵੇਚਣਾ ਪਿਆ । ਅਗਰ ਦਿਖਾਵਾ, ਅਹੰਕਾਰ ਨਾ ਕਰਦਾ ਤਾਂ ਆਪਣੇ ਆਪ ਨੂੰ ਵੇਚਣਾ ਨਾ ਪੈਂਦਾ । ਫਿਰ ਪਛਤਾਵਾਂ ਕਰਕੇ ਪ੍ਰਭ ਤੋਂ ਰਹਿਮਤ ਪਾਈ ।

Even His true devotee like Hari Chand may also sometimes lose His faith on His blessings, Word. He may not be contented with His blessings! He feels proud of his charity to poor. In the end, what happen to his worldly treasure, exhausted. To maintain his ego, false pride, he had to sell himself. If he does not develop an ego, he would had avoided selling himself. When he realized his foolishness, he repented and was accepted in His court.

34. Guru Nanak Dev Ji – Page 224

ਹਰੀਚੰਦੁ ਦਾਨੁ ਕਰੈ ਜਸੁ ਲੇਵੈ॥	hareechand daan karai jas layvai.
ਬਿਨੁ ਗੁਰ ਅੰਤੁ ਨ ਪਾਇ ਅਭੇਵੈ॥	bin gur ant na paa-ay abhayvai.
ਆਪਿ ਭੁਲਾਇ ਆਪੇ ਮਤਿ ਦੇਵੈ॥੩॥	aap bhulaa-ay aapay mat dayvai. ||3||

ਰਾਜਾ ਹਰੀਚੰਦ ਬਹੁਤ ਦਾਨੀ ਸੀ, ਲੋਕ ਉਸ ਦੀ ਬਹੁਤ ਉਸਤਤ ਕਰਦੇ ਸਨ । ਪਰ ਪ੍ਰਭ ਦੀ ਰਹਿਮਤ ਤੋਂ ਬਿਨਾਂ ਪ੍ਰਭ ਦੀਆਂ ਕਰਮਾਤਾਂ ਦਾ ਗਿਆਨ ਨਹੀਂ ਹੁੰਦਾ । ਪ੍ਰਭ ਦਾ ਕਦੇ ਅੰਤ ਨਹੀਂ ਪਾਇਆ ਜਾ ਸਕਦਾ ।

King Hari Chand was very kind and generous to give to helpless. However, without His blessings, no one understands His miracles. No one can know the limits of His events and miracles.

35. Guru Amar Das Ji – Page 601

ਹਉ ਮੇਰਾ ਜਗੁ ਪਲਚਿ ਰਹਿਆ ਭਾਈ,	Ha-o mayraa jag palach rahi-aa bhaa-ee
ਕੋਇ ਨ ਕਿਸ ਹੀ ਕੇਰਾ॥	ko-ay na kis hee kayraa.
ਗੁਰਮੁਖਿ ਮਹਲੁ ਪਾਇਨਿ ਗੁਣ ਗਾਵਨਿ,	Gurmukh mahal paa-in gun gaavan
ਨਿਜ ਘਰਿ ਹੋਇ ਬਸੇਰਾ॥	nij ghar ho-ay basayraa.
ਐਥੈ ਬੂਝੈ ਸੁ ਆਪੁ ਪਛਾਣੈ,	Aithai boojhai so aap pachhaanai
ਹਰਿ ਪ੍ਰਭੁ ਹੈ ਤਿਸੁ ਕੇਰਾ॥੩॥	har parabh hai tis kayraa. ||3||

ਸਾਰਾ ਸੰਸਾਰ ਹੀ ਅਹੰਕਾਰ ਅਤੇ ਹੈਸੀਅਤ ਦੀ ਦੌੜ ਵਿੱਚ ਲਗਾ ਰਹਿੰਦਾ ਹੈ । ਸੰਸਾਰ ਵਿੱਚ ਪ੍ਰਾਪਤ ਕੀਤਾ ਧਨ, ਕੁਝ ਵੀ ਮੌਤ ਪਿਛੋਂ ਸਾਥ ਨਹੀਂ ਜਾਂਦਾ । ਗੁਰਮਖ ਜੀਵ ਪ੍ਰਭ ਦੇ ਸ਼ਬਦ ਦਾ ਸਿਮਰਨ ਕਰਦਾ ਹੋਇਆ, ਆਪਣੇ ਅੰਦਰੋਂ ਹੀ ਪ੍ਰਭ ਦੇ ਦਸਵੇਂ ਘਰ ਵਿੱਚ ਦਾਖਲ, ਪ੍ਰਵਾਨ ਹੋ ਜਾਂਦਾ ਹੈ । ਜਿਹੜਾ ਆਪਣੇ ਆਪ ਨੂੰ ਪਛਾਣ ਲੈਂਦਾ ਹੈ । ਉਹ ਪ੍ਰਭ ਨੂੰ ਜਾਣ ਜਾਂਦਾ ਹੈ, ਉਹ ਪ੍ਰਭ ਦਾ ਦਾਸ ਬਣ ਜਾਂਦਾ ਹੈ ।

Everyone remains in race of ego, his worldly status and honor. Worldly earnings, wealth may not go along after death to support in His court. His true devote in his meditation enters into the 10^{Th} gate, His throne within his body and mind. Whosoever may recognize himself, may realize His existence. God accepts him as His own servant, devotee.

36. Guru Nanak Dev Ji – Page 993

ਹਉਮੈ ਜਲਿਆ ਮਨਹੁ ਵਿਸਾਰੇ॥	ha-umai jali-aa manhu visaaray.
ਜਮ ਪੁਰਿ ਵਜਹਿ ਖੜਗ ਕਰਾਰੇ॥	jam pur vajeh kharhag karaaray.
ਅਬ ਕੈ ਕਹਿਐ ਨਾਮੁ ਨ ਮਿਲਈ,	ab kai kahi-ai naam na mil-ee
ਤੂ ਸਹੁ ਜੀਅੜੇ ਭਾਰੀ ਜੀਉ॥੪॥	too saho jee-arhay bhaaree jee-o. ||4||

ਜਿਹੜਾ ਹੈਸੀਅਤ ਅਤੇ ਅਹੰਕਾਰ ਵਿੱਚ ਜਲਦਾ ਰਹਿੰਦਾ, ਉਹ ਪ੍ਰਭ ਦਾ ਸ਼ਬਦ ਭੁਲ ਜਾਂਦਾ ਹੈ । ਉਸ ਨੂੰ ਜਮਦੂਤ ਦਾ ਜਾਲ, ਕਾਬੂ ਕਰ ਲੈਂਦਾ ਹੈ । ਅਗਰ ਇਸ ਸਮੇਂ ਸ਼ਬਦ ਦੀ ਪਾਲਣਾ ਵੀ ਕਰੇ ਤਾਂ ਵੀ ਰਹਿਮਤ ਨਹੀਂ ਪਾ ਸਕਦਾ । ਉਸ ਨੂੰ ਦੁਖ ਸਹਿਣਾ ਹੀ ਪੈਂਦਾ ਹੈ ।

Whosoever may be entangled in his worldly status and ego! He forgets His Word. He remains under the control of devil of death. At this stage, even if he may meditate and sing His glory! He may not be blessed or saved; he has to endure the sufferings.

37. Guru Angand Dev Ji – Page 945

ਸਾਹਿਬਿ ਅੰਧਾ ਜੋ ਕੀਆ,	saahib anDhaa jo kee-aa
ਕਰੇ ਸੁਜਾਖਾ ਹੋਇ॥	karay sujaakhaa ho-ay.
ਜੇਹਾ ਜਾਣੈ ਤੇਹੋ ਵਰਤੈ,	jayhaa jaanai tayho vartai
ਜੇ ਸਉ ਆਖੈ ਕੋਇ॥	jay sa-o aakhai ko-ay.
ਜਿਥੈ ਸੁ ਵਸਤੁ ਨ ਜਾਪਈ,	jithai so vasat na jaap-ee
ਆਪੇ ਵਰਤਉ ਜਾਣਿ॥	aapay varta-o jaan.
ਨਾਨਕ ਗਾਹਕੁ ਕਿਉ ਲਏ,	naanak gaahak ki-o la-ay
ਸਕੈ ਨ ਵਸਤੁ ਪਛਾਣਿ॥੨॥	sakai na vasat pachhaan. ||2||

ਜਿਸ ਨੂੰ ਪ੍ਰਭ ਆਪ ਅੰਧਾ ਕਰਦਾ ਹੈ, ਉਹ ਆਪ ਹੀ ਉਸ ਨੂੰ ਸੁਜਾਖਾ, ਸੂਝਵਾਨ ਬਣਾ ਸਕਦਾ ਹੈ । ਮਾਨਸ ਜੀਵ ਜਿਤਨਾ ਜਾਣਦਾ ਹੈ ਉਤਨਾ ਹੀ ਵਰਤਦਾ ਹੈ । ਉਸ ਨੂੰ ਭਾਵੇਂ ਹਜ਼ਾਰ ਵਾਰ ਸਮਝਾਇਆ ਜਾਵੇ, ਸੋਝੀ ਦਿੱਤੀ ਜਾਵੇ । ਜਿਸ ਥਾਂ ਤੇ ਕੋਈ ਅਸਲੀ ਚੀਜ ਨਾ ਲੱਭਦੀ ਹੋਵੇ । ਉਥੇ ਆਪਣੇ ਆਪ ਤੇ ਕਾਬੂ ਪਾਉਣਾ ਹੀ ਠੀਕ ਹੁੰਦਾ ਹੈ । ਕੋਈ ਜੀਵ ਕਿਵੇਂ ਕੁਝ ਖਰੀਦ ਸਕਦਾ ਹੈ? ਜਿਤਨਾ ਚਿਰ ਉਸ ਨੂੰ ਉਸ ਦੀ ਕੀਮਤ ਦੀ ਜਾਣਕਾਰੀ ਨਾ ਹੋਵੇ ।

If God makes someone blind, ignorant, insane, who may save his soul? Only, The True Master may guide him on the right path of salvation. As much as human knows, he may use, no matter he may be advised thousands of time. Where you may not find any truth, His true devotee, it may be better to be quiet there. How one may buy any item, unless he knows the true value

< END>

Theme of The Guru Granth Sahib Ji.

1. ਪ੍ਰਭ ਕੌਣ ਹੈ?

ਪ੍ਰਭ ਇੱਕੋ ਇੱਕ ਰੁਹਾਨੀ ਜੋਤ, ਜਿਹੜੀ ਕਦੇ ਨਾਸ਼ ਨਹੀਂ ਹੋ ਸਕਦੀ, ਆਪਣੇ ਆਪ ਵਿਚੋਂ ਹੀ ਉਤਪਤ ਹੁੰਦੀ ਹੈ । ਪ੍ਰਭ ਦਾ ਆਸਣ ਜੀਵ ਦੇ ਤਨ ਵਿੱਚ ਹੀ ਹੈ, ਆਤਮਾ ਦੇ ਸਾਥ, ਆਤਮਾ ਦੀਆਂ ਇੱਛਾਂ ਤੋਂ ਰਹਿਤ ਰਹਿੰਦਾ ਹੈ ।

2. ਆਤਮਾ ਕੀ ਹੈ?

ਆਤਮਾ ਰੁਹਾਨੀ ਜੋਤ ਦਾ ਮੈਲਾ ਹੋਇਆ ਅੰਗ ਹੈ । ਆਤਮਾ ਅਕਾਰ ਰਹਿਤ ਹੈ, ਕਿਸੇ ਵੀ ਅਕਾਰ ਵਿੱਚ ਆ ਸਕਦੀ ਹੈ । ਆਤਮਾ ਸਦਾ ਹੀ ਜਵਾਨ ਰਹਿੰਦੀ, ਕਦੇ ਨਾਸ਼ ਨਹੀਂ ਹੁੰਦੀ, ਮਰਦੀ ਨਹੀਂ । ਆਤਮਾ ਕੇਵਲ ਇੱਕ ਤਨ ਵਿਚੋਂ ਦੂਸਰੇ ਤਨ ਵਿਚ ਪੈਦਾ ਹੋ ਜਾਂਦੀ ਹੈ ।

3. ਸ੍ਰਿਸ਼ਟੀ ਕੀ ਹੈ?

ਸ੍ਰਿਸ਼ਟੀ ਪ੍ਰਭ ਦੀ ਜੋਤ ਦਾ ਹੀ ਪਸਾਰਾ ਹੈ, ਪ੍ਰਭ ਆਪ ਹੀ ਸ੍ਰਿਸਟੀ ਹੈ । ਸ੍ਰਿਸ਼ਟੀ ਆਤਮਾ ਦੇ ਤਨ ਬਦਲਨ ਵਾਲਾ ਆਸਣ ਹੈ । ਸ੍ਰਿਸ਼ਟੀ ਵਿੱਚ ਵੱਖਰੀ ਵੱਖਰੀ ਕਿਸਮਾਂ ਦੇ ਜੀਵ ਹੀ ਪ੍ਰਭ ਦੇ ਬਣਾਏ ਹੋਏ ਧਰਮ ਹਨ ।

4. ਸ੍ਰਿਸ਼ਟੀ ਵਿਚ ਕੌਣ ਜਨਮ ਲੈਂਦਾ ਹੈ?

ਰੁਹਾਨੀ ਜੋਤ ਦਾ ਮੈਲਾ ਹੋਇਆ ਅੰਗ: ਤਨ; ਪ੍ਰਭ ਦਾ ਸ਼ਬਦ (ਪਵਿੱਤਰ ਜੋਤ); ਮਨ, ਆਤਮਾ ਨੂੰ ਅਸਲੀ ਰਸਤੇ ਤੇ ਚਲਾਉਣ ਲਈ ; ਮਨ ਦੀ ਪਛਾਣ ਹੀ ਆਤਮਾ ਨੂੰ ਪਾਵਿਤ੍ਰ ਕਰਨ ਦਾ ਰਸਤਾ ।

5. ਸ਼ਬਦ ਕੀ ਹੈ?

ਸ਼ਬਦ ਹੀ ਪ੍ਰਭ ਦਾ ਰੂਪ ਹੈ, ਕਦੇ ਨਾਸ਼ ਨਹੀਂ ਹੁੰਦਾ, ਲਿਖਿਆ ਨਹੀਂ ਜਾ ਸਕਦਾ । ਇਸ ਦੀ ਗੂੰਜ ਸਦਾ ਹੀ ਚਲਦੀ ਰਹਿੰਦੀ ਹੈ । ਸਦਾ ਹੀ ਆਤਮਾ ਦੇ ਸਾਥ ਰਹਿੰਦਾ, ਕਦੇ ਸਾਥ ਨਹੀਂ ਛੱਡਦਾ, ਆਤਮਾ ਦੀਆਂ ਇੱਛਾਂ ਤੋਂ ਰਹਿਤ ਰਹਿੰਦਾ ਹੈ । ਮਨ ਦਾ ਅਹੰਕਾਰ ਹੀ ਆਤਮਾ ਅਤੇ ਸ਼ਬਦ ਵਿਚ ਪਰਦਾ ਹੈ ।

6. ਆਤਮਾ ਨੂੰ ਪ੍ਰਭ ਤੋਂ ਵਿਛੋੜਾ ਕਿਉਂ ਹੁੰਦਾ?

ਅਹੰਕਾਰ ਨਾਲ ਪ੍ਰਭ ਨਾਲੋ ਵਿਛੋੜਾ ਹੁੰਦਾ ਹੈ ।

7. ਆਤਮਾ ਦਾ ਪ੍ਰਭ ਨਾਲ ਮਿਲਾਪ ਕਿਵੇਂ ਹੋ ਸਕਦਾ ਹੈ?

ਜਦੋਂ ਆਤਮਾ ਚਾਰ ਪਦਾਰਥ ਹਾਸਿਲ ਕਰ ਲੈਂਦੀ ਹੈ । ਜਦੋਂ ਆਤਮਾ ਪਹਿਲੇ ਤਿੰਨੇਂ ਗੁਣ (ਰਜ, ਤਮ, ਸਤ) ਹਾਸਿਲ ਕਰ ਲੈਂਦੀ, ਜਿੱਤ ਪਾ ਲੈਂਦੀ ਹੈ! ਅਗਰ ਪ੍ਰਭ ਆਪ ਹੀ ਰਹਿਮਤ ਦੀ ਨਜ਼ਰ ਬਖਸ਼ੇ ਤਾਂ ਮੁਕਤ ਅਵਸਥਾ ਬਖਸ਼ ਹੋ ਸਕਦੀ ਹੈ ।

8. ਮੁਕਤ ਅਵਸਥਾ ਕੀ ਹੈ?

ਇਸ ਸਮੇਂ ਆਤਮਾ ਦੀ ਜੋਤ ਪਵਿੱਤਰ ਹੋ ਜਾਂਦੀ, ਪ੍ਰਭ ਦੀ ਜੋਤ ਵਿਚ ਅਭੇਦ ਹੋਣ ਦੇ ਯੋਗ ਹੋ ਜਾਂਦੀ ਹੈ । ਫਿਰ ਉਸ ਨੂੰ ਪ੍ਰਭ ਦੀ ਜੋਤ ਵਿਚੋਂ ਅਲੱਗ ਨਹੀਂ ਕੀਤਾ ਜਾ ਸਕਦਾ । ਆਤਮਾ ਦੀ ਆਪਣੀ ਹੋਂਦ ਖਤਮ ਹੋ ਜਾਂਦੀ ਹੈ । ਉਹ ਸ੍ਰਿਸ਼ਟੀ ਦੀ ਅਵਾਜ, ਅਰਦਾਸ ਸੁਣ ਨਹੀਂ ਸਕਦੀ । ਆਪਣੇ ਆਪ ਵਿੱਚ ਕੁਝ ਕਰਨ ਦੀ ਸਮਰਥਾ ਨਹੀਂ ਹੁੰਦੀ ।

9. ਚਾਰ ਪਦਾਰਥ ਕਿਹੜੇ ਹਨ?

ਰਜ ਗੁਣ-! ਤਮ ਗੁਣ! ਸਤ ਗੁਣ! ਮੁਕਤ ਅਵਸਥਾ!

10. ਮੌਤ ਕੀ ਹੈ?

ਮੌਤ ਕੇਵਲ ਮਨ ਦੀਆਂ ਇੱਛਾਂ ਦੀ ਹੁੰਦੀ ਹੈ, ਤਨ ਮਿੱਟੀ ਦਾ ਭਾਗ ਹੁੰਦਾ ਹੈ, ਮਿੱਟੀ ਵਿੱਚ ਰਲ ਜਾਂਦਾ ਹੈ ।

11. ਆਤਮਾ ਦੀ ਪਵਿੱਤਰਤਾ ਦੀਆਂ ਕਿਹੜੀਆਂ ਅਵਸਥਾਂ ਹਨ?

○ **ਬੰਦਗੀ ਕਰਨ ਦੀ ਅਵਸਥਾ- ਇਹ ਪਹਿਲੀ ਅਵਸਥਾ ਹੈ!**

ਮਨ ਦੇ ਧਿਆਨ ਨੂੰ ਸ਼ਬਦ ਦੀ ਅਵਾਜ, ਗੂੰਜ ਵੱਲ ਲਾਉਣਾ, ਆਪਣੀ ਖੁਦਗ਼ਰਜੀ ਤੇ ਜਿੱਤ ਪਾਉਣੀ, ਸ੍ਰਿਸ਼ਟੀ ਦੀ ਭਲਾਈ ਦੇ ਕੰਮ ਕਰਨੇ, ਹਮੇਸ਼ਾ ਮਨ ਵਿਚ ਧਿਆਨ ਰੱਖਣਾ, ਪ੍ਰਭ ਦੀ ਜੋਤ ਹੀ ਹਰਇੱਕ ਤਨ ਵਿਚ ਵਸਦੀ ਹੈ । ਇਸ ਅਵਸਥਾ ਵਿਚ ਵੀ ਮਨ ਦਾ ਭਰੋਸਾ ਅਡੋਲ ਨਹੀਂ ਹੁੰਦਾ, ਸੰਸਾਰਕ ਮਾਇਆ ਦੇ ਥੋੜ੍ਹੇ ਸਮੇਂ ਰਹਿਣ ਵਾਲੇ ਅਨੰਦ, ਜਾਲ ਵਿੱਚ ਫਸ ਸਕਦਾ ਹੈ, ਰਸਤਾ ਛੱਡ ਸਕਦਾ ਹੈ ।

○ **ਗੁਰਮਖ ਅਵਸਥਾ !**

ਮਨ ਦਾ ਭਰੋਸਾ ਪ੍ਰਭ ਦੇ ਬਖਸ਼ੇ ਤੇ ਅਡੋਲ ਹੋ ਜਾਂਦਾ ਹੈ । ਮਨ ਸਦਾ ਹੀ ਸੁਚੇਤ ਰਹਿੰਦਾ ਹੈ, ਮਨ ਇੱਛਾਂ ਰਹਿਤ ਹੋ ਜਾਂਦਾ ਹੈ । ਮਨ ਦੇ ਭਰੋਸੇ ਨੂੰ ਸੰਸਾਰਕ ਮਾਇਆ ਦੀ ਕਸਵਟੀ ਨਾਲ ਪਰਖਿਆ ਜਾਂਦਾ ਹੈ । ਗੁਰੂ ਪੀਰ ਵੀ ਇਸ ਅਵਸਥਾ ਵਿੱਚ ਪਹੁੰਚ ਕੇ ਡੋਲ ਜਾਂਦੇ ਹਨ! ਸੰਸਾਰਕ ਮਾਇਆ ਦੇ ਜਾਲ ਵਿਚ ਫਸ ਜਾਂਦੇ ਹਨ! ਆਪਣੀ ਪੂਜਾ ਕਰਵਾਉਣ ਲੱਗ ਪੈਂਦੇ, ਆਪਣੇ ਆਪ ਨੂੰ ਗੁਰੂ, ਪੀਰ, ਫਕੀਰ, ਪ੍ਰਭ ਦਾ ਬੰਦਾ ਸਦਾਉਂਦੇ ਹਨ! ਆਪਣੇ ਰਹਿਤਨਾਲੇ ਦਾ ਉਪਦੇਸ਼ ਕਰਦੇ ਹਨ । ਸੰਸਾਰਕ ਧਰਮ ਪੈਦਾ ਹੋ ਜਾਂਦੇ ਹਨ ।

○ **ਦਾਸ ਅਵਸਥਾ !**

ਇਹ ਆਤਮਾ ਦੇ ਵਿਛੋੜੇ ਦੀ ਅੰਤਮ ਅਵਸਥਾ ਹੁੰਦੀ ਹੈ । ਉਸ ਦੀ ਸ਼ਬਦ ਦੀ ਕਮਾਈ ਪ੍ਰਭ ਪ੍ਰਵਾਨ ਕਰ ਲੈਂਦਾ, ਆਪਣੀ ਸ਼ਰਣ ਵਿਚ ਪ੍ਰਵਾਨਗੀ ਬਖਸ਼ਦਾ ਹੈ । ਉਸ ਆਤਮਾ ਦਾ ਆਵਾਗਉਣ, ਜਨਮ ਮਰਨ ਖਤਮ ਹੋ ਜਾਂਦਾ ਹੈ ।

12. ਧਾਰਮਕ ਗ੍ਰੰਥਾਂ ਵਿੱਚ ਕੀ ਲਿਖਿਆ ਹੈ?

ਧਾਰਮਕ ਗ੍ਰੰਥਾਂ ਵਿੱਚ ਪ੍ਰਭ ਦੇ ਸ਼ਬਦ ਬਾਬਤ, ਪ੍ਰਭ ਬਾਬਤ ਕੁਝ ਲਿਖਿਆ ਨਹੀਂ ਜਾ ਸਕਦਾ । ਧਾਰਮਕ ਗ੍ਰੰਥ, ਪ੍ਰਭ ਦੀ ਰਹਿਮਤ ਪਾਉਣ ਦੀ ਕੁੰਜੀ, ਜੀਵਨ ਢਾਲਣ ਦੀ ਵਿਧੀ, ਸਭ ਸਿੱਧੇ ਰਸਤੇ ਹੀ ਹਨ । ਧਾਰਮਕ ਗ੍ਰੰਥ, ਲਿਖਤਾਂ ਕੇਵਲ ਸ੍ਰਿਸ਼ਟੀ ਵਿਚ ਦੇਖੇ ਜਾਣ ਵਾਲੀਆਂ, ਥੋੜ੍ਹਾ ਸਮਾਂ ਪਾ ਕੇ ਨਾਸ਼ ਹੋ ਜਾਣ ਵਾਲੀਆਂ ਸ੍ਰਿਸ਼ਟੀ ਦੀਆਂ ਘਟਨਾਵਾਂ ਬਾਬਤ ਹੀ ਲਿਖ ਸਕਦੇ ਹਨ!

13. ਧਾਰਮਕ ਪ੍ਰਚਾਰਕ, ਅਰਥ ਲਿਖਣ ਵਾਲੇ ਕੀ ਦੱਸ ਦੇ ਹਨ?

ਹਰਇੱਕ ਜੀਵ ਜਿਤਨੀ ਪ੍ਰਭ ਸੋਝੀ ਬਖਸ਼ਦਾ ਹੈ, ਉਹ ਹੀ ਲਿਖ ਸਕਦਾ ਹੈ । ਕੇਵਲ ਆਪਣੇ ਮਨ ਦੀ ਭਾਵਨਾ, ਅਵਸਥਾ ਹੀ ਪ੍ਰਗਟ ਕਰਦਾ ਹੈ । ਜਿਹੜਾ ਆਪਣਾ ਜੀਵਨ ਸ਼ਬਦ ਅਨੁਸਾਰ ਢਾਲਦਾ ਹੈ, ਉਹ ਹੀ ਪ੍ਰਭ ਦਾ ਦਾਸ, ਸ਼ਰਣ ਵਿੱਚ ਪ੍ਰਵਾਨ ਹੋ ਸਕਦਾ ਹੈ ।

1. 11 SIKH GURU JI & FAMILY HISTORY

1. Guru Nanak Dev Ji – Apr15th,1469 - Sept 22nd 1539			
F- Metha Kalu , M- Tripta	B- Nanakana Sahib, D- Kartarpur	W- Salakhani	S-Shri Chand, S-Laxshmi Chand
2. Guru Angand Dev Ji – Mar 31st, 1504 –Mar 29th 1552			
F - Pharu Mal M - Pam Kaur	B- Mata De Saran D- Khadur Sahib	W- Khevi	S- Dutu, Dasu D-Anakhi, Amaru
3. Guru Amar Das Ji – May 15th, 1479 – Sept 1st 1574			
F-Taj Bhan M- Salakhani	B- Baserkay D- Goindwal	W- Mansa Devi	S- Mohani, Mohari D- Dhani, Bhani
4. Guru Ram Das Ji – Asu 26 , 1534 – Asu 2, 1581			
F-Har Das Sodhi M- Daeja Kaur	B- Lahore, D- Goindwal	W- Bhani	S- Prithi Chand, S-Mah Dev, S- Aurjan Dev
5. Guru Aurjan Dev Ji – Apr 15th, 1562 - May 30th, 1606			
F- Ram Das M- Bhani	B – Goindwal D- Lohore	W- Ganga	S - Hergobind
6. Guru Hergobind Ji – Jun 14th, 1594 - Mar 3rd , 1644			
F- Aurjan Dev M- Ganga	B – Guru Ki Wadali D- Kirtpur	W – Damodri, Nanaki, Maha Devi	S- Gurdita (Dem). S- Suraj Mal(Mah) S- Ani Rai (Dem) S- Atal Rai (Mah) S- Tegh Bahadur (Nan) D- Viru (Dem)
.7 Guru Her Rai Ji – Feb 26th, 1630 - Oct 6th, 1661			
F - Gurdita M- Nahal Kaur	B- Kirtpur D- Kirtpur	W- Kotkaljani Kishen Kaur	S- Ram Rai (Kotkaljani) S- Her Krishn (Kishen)
8 Guru Her Krishen Ji – July 7th, 1656 - Mar 30th, 1664			
F- Her Rai M- Kishen Kaur	B- Kirtpur D- Dehli		
9 Guru Tegh Bahadur Ji – Apr 1st , 1621 - Nov 11th, 1674			
F- Hergobind M- Nanaki	B - Guru Ka Mahal D- Delhi	W - Gujari	S - Gobind Rai
10. Guru Gobind Singh Ji – Dec 22nd , 1666 - Oct 7th, 1708			
F - Tegh Bahadur M- Gujari	B – Patna D- Nadar (Hazoor-sahib)	W- Jito Sunderi Sahib Kaur	S- Ajit Singh (Sunderi) S_Zora Singh (Jito) S- Fathia Singh (Jito) S- Zujjar Singh (Jito)
• 11. Guru Granth Sahib - Oct 7th , 1708 – Forever lives – • Baba Mani Singh First Sawadar @ Amritsar - died Jun 14th 1738			
Baba Budha ji- First Granthi (1506 – 1630) of Aad Granth- compiled by Guru Aurjan Dev ji			

Note : ਲਹਿਣਾ ਜੀ – ਗੁਰੂ ਅੰਗਦ ਬਣ ਗਏ;
ਖਰਮਾ (ਜੈਠਾ) ਜੀ – ਗੁਰੂ ਰਾਮ ਦਾਸ ਬਣ ਗਏ;
ਗਿਆਤ ਮੱਲ ਜੀ – ਗੁਰੂ ਤੇਗ ਬਹਾਦਰ ਬਣ ਗਏ।

2. ☬ ਪੰਜ ਪਿਆਰੇ: ☬ ਸਿੰਘ ਦੇ ਚਿਨ੍ਹ: ਕ੍ਰਿਪਾਨ, ਕੰਘਾ, ਕੱੜਾ, ਕਛਹਿਰਾ, ਕੇਸ। ☬
☬ ਲੱਖੀ ਸ਼ਾਹ ਵਨਜਾਰਾ, ਨਕਾਈਆ ਬਾਬੇ ਨੇ ਆਪਣੇ ਘਰ ਨੂੰ ਅੱਗ ਭੇਟਾ ਕਰਕੇ
– ਤੇਗ ਬਹਾਦਰ ਜੀ ਨੂੰ ਅੰਤਮ ਸਲਾਮੀ ਦਿੱਤੀ । ☬

1. ਭਾਈ ਦਯਾ ਸਿੰਘ :		
	ਜਨਮ	1725 ਬਿਕ੍ਰਮੀ ਫੱਗਨ ਦੀ ਸੰਗ੍ਰਾਂਦਿ, ਐਤਵਾਰ।
	ਥਾਪਣਾ:	13 ਸਾਲ ਦੀ ਉਮਰ ਵਿਚ ਅਨੰਦਪੁਰ ਸਾਹਿਬ ਗੁਰੂ ਦੀ ਸ਼ਰਣ ਆਏ।
	ਜੋਤੀ ਜੋਤ ਸਮਾਏ	1765 ਬਿਕ੍ਰਮੀ ਨੂੰ ਅੱਸੂ ਅਮਾਵਸ, ਸ੍ਰੀ ਅਬਿਚਲ ਨਗਰ, ਹਜੂਰ ਸਾਹਿਬ।
	ਭਗਤ	
2. ਭਾਈ ਧਰਮ ਸਿੰਘ		ਪਿਤਾ – ਪਰਮ ਸੁਖ, ਮਾਤਾ– ਅਨੰਤੀ, ਦਿੱਲੀ – ਜੱਟ।
	ਜਨਮ	1727 ਬਿਕ੍ਰਮੀ ਵੈਸਾਖ ੧੩ ਸੋਮਵਾਰ, ਪਹਿਲੀ ਰਾਤ,
	ਥਾਪਣਾ:	25 ਸਾਲ ਦੀ ਉਮਰ ਵਿਚ ਅਨੰਦਪੁਰ ਸਾਹਿਬ ਗੁਰੂ ਦੀ ਸ਼ਰਨ ਆਏ।
	ਜੋਤੀ ਜੋਤ ਸਮਾਏ	1768 ਬਿਕ੍ਰਮੀ, ਸ੍ਰੀ ਅਬਿਚਲ ਨਗਰ, ਹਜੂਰ ਸਾਹਿਬ।
	ਭਗਤ	ਭਗਤ ਧੰਨੇ ਜੀ ਦੇ ਅਵਤਾਰ ਸਨ
3. ਭਾਈ ਹਿੰਮਤ ਸਿੰਘ		ਪਿਤਾ– ਮਾਲ ਦੇਉ, ਮਾਤਾ–ਲਾਲ ਦੇਈ– ਜਗਨ ਨਾਥ ਪੁਰੀ ਦੇ ਝੀਵਰ
	ਜਨਮ	1721 ਬਿਕ੍ਰਮੀ ਜੇਠ ੧੫, ਗੁਰੂ ਤੇਗ ਬਹਾਦਰ ਦੇ ਡੇਰੇ – ਬਾਬੇ ਬਕਾਲੇ।
	ਥਾਪਣਾ:	xx ਸਾਲ ਦੀ ਉਮਰ ਵਿਚ ਅਨੰਦਪੁਰ ਸਾਹਿਬ ਗੁਰੂ ਦੀ ਸ਼ਰਣ ਆਏ।
	ਜੋਤੀ ਜੋਤ ਸਮਾਏ	1761 ਬਿਕ੍ਰਮੀ ਨੂੰ ਸਾਹਿਬਜਾਦਿਆ ਨਾਲ, ਸ੍ਰੀ ਚਮਕੌਰ ਸਾਹਿਬ ।
	ਭਗਤ	ਚੱਤ੍ਰ ਭੁਜੀ ਨੂੰ ਪਕੜਨ ਵਾਲੇ ਪੰਧਕ ਦਾ ਅਵਤਾਰ ਸਨ
4. ਭਾਈ ਮੁਹਕਮ ਸਿੰਘ		ਪਿਤਾ– ਜਗਜੀਵਨ ਰਾਇ, ਮਾਤਾ – ਸੰਭਲੀ ਜੀ।
	ਜਨਮ	1736 ਬਿਕ੍ਰਮੀ 5 ਚੇਤ ਦਵਾਰਕਾ ਵਾਸੀ, ਨਾਮਾ ਵਾਸੀ ਸਨ ।
	ਥਾਪਣਾ:	15 ਸਾਲ ਦੀ ਉਮਰ ਵਿਚ ਮਾਤਾ ਪਿਤਾ ਨਾਲ ਗੁਰੂ ਗੋਬਿੰਦ ਜੀ ਦੇ ਸ਼ਰਣ।
	ਜੋਤੀ ਜੋਤ ਸਮਾਏ	1761 ਬਿਕ੍ਰਮੀ ਨੂੰ ਸਾਹਿਬਜਾਦਿਆ ਨਾਲ, ਸ੍ਰੀ ਚਮਕੌਰ ਸਾਹਿਬ ।
	ਭਗਤ	ਭਗਤ:– ਭਗਤ ਨਾਮਦੇਵ ਜੀ ਦੇ ਅਵਤਾਰ ਸਨ।
5. ਭਾਈ ਸਾਹਿਬ ਸਿੰਘ		ਪਿਤਾ – ਗੁਰ ਨਾਰੈਣ, ਮਾਤਾ – ਅਨੰਕਪਾ ਜੀ। ।
	ਜਨਮ	1732 ਬਿਕ੍ਰਮੀ ੫ ਮੱਘਰ, ਬਿਦਰਪੁਰੀ ਦੇ ਵਾਸੀ ਸਨ
	ਥਾਪਣਾ:	11 ਸਾਲ ਦੀ ਉਮਰ ਵਿਚ ਗੁਰੂ ਗੋਬਿੰਦ ਸਿੰਘ ਜੀ ਦੇ ਸ਼ਰਣ ਭੇਟਾ ਕੀਤੇ।
	ਜੋਤੀ ਜੋਤ ਸਮਾਏ	1761 ਬਿਕ੍ਰਮੀ ਨੂੰ ਸਾਹਿਬਜਾਦਿਆ ਨਾਲ, ਸ੍ਰੀ ਚਮਕੌਰ ਸਾਹਿਬ ।
	ਭਗਤ	ਭਗਤ:– ਸੈਨ ਭਗਤ ਦੇ ਅਵਤਾਰ ਸਨ।

ਸਾਹਿਬਜਾਦੇ:

4 ਸਾਹਿਬਜਾਦੇ::	ਪਿਤਾ – ਗੁਰੂ ਗੋਬਿੰਦ ਸਿੰਘ ਜੀ
	ਅਜੀਤ ਸਿੰਘ–ਮਾਤਾ ਸੰਦਰੀ ਜੀ, ਜੋਜਾਰ ਸਿੰਘ – ਮਾਤਾ ਜੀਤੋ ਜੀ ਜੋਰਾਵਰ ਸਿੰਘ–ਮਾਤਾ ਜੀਤੋ ਜੀ, ਫਤੇਹ ਸਿੰਘ – ਮਾਤਾ – ਜੀਤੋ ਜੀ।

3. ਬੰਦਾ ਸਿੰਘ (ਮਾਧੋ) ਨੂੰ ਪੰਜਾਂ ਸਿੰਘਾਂ ਦੇ ਮਾਤਹਿਤ ਜੰਗੀ ਕੰਮ ਕਰਨਵਾਲਾ ਗੁਰੂ ਦਾ ਕਰਿੰਦਾ ਥਾਪੀਆ।

ਬਾਬਾ ਬਾਜ ਸਿੰਘ	ਬਾਬਾ ਬਿਨੋਦ ਸਿੰਘ	ਬਾਬਾ ਕਾਹਨ ਸਿੰਘ	ਬਾਬਾ ਬਿਜੈ ਸਿੰਘ	ਬਾਬਾ ਰਾਮ ਸਿੰਘ
ਭੰਗੂ ਜੀ ਨੇ ਮਾਝੇ ਦੇ ਸਿੰਘ ਦੱਸਿਆ ਹੈ				
ਬਾਬਾ ਬਾਜ ਸਿੰਘ	ਬਾਬਾ ਬਿਨੋਦ ਸਿੰਘ	ਬਾਬਾ ਕਾਹਨ ਸਿੰਘ	ਬਾਬਾ ਦਾਇਆ ਸਿੰਘ	ਬਾਬਾ ਰਣ ਸਿੰਘ

4. ਜੋਗ – 7 ਪ੍ਰਕਾਰ ਦੇ ਜੋਗ ਦੱਸੇ ਗਏ ਹਨ।

ਮੰਤ੍ਰ ਜੋਗ	ਹਠ ਜੋਗ	ਗਿਆਨ ਜੋਗ	ਰਾਜ ਜੋਗ:
ਭਗਤ ਜੋਗ	ਅਗਰਭਤ ਜੋਗ	ਸ਼ਗਰਭਤ ਜੋਗ	

5. ਵਰਾਗ:

ਕਾਰਨ ਵੈਰਾਗ	ਮੰਦਾ ਵੈਰਾਗ	ਵਸੀਕਾਰ ਵੈਰਾਗ	ਯਤਮਾਨ ਵੈਰਾਗ	ਵਿਤ੍ਰੇਕ ਵੈਰਾਗ
ਏਕ ਇੰਦ੍ਰੇ ਵੈਰਾਗ	ਤੀਬਰ ਵੈਰਾਗ	ਘੋੜਾ ਵੈਰਾਗ	ਤਰ ਤਮ ਵੈਰਾਗ	ਗਧਾ ਵੈਰਾਗ
ਤਰ ਤੀਬਰ ਵੈਰਾਗ	ਸ਼ੇਰ ਵੈਰਾਗ			

6. ਨੌ ਮੂੰਨੀ:

ਅਤ੍ਰਿ–ਅਨਸੂਆ	ਅੰਗਰਾ–ਸਰਧਾ	ਪੁਲਹ–ਗਤਿ	ਕ੍ਰਤੁ–ਕ੍ਰਿਆ	ਮਰੀਚ–ਕਲਾ
ਪੁਲਸਤਯ–ਹਵਿਭੁਗ	ਭ੍ਰਿਗੁ–ਖਿਆਤਿ	ਅਤਵਣ–ਸ਼ਾਤਿ	ਵਸ਼ਿਸ਼ਟ–ਅਰੁੰਧਤੀ	

7. 14 ਰਤਨ:

ਸ੍ਰੀ	ਮਣ	ਰੰਭਾ	ਧਨੰਤਰ	ਧਨੁਖ
ਗਜਰਾਜ	ਬਾਜ	ਧੇਨ	ਬਿਖ– ਨਿੰਦਾ–ਜ਼ਹਿਰ	ਸਸਿ
ਕਲਪਤਰ	ਸੰਖ	ਅਮੀ	ਬਾਰਨੀ–ਨਾਮ ਦੀ ਮਸਤੀ	

8. 4 ਜੁਗ ਇੱਕ ਚੋਕੜੀ = 432000 ਸਾਲ:

ਸਤ ਜੁਗ – 4 ਚੋਕੜੀ	ਤ੍ਰੇਤੇ ਜੁਗ – 3 ਚੋਕੜੀ	ਦੁਅਪਰ ਜੁਗ – 2 ਚੋਕੜੀ	ਕਲ ਜੁਗ – 1 ਚੋਕੜੀ

9. 9 ਖੰਡ:

ਕੁਰੂ ਖੰਡ	ਹਿਰਨਮਯ ਖੰਡ	ਇਲਾਬ੍ਰਤ ਖੰਡ	ਕੇਤਮਾਲ ਖੰਡ	ਹਰੀ ਵਰਖ ਖੰਡ
ਰੰਮਯਕ ਖੰਡ	ਕਿੰਪੁਰਸ਼ ਖੰਡ	ਭੱਦਰ ਖੰਡ	ਭਾਰਤ ਖੰਡ	

10. ੯ ਨਾਥ:

ਪ੍ਰਾਨ ਨਾਥ	ਗੋਪੀ ਨਾਥ	ਸੂਰਤ ਨਾਥ	ਗੌਰਖ ਨਾਥ	ਮਛੰਦਰ ਨਾਥ

ਆਦਿ ਨਾਥ –ਸ਼ਿਵ ਦਾ ਅਵਤਾਰ	ਮਛੰਦਰ ਨਾਥ –ਮਾਇਆ ਦਾ ਅਵਤਾਰ	ਉਦੇ ਨਾਥ – ਪਾਰਬਤੀ ਦਾ ਅਵਤਾਰ
ਸੰਤੋਖ ਨਾਥ –ਵਿਸ਼ਨੂੰ ਦਾ ਅਵਤਾਰ	ਕੰਥੜ ਨਾਥ – ਗਣੇਸ਼ ਦਾ ਅਵਤਾਰ	ਸਤਿ ਨਾਥ – ਬ੍ਰਹਮਾ ਦਾ ਅਵਤਾਰ
ਅਚੰਭ ਨਾਥ – ਚੰਬੇ ਦਾ ਰਾਜਾ, ਪਰਬਤ ਦਾ ਅਵਤਾਰ	ਚੌਰੰਜੀ ਨਾਥ – ਪੂਰਨ ਭਗਤ ਸਾਲਬਾਹਨ ਦਾ ਪੁਤਰ	ਗੋਰਖ ਨਾਥ – ਮਹਾਦੇਵ ਦਾ ਅਵਤਾਰ

11. 4 ਵੇਦ: ਪ੍ਰਭ ਨੇ ਬ੍ਰਹਮਾ ਜੀ ਨੂੰ ਬਖਸ਼ੇ।

ਸ਼ਾਮ ਵੇਦ	ਰਿਗ ਵੇਦ	ਯੁਜਰ ਵੇਦ	ਅਥਰਬਣ ਵੇਦ

12. ਭਗਤ 4 ਪ੍ਰਕਾਰ ਦੇ ਹਨ॥
ਅਰਥਾ ਅਰਥੀ - ਕਾਮਨਾ ਨੂੰ ਲੈ ਕੇ ਭਗਤੀ ਕਰਨੀ (ਧ੍ਰੂ),
ਆਰਤ ਭਗਤ - ਦੁਖ ਵੇਲੇ ਪ੍ਰਮੇਸ਼ਰ ਨੂੰ ਚੇਤੇ ਕਰਨਾ - ਪ੍ਰਹਲਾਦ
ਅਨੰਨਿ ਭਗਤ- ਪਿੰਡ ਪਰੈ ਤਉ ਪ੍ਰੀਤ ਨ ਤੋਰਉ - ਨਾਮ ਦੇਵ ਜੀ
ਗਿਆਨੀ ਭਗਤ - ਬਾਬਾ ਬੁੱਢਾ ਜੀ, ਭਾਈ ਮਨੀ ਸਿੰਘ, ਬਾਬਾ ਦੀਪ ਸਿੰਘ

13. ਮਨ ਦੀ ਸੱਤਾ:

ਵਿਵਹਾਰਕ ਸੱਤਾ	ਪ੍ਰਮਾਰਥਕ ਸੱਤਾ	ਪ੍ਰਾਤੀਭਾਸਕ ਸੱਤਾ

14. ਮਨ ਦੀ ਇੱਛਾ

ਸ਼ੁਭ ਇੱਛਾ	ਸੁਵਿਚਾਰਨਾ	ਤਨੂੰਮਾਨਸਾ	ਸਤੁਆਪਤ
ਅਸੰਸਕਤ	ਪਦਾਰਥਾਭਾਵਨੀ	ਤੁਰੀਆਪਦ	

15. 40 ਮੁਕਤੇ- ਮਾਤਾ ਭਾਗੋ ਦੇ ਲਾਡਲੇ। ਮੁਕਤੱਸਰ।
ਗੁਰੂ ਗੋਬਿੰਦ ਸਿੰਘ ਜੀ ਅੱਗੇ ਲੋਹੇ ਦੀ ਚਾਦਰ ਬਣ ਗਏ ।
ਮਹਾਂ ਸਿੰਘ ਜਥੇਦਾਰ ਨੇ ਗੁਰੂ ਗੋਬਿੰਦ ਸਿੰਘ ਜੀ ਦੀ ਗੋਂਦ ਵਿਚ ਪਰਾਨ ਤਿਆਗੇ।

ਸਮੀਰ ਸਿੰਘ	ਸਰਜਾ ਸਿੰਘ	ਸਾਧੂ ਸਿੰਘ	ਸ਼ੁਹੇਲ ਸਿੰਘ	ਸ਼ੁਲਤਾਨ ਸਿੰਘ
ਸੋਭਾ ਸਿੰਘ	ਸੰਤ ਸਿੰਘ	ਹਰਸਾ ਸਿੰਘ	ਹਰੀ ਸਿੰਘ	ਕਰਨ ਸਿੰਘ
ਕਰਮ ਸਿੰਘ	ਕਾਲਾ ਸਿੰਘ	ਕੀਰਤਿ ਸਿੰਘ	ਕਿਰਪਾਲ ਸਿੰਘ	ਖੁਸ਼ਾਲ ਸਿੰਘ
ਗੁਲਾਬ ਸਿੰਘ	ਗੰਗਾ ਸਿੰਘ	ਗੰਡਾ ਸਿੰਘ	ਘਰਬਾਰਾ ਸਿੰਘ	ਚੰਬਾ ਸਿੰਘ
ਜਾਦੋ ਸਿੰਘ	ਜੋਗਾ ਸਿੰਘ	ਜੰਗ ਸਿੰਘ	ਦਯਾਲ ਸਿੰਘ	ਦਰਬਾਰਾ ਸਿੰਘ
ਦਿਲਬਾਗ ਸਿੰਘ	ਧਰਮ ਸਿੰਘ	ਧੰਨਾ ਸਿੰਘ	ਨਿਹਾਲ ਸਿੰਘ	ਨਿਧਾਨ ਸਿੰਘ
ਬੂੜ ਸਿੰਘ	ਭਾਗ ਸਿੰਘ	ਭੋਲਾ ਸਿੰਘ	ਭੰਗਾ ਸਿੰਘ	ਮਹਾਂ ਸਿੰਘ
ਮੱਜਾ ਸਿੰਘ	ਮਾਨ ਸਿੰਘ	ਮੈਯਾ ਸਿੰਘ	ਰਾਇ ਸਿੰਘ	ਲਛਮਣ ਸਿੰਘ

16. ਗੁਰੂ ਗ੍ਰੰਥ - ਦਾਸਾਂ ਦੀ ਬਾਣੀ -ਗੁਰੂ ਗੋਬਿੰਦ ਸਿੰਘ ਜੀ ਨੇ 11th ਸਦਾ ਅਟੱਲ ਗੁਰੂ ਥਾਪਿਆ।

6 - ਗੁਰੂ	19 - ਭਗਤ			11 - ਭੱਟ	
ਗੁਰੂ ਨਾਨਕ ਦੇਵ ਜੀ	ਕਬੀਰ ਜੀ	ਧੰਨਾ ਜੀ	ਸੂਰਦਾਸ ਜੀ	ਕਲ੍ਯ ਜੀ	ਸਲ੍ਯ ਜੀ
ਗੁਰੂ ਅੰਗਦ ਦੇਵ ਜੀ	ਨਾਮ ਦੇਵ ਜੀ	ਜੈ ਦੇਵ ਜੀ	ਰਾਮਾ ਨੰਦ ਜੀ	ਗਯੰਦ ਜੀ	ਭਲ੍ਯ ਜੀ
ਗੁਰੂ ਅਮਰਦਾਸ ਜੀ	ਰਵੀਦਾਸ ਜੀ	ਸ੍ਰੀ ਸੈਣ ਜੀ	ਪਰਮਾਨੰਦ ਜੀ	ਭਿਖਾ ਜੀ	ਬਲ੍ਯ ਜੀ
ਗੁਰੂ ਰਾਮਦਾਸ ਜੀ	ਫਰੀਦ ਜੀ	ਸਧਨੇ ਜੀ	ਮਰਦਾਨਾ ਜੀ	ਕੀਰਤ ਜੀ	ਹਰਿਬੰਸ
ਗੁਰੂ ਅਰਜਨ ਦੇਵ ਜੀ	ਤ੍ਰਿਲੋਚਨ ਜੀ	ਭੀਖਨ ਜੀ	ਸੁੰਦਰ ਜੀ	ਮਥੁਰਾ ਜੀ	ਨਲ੍ਯ ਜੀ
ਗੁਰੂ ਤੇਗ਼ ਬਹਾਦਰ ਜੀ	ਬੈਣੀ ਜੀ	ਪੀਪਾ ਜੀ	ਸੱਤਾ ਅਤੇ ਬਲਵੰਡ ਜੀ	ਝਾਲਪ ਜੀ	

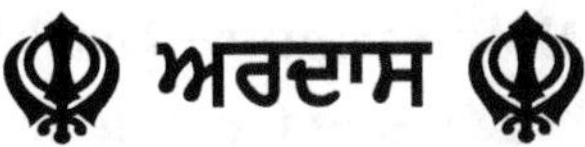

ੴ ਸਤਿ ਨਾਮੁ॥

ਵਾਹਿਗੁਰੂ ਜੀ ਕੀ ਫਤਹਿ॥ ਸ੍ਰੀ ਭਗੌਤੀ ਜੀ ਸਹਾਇ॥

ਤੂ ਠਾਕੁਰੁ, ਤੁਮ ਪਹਿ ਅਰਦਾਸਿ॥ ਜੀਉ ਪਿੰਡੁ, ਸਭੁ ਤੇਰੀ ਰਾਸਿ॥

ਤੁਮ, ਮਾਤ, ਪਿਤਾ, ਹਮ ਬਾਰਿਕ ਤੇਰੇ॥ ਤੁਮਰੀ ਕ੍ਰਿਪਾ, ਮਹਿ ਸੂਖ ਘਨੇਰੇ॥

ਕੋਇ ਨ ਜਾਨੈ, ਤੁਮਰਾ ਅੰਤੁ॥ ਊਚੇ ਤੇ, ਊਚਾ ਭਗਵੰਤ॥

ਸਗਲ ਸਮਗ੍ਰੀ, ਤੁਮਰੈ ਸੂਤ੍ਰਿ ਧਾਰੀ॥ ਤੁਮ ਤੇ ਹੋਇ, ਸੁ ਆਗਿਆਕਾਰੀ॥

ਤੁਮਰੀ ਗਤਿ ਮਿਤਿ, ਤੁਮ ਹੀ ਜਾਨੀ॥

ਨਾਨਕ ਦਾਸ, ਸਦਾ ਕੁਰਬਾਨੀ॥੮॥੪॥

ੴ ਦਹੋਰਾ ੴ

ਸਗਲ ਦੁਆਰ ਕਉ ਛਾਡਿ ਕੈ ਗਹਿਓ ਤੁਹਾਰੋ ਦੁਆਰ॥

ਬਾਂਹਿ ਗਹੇ ਕੀ ਲਾਜ ਅਸ ਗੋਬਿੰਦ ਦਾਸ ਤੁਹਾਰ॥

ਨਾਨਕ ਨਾਮ ਚੜ੍ਹਦੀ ਕਲਾ । ਤੇਰੇ ਭਾਣੇ ਸਰਬੱਤ ਦਾ ਭਲਾ ।

ੴ ਬੋਲੇ ਸੋ ਨਿਹਾਲ, ਸਤਿ ਸ੍ਰੀ ਅਕਾਲ ।

ਵਾਹਿਗੁਰੂ ਜੀ ਕਾ ਖਾਲਸਾ, ਵਾਹਿਗੁਰੂ ਜੀ ਕੀ ਫਤਹਿ॥

☬ The Sikh Holy Scripture Teachings for Mankind ☬
☬ Guru Granth Sahib ☬

☬ Forgiveness is the foundation of the right path of Salvation ☬
Which may lead to
☬ **M**ercy, **T**olerance, **P**atience and **C**ontentment on **His Word** ☬

Ref: Japji Sahib -16

ਅਵਲਿ ਅਲਹ ਨੂਰੁ ਉਪਾਇਆ ਕੁਦਰਤਿ ਕੇ ਸਭ ਬੰਦੇ ॥
ਏਕ ਨੂਰ ਤੇ ਸਭੁ ਜਗੁ ਉਪਜਿਆ ਕਉਨ ਭਲੇ ਕੋ ਮੰਦੇ ॥੧॥
aval alah noor upaa-i-aa kudrat kay sabh banday.
ayk noor tay sabh jag upji-aa ka-un bhalay ko manday. ||1||

☬ Soul is an expansion of industratable The Holy Spirit. ☬

Ref: Mool Mantra and Kabeer Page 1349

☬ Whoever **l**ives by the Sword will **d**ie by the Sword. ☬

Ref: Guru Gobind Singh Ji, Juses

The Holy Bible :: Elect Your Path Wisely

If a blind man leads a blind man, both will fall into a pit.
Steady and stable **Belief** is foundation of the right path of **E**nlightenment.
Which may leads to
Faith – Goodness- Knowledge- Self-control- Perseverance.
Perseverance – Godliness- Brotherly kindness- Love. **To Christ**!

Ref: 2Peter 1-5/6/7/10.

☬ **Prayer to The One and Only One - God** ☬

ਸਗਲ ਦੁਆਰ ਕਉ ਛਾਂਡਿ ਕੈ, ਗਹਿਓ ਤੁਹਾਰੋ ਦੁਆਰ॥
ਬਾਂਹਿ ਗਹੇ ਕੀ ਲਾਜ ਅਸ ਗੋਬਿੰਦ ਦਾਸ ਤੁਹਾਰ॥
ਨਾਨਕ ਨਾਮ ਚੜ੍ਹਦੀ ਕਲਾ। ਤੇਰੇ ਭਾਣੇ ਸਰਬੱਤ ਦਾ ਭਲਾ।
ੴ ਬੋਲੇ ਸੋ ਨਿਹਾਲ, ਸਤਿ ਸ੍ਰੀ ਅਕਾਲ।
ਵਾਹਿਗੁਰੂ ਜੀ ਕਾ ਖਾਲਸਾ, ਵਾਹਿਗੁਰੂ ਜੀ ਕੀ ਫਤਹਿ॥

Ref: Sikh Religious Concept.

Printed in the USA
CPSIA information can be obtained
at www.ICGtesting.com
LVHW050719261023
761976LV00005B/134